பத்துப்பாட்டு ஆராய்ச்சி

உள் அட்டையில் காணும் சிற்பக் காட்சியில், பகவான் புத்தரின் அன்னை மாயாதேவி கண்ட கனவின் பலனை மன்னர் சுத்தோதனருக்கு நிமித்திகர் மூவர் விளக்குகின்றனர். அவர்களுக்குக் கீழே அமர்ந்து அந்த விளக்கத்தை எழுதுகிறார் ஓர் எழுத்தர். எழுதும் கலையைச் சித்தரிக்கும் முதல் இந்தியச் சிற்பம் இதுவாகவே இருக்கலாம்.

நாகார்ஜுன் மலைச்சிற்பம் கி.பி. இரண்டாம் நூற்றாண்டு.
(பட உதவி: நேஷனல் மியூசியம், புது தில்லி)

பத்துப்பாட்டு ஆராய்ச்சி

மா. இராசமாணிக்கனார்

சாகித்திய அகாதெமி

Pathu Paattu Aaraaichi by Ma. Rasamanikanar, Sahitya Akademi, New Delhi, (3rd Reprint 2025), Rs. 520/-

உரிமை © சாகித்திய அகாதெமி		Copyright: @Sahitya Akademi	
ஆசிரியர்	: மா இராசமாணிக்கனார் (1907-1967)	Author	: Ma. Rasamanikanar (1907-1967)
இலக்கியநடை	: ஆராய்ச்சி நூல்	Genre	: Research Book
பதிப்பாளர்	: சாகித்திய அகாதெமி	Publisher	: Sahitya Akademi
முதற் பதிப்பு	: 2012	1st Edition	: 2012
3வது மறுபதிப்பு	: 2025	3rd Reprint	: 2025

ISBN : 978-81-260-5198-4

விலை : ரூ. 520/-

All rights reserved. No part of this book may be reproduced or utilized in any form or by any means, electronic or mechanical including photocopying, recording or by any information storage and retrival system, without permission in writing from Sahitya Akademi.

சாகித்திய அகாதெமி

தலைமை அலுவலகம் : இரவீந்திர பவன், 35, பெரோஸ்ஷா சாலை, புது தில்லி 110 001.
secretary@sahitya-akademi.gov.in | 011-23386626/27/28.

விற்பனை அலுவலகம் 'ஸ்வாதி' மந்திர் சாலை, புது தில்லி 110 001
sales@sahitya-akademi.gov.in | 011-23745297, 23364204.

கொல்கத்தா 4, டி.எல். கான் சாலை, கொல்கத்தா 700 025
rs.rok@sahitya-akademi.gov.in | 033-24191683/24191706.

சென்னை குணா வளாகம், 443, இரண்டாம் தளம், அண்ணா சாலை,
தேனாம்பேட்டை, சென்னை 600 018.
chennaioffice@sahitya-akademi.gov.in 044-24311741 | 24354815

மும்பை 172, மும்பை மராத்தி கிரந்த சங்கிரகாலய சாலை,
தாதர், மும்பை 400 014
rs.rom@sahitya-akademi.gov.in 022-24135744 | 24131948.

பெங்களூரு மத்தியக் கல்லூரி வளாகம், பல்கலைக்கழக நூலக கட்டிடம்,
டாக்டர் அம்பேத்கர் வீதி, பெங்களூரு 560 001
rs.rob@sahitya-akademi.gov.in. 080-22245152, 22130870.

அச்சகம் : *M/s. Mani Offset, Chennai-77*
அட்டை : *Spectrum Graphic Studio, Chennai - 600017.*
ஒளி அச்சு : *Image Digital, Chennai-17*
Visit our website at http://www.sahitya-akademi.gov.in

அணிந்துரை

உயர்திரு நெ.து. சுந்தரவடிவேலு அவர்கள், எம்.ஏ., எல்.டி. **துணைவேந்தர், சென்னைப் பல்கலைக்கழகம்.**

செந்தமிழ்த்தாயின் சிறந்த செல்வங்களுள் தலையாய ஒன்று பத்துப்பாட்டு. இந்நூலின் சிறப்பை,

'பத்துப்பாட் டாதிமனம் பற்றினார் பற்றுவரோ
எத்துணையும் பொருட்கிசையும் இலக்கணமில்
கற்பனையே?'

என்று மனோன்மணீயம் பாடுகிறது.

'மூத்தோர் பாடியருள் பத்துப்பாட்டு'

என்று தமிழ்விடுதூது முழங்குகிறது.

பழந்தமிழர் நாகரிகத்திற்கும் பண்பாட்டிற்கும் விளக்கமாய்த் திகழும் இந்நூலை டாக்டர் உ.வே. சாமிநாத ஐயர் அவர்கள் முதன் முதலாக முழுமையாக 1889ஆம் ஆண்டு பதிப்பித்து உதவினார். அந்நாள் முதல் கடந்த எண்பது ஆண்டுகளுக்கு மேலாகப் பத்துப்பாட்டைத் துணையாகக் கொண்டு இலக்கிய – வரலாற்று – ஆய்வுகள் பல நிகழ்ந்துள்ளன. அவற்றிற்கெல்லாம் மணிமுடியாய்த் திகழ்வது, சென்னைப் பல்கலைக்கழகத்தில் 1959 முதல் 1967 வரை துணைத் தமிழ்ப் பேராசிரியராய்த் திகழ்ந்த டாக்டர் மா.இராசமாணிக்கனார் அவர்கள் இயற்றியுள்ள பத்துப்பாட்டு ஆராய்ச்சி என்னும் இவ்வரிய பெரிய நூல்.

'டாக்டர் மா. இராசமாணிக்கனார் ஆரம்பப் பள்ளி ஆசிரியராய் வாழ்க்கையைத் தொடங்கிச் சென்னைப் பல்கலைக்கழகத் துணைத் தமிழ்ப் பேராசிரியராய் உயர்ந்தவர் – தம் முயற்சியால், தளராத உழைப்பால், அவர்தம் முற்றிய அறிவின் வெற்றியாக – முழுமணியாக இந்நூல் விளங்குகிறது எனலாம். அவர்தம் நூல்கள் பலவற்றுள்ளும் இறுதியானதும், உறுதியானதும் – பல்லோரும் பலகாலத்தும் பயன்படுத்தப்போவதும் இந்நூலே எனலாம்.

பத்துப்பாட்டு ஆராய்ச்சி என்னும் இந்நூலுள் டாக்டர் மா. இராசமாணிக்கனார், பழந்தமிழ்ச் செல்வமாகிய பத்துப்பாட்டை 35 தலைப்புகளில் எளிய இனிய தமிழில் ஆராய்ந்துள்ளார். இத்தலைப்புகளின் பட்டியலே ஒரு பெருந்தொகை நூலை எப்படியெல்லாம் ஆராய்ந்து பார்க்கவேண்டும் என்பதைத் தமிழ் இலக்கிய மாணவர்கட்குத் தெளிவுபடுத்தும், மேலும், இவ்வாராய்ச்சியினை ஆசிரியர் எழுபதுக்கு (70) மேற்பட்ட நூல்களின் துணை கொண்டு ஆராய்ந்து எழுதியுள்ளார். அதனினும் சிறப்பாயது சங்க இலக்கியச் செல்வத்தைப் புவியியல் பாதையில்- வரலாற்று வழி-கல்வெட்டுக் கண் கொண்டு ஆசிரியர் நுணுகி நுணுகி ஆராய்ந்திருப்பதே ஆகும். இவ்வாராய்ச்சியையும் ஆசிரியர் தமது நேர்முக ஆராய்ச்சியோடு (Field Study) பிணைத்திருப்பது அவருடைய உண்மை காணும் வேட்கையையும் உழைப்பின் பெருமையையும் உலகுக்கு உணர்த்தும். ஒரு நாள் காஞ்சீபுரத்தில் பெய்த பெருமழையுங்கூட (பக்கம்:139) ஆசிரியருக்கு உண்மை காண உதவியிருக்கிறது!

உண்மையான ஆராய்ச்சியாளனுக்கு நடுவுநிலைமையே உயிர். இவ்வுண்மைக்கு உரைகல்லாயும் இந்நூல் விளங்குகிறது. தம்முடைய மதிப்பிற்குரிய பெரியோர்கள் டாக்டர் சாமிநாத ஐயர், டாக்டர் சோமசுந்தர பாரதியார் போன்றோர்கள் கருத்துகளிடமும் தமக்குள்ள வேறுபாட்டைப் பணிவுடனும் துணிவுடனும் ஆசிரியர் புலப்படுத்தியிருப்பது ஆராய்ச்சிக்கு அணிகலமாகும்.

எண்ணூறு பக்க எல்லையை எட்டும் இந்நூல் காண்பதற்கும் கதற்பதற்கும் அரியது, பெரியது. டாக்டர் சாமிநாத ஐயர் அவர்களால் எண்பதுஆண்டுகளுக்கு முன்பு வெளியிடப் பெற்ற பத்துப்பாட்டுக்கு இவ்வாராய்ச்சி நூல் சிறந்த பரிசாகும். இத்தகைய ஆராய்ச்சி நூலை எழுதி உதவிய டாக்டர் மா. இராசமாணிக்கனார் அவர்களுக்குத் தமிழ் ஆராய்ச்சி உலகம் செய்யத் தக்க சிறந்த கைம்மாறு இத்தகைய-இயலுமேல், இதனினும் சிறந்த-ஆராய்ச்சி நூல்களை இன்னும் பலவாக வெளிப்படுத்துதலே ஆகும்.

பத்துப்பாட்டு ஆராய்ச்சியை ஆசிரியர் ஆறு ஆண்டுகளுக்கு முன்பே (1964) பல்கலைக்கழகத்திடம் தந்து விட்டார்கள். அவர்கள் மறைந்தும் மூன்று ஆண்டுகள் ஆகின்றன. யான் பதவியேற்று ஓராண்டு முடிவதற்குள் ஆறு ஆண்டுகளாய் அச்சேறாமல் இருந்த இந்நூலை அச்சேற்ற இயன்றமைக்கு அகமிக மகிழ்கிறேன்.

கோலாலம்பூரில் நடைபெற்ற முதல் உலகத் தமிழாராய்ச்சி மாநாட்டில் கலந்து கொண்ட ஓர் அறிஞரின் உயர்ந்த ஆராய்ச்சி நூலுக்கு மூன்றாவது உலகத் தமிழ் மாநாட்டுக்குப் புறப்படும் நேரத்தில் அணிந்துரை வழங்க நேர்ந்தமை குறித்துத் தனி மகிழ்வு-பெருமகிழ்வு-எய்துகிறேன்!

வளர்க, வாழ்க, தமிழ் ஆராய்ச்சித்திறம்!

9.7.1970   நெ.து. சுந்தரவடிவேலு

முகவுரை

தமிழ் இலக்கியம், சங்க கால இலக்கியம், இடைக்கால இலக்கியம், பிற்கால இலக்கியம் என மூவகைப்படும். பாண்டியர் வழிவழிச் சங்கம் வைத்துத் தமிழை வளர்த்த காலமே சங்க காலம் என்பது. அதன் கீழ் எல்லை, ஏறத்தாழக் கி.பி. 300 எனலாம்; மேல் எல்லை, வரையறுத்துக் கூற இயலாத பழைமையுடையது. பரந்துபட்ட அச்சங்ககாலத்தில் செய்யப்பட்ட இலக்கிய நூல்களும் இலக்கண நூல்களும் பலவாகும் என்பது, தொல்காப்பியம் என்னும் பேரிலக்கணத்தாலும் அதன் உரைகளாலும், சிலப்பதிகாரம், யாப்பருங்கலம், இறையனார் களவியல் ஆகியவற்றின் உரைகளாலும் அறியப்படும்.

பரந்துபட்ட அச்சங்க காலத்தில் இயற்றப்பட்ட நூல்கள் பனை யோலைகளில் எழுதப்பட்டவை. ஆதலால், அவற்றுட்பல, காலப் போக்கில் அழிந்துபட்டன. தமிழ் வளர்த்த பாண்டியர் தம் தலை நகரங்களைக் கடற்கரையில் அமைத்திருந்தனர். கடல் கோள்களால் அந்நகரங்கள் அழிந்த போது அவ்வழிவில் சங்கநூல்கள் பலவும் மறைந்தன. இங்ஙனம் பல காரணங்களால் அழிந்தன. போக, இன்று எஞ்சியுள்ள நூல்கள் சிலவேயாகும். அவற்றுள் தொல்காப்பியம் என்பது பேரிலக்கண நூலாகும்; பத்துப்பாட்டு, எட்டுத்தொகை, திருக்குறள், சிலப்பதிகாரம், மணிமேகலை என்பவை இலக்கிய நூல்களாகும். இவற்றுள் எட்டுத்தொகை என்பவை தொகுக்கப் பெற்ற எட்டு நூல் களாகும். அவை நற்றிணை, குறுந்தொகை, ஐங்குறுநூறு, பதிற்றுப்பத்து, பரிபாடல், கலித்தொகை, அகநானூறு, புறநானூறு என்பவை. இவற்றுள் ஒவ்வொரு நூலிலும் பல காலங்களில் வாழ்ந்த புலவர் பலருடைய பாக்கள் தொகுக்கப் பட்டுள்ளன.

பத்துப்பாட்டு என்னும் நூலில் நெடும்பாடல்கள் பத்து அடங்கி யுள்ளன. அவை திருமுருகாற்றுப்படை, பொருநர் ஆற்றுப்படை,

சிறுபாணாற்றுப்படை, பெரும்பாணாற்றுப்படை, முல்லைப்பாட்டு, மதுரைக்காஞ்சி, நெடுநல்வாடை, குறிஞ்சிப் பாட்டு, பட்டினப்பாலை, மலைபடுகடாம் என்பவை. அவற்றுட் சிறிய பாட்டு ‘முல்லைப் பாட்டு’ என்பது. அது 103 அடிகளை உடையது. மிகப்பெரிய பாட்டு ‘மதுரைக் காஞ்சி’ என்பது. அது 728 அடிகளை உடையது. பத்துப் பாட்டுகளும் 3552 அடிகளை உடையவை.

பத்துப்பாட்டுள் திருமுருகாற்றுப்படை சமயத் தொடர்பானது. முல்லைப்பாட்டும் குறிஞ்சிப்பாட்டும் அகப்பொருள் பற்றியவை. பிறபாக்கள் நெடுநில மன்னர், குறுநில மன்னர்களைப் பற்றியவை. பொருநர் ஆற்றுப்படையும் பட்டினப்பாலையும் கரிகாலன் மீது பாடப் பட்டவை. நெடுநல்வாடையும் மதுரைக்காஞ்சியும் பாண்டியன் தலையாலங்கானத்துச் செருவென்ற நெடுஞ்செழியன் மீது பாடப் பட்டவை. பெரும்பாணாற்றுப்படை, தொண்டை நாட்டை ஆண்ட தொண்டைமான் திரையன் மீது பாடப்பட்டது. சிறுபாணாற்றுப் படை, தொண்டை நாட்டை அடுத்த ஓய்மானாட்டை ஆண்ட நல்லியக் கோடன் மீது பாடப்பட்டது. மலைபடுகடாம் என்பது, தொண்டை நாட்டுப் பல்குன்றக் கோட்டத்தை ஆண்டு வந்த நன்னன் மீது பாடப் பட்டது. எனவே, இப்பாடல்கள் தொண்டைநாடு, ஓய்மானாடு, சோழ நாடு, பாண்டிநாடு ஆகியநாடுகளைப் பற்றியவை; அந்நாடுகளை ஆண்ட அரசர்களின் வீரச் சிறப்பையும் கொடைச் சிறப்பையும் ஆட்சிச் சிறப்பையும் நாட்டு அமைப்பையும் பல திறப்பட்ட மக்களின் வாழ்க்கை முறையினையும் படம் பிடித்துக் காட்டுபவை.

அப்பாடல்கள் அனைத்தும் கி.பி. முதல் மூன்று நூற்றாண்டு களைச் சேர்ந்தவை. ஆதலால் அம்மூன்று நூற்றாண்டுகளிலும் நிலவிய தமிழ் நாட்டு அரசியல், மக்கள் வாழ்க்கை, பயிர்த் தொழில், கைத் தொழில், சமயம், நாகரிகம், பண்பாடு முதலியவற்றை அப்பாடல்களின் துணையைக்கொண்டு நன்கறியலாம்.

பத்துப்பாட்டை அரும்பாடு பட்டுப் பதிப்பித்த டாக்டர் உ.வே. சாமிநாத ஐயர் அவர்கள் தமிழர் பாராட்டுக்கு உரியவராவர். அப்பெரியார் நல்லியக்கோடனைப்பற்றி எழுதுகையில், “இவனுடைய ஊர்களுள் ஒன்றாகிய மாவிலங்கை என்பது, புனனாட்டுக்கு வடக்கி லுள்ள அருவா நாடு, அருவாவடதலை நாடு என்று இரண்டும் சேர்ந்த இடமென்று கூறுவர்; அவ்வூர் இன்னதென்பது புறநானூற்றாலும் தெரிகின்றது. இவனுடைய மற்ற ஊர்களுள் எயிற்பட்டினம், வேலூர்,

ஆமூர் என்பவை தொண்டை நாட்டிலுள்ள இருபத்து நான்கு கோட்டங்களுள் மூன்று கோட்டங்களுக்குத் தலைநகரங்களா யிருந்தவை; வேலூர், உப்புவேலூரென்று இக்காலத்து வழங்குகின்ற தென்பர்"[1] என்று எழுதியுள்ளனர்.

டாக்டர் ஐயரவர்கள் இங்ஙனம் எழுதினமையால், வேலூர்க் கோட்டம், ஆமூர்க்கோட்டம், எயிற்கோட்டம் என்னும் மூன்று கோட்டங்களும் சேர்ந்தது ஓய்மானாடு என்று கருதும் நிலை உண்டானது. எயிற்கோட்டம் காஞ்சியைச் சுற்றியுள்ள நிலப்பகுதி. வேலூர்க்கோட்டம் என்று ஒரு கோட்டமே தொண்டைநாட்டில் இருந்ததில்லை என்பது கல்வெட்டுகளால் தெரிகிறது. ஆமூர்க் கோட்டம் செங்கற்பட்டு மாவட்டத்தில் திருப்போரூர், மாமல்லபுரம் முதலியவற்றைக் கொண்ட நிலப்பகுதி. எனவே ஓய்மானாடு என்பது, ஐயரவர்கள் கருத்துப்படி, செங்கற்பட்டு மாவட்டத்தில் காஞ்சீபுரப் பகுதி யும் மாமல்லபுரப்பகுதியும் சேர்ந்தது என்று கொள்ளுதல் வேண்டும். அங்ஙனம் கொள்ளின், தொண்டை நாட்டின் இரண்டு கோட்டங்கள் ஓய்மானாட்டைச் சேர்ந்தனவாகக் கருதப்படும்.

ஆயின், ஓய்மானாடு என்பது திண்டிவனத்திற்கு வடக்கிலுள்ள மாவிலங்கையை வடவெல்லையாகவும், கடலைத் தென்னெல்லை யாகவும், சூணாம்பேடு என்னும் ஊரையடுத்த வில்லி பாக்கத்தைக் கிழக்கெல்லையாகவும் கொண்டது. அந்நாடு மேற்கில் ஏறத்தாழ விழுப்புரம் வரையில் பரவியிருந்தது என்பது இது வரையிற் கிடைத் துள்ள கல்வெட்டுகளால் அறியப்படும் உண்மையாகும். இந்த நான்கு எல்லைகளுக்கு உள்ளேயே எயிற்பட்டினம் இருந்தது. வேலூர், ஆமூர் என்னும் ஊர்கள் இன்றும் இருக்கின்றன என்பது இங்கு அறியத்தகும். இன்றுள்ள மரக்காணத்தை அடுத்த கடற்கரையில் எயிற்பட்டினம் இருந்து மறைந்திருத்தல் வேண்டும் என்பது கல்வெட்டுகளிலிருந்து ஊகிக்கப்படும் செய்தியாகும். எயிற்பட்டினம் இருந்த இடத்தை அறிவதற்கு யான் இடைக்கழி நாட்டையும் அங்கிருந்து மரக்காணம் வரையில் உள்ள பாதையையும் நன்கு பார்வையிட்டேன். இன்றுள்ள திண்டிவனமே சங்ககாலக் 'கிடங்கில்' என்பது. அதற்கு வடக்கில் ஏழுகல் தொலைவிலுள்ள மேல்மாவிலங்கை, கீழ் மாவிலங்கை என்னும் இரண்டு ஊர்களும் சேர்ந்த பகுதியே பண்டைக்கால 'மாவிலங்கை' என்பது.

---

1. பத்துப்பாட்டு, மூன்றாம் பதிப்பு, பாடப்பட்டோர் வரலாறு. பக். 53.

ஆராய்ச்சிப் பேரறிஞரான நாவலர் டாக்டர். ச.சோமசுந்தர பாரதியார் அவர்கள், 'பொருநர் ஆற்றுப்படைக்குரிய கரிகாலன் வேறு; பட்டினப்பாலைக்குரிய திருமாவளன் வேறு,' என்று ஓர் ஆராய்ச்சிக் கட்டுரையை எழுதியுள்ளார்.[1] ஆராய்ச்சித் திறன் படைத்த அவர்கள் அந்த முடிவிற்கு வந்தது எனக்குக் குழப்பத்தை விளைத்தது. அவர்கள் தரும் சான்றுகளைப் பல முறை ஆராய்ந்து பார்த்தபோது, அவர்கள் முடிவு பொருந்துவதன்று என்பது தெரிந்தது. அது பற்றிய விளக்கம் 'கரிகாலன்' என்னும் தலைப்பின் கீழ்த் தரப்பட்டுள்ளமை காண்க.

வடவார்க்காட்டு மாவட்டத்திலுள்ள சவ்வாது மலைகள் சங்க கால நன்னனது மலை நாடாகும். அவற்றுக்குத் தெற்கே உள்ள 'செங்கம்' என்னும் ஊரே நன்னனது தலை நகரான 'செங்கண்மா' என்பது. இம்மலைகள் ஏறத்தாழ நாற்பது கல் நீளமும் பத்துக்கல் அகலமும் உடையவை. யான் இந்நீண்ட மலைத்தொடரைச் சுற்றிப் பார்த்தேன்; செங்கம் என்னும் ஊரையும் அவ்வூர்க்கோயிலிலுள்ள கல்வெட்டு களையும் பார்த்தேன்.

இன்றுள்ள காஞ்சி நகரத்திற்குக் கிழக்கிலுள்ள நிலப் பரப்பிலேயே சங்க காலக் கச்சிமாநகர் அமைந்திருந்தது போலும்! இன்றுள்ள மதுரைக்குத் தெற்கிலும் திருப்பரங்குன்றத்துக்குக் கிழக்கிலும் சங்க கால மதுரை அமைந்திருந்தது போலும்! யான் இவ்விடங்களுக்கெல்லாம் சென்று ஆராய்ந்து, கல்வெட்டுச் சான்றுகளையும் இலக்கியச் சான்று களையும் கண்டறிந்து, இவை பற்றிய என் கருத்துகளைப் படவிளக்கத் துடன் அவ்வப்போது 'கலைக்கதிர்'ப் பொங்கல் மலரிலும், 'கலைமகள்' தீபாவளி மலரிலும், சென்னைப் பல்கலைக்கழக ஆங்கில வெளியீடு களிலும் வெளியிட்டு வந்தேன். அவை அனைத்தும் விளக்கத்துடன் இந்நூலில் இடம் பெற்றுள்ளன.[1]

பாலாற்றின் போக்கும் வெஃகாவின் போக்கும் பின் நூற்றாண்டு களில் மாறிவிட்டன. கல்வெட்டு, இலக்கியம், நேர்முக ஆராய்ச்சி ஆகிய இவற்றின் துணையால் யான் இவை பற்றிக் கண்டறிந்த உண்மைகளை இந்நூலில் எழுதியுள்ளேன்.

பத்துப்பாட்டுள் இடம் பெற்றுள்ள பிற மொழிச் சொற்கள் இந்நூலில் கூறப்பட்டுள்ளன. பத்துப்பாட்டுக்கு உரை வரைந்த

---

1. பழந்தமிழ் நாடு, பக். 32–49

1. படவிளக்கங்கள் ஆசிரியரின் கையெழுத்துப் படிகளிற் காணப்படவில்லை, ப. 4.

நச்சினார்க்கினியரது புலமைத்திறன், இறுதிப் பகுதியாக அமைக்கப் பட்டுள்ளது.

சென்னைப் பல்கலக்கழகத் தமிழ் ஆராய்ச்சித்துறைத் தலைவரா யிருந்து. காலஞ்சென்ற பேராசிரியர் டாக்டர், ரா.பி. சேதுப் பிள்ளையவர்கள், 1959ஆம் ஆண்டின் இறுதியில், 'நீங்கள் தென்னிந்திய வரலாற்றிலும் கல்வெட்டுகளிலும் பயிற்சி பெற்றிருத்தலால், மிக விரிவான முறையில் 'பத்துப்பாட்டு' என்னும் சங்க நூலைப்பற்றிய ஆராய்ச்சி நூல் ஒன்று எழுத வேண்டும்,' என்று பணித்தார்கள். அத்திட்டத்தைப் பல்கலைக்கழக அதிகாரிகளும் ஏற்றுக் கொண்டார்கள்.

யான் அத்திட்டத்தின்படி கடந்த நான்கு ஆண்டுகளாகப் பத்துப்பாட்டு ஆராய்ச்சியில் ஈடுபட்டேன்.

1963ஆம் ஆண்டு, சூலைத்திங்கள், முதல் நாள் ஆராய்ச்சித் துறைத் தலைவராகப் பதவி ஏற்ற பேராசிரியர் டாக்டர் மு. வரதராசனார் அவர்களிடம் யான் அதுகாறும் செய்துவந்த ஆராய்ச்சியையும் மேலும் செய்ய வேண்டியிருந்த வேலையையும் விளக்கினேன். தமிழ் ஆராய்ச்சித் துறையில் தலைசிறந்த அவர்கள், என் வேலைத்திட்டத்தைக் கேட்டு மகிழ்ந்தார்கள்; யான் சங்க கால மதுரை, சங்க காலக் கச்சி மாநகர், எயிற்பட்டினம், மாவிலங்கை, கிடங்கில், இடைக்கழி நாடு, நன்னனது மலை நாடு என்பனவற்றை நேரிற் கண்டு ஆராய்ச்சி நிகழ்த்தவேண்டும் என்று கூறிய போது எனக்கு மிகுந்த ஊக்கமளித்தார்கள். அவர்கள் அவ்வப்போது அளித்துவந்த ஊக்கமே இந்நூலின் பெருக்கத்திற்கும் பல புதிய செய்திகளுக்கும் அடிப்படையாகும். ஆதலின், அவர்களுக்கு எனது நன்றி உரியது.

இவ்வாராய்ச்சி புரிய எனக்கு இசைவு தந்ததுடன் இந்நூலை அச்சிட்டு உதவிய சென்னைப் பல்கலைக்கழக அதிகாரிகளுக்கு எனது நன்றி உரித்தாகுக.

மதுரை முதலிய பல ஊர்களில் எனது ஆராய்ச்சிக்கு உதவி புரிந்த திரு. N.M.R. ஜம்புநாதன், M.A முதலிய நண்பர் அனைவர்க்கும் எனது உளமார்ந்த நன்றி உரியது.

மா. இராசமாணிக்கம்

உள்ளுறை

பொருள்		பக்கம்
அணிந்துரை	... ...	5
முகவுரை	... ...	9
உள்ளுறை	... ...	15
1. பத்துப்பாட்டு	... ...	17
2. பத்துப்பாட்டின் காலம்	... ...	27
3. ஆற்றுப்படை இலக்கியம்	... ...	44
4. ஆற்றுப்படை வழிகள்	... ...	57
5. ஐவகை நிலங்கள்	... ...	79
6. நாடுகள்	... ...	106
7. தொண்டை நாட்டு ஊர்கள்	... ...	128
8. ஓய்மானாட்டு ஊர்கள்	... ...	143
9. சோழநாட்டு ஊர்கள்	... ...	164
10. பாண்டி நாட்டு ஊர்கள்	... ...	176
11. முருகனுக்குரிய இடங்கள்	... ...	201
12. கரிகாலன்	... ...	215
13. பெரும்பாணாற்றுப்படைக்குரிய திரையன்	... ...	247
14. மதுரைக்காஞ்சியில் குறிக்கப்பட்ட பாண்டிய மன்னர்	... ...	278
15. மதுரைக்காஞ்சியில் குறிக்கப்பட்ட மன்னர் முதலியோர்	...	311
16. ஓய்மான் நல்லியக்கோடன்	... ...	343
17. சிறுபாணன் குறித்த வள்ளல்கள்	... ...	350
18. அரசியல்	... ...	393

19.	தொழிலும் வாணிகமும்	414
20.	இல்லங்களும் பாத்திரங்களும்	424
21.	உணவும் உடையும்	434
22.	அணிகள்	454
23.	மணப்பொருள்கள்	488
24.	இல்வாழ்க்கை	492
25.	விளையாட்டுகள்	502
26.	சமயம்	506
27.	அழகுக்கலைகள்	518
28.	வானக்கலை	549
29.	நீர் நிலைகள்	564
30.	மரஞ்செடி கொடி முதலியன	570
31.	விலங்குகள் பறவைகள் முதலியன	602
32.	அரிய சொற்களும் பிற மொழிச் சொற்களும்	615
33.	பத்துப்பாட்டு ஆசிரியர்	631
34.	புலமைத்திறன்	648
35.	நச்சினார்க்கினியர்	667

பிற்சேர்க்கை : 683

    பிற நூல்கள் 685

    ஆங்கில நூல்கள் 687

1. பத்துப்பாட்டு

1. பத்துப்பாட்டு

தமிழ்ச் செய்யுள்கள் வெண்பா, ஆசிரியப்பா, கலிப்பா, வஞ்சிப்பா என நான்கு வகைப்படும். இவை நான்கும் ஆசிரியப்பா, வெண்பா என்னும் இரண்டனுள் அடங்கும். அஃதாவது வஞ்சிப்பா ஆசிரியப் பாவிலும் கலிப்பா வெண்பாவிலும் அடங்கும். எனவே ஆசிரியப்பாவும் வெண்பாவுமே மிக்க தொன்மை வாய்ந்தன என்பது தோற்றுகிறது. ஆசிரியப்பா மூன்றடிச்சிறுமையும் ஆயிரம் அடிப்பெருமையும் உடையது. இவை தொல்காப்பியர் கூறும் செய்திகள்.*

ஆசிரியப்பாவில் நான்கு சீர்களைக் கொண்ட அடிகளே பெரும் பாலும் பயின்று வரும்; அகவல் ஓசை பொருந்தியிருக்கும்; இயற்சீர் பயின்றும் அயற் சீர்விரவியும், தன் தளை தழுவியும் பிற தளை மயங்கியும், நிரை நடுவாகிய வஞ்சியுரிச்சீர் பெறாமலும் வரும்.

சங்கத் தொகை நூல்களாகிய பத்துப்பாட்டும், எட்டுத் தொகையும், சிலப்பதிகாரம், மணிமேகலை என்னும் காப்பியங்களும் பெரும்பாலும் அகவற்பாக்களையே பெற்றவை. ஐங்குறுநூறு, குறுந்தொகை, நற்றினை, பதிற்றுப்பத்து, அகநானூறு, புறநானூறு, பரிபாடல், கலித்தொகை என்பன ‘எட்டுத் தொகை’ எனப்படும். இவற்றுள் பரிபாடல் என்னும் பாவகையில் அமைந்த பாக்களின் தொகுப்பே ‘பரிபாடல்’ என்பது. கலிப்பாக்களாகிய செய்யுள்களின் தொகுப்பே ‘கலித்தொகை’ என்பது. எஞ்சிய ஆறு நூல்களும் அகவற்பாக்களால் இயன்றவை. இவற்றுள் ஐங்குறுநூற்றுப் பாடல்கள் மூன்றடிச் சிறுமையும் ஆறடிப்பெருமையும் உடையவை; குறுந்தொகைப் பாடல்கள் நான்கடிச் சிறுமையும் எட்டடிப் பெருமையும் கொண்டவை (இரண்டு பாக்கள் மட்டும் 307, 391 -ஒன்பதடியுடையவை) நற்றிணைப்பாக்கள் ஒன்பதடிச் சிறுமை

---

* தொல், செய், நூற்பா, 105–157

யும் பன்னிரண்டடிப் பெருமையும் உடையவை; அகநானூற்றுப் பாடல்கள் பதின்மூன்றடிச் சிறுமையும் முப்பத்தோரடிப் பெருமையும் பெற்றவை. புறநானூற்றில் நாற்பதடடிப் பெருமையும் பெற்றவை. புநறானூற்றில் நாற்பதடிப் பெருமையுள்ள பாடலும் (395) உண்டு. பதிற்றுப்பத்தில் ஐம்பத்தேழு அடிகளைக் கொண்ட பாடலும் (90) உண்டு. ஆயின், நூற்றுக்கு மேற்பட்ட அடிகளைக் கொண்ட நீண்ட அகவற்பாக்களும் உண்டு. அத்தகைய நீண்ட அகவற் பாக்களின் தொகுப்பே 'பத்துப்பாட்டு' என்பது.

திருமுருகாற்றுப்படை, பொருநர் ஆற்றுப்படை, சிறுபாணாற்றுப் படை, பெரும்பாணாற்றுப்படை, முல்லைப்பாட்டு, மதுரைக்காஞ்சி, நெடுநல்வாடை, குறிஞ்சிப்பாட்டு, பட்டினப்பாலை, மலைபடுகடாம் என்பன பத்துப்பாட்டு எனப்பெயர் பெறும்.

1. திருமுருகாற்றுப்படை

இவற்றுள் திருமுருகாற்றுப்படை என்பது 317 அடிகளை யுடையது. இதன் ஆசிரியர் நக்கீரர் என்பவர். இப்பாடல் முருகனது அருளைப்பெற்ற புலவன் ஒருவன் முருகனது அருளைப்பெற அவாவும் புலவன் ஒருவனை அப்பெருமான்பால் ஆற்றுப்படுத்தும் முறையில் பாடப்பட்டதாகும்.

இப்பாடலில் முருகனுடைய திருவுருவச்சிறப்பு, மாலை விசேடங்கள், ஊர்திகள், கொடி பற்றிய செய்திகள், அப்பெருமானுடைய மனைவியர் பூசல் சூரரமகளிர் செயல்கள். பரங்குன்றம் பழமுதிர் சோலைமலை என்பவற்றின் இயற்கை வளம், முருகனை வழிபடும் முனிவர் இயல்புகள், ஈரவுடையுடன் அருச்சகர் வழிபடுதல், முருகனு டைய ஆறு முகங்கள் பன்னிரண்டு கைகள் ஆகியவற்றின் செயல்கள், குறமகள் முருகனை வழிபடும் முறை, அப்பெருமான் எழுந்தருளியுள்ள இடங்கள், அவன் அடியார்க்கு அருள்புரியுந்திறன் முதலியன அழகுறக் கூறப்பட்டுள்ளன.

2. பொருநர் ஆற்றுப்படை

சோழப் பேரரசனான கரிகால் வளவனிடம் பரிசில் பெற்று மீண்ட பொருநன் ஒருவன், வறிய பொருநனை வழியிற் சந்தித்து, தான் கரிகாலனிடம் உதவி பெற்றதைக் கூறி, அவனை அவ்வேந்தன்பால் ஆற்றுப்படுத்தும் முறையில் பாடப்பட்டதே' பொருநர் ஆற்றுப்படை' என்பது. இப்பாடல் 248 அடிகளை உடையது. இதன் ஆசிரியர்

முடத்தாமக்கண்ணியார் என்பவர்.

வறிய பொருநனது யாழின் சிறப்பு, அவனுடன் சென்ற பாடினி வருணனை, கரிகாலன் சிறப்பு, அவன் இரவலரை வரவேற்று உண்பிக்கும் முறை, அவனது கொடைத்தன்மை, கரிகாலன் ஆண்ட சோழநாட்டு இயற்கை வளம் முதலியன இதன்கண் பேசப்பட்டுள்ளன.

3. சிறுபாணாற்றுப்படை

ஓய்மானாட்டை ஆண்டு வந்த நல்லியக்கோடன் என்பவனிடம் பரிசில் பெற்றுமீண்டு வந்த சிறுபாணன் ஒருவன், வறிய சிறுபாணனை வழியிற்கண்டு, அவனை அவ்வள்ளல்பால் ஆற்றுப்படுத்துவதாகப் பாடப்பட்டது 'சிறுபாணாற்றுப்படை'யாகும். இப்பாட்டு 269 அடி களைக் கொண்டது. இதனைப் பாடியவர் இடைக்கழி நாட்டு நல்லூர் நத்தத்தனார் என்பவர்.

இப்பாட்டில் சேர, சோழ, பாண்டி நாடுகளும் அவற்றின் தலை நகரங்களும் பற்றிய செய்திகளும், நல்லியக்கோடனுக்கு முன்பு வாழ்ந்து மறைந்த பேகன், பாரி, காரி, ஓரி, அதியன், ஆய், நள்ளி என்ற வள்ளல் களின் கொடைத்தன்மையும் ஓய்மானாட்டுக் கடற்கரை முல்லை நிலம் மருதநிலம் பற்றிய செய்திகளும், எயிற்பட்டினம், வேலூர், ஆமூர், கிடங்கில், மாவிலங்கை ஆகிய ஊர்கள் பற்றிய விவரங்களும், நல்லியக் கோடனுடைய கொடைத் தன்மையும் பிற பண்புகளும் கூறப் பட்டுள்ளன.

4. பெரும்பாணாற்றுப்படை

தொண்டைமான் இளந்திரையன் என்பவன் காஞ்சியைத் தலை நகராய்க் கொண்ட தொண்டை நாட்டை ஆண்டு வந்தான். அம்மனனிடம் பரிசில் பெற்று மீண்ட பெரும்பாணன் ஒருவன், வறிய பெரும்பாணனையும் அவன் சுற்றத்தையும் வழியிற்கண்டு, அப்பெரும் பாணனை இளந்திரையன்பால், ஆற்றுப்படுத்துவதாகப் பாடப் பட்டதே 'பெரும்பாணாற்றுப்படை' யாகும். இஃது 500 அடிகளைக் கொண்டது. இதனைப் பாடியவர் கடியலூர் உருத்திரங்கண்ணனார் என்பவர்.

வறிய பெரும்பாணன் காஞ்சி நோக்கிப் புறப்படும் இடத்தி லிருந்து தொண்டை நாட்டுக் கடற்கரை பட்டினத்திற்குச் செல்லும் வழி, அங்கிருந்து காஞ்சிக்குச் செல்லும் வழி, இவ்விரு வழிகளிலும் உள்ள நில அமைப்பு, பெரு வழிகள், பலவகை நிலங்களில் வாழும்

மக்களின் உணவு, உடை, உறையுள், தொழில்கள், உள் நாட்டு வாணிகம், கடல் வாணிகம், இளந்திரையன் வீரச்சிறப்பு, கொடைச் சிறப்பு, இன்ன பிறவும் இந்நெடும்பாட்டில் இடம் பெற்றுள்ளன.

5. முல்லைப்பாட்டு

தலைவன் போர் செய்வதற்குப் பிரிவான் என்பதைக் குறிப்பால் உணர்ந்த தலைவி வருந்துகிறாள். தலைவன் விரைவில் போர் முடித்து வருவதாகக் கூறி அவளது வருத்தத்தை மாற்றிப் பிரிகிறான். ஆயினும், தலைவி தலைவனது பிரிவாற்றாது வருந்துகின்றாள்; பெருமுது பெண்டிர் தேற்றத் தேறுகிறாள். தலைவன் போர் முடித்து மீள்கிறான். இவற்றைச் சுவையுறக் கூறும் பாடலே 'முல்லைப்பாட்டு' என்பது. இது 103 அடிகளைக் கொண்டது. இதன் ஆசிரியர் காவிரிப்பூம்பட்டினத்துப் பொன் வாணிகனார் மகனார் நப்பூதனார் என்பவர்.

பெருமுது பெண்டிர் விரிச்சி பார்த்தல், பாசறை அமைப்பு, பாகர் யானைப் பேச்சுகளைப் பேசி யானைகளுக்கு உணவு அருந்துதல், பாசறையில் உள்ள பள்ளியறை இயல்பு, வீரமங்கையர்- நாழிகைக் கணக்கர் மெய் காப்பாளர் என்பவர் செயல்கள், போரில் புண்பட்ட வீரர்களை எண்ணி அரசன் வருந்துதல், தலைவன் பிரிவால் தலைவி, துன்புறுதல், மீண்டு வரும் தலைவன் கார் காலத்தில் காட்டு வழியில் தோன்றும் அழகிய காட்சியைக் காணல் முதலியன இப்பாடலுள் உள்ளத்தைக் கொள்ளை கொள்ளும் வகையில் உரைக்கப்பட்டுள்ளன.

6. மதுரைக்காஞ்சி

'காஞ்சித்திணை' என்பது உலகம் நிலையாமை, செல்வம் நிலையாமை வாழ்வு நிலையாமை எனப் பல்வேறு நிலையாமை பற்றிச் சான்றோர் கூறும் குறிப்பை உடையது. மதுரையிடத்து அரசனுக்குக் கூறிய காஞ்சி (நிலையாமை பற்றியது) ஆதலின், இப்பாடல் 'மதுரைக் காஞ்சி' எனப் பெயர் பெற்றது. பாண்டியன் தலையாளங்கானத்துச் செருவென்ற நெடுஞ்செழியன் போர்களிலும் உலக இன்பங்களிலுமே தோய்ந்து போகாதிருக்க, அவனது அவைக்களப்புலவர் தலைவராகிய மாங்குடி மருதனார் என்ற புலவர் பெருமானார் அவனுக்கு அறிவுரை கூறம் முறையில் இப்பாடல் அமைந்துள்ளது. இஃது 782 அடிகளைக் கொண்டது. பத்துப்பாட்டுள் மிகப் பெரிய பாடல் இதுவே.

நெடுஞ்செழியன் தன் பகைவர்மீது படையெடுத்துச் சென்று அவர்தம் அரண்களையும் காவல் மரங்களையும் அழித்தல், சேர

சோழரையும் குறுநில மன்னர் ஐவரையும் வெல்லல், பல ஊர்களைக் கைக்கொள்ளல், பகைவர் நாட்டிலிருந்து கொணர்ந்த பொருள்களைப் புலவர் முதலியவர்க்கு வழங்குதல், முன்னோர் சிறப்புகள், அம் முன்னோர் வழியில் நடத்தல், வாய்மை-பொறபு-கொடை முதலிய நல்லியல்புகள் ஆகியவை இப்பாடலிற் கூறப்பட்டுள்ளன. பல்வேறு நிலையாமை கூறி மறுவுலக வாழ்க்கைக்குத் தேவையான அறவழியை ஆசிரியர் இப்பாடலிற் குறித்துள்ளார்; பாண்டிநாட்டு ஐவகை நிலங் களின் இயல்புகளையும் குறித்துள்ளார். மதுரையின் சிறப்பைக் கூறத் தொடங்கி வையை-மதுரைமதில்-அகழி ஆகியவற்றின் பெருமையைக் கூறியுள்ளார். பின்பு நாளங்காடி, அல்லங்காடிகளை வருணித்துள்ளார். மதுரை மக்கள் ஒரு நாளில் மாலை முதல் மறுநாட்காலை வரையில் பொழுதுபோக்கும் முறைகளை விரித்துள்ளார். மாலைக்காலத்தில் மங்கையர் செயல்கள், பரத்தையுர் இயல்பு, கருவுயிர்த்தவர் செயல்கள், கள்வர் செயல், காவலர் செயல்கள், வைகறையில் அந்தணர் வேதம் ஓதுதல் போன்றவற்றைச் சுவையுறக் கூறியுள்ளார். மதுரையில் அக்காலத் தில் நடைபெற்ற பல வகை விழாக்களையும் குறித்துள்ளார். பாட்டின் இறுதியில், நெடுஞ்செழியன் நாட்காலையில் தன் வீரர்களுக்குப் பரிசில் வழங்குதலையும், இரவலர்க்குக் களிறு முதலியவற்றை வழங்குதலையும் கூறியுள்ளார். சுருங்கக் கூறின், இப்பாடல் சங்ககாலப் பாண்டி நாட்டை யும் அதன் தலைநகராக மதுரையையும் மதுரை மக்கள் வாழ்க்கை யையும் பாண்டியர் சிறப்பினையும் படம் பிடித்துக் காட்டுவதெனலாம்.

7. நெடுநல்வாடை

நெடுநல்வாடை என்பது, பகைமேற் சென்ற பாண்டியன் நெடுஞ் செழியனைப் பிரிந்து வருந்தும் தலைவிக்கு அவ்வருத்தம் நீங்கும்படி அவன் பகையை வென்று விரைவில் திரும்புமாறு வேண்டிக் கொற்ற வையை வழிபடும் ஒருத்தி கூறுவதாய் அமைந்துள்ளது. இது 188 அடிகளையுடையது. இதனைப் பாடியவர் நக்கீரர் என்பவர்.

"தலைவனைப் பிரிந்திருந்து வருந்தும் தலைவிக்கு ஒரு பொழுது ஒரூழி போல நெடிதாகிய வாடையாய்ப் பாலையாகிய உரிப்பொருள் உணர்த்திற்று. அகத்து ஒடுங்கிப் போகம் நுகர்வார்க்குச் சிறந்த காலமாயினும், அரசன் போகம் வேண்டிப் பொதுச் சொல் பொறானாய், அப்போகத்தில் மனமற்று வேற்றுப்புலத்துப் போந்திருக்கின்ற இருப்பாகலின், அவற்றுக்கு நல்லதாகிய வாடை ஆயிற்று" என்னும் நச்சினார்க்கினியர் விளக்கம், பாட்டின் பெயர்க்காரணத்தை நன்கு

விளக்குவதாகும். 'இப்பாட்டுச் சுட்டி ஒருவர் பெயர் கொள்ளாமையின் அகப்பொருளாமேனும்,

'வேம்புதலை யாத்த நோன்கா ழெஃகம்'

என அடையாளப்பூக் கூறினமையின், அகம் ஆகாதாயிற்று," என்று நச்சினார்க்கினியர் கூறுதல் காண்க.

குளிர்காலத்தில் மக்களும் விலங்குகளும் பறவைகளும் குளிராற் படுந்துன்பம், தலைவனைப் பிரிந்த தலைவி வாழும் அரண்மனை இயல்பு, அதன் வாயில் முதலியவற்றின் அழகு, தலைவியின் கட்டி லமைப்பு, தலைவன் பிரிவால் தலைவி வருந்தும் நிலை, மகளிரும் செவிலியரும் அவளை ஆற்றுதல், பாசறையில் அரசன் புண்பட்ட வீரர்களைப் பார்த்து ஆறுதல் கூறுதல் முதலியன இந்நெடும்பாட்டிற் குறிக்கப்பட்டுள்ளன.

8. குறிஞ்சிப்பாட்டு

'குறிஞ்சி' என்பது புணர்தலும் புணர்தல் நிமித்தமுமாகிய ஒழுக்கம். இயற்கைப்புணர்ச்சியும் பின்பு நிகழும் புணர்ச்சிக்கட்கு நிமித்தங்களும் கூறப்படுதலின், இப்பாடல் 'குறிஞ்சிப்பாட்டு' எனப்பெயர் பெற்றது.

தலைவிக்குக் காவல் மிகுதியானதும் தலைவன் மீது வேட்கை மிகுகின்றது. அவன் இரவில் வரும் வழியில் உண்டாகும் துன்பங்களை எண்ண எண்ண அவளது கவலை மிகுகின்றது; களவை வெளிப்படுத்தி விடைரவில் மணம் புரிதலை விரும்புகிறாள்; அதனால், தன் தோழி யிடம் களவை வெளிப்படுத்துகிறாள் (இதனைத் தோழி முன்பே அறிவாள். அவள் உதவியின்றிக் களவுப் புணர்ச்சி நடைபெறாது. எனினும், தலைவி தன் மணவிருப்பத்தைத் தோழியிடம் கூறி வற்புறுத்தலே 'தலைவி தோழிக்கு அறத்தொடு நிற்றல்' எனப்படும்) தோழி செவிலித் தாய்க்கு அதுகாறும் நடந்தவற்றைப் பக்குவமாக எடுத்துக் கூறித் தலைவி, தலைவன் ஒருவனோடு தொடர்பு கொண்டிருத்தலை நயம்பட உரைப்பாள். தோழி இங்ஙனம் கூறுதல் 'தோழி அறத்தொடு நிற்றல்' எனப்பெயர் பெறும். இப்பாடல் தோழி செவிலிக்கு அறத்தொடு நிற்கும் முறையிற்பாடப்பட்டுள்ளது. இஃது 261 அடிகளைக் கொண்டது. குறிஞ்சித்திணை பற்றிப் பாடுவதில் புகழ் பெற்ற கபிலர் என்பவர் இதன் ஆசிரியர்.

தலைவி இற்செறிக்கப்பட்டமையால் தலைவனை எண்ணி உடல் மெலிகிறாள். இவ்வுண்மைக் காரணத்தை அறியாத செவிலித்தாய்,

வேலனையும் கட்டுவிச்சியையும் அழைத்துத் தலைவியின் உடல் மெலிவிற்குக்காரணம் கேட்கிறாள். அவர்கள் 'தெய்வத்தால் வந்த கெடுதல்' என்கிறார்கள். அதனை நம்பிய செவிலி, பல தெய்வங்களுக்குப் பூசையிடுகிறாள். அப்பூசைகளால் தலைவியின் உடல் நலம் பெறாததைக் கண்டு மனம் சோர்கிறாள்.

இந்த நிலையில் தலைவி தன் மணவேட்கையைத் தோழியிடம் கூறுகிறாள். தோழி அதனைச் செவிலியிடம் மிகவும் பக்குவமாகப் பகர்கிறாள்.

அவள் முதலில் தானும் தலைவியும் தினைப்புனத்தைக் காவல் செய்து பொழுது போக்கியதைக் கூறுகிறாள்; தலைவி தன்னுடன் தினைப்புனக்காவல் புரிகையில் ஒரு நாள் சுனையில் நீராடித் தொண்ணூற்றொன்பது வகை மலர்களைப் பறித்து மாலைகள் கட்டியதையும் தழையுடை தயாரித்ததையும் கூறுகிறாள்; அப்பொழுது தான் வேட்டையாடிய விலங்கைத் தேடிக் கொண்டு அங்கு வந்த இளைஞனை வருணிக்கிறாள். அவன் தன்னிடமும் தலைவியிடமும் நலமுறப் பேசியதைக் கூறுகிறாள்; அவ்வமயம் அங்கு வந்த மதங் கொண்ட யானையை அத்தலைவன் அம்பெய்து வெருட்டித் தங்களைக் காத்தமையை எடுத்து விளக்குகிறாள். ஆற்றில் நீராடுகையில் தவறி விழுந்த தலைவியைக் காத்து ஆதரவு நல்கியதைக் கூறுகிறாள். அவன் அவளை மணம் செய்வதாக வாக்களித்துக் களவுப் புணர்ச்சியை மேற்கொண்டதை மொழிகிறாள்; தலைவி இற்செறிக்கப்பட்டதும், தலைவன் இரவில் தன்னூரிலிருந்து தலைவியின் ஊருக்கு வருதலில் உள்ள துன்பங்களை எண்ணித் தலைவி வருந்துவதைக் கூறுகிறாள். இங்ஙனம் யாவற்றையும் கூறி அவனை நினைந்து தலைவி வருந்துவதால் உடல் மெல்வுற்றதென்பதை உய்த்துணர வைக்கின்றாள்.

இந்நெடும்பாட்டில் தொண்ணூற்றொன்பது வகை மலர்களின் பெயர்கள், தலைவனது வருணனை, அந்தக் காலத்தில் நிகழும் மக்கள்-விலங்குகள்-பறவைகளின் செயல்கள், இரவில் வரும் தலைவனுக்கு வழியில் எவ்வுயிர்களால் துன்பம் உண்டாகலாம் என்று தலைவி எண்ணி அஞ்சுதல் என்பன சுவை மிக்கவை.

முல்லைப்பாட்டிலும் இக்குறிஞ்சிப்பாட்டிலும் பாட்டுடைத் தலைவர் எவரும் இல்லை; எந்த நகர வருணனையும் இல்லை. இவை இரண்டும் அகப்பொருள் ஒன்றையே நோக்கமாகக் கொண்டு பாடப் பட்டவை. இதுவே இவற்றின் தனிச்சிறப்பு எனலாம்.

9. பட்டினப்பாலை

இது தன் மனைவியை விட்டுப் பிரிந்து பொருள் தேடச் செல்லத் தொடங்கிய தலைவன் ஒருவன், தனது நெஞ்சை நோக்கி, 'தலைவியைப் பிரிந்து வாரேன்' என்று செலவு அழுங்கிக் கூறும் கூற்றாகச் சோழன் கரிகாற்பெரு வளத்தானைக் கூடியலூர் உருத்திரங்கண்ணனார் பாடியது. இப்பாடல் 301 அடிகளைக் கொண்டது.

பட்டினம்-காவிரிப்பூம்பட்டினம் பாலை-பிரிவு பட்டினத்தைச் சிறப்பித்துக் கூறிய பாலைத்திணை ஆதலின், இப்பாடல் 'பட்டினப் பாலை' எனப் பெயர் பெற்றது. சோழநாட்டுத் தலைநகராய்ப் பல வளங்களும் ஒருங்கே பெற்ற காவிரிப்பூம்பட்டினத்தைச் சிறப்பித்துக் கூறிய தலைவன். 'இத்தகைய பட்டினத்தைப் பெறுவேனாயினும், திருமாவளவன் தன் பகைவர் மீது எறிந்த வேலினும் வெம்மையுடையது நான் எனது வழியிற்கடக்க வேண்டும் கானம். அவ்வேந்தனது செங்கோலினும் குளிர்ச்சியுடையது என் தலைவியது மெல்லிய தோள். ஆதலால், நெஞ்சே, நான் வாரேன், எனக் கூறுமுகத்தான் கரிகாலனுடைய போர்ச்சிறப்பையும் ஆட்சிச்சிறப்பையும் பாராட்டியதாகப் புலவர் பாடியுள்ளமை, அவர் சோழவேந்தன் மீது கொண்ட பெருமதிப்பைப் புலப்படுத்துகிறது.

இப்பாடலில் சோழ நாட்டு இயற்கை வளம், காவிரியின் சிறப்பு, கரிகாலன் போர்ச்சிறப்பு, கொடைச்சிறப்பு, காவிரிப்பூம்பட்டினத்துக் கடல் வாணிகம், பரதவர்களின் செயல்கள், வணிகர்-வேளாளர் செயல்கள், கடைத்தெருவின் சிறப்பு முதலியன இடம் பெற்றுள்ளன.

10. மலைபடுகடாம்:

'மலைபடுகடாம்' என்பதற்குக் 'கூத்தராற்றுப்படை' என்னும் வேறு பெயரும் உண்டு. இது பரிசில் பெற்று மீண்டு வந்த கூத்தன் ஒருவன், வறிய கூத்தனையும் அவன் சுற்றத்தவரையும் செங்கண்மாத்து வேள் நன்னன் சேய் நன்னன் என்பானிடம் ஆற்றுப்படுத்தும் முறையில் பாடப் பட்டது. ஐந்நூற்றெண்பத்து மூன்று அடிகளையுடையது. இதனைப் பாடியவர், இரணிய முட்டத்துப் பெருங்குன்றூர்ப் பெருங்கௌசிகனார் என்பவர்.

நன்னனது மலையடிவார வளம், மலை வழிகள், காடுகள், மலைமீது முல்லை நிலம், பாலைநிலம் மருதநிலம், மலைகளில் கேட்கும் பலவகை ஓசைகள், மலையாளிகளின் பல திறப்பட்ட உணவுப்

பொருள்கள், நவிரமலை, அங்குள்ள சிவன் கோவில், மலைகளில் உள்ள அரண்கள், நாடு காவலர் இயல்புகள் நடுகற்கள், நன்னனது அரண்மனை முற்றத்தின் சிறப்பு, நன்னன் கொடைச்சிறப்பு முதலியன அழகுறப் பேசப்பட்டுள்ளன.

பத்துப்பாட்டு என்னும் பெயர்

நக்கீரர் இறையனார் அகப்பொருட் சூத்திரங்களுக்கு உரை கண்டார் என்பதை அவ்வப்பொருளுரை கூறுகின்றது. அவ்வுரையில் கி.பி. ஏழாம் நூற்றாண்டில் வாழ்ந்த பாண்டியன் நெடுமாறன் மீது பாடப்பட்ட பாண்டிக்கோவைச் செய்யுள்கள் காணப்படுகின்றன; நாலடியார், சீவகசிந்தாமணி முதலிய நூல்களின் கருத்துகளும் சொற்றொடர்களும் காணப்படுகின்றன. எனவே, அவ்வுரை கி.பி. 11 அல்லது 12ஆம் நூற்றாண்டில் செய்யப்பட்டது எனலாம்.[1]

அக்களவியலுரையில் கடைச்சங்க நூல்கள் குறிக்கப்பட்டுள்ளன. அப்பட்டியலில் பத்துப்பாட்டு இடம் பெறவில்லை என்பது கவனிக்கத் தகும். அக்காலத்தில் பத்துப் பாட்டுத் தொகுக்கப்பட்டிருக்குமாயின், அத்தொகுப்பின் பெயர் அவ்வுரையில் இடம் பெற்றிருக்குமன்றோ?

இளம்பூரணர் என்பவர் தொல்காப்பிய உரையாசிரியருள் காலத்தால் முற்பட்டவர். அவர் காலம் கி.பி. 11 அல்லது 12ஆம் நூற்றாண்டு எனலாம்.[2] அவர் பத்துப் பாட்டுள் உள்ள ஒவ்வொரு பாட்டையும் அதனதன் தனிப்பெயர் கொண்டே கூறியுள்ளார்.[3] கி.பி. 13ஆம் நூற்றாண்டினரான பவணந்தி முனிவர்க்குப் பிற்பட்டவரான (கி.பி.

---

1. இலக்கிய தீபம், பேராசிரியர் எஸ்.வையாபுரிப் பிள்ளை, பக். 29

2. கலைக்களஞ்சியம், தொகுதி 2 பக். 141

3. பேராசிரியர் எஸ். வையாபுரிப் பிள்ளையவர்கள் இளம்பூரணர் உரையை ஏடுகளிற்கண்டு, அவர் 'பத்துப்பாட்டு' என்று கூறவில்லை என்று குறித்துள்ளனர். ஆயின், அச்சிடப்பட்டுள்ள நூல்களில் செய்யுளியல் 150ஆம் நூற்பாவின் உரையில் 'பத்துப் பாட்டு' என்பது காணப்படுகிறது. இளம் பூரருக்குப் பின் வந்த பேராசிரியர் 'பாட்டு' என்றே பல இடங்களிற் குறித்துள்ளார். தமக்கு முற்பட்ட இளம்பூரணர் 'பத்துப்பாட்டு' என்று குறித்திருப்பாராயின் பின் வந்த பேராசிரியர் அதனையே குறித்தித்தல் இயற்கையன்றோ? எனவே, இளம்பூரணர் 'பத்துப்பாட்ட' என்று குறிக்க வில்லை என்பதே உண்மையாகும்.

13 அல்லது 14ஆம் நூற்றாண்டினரான) பேராசிரியர்[4] இத்தொகுதி யைப் 'பாட்டு' என்றே (செய்யுளியல் நூற்பா 50, 80 உரை) குறித்துள்ளார். இதனை நோக்க, இப்பாடல்கள் இளம்பூரணருக்குப் பின்பும் பேராசிரியர்க்கு முன்பும் தொகுக்கப்பட்டன என்பது தெரிகிறது. ஆயின், அப்பொழுதும் இத்தொகுதிக்குப் 'பத்துப் பாட்டு' என்னும் பெயர் அமையவில்லை என்பது கவனிக்கத்தகும். மயிலைநாதர் என்பவர் பவணந்தி முனிவர் இயற்றிய நன்னூலுக்கு உரை வகுத்தவர். இவர், கி.பி. 14, 15ஆம் நூற்றாண்டினர் எனலாம்[5] இவரே நன்னூல் நூற்பா 387 இன் உரையில் 'பத்துப்பாட்டு' என்பதை முதன் முதலாகக் குறித்துள்ளார்.[6] ஆதலின், பேராசிரியர்க்குப் பின்பே (கி.பி. 13 அல்லது 14 நூற்றாண்டிற்குப் பின்பே) இத்தொகுதிக்குப் பத்துப்பாட்டு என்னும் பெயர் வழங்கலாயிற்று எனக் கொள்வதே பொருத்தமாகும்.[7]

---

4. கலைக்களஞ்சியம், தொகுதி, 7 பக். 631

5. கலைக்களஞ்சியம், தொகுதி, 8 பக். 106

6. இலக்கிய தீபம், எஸ். வையாபுரிப்பிள்ளை, பக். 4

7. பத்துப்பாட்டிற்கு இலக்கணம் கூறும் பன்னிருபாட்டியல் கி.பி. 14ஆம் நூற்றாண்டிற்குப் பிற்பட்டதாகும்.

2. பத்துப்பாட்டின் காலம்

முடத்தாமக் கண்ணியார் என்ற புலவர் கரிகாலன் மீது பொருநர் ஆற்றுப்படையைப் பாடியுள்ளார். கடியலூர் உருத்திரங்கண்ணனார் என்ற புலவரும் கரிகாற்சோழன்மீது பட்டினப்பாலையைப் பாடி யுள்ளார். இக் கூடியலூர் உருத்திரங்கண்ணனாரே தொண்டை மான் இளந்திரையன்மீது பெரும்பாணாற்றுபடையைப் பாடியுள்ளார். ஆதலால், கரிகாலனும் இளந்திரையனும் ஏறத்தாழ ஒரு காலத்தவர் என்று கொள்வது பொருத்தமாகும். இவருள் கரிகாலன் காலத்தைக் கண்டறியின், ஏறத்தாழ இளந்திரையன் காலமும் புலப்படலாம். கரிகாலன் காலம் யாது?

கோவல கண்ணகியர் திருமணத்தின் இறுதியில், 'இமயத்தில் புலிப்பொறி பொறித்த சோழன் தன் திகிரியை உருட்டுவோனாகுக" என்று சொல்லித் திருமணத்திற்கு வந்திதருந்தவர் வாழ்த்தினர் என்னும் பகுதியில், சிலப்பதிகார உரையாசிரியரான அடியார்க்கு நல்லார், அச் சோழனைக் கரிகாலன் என்றே குறித்துள்ளார். கரிகாலன் பெரும் படையுடன் வடவிந்தியாவுக்கு சென்று இமயத்தில் புலிப்பொறி பொறித்து மீண்ட பொழுது வடவிந்தியாவில் இருந்த வச்சிரநாட்டு வேந்தன் கொற்றப்பந்தரையும், மகத நாட்டு மன்னன் பட்டி மண்டபத்தையும், அவந்தி நாட்டு அரசன் தோரண வாயிலையும் கரிகாலனுக்குப் பரிசிலாக வழங்கினர் என்று சிலப்பதிகாரம் (இந்திரவிழவூரெடுத்த காதை, அடி, 90-104) குறிக்கிறது. அடுத்துக் கானல் வரியில், சோழன் கங்கை வரையிற் சென்று மீண்டமை,

"கங்கை தன்னைப் புணர்ந்தாலும் புலவாய் வாழி காவேரி"

என்னும் அடியாற் குறிப்பாய் உணர்த்தப்படுகிறது. கரிகாலன் ஒருவனே அக்காலச் சோழருள் பேரரசனாய் விளங்கினான் என்பது சங்கப் பாடல்களால் தெரிகிறது. எனவே, கங்கை வரையிற் சென்று மீண்ட சோழ வேந்தன் சங்க காலத்துக் கரிகாலனாய் இருந்திருத்தல் கூடும் என்பது சங்க நூற்பயிற்சியுடையார் நன்கறிந்ததே.

கடப்பை மாவட்டமும் அதனைச் சுற்றியுள்ள பகுதியும் கி.பி. 7ஆம் நூற்றாண்டில் ரேநாண்டு எனப்பட்டன. அதனை அக்காலத்தில் ஆண்டவர், தம்மைச் சோழர் என்றும் கரிகாலன் மரபினர் என்றும் பட்டயங்களிற் குறிப்பிட்டுப் பெருமை கொண்டனர்[1] கி.பி.7ஆம் நூற்றாண்டில் அந் நாட்டை நேரிற்கண்ட 'யுவான் சுவாங்' என்ற சீன வழிப்போக்கன் ரேநாண்டு நாட்டைச் 'சூழிய' (சோழநாடு) என்று குறித்துள்ளான்.[2] பின் நூற்றாண்டுகளிலே சோழப் பேரரசர்க்கடங்கிய சிற்றரசராய்க் கடப்பை குண்டூர் நெல்லூர் வடவார்க்காடு செங்கற்பட்டு மாவட்டங்களை ஆண்டு வந்தவர், தம்மைத் தெலுங்கச் சோழர் என்றும் கரிகாலன் மரபினர் என்றும் கூறிக்கொண்டதைக் கல்வெட்டுகள் குறிப்பிடுகின்றன.[3] இந்த ரேநாண்டுச் சோழர் கடப்பை மாவட்டத்தில் எங்ஙனம் எக்காலத்தில் இடம் பெற்றனர் என்பது கூற இயலவில்லை.

கரிகாலன் காவிரியின் கரைகளை உயர்த்தியவன் என்று தெலுங்கச் சோழர் கல்வெட்டுகள் குறிக்கின்றன. கி.பி. 12ஆம் நூற்றாண்டில் பாடப்பட்ட கலிங்கத்துப் பரணியும் (197) இந்தச் செய்தியைக் குறித் துள்ளது. வங்க நாசிக திஸ்ஸன் (கி.பி. 111-114) என்பவனுடைய தந்தை காலத்தில் சோழவேந்தன் ஒருவன் பெரும்படையைத் திரட்டுவதை அறிந்து, அச்சிங்கள வேந்தன் தன் நாட்டை விழிப்புடன் காத்து வந்தான் ஆயினும், அவன் மகனான வங்க நாசிக திஸ்ஸன் இலங்கையை ஆண்ட பொழுது, சோழ அரசை விரிவாக்கிய சோழன் ஒருவனது படையெடுப்பு இலங்கை மீது நடைபெற்றது. 'அவன் பன்னீராயிரம் சிங்களவரைச் சிறை செய்து சோணாட்டுக்குக் கொண்டு சென்றான்; அவர்களைக் கொண்டு காவிரிக்குக் கரையிடுவித்தான்', என்று இலங்கை வரலாறு கூறுகிறது. அவ்வரலாறே, வங்க நாசிக திஸ்ஸன் மகனான முதற்கயவாகு (கி.பி. 114-136) சோழ நாட்டின்மீது படையெடுத்துப் பன்னீராயிரம் தமிழரைச் சிறை பிடித்து மீண்டான் என்றும் கூறு கிறது.[4]

கரிகாலனே காவிரியின் இருமருங்கும் கரையெடுப்பித்து அதனை நாட்டிற்குப் பயன்படும்படி செய்து புகழ் எய்தியவன். இது பற்றியே இவனைப் 'பொன்னிக்கரை கண்ட பூபதி' என்று கவிச்சக்கரவர்த்தி

---

1. Epigraphia Indica, Vol. XI. p. 340
2. Watters. Vol.I pp. 225 and 341
3. History of the Tamils P.T.S. Aiayangar. pp. 359-360
4. History of Ceylon, Vol. I, Part I, p, 175-195

யாராகிய ஒட்டக் கூத்தர் தாமியற்றிய விக்கிரம சோழனுலாவில் புகழ்ந்துள்ளனர். கி.பி. ஏழாம் நூற்றாண்டில் வரையப் பெற்ற (ரே நாண்டுச் சோழனான) புண்ணிய குமாரனுடைய மேல் பாட்டுச் செப்பேடுகளிலும், பதினோராம் நூற்றாண்டின் முற்பகுதியில் வெளி வந்த கங்கை கொண்ட சோழனுடைய திருவாலங்காட்டுச் செப்பேடுகளிலும், வீர ராசேந்திர சோழனது கன்னியா குமரிக் கல்வெட்டிலும் கரிகாலன் காவிரிக்குக் கரையமைத்து அதன் வெள்ளத்தைத் தடுத்து நாட்டிற்கு நலம் புரிந்தமை குறிக்கப்பட்டுள்ளது. இவ்வேந்தன் அவ்வரிய செயலை எந்த யாண்டில் நிறைவேற்றினான் என்பதை,

'தொக்க கலியின் மூவாயிரத்துத் தொண்ணூற்றில்
மிக்க கரிகால வேந்தனுந்தான்-பக்கம்
அலைக்கும் புகழ்ப் பொன்னி யாறுகரை கண்டான்
மலைக்கும் புயத்தானும் வந்து'

என்ற பழைய வெண்பாவினால் நன்கறியலாம். இதனை ஆதாரமாகக் கொண்டு கணக்கிடுமிடத்து, கி.மு. முதல் நூற்றாண்டின் கடைப் பகுதியில் கரிகாற்பெருவளத்தான் காவிரியாற்றிற்குக் கரை அமைத்திருத்தல் வேண்டும் என்பது கொள்ளடக்கிடக்கின்றது. மேலே குறித்துள்ள வெண்பாவின் முதலடியில், 'தொக்க சகனிற்றொளாயிரத்துத் தொண்ணூற்றில்' என்ற மற்றொரு பாடமும் காணப்படுகின்றது. இதனை நோக்குங்கால், கி.பி. 1068ஆம் ஆண்டில் கரிகாலன் என்ற பெயருடைய சோழ மன்னன் ஒருவன் காவிரிக்குக் கரை கட்டு வித்தான் என்பது புலனாகின்றது. இக் காலப்பகுதியில் சோழ இராச்சியத்தில் ஆட்சி புரிந்துகொண்டிருந்தவன் கங்கை கொண்ட சோழனுடைய புதல்வனாகிய வீரராசேந்திர சோழனே யாவன். இவ்வேந்தனுக்கும் கரிகாலன் என்ற பெயர் வழங்கியுள்ளது. எனினும், கி.பி. 7ஆம் நூற்றாண்டினனான ரேநாண்டுச் சோழனாகிய புண்ணிய குமாரனது மேல்பாட்டுச் செப்பேட்டில் கரிகாற் சோழன் காவிரிக்குக் கரையமைத்த செய்தி காணப்படுவதால் அந்நிகழ்ச்சி. கி.பி. ஏழாம் நூற்றாண்டிற்கு முன்னரே நிகழ்ந்ததாதல் வேண்டும். ஆகவே, கி.மு. முதல் நூற்றாண்டிலிருந்த சோழன் கரிகாற் பெருவளத்தானாகிய திருமாவளவனே காவிரியாற்றிற்கு முதலிற் கரை அமைத்துச் சோழ மண்டலத்தை வளப்படுத்தியவன் என்பது தெளிவாம். இவ்வளவர் பெருமான் சோழ மண்டலத்தில் 'காடுகொன்று நாடாக்கிக்- குளந்தொட்டு வளம் பெருக்கி'னான் என்று கடியலூர் உருத்திரங் கண்ணனார் தம் பட்டினப் பாலையில் கூறியிருத்தல் உணரற்பாலதாகும். திருச்சிராப்பள்ளி ஜில்லாவிலுள்ள அல்லூர், வடகுடி என்ற ஊர்களிலும், தஞ்சாவூர் ஜில்லாவி

லுள்ள திருநெய்த்தானம், திருப்பழனம் என்ற ஊர்களிலும் ஆதித்தன் முதற்பராந்தகன் ஆகிய சோழ மன்னர்களின் ஆட்சிக் காலத்தில் வெட்டப்பட்டுள்ள சில கல்வெட்டுகள் காவிரிக்கரையைக் 'கரிகாலக் கரை' என்று கூறுகின்றன. இக்கல்வெட்டுகளால் அவ்வேந்தர்களின் காலமாகிய கி.பி. ஒன்பது பத்தாம் நூற்றாண்டுகளில் காவிரியாற்றின் வடகரையைக் 'கரிகாலக் கரை' என்றே மக்கள் வழங்கி வந்தார்கள் என்பது தெள்ளிதிற் புலனாகும். எனவே, கடைச்சங்க காலத்தில் பெரும் புகழுடன் நிலவிய சோழன் கரிகாற்பெருவளத்தான் காவிரிக்கு முதலிற் கரை அமைத்தவன் என்பதும், அதற்குத் தக்க சான்றில்லை என்று சிலர் கருதுவது எவ்வாற்றானும் பொருந்தாது என்பதும் நன்கு துணியப் படும்.[5]

இதுகாறும் கூறிய உண்மைகளைக் கொண்டு, கரிகாலன் காலம் கி.பி. முதல் நூற்றாண்டின் பிற்பகுதியும் கி.பி. இரண்டாம் நூற்றாண்டின் முதற்பகுதியுமென்று கொள்ளலாம். ஏறத்தாழ இக் காலமே காஞ்சியை ஆண்ட இளந்திரையன் காலமென்றும் கூறலாம்.

மாங்குடி மருதனார் என்ற புலவர் தலையாலங்கானத்துச் செருவென்ற நெடுஞ்செழியன் மீது மதுரைக் காஞ்சியைப் பாடியுள்ளார். நக்கீரர் என்ற புலவரும் அப்பாண்டியன் மீது நெடுநல்வாடையைப் பாடியுள்ளார் நக்கீரர் அகநானூற்று 141ஆம் செய்யுளில்,

"செல்குடி நிறுத்த பெரும்பெயர்க்கரிகால்
வெல்போர்ச் சோழன்"

என்று குறித்துள்ளார். இவர் கரிகாலன் காலத்தவர் என்பதற்குச் சான்றில்லை. எனவே, இவர் கரிகாலனுக்குப் பிற்பட்டவர் என்பதே பொருத்தமாகும். ஆகவே, நக்கீரராற் பாடப்பட்ட நெடுஞ்செழியனும் கரிகாலற்குப் பிற்பட்டவன் என்று கொள்வதே பொருத்தமாகும். கரிகாலனைப் பாடிய புலவருள் ஒருவரேனும் இந்நெடுஞ்செழியனைப் பாடாமையும் இவ்வுண்மையை உறுதிப்படுத்துகிறது எனலாம்.[6]

பெருங்கௌசிகனார் என்ற புலவர் நன்னன் சேய் நன்னனைப் பற்றி மலைபடுகடாம் பாடியுள்ளார். இந் நன்னன் சிறந்த கொடை

---

5. பிற்காலச் சோழர் சரித்திரம், டி.வீ.சதாசிவ பண்டாரத்தார், மூன்றாம் பகுதி, பக். 84–86

6. History of Tamil Language and Literature, S.Vaiyapuri Pillai, pp. 33-34.

வள்ளல் என்று மலைபடுகடாம் (அடி 71-72) புகழ்வதை நோக்க மதுரைக் காஞ்சியில் வரும்,

"பேரிசை நன்னன் பெரும்பெயர் நன்னாட்
சேரி விழவின் ஆர்ப்பெழுந் தாங்கு"

என்னும் அடிகள் (318-319) இந்நன்னனைக் குறிப்பவை என்று கருதுதல் பொருத்தமாகும்.[7] இங்ஙனம் கொள்ளின், மாங்குடி மருதனார் காலத்திலோ, சிறிது முற்பட்டோ, மலைபடுகடாம் பாடப்பட்டது என்று கருதலாம்.

பதிற்றுப்பத்து என்னும் நூலில் உள்ள எட்டுப் பத்துகளும் கால முறைப்படி அமைந்துள்ளன. அவற்றுள் ஐந்தாம்பத்தைப் பரணர் பாடியுள்ளார். ஏழாம்பத்தைக் கபிலர் பாடியுள்ளார். இவ்விருவரும் பேகனைப் பாடியுள்ளார்[8] பரணர் கரிகாலன் தந்தையாகிய உருவப் பஃறேர் இளஞ்சேட்சென்னியைப் பாடியுள்ளார் (புறநானூறு,4). எனவே, கபிலர் ஏறத்தாழக் கரிகாலன் காலத்தில் குறிஞ்சிப்பாட்டைப் பாடினார் என்று சொல்லுதல் பொருத்தமாகும். மேலும், யானைக்கட் சேய் மாந்தரஞ்சேரல் இரும்பொறை என்னும் சேரவேந்தன், மதுரைக் காஞ்சிக்குரிய பாண்டியன் நெடுஞ்செழியனிடம தோற்றவன். அவன் தனது பாட்டில் (புறம் 53), "கபிலன் இன்றுளனாயின், நன்றுமன்" என்று கூறியுள்ளான். இதனால், அவன் காலத்தில்-மதுரைக் காஞ்சி பாடப் பட்ட காலத்தில்-கபிலர் இல்லை என்பது வெளிப்படை. ஆகவே, பொருநர் ஆற்றுப்படை, பெரும்பாண் ஆற்றுப்படை, பட்டினப்பாலை, குறிஞ்சிப்பாட்டு ஆகிய நான்கும் ஏறத்தாழ ஒரு காலத்தன என்று கூறலாம். மலைபடுகடாம், மதுரைக்காஞ்சி, நெடுநல்வாடை என்ற மூன்றும் ஏறக்குறைய ஒரு காலத்தன என்று கூறலாம்.

முல்லைப்பாட்டில் யவனரைப பற்றியும் மிலேச்சரைப் பற்றியும் குறிப்புகள் உள்ளன. (அடி. 60-66) நெடுநல்வாடையிலும், இவ் விருவரைப் பற்றியும் குறிப்புகள் உள்ளன. (அடி 31,35,101) ஆதலால்

---

7. கொண்கானங்கிழானாகிய நன்னன் பெண் கொலை புரிந்தவனாதலின், அவனையும் அவன் மரபினரையும் புலவர் பாடாதொழிந்தனர் (புறம். 151) ஆதலின் இந்த நன்னன் அந்த நன்னன் மரபினரினும் வேறானவன் எனக் கொள்வது பொருத்தமாகும். இவன் செங்கண்மா (செங்கம்) நகரை ஆண்டவன் என்று கொள்வதே ஏற்புடையது எனலாம்.

8. புறம், 143–144

இவ்வகைக் குறிப்புகளைக் கொண்டுள்ள நூல்கள் கால முறையில் அடுத்தடுத்துத் தோன்றின என்று கொள்ளுதல் பொருத்தமே. எனவே, நெடுநல்வாடையை அடுத்து முல்லைப்பாட்டுத் தோன்றியிருத்தல் கூடும்.[9]

பதிற்றுப்பத்தில் பத்தாம் பத்து யானைக்கட் சேய் மாந்தரஞ்சேரல் இரும்பொறையைப் பற்றியதாய் இருத்தல் கூடும் என்று அறிஞர் கருதுகின்றனர்.[10] அவன் ஐங்குறுநூற்றைத் தொகுப்பித்தவன். ஆதலால், அவன் மீது புலவர் ஒரு பத்தைப் பாடியிருக்கலாம். அவன் இறுதிப் பத்துக்கு உரியவனாயின், ஐந்தாம் பத்துக்குரிய செங்குட்டுவனுக்கு மிகவும் பிற்பட்டவனாவன். தலையாலங்கானத்துச் செரு வென்ற பாண்டியன் நெடுஞ்செழியன் அச்சேரனைப் போரில் வென்றதைப் புறநானூற்றுச் செய்யுள் ஒன்று (17) கூறுவதால், இப்பாண்டியன் நெடுஞ்செழியன் செங்குட்டுவனுக்குப் பிற்பட்டவன் என்று கூறலாம். பதிற்றுப் பத்தின் வைப்பு முறையை நோக்க, சேரனை வென்ற இவன் காலம் ஏறத்தாழ கி.பி. மூன்றாம் நூற்றாண்டு எனலாம்.[11] இங்ஙனம் கொள்ளின் இப்பாண்டியனைப் பற்றிய நெடுநல்வாடையும், மதுரைக் காஞ்சியும், நெடுநல்வாடையை ஒத்துள்ள முல்லைப்பாட்டும் கி.பி.3ஆம் நூற்றாண்டு நூல்கள் எனலாம்.

சிறுபாணாற்றுப்படையில் பாரி முதலிய வள்ளல்கள் எழுவர் வரலாறுகள் இறந்த காலச் செய்திகளாய்க் கூறப்பட்டுள்ளன. இவ் வள்ளல்கள் கபிலர், பரணர், முடமோசியார், ஔவையார் என்னும் புலவர்களால் பாடப்பட்டவர்கள். எனவே, இப்புலவர்களுக்குப் பிற்பட்ட காலத்தில் நல்லூர் நத்தத்தனார் என்ற புலவர் சிறுபாண் ஆற்றுப்படை யைப் பாடினார் என்று கொள்வது பொருத்தமாகும். எனவே, சிறுபாணாற்றுப்படை ஏறத்தாழ கி.பி. மூன்றாம் நூற்றாண்டின் இறுதி யில் இயற்றப்பட்டதெனக் கொள்ளலாம்.

இதுகாறும் கூறப்பட்ட செய்திகளைக் கொண்டு, குறிஞ்சிப்பாட்டு பொருநர் ஆற்றுப்படை, பட்டினப்பாலை, பெரும்பாணாற்றுப்படை

---

9. இலக்கிய தீபம் எஸ். வையாபுரிப்பிள்ளை, பக். 8–9.

10. History of Tamil Language and Literature, S. Vaiyapuri Pillai, P. 37.

11. பேராசிரியர் எஸ். வையாபுரிப்பிள்ளையவர்கள் இந்தப் பாண்டியன் காலம் ஏறத்தாழக் கி.பி. 250 என்று குறித்துள்ளனர். Vide his History of Tamil Language and Literature. pp. 35-36

ஆகிய நான்கு பாடல்களும் ஏறத்தாழக் கரிகாலன் காலத்தவை என்றும், (2) மலைபடுகடாம், நெடுநல்வாடை, மதுரைக்காஞ்சி, முல்லைப்பாட்டு ஆகிய நான்கும் கி.பி. மூன்றாம் நூற்றாண்டைச் சேர்ந்தவை ஆகலாம் என்றும், அனைத்திற்கும் இறுதியிற்பாடப்பட்ட சிறுபாணாற்றுப் படை கி.பி. 3ஆம் நூற்றாண்டின் பிற்பாதியில் இயற்றப்பட்டதாகலாம் என்றும் கொள்வது பொருத்தமாகும். வேறு தக்க சான்றுகள் கிட்டும் வரையில் இம்முடிபைக் கொள்ளுதல் தகும். இனிப் பத்துப்பாட்டுள் எஞ்சியிருப்பது திருமுருகாற்றுப்படை ஒன்றே யாகும். இதன் காலத்தை ஆராய்வது நலம்.

திருமுருகாற்றுப்படையின் காலம்

தொல்காப்பியர், 'கூத்தர், பாணர், பொருநர், விறலியர் ஆகிய நால்வரையும் பொருளுதவி புரியும் வள்ளல்பால் ஆற்றுப்படுத்துவது ஆற்றுப்படை,' எனக்கூறினார். பாணனை ஆற்றுப்படுத்துவது பாணாற்றுப்படை எனவும், பொருநரை ஆற்றுப்படுத்துவது பொருநர் ஆற்றுப்படை' எனவும் கூத்தரை ஆற்றுப்படுத்துவது 'கூத்தர் ஆற்றுப் படை' எனவும், விறலியை ஆற்றுப்படுத்துவது 'விறலி ஆற்றுப்படை' எனவும் பெயர் பெறும். இதனால், புலவரை ஆற்றுப்படுத்துதல் தொல்காப்பியர்க்கு முன்பும் அவர் காலத்திலும் வழக்கில் இல்லை என்பது தெளிவாகிறது. இந்நிலையில் மனிதனைத் தெய்வத்தினிடம் ஆற்றுப்படுத்தும் வழக்கம் அக்காலத்தில் அறவே இல்லை என்பது தெளிவாகும்.

புலவராற்றுப்படையின் இலக்கணம் பின் வந்த நூல்களிற் கூறப் பட்டுள்ளது.

(1) புறப்பொருள் வெண்பாமாலை ஏறத்தாழ கி.பி. 11ஆம் நூற்றாண்டு நூலாகும்[12] அந்நூலுள் புலவராற்றுப்படை என்ற பிரபந்தத்தின் இலக்கணம் முதன் முதல் கூறப்பட்டுள்ளது.

"புலவராற் றுப்படை புத்தேட்கும் உரித்தே" (204)

(2) பன்னிருபாட்டியல் கி.பி.14ஆம் நூற்றாண்டிற்குப் பிற்பட்டது என்பது முன்பு கூறப்பட்டதன்றோ?

அதிலும் புலவராற்றுப்படை இலக்கணம் கூறப்பட்டுள்ளது.

---

12. Ibid. 55

"இருங்கண்வானத் திமையோருழைப்
பெரும்புலவனை ஆற்றுப்படுத்தன்று"

-பாடாண் படலம், 42.

(3) கி.பி. 17ஆம் நூற்றாண்டிற் செய்யப்பட்ட இலக்கண விளக்கம் என்னும் நூலிலும் இது கூறப்பட்டுள்ளது[13].

"விரும்பிய தரூஉம் விண்ணவர் தம்முழை
அரும்பெறற் புலவரை ஆற்றுப்படுத்தலும்"

-நூற்பா, 245[14]

திருமுருகாற்றுப்படை பத்தி நூல், முருகன் அருளைப் பெற்ற புலவர் ஒருவர், பத்தி மிகுந்த மற்றொரு புலவரை அம்முருகன்பால் ஆற்றுப்படுத்துதல் முருகாற்றுப்படையின் பொருளாகும். "பிற ஆற்றுப் படைகள் ஆற்றுப்படுத்தப்படுவர்களது பெயரோடு சார்த்தி வழங்கப் படும்; ஆனால் திருமுருகாற்றுப்படை பாட்டுடைத் தலைவன் பெயரோடு சார்ந்து வழங்கும். பிறவற்றிற் காணப்படுவனவாகிய ஆற்றுப் படத்து வானை விளித்தலும், தனது நிலையை விளக்கலும், ஆற்றுப் படுத்துவான் தனது பழைய நிலை, பரிசில் பெற்ற முறை என்பவற்றைக் கூறுதலும் இதில் விளக்கப்படாமல் உய்த்துணர வைக்கப்பட்டிருக்கின்றன[15].

பத்துப்பாட்டைப் பதிப்பித்த டாக்டர் உ.வே. சாமிநாத ஐயரவர் களுக்குக் கிடைத்த பெரும்பான்மையான ஏடுகளுள் திருமுருகாற்றுப் படை சேர்க்கப்பட்டிருக்கவில்லை[16]. மேலும், நெடுநல்வாடை பாடிய நக்கீரர், பேரரசர்களையும் சிற்றரசர்களையும் பாடியவர்; திரு முருகாற்றுப் படை பாடிய நக்கீரர், கடவுள் பத்தியிற் சிறந்து விளங்கினவர். இவர் பாடிய திருமுருகாற்றுப்படை 11ஆம் திருமுறையில் சேர்க்கப்பட்டிருப்ப தும் இவர் பிற்காலத்தினர் என்பதையே ஆதரிக்கின்றது. இதன்

---

13. Tamil Lexicon, Vol. p. 338.

14. இந்நூற்பாவின் இடையில் தொல்காப்பியர் ஆற்றுப்படை பற்றிக்கூறிய (கூத்தரும் பாணரும் தெரிந்த' என வரும்) அடிகள் அங்ஙனமே தரப் பட்டுள்ளன. இருபது அடிகளுக்குப் பின்னர்ப் புலவராற்றுப் படைக்குரிய மேலே காட்டப்பட்ட) இரண்டு அடிகள் தரப்பட்டுள்ளன. இங்ஙனம் வேறு பிரித்துக் கூறலே புலவராற்றுப்படை தொல்காப்பியர்க்குப் பிற்பட்டது என்பதை நன்கு உணர்த்துவதாகும்.

15. பத்துப்பாட்டு, மூன்றாம் பதிப்பின் முன்னுரை, பக். 12

16. History of Tamil Language and Literature, S. Vaiyapuri Pillai, p. 34.

ஆசிரியரை 'நக்கீரதேவ நாயனார்' என்று 11ஆம் திருமுறை கூறுகின்றது.[17]

இனி இப்பாடற் செய்தியைக் கொண்டு இதன் காலத்தை இங்கு ஆராய்வோம்.

பரிபாடலில் முருகன் பிறப்பு:

சிவபெருமான் உமையம்மையுடன் நெடுங்காலம் தொடர்ந்து இன்புற்றிருந்தமையால், இந்திரன் சென்று இறைவனிடம் ஒரு வரம் தருமாறு வேண்டினான்.

இறைவன் இசைவு தந்தவுடன், உமையைக் கூடாதிருக்கும்படி சிவனை வேண்டினான்; அசுரரை அழிக்கத் தகும் சிவசத்தி பொருந்திய பிள்ளையை அருளும்படி வேண்டினான். சிவன் அவ்வேண்டுகோளுக்கு இசைந்து, தனது வீரியத்தை வெளிப்படுத்தி, அதைச் சேதப்படுத்தி, ஒரு கூறு மட்டும் இந்திரனிடம் கொடுத்தான்.

அது தேவசேனாபதியாகும் தகுதி உடையதென்று முனிவர் எழுவர் தமது யோகசக்தியால் உணர்ந்து, அதனை இந்திரனிடமிருந்து பெற்றுச் சென்று வேள்வித் தீயிலிட்டு, அதன் வேகத்தைக் குறைத்து, அதனைத் தம் மனைவியரை உட்கொள்ளச் சொல்லினர். அருந்ததி ஒழிந்த அறுவர் அதனை உண்டு சரவணப் பொய்கையில் ஆறு குழந்தைகளைப் பெற்றனர்.

இந்திரன் பொறாமை கொண்டு அக்குழந்தைகளின் மீது தன் வச்சிராயுதத்தை எறிய, குழந்தைகள் ஆறும் ஆறு முகமும் பன்னிரண்டு கைகளும் உடைய ஒரே குழந்தையாய் மாறிவிட்டன. கடுவன் இளவெயினனார் என்ற புலவர் இச்செய்தியினை 5ஆம் பரிபாடலில் (அடி, 26-55) கூறியுள்ளார்.

இக்கதையை ஒப்புக்கொண்டாற் போலவே ஆசிரியர் நல்லந்துவனார் எட்டாம் பரிபாடலில் (அடி, 127-128),

"மறுமிடற் றண்ணற்கு மாசிலோன் தந்த
நெறிநீர் அருவி அசும்புறு செல்வம்"

என்று பாடியுள்ளார்.

முருகன் பிறந்தவுடன் இந்திரன் பொறாமை கொண்டு அக்

---

17. இலக்கிய தீபம், எஸ். வையாபுரிப்பிள்ளை, பக். 32-39.

குழந்தையைத் தன் வச்சிராயுதத்தால் தாக்கினான என்று கடுவன் இளவெயினனார் பாடியதற்கேற்பவே, கேசவனார் தம் பாடலில் (பரிபாடல், 14. அடி 25-26)

"பிறந்த ஞான்றே நின்னை யுட்கிச்
சிறந்தோர் அஞ்சிய சீருடை யோயே"

என்று பாடியுள்ளது நோக்கற்பாலது.

திருமுருகாற்றுப்படையில் முருகன் பிறப்பு:

திருமுருகாற்றுப்படையில் (அடி, 254-255)

"ஐவருள் ஒருவன் அங்கை ஏற்ப
அறுவர் பயந்த ஆறமர் செல்வ'

என்னும் அடிகள் முருகனது பிறப்பைக் குறிக்கின்றன. நிலம், நீர், தீ, காற்று, விசும்பு ஆகிய ஐவருள் ஒருவன் தன் உள்ளங்கையில் (சிவன் தந்ததைப்) பெற்றான். சிவன் எதைத் தந்தான் என்பது மூலத்தில் இல்லை. இப்பகுதிக்கு உரையும் விளக்கமும் வரைந்துள்ள நச்சினார்க் கினியர், 'ஐவருள் ஒருவன் தீ. அவன் 'அங்கையேற்ப' என்றது, இறைவனிடத்தினின்றும் இந்திரன் வாங்கிய கருப்பத்தினை முனிவர் வாங்கித் தமக்குத் தரிக்கலாகாமையின், இறைவன் கூறாகிய முத்தீக் குண்டத்து இட்டதனைக் கூறிற்று" என்று விளக்கம் தந்துள்ளார். நச்சினார்க்கினியர் பரிபாடல் 5ஆம் பாடலின் கருத்தை இங்குள்ள முதலடிக்கு ஏற்றிக் கூறியுள்ளார். இதே கருத்தினை 50ஆம் அடியின் உரை அடியிலும் எழுதி, "இதனை 'பாயிரும் பனிக்கடல்' என்னும் பரிபாட்டான் உணர்க. இவ்வாறன்றி வேறு வேறு புராணம் கூறுவாரும் உளர்." என்றும் எழுதியுள்ளமை நோக்கற்பாலது.

இதனை நோக்க, நச்சினார்க்கினியர் காலத்திலேயே முருகன் பிறப்புப்பற்றிப் பரிபாடற் செய்தியினும் வேறுபட்ட வரலாறு கூறப்பட்டமை தெளிவாம் அவ்வேறுபட்ட செய்தி யாது?

கந்தபுராணத்தில் முருகன் பிறப்பு

கச்சியப்ப சிவாச்சாரியார் இயற்றிய கந்தபுராணம் திருவவதாரப் படலத்தில் முருகன் பிறப்புப் பற்றிக் கூறும் செய்தி பின்வருமாறு:

பிரமன் திருமால் இந்திரன் முதலியோர் சிவனைக் கண்டு, சூரன் முதலிய அசுரரை அழிக்கத்தக்க மைந்தனை உதவும்படி வேண்டினர். (செ.42) அப்பெருமான் உடனே தன்கண் ஆறு முகங்களைத் தோற்று

வித்தான் (செ.43) அவற்றிலுள்ள ஆறு நெற்றிக் கண்களிலிருந்தும் ஆறு தீப்பொறிகள் வெளிப்பட்டன. (செ.45) "இப்பொறிகள் ஒரு மைந்தன் உருவத்தைப் பெறும். அம்மைந்தன் அசுரரை வெல்வான். நீங்கள் இப்பொறிகளைக் கங்கையில் விடுங்கள். கங்கை சரவணப் பொய்கையில் இவற்றை உய்க்கும்," என்றனன். (55) காற்றுத்தேவனையும் தீத்தேவனையும் நோக்கி, "நீவிர் இருவீரும் இப்பொறிகளைக் கங்கையில் விடுமின்," என்று பணித்தான் (66-67) காற்றுத்தேவன் சிவனை வணங்கி அத்தீப் பொறி களைத் தன் தலைமீது தாங்கிக் கொண்டு தீக்கடவுளுடன் சென்றான் (77) வழியில் அவற்றைத் தீக்கடவுள் தலைமீது வைத்தான் (84). தீக் கடவுள் அவற்றைக் கொண்டு சென்று கங்கையில் இட்டான் (85) கங்கை அவற்றைச் சரவணப் பொய்கையில் உய்த்தது. (87)

இறைவன் அருளால் அப்பொறிகள் ஆறு முகங்களையும் பன்னிரண்டு கைகளையும் கொண்ட ஒரு குழந்தையாய் விளங்க, அக்குழந்தை தாமரை மலர்மீது வீற்றிருந்தது (92-96). அதனைக் கண்ட அரி முதலிய அமரர் குழந்தையைப் பாலூட்டி வளர்க்கும்படி கார்த்திகை மாதர் அறுவரை ஏவினர் (114-115) அவ்வறுவரும் தன்னை நோக்கி அன்புடன் வருதலைக் கண்ட 'அறுமுக ஒருவன் வேறாய் அச்சிறார் உருவம் கொண்டான்' (செ.116)

திருமுருகாற்றுப் படை குறிக்கும் முருகன்
பிறப்பும் வளர்ப்பும்

சிவபிரானிடமிருந்து வெளிப்பட்ட தீப்பொறிகளை முதலில் ஏற்றவன் காற்றுக்கடவுள் (ஐவருள் ஒருவன்) என்பது கந்தபுராண வரலாற்றால் தெரிகிறது. அவன் அவற்றை முதலில் தன் அங்கையில் ஏற்ற பின்னரே தலைமீது வைத்திருத்தல் இயல்பாகும். முருகன் கார்த்திகைப் பெண்கள் தன்னை அடைதற்கு முன்பு ஆறு முகங்களைக் கொண்ட ஒரே குழந்தையாய் இருந்தான். பின்னரே தாய்மார் அறுவர்க்கு ஏற்ப ஆறு குழந்தைகளாய் மாறினான் என்பது கந்தபுராண வரலாறு. ஆயினும், முனிவர் மனைவியர் அறுவரே ஆறு பிள்ளை களைப் பெற்றனர் என்பது பரிபாடற் செய்தியாகும்.

'அறுவர் பயந்த ஆறமர் செல்வ'

என்று திருமுருகாற்றுப்படையில் குறித்தமை, ஆறு தீப்பொறிகளி லிருந்து பிறந்த முருகனை அறுவர் பாலூட்டி வளர்த்தமை பற்றி உபசார வழக்காய் அமைந்ததாகும்.

கண்ணனைப் பெற்றவள் தேவகி; வளர்த்தவள் யசோதை. ஆயினும் யசோதை கண்ணனை நோக்கி, 'பெற்ற எனக்கருளி' (1:5:8) என்று கூறிய தாகப் பெரியாழ்வார் பாடியுள்ளார்.

"என்ன நோன்பு நோற்றாள்கொலோ
இவைனப் பெற்ற வயிறுடையாள்
என்னும் வார்த்தை எய்துவித்த
இருடி கேசா முலையுணாயே"

(2:2:6)

என்று யசோதை கண்ணனைப் பாலருந்த அழைத்தாகப் பெரியாழ்வார் பாடியுள்ளமை காணத்தக்கது. 'உன்னைப் பெற்ற குற்றமல்லால்' (3:1:7) என்று பிறிதோரிடத்திலும் யசோதை கூறுவதாகப் பெரியாழ்வார் பாடியுள்ளார். இவ்வுபசார வழக்குப் பற்றியே 'வளர்த்த' கார்த்திகை மகளிர் அறுவரும் முருகனைப் பயந்தவர்' என்று நக்கீரர் பாடியதாகக் கொள்வதே இங்குப் பொருத்தமாகும்.

முருகன் சிவனது வீரியத்திலிருந்து பிறந்ததை விளக்கமாகக் கூறும் (அடி, 26-55) பரிபாடல் (செ.5) 81 அடிகளை உடையது. நக்கீரர் இக்கதையையே கூறவிரும்பியிருப்பின், 317 அடிகளைக் கொண்ட திருமுருகாற்றுப்படையில் பரிபாடலைப் போலவே இந்நிகழ்ச்சியை விரித்துக் கூறியிருக்கலாம். அவர் அங்ஙனம் கூறாது,

"ஐவருள் ஒருவன் அங்கை ஏற்ப
அறுவர் பயந்த ஆறமர் செல்வ"

என இரண்டே அடிகளிற் கூறியிருத்தல் முருகன் பிறப்புப் பற்றிய பரிபாடற் செய்தி அவர்க்கு உடன் பாடின்மையை உய்த்துணர வைப்பதாகும். "ஐவருள் ஒருவன் அங்கை ஏற்ப" என்பது, சிவனிடமிருந்து முதன்முறையாக வீரியத்தையோ அல்லது தீப்பொறிகளையோ தன் கைகளிற்பெற்றுக் கொண்ட ஐவருள் ஒருவனையே உணர்த்தும் பரிபாடற் கதைப்படி, சிவனிடமிருந்து வீரியத்தை முதலிற் பெற்றவன் இந்திரன். இந்திரன் ஐவருள் ஒருவனாகான். அவனிடமிருந்து முனிவர் அதனைப் பெற்றனர். அவர்கள் அதனை வேள்வித்தீயில் இட்டார்கள். இங்ஙனம் இரண்டு கைம்மாறிய செய்தியை நக்கீரர் குறிக்க விரும்பி யிருப்பின், அதனைத் தெளிவாகக் குறித்திருக்கலாம். இவர் அங்ஙனம் குறிக்கவில்லை. கந்தபுராணச் செய்திப்படி சிவனுடைய பொறிகள் ஆறனையும் தன் தலைமீது வைத்துக்கொண்டவன் காற்றுக் கடவுளாவன். அவன் அவற்றைக் கையில் வாங்கித் தானே தன்

தலைமீது வைத்திருத்தல் கூடும்! எனவே, கந்தபுராணச் செய்தியே இவ்வடிகளுக்குப் பொருத்தமென்பது தெரிகிறது என்று கூறலாம்.

பரிபாடலில் முருகனைப் பற்றி எட்டுப் பாடல்கள் உள்ளன. அவற்றைப் புலவர் எழுவர் பாடியுள்ளார். 5ஆம் பாடலைப் பாடிய கடுவன் இளவெயினனார் போலவே ஆசிரியர் நல்லந்துவனார் 8ஆம் பாடலில், முருகன் சிவனுக்கும் உமையம்மைக்கும் பிறந்தவன் (அடி. 127-128) என்று கூறியுள்ளார். சிவனுடைய தீப்பொறிகளிலிருந்தும் முருகன் பிறந்தான் என்று கந்தபுராணம் கூறும் செய்தி முருகனைப் பற்றிய எட்டுப் பரிபாடல்களிலும் இல்லாமை கவனிக்கத்தகும். இந்தப் பிற்செய்தி சங்க காலத் தமிழகத்தில் வழக்குப் பெற்றிருப்பின் மேலே சொல்லப்பட்ட புலவர் எழுவருள் ஒருவரேனும் இதனைக் கூறியிருப்பர் அல்லரோ? அங்ஙனம் ஒருவரும் குறிப்பிடாமையை நோக்க முருகன் சிவனுக்கும் உமைக்கும் பிறந்தவன் என்ற கதை ஒன்றே சங்க காலத் தமிழகத்தில் வழக்குப் பெற்றிருந்தது என்பதே பொருந்துவதாகும்.

அடுத்து நக்கீரர் முருகனை, 'மலைமகள் மகனே' 'கொற்றவை சிறுவ' 'பழையோள் குழவி' என்று கூறியுள்ளமை, அப்பெருமான் சிவபிரானுக்கு மகனாதலின் என்க. கணவனான சிவபிரான் அருளாற் பிறந்த முருகன், அச்சிவபிரான் மனைவியான உமாதேவிக்கும் மகன் என்று உபசார வழக்காய்க் கூறுதல் பொருத்தமேயாகும்.

முருகனும் கடவுளர் பிறரும்

புறநானூற்றில் (செ.56) இலவந்திகைப் பள்ளித் துஞ்சிய நன்மாறனைப் பாடிய நக்கீரர், அவனை நோக்கி, 'நீ பகைவரை அழித்தலில் சிவனையொப்பாய்; வலிமையில் பலராமனையொப்பாய்; புகழில் திருபாலையொப்பாய்; முன்னியது முடிப்பதில் முருகனை யொப்பாய்; இந்நால்வரும் ஞாலம் காக்கும் காலமுன்பினை உடையவர்; தோலா நல்லிசை உடையவர்" என்று கூறியுள்ளார். இந்நக்கீரர் இப் பாடலில் சிவன், பலராமன், திருமால், முருகன் ஆகிய நால்வரையும் சமப்படுத்தியுள்ளமை தெளிவு. திருமுருகாற்றுப்படையைப் பாடிய நக்கீரர், "மும்மூர்த்திகளும் தத்தம் தொழில் புரியும் தலைவராகும்படி முருகன் தோன்றினான்" (அடி. 162-172-176) என்று பாடியுள்ளார். இதனால், முருகன் மும்மூர்த்திகளினும் மேலானவன் என்பது இந்நக்கீரர் கருத்தென்பது தெரிகிறது.

புறநானூற்றுப் பாடலில் (56),

"ஞாலம் காக்கும் கால முன்பின்
தோலா நல்லிசை நால்வர்"

என்று நால்வரையும் சமநிலையினராகவே நக்கீரர் கூறியுள்ளார். அஃதாவது, ஞாலங்காக்கும் காலமுன்பும் தோலா நல்லிசையும் இந்நால்வர்க்கும் இயற்கையாகவே அமைந்துள்ளன என்பதை இப்பாடலில் நக்கீரர் குறித்துள்ளார். ஆயினும் திருமுருகாற்றுப் படையில் நக்கீரர், 'முருகன் தோன்றிய காரணத்தால் மும்மூர்த்திகள் தங்கள் தொழில் புரியும் தலைவர்களானார்கள் என்று கூறியுள்ளார். இங்ஙனம் முருகன் பிறந்த காரணத்தால் மும்மூர்த்திகள் தொழில் புரியும் தலைவர்களானார்கள் என்பதனால், அம்மும்மூர்த்திகளின் தலைமை செயற்கையாய் அமைந்தது என்பது தெரிகின்றது.

'பலரும் புகழ்கின்ற அயன், அரி, அரன் என்னும் மூவரும் தத்தமக்குரிய தொழில்களை முன்பு போல நிகழ்த்தித் தலைவராக வேண்டித் தம்முடைய சீரிய படைத்தல் காத்தல் அழித்தல் என்னும் தொழில்களைப் பண்டு போலப் பெறுமுறையினைக் குறை வேண்டிச் சேர வந்து காணும்படி முருகன் தெய்வானையாருடன் திருவாவிநன் குடியில் இருத்தலுமுரியன்' என்பது நச்சினார்க்கினியர் உரை. இங்ஙனம் பொருள் கொள்ளினும், முருகன் மும்மூர்த்திகளினும் மேலானவன் என்னும் பொருளே பெறப்படுதல் காணலாம்.

புறநானூற்றுப் பாடலில் அந்நால்வர்க்கும் அத்தொழில்கள் இயற்கையாய் அமைந்தன என்று கூறிய நக்கீரர் (அவரே திரு முருகாற்றுப்படை ஆசிரியராயின்) தம் கூற்றுக்கு மாறுபடத் தமது திருமுருகாற்றுப் படையில் கூறியிருப்பாரா?

சங்ககாலப்புலவர், நன்மாறனைப் பாடிய நக்கீரர் போலவே கடவுளர் பலரையும் சிறப்பித்தே பாடுவர். சான்றாகக் கடுவன் இளவெயினனார் பரிபாடலில் திருமாலையும் முருகனையும் தனித்தனி பாடலில் பாராட்டியுள்ளார். சங்ககாலப் புலவர் பெருமக்கள் பிற்காலத்தார் போல ஒரு தெய்வத்தை உயர்த்துவதற்குப் பிற தெய்வங்களைத் தாழ்த்திப் பாடினமைக்குச் சான்றில்லை.

திருமாலையும் பலதேவனையும் 'இருபெருந் தெய்வம்' என்று புறநானூற்றுப் பாடலொன்று (செ.58) காரிக் கண்ணனாரால் பாடப் பட்டது. திருமாலையும் சிவனையும் 'இருபெருந் தெய்வம்' என்று அகநானூற்றுப் பாடல் ஒன்று (செ. 360) மதுரைக் கண்ணத்தனாரால் பாடப்பட்டது. சிலப்பதிகாரம் பாடிய இளங்கோ அடிகள் சிவனையும்

முருகனையும் திருமாலையும் வாயாரப் பாராட்டிப் பாடியுள்ளமையே ஏற்ற சான்றாகும்.

'பரிபாடலில் (8) முருகனைக் காண மும்மூர்த்திகளும் மற்றத் தேவரும் திருப்பரங்குன்றம் வந்தனர் என்பது கூறப்பட்டுள்ளதே?' எனின், அங்கு அம்மூவரும் அவரைக் குறையிரக்க வந்தனர் என்று அப்பாடல் ஆசிரியர் கூறவில்லை. 'நின்னைக் காண்பது காரணமாக வந்தனர்' என்றே கூறியுள்ளார். வள்ளி திருமணம் திருப்பரங்குன்றத் தில் நடைபெற்றதை 19ஆம் பாடலைக்கொண்டு அறியலாம்.

மேலும், சிவபிரான் பிள்ளையாகிய முருகனை முழு முதற் கடவுளாக்கிச் சிவபெருமானே அவனிடம் சென்று வரம் வாங்கியதாகப் பிற்காலத்தார் பாடியது போலச் சங்ககாலப் புலவர் யாண்டும் சிவபிரானை முருகனுக்குத் தாழ்ந்தவனாக கூறாமையும் அறிதற்பாலது.

மும்மூர்த்திகளுக்குத் தலைமை தரும் நிலையில் முருகன் பிறந்தான் என்பது, முருகன் மும்மூர்த்திகட்கும் உயர்ந்தவன் என்று பொருள் படுவதாகும். இங்ஙனம் சங்ககாலப் புலவர் யாண்டும் பாடவில்லை. முருகனை முழு முதற்கடவுளாகக் கருதும் நிலை (கௌமார சமயம்) சங்ககாலத்திற்குப் பிற்பட்டதாகும். ஆகவே, முருகனை முழு முதற் கடவுளாகப் பாடியுள்ள திருமுருகாற்றுப்படையாசிரியரான நக்கீரர் சங்ககால நக்கீரரின் வேறாவர் என்று கொள்வதே பொருத்தமாகும்.

ஆவி நன்குடி

சங்க கால வேளிருள் ஆவி என்பவனும் அவன் குடியினரும் ஒரு வகையினர். அவர்கள் பழநிமலை நாட்டையாண்டார்கள். வேள் ஆவி என்பவன் அவருள் முதல்வன். வேளாவியின் மரபில் வந்தவனே வையாவிக்கோப்பெரும்பேகன் என்பவன். இவன் 'ஆவியர் கோ((புறம். 147) எனப்பட்டான். 'ஆவி நன்குடி' என்பதற்கு (வேள்) ஆவி (கோவின்) நல்ல குடியிருப்பு என்பது பொருள். ஆயின், திருமுருகாற்றுப்படைப் பதிப்புகளில் 'ஆவினன்குடி' என்பதே காணப்படுகிறது. ஆ (பசு) இனன் (சூரியன்) வழிபட்டுப் பேறு பெற்ற குடியிருப்பு என்ற புராண வரலாற் றைத் தழுவி (ஆ+இனன்+குடி) ஆவினன்குடி எனப் பிற்காலத்தார் ஏடுகளில் எழுதியிருக்கலாம் என்று கொள்வது பொருத்தமாகும். அது திருத்தம் பெறாமல் அச்சிடப்பட்டுள்ளது. ஆவினன்குடி' என்று திருமுருகாற்றுப்படையில் கூறப்படும் இடப்பெயர் சங்ககால நூல்களில் இல்லை.

செந்தில் முருகனுக்கு உரியதாக மதுரை மருதன் இளநாகனார் புறநானூற்றில் (செ.55) பாடியுள்ளார். பரங்குன்றத்தில் முருகன் எழுந்தருளி யிருப்பதாக மதுரை மருதன் இளநாகனாரும் எருக் காட்டூர்த் தாயங் கண்ணனாரும் அகநானூற்றில் (செ.59, 149) பாடி யுள்ளனர்.

'அலைவாய்' என்பது முருகனுக்குரியதெனப் பரணர் அகநானூற்றிற் (செ. 266) பாடியுள்ளார். திருமுருகாற்றுப்படையிலும் 'அலைவாய்' கூறப்பட்டுள்ளது. இது, 'நாமனூர் அலைவாய்' என்று நச்சினார்க் கினியர் கூறியுள்ளார். இதுவே செந்தில் என்பது அறிஞர் கருத்து.

செந்தில், செங்கோடு, வெண்குன்றம், ஏரகம் என்பவை முருகற்குரிய இடங்கள் என்று சிலப்பதிகாரம் செப்புகிறது. இங்கு ஏரகம் குறிப்பிடப் பட்டுள்ளது. நவிரமலையில் காரியுண்டிக்கடவுள் கோவில் இருந்தது என்று மலைபடுகடாம் பகர்கின்றது. அக்காலத்தில் ஆவி நன்குடியில் முருகன் கோவில் இருந்திருக்குமாயின், அச்செய்தி ஐந்நூற்றுவர்க்கும் மேற்பட்ட சங்ககாலப் புலவருள் ஒருவராலேனும் குறிக்கப் பட்டிருக்கு மன்றோ? மேலும் 'ஆவிநன்குடி' என்னும் பெயரே சங்ககாலப் பாக்களில் இடம் பெறவில்லை என்பதும் இங்குக் கவனிக்கத் தகும்.

அயிரை மலையைப்பாடும்போது, அம்மலை கொற்றவைக்குரிய மலையெனச் சங்ககாலப் புலவராற் பாடப்பட்டுள்ளது. (பதிற்றுப்பத்து, 79) இவ்வாறே பரங்குன்றமும், செந்திலும் முருகனுக்குரியனவாகப் பாடப்பட்டுள்ளன. பரணர் வரலாற்றுக் குறிப்பை அமைத்தே செய்யுள் பாடும் இயல்புடையவர். அவர் பேகனைப் பாடியுள்ளார். அப்பாட்டில் ஆவி நன்குடி பற்றிய பேச்சே இல்லை. அவர் காலத்தில் செந்திலைப் போலவும் பரங்குன்றம் போலவும் ஆவி நன்குடி முருகன் தலமாகச் சிறப்புற்றிருக்குமாயின் அவர் கூறாதிரார் என்பது உறுதி, இவை அனைத்தையும் நோக்கி, சங்ககாலத்தில் ஆவி நன்குடி முருகனுக்குரிய ஒரு தலமாய் இருந்திருத்தல் இயலாது என்று கருதுதல் பொருத்த மாகும்.

முடிவுரை

இவை அனைத்தையும் நடுவுநிலையிலிருந்து ஆராய்ந்தால், திரு முருகாற்றுப்படையைப் பாடிய நக்கீரர் சங்க கால நக்கீரரின் வேறாவர்; காலத்தாற்பிற்பட்டவர், என்பது தெளிவாகும்.

'திருமுருகாற்றுப்படை சங்க காலத்திற்பாடப்பட்ட தாயினும் சைவ சமயத் தொடர்பு கருதிப் பதினோராம் திருமுறையிற் சேர்க்கப்பட்டது'

என்று சிலர் கூறுவர். அங்ஙனமாயின், சங்க காலத்திலேயே முருகன் மீது பாடப்பட்டவை என்பது தெளிவாகத் தெரியும் எட்டுப் பரிபாடல் களும் அப்பதினோராந் திருமுறையிற் சேர்க்கப்படாமைக்குக் காரணம் யாது? திருமுருகாற்றுப்படை மட்டும் அத்திருமுறையிற் சேர்க்கப் பட்டமைக்குக் காரணம் யாது?

நெடுநல்வாடையில் உள்ள சொற்கள் சிலவும் சொற்றொடர்கள் சிலவும் திருமுருகாற்றுப்படையிலும் வருவதால் இப்பாடல்களையும் சங்ககால நக்கீரரே பாடியிருக்கலாம் என்பது சிலர் கருத்து. சிலப்பதிகாரச் சொற்களும் தொடர்களும் மணிமேகலையில் வருவதை அறிஞர் நன்கு அறிவர்; எனவே அவ்விரு நூல்களையும் பாடியவர் ஒருவரே என்று சொல்லக்கூடுமோ? காலத்தால் முற்பட்டவருடைய சொற்களையும் தொடர்களையும் சிறந்த கருத்துக்களையும் பிற்காலப் புலவர் தம் பாக்களிற் கையாளுதல் இயல்பென்பதை அறிஞர் அறிவர். இவை அனைத்தையும் நோக்கத் திருமுருகாற்றுப்படை சங்ககால நக்கீரராற் பாடப்பட்டதன்று என்று கொள்வதே பொருத்தமாகும்.

திருமுருகாற்றுப்படையின் நடை சங்கச் செய்யுள்களின் நடையை ஏறத்தாழ ஒத்துள்ளது; சங்ககாலக் குறிஞ்சி நிலமக்களது முருக வழிபாட்டை நன்கு படம் பிடித்துக்காட்டுகிறது; கி.பி. ஏழாம் நூற்றாண்டில் தோன்றிய திருமுறைப்பாடல்களிற் குறிப்பிடப்பட்ட 'திரு' என்னும் அடைமொழியைத் திருமுருகாற்றுப் படையில் கூறப் பட்டுள்ள தலங்கள் பெறவில்லை.

முருக வணக்கம் சங்ககாலத்திற் சிறப்புற்றிருந்தது. பரிபாடலில் முருகனைப் பற்றிய பாடல்கள் இடம் பெற்றுள்ளன. கி.பி. 6ஆம் நூற்றாண்டு முதல் உண்டான நூற்றாண்டுகளில் சிவவணக்கமே சிறப்புறலாயிற்று என்பதற்குப் பன்னிரு திருமுறைகளே ஏற்ற சான்றாகும். இவை அனைத்தையும் நோக்க, திருமுருகாற்றுப்படை சங்க காலத்திற்குப் பின்பும் (கி.பி.300க்குப் பின்பு) அப்பர் சம்பந்தர்க்கு முன்பும் (கி.பி. 600க்கு முன்பு) பாடப்பட்டிருக்கலாம் என்று கூறுதல் பொருத்தமாகும்.[18]

◈

---

18. The Poem on all sides is admitted to be anterior to Tevaram and other Saivite works_Professor T.P.Minakshisundaram's 61st Birth day Commemoration Volume. p.70)

3. ஆற்றுப்படை இலக்கியம்

தொல்காப்பியர் காலம்

பத்துப்பாட்டுள் ஐந்து பாடல்கள் ஆற்றுப்டையைப் பற்றியவை யாதலின், சங்ககால ஆற்றுப்படை இலக்கியத்தின் தோற்றத்தையும் வளர்ச்சியையும் பற்றிய விவரங்களை இங்கு அறிதல் நலம் பயப்பதாகும்.

இன்றுள்ள தமிழ் நூல்களுள் காலத்தால் முற்பட்டது தொல்காப்பியம். அது பாண்டியன் தலைநகரான கபாடபுரத்தில் பாண்டியன் அவையில் அரங்கேற்றம் செய்யப்பட்டது என்பது களவியலுரையுள் கூறப் பட்டுள்ளது. பின்பு அந்நகரம் கடலால் கொள்ளப்பட்டது என்று அதே களவியலுரை கூறுகின்றது.[1] கி.மு. 4ஆம் நூற்றாண்டின் கடைப் பகுதியில் வாழ்ந்த மௌரிய சந்திரகுப்தன் (கி.மு.325-301) அமைச்சனான கௌடில்யன் தான் இயற்றிய பொருள் நூலில் 'பாண்டிய கவாடகம்' என்னும் ஒரு முத்தின் வகையைக் குறித்துள்ளான்.[2] அது பாண்டி நாட்டுக் கபாடபுரத்துக் கடலில் கிடைத்த முத்து ஆதலின், அப்பெயர் பெற்றது. கபாடபுர அழிவிற்குப் பின்பு கொற்கை முத்துகளே பெயர் பெற்றவை யாம். அவையே இன்றுள்ள தொகை நூல்களுள் பேசப்படுகின்றன. ஒரு நகரம் அழிந்த பின்பு அதன் பெயரால் ஒரு பொருள் வழக்குப் பெறுதல் பெரும்பாலும் வழக்கமில்லை. ஆதலால் கௌடில்யன் காலத்தில் கபாடபுரம் இருந்தது என்பது பொருத்தமாகும்.[3] கபாடபுர அழிவிற்குச் சற்று முன்பு தொல்காப்பியம் செய்யப்பட்டது என்று களவியல் உரை கூறுவதால், தொல்காப்பியம் ஏறத்தாழக் கி.மு. 4ஆம் நூற்றண்டின் இறுதியில் செய்யப் பட்டிருக்கலாம் என்று கொள்வது பொருத்தமாகும். எனவே, தொல்காப்பியர் காலம் ஏறத்தாழ கி.மு. 300 என்று கொள்வது ஏற்புடைத்தாகும்.

---

1. இறையனாரகப் பொருள் (பவானந்தர் பதிப்பு) பக். 7
2. History of India. R. Satyantha Ayyar, Vol. I. p. 170
3. தமிழ் வரலாறு மகாவித்துவான், ரா. இராகவையங்கார், பக். 37 – 38.

ஆற்றுப்படை

கூத்தர் என்பவர், தனிக்கூத்திலும் கதை தழுவிவரும் கூத்திலும் வல்லவர். பாணர் என்பவர், இசைத்தமிழில் வல்லவர்; குழல், யாழ் முதலிய இசைக்கருவிகளோடு பாடுபவர். பொருநர் என்பவர், ஏர்க்களம் அல்லது போர்க்களம் சென்று பாடும் கூத்தர். அவர் நடிப்பிலும் வல்லவர், விறலி என்பவள், உள்ளக் குறிப்பைப் புறத்தே வெளிப்படும் படி விறல்பட (திறமையாக) நடிப்பவள் இந்நால்வரும் தமக்குத் துணையாயினாரோடு சிற்றரசரிடமும் பேரரசரிடமும் சென்று தம் கலைத்திறனைக் காட்டிப் பரிசு பெற்று மீள்வர்; அங்ஙனம் மீண்டு வருபவர், வள்ளல்களை நாடிச்செல்லும் தம்மைப் போன்ற கலைவாணரை வழியிற்காணின், அவர்மீது இரக்கம் கொள்வர்; அவர்களுக்கு உதவி செய்யவிழைவர்; அதனால் தம்மை ஆதரித்த வள்ளலிடம் சென்று பரிசில் பெற்று மகிழுமாறு அவர்களை ஆற்றுப்படுத்துவர் (வழிகூறி அனுப்புவர்) இங்ஙனம் ஆற்றுப்படுத்துதல் ‘ஆற்றுப் படை’ எனப்படும்.

கூத்தன் ஒருவன் மற்றொரு கூத்தனை ஆற்றுப்படுத்துதல் ‘கூத்தராற்றுப்படை’ எனப்படும்; பாணன் ஒருவன் மற்றொரு பாணனை ஆற்றுப்படுத்துதல் பாணாற்றுப்படை’ எனப்படும். பொருநன் ஒருவன் மற்றொரு பொருநனை ஆற்றுப்படுத்துல் ‘பொருநராற்றுப்படை’ எனப்படும். விறலி ஒருத்தி மற்றொரு விறலியை ஆற்றுப்படுத்துதல் விறலி ஆற்றுப்படை’ எனப்படும். இங்ஙனமன்றிப் புலவர் கூத்தரையோ பாணரையோ பொருநரையோ விறலியையோ ஆற்றுப்படுத்துதலும் உண்டு. ஆற்றுப்படுத்தப்படுபவரது பெயரைக் கொண்டே அச்செய்யுள் இன்ன ஆற்றுப்படை எனப் பெயர் பெறும்.

அருளுணர்ச்சியால் தோன்றிய இவ்வாற்றுப்படை முறை தொல்காப்பியம் புறத்திணையியலில் (நூற்பா, 36) கீழ்வருமாறு குறிக்கப் பட்டுள்ளது.

“கூத்தரும் பாணரும் பொருநரும் விறலியும்
ஆற்றிடைக் காட்சி உறழத் தோன்றிப்
பெற்ற பெருவளம் பெறாஅர்க் கறிவுறீஇச்
சென்றுபயன் எதிரச் சொன்ன பக்கமும்”

எனத் தொல்காப்பியத்திலே காணப்படும் இவ்வாற்றுப்படை முறை, தொல்காப்பியர்க்கு முன்னரே இந்நாட்டில் பன்னெடுங்காலம் வழங்கி யிருந்திருத்தல் வேண்டும் என்றும், இத்துறையில் பல பாடல்கள்

இருந்திருத்தல் வேண்டும் என்றும் கருது இவ்வடிகள் இடம் தருகின்றன.

இன்று நமக்குக் கிட்டியுள்ள சங்க நூல்களுள் புறநானூற்றிலும் பதிற்றுப்பத்திலும் பத்துப்பாட்டிலுமே ஆற்றுப்படைப் பாடல்கள் சில காணப்படுகின்றன. முதல் இரு நூல்களிற் காணப்படும் ஆற்றுப்படைப் பாடல்கள் 5 அடி முதல் 31 அடிகள் வரையிற்கொண்ட சிறு பாடல்களே யாகும். பத்துப்பாட்டிற் காணப்படும் ஆற்றுப்படைப் பாடல்களோ, பல நூறு வரிகளைக் கொண்டவை.

புறநானூற்றில் ஆற்றுப்படை

பாணாற்றுப்படை: கோவூர் கிழார், சோழன் நலங்கிள்ளியின் கொடைத்தன்மையைக் கூறி அவனிடம் ஒரு பாணனை ஆற்றுப்படுத்தி யுள்ளார் (செ. 68) ஆலத்தூர் கிழார், சோழன் குளமுற்றத்துக் துஞ்சிய கிள்ளிவளவனிடம் பாணன் ஒருவனை ஆற்றுப்படுத்தியுள்ளார் (69) கோவூர் கிழாரும் இக்கிள்ளி வளவனைச் சென்று காணும்படி பாணன் ஒருவனை ஆற்றுப்படுத்தியுள்ளார். (70) மருதன் இளநாகனார், நாஞ்சில் வள்ளுவனிடம் பாணன் ஒருவனை ஆற்றுப் படுத்தியுள்ளார். (138) பரணர் என்பவர், வையாவிக்கோப்பெரும் பேகனிடம் புலவர் ஒருவரை ஆற்றுப்படுத்தியுள்ளார். (141) மோகிகீரனார் கொண்கானங்கிழானிடம் பாணன் ஒருவனை ஆற்றுப் படுத்தியுள்ளார் (155) மாடலன் மதுரைக் குமரனார், ஈர்ந்தூர் கிழான் தோயன் மாறன் என்பவனிடம் பாணன் ஒருவனை ஆற்றுப் படுத்தியுள்ளார் (180) இவையாவும் 'பாணாற்றுப் படை' எனப்படும்.

விறலியாற்றுப்படை: நெடும்பல்லியத்தனார் என்ற புலவர், பல்யா கசாலை முதுகுடுமிப் பெருவழுதியிடம் விறலி ஒருத்தியை ஆற்றுப் படுத்தியுள்ளார் (64) ஔவையார் என்ற பெண்பாற்புலவர் அதியமான் நெடுமானஞ்சியிடம் விறலியை ஆற்றுப்படுத்தியுள்ளார் (103) கபிலர் என்பவர், வேள் பாரியிடம் விறலி ஒருத்தியை ஆற்றுப்படுத்தியுள்ளார் (105) முடமோசியார் என்ற புலவர், ஆய் வேளிடம் விறலி ஒருத்தியை ஆற்றுப்படுத்தியுள்ளார். (33)

புலவர் ஆற்றுப்படை: இது தொல்காப்பியர் கூறாதது; ஆதலின், அவர்க்கு முன்பும் அவர் காலத்தும் வழக்கில் இல்லாதது என்று கருதுதல் தகும். பொய்கையார் என்ற புலவர், சேரமான் கோக்கோதை மார்பன் என்பவனிடம் புலவர் ஒருவரை ஆற்றுப்படுத்தியுள்ளார் (48)

ஆற்றுப்படை இலக்கியம் ◈   47

பொருநராற்றுப்படை கூத்தராற்றுப்படை ஆகிய இரண்டிற்கும் புறநானூற்றுப் பாடல்களில் சான்றில்லை.

பதிற்றுப்பத்தில் ஆற்றுப்படை

கபிலர் செல்வக்கடுங்கோ வாழியாதனிடம் பாணன் ஒருவனை ஆற்றுப்படுத்தியுள்ளார். (67)

காப்பியாற்றுக் காப்பியனார், களங்காய்க் கண்ணி நார்முடிச் சேரலிடம் விறலி ஒருத்தியை ஆற்றுப்படுத்தியுள்ளார் (40) பரணர், செங்குட்டுவனிடம் விறலியை ஆற்றுப்படுத்தியுள்ளார். (49) காக்கை பாடினியார் நச்செள்ளையார் என்ற பெண்பாற்புலவர், ஆடுகோட் பாட்டுச் சேரலாதனிடம் விறலியை ஆற்றுப்படுத்தியுள்ளார். (57, 60) அரிசிற்கிழார் என்பவர், பெருஞ்சேரல் இரும்பொறையிடம் விறலி ஒருத்தியை ஆற்றுப்படுத்தியுள்ளார் (78) பெருங்குன்றூர் கிழார், இளஞ்சேரல் இரும்பொறையிடம் விறலி ஒருத்தியை ஆற்றுப் படுத்தியுள்ளார். (87)

பொருநாற்றுப்படை, கூத்தராற்றுப்படை, புலவராற்றுப்படை களுக்குப் பதிற்றுப்பத்தில் சான்றில்லை.

பத்துப்பாட்டில் ஆற்றுப்படை

பத்துப்பாட்டில் திருமுருகாற்றுப்படை, பொருநர் ஆற்றுப்படை, சிறுபாண் ஆற்றுப்படை, பெரும்பாண் ஆற்றுப்படை, கூத்தர் ஆற்றுப் படை என்னும் ஐந்து பாடல்கள் இடம் பெற்றுள்ளன. புறநானூற்றி லும் பதிற்றுப்பத்திலும் உள்ள ஆற்றுப்படைப் பாடல்கள் 5 அடி முதல் 31 அடிகள் வரையிலும் பெற்றுள்ளன. ஆயினும், பத்துப்பாட்டில் உள்ள ஆற்றுப்படைகளுள் ஒவ்வொன்றும் பல நூறு அடிகளைக் கொண்டது என்பது முன் கூறப்பட்டது.

1. திருமுருகாற்றுப்படை 'புலவராற்றுப்படை' எனவும் வழங்கும். இது முருகன் அருள் பெற்ற புலவன் ஒருவன், அவ்வருளைப் பெற விழையும் புலவன் ஒருவனை அம்முருகனிடம் ஆற்றுப்படுத்துவது. இது தொல்காப்பியம் கூறாத செய்தியாகும். இதனைப் பாடியவர் நக்கீரர்.

2. பொருநராற்றுப்படை என்பது, கரிகால் வளவனிடம் பரிசில் பெற்று மீண்டு வரும் பொருநன் ஒருவன், வள்ளலை நாடிச்செல்லும் வறிய பொருநனை வழியிற்கண்டு, அவனைக் கரிகாலனிடம் ஆற்றுப் படுத்துவதாக முடத்தாமக்கண்ணியார் என்ற புலவர் பாடியது.

3. சிறுபாணாற்றுப்படை என்பது, ஓய்மானாட்டுச் சிற்றரசனான நல்லியக்கோடனிடம் பரிசில் பெற்று மீண்ட சிறுபாணன் ஒருவன், வறிய சிறுபாணனை அவ்வள்ளல் பால் ஆற்றுப்படுத்துவதாக இடைக்கழி நாட்டு நல்லூர் நத்தத்தனார் என்ற புலவர் பாடியது.

4. பெரும்பாணாற்றுப்படை என்பது, தொண்டை நாட்டு மன்னனான இளந்திரையனிடம் பரிசில் பெற்று மீண்ட பெரும்பாணன் ஒருவன், வறிய பெரும்பாணன் ஒருவனை அவ்வேந்தனிடம் ஆற்றுப் படுத்துவதாகக் கடியலூர் உருத்திரங்கண்ணனார் என்ற புலவர் பாடியது.

5. கூத்தராற்றுப்படை என்ற மலைபடுகடாம், செங்கண்மாத்து வேள் நன்னன்சேய் நன்னனிடம் பரிசில் பெற்று மீண்டு வந்த கூத்தன், வறிய கூத்தனை வழியிற் கண்டு, அவனை அவ்வள்ளல்பால் ஆற்றுப் படுத்துவதாக இரணிய முட்டத்துப் பெருங்குன்றூர்ப் பெருங் கௌசிகனார் பாடியது.

ஆற்றுப்படையின் அமைப்பு

பாணாற்றுப்படை

பாணனது வறியநிலையை முற்கூறிய நலங்கிள்ளியின் வீரத்தையும் கொடைத்தன்மையையும் கூறி, அவனிடம் செல்லின் மற்ற வள்ளல் களை மறக்கும்படி பரிசில் நல்குவான் என்று கோவூர்கிழார் பாணனை அவன்பால் ஆற்றுப்படுத்தியுள்ளார் (புறம். 68) இது 19 அடிகள் கொண்ட செய்யுள்.

பாணனுடைய யாழ், பசித்தன்மை, கந்தையுடை இவற்றை முன்னர்க் கூறி பின்னர்ச் சோழன் குளமுற்றத்துத்துஞ்சிய கிள்ளி வளவனது வீரத் தைக் கூறி அவனிடம் செல்லின் அவன் பரிசிலர்க்குத் தேர் வழங்குவதைக் காணலாமென்றும், பாணன் பொற்றாமரை பெறலாமென்றும் கூறி, அவனை அவ்வள்ளல்பால் ஆற்றுப்படுத்தி, 21 அடிகள் கொண்ட பாடலை ஆலத்தூர் கிழார் பாடியுள்ளார் (புறம்.69)

பாணனது பெரும் பயணத்தை முதலிற்கூறி, பின்னர் நாஞ்சில் வள்ளுவனது கொடைச்சிறப்பையும் கொடுத்தலில் தவறாமையையும் கூறி, அவனை அவ்வள்ளல்பால் ஆற்றுப்படுத்தி, 11 அடிகள் கொண்ட பாடலைப் பாடியுள்ளார் மருதன் இளநாகனார் (புறம். 138)

பரிசில் பெற்று மீண்டு வரும் பாணன், விறலியரை விசாரித்தலை முற்கூறி பேகனைக் காணா முன்பு தானும் வறியனாயிருந்ததை அடுத்துக்கூறி பேகன் மயிலுக்குப் போர்வை தந்ததைக் கூறி அவனது கொடைச்சிறப்பை இறுதியிற்கூறிப் பாணனைப் பேகன்பால் ஆற்றுப் படுத்தும் முறையில் பரணர் 45 அடிகளைக் கொண்ட செய்யுளைப் பாடியுள்ளார். (புறம். 141)

ஆடுகோட்பாட்டுச் சேரலாதனுடைய வீரச்செயல்களை முற்கூறி, அவனிடம் பாடிச்செல்லும்படி இடையிற் கூறி, அவன் மனைவியர் சிறப்பையும் அவனது கொடைத் தன்மையையும் பிற்கூறிக் காக்கை பாடினியார் நச்செள்ளையார் என்ற பெண்பாற்புலவர் விறலியை ஆற்றுப்படுத்திப் பதிற்றுப்பத்தில் 15 அடிகள் கொண்ட ஒரு செய்யுளைப் (57) பாடியுள்ளார்.

'பெருஞ்சேரல் இரும்பொறையின் குன்றம் இது' என முதலில் கூறி, அவன் போர்ச் செயல்களை அடுத்துக்கூறி, அரிசில்கிழார் விறலியை ஆற்றுப்படுத்திப் பதிற்றுப்பத்தில் 14 அடிகளைக் கொண்ட பாடலைப் (78) பாடியுள்ளார்.

'இளஞ்சேரல் இரும்பொறையிடம் செல்லின், நன்கலம் தருவான்' என்று முதலிற்கூறி, அடுத்து அவனது நல்லியல்பைக் கூறி விறலியை அவ்வள்ளல்பால் ஆற்றுப்படுத்திப் பெருங்குன்றூர் கிழார் பதிற்றுப் பத்தில் 5 அடிகள் கொண்ட ஒரு செய்யுளைப் (87) பாடியுள்ளார்.

புலவர் ஆற்றுப்படை

சேரமான் கோக்கோதை மார்பனது தொண்டி நகரச்சிறப்பைக் கூறி, அவனிடம் புலவரைச் செல்லுமாறு பொய்கையார் புறநானூற்றில் 9 அடிகளைக் கொண்ட பாடலைப் (48) பாடியுள்ளார்.

ஆற்றுப்படையின் பொது அமைப்பு

இப்பாடல்களுள் ஒன்றிற் கூறியதுபோல மற்றொன்றிற் செய்திகள் முறைப்படி கூறப்படவில்லை. ஆயினும், இச்செய்யுள்களில் வள்ளலின் போர்ச்சிறப்பு, கொடைச்சிறப்பு அவன் மனைவியர் சிறப்பு. அவனது நாட்டுச் சிறப்பு, ஊர்ச்சிறப்பு, பாணன் அல்லது விறலியது வறிய நிலைமை, அவர்தம் இசைக்கருவிகள் ஆகியவை குறிக்கப்பட்டுள்ளன; சிறப்பாக ஒவ்வொரு செய்யுளிலும் வள்ளலது கொடைச்சிறப்பு விடாமற் கூறப்பட்டுள்ளது. பெரும்பான்மையான செய்யுள்களில் கொடைச்

சிறப்பும் போர்ச்சிறப்பும் கூறப்பட்டுள்ளன. 'இன்ன வள்ளலிடம் செல்' என்பது ஒவ்வொரு செய்யுளிலும் இடம் பெற்றுள்ளது. ஒவ்வொரு செய்யுளும் சிற்சில அடிகளையே கொண்டதாகலின், நாடு, ஊர் போர்கள், கொடை, பரிசில் பெற்று மீண்டவர் சிறப்பிக்கப்பெற்ற முறை முதலியன விவரமாகத் தெரிவிக்கப்படவில்லை. பல நூறு அடிகளைக் கொண்ட பத்துப்பாட்டுள் இடம் பெற்றுள்ள ஆற்றுப்படைப் பாடல் களில் இவை அனைத்தும் மிகத்தெளிவாக விளக்கப்பட்டுள்ளன. இனி அவ்வாற்றுப்படைச் செய்திகளைக் காண்போம்.

பொருநர் ஆற்றுப்படை

இந்நெடும்பாடல் இருநூற்று நாற்பத்தெட்டு அடிகளை உடையது. கரிகால் வளவனிடம் பரிசில் பெற்று மீண்டு வரும் பொருநன், விறலி முதலிவருடன் வள்ளலை நாடிச் செல்லும் வறிய பொருநனை வழியிற் சந்தித்து, அவனை விளித்தல் (அடி 1-3) யாழின் வருணனை (4-24) விறலி வருணனை (25-47) பொருநனது வறுமை, தான் சொல்லும் வள்ளலிடம் செல்லுமாறு வற்புறுத்தல் (48-63) தான் கரிகாலனைக் கண்டமை, கரிகாலன் தன்னை வரவேற்றுப் புத்தாடை அளித்தமை, தான் தேறல் அருந்தி ஓய்வுகொண்டமை, பலவகை உணவுப் பொருள் களை உண்டமை, வீடு திரும்ப விடைகேட்டமை, கரிகாலன் அன்பாற் சினம் கொண்டமை, பின்பு பரிசில் நல்கினமை (64-129) கரிகாலன் பிறப்பும் போர்ச்செயல்களும் (130-150) அவனைக்காணின் அவன் புதிய பொருநனை உடையாலும் உணவாலும் உபசரித்து வேண்டும் அணி களையும் பிறவற்றையும் நல்குவான், ஏழடி நடந்து வழியனுப்புவான் என்பது (151-177) கரிகாலன் ஆண்ட சோழ நாட்டுவளம் (மருதம், நெய்தல், முல்லை வருணனை) காவிரியின் சிறப்பு (178-248) ஆகிய அனைத்தும் இந்நெடும்பாடலிற் கூறப்பட்டுள்ளன.

சிறுபாணாற்றுப்படை

பாண்-பாட்டு; பாணர்-பாடுவோர். இவர் இசைப் பாணர், யாழ்ப் பாணர், மண்டைப்பாணர் எனப் பலராவர். இசைப்பாணர், மிடற்றுப் பாடல் வல்லவர்; யாழ் வாசித்துப் பாடுவோர் யாழ்ப்பாணர்; மண்டை என்னும் பெயர்கொண்ட உண்கலத்தை வைத்திருப்பவர் மண்டைப் பாணராவர். யாழ்ப்பாணர் சிறிய யாழை இசைத்துப்பாடுவோரும் பெரிய யாழை இசைத்துப் பாடுவோரும் என இரு வகையினராவர். முன்னவர் சிறுபாணர் என்றும், பின்னவர் பெரும்பாணர் என்றும் வழங்கப்படுவர்.

சிறுபாணனை ஆற்றுப்படுத்திய காரணத்தால் இப்பாடல் 'சிறுபாண் ஆற்றுப்படை' எனப்பெயர் பெற்றது. இஃது இருநூற்றுப்பத் தொன்பது அடிகளைக் கொண்ட நெடும்பாட்டாகும்.

இளிவேனிற்பருவம் (அடி 1-9) அப்பருவத்தில் பாலைவழி நடந்து வரும் விறலியின் வருணனை (10-33) சிறிய யாழை ஏந்திய சிறுபாணன் வறுமையால் கலங்கிய நிலைமை (34-40) சேரநாட்டுச் சிறப்பும் அதன் தலைநகரான வஞ்சியின் சிறப்பும் (41-50) பாண்டி நாட்டுச்சிறப்பும் அதன் தலைநகரான மதுரையின் சிறப்பும் (51-67) சோழ நாட்டுச் சிறப்பும் அதன் கோநகரான உறையூர்ச் சிறப்பும் (68-83) கடை ஏழு வள்ளல்கள் சிறப்பு (84-113) நல்லியக்கோடனது மாவிலங்கை நகரச் சிறப்பு, நல்லியக் கோடன் சிறப்பு (114-126) பரிசில் பெற்று மீண்ட சிறு பாணனது முன்னைய வறிய நிலை, அது நீங்க வள்ளல் தனக்குப் பொருளீந்தமை (127-143) கிடங்கிலுக்குச் செல்லும் நெறி, நெய்தல் நிலவருணனை, எயிற் பட்டினம், அங்குள்ளவர் உபசரிப்பு (144-163) எயிற்பட்டினத்திலிருந்து வேலூர் செல்லும் வழியிலுள்ள முல்லை நில வருணனை (164-177) வேலூரிலிருந்து ஆமூர் செல்லும் வழியிலுள்ள மருத நில வருணனை (178-195) கிடங்கில் நகரச் சிறப்பு (196-202) நல்லியக்கோடன் இயல்புகள், அவன் அவையில் இருத்தல் (203-220) யாழை இசைத்து அவன் சிறப்பினைப் பாட, அவன் சிறுபாணனை உபசரித்துக் கொடை வழங்குதல் (221-269) ஆகிய இவையனைத்தும் பரிசில் பெற்று மீண்ட சிறுபாணன் வறிய பாணனுக்குக் கூறியவையாகும்.

பெரும்பாணாற்றுப்படை

இந்நெடும்பாடல், ஐந்நூறு அடிகளையுடையது. இதன் கண் முதுவேனில் பேரியாழ் வருணனை, பெரும் பாணனது வறிய நிலை (1-22) பரிசில் பெற்ற பெரும்பாணனனுடைய முன்னைய வறிய நிலை நீங்கிப் பரிசில் பெற்று வருதல், இளந்திரையன் சிறப்பு (23-45) காஞ்சிக்குச் செல்லும் வழியில் உமணர் வாணிகம், வழிகள், வழிகளில் காவலர், மிளகு வாணிகம், உல்குடைப் பெருவழி காவலர், பாலையில் எயினர் வாழ்வு, எயினர் அரண்கள் முல்லை நில வருணனை, மருதநில வருணனை, மருதநிலத்தில் வலையர், பாணர் வாழ்க்கை மறையவர் உறைபதி, நீர்ப் பெயற்று பட்டினவளம் (46-351) பட்டினத்திலிருந்து காஞ்சி செல்லும் வழியில் தோப்புக்குடிகள், பேரூர்கள், வள்ளிக் கூத்தாடும் மக்கள் உள்ள சிற்றூர்கள், இவற்றுக்கப்பால் உள்ள திருவெஃகா,

அங்குள்ள அடர்ந்த சோலையும் நீர்வளமும், அப்பால் உள்ள கச்சி மூதூர் (352-392) காஞ்சி வருணனை (393-411) இளந்திரையன் வீரம், அரசியல், அவனைப் பாராட்டல், உபசரிப்பு, கொடைச் சிறப்பு (411-500) என்பன இடம் பெற்றுள்ளன.

கூத்தராற்றுப்படை (மலைபடுகடாம்)

இந்நீண்ட பாடல் ஐந்நூறெண்பத்துமூன்று அடிகளையுடையது. 'செங்கண்மா' என்பது நன்னனுக்குரிய தலைநகரம். அந்நகரம் நன்னனுடைய மலைகளுக்குத் தெற்கு நிலத்தில் உள்ளது. அந்நகரத்தையடையத்தகும் வழியை அம்மலைகளின் வழியே சென்று பரிசில் பெற்று மீண்டு செல்லும் கூத்தன், வறிய கூத்தனுக்கும் அவன் கூட்டத்தார்க்கும் கூறியுள்ளான். எனவே, அவன் கூறியதில், முதலில் அடிவாரம் நோக்கிச் செல்லும் வழி, அடிவாரப்பகுதி, மலை வழி, மலைமேல் வழி மலையில் உள்ள ஊர்கள், மலை வளம், மலைகளின் மீதுள்ள குறிஞ்சி-பாலை-முல்லை-மருதநில அமைப்புகள், சேயாறு, அதன் ஒருகரை வழியே தெற்கு நோக்கிச் சென்று தரையிலுள்ள செங்கண்மா நகரத்தை அடையும் வழி, அரண்மனைச் சிறப்பு, நன்னன் கொடைத் திறம் என்பன முறையே இப்பாடலில் அமைந்துள்ளன. இனி அவன் கூறியுள்ளன காண்க:

முதலில் கூறப்பட்டுள்ளவை வள்ளலை நாடிச் செல்லும் கூத்தர் வைத்திருந்த இசைக்கருவிகள், யாழின் வருணனை, விறலியர் வருணனை, நன்னனிடம் செல்லுமாறு கூறுதல், நன்னனது கொடைத் தன்மை கூறல், அவனது நவிரமலையில் உள்ள காரியுண்டிக் கடவுள், நன்னனது வீரம் ஆகியவற்றைக் கூறல். பின்பு அவனைக் காணச் செல்லத்தகும் வழி கூறுதல் (1-94)

அடிவாரம் நோக்கிச் செல்லும் வழியில் உள்ள நிலத்தின் தன்மையும் விளைபொருள்களும், அடிவாரத்து ஊர்கள் (95-169) மலைமீது வழி, உணவு வகை, போதற்கரிய வழி, நவிரமலை, காரியுண்டிக்கடவுள், வழித்துன்பம், குன்றின் காவலர் வழி காட்டல், பல வகை ஒலிகள் (170-348) அரிய வழி, நடுகற்கள், முல்லைநிலம், மருதநிலம், சேயாறு, அதன் ஒரு கரையைப்பற்றிச் செல்ல வேண்டுவது (349-477) தலைநகரச் சிறப்பு, அரண்மனை முற்றத்தில் உள்ள மலைபடுபொருள்கள், நன்னனைப் பாராட்டல், நன்னனது அவை, நன்னனது உபசரிப்பு, கொடை (478-583)

நான்கிலும் பொதுச் செய்திகள்

மேலே கூறப்பட்ட நான்கு ஆற்றுப்படைகளிலும் பொதுவாய் உள்ள செய்திகள் யாவை?

வள்ளலை நாடிச் செல்லும் புதிய வறிய பொருநன், பாணன், கூத்தன், உடன் சென்றவர் ஆகியோரது வறிய நிலை, அவர் கொண்டு சென்ற இசைக்கருவிகள் பற்றிய குறிப்பு, பரிசில் பெற்ற பாணன் வள்ளலைக் காணுமுன் இருந்த தனது வறிய நிலையையும் வள்ளலைக் கண்ட பின்பு பெற்ற செல்வநிலையையும் பற்றிய குறிப்பு, வள்ளலின் நல்லியல்புகள், அவனது தலைநகரத்துக்குச் செல்லத்தக்க வழி, அவனது தலைநகரச் சிறப்பு, அவன் வரவேற்பு, அவனது வீரம், உபசரிப்பு, பரிசுவழங்கல் என்பன மேலே சொல்லப்பட்ட நான்கு ஆற்றுப் படைகளிலும் பொதுப் படையாய் இடம் பெற்றுள்ளவையாகும்.

எந்த நாட்டிலும் பெரும்பாலும் 'குறிஞ்சி, பாலை, முல்லை, மருதம், நெய்தல்' ஆகிய ஐவகை நிலங்களும் இருக்கலாம். ஆயின், சோழ நாட்டில் மலையும் மலைசார்ந்த குறிஞ்சி நிலமும் இல்லை; இங்ஙனமே நன்னனது மலை நாட்டில் கடலும் கடல் சார்ந்த நெய்தல் நிலமும் இல்லை. மலைநாடே குறிஞ்சியாயினும் கூத்தராற்றுப்படை பாடிய ஆசிரியர் குறிஞ்சி நிலமாகிய மலைகளின் மீது முல்லை, பாலை மருதநிலங்கள் இருப்பதாகப் பாடியுள்ளார்; மலையில் புல்வெளியுள்ள பகுதி முல்லை; கற்களும் பாறைகளும் உள்ள பகுதி பாலை; தினை முதலியன விளையும் பகுதி குறிஞ்சி; கரும்பும் நெல்லும் பயிராகும் ஆற்றுப்பகுதி நிலம் மருதம் என மலைமீதுள்ள விளைவைக் கொண்டு நானிலங்களைப் பிரித்துக் கூறியுள்ளார்.

ஒவ்வோர் ஆற்றுப்படையிலும் கூறப்பட்டுள்ள வழி சுற்று வழியாகவே காணப்படுகிறது. அவ்வழி அக்கால மக்கள் பயணம் செய்த வழியாயிருந்திருக்கலாம்; அல்லது ஐவகை நில வருணனையை ஆற்றுப் படையிற் புகுத்திக் கூறவேண்டும் என்று எண்ணி அவற்றை உள்ளடக்கிய சுற்றுவழியாகவும் இருக்கலாம். உண்மை இப்பொழுது அறியுமாறில்லை. பொருநராற்றுப்படையில் பொருநன் எந்த ஊரையும் குறிப்பிடாமல், மருதம்-முல்லை-நெய்தல்-குறிஞ்சி நிலப்பகுதிகளை வருணித்துச் செல்வதால், அவன் கூறியுள்ள வழியை மேற்போக்காக வும் கூற இயலவில்லை. நன்னனது மலை நாடும் தலைநகரான செங்கண்மாவும் படத்தில் குறிக்கப்பட்டுள்ளன. கூத்தன் எங்கிருந்து

நடந்து சென்று எந்த மலையில் முதலில் ஏறினான் என்பது கூறச் சான்றில்லை. ஆயின், நவிரமலையிலிருந்து சேயாறு வரையும் பிறகு அங்கிருந்து செங்கம் வரையும் சென்ற வழியை ஒருவாறு துணியலாம்.

சிறுபாணன் கூறிய ஓய்மானாட்டு வழியும், பெரும்பாணன் கூறிய தொண்டை நாட்டு வழியும் ஒருவாறு அறியலாம். இவை மிக்க தொலை வுள்ள வழிகள். இவை முன்னர்ச் சொல்லியவாறு உண்மை வழிகளா அல்லது ஐவகை நில வருணனைக்காகப் புலவர் கற்பித்தவையா என்பதைத் துணியச் சான்றில்லை. ஆயின், ஒவ்வொரு வழியிலும் அவ்வழியைக் கூறிய புலவர், ஐவகை நில வருணனையை விடாமற் கூறியிருப்பதைக் காண, இவ்வழிகள் புலவர் கற்பனை வழிகள் ஆகலாம் என்று கருதுதல் தகும்.

இங்ஙனம் கருதுவது பொருத்தமாகும் என்பதற்குக் கூத்தராற்றுப் படையில் கூறப்பட்டுள்ள வழியே ஏற்ற சான்றாகும்.

பரிசில் பெற்று மீண்டு வந்த கூத்தன் மலையடிவாரத்தைத் தாண்டிச் செல்லும் வழியில்-மலைப்பகுதிக்குச் சிறிது தொலைவில் உள்ள நிலப்பகுதியில்-வறிய கூத்தனைச் சந்தித்து, நிலப்பகுதியிலே (மலையிலன்று) உள்ள நன்னனது செங்கண்மா என்னும் தலை நகரத்துக்கு ஆற்றுப்படுத்தினான் என்பதைப் பாடலே கூறுகிறது. அவன் ஆற்றுப் படுத்திய போது அவர்கள் இருந்த இடம் நிலம்; மலையன்று. நன்னனது தலை நகரமும் நிலத்திலேதான் உள்ளதே தவிர, மலையிலன்று. அந்நகரத்திற்கு மலையேறாமலே மலையோர மாகவே தெற்கு நோக்கிவரின், செங்கண்மாவை எளிதில் அடையலாம். இவ்வளவு எளிய வழி இருக்க, கூத்தன் மலை வழியைக் கூறியதாகப் புலவர் பாடியதேன்?

புலவர் அம்மலைகளை நன்கு பார்வையிட்டவர்; வழித் துன்பங்களை நுகர்ந்தவர்; மலைமீது பலவகை நிலங்களைக் கண்டு களித்தவர். நவிரமலையில் அரணும் காரியுண்டிக் கடவுள் கோயிலும் இருந்தன; வேறு மலைகளில் நடுகற்கள் இருந்தன; ஆங்காங்கு நன்னனின் மலை நாட்டுக் காலவர்கள் குடியிருந்து காவல் காத்தனர். மலை வளம் கண்ணுக்கினிய காட்சியைத் தந்தது. மலை வழியைக் கூறினால்தான் அவ்வழியில் இவையனைத்தையும் அமைத்துக் கூற இயலும். நன்னனது நாட்டில் மலைவளமே சிறந்த வளம். இவற்றைக் கூறி மலைகளைச் சிறப்பிப்பதால் நன்னன் மகிழ்வான் என்று எண்ணியவர். ஆதலால்

இந்த இடக்கான மலைவழியைப் பரிசில் பெற்ற கூத்தன் புதிய கூத்தற்குக் கூறியதாகப் புலவர் பாடினார் என்று கருதுவதே ஏற்புடையது.

திருமுருகாற்றுப்படை அமைப்பு

தொல்காப்பியர், கூத்தர், பாணர், பொருநர், விறலியர் ஆகிய நால்வரையும் பொருளுதவி புரியும் வள்ளல்பால் ஆற்றுப்படுத்துவது ஆற்றுப்படை எனக் கூறினார். இதனால் புலவரை ஆற்றுப்படுத்துதல் அவர்கட்கு முன்பும் அவர் காலத்திலும் வழக்கில் இல்லை என்பது தெளிவாகிறது. இந்நிலையில், மனிதனைத் தெய்வத்திடம் ஆற்றுப் படுத்தும் வழக்கம் அவர் காலத்தில் அறவே இல்லை என்பது தெளிவு. ஆற்றுப் படைகள் ஆற்றுப் படுத்தப்படும் பாணர், கூத்தர், பொருநர், விறலி என்னும் பெயர்களோடு சார்த்திப் பாணாற்றுப் படை, கூத்தராற்றுப் படை, பொருநராற்றுப்படை, விறலியாற்றுப்படை என வழங்கப்படும். ஆயின், திருமுருகாற்றுப்படை இம்முறையில் அமைந்த தன்று. முருகன் அருள் பெற்ற புலவர் ஒருவர் புதிய புலவர் ஒருவரை முருகன் பால் ஆற்றுப்படுத்துவதாக நக்கீரர் இதனைப் பாடியுள்ளார். ஆதலின், இது புலவர் ஆற்றுப்படை என்னும் பெயரைப் பெற்றது என்று சிலர் கூறுவர். ஆயின் இது புலவராற்றுப்படை என்னும் பெயரில் வழக்குப் பெறாமல், திருமுருகாற்றுப்படை என்றே பெருவழக்குப் பெற்றுள்ளது. மேலும், இது சங்ககாலத்திற்கு (கி.பி. 300க்கு)ப் பின்பும் அப்பர்-சம்பந்தர்க்கு (கி.பி.600க்கு) முன்பும் பாடப்பட்டிருக்கலாம் என்பது முன்பே கூறப்பட்டது. இனி இதன் அமைப்பைக் காண்போம்:

இது முந்நூற்றுப்பதினேழடிகளைக் கொண்ட நீண்ட அகவற்பா வாகும். முருகன் குறிஞ்சி நிலச் சிறப்புக் கடவுள் ஆதலால், பொதுப்பட மலைநாட்டுக்குரிய முருகன் என்பதை உணர்த்த வளம் மிகுந்த மலை ஒன்றனைச்[4] சிறப்பித்துக்கூறி, அம்மலைக்கு உரிமை பூண்ட முருகன், திருப்பரங்குன்றம், திருச்சீரலைவாய், திரு ஆவி நன்குடி, திரு ஏரகம் என்னும் நான்கு சிறப்புடைத் தலங்களில் எழுந்தருளியுள்ளான் என்று கூறி, அப்பெருமான் மேலும் குன்றுதோறாடல் கொண்டவன் என்றும் குறமகள் செய்யும் முருகவழிபாடும் கூறி, அப்பெருமானைப் புதிய பக்தன் எப்படி வழிபட வேண்டும் என்பதைச் சுட்டி, முருகன் அருள்புரியும்

4. இது 'பழமுதிர் சோலை மலை' என்னும் பெயர் கொண்டதென்றும், அழகர் மலையைக் குறிக்கிறதென்றும் தவறாகக் கொண்டவர் பலர்.

திறத்தினையும் கூறி இப்பாடல் முடிவுறுகின்றது.

பிற ஆற்றுப்படைகளிற்காணப்படும் ஆற்றுப்படுத்தப்படுவானது நிலையை விரித்தல், ஆற்றுப்படுத்துவோன் தனது பழைய நிலையை விளக்குதல், பரிசில் பெற்ற முறையைக் கூறுதல் என்பன இம் முருகாற்றுப் படையில் தெளிவாகக் கூறப்படவில்லை என்பது கவனிக்கத் தக்கது.

இதன்கண் முதற்பகுதியில் முருகன் திருவுருவச் சிறப்பு, அவன் மாலை விசேடங்கள், சூரரமகளிர் செயல்கள், முருகன் சூரனை வென்றமை, மதுரையின் சிறப்பு, திருப்பரங்குன்றத்தின் இயற்கைவளம் என்பவை கூறப்பட்டுள்ளன (அடி. 1-77) இரண்டாம் பகுதியில் முருகனது யானையின் இயல்பு, அப்பெருமானுடைய ஆறுமுகங்களின் செயல்கள், திருச்சீரலைவாயில் அவன் இருத்தல் என்பவை இடம் பெற்றுள்ளன. (அடி 78-125) மூன்றாம் பகுதியில் முருகனை வழிபடும் முனிவர் ஒழுக்கம், தேவமகளிர் இயல்புகள், திருமால் முதலியவர் பற்றிய செய்திகள் கூறப்பட்டுள்ளன (127-176) நான்காம் பகுதியில் அந்தணர் இயல்பும் அவர்கள் திருவேரகத்தில் முருகன் வழிபடும் முறைமையும் குறிக்கப்பட்டுள்ளன. (அடி. 177-189) ஐந்தாம் பகுதியில் குன்றக் குரவை, முருகனை வழிபடும் மகளிர், ஆடுமகளிர், பாடுமகளிர் இயல்புகள், அவர்தம் அணி ஆடை செயல் முதலியன இடம் பெற்றுள்ளன (அடி. 190-217) ஆறாம் பகுதியில் முருகன் எழுந்தருளியுள்ள இடங்கள், தேவராட்டி அப்பெருமானை ஆற்றுப்படுத்தும் முறை, அவனைத் துதிக்கும் முறை, அப்பெருமானிடம் சென்று அருள் பெறும் வழி, அவனுடைய தொண்டர் தம் இயல்புகள், முருகன் அருள்புரியும் முறை, பழமுதிர் சோலை வளம் ஆகியவை கூறப்பட்டுள்ளன.

இந்த முறை வைப்பு, மேலே கூறப்பட்ட பொருநர் ஆற்றுப்படை முதலியவற்றில் இல்லை.

4. ஆற்றுப்படை வழிகள்

1. திருமுருகாற்றுப்படை

முருகனது அருளைப் பெற்ற அடியவன் ஒருவன், அவ்வருள் பெற விரும்பிய மற்றொருவனை முருகனிம் ஆற்றுப்படுத்தும் முறையில் முறையே பரங்குன்றம், ஆவி நன்குடி, அலைவாய், ஏரகம் ஆகிய நான்கு இடங்களைத் தெளிவாகக் கூறியுள்ளான்; பிற இடங்களை (மலை, ஆறு முதலியவற்றைப்) பொதுப்படச்சுட்டிச் சென்றுள்ளான். இபப்ாடலைப் பாடியவர் நக்கீரர், அவரால் முதலிற் சுட்டப்பட்டது மதுரையை அடுத்துள்ள பரங்குன்றம். ஆதலால், அவரால் பாடப்பட்ட முருகனடியான் மதுரையிலிருந்து புதிய அடியவனை ஆற்றுப் படுத்தினான் என்று கொள்வது பொருத்தமாகும்.

திருமுருகாற்றுப்படையில் கூறப்பட்டுள்ள முதல் இடம் பரங்குன்றம். அது மதுரை மாவட்டத்தில் சங்ககால மதுரைக்கு அண்மையில் நேர் மேற்கில் இருந்தது; இன்றுள்ள மதுரைக்குத் தென் மேற்கில்- ஏறத்தாழ ஐந்து கல் தொலைவில்- உள்ளது.

இரண்டாவதாகக் கூறப்படும் இடம் அலைவாய். இந்த அலைவாயே புறநானூறு முதலிய நூல்களில் கூறப்படும் 'செந்தில்' என்றும், இன்றைய 'திருச்செந்தூர்' என்றும் அறிஞர் கருதுகின்றனர். இவ்விடம் திருநெல்வேலி மாவட்டத்துக் கடற்கரையில் அமைந் துள்ளது. இங்குள்ள முருகன் கோவில் பெரும்புகழ் பெற்றது.

மூன்றாவதாகக் கூறப்பட்டுள்ள இடம், ஆவி நன்குடி என்பது. இஃது இன்றுள்ள பழனி என்னுமஊராகும். இவ்வூரில் மலையடி வாரத்தில் உள்ள கோவிலே திருமுருகாற்றுப்படையில் குறிக்கப் பெற்றதாகும்.

நான்காவதாகக் கூறப்பட்டது ஏரகம் என்னும் இடமாகும். 'இது மலை நாட்டகத்தது' என்று நச்சினார்க்கினியர் கூறியுள்ளார். மலை நாடு என்பது மேற்குத் தொடர்ச்சி மலையைச் சார்ந்த நிலப்பகுதி ஆகும். ஏரகம் என்பது நாகர்கோவிலுக்கு அண்மையிலுள்ள வேள்மலை

(வேழி மலை) என்று சிலர் கூறுவர். திருமுருகாற்றுப் படையிலுள்ள ஏரகம் பற்றிய விவரங்களைக் காண, ஏரகம் என்பது, தென்கன்னட மாவட்டத்துப் புத்தூர்வட்டத்துக் கிழக்குக் கோடியில் மேற்கு மலைத்தொடரின் மேற்குப் பக்கத்தில் உள்ள 'குமார க்ஷேத்திரம்' என்னும் இடமாய் இருக்கலாம். 'முருகனுக்குரிய இடங்கள்' என்னும் பகுதியில் இது பற்றி விளக்கப்படும்.

திருமுருகாற்றுப்படையில் முருகன் கோவில் கொடுள்ளனவாகச் சிறப்பித்துக் கூறப்படும் இடஙகள் இந்த நான்கேயாகும். முருகன் அருள் பெற்ற அடியவன், அப்பொருமான் அருளைப்பெற விரும்பும் அடியவனுக்கு இந்நான்கையும் கூறிய பின்பு, 'முருகன் குன்றுதோறும்' ஆடல் புரிகின்றான். ஊர் மன்றங்களிலும் நீர்த்துறையிலும் பல்வேறு இடங்களிலும் அவன் தோன்றுவான்' என்று கூறி முடித்துள்ளான்.

இவ்விவரங்களை நோக்க, ஆற்றுப்படுத்திய அடியவன் முருகன் எங்கும் இருப்பவன் என்பதைப் புதியவனுக்கு அறிவுறுத்தி, அக்காலத்தில் சிறப்புற்றிருந்த முருகனுக்குரிய இடங்கள் நான்கை மட்டும் விளக்கமாகக் கூறி ஆற்றுப்படுத்தினான் என்று கொள்வதே பொருத்தமாகும்.

அவன் கூறிய இடங்களுள் பரங்குன்றமும் ஆவி நன் குடியும் மதுரை மாவட்டத்தில் உள்ளவை. அலைவாய் மதுரைக்குத் தென் கிழக்கில் ஏறத்தாழ நூறு கல் தொலைவில் உள்ளது. ஏரகம் மதுரைக்கு நெடுந்தொலைவு வடமேற்கில் மேற்கு மலைத்தொடர்ச்சிக்கு மேற்கில் உள்ளது.

ஆற்றுப்படுத்திய அடியவன் கூறிய முறைப்படியே புதியவன் அத்தலங்களைக் காண வேண்டுமாயின், முதலில் திருப்பரங்குன்றத்தை வழிபட்டு, பின்பு ஏறத்தாழ நூறு கல் தூரம் தெற்கே சென்று அலைவாயை அடைய வேண்டும். அங்குள்ள முருகனை வழிபட்ட பின்பு அவன் மீண்டும் மதுரை மாவட்டத்திலுள்ள பழனியை அடைய வேண்டும்; பின்பு அங்கிருந்து அப்புதியவன் தென் கன்னட மாவட்டத்திலுள்ள ஏரகத்தை அடையவேண்டும். ஆற்றுப்படுத்திய அடியவன் பரங்குன்றத்தை அடுத்து ஆவி நன்குடியைக் கூறியிருத்தல் வேண்டும். அதுவே முறையாகும். அவன் எக்காரணங்கொண்டோ அங்ஙனம் கூறாமல், இரண்டாவதாகக் குறிக்க வேண்டிய இடத்தை மூன்றாவதாகக் குறித்துவிட்டான். ஒருவேளை அவன் இந்த இடங்களை

யெல்லாம் புதியவன் சென்று காண வேண்டும் என்று நினைத்துக் கூறவில்லை போலும்! அவன், முருகன் சிறப்பாகக் கோவில் கொண்டிருந்த இடங்களைத் தெளிவாகக் கூறி, பின்ப அப்பெருமான் தோன்றும் சதுக்கம் சந்தி நீர்த்துறை முதலியவற்றையெல்லாம் கூறி, அத்தகைய பெருமானைச் சரணடைவதே உய்யும் வழி என்று எண்ணிக் கூறி யிருத்தல் வேண்டும் என்று கொள்வதே பொருத்தமாகும்.

2. பொருநர் ஆற்றுப்படை

இது கரிகாற்சோழனிடம் பரிசில் பெற்று மீண்ட பொருநன் வழியில் புதிய பொருநனைக் கண்டு அவனை அவ்வள்ளல்பால் ஆற்றுப் படுத்தியதாகப் பாடப் பட்டுள்ளது. இதனைப் பாடியவர் முடத்தாமக் கண்ணியார். இவரது நாடோ ஊரோ அறியுமாறில்லை. இப்பாடலில் கூறப்பட்டுள்ள நிலவருணனை, புதிய பொருநன் செல்லத்தகும் வழி என்பன சோழநாடு பற்றியனவாகவே உள்ளன. இவற்றை நோக்க, பரிசு பெற்ற பொருநன் புதிய பொருநனைச் சோணாட்டு எல்லையுள் ஆற்றுப்படுத்தினான் என்று கொள்வதே பொருத்தமாகும்.

பொருநராற்றுப்படை இருநூற்று நாற்பத்தெட்டு அடிகளை உடையது. இந்நெடும்பாட்டைப் பாடிய ஆசிரியர் ஒன்று முதல் 178 அடிகள் வரையில் விறலியின் வருணனை, பொருநன் கரிகாலனிடம் சென்ற போதிருந்த வறிய நிலை, கரிகாலனது உபசரிப்பு, அவனுடைய வீரம் கொடை பற்றிய செய்திகள் ஆகியவற்றைக் கூறி, 179ஆம் அடியிலிருந்து 248ஆம் அடிவரையில் (69 அடிகளில்) சோழநாட்டு வளத்தைக் கூறியுள்ளார். இவர், புதிய பாணன் எது வழியாகச் சென்று கரிகாலனை எவ்வூரில் காணவேண்டும் என்பதை இப்பாடலிற் குறிக்கவேயில்லை என்பது கவனிக்கத்தக்கது. இவர் இப்பகுதியில், காவிரியின் நீர் வளம், சோழநாட்டு மருதநிலச் சிறப்பு, சிற்றூர்களின் வளம் ஆகியவற்றையே கூறியுள்ளார். இவ்விவரங்களை நோக்க, பெரும்பாணாற்றுப்படை சிறுபாணாற்றுப்படை, கூத்தராற்றுப்படை ஆகிய மூன்றையும் பாடிய ஆசிரியர்களைப் போல இவர் புதிய பொருநனுக்கு முறைப்படி வழிகூறவில்லை என்பது தெளிவாகிறது. பிற ஆற்றுப்படைகள் புதிய பாணனையோ கூத்தனையோ ஆற்றுப் படுத்தும் முறையில், குறிப்பிட்ட ஒவ்வொரு வள்ளலையும் புகழ்வதற் காகவே பாடப்பட்டது. எனினும், அவற்றுள் ஒவ்வொன்றி லும் வழி செம்மையாகக் கூறப்பட்டுள்ளது. அத்தகைய வழி இப்பொருநராற்றுப்

படையில் கூறப்படவில்லை. கரிகாலனுடைய தலைநகரத்தின் பெயரும் சிறப்பும் குறிக்கப்படவில்லை. எனவே, புதிய பொருநன் எது வழியாகச் சென்று கரிகாலனைக் காணவேண்டும் என்று பரிசு பெற்ற பொருநன் விரும்பினான் என்பதை இப்பாடல் கொண்டு கூறக் கூடவில்லை. இவை அனைத்தையும் நோக்க, கரிகாலனது சிறப்பையும் சோழநாட்டு வளத்தையுமே கூறி, பரிசு பெற்ற பொருநன் புதிய பொருநனைக் கரிகாலனிடம் ஆற்றுப்படுத்தினான் என்று கருதத்தகும் முறையில் இப்பாடல் அமைந்துள்ளது எனலாம்.

திருமுருகாற்றுப்படையிலும் பொருநணராற்றுப்படையிலும்- சிறுபாண் ஆற்றுப்படை, பெரும்பாணாற்றுப் படை, கூத்தராற்றுப் படை என்பவை போலத் தெளிவாக வழி கூறப்படவில்லை என்பது அறியத்தக்கது. இம் முறையில் முன்னிரண்டும் ஒரு வகையின; பின்னவை மூன்றும் வேறு வகையின என்பது நினைவிற்கொள்ளத் தகும்.

3. சிறுபாணாற்றுப்படை

ஓய்மானாட்டு நல்லியக்கோடன் கிடங்கில் என்னும் தன் தலைநகரில் இருந்தான். அவனிடம் பரிசில் பெற்று மீண்ட சிறுபாணன், வேறொரு சிறுபாணனை அவனிடம் ஆற்றுப்படுத்தியதாக இடைக்கழி நாட்டு நல்லூர் நத்தத்தனார் என்ற புலவர் சிறுபாணாற்றுப் படையைப் பாடியுள்ளார்.

பரிசில் பெற்ற சிறுபாணன் புதிய பாணனை நோக்கி, ‘கடல் பரந்து எற்றிப் பொருதலாலே அலையும் நீரையடைய கரையில் வெள்ளிய மணலிடத்து நின்ற தழை, அன்னம் போலப் பூக்கும்; இளவேனிற் காலம் தொடங்குகின்ற நாளில் செருந்திமலர் தன்னைக் கண்டாரைப் பொன் என்று மருளச் செய்யும்; கழிமுள்ளி நீலமணி போலப் பூக்கும். நெடிய தாளினையுடைய புன்னை மரம் நித்திலம் போல அரும்புகளை வெளிப்படுத்தும். நீ இவற்றை நெய்தல் நிலத்து நெடுவழியிற் காணலாம். அவ்வழியில் நீலமணி போலும் (உப்பங்) கழி சூழ்ந்த ஊர்களையுடைய பட்டினம் காணலாம். அது மதிலோடே (எயிலோடே) பெயர் பெற்ற பட்டினம்.[1] (மதிற்பட்டினம் அல்லது சோப்பட்டினம் அல்லது எயிற் பட்டினம்) என்று கூறுகிறான். நச்சினார்க்கினியர் ‘எயிற்பட்டினம்’

---

1. அடி. 146–152.

என்றே உரை கூறியுள்ளார். சிறுபாணாற்றுப்படை இறுதி வெண்பா வில் நல்லியக்கோடன் 'எயிற்பட்டின நாடன்' என்று கூறப் பட்டுள்ளான்.

'எயிற்பட்டினம்' என்பது இற்றைநாள் திண்டிவனம் வட்டத்தில் உள்ள மரக்காணமாயிருக்கலாம் என்று அறிஞர் கூறுவர்.[2] மரக்காணத் திற்கு வடமேற்கில்-ஏறத்தாழ இருபதுகல் தொலைவில்-கிடங்கில் இருக்கிறது. மரக்காணத்திற்குத் தென்மேற்கில் வேலூர் உள்ளது. வேலூரிலிருந்து கிடங்கிலுக்குப்போகும் பாதையில் ஆமூர் இருப்ப தாகச் சிறுபாணன் செப்பியுள்ளான். அதற்கு அண்மையில் கிடங்கில் இருப்பதாகக் கூறி, ஆமூர் வழிச் செல்லும்படி தூண்டுகிறான்.

முதலில் எயிற்பட்டினத்தை அடையும்படி சிறுபாணன் புதிய பாணனுக்குக் கூறுகிறான்; அதனை அடையத்தகும் கடலோர வழியை யும் புலப்படுத்துகிறான். வடக்கிலிருந்தோ அல்லது தெற்கிலிருந்தோ தான் கரையோரமாக ஒருவன் எயிற்பட்டினத்தை அடைதல் கூடும். தெற்கிலிருந்து புறப்படும் ஒருவன் கிடங்கிலுக்குச் செல்ல-அல்லது வேலூருக்குச் செல்ல-வடக்கிலுள்ள எயிற் பட்டினம் செல்லத் தேவை யில்லை; அவன் நேரே வேலூருக்கோ அல்லது கிடங்கிலுக்கோ வடக்கு அல்லது வடமேற்கு நோக்கிச் செல்லலாம். இவ்விவரங்களையும், 'கடலோரமாகச் செல்லின் எயிற்பட்டினத்தை அடையலாம்' என்று சிறுபாணன் கூறுதலையும் நோக்க, நத்தத்தனார் தமது ஊராகிய (எயிற்பட்டினத்திற்கு வடக்கிலுள்ள) இடைக்கழி நாட்டு நல்லூரி லிருந்தே பரிசு பெற்ற சிறுபாணன் புதிய பாணனை ஆற்றுப் படுத்திய தாகப் பாடியிருக்கலாம் என்று கருதுதல் பொருத்தமாகும்.

'இடைக்கழி நாடு' என்பது செங்கற்பட்டு மாவட்டத்து மதுராந்தகம் வட்டத்தில் உப்பங்கழிக்கும் கடற்கரைக்கும் இடைப் பட்ட நிலப்பகுதியாகும். அஃது இப்பொழுது 'எடக்கநாடு' என்று மருவி வழங்கப்படுகிறது. அந்நாட்டின் தென்கோடியில் 'நல்லூர்' என்னும் சிற்றூர் உள்ளது. நத்தத்தனார் என்ற புலவர் அவ்வூரில் இருந்தார் என்னும் செவி வழிச்செய்தி இன்றும் அவ்வூரிலும் சுற்றுப்புற ஊர்களி லும் நிலைத்துள்ளது.

2.. Cholas. K.A.N. Sastry. 2nd ed. p.22.

அங்கிருந்து புறப்பட்ட சிறுபாணன் கடலோரமாகத் தெற்கு நோக்கி நடந்து, ஓய்மானாட்டைச் சேர்ந்த கடற்கரைப் பட்டினமான எயிற்பட்டினத்தை அடையும்படி வழி கூறப்பட்டுள்ளது. இரண்டிற்கும் இடையில் ஏறத்தாழ எட்டுக்கல் தொலைவு இருக்கலாம். எயிற் பட்டினத்திலிருந்து முல்லை நிலவழியே சென்றால், வேலூரை அடையலாம் என்பது கூறப்பட்டுள்ளது. எயிற்பட்டினத்திற்குத் தென் மேற்கில் ஏறத்தாழ 12 கல் தொலைவில் வேலூர் உள்ளது. வேலூருக்கும் ஆமூருக்கும் இடையில் மருத நிலம் உள்ளது. 'ஆமூர்' என்னும் ஊர் இன்று இல்லை. வேலூருக்கு மேற்கில் கொண்டாமூரும் வடமேற்கில் சிற்றாமூர், நல்லாமூர் என்னும் ஊர்களும் உள்ளன. இவற்றுள் நல்லாமூர் கிடங்கிலுக்குத் தெற்கில் ஆறுகல் தொலைவில் உள்ளது. மற்றவை மிகுதொலைவில் உள்ளன. ஆமூர் வரை நாட்டு வளப்பம் கூறிய புலவர், ஆமூரைப் பற்றிப் பேசிய பிறகு ஆமூர்க்கும் கிடங்கி லுக்கும் இடைப்பட்ட நிலத்தைப்பற்றி ஒன்றும் கூறாமல் கிடங்கிலைப் பற்றிப் பேசத் தொடங்கிவிட்டார். எனவே, ஆமூர் கிடங்கிலுக்கு அண்மை யில் இருந்திருத்தல் வேண்டும் என்பது தெரிகிறது. இந்நிலையில் ஒத்து வருவது இன்றுள்ள நல்லாமூரேயாகும். அது வேலூருக்கு வடமேற்கில் ஏறத்தாழ 11 கல் தொலைவில் உள்ளது.

4. பெரும்பாணாற்றுப்படை

பெரும்பாணாற்றுப்படையைப் பாடியவர் கடியலூர் உருத்திரங் கண்ணனார் என்பவர். கடியலூர் என்னுமூர் எவ்விடத்தது என்பது கூற இயலவில்லை. அவர் கூறியுள்ள பெரும்பாணன் புதிய பெரும் பாணனை எங்குச் சந்தித்தான் என்பதும் தெரியவில்லை. ஆயின், அப்பெரும்பாணன் கூறியுள்ள வழியில் வேற்றரசர் நாடு கூறப்பட வில்லை; தொண்டைநாட்டு நிலங்களும் ஊர்களுமே கூறப்பட்டுள்ளன. இவற்றைக் கூர்ந்து நோக்கின், பெரும்பாணன் தொண்டைநாட்டின் உட்பகுதியிலிருந்தே புதிய பாணனுக்குக் காஞ்சிக்குச் செல்ல வழி கூறியுள்ளான் என்பது தெளிவாகத் தெரிகிறது.

பெரும்பாணன் புதிய பாணனுக்கு மூன்று இடங்களைத் தெளிவாகக் கூறியுள்ளான். அவை முறையே 'நீர்ப் பெயற்று' என்னும் இடத்தின் எல்லையில் அமைந்த துறைமுகநகரம், காஞ்சிக்கு முன்னுள்ள பள்ளிகொண்ட பெருமாள் கோவில் (திருவெஃகா) காஞ்சி மாநகரம் என்பனவாகும். பெரும்பாணன் முதலில் துறைமுக நகரத்தை அடைய அவனுக்கு வழி கூறியுள்ளான்; பின்பு அங்கிருந்து காஞ்சிக்குச் செல்ல

ஆற்றுப்படை வழிகள்

வழி கூறியுள்ளான். இதனால் அப்புதியவன் எளிதில் காஞ்சிக்குச் செல்லும் வழியையே பெரும்பாணன் கூறியுள்ளான் என்று கருதுதல் தகும். அவன் முதலில் கடற்கரை நகரை அடையும்படி கூறியுள்ளதை நோக்க, அவன் வழி கூறிய இடத்திலிருந்து அக்கடற்கரை நகரை அடைவதே எளிதெனக் கருதியிருத்தல் வேண்டும். அவன் கடற்கரைக்குச் சேய்மையிலிருந்து வழி கூறியிருப்பின், கடற்கரை நகரை முதலில் அடையும்படி கூறியிரான்; மிகுதியாக நடக்கும்படி செய்திரான். எனவே, பெரும்பாணன் கடற்கரைக்கு அண்மையிலிருந்தே புதிய பாணற்கு வழி கூறியிருத்தல் வேண்டும் எனக் கொள்வது பொருத்தமாகும்.

துறைமுக நகரத்திற்குப் போகும் வழி:

பெரும்பாணன் புதிய பெரும்பாணனைச் சந்தித்த இடத்திலிருந்து கூறியுள்ள வழி இது என்பதை நினைவிற்கொண்டு, கீழ் வரும் செய்தி களைக் கவனித்தல் வேண்டும்.

1. உமணர் உப்பு வண்டிகளையும் தனி மாடுகளையும் ஓட்டிச் செல்லும் நெடிய வழிகள் வழியிற்காணப்படும். அவ்வழிகளில் வணிகர் கழுதைகளின் மீது மிளகுப்பொதிகளை ஏற்றிச் சென்று வாணிகம் செய்வர். அவ்வழிகளில் சுங்கச்சாவடிகள் உண்டு; நாடு காவல் செய்யும் விற்படை வீரர் ஊர்கள் உண்டு. அவ்வழிகளிற் காடுகளும் உண்டு.

2. காடுகளைத் தாண்டியதும் பாலை நிலம் காணப்படும். அங்கு எயினர் ஈத்திலைக் குடிசைகளில் வாழ்வர். இப்பாலை நிலத்தைக் கடந்த வுடன் எயினர் அரண்கள் இருக்கும்.

3. அரண்களுக்கு அப்பால் முல்லை நில மக்களாகிய இடையர் குடியிருப்புகள் காணப்படும்.

4. முல்லை நிலம் தாண்டிய பின்பு வயலும் வயல் சார்ந்த இடமுமாகிய மருத நிலம் காணப்படும்.

5. மருத நிலத்தில் குளங்களும் ஏரிகளும் உண்டு. தருப்பைப் புல் வேய்ந்த குடிசைகளில் வாழும் வலையர், நீர் நிலைகளில் வலை வீசி மீன் பிடிப்பர். மருதநிலத்தில் உள்ள குளங்களிலும் ஏரிகளிலும் மண மிக்க மலர்கள் மலர்ந்திருக்கும். அங்குள்ளோர் அவற்றைப் பறிப்பர்.

6. அம்மருதநிலப் பகுதியில் செல்லின், மறையவர் உறைபதி (பிற்கால அகரம் அல்லது பிரமதேயம், அல்லது சதுர்வேதிமங்கலம்) ஒன்றை அடையலாம். அங்கு வேதமோதி வேள்வி செய்யும் வேதியர்

வாழ்வர்.

7. அடுத்து, மகளிர் நீராடும் துறை காணப்படும். அத்துறையில் மகளிர் நெகிழவிட்ட மணிகள் பதித்த நகையைச் சிச்சிலிப்பறவை எடுத்துச் சென்று மறையவர் வேள்விச் சாலையில் நட்டுவைத்த தூண் மீது அமரும். அம்மறையவர் வாழும் இடம் 'நீர்ப்பெயற்று' என்பது. அதன் எல்லையில் துறைமுகம் அமைந்துள்ளது.

8. அங்கு மேற்றிசையிலிருந்து வெண்ணிறக் குதிரைகளையும் வடதிசையிலிருந்து பல பொருள்களையும் கொண்டுவரும் கப்பல்கள் சூழ்ந்து கிடக்கும் கடற்பக்கம் உண்டு. அங்குப் பண்டசாலைகளையும் பரதவர் மாடங்களையும் செல்வர் வளமனைகளையுமுடைய பட்டினம் உண்டு. கலங்கரை விளக்கமும் அங்கு உண்டு.

துறைமுக நகரத்திலிருந்து காஞ்சிக்கு வழி

1. துறைமுகப்பட்டினத்திலிருந்து காஞ்சி நோக்கிச் செல்லும் வழியில் தென்னந்தோப்புகள் மிகுதியாயுண்டு. அத்தோப்புகளில் மக்கள் குடியிருப்புகள் இருக்கும். அங்குப் பலாப்பழமும், வாழைப் பழமும், இளநீரும், நுங்கும் கிடைக்கும்.

2. அவற்றுக்கப்பால் உள்ள வழியில் விண் வருடும் மாடங்களை யுடைய ஊர்கள் காணப்படும்.

3. பின்பு வள்ளிக் கூத்தாடும் புறநாடுகள் பல இருக்கும்.

4. இவை அனைத்தையும் கடந்த பின்பு, பெருமாள் பள்ளி கொண்டுள்ள இடம் காணப்படும். அங்கு வெயில் நுழையாத இளமரக்கா உண்டு; மணல் உண்டு; நீர் நிறைந்த குழிகள், பொழில்கள் முதலியன உண்டு; அங்குப் பொழுது போக்கச் செல்பவர் குப்பிக்கள்ளைப் பருகி அழகிய மகளிரோடு பகற்பொழுது விளையாடிப் பெரிய நீர்த்துறையில் நீராடுவர்.

5. பின்பு சோலைகளும் காவற்காடும் சூழ்ந்த காஞ்சி மாநகர மதில் காணப்படும். அம்மதில் செங்கல் மதிலாகும். அம்மதிலுள் காஞ்சி மூதூர் அமைந்திருக்கும்.

5. கூத்தராற்றுப்படை

(மலைபடுகடாம்)

சங்ககால நன்னனது மலைநாடு இன்றுள்ள வடவார்க்காட்டு மாவட்டத்தில் வடக்குத் தெற்காகப் பரவியுள்ள சவ்வாது மலைகளும் அவற்றைச் சூழவுள்ள நிலப்பகுதியுமாகும். அம்மலைகளின் அடிவாரப் பகுதியில் இருந்த குறுங்காட்டில் வறிய கூத்தனும் அவனைச் சேர்ந்த விறலி முதலியோரும் தங்கியிருந்தனர். அப்பொழுது நன்னனிடம் பரிசில் பெற்று மலைகளில் வழி நடந்து அடிவாரத்தை அடைந்து, குறுங் காட்டு வழியே திரும்பி வந்துகொண்டிருந்த கூத்தர் தலைவன், வறிய கூத்தரைக் குறுங்காட்டில் சந்தித்தான்; அவர்களை நன்னன்பால் ஆற்றுப்படுத்த விரும்பி, அக்குறுங்காட்டிலிருந்து நன்னனது செங்கண்மா நகருக்குச் செல்லும் மலை வழியைக் கூறினான்.

பரிசில் பெற்ற பாணன் முதலில் குறுங்காட்டிலிருந்து மலையடி வாரம் நோக்கிச் செல்லும் வழியைக் கூறி, அங்குப் பயிராவனவற்றை விரித்துக் கூறினான்; மலை ஏறிச் செல்கையில் சில ஊர்களில் கிடைக்கும் உணவு வகைகளைக் கூறினான். மலை வழிகளில் தினைப்புனத்தை அழிக்கும் பன்றிகளைப் பிடிக்கக் கற்பொறிகள் வைக்கப்பட்டிருத்தல் வழக்கமாதலால் பகலில் மட்டும் பயணம் செய்யும்படி வற்புறுத்தினான்; பலரும் போகாத வழியிலுள்ள துன்பங்களை எடுத்துக் கூறினான்; வழியில் நவிர மலை, அங்குள்ள காரியுண்டிக் கடவுள் கோவில், நவிர மலையில் இருந்த கோட்டை தூசிப்படை ஆகியவை பற்றி அறிவித்தான்; காட்டில் கானவன் அம்பு பட்ட பன்றி இறத்தல், மலைப் பாம்புகள் இருத்தல் பற்றிக் கூறிக் குறவரும் மருளும் குன்றம், அதன் உச்சியில் காவல் புரியும் கானவர், அம்மலைப்பக்கத்தில் உண்டாகும் பல வகை ஓசைகள் ஆகியவற்றை விளக்கமாகக் கூறினான்.

நன்னனது பெரிய மலையைத் தாண்டிய பிறகு ஆங்காங்கு இருந்த அரண்கள், அங்கிருந்த சிறு வழிகள், அவற்றைக் கடக்கும் முறை, வழி காட்டியின் உதவி பெற்றுப் போதல், பெரிய காடுகள், வழியில் நடுகற்கள், யாழ் வாசித்து நடுகற்களை வணங்குதல் பற்றி அறிவுறுத் தினான்; நன்னனோடு மாறுபட்ட மக்கள் வாழும் ஊர்கள் ஆயினும், அவர்கள் புதியவரை உபசரித்தல், காட்டில் கோவலர் உபசரிப்பு, மேலும் வழி நடப்பின் நாடு காக்கும் வேடர் உபசரிப்பு, மேலும் வழியில் முல்லை நில ஊர்கள், வலையர் உபசரிப்பு, மருதநில ஊர்கள், சேயாறு எதிர்ப்படல், அதன் கரை வழியே செல்லின் நன்னன் தலைநகராகிய

செங்கண்மாவை அடைதல் ஆகியவை பற்றிக் கூறினான்.

பெரும்பாணன் கூறிய வழி

காஞ்சியைத் தலைநகராய்க் கொண்டு தொண்டை நாட்டை ஆண்டு வந்த தொண்டைமான் திரையனிடம் பரிசில் பெற்று மீண்டு வந்து கொண்டிருந்த பெரும்பாணன் ஒருவன், வறிய பெரும்பாணன் ஒருவனை வழியிற்கண்டு, தான் கண்ட அவ்விடத்திலிருந்து அப்புதிய வனைக் காஞ்சிக்குச் சென்று பரிசில் பெறுமாறு ஆற்றுப் படுத்தல் பெரும்பாணாற்றுப்படையின் நோக்கமாகும்.

தொண்டைநாடு என்பது ஏறத்தாழ இன்றுள்ள செங்கற்பட்டு, வடவார்க்காடு நெல்லூர் மாவட்டத்தின் தென்பகுதி. தென்னார்க் காட்டு மாவட்டத்தில் ஓய்மானாடு நீங்கலாகத் திண்டிவன வட்டத் தின் மேற்குப்பகுதி, விழுப்புர வட்டம் ஆகியவற்றைத் தன்னகத்தே கொண்ட நிலப்பகுதியாகும்.

பெரும்பாணாற்றுப்படையைப் பாடியவர் கடியலூர் உருத்திரங் கண்ணனார் என்பவர். கடியலூர் என்பது எவ்விடத்து என்பது அறிய இயலவில்லை. அவர் கூறியுள்ள பெரும்பாணன் புதிய பெரும்பாணனை எங்குச் சந்தித்தான் என்பதும் தெரியவில்லை. ஆயின், அப்பெரும் பாணன் கூறியுள்ள வழியில் வேற்றரசர் நாடு கூறப்படவில்லை; தொண்டை நாட்டு நிலங்களும் ஊர்களுமே கூறப்பட்டுள்ளன. அவற்றைக் கூர்ந்து நோக்கின், பெரும்பாணன் தொண்டை நாட்டினுள்ளிருந்தே புதிய பாணனுக்குக் காஞ்சிக்குச் செல்லவழி கூறியுள்ளான் என்பது தெளிவாகத் தெரிகிறது.

பெரும்பாணன் புதிய பாணனுக்கு மூன்று இடங்களைத் தெளிவாகக் கூறியுள்ளான். அவை முறையே, நீர்ப்பெயற்று என்னும் இடத்தின் எல்லையில் அமைந்த துறைமுக நகரம். காஞ்சிக்கு முன்னுள்ள பள்ளி கொண்ட பெருமாள் கோவில் (திருவெஃகா) காஞ்சி மாநகரம் என்பனவாகும். அவன் முதலில் துறைமுக நகரத்தை அடைய வழி கூறியுள்ளான்; பின்பு அங்கிருந்து காஞ்சிக்குச் செல்ல வழி கூறி யுள்ளான். இதனால் அப்புதியவன் எளிதில் காஞ்சிக்குச் செல்லும் வழியையே பெரும்பாணன் கூறியுள்ளான் என்று கருதுதல் தகும். அவன் முதலில் கடற்கரை நகரை அடையும்படி கூறியுள்ளதை நோக்க, அவன் வழி கூறிய இடத்திலிருந்து அக்கடற்கரை நகரை அடைவதே எளிதெனக் கருதியிருத்தல் வேண்டும். அவன் கடற்கரைக்குச் சேய்மையிலிருந்து வழி

கூறியிருப்பின், கடற்கரை நகரை முதலில் அடையும்படி கூறியிரான்; மிகுதியாக நடக்கும்படி செய்திரான். எனவே, பெரும்பாணன் கடற்கரைக்கு அண்மையிலிருந்தே புதிய பாணற்கு வழி கூறியிருத்தல் வேண்டும் எனக் கொள்வது பொருத்தமாகும்.

துறைமுக நகரத்திற்குப் போகும் வழி

பெரும்பாணன் புதிய பெரும்பாணனைச் சந்தித்த இடத்திலிருந்து கூறியுள்ள வழி இது என்பதை நினைவிற் கொண்டு, கீழ் வரும் செய்தி களைக் கவனித்தல் வேண்டும்.

1. 'உமணர் உப்பு வண்டிகளையும் தனி மாடுகளையும் ஓட்டிச் செல்லும் நெடிய வழிகள் வழியிற்காணப்படும். அவ்வழிகளில் வணிகர் கழுதைகளின் மீது மிளகுப் பொதிகளை ஏற்றிச் சென்று வாணிகம் செய்வர். அவ்வழிகளில் சுங்கச் சாவடிகள் உண்டு; நாடு காவல் செய்யும் விற்படை வீரர் ஊர்கள் உண்டு. அவ்வழிகளிற் காடுகளும் உண்டு.

2. 'காடுகளைத் தாண்டியதும் பாலை நிலம் காணப்படும். அங்கு ஈத்திலைக் குடிசைகளில் வாழும் எயிற்றியர், மான்தோலில் படுத்திருப்பர்; புல்லரிசியை நிலவுரலிற் குற்றி, உவர் நீரில் சமைப்பர்; உப்புக் கண்டம் உண்பர். எயினர் தூறுகளில் வேட்டையாடிப் பன்றி, முயல் முதலியவற்றைப் பிடிப்பர்.

'இப்பாலை நிலத்தைக் கடந்தவுடன எயினர் அரண்கள் இருக்கும். அங்குச் சிவந்த நெற்சோறும் உடும்பின் பொரியலும் உண்ணக் கிடைக்கும்.

3. 'அரண்களுக்கு அப்பால் இடையர் குடியிருப்பு உள்ள முல்லை நிலம் காணப்படும். அங்கு வாழும் இடையர் ஆட்டுக்கிடாயின் தோலைப் பாயலாகக் கொள்வர்; மோர், பால் முதலியவற்றை விற்றுப் பண்டங்களை வாங்கி உண்பர்; தினைச்சோறும், வரகுச் சோறும், பாலும் அவரைப் பருப்புக் கூட்டும் உண்பர்; வரகு வைக்கோலால் அமைந்த கூரை வீடுகளில் வாழ்வர்.

4. முல்லை நிலத்தைக் கடந்த பின்பு வயலும் வயல் சார்ந்த இடமுமாகிய மருதநிலம் காணப்படும். அங்கு நெற்சோறும் பெட்டைக் கோழிப் பொரியலும் கருப்பஞ்சாறும் கருப்புக் கட்டியும் உண்ணக் கிடைக்கும்.

5. மருதநிலத்தில் குளங்கும் ஏரிகளும் உண்டு. தருப்பைப்புறக்குடிசைகளில் வாழும் வலையர் நீர்நிலைகளில் வலைவீசி மீன்பிடிப்பர்; அவற்றை விற்று வாழ்வர். அங்குச் சுட்ட மீன் இறைச்சியும் அரிசிக் கூழால் ஆக்கிய கள்ளும் உணவாகக் கிடைக்கும்.

'மருதநிலத்தில் உள்ள குளங்களிலும் ஏரிகளிலும் மணமிக்க மலர்கள் மலர்ந்திருக்கும். அங்குள்ளோர் அவற்றைப் பறிப்பர். நீயும் உன்னைச் சேர்ந்தவரும் அப்பூக்களைச் சூடலாம்.

6. 'அம்மருத நிலப் பகுதியில் செல்லின், மறையவர்உறைபதி (பிற்கால அகரம் அல்லது பிரமதேயம் அல்லது சதுர்வேதி மங்கலம்) ஒன்றை அடையலாம். அங்கு வேத மோதி வேள்வி செய்யும் வேதியர் வாழ்வர்.

7. அடுத்து மகளிர் நீராடும் துறை காணப்படும். அத்துறையில் மகளிர் நெகிழவிட்ட மணிகள் பதித்த நகையைச் சிச்சிலிப் பறவை எடுத்துச் சென்று மறையவர் வேள்விச் சாலையில் நட்டுவைத்த தூணின் மீது அமரும்; அம்மறையவர் வாழுமிடம் நீர்ப்பெயர்த்து (நீர்ப்பேர்) என்பது அதன் எல்லையில் துறைமுகம் அமைத்துள்ளது.

8. அங்கு மேற்றிசையிலிருந்து வெண்ணிறக் குதிரைகளையும் வடதிசையிலிருந்து பல பொருள்களையும் கொண்டு வரும் கப்பல்கள் சூழ்ந்து கிடக்கும் கடற்பக்கம் உண்டு. அங்குப் பண்டசாலைகளையும் பரதவர் மாடங்களையும் செல்வர் வளைமனைகளையுமுடைய பட்டினம் உண்டு. கலங்கரை விளக்கமும் அங்கு உண்டு. அப்பட்டினம் பிற்படக் காஞ்சியை நோக்கிச் செல்வீர்.

துறைமுக நகரத்திலிருந்து காஞ்சிக்கு வழி:

1. 'துறைமுகப்பட்டினத்திலிருந்து காஞ்சி நோக்கிச் செல்லும் வழியில் தென்னந்தோப்புகள் மிகுதியாயுண்டு. அத்தோப்புகளில் மக்கள் குடியிருப்புகள் இருக்கும். அங்குப் பலாப்பழமும், வாழைப்பழமும், இளநீரும், நுங்கும் கிடைக்கும்.

2. "அவற்றுக்கப்பால் உள்ள வழியில் விண் வருடும் மாடங்களை யுடைய ஊர்கள் காணப்படும்.

3. பின்பு வள்ளிக்கூத்தாடும் புறநாடுகள் பல இருக்கும்.

4. "இவை அனைத்தையும் கடந்த பின்பு, பெருமாள் பள்ளி கொண்டுள்ள இடம் காணப்படும். அங்கு வெயில் நுழையாத இளமரக்கா உண்டு; மணல் உண்டு; நீர் நிறைந்த குழிகள், பொழில்கள் முதலியன உண்டு. அங்குப் பொழுது போக்கச் செல்பவர் குப்பிக் கள்ளைப் பருகி, அழகிய மகளிரோடு பகற்பொழுது விளையாடிப் பெரிய நீர்த்துறையில் நீராடுபவர். நீங்கள் அங்கு இளைப்பாறுங்கள், பெருமாளை வாழ்த்தி யாழை வாசித்துச் செல்லுங்கள்.

5. 'பின்பு சோலைகளும் காவற்காடும் சூழ்ந்த காஞ்சி மாநகர மதில் காணப்படும். அம்மதில் செங்கல் மதிலாகும். அம்மதிலுக்குள் காஞ்சி மூதூர் அமைந்திருக்கும்.

துறைமுக நகரம் எது?

பெரும்பாணன் கூறியுள்ள இவ்வழிகளில் இரண்டாம் வழி கடற்கரைப்பட்டினத்திற்கும் காஞ்சிக்கும் இடைப் பட்டதாதலின், நாம் ஆராயத்தேவை இல்லை. முதல் வழி எங்கிருந்து தொடங்கி யிருத்தல் கூடும் என்பதைக் கண்டறிதல் பயன் தரும் அதனைக் கண்டறியும் முன்பு, பெரும்பாணன் குறிப்பிட்டுள்ள 'நீர்ப்பெயற்று' என்ற இடம் யாதெனக் காண்பது நலம். அதன் எல்லையில் துறைமுகம் இருந்ததென்றும் இறக்குமதி நிகழ்ந்த தென்றும் அங்கு வளம் மிகுந்த பட்டினம் இருந்ததென்றும் பெரும்பாணனே கூறியுள்ளான்.

ஓய்மானாட்டுக்கு வடக்கேயிருந்த தொண்டை நாட்டில் மாமல்ல புரமே பல்லவர் காலத்தில் சிறந்த துறைமுகப் பட்டினமாயிருந்தது. கி.பி. 7ஆம் நூற்றாண்டில் நரசிம்மவர்மன் இலங்கையரசனான மானவன்மனுக்கு உதவியாக இருமுறை கப்பற்படையை மாமல்ல புரத்திலிருந்தே இலங்கைக்கு அனுப்பினான்[3] அதே நூற்றாண்டின் முற்பாதியில் யுவான்சுவாங் என்ற சீன வழிப் போக்கன் இந்த மாமல்லபுரம் சிறந்த துறைமுகநகரம் என்று பாராட்டியுள்ளான்.[4] கி.பி. 8ஆம் நூற்றாண்டில் வாழ்ந்த திருமங்கையாழ்வார் மாமல்லபுரம் சிறந்த துறைமுக நகரம் என்பதைக் கீழ் வரும் பாடலில் தெளிவாகக் குறித்துள்ளார்.

---

3 Pallavas of Kanchi. R. Gopalan, p.99

4. Ibid. p. 99

புலங்கொள்நிதிக் குவையோடு
புழைக்கைம்மாக்களிற்றினமும்
நலங்கொள்நவ மணிக்குவையும்
சுமந்தெங்கும்நான்றொ சிந்து
கலங்களியங் கும்மல்லைக்
கடன்மல்லைத் தலசயனம்
வலங்கொள் மனத் தாரவரை
வலங்கொளென் மடநெஞ்சே."[5]

இவற்றை நோக்கத் தொண்டை நாட்டில் மாமல்லபுரமே சிறந்த துறைமுக நகராய் இருந்தது என்பது தெளிவாகும். ஆயின், 'இம்மாமல்லபுரமே தொண்டைமான் திரையன் காலத்திலும் துறைமுக நகரமாய் இருந்ததா?' என்பது ஆய்வுக்குரியது.

'நீர்ப்பெயற்று என்பதன் எல்லையில் துறைமுகப் பட்டினம் இருந்தது' என்று பெரும்பாணாற்றுப் படை பேசுகிறது. 'நீர்ப்பெயற்று' என்பது யாது? 'பெயற்று' என்பது பெயல்+று என்னும் இரண்டால் ஆனது; பெய்தலையுடையது' என்பது இதற்குப் பொருளாகும். 'நீர்ப் பெயற்று'[6] என்பது நீரினது பெய்தலையுடையது' எனப் பொருள்படும். இது கடற்கரைப் பகுதி என்று பெரும்பாணாற்றுப்படை கூறுகிறது. எனவே, பாடலில் குறிக்கப்பட்ட நீர் கடல் நீராய் இருத்தல் வேண்டும். கடல் நீர் கழி வழியே நிலத்துட் சென்று எப்பொழுதும் கடல் நிரைப் பெய்து கொண்டிருப்பதால், 'நீரினது பெய்தலையுடையது' என்னும் பொருளில் இந்நிலப்பகுதி 'நீர்ப்பெயற்று' என்று புலவரால் குறிக்கப் பட்டது போலும்!

'நீர்ப்பெயற்று' என்பது 'கடல் நீர் உட்பெய்தலைக்கொண்டதாகிய நிலம்' எனப்பொருள் படலாம்; அஃதாவது, உப்பங்கழியையுடைய நிலப் பகுதியாகும். அந்நிலப் பகுதியான எல்லையில் (கடலோரத்தில்) துறை முகமும் பட்டினமும் இருந்தன என்பதே இங்குக் கொள்ளத் தகும்

---

5. பெரிய திருமொழி, 2:6:6.

6. 'மதுராந்தகம் வட்டத்தின் தென் பகுதியில் நீர்ப்பேர் என்று உள்ள சிற்றூரே நீர்ப்பெயற்றாகலாம்' என டாக்டர் உ.வே.சாமிநாதையர் அவர்கள் கூறி யுள்ளார். (பத்துப்பாட்டு, மூன்றாம் பதிப்பு, பக்.241)
அது கடற்கரைக்கு மேற்கே ஏறத்தாழப் பதினொருகல் தொலைவில் உள்ள சிற்றூராதல் இங்கு அறியத்தகும். (ப.பா.ஆ.)

பொருளாகும்[7] இத்தகைய இடம் யாது?

மாமல்லபுரத்திற்கு இரண்டுகல் தெற்கே கடல் நீர் நிலத்துள் நுழைந்து மாமல்லபுரத்திற்குத் தென்மேற்கில் அரைக்கல் தொலைவு வரை பரவியுள்ளது; மாமல்லபுரத்திற்கு மேற்கில் தொடங்கி வடக்கே மூன்று கல்தொலைவில் உள்ள சாளுவன் குப்பம் வரையில் மணல் வெளி பரவியுள்ளது. இங்ஙனம் மாமல்லபுரத்திற்கு வடக்கிலும் தெற்கிலும் உள்ள மணல் வெளியை ஊடுருவிக் கொண்டே இன்றைய பக்கிங்காம் கால்வாய் செல்கிறது. இம்மணல் வெளிகள் பண்டைக் காலத்தில் கடல் நீரைப் பெற்றிருந்தமையாற்றான் இன்று மணல் வெளிகளாயுள்ளன. எனவே, சங்ககாலத்தில் கடல் நீர்ப் பெய்தலை யுடைய நிலமாக இப்பகுதியிருந்திருத்தல் வேண்டும் என்பது தெளிவு. ஊரார் இப்பகுதியை இன்று 'கழிவெளி' என்கின்றனர். இத்தகைய பகுதியின் எல்லையில் துறைமுகமும் பட்டினமும் இருந்தன என்று பெரும் பாணன் கூறியுள்ளான். ஆகவே, அவன் குறித்தவை பிற்கால மாமல்ல புரம் இருந்த பகுதியாகும்.

இங்ஙனமாயின், 'நீர்ப்பெயற்று' நிலத்தையடைய உப்பங்கழியைத் தாண்டுதல் வேண்டும். அக்கழிக்கு முன்னரே மறையவர் உறைபதி இருந்திருத்தல் வேண்டும். கி.பி. ஏழாம் நூற்றாண்டின் இடைப் பகுதி யில் (கி.பி. 630-660) வாழ்ந்த முதலாம் நரசிம்மவர்மன் இரண்டாம் புலிகேசியை வென்றமையால், தன்னை 'மகாமல்லன்' (மாமல்லன்) என்று வழங்கிக்கொண்டான். அவன் தனது நாட்டுப் பெரிய துறைமுக நகரத் தைத் திருத்தியமைத்து அதற்கு 'மகாமல்லபுரம்' எனப் பெயரிட்டான். அதுவே நாளடைவில் 'மாமல்லபுரம்' என்றும், மல்லபுரம்' என்றும், மாமல்லை' என்றும் 'மல்லை' என்றும் மருவி வழங்கலாயிற்று. இங்ஙனம் நரசிம்மவர்மன் 'மகாமல்லபுரம்' என்று பெயரிடுமுன்பு, அத்துறைமுக நகரம் எப்பெயர் பெற்றிருந்தது என்பதை இங்குள்ள சான்றுகளைக் கொண்டு அறிய இயலவில்லை. பெரும்பாணன் துறைமுகப் பகுதியைக்கூறி, அதனை அடுத்திருந்த பகுதியைப் 'பட்டினம்' என்று குறிப்பிட்டிருத் தலைக் காண, பிற்கால மாமல்லபுரம் இருந்த பகுதி சங்க காலத்தில் 'பட்டினம்' என வழங்கப்பட்டது என்று கருதுவதே பொருத்தமாகும்.

---

7. 'நீர்ப்பெயற்று' என்பதை 'நீர்ப்பெயர்த்து' எனத் தவறாகக் கொண்டு 'நீர்ப் பெயரையுடைய நகரம்' என்று கூறினோரும் உண்டு. Vide History of the Tamil. P.T. Srinivasa Ayyangar, p.389.

பெரும்பாணன், முதலிற் கடற்கரையில் உள்ள பட்டினம் செல்ல வழி கூறியுள்ளான். நிலப்படத்தை (செங்கற்பட்டு மாவட்டப் படத்தை)க் கவனித்துப் பார்த்துச் சில உண்மைகளை இங்கு அறிதல் வேண்டும். பட்டினத்திலிருந்து வடமேற்கில் ஏறத்தாழ 35 கல் தொலை வில் காஞ்சியுள்ளது. பெரும்பாணன் புதிய பாணனை மிகவும் உள் நாட்டில் சந்தித்திருப்பின், அங்கிருந்து கிழக்குத் திசையில் (கடற்கரைப்) பட்டினத்திற்குச் சென்று, அங்கிருந்து வடமேற்கில் உள்ள காஞ்சிக்குச் செல்லும் படி நெடுந்தொலைவு வழியைக் கூறியிரான்;

சந்தித்த இடத்திலிருந்தே வடமேற்கிலோ, தென்மேற்கிலோ உள்ள காஞ்சிக்குப் போகும்படி வழி கூறியிருப்பான். அவன் அங்ஙனம் கூறாமை, தான் புதிய பாணனைச் சந்தித்து வழி கூறத் தொடங்கிய இடம், கடற்கரைக்கு அண்மையில் இருந்திருத்தல் கூடும் என்பதை உணர்த்துகிறது. மேலும், அக்காலத்தில் அஃது செம்மையான பாதை யாயும் இருந்திருக்கலாம். கடற்கரைக்குச் சிறிது உள் தள்ளிய வழியாகப் பட்டினத்திற்கு வடமேற்கிலிருந்தும் தென் மேற்கிலிருந்தும் அப் பட்டினத்தை நோக்கி வரலாம். இந்த இரண்டுள் ஒன்றையே பெரும் பாணன் கூறியிருத்தல் வேண்டும். அவன் பட்டினத்திற்குச் செல்லும் வழி பற்றிக்கூறிய விவரங்களை ஆராயின், அவன் கூறியது எந்த வழி என்பது புலப்படும். அவை முன்பே கூறப்பட்டுள்ளன.

பெரும்பாணன், முதலில் உமணர் உப்பு வண்டிகளையும் தனி மாடுகளையும் ஓட்டிச் சென்ற நெடியவழிகளைக் கூறியுள்ளான்; அவ் வழிகளில் கழுதைகளின் மீது மிளகுப் பொதிகளை ஏற்றி வாணிகம் செய்யும் வணிகரையும், அவ்வழிகளில் இருந்த சுங்கச் சாவடிகளையும் கூறியுள்ளான்; அடுத்து நாடு காவல் செய்யும் விற்படைவீரர் ஊர்களை யும் காடுகளையும் குறித்துள்ளான்.

அவன் கூறிய இடத்திலிருந்து பட்டினம் நோக்கிச் செல்லும் வழி (கூரந்து படித்துப் பார்ப்பின்) நெய்தல்-பாலை-முல்லை-மருதம், மீண்டும் நெய்தல் என்னும் முறையில் அமைந்துள்ளதைக் காணலாம். அம் முறையிற் செல்லின், முதல் உமணர் உப்பு வண்டிகள் செல்லும் நெடிய வழிகளைக் காணலாம். உமணருடைய உப்பு வண்டிகள் உப்பளங்களி லிருந்தே உப்பை ஏற்றிக்கொண்டு செல்லும். எனவே, பெரும்பாணன் பயணம் தொங்கும் இடத்திற்கு அருகில் பெரும்பாலும் உப்பளங்கள் இருந்திருக்கலாம். அங்கிருந்து உப்புவணிகர் உப்பை வண்டிகளில் ஏற்றி உள்நாடு நோக்கிச் செல்லுதல் வழக்கம். 'உல் கு' என்பது 'சுங்கம்' எனப்

பொருள்படும். அது கடல் வழியே இறக்குமதியாகும் பொருள்களுக்கு விதிக்கப்பட்ட வரியாகும். இவ்வரியை வாங்கும் ஆயத்துறைகள் கடற் கரையை அடுத்தே இருத்தல் வழக்கம் என்பதை அறியப் பெரும்பாணன் கடற்கரைக்கு அணித்தான வழியையே கூறினான் என்பதே பொருத்த மாகும்.

அத்தகைய உப்பளங்கள் மேற்கூறப்பட்ட பட்டினத்திற்கு வடக்கில் கடற்கரைப் பகுதியில் கோவளம், கேளம்பாக்கம் பகுதிகளில் இன்றுள்ளன. ஆயின், பண்டைக்காலத்தில் இருந்தமைக்குக் கல்வெட்டுகளிற் சான்றில்லை[8]. செய்யூர், சூணாம்பேடு என்னும் இடங்களில் உப்பளங்கள் மிகுதியாகும். செய்யூர் உப்பளங்கள் சோழர் காலத்திலும், பெயர் பெற்றவை.[9] இவ்வுப்பளங்கள் சங்க காலத்திலும் இருந்திருக்கலாம் என்று கருதுதல் பொருத்தமாகும்.

நாடுகாவல் செய்யும் விற்படைவீரர் ஊர்கள் வழியில் இருந்தன. அவற்றையடுத்துக் காடுகள் இருந்தன. காடுகளுக்கு அப்பால் பாலை நிலம்-பாலை நிலத்தில் முயல், பன்றி வாழும் தூறுகள் இருந்தன. அவற்றுக்கப்பால் வேட்டுவர் அரண்கள் இருந்தன. அவற்றைக் கடந்து இடையர் வாழ்ந்த முல்லை நிலப்பகுதி இருந்தது. அப்பால் வளம் மிகுந்த மருதநிலம் இருந்தது.

இவ்விவரங்கள் நினைவிற்கொண்டு உப்பளங்கள் மிகுந்த செய்யூருக்கு வடக்கில் இன்றுள்ள ஊர்ப்பெயர்களைக் காண்பது நலம் பயக்கும். வேட்டைக்காரக் குப்பம், செங்காட்டூர், பாலூர் (பாலையூர்) தொண்டைமான் சின்னத் தொண்டைமான் நல்லூர் நல்லாற்றூர் (மருத நல்லூர், நிலம்) ஆயப்பாக்கமும் அவற்றின் பொருளும் காணத்தக்கவை. கதிரவாசகன் பட்டினம் என்ற சதுரங்கப் பட்டினத்திற்கும் மாமல்ல புரத்திற்கும் இடையில் மிகப்பல ஏரிகளும் குளங்களும் இருத்தல் காணலாம். "குளங்களிலும் ஏரிகளிலும் பூத்த மலர்களை மக்கள் பறிப்பார்கள். நீங்கள் அவற்றைச் சூடிச் செல்லுங்கள்' என்று பெரும்பாணன் புதிய

8. Thiruvadandai Ins/ 258-283 of 1910-35; Kovalam Ins, 10 & 11 of 1934-35.

9. A.R.A. 439 and 445 of 1902. சோழர் காலத்தில் செய்யூரில் உப்பெடுக்கும் அளங்கள் தொண்ணூறு இருந்தன. பெரும்பாடி அளம், சுந்தரப்பேரளம் ஓற்றி கொண்டான் அளம், வேளூர் அளம், கங்கை கொண்ட சோழப்பேரளம் என்பன கல்வெட்டுகளிற் குறிக்கப்பட்டுள்ளன.
- S.S.S. Vol. 8 Nos. 25.26 & 31.

பாணனுக்குக் கூறினான் அல்லனோ? அந்நீர் நிலைகள் இவையா யிருத்தல் கூடும்.

இவற்றுக்கப்பால் மறையவர் உறைபதி இருந்ததாகப் பெரும் பாணன் கூறியுள்ளான். மாமல்லபுரத்திற்குச் சிறிது மேற்கில் கழி வெளிக்கப்பால் பூஞ்சேரி என்னும் சிற்றூர் இருக்கிறது. அது மிகப் பழைய காலத்தில் பிராமணர் ஊராய் இருந்ததென்று தம் முன்னோர் கூறியதாக இன்று அவ்வூரில் உள்ள முதியவர் கூறுகின்றனர். முதற் சடைய வர்மன் சுந்தரபாண்டியன் காலத்தில் (கி.பி. 1266இல்) மாமல்லபுரத்துப் பெருமாள் கோவில் பட்டர்கள் அய்யனங்ககாரச் சதுர்வேதி மங்கலத்தில் வாழ்ந்தனர் என்று மாமல்லபுரத்துக் கல்வெட்டொன்று தெரிவிக்கிறது.[10] மாமல்லபுரத்துப் பெருமாள் கோவில் பட்டர்கள் வாழ்ந்த அவ்வூர் மாமல்லபுரத்திற்கு மிகு அண்மையில் இருந்திருத்தல் வேண்டும். இன்று இப்பெயருடன் ஓர் ஊரும் மாமல்லபுரத்திற்கு அண்மையில் இல்லை. அது காலப்போக்கில் அழிந்து போயிருக்கலாம். இங்ஙனமே கி.பி. இரண்டாம் நூற்றாண்டில் இருந்ததெனப் பெரும்பாணன் கூறிய மறையவர் உறைபதியும் காலப்போக்கில் அழிந்திருக்கலாம்.

பெரும்பாணன் கூறியுள்ள வழிபற்றிய விவரங்களையும் மதுராந்தகம் செங்கற்பட்டு வட்டங்களின் கடலோரப் பகுதியில் உள்ள ஊர்களின் பெயர்களையும் அவ்வூர்கள் பற்றிய விவரங்களையும் ஒத்திட்டுக் காண்கையில், பெரும்பாணன் செய்யூருக்குத் தெற்கிலோ சிறிது தள்ளித் தென்மேற்கிலோ இருந்து புதியபாணனுக்கு வழி கூறி யிருத்தல் வேண்டும் என்பது உய்த்துணரப்படும்.

இனிப் பெரும்பாணன் புதிய பாணனை எவ்விடத்திலிருந்து ஆற்றுப்படுத்தியிருத்தல் கூடும் என்பதைக் காண்போம்.

காஞ்சி மதுரை, கொற்கை, ஆர்க்காடு போன்ற சங்ககாலப் பெயர்கள் பெரிய நகரங்களைக் குறிப்பன ஆதலாலும் சங்க காலத்திற்குப் பிற்பட்ட இலக்கியங்களிலும் தொடர்ந்து குறிக்கப்பட்டு வந்தமை யாலும் இன்றளவும் மக்கள் பேச்சு வழக்கில் மாறாமல் இருந்து வருகின்றன. ஆயினும், வரலாற்றுச் சிறப்புப் பெறாத சில ஊர்களின் பெயர்களும் புலவர் பிறந்த ஊர்கள் பலவற்றின் பெயர்களும் பாடல் பெற்ற தலங்கள் பலவற்றின் பெயர்களும் இன்று மாறி வழங்குகின்றன.

---

10. 115 of 1932-33.

சங்க காலத்திற்குப் பின்பு இந்நாட்டை அயலரசர் பல நூற்றாண்டுகள் ஆண்டமையும் ஊர்களின் அரசியல்-சமயச் சிறப்புகள் காலப்போக்கில் குறைந்தமையும் பொதுமக்களின் தவறான உச்சரிப்புமே பெயர் மாற்றத்திற்குச் சிறப்புடைக் காரணங்களாகும். கல்வெட்டுகளிலே காணப்படும் பண்டைப் பெயர்கள் இக்காலத்தில் எவ்வெவ்வாறு மாறுதல் அடைந்துள்ளன என்பதை இங்கு அறிவது நல்லது:

பண்டைப் பெயர்	கல்வெட்டுச்சான்று	இக்காலப் பெயர்
வில்லிபாக்கம்	(178 of 1936-37)	வில்லிவாக்கம்
வயிரமேகபுரம்	(253 of 1913)	வயிரபுரம்
விக்கிர பாண்டியன்		விக்கிரவாண்டி
சதுர்வேதிமங்கலம்	(289 of 1915)	முன்னூர்
மூஞ்ஞூர்	(50 of 1919)	
உலகமகா தேவிபுரம்	(127 of 1919)	ஒலகபுரம்
கிளிஞலூர்	(168 of 1919)	
கிளிவளநல்லூர்	(154 of 1919)	-
கிளிநல்லூர்	(156 of 1919)	-
கிளிநலூர்	(147 of 1919)	-
உலக்கையூர்	(351 of 1919)	கிளியனூர்
கிடங்கில்	(141 of 1900)	ஒலக்கூர் - கிடங்கால்
பைசாறு	(247 of 1901)	பசியார்
உத்திரமேரு	(S.I.I.3.171)	உத்திரமல்லூர்
தாயனூர்	(-175)	தையனூர்
மழலைமங்கலம்	(-189)	மதுரமங்கலம்
திருக்கருகாவூர்	(-123)	திருகளாவூர்
சிற்றியாற்றூர்	(-198)	சித்தாத்தூர்
சதுர்வேதிமங்கலம்	(-255)	சருப்பேதி மங்கலம்
திருவள்ளவாயில்	(248 of 1912)	திருவேலவாயில்
நெம்டம்பரம்	(270 of 1912)	நெடுமரம்
திருவிடைச்சுரம்	(16 of 1932-33)	திருவடிசூலம்
சாத்தணம்பாக்கம்	(25 of 1932-33)	சாஸ்த்ரம் பாக்கம்

நாகர்கோவில் பகுதியில் ஈரவெங்காயம்-ஈராங்க்யம் எனவும், வெள்ளை வெங்காயம்-வெள்ளாங்க்யம் எனவும், பதநீர்-பதநீ எனவும் பைநி எனவும் திறவுகோல்-துறவல் எனவும், தூம்புமடை என்பது தூம்பாமடை எனவும் மாறி வழங்கி வருதலும் இங்கு நினைவு கூர்தற்குரியது.

இவற்றைக்காண, பெரும்பாணாற்றுப்படையைப் பாடிய உருத்திரங் கண்ணனாரது ஊர்ப்பெயரும் இவ்வாறு உருக்குலைந்து போயிருக்குமோ என்பது எண்ண வேண்டுவதாயுள்ளது.

செய்யூருக்குத் தென்மேற்கில் ஏறத்தாழ ஆறரைக்கல் தொலைவில் கடுக்கலூர் என்னும் பெயருடன் ஒரு சிற்றூர் உள்ளது. சங்ககாலக் கடியலூர் என்ற பெயர் காலப் போக்கில் பல மாறுதல்களை அடைந்து இனறு கடுக்கலூர் என்று வழங்குகிறது என்று கொள்ளலாம். கடியலூர்-'கடுகலூர்' அல்லது 'கடுக்கலூர்' என எவ்வாறு மாறியிருத்தல் கூடும் என்பது ஆராய்ச்சிக்குரியது.

1. (சுங்கம்) தவிர்த்தருளின் என்பது (சுங்கம்) தவுத்தருளின என்று திரிபுவன சக்கரவர்த்தி இராசராச தேவனது திருக்களர்ப்பட்டயத்தில் ஆளப் பட்டுள்ளது. இதனால் சொல்லில் உள்ள இகரம் மக்கள் உச்சரிப்பால் உகரமாதல்கூடும் என்பது தெரிகிறது. இவ்வாறே கடியலூர் என்பது கடுயலூர் என மாறியிருக்கலாம்.

2. அதியமான் என்னும் பெயர் காலப்போக்கில் அதிகமான் எனவும், பொதியில் மலை பொதிகை மலை எனவும் மாறி வழங்குவதை நாம் நன்கு அறிவோம். இங்கு யகரம் ககரமாய் மாறிவிட்டது. இவ்வாறே கடியலூர்-கடுகலூர் என மாறியிருக்கலாம்.

3. அதை-அத்தை, இதை-இத்தை, எதை-எத்தை என வருவது போலவும், புதூர்-புத்தூர் என வருவது போலவும், கடுகலூர் என்பது கடுக்கலூர் என மாறியிருக்கலாம். இவற்றை நோக்க, சங்க காலக் கடியலூர் இன்று கடுக்காலூர் என்று மாறியதில் வியப்பில்லை.

4. பஞ்சாயத்து ஒன்றிப்பில் அமைந்துள்ள சிற்றூர்களின் பட்டியலில் இந்தக் கடுக்கலூர், கடுக்காளூர் என அச்சிடப்பட்டுள்ளது. இது பூவலூர் என்பது பூவாளூர் என மாறி வழங்கப்படுதல் போலக் கொள்ளத் தக்கதாகும். ஊர்ப் பெயர்கள் இங்ஙனம் காலப் போக்கில் உருமாறுதலை மேலே கூறப்பட்ட பல சான்றுகளை நோக்கி எளிதில் உணரலாம்.

கடுக்கலூரிலிருந்து வடக்கு நோக்கிப் புறப்படும் ஒருவன் உப்பளப்பகுதி, காடு, பாலை வழிகளிலே நடந்து சென்றுதான் வளம் மிகுந்த மருத நிலப்பகுதியை அடைதல் கூடும் என்பதை அறிந்து கொள்ளலாம். சங்க காலத்தில் பாலாறு செங்கற்பட்டு வட்டத்தில் பாயவில்லை; வட வார்க்காட்டு மாவட்டத்திலிருந்து திருமாற்பேறு, திருப்பாசூர், திருவேற்காடு, திருமுல்லைவாயில் வழியாகச் சென்று, எண்ணூருக்கு அருகிற்கடலிற் கலந்து வந்தது; கி.பி. 13அம் நூற்றாண்டிலோ அதற்குப் பின்னரோதான் காஞ்சிக்கு அருகில் பாயுமாறு அதன் போக்கு மாற்றப்பட்டது.[11] எனவே சங்க காலத்தில் பாலாறு செங்கற்பட்டு மாவட்டத்திற் பாயவில்லை என்பது இங்கு அறியத்தகும். அதனாற்றான் அது பெரும்பாணாற்றுப் படையில் குறிக்கப்படவில்லை.

அந்த மருதநிலப் பகுதியில் இன்றைய பாலாறு கடலொடு கலக்கும் இடத்திற்கு வடக்கில் ஒரு சிறிய ஆறும் பல குளங்களும் ஏரிகளும் அமைந்துள்ளன. அந்த மருத நிலப் பகுதியைக் கடந்தால், உப்பு நீரும் மணலும் கலந்த பகுதி மாமல்லபுரத்திற்கு மேற்கில் அமைந்துள்ளமை காணலாம். இது முன்பே கூறப்பட்டது.

இது காறும் கூறப்பட்ட வழி ஏற்புடைத்தாயின் சங்ககாலக் கடியலூர் என்பது இன்றுள்ள கடுக்கலூரே என்பது பொருத்தமாயின் உருத்திரங்கண்ணனார் தமது ஊராகிய கடியலூரிலிருந்தே மாமல்ல புரத்திற்குச் செல்லும் வழியையும், அங்கிருந்து காஞ்சிக்குச் செல்லும் வழியையும் தாமே பெரும்பாணானாயிருந்து புதிய பெரும்பாணனுக்குக் கூறினார் என்று கொள்வது பொருத்தமாகும்.

உருத்திரங்கண்ணனார் இளந்திரையனையும் கரிகால் வளவனை யும் பாடின பெரியாராவர். கரிகாலன் காலம் கி.பி. முதல் நூற்றாண்டின் இறுதியும் இரண்டாம் நூற்றாண்டின் முற்பகுதியுமாகும் என்பது முன்பே விளக்கப்பட்டது. சிறுபாணாற்றுப்படை கி.பி. மூன்றாம் நூற்றாண்டில் பாடப்பட்டதென்பதும் மேலே கூறப்பட்டது. அதனைப் பாடிய நத்தத்தனார் ஊரான இடைக்கழி நாட்டு நல்லூர், கடுக் கலுருக்குத் தென் கிழக்கில் இரண்டரைக்கல் தொலைவில் அமைந் துள்ளது. அவர் சிறுபாணனுக்குக் கூறிய வழியை ஆராயின், அவனைத் தமது நல்லூரிலிருந்தே புறப்படச் சொன்னார் என்பது தெளிவாகும்.

---

11. Vide the Author's article on Palaru in the Annals of Oriental Rearch of the Madras University. Vol. 17, Part II-1961.

தமக்கு ஏறத்தாழ ஒரு நூற்றாண்டுக்கு முன்பு தமது ஊருக்கு அண்மையில் வாழ்ந்த கடியலூர் உருத்திரங் கண்ணனார் தம்மூரி லிருந்தே காஞ்சிக்கு வழி கூறிப் பெரும்பாணாற்றுப்படை பாடியது போலவே நத்தத்தனார் தமது நல்லூரிலிருந்தே கிடங்கிலுக்கு வழி கூறிச் சிறுபாணாற்றுப்படையைப் பாடினார் என்பதை அவர் குறித்துள்ள வழியை நோக்கித் தெளிவுற உணரலாம். இந்தப் பெரும் புலவர் இருவரும் தொண்டை நாட்டினராவர். இவருள் முன்னவர், தொண்டை நாட்டுத் தலைநகருக்கு வழியைக் கூறினார்; பின்னவர் தொண்டை நாட்டை அடுத்திருந்த ஓய்மானாட்டுத் தலைநகருக்கு வழியைக் கூறினார்.

◈

5. ஐவகை நிலங்கள்

1. குறிஞ்சி நிலம்

முன்னுரை

தமிழ்ச்சான்றோர் தமிழக நிலத்தை நான்கு வகையாகப் பிரித்து, 'நானிலம்' எனப்பெயரிட்டனர். அவை குறிஞ்சி, முல்லை, மருதம், நெய்தல் எனப்படும். குறிஞ்சி என்பது, மலையும் மலை சார்ந்த இடமுமாகும். இப்பகுதியிற் குறிஞ்சி என்னும் பெயர் கொண்ட மலர்களே சிறப்பானவை. கானவர் அவற்றை விரும்பி அணிந்தனர். இக்காரணங்களால் இப்பகுதி குறிஞ்சி எனப் பெயர் பெற்றதெனக் கொள்ளலாம். மலையிலும் மலை சார்ந்த இடத்திலும் காடுகள் இருத்தலே பெரு வழக்கு. அகில், சந்தனம், சிறு மூங்கில், பெருமூங்கில், பலா, சுரபுன்னை, வாழை, மா முதலிய பலவகை மரங்கள் செறிந்த காடுகள் இருக்கும். குரங்கினங்கள், யானை, புலி, கரடி, காட்டுப் பன்றி, காட்டுப் பசு, வரையாடு முதலிய விலங்குகள் அக்காடுகளில் இருத்தல் இயல்பு. மேற்குத் தொடர்ச்சி மலை போன்ற பெரிய மலைகளிலும் அவற்றின் சரிவுகளிலும் மிளகுக் கொடி, மரங்களைச் சுற்றிப் படரும் பெரிய மலைகளில் நீரருவிகள் கீழ் நோக்கிப் பாய்ந்தபடியிருக்கும். குற்றால நீரருவியே இதற்கேற்ற சான்றாகும்.

குறிஞ்சி நிலத் தலைவன், 'வெற்பன், பொருப்பன், சிலம்பன்' என்னும் திணைப்பெயர் பெற்றான்; தலைவி 'கொடிச்சி' எனப் பட்டாள். குடி மக்களுள் ஆடவர், 'கானவர், குன்றுவர், வேட்டுவர்' எனப்பட்டனர்; அவர் தம் பெண்டிர், 'குன்றுவித்தியர், வேட்டு வித்தியர், குறத்தியர்' எனப்பெயர் பெற்றனர். குறிஞ்சி நிலக் கடவுள் முருகன்.

இந்நிலத்தவர் தொழில் தினை முதலியன பயிரிடுதல், தேன் எடுத்தல், கிழங்கு அகழ்தல், கிளியோட்டுதல், வேட்டையாடல் முதலியன. இவர்கள் 'முருகியம், தொண்டகப்பறை, குறிஞ்சி யாழ்' என்ற இசைக் கருவிகளைப் பயன்படுத்தினார்கள்; குறிஞ்சிப் பண்ணைப் பாடினார்கள். குறிஞ்சி நில விலங்குகளுட் சிறந்தவை புலி, கரடி, பன்றி, யானை என்பன;

பறவைகளுட் சிறந்தவை கிளியும் மயிலுமாகும். காந்தள் மலரும், வேங்கை மலரும், சுனைக் குவளை மலரும் இங்குச் சிறந்தவை. குறிஞ்சி நில ஊர்கள், 'சிறுகுடி, குறிஞ்சி' எனப் பெயர் பெற்றன.

குறிஞ்சி நிலம் இயற்கையழகு வாய்ந்தது; தனிமை நிரம்பியது. ஆதலின், களவு ஒழுக்கத்திற்கு ஏற்ற இடமான இதனைக் கொண்டு கூடலும் கூடல் நிமித்தமும் இந்நிலத்துக்குரியவை எனப் புலவர் புலனெறி வழக்கம் செய்தனர்.

மலையருவியின் மாண்பு

திருமுருகாற்றுப்படையைப் பாடிய நக்கீரர் ஒரு பெரிய அருவியைப் பற்றிக் கீழ் வருமாறு கூறியுள்ளார்; அவர் கூறியுள்ள விவரங்கள் படித்து இன்புறத் தகுவனவாகும்.

'மலையுச்சியில் பல இடங்களில் தோன்றும் அருவிகள் கீழ் நோக்கிப் பாய்கையில் காற்றால் அலைப்புண்ணும் பல துகிற் கொடி களைப் போலக் காணப்படுகின்றன. இவ்வருவிகள் ஓரிடத்தில் ஒன்று சேர்ந்து பேரருவியாய் உருவெடுத்துக் கீழ் நோக்கிப் பேரிசைச்சல் இட்டுக்கொண்டு பாய்கின்றன. அப்பேரருவி தன் போக்கில் சிறு மூங்கிலின் வேரைப் பிளக்கிறது; தேனீக்கள் அமைத்த தேன் கூடுகளைக் கெடுக்கிறது; நன்கு முற்றின ஆசினிப் பலாப்பழங்கள் வெடித்துச் சிதறிய சுளைகளைக் கொண்டு செல்கிறது. மலையுச்சியில் உள்ள சுரபுன்னையின் நறிய மலர்கள் அவ்வருவி நீரில் உதிர்கின்றன. அருவி யின் ஓட்டத்தையும் ஓசையையும் கண்டும் கேட்டும் கருங்குரங்கு களுடன் கரிய முகத்தையுடைய முசுக்கலைகள் நடுங்குகின்றன. அருவி நீர், புகரையணிந்த மத்தகத்தையுடைய பெரிய பெண் யானை குளிரடையும்படி வீசுகிறது; தன் போக்கில் அகப்பட்ட யானைக் கொம்புகளைத் தன்னுள் அடக்கி, பொன்னும் மணியும் நிறம் விளங்கும் படி மேலே கொண்டு குதித்து, தத்துதலையுற்றுப் பொடியான பொன்னைத் தெள்ளுகிறது. வாழையின் பெரிய முதல் துணியும்படியும் தெங்கின் இளநீர்க்குலை உதிரும்படியும் அவ்விரண்டனையும் மோது கிறது; மிளகுக்கொடியின் கரிய கொத்துக்களைச் சாய்விக்கிறது; மயில்கள், கோழிகள் முதலிய பறவைகளை வெருவி ஓடச் செய்கிறது; ஆண் பன்றியையும் கரடியையும் மலைக்குகைகளில் பதுங்கும் படி செய்கிறது. கரிய கொம்புகளையுடைய காட்டுப் பசுக்களின் எருதுகளை முழக்க மிடச் செய்கிறது. இங்ஙனம் பேரருவி பாய்கின்ற பெரிய மலையில்

பழம் முற்றின சோலை பல இருக்கின்றன (அடி. 295-317)

இனிக்கும் சுனை நீர்

குறிஞ்சி நிலம் கற்பாறைகள் மிகுந்த இடமாதலின், பழுத்த மிளகு அப்பாறைகளின்மீது சிந்திக்கிடத்தல் இயல்பு; நீண்ட பெரிய சுனைகளில் மாம்பழங்கள் முதலிய பழங்கள் உதிர்ந்து கிடத்தல் இயல்பு. இங்ஙனமே சுனையின் அருகில் உள்ள பலா மரத்து முற்றிய பழம் வெடித்து வெளிப்படும் சுளைகள் சுனை நீரில் விழுதலும் இயல்பு. இப்பழங்களில் உள்ள தேன், சுனை நீரில் கலக்கும். தேன் கலந்த சுனை நீரை மயில் பருகும்; பருகவே, மயக்கமுண்டாகித் தள்ளாடும். (கு.பா.அடி. 186-194)

சிறுகுடி

மலைமீது வளரும் மரம், செடி, கொடிகளிலிருந்து உதிரும் மணமிக்க மலர்களால் மலைச்சாரல், மணம் செய்த மனைபோல மணத்தல் இயல்பு. அச்சாரலில் மலைவாணர் குடியிருப்பு அமைந் திருக்கும். அது 'சிறுகுடி' எனப்படும். அஃதாவது, சில வீடுகளைக் கொண்ட குடியிருப்பு என்பது பொருள். அங்கு வாழும் கானவர், காவடியைத் தோளிற் சுமந்து வருவர். அக்காவடியின் காவுமரம் தம்மிற் பொருதுபட்ட யானையின் கொம்புகளாலானது. அதன் இரு முனை களிலும் உறிகள் உண்டு. அவர்கள் அந்த உறிகளில் பல வட்டிகளை (கடகங்களை) வைத்துள்ளார்கள்; அவற்றில் மலைத்தேனையும், கிழங்கு களையும், பன்றி இறைச்சி முதலிய பலவகை இறைச்சிகளையும் கொண்டு வருகின்றார்கள். அச்சிறுகுடி வளவிய பல புதுவருவா யினையுடையது. இங்ஙனம் மலைச்சாரலில் சிறுகுடி அமைந்திருத்தல் போலவே, மலையில் பல உயரங்களில் சீறூர்கள் பல அமைந்திருக்கும் (மலைபடு. அடி.151-162)

மலை நாட்டில் அந்தக்காட்சிகள்

கதிரவன் மேற்றிசையில் மறைகிறான். மான்கள் மரத்தடியில் திரள்கின்றன; பசுக்கள் கன்றுகளை அழைத்தபடி மன்றுகளில் நுழை கின்றன; ஊதுகின்ற கொம்பு போன்ற ஓசையையுடையதும் வளைந்த வாயைப் பெற்றதுமாகிய அன்றில், பனையின் உள் மடலிலிருந்து தன் பெடையை அழைக்கின்றது; பாம்பு தான் மேய்தற் பொருட்டுத் தன் மாணிக்கத்தை வெளியே உமிழ்கின்றது; கோவலர் பல இடங்களிலும்

நின்று ஆம்பற்குழலிற்பண் இசைக்கின்றனர்; ஆம்பலின் அழகிய இதழ்கள் முறுக்கு அவிழ்கின்றன; பார்ப்பார் அந்திக்காலத்துச் செய்யுந் தொழில் களை நிகழ்த்துகின்றனர்; செல்வமனைகளில் பொலிவு பெற்ற தொடியணிந்த மகளிர் விளக்கை ஏற்றி அந்திக் காலத்துத் தொழிலை நிகழ்த்துகின்றனர். காட்டில் வாழ்கின்றவர் விண்ணைத் தொடும் பரணின் மீது தீக்கடை கோலாலே நெருப்பைப் பிறப்பித்து எரிக் கின்றனர். மேகங்கள் பெரிய மலையிடத்தைச் சூழ்ந்து கறுக்கின்றன; காட்டில் உள்ள விலங்குகள் 'கல்' லென்னும் ஓசை உடையனவாய் ஒன்றற்கொன்று மாறி ஒலிக்கின்றன; பறவைகள் கூடுகளிலிருந்து ஆரவாரிக்கின்றன (கு.பா.அடி. 215-228)

இரவில்: மலை நாட்டில் இரவு நேரங்களில் (பகலிற் குகைகளில் பதுங்கியிருந்த) புலிகள் இரை தேடி நடமாடும்; யாளிகள், கரடிகள், காட்டு எருது, களிறு, மலைப்பாம்புகள் முதலிய பல வகைப் பாம்புகள் இரையைத் தேடியலையும்; ஆழமான நீர் நிலைகளில் வாழும் முதலை யும் கராமும் இடங்கரும் நீர்க்கரையில் வரும்; வழி பறிப்பவர், வழி களில் கொலைக்கருவிகளுடன் மறைந்திருப்பர்; ஆங்காங்கு வழுக்கு நிலம் அமைந்திருக்கும்; வழி செல்வது போலத் தோன்றித் திடீரென முடிவடையும் இடங்கள் சில பகுதிகளில் அமைந்திருக்கும். ஆதலால், மலை நாட்டில் இரவு நேரங்களில் வழிநடத்தல் ஏதம் தருவதாகும். (கு.பா.அடி. 251-259)

கானவர் உழைப்பு

கானவர், தோரை நெல் முதலியவற்றைப் பயிரிட நிலமில்லாத போது நறிய அகில் மரங்களையும் சந்தன மரங்களையும் வெட்டி அவை இருந்த நிலத்தைப் பதப்படுத்தி விளைநிலமாக்குவர்; தோரை நெல், வெண் சிறு கடுகு, ஐவன நெல், வெண்ணெய், இஞ்சி, மஞ்சள், மிளகு இவற்றைப் பயிராக்குவர்; தினைப்புனங்களைக் காவல் காப்பர்; அவரையைப் பயிரிடுவர் (ம.கா. அடி, 286-293) கானவர் யானையாலோ புலியாலோ தாக்கப்படாத பெரிய மரக் கிளைகளினிடையில் பரணை அமைப்பர்; அப்பரணில் இருந்து கொண்டு பயிர்களைத் தின்ன வரும் கிளி, கரடி, யானை, காட்டுப் பன்றி முதலியவற்றைக் கவண்கல் எறிந்தும், பறையடித்து ஓசையுண்டாக்கியும் எரிகொள்ளியைக் காட்டியும் விரட்டுவர்; கையாற் சுற்றின காலத்துத் தன்னிடத்துப் பிறக்கும் ஓசையால் கிளி முதலியவற்றை ஓட்டுங்கருவி, 'தழல்' எனப்படும். அதனைக் 'கவண்' என்பாரும் உளர். மூங்கிலைக் கண்ணுக்குக் கண் உள்ளாக நறுக்கிப்

ஐவகை நிலங்கள்

பலவாகப் பிளந்து ஓசையுண்டாக ஒன்றிலே தட்டுவதோர் கருவி 'தட்டை' எனப்படும். இவை போன்ற கிளி கடி கருவி பிறிதொன்று, குளிர் எனப்படும். கானவர் இவற்றின் உதவியால் பறவைகளையும் பிற விலங்குகளையும் விரட்டுவர். மலைவாணர் மகளிரே பெரும்பாலும் பகற்காலத்தில் தினைப்புனங்களைக் காவல் காப்பர் (கு.பா.அடி, 35-44)

காட்டுப்பன்றி பயிர்களை அழிப்பதில் வல்லது. அதனால் கானவர் அதனைப் பிடிக்கக் குழிகளைத் தோண்டுவர்; அவற்றைத் தழைகளால் மூடுவர். குழிகளை அறியாது நடக்கும் பன்றி ஒரு குழியில் விழும். உடனே கானவர் அதனைத் தாக்கிக் கொல்வர் (ம.கா.அடி, 294-295) முற்றின தினைப்புனத்தைப் பன்றி கொள்ளை கொள்வது இயல்பு. ஆதலால், கானவர் அது வரும் வழிகளிற் கற்பொறிகளைப் பொருத்தி, அதன் வருகையைத் தடுப்பர். (மலைபடு, அடி, 193-5) யானை தினைப் பயிரைத் தின்னும். அதனால் கானவர் வில்லில் நாண் ஏற்றி அம்பை யானை மீது எய்வர். காடெல்லாம் 'கல்'லென்னும் ஓசை உண்டாகும் படி வாயை மடித்து விடுகின்ற சீழ்க்கையால் மிக்க ஓசையை உண்டாக்கி, அக்களிற்றைத் தினைப்புனத்தினின்றும் ஓட்டுவர். (கு.பா.அடி, 156-161)

இங்ஙனம் கானவரால் விரட்டப்பட்ட யானை சினம் விளங்கு வதற்குக் காரணமாகிய மதத்தாலே மனம் செருக்கிக் கார் கால இடியைப் போல முழக்கத்தை உண்டாக்கித் தன் துதிக்கையைச் சுருட்டி நிலத்தே எறிந்து கூற்றுவனைப் போலக் கடுகிப் பாய்ந்தோடும்; வழியிற் காண்பன வற்றை அழிக்கும் (கு.பா. அடி, 161-166) கானவர் பன்றிகளைப் பிடிக்கக் குழி தோண்டுவது போலவே பெரிய பள்ளங்களைத் தோண்டி யானையை பிடிப்பது வழக்கும். (ப.பாலை. அடி, 221-4)

மலை நாட்டில் கானவர் உழைப்பினால் எள், தினை, அவரை, வரகு, மூங்கில் நெல் வெண்சிறுகடுகு, இஞ்சி, மஞ்சள், வாழை, கூவைக் கிழங்கு, வள்ளிக்கிழங்கு, ஆசினிப்பலா, கரும்பு, ஐவனநெல், வெண்ணெல் முதலியன வளமுறப் பயிராயின (மலைபடு, அடி,102-117) நன்னனது மலை உச்சியில் அகிலும் சந்தன மரங்களும் வளர்ந்தன; பொன், மணி முதலியனவும் கிடைத்தன (மேலது அடி 170, உரை)

கானவர் கண்ணேணி சார்த்தித் தேன் எடுப்பர். 'கண்ணேணி' என்பது கணுக்களில் அடி வைத்து ஏறிச் செல்லும்படி அமைந்துள்ள மூங்கில், மலையுச்சியில் ஓங்கி வளர்ந்த மரத்தினுச்சியில் உள்ள

தேனிறாலை அழிக்கும்பொருட்டுச் செங்குத்தான மலையில் ஏறுவதற்கு அதன் அயலில் இவ்விரு மூங்கில்களைக் கூட்டி நிறுத்தியமைப்பது வழக்கம். (மலைபடு, அடி, 315-7 உரையும் அடிக்குறிப்பும்).

புலவர், பாணர், கூத்தர் போன்ற கல்விமான்கள், மலைப் பயணத் தில் வழி தெரியாது திகைப்புற்ற பொழுது மலைவாணரும் மலை காவலரும் அவர்கட்கு உணவளித்து உபசரித்து வழி காட்டுதல் வழக்கம். (மலைபடு, 425-7).

முன்பு வழியறியாது ஒரு வழியிற் சென்று மீண்டவர், புதியவர் தம்மைப்போலச் சென்று இடர் உறாதபடி சந்தியைக் கையால் துடைத்து அடையாளமாக ஊகம் புல்லை முடிந்து வைப்பர் (மலைபடு, அடி, 392-3)

மகளிர் செயல்கள்

இல்வாழ்க்கையில் ஈடுபட்ட மகளிர் தம் கணவர்க்குத் துணை யாய்ப் பயிர்த்தொழிலில் ஈடுபட்டனர்; இல்லறப் பணிகளில் ஈடுபட்டனர். மணமாகாத மகளிர் தினைப்புனத்தையும் பிற பயிர் நிலங்களையும் காவல் காத்தனர்; ஓய்வு நேரங்களில் வெள்ளிய துகிலை ஒக்கும் அழகிய அருவியில் நீராடினர்; செறிவுண்டான மலையில் பளிங்கைச் சொரிந்து வைத்தாற்போன்ற பரந்த சுனையிற் குடைந்து விளையாடினர்; பொன்னில் அழுத்தின நீலமணி போலத் தம் முதுகில் தாழ்ந்து கிடந்த பின்னுதல் அமைந்த கரிய கூந்தலில் இருந்த நீரைப் பிழிந்தனர்; ஈரத்தைப் புலர்த்தினர். சுனையில் நீராடினமையின் அவர் தம் கண்கள் சிவந்தன.

அம்மகளிர் தம் கூந்தலை ஐவகையாக ஒப்பனை செய்து கொண்டனர். அவை 1. குழல், 2. அளகம், 3. கொண்டை, 4. பனிச்சை, 5. துஞ்சை என்பவை. ஒருத்தி செய்து கொள்ளும் இவ்வைம்பால் ஒப்பனை அழகை அவள் காதலன் புகழ்தல் உண்டு. (கு.பா. அடி, 138-9, உரையும் அடிக்குறிப்பும்) வாழைப்பூ வடிவில் முடிக்கப்பட்ட கூந்தல், 'பனிச்சை' எனப்பெயர் பெற்றது (சி.ஆ. படை, அடி, 21-2) இவ்வகைக் கூந்தல் ஒப்பனை கொண்டும் சங்க காலத் தமிழர் நாகரிகத்தை நன்கு உணரலாம்.

பின்பு அம்மகளிர் செங்காந்தள் முதலிய தொண்ணூற்றுக்கு மேற்பட்ட மலைநாட்டு மலர்களைப் பறித்தனர்; பசிய மணமுள்ள தழைகளைப் பறித்தனர்.[1] அவற்றை, மழை பெய்து தூய்மையாக்கப்

பட்ட அகன்ற பாறையிற் குவித்தனர்; மலர்களின் புறவிதழ்களை நீக்கி விட்டு இடையில் உடுக்கத்தகும் தழையுடையகளைச் செய்து கொண்டனர்; பல வேறு நிறங்களையுடைய மாலைகளைத் தொடுத்துத் தமது மெல்லிய கரிய கூந்தலில் அழகு பெறச் சுற்றிக்கொண்டனர். (கு.பா. அடி, 54-104)..

நன்னனுடைய மலைகளின் உச்சிகளில் வாழ்ந்திருந்த கானவர், நறவை அருந்தித் தம் மகளிரொடு மான்தோல் போர்த்த சிறுபறை ஒலிக்கக் குரவைக் கூத்து நிகழ்த்தினர். தினையைக் குற்றிய மகளிர், தினையைக் குற்றிக் கொண்டே வள்ளைப்பாட்டைப் பாடினர் (மலைபடு, அடி, 320-342).

தலைவன், களவுப்புணர்ச்சி நிகழும் பொழுது, தலைவியை மணம் செய்து கொண்டு வாழ்வதாகவும் அவளைப் பிரியாதிருப்பதாகவும் தெய்வங்களின்மீது சூள் செய்து அருவி நீரைப் பருகுவான் (கு.பா.அடி, 208-211); பின்னர் அவளைப் பலர் அறிய மணப்பான். அது 'நாடறி நன்மணம்' எனப்பட்டது. (கு.பா. அடி, 231-234). மலைவாணர், தம் மலைச்சாரல்களில் தெய்வங்கள் வாழ்ந்தன என்று நம்பினர் (பெ.ஆ.படை, அடி, 493-4).

பலவகை ஒலிகள்

நன்னனதுமலை நாட்டுப் பகுதியில் பகற்பொழுதில் பல வகை ஒலிகள் எழுந்தபடி இருந்தன அவற்றுள்,

1. தன் இனத்தைப் பிரிந்த ஆண் யானையைக் கானவர் பிடிக்க முயன்ற போது உண்டான ஆரவாரம் ஒன்று;

2. அம்பு எய்யப்பட்ட பன்றியால் கொல்லப்பட்ட கானவர்க்காக மற்றவர் அழும் ஓசை ஒன்று;

3. தம் கணவர் மார்பில் புலி பாய்ந்து உண்டாக்கிய புண்ணை ஆற்றுவதற்காகக் கொடிச்சியர் பாடிய பாடலோசை ஒன்று;

4. முதல் நாளிலே பூத்த பொன்போலும் கொத்தினையுடைய வேங்கை மலர்களைப் பறித்தற்கு மகளிர் 'புலி-புலி' என்று கூவிய

---

1. அவர்கள் பறித்த மலர்களின் பட்டியல் 'மணப்பொருள்' என்னும் தலைப்பின் கீழ்க் குறிக்கப்பட்டுள்ளது.

ஓசை ஒன்று;

5. புலி களிற்றின்மீது பாய்ந்ததைக் கண்டு அதன் பிடி செய்த இடியோசை போன்ற பிளிறல் ஒன்று;

6. தன் குட்டி எடுத்தற்கரிய ஆழ்ந்த முழையில் தவறி வீழ்ந்து இறந்ததைக் கண்டு மந்தி அலறிய ஓசை ஒன்று;

7. கானவர் ஏறவியலாத உயரத்தில் கண்ணேணியின் உதவியால் ஏறித் தேனீக்களை விரட்டித் தேன் எடுத்த போது உண்டான ஆரவாரம் ஒன்று;

8. நன்னனுடைய வீரர் அவனுடைய பகைவர் குறும்புகளை அழித்தபோது உண்டான மகிழ்ச்சி ஆரவாரம் ஒன்று;

9. நறவை நாட்காலையிற்குடித்த கானவர் தம் பெண்டிருடன் கூடிச் சிறுபறை ஓசைக்கேற்பக் குரவைக் கூத்தாடிய ஆரவாரம் ஒன்று;

10. காட்டாற்று நெடிய சுழியில் அகப்பட்ட களிற்றினது வலிய சினத்தைத் தணிவித்துப் பெரிய கம்பத்தில் பிணிப்பதற்குத் தமது ஏவல் தொழிலைச் செய்தற்குக் காரணமான பேச்சுகளைப் பேசி அவற்றில் பயிலப்பண்ணும் பாகரது ஆரவாரம் ஒன்று;

11. ஒலிக்கும் மூங்கிலாற் செய்த தட்டையைப் புடைத்துப் புனந்தோறும் கிளிகளை ஓட்டும் மகளிர் செய்த ஆரவாரம் ஒன்று;

12. காட்டு எருதும் போரில் வல்ல கலை மானும் போரிடுவதைக் கண்டவர் செய்த ஆரவாரம் ஒன்று;

13. எருமைக்கடாக்கள் தம்முட்பொருதலால் உண்டான ஆரவாரம் ஒன்று;

14. பலாக்கொட்டைகளின் மீது கன்றுகளைப் பிணைத்துக் காந்தளினது துடுப்புப் போன்ற மடலால் அடித்துக் கடா விட்டுப் பிள்ளைகள் செய்த ஆரவாரம் ஒன்று;

15. கரும்பாலையின் ஓசை ஒன்று;

16. தினையைக் குற்றிக்கொண்டே மகளிர் பாடிய வள்ளைப்பாட்டு ஒலி ஒன்று.

17. பன்றி சேம்பின் கிழங்கையும் மஞ்சட்கிழங்கையும் அகழாதிருக்கக் கானவர் அதை விரட்டக் கொட்டிய பறை ஓசை ஒன்று;

18. அருவிகளில் தெய்வ மகளிர் குடைந்தாடுகையில் உண்டான ஓசை ஒன்று;

19. இந்த ஓசைகளால் மலையிடத்தெழுந்த எதிரொலி ஒன்று. இவ்வொலிகள் அனைத்தையும் மனத்தால் நினைத்துப் பார்ப்பின், மலைநாட்டுப் பகற்காட்சிகள் சிறந்த ஓவியங்களாய் நம் அகக்கண் முன் காட்சியளித்து இன்புறுத்தும் (மலைபடு, அடி, 294-344)

குறிஞ்சி நிலத்துக்குரிய தெய்வம் முருகன். கானவர் அப்பெரு மானை வழிபட்ட முறைமை பற்றிய விவரங்கள் 'சமயம்' என்னுந் தலைப்பின்கீழ் விரிவாகக் கூறப்பட்டுள்ளன. அவர் தம் உணவுப் பொருள்களும் விருந்தினரைப் பேணிய முறையும் 'உணவு' என்னுந் தலைப்பின்கீழ் உரைக்கப்பட்டுள.

நன்னனுக்கு வழங்கப்பட்ட குறிஞ்சி நிலப் பொருள்கள்:

ஆமானின் குழவி, இளைய யானைக்கன்று, வாய்திறவாத கரடிக்குட்டி, மலையாட்டுக்கிடாய், கீரிப்பிள்ளை, மரையானின் குழவி, ஆண் உடுப்பு, தோகை மயில், காட்டுக்கோழியின் சேவல், முழவைப் போன்ற பெரிய பலாப்பழம், சாறு முற்றின இனிய மாம்பழங்கள், மணக்கும் நறைக்கொடி, நூறைக்கிழங்கு, மரத்திலிருந்து சிதறியுதிர்ந்த பளிங்கு போன்ற கருப்பூரம், விலை மதிப்புடைய மாணிக்கக் கற்கள், யானைக் கொம்புகள், காந்தள் மலர்கள், புன்னைப் பூக்கள், திலகப் பூக்கள், சந்தனக் கட்டைகள் மிளகு மூங்கிற்குழையில் முற்றவிட்ட கள்ளின் தெளிவு, மூங்கிற்குழையிலே தோய்த்த தயிர், தேனிறால்கள், ஆசினிப்பலா ஆகியவை நன்னனுடைய அரண்மனை முற்றத்தில் மலை வாணரால் கொண்டுவந்து வைக்கப்பட்டன. (மலைபடு, அடி, 498-529).

சேரன் செங்குட்டுவன் மலை வளம் காணச் சென்ற போது மலைவாணர் அவனுக்கு எதிரில் கொண்டு வந்து வைத்த காணிக்கைப் பொருள்களோடு (சிலப்பதிகாரம், காதை, 25, 37-55). இவற்றை ஒப்பு நோக்கி மகிழலாம்.

2. முல்லை நிலம்

முன்னுரை

காடும் காடு சார்ந்த இடமும் 'முல்லை' எனப்படும். இங்குக்காடு என்பது குறிஞ்சி நிலக்காடு போன்ற மரச்செறிவுடைய காடன்று; 'இளங்காடு' என்று சொல்லத் தகும் முறையில் அமைந்த நிலப்பகுதி யாகும். இங்கு ஆடுமாடுகளின் மேய்ச்சலுக்குரிய புல் வெளிகள் நிறைந் திருந்தன; கொன்றை, காயா, குருந்தம் முதலிய மரங்கள் இருந்தன. மல்லிகை, முல்லை, பிடவு, தளவம் முதலிய செடி கொடிகள் இருந்தன. இவற்றுள் முல்லையே சிறந்து காணப்பட்டது. இங்கு வாழ்ந்த ஆயரும் ஆய்ச்சியரும் முல்லை மலர்களை மிக விரும்பிச் சூடிக்கொண்டனர். ஆதலின் இந்நிலம் 'முல்லை' எனப்பெயர் பெற்றது. தன்னைப் பிரிந்த தலைவன் தன்னிடம் வரும் வரையில் ஆற்றியிருக்கும் தலைவியின் ஒழுக்கத்தை 'முல்லை' என்று அகப்பொருள் இலக்கணம் கூறுகிறது.

முல்லை நிலத்தலைவன் அண்ணல், தோன்றல், குறும்பொறை நாடன் எனப் பெயர் பெற்றான். தலைவி, மனைவி, கிழத்தி எனப்பெயர் பெற்றாள. குடி மக்களுள் ஆடவர் ஆயர், கோவலர், இடையர், பொதுவர் எனப்பட்டனர். அவர்தம் பெண்டிர் ஆய்ச்சியர், கோவிச்சியர், இடைச்சியர், பொதுவிச்சியர் எனப்பட்டனர். அவர்கள் தொழில், ஆடுமாடுகளை மேய்த்தலும், வரகு சாமை முதலியவற்றைப் பயிரிடுதலுமாகும். அவர்கள் ஏறு கோட்பறையை முழக்கினார்கள்; முல்லை யாழ் இசைத் தார்கள்; புல்லாங்குழல், ஆம்பற்குழல்களை வாசித்தார்கள். உழை, புல்வாய் முயல் முதலிய விலங்குகள் அந்நிலத்துக் குரியவை. கானக்கோழி, சிவல் என்னும் பறவைகள் அங்குச் சிறப்பானவை.

பத்துப்பாட்டுள் ஒவ்வொரு நாட்டு முல்லை நிலத்து விவரங்களும் ஒவ்வொரு பாட்டில் கூறப்பட்டுள்ளன. அவற்றை முறைப்படி இங்குக் காணலாம்.

ஒய்மானாட்டு முல்லை நிலம்

புதிய அரும்புகளையுடைய அவரைக் கொடிகள் பவழம் போன்ற பூக்களைப் பூத்தன; கரிய அரும்பினையுடைய காயாக்கள் திரண்ட மயிலின் கழுத்துப் போன்ற பூக்களைப் பூத்தன; முசுட்டைக்கொடி கொட்டம் போன்ற பூக்களுடன் விளங்கியது; வளவிய குலையினை யுடைய காந்தள்கள், கைவிரல்களைப் போலப் பூத்தன. கொல்லை

யிடத்து நெடிய வழிகளில் இந்திர கோபம் என்னும் பூச்சிகள் ஊர்ந்தன. இவை, கார் காலத்தை உணர்த்தின. முல்லைக் கொடிகள் முல்லைப் பூக்கள் மலர்வதால் பேரழகுடன் விளங்கின (சி.ஆர். படை, அடி, 164-9). இது நாடுகள் என்னும் பகுதியிலும் கூறப்பட்டுள்ளது.

தொண்டை நாட்டு முல்லை நிலம்

ஆயர் குரம்பை: வரகுக்கற்றை முதலியவற்றால் வேயப்பெற்ற குடிசை, குரம்பை எனப்பட்டது. அக் குரம்பையின் உள் நுழையச் சிறிய வாயில் இருந்தது. அவ்வாயிலில் கழிகளாற்கட்டப்பட்ட கதவு இருந்தது. குடிசையின் கூரையைத் தாங்கி நின்றவை குறிய கால்கள். அக்கால்களில் ஆட்டு மறிகள் நின்று தின்னத்தக்கபடி தழைகள் கட்டப் பட்டிருந்தன. ஆட்டுக்கிடாயின் தோல்களைப் பாயலாகக் கொண்டு அக்குரம்பைக்குக் காவலனான வீட்டு முதியவன் படுத்திருந்தான். குரம்பைக்கு எதிரில் முற்றம் இருந்தது. அதில் தாம்புகள் கட்டின குறிய முளைகள் இருந்தன. அம்முளைகளில் ஆடுமாடுகள் கட்டப் பட்டன. இத்தகைய சில குரம்பைகளையுடையதே முல்லை நிலச் சிற்றூராகும். அச்சிற்றூரில் வளைந்த முகத்தினையுடைய செம்மறியாடு களுடனே வெள்ளாடுகளும் தங்கி வாழ்ந்தன. அச்சிற்றூர் கட்டு முள்ளாலாகிய வேலியினை உடையது.

ஆயர் மகள்

ஆயர் மகள் வைகறையில் எழுந்து, தயிரைக் கடைந்து வெண்ணெய் எடுத்தாள்; பூக்களாற் செய்த சுமட்டைத்[2] தலையிலே வைத்தாள்; அதன்மீது மோர்ப்பானையை வைத்துக்கொண்டு குறிஞ்சி நிலம் சென்று, மோரை விற்றாள். அவள் மாமை நிறத்தினள்; மூங்கில் போன்ற தோள்களையுடையவள்; கருமணல் போன்ற கூந்தலை யுடையவள்; தாளுருவி என்னும் நகை அசையும் காதினள். அவள் மோர் விற்ற முதலைக் கொண்டு தன் குடும்பத்துக்கு வேண்டிய நெல் முதலியவற்றை வாங்கிக் கொண்டாள்; நெய் விற்ற விலைக்குப் பாலெருமையையும் நல்ல பசுவையும் கரிய எருமை நாகினையும் வாங்கினாள்; அவற்றோடு தன் மனைக்கு மீண்டாள். அவளும் அவளைச் சேர்ந்தவரும் தினைச்சோறும் பாலும் உண்டனர்.

---

2. சுமடு இக்காலத்தில் சும்மாடு எனப்படுகிறது.

ஆயன்

ஆயன் செருப்பு விடாமற்கிடந்த வடுவழுந்தின வலிய அடியினை யுடையவன்; பசுக்களை ஓட்டும் தடியைக் கையிற் பிடித்தவன்; மரங்களை வெட்டும் கோடரி பிடித்தமையால், தழும்பு அமைந்த வலிய கையினன். அவன் இரண்டு தலைகளிலும் உறியினையுடை காக்கள் மேலே இருந்தமையால் உண்டான தழும்பினைத் தோள்களில் உடையவன்; பசுக்கறந்த பாற்கையைத் தடவின தலை மயிரை யுடையவன்; மரங்களிலிருந்தும் கொடிகளிலிருந்தும் பறித்த மலர்களை மாலையாக உடையவன்; ஒற்றையாடையை உடையவன்; பாற் சோற்றை உண்பவன். அவன் கன்றுகளையும் பசுக்களையும் காட்டில் மேய விட்டான்; தக்க பதத்தில் வெட்டி ஒழுங்கு செய்யப்பட்ட மூங்கிற் கழியில் தீக்கடை கோலின் உதவி கொண்டு செய்யப்பட்ட துளையில் வாயை வைத்துப் பல வகை இனிய ஓசைகளை எழுப்பினான்; பாலைப் பண்ணை வாசித்தான்; பின்பு குமிழினது உட்பொய்யாகிய கொம்பிடத்தே வளைத்துக் கட்டின விரலால் தெறித்து வாசிக்கும் மரற்கயிராகிய நரம்பினையுடைய வில் யாழில் குறிஞ்சிப் பண்ணை வாசித்தான்.

முல்லை நிலச் சீறூர்கள்

முல்லை நிலத்தில் பயிரிட்டு வாழ்ந்த குடிமக்கள் இருந்த சீறூர் சிலவே. அவர்களது வீட்டு முற்றத்தில் பிடிகள் நின்றாற்போல வரகினைக் கொண்ட குதிர்கள் நின்றன; வீட்டுப் பந்தரில் யானையின் காலை ஒத்த வரகு திரிகை நடப்பட்டிருந்தது. வீட்டையடுத்த கொட்டி லில் குறிய வண்டி உருளைகளும் கலப்பைகளும் சுவரில் சார்த்தி வைக்கப்பட்டிருந்தன. வீடு வரகு வைக்கோலால் வேயப்பட்டிருந்தது.

இச்சீறூர் மக்கள் உழவுத் தொழிலிற் பயின்ற பெரிய எருதுகளைக் கலப்பையில் சேர்த்து, உடும்பின் முகத்தை ஒத்த பெருங்கொழு நிலத்தில் மறைய, அழுத்தி, முற்பட வளைய உழுதனர்; பின்பு விதைத்தனர்; களை எடுத்தனர்; பயிர் விளைந்ததும் அறுவடை செய்தனர் (பெ.ஆ.படை, அடி, 147-205

முல்லைப்பாட்டில் முல்லை நிலம்

கார் காலத்தில் நுண்மணற்பாங்கான நிலத்தில் இருந்த நெருங்கின இலைகளையுடைய காயா அஞ்சனம் போல மலர்ந்தன. தளிரையும் கொத்தினையுடைய கொன்றை, நன்றாகிய பொன்னைச் (பொன்னிறப் பூக்களை) சொரிந்தன. கோடல் மரத்தின் குவிந்த முகைகள் அகங்கை

போல விரிந்தன. திரட்சி நிறைந்த தோன்றி குருதி போலப் பூத்தன; காடு தழைத்த சிவந்த நிலத்துப் பெருவழியில் முன்பனி தொடங்கும் திங்களில் போதிய மழையைப் பெற்ற வரகு கதிரீன்றது. அந்நிலத்தில் முறுக்குண்ட கொம்பினையுடைய கலை மானும் அதன் பெண் மானும் துள்ளி விளையாடின. (மு.பா. அடி, 92-100)

பாண்டி நாட்டு முல்லை நிலம்

பாண்டி நாட்டு முல்லை நிலத்தில் சிறிய தினை அறுவடை செய்யப்பட்டது. எள்ளிளங்காய் முற்றியது; கரிய தாளையுடைய வரசினது கரிதாகிய கதிர் முற்றியது. ஆழ்ந்த குழிகளில் விலையுயர்ந்த மணிகள் கிடந்து விளங்கின; ஒளியினையுடைய பூக்களைப் பெற்ற கொன்றை மரநிழலில் இருந்த பாறைமீது முசுண்டை மலர்களும் முல்லை மலர்களும் உதிர்ந்து கிடந்தன. தெளிந்த நீரையுடைய பள்ளங் களில் நீலமணி என்று மருளும் நெய்தல் தொய்யிற்கொடியோடே மாறுபட மலர்ந்தன; (ம.கா.அடி, 271-285) இச்செய்தி 'நாடுகள்' என்னும் பகுதியிலும் கூறப்பட்டுள்ளது.

கார் காலத்தில் முல்லை நிலத்தில் பருவமழை நன்கு பெய்தது. வெள்ளம் கால் நடைகளின் மேய்ச்சலுக்கு இடையூறாதலின், வளைந்த கோலினையுடைய கோவலர் வெள்ளத்தை வெறுத்தனர்; தம் கால் நடைகளை மேட்டு நிலத்தில் மேயவிட்டனர். காந்தளின் நீண்ட இதழ்களாலான தம் கண்ணியில் நீரலைத்தலாலே கலக்கம் எய்தினர்; குளிரால் நடுங்கினர்; அவர்தம் பற்கள் பறை கொட்டின; அவர்கள் கைகளை நெருப்பிற்காட்டிச் சூடு உண்டாக்கிக் கொண்டார்கள்; அக்கை களைத் தங்கள் கவுளில் வைத்து அமைதி பெற்றார்கள்.

மழையாலும் வெள்ளப் பெருக்கினாலும் கால் நடைகள் மேய்தல் தொழிலை மறந்தன; குரங்குகள் குளிரால் நடுங்கின; காற்று மிகுதியால் மரங்களில் தங்கியிருந்த பறவைகள் நிலத்தில் வீழ்ந்தன; பசுக்கள் குளிரின் மிகுதியால் பால் அருந்த வந்த தங்கள் கன்றுகளை உதைத்தன; முசுட்டை வெள்ளைப் பூக்களையும் பீர்க்குப் பொன்னிறப் பூக்களையும் பூத்தன; மழைநீர் விரைந்து பாய்கையில் கயல்கள் அதன் போக்கினை எதிர்த்து நீந்தின. அப்பொழுது அவற்றைப் பிடிக்கக் கொக்குகளும் நாரைகளும் காத்திருந்தன. (நெடுநல், அடி, 1-20).

நன்னனது மலை நாட்டு முல்லை நிலம்

முல்லை நிலம் முல்லை முதலிய மணமிக்க மலர்களையுடைய கொடிகள் மிகுந்தது. வில்லின் ஓசைக்கு வெருவிச் சிவந்த கண்ணையுடைய மரையேறு, குறிஞ்சி நிலத்தை அடுத்துள்ள முல்லைநிலக் குறுங்காட்டில் விரைந்தோடும். பசுக்கள் வேற்றுப் புலங்களில் சென்று மேய்ந்து வரும். கோவலர் அவற்றின் பாலைக்கறந்து வளையல்களை அணிந்த தம் மகளிர் மனம் மகிழும்படி கொண்டு வருவர். முல்லை நிலக்காடுகளில் செம்மறி ஆடுகளும் வெள்ளாடுகளும் கலந்து 'கல்' லென்னும் ஓசையுடன் தங்கியிருக்கும். அங்குள்ள முல்லை நிலமக்கள் பாலும் பாற்சோறும் உண்பார்கள்; அவற்றை விருந்தினர்க்கும் உவப்புடன் அளிப்பார்கள். ஆடுகளின் தோல்களைத் தைத்துப் படுக்கையாகப் பயன்படுத்துவார்கள்; கொடிய விலங்குகள் ஆடுகளை நெருங்காதவாறு தீமூட்டி இரவைக் கழிப்பார்கள். (மலைபடு, அடி, 404-420). முல்லை நிலமக்கள் மூங்கிற்குழையில் எருமைத் தயிரைத் தோய்த்தார்கள் (மலைபடு, அடி, 523).

3. பாலை நிலம்

பாலையின் இயல்பு

குறிஞ்சி நிலமும் முல்லை நிலமும் அடுத்தடுத்து இருப்பவை. இவை முதுவேனிற்காலத்தில் தமக்குரிய நீர் வளத்திற்குறைந்து மக்கள் நிலைத்து வாழ வசதியற்ற மிக்க வெப்பத்தை அடையும். அக்காலத்தில் அந்நிலப்பகுதி 'பாலை' எனப் பெயர் பெறும்.

குடிகளைக் காத்தோம்பும் கடமையுடைய அரசன், அப் பொறுப்பினைப் புறக்கணித்துக் குடி ஓம்பாத அமைச்சரோடு கூடித் தன் கொடுங்கோலாட்சியால் நாட்டை அரசியல் அற்ற நாடாக்கினாற் போலக் கதிரவன் முதிர்ந்த வேனில் என்னும் அமைச்சனோடு கூடிக் குறிஞ்சியையும் முல்லையையும் பொசுக்குவதால் இரு நிலங்களும் தங்கள் இயற்கை முறைமையிலிருந்து மாறித் தங்களைச் சேர்ந்தாரை வெம்மையால் துன்புறுத்தும் 'பாலை' என்னும் வடிவைப் பெறும். இதனை இளங்கோவடிகள்:

"முல்லையும் குறிஞ்சியும் முறைமையின் திரிந்து
நல்லியல் பிழந்து நடுங்குதுயர் உறுத்துப்
பாலை என்பதோர் படிவங் கொள்ளும்"[3]

என்று கூறியுள்ளார்.

குறிஞ்சி நிலம் மட்டும் தனியே பாலையாகத் திரிதலும் உண்டு.[4] இங்ஙனமே முல்லை நிலம் தனியே பாலையாகத் திரிதலும் உண்டும்.[5] இங்ஙனம் பாலையாய்த் திரிந்த நிலத்தையும் சேர்த்து நிலம் ஐவகையாகக் கோடலும் உண்டு. எனவே, 'பாலை' என்பது குறிஞ்சி நிலத்தை அல்லது முல்லை நிலத்தைச் சார்ந்தது; நன்செய் புன்செய் விளைவு அற்றது. நீர் வளம் மிகக் குறைந்தது; வெப்பம் மிகுந்தது; செம்மையான பாதையற்றது; மக்கள் நேர்மையாக வாழ வசதிக் குறையுள்ளது என்பனவற்றை எளிதில் அறியலாம்.

பாலை நிலத் தன்மையைப்பற்றி நச்சினார்க்கினியர் (தொல். அகத். 9. உரை) 'பாலைத் தன்மையாவது, காலையும் மாலையும் நண் பகலன்ன கடுமைகூரச் சோலை தேம்பிக்கூவல் மாறி, நீரும் நிழலும் இன்றி நிலம் பயன் துறந்து புள்ளும் மாவும் புலம்புற்று இன்பமின்றித் துன்பம் பெறுவது, என்று கூறியுள்ளமை கவனிக்கத் தகும்.

இப்பாலை நிலத்தில் வேட்டுவர் வாழ்ந்தனர்; வழிப்பறி செய்வதைப் பிழைப்பாகக் கொண்ட ஆறலை கள்வர் வாழ்ந்தனர். பாலை நிலத் தலைவன், 'விடலை, காளை, மீளி' எனப்பட்டான். தலைவி 'எயிற்றி' எனப்பட்டாள். குடி மக்களுள் ஆடவர் 'எயினர், மறவர் எனப்பட்டனர். பெண்டிர் 'எயிற்றியர், மறத்தியர்' எனப்பட்டனர். இவர்கள் வாழ்ந்த ஊர்கள் 'பறந்தலை, குறும்பு எனப் பெயர் பெற்றன. இவர்கள் தொழில் வழிப்பறி செய்வதும், பகைவருடைய கால்நடைகளைக் கவர்வதும், ஊர்களுக்குச் சென்று கொள்ளையடித்து வருவதுமாகும். இவர் தம் பறை, சூறைகோட் பறையும் நிரைகோட் பறையுமாகும். இந்நிலத்துக்குரிய யாழ், பாலைவாழ் ஆகும்; பண், பஞ்சுரம் என்பது. மரா குரா, பாதிரி மலர்கள் இங்குச் சிறந்தவை. இருப்பை, ஓமை, உழிஞை, நெமை, பாலை, யா என்னும் மரங்கள் இங்குச் சிறந்தவை.

---

3. சிலப்பதிகாரம், காதை 11, அடி, 64–66.
4. அகநானூறு, 113.
5. கலித்தொகை, 2

இந்நிலத்துக்குரிய அகவொழுக்கம் பிரிதலும் பிரிதல் நிமித்தமும் ஆகும். கல்வி, பொருளீட்டல் முதலிய செயல்களுக்காகத் தலைவன் தலைவியைப் பிரிதல் பாலை ஒழுக்கம் எனப்பட்டது. இவர்கள் கொற்றவை, ஐயை எனப்பட்ட துர்க்கையை வழிபட்டார்கள்.[6]

பத்துப்பாட்டுள் கூறப்பட்டுள்ள பாலை நிலம் பற்றிய செய்திகளை இனிக்காண்போம்:

தொண்டை நாட்டுப்பாலை நிலம்

எயிற்றியர்

பாலை நிலத்தில் ஈந்தின் இலையால் வேய்ந்த குடிசைகளில் எயினர் (வேடுவர்) வாழ்ந்தனர். பிள்ளையைப் பெற்ற எயிற்றி மான் தோலாகிய படுக்கையில் முடங்கிக் கிடந்தாள். எயிற்றியர் உளி போன்ற வாயினையுடைய கடப்பாரைகளால் கரம்பை நிலத்தைக் கிளறிப் புல்லரிசியைச் சேர்த்துக் கொண்டு சென்றனர். அவர்தம் குடிசைகளின் முன் புறத்தில் விளா மரங்கள் இருந்தன. அங்கு நிலத்தில் உரல் தோண்டப்பட்டிருந்தது. எயிற்றியர் அந்நிலவுரலில் தாம் சேர்த்துக் கொண்டு வந்த புல்லரிசியைச் சொரிந்து, குறிய உலக்கையால் குற்றினர்; சிறிய அளவு நீரைக் கொண்ட கிணற்றிலிருந்து உவர்நீரை முகந்து, உலை வைத்தனர். புல்லரிசிச் சோற்றைச் சமைத்தனர். அச்சோற்றை உப்புக் கண்டத்தோடு உண்டனர். தம்மை நாடி வந்த விருந்தினர்க்குத் தேக்கிலையில் அவற்றைப் படைத்தனர்.

எயினர்

எயினர் குட்டைகளை அடுத்துக் குழிகளைத் தோண்டினர்; குட்டையில் இருந்த நீரைப் பருக வந்த பன்றியை அம்பெய்து வீழ்த்தத் தாம் தோண்டிய குழிகளில் பதுங்கியிருந்தனர்; பன்றி வேட்டை பயன் படாத பொழுது முயல்களைப் பிடிக்கக் குறுங்காட்டில் வேலிகளில் வலைகளை விரித்தனர். வேட்டை நாய்களுடன் சென்று தூறுகளை அடித்து, முயல்களை ஓடச் செய்தனர். அவை அஞ்சித் திசையறியாது ஓடி வலையில் அகப்பட்டன. இங்ஙனம் எயினர் பாலை நிலத்தில் வேட்டையாடினர்.

---

6. இவர்களது கொற்றவை வழிபாட்டைச் சிலப்பதிகாரம் வேடுவ வரியிற்பரக்கக் காணலாம்.

எயினர் அரண்

தொண்டை நாட்டில் மேலே கூறப்பட்ட பாலை நிலத்தை அடுத்து எயினர் அரண் அமைந்திருந்தது. அங்குப் பல வீடுகள் இருந்தன. அவ்வீடுகளில் வேல்களும் விற்களும் அம்புகளும் நிறைந்திருந்தன. திரண்ட கால்களைக் கொண்ட பந்தரையுடைய காவல் மிகுந்த வீடு ஒன்று இருந்தது. அவ்வீட்டில் சங்கிலிகளால் பிணிக்கப் பட்ட நாய்கள் இருந்தன. அவை வேட்டை நாய்கள். அவ்விட்டில் அம்புக்கட்டுகளும் துடி முதலிய வாச்சியங்களும் வைக்கப்பட்டிருந்தன. அந்தக் கடிமனை யைச் சூழ ஊகம்புல்லால் வேயப்பட்ட மதில் இருந்தது. அம்மதிலைச் சுற்றிலும் முள் வேலி அமைந்திருந்தது. அவ்வேலியைச் சூழக் காவற் காடு காணப்பட்டது. மதிலில் இருந்த வாயிலில் நீண்ட முனையும் உறுதியும் வாய்ந்த கழுக்கள் நிறுத்தப் பட்டிருந்தன. அரணின் வாயில், வலிய கணைய மரம் ஏற்பட்ட உட்கதவினை உடையது. இந்த எயினர் அரண், தொண்டைமான் ஆட்சிக்குரியது. எனவே, நாட்டைக் காக்கும் நிலப்படைகளுள் ஒன்று பாலை நிலத்தில் வைக்கப்பட்டிருந்தது போலும்! இந்த அரணில் இருந்த எயினர், வில்லிலும் வேலிலும் பயிற்சி பெற்றவராயவர். இவர் முற்கூறிய முயல் வேட்டையாடிய எளிய எயினரினும் மேம்பட்ட மறவராவர். ஆறலைகள் வரை அடக்கவும் நாட்டு வாணிக வழிகளைப் பாலை நிலத்திற் பாதுகாக்கவும் இவர்கள் மன்னனால் அமர்த்தப் பட்டவர்கள் எனக் கருதலாம்.

போர் மறவர்

இக்குடியிற் பிறந்த சூல் கொண்ட மகள், யானை தன் எதிரே வரினும் பாம்பு தன்மேல் ஊர்ந்து செல்லினும், வானத்தில் இடி தோன்றினும் அஞ்சியதில்லை. அத்தகைய மறவர் குலமகளிர் பெற்றெடுத்த மறவராகிய எயினர், கொள்ளை கொண்டு உண்டலையே உரிமையாகக் கொண்டனர் அவர்கள் தலைவன் ஆண் புலி போன்ற வீரமுடையவன்; புல்லென்ற தாடியை உடையவன். அவன் தன் வீரருடன் சென்று, தன் பகைவர் நாட்டுப் பசுக்களைக் கவர்ந்து வந்து, அவற்றைக் கள்ளுக்கு விலையாகப் போக்கினான்; பின்பு தன் இல்லத்திற் சமைத்த கள் வகையுள் நெல்லாற் சமைத்த கள்ளைப் பருகினான்; ஆட்டிறைச்சியை உண்டான். இங்ஙனமே அவனுயை வீரரும் கள்ளைப் பருகி இறைச்சியை உண்டனர். பின்பு அனைவரும் மன்றிற்கூடி மத்தள முழக்கத்திற்கு ஏற்ப இடத்தோளை வலப்பக்கத்தில் வளைத்து, மகிழ்ச்சியுடன் கூத்தாடினர்.[7]

---

7. இவ்வாறு இவர்கள் பகைவருடைய பசுக்களைக் கவர்தலும் அதனால் உண்டாகும் பூசலும் 'வெட்சித்திணை' என்று புறப்பொருள் இலக்கணம் புகலும்.

அவர்தம் குடியிருப்புக்கு அப்பால் முல்லை நிலம் அமைந்திருந்தது. (பெ.ஆ.படை, அடி, 83-147).

பாண்டி நாட்டுப் பாலை நிலம்

பாலை நிலத்தில் ஆறலைகள்வர் மறைந்து நின்று வழிப் போக்கரைத் துன்புறுத்தலும், கொலை புரிதலும், கொலை கண்டு மகிழ்தலும் வழக்கம். இதனால் தமிழ் மன்னர் எயினருள் தக்கவரைப் போர் வீரராக்கி நாடு காவற் பணியிற் அமர்த்தினர். பாலை நிலவழி களில் குடிமக்கட்குத் தீங்கு நேராமல் பார்ப்பதே அவர்தம் தலையாய கடமை. பாண்டி நாட்டுப் பாலை வழிகளைக் காவல் காத்தவர் இளைஞர்; வில்லேந்திய கையினர்; குழையால் வேய்ந்த குடில்களில் வாழ்ந்தனர்; தழை விரவின கண்ணியினை அணிந்தனர்; கடிய சொற்களை உடையவர். வலிமை மிகுந்தவர் (ம.கா. அடி, 310-314)

பாலைபற்றிய பிற செய்திகள்

ஆறலைகள்வர் பாலை நிலவழியே செல்லும் பாணரையோ கூத்தரையோ தாக்க முனைதலும் வழக்கம். அப்பொழுது அவர்கள் பாலை யாழை இசைத்து, உருக்கமாகப் பாடுவார்கள். யாழோசையும் மிடற்றோசையும் வன்னெஞ்சராகிய ஆறலைகள்வர் மனத்தையும் கவருமாம். அவர்கள் தங்கள் கொலைக்கருவிகளையும் நெகிழ விட்டுத் தங்களை மறந்து நிற்பார்களாம் (பொ.ஆ.படை, அடி, 21-2). பாலை என்னும் பண் மிகவும் இனிமை வாய்ந்தது. (பொ.ஆ.படை, அடி, 180) தலைவன் போர் முதலியவற்றுள் ஒன்றுக்காகத் தலைவியை விட்டுப் பிரியும் ஒழுக்கம் ‘பாலை’ எனப்படும் (நெடுநல். நச்.உரை). பாலை என்பது ஒரு மரம். மலைநாட்டு மகளிர் அதன் மலரைப் பிற மலர் களோடு விரவித் தழையும் மாலையும் அமைத்து அணிந்தனர் (கு.பா. அடி, 77)

4. மருதநிலம்

முன்னுரை

வயலும் வயலைச் சார்ந்த இடமும் மருதம் எனப்படும். ஆற்றுப் பாய்ச்சல் ஏரிப்பாய்ச்சல் உள்ள நிலப்பகுதியே மருதநிலமாகும் இந்நிலத் தில் மருத மரங்கள் மிகுதியாதலின், இது மருதம் எனப்பெயர் பெற்றது. இந்த நிலம் நீர்வளத்தால் சிறந்தது. நெல், கரும்பு, புகையிலை முதலிய உயரிய பயிர்கள் நன்கு பயிராகும் நிலம்; உணவுக்குறைபாடு இல்லாத

நிலம். ஆதலின் ஐவகை நிலங்களிலும் மருதமே உயர்வாகக் கருதப் படுகிறது. உலகத்தில் புகழ் பெற்ற பழைய நாகரிகங்கள் அனைத்தும் ஆற்றுப்பாய்ச்சல் நிறைந்த மருதநிலத்திலேதான் தோன்றின என்பது வரலாறு கூறும் உண்மையாகும்.

'வெள்ளிய பூக்களையுடைய கரும்புகளுடனே செந்நெல்லும் வளர்ந்து குவளையோடே பெருமையையுடைய இதழ்களையுடைய நெய்தலும் மயக்கப்பட்டு முதலைகள் செருக்கித் திரிந்த இடமகன்ற பொய்கைகளையுடைய மருதநிலம்' என்று நச்சினார்க்கினியர் கூறி யுள்ளார் (பபாலை. அடி, 239-42 உரை). இது மருதநிலச் சிறப்பை நன்கு தெரிவிப்பதாகும்.

இந்நிலத்துத் தலைமகன் 'மகிழ்நன், ஊரன்' எனப் பட்டான்; தலைமகள், 'மனைவி' எனப்பட்டாள். குடிமக்கள் 'உழவர், களமர், கடையர்' எனப்பட்டனர்; அவர்தம் பெண்டிர், 'உழத்தியர், கடைசியர்' எனப்பட்டனர். இந்நிலக்கடவுள் இந்திரன். இவர்கள் நிலத்தை உழுதல், விதைத்தல் களை எடுத்தல் நீர் பாய்ச்சுதல் அறுவடை செய்தல், கடா விடல், ஆறுகளிலும் பொய்கைகளிலும் நீராடல் முதலிய தொழில் களில் ஈடுபட்டார்கள். இந் நிலத்திற்குரியது மருதயாழ்; இங்குச் சிறந்திருந்த மலர்கள் தாமரையும் கழுநீருமாகும். இத்தகைய சிறப்பு டைய மருதநிலம் பற்றிப் பத்துப்பாட்டுள் கூறப்பட்டுள்ள செய்திகளை இங்குக் காண்போம்.

சோழநாட்டு மருதநிலம்

வடவெள்ளாற்றுக்கும் தென் வெள்ளாற்றுக்கும் இடைப்பட்ட நிலப்பகுதி சோழநாடு. இந்நாட்டைக் காவிரி தன் நன்னீரால் பல நூற்றாண்டுகளாகக் காத்து வருகின்றது. கஞ்சங்குல்லை தீயவும், மரக்கொம்புகளை நெருப்புத்தின்னவும், மேகம் கடல் நீரை முகத்தலை மறப்பவும் நேரும் பொழுது நாட்டில் பெரிய வறகடம் தோன்றும். அக்கொடிய காலத்திலும் காவிரியில் நீர் பெருகி வரும். அந்நீர் நாட்டைச் செழிப்பாக்கும். (சோழ நாட்டு வளம் 'நாடுகள்' என்னும் தலைப்பில் விரிவாகக் கூறப்பட்டுள்ளது.)

ஓய்மானாட்டு மருதநிலம்

ஓய்மானாட்டில் பெயர் பெற்ற யாறுகள் இல்லை. நாடு மழையை நம்பியிருந்தது. ஆங்காங்குப் பெரிய நீர் நிலைகள் அமைக்கப்

பட்டிருந்தன. ஏரிப்பாய்ச்சலையுடைய நிலப்பகுதியே மருதவளத்துடன் காணப்பட்டது. அந்நிலப்பகுதி வேலூரிலிருந்து ஆமூர் வரையில் பரவி இருந்தது. அதன் நீர் வளம் 'ஒய்மானாடு' என்ற தலைப்பில் விரித்துக் கூறப்பட்டுள்ளது.

தொண்டை நாட்டு மருதநிலம்

தொண்டை நாட்டைப் பன்னெடுங்காலமாய் வளப்படுத்தி வருவது பாலாறு. அது பெரும்பாணன் புதிய பாணனை ஆற்றுப் படுத்திய வழியில் அவன் காலத்தில் இருந்திருப்பின், அதனைப் பற்றிக் கூறியிருப்பான். அவன் குறித்த துறைமுக நகரத்திற்குச் செல்ல வேண்டு மாயின், பாலாற்றைக் கடந்துதான் செல்ல வேண்டும். இஃது இன்றைய நிலைமை. பாவாறு மாமல்லபுரத்திற்குத் தெற்கே ஏறத்தாழப் பதினைந்து கல் தொலைவில் இன்று பாய்கின்றது. ஆயினும், பெரும்பாணன் காலத்தில் பாலாறு காஞ்சிக்கு ஏறத்தாழ எட்டுக்கல் வடக்கில் பாய்ந்துகொண்டிருந்தது. கி.பி. 13ஆம் நூற்றாண்டிற்குப் பின்பே அதன் போக்கு மாற்றப்பட்டது. அதனால், அப்பேரியாறு காஞ்சிக்குத் தெற்கில் பாயத்தொடங்கி வாயலூர் என்னும் இடத்திற்கு அருகில் கடலிற் கலக்கலாயிற்று. இது பற்றிய விவரங்களை இப் பகுதி யின் ஈற்றில் உள்ள குறிப்பிற் காண்க. தன் காலத்தில் காஞ்சிக்குத் தெற்கே பாலாறு பாயாததாலேதான் பெரும்பாணன் அப்பேரியாற்றைக் குறிக்கவில்லை என்பது இங்கு அறியத்தகும்.

பெரும்பாணன் குறிஞ்சி, பாலை, முல்லை நிலப்பகுதிகளைப் பற்றிப் பேசிய பின்பு மருதநிலம் பற்றிச் சில விவரங்களைக் கூறியுள்ளான்; அந்நிலப்பகுதி இன்றுள்ள மாமல்லபுரத்திற்கும் பாலாற்றின் வடகரைக்கும் இடைப்பட்டதாகும். அங்கு ஏரிகள் அமைந்துள்ளன. மாமல்லபுரத்திலிருந்து கச்சிக்குச் சென்ற வழியில் தோப்புகள் இருந்தமையைப் பெரும்பாணன் குறித்துள்ளான். இவற்றை நோக்க, இன்றுள்ளவாறே சங்ககாலத் தொண்டை நாட்டிலும் ஏரிப்பாய்ச்சல் பெற்றிருந்த நிலப்பகுதியே மருதநிலமாய்க் காட்சியளித்தது என்பதை அறியலாம். தொண்டை நாட்டு மருதநிலம் பற்றிய செய்திகளைத் 'தொண்டை நாடு' என்னும் தலைப்பிற் காணலாம்.

பாண்டி நாட்டு மருத நிலம்

பாண்டி நாட்டு யாறுகளுள்ளே பெயர் பெற்றவை 'வையை, பொருநை' என்பன. வையை பாண்டி நாட்டின் வடபகுதியையும்,

பொருநை பாண்டி நாட்டின் தென் பகுதியையும் நீண்ட காலமாய் வளப்படுத்தி வருகின்றன. ஆயினும், 'மதுரை' என்னும் பாண்டியர் தலைநகரை யடுத்துப் பாய்ந்த வையையே சங்க நூல்களில் சிறப்பாகப் பேசப்பட்டுள்ளது. பாண்டி நாட்டு மருதநிலம் பற்றிய விவரங்கள், 'பாண்டி நாடு' என்னுந்தலைப்பில் விரிவாகத் தரப்பட்டுள்ளது.

மருதம்

ஊடலும் கூடலுமாகிய ஒழுக்கம் மருதநிலத்திற்கு உரியதென இலக்கண நூல் கூறும். அவ்வொழுக்கத்திற்கே 'மருதம்' என்பது பெயர்.

'மருதம்' சான்ற மருதத் தண்பணை' என்பது சிறுபாணாற்றுப் படை' (அடி, 186) இந்நிலத்திற்குரியது மருதயாழ் என்பது. மருதப்பண் என்பதும் வழக்கில் இருந்தது. மருதப்பண் காலைப்பண் எனப்பட்டது. யாழோர் மதுரையில் காலையில் மருதப்பண்ணை வாசித்தனர் (ம.கா. அடி, 657-8).

மருத நிலத்தில் உணவுப் பஞ்சமில்லை. ஆதலின், மக்கள் தங்கள் ஓய்வு நேரங்களைக் கல்வியிலும் கலை வளர்ச்சியிலும் செலவிடத் தொடங்கினார்கள். மருதநில மக்களாலேதான் உலகில் நுண்கலை களும் பிற கலைகளும் செம்மையாய் வளர்ச்சியடைந்தன; ஆடலும் பாடலும் ஓவியமும் சிற்பமும் வளர்ச்சி பெற்றன. சோற்றுக்கவலை இல்லாததால் நிலக்கிழார் பலர் பரத்தையரோடு பழகலாயினர். எனவே, தமிழ் நூல்களில் பரத்தையர் பிரிவு ஏற்பட்டது. பரத்தையர் பொருட்டுத் தலைவன் தலைவியை விட்டுப் பிரிந்தான்; தலைவி ஊடல் கொண்டாள். தலைவன், பாணன், விறலி முதலியோரைக் கொண்டு தலைவியின் ஊடலைத் தீர்த்துத் தலைவியைக் கூடினான். இதனாலே தான் 'மருத நிலத்திற்கு ஊடலும் கூடலும் உரிய' என்று அகப்பொருள் இலக்கணம் அறையலாயிற்று.

5. நெய்தல் நிலம்

முன்னுரை

கடலும் கடல் சார்ந்த இடமும் நெய்தல் எனப் பெயர் பெறும். இங்கு நெய்தல் மலர் மிகுதியாதலின், இந்நிலம் இப்பெயர் பெற்றது என்னலாம். காதலனைப் பிரிந்த காதலி தன் தனிமையை நினைந்து இரங்கலும் இரங்கல் நிமித்தமும் ஆகிய ஒழுக்கம் பற்றி இந்நிலம் நெய்தல் எனப்பெயர் பெற்றது என்று கூறப்படுதலும் உண்டு.

கடற்கரையில் வாழ்ந்த பரதவரே இந்நிலத்துக்குரிய குடிமக்கள். அவர்கள் பட்டினம் என்ற பேரூர்களிலும் பாக்கம் என்ற சிற்றூர்களிலும் வாழ்ந்தார்கள். அவருள் தலைவராயினார் 'சேர்ப்பன், புலம்பன்' எனப்பட்டனர்; அவர்தம் பெண்டிர் 'பரத்தியர், நுளைச்சியர்' எனப் பட்டனர். அவர்தம் குடிமக்களுள் ஆடவர், 'பரதர், நுளையர்' அளவர், வலையர்' எனப்பட்டனர். அவர்தம் பெண்டிர் 'பரத்தியர், நுளைச்சியர் அளத்தியர், வலைச்சியர்' எனப் பட்டனர்.

நெய்தல் நிலமக்கள் மழைக்கடவுளை (வருணனை)த் தெய்வமாகக் கொண்டாடினார்கள். அவர்கள் கடலிற்சென்று வலை வீசி மீன் பிடித்தனர்; அவற்றை விற்றனர்; உப்பை விளைத்தனர்; உப்பை விற்றனர்; வந்த பொருளைக் கொண்டு வாழ்ந்தனர்; அம்மக்கள் மீன்களைப் பிடித்தல், அவற்றை உலர்த்துதல், உப்பு விளைத்தல், மீனையும் உப்பையும் விற்றல், பறவைகளை ஓட்டல், கடலாடுதல் முதலிய தொழில்களில் ஈடுபட்டிருந்தார்கள். அவர்கள் மீன்கோட்பறை, பம்பை, விளரி யாழ் என்னும் இசைக்கருவிகளைப் பயன்படுத்தினார்கள்; செவ்வழி என்னும் பண் இசைத்தார்கள். அவர்கள் தாழை, நீர் முள்ளி, அடம்பு புன்னை, ஞாழல் என்னும் மலர்களை அணிந்தார்கள்.

பல நாடுகளில் நெய்தல் நிலம்

சோழநாட்டு நெய்தல் நிலம், ஓய்மானாட்டு நெய்தல் நிலம், தொண்டை நாட்டு நெய்தல் நிலம் பாண்டி நாட்டு நெய்தல் நிலம் பற்றிய செய்திகள் 'நாடுகள்' என்னும் அடுத்த பகுதியில் தரப்பட்டுள்ளன. நெய்தல் நில மக்களின் செயல்கள் 'விளையாட்டுகள்' என்னுந் தலைப்பில் இடம் பெற்றுள்ளன.

நெய்தல் நெடுவழி

இடைக்கழி நாட்டிலிருந்து ஓய்மானாட்டுக் கடற்கரை வழியே சென்ற நெடுவழியில் எயிற்பட்டினம் இருந்தது. அந்நெடுவழி பல காலமாக வாணிக வழியாயும் நாடு விட்டு நாடு செல்லும் பெரு வழியாயும் இருந்தது போலும்! நல்லூர் நத்தத்தனார் அதனைப் 'புகழ்தல் அமைந்த நெய்தல் நிலத்து நெடிய வழி' என்னும் பொருளில்,

'பாடற் சான்ற நெய்தல் நெடுவழி'

(சி.ஆ.படை, அடி, 151)

என்று கூறியுள்ளார்.

பாலாற்றின் போக்கு

பாலாற்றின் தோற்றம்

மைசூர் நாட்டில் பெங்களூர், கோலார், தும்கூர், மைசூர், ஹாசன், கடூர், ஷிமோகா, சித்தல் துர்க்கம் என எட்டு மாவட்டங்கள் உள்ளன. ஒவ்வொரு மாவட்டத்திலும் பல வட்டங்கள் உண்டு. கோலார் மாவட்டத்தில் சிக்பல்லபூர் என்னும் பெயர் கொண்ட வட்டம் ஒன்றாகும். அவ்வட்டத்தில் நந்தி துர்க்க மலைத்தொடர் உள்ளது. அத்தொடரில் திப்பகிரி, பிரமகிரி, சென்ன கேசவமலை, அரிகரேசுவர மலை, கலவர துர்க்கம், நந்தி துர்க்கம் எனப் பல மலைகள் உண்டு.

சென்ன கேசவமலை கடல் மட்டத்திற்கு மேல் 4762 அடி உயர முள்ளது. இதன் உச்சியில் அடர்ந்த காடுகள் உள்ளன. இம்மலையின் வடபகுதியில் தோன்றும் யாறு உத்தரப்பிநாகினி என்பது; தென் பகுதியில் தோன்றும் யாறு தட்சிணப்பிநாகினி என்பது. இவை முறையே வடபெண்ணையாறு, தென்பெண்ணையாறு என்று தமிழில் பெயர் பெறும். இந்த இரண்டு யாறுகளுக்கும் இடையில் பாலாறு தோன்று கிறது.

பாலாற்றின் போக்கு

கோலார் மாவட்டத்தில் தோன்றும் பாலாறு கோலார் வட்டம், முல்பாகல் வட்டம், சீனிவாசபுரவட்டம், பௌரிங்பேட்டை வட்டம் ஆகியவை வழியாகத் தென்கிழக்கில் பாய்கின்றது; பௌரிங்பேட்டை வட்டத்தின் கிழக்கில் மைசூர் நாட்டைக் கடந்து, வாடவார்க்காட்டு மாவட்டத்தைச் சேர்ந்த பழைய கங்குண்டி சமீன் சீமையை அடைகிறது.

கங்குண்டிச் சீமையை அடைந்த பாலாறு முப்பது கல் சென்று கிழக்குத் தொடர்ச்சி மலைகளின் வழியே பாய்ந்து வாணியம்பாடிப் பள்ளத் தாக்கை அடைகின்றது. பின்பு அது சவ்வாது மலைகளின் குறுக் கீட்டால் சிறிது வடக்கில் சென்று பின்பு கிழக்கு நோக்கிப் பாய்கிறது. ஆர்க்காட்டிற்குக் கிழக்கில் ஐந்து கல் தொலைவில் பாலாற்றின் குறுக்கே ஓர் அணை கட்டப்பட்டுள்ளது. காவேரிப் பாக்கத்துக்கு[8] அப்பால் இந்த ஆறு செங்கற்பட்டு மாவட்டத்துக் காஞ்சீபுர வட்டத்துள் நுழைகிறது; காஞ்சக்குத் தென்கிழக்கிற் சென்று, செங்கற்பட்டுக்கு அப்பால் மேலும்

---

8. இதன் பழைய பெயர் காவிப்பாக்கம் என்பது.
A.R.E. 687 of 1904.

தெற்கிற் சென்று, இறுதியில் கிழக்கு நோக்கிப் பாய்ந்து, சதுரங்கப்பட்டினத்திற்குத்[9] தெற்கில் மூன்று கல் தொலைவில் கடலிற் கலக்கின்றது. இப் பாலாற்றின் நீளம் ஏறத்தாழ 230 கல் ஆகும்.

கல்வெட்டுச் செய்தி

காவேரிப்பாக்கத்துக்கு அருகில் கொண்டாபுரம் என்னும் சிற்றூரில் உள்ள கோவில் கல்வெட்டு ஒன்று, அக்கோவில் பாலாற்றுக்குத் தெற்கில் இருப்பதெனக் குறித்துள்ளது. ஆயினும், இன்று அக்கோவில் பாலாற்றுக்கு வடக்கில் உள்ளது[10] இதனை நோக்க, எக்காரணத்தாலோ பின் நூற்றாண்டுகளில், காவேரிப் பாக்கத்திற்கு அருகிலிருந்து பாலாற்றின் போக்கு வடக்கிலிருந்து தெற்கு நோக்கி மாறியிருத்தல் வேண்டும் என்பது தெளிவாகிறது.

இங்ஙனம் பாலாற்றின் போக்கு மாறக் காரணம், பாலாறு காஞ்சியை அடுத்துச் செல்ல வேண்டும் என்ற நோக்கத்தோடு காஞ்சி காவலனுடைய உயரலுவலனான கண்ட கோபாலன் என்பவன், அரசன் விருப்பப்படி ஆற்றின் போக்கை மாற்றியதே என்று செவி வழிச் செய்தி செப்புகின்றது.[11]

திருமுறைச் சான்றுகள்

காவேரிப்பாக்கத்து ஏரி மிகப் பெரியது. அந்த ஏரியிலிருந்து வெளிப்படும் மிகுதியான நீரே கொர்த்தலையாறு என்னும் பெயருடன் கிழக்கில் பாய்கின்றது. அது வழியில் திருத்தணிகையாறு, நகரியாறு என்பவற்றின் நீரைப் பெற்றுச் சென்னைக்கு வடகிழக்கில் உள்ள எண்ணூருக்கு அருகில் கடலிற்கலக்கின்றது. இக்கொர்த்தலையாறு பாயும் காவேரிப்பாக்கத்துப் பள்ளத்தாக்கில் ஒரு காலத்தில் பாலாறு பாய்ந்திருத்தில் வேண்டும் என்று ஆராய்ச்சியாளர் கருதுகின்றனர். பாலாற்றுப் படுகையையும் கொர்த்தலையாற்றுப் படுகையையும் இணைக்கும் சிற்றாறு ஒன்று இன்றும் ‘பழைய பாலாறு’ என்னும் பெயரில் இருப்பதே இங்ஙனம் கருதக் காரணமாகும்.[12] இஃது உண்மையாய் இருக்கலாம் என்பதைத் திருமுறைப்பாடல்களும் பிறபாடல்

---

9. இதன் பழைய பெயர் சதிரவாசகன் பட்டினம் என்பது.
   A.R.E. 173 of 1933.

10. 1. North Arcot District Manual. P.8

11. 2. Ibid. p. 8

12. Ibid. p.8

களும் திருப்பாசூர்க் கல்வெட்டும் மெய்ப்பிக்கின்றன.

1. காஞ்சிக்கு வடமேற்கில் ஏறத்தாழ ஏழுகல் தொலைவில் உள்ள திருமாற்பேறு என்னும் சிவதலம் பாலாற்றின் தென்கரையில் இருந்தது என்று கி.பி. 7ஆம் நூற்றாண்டில் வாழ்ந்த திருஞான சம்பந்தர் தமது பதிகத்திற்பாடியுள்ளார்.

'திரையார் பாலியின் தென்கரை மாற்பேறு'[13]

கி.பி. 12ஆம் நூற்றாண்டில் (கி.பி. 1133-1150) திருஞான சம்பந்தர் முதலிய சைவப் பெரியார்களின் வரலாறுகளைப் பெரியபுராணம் என்னும் பெருங்காப்பியமாகப் பாடியருளிய சேக்கிழார் பெருமானும் இதனையே கூறியுள்ளார்.[14] திருமாற்பேற்றுக்கு அண்மையில் உள்ள கோவிந்தவாடி அகரம் என்னும் ஊரில் 'பழைய பாலாறு' என்னும் பெயருடன் யாறு ஒன்று இன்றும் காணப்படுகின்றது.[15]

2. காஞ்சியிலிருந்து கலிங்கத்தின் மீது படையெடுத்துச்சென்ற முதற்குலோத்துங்கன் (கி.பி. 1070-1120) படைத்தலைவனான கருணாகரத் தொண்டைமான் காஞ்சிக்கும் கலிங்கத்துக்கும் இடையில் பல யாறு களை கடந்தான். அவற்றுள் முதல்யாறு பாலாறு என்று அக்காலத்தில் பாடப்பட்ட கலிங்கத்துப் பரணி கூறுகின்றது.[16] எனவே, கி.பி. 11, 12ஆம் நூற்றாண்டுகளில் பாலாறு காஞ்சிக்கு வடக்கில் பாய்ந்து கொண்டிருந்தது என்பது தெளிவாகிறதன்றோ?

3. சென்னைக்கு மேற்கில் ஏறத்தாழப் பதினைந்து கல் தொலைவில் உள்ள பூவிருந்த வல்லிக்கு வடக்கில் இரண்டு கல் தொலைவில் திருவேற்காடு என்னும் சிவதலம் உள்ளது. இது பாலாற்றின் வடகரை யில் இருந்தது என்று சேக்கிழார் பெருமான் பெரிய புராணத்திற் பாடியுள்ளார்[17]. இன்று அவ்யாறு 'பழைய பாலாறு' என்றும் 'காடு வெட்டியாறு என்றும் கூறப்படுகிறது.[18]

---

13. 1. திருமுறை திருமாற் பேற்றுப்பதிகம், செ. 6.
14. திருஞான சம்பந்தர் புராணம், செ. 1002 நான் திருமாற்பேறு என்னும் தலத்துக் கோவிலையும் யாற்றையும் 10-2-62இல் பார்வையிட்டேன். யாறு கோவிலின் பின்பக்கத்தில் உள்ளது.
15. சுப்பிரமணியப்பிள்ளை, சிவதலமஞ்சரி (மூன்றாம் பதிப்பு) பக். 201.
16. தாழிகை, 367.
17. மூர்க்க நாயனார் புராணம், செ. 1 திருஞானசம்பந்தர் புராணம், செ. 1029

4. திருவேற்காட்டிற்கு வடகிழக்கில் ஏறத்தாழ ஆறு கல் தொலைவில் வடதிருமுல்லைவாயில் என்னும் சிவதலம் அமைந்துள்ளது. அப்பகுதி பாலாற்றின் வடகரையில் இருந்தது என்று கி.பி. 9ஆம் நூற்றாண்டினரான சுந்தரர் அத்தலம் பற்றிய பதிகத்திற் பாடியுள்ளார்.

"சந்தன வேருங்காரகிற் குறடுந்
தண்மயிற் பீலியுங் கரியின்
தந்தமுந் தரளக் குவைகளும் பவளக்
கொடிகளுஞ் சுமந்து கொண்டுந்தி
வந்திழி பாலி வடகரை முல்லை
வாயிலாய்! மாசிலா மணியே!
பந்தனை கெடுத்தென் படுதுயர் களையாய்
பாசுப தாபரஞ் சுடரே!"¹⁹

என்பது.

5. சென்னையிலிருந்து அரக்கோணம் செல்லும் இருப்புப் பாதையை அடுத்துள்ள இலம்பையங்கோட்டூர் திருவிற்கோலம் (கூவம்) திருவூறல் (தக்கோலம்) என்னும் சிவதலங்களும் பாலாற்றின் வடபால் இருந்தன என்று சேக்கிழார் செப்பியுள்ளார்.²⁰

பாசூர்க் கல்வெட்டு

6. திருப்பாசூர்ச் சிவன் கோவிலில் ஐம்பத்துமூன்று கல்வெட்டுகள் உள்ளன. அவற்றுள் ஒன்று கலிங்கத்துப் பரணி கொண்ட முதற் குலோத்துங்கனது (கி.பி. 1070-1120) நாற்பத்தாறாம் ஆட்சியாண்டில் (கி.பி.1116இல்) வெட்டப்பட்டது.

"ஆமூர்க்கோட்டத்து மோந்தூர் நாட்டு மோந்தூர்ப் பாண்டிப் பாக்கம் ஒற்றி கொண்டானுக்குக் கீழ்மலை மோகூர் நாட்டு இராச நாராயண சதுர்வேதி மங்கலத்து மகாசபையார் நிலத்தை விற்றனர். அம்மையப்பர் திருமஞ்சனத்துக்குப் பாலாற்று நீரைக் கொண்டு வரவும் நந்தவனம் அமைக்கவும் அந்நிலம் விற்கப்பட்டது." என்பது அக்கல்

---

18. சிவதலமஞ்சரி, பக். 227, நான் இக்கோவிலையும் யாற்றையும் 10-7-62இல் பார்வையிட்டேன்.

19. செ.5.

20. திருஞான சம்பந்தர் புராணம், செ. 1004-5.

வெட்டுச் செய்தியாகும்.[21]

திருப்பாசூர்க்கு அண்மையில் பாலாறு பாய்ந்து கொண்டிருந்தது என்பது இக்கல்வெட்டால் நன்கு விளங்குகிறதன்றோ?

முடிவுரை

இச்சான்றுகள் அனைத்தையும் நோக்கக் கி.பி. 12ஆம் நூற்றாண்டு வரையில் பாலாறு, காஞ்சிக்கு வடக்கில் உள்ள திருமாற்பேறு, வட கிழக்கில் உள்ள திருப்பாசூர், திருவேற்காடு, திருமுல்லைவாயில் வழி யாகச் சென்று எண்ணூருக்கு அருகில் கடலிற் கலந்திருத்தல் வேண்டும் என்பது தெளிவாதல் காண்க.

---

21. A.R.E. 123 of 1929-30.
ப.பா.ஆ. 14

6. நாடுகள்

சோழநாடு

காவிரியின் சிறப்பு

கஞ்சங்குல்லை தீய்தல், மரக்கொம்புகளை நெருப்புத் தின்னுதல், மலையருவிகள் வற்றுதல், மேகம் கடல் நீரை முகத்தலை மறத்தல் ஆகியவை நேரும்பொழுது நாட்டில் பெரிய வற்கடம் தோன்றும். அக்கொடிய காலத்திலும் காவிரியாற்று நீர் பெருகிவரும்; நறைக்கொடி, நரந்தம்புல், அகில், சந்தனம் ஆகியவற்றைச் சுமந்து வந்து துறைதோறும் தள்ளிச் செல்லும்; குளம் முதலிய நீர் நிலைகளிற்புகும். அந்நீரில் மகளிரும் மைந்தரும் நீராடுவர். நெல் விளைச்சல், காவிரி வளத்தால் மிகுதியாகும். உழவர், நாடோறும் கடா விட்டுக் குன்று என்று சொல்லும்படி குவித்த நெல்லைக் குதிர்களில் நிரப்புவர். ஒரு வேலி நிலம் ஆயிரங்கலமாகிய செந்நெல்லை விளைக்கும். இத்தகைய விளைச்சலுக்குக் காரணம், காவிரியாறேயாகும். காவிரி இங்ஙனம் தனது நீரால் சோழநாட்டைப் பாதுகாக்கிறது. (பொ.ஆபடை, அடி 233-248).

வெள்ளி என்னும் மீன் தான் நிற்றற்குரிய வடதிசையில் நில்லாமல் தென் திசையிற் செல்லினும், மழை தான் பெய்யவேண்டும் காலத்துப் பெய்யாதொழியினும், குடகு மலையில் தோன்றிப் பாயும் காவிரி பொய்யாது, காலந்தோறும் பாய்ந்து கொண்டேயிருக்கும். காவிரி நீர் சோழநாட்டிற்பாய்கையில் பொன்னைக் கரையில் போகட்டும். காவிரி வளத்தால் சோழநாட்டு வயல்களில் விளைதல் மாறாது நடைபெறும் (ப.பாலை, அடி, 1-7).

சோழ நாடு

சோழநாட்டின் ஒவ்வொரு 'மா' நிலத்திலும் திடர்தோறும் நெற்கூடுகள் பொருந்தியிருக்கும். தாழ்ந்த தென்னை மரங்களையுடைய குளிர்ந்த மரச்சோலைகளில் குடியிருப்புகள் இருக்கும். அங்குள்ள மக்கள் குருதி கலந்த சோற்றைப் பலியாக இடுவார்கள். காக்கை அப்பலியை விழுங்கும். அது ஆமையின் பார்ப்பை எடுத்து வந்து பசி

வரும்போது தின்னப் பாதுகாத்து வைக்கும். ஆண் மயில்கள் வளைவு டைய காஞ்சிமரத்திலும் செவ்விய மருதமரத்திலும் தங்கும்; பாகற் பழத்தையும், பலாப்பழத்தையும் தின்னும். அப்பொழுது அவற்றின் பெண் மயில்கள் அவற்றை அழைக்கும். ஆண் மயில்கள் அவற்றைப் பொருட் படுத்தாமல், யாழோசை போன்று வண்டுகள் நெய்தல் நிலத்திற் பாடுவதைக் கேட்டு, அங்குச் சென்று பாடற்கு ஏற்பத் தங்கள் தோகையை விரித்து நிலவு போன்ற இடுமணலில் ஆடும்.

முல்லை நிலக்காடுகளில் தளவு, தோன்றி முல்லை, தேற்றா, பொன் போலும் பூவினையுடைய கொன்றை, நீலமணி போலும் பூவினை யுடைய காயா என்பவை மலரும். முல்லை நில மக்கள் அக்காடுகளில் வாழ்தலை வெறுக்கின், மருதநிலம் சென்று அந்நிலத்தைப் புகழ்வார்கள்.

நாரைகள் கடல் இறவைத்தின்று புன்னை மரக்கிளைகளில் தங்கும்; அக்கிளைகளின்மீது மோதும் திரைக்கு அஞ்சின், மருதநிலத்துப் பனை மடலிற் சென்று தங்கும்.

நெய்தல் நிலமாகிய கடற்கரையை அடுத்த பாக்கத்தில் குலை களைக் கொண்ட தென்னை மரங்களும், வாழை மரங்களும், மலர்ந்த சுரபுன்னை மரங்களும், கொழுவிய காந்தட்செடிகளும் வளமுறத் தோன்றும். அங்குத் துடியோசை போலும் ஓசையையுடைய பேராந்தை வாழும். பரதவர் அப்பாக்கத்து வாழ்க்கையை வெறுப்பின், குறிஞ்சியிற் சென்று அந்நிலத்தைப் புகழ்வர்.

குறவர் தம் குறிஞ்சி நிலப்பூக்களை வெறுப்பின், நெய்தற்பூக்களைச் சூடுவர். முல்லை நில (காட்டு)க் கோழிகள் (மருதநிலத்து) நெல்லைத் தின்னும்; மருத நிலத்து வீட்டுக்கோழிகள் (முல்லை நிலத்துத்) தினை யைத் தின்னும்; மலை நாட்டுக்குரிய மந்திகள் உப்பங்கழியில் மூழ்கும். உப்பங்கழியில் திரியும் நாரைகள் மலையில் தங்கும். சோழநாடு இத்தகைய நானிலச் சிறப்புடையது (பொ. ஆ. படை, அடி, 180-226).

கரும்பின் பாகு காய்ச்சும் பொழுது உண்டாகும் புகை சுடுதலால், வயலில் உள்ள நெய்தற்பூக்கள் வாடும் எருமைக்கன்றுகள் காய்த்த செந்நெற்கதிர்களைத் தின்று நெடுங்கூட்டின் நிழலில் உறங்கும். சோழ நாட்டில் குலைகளையுடைய தென்னையும், வாழையும், கமுகும், மணம் நாறும் மஞ்சளும், மாவும், குலைகளையுடைய பனையும், அடி பரந்த சேம்பும், முளையினையுடைய இஞ்சியும் மிகுதி. சோழ நாட்டு வளம் மிகுந்த சிற்றூர்கள் ஒன்றுக்கொன்று அணிமையில் இருக்கும். (ப.பாலை, அடி, 8-28).

பொய்கையின் கரையில் வளர்ந்துள்ள கடம்பமரத்து மலர்கள் கோதை போலக் காணப்படும். அம்மலர்கள் இந்திர கோபத்தையொத்த தாதை உதிர்க்கும். அத்தாது நீர் உண்ணும் துறையிற்படியும். அந்நிலையில் அத்துறை ஓவியனால் வரையப்பெற்ற ஓவியம் போலக் காட்சியளிக்கும். மேல் நோக்கி எழுகின்ற பெரிய நகிலை ஒத்த செந்தாமரையின் முகை, அழகிய முகம் போல மலரும். குற்றமற்ற உள்ளங்கையைச் சாதிலிங்கம் தோய்ந்தாலன்ன சிவந்த இதழ்கள் அத்தாமரை மலரில் இருக்கும். அவ்வழகிய இதழ்கள் சூழ்ந்த செம்பொன்னாற் செய்தாலொத்த (மலர்ப்) பீடத்திலே ஆண்தும்பி தன் உயிர்க்குக் காவலாகிய இனிய பெடையைத் தழுவிக் கொண்டு உறங்கும்; காலையில் துயிலெழுந்து சீகாமரம் என்னும் பண்ணைப் பாடும். சோழ நாடு இத்தகைய வளம் மிகுந்த நிலம் சூழ்ந்த அசையாத குடியிருப்புகளையுடையது. (சி.ஆ.படை, அடி, 68-78).

ஓய்மானாடு

நல்லூரிலிருந்து எயிற்பட்டினம் வரையில் (நெய்தல்):

கடற்கரையில் உள்ள வெள்ளிய மணலில் தாழை அன்னம் போலப் பூக்கும்; இளவேனிற்காலம் தொடங்கும் நாளில் செருந்தி மலர் பொன்னைப் போலப் பூக்கும்; கழி முள்ளி நீலமணி போல மலரும். நெடிய தாளையுடைய புன்னை முத்துப் போல அரும்பும். கடற்கரை ஓரத்தில் இக்காட்சியைப் பார்த்துக்கொண்டே வடக்கிலிருந்து தெற்கு நோக்கிவரின், அந்நெய்தல் நிலத்து நெடிய வழியில் நீலமணி போலும் உப்பங்கழி சூழ்ந்த ஊர்களையுடைய எயிற்பட்டினம் தோன்றும். அப் பட்டினத்தில் குளிர்ந்த நீரையுடைய குளங்கள் உண்டு (சி.ஆ.படை, அடி, 146-153)

எயிற்பட்டினத்திலிருந்து வேலூர் வரையில் (முல்லை, பாலை):

எயிற்பட்டினத்திலிருந்து வேலூர் நோக்கிச் செல்லும் வழியில் அவ்ரை, பவழம் போலப் பூக்களைக் காட்டும்; கரிய அரும்பினையுடைய காயாமலர்கள், மயிற்கழுத்தைப் போலப் பூக்கும்; முசுட்டை, கொட்டம் போலும் பூவை வெளிப்படுத்தும்; குலையினையுடைய காந்தள், கைவிரல் போலப் பூக்கும். கொல்லை வழிகளில் இந்திரகோபம் என்னும் தம்பலப் பூச்சிகள் ஊரும். இத்தகைய முல்ல நிலத்தில் உள்ளது வேலூர். அங்கு எயினர் குடிசைகள் இருக்கும். (சி.ஆர்.படை, அடி 164-173).

வேலூரிலிருந்து ஆமூர் வரையில் (மருதம்)

வேலூரிலிருந்து ஆமூர் நோக்கிச் செல்லும் வழியில் மருத நிலக்காட்சி தோன்றும். காஞ்சி மரம் சிறிய கொம்புகளையும் குறிய தாளையும் உடையது. அதன்கண் நறிய பூக்கள் காட்சியளிக்கும். சிச்சிலிப் பறவை அம் மரத்தடியில் நீர் நிலையிலுள்ள கயல் மீனைப்பற்ற சமயம் பார்க்கும். அப்பறவையின் நிறம் நீலமணி போன்றது; அதன் வாய் பொன்னிறம் போன்றது. அது கீழே பாய்ந்து கயல் மீனைத் தன் அலகாற்பற்றும் பொழுது, அதன் கால் நகங்கள் நீர்நிலையிலுள்ள தாமரை இலைகளைக் கிழிக்கும். அத்தாமரை வெண்டாமரை. அவ்வெண்டாமரை மலரில் உள்ள தேனை உண்ணக் கரிய வண்டுகள் வரிசையாகச் சூழும் காட்சி, திங்களைச்சேரும் கரும்பாம்பை ஒப்பத் தோன்றும். இத்தகைய வளம் பொருந்திய நிலத்தில் ஆமூர் உள்ளது. (சி.ஆர்.படை, அடி, 178-188).

இடைக்கழி நாடு[1]

நாட்டு அமைப்பு

சிறுபாணாற்றுப்படை ஆசிரியரான நத்தத்தனார் இடைக்கழி நாட்டினர். இடைக்கழி நாடு செங்கற்பட்டு மாவட்டத்தைச் சேர்ந்தது; செய்யூருக்குக் கிழக்கிலும் தென்கிழக்கிலும் தெற்கிலும் கடற்கரை யோரத்திற் பரவியுள்ளது. இந்நாட்டின் வடக்குத் தெற்கு நீளம் ஏறத்தாழப் பத்துக்கல் கிழக்குத் தெற்கில் அகலம் அரைக்கல் முதல் நான்கு கல் வரையில் உள்ளது. இஃது ஏறத்தாழ இருபத்தைந்து சதுரமைல் பரப்புடையது. இந்நாடு கிழக்கில் கடலை எல்லையாய் உடையது. மற்ற மூன்று பக்கங்களிலும் பரந்த கழி வெளிகள் அமைந்துள்ளன. இந்நாட்டின் இடையிலும் கழி வெளிகள் நீண்டு கிடக்கின்றன. இது பற்றியே இந்நாடு இடைக்கழி நாடு என்னும் பெயர் பெற்றது போலும்!

இடைக்கழி நாடு முழுமையும் மணல் நிறைந்து காணப்படுகிறது.

---

1. செய்யூர்ச் சமீந்தார் உயர்திரு வி.கே. இராமசாமி முதலியார் அவர்கள் என்னை யும் என் நண்பர். ந. சஞ்சீவி (எம்.ஏ) அவர்களையும் 7-4-63இல் அழைத்துச் சென்று, இடைக்கழி நாட்டையும் செய்யூர் உப்பளங்களையும் காட்டினார்கள். அவர்களது பேரன்பிற்கு என் நன்றி உரியது. அவர்கள் கூறிய செய்திகளைக் கொண்டும் கடப்பாக்கம் தொடக்கநிலைப்பள்ளியின் பொன் விழா மலரின் உதவி கொண்டும் இக்கட்டுரை தயாரிக்கப்பட்டுள்ளது.

'சில ஆயிரம் ஆண்டுகளுக்கு முன்பு இந்நாடு கடற்பகுதியாய் இருந்திருத்தல் வேண்டும். கடலிற்கொந்தளிப்பு ஏற்பட்டு நிலப்பகுதிகள் சில கடலுள் அமிழ்ந்தபோது கடற்பகுதிகளிற் சில நிலமாகவும் மாறியிருத்தல் வேண்டும். அங்ஙனம் மாறிய கடற்பகுதிகளுள் ஒன்றாக இவ்விடைக்கழி நாடு இருத்தல் கூடும்.' என்று அறிஞர் கருதுகின்றனர்.

மழைக்காலத்தில் இந்நாட்டின் வடக்கு, மேற்கு, தெற்கு எல்லைகளில் உள்ள கழி வெளிகள் நீர் நிரம்பி இந்நாடு ஒரு தீவு போன்ற காட்சியை விளைக்கின்றது. பக்கிங்காம் துரை சென்னை ஆளுநராயிருந்தபோது அவர் பெயரால் கடலோரமாக வெட்டப்பட்ட கால்வாயே 'பக்கிங்காம் கால்வாய்' என்பது. அது வெட்டப்பட்ட பின்பு அக்கால்வாய் வழியாகப் படகுகள் சென்னைக்கும் இடைக்கழி நாட்டிற்கும் பொருள்களைக் கொண்டு செல்கின்றன. மக்கள் செலவும் நடைபெறுகின்றது.

சாலைகள்

இடைக்கழி நாட்டின் தென்மேற்குப் பகுதியில் உள்ள கழி வெளியில் காலப்போக்கில் மண்மேடு அமைந்து விட்டது. அம்மேட்டுப் பகுதியில் சாலை அமைக்கப்பட்டது. அச்சாலை, இடைக்கழி நாட்டினுள் இரண்டு கல் தொலைவு வரை - இடைக்கழி நாட்டு வெண்ணாங்குப் பட்டு என்னும் சிற்றூர் வரை நீட்டப்பட்டது. மதுராந்தகத்திலிருந்து சூனாம்பேடு வழியாக இந்நாட்டிற்கு முதன் முதல் அச்சாலை விரிவாக்கப் பட்டது. இந்நாட்டில் இப்பொழுது சாலைகள் பல அமைக்கப் பட்டுள்ளன.

ஆலம்பரைக்கோட்டை

இன்று இடைக்கழி நாட்டின் தலைநகரம் கடப்பாக்கம் என்பது. இவ்வூரின் எல்லைக்கு உட்பட்ட கடற்கரை ஓரத்தில் முஸ்லிம் மன்னரால் பெரிய கோட்டை ஒன்று கட்டப்பட்டது. கிழக்குக்கரை யோரத்தில் இருந்த கடற் கொள்ளைக்காரரை அடக்கவே இக்கோட்டை கட்டப் பட்டதென வழிவழிச் செய்தி கூறுகிறது. இஃது இன்று அழிந்த நிலையிலுள்ளது. சுற்றுப்புற அரண்கள் மட்டுமே காணப்படுகின்றன. சுவர்கள் இடிந்து மண்டிய செடிகளுக்கிடையில் மறைந்துள்ளன. குதிரைக் கொட்டில், நெற் களஞ்சியம் முதலிய கட்டடங்கள் பாழடைந்துள்ளன. இக்கோட்டையின் பரப்பு ஏறத்தாழப் பதினைந்து ஏக்கர் இருக்கலாம். இதனைச் சுற்றிலும் அகழி இருந்தது. அகழி கடலுடன் இணைந்தவாறு தோண்டப்பட்டுள்ளது.

இக்கோட்டைக்கு அருகிலுள்ள சிற்றூர் ஆலம்பரை என்பது. இக்கோட்டை ஆலம்பரைக் கோட்டை என்றே இன்று வழங்கப்படு கிறது. இது 18ஆம் நூற்றாண்டிற் சிறப்புற்றிருந்தது. முசபர்ஜங்கு என்பவர் தம்மை ஆதரித்த பிரெஞ்சுக்காரர்க்கு இதனைப் பரிசாகத் தந்தார். இது சர் அயர்கூட்டு என்ற ஆங்கிலேயப் படைத்தலைவரால் 1760இல் அழிக்கப்பட்டது. கோட்டைக்கருகில் தங்கு விடுதி ஒன்று 1860 வரையில் இருந்தது[2].

கழி வெளி

இடைக்கழி நாட்டுக் கரையோரம் காஞ்சிக்குச் செல்லும் நெடுஞ்சாலை இருந்தமைக்குரிய அடையாளங்கள் காணப்படுகின்றன. பிரயாணிகள் தங்க வசதியாக ஆங்காங்குச் சத்திரங்கள் உள்ளன. இந்நாட்டின் தெற்கில் கடல் நீரை உள்ளே கொண்டு வரும் கழி வெளி அமைந்துள்ளது. பண்டைக்காலத்தில் இதனைக் கடக்கப் பாலம் ஒன்று இருந்தது. அஃது இப்பொழுது இடிந்து பயனற்று விட்டதால், மக்கள் படகு மூலமாகவே கழி வெளியைக் கடக்கின்றார்கள்.

விளைவும் தொழிலும்

இந்த நாடு மணற்பாங்கான மண் வளம் பெற்றது. ஆதலால் இங்கு மா, பலா தென்னை, பனை, முந்திரி, சவுக்கு மரங்களே மிகுதியாய் வளர்கின்றன. நாட்டின் நடுவில் உள்ள சில இடங்களில் நெல், சிறிதளவு பயிராகிறது. புன்செய்ப் பயிர்களுள் கேழ்வரகு மட்டும் பயிரா கிறது.

இந்நாட்டினர் தென்னை பனை ஓலைகளைக் கொண்டு கீற்று முடைகின்றனர்; தடுக்குச் செய்கின்றனர்; தென்னை நாரைக்கொண்டு கயிறு திரிக்கின்றனர்; பதநீரைக் கொண்டு பனை வெல்லம் தயாரிக் கின்றனர்; இலை தைக்கும் வேலையும் செய்கின்றனர்; பனையோலை மட்டைகளிலிருந்து நரம்புகளை எடுத்துச் செப்பஞ் செய்து மேனாடு கட்கு அனுப்புகின்றனர்.

இந்நாட்டு ஊர்கள்

இடைக்கழி நாட்டில் பத்தொன்பது சிற்றூர்கள் அமைந்துள்ளன. அவை, முத்துக்காடு, ஓதியூர், நயினார் குப்பம், முதலியார் குப்பம், பனையூர், விளம்பூர், கங்க தேவன் குப்பம், சேம்புலிபுரம், கப்பிவாக்கம்,

---

2. A. Manual of the Chingleput District, p.135.

நல்லூர், கரும்பாக்கம், பள்ளம்பாக்கம், கடப்பாக்கம், ஆலம்பரை, வேம்பனூர், கோட்டைக்காடு, வெண்ணாங்குப்பட்டு, தேன்பாக்கம், குளத்தூர் என்பன. இவற்றுள் ஆலம்பரை என்னும் சிற்றூரே பக்கிங்காம் கால்வாய்க்குக் கிழக்கிலுள்ளது.

இந்நாட்டில் பதினைந்து தொடக்க நிலைப்பள்ளிகள் உள்ளன; உயர் தொடக்கப்பள்ளிகள் மூன்று உள்ளன; கடப்பாக்கத்தில் உயர் நிலைப்பள்ளி ஒன்றும் உள்ளது. இந்நாட்டில் ஏறத்தாழ இருபதினா யிரவர் மக்கள் வாழ்கின்றார்கள்.

இடைக்கழி நாட்டு ஊர்களுள் நல்லூர் என்பது ஒன்று. அதில் வாழ்ந்தவர் நத்தத்தனார் என்ற புலவர். அவர் தம் நாட்டிற்குத் தெற்கி லிருந்த ஓய்மானாட்டு அரசனான நல்லியக்கோடன் மீது சிறுபாணாற்றுப் படையைப் பாடினார் என்பது முன்பே கூறப்பட்டதன்றோ? அவர் காலம் ஏறத்தாழக் கி.பி. 3ஆம் நூற்றாண்டாகும். இஃது இடைக்கழி நாட்டுப் பழைமையை இனிது உணர்த்துவ தாகுமன்றோ?

நத்தத்தனார் பிறந்த நல்லூரில் அவர் நினைவாக அவரது உருவச்சிலை 18-6-1958இல் சென்னை மாநில அமைச்சர் உயர் திரு. பக்தவச்சலம் அவர்கள் தலைமையில் நிறுவப்பட்டது. நத்தத்தனார் தமது பாடலால் தமது இடைக்கழி நாட்டுக்கு அழியாப்புகழை நிலைபெறச் செய்துள்ளார். அவர் திருப்பெயர் வாழ்க! அவரைப் பெற்ற இடைக்கழி நாடு வாழ்க!

சேரநாடு

பெரிய வாயையுடைய எருமை, மீன்கள் சிதறும்படி நீரில் நடநது, வளவிய இதழையுடைய செங்கழுநீர்ப் பூவைத் தின்னும்; பசிய மிளகுக் கொடி படர்ந்த பலாமர நிழலிற் படுக்கும். அப்பொழுது அங்கு வளர்ந் திருக்கும் மஞ்சளது மெல்லிய இலை எருமையின் முதுகினைத் தடவும். எருமை அசை போடும்போது அது தின்ற செங்கழுநீர்ப்பூவிலிருந்து தேன் மணம் அதன் வாயிற்பரவும். அசையிட்ட பின்பு அவ்வெருமை காட்டு மல்லிகை மலர்கள் பரவிக்கிடக்கும் இடத்தில் துயில் கொள்ளும். சேரநாடு இத்தகைய வளமுடையது (சி.ஆ.படை, 41-47)

தொண்டை நாடு

முல்லை நிலச் சிற்றூர்கள்

விடத்தேர் தொடரி என்னும் ஒரு வகை முள் மரங்கள் சூழ வளர்ந்த தொழுக்களையுடைய முல்லைநிலச் சிற்றூர்களின் வீட்டு

முற்றங்களில் வரகு முதலியன கொட்டி வைக்கும் குதிர்கள்இருக்கும். அவை பெண் யானைகள் நின்றாற் போன்ற காட்சியை நல்கும். வீட்டுப் பந்தரில் யானையின் காலை ஒக்கும் வரகு திரிகை நடப்பட்டிருக்கும். வேலை ஒழிந்த நாளில் வண்டி உருளைகளும் கலப்பையும் கொட்டில் சுவர்மீது சார்த்தப்படும்; எருதுகளும் கட்டி வைக்கப்படும். வரகு வைக்கோல் வேய்ந்த கூரையை யுடைய வீடுகள் சிற்றூர்களை அழகு செய்யும். (பெ.ஆ.படை, அடி, 184-195)

நெய்தல்

தொண்டை நாட்டு நெய்தல் நிலத்தில் உப்பு விளைக்கப்பட்டது; மீன் பிடிக்கப்பட்து. கடற்றுறைப்பட்டினம் கடல் வாணிகத்திற் சிறந்து விளங்கியது. அங்கு வாணிகத்தாற் சிறந்த நெய்தல் நிலமக்கள் வாழ்ந்தார்கள். (பெ.ஆ.அடி. 322-336).

மருதம்

யாளி பாய்தலால் யானைகள் பலவும் கலங்கி ஓலமிடல் போல மருதநிலத்தில் கருப்பஞ்சாற்றைப்பிழியும் ஆலைகள் ஒலியெழுப்பும். அங்குக் கருப்பஞ்சாற்றைக் கட்டியாகக் காய்ச்சும் கொட்டில்கள் உண்டு. பாணர் முதலிய புதியவர் கருப்பஞ்சாற்றை முதலில் பருகலாம்; பின்பு கரும்பின் கட்டியைத் தின்னலாம். (பெ.ஆ.படை, அடி, 207-262).

பாணருள் இழிந்த நிலையில் உள்ளவர் மீன் பிடிப்பது வழக்கம். அவர்கள் தூண்டிவிட்டு மீனைப் பிடிப்பார்கள். அந்நீர் நிலைகளில் செந்தாமரை மலர்கள் பூக்கும். அவை கடவுளுக்குரியவை. பாணர் முதலியவர் அவற்றைப் பறித்துச்சூடார். சாதிலிங்கம் போன்ற இதழை யுடைய குவளை மலர்களும் நீலப்பூக்களும் பிறமலர்களும் சிறு நீர் நிலைகளில் மலர்ந்து காணப்படும். ஊரார் அவற்றைப் பறிப்பர்; வழிப் போக்கராகிய பாணர் முதலியோர்க்கும் சூடத்தருவர் (பெ.ஆ.படை, அடி. 283-296)

தோப்புக்குடிகள்

பட்டினம் பிற்பட மேலும் காஞ்சியை நோக்கி வழி நடப்பவர், வழியில் தென்னந்தோப்புகளைக் காண்பர். அங்கு உரல் போன்ற யானையின் உடம்பை ஒக்கும் சருச்சரையையுடைய தெங்கின் உயர்ந்த ஓலைகளை முடைந்து வேய்ந்த மனைகள் இருக்கும். அவற்றின் முற்றங்களில் மஞ்சள் பயிராகும்; வீட்டிற்குப் பின்னே மணம் நாறும்

பூந்தோட்டங்கள் உண்டு. அங்குப் பலாப்பழம், இளநீர், வாழைப்பழம், பனை நுங்கு, வள்ளிக்கிழங்கு முதலியன உண்ணவும் பருகவும் கிடைக்கும்.

சில தோப்புகளில் பாக்கு மரங்களும் தென்னை மரங்களும் அடர்ந்து காணப்படும். அங்குள்ள குடிமக்கள் குடிலுக்கு வெளியே அடுப்பு வைத்துச் சமைப்பார்கள். சோற்றையாக்கும் அடுப்பில் உள்ள பானை அசைந்து விழும்படி மரத்தின் மீதிருந்து முற்றிய பெரிய தேங்காய்கள் நிலத்தில் விழும். இத்தகைய தோப்புகளையுடைய இடம் பாக்கம் எனப்படும்.

பேரூர்களும் சிற்றூர்களும்

தோப்பு ஊர்களுக்கு அப்பால் மதில் சூழ்ந்த ஊர்கள் ஆங்காங்கு இருக்கும். அவற்றில் விண்ணையளாவும் மாடங்கள் விளக்க முற்றிருக்கும். அப்பால், வள்ளிக் கூத்தைச் சிறப்பாக ஆடும் சிற்றூர்கள் காணப்படும். (வள்ளிக்கூத்து என்பது, வள்ளித் திருமணம் பற்றிய நடனக் களியாட்டம். இது ஆண்பாற்கும் பெண்பாற்கும் பொதுவாய் வருவது.)

திருவெஃகா உள்ள இடம்

மேலே கூறப்பட்ட சிற்றூர்களுக்கு அப்பால் காஞ்சிக்கு அருகில் கதிரவன் ஒளிக்கதிர்கள் உட்புக இயலாத நெருக்கமுடைய இளமரச் சோலைகள் உண்டு. அங்கு இலை நெருக்கத்தில் குயில்கள் நுழைந்து செல்லும். குருக்கத்திக்கொடி (குறுகிய அடிமரத்தையுடைய காஞ்சி மரத்தைச்) சூழ்ந்து படரும். அங்கு மணல் மிகுதி. அம்மணற்பரப்பில் வட்டமான பள்ளங்களில் நீர் தேங்கியிருக்கும். அந்நீரில் குருக்கத்தி மலர்கள் விழுந்து கிடக்கும் காட்சி-அப்பவணிகர் கரியசட்டியில் பாலுடனே வேண்டுவன கூட்டிச் சேர்த்த அப்பம் பாலிலே கிடப்பது போன்றிருக்கும். (இங்குப் பால் என்பது குழியிலுள்ள தெளிந்த நீருக்கும். அப்பம் என்பது குருக்கத்தி மலருக்கும் உவமையாம்.)

சோலையில் தங்கி நீராடிப் பொழுதை இன்பமாகக் கழிக்க விரும்பும் ஆடவரும் பெண்டிரும் பச்சைக் குப்பிகளில் உள்ள கள்ளைப் பருகுவர். மாதர் மகரவாய் வடிவிற்செய்த தலைக்கோலத்தை அணிவர்; குளிர்ந்த பார்வையுடையவர். ஆடவர் அம்மாதருடன் பகற்பொழுது விளையாடி, துறக்கத்தை ஒக்கும் பூமலி நீர்த்துறையில் இளவேனிற் காலத்து இன்பத்தை நுகர்வர். அங்கு அழகிய பக்கமலையில் யானை

கிடந்தாற்போல பாம்பணையாகிய படுக்கையில் பெருமாள் பள்ளி கொண்டுள்ளார். (வழிப் போக்கரான பாணர் அத்திருமாலை வாழ்த்தி யாழைச்சிறிது வாசித்து அவ்விடத்தினின்று செல்வர் (பெ.ஆ.படை, அடி 352-392).

பாண்டி நாடு

மருத நிலம்

மழைநீர் பல யாறுகளாகப் பெருக்கெடுத்துக் கழனிகளையும் மடுக்களையும் பொய்கைகளையும் பிற நீர் நிலைகளையும் நிரப்பும். நீர் நிலைகளில் தாமரைப்பூ, நெய்தற்பூ நீலப்பூ, ஆம்பற்பூ முதலிய பூக்கள் மலர்ந்து மணம் பரப்பும். கம்புட்கோழி தாமரை இலைகளில் உறங்கும். மீன் பிடிப்பவர் அப்பறவையின் உறக்கம் கெடும்படி வள்ளைக் கொடிகளைத் தள்ளி வலைவீசி மீன்களைப் பிடிப்பர்; அவற்றைக் கொன்று குவித்தலால், ஓசையெழும். கரும்பாலைகள் வேலை செய்வதால் ஓசையெழும். கழனிகளில் உழத்தியர் களைகளைப் பறிப்பதால் ஓசையுண்டாகும். மூத்து வலியற்ற எருது சேற்றில் அகப்படும். கள்ளுண்ட மன்னர் அதனைச் சேற்றிலிருந்து அப்புறப்படுத்தும் முயற்சியில் ஓசையெழும் நெல்லை அறுவடை செய்யும் பொழுது தாளை அரியும் ஓசை எழும். திருப்பரங்குன்றத்தில் (முருகனுக்கு) விழா எடுக்கும் ஓசை எழும். ஆறுகளில் புதுநீர் வரும்பொழுது கணவரும் மனைவியரும் சேர்ந்து நீராடும் ஓசை உண்டாகும். பாணர் வீடுகளில் மீன்கள் உலர்த்தப்படும்; பாணர் சிலர் வீடுகளில் ஆடல் பாடல் ஒலி எழும். இவ்வோசைகள் யாவும் மருத நிலத்தைச் சேர்ந்தவை (ம.கா. அடி, 238-270)

முல்லை நிலம்

காடும் காடு சூழ்ந்த நிலமுமாகிய முல்லையில் தினை, எள்ளிளங் காய், வரகு முதலியன பயிராகும். காட்டில் நௌவி மான் தன் பிணை யோட துள்ளி விளையாடும். கொன்றை மரநிழலில் பாறை இருக்கும். பசிய பயிர்கள் உள்ள இடங்களில் முசுண்டைப்பூக்களும் முல்லை மலர்களும் உதிர்ந்து பரந்து கிடக்கும். நீருள்ள பள்ளங்களில் நீலமணி போன்ற நெய்தல் மலர்கள் தொய்யிற்கொடியோடு காணப்படும். (ம.கா. அடி, 271-285)

குறிஞ்சி நிலம்

மலைநாட்டார் மேட்டுநிலத்து அகில் சந்தனம் ஆகிய மரங்களை வெட்டி நிலத்தைப் பதப்படுத்தித் தோரை நெல்லை விதைத்து அறுவடை செய்வர்; ஐவனநெல் என்னும் வெண்ணெல்லையும் பயிராக்கி அறுவடை செய்வர்; இவற்றையும் இஞ்சி மஞ்சள் மிளகு முதலிய பண்டங்களையும் கல் தரையில் குவித்து வைப்பர்.

இத்தகைய மலை வளம் செறிந்த குறிஞ்சி நிலத்தில் தினைக் கதிரைக் கொத்த வரும் கிளிகளை ஓட்டும் ஓசை ஒருபால் கேட்கும்; அவரைத்தளிரைத் தின்னும் ஆமாவை ஓட்டக்கானவர் செய்யும் ஆரவாரம் ஒருபால் கேட்கும். குறவனால் தோண்டப்பட்ட மூடின வாயையுடைய பொய்க்குழியிலே விழும் ஆண் பன்றியைக் கொன்றதால் உண்டான ஆரவாரம் மற்றொரு பால் கேட்கும். வேங்கைப் பூக்களைப் பறிக்கும் குறப்பெண்கள் 'புலி-புலி' என்று கூறும் ஆரவாரம் பிறிதொருபால் கேட்கும். புலி பன்றியை தாக்கிக் கொல்லும் ஓசை வேறொருபால் கேட்கும். இவ்வோசைகள் எல்லாம் நீரோடும் கால்களையுடைய பக்க மலைகளிற்சூழ்ந்து மலையிடததே மாறிமாறி ஒலிக்கும். (ம.கா. அடி, 281-301)

வேனிற்குன்றம் (கோடை மலை)

மூங்கிலிற்பிறந்த நெருப்புப் பசிய தூறுகளைச் சுடும். அதனால் யானைகள் அவ்விடத்தை விட்டு அகலும். நெருப்பினால் துளையுண்ட மூங்கில்கள் காற்றுப் புகுவதால் வாச்சியக்காரர் வாச்சியத்தை வாசித்தாற் போன்ற ஓசையை உண்டாக்கும். மலைப்பிளவுகளில் ஊகம்புல் நிரம்ப வளர்ந்திருக்கும். குகைகளில் சூறாவளிக்காற்றுப் புகுந்து காற்று மிகுந்த கடல்போல ஒலிக்கும். இந்நிலைகளையுடையது வேனிற்குன்றம்.

பாலை நிலம்

நீர் வளமற்றது பாலை நிலம். பாலை நிலமக்கள் வழிப்பறி செய்து பிழைப்பவர்கள். அவர்களால் அந்நில வழியே செல்லும் நாட்டு மக்களின் உடைமைக்கும் உயிருக்கும். தீங்கு நேரிடும் ஆதலால், அரசன் ஆறலை கள்வராலேற்படும் துன்பத்தைப் போக்க நாடு காவலரை நியமிப்பது வழக்கம் (ம.கா.அடி, 302-310)

நெய்தல் நிலம்

பாண்டி நாட்டு நெய்தல் நிலம் கடல் வாணிகச் சிறப்புடையது. கடல் கடந்த நாடுகட்கு முத்து, சங்கு, பல்வேறு பண்டங்கள், வெள்ளுப்பு,

கரும்பின் வெல்லம் கூட்டிப் பொரித்த புளி, மீன் உணக்கல், பேரணிகலங்கள் ஆகியவற்றைக் கப்பல்கள் பாண்டி நாட்டிலிருந்து ஏற்றிச் செல்லும். அக்கப்பல்கள் குதிரைகளை இங்கு இறக்குமதி செய்யும். இக்கடல் வாணிகத்தால் நாடு வளம் பெற்றிருக்கும். (ம.கா.அடி, 315-325)

பாண்டி நாட்டில் மேலே சொல்லப்பட்ட குறிஞ்சி, பாலை முல்லை மருதம், நெய்தல் என்னும் ஐந்து கூறுகளையுடைய நிலங்களும் உண்டு. வாச்சியங்கள் முழங்கும் திருநாள் நிலைபெற்ற தெருக்களையும், துணங்கைக் கூத்தையும் குரவைக்கூத்தையும் மணம் வீசுகின்ற பரத்தையர் சேரியையும் புது வருவாயையும் உடைய அகன்ற ஊரில் பழங்குடிமக்கள் நெருங்கி வாழ்வார்கள். இத்தகைய ஊர்கள் பல பாண்டி நாட்டில் உண்டு (ம.கா. அடி, 326-331)

நன்னனது மலை நாடு

மலையடிவாரம்

'நன்னனுக்குரிய மலைநாட்டை (சவ்வாது மலைத் தொடரை)ச் சேர்ந்த அடிவாரப் பகுதியில் கொல்லை நிலங்கள் மிகுதி. அக்கொல்லை களில் முசுண்டைக் கொடியில் மலர்கள் வானத்திலுள்ள கார்த்திகை மீன் போல வெண்மையாக மலரும். எள்ளுக்காய்கள் உள்ளே நெய் கொள்ளும்படி வளரும். தம்மில் விளையாடிப் பொருகின்ற யானைக் கன்றுகளின் ஒன்றோடு ஒன்று சேர்ந்த கைகளைப் போலத் தம்மிற் பிணையம் கதிர்களையுடைய தினைகளைப் போலத் தம்மிற்பிணையும் கதிர்களையுடைய தினை முற்றும். அவரைகள் முற்றின தயிரினது பிதிர்ச்சி போலும் பூக்கள் உதிர்ந்து அரிவாளைப் போன்ற வளைந்த காய்களைக் கொள்ளும். வரகுகள், தருக்கம் செய்வோன் கையிடத்து இணைந்த விரல்களையொத்த இரட்டித்த கதிர்கள் முற்றும்.

மலையை வேல்குத்துதல் போல-மலைச்சாரலில் வளர்ந்த வாழை யின் பூக்கள் மலையைக் குத்தினாற்போல வளர்ந்திருக்கும். வாழைக்காய் நெருங்கின குலைகள் பழுத்துக் கனியும். பெருமூங்கில் நெல் முற்றிப் பயன்படத்தக்க நிலையில் இருக்கும். காலமல்லாக் காலத்திலும் நிலச்சிறப்பால் பயனைத் தரும் மரங்கள் பயனைக் கொடுக்கும். காற்று வீசின் நாவல் மரங்கள் தம்மடியிலே கிடக்கும் பாறைகளின்மீது நாவற் பழங்களை உதிர்க்கும். விடாய்த்த காலத்தில் வாய்நீர் ஊறுதற்குக் காரணமான உயவைக் கொடி நீர் தேட வேண்டாதபடி மிகுதியாகப் படரும். கூவைக் கிழங்குகள் பொடியாகும் நிலையில் முற்றித்திரளும்.

மாம்பழங்களின் சாறு மிகுந்து உண்பாரை வேறொன்றிற் செல்ல வொட்டாமல் தடுக்கும். ஆசினிப் பலாப்பழங்கள் வெடித்து விதைகளை வெளியிற்சிந்தும். பேராந்தைகள் சிறுபறை முழக்கமிடுதல் போல முழக்க மிடும் நெடிய மலைப்பக்கத்தில், மிக்க மழையைப் பெற்று வளம் பெற்ற பலாமரங்களில் பழுக்கும் பலாப்பழங்கள் வழிச்செல்லும் கூத்தருடைய மத்தளங்கள் போலத் தொங்கித் தாழ்ந்திருக்கும்.

வயல்களில் ஐவன நெல்லும் வெண்ணெல்லும் பால் கட்டிச் சிறிது முற்றிக் காற்றும் அடித்தமையால் நன்றாக விளைந்திருக்கும். இனிய கோலாகிய கரும்பு, தோடு கவிழ்தலோடு தண்டு திரண்டு நன்கு வளர்ந்து, காற்றினாற் சாய்ந்து, கரும்பாலையிற் சென்று பயன்படத்தக்க பருவத்தில் இருக்கும். நெய்தல், கருமையே வடிவு கொண்டாற்போல மலர்ந்திருக்கும். தீயையொத்த செங்காந்தள் மலரினது முகை மழையால் வளமுற வளரும், பருந்து அதனைத் தசையென்றெண்ணி எடுத்துச் சென்று அலகால் கீறிப்பார்த்துக் கீழே போட்டுவிடும், அம்மலரின் இதழ்கள் பாறைதோறும் சிந்திக்கிடத்தல் வெறியாடுகளத்தை நினை வூட்டும். இத்தகைய சூழ்நிலையமைந்த மலைப்பக்கம் மணம் செய்த மனை போலக் காட்சியளிக்கும். அம்மலைப் பக்கத்தில் சிறுகுடி (சிற்நூர்) இருக்கும் (மலைபடு, அடி, 97-151).

அரிய வழி

மலைமீது பலரும் போகும் பழக்கமான பாதையும், பழக்கமற்ற பாதையும் உண்டு. பழக்கமற்ற பாதையில் நிலப்பிளவுகள் காணப்படும். அப்பிளவுகள் சிலவற்றில் பாம்புகள் இருக்கும். வழிச் செல்வோர் அப்பாம்புகளை மனத்தாற்குறித்தல் செய்வர்; கொடிய விலங்குகள் வரின், மரத்தில் ஏறிக்கொள்வர். விறலியர் பாம்புகளைத் தொழுவர்; விலங்குகள் கிடக்கும் நெறியை விட்டு விலகி வலப்பக்க வழியை வழி யாகச் செய்துகொள்வர். மலை மீதுள்ள தினைப்புனங்களை யானைகள் சூறையாடும். உயர்ந்த பரணில் உள்ள கானவன், கையைக் கொட்டிக் கவண் கற்களை வீசுவான். அக்கற்கள் பறவைகள் உயிரையும் விலங்குகள் உயிரையும் போக்க வல்லவை ஆதலின், யமனை ஒப்பவை. அவை ஓசை யுடன் குறி தவறாது விரைந்து வரும். வழிப்போக்கர் அக்கற்களுக்குத் தப்ப மரங்களின் பின் நிற்பார்கள்.

வழியில் காவற்காடுகள் இருக்கும். அக்காட்டைச் சூழ்ந்த அகழி யில் யானையை விழுங்கும் முதலைகள் இருக்கும். ஒருவர் அகழியில் இறங்குதல் அரிது; அகழியிலிருந்து கரைக்கு ஏறுதலும் அரிது. அப்

பாதையில் மரங்களிற் சுற்றிக்கிடக்கின்ற கொடிகளைப் பற்றுக் கோடாகக் கொண்டு கால் வழுக்கலைத் தவிர்த்து தப்ப வேண்டும்; ஒருவரை ஒருவர் பாதுகாத்துச் செல்ல வேண்டும். மலையெருக்கு அடர்ந்து வளர்ந்த பக்கமலையில் வீழ்ந்தோரை மறைக்கும் ஆழமுடைய குளங்களுக்கு அருகில் பாசி படர்ந்திருக்கும். அதன் மீது கால் வைப்பவர் வழுக்கி விழுவர். அவ்வழி போதற்கு அருமையுடையது. மேலும் துணிந்து செல்பவர், வழி முழுமையிலும் பின்னி வளர்ந்த நுண்ணிய கோல்களையுடைய சிறுமூங்கிலோடு வேழத்தின் மெல்லிய கோல்களையும் பற்றுக்கோடாகப் பிடித்துச் செல்ல வேண்டும்.

நவிரமலை—காரியுண்டிக்கடவுள்

அங்ஙனம் சென்ற பின்புந விரமலையை அடையலாம். அங்குப் பழைய கோட்டையுண்டு. தூசிப் படையினர் மழைபோலப் பொழியும் அம்புகளையுடையவர். அங்கு மடுவுள்ள ஆற்றங்கரையில் ஓர் ஊர் உண்டு. அம்மலையில் ஒரு கோவில் உண்டு. அக்கோவிலில் கரியுண்டிக் கடவுள் (சிவபெருமான்) உள்ளார். அங்கு எப்பொழுதும் மழை பெய்வதால் கூத்தர் தம் இசைக்கருவிகளை உறைகளிலிருந்து வெளியே எடுத்து இசைக்காமல், இறைவனை வழிபட்டுச் செல்ல வேண்டும். அங்ஙனம் செல்லுகையில் மயில்கள் தோகையை விரித்து ஆடிக் கொண்டிருக்கும்; மூங்கில் மரக்கிளைகளில் ஆண் குரங்குகள் பாய்ந்து விளையாடும்; தேருருள் போலத் தேன் இறால்கள் ஆங்காங்குக் காணப்படும். வழிப் போக்கர் இவற்றைப் பார்ப்பின், அவர் போகும் குறுகிய பாதை தவறி விடும்; ஆதலால், வழிமேல் விழி வைத்துச் செல்ல வேண்டும். (மலைபடு, அடி, 193-241)

காட்டுவழி

அங்ஙனம் செல்லும் வழி காட்டினுள் செல்வது. அங்கு உயர்ந்த மரக்கிளைகளில் பரண் அமைத்துக்கொடு கானவர் கவண் கல்லுடன் இருப்பர்; வில்லையும் அம்பையும் கொண்டிருப்பர். அவருள் ஒருவன் எய்த அம்பினால் தாக்குண்ட காட்டுப்பன்றி, சிறிது தொலைவு ஓடி இறக்கும். அது கிழங்குகளை அகழ்ந்து தின்றமையால் அதன் கொம்பு களில் அழுக்குப் படிந்திருக்கும்.

வழியில் விழுந்து கிடக்கும் பெரிய மரங்களை ஒத்த மலைப் பாம்புகள் கிடக்கும். வழிப்போக்கர் அவ்வழியை விட்டு வேறு வழியிற் செல்ல வேண்டும். மேலும், வழியில் ஆங்காங்கே நெடுந்தொலைவு மணம் வீசும் மலர்களும் பழங்களும் காணப்படும். அவை தெய்வங்களுக்கு

உரியவை. அவற்றை அணுகலாகாது. வழியில் ஆல மரத்தில் பலவகைப் பறவைகள் கூடி இடும் ஓசை பல இசைக்கருவிகள் இசைப்பதுபோல இருக்கும். அத்தகைய இடங்களை எல்லாம் கண்டு கொண்டே செல்லலாம்.

வழியில் மரங்கள் அடர்ந்த குறுங்காடு உண்டு. ஞாயிற்றின் வெளிச்சம் அதன்கண் படுதல் அரிது. திசை தெரியாமல் மயங்கும் இராக்காலமாயினும், வில்லை யேந்திச் சுழன்று திரியும் இயல்புடைய குறவரும் மயங்கும் குன்றம் அங்கு உண்டு. அவ்வழியிற்செல்லாமல் தவிர்த்தல் வேண்டும். உச்சி மலையிலிருந்து இனிய ஓசையுடன் அருவிகள் இழியும். காடுகளைக் காத்து வரும் கானவர் அம்மலைமீது இருப்பர். அவர்கள் வழிப் போக்கரின் இடரைத் தீர்க்க விரைவர்; உண்பதற்கு இனிய பழங்களையும் சூடுவதற்கு இனிய பூக்களையும் காட்டுவர்; இடையூறு மிக்க வழிகளில் முன் நடந்து சென்று வழி காட்டுவர்; அவர்கள் மேலும் கூறும் வழியை உட்கொண்டு வழிப் போக்கர் போவது நலம் பயக்கும்.

பல வகை ஓசைகள்

பக்கமலைகள் புதிய வழிப்போக்கர்க்குத் தலை மயக்கத்தை உண்டாக்கும். அங்குக் குறியவும் நெடியவுமான குவடுகள் காணப்படும். அவற்றில் முறைப்படி இறங்க வேண்டும்; அவற்றின் இறக்கத்தில் மலர்கள் கிடக்கும் இடத்தில் தங்கி இளைப்பாறலாம். அங்கு இளைப்பாறு போது மலைப்பகுதிகளிலிருந்து பல வகை ஓசைகள் கேட்கும்.

நன்னனது அகன்ற இடத்தையுடைய மலை, மகளிர் ஆடுதற் கேற்றதும் முழவு கண்ணுறக்கம் அறியாததும் ஆகிய அகன்ற ஊரிடத்திற் கொண்ட திருநாளைப் போலச் சிறந்திருக்கும். இத்தகைய சிறப்புகளையுடைய பெரிய மலை வழிச்செல்லும் விறலியர், குறிஞ்சிப் பண்ணைப் பாடுவர்; கூத்தர் அங்குறையும் தெய்வங்களை வேண்டிக் கொண்டு மேலும் வழி நடப்பர். (மலைபடு, அடி, 242-360)

மேலும் மலை வழி

வழியில் மழைத்துளிகள் படலாம். உடனே பாணர் கூத்தர் முதலிய வழிப்போக்கர் பக்கத்தில் உள்ள மலைக் குகைகளுள் சென்று ஒதுங்குவர். வழிகளில் நீர் தேங்கிய பள்ளங்கள் இருக்கும். கோலை ஊன்றிக் கொண்டு பள்ளத்தில் கால் அழுந்தாதபடி விழிப்புடன் வழி நடத்தல் வேண்டும். சில இடங்களில் காய்ந்த வேல் போலக் கூர்மையும்

சூடும் பொருந்திய கற்களைக் கொண்ட பாறைகள் இருக்கும். அவ்விடங்களில் மாலை நேரத்தில் செல்ல வேண்டும்.

வழியில் நன்னனுடைய யானைத் திரளையுடைய அரண்கள் இருக்கும். அவ்வரண்களிற் பின்னி வைத்தாற் போன்ற கொடிகள் நெருங்கிய சிறுகாடுகள் உண்டு. அச்சிறுகாடுகளில் சிறிய வழிகள் உண்டு. அவ்வழிகளில் இருமருங்கும் வளர்ந்துள்ள மரக்கிளைகள், வழிச்செல்பவர் முகத்தில் அடிப்பனபோல வழியை மறைத்துக் கொண்டிருக்கும். அவற்றை நீக்கி முன் செல்பவனைப் பின் பற்றி ஒவ்வொருவரும் முறையாகச் செல்ல வேண்டும். யானைகள் தம்முட் சேர்ந்து பொருதாற் போன்ற தோற்றத்துடன் பாறைகள் ஒன்றோ டொன்று பிணைந்து காணப்படும். அவ்விடத்துப் பெரிய காடுகள் உண்டு. அப்பெரிய காடுகளில் பகைவருடன் போரிட்டு உயிர் துறந்த நன்னனுடைய வீரர்கட்கு நடப்பட்ட கற்கள் உண்டு. ஒவ்வொரு கல்லிலும் வீரனுடைய பெயரும் புகழும் பொறிக்கப்பட்டிருக்கும். அவ் வழிச் செல்லும் கூத்தரும் பாணரும் அந்நடுகல்லின் தெய்வங்கள் மகிழ யாழை வாசித்துப் பாடிச்செல்வர்.

சிலர் வழியறியாமல் தவறாக நடத்தற்கரிய நிலத்திற் சென்று மீண்டு வந்து, பின் வரும் புதியவரும் அவ்வாறு சென்று மீளாதபடி பல வழிகளும் கூடின சக்தியைக் கையால் துடைத்து அடையாளமாக ஊகம்புல்லை முடிந்திட்டு வைப்பர். வழியில் மராமர நிழலில் வீரர் பொருட்டு நடப்பட்ட கற்கள் இருக்கும்; நன்னனுடன் பொருந்தாத பகைவர் இருக்கும் நிலங்களும் மிகப்பலவாகும். தத்தம் ஊர்களிலிருந்து நினைப்பினும் தலை நடுங்குவிக்கும் சுரமும் அங்கு உண்டு. ‘தேன் சொரிகின்ற கண்ணியினையும் பொருள் கொடுத்துக் கவிந்த கையையும் உடைய தனக்கென்று ஒரு பொருளும் பேணாத நன்னனைக் காணச் செல்கின்றோம்,’ என்று கூறும் பாணர் முதலிய புதியவர்கள் பகைவர் ஊர்களிலும் நன்மதிப்பையும் உபசரிப்பையும் பெறுவர் புலியாற் கொல்லப்பட்ட தன் பெண் மானை நினைத்து வருந்தி ஆண் மான் கூப்பிடும். காட்டைக் கடப்பின் முல்லைநிலம் காணப்படும். (மலைபடு, அடி, 361-405).

இடையர் குடியிருப்புகளைக் கடந்து மறுநாட்காலையில் வழி நடக்கும்பொழுது கூரிய அம்பினையும் கொடிய வில்லினையும் உடைய நாடு காக்கும் வேடர்கள் எதர்ப்படுவார்கள்; நன்னனிடம் செல்லத் குரிய வழியைக் காட்டுவார்கள். புதியவர்கள் அவ்வழியே செல்வது நல்லது.

அவ்வழியில் தேனுண்டாக மலர்ந்த மராவின் பூங்கொத்துகளும் யாம்பூக்களும் காணப்படும். அவற்றை உலர்ந்த மலர் நாரிலே தளிர் களோடு நெருங்கக் கட்டிப் புதியவர் சூடிக்கொள்வர்; பருக்கைக் கற்களையுடைய மேட்டு நிலத்தில் உள்ள பள்ளங்களில் மழை நீர் தங்கியிருக்கும். புதியவர் அந்நீரைக் குடித்து, வழிக்குப் பயன்பட முகந்து செல்வர். அம்மேட்டு நிலத்தில் சில ஊர்கள் உண்டு. ஒவ்வோர் ஊரி லும் புல்லால் வேய்ந்த குடில்கள் இருக்கும். அங்கு உண்டு உறங்கிய புதியவர் விடியற்காலத்தில் புள் நிமித்தம் பார்த்துத் தம் செலவினை மேற்கொள்வர் (மலைபடு, அடி, 405-448).

மருத நிலம்

நன்னனது குளிர்ந்த மருத நிலத்தையுடைய நாடு, காஞ்சி மரங்கள், மெல்லிய விளைநிலங்கள், பொழில்கள், பள்ளிகள் முதலிய வற்றை யுடையது. அந்நாட்டு ஊர்கள் குடி நீங்காதவை; பாணர் முதலிய முத்தமிழ் வாணரைப் பல நாளும் பாதுகாக்க வல்லவை.

நெல்லையறுக்கும் உழவர், பயிர்களுக்கிடையே மறைந்து வாழும் பறவைகளை வெருட்டப் பறை முழக்குவர். அவ்வோசையைக் கேட்டு ஆண் எருமை வெருவித் தன் இனத்தினின்றும் பிரிந்து வழிப்போக்கர் மீது பாயும். சேயாற்று நீர் பள்ளமான இடத்தில் விழும்போது நீரில் பல குமிழிகள் தோன்றும். அவ்யாறு ஒழிவின்றி ஓடிக்கொண்டிருக்கும். அது காண்பவர் கண்ணுக்கு இனிய காட்சியை நல்குவது. மக்கள் அதன் ஒரு கரையை வழியாகக் கொண்டு சென்று, நன்னனது தலைநகரான செங்கண்மாவை அடைவர் (மலைபடு, அடி, 449-477).

நன்னனது மலை நாடு

கூத்தரை ஆற்றுப்படுத்தும் கூத்தர் தலைவன் முதலில் நன்னன் சேய் நன்னனது கொடைச் சிறப்பைக் கூறுகிறான்; பின்பு நன்னனது மலை நாட்டில் சிறந்த காவலை உடைய நவிரம் என்னும் மலையையும் அங்குக் கோவில் கொண்டுள்ள காரியுண்டிக் கடவுளை (நீல கண்டன் என்னும் பெயர்கொண்ட சிவபெருமானைப்) பற்றியும் கூறுகிறான்; பின்னர் நன்னனுடைய முன்னோர் சிறப்பைக் குறிக்கிறான். இவை அனைத்தையும் முன்னுரையாகக் கூறிய அத்தலைவன், பின்பு முறையே தரை வழியையும் மலை வழியையும் கூறுகிறான்; இறுதியில், 'மலை வழியே செல்லும்போது நன்னனது மலை நாட்டில் தோன்றி வரும் சேயாறு எதிர்ப்படும். அதன் ஒரு கரை வழியே சென்று நன்னனது தலைநகரை அடைக,' என்று கூறுகிறான்.

நன்னது மலை நாடு எது?

நன்னனது மலை நாடு எது என்பதை அறிய மலைபடு கடாத்தில் இரண்டே குறிப்புகள் இருக்கின்றன. ஒன்று, சேயாறு; மற்றொன்று நவிரமலை. சேயாறு நன்னனுடைய மலைகளில் தோன்றிப் பாய்வ தெனக் கூறப்பட்டுள்ளது. 'சேயாறு' என்பது இன்று 'செய்யாறு' என்று வழங்கப்படுகிறது. அது வடவார்க்காட்டு மாவட்டத்திலுள்ள சவ்வாது மலைத்தொடரின் வடக்கில் தோன்றித் தெற்கு நோக்கி மலைகளிலேயே பாய்ந்து வருவது. சேயாறு சவ்வாது மலைகளிலிருந்து தரை வழியே ஏறத்தாழ ஆறு அல்லது ஏழுகல் தொலைவில் வரும்வழியில் அதன் தென் கரையில் செங்கம் (செங்கம்மா) என்னும் ஊர் அமைந்துள்ளது. அவ்வூர்ச் சிவன் கோவிலில் பதினொரு கல்வெட்டுகள் இருக்கின்றன. அவை கி.பி. பதினோராம் நூற்றாண்டு முதல் பதினாறாம் நூற்றாண்டு வரையில் அப்பகுதியை ஆண்டு வந்த சோழர், பாண்டியர், விசய நகர மன்னர் காலத்துக் கல்வெட்டுகளாகும். அவற்றுள் ஒரு கல்வெட்டு நவிரமலை என்னும் பெயரை மிகத் தெளிவாகக் குறிக்கின்றது. அதனைக் கீழே காணலாம்.

'ஆடையூர் நாட்டு எலியூற்றுக்கு மேற்கும்... உள்ளிட்ட நாடும் மலையும் அடிவாரமும் தென்கரை நாடு மூவரை வென்ற நல்லூர்க்கு மேற்கும் சிற்றிங்கைக்குக் கிழக்கு உட்பட்ட நாடும் மலையும் உட்பட்டும் நாடும். இந்த இரண்டு கரை நாட்டுக்கு உட்பட்ட நாட்ட வரும் நாட்டு நாயகஞ் செய்வார்களும் மன்றாடுவாரகளும் பிள்ளை முதலிகளும் (தனி) யாள்களும் படைநாயகஞ் செய்வார்களும் தனியாள் முதலிகளும்... கூலிச் சேவகரும் கொந்த விச்சாதிரரும் நவிரமலைத் தென்பற்று நாட்டவரும் நாட்டு முதலிகளும் வடமலை நாட்டவரும் நாட்டு முதலிகளும் உள்ளுப் பட்ட பல சனத்தோமும் அடிவாரத்து மலையாளரும் மலையாள முதலிகளும் முதுநீர் மலையாளமும் மலையரண் முதலி களும் செட்டிகளும் வாணிகரும் கணக்கரும் கருமப் பெரும்பன்னாட்ட வரும் பன்னாட்டு முதலிகளும் பொற்கொ(ற்ற) கைக்கு (காளரும் ஆண்) டார்களும் சிவப் பிராமணரும் மன்றாடிகளும் உவச்சரும் தென்கரை நாட்டு வடதலை நாட்டவரும் தென்மலை[3] நாட்டவரும் உட்பட்ட நாட்டவரும் தெல்ல... புலவ (ரு)ம் பண்ணுவாரும் நியாயத்தாரும் பன்னிரண்டு பணிமக்களுமுள்ளிட்ட பெரும்வேடரும் பாணரும்

---

3. சவ்வாது மலைகளுள் தென்மலை ஒன்று என்பது இங்கு அறியத்தகும்.

பறையரும் பறை முதலிகளும் சக்கிலியரும் இருளரும் உள்ளிட்ட அனைத்துச் சாதிகளும்.[4]

மலைபடுகடாத்துக்கு உரை எழுதிய நச்சினார்க்கினியர் அவ்வுரையின் இறுதியில், 'இரணிய முட்டத்துப் பெருங்குன்றூர்ப் பெருங் கௌசிகனார் பல்குன்றக் கோட்டத்துச் செங்கண்மாத்து வேள் நன்னன் சேய் நன்னனைப் பாடிய மலைபடுகடாம்' என்று குறித்துள்ளார்.

தஞ்சை சோழர், மதுரை நாயக்கர் என்றாற்போல, செங்கண்மாத்து நன்னன் என்பதில் வரும் 'செங்கண்மா' என்பது நன்னனது தலைநகரம் எனப் பொருள்படும். 'கண்மாய்' என்பது 'கம்மாய்' என்று மருவி வழங்குதல் போலச் 'செங்கண்மா' என்பது 'செங்கம்மா' என்று காலப் போக்கில் வழங்கலாயிற்று என்பதை அறியலாம். அது பின்னும் 'செங்கம்மா' என்றும், 'செங்கைமா' என்றும் செங்கம் என்றும் சிவன் கோயில் கல்வெட்டுகளில் பொறிக்கப்பட்டுள்ளது.

'செங்கமா உடையர் திருஇடவத்துறை
நாயனார்க்குச் செங்கைமா தென்பிடாகை.[5]

ஆரணி வட்டத்திலுள்ள தேவிகாபுரம் முதல் போளூர் வட்டமும் செங்கம் வட்டமும் பல்குன்றக் கோட்டத்தைச் சேர்ந்த பகுதிகள் என்பதைத் தேவிகாபுரம் கல்வெட்டுகளும்[6] கலசப்பாக்கம் கல்வெட்டுகளும்[7] நவிரமலையை அடுத்த பள்ளத்தாக்கிலுள்ள வீரலூர்க் கல்வெட்டுகளும்[8] பிறவும்[9] உணர்த்துகின்றன.

இதுகாறும் கூறப்பட்ட பல வகைச் சான்றுகளால் சவ்வாது மலைகள் நன்னனது மலை நாட்டைச் சேர்ந்தவை என்பதும், அம்மலைத் தொடரின் தெற்கில் சேயாற்றின் தென்கரையில் அமைந்துள்ள இன்றைய செங்கம் அல்லது செங்கம்மா என்னும் ஊரே பழைய செங்கண்மா என்பதும், இவற்றைச் சூழவுள்ள நிலப்பகுதியே நன்னனது நாடு என்பதும் தெளிவாதல் காண்க.

---

4. South Indian Inscriptions, Vol.VII No. 118; இக்கல்லெழுத்துக் கி.பி. 1258இல் வெட்டப்பட்டது.

5. S.I.I. VII. 117.

6. 351-470 of 1912.

7. 290 and 291 of 1938-39.

8. 350. 352 of 1912

9. S.I.I. VII. 62; S.I.I. VIII 89.

சவ்வாது மலைகள்

சவ்வாது மலைத்தொடர் வேலூருக்குத் தென்மேற்கில் ஏறத்தாழ ஏழு கல் தொலைவில் தொடங்கித் திருப்புத்தூர் வட்டத்தின் தென் கிழக்குக் கோடி வரையில் (சிங்காரம்பேட்டைக் கணவாய் என்னும் இடம் (வரையில்) நாற்பது கல் நீளம் பரவியுள்ளது; கிழக்கு மேற்கில் ஏறத்தாழப் பத்துக்கல் நீளம் அமைந்துள்ளது. இம்மலைத் தொடர் வேலூர், போளூர், செங்கம், திருப்புத்தூர் ஆகிய நான்கு வட்டங்களில் பரவி யுள்ளது. இம்மலைத்தொடர் பல நிலைகளை உடையது. ஒவ்வொரு நிலையிலும் மலைவாணர் வாழும் சீறூர்கள் உள்ளன. சவ்வாது மலை களின் மீது 138 சீறூர்கள் உள்ளன. இம்மலைத் தொடரைச் சுற்றிலும் அடிவாரத்தில் சில ஆண்டுகளுக்கு முன் வரை அடர்ந்த காடுகள் இருந்தன. காலப்போக்கில் பாதைகள் அமைக்கவும் ஊர்கள் அமைக்கவும் காடுகள் அழிக்கப்பட்டன. ஆயினும், குறுங்காடுகள் சில இன்றும் ஆங்காங்கு இருக்கின்றன. நீண்ட மலையடிவாரப் பகுதியில் ஆங்காங்குச் சிற்றூர் களும் இருக்கின்றன. அவற்றுட்சில, பல நூற்றாண்டுகளாய் இருந்து வருபவை என்பது அப்பகுதியிலுள்ள கல்வெட்டுகளால்[10] அறியப்படும் உண்மையாகும்.

மலை வழி

பரிசு பெற்ற கூத்தன், புதிய கூத்தனுக்கு முதலில் தரை வழியைக் கூறுகிறான்; பின்பு மலைமீது செல்லும் வழியைக் கூறுகிறான்; அங்குப் பலரும் போகாத வழியையும் குறிப்பிடுகிறான். பின்னர், 'நவிரமலை யில்[11] இருந்த தூசிப் படையையும் கோட்டையையும் குறிப்பிடுகின்றான்.[12] அங்கு இருந்த காரியுண்டிக் கடவுள் (சிவபெருமான்) கோவிலைக் குறிப்பிடு கின்றான்; பின்பு மலையிலுள்ள காட்டு வழியைக் குறிக்கின்றான். அவன் மேலும் மலை வழியைக் கூறும் பொழுது முல்லை நிலக் கோவலர் வாழும்

---

10. 346-350 of 1912; 105-115 of 1900.

11. இம்மலையின் பெயர் நவிரமமைல என்றே கி.பி. 13ஆம் நூற்றாண்டுக் கல்வெட்டில் இடம் பெற்றுள்ளமை முன்பே கூறப்பட்டது. இஃது இப்பொழுது பர்வதமலை என்றும் திரிசூலகிரி என்றும் வழங்கப்படுகிறது. நான் மாதி மங்கலத்திலிருந்து இதன் அடிவாரம் வரையில் சென்று (24 12 60) பார்வையிட்டேன்.

12. சவ்வாறு மலைகள் இடைக்காலத்திலும் படைகளால் பாதுகாக்கப்பட்டன என்பது 'மலையரண் முதலிகளும்' என்னும் கல்வெட்டுத் தொடரால் அறியப்படும். S.I.I. VII. P. 118.

- ப.பா.ஆ - 17

சிற்றூர்களையும் அவர்கள் விருந்து போற்று தலையும் விளக்கமாகக் கூறுகின்றான்.[13] அதன் பின்னர் மருதநிலச் செழுமையைக் கூறி அப் பகுதியில் செல்லும் சேயாறு என்னும் ஆற்றைக் குறிப்பிடுகின்றான்.[14] அதன் ஒரு கரையை வழியாகக் கொண்டு சிறிது தொலைவு செல்லின் நன்னனது தலைநகரை அடையலாம் என்று வழி கூறி முடிக்கின்றான்.

நன்னனது மலை நாட்டுப் படத்தைக்கொண்டு (வட ஆர்க்காட்டு மாவட்டப் படத்தைக் கொண்டு) கூத்தர் தலைவன் கூறும் விவரங்கள், பொருந்துமாற்றை ஆராயின், ஏறத்தாழ ஒரு வழியைக் கண்டறியலாம். அவன் குறிப்பிடும் முதல் மலையே பர்வதமலை என்னும் நவிரமலை. அது மூலைக்காட்டு மலையிலிருந்து வடக்கிலும் கிழக்கிலும் தெற்கிலும் வெளியே தனிப்பட அமைந்துள்ளது. மேற்கில் அதன் ஒரு சிறுபகுதி மூலைக்காட்டு மலையுடன் ஒட்டிக்கொண்டு இருக்கிறது. அச்சிறு பகுதி வழியாகவே எவரும் நவிரமலையிலிருந்து மேல் திசையில் சவ்வாது மலைகளுக்குப் போதல் இயலும்.

நவிர மலைக்கு வடக்கில் ஏறத்தாழ நான்கு கல் தொலைவில் 'பெரிய மலை' இருக்கின்றது. அதற்கு மேற்கில் தொடங்கும் மூலைக் காட்டு மலை தெற்காக வளைந்து பிறகு தென்கிழக்காகத் திரும்பிப் பர்வமலையோடு பொருந்தியுள்ளது. இம்மூலைக்காட்டு மலைக்கு மேற்கில் சேயாறு வரையில் இருக்கும் மலைப்பகுதி தென்மலை என்ற பெயர்

---

13. இங்ஙனம் முல்லை நில மக்களாகிய கோவலர் வாழும் இடம் 'முல்லைக்காடு' என வழங்கப்பட்டிருத்தல் இயல்பேயன்றோ? பெரிய மலைக்கு மேற்பாலிருந்து பர்வதமலைக்கு (நவிரமலைக்கு)த் தென்பால் வரையிலும் பரவியுள்ள மிக நீண்ட மலைப்பகுதி மூலைக்காடு மலை' என இன்று வழங்கப்படுகிறது. அப்பெயர் 'முல்லைக் காடு' என்பதன் திரிபாக இருக்கலாம்.

14. கூத்தர் தலைவன் கூறிய வழியே செல்லின் பர்வதமலை (நவிரமலை) மூலைக்காடு, தென்மலை வழியாகவே போக இயலும். தென்மலை நாட்டில் மேல் தாத்தியப்பட்டு, கீழ்த் தாத்தியப்பட்டு கோட்டூர், நெல்லிவாய், அத்திப்பட்டு, மேல்பட்டு, கீழ்ப்பட்டு, புலியூர், பழைய தாளியூர், எருக்கப் பட்டு, பெரு மட்டம், சின்னக் கீழ்ப்பட்டு முதலிய பல ஊர்கள் இருக்கின்றன என்பது இங்கு நினைக்கத்தகும். இவற்றைக் கடந்து சென்றால் சேயாற்றின் கரையை அடையலாம். சேயாறு செங்கம் வட்டத்திற்கும் திருப்புத்தூர் வட்டத்திற்கும் எல்லையாகச் சவ்வாது மலைத் தொடரில் வடக்கிலிருந்து தெற்கு நோக்கிப் பாயும் ஆறாகும். அது மலைவழியை விட்டுத் தரையில் ஏறத்தாழ ஆறு அல்லது ஏழு கல் வந்ததும் செங்கம் என்னும் ஊரை அடை கிறது.

பெறும். அதில் ஊர்கள் பல உண்டு.

பெரிய மலைக்கும் பர்வதமலைக்கும் இடைப்பட்ட நிலப்பகுதியில் பல சிற்றூர்கள்[15] இருக்கின்றன; குறுங்காடுகளும் உண்டு. முன்பு அடர்ந்த காடுகள் இருந்தன என்றும் பின்பு அவை காலப்போக்கில் அழிக்கப் பட்டன என்றும், அவ்விடங்களில் புதிய ஊர்கள் அமைக்கப்பட்டன என்றும் அவ்வூர்களில் உள்ள முதியவர் உரைக்கின்றனர். இங்ஙனம் இப்பகுதியில் அமைந்திருந்த குறுங் காடுகளுள் ஒன்றில் நம் கூத்தர் தலைவன் கூத்தர் குழுவைக் கண்டிருக்கலாம். கூத்தர் குழு, அவன் சொற்படி, அங்கிருந்து தரை வழியே பல ஊர்களைக் கடந்து பர்வத மலைமீது ஏறிக் காரியுண்டிக் கடவுளை வழிபட்டு, அம்மலை மீதே மேற்கு நோக்கிச் சென்று, மேலைக்காட்டு மலைப் பகுதியை மேற்கு நோக்கிச் சென்று, மூலைக் காட்டு மலைப் பகுதியை அடைந்து, பின்பு தென் மலைப் பகுதி ஊர்கள் வழியே சென்று, சேயாற்றின் கரையை அடைந்திருக்கலாம். பின்னர் அதன் ஒரு கரை வழியே ஏறத்தாழப் பதுக்கல் தொலைவு நடந்து, நன்னனது கோநகரமான செங்கண்மா என்னும் ஊரைச் சேர்ந்திருக்க லாம்[16].

◈

---

15. கிடாம்பாளையம் தெப்பநந்தல், நவாபு பாளையம், கங்கவரம், காக்கா பாளையம், தேவராயபாளையம், பெருமாள் பாளையம், சோழன் குப்பம், வேலனந்தல், கண்டபாளையம், சினந்தல், வெங்கட்டம்பாளையம், வடகரை நம்மியந்தல், கட்டம் பாளையம், கொலவன் குப்பம், வீரலூர், பாளைய வீரலூர், நல்லம் பிள்ளை பேட்டை, கங்காள மகாதேவி, புதூர், ஆதமங்கலம், காட்டதாம் பாளையம், கிருஷ்ணாபுரம், சாலமேடு, ஐயம்பாளையம் என்னும் இவற்றுள் பல ஊர்கள் பிற்காலத்தவை என்பது அவற்றின் பெயர்களைக் கொண்டு தெளியலாம்.

16. பர்வதமலை மூலைக்காட்டு மலையோடு தொடர்பு கொள்ளும் இடத்தில் (கிழக்கு மேற்கில்) ஏறத்தாழ நான்கு கல் நீளமுள்ளது. வடக்குத் தெற்கில் இதன் மிகுதியான நீளம் ஏறத்தாழ நான்குகல். இம்மலைக்கும் தென் மலைக்கும் இடைப்பட்ட மூலைக்காட்டு மலையின் நீளம் கிழக்கு மேற்கில் ஏறத்தாழ மூன்றரைக்கல். மூலைக்காட்டு மேற்கெல்லைக்கும் சேயாற்றுக்கும் இடைப்பட்ட தென்மலைப்பகுதியின் (கிழக்கு மேற்கு) நீளம் ஏறத்தாழ ஏழுகல். அங்கிருந்து ஆற்றோரமாக ஏறத்தாழப் பத்துக்கல் தொவை வரின் செங்கத்தை அடையலாம். எனவே, கூத்தர் குழு, மலைமீது மேற்சொன்ன பாதை வழியே நேராக வந்திருப்பின், ஏறத்தாழப் பதினைந்து கல் தொலைவு வந்திருக்கலாம். ஆயின், நேர்ப்பாதையின்மையால் ஏறத்தாழ 25 அல்லது 30 கல் தொலைவு வந்திருக்கலாம் என்றும் கூறுதல் பொருத்தம் ஆகும்.

7. தொண்டை நாட்டு ஊர்கள்

சிற்றூர்கள்

பாலை நிலத்தில் எயினர் வாழ்ந்த குடிகளைக் கொண்ட சிற்றூர்கள் இருந்தன. நாடு காவல் புரியும் எயினர் வாழ்ந்த அரண்கள் ஆங்காங்கு இருந்தன. முல்லை நிலத்தில் வரகு வைக்கோலால் வேயப்பட்ட குடில்களைக் கொண்ட ஆயர்தம் சிற்றூர்கள் அமைந்திருந்தன. மருதத்தை அடுத்த முல்லை நிலச் சீறூர்கள் வளத்துடன் காணப்பட்டன. மருதநிலத்தில் உழுவித்துண்ணும் வேளாளர் வாழ்ந்த வளமனைகளையும் உழுதுண்ணும் வேளாளர் வாழ்ந்த இல்லங்களையும் கொண்ட ஊர்கள் அங்கங்கு அமைந்திருந்தன. மருத நிலத்துக் குளங்களிலும் ஏரிகளிலும் மீன் பிடித்து வாழ்ந்த வலையர், குடிசைகளில் வாழ்ந்தனர். அவர்தம் சிற்றூர்கள் சில இருந்தன. தென்னந்தோப்பு மாந்தோப்புகளுக்கு இடையில் சீறூர்கள் பல இருந்தன. அங்கிருந்த வீடுகளின் முற்றங்களில் மஞ்சள் பயிர் செய்யப்பட்டது. வீடுகளுக்குப் பின்புறம் மணம் நாறும் பூந்தோட்டங்கள் இருந்தன. அங்குப் பலாவும், வாழையும், பனைமரங்களும் இருந்தன. சில சீறூர்களில் பாக்கு மரங்களும் தென்னை மரங்களும் வளர்ந்தன.

மறையவர் உறைபதி

தொண்டை நாட்டுத் துறைமுகநகரமான பட்டினத்துக்குச் சிறிது தொலைவில் மறையவர் வாழ்ந்த ஊர் ஒன்று இருந்தது. அப் பகுதியில் மறையவர் மனைகள் இருந்தன. வீட்டின் முன் புறத்தில் பந்தல் இடப்பட்டிருந்தது. அப்பந்தலின் கால்களுள் ஒன்றில் பசுக்கன்று கட்டப்பட்டிருந்தது. அவ்வீடு பசுவின் சாணத்தால் மெழுகப் பட்டிருந்தது. அவ்வீட்டினர் தம் வீட்டுக்கிளிக்கு வேத ஓசையைக் கற்பித்தனர். அங்கு வாழ்ந்த மறையவர் வேதமந்திரங்களை ஓதினர். அவர்தம் இல்லக் கிழத்தியர் அருந்ததியைப் போன்ற கற்புடையவர்; நல்ல தோற்றத்தை உடையவர்.

'நீர்ப்பெயற்று' என்னும் ஊர்

மேலே கூறப்பட்ட மறையவர் பதிக்கு அப்பால் நீர்ப்பெயற்று என்னும் ஊர் இருந்தது. அங்கு இருந்த நீருண்ணும் துறையில் மகளிர் நீராடினர். அம்மகளிர் போகட்டுப்போன பொன்னாற் செய்த மகரக்

குழையைச் சிச்சிலிப்பறவை தனக்குரிய இரையென எண்ணிப் பறவைகள் நிறைந்துள்ள பனைமரத்துக்குப் போகாமல், அந்தணரது யாகசாலையில் நடப்பட்ட வேள்விக் கம்பத்தின் மீது தங்கியது.

கடற்றுறைப்பட்டினம்

'நீர்ப்பெயற்று' என்னும் ஊரின் எல்லையில் துறைமுகம்[1] அமைந்திருந்தது. அங்கு மேற்றிசை நாடுகளிலிருந்து பால் போலும் வெள்ளிய நிறத்தினையுடைய குதிரைகள் கப்பல்களிலிருந்து இறக்குமதியாயின; வட திசையிலிருந்து நுகரப்படும் பொருள்கள் இறக்குமதியாயின. அத்துறைமுகத்தில் பல கப்பல்கள் குழுமியிருந்தன. அத்துறைமுகத்தை அடுத்துப் பட்டினம் ஒன்று இருந்தது. அங்குப் பண்டசாலை இருந்தது. அது மிக்க காவலை உடையது. பல தெருக்களில் பரதவர் வாழும் உயர்ந்த மாடங்களையுடைய இல்லங்கள் இருந்தன. அப்பட்டினத்தில் ஆட்டுக்கிடாயுடன் நாயும் சூழன்று திரியும் திமிலர் இல்லங்களும் இருந்தன. வானத்தைத்தொடும் உயரமான மாடங்களைக் கொண்ட மனைகளும் இருந்தன. அவை வணிகர் வளமனைகள். அம்மாடத்து மகளிர் பேரணிகளை அணிந்தவர்; பசிய மணிகள் கோத்த வடங்களையுடையவர்; மெல்லிய துகிலை உடுத்தவர். அம்மகளிர், மலை மீது மனவெழுச்சியுடன் ஆரவாரிக்கும் தோகை மயில்கள் போல உலாவினர்; பொற் சிலம்புகள் ஆரவாரிப்ப நூலால் வரிதலையுடைய பந்தை அடித்து விளையாடினர். இத்தகைய செல்வநகரத்தில் கள் விற்கும் இடங்களில் பசிய கொடிகள் அடையாளமாகக் கட்டப்பட்டிருந்தன. முற்றத்தில் தெய்வத்திற்கு மலர்கள் தூவப்பட்டிருந்தன. கள்ளைச் சமைக்கும் மகளிர் வட்டில்களைக் கழுவின நீர் ஒருபால் பரவிக் குழம்பாயிருந்தது. அச்சேற்றில் பெண் பன்றிகளும் அவற்றின் குட்டிகளும் கிடந்தன.

மேலே கூறப்பட்ட துறைமுகத்தில் கலங்கரை விளக்கம் காணப்பட்டது. அது தேவர் உலகுக்கு முட்டுக காலாக ஊன்றி வைத்த ஒரு பற்றுக்கோடு போல விண்ணைத்தொடும் அளவு ஓங்கியிருந்தது. அதன் மீது சாந்திட்ட மாடம் அமைந்திருந்தது. அதன்மீது ஏறுவதற்கு வசதியாக ஏணி சார்த்தப்பட்டிருந்தது. அம்மாடத்தில் இராக்காலத்தில் விளக்குக் கொளுத்தப்பட்டது. துறை தெரியாது நெகிழ்ந்து வேறு துறைக்கு ஓடும்

1. இத்துறைமுகமும் பட்டினமும் அமைந்திருந்த இடமே பிற்கால மாமல்லபுரமாதல் வேண்டும் என்பது 'பெரும்பாணன் கூறிய வழி' என்னும் தலைப்பில் விரிவாகக் கூறப்பட்டமை காண்க.

கலங்களை 'இது நம் துறை' என்று அழைக்கும் முறையில் விளக்கு எரிந்து கொண்டிருந்தது.

கச்சி மாநகரம்

கச்சி மாநகரம் தாமரை மலர் போன்ற அமைப்புடையது. அதனைச் சுற்றிலும் அகழி இருந்தது. அகழியைச் சூழக் காவற்காடு இருந்தது. கச்சியில் சோலைகள் இருந்தன. தேர்கள் பலகால் ஓடிக்குழித்த காட்சியையுடைய நெடிய தெருக்களும் வேறுபல தெருக்களும் இருந்தன. பண்டங்களை விற்கவும் வாங்கவும் அமைந்த பெரிய கடைத்தெரு இருந்தது. வலிமையும் புகழும் மிகுந்த படைகள் இருந்தன. அந்நகரில் பல சமயத்தாரும் தொழத்தக்க கோவில்கள் இருந்தன. அவற்றில் விழாக்கள் நடைபெற்றன. அந்நகரம், பழத்தின் இனிமையால் உயர்த்திச் சொல்லும் பலா மரத்தைப் போல, பல சமயத்தாரும் நடத்தும் விழாக் களால் உலகத்து நகரங்களுள் சிறந்து விளங்கினது. அந்நகரத்திலிருந்த திரையனது அரண்மனை வாயில், பரிசிலர்க்கு அடையாதது (பெ.ஆ.படை, அடி, 393-411)

நன்னன் தலைநகர் – செங்கண்மா

நன்னனது நாடு தொண்டை நாட்டைச் சேர்ந்தது. வடவார்க் காட்டு மாவட்டத்தில் உள்ள சவ்வாது மலைத்தொடரே நன்னனது மலை நாடு. அம்மலையின் தெற்கில் இன்றுள்ள 'செங்கம்' என்னும் ஊரே நன்னன் காலத்தில் 'செங்கண்மா' எனப்பட்டது. அது நன்னன் காலத்தில் பெரிய நகரமாயிருந்தது; குளிர்ந்த நெடிய பொழில் களை யுடையது; மிக ஓங்கிய மதிலைக் கொண்டது; திருநாள் என்று கூறும் படி ஆரவாரத்தோடு மக்கள் போவதும் வருவதுமாய் இருந்த சிறந்த பெரிய கடைத்தெருவினை உடையது; மலை என்று சொல்லும் படி உயர்ந்து அகன்ற மாடங்களைப் பெற்றது; யாறு என்று சொல்லும் படி அமைந்த பெரிய தெருக்களை உடையது; பல குறுந்தெருக்களை யும் உடையது; செல்வம் மிக்கது.

அந்நகரில் நன்னன் அரண்மனை சிறந்து விளங்கியது; அரண்மனை வாயில், வேலேந்திய வீரரால் காக்கப்பட்டது; அவ்வரண்மனையில் பெரிய முற்றம் இருந்தது. அம்முற்றத்தில் மலைவாணரால் நன்னனுக்

---

2. பல்லவமல்லன் வாழ்ந்த கி.பி. 8ஆம் நூற்றாண்டில் இவ்யாறு வெஃகா என்றே பெயர் பெற்றிருந்தது. S.I.I. VIII. 352; வேகவதி என்பது பிற்காலப் பெயர்.

குக் காணிக்கைப் பொருள்களாகக் கொண்டுவரப்பட்ட உயிரினங்களும் பழம் கிழங்கு முதலியனவும் வைக்கப்பட்டிருந்தன. நன்னன், தனது நாளோலக்க மண்டபத்தில் சான்றோருடனும் அமைச்சர் படைத் தலைவர் முதலியோருடனும் இருந்து அரசு செலுத்தினான்; புலவர் முதலியோர்க்குப் பரிசில் நல்கினான் (மலைபடு, அடி, 477-531).

சங்ககாலக் கச்சி மாநகர்

வெஃகாவும் சோலைகளும்

பரிசில் பெற்ற பெரும்பாணன் வறிய பாணனுக்குக் கச்சி நகரத் திற்குச் செல்லும் வழியைப் பின்வருமாறு கூறியுள்ளான்:

"பல ஊர்களையும் கடந்த பின்பு அழகிய பக்க மலையில் களிறு படுத்திருப்பது போலப் பாம்பணையாகிய படுக்கையில் திருமால் பள்ளி கொண்டுள்ளான். அந்த இடத்தில் கதிரவன் ஒளிக்கதிர்கள் உட்புக முடியாத நெருக்கமுடைய இளமரச் சோலைகள் உண்டு. அங்கு இலை நெருக்கத்தால் குயில்கள் நுழைந்து செல்லும். குருக்கத்திக்கொடி, குறுகிய அடிமரத்தையுடைய காஞ்சி மரத்தைச் சூழ்ந்து படரும். அங்கே மணல் மிகுதி. அம்மணற்பரப்பில் வட்டமான பள்ளங்களில் நீர் தேங்கியிருக்கும். அந்நீரில் குருக்கத்தி மலர்கள் விழுந்து கிடக்கும் காட்சி, அப்பவணிகர் கரிய சட்டியிலே பாலுடனே வேண்டுவன கூட்டிச் சேர்த்த அப்பம் பாலிலே கிடப்பது போன்றிருக்கும்.

"சோலைகளில் தங்கி நீராடிப் பொழுதை இன்பமாகக் கழிக்க விரும்பும் ஆடவரும் பெண்டிரும் பச்சைக் குப்பிகளில் உள்ள கள்ளைப் பருகுவர். மாதரார் மகரவாய் வடிவிற் செய்த தலைக்கோலத்தை அணிந்தவர்; குளிர்ந்த பார்வையை உடையவர். ஆடவர் அம்மா தராருடன் பகற்பொழுது விளையாடி, துறக்கத்தை ஒக்கும் தப்பாமல் நீர் வரும் முறைமையினையுடைய பூமலி நீர்த்துறையில் இளவேனிற் காலத்து இன்பத்தை நுகர்வர். வழிப்போக்கரான நீங்கள் அங்குள்ள திருமாலை வாழ்த்தி, யாழைச் சிறிது வாசித்து அவ்விடத்தினின்று செல்லுங்கள்.

"அதனைக் கடந்தவுடன் காவற்காடு தெரியும். அதற்கு அப்பால் கச்சி மாநகரத்துக் கோட்டை மதில் அமைந்திருக்கும்." (பெ.ஆ.படை, அடி, 371-405).

பெருமாள் பள்ளிகொண்டிருப்பதாகப் பெரும்பாணன் கூறிய கோவில் திருவெஃகா என்று நச்சினார்க்கினியர் கூறியுள்ளார்.

இச்செய்திகள் திருவெஃகா என்னும் இடம் வேறு- கச்சி மாநகரம் வேறு என்பதைத் தெளிவாகத் தெரிவிக்கின்றன என்பது கவனிக்கத் தக்கது. மேலே கூறப்பட்ட விவரங்களை வைத்துக் கொண்டு, வெஃகாவையும் சங்ககாலக் காஞ்சியையும் கண்டறிவது நமது கடமை யாகும்.

வெஃகா

நச்சினார்க்கினியர் திருவெஃகா என்று சொல்வது, இன்றுள்ள யதோத்தகாரி என்னும் பெருமாள் கோவிலாகும். அங்குப் பெருமாள் பள்ளிகொண்ட கோலத்தில் உள்ளார்.

"பாம்பணைப் பள்ளி அமர்ந்தோன் ஆங்கண்"

என்பது பெரும்பாணாற்றுப்படை

(அடி, 373).

"பாந்தள் பாழியில் பள்ளி விரும்பிய
வேந்தனைச் சென்று காண்டும்வெஃகாவுளே"

என்பது கி.பி. 8ஆம் நூற்றாண்டில் வாழ்ந்த திருமங்கை மன்னன் பாடல் (பெரிய திருமொழி, 10-1-7) ஆகும்.

இப்பெருமாள் கோவிலுக்கருகில் வெஃகா என்ற வேகவதி ஆறு[2] பாய்ந்துகொண்டிருந்தது. அவ்யாறு இப்பொழுது தெற்கில் மூன்றரைப் பர்லாங்கு, தூரம் தள்ளிப் பாய்கிறது. ஆற்றின் பெயர் அவ்யாறு பாய்ந்த இடத்தில் அமைந்த கோவிலுக்குப் பெயராகிறது போலும்! வெஃகாக் கோவில் பற்றிக் கீழ் வரும் வரலாறு கூறப்படுகிறது:

பிரமன், இன்று திருவெஃகா என்னும் கோவிலுள்ள இடத்துக் கருகில் தவம் செய்து கொண்டிருந்தான். அத்தவத்தைக் கெடுக்க விரும்பிய அவன் மனைவியான கலைமகள், வெஃகா என்னும் ஆற்று வடிவத்தில் வந்து தோன்றினாள். ஆற்று வெள்ளத்தைக் கண்டு கவலை கொண்ட பிரமன், அவ்வெள்ளத்தைத் தடுக்கும்படி திருமாலை வேண்டினான். திருமால் ஆடையற்ற கோலத்தில் அங்குத் தோன்றி அணையைப் போலப் பள்ளி கொண்டார். தன் மாமனாரின் செயலைக் கண்ட கலைமகள், நாணித் தன் போக்கை மாற்றிக்கொண்டாள். அன்று திருமால் பள்ளி கொண்ட இடமே இன்று கோவிலாய் இருப்பது. இக்கதை காஞ்சித்தல வரலாற்றில் கூறப்பட்டுள்ளது[3].

முற்காலத்தில் வெஃகா ஆறு இன்றுள்ள விளக்கொளிப் பெருமாள் கோவில் தெரு வழியாகக் கிழக்கு நோக்கிப் பாய்ந்து யதோத்தகாரி கோவிலுக்குத் தெற்கில் சென்றதாகக் கூறப்படுகிறது. அத்தெருப்பக்கம் உள்ள கிணறுகளில் உள்ள நீர் மட்டும் வெஃகா என்ற வேகவதி ஆற்று நீரின் சுவையைப் பெற்றுள்ளது என்று அப்பகுதி மக்கள் இன்றும் கூறுகின்றார்கள். அத்தெருவிற்கு வடக்கிலும் தெற்கிலும் பெய்யும் மழை நீர் முழுமையும் அத்தெருவின் வடசிறகின் பின்பக்கம் வழியாகவே கிழக்கு நோக்கி ஓடி யதோத்தகாரி கோவிலுக்குத் தெற்கி லுள்ள ஓடையில் கலந்துவிடுவதை இன்றும் காணலாம்⁴. இதுவே பழைய வேகவதி பாய்ந்த வழி என்று ஊரார் உரைக்கின்றனர். இப் பகுதியில் தோண்டும் இடமெங்கும் மணலைக் காணலாம். பெரும்பாணன், 'இடைவிடாது நீர் வந்து கொண்டிருக்கும் பூமலி பெருந்துறை' என்றது வேகவதியாற்றின் கரையில் அமைந்த நீர்த் துறையை யாதல் வேண்டும்⁵.

யதோத்தகாரி பெருமாள் கோவிலுக்கு மேற்கில் உள்ள விளக் கொளிப் பெருமாள் கோவில் தெருப்பகுதியையும் வடமேற்கில் உள்ள இராசாசி மார்க்கெட்டு, அதனை அடுத்துள்ள தும்பைவனத் தெரு முதலிய பகுதிகளையும் கொண்ட நிலம், எண்பதாண்டுகளுக்கு முன்பு வரையில் மரங்கள் அடர்ந்த பகுதியாய் இருந்தது. பெரும் பாணன் சில சோலைகளை வருணித்து அங்குப் பள்ளி கொண்ட பெருமாள் கோவிலையும் குறித்திருப்பதால், அவன் குறித்த சோலைகள் இப் பகுதியிலேதான் இருந்திருத்தல் வேண்டும் என்பது தெளிவு.

கச்சிப்பேடு

திருவெஃகாக் கோவிலுள்ள இடம் முதற்பராந்தகன் காலத்தில் (கி.பி. 907-953) கச்சிப்பேடு என வழங்கப்பட்டது⁶. 'பேடு' என்பது

---

3. A Manual of Chingleput District, p. 113; காஞ்சீபுரம் ஆலயங்கள், பக். 7. யதோத்தகாரி கோவிலில் பள்ளி கொண்டுள்ள நிலையிற் காணப்படும் சிலை பண்டு புத்தர் சிலையாய் இருந்திருத்தல் கூடும். A Manual of Chingleput District, p.p. 113-114.

4. 2 நாள் 17-8-63 பிற்பகலிற் காஞ்சீயிற் பெய்த பெருமழையில் இக்காட்சியைக் கண்டேன்.

5. வேகவதியாற்றின் பழைய போக்கை விளக்கிக் கூறம் குறிப்பினை இக் கட்டுரையின் இறுதியிற் காண்க.

நகரத்தின் வெளிப்பகுதியை (புறநகரை)க் குறிப்பதாகும். பேடு என்னும் இச்சொல்லே காலப்போக்கில் பேட்டை என மாறியது போலும்! இன்றுள்ள புதுச்சேரி நகரத்திற்கு வெளியில் இரண்டு பக்கங்களிலும் உள்ள சிற்றூர்கள் 'முத்தியாலுப்பேட்டை' என்றும் 'முதலியார்பேட்டை' என்றும் பெயர் கொண்டிருத்தல் இதற்கேற்ற சான்றாகும். இங்ஙனமே திருநெல்வேலி நகரத்திற்கு வெளியில் 'பேட்டை' என்னும் புறநகர் அமைந்திருந்தாலும் நோக்கத்தகும். சென்னைக் கோட்டைக்கு வெளியில் சிந்தாதிரிப்பேட்டை, முத்தியாலுபேட்டை, சௌகார் பேட்டை, பெத்துநாயக்கன் பேட்டை, வண்ணாரப்பேட்டை, தண்டையார் பேட்டை என்னும் பகுதிகள் அமைந்துள்ளமையும் இங்கு நினைக்கத் தகும். இன்றுள்ள சிறிய காஞ்சீபுரத்திற்குக் கிழக்கில் நாசரத்துப்பேட்டை, ஐயன் பேட்டை, நாயக்கன் பேட்டை என்னும் சிற்றூர்களும், பெரிய காஞ்சீபுரத்திற்கு வடக்கிலும் வடமேற்கிலும் பஞ்சுப்பேட்டை, ஒலி முகம்மது பேட்டை முதலிய பேட்டைகளும் இருத்தல் கவனிக்கத்தகும்.

கச்சிப்பேடு என்பது கச்சி நகரத்திற்குப் புறநகர் என்று பொருள் படும். இச்சுச்சிப்பேடு, பெரும்பாணாற்றுப் படை பாடப்பட்ட சங்க காலத்திலும் இருந்தது என்பதைக் கச்சிப்பேட்டு நன்னாகையார், கச்சிப் பேட்டு இளந்தச்சனார், கச்சிப்பேட்டுப் பெருந்தச்சனார் என்னும் வழக்காறு கொண்டு நன்கறியலாம். இவற்றைக் கொண்டு கச்சிவேறு கச்சிப்பேடு வேறு என்பது அறியத்தகும்.

இன்றுள்ள காஞ்சீபுரம்-பெரிய காஞ்சீபுரம், பிள்ளையார் பாளையம், அட்க்ஸன் (Hydgson) பேட்டை, சிறிய காஞ்சீபுரம் எனப் பல பிரிவு களாய்ப் பிரிந்துள்ளது. அட்க்ஸன் பேட்டைப் பகுதியிலே தான் திருவெஃகா அமைந்துள்ளது. பெரிய காஞ்சீபுரத்திலுள்ள ஏகாம்பரேசு வரர் கோவில், முதலாம் ஆதித்த சோழன் காலத்தில் (கி.பி. 880-907) கச்சிப்பேட்டில் அமைந்திருந்தது[7]. பெரிய காஞ்சீபுரத்துப் புத்தேரித் தெருவில் உள்ள கச்சபேசுவரர் கோவில், கச்சிப்பேட்டைச் சேர்ந்த தென்று முதலாம் இராசராசன் காலத்துக் (கி.பி. 985-1012) கல்வெட்டு ஒன்று தெரிவிக்கின்றது[8]. அதற்குச் சிறிது வடகிழக்கில் உள்ள உலகளந்த பெருமாள் கோவில் (ஊரகம்) என்பதும் கச்சிப் பேட்டைச்

6. 21 of 1921 இங்குப் பெருமாள் அணையாகப் பள்ளி கொண்டார் என்று இக்கல்வெட்டும் கூறுகின்றது.
7. 206 of 1915.
8. 79 of 1921.

சேர்ந்தது என்பது உத்தம சோழன் (கி.பி. 969-985 கல்வெட்டில் குறிக்கப்பட்டுள்ளன[9]. முதற்பராந்தகன் காலத்தில் (கி.பி. 907-955) கயிலாசநாதர் கோவில் கச்சிப் பேட்டுப் பெரிய திருக்கற்றளி எனப் பட்டது[10]. முதலாம் இராசராசன் மகனான முதலாம் இராசேந்திரன் (கிபி.1012-1044) வெளியிட்ட திருவாலங்காட்டுச் செப்பேடுகளில் இக்கச்சிப் பேடு, 'எயிற்கோட்டத்து எயில் நாட்டு நகரம் கச்சிப்பேடு' என்று குறிக்கப்பட்டுள்ளது.[11]

'கச்சி நெறிக் காரைக்காடு' என்பது திருவெஃகாவுக்கு வடகிழக்கில் கொல்லை வெளியிலுள்ள மேட்டுப் பகுதியாகும். அஃது இன்று 'திருக்காலி மேடு' என வழங்கப்படுகிறது. அப்பகுதியும் கச்சிப் பேட்டைச் சேர்ந்ததே என்று முதலாம் இராசேந்திரன் காலத்துக் கல்வெட்டுக் கூறுகின்றது.[12] உத்தம சோழன் காலத்தில் சோழர் அரண்மனை கச்சிப்பேட்டிலேதான் இருந்தது.[13] சிறிய காஞ்சீபுரம் சோழர் காலத்தில் 'அத்தியூர்' என வழங்கப்பட்டது. அஃது 'எயிற்கோட்டது எயில் நாட்டு அத்தியூர்' என வழங்கப்பட்டது.[14] அஃது அக்காலத்தில் காஞ்சி நகரத் தின் பகுதியன்று என்பது இதனால் தெளிவாகும்.

கச்சியைப் பற்றிப் பெரும்பாணன் சொன்ன விவரங்களையும், காஞ்சி நகரப்படத்தின் உதவியால் மேலே கூறப்பட்ட கச்சிப் பேட்டைச் சேர்ந்த கோவில்கள் உள்ள இடங்களையும் நினைவிற்கொண்டு பார்த்தால், பெரும்பாணன் காலத்துக் கச்சி மாநகரம் ஏகாம்பரேசுவரர் கோவில் கச்சபேசர் கோவில், உலகளந்த பெருமாள் கோவில் ஆகிய கோவில்களுக்குக் கிழக்கிலும், யதோத்தகாரி கோவிலுள்ள பகுதிக்கும் திருக்காலி மேட்டுக்கும் வடக்கிலும் அமைந்திருத்தல் வேண்டும் என்று கருதுவது பொருத்தமாகும்.

இக்கருத்தை உறுதிப்படுத்த மேலும் சான்றுகள் உண்டா?

---

9. S.I.I. 3, 142.
10. S.I.I. I of 82
11. S. I.I. 3. 205.
12. 420 of 1902.
13. S.I.I. 3, 142.
14. 659 of 1919.

நகரத்துக்கு வெளியில் இலிங்கங்கள்

காஞ்சியிலிருந்து அரக்கோணம் செல்லும் இருப்புப் பாதைக்கு வடக்கிலும் கிழக்கிலும் ஊரற்ற வெளியிடத்தில் சிவன் கோவிலும் இலிங்கங்களும் இருப்பதை இன்றும் காணலாம். புகை வண்டி நிலையத்திற்கு வடமேற்கில் உருத்திர கோடீசுவரர் கோவில் உள்ளது. அப்புகை வண்டி நிலையத்துக்கு வடகிழக்கில் மல்லிகைத் தோட்டத்தில் ஆறடி உயரமுள்ள இலிங்கம் உள்ளது. அதற்குத் தென்கிழக்கில் உள்ள இடுகாட்டில் பெரிய இலிங்கம் ஒன்று உள்ளது. இந்த இலிங்கத்திற்குத் தென் கிழக்கில் ஏறத்தாழ அரைக்கல் தொலைவில் காஞ்சி செங்கற்பட்டு இருப்புப் பாதையை அடுத்து வடக்கில் இருக்கும் கரும்புத் தோட்டத்தில் ஒரு பெரிய இலிங்கம் உள்ளது. அதற்கு நேர்க்கிழக்கில் ஏறத்தாழ முந்நூறு அடித் தொலைவில் இரண்டு இலிங்கங்களும், சிலைகள் சிலவும், கோவில் அடிப்படையும் உள்ளன. இந்நிலப்பகுதி இன்று நெல் வயல்களாயும் கரும்புத் தோட்டங்களாயும் காணப்படுகின்றது. இப்பகுதிக்கு வடக்கில் வயல்களும் பனந்தோப்பும் இருக்கின்றன. இவற்றுக்குக் கிழக்கில் பெரிய ஏரி ஒன்று அமைந்துள்ளது. அது 'தொண்டைமான் சோழபுரத்து ஏரி' என்று சொல்லப்படுகிறது. இப்பரந்த இடம் தொண்டைமான் சோழபுரம் எனப்படுகிறது.[15] ஆயினும் இங்கு ஊர் இல்லை.[16] இப்பகுதியில் உள்ள நெல்வயல்கள் பள்ளத்தில் உள்ளன. அவற்றை அடுத்து ஆறடி உயரத்தில் கரும்பு பயிராகிறது. இப்பகுதி மேட்டுப் பகுதி; பதினைந்து ஆண்டுகளுக்கு முன் இலுப்பைத் தோப்பாய் இருந்தது. பின்னரே இம்மேட்டின் ஒரு பகுதி படிப்படியாய்க் கரைக்கப்பட்டு நெல் விளைநிலமாக்கப்பட்டது.

தொண்டைமான் சோழபுரம்

காஞ்சி-செங்கற்பட்டு இரயில் பாதைக்குத் தெற்கில் வயல்களும், ஆங்காங்கு மேடுகளும், அம்மேடுகளுக்கிடையில் நான்கு பெரிய நீர் நிலைகளும் காணப்படுகின்றன. இரண்டு நீர் நிலைகளுக்கு இடைப்பட்ட மேட்டுப்பகுதி 'திருக்காலி மேடு' என்னும் பெயர் பெற்றுள்ளது.

---

15. சிலர் இதனைத் தொண்டைமான் சேரி என்று கூறி இதன் சிதைவாகத் 'தொண்டாஞ்சேரி' என்கின்றனர்.
16. இங்குச் சங்ககாலக் கச்சிமாநகர் இருந்தது. கரிகாலன் அரண்மனை இங்கு இருந்தது என்று பலகாலமாகப் பெரியோர்கள் சொல்லி வருவதாகப் புலவர் வீ. திருஞான சம்பந்த முதலியார் என்னிடம் உரைத்தார்.

இம்மேட்டில் ஒரு சிற்றூர் அமைந்துள்ளது. அதன் நடுவில் பெரிய சிவன் கோவில் இருக்கின்றது. அது கி.பி. 7ஆம் நூற்றாண்டில் 'கச்சி நெறிக் காரைக்காடு' என்று தேவாரத்திற் கூறப்பட்டுள்ளது. அப்பகுதி காரைச் செடிகள் மிகுந்திருந்த காட்டுப் பகுதியாய் இருந்ததனால் இப்பெயர் பெற்றது.[17] முன் சொன்ன நான்கு நீர் நிலைகளுள் மூன்று, திருக்காலி மேட்டுச் சிற்றூரைச் சேர்ந்தவை. எஞ்சிய 'தாமரைக் குளம்' என்னும் நீர் நிலை, முன்பு கூறப்பட்ட தொண்டைமான் சோழபுரத்தைச் சேர்ந்ததாகும்.

ஏறத்தாழப் புகை வண்டி நிலையத்திலிருந்து காஞ்சி செங்கற்பட்டு இருப்புப்பாதையை வடக்குத் தெற்காக ஒட்டியுள்ள பகுதிகள் அறமணஞ்சேரி என்று வழங்கப்படுகின்றன. அறமணன் சேரி என்பது சங்க கால 'அறவணன்' என்ற பௌத்தத் துறவியின் பெயரால் அமைந்த சேரி என்னலாம்.[18] அப்பகுதிக்குக் கிழக்கிலுள்ள முன் சொன்ன அகன்ற வெளி முழுமையும் தொண்டைமான் சோழபுரம் என்று ஊர் முதியவர் உரைக்கின்றனர். அந்நிலப்பகுதியில் மிகப் பழைய காலத்தில் ஊர் இருந்தது. காலப்போக்கில் அழிந்து விட்டது என்று உரைக்கின்றனர். ஆயினும், அஃது எப்பொழுது அழிந்தது என்பது எவராலும் கூற இயலவில்லை.

அறமணஞ்சேரிக் கணக்கப்பிள்ளை, 'இப்பகுதி முழுமையும் அறமணஞ்சேரியைச் சேர்ந்ததே ஆகும். இதன் கிழக்கிலுள்ள ஏரியின் பெயர், 'தொண்டைமான் சோழபுரம் ஏரி' என்பது" என்று கூறுகின்றார்.[19] இவ்விரு கூற்றுகளையும் நோக்க, அறமணஞ்சேரியை அடுத்துத் தொண்டைமான் சோழபுரம் இருந்து, அவ்வூர் அழிந்த பிறகு அவ்வூர்ப் பகுதியும் அதனைச் சார்ந்த விளை நிலங்களும் தொண்டைமான்

---

17. கச்சி நெறிக் காரைக்காடு என்பது மேலே கூறப்பட்ட சங்க காலக் கச்சிக்குத் தெற்கில் அமைந்திருந்தது என்பது முன்பே குறிக்கப்பட்டது. கச்சி நெறிக் காரைக்காடு என்பது கச்சிக்குச் செல்லும் நெறியில் அமைந்துள்ள காரைக்காடு எனப்பொருள் படலாம். இங்ஙனம் இது கி.பி. 7ஆம் நூற்றாண்டில் நாயன்மாரால் குறிக்கப்பட்டதெனின், இஃது அக்காலக் காஞ்சிக்கும் வெளியில் இருந்ததென்பது தெளிவு.

18. இப்பெயருடன் ஒரு தெருவும் உள்ளது. அஃது அறப்பெருஞ்செல்வி தெரு என்பதன் சிதைவு எனச் சிலர் கூறுவர். அறப்பெருஞ்செல்வி தெரு என்பது அறமணன் சேரித்தெரு என மருவி வாராது.

19. நான் அவரை 11-8-63இல் பிள்ளையார் பாளையத்து மடத்துத் தெருவில் உள்ள அவரது இல்லத்திற்கண்டு பேசினேன்.

சோழபுரம் என்றே இன்றளவும் பொதுமக்களால் வழங்கப்பட்டு வருகின்றன. அவ்வூர் இன்று இல்லாமையால் அதற்குரிய நிலப் பகுதியை மக்கள் வாழும் அறமணஞ்சேரியோடு சேர்த்து அரசினர் பிற்காலத்தில் ஒன்றாகவே அமைத்துக் கொண்டனர் என்பவற்றை எளிதில் அறியலாம்.

இன்று இலிங்கங்கள் உள்ள தோட்டங்களும் வயல் வெளிகளும் பண்டைக்காலத்தில் கச்சி மாநகரத்துப் பகுதியாய் இருந்திருத்தல் வேண்டும் என்பதைத் தெளிவாக உணரலாம். புகை வண்டி நிலையத்திலும் தொண்டைமான் சோழபுரம் என்னும் நிலப்பகுதியிலும் பண்டைக் கால மட்பாண்டச் சிதைவுகள் இருப்பதை இன்றும் காணலாம். அறமணஞ்சேரி என்பது, இன்றுள்ள அரசாங்க மருத்துவ நிலையம், மாதாகோவில், மராமத்து இலாக்காவைச் சேர்ந்த தங்கு விடுதி இவற்றைச் சேர்ந்த நிலப்பகுதி முதல், முன்பு கூறப்பட்ட தொண்டைமான் சோழபுரத்து ஏரி வரையில் உள்ள நிலப்பகுதியாகும். இஃது ஏறத்தாழ ஒன்றரைக் கல் சம சதுரமானது என்று அறமணஞ்சேரிக் கணக்கப்பிள்ளை கூறுகிறார்.

சங்ககாலக் கச்சி மாநகரம்

இந்நிலப் பகுதிக்குத் தெற்கில் யதோத்தகாரி கோவில் அமைந்துள்ளது. அங்குள்ள, "பெருமாளை வழிபட்டுச் செல்லின், கச்சி நகர்க் கோட்டையின் காவற்காடு தெரியும்; அப்பால் கோட்டை மதில் அமைந்துள்ளது. மதிலுள் கச்சி நகரம் அமைந்துள்ளது," என்று பெரும்பாணன் கூறியுள்ளான். எனவே, அவன் குறிப்பிட்ட நகரம் முன்பு சொல்லப்பட்டது போல உலகளந்த பெருமாள் கோவிலுக்குக் கிழக்கில் தொடங்கி, மேலே கூறப்பட்ட தொண்டைமான் சோழபுரத்து ஏரி வரையில் பரவியிருந்திருக்கலாம்; அதன் தென்பகுதி இன்றுள்ள திருக்காலி மேட்டிற்கு வடக்கில் அமைந்திருக்கலாம் என்று கருதுவது பொருத்தமாகும். இந்தச் சான்றுகள் அனைத்தும் சங்ககாலக் கச்சி நகரம் எவ்விடத்தில் இருந்திருத்தல் வேண்டும் என்பதை நன்கு மெய்ப்பிக்கின்றன என்று கருதலாம். தொண்டைமான் சோழபுரம் என்னும் பெயரும் இம்முடிவிற்கு அரண் செய்வதாகக் கொள்ளலாம்.[20]

---

20. காஞ்சி சங்ககால முற்பகுதியில் தொண்டைமான்கள் ஆட்சியில் இருந்தது, பின்பு கரிகாற்சோழன் ஆட்சிக்கும் அவன் மரபினர் ஆட்சிக்கும் உட்பட்டது என்பது சங்கநூல்களாலும் வரலாற்றாலும் தெரிகிறது. எனவே, தொண்டை மானுக்கு உரிய புரம் (நகரம்) பின்பு சோழனுக்கு உரிமையானது என்பதை உணர்த்துவது போலத் தொண்டைமான் சோழபுரம் என்னும் பெயர் அமைந்துள்ளது எனலாம்.

மாதவியின் மகளான மணிமேகலை கச்சி அந்நகரைக் கண்டு, இளங்கிள்ளி அமைத்த புத்தர் கோவிலைப் பணிந்து நகரத்திற்குத் தென்மேற்கில் இருந்த பூம்பொழிலிற் சென்று தங்கினாள். "அவள் கச்சியில் தங்காது, தருமத வனத்தில் தங்கியுள்ளாள்," என்று அரசியல் அலுவலன் மன்னனிடம் உரைத்தான்.[21]

இங்ஙனம் அவன் குறித்த இடம் இதுகாறும் கூறப்பட்ட சங்க காலக் கச்சி மாநகர்க்குத் தென்மேற்கில் இருந்த (பெரும்பாணன் குறிப்பிட்ட) சோலைகளுள் ஒன்றாகலாம். இது பொருந்துவதாயின், 'சங்ககாலக் கச்சி' என்று மேலே கூறப்பட்ட இடத்தை மணிமேகலை என்னும் காவியமும் உறுதிப்படுத்துகிறதென்று கூறலாம்.

வெஃகா நதி

இன்றுள்ள போக்கு

சங்க காலத்திலும் பல்லவர் காலத்திலும் வெஃகா எனப் பெயர் பெற்ற நதி பிற்காலத்தில் வேகவதி எனப்பட்டது. இந்த வேகவதி ஆறு இன்றுள்ள காஞ்சீபுரத்தின் தென்மேறகு வழியாக வந்து நகரத்தின் தென்னெல்லையாய் அமைந்துள்ளது. இன்றுள்ள இதன் போக்கு நீண்ட காலமாய் இருந்து வந்ததா என்பது இங்கு ஆய்வுக்குரியது.

1. பிள்ளையார் பாளையத்தில் வேகவதியின் வடகரையிலுள்ள 'கச்சிக்காரோணம்' என்னும் சிவன் கோயிலுக்குச் சொந்தமான குளம் இன்று ஆற்றின் தென்கரையில் உள்ளது. "கோவிலும் குளமும் ஒரே சுற்றுச் சுவருள் இருந்தன. வேகவதியாறு பிற்காலத்தில் இவ் விரண்டிற்கும் இடையிற் பாய நேரிட்டமையால், கோவிலும் குளமும் ஆற்றின் இருகரைகளிலும் இருக்கும் நிலைமை ஏற்பட்டிருக்கிறது," என்பது பிள்ளையார் பாளையத்தின் வழி வழியாகக் கூறப்பட்டு வரும் செய்தியாகும். இச்செய்தி உண்மையாயின், இன்றுள்ள வேகவதியாறு மக்கள் வாழ்ந்த நகரப்பகுதியை ஊடுருவிக் கொண்டு பாய்ந்தது என்பது பொருளாகும்.

2. பிள்ளையார் பாளையத்தை அடுத்த வேகவதியாற்றின் அடியில் ஏறத்தாழ இருபது ஆண்டுகளுக்கு முன்பு நீண்ட கருங்கற்சுவர் ஒன்று கண்டு பிடிக்கப்பட்டது. காலஞ்சென்ற திரு. எம். சாமிநாத முதலியார்

---

21. மணிமேகலை, காதை 28, அடி, 165–183.

அச்சுவர் முழுமையும் பெயர்த்தார்; அச்சுவரின் கற்களைக் கொண்டு கச்சபேசுவரர் கோவிலில் தளவரிசை அமைத்தார். மெய்கண்டார் கழகச் செயலாளர் புலவர் வீ. திருஞானசம்பந்த முதலியார் அச்சுவரிலிருந்து ஐம்பது வண்டிக் கற்களை எடுத்துத் திருவாவடுதுறை மடத்துத் திருச்சுற்று மதிலை அமைத்தார்.[22]

3. மேலே கூறப்பட்ட ஆற்றுப்பகுதியில் சலவைத் தொழிலாளர் ஆடைகளைத் துவைக்கின்றனர். அவர்கள் பயன்படுத்தும் பெரிய கற்களும், சிறிய கற்களும் அவ்வாற்றிலிருந்து எடுக்கப்பட்டன என்று என்னிடம் அத்தொழிலாளர் கூறனர்; மேலும், ஆற்றின் அடியில் செங்கற்சுவர் காணப்பட்டது என்றும், ஊரார் அதைப் பிரித்துச் செங்கற்களைக் கொண்டு சென்றனர் என்றும் கூறினர்.

4. ஆற்றில் ஓரடிக்குக்கீழ்க் களிமண்ணும் சேறும் காணப்படு கின்றனவே தவிர, மணல் காணப்படவில்லை.

5. ஆற்றில் பண்டைக்கால ஓடுகளும் மட்பாண்டச் சிதைவுகளும் ஆங்காங்குக் காணப்படுகின்றன; தோண்டும் இடம் எங்கும் இவை காணப்படுகின்றன.

இவை அனைத்தையும் கூர்ந்து நோக்க, இன்றுள்ள வேகவதி ஆற்றின் போக்கு இடைக்காலத்தில் ஏற்பட்டிருக்கலாம் என்பது திண்ணமாய்த் தெரிகிறது. 'அங்ஙனமாயின், வேகவதியின் பழைய போக்கு யாதாயிருத்தல் கூடும்?' என்பது அடுத்து ஆராய்வதற்குரிய தாகும்.

பழைய போக்கு

1. பிள்ளையார் பாளையத்தின் தென்பகுதியில் வேகவதி யாற்றி லிருந்து நீர் இறைத்து நகரத்திற்கு நீர் வழங்கும் நீர் நிலையம் உள்ள இடத்திற்குக் கிழக்கிலும் தெற்கிலும் உள்ள நிலம் மணற்பகுதியாய் இருக்கிறது. அதற்குக் கிழக்கே உள்ள அக்கணம்பாளையத்தெரு, ஏகமுகான் தெரு, மண்டபத்தெரு ஆகிய இடங்களில் தரை மட்டத் திற்கு இரண்டடி முதல் நான்கடிக்குக் கீழ் நல்ல ஆற்று மணல் காணப் படுகிறது; ஐம்பதடி ஆழத்திலும் ஆற்றுமணல் காணப்படுகிறது.

---

22. யான் 17-8-63இல் இப்பகுதியை ஆராயப் பிள்ளையார் பாளையம் சென்ற போது புலவர் வீ. திருஞானசம்பந்த முதலியார் இதனை என்னிடம் அறிவித்தார்.

இப்பகுதியிலுள்ள கிணற்று நீரும் சுவையுள்ளதாய் இருக்கிறது.[23]

2. பச்சையப்பன் உயர்நிலைப்பள்ளிக்கும் அப்பள்ளிக்குரிய விளையாட்டு வெளிக்கும் இடையிலுள்ள நன்செய் நிலத்தின் அடியிலும் மணலே காணப்படுகிறது. அதனை அடுத்த பள்ளத் தெருவின் (பள்ளமான தெருவின்-இன்றைய இராசம்பேட்டைத் தெருவின்) மேல் வரிசையிலுள்ள கிணறுகளில் மிகக் குறைந்த ஆழத்திலே மணல் காணப்படுகிறது; நீரும் சுவையுள்ளதாய் இருக்கிறது. ஆயினும், அதே தெருவின் கீழ் வாடையில் உள்ள கிணறுகளில் மணல் இல்லை; களிமண்ணும் சகதியுமே இருக்கின்றன; நீரும் நன்னீரன்று. மேலும், அப்பகுதியில் நிலத்துக்கடியில் சமாதிகள் இருப்பதாகவும் அத் தெருவினர் கூறுகின்றனர்.[24]

3. பள்ளத்தெருவிற் எதிரில் கிழக்கு நோக்கிச் செல்லும் மேட்டுத் தெருவுக்கும், விளக்கொளிப் பெருமாள் கோவில் தெருவிற்கும் இடையில் ஏறத்தாழ இரண்டு பர்லாங்கு நீளமும் அரைப் பர்லாங்கு அகலமும் உள்ள பள்ளமான பகுதியில் நெல் பயிராகிறது. அங்கும் ஏறத்தாழ மூன்றடிக்குக் கீழ் மணலே காணப்படுகிறது. அங்குள்ள நீர் இறைக்கும் இயந்திரங்கள் மிகுதியான நீரை இறைக்கின்றன. இந்த வயற்பகுதிக்கு வடபால் உள்ள தெருவின் பெயரே மேட்டுத்தெரு என்பது கவனிக்கத்தகும். இந்த வயற்பகுதியின் தென்கிழக்கில் அரங்கசாமி குளம் அமைந்துள்ளது. அக்குளத்திற்குக் கிழக்கிலும் யதோத்தகாரி கோவிலுக்குத் தெற்கிலும் ஓர் ஓடை தென்கிழக்கிற் சென்று இன்று வேகவதியில் கலக்கிறது.

4. யதோத்தகாரி கோவிலில் மூன்று கிணறுகள் உள்ளன. அவற்றுள் தென்மேறகு மூலையிலுள்ள கிணறு மட்டும் நன்னீரைப் பெற்றுள்ளது. கிழக்கிலும் வடக்கிலுமுள்ள கிணறுகள் உவர் நீரைப் பெற்றுள்ளன என்பது கவனிக்கத்தகும்.[25]

---

23. இதனை எனக்கு அறிவித்தவர் பிள்ளையார் பாளையம் மண்டபத் தெருவில் உள்ள புலவர் தி.வீ. திருஞானசம்பந்த முதலியார்.

24. ஆற்றின் கரைகளிலேயே சமாதிகள் அமைப்பது வழக்கமென்பது இங்கு அறியப்படும். இந்த விவரங்களை எனக்குக் கூறியவர் இப்பள்ளத் தெருவி லேயே வாழ்கின்ற என் நண்பர் திருவாளர் அகத்தீசுவர ஜெயின் ஆவர்.

25. இதனை எனக்குக் கூறியவர் யதேத்தகாரி கோவில் பட்டர் திரு.வி. இராகவாசாரியார் ஆவர்.

மேலே கூறப்பட்ட சான்றுகள் உணர்த்தும் உண்மை யாது? வேகவதியாறு பண்டைக்காலத்தில் பிள்ளையார் பாளையத்தின் தென்பகுதியிற் புகுந்து (அக்கணம் பாளையத்தெரு, ஏகமுகான் தெரு, மண்டபத் தெரு, மடத்தெரு வழியே) கிழக்கிற்பாய்ந்து, பச்சையப்பன் உயர்நிலைப் பள்ளிக்கும் அப்பள்ளி விளையாட்டு வெளிக்கும் இடையிலுள்ள நிலம் வழியாகத் தெற்கு நோக்கிப் பாய்ந்து, மேட்டுத் தெருவிற்கும் விளக்கொளிப்பெருமாள் கோவில் தெருவிற்கும் இடையில் கிழக்கு நோக்கிப் பாய்ந்து, அரங்கசாமி குளம் வழியாக ஓடிப் பின்பு யதோத்தகாரி கோவிலுக்குத் தெற்கில் தென்கிழக்கில் திரும்பி, திருக்கச்சி நம்பி தெருவிற்குத் தெற்கிலும் அஷ்டபுஜப் பெருமாள் கோவிலுக்கு வடக்கிலும் உள்ள வழியிற் பாய்ந்திருத்தல் வேண்டும் என்று கருதுதல் பொருத்தமாகும்.

வேகவதியாறு மேலே சொல்லப்பட்ட தனது பழைய போக்கில், மேட்டுத் தெருவுக்கும் விளக்கொளிப் பெருமாள் கோவில் தெருவுக்கும் இடையில் கிழக்கு நோக்கிப் பாய்ந்தபோது யதோத்தகாரி கோவிலுக்கு எதிரில் வந்திருத்தல் வேண்டும். அதன் போக்கைத் தடுக்கவே யதோத்தகாரி கோவிலுள்ள இடத்தில் பெருமாள் பள்ளி கொண்டு, ஆற்றை நோக்கித் தமது வலக்கையை உயர்த்தினார் என்பது சொல்லப் படுகிறது. அக்குறிப்புக்கு ஏற்றபடியே, வேகவதியாற்று வடிவத்தில் வந்த கலைமகள் தனது போக்கை மாற்றிக்கொண்டாள் என்று கூறும் புராணச் செய்திக்கும், யதோத்தகாரி கோவிலுக்கு அருகில் வேகவதியின் போக்குக் கிழக்கில் தடைபட்டுத் தென்கிழக்கில் திரும்பியிருத்தல் வேண்டும் என்று கருதுவதற்கும் பொருத்தமுள்ளது.[26]

---

26. யான் இவ்விடங்களை நன்கு பார்வையிடவும், மேலே கூறப்பட்ட செய்தி களைக் கேட்டறியவும் உடனிருந்து உதவிய டாக்டர் சிற்சபை அவர் களுக்கும், திருக்கழுக்குன்றம் கழக உயர்நிலைப்பள்ளித் தலைமைத் தமிழாசிரியர் புலவர் சி. கயிலாயம் அவர்களுக்கும் எனது நன்றி உரியது.

8. ஓய்மானாட்டு ஊர்கள்

சிறுபாணாற்றுப்படையில் எயிற்பட்டினம், வேலூர், ஆமூர், கிடங்கில், மாவிலங்கை என்னும் ஊர்கள் ஓய்மானாட்டு ஊர்களாகக் குறிக்கப்பட்டிருக்கின்றன.

எயிற்பட்டினம்

எயிற்பட்டினம் ஓய்மானாட்டுத் துறைமுக நகரமாகும். அது நீலமணி போலும் உப்பங்கழி சூழ்ந்த ஊர்களையுடையது. அது மதிலோடே (எயிலோடே) பெயர் பெற்ற பட்டினம் (சி.ஆ.படை, அடி, 150-152) அது மதிற்பட்டினம் அல்லது சோப்பட்டினம் அல்லது எயிற் பட்டினம் என்று பெயர் பெற்றிருக்கலாம். சிறுபாணாற்றுப் படைக்கு உரைவகுத்த நச்சினார்க்கினியர் அப்பட்டினத்தை 'எயிற்பட்டினம்' என்றே குறித்துள்ளார். சிறுபாணாற்றுப்படை இறுதி வெண்பாவில் நல்லியக் கோடன், 'எயிற் பட்டின நாடன்' என்று குறிக்கப்பட்டுள்ளான். கி.பி. முதல் நூற்றாண்டில் தமிழகத்தைப்பற்றி எழுதியுள்ள பெரிபுளூஸ் என்னும் நூலின் ஆசிரியரான கிரேக்க யாத்திரிகர் எயிற் பட்டினத்தைச் சோப் பட்டினம் என்றும் துறைமுக நகரம் என்றும் குறித்துள்ளனர்.[1]

நல்லியக் கோடனிடம் பரிசில் பெற்ற சிறுபாணன், வறிய சிறுபாணனை நல்லியக்கோடனிடம் ஆற்றுப்படுத்தியபோது எயிற் பட்டினத்தைப் பற்றிக் கீழ்வருமாறு கூறினான்:

"எயிற்பட்டினம் உள்ள கடற்கரையில் அகிற்கட்டைகள் அலைகளால் உந்தப்பட்டுக் கரையை அடையும்.

நுளைச்சியர் அக்கட்டைகளைக் கொண்டு அடுப்பெரிப்பர். அம்மகளிரால் அரிக்கப்பட்ட பழைய (களிப்புத் தரும்) கள் தெளிவைப் பரதவர் கொடுப்பர்; சுட்ட கருவாட்டையும் கொடுப்பர். நீயும் உன்னைச் சார்ந்தவரும் நல்லியக் கோடனைப்பாட, அப்பாட்டிற்கு ஏற்ப நின் விறலியர் ஆட, அவற்றை உண்டு மேற்செல்லுக."

---

1. Foreign Notices of South India, K.A.N. Sastry, p.59

வேலூர்

வேலூர் என்பது சிறுபாணன் குறித்த இரண்டாம் ஊராகும். அஃது எயிற்பட்டினத்திலிருந்து கிடங்கிலுக்குச் சென்ற வழியில் முல்லை நிலத்திற்கு அப்பால் அமைந்திருந்தது. 'நல்லியக்கோடன் தன் பகைவர்க்கு அஞ்சி முருகனை வழிபட்டான். அப்போது வேலூரில் ஒரு கேணி இருந்தது. அக்கேணியிற்பூத்த மலர் ஒன்றினைப் பறித்துப் பகைவரை வெல்லும்படி முருகன் நல்லியக்கோடனது கனவில் கூறினான். நல்லியக்கோடன் அக்கேணியிலிருந்து எடுத்த மலர் வேலாக மாறியது. அவன் அதனைக் கொண்டு பகைவரை வென்றான். வேல் தோன்றிய ஊர் 'வேலூர்' எனப் பெயர் பெற்றது, என்பது நச்சினார்க்கினியர் கூறும் கதை. சிறுபாணாற்றுப்படையிலும் ஏறத்தாழ இப்பொருள் படும்படி செய்யுள் அடிகள் (172-173) அமைந்துள்ளன. வேலூரில் வேட்டுவர் வாழ்ந்தனர். அவர்கள் வெப்பத்தை உணரத்தக்க குடிசைகளில் வாழ்ந்தார்கள்.

ஆமூர்

ஆமூர் மருதநிலத்தின் நடுவில் அமைந்திருந்தது. அவ்வூரில் அந்தணர் மிகுதியாய் இருந்தனர். அவ்வூரைச் சுற்றிலும் மதில் இருந்தது. அவ்வூர் அரிய காவலை உடையது. மதிலைச் சுற்றிலும் அகழி இருந்தது.

கிடங்கில்

'கிடங்கில்' என்ற நகரம், ஓய்மானாட்டுத் தலைநகரம். அவ்வூர் மிகப் பழைமையானது. அந்நகரத் தெருக்களில் இருந்த புழுதியை யானைகளின் மத அருவி அடக்கியது. அவ்வூரிலுள்ள வாயில், புலவர் பாணர் கூத்தர் அந்தணர் ஆகியோர்க்கு மட்டும் எப்போதும் திறந்திருந்தது. (சி.ஆ. படை, அடி 199-206).

மாவிலங்கை

இது பழம்பெருமையினையுடைய இலங்கையினது பெயரைப் பெற்றது; மிக்க பெருமையுடையது; நறிய பூக்களையுடைய சுரபுன்னையையும் அகிலையும் சந்தனத்தையும் குளிக்கும் துறையிலே பெற்ற பெரிய நீர் நிலையை உடையது. இந்நகரைச் சூழ ஆழ்ந்து அகன்ற அகழி இருந்தது. (சி.ஆ. படை, அடி 116-120).

இதுகாறும் கூறப்பட்ட செய்திகள் சிறுபாணாற்றுப்படையில் சொல்லப்பட்டவை. இனி இவ்வூர்களைப் பற்றி இங்கு ஆராய்வோம்.

எயிற்பட்டினம் முதலியன

குறிப்பு–7

மரக்காணம்

இடைக்கழி நாட்டு நல்லூருக்குத் தெற்கில் உப்பங்கழியைக் கடந்தே (நேரே செல்ல விரும்புவோர்) மரக்காணத்திற்குச் செல்ல வேண்டும். மரக்காணம், திண்டிவனம் வட்டத்தைச் சேர்ந்தது. இன்றுள்ள மரக்காணமே பழைய எயிற்பட்டினம் என்பது ஆராய்ச்சியாளர் கருத்து.[2] மரக்கணத்தை அடுத்துக் கடற்கரைக்குச் செல்லும் வழியில் பூமிசுவரர் கோவில் என்னும் பெயரில் ஒரு சிவன் கோவில் உள்ளது.

அக்கோவிற் கல்வெட்டுகள் கூறும் செய்தி இக்கருத்துக்கு மாறா யுள்ளது.

சோழப் பேரரசர் காலத்தில் (கி.பி. 900-1200) மரக்காணம் மனக்கானம் எனப் பெயர் பெற்றிருந்தது என்பது கல்வெட்டுகளால்[3] தெரிகிறது. ‘மணற்கானம்’ (மணற்காடு) என்ற பெயரின் திரிபே ‘மனக்கானம்’ என்பது. அது மேலும் திரிந்து, விசயநகர வேந்தர் ஆட்சியின் போது ‘மரக்காணம்’ என வழங்கலாயிற்று என்பது கல்வெட்டுகளால்[4] தெரிகிறது.

ஓய்மானாட்டுக் கடற்கரைப் பகுதியில் ‘பட்டினம்’ என்னும் ஒரு நகரம் இருந்தது. அதன் பெயரால், கடற்கரைப் பகுதி ‘பட்டினநாடு’ எனப்பட்டது. ஓய்மானாட்டு உள் நாடுகளுள் ‘பட்டினநாடு’ என்பது ஒன்றாகும். மரக்காணம் அப்படினநாட்டைச் சேர்ந்தது. முதல் இராசராசன் ஆட்சிக்காலத்தில் (கி.பி. 985-1014) மரக்காணம்.

‘ஓய்மானாட்டுப் பட்டினநாட்டுத் தேவதான மனக்கானம்’[5] எனப் பட்டது.

‘மனக்கானம் என்ற கண்டராதித்த நல்லூர்’ என்று மற்றொரு கல்வெட்டுக்[6] கூறுவதால், மரக்காணம் கண்டராதித்தன் ஆட்சிக் காலத்தில் (கி.பி. 949-957) அவனது பெயரைப் பெற்றதென்று கூறலாம்.

---

2. Colas-K.A.N. Sastry, (2nd edn.), p.22; Foreign Notices of South India, K.A.N. Sastry, P. 59.
3. 23. 26 of 1919.
4. 24,31,34 of 1919.
5. 23 of 1919.
6. 24 of 1919.

பட்டினம்

முதலாம் இராசராசனது 17ஆம் ஆட்சிாண்டில் (கி.பி. 1002இல்) அரசியல் உயரலுவலனான 'ஆரூரன் உதய திவாகரன் அருமொழி மூவேந்த வேளான்' என்பவன் ஓய்மானாட்டுப் பட்டின நாட்டுப் பட்டினத் தில் தங்கியிருந்தபொழுது, தேவகன்மிகள் (குருக்கள்) 'மனக்கானம்' தேவதானமாய் அளிக்கப்பட்ட நாள் முதல் பூமீசுவரர் கோவிற் செலவுகள் முறை செய்யப்படவில்லை.' என்று முறையிட்டனர். அவ்வுயரலுவலன் அவர் விருப்பப்படி செலவினங்களை வகைப்படுத்தினான் என்று ஒரு கல்வெட்டுக் கூறுகிறது[7].

இக்கல்வெட்டினை நன்கு படித்துப்பார்த்தால், 'பட்டின நாட்டுப் பட்டினம் வேறு, பட்டின நாடு மனக்கானம் வேறு,' என்பது உள்ளங்கை நெல்லிக்கனி போலத் தெளிவாதல் காணலாம்.

மற்றொரு கல்வெட்டு (29-1919) முதலாம் இராசேந்திரனது (கி.பி. 1012-1032) எட்டாம் ஆட்சியாண்டில் (கி.பி. 1020இல்) தோன்றியது. அது,

'பூமீசுவரர் கோவில் ஓய்மானாட்டுப் பட்டின நாட்டுப் பட்டினத் தில் உள்ளது' என்று கூறுகிறது.

பூமீசுவரர் கோவில் இன்று மரக்காணத்திற்குக் கிழக்கில் கடலுக்குச் செல்லும் வழியில் மரக்காணம் என்னும் ஊருக்கு வெளியில் முக்காற்கல் தொலைவில் தனித்திருக்கிறது. சிவன் கோவில் ஊருள் இருப்பதே வழக்கம். ஆதலால், பூமிசுவரர் கோவிலைச் சுற்றிலும் பண்டைக் காலத் தில் ஊர் இருந்திருத்தல் வேண்டும். கோவிலுக்கு எதிரில் கரிப்பாளையம் என்னும் சிற்றூர் உள்ளது; தெற்கில் பயிர் நிலங்கள் உள்ளன. இந்நிலப் பகுதியே சோழர் காலத்தில் 'பட்டினம்' என்ற நகரமாயிருத்தல் கூடும் என்பது மேலே கூறப்பட்ட கல்வெட்டின் கூற்றைக் கொண்டு துணியப் படும். அப்பட்டினம் இன்று இல்லை; அப்பட்டினத்தில் இருந்த பூமிசுவரர் கோவில் மட்டும் இன்று உள்ளது.

எயிற்பட்டினம்

முதற்குலோத்துங்கனது (கி.பி. 1070-1120) 35ஆம் ஆட்சியாண்டின் (கி.பி. 1105) கல்வெட்டு ஒன்று, 'ஓய்மானாட்டுப் பட்டின நாட்டுப் பிரமதேயமான எயிற் பட்டினம் சபையார் பூமிசுவரர் கோவிலுக்கு ஒரு நந்தவனம் வைக்கவும், வழிபாட்டுக்கும், விளக்குகள் எரிக்கவும்,

---

7. 28 of 1919.

குறிப்பிட்ட ஒரு நிலத்தை விற்றனர்,' என்னும் செய்தியைத் தெரிவிக்கிறது.

அந்த எயிற்பட்டினம் 'விக்கிரம சோழச் சதுர்வேதி மங்கலம்' என்னும் பெயர் பெற்றதாக இரண்டாம் குலோத்துங்கன் காலத்துக் கல்வெட்டுக் கூறுகிறது.[8] முதற் குலோத்துங்க்ன் காலத்திலோ அதற்கு முன்னரோ, எயிற் பட்டினம் பிராமணர்க்கு விடப்பட்டிருத்தல் வேண்டும். அப்பொழுது அது 'பிரமதேயமான எயிற்பட்டினம்' எனப்பட்டது; முதற்குலோத்துங்கன் மகனான விக்கிரம சோழன் காலத்தில் அவன் பெயரால் 'விக்கிரம சோழச் சதுர்வேதி மங்கலம்' எனப்பட்டது.

சோழர் காலக் கல்வெட்டுகள் பூமிசுவரர் கோவிலையுடைய பட்டினம் ஒன்றையும், பிரமதேயமான எயிற் பட்டினம் ஒன்றையும் தனித்தனியே குறித்தலைக் காண, 'பட்டினம் வேறு-எயிற்பட்டினம் வேறு' என்பது ஐயமறத் தெளிவாகிறதன்றோ?

கடற்கரை நகரம் 'பட்டினம்' எனப்படுதல் பெரு வழக்கு. மாமல்ல புரத்திற்குத் தெற்கே சதிரவாசகன் பட்டினம்[9] (சதுரங்கப்பட்டனம்) புதுப்பட்டினம் என்னும் இரண்டும் பாலாற்றுக்கு வடக்கில் உள்ளன. பாலாற்றுக்குத் தெற்கில் கொடபட்டினம், வடபட்டினம், தென் பட்டினம் என்பன இருக்கின்றன. பட்டினத்திலே சிறப்புக் குடிகளாய் வாழ்ந்த பரதவர் 'பட்டினவர்' எனப்பட்டனர். கடற்கரையோரத்திற் 'பட்டினவர் குப்பம்' என்னும் பெயரில் சிற்றூர்கள் சில இன்றும் உள்ளன. மாமல்லபுரத்திற்குத் தெற்கே மதுராந்தகம் வட்டத்தில் சோழர் காலத்திற் 'பழம்பட்டினம்'[10] பெரும்பட்டினம்[11] என்பன இருந்தன. அவற்றை இன்று அறியுமாறில்லை. அவை செம்பூர்க் கோட்டத்துப் பட்டின நாட்டைச் சேர்ந்தவை என்று கல்வெட்டுகள் கூறுகின்றன.

இப்பட்டினங்கள் போலவே ஓய்மானாட்டுப் பட்டின நாட்டுப் பட்டினம் இருந்தது. அஃது அடைமொழி இல்லாதது. அதனினும் வேறுபட்டது 'எயிற்பட்டினம்' என்பது மேலே விளக்கப்பட்டது. இந்த எயிற்பட்டினம் எங்கே இருந்தது.[12]

---

8. 30 of 1919.
9. 26 of 1919.
10. 173 of 1932-33
11. 150 of 1932-33; 480 of 1937-38.
12. S.I.I.III. 183; பட்டினவருள் 'பெரிய பட்டினவர், சிறிய பட்டினவர்' என இருபிரிவினர் உள்ளனர். (பக்கம் 156, 157)

பூமிசுவரர் கோவிலுக்கு வடகிழக்கில் கடற்கரை நோக்கிச் செல்லும் பாதையில் பெரிய மணற்குன்றுகள் காணப்படுகின்றன. அவற்றுள் ஒன்று 'உச்சி மேடு' என்றும், மற்றொன்று 'கச்சி மேடு' என்றும் பெயர் பெற்றுள்ளன. அவற்றில் மட்பாண்டச் சிதைவுகளும் பழங்காலக் காசு களும் கிடைப்பதை ஊரவரும் மீனவரும் உரைக்கின்றனர். எனவே, இன்று அம்மணற்குன்றுகள் உள்ள இடத்தில் பண்டை எயிற்பட்டினம் இருந்து காலப்போக்கில் அழிந்திருக்கலாம்.

தீர்த்தவாரித்துறைக்கு எதிரில்-பூமிசுவரர் கோவிற்கு வடகிழக்கில்- ஏறத்தாழ அறுநூறு கெஜத்தொலைவில் கடலில் உயர்ந்த மேட்டு நிலப்பகுதி இருப்பதாகவும், அங்குக் கடல் நீர் நான்கடி ஆழமே இருப்ப தாகவும் அவ்விடத்திற்குச் சென்று மீண்ட ஊரவர் உரைக்கின்றனர்.[13] யக்கியர் குப்பத்திற்குத் தென்கிழக்கில் ஏறத்தாழ ஒருகல் தொலைவில் கடலில் மீனவர் வலை வீசும் பொழுது, வலையில் உள்ள இரும்புக் குண்டுகள் பட்டவுடன் ஏறத்தாழ இருபதடி ஆழத்தில் வெண்கல ஓசை எழுகிறது, என்றும், கோபுரம் போன்ற கட்டடம் தெரிவதாகவும்,

அவ்விடத்திற் கடலின் ஆழம் நாற்பதடியிருக்கலாம் என்றும் மீனவர் உரைக்கின்றனர். தீர்த்தவாரித்துறைக்கும் வெண்கல ஓசை கேட்கப்படும் இடத்திற்கும் இடையில் சிறிது வடக்குத் தெற்குத் தள்ளி ஒரு நகரம் இருந்து கடலுள் மறைந்திருத்தல் கூடும் என்று கருத இவ்விவரங்கள் இடந்தருகின்றன. அந்நகரம் எயிற்பட்டினமாயிருத்தல் கூடும்.

மாமல்லபுரத்தின் பெரும்பகுதியும் காவிரிப்பூம்பட்டினத்தின் பெரும் பகுதியும் கடலுள் அமிழ்ந்ததை நோக்க, எயிற்பட்டினமும் சோழராட்சி யிலோ அதற்குப் பின்போ கடலுள் அமிழ்ந்திருக்கலாம் என்று கருதுதல் பொருத்தமாகும்.

---

13. நான் 10, 11-8-62 ஆகிய இரு நாள்களிலும் மரக்காணத்தில் தங்கிப் பூமிசுவரர் கோவில், கடற்கரை, குப்பங்கள் இவற்றை ஆராய்ந்தேன். மரக்காணம் எம்.ஏ.சிங்காரவேல் முதலியார், பஞ்சாயத்து போர்டு தலைவர் இரத்தின சிகாமணி முதலியார், திரு பூமியப்ப முதலியார், M.E. இராசமாணிக்க முதலியார், புலவர் சுப்பிரமணியன் ஆகியோர் உதவியால் பல விவரங்களை அறிந்தேன். புலவர் சுப்பிரமணியன் மரக்காணத்தில் நிலத்திலிருந்து தாமே வெளிப்பட்டு வழியிற்கிடைத்த மூன்று பழைய நாணயங்களை உதவினார். இவர் அனைவர்க்கும் எனது நன்றி உரியது.

இங்ஙனம் சென்று மீண்டவருள் மரக்காணம் M.E. இராசமாணிக்க முதலியார் ஒருவர்.

பூமீசுவரர் கோவிலில் 23 கல்வெட்டுகள் உள்ளன.[14] அவற்றுள் இரண்டு கல்வெட்டுகளே எயிற்பட்டினத்தைப் பற்றிப் பேசுகின்றன. அவை முதற்குலோத்துங்கன், இரண்டாம் குலோத்துங்கன் காலத்தவை.[15] இரண்டாம் குலோத்துங்கற்குப் பிற்பட்ட விசயநகர வேந்தர் காலக்கல் வெட்டுகளும் உள்ளன. ஆயினும், அவை எயிற் பட்டினத்தைக் குறிக்க வில்லை. எனவே, இரண்டாம் குலோத்துங்கற்குப் பின்பு எயிற் பட்டினம் முன்பு கூறப்பட்ட மணற்குன்றுகள் உள்ள இடத்தில் இருந்து காலப் போக்கில் அழிந்திருக்கலாம்; அல்லது, மேலே சொல்லப்பட்டபடி கடலுள் அமிழ்ந்து மறைந்திருக்கலாம்.

மரக்காணத்திற்கு வடக்கில் ஏறத்தாழ இரண்டு கல் தொலைவில் கடல் நீரை உள்ளே கொண்டு வரும் சுழிமுகம் இருக்கிறது. அந்த உப்பங்கழியிலிருந்து பல கால்கள் மரக்காணத்திற்கும் கடலுக்கும் இடைப்பட்ட இடத்தில் உப்பங்கழிக்கு நீரைக் கொண்டு வருகின்றன. கடற்கரைக்கும் இவ்வுப்பங்கழிகளுக்கும் இடையே அழகன் குப்பம், தாழைக்காடு, வசவன் குப்பம், கைப்பாணி, கைப்பாணிக் குப்பம், யக்கியர் குப்பம், நாறல் வாயன் குப்பம் எனப் பல ஊர்கள் இன்றும் உள்ளன. இவற்றை நோக்கி, 'கழி சூழ்ந்த ஊர்களையுடைய பட்டினம்,' என்று சிறுபாணன் எயிற்பட்டினத்தைக் குறிப்பிட்டது பொருத்தமேயாகும்.

ஆகவே, சிறுபாணாற்றுப்படை கூறும்,

"மணிநீர் வைப்பு மதிலொடு பெயரிய
பணிநீர்ப் படுவிற் பட்டினம்"

எயிற்பட்டினமே என்பது பொருத்தமாகும்.

கி.பி. முதல் நூற்றாண்டில் வாழ்ந்த பெரிப்புளூஸ் ஆசிரியரும் கி.பி. இரண்டாம் நூற்றாண்டினரான தாலமியும் குறிப்பிட்டுள்ள 'சோபத்மா' (சோப்பட்டினம்) இதுவேயாகும். ஆயினும் இவ்வெயிற்பட்டினம் இன்றுள்ள மரக்காணம் அன்று; அதனை அடுத்திருந்த பட்டினமும் அன்று என்பது மேலே கூறப்பட்ட கல்வெட்டுச் செய்திகளால் நன்கு புலனாகும்.

சிறுபாணன் எயிற்பட்டினத்தைத் துறைமுக நகரம் என்று கூற வில்லை; ஆயின், "எயிற்பட்டினத்தில் நுளை மகள் (பரதவர் மகள்) அடுப் பெரிக்கக் கடல் வழியே வந்த மணம் மிகுந்த கட்டைகளைப் பயன் படுத்துவாள்," என்று கூறியுள்ளான்.

---

14. 23-44 of 1919.

15. 30 and 26 of 1919.

"ஓங்குநிலை ஒட்டகம் துயில்மடிந் தன்ன
வீங்குதிரை கொணர்ந்த விரைமா விறகு"

'திரை கொணர்ந்த விரைமாவிறகு' என்பதற்குத் 'திரை கொண்டு வந்த மணத்தையுடைய அகிலாகிய விறகால் நெருப்பை எரித்தாள்,' என்று நச்சினார்க்கினியர் உரை கூறியுள்ளார்.

அகிற்கட்டைகள் கடல் அலைகளால் உந்தப்பட்டு வாரா. அவை வேற்று நாடுகளிலிருந்து இந்நாட்டுக்குக் கப்பல்களில் வந்து இறக்குமதி யாகியிருத்தல் வேண்டும். மலேயா நாட்டிலிருந்து அகிற் கட்டைகள் சோழர் காலத்தில் இறக்குமதியாயின. அவை பலவகைப் பட்டவை என்பதை அவற்றின் பெயர் வகைகளைக் கொண்டு அறியலாம். அடியார்க்கு நல்லார் சிலப்பதிகாரவுரையில் அருமணவன், தக்கோலி, கிடாரவன் முதலிய பெயர்களை அகிலின் வகைகளாகக் குறித்துள்ளார். இவற்றுள் அருமணவன் என்பது கீழ்ப்பர்மா நாட்டிலிருந்தும், 'தக்கோலி' என்பது மலேயாவின் மேற்கரையில் உள்ள 'தக்கோபா' என்னும் தக்கோலத்திலிருந்தும், 'கிடாரவன்' என்பது தக்கோலத்திற்குத் தெற்கேயுள்ள கடாரத்திலிருந்தும் ஏற்றுமதி செய்யப்பட்ட வகைகள் ஆதலின், அப் பெயர்களை எய்தின என்பது தெரிகிறது.[16] இவ் விவரங்களை நோக்க, அகில் முதலிய மணப் பொருள்கள் சங்ககாலத்தில் கீழை நாடுகளிலிருந்து கடல் வழியாக வந்தன என்பது தெரிகின்ற தன்றோ? தெரியவே, எயிற் பட்டினம் என்னும் துறைமுக நகரத்தில் அகில் முதலிய மணப் பொருள்கள் சங்க காலத்தில் இறக்குமதி செய்யப் பட்டன என்பதை நன்கு உணரலாம்.

வேலூர்

சிறுபாணன் கூறும் அடுத்த ஊர் 'வேலூர்' என்பது. வேலூர் மரக்காணத்திற்குத் தென்மேற்கில் இருக்கின்றது. இஃது 'உப்பு வேலூர்' எனப்படுகிறது. வேலூரில் 'திரு அக்கீசுவரம்' என்னும் சிவன் கோவிலும், 'திருவீற்றிருந்த பெருமானின் கோவி'லும், சமணர் கோவில் ஒன்றும் உள்ளன. இம்மூன்றிலும் சோழர்-விசயநகர வேந்தர் காலக் கல்வெட்டு இருபத்தைந்து உள்ளன.[17] சிவன் கோவில் கல்வெட்டு ஒன்று (முதலாம் இராசேந்திரன் காலத்து) வேலூரை 'ஓய்மானாட்டு மணிநாட்டு

---

16. சிறுபாணாற்றுப்படை, அடி, 155-156
17. பிற்காலச் சோழர் சரித்திரம், T.V.S. பண்டாரத்தார், மூன்றாம் பகுதி, பக்கம். 121-122.

வேலூர்' என்று குறித்துள்ளது.[18] சோழர் காலத்தில் (கி.பி. 10, 11, 12, 13ஆம் நூற்றாண்டுகளில்) வேலூரையடுத்துக் காடுகள் இருந்தன என்றும், அக்காடுகளில் வேட்டையாடப்பட்டது என்றும் கல் வெட்டுகள் கூறு கின்றன.[19]

மரக்காணத்திற்கு மேற்கில் இரு கல் தொலைவில் 'கந்தாடு' என்னும் ஊருக்கருகிலிருந்து வேலூர் வரையில் ஒரு வகைச் செம்மண் மேடுகள் காணப்படுகின்றன. அம்மேடுகளில் வரகு, வேர்க்கடலை முதலியன பயிராகின்றன. வழிநெடுகச் சிறுபாணன் கூறியுள்ள முல்லை நிலத் தோற்றம் காணப்படுகின்றது; சிற்சில இடங்களில் பாலையின் தோற்ற மும் காணப்படுகின்றது.

ஆமூர்

வேலூரிலிருந்து கிடங்கிலை நோக்கிச் செல்லும் வழியில் ஆமூர் இருப்பதாகச் சிறுபாணன் குறித்துள்ளான். ஆயினும், ஆமூர் என்னும் பெயர் கொண்ட ஊர் திண்டிவனம் வட்டத்திலே இல்லை; எனினும், வேலூருக்கு வடமேற்கில் ஏறத்தாழ நான்கரைக்கல் தொலைவில் 'கொண்டாமூர்' என்றும், அதற்கு வட மேற்கில் மூன்றரைக் கல் தொலைவில் 'சிற்றாமுர்' என்றும், அதற்கு வடமேற்கில் மூன்று கல் தொலைவில் 'நல்லாமூர்' என்றும் மூன்றூர்கள் அமைந்துள்ளன. நல்லாமூர்க்குச் சிறிது வடகிழக்கில் ஆறு கல் தொலைவில் கிடங்கில் அமைந்துள்ளது. 'ஆமூர்' என்னும் பெயருடன் ஊர் இல்லாமையா லும், சிறுபாணன் கூறியுள்ளபடி இந்த நல்லாமூரே கிடங்கிலுக்கு அண்மையில் இருப்பதாலும், அப்பாணன் கூற்றுப்படி வேலூருக்கும் இந்த நல்லாமூர்க்கும் இடையில் மருதவளம் காணப்படுவதலாலும், இந்த நல்லாமூரே சங்ககால ஆமூராய் இருந்திருக்கலாம் என்று கொள்வது பொருத்தமாகும்.

கிடங்கில்

இன்றுள்ள திண்டிவனம் நகரில் உந்து வண்டி நிலையத்தை அடுத்துப் பள்ளமான இடம் ஒன்று உள்ளது. அவ்விடத்தில் ஒரு சிவன் கோவிலும் சில தெருக்களும் உள்ளன. அவ்விடத்தைச் சுற்றிலும் இடிபட்ட தடித்த மதிற்சுவர் சில இடங்களிற்காணப்படுகின்றது. அதைச் சுற்றிலும் அகழி இருந்தமைக்குரிய அடையாளம் காண்கிறது, அவ்வூர்ச்

18. 100-124 of 19191

19. 111 of 1919.

சிவன் கோவில்களில் எட்டுக் கல்வெட்டுகள்[20] உள்ளன. அவை சோழர், சம்புவராயர், விசயநகரவேந்தர் காலக் கல்வெட்டுகளாகும், எனவே, அவற்றின் காலம் ஏறத்தாழக் கி.பி. 11ஆம் நூற்றாண்டு முதல் 15ஆம் நூற்றாண்டு வரை என்று சொல்லலாம். அவை, அக்கோவில் 'ஓய்மானாட்டுக் கிடக்கை நாட்டுக் கிடங்கில்' என்னும் ஊரில் இருப்ப தாகக் குறித்துள்ளன. .

அதிராசேந்திரன் காலத்தில் (கி.பி. 1069-1070) அவ்வூர், கிடக்கை நாட்டுக் கிடங்கிலான மும்முடிச் சோழ நல்லூர்' எனப் பெயர் பெற்றது.[21] இராச நாராயண சம்புவராயர் காலத்தில் கிடங்கிலான இராசேந்திர சோழ நல்லூர்' எனப்பட்டது.[22] சிவன் கோவில், 'திருஇறையான் கோவில்' என்றும், 'திருக்கௌரீசுவரம்' என்றும் பெயர் பெற்றது.[23]

இன்று கிடங்கில் என்று சொல்லப்படும் இந்தச் சிறிய இடத்திற்கு வடக்கில் ஏறத்தாழ அரைக்கல் தொலைவில் மற்றொரு சிவன் கோவில் உள்ளது, அது ஞானசம்பந்தர் பாடல் பெற்றது. அதன் பெயர் 'திண்டீசுவரம்' என்பது 'திண்டிரினிவனம்' என்பது புளியங்காடு எனப் பொருள்படும். இதுவே தமிழில் 'திண்டிவனம்' என மாறி வழங்கப் படுகிறது. 'திண்டீசுவரம்' என்பது புளியங்காட்டில் உள்ள ஈசுவரம் (சிவன் கோவில்) எனப் பொருள்படும். இக்கோவில் முன்னதைவிட அளவில் பெரியது; பெரிய கோபுரம் உடையது. இதில் 13 கல் வெட்டுகள்[24] உள்ளன. அவையனைத்தும் சோழர் காலத்து (கி.பி. 900-1300) கல்வெட்டுகள் ஆகும். அவை அக்கோவிலை 'ஓய்மானாட்டுக் கிடக்கை நாட்டுக் கிடங்கிலான இராசேந்திர சோழ நல்லூர்த் திண்டீசுவரம்' என்றே குறித்துள்ளன. எனவே, திண்டீசுவரம் கிடங்கில் என்னும் ஊரில் இருந்தது என்பது தெளிவு. ஆதலால், பண்டைக்காலக் கிடங்கில் என்ற ஊர் இவ்விரு கோவில்களையும் தன்னகத்தே பெற்றிருந்த தென்பது தெளிவு. இது கி.பி. 10-13ஆம் நூற்றாண்டுச் செய்தியாகும். இன்றுள்ள திண்டிவனம் என்னும் நகரத்தின் பெரும் பகுதி பண்டைக் காலக் கிடங்கில் என்ற நகரம் என்னலாம். இக்கிடங்கிலே கி.பி. மூன்றாம்

---

20. 106 & 107 of 1919.
    ப.பா.ஆ. 21.
21. 222-229 of 1903; S.I.I. Vol. 7.
22. 227 of 1902.
23. 228 of 1902.
24. 224 & 227 of 1902.

நூற்றாண்டினனான நல்லியக்கோடனது தலைநகரமாகும். இன்று 'கிடங்கில்' என்று பெயர் பெற்றுள்ள சிறிய பகுதி நல்லியக்கோடனது அரண்மனை இருந்த பகுதியாயிருக்கலாம்.[25]

மாவிலங்கை

குறிப்பு–8

"புகழ் பெற்ற பண்டை இலங்கையின் பெயரைக் கொண்டது மாவிலங்கை. இதனைச் சுற்றிலும் நீர் உள்ளது. அந்நீரின் துறையில் மகளிர் நீராடுவர். அந்நீர் கரையினைக் குத்தும், அந்நீரில் சுரபுன்னை மலர்களும் அகிற் கட்டைகளும் சந்தனக்கட்டைகளும் மிதக்கும். இச்சிறப்புடைய நன்மாவிலங்கையை ஆவியர் பெருமக்கள் மன்னரா யிருந்து ஆண்டு வந்தனர். அவருட்கொடையாற் சிறந்தவன் நல்லியக் கோடன்', என்று சிறுபாணாற்றுப்படை (அடி, 116-122) செப்புகிறது.

புறநானூற்றில் மாவிலங்கை

ஓய்மான் நல்லியக்கோடனுக்குப் பின்பு அல்லது முன்பு ஓய்மானாட்டை ஓய்மான் நல்லியாதன் என்பவன் ஆண்டான்; ஓய்மான் வில்லியாதன் என்ற ஒருவனும் அரசாண்டான். புறத்திணை நன்னாகனார் என்ற புலவர் இம்மூவரையும் நேரிற்கண்டு பாடிய பாடல்கள் புறநானூற்றில் (176, 376, 379) இடம் பெற்றுள்ளன. "மாவிலங்கையில் விளையாடும் சிறுமிகள் கேழற்பன்றி உழுத கரிய சேற்றைக் கிளறுவர், அச்சேற்றினடியில் ஆமை முட்டைகள் கிடைக்கும். அச்சிறுமிகள் அம்முட்டைகளையும் தேன்நாறும் ஆம்பற் கிழங்கையும் உண்பர். 'இழும்' என்னும் ஓசையுண்டாக முழங்கும் நீர் வழங்கும் வாய்த்தலை களை உடையது மாவிலங்கை," என்று புறநானூற்றுப் பாடல் ஒன்று (176) கூறுகின்றது. இதனால மாவிலங்கையைச் சுற்றியுள்ள அகழி நீர் வடிமதகுகள் வழியே இரைச்சலுடன் வெளிப்பட்டுக் கொண்டிருந்தது என்பது தெளிவாகிறது.

"நெல் அறுக்கும் அரிவாள் நெல் அறுக்கும் பொழுது கூர் மழுங்குமாயின், சேற்றில் படிந்திருக்கும் வயல் ஆமையின் முதுகு ஓட்டில் அவ்வரிவாளைத் தீட்டிக் கூராக்குவது மாவிலங்கை உழவர் வழக்கம். நெற்பயிர் நெருங்கிய விளைவயல்களையுடையது மாவிலங்கை அந்நகரத்தைச் சுற்றிலும் நீண்ட மதிலும் ஆழமான அகழியும் இருக்

25. 204-216 of 1902.

கின்றன," என்று புறத்திணை நன்னாகனார் (புறம், செ. 379) பாடி
யுள்ளார்.

மாவிலங்கையைப் பற்றி நத்தத்தனார் கூறியிருப்பதைக் காண,
அந்நகரம் வரலாற்றுப் புகழ் பெற்ற இலங்கையைப் போலவே ஒரு
பெரிய தீவாய்க் காட்சியளித்தது என்று எண்ண இடம் தருகிறது.
புறநானூற்றுப் பாடல் அந்நகரம் ஆழ்ந்தகன்ற அகழியையுடையது என்று
கூறுகின்றது. அதனால், மாவிலங்கையைச் சுற்றியிருந்த அகழி அகன்ற
நீர்ப்பரப்பையுடையதாய் இருந்திருக்க வேண்டும் என்பது தெரிகிறது.
நெல்விளையும் வயல்களையுடைய இலங்கை என்று புறநானூற்றுப்
பாடல் புகல்வதை நோக்க, மாவிலங்கை மருதவளம் நிறைந்த பகுதியில்
இருந்த நகரம் என்பதும் தெளிவாகிறது.

மாவிலங்கை எங்குள்ளது?

திண்டிவனத்துக்கு வடக்கில் ஏறத்தாழ ஏழு கல்தொலைவில்
தெள்ளாறு செல்லும் பெருவழியில் மேல் மாவிலங்கை என்னும் சிற்றூர்
அமைந்துள்ளது. அதற்குக் கிழக்கில் மூன்று பர்லாங்கு தொலைவில்
கீழ் மாவிலங்கை என்னும் சிற்றூர் உள்ளது. மேல் மாவிலங்கை என்பது
ஒரே ஒரு தெருவையுடைய சிற்றூர். கீழ்மாவிலங்கை ஐந்து அல்லது ஆறு
தெருக்களையுடைய சிற்றூர். இவ்விரண்டு சிற்றூர்களுக்கும் இடையில்
சிறு பாறைகள் சிலவும் புன்செய் நிலமும் ஐயனார் தாங்கல் என்னும்
சிறிய ஏரியும் இருக்கின்றன. ஒரு பாறையில், நின்ற கோலத்தில் திருமால்
உருவம் குடையப்பட்டுள்ளது. அது கி.பி. ஏழாம் நூற்றாண்டில் வாழ்ந்த
பல்லவ மகேந்திரவர்மன் முறையில் அமைந்தது என்று புதை பொருள்
ஆராய்ச்சியாளர் கூறுகின்றனர்.

சிதைந்த சிவன் கோவில்

கீழ்மாவிலங்கைக்குச் சிறிது மேற்கே சிவன் கோவில் ஒன்று
இருந்தது. அக்கோவில் காலப்போக்கில் அழிந்து விட்டது. அக் கோவிலின்
கற்கள் கீழ் மாவிலங்கைக்கு வடமேற்கில் இரண்டு கல் தொலைவில்
உள்ள தாதாபுரத்தைச் சேர்ந்த இராயலு ஏரிக்குக் கலிங்கல் கட்டப்
பயன்படுத்தப்பட்டன.[26] அழிந்த அச்சிவன் கோவிலில் கல்வெட்டுகள்

---

* செஞ்சியில் இருந்த நவாபுவின் ஆட்சிக்குட்பட்ட அம்பர்கான் என்பவர்
கி.பி. 1677இல் இக்கிடங்கிற்கோட்டையையும் அகழியையும் சீர்திருத்தி
அமைத்தார். South Arcot District Gazetter, p. 368.

இருந்தனவா என்பது அறியக் கூடவில்லை. அக் கோவிலில் இருந்த இலிங்கமும் நந்தியும் பழைய கோவில் இருந்த இடத்திலேயே இருக் கின்றன.

பழைய செங்கற்கள்

மேல் மாவிலங்கை ஏரிக்குக் கிழக்கிலும் முதூரு (மூதூர்) ஏரிக்கு மேற்கிலும் நெடுஞ்சாலையை அடுத்துள்ள பகுதியில் ஓரடி நீளமும் அரையடி அகலமும் இரண்டு அங்குலம் கனமும் உடைய செங்கல அடிப்படை ஏறத்தாழ முப்பது ஆண்டுகளுக்கு முன்பு காணப்பட்ட தாம். அப்பொழுது மேல் மாவிலங்கையில் வாழ்ந்த அம்முத்தாயம் மாள் என்பவர் அச் செங்கற்களையெல்லாம் அகழ்ந்து எடுத்துத் தமக்கு ஒரு வீடு கட்டிக் கொண்டனராம். அப்பகுதியில் இன்றும் பண்டைக் கால மட்பாண்டச் சிதைவுகள் காணப்படுகின்றன.[27]

இம்மாவிலங்கைப் பகுதி, பாறைப்பகுதியாகும். மேல் மாவிலங்கைக்கு மேற்கில் பல பாறைகள் காட்சியளிக்கின்றன. மாவிலங்கைப் பகுதிகள் இரண்டிலும் உள்ள கட்டடங்களின் அடிப்படை இரண்டரை அடிக்குக் கீழே போக முடியாதபடி பாறைகள் அமைந்துள்ளன.

ஆழ்ந்து அகன்ற அகழி

மேல்மாவிலங்கை, கீழ்மாவிலங்கை இவை இரண்டிற்கும் இடைப் பட்ட நிலப்பகுதி ஆகிய மூன்றும் சுற்றிலுமுள்ள நிலப்பகுதியைவிட மேடாய்க் காணப்படுகின்றன. நெடுஞ்சாலையில் செல்லும்போதே எவரும் இந்த உண்மையை எளிதில் உணரலாம். இம்மேட்டுப் பகுதி யைச் சுற்றிலும் ஏரிகளும் பள்ளமான விளைநிலங்களும் இருக்கின்றன.

---

26. நாள் 2.9.62ல் இவ்விடங்களை நேரிற்பார்வையிட்டேன். திண்டிவனம் தாசில்தார் திரு.வி. ஏகாம்பரம் அவர்களும், உதவித்தாசில்தார் திரு. தி.சி. பரமசிவம் அவர்களும், ரெவின்யூ இன்ஸ்பெக்டர் திரு. இ. சீதாராமன் அவர் களும் இம்முயற்சியில் எனக்குப் பெரிதும் உதவி புரிந்தனர். மேல்மா விலங்கை நிலக்கிழார் திரு. வா.சுதேவ ரெட்டியாரும், கணக்கப்பிள்ளையும் இத்துறை யில் உதவி புரிந்தனர். இவர் அனைவருக்கும் எனது உளமார்ந்த நன்றி உரியது.

27. திரு. வாசுதேவ ரெட்டியார் உதவி கொண்டு செங்கல் அடிப்படை இருந்த இடம் தோண்டப்பட்டது. சுவரின் அடிப்படையாய்ப் போடப்பட்டிருந்த கருங்கற்களே கிடைத்தன. அக்கருங்கற்களின் மீது (முன் சொல்லப்பட்ட) சுடப்பட்ட செங்கற்கள் வைத்துச் சுவர் அமைக்கப்பட்டிருந்தது என்பது தெரி கிறது. பல இடங்களில் மட்பாண்டச் சிதைவுகள் கிடைக்கின்றன.

இம்மேட்டுப் பகுதிக்குக் கிழக்கில் ஏறத்தாழ 1600 அடி நீளமும் முந்நூறு அடி அகலமும் உள்ள ஏரி இருக்கின்றது. அதற்குப் 'பெரிய ஏரி' என்பது பெயர். அதற்கு வடக்கில் அவ்வேரியின் நீரைப் பெறும் நன்செய் நிலங்கள் இருக்கின்றன.

மேட்டு நிலப்பகுதிக்குத் தெற்கில் முதூரு (மூதூர்) ஏரி உள்ளது. அதன் நீளம் 2000 அடி; அகலம் 1100 அடி. அதற்குக் கிழக்கில் அவ்வேரி யின் நீரைப் பெறும் நன்செய் நிலங்கள் அமைந்துள்ளன. மேட்டு நிலப் பகுதிக்குத் தென்மேற்கில் மேல்மாவிலங்கை ஏரி உள்ளது. அது 2000 அடி நீளமும் 1400 அடி அகலமும் உடையது. அதற்கு வடக்கில் மேல் மாவிலங்கை நன்செய் நிலங்கள் அமைந்துள்ளன. மேட்டு நிலப் பகுதிக்கு வடக்கில் மேல் மாவிலங்கை நன்செய் நிலங்களும் ஐயனார் தாங்கல் என்னும் ஏரியின் நீரைப்பெறும் நன்செய் நிலங்களும் தாதாபுரம் இராயலு ஏரியின் நீரைப்பெறும் நன்செய் நிலங்களும் உள்ளன.

இங்ஙனம் மாவிலங்கை என்னும் மேட்டுப் பகுதியைச் சுற்றிலு முள்ள நிலப்பகுதி, ஏரிகளாயும் நன்செய் புன்செய் நிலங்களாயும் உள்ளது. மேட்டு நிலப்பகுதியைச் சுற்றிலும் கருத்தூன்றிக் கவனிப்பவர், இப்பள்ள மான சுற்றுப்பகுதி அம்மேட்டு நிலத்திற்கு அகழிபோல அமைந்துள்ள நிலையை நன்கறிதல் கூடும். மாவிலங்கை' என்னும் பெயரும், பண்டைக் காலச் செங்கல் அடிப்படைச் சுவர் காணப் பட்டமையும் ஆகிய இரண்டும் அம்மேட்டு நிலப் பகுதியைச் சங்க கால மாவிலங்கை என்னும் ஊரெனக் கருத இடம் தருகின்றன. சங்க கால மாவிலங்கை பழைய மாவிலங்கை யைப் போன்ற பெருமையுடையது என்று சிறுபாணாற்றுப்படை கூறுவதை நோக்கச் சங்க கால மாவிலங்கை என்பது ஒரு தீவாய்க் காட்சியளித் திருத்தல் வேண்டும் என்று கருதுதல் பொருந்தும். இன்றுள்ள மாவிலங்கை என்னும் மேட்டு நிலப்பகுதியைச் சுற்றி உள்ள ஏரிகளையும் பள்ளமான விளை நிலங்களையும் கருத்தூன்றிப் பார்ப்பின், பழைய மாவிலங்கை யைச் சுற்றிலும் ஏறத்தாழ இரண்டாயிரம் அடி அகலத்தையுடைய அகழி இருந்திருத்தல் வேண்டும் என்று கருதுதல் பொருத்தமாகும். இன்றுள்ள ஏரிகளும் விளை நிலங்களும் ஒரே நீர் மயமாய்க் காணப்படும் காட்சியை மனக் கண்ணாற்காணின், சங்க கால மாவிலங்கையைச் சுற்றியிருந்த அகழி யின் அமைப்பினை நன்குணரலாம். மாவிலங்கை எங்ஙனம் தொல்லிலங் கையை ஒத்திருத்தல் கூடும் என்பது, அந்நிலையிற்றான் ஓரளவு புலனாகும்.

வளம் மிகுந்த அகன்ற ஆழமான அகழிக்கு அப்பால் நன்செய் நிலங்கள் இருந்தன என்று புறநானூற்றுப் பாடல்கள் புகல்கின்றன. இம்மாவிலங்கை, நல்லியக் கோடனுக்கு முன்னர் வாழ்ந்த ஓய்மானாட்டு மன்னர் காலத்திலும் இருந்து சிறப்புற்றது என்பதை, 'நன்மாவிலங்கை மன்னருள்ளும் நல்லியக்கோடன் புலி போன்ற வீரமுடையவன்' என்று சிறுபாணாற்றுப்படை கூறுவதால் தெரியலாம்.

வடவெல்லையில் அமைந்த நகரம்

மாவிலங்கைக்கு இரண்டு கல் வடக்கே உள்ள தாதாபுரம், வெண் குன்றக் கோட்டத்து இராசராசபுரம் என்று கல்வெட்டுகள் கூறுகின்றன. ஆதலால் மாவிலங்கையே ஓய்மானாட்டின் வட வெல்லையில் அமைந்த முதல் நகரம் என்பது தெளிவு. அதனாலேதான் அஃது ஆழ்ந்து அகன்ற அகழியையும் உயர்ந்த மதிலையும் பெற்றுப் பண்டை இலங்கை போலப் பாதுகாப்பு மிக்கு விளங்கிது போலும்!

முடிவுரை

இதுகாறும் கூறப்பட்ட செய்திகளால் சிறுபாணாற்றுப் படையிலும் புறநானூற்றுப் பாடல்களிலும் புகழ்ந்து பேசப்பட்ட மாவிலங்கை என்னும் மூதூர் ஓய்மானாட்டு உள்நாட்டு ஊர் என்பதும், அரசன் விரும்பி இருக்கத் தக்க மதிலையும் அகழியையும் கொண்ட பாதுகாப்பு மிகுந்த நகரம் என்பதையும் நன்கறியலாம். கி.பி. 2ஆம் நூற்றாண்டின் இடைப்பகுதியில் தமிழகத்து ஊர்களைப் பற்றித் தாம் அறிந்தவற்றை எழுதிவைத்த தாலமி என்ற யவன ஆசிரியர், மாவிலங்கையைக் குறித்துள்ளார் என்பது இங்கு அறியத்தகும்.[28] இதனால் அயல்நாட்டு ஆசிரியர் குறிக்கத்தக்க அளவில் அக்காலத்தில் இம்மா விலங்கை சிறப்புற்றிந்தது என்பது தெரிகின்றது அன்றோ?

அங்கு மகேந்திரவர்மனது முறையில் அமைக்கப்பட்ட குடைவரைக் கோவில் இருப்பதால், மாவிலங்கை கிபி. ஏழாம் நூற்றாண்டிலும் நன்னிலை யில் இருந்திருத்தல் இயல்பே. கற்கோயில்கள் சோழர் காலத்திலே தான் மிகுதியாய்க் கட்டப்பட்டன. ஆதலால், அழிந்த சிவன் கோவில் சோழர் காலத்ததாயிருந்திருத்தல் கூடும் என்று நினைத்தல் பொருத்தமாகும். காலப் போக்கில் ஊர் இரண்டுபட்டு மேல் மாவிலங்கை, கீழ் மாவிலங்கை எனப் பிரிந்திருக்கலாம்.[29]

---

28. History of the Tamils. P.T.S. Aiyangar, p. 319

29. A.R.E.8 of 1919.

சிறுபாணன் குறித்த வஞ்சி மாநகரம்

குறிப்பு–9

சிறுபாணனால் குறிக்கப்பட்ட சேரனது வஞ்சி மாநகரம் தொகை நூல்களுள் எங்ஙனம் கூறப்பட்டுள்ளது என்பதை இங்குக் காண்போம்:

அகநானூறு

(வஞ்சியாகிய) கருவூர், அகன்றது; சிறந்தது; செல்வம் மிக்கது; ஆன் பொருநையாற்றின் கரையில் அமைந்துள்ளது. அது யானைப் படையும் தேர்ப்படையும் உடைய சேரனுக்கு உரியது (செ.93) தலைவி வஞ்சி நகரம் போன்ற அழகுடையவள் (செ. 396).

புறநானூறு

வஞ்சி, வானை முட்டியது புகழ் உடையது; வென்றியையுடையது. அதனை அடுத்துள்ள ஆன் பொருநை மணல் மேட்டில் பேதை மகளிர் வண்டல் இழைத்து விளையாடுவர். சிற்றிலின்கண் செய்த பாவைக்கு வளைந்த கோட்டுப்பூவைப் பறித்து அணிசெய்வர்; குளிர்ந்த ஆன் பொருநை நீரிற்பாய்ந்து விளையாடுவர் (செ. 11) வஞ்சி மாநகரம் 'பூவா வஞ்சி' எனவும் பெயர் பெற்றது (செ. 32); அழிவற்றது என்ற பொருளில் 'வாடா வஞ்சி' என்றும் பெயர் பெற்றது. (செ. 39) ஆலத்தூர் கிழார் என்ற புலவர், 'வஞ்சி நெடிய மதிலையுடையது; அரண்மனை மிக்க காவலையுடையது; அந்நகரத்தை அடுத்துப் பாயும் பொருநை யாற்று மணல் மேட்டில் குறுந்தொடி மகளிர் பொன்னால் இயன்ற கழங்கு களைக் கொண்டு விளையாடுவர்' என்று கூறியுள்ளார். (செ. 36).

சிலப்பதிகாரம்

சிலப்பதிகார ஆசிரியராகிய இளங்கோ அடிகள் வஞ்சி மநாகரிற் பிறந்து வளர்ந்தவர்; அரண்மனையில் பிறந்து தவழ்ந்து இருந்து நடந்து மகிழ்ந்தவர். ஆதலின், அவர்தம் நூலில் வஞ்சி மாநகரைப் பற்றிக் கூறுவன கவனிக்கத்தகும். அப்பெரியார் அம்மாநகரை 'வள வஞ்சி' (பல வளங்களும் பொருந்திய வஞ்சி மாநகரம்) என்றும், (காதை 17:31) 'வலம்படு சிறப்பின் வஞ்சி மூதூர்' (28:4) என்றும், பேரிசை வஞ்சி மூதூர்' (28:196) என்றும், 'வஞ்சி மூதூர் மாநகர்' (30:127) என்றும் அந்நகரத்தின் பழைமையையும் சிறப்பையும் குறித்துள்ளார்.

வஞ்சியின் புறத்தில் நீர்வளம் மிகுந்த பூம்பொழிலில் மாளிகை ஒன்று இருந்தது. அது 'வேளாவிக்கோ மாளிகை' எனப் பெயர் பெற்றது.

(28:198) வஞ்சி நகரத்துக்கோட்டை வாயில்களுள் ஒன்று குணவாயில் (கிழக்கு வாயில்) எனப்பட்டது. அதன் அருகில் சமண முனிவர் வாழ்ந்த கோட்டம் இருந்தது. இளங்கோ அடிகள் அக் கோட்டத்தில் வாழ்ந்தார் *(சிலப். பதிகம், 1-4).*

வஞ்சி மாநகரில் சதுக்கப்பூதம் இருந்தது. *(28:147)* அரசன் இருந்து ஆட்சியைக் கவனித்த நாளோலக்க மண்டபம், 'மணிமண்டபம்' எனப் பெயர் பெற்றது *(30:173)* அரண்மனையுள் இருந்த ஆடலரங்கு 'மணியரங்கம்' எனப்பட்டது *(28:65).*

மணிமேகலை

இளங்கோவடிகளுக்கும் அவர் முன்னோனான சேரன் செங்குட்டு வனுக்கும் நண்பரான மதுரைக் கூலவாணிகன் சாத்தனார், வஞ்சி மாநகரைப் பல முறை நேரிற்கண்டு களித்தவர். அவர் அந்நகர அமைப்பை மிகத் தெளிவாகத் தமது காவியத்தில் கூறியுள்ளார். அதனைக் கீழே காண்க:

புறநகர்

வஞ்சி நகரத்து அகழிக்கு வெளியே புறநகர் அமைந்திருந்தது. 'புற மதிலை வளைக்கும் பகைவர் போல அப்புறநர் அமைந்திருந்தது' என்று சாத்தனார் கூறியுள்ளார். அப்புற நகரிலேதான் அளவைவாதி, சைவ வாதி, பிரமவாதி, வைணவவாதி, வேதவாதி, ஆசீவகவாதி, நிகண்டவாதி, சாங்கியவாதி, வைசேடிகவாதி, பூதவாதி என்னும் சமயக் கணக்கர் பலர் இருந்து தத்தம் சமயக் கொள்கைகளை எடுத்தோதி வந்தனர்.

அகழி

புறநகர்க்கும் கோட்டை மதிலுக்கும் இடையில் ஆழ்ந்தகன்ற அகழி அமைந்திருந்தது. ஒவ்வொரு வீட்டிலிருந்தும் கழிநீர் செல்லக் கற்களால் மறைத்து அமைக்கப்பட்ட 'கழிநீர்ப்) பாதை அந்நகரத்தில் இருந்தது. அது வழியாக மாதர் கரிய கூந்தலை ஆட்டிய நறுமணக் கலவையைக் கொண்ட நீரும், வேண்டும் பொழுது பெருக்கியும் வேண்டாத போது சுருக்கியும் தரவல்ல இயந்திரம் அமைந்த பொய்கை களில் மைந்தரும் மகளிரும் நீராடியதால் வெளிப்பட்ட மணம் கலந்த

* மாவிலங்கை மாமல்லபுரம் என்னும் துறைமுக நகரமாகலாம்; அல்லது காஞ்சீபுரமாகலாம் என்று பேராசிரியர் திரு. P.T.சீனிவாச ஐயங்கார் அவர்கள் குறித்துள்ளமை தவறு History of the Tamils. pp.235. 319.

நீரும், மன்னனது பிறந்த நாள் விழாவில் சிவிறியும் கொம்புமாகிய கருவிகள் கொண்டு ஒருவர் மீது ஒருவர் வீசிய நறுமண நீரும், முனிவர் திருவடிகளை உபாசகர் கழுவியதால் வெளிப்பட்ட நன்னீரும், தண்ணீர் பந்தர்களிலிருந்து வெளிப்பட்ட நறுமணத்தோடு கூடிய கழிநீரும், நறுமணச் சாந்தை அரைத்த அம்மியைக் கழுவிய மணநீரும் ஆகிய இப்பலவகை நீர் மேலே கூறப் பெற்ற கழிநீர்ப் பாதை வழியே சென்று, அகழியிற்கலந்தது. அந்நறுமண நீரின் கலவையால் அகழியில் இருந்த கராம், இடங்கர் என்ற முதலை இனங்களும் மீனினங்கள் பலவும் தம் புலவு நாற்றத்தை ஒழித்தன. அகழி நீரில் தாமரை, குவளை, கழுநீர், ஆம்பல் என்பன மலர்ந்து அழகையளித்தன. வண்டுகள் அம் மலர்களில் இருந்த தேனைப்பருக, அவற்றைச் சூழ்ந்து ஆரவாரஞ் செய்தன. அகழி இத்தகு சிறப்புடன் விளங்கியது.

கோட்டை மதிலும் வாயிலும்

கோட்டை மதில் வானளாவி அமைந்திருந்தது. அம் மதிலின் மீது பகைவரை அழிக்கும் பல வகைப் பொறிகள் வைக்கப்பட்டிருந்தன. கோட்டை வாயில் வெள்ளி மலையை நடுவிற் பிளந்தாற்போல அமைந் திருந்தது. வாயிற்சுவரும் அதன் மேனிலையும் சுண்ணாம்பு பூசப்பெற்று வெள்ளிமலை போலக் காட்சி அளித்தன. அவ்வாயிலின் மீது சேரனுக் குரிய விற்கொடி வானாளாவிப் பறந்து கொண்டிருந்தது. கோட்டை மதிலுக்கும் மக்கள் குடியிருந்த தெருக்களுக்கும் இடையில் பசிய காவற் காடு அமைந்திருந்தது.

கோட்டையுள் தெருக்கள்

காவற்காட்டைக் கடந்ததும் வாயிற்காலவர் வாழ்ந்த தெருக் காணப்பட்டது. அஃது அகன்று பெரியதாய் இருந்தது. அதனை அடுத்துப் பலவகை மீன்களை விற்பவர், உப்பு விற்பவர், கள் விற்பவர், பிட்டு வாணிகர், அப்ப வாணிகர், இறைச்சி விற்பவர், வெற்றிலை விற்பவர், பஞ்ச வாசம் விற்பவர் வாழ்ந்த தெருக்கள் அமைந்திருந்தன. அடுத்து வேட்கோவர், வெண்கலக்கன்னார், செப்புக்கலம் செய்பவர், பொன்னை உருக்குபவர், பொற்பணி செய்பவர், தச்சர், சுதை முதலியன கொண்டு பாவை முதலிய பல பொருள்களைச் செய்யும் சிற்பிகள், ஓவியர், தோற்கருவிகளைச் செய்பவர், தோலைத் தைக்கும் செம்மார், மாலைகளைத் தொடுப்பவர், சோதிடர், இசையில் வல்ல பாணர் ஆகியோர் வாழ்ந்த தெருக்களும் அந்நகரில் அமைந்திருந்தன.

வெள்ளிய சங்குகளை அறுப்பவர், முத்துக் கோப்பவர் அரசர்க் காடும் கூத்தும் பொதுமக்களுக்கு ஆடும் கூத்துமாகிய இருவகைக் கூத்திலும் வல்ல கூத்தியர் ஆகியோர் வாழ்ந்த தெருக்களும் அங்கு இருந்தன.

எண்வகைக் கூலங்கள் விற்கப்பட்ட கூலக் கடைத் தெரு இருந்தது. அரசனைப் புகழ்ந்துபாடும் சூதர், மாகதர், வைதாளிகர் என்பவர் வாழ்ந்த தெருவும், நாழிகைக் கணக்கர் தெருவும், பொது மகளிர் தெருவும், நுண்ணிய நூல் கொண்டு கண்கவர் ஆடைகளை நெய்தவர் வாழ்ந்த தெருக்களும் அந்நகரில் அமைந்திருந்தன.

பொன்னை உரைத்து மாற்றினை அறுதியிடுவோர் வாழ்ந்த நல்ல மனைகளைக் கொண்ட தெருவும், வைரம் முதலிய ஒன்பது வகை மணிகளை விற்ற வணிகர் வாழ்ந்த வளமனைகளைக் கொண்ட தெருவும், வேதம் ஓதிய அந்தணர் தெருவும், அரச மரபினர் வாழ்ந்த அகன்ற பெரிய அழகிய தெருவும், அமைச்சர்கள் வாழ்ந்த தெருவும், சேனைத்தலைவர் முதலிய அரசியல் உயரலுவலர் வாழ்ந்த தெருக்களும் அந்நகரில் திகழ்ந்தன.

அந்நகரில் மன்றங்கள், அம்பலங்கள், முச்சந்திகள், நாற்சந்திகள் என்பன ஆங்காங்கு அமைந்திருந்தன. புதிய யானைகளையும் குதிரை களையும் பழக்கும் யானைப்பாகரும், குதிரை வாதுவரும் வாழ்ந்த தெருவும் இருந்தன. மிக்க உயரத்திலிருந்து கீழே விழும்படி அமைந்த நீரருவி பொருந்திய கட்டுமலைகள் ஆங்காங்கு இருந்தன. நறுமணச் சோலைகளும், நன்னீர்ப் பொய்கைகளும், அறச் சாலைகளும், பொன்னால் அமைக்கப்பட்ட அம்பலமும், ஓவியத்தால் அழகு பெற்ற தவச்சாலைகளும் வஞ்சி மாநகரை அணிசெய்தன. காவிரிப் பூம்பட்டினத்தில் அமைந்திருந்த இந்திரவிகாரம் போன்றதொரு விகாரம் பௌத்தத் துறவிகள் வாழ்வதற்கேற்ற முறையில் அமைந்திருந்தது. (மணிமேகலை, காதை 28, அடி, 1-74).

வஞ்சியைப் பற்றிய ஆராய்ச்சி

சேரநாடு என்பது மேற்குத் தொடர்ச்சி மலைக்கும் அரபிக் கடலுக்கும் இடைப்பட்ட தென்கோடியில் உள்ள குறுகிய நிலப் பகுதி யாகும். அஃது ஏறத்தாழ இக்காலக் கேரள மாநிலத்தைத் தன்னகத்தே கொண்டிருந்ததெனக் கூறலாம். அந்நாட்டின் கோநகரமே 'வஞ்சி' என்பது.

சோழ நாட்டின் தலைநகரமாகிய உறையூர் சோழ நாட்டுள்ளும், பாண்டி நாட்டுத் தலைநகரமாகிய மதுரை பாண்டி நாட்டுள்ளும் அமைந்திருந்தாற்போலவே, சேர நாட்டுத் தலைநகரான வஞ்சி எனப்பட்ட கருவூரும் சேர நாட்டுள் அமைந்திருந்தது என்று கோடலே தக்கது. ஆயினும், ஏறத்தாழ ஐம்பதாண்டுகளுக்கு முன்பு பேராசிரியர் மு.இராகவையங்கார் அவர்கள் தாமெழுதிய 'சேரன் செங்குட்டுவன்' என்னும் நூலில், சேரர் தலைநகரமான கருவூர் திருச்சிராப்பள்ளிக்கு மேற்கிலுள்ள கொங்கு நாட்டுக் கருவூராகும் என்று எழுதியுள்ளார்.

டாக்டர் சா. கிருஷ்ணசாமி ஐயங்கார், டாக்டர் சோம சுந்தர பாரதியார் போன்றார், ஐயங்காரது முடிபை மறுத்தனர். டாக்டர் பாரதியார 'சேரர் பேரூர்' என்னும் ஆராய்ச்சி நூலை எழுதி வெளியிட்டுச் சேரர் தலைநகரம் சேரநாட்டகத்ததே என்று முடிபு கூறினர். மகாவித்துவான் ரா. இராகவையங்கார் அவர்கள், தம் உறவினரான பேராசிரியர், மு.இராகவையங்கார் முடிபினையே ஆதரித்து 'வஞ்சி மாநகர்' என்னும் ஆராய்ச்சி நூலினை வெளியிட்டார். வரலாற்றுப் பேராசிரியர் வி.ஆர். இராமசந்திர தீட்சிதரும் தாம் எழுதிய சிலப்பதிகார (ஆங்கில) நூலில் ஐயங்கார் இருவர்தம் முடிபையே மேற் கொண்டனர்.

இன்றைக்கு ஏறத்தாழ இருபதாண்டுகட்கு முன்பு சர், ஆர்.கே. சண்முகம் செட்டியாரவர்கள் கொச்சி நாட்டுத் திவானாயிருந்தார். கொச்சிக்கு வடக்கில் ஏறத்தாழ எட்டுக்கல் தொலைவில் பேரியாறு கடலொடு கலக்கும் இடமுள்ளது. அப்பேரியாற்றுக்கு வடபாலுள்ள நிலப்பகுதியில் திருவஞ்சிக்குளம் என்னும் ஊர் உள்ளது. அதற்கு அண்மையில் 'கருவூர்' என்னும் பெயருடன் பல ஊர்கள் உள்ளன. இவையனைத்தும் உப்பங்கழிக்கும் கடலுக்கும் இடைப்பட்ட நிலத்தில் உள்ளன. இவையணைத்தும் உப்பங்கழிக்கும் கடலுக்கும் இடைப்பட்ட நிலத்தில் உள்ளன. இந்த இடங்களை அகழ்ந்து பார்க்கும் முயற்சி மேற்கொள்ளப்பட்டது.

திவான் வேண்டுகோளுக்கிணங்கி டாக்டர் சா. கிருஷ்ணசாமி ஐயங்கார் அவர்கள் ஆராய்ச்சி நிகழ்ந்த இடங்களைப் பார்வையிட்டார். அப்பகுதியிலேயே வஞ்சிமாநகரம் இருந்திருத்தல் கூடும் என்று பல சான்றுகள் காட்டிச் 'சேரன் வஞ்சி' என்னும் ஆங்கில நூலை வெளி யிட்டார். அதன் தமிழ் மொழி பெயர்ப்பு 1946இல் வெளி வந்தது.[30]

30. இருசாரார் நூல்களையும் படித்து உண்மை காணல் தமிழர் கடமையாகும்.

சேர மன்னர் சில காலங்களில் கொங்கு நாட்டைக் கைப்பற்றி ஆண்டனர் என்பது சங்க நூல்களால் அறியப்படும் செய்தியாகும். தொண்டை நாட்டைக் கைப்பற்றிய சோழர், காஞ்சியில் அரண் மனையைக் கட்டி, அங்கச் சென்று சிற்சில காலங்களில் தங்கினாற் போலச் சேர மன்னர் சிலர் கொங்கு நாட்டுக் கருவூரில் சிற்சில காலங் களில் தங்கியிருக்கலாம். அங்ஙனம் தங்கியிருந்தவருள் ஒருவனே முடமோசியார் காலத்துச் சேர மன்னனாவன் (புறம். 13).

வடநாட்டுப் பாடலிபுரத்தின் பெயரைச் சமணர் தமிழகத்துத் திருப்பாதிரிப்புலியூர்க்கு இட்டு மகிழ்ந்தனர். தமிழகத்திலிருந்து யாழ்ப்பாணத்திற் குடியேறிய தமிழர், வண்ணார் பண்ணை போன்ற இந்நாட்டு ஊர்ப்பெயர்களைத் தாம் குடியேறிய நாட்டு ஊர்கடகு இட்டுமிகழ்ந்தனர். அவ்வாறே கருவூர் என்ற சேரநாட்டு வஞ்சியை ஆண்ட சேரர், கொங்கு நாட்டுத் தலைநகர்க்குக் 'கருவூர்' என்றும் 'வஞ்சி' என்றும் பெயர் சூட்டி மகிழ்ந்திருத்தல் இயல்பேயாகும். இப் பெயர்களைக் கொண்டோ தலைநகர்க்கு உரிய அமைப்பைக் கொண்டோ, பிறவற்றைக் கொண்டோ கொங்கு நாட்டுக் கருவூரே சேரர் தலைநகரம் என்று கூறுதல் உண்மைக்குப் புறம்பாகும். வல்லோர் வாதத்திறமை கொண்டு வாதிப்பினும், பொய் மெய்யாகாதது போலச் சேரர் வஞ்சி சேர நாட்டகத்ததேயன்றிக் கொங்கு நாட்டகத்த தகாது.

9. சோழநாட்டு ஊர்கள்

சீறூர்கள்

'வெள்ளி' யாகிய மீன் தான் நிற்பதற்குரிய வட திசையில் நில்லாமல், தென்திசைக்குச் செல்லினும், மழை பெய்யாது வற்கடக் காலமாயினும், காவிரி பெருக்கெடுத்து வருதலில் தவறுவதில்லை. அது தனது நன்னீரால் சோழநாட்டு மக்களை வளர்க்கும் செவிலித் தாயாய் அன்றும் விளங்கியது -இன்றும் விளங்கி வருகிறது.

இங்ஙனம் காவிரி பாயும் சோழ நாட்டில் நெல்லும் கரும்பும் பயிராகும் கழனிகள் உண்டு. அவற்றில் விளைதல் தொழில் மாறுவ தில்லை. கருப்பஞ்சாறு கரும்பு ஆலைகளில் பிழியப்படும். அச்சாறு காய்ச்சப்படும். அப்பொழுது வெளிப்படும் புகையினால் வயல்களில் உள்ள நெய்தற்பூ வாடிவிடும். இத்தகைய வயல்களுக்கு நடுவில் சோழ நாட்டுச் சீறூர்கள் சங்க காலத்தில் விளங்கியிருந்தன.

சங்ககாலத்தில் அச்சீறூர்களில் குலைகளையுடைய தென்னை மரங்களும், வாழை மரங்களும் பாக்கு மரங்களும், பனை மரங்களும், மாமரங்களும் நன்கு வளர்ந்தன; மஞ்சள், இஞ்சி, சேம்பு முதலியனவும் பயிராயின; சீறூர் மகளிர் செல்வ வளம் படைத்திருந்தனர். அவர்கள் அகன்ற முற்றத்தையுடைய வீடுகளில் வாழ்ந்தார்கள்; அம்முற்றத்தில் நெல் முதலியவற்றைக் காய விட்டுக் காவலிருந்தார்கள்; நெல்லைத் தின்ன வந்த கோழியைப் பொன்னாற் செய்த தங்கள் மகரக் குழையை எறிந்து விரட்டினார்கள். அங்ஙனம் எறியப்பட்ட மகரக் குழை, அம்முற்றத்தில் சிறுவர் கையால் உருட்டிய சிறு தேரின் போக்கைத் தடுத்தது. இத்தகைய சீறூர்கள் ஒன்றுக்கொன்று அணித்தாய் இருந்தன (ப.பாலை, அடி 1-28).

உறையூர்

உறையூர், வளம் மிகுந்த சோழநாட்டிற்குத் தலை நகராய் விளங்கியது. அது காஞ்சியைப் போலவும், மதுரையைப் போலவும் கோட்டை கொத்தளங்களுடன் பாதுகாப்பு மிகுந்த நகரமாய் இருந்தது; உயர்ந்த மாடங்களைக் கொண்ட வளமனைகளைப் பெற்றிருந்தது; திருமகள் நிலை பெற்ற செல்வ வளத்தையும் பெற்றிருந்தது. கோட்டைச்

சுவரில் பெரிய வாயில்களும் சிறிய வாயில்களும் அமைந்திருந்தன; மதிற்சுவர் மீது எய்து மறையும் சூட்டுகள் அமைந்திருந்தன (ப.பாலை, அடி, 285-291). உறையூர் நீதிக்குப் பெயர் போனது எனத் தொகைநூற் பாடல்கள் கூறும்.

காவிரிப்பூம்பட்டினம்

நகர அமைப்பு

காவிரிப்பூம்பட்டினம் சோழநாட்டின் சிறந்த துறைமுக நகர மாகும். இது காவிரி கடலொடு கலக்கும் இடத்தில் அமைந்திருந்தது. கி.பி. முதலிரண்டு நூற்றாண்டுகளில் தமிழகத்து வாணிகத்தைப் பற்றியெழுதிய பிளைனி போன்ற யவன வழிப்போக்கர் இந்நகர வாணிகத்தைப் பற்றித் தம் நூல்களில் குறித்துள்ளனர். இந்நகரம் புத்த சாதகக் கதைகளில் குறிக்கப்பட்டுள்ளமையால், முற்பட்ட காலத்தி லிருந்தே (கி.மு.500) சிறப்புற்ற துறைமுக நகரமாயிந்திருக்க வேண்டும் எனக் கருதலாம்[1]. இங்குக் கிடைத்த புதைபொருள்களைக் கொண்டு இந்நகரம் கிறிஸ்துவுக்கு முற்பட்ட வாழ்க்கையை உடைய தெனபதை ஆராய்ச்சியாளர் அண்மையிற் கண்டறிந்தனர். இந்நகரைப் பற்றிய விவரங்கள் அனைத்தும் சிலப்பதிகாரத்தில் தெளிவுறக் கூறப் பட்டுள்ளன.

இந்நகரம் மருவூர்ப்பாக்கம் (புறநகர்) பட்டினப் பாக்கம் (அகநகர்) என்னும் இருபிரிவுகளைப் பெற்றிருந்தது. இவ்விரண்டிற்கும் இடையில் மரங்கள்அடர்ந்த நிலப்பகுதி இருந்தது. அங்குப் பெரிய கடைத் தெரு இருந்தது. பட்டினப்பாக்கத்தில் அரசன் அரண்மனையும், குடிமக்கள் இல்லங்களும், கோவில்களும் அமைந்திருந்தன. மருவூர்ப் பாக்கத்தில் துறைமுகம், பண்டசாலை, அயல்நாட்டு வணிகர் மாளிகைகள், பல வகைத் தொழிலாளர் இல்லங்கள் முதலியன அமைந்திருந்தன. இம் முன்னுரையுடன் பட்டினப்பாலையில் கூறப்பட்டுள்ள காவிரிப் பூம்பட்டினம் பற்றிய செய்திகளை இங்குக் காண்போம்.

தெருக்களும் மனைகளும்

பட்டினத்துக் கோட்டை மதில் மிக்க உறுதி வாய்ந்தது. அம் மதிலில் இருந்த வாயிற்கதவின் மீது புலிப்பொறி அமைந்திருந்தது. நகரத் தெருக்களில் பெரிய வளமனைகள் இருந்தன. அவற்றின் மீதுள்ள மாடங்

1. History of the Tamils. P.T.S. Aiyangar, p. 633.

களில் ஏறத் திண்ணையிலிருந்தே ஏணிகள் சார்த்தப் பட்டிருந்தன. ஒவ்வொரு வளமனையிலும் பல கட்டுகளும் பெரிய வாயில்களும் சிறிய வாயில்களும் இடைக்கழிகளும் அமைந்திருந்தன. அவ்வளவு மனைகள் மேகம்படியும் உயர்ந்த மாடங்களையுடையவை. ஒவ்வொரு மாடத்திலும் தென்றற்காற்றுப் புகத்தக்க சாளரங்கள் இருந்தன. (பபாலை, அடி, 142-151)

கடைத்தெரு

அந்நகரில் நெல், அரிசி முதலிய உணவுப் பொருள்களைச் சேமித்து வைக்கும் பெரிய களஞ்சியங்கள் பல இருந்தன. பெரிய கடைத்தெருவில் இருந்த கோவில்களில் பூசையும் விழாவும் நடைபெற்றன. கடைத் தெருவில் கடல்வழியே வந்த குதிரைகளும் மிளகுப் பொதிகளும், வட மலையிற் பிறந்த மணியும் பொன்னும், பொதியில் மலையிலே பிறந்த சந்தனமும் அகிலும், தென்கடல் முத்தும், கீழ்க் கடற்பவளமும், கங்கைச் சமவெளியிலிருந்து வந்த பொருள்களும், கடாரத்திலிருந்து வந்த பொருள்களும், சீனம் முதலிய பிற நாடுகளிலிருந்து வந்த கருப்பூரம் பனிநீர் குங்குமம் முதலியனவும் நிறைந்து அழகு செய்தன.

கொடிகள்

கடைத்தெருவின் இரண்டு வரிசைகளிலும் இருந்த ஒவ்வொரு கடையிலும் ஒவ்வொரு வகைக் கொடி கட்டப்பட்டிருந்தது. அக் கொடியைக் கொண்டு அக்கடையில் இன்ன பொருள் விற்கப்பட்டது என்பதை மக்கள் அறிந்து கொண்டார்கள். பல நூல்களைக் கற்ற நல்ல ஆசிரியர்கள் பிறரை வாதுக்கு அழைக்கக் கொடிகள் கட்டி யிருந்தார்கள்; கப்பல்களின் மீதும் கொடிகள் பறந்தன; கள்ளுக் கடைகளின் மீதும் கொடிகள் கட்டப்பட்டிருந்தன. அரண்மனை மீதும் கோட்டை வாயிலின் மீதும் சோழர்க்குரிய புலிக்கொடி பறந்து கொண்டிருந்தது.

கோவில்கள் முதலியன

நகரத்தில் பல கோவில்கள் இருந்தன சோறிடுசாலை இருந்தது; தவப்பள்ளிகள் இருந்தன; துறைமுகத்தை அடுத்துக் கடற்கரைப் பகுதி யில் பொய்கைகளும் ஏரிகளும் இருந்தன; பரதவர் சேரியும் இருந்தது. நகரத்திலிருந்த சோறிடுசாலையில் வடிக்கப்பட்ட கஞ்சி ஆறு போலத் தெருவில் பரந்தது. அப்பகுதியில் எருதுகள் போரிட்டமையால் சேறு உண்டாயிற்று. அஃது உலர்ந்த பிறகு அதன்மீது தேர்கள் சென்றமையால்

துகள் உண்டாகிப் பரந்தது; அத்துகள் பக்கத்திலிருந்த ஓவியங்கள் தீட்டப்பட்ட கோவிற்சுவர்கள் மாசுபடச் செய்தது.

நகர மக்கள்

காவிரிப்பூம்பட்டினம் கடல் வாணிகத்தில் சிறந்தது ஆதலால், அந்நகரத்தில் பலர் செல்வச் செழிப்புடன் இருந்தனர்; அவர்தம் மகளிர் பல வகை அணிகளையும் மிக மெல்லிய உயர்ந்த உடைகளையும் அணிந் திருந்தனர்; உயர்ந்த மாடமாளிகைகளில் வாழ்ந்தனர்; அந்நகர வணிகர் அறிவுணர்ச்சி மிக்கவர்; வலைஞர்க்கு அறவுரை கூறி மீன் பிடித்தலை நிறுத்த முயன்றனர்; கள்வரைத் திருத்த முயன்றனர்; தேவர்களை வழிபட்டனர்; யாகங்களைச் செய்தனர்; பசுக்களோடு எருதுகளையும் பாதுகாத்தனர். எளியவர்க்கு நெல் முதலியவற்றை வழங்கினர்; அவர்கள் நடுவு நிலைமை தவறாதவர்கள்; தாங்கள் கொள்ளும் சரக்கைக் கொடுக்கும் பொருளுக்கு மிகையாகக் கொள்ளவில்லை; அங்ஙனமே கொடுக்கும் சரக்கையும் வாங்கும் பொருளுக்குக் குறையாமல் கொடுத்தார்கள்; இலாபத்தை வெளிப்படையாகச் சொல்லி வாணிகம் செய்தார்கள்; காவிரிப்பூம்பட்டினத்துப் புறஞ்சேரியில் வாழ்ந்த பரதவர், தாம் மீன் பிடிக்கச் செல்லாத நாள்களில் தம் மகளிருடன் கூடிக் குரவையாடினர்; ஆடவருடன் விளையாட்டு மற்போர் புரிந்தனர்; பல்வேறு ஆட்டங்களில் ஈடுபட்டனர்.

கடல் வாணிகத்தைக் கருதிக் காவிரிப்பூம்பட்டினத்தில் குடியேறிய அயல் நாட்டு வணிகர், தமிழ் மக்களோடு கூடிப் பழகினர்; பெரிய வளமனைகளில் வாழ்ந்தனர். அங்ஙனம் வாழ்ந்த அயல் நாட்டினர் சோனகர், சீனர், யவனர் என்பவராவர். 'சோனகர்' என்பது, அராபிய ரைக் குறிக்கும்.

குட்டிகளை உடைய பன்றிகளையும் பல சாதிக் கோழிகளையும், உறையமைத்த கிணறுகளையும் உடைய புறஞ்சேரி, காவிரிப் பூம்பட்டினத்தில் இருந்தது (ப.பாலை, அடி, 75-76).

உறந்தை–சங்ககால உறையூர்

குறிப்பு–10

சிறுபாணாற்றுப்படை

'உறந்தை' என்பது 'உறையூர்' என்பதன் மரூஉ மொழி. அது கெடாத வலியினையுடையது. அது சோழர் தலைநகரம் என்று சிறுபாணாற்றுப்படை செப்புகிறது (அடி, 82-3) உறந்தை பற்றிப்

பட்டினப்பாலை தந்துள்ள விவரங்கள் முன்பே கூறப்பட்டுள்ளன. இங்கு இவ்வுறந்தையைப் பற்றிப் பிற சங்க நூல்கள் கூறுவனவற்றை அடுத்துக் காண்போம்.

குறுந்தொகை

உறந்தை என்னும் உறையூர், இன்று திருச்சிராப்பள்ளி நகரத்தின் ஒரு பகுதியாயுள்ளது. அது காவிரியின் தென்கரையில் அமைந்துள்ளது. "தலைவியின் கூந்தல் வளங்கெழு சோழர் உறந்தைப் பெருந்துறையில் உள்ள நுண்ணிய கருமணலின் அமைப்பைப் போன்றது," என்று குறுந் தொகைப்பாடல் ஒன்று (116) கூறுகின்றது. இதனால், உறையூர் பெரிய நீர்த்துறையை உடையதென்பது தெரிகிறது.

அகநானூறு

"உறையூரில் விழாக்கள் நடைபெறும். அவ்விழாக்களில் இசைக் கருவிகள் ஒலிக்கும். இத்தகு உறையூருக்குக் கிழக்கில் நெடும் பெருங் குன்றம் உள்ளது," என்று அகப்பாடல் ஒன்று (4) அறைகின்றது. இந்த நெடும்பெருங்குன்றமே இன்று திருச்சிராப்பள்ளியில் உள்ள நெடிய பெரிய குன்றமாகும்.

புறநானூறு

உறையூர் வெண்ணெற்பயிரை வேலியாக உடையது (புறம். 352). அது மிக்க புகழையுடைய மூதூராகும் (புறம், 220). அம்மூதூர் வலிய கோட்டையுள் அமைந்திருந்தது (புறம், 45). அம்மூதூரில் அறங் கூறவையம் மிக்க புகழ் படைத்தது. அங்கு அறம் நிலை பெற்றிருந்தது (புறம்.39, 55). அம்மாநகரில் சோழன் அரண்மனை மாடமாளிகைகளுடன் விளக்கமுற்றிருந்தது (புறம். 67, 69).

சிலப்பதிகாரம்

ஒரு கோழி யானையைப் போரில் வென்ற இடமாதலின் உறையூர் 'கோழி' என்னும் பெயர் பெற்றது (காதை, 10, அடி 247-8). பெருங்கிள்ளி உறையூரில் பத்தினிக்குக் கோவில் அமைத்தான் (உரை பெறு கட்டுரை, 4), உறையூர் பழைமையும் வலிமையும் உடையது (காதை, 10, கட்டுரை அடி, 4) மதுரைக்குப் புறஞ்சேரி அமைந்திருந்தாற்போல, உறையூர்க்கும் புறஞ்சேரி அமைந்திருந்தது. அங்குச் சமணப் பள்ளி இருந்தது. (காதை, 10 அடி, 247-8).

கரிகாலனுக்கு முன்னோரும் பின்னோருமாய் வாழ்ந்த சங்ககாலச் சோழர் பலர் உறையூரைக் கோநகரமாகக் கொண்டு சோற்று வளமுடைய சோணாட்டை ஆண்டு வந்தனர் என்பது சங்க நூல்களால் தெரிகிறது. இளம் பொன் வாணிகனார், ஏணிச்சேரி முடமோசியார், கதுவாய்ச் சாத்தனார், சல்லியன் குமரன், சிறுகந்தன், பல்காயனார், முதுகண்ணன் சாத்தனார், முதுகொற்றனார் என்ற சங்ககாலப் புலவர்கள் உறையூரைச் சேர்ந்தவர்களே. சோழ வேந்தரைக் கண்டு தம் புலமைத் திறனைப் புலப்படுத்த உறையூர்க்கு வந்த சங்க காலப் புலவர் பலர்.

பிற்கால உறையூர்

சங்க காலத்திற்கு (கி.மு.300க்கு)ப் பின்பு ‘புகழ்ச்சோழர்’ என்பவர் உறையூரைத் தலைநகராய்க் கொண்டு சோழ நாட்டை ஆண்டார். அவர் காலம் ஏறத்தாழக் கி.பி. 5 அல்லது 6ஆம் நூற்றாண்டு என்னலாம்[2]. அக்காலத்தில் உறையூர் எங்ஙனம் இருந்தது என்பதைச் சேக்கிழார் ஏழு செய்யுள்களில் பின்வருமாறு கூறியுள்ளார்.

உறையூர் பீடு மிக்க மாடமாளிகைகளைக் கொண்ட தெருக்களையுடையது; எல்லா வளங்களும் நிறையப் பெற்றிருந்தது; அதன் கடைத் தெருக்களில் எல்லா வகைப் பண்டங்களும் நிறைந்திருந்தன. அந்நகரில் யானைக்கூடங்கள் இருந்தன; பரிச்சாலைகள் இருந்தன; பல மலர்கள் நிறைந்த ஆழமான அகழியை அடுத்திருந்த மதிற்சுவர் வானளாவ உயர்ந்திருந்தது. அந்நகரில் கோபுரங்கள் வான மண்டலத்தை அளாவியிருந்தன; உயர்ந்து வளர்ந்த மரங்களைக் கொண்ட மலர்ச்சோலைகள் இருந்தன; தேரோடும் அகன்ற அழகிய தெருக்கள் இருந்தன[3].

புதிய தலைநகரங்கள்

ஏறத்தாழக் கி.பி. 6ஆம் நூற்றாண்டின் இறுதியில் (கி.பி. 575-600) சிம்மவிஷ்ணு என்ற பல்லவன், தமிழரசரை முரியடித்துத் தனது ஆட்சியைச் சோழ நாட்டில் பரப்பினான்.[4] அதுமுதல் உறையூர் தன் பண்டைச் சிறப்பை இழந்தது. பல்லவர்க்கு அடங்கிய சோழர், கும்பகோணத்தை அடுத்த பழையாறையைத் தலைநகராய்க் கொண்டு சிறிய நிலப்பகுதியை ஆண்டனர்.[5] கி.பி. ஒன்பதாம் நூற்றாண்டின்

---

2. நூலாசிரியரின் பெரிய புராணவாராய்ச்சி, பக், 93.
3. புகழ்ச்சோழர் புராணம், செ.1–7.
4. Studies in Pallava History. Fr. Heras, pp. 20-21.
5. திருநாவுக்கரசர் புராணம், செ. 294–298.

இடைப்பகுதியில் விசயாலயன்' என்ற சோழன் தஞ்சாவூரை முத்தரையரிடமிருந்து கைப்பற்றி, தன் தலைநகரமாகக் கொண்டான்.[6] அந்நகரம் முதலாம் இராசராசன் காலம் வரையிலும் சோழர் தலைநகரமாயிருந்தது; முதலாம் இராசேந்திரன் கால முதல் சோழராட்சி முடிய ஏறத்தாழக் (கி.பி.1300 வரை) கங்கை கொண்ட சோழபுரம் சோழப் பேரரசரது கோநகரமாய் விளங்கியது[7]. எனவே, ஏறத்தாழக் கி.பி. 600 முதலே உறையூர் தன் பழஞ்சிறப்பை இழந்துவிட்ட தென்றே கூறலாம். ஆயினும், அதன் மாடமாளிகைகள் கூட கோபுரங்கள் பெரிய நகரத்துக்குரிய தோற்றம் ஆகியவை கி.பி. 1218 வரையில் இருந்தன என்று கொள்ளலாம்.

உறையூரின் அழிவு

சோழன் மூன்றாம் இராசராசன் காலத்தில் (கி.பி. 1216-1246) முதலாம் மாறவர்மன் சுந்தர பாண்டியன் என்பவன் (கி.பி. 1216-1238) சோழநாட்டின் மீது கி.பி. 1219இல் படையெடுத்தான்; மூன்றாம் இராசராசனுக்கு முன்பிருந்த மூன்றாம் குலோத்துங்கன் மதுரை அரண்மனை முதலிய அழகிய இடங்களை அழித்தமைக்குப் பழிவாங்க விரும்பித் தஞ்சாவூர், உறையூர் முதலிய சிறந்த நகரங்களைத் தாக்கினான். அவனுடைய வீரர்கள் அப்பெரு நகரங்களில் இருந்த அரண்மனைகள், மாடமாளிகைகள், கூட கோபுரங்கள், ஆடரங்குகள், மணி மண்டபங்கள் முதலியவற்றை இடித்துத் தள்ளினார்கள். அவ்வூர்களில் தீ வைக்கப் பட்டது. அந்த அழிவினைச் சுந்தர பாண்டியன் மெய்க்கீர்த்தியே கீழ் வருமாறு கூறுகிறது.

"பூமருவிய திருமடந்தையும் புவிமடந்தையும் புயத்திருப்ப
பொன்னிசூழ் நாட்டிற் புலியாணை போயகலக்
கன்னிசூழ் நாட்டிற் கயலாணை கைவளர
வெஞ்சின இவுளியும் வேழமும் பரப்பித்
தஞ்சையும் உறந்தையும் செந்தழல் கொளுத்திக்
காவியும் நிலமும் நின்றுகவினிழப்ப
வாவியும் ஆறும் அணிநீர் நலனழித்துக்
கூடமும் மாமதிலும் கோபுரமும் ஆடரங்கும்
மாடமும் மாளிகையும் மண்டபமும் பலவிடித்துத்
தொழுதுவந் தடையா நிருவர்தந் தோகையர்

6. திருவாலங்காட்டுச் செப்பேடுகள்.

7. Cholas, K.A.N. Sastry. pp. 448-449

அழுத கண்ணீர் ஆறு பரப்பிக்
கழுதைகொண் டுழுது கவடி வித்திச்
செம்பியனைச் சினமிரியப் பொருதுகரம்புக வோட்டி"[8]

அப்பொழுது உண்டான அழிவிலிருந்து காக்கப்பட்டது பதினாறு கால் மண்டபம் ஒன்றேயாகும். கரிகாலன், தன்மீது பட்டினப்பாலையைப் பாடிய கடியலூர் உருத்திரங்கண்ணனார்க்கு அம்மண்டபத்தைப் பரிசளித்திருந்தாள் போலும்! அதனைக் கேள்வியுற்ற சுந்தர பாண்டியன் அம்மண்டபத்தை மட்டும் அழிவிலிருந்து காத்தான் என்று திருவெள்ளறைக் கல்வெட்டு ஒன்று தெரிவிக்கிறது.[9] (கரிகாலன் வரலாற்றில் அக்கல் வெட்டுப் பாடலைக் காண்க.)

கரிகாலன் உறையூரைத் தலைநகராய்க் கொண்டவன் ஆதலின், அம்மண்டபம் உறையூரில் கட்டப்பட்டிருந்தது என்றே கருதலாம். அவ்வொன்று தவிர, உறையூர் அரண்மனை முதலிய அழகிய வேலைப்பாடமைந்த கட்டடங்கள் அனைத்தும் கி.பி. 1219இல் அழிக்கப் பட்டன. உறையூரின் வரலாற்றுச் சிறப்பு அதனுடன் மறைந்துவிட்டது.

செங்கற்பட்டு மாவட்டத்துக் கடற்கரையூரான புதுப்பட்டினத்தில் இராசநாராயண சம்புவராயன் காலத்தில் (கி.பி.1353-1360) உறையூர் வணிகர் தங்கியிருந்து வாணிகம் செய்தனர் என்று புதுப்பட்டினம் கல்வெட்டுப் புகல்கிறது.[10]

உறையூர் சங்க காலத்திலும் வாணிகச் சிறப்புடைய வளநகரமாயிருந்தது. இடைக்காலத்தில் அதன் வரலாற்றுச் சிறப்பு மறைந்த பின்பும் வாணிகச் சிறப்பு மறையவில்லை என்பது புதுப்பட்டினக் கல்வெட்டால் அறியலாம். இன்றும் உறையூர் நெய்தல் தொழிலிற் பெயர் பெற்று விளங்குவது நாடறிந்த உண்மை.

இன்றைய காவிரிப்பூம்பட்டினம்

குறிப்பு–11

பழைய ஊர்

மாயூரத்திலிருந்து காவிரிப்பூம்பட்டினம் போகும் பாதையில் பன்னிரு கல் அளவில் கைகாட்டி மரம் ஒன்று இருக்கின்றது. அதிலிருந்து

8. 49 of 1890.

9. 197 of 1938-39.

10. 82 of 1935-36, and 102 of 1932-33. ப.பா.ஆ –24

மூன்று கல் தொலைவு கடற்கரை வரை ஒரே சாலை அமைந்துள்ளது. அதன் இருபுறமும் வீடுகள் இருக்கின்றன. அங்கிருப்பவர்கள் பழங்குடி மக்கள். இரண்டு அக்கிரகாரங்கள் உள்ளன. அங்கு மறையவர் வாழ்கின்றனர். சாலையிலிருந்து பிரிந்து செல்லும் கிளைப் பாதைகள் மேடுபள்ளங்களை உடையவை. சாலைக்கு இடப்புறமே சிறு குடியிருப்புகள் மிகுதியாய் உள்ளன. சாலைக்கு இரு புறத்திலும் பழைய உறைக் கிணறுகள் காணப்படுகின்றன. 'இங்கு நாங்கள் கிணறுகள் தோண்டுவ தில்லை. இவையெல்லாம் பழைய காலத்துக் கிணறுகள்' என்று அங்குள்ளார் கூறுகின்றனர். நெடுந் தெருவிற்கு இடப்புறம் சிறிது தொலைவில் பெருந்திடல்கள் இருக்கின்றன. 'அவை அக்கிரகாரம் இருந்த இடம், வேளாளர் தெரு இருந்த இடம் என்று எங்கள் பாட்டனார் சொல்லக் கேட்டோம்' என்று 80 வயதுடைய கிழவர் ஒருவர் சொன்னார். அந்தத் திடல்களைச் சுற்றிலும் வயல்கள் உள்ளன. திடல்கள் மட்டும் தோண்டப்பட்டில. எங்குத் தோண்டினாலும் பழைய செங்கற்கள், மட்பாண்டச் சிதைவுகள் காண்கின்றன. அவற்றுட் சில, புதுவையை அடுத்துள்ள அரிக்க மேட்டில் கிடைத்த மட்பாண்டச் சிதைவுகளையொத்துள்ளன. ஓரிடத்தில் பழைய செங்கற்கள் பத்தடி ஆழத்திலிருந்து அப்புறப் பட்டிருந்தன. அவற்றுள் ஒன்றை நான் அளந்தேன். அதன் நீளம் ஒன்பது அங்குலம்; அகலம் ஆறு அங்குலம்; கனம் ஒன்றரை அங்குலமாகும். அதற்கும் புதிய கற்களுக்கும் உள்ள வேறுபாடு நன்கு தெரிகிறது.

கோவில்கள்

இம்மூன்று கல் நீளமுள்ள பாதை நெடுகப் பல சிறிய பழைய கோவில்கள் இருக்கின்றன. இவை பல வகைப் பட்டவை: 1. கீற்றுக் கூரையும் சுவர்களும் உடைய கோவில்கள், 2. மட்சுவர்களும் கீற்றுக் கூரையும் உடைய கோவில்கள், 3. செங்கற்சுவர்களும் ஓட்டுக்கூரையும் கொண்ட கோவில்கள். ஒரே அறை-அதைச்சுற்றி நாற்புறமும் அகன்ற திண்ணை-அறையுள்ளே சுதையால் இயன்ற சிலைகள்-சுவர்களின் மீது கடவுளர் ஓவியங்கள் சில-உள்ளறைகளில் கற்சிலைகள் என்பவை இருக்கின்றன. கூரைமீது கலசம் கொண்ட கோவில்கள் பல; சில இடங்களில் மூன்று கலசங்கள் இருக்கின்றன. இத்தகைய பழைய கோவில் களைப் பிற இடங்களிற் காண்பது அருமை.

ஏறக்குறைய இவற்றைப்போலவே பழைய சங்க காலக் கோவில்கள் பல இருந்திருக்கலாம் என்றெண்ணுதல் தவறாகாது. சில கோவில்களில்

சிலை இல்லை; சுவர்மீது கடவுள் உருவம் தீட்டப்பட்டுள்ளது; அதற்கு வழிபாடு நடந்து வருகிறது. இங்ஙனமே தூண்களிலும் கடவுளர் உருவங்கள் காண்கின்றன. இவற்றை நோக்கிய பொழுது எனக்குக் கந்திற்பாவை நினைவிற்கு வந்தது[11].

காவிரிக்கு வலப்புறம்

காவிரிக்கு அப்பால் பெரிய மேடான இடம் பரந்து கிடக்கிறது. அதுவே பழைய பூம்புகார் நகரத்தின் சிறந்த பகுதி என்று அங்குள்ளார் கூறுகின்றனர். அம்மேட்டின் மீது பரதவர் குடில்களை அமைத்து வாழ்கின்றனர். அவ்வழி வந்த அம்மை ஒருத்தியைக் கண்டு, 'அங்குத் தோண்டிப் பார்த்தீர்களா?' என்று கேட்டேன். அவ்வம்மை 'அங்கு அகழ்ந்தது இல்லை' என்று விடையிறுத்தாள். நான் திடுக்கிட்டேன். ஏன்?

"அகழ்வாரைத் தாங்கும் நிலம்போலத் தம்மை
இகழ்வார்ப் பொறுத்தல் தலை''

என்ற குறள் நினைவிற்கு வந்தது. இக்காலத்தில் பண்டிதரும் பயன் படுத்தாத 'அகழ்தல்' என்ற தூய தமிழ்ச்சொல்லைக் கல்வி அறிவற்ற ஓர் அம்மை எளிமையாய் உச்சரித்தாள் என்பது வியப்பே அன்றோ? பூம்புகார் அழிந்தாலும் பூம்புகார்க் காலத்துத் தமிழ்ச் சொல் அழிய வில்லை என்பதை உணர்ந்து மகிழ்ந்தேன்! சங்கமுகத் துறையில் தமிழ் உணர்ச்சியுடையார் நிற்பின், சங்க கால நினைவு எழும் என்பதிலோ- மாதவி பாடிய கானல் வரிப் பாடல் நினைவு எழும் என்பதிலோ ஐயம் இல்லை!

சாய்க்காடு

இது பாடல் பெற்ற சிவன் கோவிலாகும். இது பெருவழியில் அமைந்துள்ளது. கோவிலுக்கு எதிரே பெரிய குளம் இருக்கிறது; அதைச் சுற்றி நீண்ட கூடம் கூரையுடையதாய்ச் செல்கிறது. கோவிலுக்குக் கோபுரம் இல்லை. சுற்றுச்சுவர் பழுதுபட்டிருக்கிறது. கோவில் மாடக் கோவில் ஆகும். சிவனார்க்கு நேர் எதிரே உள்ள சிறுவாயில் யானை புக இயலாதது. அம்மனுக்கு எதிரே உள்ள வாயிலே பொது வாயிலாகும். அந்த வாயில் கல் தேர் அடிப்படையை உடையது; மேலே செங்கற் சுவர்கள் தேர் உருளைகளுடனும் கற்குதிரைகளுடனும் காட்சி அளிக்

11. நான் பல முறை இந்நகரப் பகுதியைப் பார்த்துள்ளேன்.

கின்றன. தேருக்கு இரு பக்கமும் வாயிற்படிகள் இருக்கின்றன. அப்படி களின் மீது ஏறியே கோவிலுக்குட் செல்லவேண்டும். அப்படிகளின் மீது ஏறியே கோவிலுக்குட் செல்லவேண்டும் திருச்சுற்று மட்டத்திற்கு உட்கோவில் மட்டம் ஆறடி உயரமானது. அவ்வழகிய கோவில், 'சிலந்திச் சோழன்' என்ற கோச் செங்கணானால் கட்டப்பட்டதென்று அர்ச்சகர் கூறினார். 'சிவனடியார் பலர் புகழ்ந்து பாடிய சாய்க்காடு-பாடலும் ஆடலும் ஆறாத சாய்க்காடு' என்று கி.பி. 650இல் வாழ்ந்த திருஞான சம்பந்தர் பதிகம் பெற்ற இக்கோவில், பழமை வாய்ந்தது என்பதில் ஐயமில்லை. இஃது சிலந்திச் சோழன் கட்டியதெனின், இதன் காலம் கி.பி. 5ஆம் நூற்றாண்டு எனக்கூறல் தவறாகாது. பூம்புகாரின் ஒரு பகுதி கடல் கொண்ட பின், எஞ்சிய பகுதிக்கும் சாய்க்காட்டிற்கும் இடையே காடு வளர்ந்துவிட்டது என்பதை இயற்பகை நாயனார் வரலாற்றால் இனிதுணரலாம்.

பல்லவன் ஈச்சரம்

சாய்க்காட்டுக் கோவிலுக்குக் காற்கல் தொலைவில் கடற்கரை நோக்கிப் போகும் பாதையில் இருப்பது 'பல்லவன் ஈச்சரம்' என்னும் திருக்கோவில் ஆகும். இதுவும் பாடல் பெற்றது. கி.பி. 650இலேயே இஃது இப்பெயர் பெற்றதெனின் அதற்கு முந்தியே இக்கோவில் பல்லவ அரசன் ஒருவனால் கட்டப்பட்டதாகவோ, வழிபாடு செய்யப் பட்ட தாகவோ இருத்தல் வேண்டும் என்பது தெரிகிறது அன்றோ? எனவே, இக்கோவில் கி.பி. 7ஆம் நூற்றாண்டிற்கு முற்பட்ட பழைய கோவிலாகும் என்பதில் ஐயமில்லை. மூல இலிங்கம் பட்டை இட்ட தன்று; கோவில் நகரத்தாராற் புதுப்பிக்கப் பட்டதாகும். திருச்சுற்றில் உள்ள பிள்ளையார் கோவில் தூபி 'தூங்கும் சிங்கம்' வடிவில் அமைந் துள்ள அழகு பார்க்கத் தக்கது.

பூம்புகாரின் பிற்சிறப்பு

இக்கோவில் 'பல்லவன் ஈச்சரம்' எனப்பெயர் பெற்றமையாலும், பெரிய பல்லவவேந்தனாகிய மகேந்திரன் காலத்தில் இஃது இருந்தமை யாலும், அவனுக்கும் முற்பட்ட காலத்திலே இஃது இயன்றதாதல் வேண்டும்; அஃதாவது, இடைப்பட்ட பல்லவர் காலத்தில் (கி.பி. 300-600) கட்டப்பட்டதாதல் வேண்டும். அங்ஙனமாயின், அக்காலத்தே காவிரிப்பூம்பட்டினம் தன் பழம் பெருமையுடன் இருந்திருத்தல் வேண்டும் என்பது பெறப்படுகிறதன்றோ? என்னை? கி.பி.450இல் வாழ்ந்த புத்த தத்தர் காவிரிப்பூம்பட்டினத்தைச் சிறப்பித்திருத்தலாலும்

இயற்பகை நாயனார் காலத்தில் பூம்புகார் சிறப்பாய் இருந்திருத்தலாலும், தேவார காலத்திலும் மாடமாளிகைகள் இருந்தன என்று சம்பந்தர் கூறலாலும் என அறிக. எனவே, இடைக்காலப் பல்லவர் காலத்திலும் பிற்காலப் பல்லவர் காலத்திலும் ஏறத்தாழக் கி.பி. 7ஆம் நூற்றாண்டு முடியவேனும், பூம்புகார் சிறப்புற்ற நகரமாய் இருந்திருக்கலாம் என்று கொள்வதில் தவறில்லை[12].

புதை பொருள் ஆராய்ச்சி

காவிரிப்பூம்பட்டினத்தில் புதைபொருள் ஆராய்ச்சியாளர் சில இடங்களை அகழ்ந்து பார்த்தனர். சில பழைய நாணயங்களும் மட்பாண்டங்களும் செங்கற்சுவர்களும் காணப்பட்டன. 'அந்நகரம் மிகப் பழைய காலத்தது என்பதை அங்குக் கிடைத்த சுவர்களின் அடிப் படைகள் உணர்த்துகின்றன. கி.மு. முதல் நூற்றாண்டில் அந்நகரம் இருந்தது என்பதில் ஐயமில்லை. மேலும் பல பகுதிகளை ஆராயின், அந்நகரத்தின் பழைமை மேலும் பின்னோக்கிச் செல்லலாம்" என்று அங்கு ஆராய்ச்சி நிகழ்த்திய அறிஞர் கூறுகின்றனர்.

சிறந்த கல்வெட்டறிஞரான திரு. சதாசிவ பண்டாரத்தார் இன்றுள்ள காவிரிப்பூம்பட்டினத்தைப் பார்வையிட்டுப் பழைய பூம்புகார் நகர அமைப்பு எங்ஙனம் இருந்திருத்தல் கூடும் என்பதைப் பற்றிச் சிறு நூல் எழுதியுள்ளார்.

◆

---

12. இந்நூலாசிரியரின் சோழர் வரலாறு; பக். 130-134

10. பாண்டி நாட்டு ஊர்கள்

சிற்றூர்கள்

பாண்டி நாட்டுச் சிற்றூர்களில் பல தெருக்கள் இருந்தன. அவற்றில் விழாக்கள் நடை பெற்றன; துணங்கைக் கூத்தும் குரவைத் கூத்தும் நடைபெற்றன; மணம் பொருந்திய பரத்தையர் சேரியும் இருந்தது; குடி மக்கள் நெருங்கி வாழ்ந்தார்கள் (ம.கா. 326-331).

கொற்கை நகரம்

'முதலில் பாண்டியர் தலைநகரம் கடல் கொண்ட குமரி நாட்டில் இருந்தது; பின்பு கவாடபுர தலைநகரமாயிற்று. அதுவும் கடல் கோளால் அழிந்த பின்பு மதுரை பாண்டியர் கோநகரமாயிற்று' என்று இறையனார் களவியலுரையும், அடியார்க்கு நல்லாருரையும் தெரிவிக்கின்றன. கவாட புரத்துக் கடலில் எடுக்கப்பட்ட முத்துகள் மௌரியப் பெருநாட்டில் விலையாயின என்று கி.மு. நான்காம் நூற்றாடில் வாழ்ந்த கௌடில்யர் தமது பொருள் நூலில் குறித்துள்ளார்[1]. அவர் கொற்கை முத்தினைக் குறிக்கவில்லை என்பது கவனிக்கத் தகும். எனவே, கவாடபுரம் அழிந்த பிறகே கொற்கை, முத்துக்குப் பெயர் பெற்ற இடமாயிற்று என்பது தெளிவாகும்.

கி.பி. முதலிரண்டு நூற்றாண்டுகளில் தமிழ் நாட்டு வாணிகத்தைப் பற்றியெழுதிய பிளைனி, தாலமி போன்ற யவன வழிப்போக்கர் கொற்கையையும் அங்கு நடைபெற்ற முத்தெடுக்கும் தொழிலையும் குறித்துள்ளார்.

கொற்கை நகரில் முத்தெடுக்கும் தொழிலாளர் ஒரு தனிச் சேரியில் வாழ்ந்தனர். அவ்வாறே சங்கு குளிப்பவரும் ஒரு தனிச் சேரியில் வாழ்ந்தனர். அந்நகரத்தைச் சுற்றிலும் மது அருந்துவோர் நிறைந்த சிற்றூர்கள் இருந்தன. கொற்கையில் துறைமுகம் அமைந்திருந்தது. அங்கு நாவாய்கள் வருவதும் போவதுமாய் இருந்தன. ஏற்றுமதி இறக்குமதி

---

1. History of India, R.Satyanatha Iyar, Vol. I p. 170.

நன்முறையில் நடைபெற்றன. இது மதுரைக் காஞ்சி கூறும் செய்தி. (அடி, 133-138, 318-324).

மதுரை மாநகரம்

அகழியும் கோட்டையும்

மதுரை மாவட்டத்தில் வருஷ நாடு-ஆண்டிப்பட்டி மலைத் தொடர்களில் தோன்றும் வையையாறு மலையிலிருந்து இழிந்து வந்து மதுரையை ஒட்டிப் பாய்ந்தது. மதுரையை ஒட்டிய அதன் கரையில் பல நீர்த்துறைகள் இருந்தன. அத்துறைகளை அடுத்துப் பூந் தோட்டங்கள் இருந்தன. அத்தோட்டங்கட்கு இடையில் பெரும் பாணர்சேரி நெடுங்காலமாய் அமைந்திருந்தது. அக்குடியிருப்புக்கு அப்பால் மதுரை நகரைச் சூழ்ந்த அகழி இருந்தது. அவ்வகழிக்கு அப்பால் வானளாவிய கோட்டை மதில் அமைந்திருந்தது. அக் கோட்டையின் வாயில் பழமையும் வலிமையும் உடையது. அதன் நிலையில் தெய்வம் குடிகொண்டிருந்தது. அவ்வாயிலில் இருந்த கதவு மிக்க உறுதி வாய்ந்தது. அவ்வாயிலின் மீது மலைபோல உயர்ந்த மாடம் இருந்தது. அவ்வாயில், வையையாறு இடைவிடாது ஓடுவது போல, மக்களும் இடை விடாமல் போய் வருதலையுடைய வாயிலாய் அமைந்திருந்தது.

தெருக்களும் வீடுகளும்

கோட்யையுள் வையையாற்றைப் போன்ற அகன்ற தெருக்கள் அமைந்திருந்தன. அரண்மனை நகரத்தின் நடுநாயகமாய் விளங்கியது. அதனைச் சுற்றிலும் அந்தணர் அரசர் வணிகர் வேளாளர் தெருக்கள் அமைந்திருந்தன. அத்தெருக்களில் மண்டபம், கூடம், தாய்க்கட்டு, அடுக்களை முதலிய பல பகுதிகளைக் கொண்ட உயர்ந்த வளமனைகள் விளங்கின. அவ்வளமனைகளின் மேன்மாடங்கள் மிக வுயர்ந்து காணப் பட்டன. அம்மாடங்களில் தென்றல் காற்றுப் புகத் தக்க பல சாளரங்கள் இருந்தன; நிலா முற்றங்களும் அமைந்திருந்தன.

அமைச்சர், தானைத்தலைவர், அறங்கூறவையத்தார் முதலிய அரசியல் உயரலுவலர் வாழ்ந்த தெருக்கள் இருந்தன. கரி வீரர், பரி வீரர், தேர் வீரர், காலாட் படையினர் வாழ்ந்த தெருக்களும், பல வகை வணிகர் வாழ்ந்த தெருக்களும், பல வகைத் தொழிலாளர் தெருக்களும், ஓவியம், சிற்பம், இசை நடனம், நாடகம் ஆகிய நுண்கலை வல்லுநர் வாழ்ந்த தெருக்களும் இருந்தன. இவை அல்லாமல், அறங்கூறு

அவையம், சோறிடுசாலை போன்ற அரசாங்கக் கட்டடங்கள் நகரத்தில் அமைந்திருந்தன. கரடி, புலி முதலிய காட்டு விலங்குகளை வைத்திருந்த உயிர்க்காட்சிச் சாலை ஒன்றும் அந்நகரத்தில் இருந்தது.

கோவில்களும் மடங்களும்

சைவம், வைணவம், பௌத்தம், சமணம் ஆகிய நான்கு சமயங் களுக்கும் உரிய கோவில்கள் இருந்தன. பௌத்தக் கோவிலை அடுத்துப் பௌத்த பிக்குகள் அறம் உரைத்து வந்த மடம் இருந்தது. அவ்வாறே சமணர் கோவிலை அடுத்துச் சமணர் மடமும் அமைந்திருந்தது. வேதங் களைக் கற்று, விரதங்களைப் பின்பற்றி, முற்றும்துறந்த அந்தண முனிவர் அறவுரை கூறிவந்த அந்தணப் பள்ளி ஒன்றும் சிறப்புற்று விளங்கியது.[2] பரிபாடலில் உள்ள தனிப்பாடல் ஒன்று மதுரை அமைப்புப் பற்றிக் கீழ் வருமாறு தெரிவிக்கிறது.

"மதுரை நகரம் தாமரை மலர் போன்றது; அதன் தெருக்கள் மலரின் பொகுட்டைப் போன்றவை; மதுரைக் குடிகள் மலரின் தாது போன்றவர்கள். அங்கு வந்து பாடிப் பரிசில் பெற்றுச் செல்லும் புலவர், தாதினை உண்ண வந்து செல்லும் வண்டுகள் போன்றவர்."

இதனால் சங்க கால மதுரை நகரம் தாமரை மலரைப் போன்ற வட்டமான அமைப்புடையது என்பது தெரிகிறது.

நகர நிகழ்ச்சிகள்

கடைத்தெருக்கள்

நகரத்தில் 'நாளங்காடி அல்லங்காடி' என்னும் இரு பெரிய கடைத் தெருக்கள் அமைந்திருந்தன. ஒவ்வொரு கடையிலும் இன்ன பொருள் விற்கப்படுகிறது என்பதை அறிவிக்கும் கொடி கட்டப்பட்டிருந்தது. நகரத்தின் பிற பகுதிகளில் போர் வீரர்கள் உயர்த்திய வெற்றிக் கொடி களும், கல்வியாளர் உயர்த்திய கல்விக் கொடிகளும்[3] கொடை, தவம்

---

2. சிலப்பதிகாரம்–ஊர்காண் காதையில் மதுரை மாநகரைப் பற்றிய முழு விவரங்களும் கூறப்பட்டுள்ளன. அவற்றைப் படித்தறிதல் நல்லது. ப.பா.ஆ. 25.

3. கல்வியிலும் கேள்வியிலும் மிகச் சிறந்த நல்லாசிரியர் வாது செய்யக் கருதிக் கொடி கட்டிவைத்தல் மரபு (ம.கா, அடி, 169 171). இதனைக் குண்டலகேசி வரலாற்றால் நன்கு அறியலாம்.

முதலியவற்றை உணர்த்தக் கட்டப்பட்ட கொடிகளும் காறறில் அசைந்தாடிக் கொண்டிருந்தன.

தின்பண்டங்களை விற்பவர், பூக்களை விற்பவர், பூமாலைகள் விற்பவர், மணப்பொடிகளை விற்பவர், வெற்றிலை பாக்கு விற்பவர், சுண்ணாம்பு விற்பவர் எனப் பலவகைச் சிறு வணிகர், கடைத் தெருக்களில் உலவிக் கொண்டே வாணிகம் செய்தனர். சில நாள்களில் அத் தெருக்கள் வழியே யானைகளும், குதிரைகளும், தேர்களும் விரைந்து செல்லுதல் வழக்கம், அவற்றுக்கு அஞ்சிய அச்சிறு வணிகர் தெருவோரங்களில் ஒதுங்கி நிற்பது வழக்கம்.

அந்திப்பொழுதில்

அந்திநேரத்தில் நகரத்துக் கோவில்களில் பூசை நடைபெற்றது. நகர மகளிர் சிலர், தம் வளமனைகளில் இருந்த நிலா முற்றங்களிற் கூடிக் கோவில்களை நோக்கி வழிபட்டனர்; கோவில்களில் ஒலித்த பல வாத்தியங்களின் ஒலிகளைக் கேட்டு இன்புற்றனர். மகளிர் சிலர், தம் சிறு பிள்ளைகளை எடுத்துக்கொண்டு கணவரையும் அழைத்துக் கொண்டு பூசைக்குப் பூ, புகைப்பொருள் முதலியவற்றுடன் பௌத்தப் பள்ளியை நோக்கிச் சென்றனர்; சிலர், அந்தணர் பள்ளியை நோக்கிச் சென்றனர்; வேறு சிலர், அமணப் பள்ளியை நோக்கிச் சென்றனர்.

நகரத்துச் செல்வர் பூத்தொழில் அமைந்த ஆடைகளையும் மேலாடைகளையும் அணிந்தனர்; உடைவாளை இடையிற் செருகினர்; வேப்பமாலையினையும் செங்கழுநீர் மாலையினையும் முத்து மாலை யுடன் மார்பில் அணிந்தனர்; குதிரைகள் பூட்டிய தேர்களில் அமர்ந்து அவற்றைச் செலுத்தினர். ஒவ்வொரு தேரையும் அச் செல்வர்தம் காவலர்கள் பாதுகாப்பாகச் சூழ்ந்து சென்றார்கள்.

அறுத்த சங்குகளை வளையல் முதலியனவாகக் கடைந்த வரும், அழகிய மணிகளைத் துளையிட்டவரும், பொன்னைக் கொண்டு நகைகள் செய்த தட்டாரும், பொன்னை உரைத்து மாற்றுக் கூறிய பொன் வாணிகரும், ஆடைகளை விற்றவரும், செம்பு நிறுக்கப் பட்டதணை வாங்கிக்கொண்டவரும், கச்சுகளில் முடிகளையிட்டவரும், பூக்களை யும் சாந்தையும் விற்றவரும், ஓவியரும், மடிப்புடைவைகளைக் கொண்டு வந்து விரித்து விலை கூறி விற்றவரும், வணிகர் பிறரும் எழுப்பிய ஓசை, சேரனது அவைக்களத்தில் தருக்கவாதம் நிகழ்ந்த போது உண்டான ஆரவாரத்தை ஒத்திருந்தது.

இரவு நிகழ்ச்சிகள்

குடும்ப மகளிர், இரவு முதற்சாமத்தில் பல வகை அணிகளை அணிந்து கொண்டனர்; சந்தனம், கஸ்தூரி முதலிய மணப் பொருள் களைப் பூசிக்கொண்டனர்; உயர்ந்த தம் ஆடைக்கு அகிற்புகையை ஊட்டுவித்தனர்; தம் இல்லங்களில் பேரொளியினைத் தரும் விளக்கினை ஏற்றினர்.

ஆடல் பாடல்களில் வல்ல நாடக மகளிர், தம்மை நன்கு அணி செய்து கொண்டு, யாழை வாசித்துப் பொழுது போக்கினர்; பரத்தை யர், தம்மை விரும்பிய செல்வமிக்க இளைஞரோடு பொழுது போக்கினர்; மறவர், தமது சேரியில் திருமால் பிறந்த ஓண நன்னாளில் தம்முள் விளையாட்டுப் போர் புரிந்தனர். கருவுயிர்த்த மகளிர், குளத்து நீரில் நீராடித் தமக்கு நன்மை செய்த தெய்வத்திற்கு வழிபாடு செய்தனர். முதற்சூல் கொண்ட செல்வமகளிர், துன்பமின்றிப் புதல்வரைப் பயந்து நலம் பெற்றமைக்காகத் தம் சுற்றத்தாருடன் கூடி விருந்துண்டு யாழ் வாசித்து மகிழ்ந்தனர். நகரத்தின் ஒரு பகுதியில் வேலன் வெறியாட்டு நிகழ்ந்தது; மற்றொருபால் மகளிர் சிலர், தம்முள் தழுவிக் கைகோத்துக் குரவைக்கூத்து ஆடினர். மகளிர் சில சேரிகளில் புனைந்துரைகளும் பாட்டுகளும் பலவகைக் கூத்துகளும் நிகழ்த்தினர். இங்ஙனம் உண்டான பலதிறப்பட்ட ஓசைகள் நன்னனது பிறந்த நாள் கொண்டாட்டத்தின் போது எழுந்த ஓசையை ஒத்திருந்தது.

மேலே கூறப்பட்ட நிகழ்ச்சிகளுக்குப் பின்பு ஊரடங்கிற்று. கோவில்களில் ஒலித்துக் கொண்டிருந்த சங்கு முதலியவற்றின் ஒலிகள் அடங்கிவிட்டன. வாணிகம் செய்த இழையணிந்த மகளிர்[4] தம் கடை களின் சட்டக்கால்களை வாங்கிக் கடையை அடைத்து உறங்கலா யினர்; பலவகை அப்பங்களை விற்ற வணிகர், அசைந்தாடி உறங்கினர். திருநாளில் கூத்தாடியகூத்தர், துயின்றனர். ஒலி மிகுந்த கடல் ஓசையற்று அடங்கினாற்போல, ஒலி மிகுந்த மதுரை மாநகரம் ஒலி அவிந்து இருந்தது. பீடு மிக்க மாட மதுரையைக் காவல் புரியும் அருந் தொழிலை மேற்கொண்ட வீரர், நள்ளிரவில் நகரத் தெருக்களில் மிக்க விழிப்புடன் நடமாடினர்.

---

4. சங்ககாலத் தமிழகத்தில் ஒள்ளிய அணிகலன்களை அணிந்த மகளிரும் வாணிகம் செய்தனர் என்பது கவனித்தற்குரியது.

காவலரிடம் மெல்லிய உறுதி வாய்ந்த நூலாற் செய்த ஏணி இருந்தது. அவர் அதனைத் தம் அரையிற் சுற்றியிருந்தனர்; அவ் வேணியை மதிலின் தலையில் உள்ளே விழும்படி எறிவர். அது கை போல மதிலைப் பிடித்துக் கொள்ளும்படி இரும்பாற் சமைந்த கருவியைத் தலையிலே உடையது. ஆதலால், அது மதிலின் தலையைப் பற்றிக் கொள்ளும். காவலர் அவ்வேணியை வெளியிற் நின்று பிடித்துக் கொண்டு அம்மதிலின் மீது ஏறுவர். அதனால், அது 'நூலேணி' எனப் பெயர் பெற்றது. (ம.கா.அடி, 640 உரை) காவலர் களவுத் தொழிலை நன்கு அறிந்தவர்; அதனால் கள்வராலே புகழப்பட்டனர்; காவலர் களவு நூலையும் நன்கு கற்றவர். (ம.கா.அடி, 645-7)

காலை நிகழ்ச்சிகள்

வைகறையிற் கோவில்களிற் பூசை நிகழ்ந்தது. அப்பொழுது பல்லியங்கள் முழங்கின. அரசனது கோவிலில் சூதர், மாகதர், வேதாளிகர் என்பவர் பள்ளியெழுச்சி பாடினர்; அரண்மனையில் பள்ளியெழுச்சி முரசம் முழங்கியது; ஏறுகள் தம்முள் மாறுபட்டு முழங்கின; கோழிச் சேவல்கள் கூவின; அன்னச் சேவல்கள் தமக்குரிய பேடைகளை அழைத்தன; களிறுகள் முழங்கின; உயிர்க்காட்சிச் சாலையில் இருந்த கரடி, புலி முதலியன முழக்கமிட்டன; மகளிர் தம் இல்லங்களைத் தூய்மை செய்யலாயினர்; மன்னவன், தன் மாதேவி எழுப்ப எழுந்தான்; தன் காலைக்கடன்களை முடித்தான்; தெய்வ வழிப்பாட்டை முடித்துக் கொண்டான்; ஆடையணிகளை அணிந்து கொண்டான்; தனது நாளோலக்க மண்டபத்தை அடைந்தான்; அந்த அவையில் போரில் வெற்றி பெற்ற வீரர்களையும், புலவர், பாணர், கூத்தர் முதலியோரையும் அழைத்து, அவரவர் தகுதிக்கேற்ற பரிசிலை நல்கி மகிழ்ந்தான்.

மேலே கூறப்பட்ட மதுரை மாநகரச் செய்திகள் அனைத்தும் மாங்குடி மருதனார் நெடுஞ்செழியன்மீது பாடிய மதுரைக் காஞ்சியிலுள்ளவை, சங்க நூல்கள் 'கூடல்' என்றும், 'மதுரை' என்றும் பாண்டியன் தலைநகரை இரு பெயர்களால் குறிக்கின்றன என்பது நினைவிற் கொள்ளத்தகும். பாண்டியன் நெடுஞ்செழியன் காலத்து மதுரை இன்றுள்ள மதுரைதானா என்பதை அடுத்து ஆராய்வோம்.

குறிப்பு–12 – சங்ககாலக் கூடல் நகரம்

திருமுரகாற்றுப்படையில்

திருப்பரங்குன்றம் கடலுக்கு மேற்கில் இருந்தது என்று

திருமுருகாற்றுப்படை தெரிவிக்கின்றது.

"மாடமலி மருகிற் கூடற் குடவயின்" (அடி. 72)

ஆயின், திருப்பரங்குன்றம் இன்றுள்ள மதுரைக்குத் தென் மேற்கில் ஐந்து கல் தொலைவில் உள்ளது. சங்க காலக் கூடலுக்கும் திருப்பரங் குன்றத்துக்கும் இடையில் உள்ள வயல்களைப் பற்றித் திருமுருகாற்றுப் படை அடிகள் (69-76) கீழ்வருமாறு பேசுகின்றன:

'கூடலுக்கு மேற்கிலும் திருப்பரங்குன்றத்துக்குக் கிழக்கி லும் தாமரை மலர்களைக் கொண்ட வயல்கள் இருக் கின்றன. அத்தாமரை மலர்களின் மீது வண்டுகள் மொய்க் கின்றன. அம்மலர்கள் மாலையில் குவியும்போது வண்டு கள் அவற்றில் படுத்து இரவைக் கழிக்கின்றன; மறுநாட் காலையில் அம்மலர்களிலிருந்து வெளிப்பட்டுத் திருப்பரங் குன்றத்துச் சுனையிலுள்ள மலர்களிற் சென்று அமர் கின்றன."

பரங்குன்றம் கூடலுக்கு மிகவும் அண்மையில் இருந்தது என்பதை இக்கூற்று உணர்த்துகின்றதன்றோ?

பாண்டியனால் அமைக்கப்பட்ட கூடல், கிழக்கில் திருப்பூவணத் தையும், மேற்கில் திருப்பரங்குன்றத்தையும் நோக்கியபடி இருந்தது என்று திருவிளையாடற் புராணம் தெரிவிக்கின்றது. திருப்பூவனத்தையும் திருப்பரங்குன்றத்தையும் முறையே கிழக்கிலும் மேற்கிலும் பார்த்த படியே கூடல் அமைந்திருந்தது என்பது இதனால் விளக்கமாகும்.

பரிபாடலில்

எட்டாம் பரிபாடல் (அடி, 29-35) காலையில் கூடலில் அரண்மனை முரசம் ஒலிக்கின்ற போது திருப்பரங்குன்றத்துக் கோவில் முழவோசை ஒலிக்கும்' என்று கூறுகிறது. இங்ஙனம் இரண்டு ஓசைகளும் ஒரே சமயத்தில் கேட்டன என்பதை நோக்க, திருப்பரங்குன்றம் மதுரைக்கு அண்மையில் இருந்தது என்று கொள்வதே பொருத்தமாகும். பதினேழாம் பரிபாடலின் அடிகளைக் கீழே காண்க:

'பாடல் சான்று பல்புகழ் முற்றிய
கூடலொடு பரங்குன் றினிடைக்
கமழ்நறுஞ் சாந்தின் அவரவர் திளைப்ப
நனிநணித் தாயினும் சேஎய்ச் சேஎய்த்து."

(அடி 22-25)

இவ்வடிகளுக்கு உரை எழுதிய பரிமேலழகர், 'பாடுதலமைந்து பல புகழும் முற்றுப் பெற்ற கூடற்கும் பரங்குன்றத்திற்கும் இடை நின்ற நிலம் மிக அணித்தாயினும், மகளிரும் மைந்தரும் நெருங்கி விளையாடு தலால் மிகச் சேய்த்தாகா நின்றது," என்று கூறியுள்ளார்.

கல்லாடத்தில்

சிவபெருமானுடைய அறுபத்து நான்கு திருவிளையாடல்களுள் சிலவற்றையே தம் பாடல்களுள் குறித்துள்ள கல்லாடர், கி.பி.13ஆம் நூற்றாண்டில் அறுபத்து நான்கு திருவிளையாடல்களையும் புராண மாகப் பாடிய பெரும்பற்றப் புலியூர் நம்பிக்கு முற்பட்டவர் என்று கொள்ளலாம். அவர் கி.பி. 9ஆம் நூற்றாண்டில் வாழ்ந்த சுந்தரருக்கு நண்பரான சேரமானுக்குச் சிவபெருமான் திருமுகப்பாசுரம் அனுப்பிய செய்தியைத் தம் நூலுள் குறிப்பிட்டுள்ளார். எனவே, அவர் கி.பி. 9ஆம் நூற்றாண்டுக்கும் 13ஆம் நூற்றாண்டுக்கும் இடைப்பட்ட காலத்தவர் என்று கொள்ளலாம். அவர் தம் பாக்கள் சிலவற்றில் மதுரையைப் பற்றிக் கீழ் வருமாறு கூறியுள்ளார்.

'கறங்குகால் அருவிப் பரங்குன் றுடுத்த
பொன்னகர்க்கூடல் சென்னியம் பிறையோன்' (செ. 1)
'ஒருபரங் குன்றம் மருவிய கூடல்' (செ. 54)
'மணிவேற் குமரன் முதனிலை வாழும்
குன்றுடுத் தோங்கிய கூடலம் பதியோன்' (செ. 56)
'பரங்குன் றுடுத்த பயங்கெழு கூடல்' (செ. 70)
'மணிவேற் குமரன் திருவளர் குன்றம்
பேரணி உடுத்த பெருநகர்க் கூடல்' (செ. 79)

இம்மேற்கோள்கள் அனைத்தும் பரங்குன்றம் மதுரைக்கு மிகவும் அண்மையில் இருந்தமையையே உணர்த்துகின்றன அல்லவா?

இதுகாறும் கூறப்பட்ட சான்றுகள் அனைத்தையும் நோக்கச் சங்க காலக் கூடல் இன்றுள்ள மதுரை அன்று என்பதையும், அக்கூடல் மாநகரம் திருப்பரங்குன்றத்திற்கு மிக அண்மையில் நேர்க்கிழக்கில் இருந்திருத்தல் வேண்டும் என்பதையும் நாம் நன்கு உணரலாம்.

இருந்தையூர்

இன்றுள்ள மதுரையில் தெற்கு மாசி வீதியும் மேலை மாசி வீதியும் கூடுகின்ற இடத்திற்கு அருகில் கூடல் அழகர் கோவில் இருக்கின்றது. அதன் கருவறையில் திருமால் இருந்த கோலத்தில் உள்ளார்.

அக்கருவறையின் விமானத்தில் இரண்டு நிலைகள் ஒன்றன் மேல் ஒன்றாய் அமைந்துள்ளன. திருமால் முதல் நிலையில் நின்ற கோலத்தி லும், இரண்டாம் நிலையில் கிடந்த கோலத்திலும் காட்சியளிக்கின்றார். சென்னைக்கும் அரக்கோணத்திற்கும் இடையில் 'நின்றவூர்' என்னும் ஊர் உள்ளது. அங்குத் திருமால் நின்ற கோலத்தில் உள்ளார். அதனால் அவ்வூர் 'நின்றவூர்' எனப் பெயர் பெற்றது. அங்ஙனமே, திருமால் இருந்த கோலத்தில் காட்சியளிக்கும் கோவிலைச் சூழ உள்ள ஊரும் பண்டைக் காலத்தில் இருந்தவூர் எனப்பெயர் பெற்றது. இருந்தவூர் என்னும் பெயர் காலப்போக்கில் 'இருந்தை' என மருவியது; பின்னர் 'இருந்தையூர்' எனப்பெயர் பெற்றது. இவ் விருந்தையூர்ப் பெருமான் கீழ்வருமாறு பரிபாடலில் (பாடல் 23, அடி, 1-5) கூறப் பட்டுள்ளார்;

> 'வானார் எழிலி மழைவளம் நந்தத்
> தேனார் சிமைய மலையின் இழிதந்து
> நான்மாடக் கூடல் எதிர்கொள்ள ஆனா
> மருந்தாகும் தீநீர் மலிதுறை மேய
> இருந்தையூர் அமர்ந்த செல்வ!'

இவ்வடிகள் உணர்த்தும் உண்மை யாது? மலையிலிருந்து வரும் ஆற்று நீர் முதலில் கூடலைக்கடந்து, பின்பே இருந்தையூரை அடை கின்றது என்பது அஃதாவது, கூடலும் இருந்தையூரும் தனித்தனி ஊர்கள் என்பது இதனால் தெளிவாகிறது. எனவே, இருந்தையூரைத் தன்னகத்தே கொண்டுள்ள இன்றைய மதுரை சங்க காலக் கூடல் ஆகாது என்பது தெளிவாகும்.

இவ்விருந்தையூரைச் சேர்ந்த புலவர் இருவர் சங்க காலத்தில் விளங்கினர் என்பது, இருந்தையூர்க் கருங்கோழி மோசியார், இருந்தையூர்க் கொற்றன் புலவன் என்னும் பெயர்களைக் கொண்டு உணரப்படும்.[5] இருந்தையூர் சங்க காலக் கூடலின் ஒரு பகுதியாய் இருந்திருப்பின், உறையூர்-ஏணிச்சேரி முடமோசியார் என்றாற்போலக் கூடல்-இருந்தையூர்க் கருங்கோழி மோசியார் என்றும், கூடல்-இருந்தையூர்க் கொற்றன் புலவன் என்றும் நூல்களில் குறிக்கப் பெற்றிருப்பர். அவர்கள்

---

5. கருங்கோழி, பெருங்கோழி என்பன செங்கற்பட்டு மாவட்டத்து மதுராந்தகம் வட்டத்திலுள்ள ஊர்களாகும்.
கருங்கோழி என்பதன் திரியே கருங்குழி என்பது; பெருங்கோழி என்னும் ஊரைச்சேர்ந்த பெண்பாற்புலவரே பெருங்கோழி நாய்கன் மகளார் நக்கண்ணையார் என்பவர்.

அங்ஙனம் குறிக்கப்படாமையின் இருந்தையூர் சங்க காலக் கூடலைச் சேர்ந்தது அன்று என்பது தெளிவாதல் காண்க.

சிலப்பதிகாரம் மூலத்திலிருந்தும் அதன் உரைகளிலிருந்தும் இருந்தையூரின் இருப்பிடத்தை அறியலாம் சிலப்பதிகாரத்துத் 'துன்ப மாலை' என்னும் பகுதியில் கீழ்வரும் அடிகள் கவனிக்கத்தக்கவை.

'ஆயர் முதுமகள் ஆடிய சாயவள்
பூவும் புகையும் புனைசாந்தும் கண்ணியும்
நீடுநீர் வையை நெடுமால் அடியேத்தத்
தூவித் துறைபடியப் போயினாள்' (அடி, 2-5)

குரவைக் கூத்து ஆடிய பின்னர் மாதரி வையைக் கரையில் இருந்த நெடுமாலின் கோவிலுக்கு வழிபடச் சென்றனள் என்பதை இவ்வடிகள் தெரிவிக்கின்றன. சிலப்பதிகார அரும்பத உரையாசிரியர், 'வையை நெடுமால் ஸ்ரீஇருந்த வளம் உடையார்' என்று குறித்துள்ளார். சிலப்பதிகார விருத்தி உரையாசிரியரான அடியார்க்கு நல்லார், 'வையை நெடுமால் அந்தர வானத்து எம்பெருமான்' என்று கூறியுள்ளார் மதுரையைச் சேர்ந்த மாதரி என்பவள் வையைக் கரையிலே இருந்த நெடுமாலை வழிபடச் சென்றாள். அந்நெடுமாலின் கோவில் மதுரைக்கு அண்மையில் இருந்தது. அங்குக் கோவில் கொண்டிருந்த திருமால் இருந்த கோலத்திலும் கிடந்த கோலத்திலும் காட்சி அளித்தார் என்பன சிலப்பதிகார மூலத்தாலும் உரைகளாலும் அறியப்படும் செய்திகளாகும்.

திருமால் கிடந்த கோலத்திலும் இருந்த கோலத்திலும் காட்சி அளிக்கும் கோவிலாகக் கூடல் அழகர் கோவில் ஒன்றே இன்றளவும் மதுரையில் இருந்து வருகின்றது. சங்க கால வையை கூடலைத் தொட்டுக் கொண்டு இருந்தையூர்ப் பக்கம் சென்றது என்பது பரிபாடலால் முன்பே அறியப்பட்டதன்றோ? அதனை நோக்க, வையை கூடலழகர் கோயிலுக்கு அண்மையில் பாய்ந்திருத்தல் வேண்டும் என்பது உணரப்படும்[6]. ஆயினும், வையை இன்று கூடலழகர் கோவிலுக்கு ஒரு கல் தொலைவிலும், திருப்பரங்குன்றம் பழங்கானத்தம் முதலிய ஊர்களுக்கு இரண்டு கல் தொலைவிலும் பாய்கிறது. அஃது இன்றுள்ள மதுரையின் வடவெல்லையைத் தொட்டுக் கொண்டு பாய்கிறது. இவ்வுண்மைகளை அறிய, சங்க கால

6. கூடலழகர் கோவிலையடுத்து வையையின் கிளையாறான கிருதமால்யாறு அண்மைக்காலம் வரையில் ஓடிக் கொண்டிருந்தது என்பது இங்கு அறியத் தகும்.

வையையின் போக்கு, காலப்போக்கில் மாறியிருக்கும் என்பது தெரிகிறது.

கூடலைச் சுற்றியிருந்த ஊர்கள்

கூடலைச் சுற்றிலும் கீழ் வரும் ஊர்கள் இருந்தன என்று கல்லாடச் செய்யுள் ஒன்று (61) கூறுகின்றது; வடதிரு ஆலவாய், திருநடுவூர், வெள்ளியம்பலம், நள்ளாறு, இந்திரை, பஞ்சவன், ஈச்சரம், அஞ்செழுத்து அமைந்த சென்னிமாபுரம், சேரன் திருத்தளி, கன்னி செங்கோட்டம், கரியோன் திருவுறை, திருப்பரங்குன்றம்.

இவற்றுட் சில இடங்கள் இன்றும் அறியக்கூடுவனவாகும். வடதிரு ஆலவாய் என்பது வடக்கு மாசி வீதியிலுள்ள பழைய சொக்கநாதர் கோவிலாகும். அதனைச் சூழவிருந்த சிற்றூர் வடதிரு ஆலவாய் எனப் பெயர் பெற்றிருத்தல் வேண்டும். தெற்கு மாசித் தெருவிலுள்ள சிவன் கோவில் தென்திரு ஆலவாய் எனப்படும்.[7] கூடலழகர் கோவிலுக்கு அண்மையில் 'இம்மையில் நன்மை தருவார் கோவில்' என்னும் பெயருடன் சிவன் கோவில் ஒன்று அமைந்துள்ளது. அக்கோவில் அதன் சுற்றுப்புறத்தைவிடப் பள்ளமான இடத்தில் அமைந்துள்ளது. கருவறையின் பின் புறச்சுவரில் உள்ள அம்மையப்பர் சிற்பம் மிக்க பழமை வாய்ந்தது. அக்கோவில் அம்மனின் பெயர் நடுவூர் நாயகி என்பது. எனவே, அக்கோவிலைச் சூழ உள்ள இடம் பண்டைக் காலத்தில் நடுவூர் எனப் பெயர் பெற்றிருத்தல் வேண்டும் என்பது தெரிகிறது. வெள்ளியம்பலம் என்பது தெற்குச் சித்திரை வீதியில் அமைந்துள்ளது. அதனைச் சூழ உள்ள இடம் பண்டைக் காலத்தில் ஒரு சிற்றூராய் இருந்திருக்கலாம். 'கரியோன் திருவுறை' என்பது, கூடலழகர் உள்ள இருந்தையூர் ஆகலாம். 'பரங்குன்றம்' என்பது, இன்றுள்ள திருப்பரங் குன்றமே ஆகும். நள்ளாறு, இந்திரை முதலிய இடங்கள் இன்னவை என்பது இன்று அறியுமாறு இல்லை.

மேலே கூறப்பட்ட இடங்களுள் திருப்பரங்குன்றம் ஒன்றே இன்றுள்ள மதுரைக்கு அப்பாற்பட்டது. பிற அனைத்தும் இன்றுள்ள மதுரை நகரத்தில் அமைந்துள்ளவையே ஆகும். இப்பல ஊர்களும்

---

7. இவ்விரு கோவில்களையும் தன்னகத்தே கொண்ட சிற்றூர் முதலில் ஆலவாய் எனப்பெயர் பெற்றது போலும்! தொகை நூல்களில் கூடல் என்னும் பெயர் பல இடங்களிலும், மதுரை என்னும் பெயர் சில இடங்களிலும் பாண்டியர் தலைநகரைக் குறிக்க வந்துள்ளன. ஆலவாய் என்பது சங்கநூல்களில் மதுரையைக் குறிக்கப் பயன்படவில்லை என்பது இங்கு அறியத்தகும்.

சுற்றியிருக்கும் நிலையில் கூடல் மாநகரம் இருந்தது என்பது கல்லாடர கூற்று. எனவே, பண்டைக்காலக் கூடல் நகரம் வேறு, இன்றுள்ள மதுரை வேறு என்பதைக் கல்லாடமும் உறுதிப் படுத்துதலைக் காணலாம்.

நான்மாடக் கூடல்

கலித்தொகை 92ஆம் பாடலில் வரும் நான்மாடக் கூடல் என்னும் தொடருக்கு உரை கண்ட நச்சினார்க்கினியர், 'நான்கு மாடங்கூடலின் 'நான்மாடக்கூடல்' என்றாயிற்று; அவை, திருவாலவாய், திருநள்ளாறு, திருமுடங்கை, திருநடுவூர்' என்று குறித்துள்ளார். கல்லாடர், 'ஆலவாய் நடுவூர், பரங்குன்றம் முதலியன கடலைச் சூழ்ந்தவை' என்று குறித்துள்ளார். ஆயின், நச்சினார்க்கினியர் இன்றுள்ள மதுரையின் பகுதிகளாயுள்ள இடங்ளையே 'நான்மாடம்' என்று கூறியுள்ளார். நச்சினார்க்கினியர், கி.பி. 14ஆம் நூற்றாண்டுக்குப் பிற்பட்டவர். அவர் கூறும் நான்கனுள் திரு ஆலவாயும் திருநடுவூரும் இன்றுள்ள மதுரை யில் இருப்பவை என்பது முன்னரே கூறப்பட்டது. ஏனைய இரண்டும் எவை என்பது இன்று அறியுமாறு இல்லை. அவரது விளக்கம் மேலே கூறிய சான்றுகளுக்கு முரண்பட்டது என்பது இங்கு அறியத்தகும்.

கூடல் இருந்த இடம் எது?

இன்றுள்ள மதுரை-திருப்பரங்குன்றம் நெடுஞ்சாலையை அடுத்து மதுரைக்குத் தெற்கில் ஏறத்தாழ இரண்டுகல் தொலைவில் கோவலன் பொட்டல் என்னும் பெயருடன் மேடு ஒன்று காணப்படுகிறது. அதுவே தான் கோவலன் கொல்லப்பட்ட இடம் என்பது. செவி வழிச் செய்தி. கோவலன் நினைவாக அங்கு உரு கல் நிறுத்தப்பட்டுள்ளது. அம் மேட்டில் பண்டைக்காலத் தாழிகள் இன்றும் கிடைக்கின்றன.

திருப்பரங்குன்றத்திலிருந்து நேர்க்கிழக்கிலுள்ள திருப்பூவணத் திற்கு ஒரு நேர்க்கோடு வரையப்படுமாயின், திருப்பரங்குன்றத்திற்கு நேர்க்கிழக்கில் ஏறத்தாழ இரு கல் தொலைவில்- இன்றுள்ள மதுரைக்கு நேர்த்தெற்கில் மூன்று கல் தொலைவில்-அவனியாபுரம் என்னும் ஊர் அமைந்துள்ளது. அவ்வூர் கோவலன் பொட்டலிலிருந்து ஏறத்தாழ ஒரு கல் தொலைவில் உள்ளது. அவ்வூர்க் கோவிலிலுள்ள சிவனுக்கும் அம்மைக்கும் சொக்கநாதர் மீனாட்சி அம்மை என்னும் பெயர்களே வழங்கப்படுகின்றன.

அக்கோவிலுக்குப் பின்புறமுள்ள நிலப்பகுதி 'கோட்டைவாசல்' என்னும் பெயர் பெற்றுள்ளது. அவ்வூரில் வேறோரு சிவன் கோவிலும் இருந்தது. அக்கோவிலின் பழுதுபட்ட சுவர்ப்பகுதிகள் இன்றும் காணப் படுகின்றன. அக்கோவிலைச் சுற்றிலும் வேதியர் தெருக்கள் இருந்தன வாம். அக்கோவிலுக்கு எதிரில் இன்று வயல் காணப்படுகிறது. அவ்வயலே அக்கோவிலுக்கு அமைந்த குளமாகும். அக்குளம் தூர்க்கப்பட்டு இன்று வயலாய் இருக்கின்றது. ஊரின் நுழைவாயிலில் கடவுளர் சிலைகள் பழுதுபட்ட நிலையில் காணப்படுகின்றன. அவை நிலத்திற்கு அடியி லிருந்து எடுக்கப்பட்டனவாம். காளி முலிய மாதர் எழுவர் கோவிலும் அவ்வூரில் இருக்கிறது[8]. அவ்வூருக்குப் 'பிள்ளையார் பாளையம்' என்னும் பழைய பெயரும் உண்டு[9]. (அவனி-நிலம். அவனியாள்-நிலமகள். (அவனியாள்புரம்-நிலமகளுக்குரிய ஊர்) அவனியாள் புரத்தில் பெண்டிர் பலர்க்கு 'அவனியாள்' என்னும் பெயர் இன்றும் இட்டு வழங்கப்பட்டு வருகிறது. கி.பி. 17ஆம் நூற்றாண்டில் மதுரையில் வாழ்ந்த திருமலை நாயக்கருடைய மனைவியருள் ஒருத்தியின் பெயரே 'அவனியாள்' என்பது. 'அவள் பெயரே இவ்வூருக்கு இடப்பட்டது என்று ஊரார் உரைக்கின்றனர்.

கோவலன் பொட்டலும் அவனியாள்புரமும் திருப்பரங்குன்றத் திற்குக் கிழக்கில் ஏறத்தாழ இருகல் தொலைவில் உள்ளன. மேலே கூறப்பட்ட சான்றுகளை நோக்க, கோவலன் பொட்டல், அவனியா புரம், இவற்றுக்கு இடைப்பட்ட நிலப்பகுதி ஆகிய அனைத்தும் சங்க காலக்கூடல் நகரமாய் இருந்திருத்தல் கூடும் என்று கருதுதல் பொருத்த மாகும். காலப்போக்கில் பண்டை நகரம் அழிந்து, இன்றுள்ள மதுரை தோற்றமளித்தது என்று கொள்ளலாம். மோரியர் ஆண்ட பாடலிபுரம் வேறு-இன்றுள்ள பாட்னா வேறு என்பது வரலாறு கண்ட உண்மை. அதைப் போலவே சங்ககாலக் கூடல் வேறு-இன்றுள்ள மதுரை வேறு என்பது மேற்கூறப்பட்ட சான்றுகளால் இனிது புலனாகும்.

---

8. கணவனை இழந்து தலைவிரிகோலமாய் அரண்மனை வாயிலை அடைந்த கண்ணகியைக் கண்ட வாயிற்காவலன் பாண்டியனிடம் மாதர் எழுவரைப் பற்றிக் கூறினான் என்பது இங்கு நினைக்கத்தகும்.

9. பிள்ளையார் என்பது திருஞான சம்பந்தருக்கு ஒரு பெயராகும். அவர் தம் அடியார் குழாத்துடன் காஞ்சியில் தங்கியிருந்த இடம் இன்றும் பிள்ளையார் பாளையம் என்னும் பெயருடன் இருந்து வருகிறது. அது போலவே சங்ககால மதுரையில் கி.பி.ஏழாம் நூற்றாண்டில் திருஞான சம்பந்தர் தங்கியிருந்த இடம் இப்பிள்ளையார் பாளையமாய் இருந்திருக்கலாம். அங்ஙனமாயின் அவனியாபுரம் சங்ககால மதுரையின் ஒரு பகுதியாய் இருந்திருக்கலாம்.

கொற்கை

குறிப்பு—13

மதுரைக் காஞ்சி

கொற்கையில் முத்துக்குளிப்பவர், சங்கு குளிப்பவர் வாழும் சேரிகள் இருந்தன; கள்ளைப் பருகும் குடிமக்கள் வாழும் சீறூர்கள் இருந்தன. அப்பேரூர் பெரிய நன் மக்களால் நன்கு மதிக்கப்பட்டது; பல நகரங்களிலும் உயர்ந்திருந்தது; மிக்க புகழைப் பெற்றிருந்தது. (அடி, 133-8)

சிறுபாணாற்றுப்படை

பெண் குரங்கு கொற்கை முத்தினைக் கிளிஞ்சிலின் வயிற்றில் அடக்கி உமணர் பிள்ளைகளுடன் கிலுகிலுப்பை ஆடுதல் வழக்கம். (அடி, 56-62).

ஐங்குறுநூறு

கொற்கை நகரின் கடற்கரைப் பகுதியில் நெய்தல் மலர்கள் மலர்ந்து அழகினை வழங்கும். அக்கடல் துறைக்கண் பெறப்படும் முத்து, விளக்கம் உடையது. தலைவியின் பற்கள் அம்முத்துகள் போன்றவை. (செ.185)

நற்றிணை

கொற்கை நகரத்துக்கு முன்புள்ள துறையில் சிறிய பசிய இலைகளையுடைய நெய்தல் அழகு பெற்றிருக்கும். அம்மாநகரம் முத்துகள் விளங்குகின்ற கடற்ப[illegible]பினையுடையது. (செ. 23).

அகநானூறு

போரில் வல்ல பாண்டியர் அறநெறி வழாது காக்கும் அழகிய கொற்கை நகரத்துப் பெருந்துறையில் முத்துகள் எடுக்கப்படும். தலைவியின் பற்கள் அம்முத்துகள் போன்றவை. (செ. 27).

கொற்கை நகரத்தில் தழையணிந்த பழையருடைய பெண்டிர், புகழ் மிக்க கொற்கைப் பதியின் கடற்றுறையில் ஒளி பொருந்திய முத்துகளுடன் சங்குகளையும் சொரிந்து குளிர்ந்த நீர்த்துறையில் தெய்வத்தைப் பரவுதல் வழக்கம் (செ. 201)

சிலப்பதிகாரம்

1. மதுரையில் வாழ்ந்த செல்வ மகளிர் கொற்கைப் பெருந்துறையிற் கிடைத்த முத்துகளால் ஆகிய மாலையை அணிந்திருந்தனர். (காதை, 14; அடி, 80)

2. பாண்டியன் கொற்கைக் கடலிற் கிடைத்த முத்துகளால் ஆகிய மாலையைத் தரித்திருந்தான். (காதை, 17; அடி, 27).

3. பாண்டி நாட்டில் மிகச் சிறந்த நகரமெனக் கொற்கை மதிக்கப் பெற்றதால், பாண்டியன் 'கொற்கை வேந்தே' என்று அரண்மனை வாயிற் காவலனாலும் கண்ணகியாலும் விளிக்கப்பட்டான் (காதை, 20; அடி, 30, 60) ஆசிரியர் இளங்கோ அடிகள், 'பனித்துறைக் கொற்கைக் கொண்கன்' என்று பாண்டியனைக் குறிப்பிட்டுள்ளார். (காதை, 23; அடி, 11).

4. பாண்டியன் நெடுஞ்செழியன் மதுரையில் முடி மன்னனாய் இருந்த பொழுது, அவனுடைய சார்பாளனாய் வெற்றி வேற்செழியன் என்பவன் கொற்கையில் இருந்து வந்தான். (காதை, 27; அடி, 127).

மணிமேகலை

'பொற்றேர்ச் செழியன் கொற்கையம் பேரூர்' என்பது மணி மேகலை (காதை, 13; அடி, 84)

கொற்கையும் அயல் நாட்டு வாணிகமும்

கி.பி. 80இல் நமது நாட்டுக் கடற்கரையைப் பார்வையிட்ட பெரிப்புளூஸ் என்னும் பயண நூலின் ஆசிரியரான கிரேக்கர், 'கொற்கை என்பது கன்னியாகுமரிக்கு அப்பால் உள்ள துறைமுகம். அங்கு முத்தெடுக்குந் தொழில் நடைபெறுகிறது. தண்டிக்கப்பட்ட குற்றவாளிகள் அத்தொழிலைச் செய்கின்றார்கள். கொற்கை பாண்டி நாட்டைச் சேர்ந்தது[10]. என்று எழுதியுள்ளார்.

பாண்டியன் ரோமப் பேரரசனானஅகஸ்டஸ் என்பனிடம் ஒரு வணிகத் தூதுக்குழுவைக் கி.மு. 21இல் அனுப்பினான்[11]. தமிழகத்தி லிருந்து ரோமப் பெரு நாட்டிற்கு ஏற்றுமதியான பொருள்களுள் விலை மிக்கவை முத்துகளேயாகும். 'மதுரை, உறையூர்' என்னும் நாட்டுத் தலைநகரங்களிலும் முத்து வாணிகம் குடிகொண்டிருந்தது[12].

ரோமர்கள் முத்துகளையும் யானைத் தந்தத்தையும் மஸ்லின் ஆடைகளையும் மிளகையும் மிகுந்த விலைகொடுத்து வாங்கியதால் ரோம் நாடு ஆண்டுதோறும் இந்நாட்டுக்கு ஏறத்தாழ ஆறு லட்சம் பவுன் கொடுத்து வந்தது. ரோமாபுரி அரசிகளும் சீமாட்டிகளும் முத்து

---

10. Fordign Notices of South India, K.A.N. Sastry, p. 59

11. History of the Tamils, P.T.S. Aiyangar, pp. 192-196

12. Ibid. pp. 301-304.

களை அணிவதில் பெரும்பொருளைச் செலவிட்டார்கள். அதனால் ரோம் நாட்டு அரசியல் தலைவர்கள் முத்துகளைப் பயன்படுத்திய பெண்மணிகளை வன்மையாகக் கண்டித்தார்கள்[13].

"இவ்வாறு பெண்கள் முத்துகளைப் பேரார்வத்துடன் அணிவதால், ரோமப் பெருநாட்டின் செல்வம் வற்றி வருகிறது," என்று திபெரியஸ் (கி.பி. 16-37) என்ற ரோமப் பேரரசன் செனட்டுச் சபைக்கு எழுதி யுள்ளான். முத்து வாணிகம் எந்த அளவு ரோமப்பெருநாட்டில் நடந் திருத்தல் வேண்டும் என்பதை இதனைக்கொண்டு நன்கறியலாம் அன்றோ? ரோம் நாட்டுப் பொன், வெள்ளி நாணயங்களும் மது வகைகளும் தமிழகத்துக்கு அனுப்பப்பட்டன[14].

கி.பி.150இல் தமது குறிப்பு நூலை வரைந்த தாலமி என்பவர், தமிழகத்து உள்நாட்டு நகரங்களையும் துறைமுக நகரங்களையும் குறிப்பிட்டுள்ளார். அவற்றுள் கொற்கை குறிக்கப்பட்டுள்ளது[15].

மதுரையில் வையை யாற்றங்கரைப்பகுதிகளிலும் பிற வெளியிடங் களிலும் ரோம நாணயங்கள் பல கிடைத்துள்ளன. இவை மதுரையில் யவன வணிகர் தம்முள் வழங்கி வந்த நாணயங்கள் ஆகலாம். எனவே, யவனர் பலர் மதுரை மாநகரில் தங்கியிருந்திருக்கலாம் என்று ஆராய்ச்சியாளர் கருதுகின்றனர்[16].

பாண்டி நாட்டிற்கிடைத்த ரோம நாணயங்கள் ரோமப் பேரரசர் அகஸ்டஸ் (கி.மு. 27) முதல் அலெக்ஸாண்டர் செவரெஸ் (கி.பி. 235) வரையில் வழக்கில் இருந்தவையாகும். எனவே, கி.மு.27 முதல் கி.பி. 235 வரை, பாண்டி நாடு ரோம் பெரு நாட்டுடன் சிறக்க வாணிகம் நடத்தி வந்ததென்பது தெளிவாகும்[17].

இதுகாறும் கூறப்பட்ட அயல் நாட்டு வாணிகச் செய்திகளி லிருந்து முத்து வாணிகத்தின் சிறப்பினை நன்கு அறியலாம். கொற்கை முத்து வாணிகத்தில் சிறந்த இடத்தைப் பெற்றிருந்தது என்பது கூறத் தேவையில்லை அன்றோ?

---

13. History of India, R Sathyanatha Ayyar, Vol. I, pp. 222-3.

14. History of India. R.Sathyanatha Ayyar, Vol. I. pp.304-5.

15.Ibid. pp. 361-2.

16.Ibid. pp. 309-312.

17.The History of the Pandya Country, Dr.S.A.Q. Husaini, p. 21.

யாப்பருங்கல விருத்தி, அதன் உரை ஆகியவற்றின் காலம் ஏறத்தாழ கி.பி. 10ஆம் நூற்றாண்டு என்னலாம்[18]. அதன் கண் நூற்பா 95இன் உரையில் 'பெயர் நிரல் நிரல் நிறை' க்கு ஒரு பாடல் எடுத்துக் காட்டாய்த் தரப்பட்டுள்ளது. அப்பாடலில் செழியன்-கொற்கை-முத்தம்-முறுவல் என்பன பெயர் நிரல் நிறைக்கு எடுத்தாளப்பட்டுள்ளன. அப்பாடலைக் கீழே காண்க:

"பொறையன் செழியன் பூந்தார் வளவன்
கொல்லி கொற்கை நல்லிசைக் குடந்தை
பாவை முத்தம் மாயிதழ்க் குவளை
மாயோன் முறுவல் மழைப்பெருங் கண்ணே"[19]

இதனால் கொற்கை, கி.பி. 10ஆம் நூற்றாண்டில் புலவர் நினைவை விட்டு அகலாதிருந்தமை அறியப்படும்.

சங்க காலத்துக்குப் பின்பு வந்த பாண்டியர் ஆட்சியில் கொற்கை துறைமுக நகரமாயிருந்தமை அறியக்கூடவில்லை. பாண்டி நாடு சோழராட்சியில் இருந்த பொழுது கொற்கை, 'இராசராசப் பாண்டி நாட்டு உத்தமசோழ வள நாட்டுக் குடநாட்டுக் கொற்கை என்ற மதுரோதய நல்லூர்[20] என்று வழங்கப்பட்டது. அஃது அக்காலத்தில் துறைமுக நகரமாய் இருந்ததா என்பதைக் கல்வெட்டுகளைக் கொண்டு அறிய இயலவில்லை.

கி.பி. 13ஆம் நூற்றாண்டில் காயல் என்பது பாண்டி நாட்டின் பெயர் பெற்ற துறைமுக நகரமாய் இருந்ததென்பது, அதனை நேரிற்கண்ட மார்க்கோ-போலோ என்ற யவன யாத்திரிகர் கூற்றால் தெரிகிறது[21]. எனவே, கொற்கை கி.பி. 13ஆம் நூற்றாண்டிற்கு முன்பே தன் சிறப்பை இழந்துவிட்டதென்று கருதலாம். இதற்குக் காரணம் யாது?

சங்க காலத்துக் கொற்கை கடற்கரையில் இருந்தது. கடல் இப்பொழுது நான்கு கல் பின்னோக்கிச் சென்றுள்ளது. கொற்கையின் அருகில் கடலொடு கலந்த பொருநை, காலப்போக்கில் கொணர்ந்த மண், கொற்கைத் துறைமுகத்தை மண்மேடிடச் செய்துவிட்டது. அதனால்,

---

18. History of Tamils Language & Literature, S. Vaiyapuri Pillai, pp. 72-73 & 165.
19. பவானந்தர் பதிப்பு, பக். 361.
20. A.R.E. 408 of 1929-30
21. The Pandyan Kingdom. K.A.N. Sastry. p. 191

கொற்கை காலப் போக்கில் பயனற்ற துறைமுகமாய் விட்டது. இதே நிலை தான் காயலுக்கும் பிற்காலத்தில் ஏற்பட்டது.

ஆராய்ச்சி

கி.பி. 19ஆம் நூற்றாண்டில் பிஷப்பு கால்டுவெல் என்ற மேனாட்டுப் பேரறிஞர் கொற்கையில் சில இடங்களை அகழ்ந்து பார்த்தார். பண்டைக் காலத் தாழிகள் கிடைத்தன. சிறந்த வேலைப்பாடு கொண்ட மட் பாண்டங்கள் அவற்றில் வைக்கப்பட்டிருந்தன. பதினோரடிச் சுற்றள வுள்ள பெரிய தாழியில் மனிதனுடைய மண்டையோடும் உடல் எலும்பு களும் இருந்தன.

திரு. ஜேம்ஸ் ஹார்னெல் என்பவர் கொற்கையில் சில இடங்களை அகழ்ந்து பார்த்தார்; சங்குத் தொழிற்சாலை ஒன்றைக் கண்டு பிடித்தார். இலங்கை நாணயங்களும் பாண்டியர் நாணயங்களும் கிடைத்தன. சங்கை அறுக்கப் பயன்பட்ட கருவியும் கண்டெடுக்கப்பட்டது. இன்று சங்கறுக்கும் தொழில் வங்க மாநிலத்தில் சிறப்பாக நடைபெறுகிறது. அங்குப் பயன்படுத்தப்படும் கருவி போன்றதே கொற்கையில் கண்டெடுக்கப் பட்டது. சங்கறுக்குந் தொழிலும் சங்குகளைக் கொண்டு பல வகை வளையல்களும் பிற பொருள்களும் செய்யுந் தொழிலும் காலப்போக்கில் தமிழகத்தை விட்டுப் பிற மாநிலங்களுக்கு அகன்றுவிட்டன. கொற்கைப் பகுதியில் கிடைத்த சங்குகள், முத்துகளைப் போலவே தரத்தில் உயர்ந்தவை.

இன்றுள்ள கொற்கையில் ‘அக்கசாலை’ என்னும் சிற்றூர் உள்ளது. அது பண்டைக்காலப் பாண்டியர் நாணயங்களை அச்சிட்ட இடமாகும். படைகள் தங்கியிருந்த இடம் ‘மணப்படைவீடு’ என்னும் பெயருடன் ஒரு சிற்றூராய் உள்ளது. ‘கொட்டாரம்’ என்பது மற்றொரு சிற்றூராகும். அஃது அரண்மனை அமைந்திருந்த இடம் என்று ஊரவர் உரைக் கின்றனர். இம்மூன்று ஊர்களையும் இன்றுள்ள கொற்கை என்னும் சிற்றூருடன் அமைத்து நோக்கின், சங்க காலக் கொற்கை சங்கப் பாக்கள் கூறியாங்குப் பேரூராயிருந்திருத்தல் வேண்டும் என்பது புலனாகும்.[22]

---

22. Tirunelveli District Gazetteer, pp.234-6 and 431-2. யான் கொற்கையை நேரிற்கண்டேன்; அங்கிருந்தவர் அங்குக்கிடைத்த எட்டு நாணயங்களை எனக்குக் கொடுத்தனர். அங்குச் சமணர் சிலைகள் இரண்டும் இருக்கின்றன. மிகப் பழைய கால வன்னிமரம் ஒன்று உள்ளது. ஊரின் பழமை நேரிற்கண்டு களிக்கத் தக்கது.

கொற்கையைப் பற்றிப் பல குறிப்புகளைச் சேர்த்து வைத்துள்ள வரும் கொற்கைக்கு வரும் ஆராய்ச்சியாளருக்கு உறுதுணையாய் இருப்பவருமாகிய சிவராமப்பிள்ளை' என்னும் முதியவரிடம் ஒரு செப்பேட்டு நகல் உள்ளது. 'ஸ்ரீவரகுணமகாராசற்கு யாண்டு கங்(13) என்பது காணப்படும் அச்செப்பேட்டு நகலில் 'பழங்காசு ஆயிரத்து நானூறு பொன் எட்டு, அரண்மனைக்கு மரக்கலராயா[23] ஆயிரம் பொன்னும் உப்பு இலாபத்தில் நூறு பொன்னுக்கு இருபத்தைந்து பொன்னும் செலுத்தக் கடவர்... ஒரு பொன் எடையும் அதற்கு மேற்பட்ட ஆணி முத்தும் வலம்புரி சங்கும் அகப்பட்டால் அவற்றை மரக்கலராயர் அரண்மனைக்குச் செலுத்திவிடவும்' என்னும் செய்தி காணப்படுகின்றது.

இவற்றை நோக்க, 'அக்காலத்தில், 'பழங்காசு' என்றொரு பழைய நாணயம் வழக்கில் இருந்தது; 'பொன்' என்பது நாணயத்தின் பெயர்; கடல் வாணிகத்துக்குப் பல மரக்கலங்களை வைத்திருந்தவர் 'மரக்கல ராயர்' எனப் பெயர் பெற்றார்; உப்பு உண்டாக்கும் தொழிலும் உப்பு வாணிகமும் கொற்கையில் நடைபெற்றிருக்கலாம்; ஆணிமுத்து என்பது முத்துகளிற் சிறந்தது; வலம்புரி சங்கு, சங்குகளுள் உயர்ந்தது; இவை இரண்டும் அக்காலத்தில் கொற்கைப் பெருந்துறையில் கிடைத்து வந்தன என்னும் விவரங்களை இப்பட்டயம் கூறுவதாக உணரலாம்[24].

சேரிகள்

குறிப்பு–14

சங்க காலச் சேரிகள் (கி.மு. 300-கி.பி. 300)

ஊரும் சேரியும்

கொற்கை நகரில் முத்துக்குளிப்பவர் சேரியும் சங்கு எடுப்பவர் சேரியும் குறிக்கப்பட்டுள்ளன. (ம.கா. அடி, 1356) மதுரை மாநகரில் சேரிகள் இருந்தன (ம.கா.அடி, 615) நன்னன் தலைநகரிலும் சேரிகள் இருந்தன (ம.கா.அடி, 619) சேரி என்பது இக்காலத்தில் சிற்றூர்க்கு வெளியில் தாழ்த்தப்பட்டவர் வாழும் தெருக்களைக் குறிக்கின்றது. இப்பெயர் குறித்த இடங்கள் யாவை என்பதைத் தொல்காப்பியம் முதலிய நூல்களைக் கொண்டு அறிதல் நலம்.

---

23. 'மரக்கலராயர்' என்பதன் மரூஉ மொழியே 'மரைக்காயர்' என்பது,
24. இந்நூலாசிரியரின் 'பொருநை' பக். 92-94.

இன்றுள்ள தமிழ் நூல்களுள் காலத்தால் முற்பட்டவை தொல்காப்பியம், திருக்குறள், புறநானூறு, அகநானூறு, நற்றிணை, குறுந்தொகை, ஐங்குறுநூறு, பதிற்றுப்பத்து, பரிபாடல், கலித்தொகை, பத்துப்பாட்டு, சிலப்பதிகாரம், மணிமேகலை என்பவையாகும். இவற்றுள் தொல்காப்பியம் என்னும் பேரிலக்கண நூலின் காலம் ஏறத்தாழக் கி.மு. 300 எனலாம். மற்றவை ஏறத்தாழக் கி.மு. 300 முதல் கி.பி. 300க்குள் பாடப்பட்டவை என்னலாம். இந்நூல்களில் 'சேரி' என்பது பற்றிப்பல குறிப்புகள் வந்துள்ளன. அவற்றைக் கீழே காண்போம்.

தொல்காப்பியம்-பொருளதிகாரம்-அகத்திணை இயல் நூற்பா ஒன்றில் (40).

'ஏமப் பேரூர்ச்சேரி'

என்னும் தொடர் வந்துள்ளது. பாதுகாவல் பொருந்திய பெரிய ஊரைச் சேர்ந்த சேரி என்பது இத்தொடரின் பொருளாகும். எனவே, ஊருக்கு வெளியே அவ்வூரை அடுத்து இருந்த குடியிருப்பு, சேரி என்று பெயர் பெற்றது என்பது இதனால் தெரிகிறது. இந்த உண்மையை,

"ஊரும் சேரியும் உடனியைந்து அலர்எழ" (செ. 220)
"ஊரும் சேரியும் ஓராங்கு அலர்எழு" (செ. 383)

என்னும் அகநானூற்றுச் செய்யுள் அடிகளும்.

"எம்மூர் அம்பல், சேரி அலராம்" (செ. 279)

என்னும் ஐங்குறுநூற்று அடியும்,

"ஊரீர் முறையோ, சேரியீர் முறையோ"

என்னும் சிலப்பதிகார அடியும் (காதை, 23; அடி, 161) மெய்ப்பித்தல் காணலாம். ஊர் வேறு, சேரி வேறு என்பதை இவை மெய்ப்பிக்கின்றன அல்லவா?

சேரிகள் பல

1. ஊரை அடுத்துச் சேரிகள் பல இருந்தன என்பது, சங்க நூல்களால் தெரிகின்றது. அவற்றுள் ஒன்று பரத்தையர் சேரி.

"ஒள்ளிழை மகளிர் சேரி" (அகம், 146)

2. மற்றொன்று, நடனமகளிர் குடியிருப்பு. அது 'ஆடுவார் சேரி' என்னும் பெயர் பெற்றது.

"ஆடுவார் சேரி அடைந்தது வையை வெள்ளம்"

என்பது (பரிபாடல், 7: அடி, 32) காண்க.

3. சோழர் துறைமுகப்பட்டினமான காவிரிப் பூம்பட்டினத்தை அடுத்து இரண்டு சேரிகள் இருந்தன. அவற்றுள் ஒன்று, 'மாலைச் சேரி' என்பது. சோழ நாட்டுடன் கடல் வாணிகம் செய்ய வந்த அயல் நாட்டு வணிகர்கள் தங்கியிருந்த குடியிருப்பு 'மாலைச்சேரி' எனப்பட்டது (காதை, 6; அடி, 131).

4. கடலிற் சென்று வலை வீசி மீன் பிடித்து வாழ்ந்த பரதவர் குடியிருப்புப் 'பரதவர் சேரி' அல்லது 'வலை வாழ்நர் சேரி' எனப் பட்டது (காதை, 7; பாட்டு, 10)

5. மதுரை மாநகரை அடுத்து வையையாற்றின் கரையில் துறவிகள் தவச்சாலைகளை அமைத்துக் கொண்டிருந்த பொழில் முதலியவற்றால் விளங்கிய இடம் 'புறஞ்சேரி' எனப்பட்டது (காதை, 13).

6. சேரி என்னும் குடியிருப்பில் கோழிப்போர் நடை பெற்றது; சேரி மக்களிடையே போர் மூண்டது; சேரியில் விழா நிகழ்ந்தது என்று குறுந்தொகைச் செய்யுள்கள் (305, 31) கூறுகின்றன.

பல்லவர் காலத்தில் **(கி.பி. 300–900)**

பல்லவர் தமிழகத்தை ஏறத்தாழக் கி.பி. 300 முதல் கி.பி. 900 வரை ஆண்டனர். கி.பி. 7 அல்லது 8ஆம் நூற்றாண்டில் இயற்றப்பட்ட 'பெருங்கதை' என்னும் காவியத்தில் 'பரத்தையர் சேரி' (பக். 48) அந்தணர் சேரி (பக். 178, 502). முட்டிகைச் சேரி (பக். 179), புறம் பணைச்சேரி (பக், 506) எனப் பல சேரிகள் ஒரு பெருநகரைச் சூழ இருந்தன என்பது தெரிகிறது.

"மல்லல் மூதூர் எல்லாச் சேரியும்" (பக். 67)

என்னும் அடி, வளம் பொருந்திய மூதூரைச் சேர்ந்து பல சேரிகள் இருந்தமையை நன்கு தெளிவுறுத்துதல் காண்க.

பல வகைப் போர் வீரர்கள் தங்கியிருந்த பெரிய இடத்தில் பல சேரிகள் அமைந்திருந்தன. அவற்றின் விவரத்தைக் கீழே காண்க.

1. பெரும்படைச்சேரி - போர் செய்யப் புகுந்த அரசனுக்கு உரிய பெரும்படையின் குடியிருப்பு (பக். 499).

2. யவனச்சேரி - யவன வீரர்களின் குடியிருப்பு (பக். 505).

3. தமிழச்சேரி - தமிழ் வீரர் குடியிருப்பு (பக். 505)

4. மிலைச்சர்சேரி - மிலைச்ச நாடு வீரர் குடியிருப்பு (பக். 505).

5. கொல்லர் சேரி - போர்க்கருவிகளைத் தயாரிக்கும் இரும்புக் கொல்லர் குடியிருப்பு (பக். 505).

'சேரிப்பாடல்' என்பது தொன்று தொட்டு வரும் ஒரு வகைப் பாடலாகும்.

"வாயிற்கூத்தும் சேரிப் பாடலும்
கோயில் நாடகக் குழுக்களும் வருகென" (பக். 84)

என வரும் பெருங்கதை அடிகள், பாடல் மகளிர் சேரியையும் அவர்தம் இசைப்பாடல்களையும் குறிப்பன ஆகும். பரிபாடல் நூலில் 'ஆடுவார் சேரி' குறிக்கப்பட்டதன்றோ? அதுபோலவே 'பாடுவார் சேரியும்' இருந்திருக்கலாம்; அல்லது ஆடுவார் சேரியில் பாடலும் குடிகொண்டிருக்கலாம். அங்ஙனம் ஆடுவார் சேரியில் அல்லது பாடுவார் சேரியில் பாடப்பெற்ற இசை பொருந்திய பாடல்கள் 'சேரிப்பாடல்' என்னும் தொடரால் குறிக்கப் பெற்றன போலும்! பல்லவர் காலக் கல்வெட்டுகளிலே சில சேரிகளின் பெயர்கள் குறிக்கப்பட்டுள்ளன. அவற்றுள் ஒன்று திருநின்றவூரைச் சார்ந்த வடுக வாணியச் சேரி என்பது. இது நிருபதுங்க பல்லவன் காலத்தது[25].

இங்ஙனம் ஊரின் புறத்தே தோன்றிய குடியிருப்புகள் காலப் போக்கில் அரசியல் மாற்றத்தாலும் பிற காரணங்களாலும் தனி ஊர்களாய் அமைந்துவிடுதல் இயற்கை. அங்ஙனம் அமைந்த பின்னும் அவற்றின் பெயர்கள் 'சேரி' என்பதை இறுதியில் பெற்றே முடியும். 'செங்கணான் சேரி' என்னும் ஊர் பல நூற்றாண்டுகளாக மலையாளத்தில் இருந்து வருதல் அனைவரும் அறிந்ததேயாகும். இங்ஙனம் வளர்ந்த அச்சேரிகளில் சிவன் கோவிலோ, பெருமாள் கோவிலோ கட்டப்பட்டு, அக்கோவிலை அடியார் ஒருவர் பாடுவாராயின், ஊரின் பெயருக்கு முன் 'திரு' என்னும் அடைமொழி சேர்க்கப்படுதல் இயல்பாகும். இங்ஙனம் தோன்றியதே காரைக்காலுக்கு அருகிலுள்ள 'திருத்தெளிச்சேரி'[26] என்பது.

---

25. 172 of 1937-38.

26. திருத்தனி–திருக்கோவில். இதனைச் சேர்ந்த சேரி திருத்தனிச்சேரி எனப் பட்டது. இது காலப்போக்கில், 'தெளிச்சேரி' என மாறியிருக்கலாம். இப் பெயர் கொண்ட ஊர் மலையாள நாட்டில் இன்றும் உள்ளது.

இது சம்பந்தர் பாடல் பெற்ற சிவதலம். எனவே, இஃது அவர் கால மாகிய கி.பி. 7ஆம் நூற்றாண்டிலேயே சிறப்புற்ற சிவதலமாய் விளங் கினமை வெளிப்படை.

சோழர் காலத்தில் (கி.பி. 900–1300)

கி.பி. 9ஆம் நூற்றாண்டு முதல் தோன்றிய சோழர் பாண்டியர் கல்வெட்டுகளில் பல ஊர்களை அடுத்துச் சேரிகள் இருந்தன என்பதற்குச் சான்றுகள் பல கிடைத்துள்ளன. உத்திர மேரூரைச் சேர்ந்த பிராமணர் சேரிகள் பல இருந்தன என்று அவ்வூர்க்கோவில் கல்வெட்டுகள் கூறுகின்றன[27]. உத்திரமேரூரில் தெருக்களே சேரிகள் எனப்பட்டன[28]. ஆயினும், அவ்வூர்க் கல்வெட்டுகளில் உள்ள 'சேரி' என்று முடியும் பிறவெல்லாம் சிற்றூர்கள் என்றே கொள்ளற்பாலன. அவை பத்மநாப சேரி, வாமன சேரி, மதுசூதன சேரி, திருநாரண சேரி, கோவிந்த சேரி, புதுச்சேரி, குரோவ சேரி என்பவை[29].

இராசராசன் காலத்தில் வெளியான தஞ்சைப் பெரிய கோவில் கல்வெட்டுகளில் பின்வரும் சேரிகள் குறிக்கப்பட்டுள்ளன. அவை ஜனநாத புரத்துப் பகவதி சேரி, திருவாரூர்ப் பெரிய தளிச்சேரி, புரையாச் சேரி, திட்டைச்சேரி, நாகப்பட்டினத்து நடுவில் தளிச்சேரி, மணஞ்சேரி[30] தளிச்சேரி என்ற பராக்கிரம சோழச் சதுர்வேதி மங்கலம்[31], குறும்பூர் நாட்டு இறையான் சேரி[32] என்பன. குடியாத்தம் வட்டத்திலுள்ள கடைக் கோட்டூர், உதய சந்திரமங்கலம் ஆகிய இரண்டு ஊர்களும் முதற் பராந்தகன் காலத்தில் ஒன்றுபடுத்தப்பட்டு வீரநாராயண சேரி எனப் பெயர் பெற்றன[33].

திருமழபாடிக்கு அண்மையில் கீழ் வரும் சேரிகள் இருந்தன. அவற்றில் பிராமணரே பெரும்பாலராய் வாழ்ந்தனர்.

---

27. Archaeological Survey of India, Annual Report, 1904-5, Uttaramerur Inscriptions, Editied by Venkayya.
28. A.R.E. 4. 5. 14. 34 and 68 of 1898; S.I.I. Vol. 6.
29. S.I.I. Vol. II. 66.
30. Ibid, 69.
31. Ibid, 70.
32. Ibid, 76.
33. 74 of 1895.
34. 75 of 1895.

1. கண்டராதித்த சதுர்வேதி மங்கலத்துக் கண்டராதித்த சேரி[34].

2. ஸ்ரீ உத்தமசித்த சேரி, ஸ்ரீ கீர்த்தி மார்த்தாண்டச் சேரி, ஸ்ரீ இரவிகுல சூளாமணி, சேரி, ஸ்ரீ வளவ சிகாமணி சேர, ஸ்ரீ அமரவிக்கிரம சேரி, ஸ்ரீ இந்திராவதாரச் சேரி, ஸ்ரீ மகிமாபரணச் சேரி, ஸ்ரீ கரிகால தண்ணச்சேரி[35]. ஸ்ரீ பராந்தகச் சேரி, ஸ்ரீ கற்பகச் சேரி[36], குமார சேரி[37], பூஞ்சேரி, நெடுஞ்சேரி[38] என்பன வேறு சில சிற்றூர்களாகும்.

திருச்சி மாவட்டம் ஆலம்பாக்கத்தைச் சேர்ந்து பல சேரிகள் சோழர் காலத்தில் இருந்தன. அவை மதுராந்தகச்சேரி, திரிபுவன மாதேவி சேரி, கடாரங்கொண்ட சோழச் சேரி, விக்கிரம சோழச் சேரி, கங்கைகொண்ட சோழச் சேரி என்பன. அவை பிராமணர் வாழ்ந்த சேரிகளேயாகும்[39].

சோழப் பேரரசனான முதலாம் இராசராசன் பல விருதுப் பெயர் களைப் பெற்றிருந்தான். அவன் பல சேரிகளுக்கு அவ்விருதுப் பெயர் களை இட்டு வழங்கினான் என்பதை, அருமொழி தேவச்சேரி, இராஜ ராஜ சேரி என வரும் பல சேரிகளின் பெயர்களைக் கொண்டு அறியலாம்.

முதற்குலோத்துங்க சோழன் படைத்தலைவனான கருணாகரத் தொண்டைமான், சோழநாட்டு வண்டாளஞ் சேரியைச் சேர்ந்தவன். அவ்வூர் இப்பொழுது 'வண்டுவாஞ்சேரி' என்று வழங்கப்படுகிறது[40].

இரண்டாம் குலோத்துங்கன் காலத்தவரான சேக்கிழார் பிறந்த குன்றத்தூரைச் சேர்ந்து அமைந்த குடியிருப்பு 'மணஞ்சேரி' எனப் பட்டது. அது 'மணமை' என மருவிக் கல்வெட்டுகளில் இடம் பெற்றுள்ளது[41]. சோழர் காலத்தில் இருந்த சேரிகள் பலவற்றுள் மேலும் சிலவற்றின் பெயர்களைக் கீழே காண்க.

---

35. 91 of 1895.
36. 95 of 1895.
37. 129 of 1895.
38. 138 of 1947-48.
39. A.R.E. 1910. p.82.
40. South Indian Inscriptions, Vol. IV. No: 862.
41. 256 of 1929-30

திருமணஞ்சேரி[42], கோதண்டராம சேரி[43], பண்டித வத்சல சேரி[44], பரகேசரி சரி[45], மனோரமச் சேரி[46], நரதுங்க சேரி[47], மணிவலைச் சேரி[48], சோழ சூளாமணி சேரி[49], புவனசூளாமணி சேரி[50].

பிற்காலத்தில் (கி.பி. 1300-1963)

கொறடாச்சேரி, கூடுவாஞ்சேரி, புதுச்சேரி முதலிய (சேரி என்பதை இறுதியில் பெற்றுள்ள) இக்கால ஊர்கள் பண்டைக் காலத்தில் ஓர் ஊரைச் சார்ந்த குடியிருப்புகளாய் இருந்தவை-காலப்போக்கில் தனி ஊர்களாய் மாறியவை-என்பதை இதுகாறும் கூறப்பட்ட செய்திகளைக் கொண்டு நன்கறியலாம். உடையார் பாளையம் வட்டம் அரியலூர்க்குத் தெற்கில் மூன்று கல் தொலைவில் பார்ப்பணச் சேரி என்ற பெயர் கொண்ட சிற்றூர் இன்றும் உள்ளது இங்கு அறியத்தகும்.

வயல் வேலை செய்யும் உழைப்பாளரான பள்ளர் முதலியோர் (ஊரை அடுத்து) வாழ்ந்த குடியிருப்பும் 'சேரி' என்றே பெயர் பெற்றது. சங்ககால, இடைக்காலச்சேரிகள் தனி ஊர்களாக மாறிய பின்னர், பள்ளர் முதலிய மக்கள் வாழும் குடியிருப்புகள் மட்டும் 'சேரிகள்' என்றே வழக்குப் பெற்றிருத்தல் வேண்டும். அதனாலேதான் இன்று 'சேரி' என்பது தாழ்த்தப்பட்ட மக்கள் குடியிருப்பை மட்டுமே உணர்த்து கிறது. ஆயினும், பண்டைக்காலச் சேரிகள் எல்லா வகுப்பார் குடி யிருப்புகளையும் உணர்த்தின என்பது மேலே கூறப்பட்ட சான்று களால் தெளிவாகும்.

---

42. 21 of 1914
43. 607 of 1920
44. 551 of 1920
45. 618 of 1920
46. 231 of 1923
47. 276 of 1923
48. 229 of 1931
49. 230 of 1923
50. 575 of 1920

11. முருகனுக்குரிய இடங்கள்

பரங்குன்றம்

இஃது இன்றுள்ள மதுரைக்குத் தென்மேற்கில் ஏறத்தாழ ஐந்துகல் தொலைவில் உள்ளது. இது சங்க காலத்திலேயே முருகனுக்குரிய தலமாய் விளங்கியது என்பது.

'சூர்மருங் கறுத்த சுடரிலை நெடுவேல்
சினமிகு முருகன் தண்பரங் குன்றம்'

என மதுரை மருதன் இளநாகனார் பாடிய அகநானூற்றுச் செய்யுளா லும்,

"கொடி நுடங்கு மறுகிற் கூடற் குடாஅது
பல்பொறி மஞ்ஞை வெல்கொடி உயரிய
ஓடியா விழவின் நெடியோன் குன்றம்"

என எருக்காட்டூர்த் தாயங்கண்ணனார் பாடிய அகநானூற்றுச் செய்யுளாலும் (149) அறியலாம்.

பரங்குன்றின் மீது சோலைகள் மிகுந்திருந்தன. மலையிலிருந்து அருவிகள் கீழ் நோக்கி இழிந்தன. சோலைகளாலும் அருவிகளாலும் அம்மலை 'தண்பரங்குன்றம்' எனப்பெயர் பெற்றது. சோலைகளில் காந்தள் மலர்களும் தோன்றிக் கொடியின் செம்மலர்களும் பிறவும் கார் காலத்தன்மையை உணர்த்தின (பரிபாடல், 14; 13-17) மலை மீது முருகன் கோவில் இருந்தது. அங்கு அகிற்புகை கமழ்ந்தது; பாணர், யாழ் வாசித்தனர்; வண்டுகள், இசைபாடின; குழலர், குழல் வாசித்தனர். தும்பிகள் இசை முழக்கின; முழவு, ஒலித்தது; விறலியர், நடனமாடினர்; பாடினி, இனிய பாக்களைப் பாடினாள். மயில்கள், தோகையை விரித்தாடின. சுனைகளில் அடியவர் நீராடினர். பிரிந்து சென்ற கணவர் விரைவில் வந்து தம்மைச் சேர வேண்டும் என்று தலைவியர் முருகனை வேண்டிப் பூசையிட்டனர் (17:9-21) பாண்டியன் தன் அரசமா தேவியருடனும் அமைச்சரோடும் படைகளோடும் பரங்குன்றின் மீது ஏறினான்; முருகனை வழிபட்டான். அவனுடன் வந்த யானைகளும்

குதிரைகளும் மலையடிவாரத்திற் கட்டப்பட்டன. இதனால், அடிவாரப் பகுதி பாண்டியன் பாசறையாய்க் காட்சியளித்தது. (19: 19-37)

திருமாலும் சிவனும் பிரமனும் இந்திரன் முதலிய தேவரும் முருகனைக் காண்பது காரணமாகப் பரங்குன்றத்தில் வந்து தங்கினர். அதனால் பரங்குன்றம் அத்தேவர்களின் பழைய இடமாகிய இமயக் குன்றத்தை ஒத்தது. (8:1-11)

இத்தகைய தெளிவான வருணனை திருமுருகாற்றுப்படையில் இல்லை. 'பரங்குன்றம்' கூடலுக்கு மேற்கில் உள்ளது. மதுரைக்கும் பரங்குன்றத்திற்கும் இடையில் வயல்களில் உள் தாமரை மலர்களில் வண்டுகள் இரவில் தங்கும்; வைகறையில் தேன் நாறும் நெய்தற்பூவில் உள்ள தேனை துகரும்; ஞாயிறு தோன்றியவுடன் பரங்குன்றத்தில் உள்ள சுனைப்பூக்களிற் சென்று ஆரவாரிக்கும். இந்த அளவே பரங்குன்றத்தைப் பற்றிய செய்தி திருமுருகாற்றுப்படையில் காணப் படுறது. (அடி, 70-77)

அலைவாய்

இது கடல் அலைகள் மோதும் கரையோரத்தில் உள்ளது; அலை யிடத்து அமைந்துள்ள கோவிலாதலின் அலைவாய் எனப்பட்டது போலும்! பின்னர் இப்பெயர் அக்கோவில் உள்ள ஊருக்குப் பெயராயிற்று என்னலாம். இது 'செந்தில்' என்றும் பெயர் பெறும் என்று அறிஞர் கூறுவர். இக்காலத்தில் செந்தூர் என்றும் திருச்செந்தூர் என்றும் வழங்கப்படுகிறது. இது திருநெல்வேலி மாவட்டத்தில் கடற்கரையில் காயற்பட்டினத்திற்குத் தெற்கில் உள்ளது. இஃது அகநானூற்றில்

'திருமணி விளக்கின் அலைவாய்ச்
செருமிகு சேஎய்' (261)

என்றும், புறநானூற்றில்,

'வெண்டலைப் புணரி மலைக்கும் செந்தில்
நெடுவேள் நிலைஇய காமர் வியன்றுறை' (55)

என்றும் வழங்கப்பட்டுள்ளது தொல்காப்பியம் களவியல் நூற்பா 23க்குரிய மேற்கோள் பாடல் ஒன்றில்,

"வரைவயிறு கிழித்த நிழல்திகழ் நெடுவேல்
திகழ்பூண் முருகன் தீம்புனல் அலைவாய்"

என்பது காணப்படுகிறது, சிலப்பதிகாரத்தில்,

> "சீர்கெழு செந்திலும் செங்கோடும் வெண்குன்றும்
> ஏரகமும் நீங்கா இறைவன்"

என்று (குன்றக் குரவையில்) கூறப்பட்டுள்ளது.

இங்ஙனம் பாராட்டப் பெற்ற அலைவாய், 'நன் மக்கள் புகழ்தற்குரியது; சிறப்பினையுடையது; புகழினையுடையது. அங்கு வான் வழியே சென்று முருகன் தங்குவான்' என்று திருமுருகாற்றுப்படை கூறுகிறது. (அடி, 124-125).

ஆவி நன்குடி

> 'முருகன் நற்போர் நெடுவேள் ஆவி
> அறுகோட் டியானைப் பொதினி" (1)

என்றும்,

> முழவுறழ் திணிதோள் நெடுவேள் ஆவி
> பொன்னுடை நெடுநகர்ப் பொதினி" (61)

என்றும் அகநானூற்றுப் பாடலகளில் வருகின்றதைக்காண, ஆவிக் கோமானுக்குரிய நகர் 'பொதினி' என்பது தெரிகிறது. இப்பொதினியே காலப்போக்கில் 'பழனி' என மாறி வழங்கப்படுகிறது என்பது ஆராய்ச்சியாளர் கருத்து.

சங்க காலத்தில் பழனி மலை நாட்டை வேள் ஆவியின் குடியினர் ஆண்டு வந்தனர். அவருள் வையாவிக் கோப்பெரும்பேகன் என்பவன் மயிலுக்குப் போர்வை தந்த வள்ளல், இத்தகைய ஆவி குடியினர் வாழ்ந்த ஊர், ஆவி குடி எனப்பட்டது போலும்! சங்க காலத்தில் இவ்வூரில் முருகன் கோவில் இருந்திருக்குமாயின், பரங்குன்றம், அலைவாய் போல இவ்வூரும் சங்கப் புலவராற் பாடப்பட்டிருக்கும். அங்ஙனம் பாடபபடாமையால், இவ்வூரில் சங்க காலத்திற்குப் பின்பே முருகன் கோவில் உண்டாயிருத்தல் வேண்டும் என்று கருதலாம்.

இன்றுள்ள பழனி என்னும் தலத்தில் மலையடி வாரத்தில் உள்ள கோவிலே 'ஆவி நன்குடி' என்னும் ஊரைச் சேர்ந்த பழைய கோவில், மலைமீதுள்ள கோவில் பிற்காலத்தது[1].

---

1. பழனித்தல வரலாறு: பழனித் தேவஸ்தான வெளியீடு, பக். 14.

திருவாவிநன்குடி முருகனை முனிவரும் கந்தருவரும் வழிபடுதலை ஆசிரியர் குறித்துள்ளார். முனிவர் மரவுரியைத் தரித்தவர்; வெள்ளிய நரை முடியை வலம்புரி சங்கின் வடிவத்தில் அமைத்துக்கொண்டவர்; நீராடித் தூயவுடம்பினையுடைவர்; விரதங்களால் விட்ட பட்டினியால் தசை கெட, மார்பின் எலும்புகள் தெரிய வற்றிய உடம்பினையுடையவர்; செற்றம் போக்கிய மனத்தினர்; பலவற்றையும் கற்றவர்; செற்றம் போக்கிய மனத்தினர், பலவற்றையும் கற்றவர்; சிறிதும் அறியப் படாத (சமய) அறிவினையுடையவர்; காமமும் சினமும் நீக்கியவர்; தவத்தால் மெய் வருத்தம் இருப்பினும், மனத்தால் வருத்தம் சிறிதும் இல்லாதவர்; ஒருவர் மீதும் வெறுப்பில்லாதவர்.

கந்தருவர், புகை போன்ற மிக மெல்லிய அழுக்கேறாத ஆடையை உடையவர்; மொட்டுகளின் வாய் நெகிழ்ந்த மாலை சூழ்ந்த மார்பினை யுடையவர்; இனிய பாக்களை மென்மையாகப் பாடி வாசிப்பர். கந்தருவ மகளிர், நோயற்ற உடம்பினர்; மாந்தளிரை ஒத்த நிறத்தினர்; கண்ணுக்கினிய பதினெண்கோவையாகிய மேகலையணிந்தவர்; குற்றமற்றவர். இவர்கள் முருகனைப் பரவிப் பணிந்தார்கள்.

கருடக் கொடியுடைய திருமாலும், ஏற்றுக் கொடியுடையவனும் உமையை ஒரு பாகத்தே பெற்றவனும் இமையா முக்கண்களை உடையனு மாகிய சிவனும், ஆயிரம் கண்களையுடையவனும் பல கேள்விகள் செய்தவனும் நான்குகொம்புகளையுடைய ஐராவத வாகனனும் ஆகிய இந்திரனும் திருவாவிநன் குடி சென்றனர். முப்பத்து மூவர் தேவரும் பதினெண் கணங்களும் சென்றனர். இவர் அனைவரும் தன்னை வந்து காணும்படி முருகன் ஆவி நன் குடியில் எழுந்தருளியுள்ளான். (அடி, 126-176).

ஏரகம்

இது மலை நாட்டகத்ததொரு திருப்பதி என்று நச்சினார்க்கினியர் கூறியுள்ளார். ஏரகத்து முருகன் கோவிலில் நாற்பத்தெட்டு ஆண்டுகள் பிரமசரிய விரதம் காத்த வேதியர் மந்திரங்கள் கூற, ஈரவுடையை அணிந்த அருச்சகர் முருகனுக்குரிய ஆறெழுத்து மந்திரத்தைச் சொல்லி அருச்சனை செய்தனர் என்று திருமுருகாற்றுப்படை கூறுகின்றது. (அடி, 177-189) இனி ஏரகம் எதுவாய் இருத்தல் கூடும் என்பது இங்கு ஆராயத்தகும்.

குறிப்பு–15

ஏரகம்

பத்துப்பாட்டிற்கு உரை எழுதிய நச்சினார்க்கினியர், கி.பி. 14ஆம் நூற்றாண்டிக்குப் பிற்பட்டவர். அவர் திருப்பரங்குன்றம் முதலிய இடங்கள் இன்ன நாட்டின் என்று கூறாமல், ஏரகம் பற்றி வரும் இடத்தில் மட்டும் 'ஏரகம் மலை நாட்டகத்ததொரு திருப்பதி[2] என்று கூறி யிருத்தல் கவனித்தற்குரியது.

'திருப்பரங்குன்றம், திருச்சீரலைவாய், திருவாவி நன்குடி என்னும் மூன்றும் தமிழ்நாட்டவை; அவை எங்கு உள்ளன என்று தமிழர்க்குக் கூறத் தேவை இல்லை. தமிழகத்திற்கு அப்பாற்பட்டது ஏரகம் ஆதலின், அஃது இன்ன நாட்டகத்தது என்று கூறுதல் நமது கடமை,' என்று கருதியவர் போல நச்சினார்க்கினியர் 'ஏரகம்' மலைநாட்டகத்தொரு திருப்பதி' என்று கூறினர் போலும்!

சிலப்பதிகாரம் குன்றக்குரவையுள்,

"சீர்கெழு செந்திலும் செங்கோடும் வெண்குன்றும்
ஏரகமும் நீங்கா இறைவன்" (1)*

என முருகன் திருப்பதிகளுள் அக்காலச் சிறப்புப் பெற்றவை குறிக்கப் பட்டுள்ளன. சிலப்பதிகார அரும்பத உரையாளர் வெண்குன்றைச் 'சுவாமி மலை' எனக் கூறியுள்ளார். சிலப்பதிகாரத்திற்கு முதலில் அரும்பத உரையும் பின்பு அடியார்க்கு நல்லார் விரிவுரையும் தோன்றியிருத்தலே இயல்பு; எனவே, அடியார்க்கு நல்லார்க்கு அரும்பதவுரையாசிரியர் முற்பட்டவர் எனக் கொள்வதே பொருந்தும்[3]. அடியார்க்கு நல்லார் நச்சினார்க்கினியர்க்கு முற்பட்டவர். நச்சினார்க்கினியார் கி.பி.14ஆம் நூற்றாண்டுக்குப் பிற்பட்டவர் எனவே, அடியார்க்கு நல்லார் காலம், ஏறத்தாழக் கி.பி. 13 அல்லது 14ஆம் நூற்றாண்டு என்னலாம். அரும்பதவுரையாளர் அவர்க்கு முற்பட்டவராதலின், அவர் காலம் ஏறத்தாழக் கி.பி. 12 அல்லது 13ஆம் நூற்றாண்டு என்னலாம். எனவே, கி.பி.12 அல்லது 13ஆம் நூற்றாண்டினரான அரும்பதவுரை ஆசிரியர் 'சுவாமிமலை வேறு, ஏரகம் வேறு' என்று தெளிவாகக் கூறியுள்ளார் என்பது இங்கு அறியத்தகும்.

---

2. பத்துப்பாட்டு, ஐந்தாம் பதிப்பு, பக். 62.

* 3. தெய்வம் பராஅயது, அடி, 1-2.

2,3 சிலப்பதிகாரம், ஏழாம் பதிப்பு, பக்.17.

ஆயினும், கி.பி. 15ஆம் நூற்றாண்டில் வாழ்ந்த அருணகிரிநாதர் 'சுவாமி மலைதான் ஏரகம்' என்று பல பாக்களில் குறித்துள்ளார்[4].

இனி, நக்கீரர் ஏரகத்தைப்பற்றி யாது கூறியுள்ளார் என்பதைக் காண்போம். 'ஓதல், ஓதுவித்தல், வேட்டல், வேட்பித்தல், ஈதல், ஏற்றல்' என்னும் அறுதொழிலின் வழுவாதவரும் நற்குடிப்பிறந்தவரும் நாற்பத் தெட்டாண்டு வரை பிரமசரிய விரதம் காத்தவரும், அறம் கூறும் கோட்பாட்டினையும் முத்தீச்செல்வத்தையும் உடையவருமாகிய அந்தணர் முருகப்பெருமானை வழிபடும் காலமறிந்து மந்திரங்களைக் கூற, (அருச்சகர்) நீராடுங்கால் தோய்க்கப்பட்ட ஆடை உடம்பிலே கிடந்து காயும்படி உடுத்து முருகனைத் தலைமேற்குவித்த கையினராய்த் துதித்து, ஆறெழுத்து மந்திரத்தை நாவில் உச்சரித்து, நறிய மலர்களை எடுத்து அருச்சனை புரிவர். முருகன் அந்நிலையில் மகிழ்ந்து ஏரகம் என்னும ஊரில் இருப்பன்[5].

இது நச்சினார்க்கினியர் உரையின் கருத்து. இதிற் 'கூற' உச்சரித்து, என வரும் இரண்டு வினைகள் இரு திறத்தாரைக் குறிப்பவையாகக் கொள்வதே நேரிது. அங்ஙனம் கொள்ளின், மந்திரங்களைக் கூறுவோர் வேறு, ஆறெழுமுத்துச் சொல்லி மலர் தூவி அருச்சிப்பவர் வேறு என்பதை அறியலாம். பெரிய கோவில்களில் இங்ஙனம் இரு திறத்தினர் இருந்து வழிபாடு செய்தல் உண்டு.

இரு செயல்களையும் அருச்சகரே செய்தனர் எனக் கொள்ளின், 'கூற' என்பதைக் 'கூறி' என மாற்றிக் கொள்ள வேண்டும். இங்ஙனம் இரு செயல்களையும் ஒருவரே செய்தல் சிறிய கோவில்களில் உண்டு.

ஏரகத்தில் அருச்சனை புரிந்தவர் நீராடி ஈரத்துணியுடனே இருந்து அருச்சனை செய்தனர்[6] என்பதை,

---

4. "காவிரி யாற்றுக்கு ளேவரு,
வளமை சோழநன் னாட்டுக்குள் ஏரக
நகரிற் சீர்பெறு மோட்சத்தை யேதரு பெருமாளே,"
"யாவும்அலை கொண்டு கைத்த காவிரி புறம்பு சுற்றும்
ஏரகம் அமர்ந்த பச்சை மயில்வீரா"

5. திருமுருகாற்றுப்படை, அடி, 177-189.

6. கோவிலில் வழிபடும் பொதுமக்கள் ஈரத்துணியுடன் சென்று வழிபடுவதை ஆசிரியர் குறித்தார் எனக் கூறுவது பொருந்தாது. திருக்கோவில், மாலை 1, மணி 2, பக்.5 (1958)

'புலராக் காழகம் புலர உடீஇ'

என்னும் நக்கீரர் வாக்கால் அறியலாம்.

இங்ஙனம் அருச்சகர் நீராடி ஈரத்துணியுடன் அருச்சனை புரிதல் மலை நாட்டில் இன்றும் இருந்து வரும் வழக்கமாகும். தமிழ் நாட்டில் இவ்வழக்கம் இல்லை. மலையாள நாட்டில் உள்ள பெரிய கோவில் களில் அருச்சனை செய்பவர், 'போற்றி' என்று வழங்கப்படும் துளு நாட்டுப் பிராமணராவர். இவர்கள் கன்னடமும் பேசுவார்கள். இவர்கள் தாங்கள் பணி புரியும் ஊர்களில் பெரும்பாலும் குடும்பத்துடன் இருப்ப தில்லை; தங்கள் ஊரை விட்டுக் குறிப்பிட்ட காலம் வரையில் தாங்கள் பணிபுரியும் கோவில் உள்ள ஊரில்- கோவிலை அடுத்த சத்திரத்தில்- தங்கியிருப்பார்கள்; அப்பொழுது கடுமையான பிரமச்சரியம் காப்பார் கள். இவர்களை இன்றும் இந்நிலையில் நாகர்கோவிலில் உள்ள நாகராஜர் கோவிலிலும், திருவனந்தபுரம் பத்மநாப சுவாமிகோவிலி லும், மலையாள-கன்னடநாடுகளில் உள்ள பிற கோவில்களிலும் காணலாம்.

இவ்வாறு ஈரு ஆடையுடன் அருச்சனை புரியும் அருச்சகர் முருகனுக்குரிய ஆறெழுத்து மந்திரத்தை உச்சரித்து மலர் தூவி அருச்சிப்பர் என்று நக்கீரர் கூறியுள்ளார். ஆறெழுத்து மந்திரம் 'நமோ குமாராய' என்பது என்று நச்சினார்க்கினியர் குறித்துள்ளார். 'நமக்குமாராய' என்பதும் பாடமாகும். பின்னதே இலக்கணமுடையது. செய்யுளில் மெய்யெழுத்துக்கணக்கில் வாராது. எனவே, அஃது ஒழிந்த ஆறு எழுத்துகளே கணக்கிடப்படும்.

மலை நாட்டில் உள்ளதும் நமக்குமாராய என்னும் மந்திரப் பெயருக்கு மிகப்பொருத்தமாயுள்ளதுமாகிய இடம் யாதெனக் கண்டறிதல் நல்லது.

தென்கன்னட மாவட்டத்தில் புத்தூர் வட்டத்துக் கிழக்குக் கோடியில் மேற்கு மலைத்தொடரின் மேற்குப் பக்கத்தில் சஹ்யாத்திரி மலைகளில் ஒன்றான குமார பருவதம் இருக்கின்றது. இப்பகுதி துளு நாட்டைச் சேர்ந்தது. இதனை அடுத்துக் குமாரக்ஷேத்திரம் அல்லது சுப்பிரமணியக்ஷேத்திரம் என்னும் சிற்றூர் உள்ளது. அதில் கோவில் கொண்டுள்ள பெருமானுக்குக் குமாரசாமி என்பதே பெயர். குமாரசாமி எழுந்தருளியுள்ள இடம் குமாரக்ஷேத்திரம் என்றும், அந்த இடத்தை அடுத்துள்ள மலை குமாரமலை என்றும், அம்மலையிலிருந்து வரும்

சிற்றாறு குமாரதாரை என்றும் பெயர் பெற்றுள்ளன[7].

இங்ஙனம் கடவுள் பெயர் அவருள்ள இடத்திற்கும் அந்த இடத்தையடுத்த மலைக்கும் அம்மலையில் தோன்றிய ஆற்றுக்கும் பெயராய் அமைந்துள்ளமை பிற இடங்களில் காண்டல் அருமையிலும் அருமை.

இங்குள்ள புற்றில் ஒரு சிவலிங்கம் உள்ளது. அது 'குக்கெலிங்கம்' எனப்படுகிறது. அதனால் இத்தலம் 'குக்கே' என்றும் வழங்கப்படுகின்றது. இப்புற்று ஆதிசேடனுக்கு உரியதென்று தலபுராணம் கூறுகிறது[8]. இத்தலத்தைப் பற்றிக் கி.பி. 8ஆம் நூற்றாண்டில் வாழ்ந்த சங்கரர் தமது புஜங்க தோத்திரத்திற் பாடியுள்ளார்; இங்கு ஒரு மடத்தையும் நிறுவினார். உடுப்பிக்கு அருகில் 13ஆம் நூற்றாண்டில் பிறந்த மத்துவா சாரியாரும் இவ்விடத்தில் ஒரு மடத்தை நிறுவினார். ஹொய்சள மன்னருள் காலத்தாற் பழமையானவர் இத்தலத்தையே தமக்குத் தலைநகராய்க் கொண்டிருந்தனர்[9]. இத்தலத்தைப் பற்றிய விவரங்கள் வட மொழியிலுள்ள கந்தபுராணம்- கந்தகுமார சம்ஹிதை-சஹ்யாத்திரி காண்டத்தில்- தீர்த்த க்ஷேத்திர மஹிம நிரூபணம் என்னும் பகுதியில் கூறப் பட்டுள்ளது[10].

இத்தலத்தில் உள்ள முருகப்பெருமானுக்கு ஒரு நாளில் நடைபெறும் பூசைகள் பல. ஒவ்வொரு பூசையின் போதும் அருச்சகர் நீராடி ஈர ஆடையுடன் இருநதே அருச்சனை புரிதல் வழக்கம். அவரும் அவருடைய உதவியாளரும் நீராடிய பின்பே ஈரவுடையுடன் கருவறையுள் நுழைவர். உதவியாளர் மந்திரங்களைக்கூற, அருச்சகர் அருச்சனை புரிவர்[11]. குமார மலையடிவாரத்தில் குமார தாரையின் பக்கத்தில் உள்ள குமாரசுவாமியை அருச்சிப்பவர் அப்பெருமானுக்கே உரிய 'நமக்கு மாராய' என்னும் மந்திரத்தை உச்சரித்து அருச்சனை புரிதல் இயல்புதானே!

---

7. ஸ்ரீ சுப்பிரமணிய க்ஷேத்திரம் (ஆங்கில நூல்) பக், 9, 11, 12.
8. குக்கெ-கூடைய (கன்னடம்); கூடையில் வைக்கப் பெற்ற லிங்கம் 'குக்கெலிங்கம்' எனப்பட்டது. இடத்திற்கும் இப்பெயரே சுருங்கி வழங்குகிறது.
9. க்ஷ நூல் பக். 1-2.
10. க்ஷ நூல் பக். 9
11. க்ஷ நூல் பக்.5-8.

நக்கீரர், 'பிரமச்சரிய விரதம் காத்த நற்குடி மறையவர் மந்திரம் கூற, ஈர ஆடையுடன் (அருச்சகர்) ஆறெழுத்து மந்திரம் கூறி, மலர்தூவி அருச்சிப்பர்,' எனக் கூறுதலைக் காண, மந்திரம் கூறுவோர் வேறு, அருச்சனை புரிவோர் வேறு என்பது தெளிவாகிறது. குமார க்ஷேத்திரத் தில் இந்த இரு திறத்தாரையும் இன்றும் காணலாம்.

கன்னடம், துளு, குடகு, மலையாள நாடுகளிலும் பெல்லாரி மாவட்டத்திலும் உள்ள மக்கள் இத்தலத்திற்கு வந்தவண்ணமிருக் கின்றார்கள். மைசூர், இந்தூர் மன்னர்கள் இக்கோவிலுக்குப் பல அறங்களைச் செய்துள்ளார்கள். இக்கோவில் கல்வெட்டுகள் விசயநகர வேந்தரான இரண்டாம் புக்கர் காலமுதல் (கி.பி. 1407) காணப்படு கின்றன. அவை 17ஆம் நூற்றாண்டோடு (கி.பி. 1681) முடிகின்றன[12].

இங்குக் கூறப்பட்ட குமாரக்ஷேத்திரம் மலை நாட்டகத்தது. ஆதலாலும், க்ஷேத்திரமும் மலையும் ஆறும் மூர்த்தியும் 'குமார' என்றே தொடங்கப்படுவதாலும், ஏரகத்து அருச்சகர் 'நமக்குமாராய' என்னும் மந்திரத்தை உச்சரித்து அருச்சனை புரிந்தனர் என்று நச்சினார்க்கினியர் கூறுதல் இத்தலத்திற்கு மிகவும் பொருத்தமாய் அமைந்துள்ளது என்பதா லும், அருச்சகர் ஈர ஆடையுடனே இருந்து அருச்சித்தல் இங்கு இன்றும் நடைபெறுதலாலும் இத்தலமே நக்கீரரால் குறிக்கப்பட்ட ஏரகமாய் இருக்கலாம் என்று கருதுதல் பொருத்தமாகும்[13].

'ஏரகம்-அழகிய அகம்', எனப் பொருள் கொள்வர் சிலர். ஏரகம் என்பது வடமொழியில் கோரைப் புல்லைக் குறிக்கும். காஞ்சி மரங்கள் நிறைந்த இடம் 'காஞ்சி' என்றாற்போலவும், காரைச் செடிகள் நிறைந்த

---

12. க்ஷ நூல் பக். 48
13. நாகர்கோவிலுக்கு அண்மையிலுள்ள வேழிமலை (வேள் மலை) யை ஏரகம் எனச் சிலர் கருதுவர். குமாரக்ஷேத்திரம் வேழி மலையினும் பன்மடங்கு சிறப்புற்றதாகும்; நாளும் யாத்திரிகரை மிகப் பரவலாகவு டையது; நாளும் நடைபெறும் பூசைகளிலும் உயர்வுடையது; மந்திரம் ஓதுவோரையும், அருச்சகரையும் தனித்தனியாகப் பெற்றது. மேலும், குமாரக்ஷேத்திரம், குமாரமலை, குமாரதாரை என்னும் பெயர்கள் அமையப் பெற்ற (ஊரும், மலையும், சிற்றாறும் ஒரே ஊரில் அமைந்த) இடமே 'நமக்குமாராய என்னும் மந்திரத்திற்கு ஏற்ற தலமாகக் கருதுதல் பொருத்தமாகத் தோன்று கிறது. மேலும், வேழி மலையில் உள்ள முருகன் சிலை பக்தர் அல்லது ஜின தேவர் உருவமாகக் காணப்படுகிறது என்பது இங்கு அறியத்தகும்.

இடம் 'காரைக்காடு' என வழக்குப் பெற்றாற்போலவும், ஏரகம் (கோரை) மிகுதியாய் இருந்த காரணத்தால் இத்தலம்' 'ஏரகம்' என வழங்கப் பட்டிருக்கலாம்.

'தமிழராகிய நக்கீரர் துளுநாட்டிலுள்ள ஏரகம் பற்றிப் பாடி யிருத்தல் கூடுமா?' என்று சிலர் ஐயுறலாம். சங்க காலத்திலும் பின் நூற்றாண்டுகளிலும் துளு நாடு தமிழர் அறிந்ததேயாகும். "தோகைக் காவிற் றுளுநா டன்ன' என அகநானூற்றில் (செய். 15) துளுநாடு கூறப்பட்டுள்ளது. 'தொண்டை நாட்டைக் கைப்பற்றிய கரிகாலன், காடு கெடுத்து நாடாக்கிய பின்பு அங்கு வேளாளரைக் குடியேற்றினான். அவ்வேளாளர் துளுநாட்டு வேளாளர். அவர்கள் தொண்டை மண்டலத் தில் தங்கிவிட்டதால், 'தொண்டை மண்டலத் துளுவ வேளாளர்' எனப் பட்டனர் என்று செவிவழிச் செய்தி செப்புகிறது. மேலும், பழந்தமிழ்ச் சொற்கள் துளு மொழியில் மிக்குள்ளன. இவை அனைத்தையும் நோக்க, நக்கீரர் போன்ற புலவர் பெருமக்களுக்குத் துளுநாடும் அதன்கண் இருந்த நல்லிடங்களும் நன்கு தெரியும் எனக் கோடலே பொருத்த மாகும்.

குறிப்பு–16

பழமுதிர்சோலை மலை

மதுரையை அடுத்துள்ள அழகர் மலை அடிவாரத்தில் அழகர் கோவில் இருக்கின்றது. அழகர் மலை திருமால் இருஞ்சோலை மலை என்றும், 'பழமுதிர்சோலை மலை' என்றும், அழகர் கோவில் முன்பு முருகன் கோவிலாய் இருந்தது என்றும், அழகர் கோவிலுக்கு எதிரில் முருகன் கோவில் இருந்து அழிந்துவிட்டது என்றும் பல செய்திகள் கூறப்படுகின்றன. திருமுருகாற்றுப்படையில் கூறப்பட்டுள்ள 'பழமுதிர் சோலை மலை' என்பது அழகர் மலையைக் குறிக்கின்றதா என்பது இங்கு ஆராயத்தகும்.

சிலப்பதிகாரம்

ஐங்குறுநூறு, குறுந்தொகை, நற்றிணை, அகநானூறு முதலிய தொகை நூற்பாடல்கள் பலவற்றின் நடைக்கும் நூற்பொருளுக்கும், சிலப்பதிகார நடைக்கும் நூற்பொருளுக்கும் வேறுபாடு இருத்தலைக் கொண்டு, சிலப்பதிகாரம் முன்னவற்றிற்குப் பிற்பட்டது என்பது ஆராய்ச்சியாளர் கருத்து. சிலப்பதிகாரத்தில் கூறப்பட்டுள்ள செங்குட்டுவன்

இலங்கைக் கயவாகுவின் காலத்தவன் என்று சிலப்பதிகாரமே செப்பு கின்றது. அந்தக் கயவாகு இலங்கையில் பத்தினி வணக்கத்தை ஏற்படுத் தினான் என்று இலங்கைக் கதைகளும் நாட்டுப் பாடல்களும் நவில் கின்றன. அந்தக் கயவாகுவின் காலம், கி.பி. 114-136 என்று இலங்கை வரலாறு இயம்புகின்றது[14]. எனவே, கயவாகு, செங்குட்டுவன் ஆகியோர் காலத்தில் வாழ்ந்த இளங்கோ அடிகள் செய்த சிலப்பதிகாரத்தின் காலமும் இதுவேயாகும் என்பது வெளிப் படை.

இங்ஙனம் கி.பி. இரண்டாம் நூற்றாண்டின் முற்பாதியில் செய்யப் பட்ட சிலப்பதிகாரத்தில் 'திருமால் குன்றம்'[15] என்று இன்றைய அழகர் மலை சொல்லப்பட்டுள்ளதென்பது நம்பப்படுகிறது. மேலும், திருமால் கோவில் அக்குன்றின்மீதே இருந்தது என்றே அந்நூல் கூறுகின்றது[16]. அங்கு முருகன் கோவிலும் இருந்திருக்குமாயின், இளங்கோ அடிகள் அதனைக் குறித்திருப்பார் அல்லரோ?

அகநானூறு

அகநானூறு 59ஆம் செய்யுளில் அச்செய்யுளைப் பாடிய மதுரை மருதன் இளநாகனார் என்ற புலவர்,

'சூர்மருங் கறுத்த சுடரிலை நெடுவேல்
சினமிகு முருகன் தண்பரங் குன்றத்து
அந்துவன் பாடிய சந்துகெழு நெடுவரை'

என்று மதுரையை அடுத்துள்ள திருப்பரங்குன்றத்தைப் பாடியுள்ளார். மதுரை மருதன் இளநாகனார் என்பவர் மதுரையைச் சேர்ந்தவர் என்பது தெளிவு. அவர் காலத்தில் அழகர் மலைப் பகுதியில் சிறப்புப் பெற்ற முருகன் கோவில் இருந்திருக்குமாயின், அதனையும் குறித் திருத்தல் கூடுமன்றோ?

அகநானூற்றில் எருக்காட்டூர்த் தாயங்கண்ணனார் என்ற புலவரும் 149ஆம் செய்யுளில்,

"நெடுநல் யானை அடுபோர்ச் செழியன்
கொடிநுடங்கு மறுகிற் கூடற் குடாஅது

---

14. இலங்கை வரலாறு; முதல் நூல், முதற்பகுதி, பக். 183-185.
15. காதை, 11; அடி, 91
16. அடி, 133.

பல்பொறி மஞ்ஞை வெல்கொடி யுயரிய
ஓடியா விழவின் நெடியோன் குன்றத்து''

என்று முருகனது திருப்பரங்குன்றத்தையே பாடியுள்ளார். மதுரைக்கு அருகில் உள்ள அழகர் மலைப்பகுதியில் இப்புலவர்கள் காலத்தில், திருப்பரங்குன்றத்தைப் போல முருகன் கோவில்கொண்ட மலை ஒன்று இருந்திருக்குமாயின், இப்புலவர்கள் அதனைப் பாடாது விட்டிருப் பார்களோ?

கலித்தொகை

'கலித்தொகை' என்னும் சங்கநூலில் 93ஆம் செய்யுளில்,

"ஈரணிக் கேற்ற வொடியாப் படிவத்துச்
சூர்கொன்ற செவ்வேலாற் பாடிப பலநாளும்
ஆராக் கனைகாமங் குன்றத்து நின்னொடு
மாரி யிறுத்த கடவுளைக் கண்டாயோ?''

என்னும் அடிகள் திருப்பரங்குன்றத்தைக் குறிப்பதாகவே நச்சினார்க்கினியர் பொருள் கூறியுள்ளார். அவ்வுரையாசிரியரே அந்நூல் 27ஆம் செய்யுளில் வந்துள்ள, 'வென்வேலான் குன்று' என்பதற்கு, 'முருகன் திருப்பரங்குன்றம்' என்றே குறித்துள்ளார். இந்த இரண்டு செய்யுட் பகுதிகளிலும் திருப்பரங்குன்றத்தை வெளிப்படையாகக் குறிக்கும் சொற்கள் இல்லை ஆயினும், மதுரையிலே பிறந்து வளர்ந்த நச்சினார்க்கினியர் திருப்பரங்குன்றத்தையே குறித்திருப்பது கவனிக்கத் தகுந்தது. அவர் கி.பி. 14 அல்லது 15ஆம் நூற்றாண்டினர் என்னலாம். சங்க இலக்கியங்களுக்கு உரை எழுதிய அப்பேரறிஞர், மதுரைக்கு அண்மையில் அழகர் மலைப்பகுதியில் மெய்யாகவே ஒரு முருகன் கோவில் இருந்திருக்குமாயின், அதனைக் குறித்திருத்தல் கூடுமன்றோ?

பரிபாடல்

'பரிபாடல்' என்னும் சங்கநூலில் திருமாலைப்பற்றிய பாடல்களும், முருகனைப்பற்றிய பாடல்களும், வையை பற்றிய பாடல்களுமே இடம் பெற்றுள்ளன. திருமாலைப் பற்றிய பாடல்கள் ஆறு; முருகனைப் பற்றியவை எட்டு. முருகனுக்குரிய எட்டுப்பாடல்களுள் ஒன்றிலேனும் பழமுதிர்சோலை மலையைப் பற்றியோ, அங்குள்ள முருகனைப் பற்றியோ ஒரு குறிப்பும் காணப்படவில்லை. மாறாகப் பெரும்பாலான செய்யுள்கள் திருப்பரங்குன்றத்தைப் பற்றியே பேசுகின்றன. முருகனைப்

பற்றிய எட்டுப்பாடலகளைப் புலவர் எழுவர் பாடியுள்ளனர். இவ்வெழுவருள் ஒருவரேனும் பழமுதிர்சோலை மலை என்று ஒன்று இருந்ததாகவோ, அதன்மீது முருகன் கோவில் இருந்ததாகவோ பாடாமை கவனிக்கத் தகும்.

திருமால் கோவில் இருந்த குன்றம் முதலில் 'இருங்குன்றம்' எனப்பட்டது. அதன்மீது திருமால் கோவில் உண்டான பிறகு, 'மால் இருங்குன்றம்' எனப்பட்டது. அம்மலைமீது சோலைகள் மிக்கிருந்த காரணத்தால்,

"சோலையொடு தொடர்மொழி மாலிருங் குன்றம்"

(பரிபாடல், 15)

"மாலிருஞ்சோலைமலை' என்னும் பெயர் பெற்றது. இதுகாறும் கூறப்பட்ட சான்றுகள், மதுரைக்கு ஒருபால் முருகனுக்குரிய பரங்குன்றமும், மற்றொருபால் திருமாலுக்குரிய இருங்குன்றமும் இருந்தமையையே வற்புறுத்துகின்றன.

திருமுருகாற்றுப்படை

திருமுருகாற்றுப்படையைக் கூர்த்து கவனிப்பின், அதன் ஈற்றடியாகிய 'பழமுதிர் சோலை மலைகிழ வோனே' என்பது எழுவாயாய் அமைந்திருத்தலைக்காணலாம். 'சேயோன் மேய மைவரை யுலகம்' என்பது தொல்காப்பியம்; அஃதாவது, முருகன் மலையும் மலை சார்ந்த நிலமுமாகிய குறிஞ்சிக்குரிய கடவுள் என்பது. இதனாலேதான் முருகன் குன்றுதொறாடலை மேற்கொண்டவன் என்று திருமுருகாற்றுப் படை கூறுகிறது. "அப்பெருமான் திருமுருகாற்றுப் படை கூறுகிறது. "அப் பெருமான் பழமுதிர்சோலைமலைகட்கும் உரிமை பூண்டவன். அவன் திருப்பரங்குன்றம், திருச்சீரலைவாய், திருவாவிநன்குடி, திருஏரகம் ஆகிய நான்கு இடங்களிலும் கோவில் கொண்டவன்; மலைதோறும் ஆடல் கொண்டவன்; இவையன்றி அவன் ஊர்தோறும் விழா எடுக்கும் இடங் களிலும், வெறியாடு களத்திலும், காட்டிலும், பொழிலிலும், ஆற்று இடைக்குறையிலும், ஆறுகளிலும், குளங்களிலும், பல்வேறு ஊர்களி லும், நாற்சந்தியிலும், முச்சந்தியிலும், ஐஞ்சந்தியிலும் கடம்பமரத்திலும், ஊர் நடுமரத்தடியிலும், ஊர் அம்பலத்திலும், ஆதீண்டு குற்றியை உடைய இடத்திலும், குறமகள் சிறந்த முறையில் வழிபாடு இயற்றும் இடத்தி லும் உறைபவன்', என்று நக்கீரர் கூறியுள்ளார்.

'பழமுதிர்குன்று' என்னும் தொடர் நற்றிணையில் (செ.78) வந்துள்ளது. அதுபோலவே திருமுருகாற்றுப்படையில், பழமுதிர் சோலைமலை என்பது குறிக்கப்பட்டுள்ளது. அம்மலையில் மிளகுக் கொடி வளர்வதாக (அடி, 309) நக்கீரர் கூறியுள்ளார். தமிழகத்தில் சேர நாட்டு மலைத்தொடரிலேதான் மிளகு பயிராவது என்பதை அனைவரும் அறிவர். பழமுதிர்சோலை என்று கருதப்படும் அழகர் மலையிலோ, அதனைச் சார்ந்த நத்தம் மலைத்தொடரிலோ மிளகு பயிரானது என்பதற்குரிய சான்றுகிட்டவில்லை. அங்கு இன்றும் மிளகு பயிராதல் இல்லை.

12. கரிகாலன்

பத்துப்பாட்டுள் அமைந்துள்ள பொருநர் ஆற்றுப்படையும் பட்டினப்பாலையும் சோழன் கரிகாலனைப் பற்றிப் பேசுகின்றன. அவற்றுள் ஒவ்வொன்றும் அவனைப் பற்றிக் கூறுவனவற்றை முதற்கண் காண்போம்:

பொருநர் ஆற்றுப்படை

1. இப்பாடல் சோழனைக் 'கரிகால் வளவன்' என்று வழங்குகிறது. (அடி. 148)

2. கரிகாலன் உருவப்பஃறேர் இளையோனுக்கு மகன் (அடி. 130)

3. கரிகாலன் தாய் வயிற்றிலிருந்து தாயம் எய்தியவன். (அடி. 132)

4. கரிகாலன் 'வெண்ணி' என்னும் இடத்தில் நடைபெற்ற போரில் சேரனையும் பாண்டியனையும் இறக்கச் செய்தான். (அடி. 143-148).

5. கரிகாலன் தன்னை நாடி வந்த புலவர் முதலியோருக்குப் பரிசு வழங்கி அவர் பின் ஏழடி நடந்து செல்லும் இயல்புடையவன் (அடி. 150-166) இப்பாடலைப் பாடியவர் முடத்தாமக் கண்ணியார் என்பவர்.

பட்டினப்பாலை

1. இப்பாடல் கரிகாலன் எனப் பெயரைக் கூறவில்லை; திருமாவளவன் எனக் கூறுகிறது. அவன் இளமையில் சிறையிலிருந்து விடுதலை பெற்றவன் (அடி. 221-227).

2. அவன் ஒளியார், அருவாளர், பொதுவர், இருங்கோவேள் தென்னவன் (பாண்டியன்) குடவர், வடவர் ஆகியோரை வென்றவன் (அடி. 274-282).

3. அவன் காடு கெடுத்து நாடாக்கினான்; குளம் தொட்டு வளம் பெருக்கினான் (அடி. 283-284).

4. அவன் உறந்தையைப் புதுப்பித்தான்; கோவில்களோடு பழைய குடிகளையும் பண்டு போல நிலை நிறுத்தினான்; உறந்தையின் மதிலில் பெரிய வாயில்களோடு சிறிய வாயில்களையும் உண்டாக்கினான்; மதிலின்மீது எய்து மறையும் சூட்டுதோறும் அம்புக் கட்டுகளைக் கட்டி வைத்தான். (அடி, 285-288) பட்டினப்பாலையைப் பாடியவர் கடியலூர் உருத்திரங்கண்ணனார்.

இரண்டு பாடல்கள்

பொருநர் ஆற்றுப்படையுள் கரிகாலனைப் பற்றிக் கூறப்பட்டுள்ள செய்திகள் பட்டினப்பாலையில் குறிப்பிடப்படாமை கவனிக்கத்தகும். அவனுடைய பெயர்கூட மாறியுள்ளது. பொருநர் ஆற்றுப்படையில் கரிகாலன் தலைநகரம் குறிக்கப்படவில்லை; பட்டினப்பாலையில் உறையூர் புதுப்பிக்கப்பட்டது என்னும் செய்தி கூறப்பட்டுள்ளது. அவன் காவிரிப் பூம்பட்டினத்தையே தலைநகராகக் கொண்டு விட்டான் என்பதை உணர்த்துதல் போல அத்துறைமுக நகரத்தின் முழு விவரங்களும் கூறப் பட்டுள்ளன.

பொருநர் ஆற்றுப்படை கரிகால் வளவனிடம் பரிசில் பெற்று மீண்ட பொருநன் ஒருவன், வறிய பொருநன் ஒருவனை அவ்வளவன்பால் ஆற்றுப்படுத்தியதாகப் பாடப்பட்டது. ஆதலின், அது காரிகாலன் வாழ்ந்த காலத்திலேயே பாடப்பட்டதாகும். காவிரிப் பூம்பட்டினத்துக் குடிமகன் ஒருவன் தன் மனைவியை விட்டுப் பிரிந்து செல்லும் கானம், கரிகாலன் தன் பகைவர் மீது எறிந்த வேல்களினும் வெம்மை உடையது என்றும், தன் மனைவியின் அகன்ற மெல்லிய தோள்கள் அக்கரிகாலன் செங்கோலினும் குளிர்ச்சி வாய்ந்தன என்றும் கூறுவதால் இதைப் பாடிய புலவரும் கரிகாலன் காலத்தவர் என்பது உண்மை. ஆயின், பொருநர் ஆற்றுப்படையில் கரிகாலன் போர்ச் செயல்களில் வெண்ணிப் போர் ஒன்றே கூறப்பட்டுள்ளது. பட்டினப்பாலையில் அவன் செய்த பல போர்கள் கூறப்பட்டுள்ளன. இவையன்றி, அவன் நாட்டைத் திருத்தியமை, வளப்படுத்தினமை, உறையூரைப் புதுப்பித்தமை, அவன் மனைவி மக்களோடு வாழ்ந்தமை முதலியனவும் கூறப்பட்டுள்ளன. இவ்வேறுபாடுகளை நோக்க (பொருநர் ஆற்றுப்படை கரிகாலனது ஆட்சித் தொடக்கத்தில் வெண்ணிப்போரை அடுத்துச் செய்யப் பட்டது.) எனவும் பட்டினப்பாலை அவன் பல நாடுகளை வென்று மேம்பட்ட பின்பு பாடப்பட்டது எனவும் கொள்ளுதல் பொருத்தமாகும். இனி, இவ்விரண்டின் துணையைக் கொண்டு இவனது வரலாற்றை

ஈண்டு ஆராய்வோம்; இவ்வரலாற்றுக்கு உறுதுணையான பிற நூற் செய்திகளையும் பிற்காலக் கல்வெட்டுகளையும் ஆங்காங்குக் காண்போம்.

இளமைப் பருவம்

கரிகாலன் தந்தை 'உருவப் பஃறேர் இளையோன்' என்று பொருநர் ஆற்றுப்படை கூறுகிறது இவன் சோழன் உருவப் பஃறேர் இளஞ்சேட் சென்னி என்று புறநானூற்றில் கூறப்பட்டுள்ளான். இவனைப் பரணர் (4) பெருங்குன்றூர் கிழார் (266) என்னும் புலவர் இருவர் பாடிய பாக்கள் புறநானூற்றில் இடம் பெற்றுள்ளன. பரணர் இவனது போர்ச் சிறப்பினை ஒரு பாடலில் (4) வியந்து பாடியுள்ளார். இதிலிருந்து இளஞ்சேட்சென்னி மிகச் சிறந்த வீரன் என்பது தெளிவாகும். 'இளஞ்சேட்சென்னி' என்ற தொடர் அவன் பட்டம் பெறாதவன் என்பதை உணர்த்துகிறது. எனவே, அவன் சோழ மன்னனாய் விளங்கிய தன் தமையன் பொருட்டுச் செய்த போரின் சிறப்பையே பரணர் பாடினார் என்று கொள்வது பொருத்தமாகும். நாடாண்ட சோழனுக்குப் பட்டத்திற்குரிய பிள்ளை இன்மையால், அவன் தம்பி மகனான கரிகாலன் தாய்வயிற்றில் இருந்தபோதே அரசுரிமைக்கு உரியவன் ஆனான் போலும்! பெருவீரனான தந்தையும் சோழ மன்னனும் இறந்துவிட்டமையால், இளைஞனான கரிகாலன் பட்டம் எய்தியிருத்தல் கூடும். அந்நிலையில் அவன் தாயத்தார் அவனைச் சிறையில் அடைத்துவிட்டனர் போலும்! அவன் வலிய புலிக்குட்டி கூட்டிடத்தே அடைப்புண்டு வாழ்ந்தாற்போலப் பகைவர் காவலில் இருந்து வளர்ந்தான். வலிய ஆண் யானை தான் அகப்படப் பண்ணின குழியிலிருந்து தப்பி, அக்குழியின் கரைகளைத் தன் கோட்டாலே குத்திக் குழியைத் தூர்த்து வெளிப்பட்டாற்போலக் கரிகாலன் தன் பகைவரின் திண்ணிய காவலாகிய வாட்படையை வென்று சிறை யினின்றும் வெளிப்பட்டான்; குழியை அழித்து வெளிப்பட்ட யானை தன் பிடியினிடத்தே சென்றாற்போலக் கரிகாலன் தன் அரசுரிமையை அடைந்தான் என்று பொருள் படப் பட்டினப்பாலை பேசுகிறது.

கொடுவரிக் குருளை கூட்டுள் வளர்ந்தாங்குப்
பிறர்பிணியகத் திருந்து பீடுகாழ் முற்றி
யருங்கரை கவியக் குத்திக் குழி கொன்று
பெருங்கை யானை பிடிபுக் காங்கு
நுண்ணிதி னுணர நாடி நண்ணார்

செறிவுடைத் திண்காப் பேறி வாள்கழித்
துருகெழு தாயம் ஊழின் எய்தி" (அடி, 221-227)

என்பது காண்க.

வெண்ணிப்போர்

சேரனும் பாண்டியனும் சேர்ந்து கரிகாலனைச் சோழ நாட்டி லேயே தாக்கினர். தஞ்சை மாவட்டத்தில் நீடாமங்கலத்துக்கு மேற்கில் நான்கு கல் தொலைவில் உள்ள வெண்ணி என்னும் இடத்தில் போர் நடைபெற்றது. அப்போரில் கரிகாலனே வெற்றி பெற்றான். அவனை எதிர்த்த சேரனும் பாண்டியனும் களத்திற்பட்டனர் (பொ.ஆ.படை., அடி, 146) ஆயின் உடனே இறக்கவில்லை. அவன் முதுகில் புண்பட்டது. தூய வீரன் மார்பில் புண்பட்டு இறத்தல் வேண்டும். தன் முதுகில் புண்பட்டமையால் அப்புறப் புண்ணுக்கு நாணிக் குடக்கோப் பெருஞ்சேரலாதன் அப்போர்க்களத்திலேயே உண்ணாநோன்பை மேற்கொண்டு உயிர் விடத் துணிந்தான். அவனது மான வீரத்தைப் பாராட்டி அவ்வூரைச் சேர்ந்த குயத்தியார் என்ற பெண்பாற்புலவர் கரிகாலன் மீது ஒரு செய்யுளைப் (புறம், 66) பாடினார்.

சேரமானின் நண்பரான கழாத்தலையார் என்ற புலவர் மனம் வருந்திக் கீழ் வருமாறு பாடியுள்ளார்:

"முழுநிலா நாளில் ஞாயிறும் திங்களும் தம்முள் எதிர்
நின்று பார்த்து, அவற்றுள் ஒரு சுடர் மாலைப் பொழுதில்
மலையுள் ஒளித்தாற்போலத் தன்னையொக்கும் வேந்தன்
எறிந்த புறத்துற்ற புண்ணுக்கு நாணிச் சேரமான்
வடக்கிருத்தலால், முழவு, மார்ச்சனை இடுதல் ஒழிந்தது;
யாழ், பண்ணை ஒழிந்தது; பானை, பால் இன்மையின்
கவிழ்ந்து நெய் கடைதலை ஒழிந்தது; இரவலர் சுற்றம்,
மதுவை உண்ணாது ஒழிந்தது; உழுபவர், தம் தொழிலை
ஒழித்தனர்; சீறூர்கள், விழாவினை ஒழிந்தன; யாம் சேரன்
இல்லாமல் தனித்து உயிர் வாழும் நாள்கள் முன்பு கழிந்த
நாள்களைப் போலக் கழியா" (புறம்.65)

இச்சேரலாதன் வடக்கிருந்ததை அறிந்து இவனோடு பழகிய சான்றோரும் வடக்கிருந்தனர் என்னும் புதிய செய்தியை மாமூலனார் என்ற புலவர் ஒரு செய்யுளில் (அகம். 55) குறித்துள்ளார்:

"கரிகால் வளவனொடு வெண்ணிப் பறந்தலைப்
பொருதுபுண் ணாணிய சேர லாதன்
அழிகள மருங்கின் வாள்வடக் கிருந்தென
இன்னா இன்னுரை கேட்ட சான்றோர்
அரும்பெறல் உலகத் தவனொடு செலீஇயர்
பெரும்பிறி தாகி யாங்கு."

என்பது அவர் பாடல்.

இவ்வெண்ணிப் போரைக் கி.பி. 11ஆம் நூற்றாண்டு நூலான கலிங்கத்துப் பரணியும் குறித்துள்ளது (கண்ணி, 196).

பிற போர்கள்

1. சோழநாட்டிற்குத் தென்பால் இருந்த பாண்டியன் கரிகாலனால் முறியடிக்கப்பட்டான். இப்பாண்டியன் வெண்ணிப் போருக்குப் பின்பு ஆட்சி யெய்திய பாண்டியன் போலும்!

2. கரிகாலன் இருங்கோவேளை வென்றான். மைசூர் நாட்டில் இன்று ஹளபீடு (பழைய வீடு) என்று வழங்கப்படும் துவார சமுத்திரம் சங்க காலத்தில் 'துவரை' எனப்பட்டது. கபிலர் பாரி மகளிரை அழைத்துக்கொண்டு அந்நகரத்தை ஆண்டு வந்த இருங்கோவேளைக் கண்டு பாடினார் என்று புறநானூறு (செ. 201, 202) புகல்கின்றது. அவன் அத்துவரையை ஆண்டுவந்த அரசருள் 49ஆம் தலை முறை யினன் என்று கபிலர் குறித்துள்ளார். கரிகாலன் இருங்கோவேளை வென்றனன் என்றமையால், அவன் மைசூர் நாட்டை வென்றான் என்பது பெறப்படும்.

3. கரிகாலன் குடவரை வென்றான். குடவர் என்பவர் மேற்குத் திசை நாட்டினர். சேரர், குடகர், கொங்கர் ஆகிய அனைவரையும் 'குடவர்' என்னும் சொல் குறிக்கலாம்.

4. கரிகாலன் ஒளியர் பலரை வென்றான். ஒளியர் என்பவர் ஒளிநாட்டை ஆண்டு வந்த சிற்றரசர். செந்தமிழ் நாட்டைச் சூழ்ந்த பன்னிரண்டு நாடுகளுள் ஒளிநாடு என்பது ஒன்று. ஏனையவை பெங்கார் நாடு, தென்பாண்டி நாடு, குட்டநாடு, குடநாடு, பன்றிநாடு, கற்காநாடு, சீதநாடு, பூழி நாடு, மலைநாடு, அருவாநாடு, அருவா வடதலை நாடு என்பன[1].

---

1. தொல்காப்பியம், சொல்லதிகாரம், எச்சவியல், நூற்பா 4 உரை.

5. கரிகாலன் அருவாளரை வென்றான். அருவாநாடு என்பது, விருப்புறம் வட்டத்தின் தென்பகுதியும் சிதம்பரம், கடலூர், விருத்தாசலம் முதலிய வட்டங்களும் சேர்ந்த நிலப்பகுதி ஆகும். விழுப்புரத்திற்கு அண்மையிலுள்ள திரு ஆமாத்தூர் அருவா நாட்டைச் சேர்ந்தது என்று அக்கோவில் கல்வெட்டுக் கூறுகின்றது. ஒளியரும் அருவாளரும் சோழநாட்டிற்கும் அருவா வடதலை (தொண்டை) நாட்டிற்கும் இடைப்பட்ட நிலப்பகுதியை ஆண்டவராவர்[2]. இந்த அருவா நாட்டில் ஆங்காங்குச் சிற்றரசர் சிலர் கரிகாலனுக்குக் கீழ்ப்படிந்தனர் போலும்!

6. அருவா நாட்டிற்கு வடபாற்பட்டது அருவா வடதலை நாடு. அதனை ஆண்ட சிற்றரசரை (வடவரை)க் கரிகாலன் வென்றான்[3]. பிற்காலத் தெலுங்குச் சோழர் கல்வெட்டுகள் கரிகாலன் காஞ்சியை ஆண்டதாகக் கூறுகின்றன[4]. முதலாம் இராசேந்திரனுடைய திருவாலங் காட்டுச் செப்பேடுகள், கரிகாலன் காஞ்சியைப் பொன் மயமாக்கினான் என்று கூறுகின்றன[5]. அருவா வடதலை நாட்டை வென்ற கரிகாலன், அதன் தலைநகரான காஞ்சி மாநகரத்தை விரிவாக்கியிருக்கலாம்; அங்கு இருந்த கோவிலின் விமானத்தைப் பொன் வேய்ந்திருக்கலாம்[6].

இரண்டாம் குலோத்துங்கன் காலத்திற் (கி.பி. 1133-1150) செய்யப் பட்ட பெரிய புராணத்தில் வரலாற்று அறிஞரான சேக்கிழார், கரிகாலன் காஞ்சியைப் புதுக்கினான் - குடிகளை நிலை பெறச் செய்தான் என்று (திருக்குறிப்புத் தொண்டர் புராணம், செ.85) கூறியுள்ளார்.

7. கரிகாலன் பொதுவரையும் வென்றான் என்று பட்டினப்பாலை பகர்கின்றது. பொதுவர் என்பவர் குறும்பர், தலைவர்கள் எனக் கொள்ளலாம். அவர்கள் கடப்பை கர்நூல் மாவட்டங்கள் சேர்ந்த

---

2. History of the Tamils, -P.T.S. Aiyangar, p. 345.
3. கரிகாலன் தொண்டை நாட்டுப் பல்லவரை வென்றான் என்று P.T. சீனிவாச ஐயங்கார் கூறியுள்ளார். கரிகாலன் காலத்தில் பல்லவர் காஞ்சியில் இல்லை. இருந்திருப்பின், அக்காலத்தில் வாழ்ந்த புலவர், ஒளியர், அருவாளர், இருங்கோவேள் என்று தோற்றவர் பெயர் கூறிய புலவர்-பல்லவர் என்பதைக் குறியாமல் இரார். எனவே, வடவர் என்பது அருவா வடதலை நாட்டை ஆண்ட சிற்றரசர் பலரைக் குறித்ததென்பதே பொருந்தும்.
4. M.E.R. 1900. p.17.
5. S.I.I.3. part III, p. 395
6. History of the Tamils, P.T.S. Ayyangar, p. 364

நிலப்பகுதியை ஆண்டு வந்தார்கள். கரிகாலன் அவர்களையே வென்றான் என்று ஆராய்ச்சியாளர் கருதுகின்றனர்[7].

ரேநாண்டு

கரிகாலன் காடு கொன்று நாடாக்கினான் என்று பட்டினப்பாலை பகர்கின்றது (அடி, 283). இங்ஙனம் அவன் செய்தது கடப்பை கர்நூல் மாவட்டங்களிலேயாகும். அம்மாவட்டங்கள் சேர்ந்த நிலப்பகுதி கி.பி. 6, 7ஆம் நூற்றாண்டுகளில் ரேநாண்டு எனப்பெயர் பெற்றது. "கதிரவன் மரபைச் சேர்ந்த கரிகாலன் மேற்கு நிலப்பகுதியை வென்று இந் நாட்டையும் (ரேநாண்டையும்) கைப்பற்றினான். கரிகிரி என்னும் மலையின் தென்சரிவுகளில் இருந்த காடுகளை அழித்துப் 'பொத்தப்பி' என்ற ஊரை உண்டாக்கினான்; அதனைச் சுற்றிலும் பல சிற்றூர்கள் தோன்றச் செய்தான். அவை அனைத்தும் சேர்ந்த நிலப்பகுதி 'பொத்தப்பி நாடு' என்று பெயர் பெற்றது[8].

மேற்கூறப்பட்ட வழிவழிச் செய்தியே பட்டினப்பாலை கூறும். 'காடு கொன்று நாடாக்கி' என்னும் தொடருக்கு ஏற்ற விளக்கமாகலாம். எனவே, கரிகாலன் ஆட்சி தமிழகம் முழுமையிலும் பரவியிருந்ததோடு கடப்பை, கர்நூல் மாவட்டங்களிலும் பரவியிருந்தது என்று கொள்ளலாம். ரேநாண்டை ஆண்ட மன்னர்கள் தங்களைக் 'கரிகாலன் மரபினர்' என்று தங்கள் செப்பேடுகளில் கூறிப்பெருமை கொண்டார்கள். கி.பி. 640இல் ரேநாண்டைப் பார்வையிட்ட யுவான் சுவாங்கு என்ற சீன வழிப்போக்கன் அந்நாட்டைச் 'சூளியே' என்று குறித்துள்ளான். 'சூளியே' என்பது 'சோழியர்' - 'சோழர்' என்பவற்றின் திரிபாகும்.

தஞ்சாவூர், திருச்சிராப்பள்ளி மாவட்டங்களே பழைய சோழநாடு. அந்நாட்டை ஆண்டவர் சோழர். அங்ஙனம் இருக்க, மிக்க வடக்கிலுள்ள கடப்பை, கர்நூல் மாவட்டங்களை ஆண்டவர் தம்மைச் 'சோழர்' என்றும் 'கரிகாலன் மரபினர்' என்றும் கூறிக்கொண்டனர் என்பது எங்ஙனம் பொருந்தும்? ஏறத்தாழக் கி.பி. 300இல் தொண்டை நாடு பல்லவர் ஆட்சிக்கு உட்பட்டது. அதற்குப் பின்பு, சோழர் பல்லவரை

---

7. Ibid, p. 346.

8. Dr. N. Venkataramanaya, Quoting from L.R. Vol. 22, p.141, in the Madras Christian College Magazine for Jaunary, 1929
History of the Tamils, P.T.S. Ayyangar, pp. 346-347.

வென்று ரேநாண்டில் குடியேறினர் என்று கூறுதற்குச் சான்றில்லை. கி.பி. 300க்கு முற்பட்ட சங்ககாலத்தில் தொண்டை நாடு முடியப் பெரு நிலப் பரப்பை வென்றவன் கரிகாலன் ஒருவனே என்று பட்டினப்பாலை கூறு கின்றது. அது கூறுவதற்கு ஏற்பவே, ரேநாண்டு மன்னர் தம்மைக் 'கரிகாலன் மரபினர்' என்று கூறிச் சென்றனர். அவர்கள் கூற்றுக்கு ஏற்பவே அந்நாட்டைப் பார்வையிட்ட சீன வழிப்போக்கனும் அந்நாட் டைச் 'சூளியே' என்று கூறியுள்ளான். இவை அனைத்தையும் நோக்க, தொண்டை மண்டலம் முடியத் தன் ஆட்சியை நிலை நிறுத்திய கரிகாலன், தெலுங்கு நாட்டின் ஒரு பகுதியான ரேநாண்டில் சோழ அரசு மரபினரைக் குடியேற்றி அந்நாட்டை ஆளச் செய்தான் என்று கொள்வதே பொருத்தமாகும்.

நெல்லூர் மாவட்டத்துக் கூடூர் வட்டத்து ரெட்டி பாளையம் சங்காலப் பவத்திரியாகும். அப்பகுதி 'காகந்திநாடு' எனப்பட்டது. 'காகந்தி' என்பது காவிரிப்பூம்பட்டினத்தின் பெயர்களுள் ஒன்றாகும். அப்பெயர் நெல்லூர் மாவட்டப் பகுதிக்கு, அப்பகுதியை வென்ற சோழர்களே இட்டிருத்தல் வேண்டும் அன்றோ? நெல்லூர் மாவட்டப் பகுதியை வென்ற கரிகாலனே தனது வளமார்ந்த தலைநகரின் பெயர்களுள் ஒன்றைப் புதிய நாட்டுக்கு இட்டான் எனக் கொள்வது பொருத்த மாகும்[9].

பல்லவர் காலத்தில் ரேநாண்டுச் சோழர் பல்லவர்க்கடங்கிய சிற்றரசராய் இருந்தனர். பின்னர் அவருட் சிலர் மேலைச் சாளுக்கியர்க்கு அடங்கிய சிற்றரசராயிருந்தனர். கி.பி. 12, 13ஆம் நூற்றாண்டுகளில் குண்டூர், நெல்லூர், கடப்பை, வடவார்க்காடு, செங்கற்பட்டு மாவட்டங் களில் சோழர்க்கு அடங்கிய சிற்றரசராய் இருந்தனர்[10]. வாரங்கல்லைத் தலைநகராகக் கொண்டு ஆண்ட காகதீயர்களும் கரிகாலனைத் தங்கள் முன்னோன் என்று குறித்துள்ளார்கள்[11]. அனந்தப்பூர் மாவட்டத்தில் கரிகாலன மரபினர் என்று கூறிக்கொண்ட சிற்றரசர் சிலர் இருந்தனர். (உறையூர் தங்கள் ஊரரென்றும் கரிகாலன் தங்கள் முன்னோனென்றும் கூறிக்கொண்ட சோழ மரபைச் சேர்ந்த சிற்றரசர்கள் விஜயநகர வேந்தர்

9. Dr. S.K. Ayyangar's Int. to the Pallavas of Kanchi by R. Gopalan, p. 12.
10. M.E.R. 1900, p. 17; 1909, p.112.
11. M.E.R. 1900, p. 106.

காலத்திலும் (கி.பி.16ஆம் நூற்றாண்டிலும்)[12] இருந்தனர் என்று கல்வெட்டுகள் தெரிவிக்கின்றன. இங்ஙனம் தொண்டை நாட்டின் வட பகுதியிலும் அந்நாட்டுக்கு வடக்கிலும் மேற்கிலும் இருந்த சிற்றரசர்கள் கி.பி. ஏழாம் நூற்றாண்டு முதல் 16ஆம் நூற்றாண்டு வரையில் (அவர்கள் அரசர்களாயிருந்த வரையில்) உரையூரைத் தங்கள் ஊரென்றும் கரிகாலனைத் தங்கள் முன்னோனென்றும் கூறிவந்தார்கள் என்பது கரிகாலன் தமிழகத்திற்கு வடக்கில் புதுநாடு கண்டு சோழ அரசை உண்டாக்கின மையை அன்றோ உறுதிப்படுத்துவதாகும்?

உறையூர்

'உறந்தை' என்பது 'உறையூர்' என்பதன் மரூஉ மொழி. கரிகாலன் பன்னெடுங்காலமாய்ச் சோழர் தலைநகரமாய் இருந்த உறையூரைப் புதுக்கினான்; குடிமக்களை நிலை நிறுத்தினான் உறந்தையின் மதிலில் பெரிய வாயில்களையும் சிறிய வாயில்களையும் அமைத்தான்; மதிலின் மீது இருந்து அம்புகளை எய்து மறையும் சூட்டுதோறும் அம்புக் கட்டுகளைக் கட்டி வைத்தான் என்று பட்டினப்பாலை பகர்கின்றது. இங்ஙனம் கரிகாலன் உரையூரைப் புதுப்பிக்க வேண்டிய காரணம் யாது?

1. கரிகாலனை இளமையிற் சிறை செய்த அவன் உறவினர், அவன் பல நாடுகளை வெல்லும்பொருட்டு உறையூரை விட்டுச் சென்ற பின்பு அந்நகரைத் தாக்கி அழித்திருக்கலாம்.

2. அவன் தலைநகரில் இல்லாத பொழுது அவனால் ஒடுக்கப் பட்ட சோணாட்டுக் குறுநில மன்னர்கள் உரையூரைத் தாக்கி அழித் திருக்கலாம். அம்முயற்சியில் அவர்களுக்குத் துணையாகச் சேர பாண்டியர் சேர்ந்திருக்கலாம்.

3. கரிகாலன் வாகைப் பறந்தலையில் ஒன்பது மன்னர்களை வென்றான் என்று பரணர் (அகம். 125) பாடியுள்ளார். அவன் வெண்ணி

---

12. Ep.Ind, Vol.II, p. 344.

13. கரிகாலன் புதிய ஊர்களை வென்றபொழுது அங்கிருந்த குடிமக்கள் அஞ்சி வேற்றூர்களுக்குச் செல்ல முற்பட்டிருக்கலாம். கரிகாலன் அம்மக்களை அங்ஙனம் செல்லவொட்டாமல் தடுத்து அவர்களுக்கு வேண்டிய வசதிகளைச் செய்திருக்கலாம். இச்செயலையே நக்கீரர் குறித்திருக்கலாம் என்று கொள்வதும் பொருத்தமாகும். (ப.பா.ஆ.32)

வாயிலில் பதினொரு வேளிரையும் வேந்தரையும் வென்றான் என்று அப்பரணரே பிறிதோர் இடத்திலும் (அகம், 246) கூறியுள்ளார். இப் போர்களே உறையூர் அழிவிற்குக் காரணமாய் இருக்கலாம். தலைநகரின் அழிவைக் கண்ட உறையூர் மக்கள் அவ்வூரை விட்டு நீங்க முயன்றபோது, கரிகாலன் அவர்களை நிறுத்தி உறையூரைப் புதுப்பித்திருக்கலாம். இச் செயலையே நக்கீரர் 'செல்குடி நிறுத்த பெரும் பெயர்க் கரிகால்' என்று (அகம், 141) குறித்தனர் போலும்[13]. கரிகாலன் உறையூரைப் புதுப்பித்த பின்பு வாணிக வளர்ச்சியைக் கருதிக் காவிரிப்பூம்பட்டினத்தைத் தன் தலைநகராகக் கொண்டிருக்கலாம். கரிகாலன் 'குருமி' என்பதை வென்றான் என்று கலிங்கத்துப்பரணி (கண்ணி 198) கூறுகிறது. 'குருமி' என்பது 'குறும்பர் பூமி' என்பதன் மரூஉவாகக் கொள்ளலாம். சுறுசுறுப்பு-சுருசுருப்பு என்பது போலக் 'குறுமி' என்பது 'குருமி' என வந்துள்ளது போலும்! இது முன்னர்க் கூறிய புன்பொதுவர் நாட்டு (ரேநாண்டு) வெற்றியைக் குறிக்கலாம்.

போரின் கொடுமை

கரிகாலன் படையெடுப்புக்கு இலக்கான நாடுகளும் நாட்டு ஊர் களும் அழிந்து கிடந்த நிலையையும் மக்கள் துன்புற்ற நிலையையும் பட்டினப்பாலையும் (அடி, 228-270) கருங்குழலாதனார் பாடல்களும் (புறம், 7,224) நன்கு புலப்படுத்தும். அவற்றைப் பிறிதொரு பகுதியிற் காணலாம்.

காவிரிக்குக் கரை

கரிகாலன் காவிரிக்குக் கரை இடுவித்தான் என்று தெலுங்குச் சோழர் பட்டயம் ஒன்று கூறுகின்றது[14]. முதலாம் இராசேந்திர சோழனின் ஆறாம் ஆட்சியாண்டில் (கி.பி. 1017இல்) வெளியான திருவாலங்காட்டுச் செப்பேடுகளும் இச்செயலைக் குறிக்கின்றன[15]. இங்ஙனம் கரிகாலன் காவிரிக்குக் கரை இடுவித்தமையால், சோழ நாடு வெள்ள அழிவிலிருந்து காக்கப்பட்டதுடன், வேண்டும்போது ஆற்றிலிருந்து வாய்க்கால் வழியே குளங்களுக்கும் ஏரிகளுக்கும் நீரைச் செலுத்திக்கொள்ளவும் வழி ஏற்பட்டது; இம்முயற்சியால் சோழநாட்டு வளம் பெருகியது. இங்ஙனம் கரிகாலன் காவிரிக்குக் கரை இடுவித்து நலன் செய்தமை பொருநர் ஆற்றுப்படையில் வரும்,

---

14. Ep.Ind. Vol. II, p. 344.
15. S.I.I. Vol. 3, part 3, p. 386.

"நுரைத்தலைக் குரைப்புனல் வரைப்பகம் புகுதொறும்
புனலாடு மகளிர் கதுமெனக் குடைய"

(அடி, 240-41)

என்னும் அடிகளிலுள்ள 'வரைப்பகம்' என்னும் தொடர் சுட்டுகிறது என்று சொல்வது பொருத்தமாகும்[16]. காவிரியின் வளம் பொருநர் ஆற்றுப் படையில் கூறப்பட்டுள்ளது. அது முன்பே 'சோழ நாடு' என்னும் தலைப்பிற் கூறப்பட்டது.

காவிரிக்கு அணை இடுவித்தமையால், 'காவிரி புரக்கும் நாடு' என்று பாராட்டப் பெற்றது. ஒழுங்கான அணை இல்லாவிடில், 'காவிரி அழிக்கும் நாடு' என்று கூறுப்பட்டிருக்கும். கடல் நீர் எதிர்க்கும் பொழுது காவிரி நீர்பின்னடைந்து அதன் வாய்க்கால்களில் பேரொலியுடன் பாயும் என்று சிலப்பதிகாரம் (காதை 10 அடி, 107-9) செப்புகிறது. இதனால் காவிரியின் வாய்க்கால்களில் மதகுகள் இருந்தமை புலப்படுகிறது.

"கி.பி. ஏழாம் நூற்றாண்டில் பொறிக்கப்பட்ட (ரேநாண்டுச் சோழனான) புண்ணிய குமாரனுடைய மேல் பாட்டுச் செப்பேடு களிலும் கங்கை கொண்ட சோழனுடைய திருவாலங்காட்டுச் செப்பேடு களிலும், வீர ராசேந்திர சோழனுடைய கன்னியாகுமரிக் கல்வெட்டி லும், கரிகாலன் காவிரிக்குக் கரை அமைத்து அதன் வெள்ளத்தைத் தடுத்து நாட்டிற்கு நலம் புரிந்தமை கூறப்பட்டுள்ளது. ஆதித்தன், முதற்பராந்தகன் ஆட்சிக்காலக் கல்வெட்டுகள் சில, காவிரிக் கரையைக் 'கரிகாலக் கரை' என்று கூறுகின்றன. இக்கல்வெட்டுகளால் அவ்வேந்தர் களின் காலமாகிய கி.பி. 9, 10ஆம் நூற்றாண்டுகளில் காவிரியாற்றின் வடகரையைக் 'கரிகாலக் கரை' என்றே மக்கள் வழங்கி வந்தார்கள் என்பது தெள்ளிதிற்புலனாதல் காண்க. இது பற்றியே இவனைப்

"பொன்னிக் கரைகண்ட பூபதி"

என்று கவிச்சக்கரவர்த்தியாராகிய ஒட்டக்கூத்தர் விக்கிரம சோழன் உலாவிற் புகழ்ந்துள்ளனர்[17].

இலங்கைப் படையெடுப்பு

பொருநர் ஆற்றுப்படையும் பட்டினப்பாலையும் இருவேறு புலவரால்

---

16. History of the Tamils, P.T.S. Ayyangar, p. 361.

17. பிற்காலச் சோழர் சரித்திரம், டி.டி. சதாசிவ பண்டாரத்தார், மூன்றாம் பகுதி, பக். 84-86.

கரிகாலன் வாழ்நாளிலேயே பாடப்பட்டன. அங்ஙனம் இருந்தும் பொருநர் ஆற்றுப்படையில் கரிகாலனைப் பற்றிக் கூறப்பட்டுள்ள செய்திகள் பெட்டினப்பாலையில் இடம்பெறவில்லை என்பது முன்னரே விளக்கப் பட்டது அன்றோ? பொருநர் ஆற்றுப்படை கரிகாலனது இளமைப் பருவத்தில் பாடப்பட்டிருத்தல் வேண்டும் என்பதும், பட்டினப்பாலை அவன்புரிந்த பல போர்களுக்குப் பின்பு பாடப்பட்டிருத்தல் வேண்டும் என்பதும் முன்பே கூறப்பட்டன. இங்ஙனமே பட்டினப்பாலை பாடப் பட்ட பின்பும் கரிகாலன் பல அரிய செயல்களைச் செய்திருக்கலாம். அவற்றுள் ஒன்றே அவன் காஞ்சியைப் பொன் மயமாக்கியது என்னலாம். காவிரிக்குக் கரையிடு வித்தமை தெளிவாக மேலே கூறப்பெற்ற இரு பாடல்களிலும் இல்லை. அவற்றைப் பாடிய புலவர்கள் அவற்றை வெளிப்படக் கூறாமையால், அவன் அச்செயலைச் செய்யவில்லை என்று எண்ணுதல் தவறாகும். வேறு நூல்களிலோ, பிற்காலக் கல்வெட்டுக் களிலோ, செப்பேடுகளிலோ, அவனைப் பற்றிய பிற செய்திகள் குறிக்கப் பட்டிருக்குமாயின், அவற்றை ஆய்ந்து ஏற்பன கொண்டு, ஏலாதன விடுதலே நடுவு நிலைமை ஆராய்ச்சிக்குப் பொருத்தமாகும். இவ்வழி நின்று கரிகாலனைப் பற்றிய பிற செய்திகளை இங்கு ஆராய்வோம்.

வசபன் என்ற சிங்கள வேந்தன், கி.பி. 67 முதல் 111 வரை அரசாண்டான். அவன் கரிகாலன் வலிமை பெறுவதையறிந்து இலங்கை யில் தக்க பாதுகாப்புகளை மேற்கொண்டான். வசபன் மகனான வங்கநாசிக திஸ்ஸன் (கி.பி. 111-114) காலத்தில் கரிகாலன் படையெடுப்பு இலங்கைமீது நடைபெற்றது. சோழன் பன்னீராயிரவர் சிங்களவரைச் சிறை செய்து சோணாட்டுக்குக் கொண்டு சென்றான்; அவர்களைக் கொண்டு காவிரிக்குக் கரையிடுவித்தான்[18].

வங்க நாசிக திஸ்ஸன் மகனே சிலப்பதிகாரத்திற் குறிக்கப்பட்ட, கடல்சூழ் 'இலங்கைக் கயவாகு' வேந்தன். அவனை 'முதலாம் கஜபாஹு' என்று இலங்கை வரலாறு கூறும். அவன் ஆட்சிக்காலம், கி.பி. 114-136. கயவாகு சோழநாட்டின்மீது படையெடுத்துச் சென்று, பன்னீரா யிரவர் தமிழரைச் சிறை செய்து இலங்கைக்குக் கொண்டுவந்தான் என்றும், பத்தினியின் காற்சிலம்பைக் கொண்டு வந்தான் என்றும் இலங்கைக் கதைகளும் காட்டுப் பாடல்களும் கூறுகின்றன[19].

---

18. Early History of India, V.A. Smith, (Ed. 4), p. 481; History of Ceylon, Vol. I. part.I, pp. 181-182.
19. History of Ceylon, Vol. I, pp. 183-185

கரிகாலனது இலங்கைப் படையெடுப்பை இலங்கை வரலாறே கூறுவது போற்றத்தக்கதன்றோ? கரிகாலனுக்கு முன்னரே கி.மு. மூன்றாம் நூற்றாண்டின் பிற்பாதியிலும் கி.மு. 101க்கும் கி.மு. 83க்கும் இடைப் பட்ட காலத்திலும் தமிழராட்சி இலங்கையில் இருந்தது என்று இலங்கை வரலாறே இயம்புகின்றது[20]. அங்ஙனமிருக்கப் பேரரசனான கரிகாலன் இலங்கைமீது படையெடுத்தான் என்று இலங்கை வரலாறே கூறுவதை ஏற்றுக்கொள்வதில் தவறில்லை.

திரிலோசன பல்லவன்

கரிகாலன் காவிரிக்குக் கரையிடுவித்தபோது தனக்கு அடங்கிய சிற்றரசர்களையும் வரவழைத்தான். அவர்கள் தங்கள் ஆள்களுடன் வந்து கரையிடும் பணியில் ஈடுபட்டார்கள். திரிலோசனன் என்ற பல்லவன் மட்டும் வரவில்லை. அவனுக்குத் திரிநேத்திரன், திரிநயனன், முக்கண்டி என்ற பெயர்களும் வழங்கின. இவை யாவும் முக்கண்ணன் என்னும் பொருளையே தருவன. முக்கண்டி என்பது தமிழில் காலப் போக்கில் முகண்டி, முகடி, முகரி என மருவியதுபோலும்! கரிகாலன் தனது அரும்பணியில் வந்து உதவி செய்யாத முக்கண்டியைப் போலப் படம் வரைந்து அவனது மூன்றம் கண்ணைப் படத்தில் குத்தினான் என்பது வரலாறு. இச்செயல் கி.பி. 11ஆம் நூற்றாண்டில் செய்யப்பட்ட கலிங்கத்துப் பரணியில் கீழ்வருமாறு கூறப்பட்டுள்ளது.

'தொழுது மன்னரே கரைசெய் பொன்னியில்
தொடர வந்திலா முகரி யைப்படத்
தெழுது கென்றுகண் டிதுமி கைக்கணென் (று)
இங்க ழிக்கவே யங்க ழிந்ததும்'

(கண்ணி, 197)

இச்செயலையே ஒட்டக்கூத்தரும் இரண்டாம் குலோத்துங்க சோழன் (கி.பி. 1133-1150) உலாவில்

"மண்கொண்ட பொன்னிக் கரைகட்ட வாராதான்
கண்கொண்ட சென்னிக் கரிகாலன்."

(கண்ணி, 18)

எனக் கூறியுள்ளார்.

ஏறத்தாழக் கி.மு. 325 முதல் கி.பி. 220 வரையில் சாதவாகனர் என்ற ஆந்திர அரசர் கங்கைக்கும் கிருஷ்ணக்கும் இடைப்பட்ட நிலப்

20. History of Ceylon, Vol. I. part I, p.144.

பகுதியை ஆண்டு வந்தனர். இவர்கள் சாதவாகனர் என்றும் 'சதகர்ணிகள்' என்றும் பெயர் பெற்றார்கள். சதகர்ணிகள் என்பவர் தமிழில் நூற்றுவர் கன்னர்[21] என்று சிலப்பதிகாரத்தில் இளங்கோவடிகளால் குறிக்கப் பெற்றனர். இவ்வாந்திரப் பேரரசு வரவர அளவிற் சுருங்கத் தொடங்கிக் கி.பி. 220இல் மறைந்தது.

ஆந்திரப் பேரரசின் தென்பகுதி மாகாணங்களை இக்குவாகர், பிருகத்பலாயனர், சாலங்காயனர் என்பவர் மாகாணத் தலைவர்களாய் இருந்து ஆண்டு வந்தனர். பல்லாரி மாவட்டத்தைப் பல்லவர் என்பவர் சாதவாகனர் சார்பில் ஆண்டு வந்தனர். ஆந்திரப் பேரரசின் வன்மை குறைந்தவுடன் இம்மாகாணத் தலைவர்கள் தாங்கள் ஆண்டு வந்த மாநிலங்கட்குத் தாங்களே அரசர்களானார்கள்[22]. பல்லவர் தொண்டை நாட்டைக் கைப்பற்றி ஏறத்தாழக் கி.பி. 300 முதல் ஆளத் தொடங்கினர் என்னலாம். காஞ்சி அவர்தம் தலைநகரமாயிருந்தது.

சங்ககாலம் கி.பி. 300க்கு முற்பட்டது என்பது முன்னரே கூறப் பட்டதாலும், கரிகாலன் சங்க காலத்தவன் ஆதலாலும் ஏறத்தாழக் கி.பி. 300இல் காஞ்சியைக் கைப்பற்றி ஆண்ட பல்லவரைக் கரிகாலன் தாக்கியிருத்தல் இயலாது என்பது வெளிப்படை. எனவே சாத வாகனருக்கு அடங்கியிருந்த பல்லவர் தலைவருள் இந்தத் திரிலோசன பல்லவன் ஒருவனாகலாம். இவன் கரிகாலன் ரேநாண்டை வென்ற போது அவனை எதிர்த்துத் தோல்வியுற்றிருக்கலாம்; அல்லது பல்லாரி மாவட்டத்தை யாண்ட பல்லவர் கிளையினனாய் இருந்து நெல்லூர் மாவட்டத்திலோ கடப்பை மாவட்டத்திலோ தனது ஆட்சியை ஏற்படுத்தி யிருக்கலாம். கரிகாலன் அவனை வென்றான் என்பதே பொருத்தமாகும்.

சிலப்பதிகாரத்தில் கரிகாலன்

சிலப்பதிகாரம் செங்குட்டுவன் தம்பியாரான இளங்கோவடி களால் செய்யப்பட்டது. செங்குட்டுவன் பத்தினிக்குக் கோவில் கட்டி வழிபட்டபோது அவ்விழாவில் கலந்துகொண்ட அரசருள், 'கடல்சூழ் இலங்கைக் கயவாகு வேந்தன்' ஒருவன் என்று சிலப்பதிகாரம் (காதை 30; அடி, 126) செப்புகிறது. இவன் முதலாம் கஜபாகு என்று இலங்கை வரலாறு கூறுகிறது. இவன் ஆட்சிக் காலம் கி.பி. 114-134. இக்காலமே செங்குட்டுவன் காலமாகும். எனவே, இளங்கோவடிகள் காலமும் இதுவே

---

21. நூற்றுவர் கன்னர் செங்குட்டுவன் நண்பர் என்று சிலப்பதிகாரம் செப்பு கிறது.
22. History of India, R. Sathyanatha Aiyar, part, I. pp. 207, 210.

என்பதில் ஐயமில்லை.

இங்ஙனம் கி.பி.2ஆம் நூற்றாண்டின் முற்பாதியில் வாழ்ந்த இளங்கோவடிகள், தாம் இயற்றிய சிலப்பதிகாரத்தில் கரிகாலனை மூன்று இடங்களில் பெயரிட்டுக் குறித்துள்ளார்; நான்கு இடங்களில் அவனை உய்த்துணர வைத்துள்ளார் இனி, அவற்றை ஒவ்வொன்றாகக் கீழே காண்போம்.

1. கோவலன்-கண்ணகி திருமணத்தின் இறுதியில் "இமயத்தில் புலிக்கொடி பொறித்த சோழன், தன் திகிரியை உருட்டுவோனாகுக," என்று சொல்லித் திருமணத்திற்கு வந்திருந்தவர் வாழ்த்தினர். இவ்வடி கட்கு உரையெழுதிய அடியார்க்கு நல்லார், 'இமயத்தில் புலிக்கொடி பொறித்த சோழன் கரிகாலன்,' என்று குறித்துள்ளார்.

2. கரிகாலன் இமயத்தில் புலிக்கொடி பொறித்து மீண்டபோது வடநாட்டில் வச்சிரநாட்டுவேந்தன் கொற்றப் பந்தரும், மகதநாட்டு மன்னன் பட்டிமண்டபமும், அவந்தி நாட்டு அரசன் தோரணைவாயி லும் கரிகாலனுக்குக் கொடுத்தனர் (காதை, 5; அடி, 90-104) என்று இளங்கோவடிகள் குறித்துள்ளார்[23]. இதனை உளங்கொண்டே அடியார்க்கு நல்லார். மங்கல வாழ்த்துக்காதையில் இமயத்தில் புலிப்பொறி பொறித்த சோழன் கரிகாலனே என்றார். திருமணத்தின் இறுதியில் மன்னனை வாழ்த்துவோர் தம் காத்து மன்னனை வாழ்த்துவரே யன்றி, இறந்த கால மன்னனை வாழ்த்தார் என்பது கவனிக்கத்தகும்.

3. இந்திர விழாவின் இறுதியில் கோவலன் யாழ் இசைத்துப் பாடியபோது,

---

23. கரிகாலன் இமயம் சென்று மீண்டதைக் கலிங்கத்துப் பரணியும் (கண்ணி, 196), விக்கிரம சோழனுலாவும் (கண்ணி, 13) குறித்துள்ளன. கரிகாலன் "புண்ணியத்திசை முகம் போகிய அந்நாள்" என்று சிலப்பதிகாரம் குறிப்பதால், 'போகிய' என்ற இறந்த காலப்பெயரெச்சத்தால், சிலப்பதிகார காலத்தில் அவன் உயிரோடில்லை என்று திரு.பிடி.சீனிவாச ஐயங்கார் கருதுவர். History of the Tamils. p.37.
போகிய' என்னும் இறந்த காலப் பெயரெச்சம் ஒருவனது வாழ்க்கையிலேயே பலமுறை கூறலாம் என்பது இங்கு நினைக்கத்தகும். இது கொண்டு கரிகாலன் சிலப்பதிகாரம் கூறும் இந்திர விழா நிகழ்ச்சிக்கு முற்பட்டவன் என்று கூறல் பொருந்தாது.

**'திங்கண் மாலை வெண்குடையான்
சென்னி செங்கோ லதுவோச்சிக்
கங்கை தன்னைப் புணர்ந்தாலும்
புலவாய் வாழி காவேரி'**

என்று பாடினான். சோழன் கங்கையைப் புணர்ந்தான் என்பது. கரிகாலன் வடநாடு சென்று தன் நாட்டவர் பாராட்ட மீண்ட பெருஞ்செயலைக் குறிப்பதாகும். இது சங்ககாலச் சோழருள் வேறு எவரையும் குறித்ததாகாது என்பது வெளிப்படை.

கோவலகண்ணகியர் வாழ்க்கையின் முற்பகுதியில் காரகாலன் சோழப் பேரரசனாய் விளங்கினான் என்பதற்கு இம்மூன்றும் சான்று களாகக் கொள்ளலாம்.

4. மாதவி, காவிரிபூம்பட்டினத்தில் நடன அரங்கேற்றம் நிகழ்த்திய போது அதனைக் கண்ணுற்ற மகிழ்ந்து 'தலைக்கோலி' என்ற பட்டத் தையும் ஆயிரத்தெண் கழஞ்சு பொன்னையும் அவளுக்கு அளித்துச் (காதை 3; அடி, 159-163) சிறப்பித்தவன் கரிகாலன் என்று கருதுதல் பொருத்தமாகும்.

5. காவிரிக்குக் கரையிடுவித்த கரிகாலன், ஆற்றில், புதுவெள்ளம் வரும் முதல் நாளில் தானே சென்று ஆற்றில் நீராடி, அம்முதல் நாள் நீராடுதலை ஒருவிழழவாக அமைத்தான் (முதலில் மன்னன் நீராடுதல்-பின்பு மாநகர மக்கள் அந்நாளில் நீராடுதல்). இஃது ஆண்டுதோறும் கொண்டாடப்பட்டதென்று கருதலாம்.

**"விண்பொரு பெருமுபுகழ்க் கரிகால் வளவன்
தண்பதங் கொள்ளுந் தலைநாட் போல"**

(காதை, 6; அடி, 159-160)

என்பது இளங்கோவடிகள் வாக்கு. கரிகாலனது இச்செயல் கோவலன் பாடிய மேலே கூறப்பெற்ற கானல் வரிப்பாடலுக்கு முற்பட்ட செய்தி என்பது கவனிக்கத் தக்கது.

6. ஆய்ச்சியர் குரவை, 'உள் வரி வாழ்த்து' என்னும் தலைப்பின் கீழ் வரும் 2ஆம் செய்யுளில்,

**'பொன்னீமயக் கோட்டுப் புலிபொறித்து மண்ணாண்டான்
மன்னன் வளவன் மதிற்புகார் வாழ்வேந்தன்'**

என்னும் அடிகள் கரிகாலன் இறந்த பின்பு பாடப்பட்டன வாகும்

என்று கொள்வது பொருத்தமாகும்.

7. இங்ஙனமே கண்ணகி பாண்டிமாதேவியை நோக்கிப் பேசிய பேசில் வரும் 'மன்னன் கரிகால் வளவன்' என்று தொடங்கி ஆதிமந்தியார் வரலாறு கூறப்பட்டது (காதை, 12; அடி, 11-15) எனக் கொள்ளல் வேண்டும்.

இதுகாறும் கூறியவற்றால், கோவலன் கண்ணகி வரலாற்றின் முற்பகுதியில் கரிகாலன் வாழ்ந்திருத்தல் கூடும் என்பதும், பிற்பகுதியில் அவன் காலமாயிருத்தல் கூடும் என்பதும் தெரியலாம்.

ப.பா.ஆ.33

கரிகாலன் முறை செய்தமை

பொருநராற்றுப்படையில்,

'முதியோர்
அவைபுகு பொழுதிற்றம் பகைமுரண் செலவும்'

என்று வந்துள்ள தொடர் (அடி, 187, 188) கரிகாலனது முறை வழங்கும் திறத்தைக்குறிப்பதாகும். தம்முள் பகைமை கொண்ட இருவர் முறை வேண்டிக் கரிகாலன் அவையிற்புகுந்த பொழுது அவர்தம் பகைமை ஒழியும்படி கரிகாலன் முறை செய்தான் என்பது இந்தத் தொடரின் பொருளாகும். இதனைப் பழமொழி நானூறு என்னும் பிற்கால நூலிலுள்ள ஒரு செய்யுள் தெளிவுற உணர்த்துதலைக் காணலாம்.

'உரைமுடிவு காணான் இளமையோன என்ற
நரைமுது மக்கள் உவப்ப-நரைமுடித்துச்
சொல்லால் முறைசெய்தான் சோழன்; குலவிச்சை
கல்லாமற் பாகம்படும்.'

கொடை வள்ளல்

கரிகாலன் தமிழ் வாணரை வரவேற்றல், உண்டியும் உடையும் வழங்கல், பல நாள் தன் அரண்மனையில் அவர்களை இருக்கச் செய்தல், வேண்டும் பரிசில் நல்குதல், அவர்கள் விடைபெறும் பொழுது தானும் அவர்களுக்குப் பின் ஏழடி நடந்து வந்து வழிவிடல் முதலியன பொருநர் ஆற்றுப்படையில் விரிவாகக் கூறப்பட்டுள்ளன. அவற்றை 'ஆட்சி முறை' என்னும் பகுதியிற் காண்க.

கரிகால் வளவன் தன்மீது 'பட்டினப்பாலை' பாடிய கடியலூர் உருத்திரங் கண்ணனார் என்ற புலவர்க்குப் பதினாறு லட்சம் பொன்

பரிசளித்துள்ளான் என்று கலிங்கத்துப்பரணி கூறுகின்றது.

**'தழுவு செந்தமிழ்ப் பரிசில் வாணர்பொன்
பத்தொ டாறுநூ றாயி ரம்பெறப்
பண்டு பட்டினப் பாலை கொண்டதும்'**

(கண்ணி, 198)

கரிகாலன் தன்மீது பட்டினப்பாலை பாடிய புலவர்க்கு பதினாறுகால் மண்டபத்தைப் பரிசிலாக விட்டனன் போலும்! அதைக் குறிக்க அம்மண்டபத்தில் கல்வெட்டு இருந்தது போலும்! கி.பி.1219இல் சோணாட்டை வென்று உரையூரை அழிக்கத் தொடங்கிய முதல் மாறவர்மன் சுந்தர பாண்டியன் மேலே கூறப்பட்ட பதினாறு கால் மண்டபத்தை மட்டும் இடிக்காமல் விட்டனன் என்று அவனது திருவெள்ளறைக் கல்வெட்டுச் செய்யுள் கூறுகின்றது. அச்செய்யுளைக் கீழே காண்க.

**'வெறியார் தளவந் தொடைச்சய மாறன்
வெகுண்டதொன்றும்
அறியாத செம்பியன் காவிரி நாட்டில்
அரமியத்துப்
பறியாத தூணில்லை கண்ணன்செய் பட்டினப்
பாலைக்கன்று
நெறியால் விடுந்தூண் பதினாறு மேயங்கு
நின்றனவே.'[24]**

கலிகாலன் இறுதி

கரிகாலன் ஒருத்திக்கு மேற்பட்ட மனைவியரோடு வாழ்ந்தான் என்பது பட்டினப்பாலையாலும் (அடி, 296) கருங்குழலாதனார் செய்யுளாலும் (புறம். 224) தெரிகின்றது. பட்டினப்பாலை அவனுக்குப் 'பொற்றொடிப் புதல்வர்' இருந்தனர் (அடி, 295) என்று மொழிகின்றது.

இங்ஙனம் 'பெரும்பெயர்க் கரிகால்' என்றும், 'திருமாவளவன்' என்றும், 'கரிகால் வளவன்' என்றும், சங்ககாலப் புலவரால் பாராட்டப் பெற்ற சோழப் பேரரசன், வீரத்திலும் கொடையிலும் வேள்வி அந்தணரைப் பின்பற்றிய சமயத்துறையிலும் சிறந்து விளங்கி, இறுதியில் இம்மண்ணக வாழ்வை நீத்தான். கைம்மைக்கு அடையாளமாக அவன்

---

24. 197 of 1938-39

மனைவியர்-கொம்புகளும் தழைகளும் கழிக்கப்பட்ட வேங்கை மரத்தைப் போல-மங்கல அணிகளைக் கழற்றி விட்டனர் என்று, அவர்களை நேரிற் கண்ட புலவர் கருங்குழலாதனார் மனம் வருந்திப் பாடினார் (புறம், 224).

கரிகாலன் காலம்

முன்பு கூறப்பட்ட கயவாகுவின் ஆட்சிக்காலம் கி.பி. 114-136. அக்காலத்தில் செங்குட்டுவனும் இருந்தான் என்பது முன்னரே கூறப் பட்டது. கயவாவின் பாட்டனான வசபன் காலத்தில் (கி.பி. 67-111) கரிகாலன் வலிமை பெற்று விளங்கினான் என்பதும், வசபன் மகனும் கயவாகுவின் தந்தையுமான வங்கநாசிக திஸ்ஸன் காலத்தில் (கி.பி.111-114) கரிகாலன் படையெடுப்பு இலங்கை மீது நிகழ்ந்தது என்பதும் முன்னரே குறிக்கப்பட்டன அல்லவா? இவற்றை நோக்க, கரிகாலன் வசபன் காலத்திலும் அவன் மகன் காலத்திலும் (கி.பி.67-114) இருந்தான் என்று கொள்வது பொருத்தமாகும். அஃதாவது, கரிகாலன் ஏறத்தாழ கி.பி. 65 முதல் 115 வரையில் சோழப் பேரரசனாய் இருந்தான் என்று கொள்ளலாம்.

பட்டினப்பாலைத் தலைவன் கரிகாலனே

குறிப்பு-17

காலஞ்சென்ற நாவலர் டாக்டர் சோமசுந்தர பாரதியார் அவர்கள் பொருநராற்றுப்படைத் தலைவன் கரிகாலன் என்றும், பட்டினப் பாலைத் தலைவன் கரிகாலனின் வேறான திருமாவளவன் என்றும் அறுதியிட்டு ஒரு கட்டுரை வரைந்துள்ளார்[25]. அதற்கு அவர் கூறும் காரணங்கள் பின்வருவன:

1. பொருநராற்றுப்படையில் கரிகாலன் பெயர் கூறப்பட்டுள்ளது; பட்டினப்பாலையில் கரிகாலன் பெயர் இல்லை; திருமாவளவன் என்ற பெயரே காணப்படுகிறது. (ப.க். 36)

2. பொருநராற்றுப்படையிற் கூறப்பட்டுள்ள வெண்ணிப்போர் பட்டினப்பாலையில் இடம் பெறவில்லை (பக். 37)

3. பொருநராற்றுப்படையில் கூறப்படாத பல போர்கள் பட்டினப் பாலையிற் கூறப்பட்டுள்ளன. (பக். 44)

---

25. பழந்தமிழ்நாடு, பக். 32-49.

4. பட்டினப்பாலையிற் கூறப்படும் இருங்கோவேள் தலையாலங் கானத்துச் செருவென்ற பாண்டியன் நெடுஞ்செழியனால் முறியடிக்கப் பட்ட ஐம்பெருவேளிருள் ஒருவன்; அவன் கபிலரால் பாடப்பட்டவன் எனவே அவனை வென்ற திருமாவளவன் கரிகாலற்குக் காலத்தாற் பிற்பட்டவன்; கபிலரும் கரிகாலனுக்குப் பிற்பட்டவராவர் (பக். 40).

5. பட்டினப்பாலையைப் பாடிய உருத்திரங்கண்ணனாரே பெரும் பாணாற்றுப்படையையும் பாடியவர். இப்பாடல் தொண்டைமான் இளந்திரையன்மீது பாடப்பட்டது. இளந்திரையன் கரிகாலனுக்குப் பின் ஆண்ட கிள்ளிவளவன் மகன் என்று மூவருலாக்கள் கூறுகின்றன. இப்புலவர் இயற்றிய அகம். 167, குறுந்தொகை 352ஆம் பாடல்களும் இவரைக் கரிகாலனுக்குப் பிற்காலத்தவராகக் காட்டும் (பக். 40).

6. கரிகாலன் தாய் வயிற்றிலிருந்து தாயம் எய்தியவன் என்று பொருநராற்றுப்படை கூறுகிறது. பட்டினப்பாலை திருமாவளவன் சிறுபருவத்தில் பகைவர் சிறை யகத்திலிருந்து தப்பி வந்து அரசனானான் என்று கூறுகிறது. (பக். 43)

7. கரிகாலன் தெற்கே இருநில மருங்கிற் பொருவாரின்றி வடவரை மட்டும் சென்று வடவரை வென்று பனிமலைத் தலையிற் பாய்புலி பொறித்த சீர்த்தியன். திருமாவளவன் பிறர் வளநாடுகள் ஊரொடு மழியப் போர் தொடுத்தேறிப் பாழ்படுத்தமையாப் பான்மையன் (44).

இத்தடைகள் பொருந்துவனவா என்பதைக் காண்போம்.

1. பொருநராற்றுப்படை கரிகாலன் பெயரைக் கூறியுள்ளது. பட்டினப்பாலை திருமாவளவன் பெயரைக் கூறியுள்ளது. கரிகாலன் தந்தை உருவப்பஃறேர் இளஞ்சேட்சென்னி என்று பொருநராற்றுப் படை கூறியுள்ளது. பரணர் அச்சென்னியை நேரிற்கண்டு பாடியுள்ளார் (புறம்.4). அவர் அகநானூற்றுப் பாடல் ஒன்றில் (125).

"பெருவளக் கரிகால் முன்னிலைச் செல்லார்"

என்று கூறியிருத்தல் நினைக்கத் தக்கது. இது, 'பெருவளத்தையுடைய கரிகாலன்' எனப் பொருள்படும். எனவே, கரிகாலன் 'பெருவளவன்' என்பது தெரிகிறது. பெருவளவன் எனினும் 'மாவளவன்' எனினும் பொருள் ஒன்றே; திருமாவளவன் என்பது மிக்க மரியாதையுடைய விருதுப் பெயர்.

(கரிகாலன் காவிரிக்கு உயர்ந்த கரைகளை இட்டவன். ஆதித்த சோழன், முதற்பராந்தக சோழன் காலங்களில் காவிரியாற்றின் கரையின்

சில பகுதிகள் 'கரிகாலக் கரை' என்றே வழங்கப்பட்டன என்பது கல்வெட்டுகளால் தெரிகிறது)[26]. எனவே, நீர் வசதியால் நாட்டு வளத்தைப் பெருக்கினமையால், 'பெருவளவன்,' 'பெருவளத்தான்,' 'மாவளவன்,' 'திருமாவளவன்,' என அப்பெருந்தகை பல விருதுப் பெயர்களைப் பெற்றிருக்கலாம்.

முதலாம் இராசராசன் ஜயங்கொண்ட சோழன் போன்ற பல பட்டங்களைப் பெற்றிந்தான். ஜயங்கொண்ட சோழபுரம் என்பது அவனது விருதுப்பெயரால் உண்டானதாகும். முதலாம் இராசேந்திர சோழனது விருதுப்பெயர்களுள் ஒன்றான கங்கை கொண்டான் என்பதனால் உண்டானதே கங்கைகொண்ட சோழபுரம் என்பது. இங்ஙனமே பெருவளவன் என்ற கரிகாலனது விருதுப்பெயர் கொண்டு உண்டான ஊரே பெருவள நல்லூர் என்று கொள்வது பொருத்த மாகும். இவ்வூரில் கி.பி. 7ஆம் நூற்றாண்டில் சாளுக்கிய முதலாம் விக்கிரமாதித்தனுக்கும் பல்லவ முதலாம் பரமேசுவர வர்மனுக்கும் பெரும்போர் நடைபெற்றது என்பதைக் கூறப்பட்டதால் அறியலாம்[27]. இவ்வூர் லால்குடிக்கு அண்மையில் உள்ளது. கரிகாலன் வடவரை வென்று இமயத்தில் விற்பொறி பொறித்தவன் என்று சங்கால நூல்களுள் சிலப்பதிகாரம் மட்டுமே கூறியுள்ளது. டாக்டர் பாரதியார் அக்கூற்றை ஏற்றுக்கொள்கிறார் (பக். 44). ஆயின், வடவிந்திய வெற்றி பெற்றவனும் இமயத்தில் விற்பொறி பொறித்தவனும் கரிகாலன் என்று சிலப்பதிகாரம் கூறவில்லை; திருமாவளவன் என்றே அக்காவியம் கூறுகிறது.

"செருவெங் காதலின் திருமா வளவன்"

(காதை, 5; அடி, 90).

இங்ஙனம் இமயத்தில் புலிப்பொறி பொறித்தவன் கரிகாலன் என்றே அடியார்க்கு நல்லார் பல இடங்களிலும் பொருள் கூறியுள்ளார்[28]. எனவே, கரிகாலனுக்குத் திருமாவளவன் என்ற விருதுப்பெயர் இருந்ததை அடியார்க்கு நல்லார் நம்பினவர் என்பது இவ்வுரையால் தெரிகிறது. ஆயின், டாக்டர் பாரதியார், 'கரிகாலன் இமயவெற்றி கொண்டவன்,' என்று கூறி, இவ்வெற்றி பெற்றவன் திருமாவளவன்

---

26. பிற்காலச் சோழர் சரித்திரம், T.V.S. பண்டாரத்தார், ஒன்றாம் பகுதி, பக்.85 –86.

27. S.I.I. No. 151.

28. சிலம்பு, ஐயரவர்கள், 7ஆம் பதிப்பு, பக். 160 161.

என்று இளங்கோவடிகளே கூறியிருப்பதை மறந்து, இருவரும் வேறானவர் என்று கூறுதல் அவசர முடிபாகும்.

'மல்லன்' என்று தன்னை வழங்கிக்கொண்ட இரண்டாம் புலிகேசியை வென்ற முதலாம் நரசிம்மவர்மன் தன்னை 'மகாமல்லன்' என்று வழங்கிக்கொண்டான். அவ்விருதுப் பெயரால் அமைந்ததே 'மாமல்லபுரம்' என்பது. இவ்வாறே கரிகாலன் நாட்டை மிகுதியாக வளப்படுத்தியதால் 'பெருவளவன்' என்றும் 'திருமாவளவன்' என்றும் விருதுப்பெயர் பெற்றிருக்கலாம். அவ்விருதுப்பெயர் சிறப்பாய் வழங்கப் பட்ட காலத்தில் பட்டினப்பாலை பாடப்பட்டிருக்கலாம். அதனால், அப்பெயரே பட்டினப்பாலையில் இடம் பெற்றதெனக் கருதலாம்.

மிதிலைப்பட்டி அழகிய சிற்றம்பலக்கவிராயர் வீட்டுச் சிலப்பதிகார மூலப்பிரதியில்-இரண்டாம் காதையின் மூன்றாம் அடி 'கரிகாற் பெரும் பெயர்த் திருமாவளவனை" என்று இருப்பதும் கவனிக்கத் தகும்.*

பொருநராற்றுப்படை வெண்ணிப் போரை மட்டும் குறிப்பதால், அது கரிகாலன் ஆட்சித் தொடக்கத்திற் பாடப்பட்டதாகக் கருதலாம்; அவன் பல போர்களில் வெற்றி பெற்று நாட்டை மிகுதியாக வளப் படுத்தி திருமாவளவன் என்று விருதுப்பெயர் பெற்ற பின்பு பட்டினப் பாலை பாடப்பட்டதெனக் கருதலாம்; இமய வெற்றிக்குப் பின்பு சிலப்பதிகாரம் பாடப்பட்டதாதலின், அதில் அது மட்டுமே சிறப்பாகக் குறிக்கப்பட்டது. கரிகாலன், திருமாவளவன் என்ற அவனுடைய இரு பெயர்களையும் கலந்து குறித்துள்ளது என்று கோடல் பொருத்த மாகும்.

2. பொருநராற்றுப்படையிற் கூறப்பட்டுள்ள வெண்ணிப்போர் பட்டினப்பாலையிற் கூறப்படவில்லை என்பது இரண்டாம் காரண மாகும்.

அகநானூற்று 125ஆம் பாடலில் கரிகாலன் வாகைப் பறந்தலையில் ஒன்பது மன்னரை வெற்றி கொண்டதாகப் பரணர் பாடியுள்ளார். அவ்வெற்றி பொருநராற்றுப்படையிற் பொறிக்கப்படவில்லையே! கரிகாலன் இமயம் சென்று புலிப்பொறி பொறித்தமையும் அவ்வாற்றுப் படையில் கூறப்படவில்லையே!

---

* ஷை பக். 46, அடிக்குறிப்பு, 2.

'கரிகாலன் இமயம் சென்றான்; வடவிந்திய அரசரை வென்றான்' என்று அவ்வாற்றுப்படை கூறவில்லையே! அங்ஙனம் இருக்க, டாக்டர் பாரதியார் சிலப்பதிகாரம் மட்டுமே கூறும் அவளது வடநாட்டு வெற்றியை எங்ஙனம் ஏற்றுக்கொண்டனர்? (பக். 44). பொருநராற்றுப் படையைப் பாடிய புலவர் முடத்தாமக் கண்ணியார் ஏன் இவற்றைப் பாடவில்லை?

யான் முன்பு கரிகாலன் வரலாற்றிற் கூறியாங்குப் பொருநராற்றுப் படை கரிகாலன் செய்த முதற்போராகிய வெண்ணிப்போர் வெற்றிக்குப் பின்பு பாடப்பட்டிருத்தல் கூடும்; அவன் மேற்கொண்ட பல போர் களுக்குப் பின் பட்டினப்பாலை பாடப்பட்டிருத்தல் கூடும். அப்பாட்டிற்குப் பின்பே அவன் இமயப்படையெடுப்பை மேற் கொண்டிருத்தல் கூடும். அது சிறப்பாகக் கருதப்பட்ட காலத்தில் சிலப்பதிகாரம் செய்யப்பட்டதாதலின் அதன்கண் அது மட்டும் இடம் பெற்றது போலும்!

வெண்ணிப்போர் தமிழகத்தது; அருவாளர், வடவர், குடவர் போர்கள் சோணாட்டு எல்லைக்கு அப்பாற்பட்டவை. அவை அளித்தவை பெருவெற்றிகள் ஆதலின், பட்டினப்பாலை ஆசிரியர் அவனுடைய இளமைப்பருவத்து வெற்றிகளைக் கூறாமல், பிற்பட்ட பெருவெற்றி களைக் குறித்தார் எனக் கோடலே பொருத்தமாகும்.

பெரும்பாணாற்றுப்படையில் திரையன் போர்ச் செயல்கள் குறிக்கப்பட்டுள்ளனவே தவிரத் திரையனை எதிர்த்துத் தோற்றவர் யாவர் என்ற விளக்கம் தரப்படவில்லை (அடி, 414-428). நல்லியக் கோடன் பகைவரை வென்றான் என்று சிறுபாணாற்றுப்படை செப்பு கிறது; ஆயின், அப்பகை மன்னர் யாவர் என்பது குறிக்கப்படவில்லை (அடி, 246-250). 'புலவர் ஏன் அந்த விவரங்களைக் கூறவில்லை?' என்று யாரைக் கேட்பது? புலவர் தம் விருப்பப்படி பாடும் இயல்புடையவர் என்பதே கருத்து.

அரசன் ஒருவன் பல ஆண்டுகள் அரசு நிகழ்த்துகிறான். அவனை அவனது பத்தாம் ஆட்சியாண்டின்போது பாராட்டும் புலவன் ஒருவன், அவ்வேந்தன் அதுவரையில் பெற்ற வெற்றிகளையே பாராட்டுதல் இயலும். இருபதாம் ஆட்சியாண்டில் பாடும் வேறொரு புலவன் அவ்வேந்தனுடைய பெருவெற்றிகளை மட்டும் பாராட்டிப் பாடலாம். இருபத்தைந்தாம் ஆட்சியாண்டிற்பாடும் மற்றொரு புலவன் முதலிரு புலவர் பாராட்டுகளைக் குறியாது. அம்மன்னன் இறுதிக்காலத்திற் பெற்ற மிகப்பெரிய வெற்றியை மட்டும் குறிக்கலாம். ஒரு புலவன்

பாடிய செய்தி மற்றொரு புலவன் பாடியதில் இல்லை என்பதற்காக அவர்களால் குறிக்கப்பட்ட மன்னர் வேறு வேறாவர் என்று கூறல் இயலாதன்றோ? ஒருவனைப்பற்றிய செய்திகளைத் தருதல் பாடும் புலவரது உளப்பான்மையைப் பொறுத்ததே தவிர, நமது உளப் பண்பைப் பொறுத்ததன்று. மேலும், புலவர் பிற்கால இராசராசன் கல்வெட்டுகளிற் காணுமாறு அரசன் வெற்றிகளை முறைப்படுத்திப் பாடுவர் என்றோ, பாடவேண்டும் என்றோ எதிர் பார்த்தல் முறை யன்று.

3. பொருநராற்றுப்படையில் கூறப்படாத பல போர்கள் பட்டினப்பாலையில் கூறப்பட்டுள்ளன என்பது மூன்றாம் காரண மாகும். இதற்கு விடை சென்ற பகுதியிலே கூறப்பட்டுள்ளமை காண்க.

நல்லியக்கோடன கிடங்கில் என்னும் நகரத்தில் இருப்பான் என்று சிறுபாணாற்றுப்படை கூறி, அதற்குச் செல்லும் வழியைத் தெளிவாகக் கூறுகிறது; வழியில் எயிற்பட்டினம், வேலூர், ஆமூர் என்னும் ஊர்கள் உள்ளன என்றும் கூறி, அவ்வூர்களைப் பற்றிய விவரங்களையும் கூறி யுள்ளது. பெரும்பாணாற்றுப்படை, துறைமுகப் பட்டினம், திருவெஃகா, கச்சி ஆகிய மூன்றையும் கூறிக் கச்சியில் திரையனைக் கண்டு பரிசில் பெறலாம் என்று தெளிவாகக் கூறுகிறது. கூத்தராற்றுப்படை காரியுண்டிக் கடவுளின் கோவில்-மலைவழி.அடிவாரப் பகுதியில் உள்ள நன்னனது பழவிறல் மூதூர் இவற்றைக் கூறி, அப்பழவிறல் மூதூரில் நன்னனைக் கண்டு பரிசில் பெறலாம் என்று கூறுகிறது.

ஆயின், பொருநராற்றுப்படையில் பொருநன் கரிகாலனைக் காணப் போகும் வழி கூறப்படவில்லை; ஊர்கள் கூறப்படவில்லை; தலைநகரம் கூறப்படவில்லை; பொருநன் கரிகாலனை எங்குச் சென்று காண வேண்டும் என்ற தெளிவே இல்லை. சங்க காலத்தில் தென்னாட்டுப் பேரரசனாய் விளங்கியவன் கரிகாலன். அவனது நாடு, ஊர்கள் நிரம்பியது; சமவெளிப்பகுதி. அவன் காலத்தில் உறையூர் தரைநகரம்; காவிரிப்பூம்பட்டினம் சிறப்புற்ற துறைமுக நகரம். ஆயினும், கரிகாலன் எங்கு இருப்பான்? அவனை எங்குச் சென்று காண்பது? அவனைக் காணச் செல்லும் வழி ஏது? இவற்றில் ஒன்றுமே பொருநராற்றுப்படையில் தெளிவாக இல்லை! இல்லை!

இங்ஙனம் ஆற்றுப்படைக்குரிய சிறப்புச் செய்திகளை அறவே கூறாது விட்ட பொருநராற்றுப்படை ஆசிரியர், கரிகாலனுடைய போர்கள் அனைத்தையும் கூறவில்லை என்றோ, கரிகாலனுடைய செயல்கள்

அனைத்தையுமே கூறினார் என்றோ கருதுதல் பொருத்த மன்று.

4. நான்காம் காரணம், இருங்கோ வேளைப்பற்றியது. மலையமான், அதிகமான் என்றாற்போல் இருங்கோவேள் என்பது குறிப்பிட்ட சிற்றரச மரபினர்க்குரிய பொதுப்பெயர்; சிறப்புப் பெயரன்று. மலையமான் திருமுடிக்காரி, அதிகமான் நெடுமான் அஞ்சி என்ற வழக்கினைக் காண்க. பொதுவாக இருங்கோவேள் என்பது இருங்கோ வேளிர் மரபில் வந்த ஓரரசனைக் குறிப்பதேயன்றிச் சிறப்பாக ஒருவனையும் குறியாது.

கரிகாலன் உருவப்பஃறேர் இளஞ்சேட்சென்னியின் மகன் என்று பொருநராற்றுப்படை கூறுகிறது (அடி, 130). பரணர், கரிகாலன் தந்தையாகிய உருவப்பஃறேர் இளஞ்சேட்சென்னியைப் பாடியுள்ளார் (புறம், 4). இப்பரணரும் கபிலரும் பேகனைப்பாடியுள்ளனர். (புறம், 143-147). எனவே, கபிலரும் பரணரும் ஒரு காலத்தவர் எனலாம். பரணர் கரிகாலன் தந்தையைப் பாடியவர். கபிலர் வயதில் இளைஞர் எனக் கொள்ளினும், கரிகாலன் காலத்தவராகலாம்; அல்லது அவனை அடுத்து வாழ்ந்தவராகலாம். நெடுஞ்செழியனால் முறியடிக்கப்பட்ட யானைக்கட்சேய் மாந்தரஞ்சேரல் இரும்பொறை என்பவன், 'கபிலன் இன்றுளனாயின் நன்றுமன்!' என்று கூறி வருந்தினன் என்பது தெரிகிறது 9புறம் 53). ஆதலால், கபிலர் நெடுஞ்செழியன் காலத்தவர் அல்லர் என்பது தேற்றம்.

எனவே, கரிகாலனால் வெல்லப்பட்ட இருங்கோ வேள் வேறு, நெடுஞ்செழியனால் வெல்லப்பட்ட இருங்கோ வேள் வேறு என்பது இங்கு அறியத்தகும்.

5. இதிற்கூறப்படும் செய்திகள் கீழ்வரும் மூன்று: 1. பட்டினப்பாலை பாடிய உருத்திரங்கண்ணனார் பெரும்பாணாற்றுப் படையையும் பாடியுள்ளார். அது தொண்டைமான் இளந்திரையன் மீது பாடப் பட்டது; 2. இளந்திரையன் கரிகாலற்குப் பின்பு ஆண்ட கிள்ளி வளவன் மகன் என்று மூவருலாக்கள் கூறுகின்றன; 3. இப்புலவர் (உருத்திரங் கண்ணனார்) இயற்றிய அகம். 167, குறுந்தொகை, 352ஆம் பாடல்களும் இவரைக் கரிகாலனுக்குப் பிற்காலத்தவரெனக் காட்டும்.

இனி இவற்றை ஒவ்வொன்றாக ஆராய்வோம்

1. பட்டினப்பாலை பாடிய உருத்திரங்கண்ணனார் பெரும் பாணாற்றுப்படையைப் பாடினார் என்பது உண்மை. ஆயின், பெரும்பாணாற்றுப்படை தொண்டைமான் இளந்திரையன்மீது

பாடப்பட்டதற்கு அகச்சான்று இல்லை. 500 அடிகளைக் கொண்ட பெரும்பாணாற்றுப்படையில் இளந்திரையன் என்னும் பெயரே இல்லை; அதற்கு மாறாக, அப்பாட்டுடைத்தலைவன் திரையன் என்றும் (அடி, 37), தொண்டையோர் மருகன் (அடி, 454) என்றுமே குறிக்கப் பட்டுள்ளான். அப்பாட்டுடைத் தலைவன்ஒரு திரையன்-தொண்டையர் மரபினன்-என்று மட்டுமே கூறப்பட்டுள்ளான். நச்சினார்க்கினியரே அவனை இளந்திரையன் என்று தம் உரையின் இறுதியிற் கூறியுள்ளார். இதுபற்றிய விரிவான ஆராய்ச்சியை அடுத்த பிரிவிற் காண்க.

"பட்டினப்பாலையில் 301 அடி முழுதும் துருவினும் கரிகாற் சோழன் பெயர் காணொணாது" (பக்.37) என்று கூறிய டாக்டர் பாரதியார் அவர்கள், பெரும்பாணாற்றுப்படையில் 500 அடி முழுவதும் துருவினும் இளந்திரையன் பெயர் காணொணாது என்பதைக் கண்டறியாமல், நச்சினார்க்கினியர் கூற்றையே ஆதாரமாகக் கொண்டு பெரும்பாணாற்றுப்படை இளந்திரையன் மீது பாடப்பட்டது என்னும் முடிவைக் கொண்டமை விளப்புக்குரியது!

2. இளந்திரையன் கரிகாலனுக்குப் பின்பு ஆண்ட கிள்ளி வளவன் மகன் என்று மூவருலாக்கள் கூறுகின்றன என்பது டாக்டர் அவர்கள் கூற்று. இஃது உண்மையா என்பது இங்கு ஆராயத்தகும்.

(அ) விக்கிரம சோழன் உலாவில் கரிகாலன், கோச்செங்கணான், விசயாலயன், முதற்பராந்தகன் என்ற நால்வர் செயல்கள் ஒன்றன்பின் ஒன்றாகக் கீழ் வருமாறு கூறப்பட்டுள்ளன:

கண்ணி: 13. "சென்னிப் புலியே றிருத்திக் கிரிதரித்துப்
பொன்னிக் கரைகண்ட பூபதியும்-இன்னருளின்
14. மேதக்க பொய்கை கவிகொண்டு வில்லவனைப்
பாதத் தளைவிட்ட பார்த்திவனும்-மீதெலாம்
15. எண்கொண்ட தொண்ணூற்றின் மேலும் இருமூன்று
புண்கொண்ட வென்றிப் புரவலனும்-கண்கொண்ட
16. கோதிலாத் தேறல் குனிக்குந் திருமன்றம்
காதலாற் பொன்வேய்ந்த காவலனும்..."

கரிகாலனுக்குப் பின்பு ஆண்டவன் கிள்ளி வளவன் என்றோ, அவன் மகன் இளந்திரையன் என்றோ இங்கு வாராமை அறியத்தகும். இக்கண்ணிகட்குப் பின்பு முதலாம் இராசராசன், அவன் வழி வந்தவர் ஆகியோரே குறிக்கப்பட்டுள்ளனர் என்பதும் இங்கு அறியத் தகும்.

(ஆ) குலோத்துங்க சோழன் உலாவில்-கரிகாலன்; கிள்ளிவளவன், கோச்செங்கணான், விசயாலயன் என்பவர் செயல்களே ஒன்றன்பின் ஒன்றாகக் குறிக்கப்பட்டுள்ளன;

கண்ணி: 18. "மண்கொண்ட பொன்னிக் கரைகட்ட வாராதான்
கண்கொண்ட சென்னிக் கரிகாலன்-எண்கொள்

19. பணம்புணர்ந்த மோலியான் கோமகளைப் பண்டு
மணம் புணர்ந்த கிள்ளி வளவன் - அணங்கு

20. படுத்துப் பொறையனைப் பொய்கைக்குப் பண்டு
கொடுத்துக் களவழிப்பாக் கொண்டோன்-அடுத்தடுத்துச்

21. சீறுஞ் செருவில் திருமார்பில் தொண்ணூறும்
ஆறும் படுதழும்பின் ஆகத்தோன்"

இங்குக் கரிகாலனுக்குப் பின் கிள்ளிவளவன் என்னும் ஒரு சோழன் நாகமன்னன் மகளை மணந்தனன் என்பது சொல்லப்பட்டதே தவிர, அவர்களுக்கு மகன் உண்டு என்றோ, அவன் தான் இளந்திரையன் என்றோ குறியாமை காணத்தகும்.

(இ) இராசராச சோழன் உலாவில் நாகர் மகளை மணந்த சோழன், கரிகாலன், கோச்செங்கணான், விசயாலயன் என்பவர் செயல்கள் ஒன்றன்பின் ஒன்றாக நான்கு கண்ணிகளில் கூறப்பட்டுள்ளன.

-தரையின்

16. பெருமகளைத் தீவேட்ட பின்னருஞ் சேடன்
திருமகளைக் கல்யாணஞ் செய்தோன்- பரநிருபர்

17. கன்மலை மார்பும் கடவுள் வடமேருப்
பொன்மலை மார்பும் புலிபொறித்தோன்-சொன்மலைய

18. நல்லவன் பொய்கை களவழி நாற்பதுக்கு
வில்லவன் காற்றளையை விட்டகோன்-புல்லார்

19. தொழும்புடைய ஆகத்துத் தொண்ணூறும் ஆறும்
தழும்புடைய சண்டப்ர சண்டன்"

இங்குக் கரிகாலனுக்கு முன்பே ஒரு சோழன் நாகர் மகளை மணந்தமை கூறப்பட்டுள்ளது காண்க. அவன் பெயர் சூரவாதித்த சோழன் என்பது உரையில் தரப்படடுளளது. இதே செயல் விக்கிரம சோழன் உலாவில் 10ஆம் கண்ணியில் சிபிச்சோழனுக்கு முற்பட்ட செயலாகக் கூறப்பட்டுள்ளது. இங்கும் அச்சோழனுக்குப் பிள்ளை

உண்டெனறோ, அவன் இளந்திரையன் என்றோ குறிக்கத்தகும் ஒரு சொல்லேனும் மூலத்திலும் இல்லை; உரையிலும் இல்லை. உண்மை இங்ஙனம் இருக்க, டாக்டர் பாரதியார் அவர்கள், "இளந்திரையன் கரிகாலனுக்குப் பின் ஆண்ட கிள்ளி வளவன் மகன் என்று மூவருலாக்கள் கூறுகின்றன," என்று கூறியுள்ளமை வியப்பினும் வியப்பே!

(ஈ) "உருத்திரங்கண்ணனார் இயற்றிய அகம்.167, குறுந்தொகை, 352ஆம் பாடல்களும் இவரைக் கரிகாலனுக்குப் பிற்காலத்தவராகக் காட்டும்," -இதுவேனும் பொருந்துமா என்பதைக் காண்போம்.

கீழ்வரும் செய்யுள் உருத்திரங்கண்ணனார் அகம் பற்றிப் பாடியுள்ள செய்யுள் (அகம்.167).

பாலை

1. (தலைமகன் பொருள் கடைக்கூட்டிய நெஞ்சிற்குச் சொல்லிச் செலவு ஆழுங்கியது.)

"வயங்குமணி பொருத வகையமை வனப்பிற்
பசுங்காழ் அல்குல் மாஅ யோளொடு
வினைவனப் பெய்திய புனைபூஞ் சேக்கை
விண்பொரு நெடுநகர்த் தங்கி யின்றே
இனிதுடன் கழிந்தன்று மன்னே; நாளைப்
பொருந்தாக் கண்ணேம் புலம்புவந் துறுதரச்
சேக்குவங் கொல்லோ நெஞ்சே! சாத்தெறிந்
ததர்கூட் டுண்ணும் அணங்குடைப் பகழிக்
கொடுவில் ஆடவர் படுபகை வெரீஇ
ஊரெழுந் துலறிய பீரெழு முதுபாழ்
முருங்கை மேய்ந்த பெருங்கை யானை
வெரிந்ஓங்கு சிறுபுறம் ஊரிஞ ஒல்கி
இட்டிகை நெடுஞ்சுவர் விட்டம் வீழ்ந்தென
மணிப்புறாத் துறந்த மரஞ்சோர் மாடத்
தெழுதணி கடவுள் போகலிற் புல்வென்
றொழுகுபலி மறந்த மெழுகாப் புன்றிணைப்
பானாய் துன்னிய பறைக்கட் சிற்றில்
குயில்காழ் சிதைய மண்டி அயில்வாய்க்
கூர்முகச் சிதலை வேய்ந்த
போர்மடி நல்லிறைப் பொதியி லானே.

-கடியலூர் உருத்திரங்கண்ணனார்

இதன் பொருள்:

நெஞ்சமே, மாமை நிறத்தைக் கொண்ட நம் தலைவியுடன் வானை அளாவும் நீண்ட மாளிகையில் அழகிய வேலைப்பாடமைந்த மலர்கள் நிறைந்த பள்ளியில் தங்கியதால் இன்றைப்பொழுது இனிதாய்க் கழிந்தது. வழிச் செல்லும் வாணிகச் சாத்தினைக் கொன்று அவர் பொருளைக் கவர்ந்துண்ணும் ஆறலை கள்வரது பகையை அஞ்சிக் குடிகள் போய்விட்ட ஊரில் பீர்க்குப் படர்ந்த பெரிய அம்பலம் பாழ் பட்டிருந்தது. அதன் சுவரில் யானையின் பிடரி உராய்ந்தது. அதனால், தளர்ந்து அச்சுவரில் உள்ள விட்டமரம் வீழ்ந்தது. அது கண்டு அஞ்சி அச்சுவர் மாடத்திலிருந்த மணிப்புறாப் பறந்து விட்டது. இங்ஙனம் அம்பலம் பாழானமையால் அங்கு இருந்த தெய்வம் வெளியேறிவிட்டது. அம்பலக் கூரையைக் கறையான அரித்துவிட்டது. அத்தகைய அம்பலத்தில் தனித்து உறங்காத கண்களோடு நாளைப் பொழுதில் தங்கியிருப்பேனோ! (அஃது இயலாது).

இச்செய்யுள் பொருளீட்ட வேண்டும் என்று கூறிய நெஞ்சை விளித்துத் தலைவன் தலைவியைப் பிரிய இயலாமையைக் கூறித் தலைவியை விட்டுப் பிரியாது தங்கினான் என்பதை உணர்த்துவது. இது பட்டினப்பாலையில் உள்ள கருத்தை ஒத்தது. இதில் கரிகாலனைப் பற்றியோ, அவனுக்குப் புலவர் பிந்தியவர் என்பது பற்றியோ பேச்சே இல்லை. இச்செய்யுள்நடை கரிகாலற்குப் பிற்பட்டது என்று கூறச் சான்றும் இல்லை. இங்ஙனம் இருக்க, 'இச்செய்யுளைப் பாடிய புலவர் கரிகாலற்குப் பிற்பட்டவர் என்பதை இச்செய்யுள் உணர்த்தும்,' என்ற பாரதியார் கூற்றின் உண்மையை உணரக் கூடவில்லை.

குறுந்தொகைப் பாடல் 352

தலைவி கூற்று

(தலைவன் பிரிந்த காலத்தில், தோழியை நோக்கி, "தலைவர் பிரிவினால் மாலைக்காலம் எனக்கு நோய் தருகின்றது" என்பது படத் தலைவி கூறியது.)

"நெடுநீ ராம்ப லடைப்புறத் தன்ன
கொடுமென் சிறைய கூருகிர்ப் பறவை
அகலிலைப் பலவின் சாரான் முன்னிப்
பகலுறை முதுமரம் புலம்பப் போகும்

சிறுபுன் மாலை யுண்மை
அறிவேன் றோழியவர்க் காணா வூங்கே."

-கடியலூர் உருத்திரங்கண்ணனார்

என்பது, பிரிவிடைத் தோழிக்குக் கிழத்தி மெலிந்து கூறியது.

இதன் கருத்து:

"வௌவால்கள், தாம் பகற்காலத்தில் உறைந்த பழைய மரத்தை விட்டு மாலையில் பலாமரங்களையுடைய மலைச்சாரலை நோக்கிப் போகின்றன. அதனால், மாலையின் நினைவு உண்டாகிறது. என் தலைவர் இல்லாத காலத்திலே தான் இவ்வாறு மாலையின் நினைவு உண்டாகிறது"

இச்செய்யுளின் பொருளோ, நடையோ கொண்டு இதனைப் பாடிய புலவர் கரிகாலற்குப் பிந்தியவர் என்று கூறுதல் எங்ஙனம் இயலும்? டாக்டர் பாரதியார் அவர்கள் ஏன் இங்ஙனம் கூறினார் என்பது விளங்குமாறில்லை. அவர் கூற்றுக்கு இவ்விரு பாக்களிலும் சிறிதளவும் சான்றில்லை என்பது வெள்ளிடைமலை.

6. பொருநராற்றுப்படை, கரிகாலன், 'உறுகெழு தாயம் ஊழின் எய்திப் பிறந்து தவழக் கற்றது முதலே சோணாட்டரசை அவனது சிறுதோள் தாங்கச் செங்கோல் செலுத்திப் பகைவரும் அவன் ஏவல் கேட்ப, ஏவல செய்யாத பகைவர் நாடு கலங்க வென்று நாடாண்டான் (பக். 43).

பொருநராற்றுப்படையிற் கூறிய

"தாய்வயிற் றிருந்து தாயம் எய்தி" *(அடி, 132)*

என்பதனையே பட்டினப்பாலையும்,

"உருகெழு தாயம் ஊழின் எய்தி" *(அடி, 227)*

என்று கூறியுள்ளது.

கரிகாலன் இளமையில் தாயத்தாரால் துன்புற்றான் என்பதைப் பொருநராற்றுப்படை வெளிப்படையாகக் குறிக்கவில்லையாயினும், (தாயம்) "எய்யாத் தெவ்வர் ஏவல் கேட்ப" (133) என்பதைக் குறித்துள்ளது. அஃதாவது, தாயம் எய்யாத் தெவ்வர் (பங்காளிகளாகிய பகைவர்) கரிகாலனால் அடக்கப்பட்டு ஏவல் கேட்டனர் என்பது வெளிப்படையாகக் கூறப்பட்டுள்ளது. இதனை விளக்கியே பட்டினப்

பாலை, "கரிகாலன் இளமையில் பகைவரால் சிறையில் அடைக்கப் பட்டான்; அங்கிருந்து சிங்கக்குருளை போல வெளிப்பட்டு வந்து, பட்டமடைந்து, அவர்களை அடக்கினான்," என்று கூறியுள்ளது. (அடி, 221-227).

கரிகாலன் தன்னைப் பணிதல் செய்யாதவர் நாடுகளை வருந்தச் செய்தான் (அடி, 134) என்று பொருநராற்றுப்படை கூறல், கரிகாலன் ஏனைய வேந்தருடன் புரிந்த போர்களைக் குறிப்பதாகும். அப்போர்கள் இன்னவை என்று பட்டினப்பாலை விளக்கமாகக் கூறுவதாகக் கோடலும் இழுக்காகாது. எனவே, இவ்வாறாங்காரணமும் பொருத்த மற்றதாகும்.

7. கரிகாலன் தெற்கே இருநில மருங்கிற் பொருவாரின்றி வடவரை மட்டும் சென்று வென்று இமயத்தில் புலிப்பொறி பொறித்தான் என்று டாக்டர் அவர்கள் கூறியுள்ளார். சோழன் தன்னை ஒத்த சேர பாண்டியரை வெண்ணிப்போரில் வென்றவன்; அதனால் மூவேந்தரிற் சிறந்து விளங்கினன். ஆயின், அவன் முன்பு சொன்னது போல நாடுகள் பலவற்றைக் கலங்கச் செய்தான் என்று பொருநராற்றுப்படையே (அடி, 134). கூறுகின்றதே! அங்ஙனம் அரசர் பலரை அடக்கிய பின்பே அவன் இமயம் வரையிற் செல்லல் எளிதாயிற்று என்று கோடலே பொருத்த மாகும். அவன் நாடுகள் பல வென்றமையையே (பொருநராற்றுப்படை குறிப்பாகக் கூறியதையே) பட்டினப்பாலை விளக்கமாகக் கூறுகிறது என்றும் கொள்ளலாம்.

யான் முன்னர்க் கரிகாலன் வரலாற்றிற் கூறியாங்குக் கரிகாலன் (பட்டினப்பாலை கூறுவது போல) தொல்லருவாளரையும் வடவரையும் வென்ற பின்பே இமயம் செல்லல் எளிதாயிற்று என்னலாம். ரேநாண்டுச் சோழர், தெலுங்குச் சோழர், கன்னட நாட்டுச் சிற்றரசர் ஆகிய பலர், தம்மை உறையூர் மன்னர் என்றும், கரிகாலன் மரபினர் என்றும் தம் பட்டயங்களிலும் கல்வெட்டுகளிலும் கூறிக் கொண்டனர் என்பதையும், கடப்பை மாவட்டத்தில் உள்ள பொத்தப்பி நாடு கரிகாலனால் நாடாக்கப் பட்டது என்று அந்நாட்வர் கூறுவதை யும், கரிகாலன் காஞ்சியைப் புதுக்கினான் என்று பெரிய புராணம் கூறுவதையும் நோக்கக் கரிகாலன் தொண்டை நாட்டிலும் அதற்கு வடபாலும் கொண்ட வெற்றிகள் இனிது புலனாகும். இங்ஙனம் கல்வெட்டுகளும் நாட்டு வரலாறும் பிற்கால இலக்கியமும் கூறுவனவற்றையே பட்டினப்பாலை கூறு கின்றது என்பது தெளிவு.

இதுகாறும் கூறப்பட்ட எல்லா விவரங்களும் திருமாவளவன் கரிகாலனே என்பதையும், பட்டினப்பாலை கரிகாலன் மீது பாடப் பட்டதுதான் என்பதையும் நன்கு உணர்த்துவனவாகும்.

13. பெரும்பாணாற்றுப்படைக்குரிய திரையன்

திரையன்–தொண்டைமான்

'திருமால் நிலமளந்தவன்; இலக்குமியை மார்பில் உடையவன்; கடல் போன்ற நிறமுடையவன். அவன் பின்னவனாக அக்கடலின் திரைகள் தர வந்த ஒருவன் மரபிற் பிறந்தவனே கச்சி காவலன். அவன் தொண்டையர் வழியில் வந்தவன்; திரையன் எனப்படுவான்; வேற்படை உடையவன்;[1] என்று கடியலூர் உருத்திரங்கண்ணனார் என்ற பைந்தமிழ்ப்புலவர் பெரும்பாணாற்றுப்படையிற் கூறியுள்ளார். அவராற் பாடப்பட்ட கச்சி காவலன் திரையர் எனப்பட்ட தொண்டையர் மரபினன் என்பதும், கடல்வழி இந்நாட்டிற்கு வந்தவன் என்பதும், இதனால் தெளிவாகின்றன.

ஆட்சிச் சிறப்பு

தமிழகத்தில் சேர, சோழ, பாண்டியர் முடியுடை மூவேந்தர். அவர் தம் ஆட்சியைவிட இத்திரையன் ஆட்சி வலம்புரி சங்கைப் போன்ற உயர்வுடையது; தூய்மையானது; அல்லது கடிவது; அறம் புரிவது. அவனது செங்கோல் ஆட்சி நிலவியுள்ள நாட்டில் வழிப் போக்கரை அலறும்படி தாக்கி அவர்தம் பொருள்களைக் கொள்ளை கொண்டு வாழ்க்கை நடத்துவோர் இல்லை; அவனது நாடு காவலையுடையது; அந் நாட்டில் இடி இடியாது; பாம்புகளும் கொல்லுதலைச் செய்யா; காட்டிடத்துப் புலி முதலிய கொடிய விலங்குகளும் தீமை செய்யா[2] (அடி, 132-43).

நிலத்தைப் படைத்தலும் காத்தலும் அழித்தலும் ஆகிய மூன்று தொழில்களையுடைய கடலுக்கு நடுவே பகற்பொழுதைச் செய்யும்

---

1. 'இருநிலங் கடந்த திருமறு மார்பின்
முந்நீர் வண்ணன் பிறங்கடை அந்நீர்த்
திரை தருமரபின் உரவோன் உம்பல்" (29 31)
'பல்வேல் திரையன்' (37)
'தொண்டையோர் மருக' (454)

ஞாயிறு தன் ஒளிக்கதிர்களைப் பரப்பினாற்போலத் திரையன் பரந்த அருள் உணர்ச்சியுடன் தன் மந்திரச்சுற்றம் சூழவீற்றிருப்பான். அப் பெருமகன் நடுவுநிலையை ஆராய்ந்தறியும் மயக்கந்தீர்ந்த அறிவுடையவன்; முறை வேண்டுபவர்க்கு முறை வழங்குபவன்; குறை வேண்டுபவர்க்குக் குறையை நீக்குபவன்[3]. (441-445)

வீரச் சிறப்பு

வெள்ளிய கொம்புகளையும் கரிய நிறத்தையுமுடைய யானைப் பிணங்களைக் குருதியாறு இழுத்துச் செல்லும்படி கொடிய போர் செய்து நூற்றுவரை வென்ற ஐவர் போல மிகப் பெரிய படையுடன் வேந்தர் ஐவர் திரையனை ஒரு முறை எதிர்த்தனர். திரையன் அவர்களைப் போரில் முறியடித்தான்.

கச்சி காவலனான திரையன் தன்னை எதிர்ப்பவர் நாட்டு ஊர்களின் மன்றுகள் (பொது இடங்கள்) மக்கள் இல்லையாய் பாழாகும் படி அழிப்பவன்; தன் நண்பர் நாடுகள் வளமுற்று விளங்க அருளுபவன்.

அவனோடு நட்புடையவரும் அவனைப் பகைத்தலிற் பயினில்லை என்பதை அறிந்தவரும் பலவாகிய திறைப் பொருள்களைக் கொண்டு சென்று அவனை வணங்குவர். திரையன் தன் பகைவரை அழிக்கத் தக்க காலம் பார்த்துக் கொண்டு தன் படைகளுடன் கச்சியில் இருப்பன்

---

2. மலர்தலை உலகத்து மன்னுயிர் காக்கு
முரசுமுழங்கு தானை மூவ ருள்ளும்
இலங்குநீர்ப் பரப்பின் வளைமீக் கூறும்
வலம்புரி யன்ன வசைநீங்கு சிறப்பின்
அல்லது கடிந்த அறம்புரி செங்கோற்
பல்வேல் திரையன்.

* * *

கைப்பொருள் வௌவுங் களவேர் வாழ்க்கைக்
கொடியோர் இன்றவன் கடியுடை வியன்புலம்
உருமும் உரறா(து) அரவுந் தப்பா
காட்டுமாவும் உறுகண் செய்யா." (32-43)

3. குணகடல் வரைப்பின முந்நீர் நாப்பண்
பகல்செய் மண்டிலம் பாரித் தாங்கு
முறைவேண்டு நர்க்கும் குறை வேண்டுநர்க்கும்
வேண்டுப வேண்டுப வேண்டினர்க் கருளி." (441-445)

(அடி, 415-435)

திரையன் பகைவருடைய காவலையுடைய மதில்களை அழிப்பவன்; பகையரசருடைய முடிக்கலம் முதலியவற்றைக் கொண்டு வீரமுடி புனைபவன்; பகைவர் சந்து செய்ய இசையினும் உடன்படாதவன்; வேற்படையும் வாட்படையும் உடையவன்[4]. (450-454)

கொடைச்சிறப்பு

திரையன் நிலையற்ற உலகில் நிலைபேறுடைய புகழைப் பெற விரும்புபவன் ஆதலால், தன்னை நாடி வந்த பாணர், புலவர் முதலியோரை அருளுணர்ச்சியுடன் வரவேற்பான்; அவர்கள் அணிந்திருந்த கந்தை ஆடைகளை அகற்றுவான்; பாலாவியையொத்த நூலாற் செய்த துகில்களை உடுக்கும் படி வழங்குவான்; அரண்மனைச் சமையற்காரன் ஆக்கிய பல வகை இறைச்சி உணவுகளையும் உயர்ந்த செந்நெற் சோற்றையும் கண்டசருக்கரை கலந்த உணவுப் பண்டங்களையும் வெள்ளிக்கலங்களில் படைப்பான்; பாணர் முதலியோருடைய பிள்ளைகளுக்குச் சிறிய வெள்ளிக் கலங்களிற் படைப்பான்; தான் நின்றுகொண்டே உபசரித்து உண்பிப்பான்; பின்பு பாணனுக்குப் பொற்பூவையும் விறலிக்குப் பொன்னாலான மாலையையும் வழங்குவான்; பாணனும் அவன் குடும்பத்தாரும் ஊர் செல்ல நான்கு குதிரைகள் பூட்டிய தேரை உதவுவான்; தன்னிடம் தோற்ற பகைவர் போர்க்களத்தில் விட்டுச் சென்ற குதிரைகளையும் அவற்றின் அணிகளையுந்தருவான்; இவை ஒழிந்த வேறு பரிசில்களையும் தருவான் (அடி, 465-493) அப்பெரியோன் தன்னை வேண்டி வந்தவர்க்குக் கொடையாகிய கடனை இங்ஙனம் குறைவறச் செய்யும் விரிந்த மனப்பான்மை உடையவன் (அடி, 446)

சிற்றரசன்

இத்திரையன் அரசர் பலரைப் புறங்கண்டவன் ஆயினும், 'முடியொடு கடகம் சேர்த்தி' என்று (முல்லைப் பாட்டு, 76) பேரரசற்குச்

4. 'பகைவர்
கடிமதில் எறிந்து குடுமி கொள்ளும்
வென்றி அல்லது வினையுடம் படினும்
ஒன்றல் செல்லா உரவுவாள் தடக்கைக்
கொண்டி உண்டி" (அடி, 450-454)

சொல்லும் படி புலவராற் கூறப்படாமையின், இவன் சிற்றரசன் என்பதே பொருத்தமாகும். தொல்காப்பியர் பேரரசர்க்கு உரியவற்றைக் கீழ்வருமாறு கூறியுள்ளார்.

'படையும் கொடியும் குடையும் முரசும்
நடைநவில் புரவியும் களிறுந் தேரும்
தாரும் முடியும் நேர்வன பிறவும்
தெரிவு கொள் செங்கோல் அரசர்க் குரிய'

(மரபியல், 71)

சிற்றரசர்க்கு உரியவற்றைக் கீழ்வருமாறு மொழிந்துள்ளார்.

'வில்லும் வேலும் கழலும் கண்ணியும்
தாரும் மாலையும் தேரும் வாளும்
மன்பெறு மரபின் ஏனோர்க்கும் உரிய."

(மரபியல், 83)

இந்த இரண்டாம் நூற்பாவின் அடியில், தொல்காப்பிய வுரையாசிரியருள் ஒருவரான பேராசிரியர், 'மன்பெறு மரபின் ஏனோர் எனப்படுவார், அரசு பெறு மரபிற் குறுநில மன்னர் எனக்கொள்க. அவை பெரும்பாணுள்ளும் பிறவற்றுள்ளும் காணப்படும்' என்று வரைந்துள்ளமை நோக்கத்தகும்.

திரையர்–தொண்டையர்

காஞ்சி காவலன், திரையன் என்றும் தொண்டையர் மரபினன் என்றும் பெரும்பாணாற்றுப்படையுள் கூறப்பட்டுள்ளான். அப்பாடலைப் பாடிய புலவர் அவன் காலத்தவராகலின், அவர் தம் காலத்து வழக்கினையே கூறினார் எனக் கொள்வதே பொருத்தமாகும். 'திரையர்' என்றும் 'தொண்டையர்' என்றும் சிலர் சங்கத்தொகை நூல்களிற் குறிக்கப்பட்டுள்ளனர். அவர்களைப் பற்றிய செய்திகளை இங்கு அறிதல் நமது ஆராய்ச்சிக்கு நல்லது.

திரையர்

1. காட்டூர் கிழார் மகனார் கண்ணனார் என்ற புலவர், 'வென்வேல் திரையன் வேங்கட நெடுவரை' என்று தம் அகநானூற்றுப் பாடல் ஒன்றில் (85) குறித்துள்ளார்.

2. நக்கீரர் என்ற புலவர்,

'செல்லா நல்லிசைப் பொலம்பூண் திரையன்
பல்பூங் கானல் பவத்திரி''

என்று தம் அகநானூற்றுப் பாடல் ஒன்றில் (340) கூறியுள்ளார்.

தொண்டையர்

1. தாயங்கண்ணனார் என்ற புலவர்,

'வினைநவில் யானை விறற்போர்த் தொண்டையர்
இனமழை தவழும் ஏற்றரு நெடுங்கோட்(டு)
ஓங்குவெள் ளருவி வேங்கடத் தும்பர்'

என்று தம் பாடல் ஒன்றில் (அகம், 213) தொண்டையரைப் பற்றிக் குறித்துள்ளார்.

2. கல்லாடனார் என்ற புலவர்,

"பொருவார்
மண்ணெடுத் துண்ணும் அண்ணல் யானை
வண்டேர்த் தொண்டையர் வழையமல் அடுக்கம்''

என்று தமது குறுந்தொகைப்பாடலில்(260) தொண்டயரைப் பற்றிக் கூறியுள்ளார். 'தொண்டையர் வழையமல் அடுக்கம்' என்பது தொண்டையர்க்குரிய வேங்கடமலை' என்று டாக்டர் உ.வே.சாமிநாதையர் கூறியுள்ளார்.

மேலே காட்டப்பட்ட நான்கு மேற்கோள்களில் முதல் இரண்டும் திரையரைப் பற்றிப் பேசுவன. பின் இரண்டும் தொண்டையரைப் பற்றிப் பேசுவன. ஆயின், பெரும்பாணாற்றுப்படை தனது பாட்டுடைத் தலைவனை,

'பல்வேல் திரையன்' (அடி, 37)

என்றும்,

'தொண்டையோர் மருக' (அடி, 454)

என்றும் கூறியுள்ளது. இவற்றால் திரையன் என்பவனும் தொண்டையோர் என்பவரும் ஓரினத்தவரே என்பது தெளிவாம். அதியன்-அதியமான் எனவும், மலையன்-மலையமான் எனவும் பெயர் பெற்றாற் போலத் தொண்டையன்-தொண்டைமான எனப்பெயர் பெற்றிருத்தல் இயல்பே.

மேலே கூறப்பட்ட காட்டூர் கிழார் மகனார் கண்ணனார், நக்கீரர், தாயங்கண்ணனார், கல்லாடர் என்ற புலவர் பெருமக்கள் பாக்களில் திரையரைப் பற்றியும் தொண்டையரைப் பற்றியும் வந்துள்ள அடிகள் உணர்த்தும் செய்திகள் யாவை?

திரையர் எனப்பட்ட தொண்டையர்க்கு வேங்கடமலை உரியது. அவர்கள் வேற்படையுடையவர்கள்; போர்களில் பண்பட்ட யானை களை உடையவர்கள்; தேர்களையும் உடையவர்கள்; போர்ப்பயிற்சி உடையவர்கள். அவர்கள் நாட்டில் பவத்திரி என்பது சிறந்த நகரம். அவர்கள் அழியாத நல்ல புகழையுடையவர்கள்; பொன்னணிகளை அணிந்தவர்கள் என்பன அப்புலவர் குறிப்புகளிலிருந்து புலனாகின்றன.

திரையர்–தொண்டயர் பற்றிய செய்திகள்

தகடூரையாண்ட அதியமான நெடுமானஞ்சியின் காலத்தில் காஞ்சியைத் தொண்டைமான் ஒருவன் ஆண்டு வந்தான். அவன் அதியமான் மீது போர் தொடுப்பான் எனக் கருதிய ஔவையார், அவனிடம் அரசியல் தூதராய்க் காஞ்சிக்குச் சென்றார் என்று புறநானூற்றுச் செய்யுள் ஒன்று (95) கூறுகின்றது.

ஏறத்தாழக் கி.பி. 10ஆம் நூற்றாண்டளவிற் செய்யப்பட்டதாகக் கருதப்படும் யாப்பருங்கல விருத்தியுரையில் திரையர்-தொண்டையர் பற்றி மூன்று செய்யுள்கள் மேற்கோட்செய்யுள்களாகக் காட்டப் பட்டுள்ளன[5]. அவற்றைக் கீழே காண்க:

1. ‘ஆழி இழைப்பப் பகல்போம் இரவுவரின்
தோழி துணையாத் துயர்தீரும்-வாழி
நறுமாலை தாராய் திரையவோஓ என்னும்
செறுமாலை சென்றடையும் போழ்து.”

2. “பாடுகோ பாடுகோ பாடுகோ பாடுகோ
பாவீற் றிருந்த புலவீர்காள் பாடுகோ
ஞாயிற் றொளியான் மதி நிழற்றே தொண்டையார்
கோவீற் றிருந்தான் குடை”

3. ‘வஞ்சி வெளிய குருகெல்லாம் பஞ்சவன்
நான்மாடக் கூடலிற் கல்வலிது
சோழன் உறந்தைக்கரும்பினிது தொண்டைமான்
கச்சியுட் காக்கை கரிது.”

5. பவானந்தம் பிள்ளை பதிப்பு, பக். 45, 181, 350.

இப்பாடல்கள், கி.பி. 10ஆம் நூற்றாண்டளவில் இயற்றப்பட்ட யாப்பருங்கல விருத்தியில் மேற்கோளாகக் காட்டப் பட்டுள்ளமையால கி.பி. 10ஆம் நூற்றாண்டிற்கு முற்றட்டவை என்பதில் ஐயமில்லை. ஏறத்தாழக் கி.பி. 300இல் காஞ்சி பல்லவராட்சிக்கு உட்பட்டது; அது முதல் கி.பி. 9ஆம் நூற்றாண்டு வரையில் தொண்டைநாடு பல்லவர் ஆட்சியில் இருந்தது; பின்பு சோழர் ஆட்சிக்கு உட்பட்டது. அஃதாவது கி.பி. 300க்குப் பின்பு தொண்டை நாட்டைப் பல்லவர் சிறிது காலம் சோழர், மீண்டும் பல்லவர், பின்பு சோழர் ஆண்டனர்; திரையரோ, தொண்டையரோ ஆண்டமைக்குச் சான்றில்லை பிற்காலப் பல்லவருட் சிலர் (தொண்டை நாட்டையாண்ட காரணத்தால்) தொண்டையர் என உபசார வழக்காய்க் கூறப்பட்டனர்; ஆயினும் 'திரையர்' எனக் கூறப்பட்டிலர். எனவே, இப்பாடல்கள் பெரும்பாலும் பல்லவர்க்கு முற்பட்ட (சங்ககாலத்) திரையர் எனப்பட்ட தொண்டைமான்களைக் குறிப்பவை எனக்கோடலே பெரிதும் பொருத்தமுடையது.

திரையர் பற்றிய கதை

'திரை தரு மரபின்' என்ற தொடரை விளக்க நச்சினார்கினியர் ஒரு கதை கூறியுள்ளார்:

"நாகப்பட்டினத்துச் சோழன் பிலத்துவாரத்தால் நாகலோகத்தே சென்று நாக கன்னியை மருவிய காலத்து, அவள், 'யான் பெற்ற புதல்வனை என் செய்வேன்? என்ற பொழுது 'தொண்டையை அடையாள மாகக் கட்டிக் கடலிலே விட, அவன் வந்து கரையேறின், அவற்கு யான் அரசவுரிமையை எய்துவித்து நாட்டாட்சி கொடுப்பல்' என்று அவன் கூற, அவளும் புதல்வனை அங்ஙனம் வரவிடத் திரை தருதலின், திரையன் என்று பெயர் பெற்ற கதை கூறினார்." (அடி, 30, உரை விளக்கம்) இதுபோன்ற கதை சிறிது வேறுபாட்டுடன் மணிமேகலை என்னும் பெருங்காப்பியத்துள் கீழ் வருமாறு கூறப் பட்டுள்ளது.

நாகநாட்டரசனான வளைவணனுக்கும் அவன் பத்தினியாகிய வாசமயிலை என்பவளுக்கும் பீலிவளை என்ற பேரழகுடைய மகள் தோன்றினாள். அவள் மணப் பருவத்தில் பூம்புகார்க் கடற்கரையில் காணப்பட்டாள். நெடுமுடிக்கிள்ளி, வடிவேற்கிள்ளி, வென்வேற்கிள்ளி என்று வழங்கப்பட்ட சோழன் (உதயகுமரன் தந்தை) அவள் இன்னவள் என்பதை அறியாமலே அவளைக் காதலித்து அவளுடன் உறவாடினான். அவள் அவனிடம் அறிவியாமலே திடீரென்று மறைந்து விட்டாள். மன்னன் மனம் வருந்தி அவளைப் பல இடங்களிலும் தேடி அலுத்தான்;

அவள் வரலாற்றைப் பௌத்த சாரணர் ஒருவர் வாயிலாக அறிந்தான்; அவர் கூறியபடி அவளுக்குப் பிறந்த தன் மகன் தன்னிடம் வருவான் என்று ஆவலோடு எதிர்பார்த்துக் கொண்டிருந்தான்.

பீலிவளை நாகநாட்டில் தான் பெற்ற ஆண் குழந்தையைப் பூம்புகார் வணிகனான கம்பளச் செட்டி என்பவனிடம் ஒப்படைத்தாள். அச்செட்டி அக்குழந்தையுடன் பூம்புகார் நோக்கி வருகையில் அவன் வந்த மரக்கலம் உடைந்துவிட்டது. குழந்தை கடலுக்கு இரையானது. அது கேட்டுச் சோழன் வருந்தினான்; அந்த வருத்தமிகுதியால் அந்த ஆண்டு இந்திர விழாவினைச் செய்ய மறந்தான். அதனால் (முன்னரே இருந்த இந்திர சபாத்தின்படி) பூம்புகாரைக் கடல் கொண்டது (மணி காதை, 24 அடி, 27-70; காதை, 25 அடி, 176-201; காதை, 29; அடி 3-26).

மணிமேகலை சிலப்பதிகார காலத்திற் செய்யப்பட்டது. அதன் காலம் கி.பி. இரண்டாம் நூற்றாண்டு என்னலாம். இவ்விரண்டாம் கதை அக்காவியத்திலே இடம் பெற்றது. மணிமேகலையில் கூறப்பட்டுள்ள கதை, மணிமேகலை வாழ்ந்த காலத்துச் சோழ அரசனைப் பற்றியது. எனவே அக்கதையை ஓரளவு நம்பலாம். ஆயின், திரை வழியே வந்த குழந்தை இறந்துவிட்டது என்பது அக்கதை கூறும் செய்தியாகும். ஆதலால், அக்கதைக்கும் திரையர்க்கும் தொடர்பு இருத்தல் இயலாது என்பது உறுதி.

இந்த நிலையில் நச்சினார்க்கினியர் கூறியுள்ள கதைக்குச் சான்று யாது என ஆராய்தல் நல்லது.

நச்சினார்க்கினியர் தமது தொல்காப்பிய உரையில் இளம்பூரணர் சேனாவரையர் பேராசிரியர் ஆளவந்தபிள்ளை ஆசிரியர் ஆகியவரைக் குறித்திருத்தலால் இவர் காலம் கி.பி. 14ஆம் நூற்றாண்டிற்கும் பிற்பட்ட தென்னலாம்*. எனவே, பதினான்காம் நூற்றாண்டிற்கு முற்பட்ட தமிழ் நூல்களில் இவர் கதைக்குச் சான்று உண்டா என்பது ஆராய்வதற்கு உரியது.

முதற்குலோத்துங்கன் ஆட்சியின்போது (கி.பி. 1070-1120) செய்யப்பட்ட கலிங்கத்துப் பரணியில்,

---

6. கலைக்களஞ்சியம் 6, பக். 275 – 276

'தளவழிக்கு நகை வேல்விழிபி லத்தின்வழியே
தனிந டந்துரகர் தங்கண்மணி கொண்ட அவனும்'
(கண்ணி, 195)

என்னும் அடி காணப்படுகின்றது. 'ஒரு குகை வழியே பிறர் உதவி யின்றித் தனிமையாய் நடந்துசென்று முல்லை யரும்பின் அழகைக் கெடுக்கும் பற்களையும் வேல் போன்ற விழிகளையும் உடைய நாகர்தம் கண்மணி போன்றவளை (அரசன் மகளை) மணந்துகொண்டவன்' என்பது இவ்வடிகளின் பொருளாகும். இச்செய்தி குலோத்துங்கன் முன்னோரைப் பற்றிக் கூறும் கண்ணிகட்கிடையில் உள்ள ஒரு கண்ணி யில் வருவதால், இங்குக் குறிக்கப்பட்டவன் சோழ மன்னன் என்பது வெளிப்படை.

'சோழன் பிலத்துவாரத்தால் நாகலோகம் சென்று' என்று நச்சினார்க்கினியர் கூறுதற்கும், 'பிலத்தின் வழியே தனி நடந்து' என்ற கலிங்கத்துப் பரணித் தொடருக்கும் உள்ள ஒற்றுமை காணத்தகும்.

இச்சோழன் நாக கன்னிகை ஆகிய இருவர்தம் கூட்டுறவு புலவர் பெருமானாகிய ஒட்டக்கூத்தரால் அவர் பாடிய மூன்று உலாக்களிலும் கூறப்பட்டுள்ளது.

1. "ஆங்குப்
பிலமதனிற் புக்குத்தன் பேரொளியால் நாகர்
குலமகளைக் கைப்பிடித்த கோ."
-விக்கிரம சோழன் உலா, கண்ணி, 9-10.

2. 'பணம்புணர்ந்த மோலியான் கோமகளைப் பண்டு
மணம் புணர்ந்த கிள்ளி வளவன்'
-குலோத்துங்க சோழன் உலா, கண்ணி, 19

3. "தரையின்
பெருமகளைத் தீவேட்ட பின்னரும் சேடன்
திருமகளைக் கல்யாணம் செய்தோன்"
-இராசராச சோழன் உலா, கண்ணி, 16.

முதலிற் கூறப்பட்ட விக்கிரம சோழன் உலாவிற்கண்ட கண்ணிக்கு உரை கூறிய ஆசிரியர், 'சூரவாதித்த சோழன் என்பான் நாகலோகஞ் சென்று நாகராஜகுமாரி காந்திமதி என்பாளை மணந்து அங்கிருந்து வெற்றிலைப் பயிரைச் சோழ நாட்டிற்குக் கொண்டு வந்தான் என்று தெரிகிறது. (செவ்வந்திப்புராணம்; உறையூர்ப் புராணம்); இவன்

கரிகாலன் புதல்வனான கிள்ளி வளவனின் வேறானவனும் காலத்தால் முற்பட்டவனுமாவான். வெற்றிலைக்கு 'நாகவல்லி' என்னும் வட மொழிப் பெயர் உண்மை நோக்குக. இச்சரித்திர வரலாறு வேறு பெயர் களுடன் நாகைக்காரோணப் புராணத்திலும் திருப்பனந்தாள் புராணத்திலும் கூறப்பட்டுள்ளன' என்று கூறியுள்ளது சுவை பயக்கும் செய்தியாகும்[6].

உரையூர்ப்புராணம், செவ்வந்திப் புராணம் என்னும் நூல்களில் சூரவாதித்த சோழன் நாகர் மகளை மணந்த செய்தியும் சோணாட்டுக்கு வெற்றிலைப்பயிரைக் கொணர்ந்த செய்தியும் கூறப்பட்டுள்ளன. வெற்றிலை முதன் முதல் மலாயாவிலிருந்தே இந்தியாவிற்குக் கொண்டு வரப்பட்டது. அது கி.மு. ஆறாம் நூற்றாண்டு வடமொழி மருத்துவ நூலிற்கூறப்பட்டுள்ளதை நோக்க,[7] கிறிஸ்து பெருமானுக்கு முற்பட்ட நூற்றாண்டுகளிலேயே இந்நாட்டில் இருந்தமை தெளிவு.

இந்திரப் பிரத்தத்திலிருந்து கம்போடியாவுக்குச் சென்ற அரச மரபினன் ஒருவன், நாக கன்னிகை ஒருத்தியை மணந்தான்; அவன் மரபினர் கம்போடியாவைப் பல நூற்றாண்டுகள் ஆண்டனர்' என்பது இந்தோ-சீன வரலாறு கூறும் செய்தியாகும்.

கி.மு. ஆறாம் நூற்றாண்டில் வாழ்ந்த ஹெரடோட்டஸ் என்ற மேனாட்டு வரலாற்றாசிரியர், 'எராக்கிளிஸ் (Heracles) என்பவன் தனது பிரயாணத்தில் நாகர் மகளைக் கூடினான். 'நான் பெறும் பிள்ளைகளை என் செய்வேன்?' என்று அந்நாகர் மகள் கேட்டாள். ஹெராக்கிளிஸ், 'இந்த வில்லை வளைக்கும் மகனுக்கு உனது அரசைக் கொடு; மற்ற மக்களை நாட்டை விட்டு விரட்டிவிடு' என்று கூறிச் சென்றான். அவன் கூறியபடியே நாகர் மகள் செய்தாள். வில்லை வளைத்து அரசனானவன் மரபினரே சிதியர் (Sythians) என்பவர்' என்று தம் வரலாற்று நூலில் எழுதியுள்ளார்[8].

---

6. மூவருலா, கலாக்ஷேத்திரப் பதிப்பு, பக். 4.
7. கலைக்களஞ்சியம் 9 பக். 502.
8. Administration and Social life under the Pallavas, Dr. C.Minakorn, pp. 25-29.

இப்பிற நாட்டுக் கதைகளில், முன்னது இந்தியாவிலிருந்து சென்றவன் கம்போடியாவில் நாகர் மகளை மணந்து அங்கேயே தங்கி விட்டான் என்ற செய்தியைத் தெரிவிக்கிறது. இரண்டாம் கதை. நாகர் மகள் பெற்ற மகன் தன் தாயின் நாட்டையே ஆண்டான் என்பதைத் தெரிவிக்கிறது. நமது நாட்டிற்கு மேற்கிலும் கிழக்கிலும் கடலுக்கப்பால் நாகர் மகள் தொடர்புடைய கதைகள் கிறிஸ்துவுக்கு முற்பட்ட நூற்றாண்டுகளிலேயே வழங்கி வந்தமையும் இவற்றால் தெரிகிறது. பின் நூற்றாண்டுகளிலும் வீரகூர்ச்சன் என்ற பல்லவன் நாகர் மகளை மணந்தமையால் ஒரு நாட்டைப் பரிசாகப் பெற்றான் என்று வரலாறு கூறுகிறது[9].

மேலே கூறப்பட்ட இரண்டு கதைகளிலும் நாகர் கன்னிகைக்குப் பிறந்த பிள்ளைகள் தாய்நாட்டை ஆண்டார்களே தவிரத் தந்தை நாட்டை ஆளவில்லை. ஆயின், சோழர்-நாகர் மகள் பற்றிய கதைகளில் நாகர் மகன் தந்தை நாட்டிற்கு வந்தமை கூறப்பட்டுள்ளது. வந்த மகன் கடலில் இறந்தான் என்று மணிமேகலை கூறுகிறது. வேறு சோழனுக்குப் பிறந்த நாகர் மகளின் மகன் திரை தர வந்தான்; அவன்தான் இளந்திரையன் என்று நச்சினார்க்கினியர் கூறியுள்ளார். ஆயின், கலிங்கத்துப் பரணியிலோ, உலாக்களிலோ, உறையூர்ப் புராணம் முதலியவற்றிலோ சோழனுக்கும் நாகர் மகளுக்கும் பிறந்த பிள்ளை தமிழ்நாட்டுக்கு வந்தமை கூறப்படவில்லை என்பது கவனிக்கத்தகும். நாகர் மகளின் மகன் வந்திருப்பின், கீழைச் சாளுக்கியனுக்கும் சோழர் மகளுக்கும் பிறந்த குலோத்துங்கனைப் பாராட்டிப்பாடியபரணி அதனைக் கூறாதிராது; சாளுக்கிய சோழர்களான விக்கிரம சோழன், இரண்டாம் குலோத்துங்க சோழன், இரண்டாம் இராசராசன் என்பவரைப் பாராட்டிய ஒட்டக் கூத்தரும் பாடாதிரார். இது நன்கு கவனித் தற்குரியது. இவை அனைத்துக்கும் மேலாக, பெரும்பாணாற்றுப்படை ஆசிரியரே இதனைக் கூறாமல் இரார் என்பது நினைவு கூர்தற்குரியது. எனவே, இக்கதை உருத்திரங்கண்ணனார்க்குப் பிற்படத் தோன்றிய தாகலாம்.

நச்சினார்க்கினியர் நாகப்பட்டினத்துச் சோழன் நாகர் மகளைக் கூடியதாகக் கூறியுள்ளார் அல்லவா? சங்க காலத்தில் நாகபட்டினத்தில் சோழன் இருந்தமைக்குச் சான்றே இல்லை. எனவே, நாகைக் காரோணப் புராணத்துட் கூறப்பட்ட கதையை எவர் வாயிலாகவோ அறிந்த அவர்,

---

9. S.I.I. II No. 98. Verse. 6

தமது உரையில் இக்கதையைக் கூறினாராதல் வேண்டும். மேலும், நச்சினார்க்கினியர் இங்ஙனம் கதை கூறலில் வல்லவர் என்பதை அவர் கூறியுள்ள அகத்தியர்-லோபா முத்திரை-திரணதூமாக்கினி[10] என்ற தொல்காப்பியர் பற்றிய கதை[11] கொண்டும் நன்கறியலாம். இப்பிற் கதைக்குத் தரும் மதிப்பையே முற்கதைக்குந்தருதல் நலமாகும்.

"இருநிலங் கடந்த திருமறு மார்பின்
முந்நீர் வண்ணன் பிறங்கடை அந்நீர்த்
திரைதரு மரபின் உரவோன் உம்பல்"

என்னும் அடிகளுக்கு நச்சினார்க்கினியர், 'பெரிய நிலத்தை அளந்த திருமாலாகிய மறுவையணிந்த மார்பினையுடைய கடல்போலும் நிறத்தையுடையவன் (திருமால்) பின்னிடத்தோனாகிய சோழன் குடியிற் பிறந்தோன்; திருமால் குடியில் தோன்றின உரவோன்' என்று பொருள் கூறியுள்ளார்.

நிலங்கடந்தவனும் இலக்குமியை மார்பில் உடையவனும் கடல் நிறத்தானுமாகிய திருமாலுக்குப் பின் அக்கடல் அலைகள் தர வந்தவன் மரபில் உள்ளவன்-அஃதாவது, 'திருமால் கடல் அலைகளின்மீது பள்ளி கொண்டவன்; அலைகளால் உந்தப்பட்டவன். அவனுக்குப் பின்பு ஒருவன் கடல் அலைகளின் உதவியால் வந்தவன். அங்ஙனம் திரை தர வந்தவனது வழியினன் பெரும்பாணாற்றுப்படைக்குரிய கச்சி காவலன்' எனப்பொருள் கொள்வது பொருத்தமாகத் தோற்றுகிறது.

தொண்டையர் பல்லவரா?

திரையர் எனப்பட்ட தொண்டையர் சோழராயிருந்திருப்பின்[12]

---

10. திரணதூமாக்கினி-திரணம்+தூமம் அக்கினி. திரணம்-புல், தூமம்-புகை, அக்கினி-நெருப்பு. திரணதூமாக்கினி-புல் புகை தீ. (புற்புகைதீ) இப்படி ஒருவர் பெயர் அமையுமா என்பது நோக்கத் தகும்.

11. தொல்காப்பியம் சிறப்புப் பாயிரவுரை.

12. 'முரசு முழங்குதானை மூவருள்ளும்... திரையன்(33-37) என்பதில் வரும் 'உள்ளும்' என்பது திரையர் மூவருள் ஒருவன் சோழன் மரபினன் என்று கூறுவர் டாக்டர் மொ. அ. துரையரங்கனார். (சங்க காலச் சிறப்புப் பெயர்கள், பக் 348) அம் மூவரிலும்- குற்றமற்ற தலைமையினையும் செங்கோன்மையையு முடைய திரையன் என நச்சினார்க்கினியர் கூறும் உரையே இங்குப் பொருத்த மானது.
ப.பா.ஆ.37.

அது வெளிப்படையாகப் புலவராற்புகலப்பட்டிருக்கும். சோழன்-நாகர் மகள் வழியினர் எனினும், அந்தவுண்மையேனும் புலவராற் கூறப் பட்டிருக்கும். இவை இரண்டும் கூறப்படாமையால், சோழர்க்கும் தொண்டையர்க்கும் உறவு இல்லை என்பது தெளிவாகும். அங்ஙன மாயின், 'தொண்டையோர் யாவர்?' என்னும் கேள்வி எழுதல் இயல்பே யன்றோ?

ஏறத்தாழ கி.பி. 300 முதல் காஞ்சியிலிருந்து தொண்டை நாட்டை ஆளத்தொடங்கிய பல்லவருள் கி.பி. 7ஆம் நூற்றாண்டில் அரசாண்ட மகேந்திரவர்மனும் அவன் பின்னோரும் 'தொண்டையந்தார் வேந்தர்' எனக் கல்வெட்டுகளிலும் நந்தி கலம்பக நூலிலும் குறிக்கப்பட்டனர். ஆதலால், அவர்கள் 'தொண்டையர் மரபினர்' என்று வரலாற்றாசிரியர் சிலர் நம்பினர். பல்லவர்கள் பிராக்கிருத மொழிலும், வடமொழி யிலுமே தங்கள் பட்டயங்களை முதலில் வெளியிட்டார்கள்; வட மொழிப் புலவர்வர்களையே ஆதரித்தார்கள்; பெரிய வடமொழிக் கல்லூரியைக் காஞ்சியில் அமைத்தார்கள்; பெண் கொடுக்கல் வாங்கல் களைப் பல நூற்றாண்டுகள் வரையில் தக்காணப்பகுதி மன்னரிடமே வைத்துக் கொண்டார்கள். இவை அனைத்தும் அவர் தமிழராகார் என்பதை வலியுறுத்துவனவாகும்; தமிழராகாவிடினும், தமிழகம் வந்து ஆளத்தொடங்கிய பின்னரேனும் தமிழராய் மாறியிருக்கலாம்-தமிழ்ப் புலவர்களைப் போற்றியிருக்கலாம்- தமிழ் மன்னருடன் மணவுறவு கொண்டிருக்கலாம். பல்லவர் இவற்றையும் பல நூற்றாண்டுகள் செய்ய வில்லை. அவர் திரையர் எனப்பட்ட தொண்டயர் மரபினராயின் அவரது ஆட்சியில் தொடர்ந்து தமிழன்றோ சிறப்புற்றிருக்கும்? பிராக்கிருதமோ, வடமொழியோ செல்வாக்குப் பெறக்காரணம் இல்லையே! இவை அனைத்தும் பல்லவர் வேறு அவர்க்கு முற்பட்ட தொண்டையர் வேறு என்பதை நன்கு வலியுறுத்துவனவாகும்.[13]

தொண்டையர்

முல்லைக் கொடி மிக்கிருந்த ஊர் 'முல்லை வாயில்' எனப்பட்டது. தில்லைச் செடி மிக்கிருந்த இடம் 'தில்லை' எனப்பட்டது. காரைச் செடிகள் மிக்கிருந்த இடம் 'காரைக் காடு' எனப்பட்டது. ஏரகம் என்பது

13. Pallavas of Kanchi. R. Gopalan, pp.23-24 Administration and Social Life under the Pallavas, Dr. C.Minakshi, pp. 12-13.

கோரைப்புல்லைக் குறிக்கும் வடமொழிப்பெயர். அது மிக்கிருந்த இடம் 'ஏரகம்' எனப்பெயர் பெற்றது. எருமைகள் மிக்கிருந்த நாடு எருமை நாடு[14] எனப்பட்டது; எருமைகள் மிக்கிருந்த ஊர் எருமையூர் எனப் பெயர் பெற்றது. இங்ஙனமே தொண்டைக்கொடி மிக்கிருந்த நாடு தொண்டை நாடு எனப்பட்டது என்னலாம்.

தொண்டை நாடு மிகப் பழைய காலத்தில் காடு அடர்ந்த பகுதியா யிருந்தது. அப்பகுதியில் ஆங்காங்கு ஆர்க்காடு, ஆலங்காடு, வேற்காடு, ஈக்காடு, கீழ்க்காடு, சின்னவேலிக்காடு, பெரிய கீழ்க்காடு, கோட்டைக்காடு, வேலங்காடு, முக்காடு, சிற்றார்க்காடு, பனங்காடு, கருப்பங்காடு, முத்துக்காடு, காரைக்காடு, மாங்காடு, செங்காடு எனப் பல காடுகள் இருந்தன. அக்காடுகள் அழிக்கப்பட்ட பின்னரும் அவை இருந்த இடங் களுக்கு இன்றும் அப்பெயர்கள் பல நூற்றாண்டுகளாக வழங்கி வருகின்றன. ஆயின், அக்காலத்து அந்நாட்டில் தொண்டைக் கொடி சிறந்திருந்தது போலும்! அச்சிறப்பு நோக்கிய இப்பகுதி நாடாக்கப் பட்ட பொழுது தொண்டை நாடு எனப் பெயர் பெற்றதாதல் வேண்டும். உருத்திரங்கண்ணனார் தாம் பாடிய 500 அடிகளையுடைய பெரும் பாணாற்றுப்படையுள் ஓரிடத்தும் தொண்டை நாடு என்னும் பெயரைக் கூறவில்லை; பட்டினப் பாலையில் அருவாளர் (அருவா நாட்டினர்) என்று குறித்துள்ளார். தாலமி (கி.பி. 150) அந்த நாட்டினரை 'அரௌவரினாய்' (*Arouarinoi*) என்று கூறியுள்ளார். தெலுங்கர் இன்றும் தமிழரை 'அரவவாளு' என்றே கூறுகின்றனர். 'அருவா நாட்டினர்' என்பது இதன் பொருள். இதிலிருந்து தமிழ் மொழி தெலுங்கில் 'அரவம்' எனப் பட்டது. இந்நாட்டை ஆளத் தொடங்கிய மன்னரும் இந்நாட்டிற் சிறந்து விளங்கிய தொண்டை மலர்களால் ஆகிய மாலையை அணியத் தொடங்கினர் என்னலாம்.

சேரர் பனம்பூ மாலையை அணிந்தனர்; சோழர் 'ஆத்திப்பூ மாலை யைத் தரித்தனர்; பாண்டியர் வேப்பம்பூ மாலையை அணிந்தனர்.' இவை மல்லிகை, முல்லை போல மணம் மிகுந்த மலர்கள் அல்லவே! அங்ஙனம் இருந்தும்,

'போந்தை வேம்பே ஆரென வரூஉ
மாபெருந் தானையர் மலைந்த பூவும்'

---

14. எருமை மகிஷம் (வடமொழி) எருமைகாடு–மகிஷ மண்டலம்; எருமையூர் –மகிஷூர் . இதுவே இன்றைய மைசூர் என்பது.

எனத் தொல்காப்பியரே சுட்டத்தகும் நிலையில் (புறத் திணை இயல்,5) ஏன் வாழையடி வாழையாக அணிந்து வந்தனர்?

சேரநாட்டில் பனையும், சோழநாட்டில் ஆரும், பாண்டி நாட்டில் வேம்பும் ஒரு காலத்தில் மிக்கிருந்தனவாகலாம். முதற் சேர சோழ பாண்டிய மன்னர் இவற்றைத் தம் அடையாள மாலைகளாய்க் கொண்டிருக்கலாம். பின்னவராலும் இவ்வழக்கம் தொடர்ந்து பின் பற்றப்பட்டது. இங்ஙனமே தொண்டை நாட்டை ஆளத் தொடங்கிய திரையர் தொண்டை மாலையைத் தமக்குரிய அடையாள மாலையாகக் கொண்டிருக்கலாம். அதனாலேதான் திரையர்க்குப் பின்பு அந்நாட்டை யாண்ட பல்லவரும் தொண்டை மலர் மாலையைத் தம் அடையாள மாலையாக அணிந்து வந்தனர் என்னலாம்.

திருநாவுக்கரசர் காலத்தவனான (கி.பி. 600-630) முதலாம் மகேந்திரவர்மன், 'தொண்டையந்தார் வேந்தன்' என்று தளவனூர்க் குடைவரைக் கோயில் கல்வெட்டிற் கூறப்பட்டுள்ளான்[15]. தெள்ளாறு எறிந்த நந்திவர்மன், 'நறுந்தொண்டையர்கோன்' என்று நந்தி கலம்பகத்தில் (செ.49) பேசப்பட்டுள்ளான். அந்நூற்செய்யுள்கள் பலவற்றில் தொண்டை மாலை சிறப்பிக்கப்பட்டுள்ளது. (ந.செ.23, 34, 45, 47, 63, 65, 86, 88, 94, 102) மூன்றாம் நந்திவர்மன் தொண்டை மலர்மாலையை மார்பிலும் முடியிலும் தரித்திருந்தாள் (க்ஷ 86, 88, 94)

அக்காலத்தில் (கி.பி 9ஆம் நூற்றாண்டில்) தொண்டை என்ற சொல்லே தொண்டை நாட்டைக் குறித்தது என்பது தெரிகிறது. (க்ஷ,53, 72) அச்சொல் தொண்டை மலர் மாலையையும் குறித்தது. (க்ஷ,70) 'தொண்டையோன்' என்பது தொண்டைநாட்டு மன்னன் என்ற பொருளில் வந்தது. (க்ஷ 70)

பெரும்பாணாற்றுப்படையில் கச்சி காவலன்

"தொண்டையோர் மருக"

(அடி, 454)

என்று விளிக்கப்பட்டுள்ளான். இதற்கு நச்சினார்க்கினியர், 'தொண டையைச் சூடினோருடைய குடியில் உள்ளவனே' என்று பொருள் வரைந்துள்ளார். இது பொருத்தமான உரை. திரையர் காலத்தில் 'தொண்டையோர்' என்பது தொண்டை மலரைச் சூடிய அரசரைக் குறித்ததென்பது இதனால் தெரிகிறது.

---

15. Epigraphia Indica, Vol, 12, p. 225.

'தொண்டையர்கோன்' என்று மூன்றாம் நந்திவர்மன் நந்தி கலம்பகத்தில் (செ.49) கூறப்பட்டுள்ளான். இங்குத் 'தொண்டையர்' என்பது தொண்டை நாட்டுக் குடிமக்களைக் குறிக்கிறது.

தொண்டை என்ற கொடியின் அல்லது மலரின் பெயர் அதன் மிகுதி பற்றி ஒரு நாட்டைக் குறித்தது; பின்னர் அந்நாட்டை ஆண்டவரைக் குறித்தது; பின்பு அந்நாட்டுக் குடிமக்களையும் குறிக்கலாயிற்று என்பது இச்சான்றுகளால் நன்கு அறியலாம்; தொண்டை மலர் மாலை திரையர்க்குப் பின்னர்த் தொண்டை நாட்டை ஆண்ட பல்லவர்க்குச் சிறந்த அடையாளமாய் விளங்கியது என்பதும் மேலே காட்டப்பட்டது.

தொண்டைமான்–திரையன் ஊர்கள்

'பவத்திரி' என்பது திரையனுக்கு உரிய ஊர் என்பது முன்பு கூறப்பட்டது. திரையன் ஒருவன் காஞ்சியில் ஆண்டான் என்று பெரும் பாணாற்றுப்படை கூறுகிறது. ஔவையார் காலத்துத் தொண்டைமான் ஒருவன் காஞ்சியில் வாழ்ந்தான் என்று புறநானூற்றுச் செய்யுள்(95) புகல்கிறது. 'திரையர்' என்றும் தொண்டைமன்கள் என்றும் பெயர் பெற்ற இவ்வரசர் பெயரால் ஊர்கள் உண்டாயினவா? அவற்றுள் சில இன்றுண்டா?' என்பவை கவனிக்கத்தக்கவை.

'பூதப்பாண்டி' என்னும் ஊர், சங்ககாலப் பூதப் பாண்டியனை நினைவூட்டுகிறது. பிற்கால 'மகேந்திரவாடி' என்பது. பல்லவ மகேந்திர வர்மனை நினைவூட்டுகிறது. 'விக்கிரவாண்டி' என்னும் ஊரின் பெயர் விக்கிரம பாண்டியனை நினைவூட்டுகிறது. இவ்வாறே சில இடங்களின் பெயர்கள் இன்றும் திரையரையும் தொண்டைமான்களையும் நினைவூட்டிக் கொண்டிருக்கின்றன; சில, வழக்கு ஒழிந்தன என்பது கல்வெட்டுகளால் தெரிகிறது.

திரையன் ஆண்ட காஞ்சி இன்றும் தன் பழைமையை புலப்படுத்திக்கொண்டிருக்கிறது. பவத்திரி (அகம்.340) தன் பண்டை நலத்தை இழந்து, இன்று தன் பெயரையும் இழந்து, வேற்றுப் பெயரில் சிற்றூராய்க் காட்சியளிக்கிறது.

1. 'பவ்வத்திரி கோட்டத்துப் பேரூர் நாட்டுப் பண்டரங்கம் உடைய நாயனார்' என்பது கல்வெட்டு வாசகம்.

2. 'கடல் கொண்ட பவ்வத்திரி கோட்டத்துக் காகந்தி மாநகரில் உள்ள பண்டரங்கீசுவரம்' என்பதும், இராசேந்திர சோழமண்டலத்துப்

பவ்வத்திரி[16] என்பதும் மற்றொரு கல்வெட்டு வாசகம்.

முதற்கல்வெட்டில் கடலுக்கு இரையாகாதிருந்த பவ்வத்திரி கோட்டம் அடுத்த கல்வெட்டுக் காலத்தில் கடலுக்கு இரையானமை தெரிகிறது. எனவே, அக்கோட்டம் கடலையடுத்து இருந்தமை தெளிவு. நெல்லூர் மாவட்டததுக் கூடுர்வட்டத்தில் கடலுக்கருகில் 'ரெட்டி பாளையம்' என்னும் சிற்றூர் உள்ளது. அதனைச் சேர்ந்து 'பண்டரங்கம்' என்னும் மிகச் சிறிய ஊர் உள்ளது. அங்குள்ள சிவன் கோவில் கல்வெட்டுகளே முன்பு கூறப்பட்டவை. அக்கல்வெட்டு வாசகங்களால் கீழ்வருன அறியப்படும்.

1. 'பவத்திரி' என்ற சங்ககால ஊர்ப் பெயர் பிற்காலத்தில் 'பவ்வத்திரி' என்று மாறியிருக்கலாம்;

2. பவத்திரியைத் தலைநகராகக் கொண்ட கோட்டம் ஒன்று பண்டைக்காலத்தில் இருந்தது;

3. அக்கோட்டத்தின் சிறு பகுதியோ, பெரும் பகுதியோ, கடலால் கொள்ளப்பட்டது.

4. இன்றுள்ள பண்டரங்கத்தையும் ரெட்டி பாளைத்தையும் தன்னகத்தே கொண்ட பெருநகரம் ஒன்று காகந்தி மாநகரம் எனப் பெயர் பெற்றிருந்தது.

5. 'காகந்தி' என்பது காவிரிப்பூம்பட்டினத்துப் பெயர்களுள் ஒன்று. அஃது அப்பெருநகரத்திற்கு இடப்பட்டிருந்தது[17].

அகநானூற்றுச் செய்யுளிற் கூறப்பட்டுள்ள பவத்திரி இடைக் காலத்திலும் இருந்தது. அஃது ஒரு கோட்டத்தின் தலைநகராகவே இருந்து சிறப்புற்றது என்பன இக்கல்வெட்டுகளால் நன்கு புலனாகும்.

காளத்திக்கு மூன்று கல் தொலைவில் தொண்டைமான் ஆற்றூர் என்னும் பெயருடன் சிற்றூர் ஒன்று உள்ளது. அதன் பழைய பெயர் 'தொண்டைமான் பேராற்றூர்' என்பது[18]. திருக்கோவலூர்க் கல்வெட்டில் 'தொண்டைமான் குப்பம்' என்னும் சிற்றூரின் பெயர்

---

16. Nellor Inscriptions, Vol. I. Ns. 86 & 87.

17. காகந்தியைப் பற்றிக் கரிகாலன் வரலாற்றிற் கூறப்பட்டுள்ளது. ஆண்டுக்காண்க.

18. A.R.E. 230 of 1903.

காணப்படுகிறது[19]. மதுராந்தகம் வட்டத்தில் பாலாற்றுத் தென்கரையில் 'தொண்டைமான் நல்லூர்' என்னும் சிற்றூர் உள்ளது. அதற்கு அண்மையில் 'சின்னத் தொண்டைமானூர்' என்னும் பெயருடன் மற்றொரு சிற்றூரும் உள்ளது. திருவண்ணாமலை வட்டத்தில் 'தொண்டைமானூர்' என்று ஓர் ஊர் உள்ளது. சிதம்பரம், கடலூர் வட்டங்களில் 'தொண்டைமான் நத்தம்' என்னும் பெயருடன் இரண்டு ஊர்கள் உள. தமிழறிவும் வரலாற்று உணர்ச்சியும் உடையவர்க்கு இவை பண்டைத் தொண்டைமான்களை இன்றும் நினைவூட்டிக் கொண்டிருக்கின்றன. இன்றுள்ள காஞ்சிக்குக் கிழக்கில் காஞ்சியை ஒட்டியுள்ள நிலத்தில் தொண்டைமான் சோழபுரம் ஏரி என்னும் பெயருடன் ஓர் ஏரி உள்ளது. ஆயின், தொண்டைமான் சோழபுரம் என்னும் ஊர் இருந்து அழிந்து விட்டதாக ஊரார் உரைக்கின்றனர்.

செங்கற்பட்டு மாவட்டத்து வாலாசாபாதுக்கு அண்மையில் தென்னேரி என்னும் பெயருடன் சிற்றூர் ஒன்று உள்ளது. அங்குள்ள பெரிய ஏரியின் பெயரே தென்னேரி என்பது. அப்பெயரே காலப் போக்கில் ஏரியை அடுத்த ஊரின் பெயராய் மாறிவிட்டது. அங்குள்ள சிவன் கோவில் கல்வெட்டுகள் அவ்வூரைத் திரையனூர் என்று குறிக் கின்றன. அவ்வூர் ஊற்றுக்காட்டுக் கோட்டத்து ஊற்றுக்காட்டு நாட்டுத் திரையனூர் என்ற குலோத்துங்க சோழச் சதுர்வேதி மங்கலம்[20] எனச் சோழர் காலத்தில் பெயர் பெற்றிருந்தது. அத்திரையனூரை அடுத்துள்ள ஏரி, 'தென்னேரி' என இன்றும் வழங்குகின்றது. அதன் பண்டைப் பெயர் 'திரையன் ஏரி' என்பதாகும். இரண்டாம் நந்திவர்ம பல்லவனது கசாக்குடிச் செப்பேடுகளில் (ஏறத்தாழக்கி.பி. 732இல்) இப்பெயர் 'திரளய தடாகம்' என்று வடமொழியிற்காணப்படுகிறது. 'திரைய' என்பது காலப்போக்கில் 'திரளய' என மாறியது போலும்! அதே பட்டயத்தில் உள்ள தமிழ் வாசகத்தில் 'தியைனேரி' என்பது தெளிவாயுள்ளது[21].

பரமேசுவரமங்கலம், மகேந்திரவாடி, நரசிங்கன்பேட்டை என்று பல்லவமன்னர் பெயர்களால் பிற்காலத்தில் ஊர்கள் அமைந்தாற் போலவே, திரையனால் பிற்காலத்தில் ஊர்கள் அமைந்தாற்போலவே, திரையனால் உண்டாக்கப்பட்ட ஊர் 'திரையனூர்' என்றும்,

---

19. A.R.E. 252 of 1934-35.
20. A.R.E. 223. 226, 229, 231. 282. 244 of 1922.
21. S.I.I. Vol. 2 part 3, pp. 351 and 352

திரையனால் அமைக்கப்பட்ட ஏரி 'திரையனேரி' என்றும் பெயர் பெற்றன[22].

இன்றுள்ள பெரிய காஞ்சீபுரமே திரையன் காலத்தில் 'கச்சி' எனப் பட்டது. அதற்கு அப்பால் உள்ள பகுதிகள் சிற்றூர்களாயிருந்தன. இன்றுள்ள சிறிய காஞ்சீபுரப் பகுதியில் 'பணாமணீசுவரர் கோவில்' என்னும் பெயருடன் சிவன் கோவில் ஒன்றுள்ளது. சோழ மகா தேவியாரான திரைலோக்கிய மாதேவியார் என்பவர், அக்கோவிலுக்கு ஐம்பது கழஞ்சு பொன்னைத் திரையமங்கலத்தாரிடம் ஒப்புவித்தார் என்று ஒரு கல்வெட்டுக் கூறுகிறது[23]. பணாமணீசுவரர் கோவில் செலவுக்கு மூலதனமாகத் தரப்பட்ட பொன் அக்கோவிலை அடுத்த-அக்கோவிலை மேற்பார்த்து வந்த ஊராரிடமே கொடுப்பது முறை. ஆதலால், பணாமணீசுவரர் கோவிலைச் சூழ்ந்தோ, அடுத்தோ, 'திரையமங்கலம்' இருந்திருத்தல் வேண்டுமென்பது பொருத்தமாகும். இன்று அப்பழைய ஊர் இல்லை. அஃது இன்றுள்ள சிறிய காஞ்சீபுரப் பகுதியில் காலப்போக்கில் ஒன்றிவிட்டிருக்கலாம்.

திண்டிவன வட்டத்தில் இடையாலம், நல்லாலம் என ஊர்ப் பெயர்கள் அமைந்துள்ளன. நன்னூல் இயற்றிய பவணந்தி முனிவரை ஆதரித்த சிற்றரசனான சீயகங்கன், 'குவலாலம்' என்ற ஊரைச் சேர்ந்தவன். அவ்வூர்ப் பெயரே இன்று 'கோலார்' என மருவி வழங்குகிறது. 'புலியூர்க் கோட்டத்துச் சுரத்தார் நாட்டுத் தண்ணியாலத்தூர்[24] என்பது ஓர் ஊராகும். தாமல் கோட்டத்துத் தாமல் நாட்டுப்பட்டாலம் என்பது மற்றோர் ஊரின் பெயராகும்.

'எயிற்கோட்டத்த எயில் நாட்டு எலாவூர் நாட்டு திரையாலம்[25] என்பது ஓரூரின் பெயராகும். குவலாலம் என்பது கோலார் என மருவியது போலத் 'திரையன் ஆலம்' என்பது காலப்போக்கில் 'திரை யாலம்' என மருவியது போலும்!

---

22. கதிரையனூரும் திரையனேரியும் காஞ்சியை அடுத்திருந்தனவாக டாக்டர் எஸ். கிருஷ்ணசாமி ஐயங்கார் அவர்கள் கருதினமைக்குச் சான்றில்லை—Vide his History of Tiruppati, Vol. I. Pp.28-29.

23. 17 of 1921

24. 513 of 1913

25. S.I.I.3. 197

கச்சிமாநகரமும் அதனைச் சூழ்ந்துள்ள நிலப்பகுதியும் பண்டைக் காலத்தில் 'எயில் நாடு' எனப்பட்டது. அந்நாடு எயிற்கோட்டத்தின் உட்பகுதி. எனவே, திரையன் ஆலம் என்ற ஊர், காஞ்சிக்கு அண்மையிலே அமைந்திருந்தது என்பது தெளிவாகும். செய்யூரில் உள்ள சோழர் காலக் கல்வெட்டுகளால் 'திரையன்' என்ற பட்டத்தையுடைய சோழ அரசியல் அதிகாரிகள் பலர் இருந்தமை வெளியாகிறது. அவர்தம் பெயர்களைக் கீழே காண்க.

திரையன் வளவதரையன்[26]- திரையன் தாங்கி மாந்துறை நம்பி[27] திரையன் மாதேவடிகள்[28] திரையன் செம்பியன் வளவதரையன்[29] திரையன் மதுராந்தக தேவனான இராஜகம்பீர வளவதரையன்[30] திரையன் உத்தம சோழ வளவதரையன்[31] பல்லவர் மரபைச் சேர்ந்த பலர் சோழ அரசாங்கத்தில் பணியாற்றியது[32] போலவே சங்ககாலத்திரையர் மரபினரும் சோழர் அரசாங்கத்தில் பணியாற்றினர் என்பதை இப்பெயர்கள் உணர்த்துகின்றன.

கச்சி காவலன் திரையனா, இளந்திரையனா?

1. 248 அடிகளைக் கொண்ட பொருநராற்றுப்படையில் 'கண்ணார் கண்ணிக் கரிகால் வளவன்' (அடி, 148) என்று ஆசிரியர் அப்பாட்டுக்குரிய தலைவனைக் குறித்துள்ளார்.

2. 269 அடிகளைக் கொண்ட சிறுபாணாற்றுப்படையில் 'நல்லியக் கோடன்' என்று இரண்டு இடங்களில் (அடி, 126, 129) ஆசிரியர் அப்பாட்டுக்குரிய தலைவனைக் கூறியுள்ளார்.

3. 583 அடிகளைக் கொண்ட கூத்தராற்றுப்படையில்,

'நன்னன்சேய் நன்னன்' *(அடி, 64)*

என்று அப்பாட்டுக்குரிய தலைவன் சுட்டப்பட்டுள்ளான்.

---

26. 404 of 1919
    ப.பா.ஆ 38.
27. 432 of 1902
28. 434 of 1902
29. 438 of 1902
30. 439 of 1902
31. 440 of 1902
32. 441 of 1902

4. இவ்வாறே 500 அடிகளைக் கொண்ட பெரும்பாணாற்றுப் படையிலும்,

'பல்வேல் திரையன்' (அடி, 37)
'தொண்டையோர் மருக' (அடி, 454)

என்று இப்பாட்டுக்குரிய தலைமகன் குறிக்கப்பட்டுள்ளான்.

இவன் இளந்திரையன் என்று கடியலூர் உருத்திரங் கண்ணனார் தம் நெடும்பாட்டில் யாண்டும் கூறவில்லை. இப்பாட்டிற்கு உரை வரைந்த நச்சினார்க்கினியரே தம் உரையின் இறுதியில், 'தொண்டைமான் இளந்திரையனைக் கடியலூர் உருத்திரங் கண்ணனார் பாடிய பெரும்பாணாற்றுப்படைக்கு மதுரை ஆசிரியர் பாரத்துவாசி நச்சினார்க்கினியர் செய்தவுரை முற்றிற்று,' என்று கூறியுள்ளார். இவர் கூற்றைத் தவிர, இப்பாடல் இளந்திரையனைக் குறிக்கிறது என்பதற்கு மூலத்திற் சான்று சிறிதளவும் இல்லை. இதற்கு மாறாகக் கச்சி காவலன் அரசர் பலர் தொழும் பெருமையும் மிக்க வலிமையும் உடையவன் எனப் பலவாறு பேரரசன் போலவே பாராட்டப்பட்டுள்ளான்.

இளந்திரையன் என்பவன் பாடிய மூன்று பாடல்கள் நற்றிணையில் (94, 99, 106) இடம் பெற்றுள்ளன. அவற்றைக் கொண்டு அவன் நல்லிசைப் புலமை வாய்ந்தவன் என்பது தெரிகிறது. ஏனைய திரையரோ, தொண்டையரோ, பாடிய பாடல்கள் தொகை நூல்களில் இல்லை. மேலும், இளந்திரையன் 'இளந்திரையம்' என்னும் நூலைச் செய்தவன் என்பது களவியலுரையால் அறியப்படும். இவற்றால் இளந்திரையன் பெயர் தமிழகத்தில் சிறப்புற்றது. அச்சிறப்பு நோக்கி, பெரும்பாணாற்றுப்படை அவன்மீதுதான் பாடப்பட்டதென்று முன்னோர் எண்ணியிருக்கலாம். அவ்வெண்ணமே நச்சினர்க்கினியரை இங்ஙனம் எழுதத் தூண்டியிருக்கலாம். இது பற்றிய உண்மை எதுவாயினும் ஆகுக: பெரும்பாணாற்றுப்படை திரையன் என்ற மன்னனைப் பற்றியதேயாகும் என்பது பாடல் கொண்டு அறியத்தகும் உண்மையாகும்.

'திரையர்' என்ற தொண்டையர் ஆட்சி

முதன் முதலில் 'திரைதர வந்த' திரையன் ஒருவன் என்பதும், பெரும்பாணாற்றுப்படைக்குரிய திரையன் மற்றொருவன் என்பதும்,

'திரைதர வந்த உரவோன் உம்பல்' (அடி, 31)

என்னும் அடியால் தெளிவாகும். ஔவையாருக்குத் தன் படைக்கலக் கொட்டிலைக் காட்டிய தொண்டைமான் ஒருவனாவன். அவன் போர் அனுபவம் இல்லாதவன் என்பது ஔவையார் பாட்டால் அறியப் படுதலின், பெரும்பாணாற்றுப்படைக்குரிய தலைவனான-பல போர்களை வென்ற-தொண்டைமானின் வேறாவன் என்பது பொருத்த மாகும். நற்றிணையில் மூன்று பாக்களைப்பாடிய இளந்திரையன் மற்றொருவன். சங்க இலக்கியத்தின் துணை கொண்டு அறியப்படுபவர் இந்நால்வரேயாவர்.

திருப்பதியில் உள்ள வடவேங்கடவன் திருக்கோவிலைக் கட்டி விழாக்களை அமைத்தவன் தொண்டைமான் என்று அத்தலம் பற்றிப் பேசும் பண்டை நூல்கள் பகர்கின்றன[33]. திருமுல்லைவாயிற் புராணத்தி லும் தொண்டைமான் ஒருவன் பேசப்படுகிறான்[34] இவ்விருவரும் ஒருவராகலாம்; அல்லது இருவராகலாம்; அல்லது மேற்கூறப் பெற்றவருள் அடங்கினும் அடங்கலாம். ஆகலின், சங்க இலக்கியம் கொண்டு உறுதி யாகக் கூறக்கூடியவர் நால்வரேயாவர்.

இந்நால்வரும் வாழ்ந்த சங்ககாலத்திலேதான் தகடூர் அதியமான் களும், கோவலூர் மலையமான்களும் வாழ்ந்தார்கள். ஆயின், அவர்கள் கி.பி. 13ஆம் நூற்றாண்டு வரையிலும் தொடர்ந்து ஆண்டு வந்தார்கள் என்பது பிற்காலக் கல்வெட்டுகளால் தெரிகின்றது. ஆயின், திரையர் என்ற இத்தொண்டைமான்கள் சங்ககாலத்துக்குப் பிற்பட்ட பல்லவர் காலத்திலோ, சோழப்பேரரசர் காலத்திலோ இருந்தமைக்குரிய சான்று கிடைக்கவில்லை. 'தொண்டையர்கோன்' 'தொண்டையார்வேந்து' எனப் பல்லவர் பெயர் பெற்றனர், சோழர் காலத்தில் 'தொண்டைமான்' என்பது 'கருணாகரத் தொண்டைமான்' என்றாற்போல அரசர் தம் அரசியல் உயரலுவலர்க்கு வழங்கிய பட்டப் பெயராய் மாறிவிட்டது. இவ் விரண்டு காலங்களிலும் 'தொண்டைமான்' என்பது நிலைத்ததே. தவிரத் 'திரையன்' என்பது நிலைக்கவில்லை. பிற்காலத்தில் 'தொண்டை மான்' என்பது 'தொண்டை நாட்டு மன்னன்' என்ற பொருளில் வழங்கப் பட்டமையின், நிலைத்தது என்னலாம்.

---

33. 177 of 1932-33
34. History of Tiruppathi, Dr. S.Krishnasamy, Ayyangar, Vol. I. pp. 34-44, திருமுல்லைவாயிற் புராணம்
35. Early History of the Andhra Country, K. Gopalachari, pp. 127-128

சாதவாகனப் பேரரசு வலி குன்றியவுடன் அப்பெரு நாட்டில் சிறு நாடுகளை அமைத்து இட்சுவாகர், பிருகத்பலாயனர், சாலங்காயனர் . . . .[36] இத்திரையர் என்ற தொண்டைமான்களும் தொண்டை நாட்டை ஏறத்தாழ நூறு அல்லது இருநூறு ஆண்டுகள் ஆண்டு மறைந்திருக்கலாம்.

தொண்டையர் ஆண்ட காலம் யாது?

கரிகாலன் காலம் ஏறத்தாழ கி.பி. 75-115 ஆக இருக்கலாம் என்பது கரிகாலனைப் பற்றிய பகுதியிற் கூறப்பட்டதன்றோ? கரிகாலன் கி.பி. இரண்டாம் நூற்றாண்டினன் என்று வரலாற்றாசிரியரும் கருதுகின்றனர்[37]. கரிகாலன் அருவாநாடு எனப்பட்ட தொண்டை நாட்டை வென்றான் என்பதும் சென்ற பகுதியற்கூறப்பட்டதன்றோ? கரிகாலனுக்குப் பிற்பட்ட மணிமேகலை காலத்தில் தொண்டை நாட்டை இளங்கிள்ளி ஆண்டு வந்தான் என்பது மணிமேகலை என்னும் காவியத்தால் அறியப்படும்[38]. ஏறத்தாழ மூன்றாம் நூற்றாண்டில் காஞ்சி மாநகரம் பல்லவர் கைப்பட்டிருத்தல் வேண்டும் என்பது வரலாற்றாசிரியர் கருத்தாகும்[39]. எனவே, மேற்கூறப்பட்ட திரையர் என்ற தொண்டைமான்கள், கரிகாலன் தொண்டை நாட்டை வென்ற பின்பு ஆண்டிருத்தல் இயலாது என்பது தெரிகிறது.

கரிகாலனைப் பாடிய கடியலூர் உருத்திரங்கண்ணனாரே கச்சித் திரையன்மீதும் (பெரும்பாணாற்றுப்படை) பாடியிருத்தலை நாம் அறிவோம். ஆதலால், கச்சித்திரையனுக்குப் பிற்பட்ட காலத்தில், (பெரும்பாணாற்றுப்படை பாடப்பட்ட பின்பு) கரிகாலன் தொண்டை நாட்டைக் கைப்பற்றியிருக்கலாம் என்று கொள்வதே பொருத்தமாகும்.

கரிகாலன் திரையனிடமிருந்து தொண்டை நாட்டைக் கைப்பற்றினானா?

திரையனையும் கரிகாலனையும் பாடிய உருத்திரங்கண்ணனார் திரையன்-கரிகாலன் போரைக் கூறவில்லை.

---

36. History of South India, K.A.N. Sastry, P. 119.

37. காதை 28, அடி 162 & 206.

38. Administration and Social Life under the Pallavas, Dr. C. Minakshi, p.2

39. Ancient History of Tondaimandalam, R. Satyanatha Ayyar, p.8

"தொல்லருவாளர் தொழில்கேட்ப
வடவர் வாடக் குடகர் கூம்ப" (அடி, 275-76)

என்பது மட்டுமே கூறியுள்ளார்; தொல்வருவாளர் தன் தொழில் கேட்கும்படி செய்தான் என்று குறித்தனரே தவிர, வேறு கூறவில்லை. இது நன்கு கவனித்ததற்குரியது. கரிகாலன் திரையரிடமிருந்து தொண்டை நாட்டைக் கைப்பற்றவில்லை என்று உய்த்துணர்விக்கும் நிலையில் இவ்வடிகள அமைந்துள்ளன.

இது பற்றிய உண்மையை அறியத் தொண்டை நாட்டின் பண்டை வரலாற்றை அறிதல் இன்றியமையாததாகும். ஆதலின், முதற்கண் அவ் வரலாற்றைக் காண்போம்:

'மக்கென்ஸி' என்பவர் தொகுத்துள்ள செவிவழிச் செய்தியின்படி தொண்டை நாட்டில் வேடரும் குறும்பருமே முற்காலத்தில் வாழ்ந்தனர் என்பது தெரிகிறது[40]. மலைகளிலும் மலைகளையடுத்த காட்டுப் பகுதிகளிலும் வேடரே இருத்தல் எந்த நாட்டிலும் இயல் பாகும். வேடங்கடமலை, காளத்தி மலை முதலிய மலைப்பகுதிகளில் இன்றும் வேட்டுவர் இருத்தலைக் காணலாம். ஆயின், இன்று அவர்கள் நிலைத்த குடியினராய் வீடு வாயில்களுடன் வாழ்கின்றார்கள். குறும்பாடுகளை மேய்த்துக் கொண்டு வாழ்ந்தவர்கள் காலப்போக்கில் சிறிய கோட்டைகளைக் கட்டிக்கொண்டு வாழ்ந்தார்கள் என்னலாம். (கோட்டம்-வளைவு, கோட்டை-வளைத்துக் கட்டப்பட்டது. இப்பெயர் காலப்போக்கில் அக்கோட்டைத் தலைவற்குரிய நிலப்பரப்பை உணர்த்தப் பயன்பட்டது) 'கோ, கோன், கோனார்' என்னும் சொற்கள் முல்லை நிலத்தாரிடமிருந்தே தோன்றின என்னலாம்[41]. செம்மறியாடு களை மேய்த்து வாழ்ந்தவர், தம்முள் தலைவனை ஏற்படுத்திக்கொண்டு, கோட்டை கட்டிக்கொண்டு வாழத்தலைப்பட்டனர். (குறும்பு-சிறு கோட்டை. குறும்பர்-சிறு கோட்டைக்கு உரியர்.)

சோழநாட்டில் 'மிழலைக் கூற்றம்' என்றாற்போலக் 'கூற்றம்' என்ற நாட்டுப்பிரிவு இருந்ததே தவிரக் 'கோட்டம்' என்ற பிரிவு இல்லை. ஆதலால், சோழர் ஆட்சியில் தொண்டை நாடு பல பிரிவுகளாய்ப் பிரிக்கப்பட்டிருப்பின், 'கூற்றம்' என்றே பிரிக்கப்பட்டிருக்கும். பிராக் கிருதத்திலும் வடமொழியிலும் வல்லவரான பல்லவர் காலத்தில்

40. History of the Tamils, P.T.S. Ayyangar, p. 10.

41. History of South India, K.A. Sastry, p.83

நிலப்பிரிவு ஏற்பட்டிருப்பின், 'ராஷ்டிரம், விஷயம்' என்ற பெயர்களே உண்டாயிருக்கும். இவை யாவும் தொண்டைநாட்டில் வழங்கப் படாமல், 'கோட்டம்' என்பதே பிற்காலக் கல்வெட்டுகளிற் காணப் படுவதால், இந்நாட்டுப் பிரிவு குறும்பர் காலத்திலேயே உண்டானது என்று கொள்வதே பொருத்தமாகும்.

அசோகப் பேரரசன் (கி.மு. 273-232) தனது 13ஆம் பாறைக் கல்வெட்டில் யவனர், காமபோசர், காந்தாரர், இராஷ்டிரிகர், பிட்டினிகர், ஆந்திரர், புலிந்தர் ஆகியோரிடம் பௌத்த தருமம் பரவியிருப்பதாகக் கூறியுள்ளான். இரண்டாம் பாறைக் கல்வெட்டில் சேரர், சோழர், பாண்டியர், சதீய புத்திரர் ஆகியோர் தம்முரிமை பெற்ற நாட்டினர் எனக் கூறியுள்ளான். சதீய புத்திரர் அல்லது சத்தியபுத்திரர் என்பவர்கள் அதியமான்கள் என்பது அண்மை ஆராய்ச்சி முடி பாகும்[42]. எனவே, சதீய புத்திரர் நாடு கொங்கு நாடாகும். அசோகன் காலத்திலோ, அதற்கு முன்போ தொண்டை நாடு சோழர்க்கு உட்பட்ட தாகக் கூறச் சான்றில்லை. சோழ நாடு வடவெள்ளாற்றுக்கும் தென் வெள்ளாற்றுக்கும் இடைப்பட்டது என்பது முன்பே கூறப்பட்டது.

இன்றுள்ள தமிழ் நூல்களைக் கொண்டு ஆராய்கையில், கரிகாலன் ஒருவனே அருவாநாடு எனப்பட்ட தொண்டை நாட்டை வென்றவன் என்பது தெரிகிறது. எனவே, வடபெண்ணையாற்றுக்கும் தென்பெண்ணையாற்றுக்கும் இடைப்பட்ட அருவாநாடு அசோகற்கு முன்பு சோழர் ஆட்சிக்கு உட்பட்டிருந்தது என்பது கூறப்படவில்லை. அது முன்பு கூறப்பட்டவாறு (அசோகன் தந்தையான பிந்துசாரன் கைப்பற்றுவதற்கு முன்பு) குறும்பர் தலைவர் பலரால் ஆளப்பட்டது என்று கொள்வதே பொருத்தமாகும்.

அசோகனது 13ஆம் பாறைக் கல்வெட்டுகள் கூறப்பட்டுள்ள ஆந்திரர் கோதாவிரிக்கும் கிருஷ்ணைக்கும் இடைப்பட்டிருந்த அரசராவர்; வடபெண்ணைக்கு வடபால் இருந்தவர் என்னலாம். அவரை அடுத்துப் புலிந்தர் கூறப்பட்டிருத்தலின், வடபெண்ணைக்குத் தெற்கில் இருந்த வரையே அச்சொல் குறித்ததெனக் கொள்ளலாம். கி.பி. ஏழாம் நூற்றாண்டிற் காஞ்சி நகரைப் பார்வையிட்ட 'யுவான் சுவாங்' என்ற சீனவழிப்போக்கன், காஞ்சியில் அசோகன் கட்டின பௌத்தஸ்தூபி இருந்தது என்று கூறியுள்ளான்[43]. எனவே, அசோகன் ஆட்சியில்

42. Ancient History of Tondaimandalam, R. Satyanatha Ayyar, p. 12.

43. Early History of the Andhra Country. K. Gopalachary, pp. 55, 66 and 105.

தொண்டை நாடு இருந்தமையை நம்பலாம்.

அசோகற்குப் பின்பு அவனது பேரரசில் அடங்கியிருந்த மாநிலத் தலைவர்கள் தாங்கள் இருந்த இடங்களில் தங்களாட்சியை ஏற்படுத்திக் கொண்டார்கள். அவர்களுள் ஒரு குழுவினர்களே சதகர்ணி என்றும் சாதவாகனர் என்றும் பெயர் பெற்ற ஆந்திர அரசர்கள், அவர்களைப் போல அவர்களுக்குத் தெற்கில் இருந்த புலிந்தரும் தம் ஆட்சி பெற்றிருக்கலாம். சாதவாகனப் பேரரசு ஏறத்தாழக் கி.மு. 235 முதல், கி.பி. 220 வரையில் நிலவியது. ஆயின், அவ்வரசு முதலில் மேலைத் தக்கணத்தில் விரிவடைந்து, கங்கை வரையிற் பரவியதே தவிரக் கிருஷ்ணையாற்றுக்கு; தெற்கில் பரவவில்லை; கோதாவரி-கிருஷ்ணையாறுகட்கு இடைப்பட்ட கீழைக்கரைப் பகுதியிலும் பரவவில்லை கௌதமி புத்திர சாதகர்ணி (கி.பி. 82-106) என்பவன் மகனான இரண்டாம் புலுமாயியின் காசுகள் கோதாவிரி-கிருஷ்ணையாறுகளுக்கு இடைப்பட்ட கடற்கரைப் பகுதியிலும் அதற்குத் தெற்கில் கடலூர் வரையிலும் கிடைத்துள்ளன. இதனால், இப்புலுமாயியின் ஆட்சி ஆந்திர நாட்டிலும் தொண்டை நாட்டிலும் ஏற்பட்டிருக்கலாம் என்பது ஆராய்ச்சியாளர் முடிபு.[44]

ஆயின், அந்தப் புலுமாயி என்பவன் தன் ஆட்சி முழுமையிலும் தொண்டை நாட்டை ஆண்டதாகவோ, அவனுக்குப் பின் வந்தவர் அந்நாட்டைத் தொடர்ந்து ஆண்டதாகவோ கூறச் சான்றில்லை. தெற்கே கிருஷ்ணையாறு வரையில் அவர்தம் ஆட்சி இருந்தமைக்கே சான்று காணப்படுகிறது[45]. எனவே, இரண்டாம் புலுமாயியின் ஆட்சி தொண்டை நாட்டில் மிகக்குறுகிய காலமே நடை பெற்றிருத்தல் வேண்டும் என்பது உய்த்துணரப்படும்.

கரிகாலன் காலம் ஏறத்தாழக் கி.பி. 75-115 என்னலாம் என்பது தக்க காரணங்களுடன் முன்பு கூறப்பட்டது. அவன் திரையரை வென்றான் என்று புலவர் உருத்திரங்கண்ணனார் கூறவில்லை. 'தொல்லருவாளர் தன் தொழில் கேட்கச் செய்தான்; வடவரை வாடச் செய்தான்,' என்று மட்டுமே புலவர் கூறியுள்ளார். காஞ்சித் திரையன் காலத்திலும் கரிகாலன் காலத்திலும் வாழ்ந்த புலவர் கரிகாலன் திரையரை வென்றான் என்று கூறாததை நோக்க, திரையரை வென்று

44. Ibid, pp. 66-72

45. History of Orissa, Dr. Harikrishna Mahatab, Vol. I, pp. 48-54

தொண்டை நாட்டைக் கைப்பற்றியவன் மேலே கூறப்பட்ட சதகர்ணி யாதல் கூடும் என்று நினைத்தல் பொருத்தமாகும்.

உருத்திரங்கண்ணனார் கச்சித்திரையனைப் பாடிய பின்பு தொண்டைநாடு சாதவாகனர் கைப்பட்டது; பின்பு கரிகாலன் கைப் பட்டது. புலவர் பெரும்பாணாற்றுப்படையைப் பாடிப் பல ஆண்டுகள் கழிந்த பின்பே கரிகாலன்மீது பட்டினப்பாலை பாடினார் எனக் கொள்வதே இந்நிகழ்ச்சிகளை நோக்கப் பொருத்தமாமென்பது தெரிகிறது. எனவே, தொண்டை நாட்டில் திரையர் ஆட்சியின் மறைவும் சாதவாகனர் ஆட்சியும், சோழர் ஆட்சியின் தொடக்கமும் இரண்டாம் புலுமாயியின் ஆட்சியிலேயே (கி.பி. 107-131) நிகழ்ந்திருத்தல் கூடும் என்பது தெரிகிறது.

இதுகாறும் கூறிய செய்திகளைக் காணத் 'திரையர் ஆட்சி சதகர்ணி அரசனால் கைப்பற்றப்பட்டிருக்கலாம்; கரிகாலன் அவ்வரசனது ஆட்சியிலிருந்து தொண்டை நாட்டைத் தனக்கடங்கியதாகச் செய்து கொண்டிருக்கலாம்,' என்பது அறியப்படும். இதனாலேதான் உருத்திரங் கண்ணனார் 'கரிகாலன் திரையரை வென்றான்,' என்று கூறாது, 'அருவாளரைத் தன் தொழில் கேட்கச் செய்தான்; வடவரை வாடச் செய்தான்,' என்று கூறியுள்ளார் என நினைத்தல் தகும்.

புலுமாயிக்குப் பிற்பட்ட சதகர்ணியின் ஆட்சி வட பெண்ணை யாற்றுக்கு வடக்கிலேயே அமைந்துவிட்டமையால், கரிகாலன் ஆட்சி வடபெண்ணையாறு வரையில் இருந்திருத்தல் வேண்டுமென்று கொள்ளலாம்.

திரையர் யாவர்?

கலிங்கப் பேரரசனான காரவேலன் (கி.மு. 176-163) சிறந்த போர் வீரன்; சமணபத்தன். அவன் பெற்ற பெருவெற்றிகளை அவனே ஒரு கல்வெடிற் பொறிப்பித்தான். அக்கல்வெட்டே 'ஹாதிகும்பாக்கல் வெட்டு' என்பது. அம்மன்னன் கலிங்கத்திற்கு மேற்கில் நாடாண்ட சதகர்ணியை வென்றான்; கிருஷ்ணையாற்றங் கரையில் இருந்த மூஷிகரை வென்றான்; பாடலியை இருமுறை தாக்கிப் புஷ்யமித்திர சுங்கனைப் பணியவைத்தான்; தனது 11ஆம் ஆட்சியாண்டில் 'பிதுண்ட' என்னும் நகரைக் கைப்பற்றினான்; கழுதைகளை ஏரிற்பூட்டி உழுது அந்நகரை அழித்தான்; தனக்கு முன்பு 113 ஆண்டுகள் வரை இருந்துவந்த தமிழரசர் கூட்டணி தனது நாட்டிற்குத் தீமை விள்பபதாயிருந்தமையின், அதனை

அழித்தான்; பாண்டியன் தந்த விலையுயர்ந்த பரிசுகளை ஏற்றுக் கொண்டான்[46] இவை அக்கல்வெட்டு அறிவிக்கும் செய்திகளாகும்.

'பிதுண்ட' என்பது கீழ்க்கரையில் வடக்கில் உள்ளது என்று தாலமி என்பவர் குறித்துள்ளார். அந்நகரம் 'அவா' அரசர்கள் உண்டாக்கிய தென்று பாகவதபுராணம் பகர்கின்றது. 'அவா' அரசர் ஆந்திரர் என்று விஷ்ணு புராணம் விளம்புகிறது.

'அவா' அரசர்கள் ஆந்திர அரசர்கள்; சதகர்ணியர் அல்லர், அவர்கள் நாட்டைக்கடந்தே தமிழகத்துள் நுழைய வேண்டும் போலும்! அதனாலேதான் காரவேலன் முதலில் அவர்கள் தலைநகரை அழித்துப் பின்பு தமிழகத்தில் நுழைந்தான் போலும்! மோரியர் படையெடுப்புப் பிந்துசாரன் காலத்தில் (ஏறத்தாழக் கி.மு. 278இல்) ஏற்பட்டது. அது முதல் தமிழரசர் வடவரை எதிர்க்கத் தம்முள் ஒன்றுபட்டுப் பெரு வலிமையுடன் இருந்தனர் போலும்! அவர்களது கூட்டணி 113 ஆண்டு கள் தொடர்ந்து இருந்து வந்தது என்பது காரவேலன் எழுத்தால் அறியப்படுகிறது. அக்கூட்டணி தன் பெருநாட்டுக்குத் தீமை விளைக்கும் என்று அஞ்சினான் எனின், அக்கூட்டணியின் வலிமை மிகுதி நன்கு விளங்கும். தனது கலிங்கத்திற்கும் தொண்டை நாட்டிற்கும் இடைப்பட்ட தெலுங்க நாட்டில் இருந்த அரசரை அவன் ஒரு பொருளாக மதிக்க வில்லை என்பதும் நன்கு புலனாகும்.

தொண்டைநாடு தமிழகத்தின் வடகிழக்கில் அமைந்திருத்தலால், காரவேலன் தனது நாட்டிலிருந்து தெற்கே வந்து, தெலுங்க மன்னரை வென்று, நேரே தொண்டை நாட்டினுட் புகுந்திருத்தல் இயல்பு. தொண்டை நாடு முடியரசன் இல்லாத நாடு. ஆகவே, மூவேந்தரும் தம் படையுடன் காரவேலனைத் தொண்டை நாட்டிற் சந்தித்திருத்தல் கூடும். உண்மை எதுவாயினும், காரவேலன் தமிழரசர் கூட்டணியை உடைத்துவிட்டான். எனவே, தமிழரசர் தத்தம் நாட்டைக்காக்க முனைந்திருக்கலாம். முடியரசன் அற்ற தொண்டை நாடு காரவேலன் கைப்பட்டிருக்கலாம். (The warlike activity of Kharavela of Kalinga in 165 B.C. could have affected Tondaimandndalam only temporarily. Ancient History of Tondaimandalam, R. Satyanantha Ayyar, p. 12).

---

46. Ibid. p. 54.

கலிங்கநாடு புத்தர் காலத்திலேயே மிக நுண்ணிய[47] வேலைப் பாடமைந்த மெல்லிய ஆடைகளுக்குப் பெயர் பெற்றது; கடல் வாணிகத்திலும் பெயர் பெற்றது. எனவே, கலிங்கர் பண்பட்ட கடலோடிகள்-திரைகடலோடிப் பொருள் ஈட்டியவர்கள்-என்னலாம். காரவேலன் தொண்டை நாட்டை ஆளக்கலிங்கவீரன் அல்லது படைத் தலைவருள் ஒருவனை அனுப்பியிருக்கலலாம். அவன் கடல் வழியாகத் தன் பரிவாரங்களுடன் வந்திருத்தல் கூடும். அங்ஙனம் திரைவழி வந்தவன் திரையன் என்று பெயர் பெற்றிருக்கலாம். இவ்வாறு 'திரைத வந்த உரவோன்' வழித்தோன்றலே பெரும்பாணாற்றுப்படைக்குரிய திரையனாதல் கூடும்.

'பவத்திரி' என்பது தமிழ்ச்சொல் அன்று. அது பிராக்கிருதச் சொல்லின் திரிபாகவோ வேற்று மொழிச் சொல்லின் திரிபாகவோ இருத்தல் கூடும். பவத்திரி, திரையரால் உண்டாக்கப்பட்ட புதிய தலை நகரமாகலாம். அது கடற்கரையை அடுத்தது. திரையர் முதற்கண் அங்கு இறங்கித் தொண்டை நாட்டின் வடபகுதியைக் கைப்பற்றியிருத்தல் கூடும். புல்லி வேங்கடம் (அகம், 61, 83, 209, 359) திரையர் என்ற தொண்டையர் வேங்கடம் (அகம்,, 85, 213) என்று மாறி விட்டமை சங்கப்பாக்களால் அறியப்படும். 'திரையன் பவத்திரி அன்னை (தலைவி யின்) அழகு வாய்ந்த இளமை நலம்' என்று (அகம். 340) புலவர் கூறுவதிலிருந்து, பவத்திரியின் வளத்தையும் பொலிவையும் நன்குணரலாம். அதுவே திரையரின் முதல் தலைநகரமாயிருத்தல் கூடும். பின்பு படிப்படியாகக் காஞ்சி உள்ளிட்ட தொண்டை நாட்டின் தென் பகுதியும் அவர்தம் ஆட்சிக்கு உட்பட்டிருத்தல் கூடும்.

'சாத்துக்குடி' என்பது ஓரூர். அதன் பெயர் காலப்போக்கில் அவ்வூரில் உண்டாகும் ஆரஞ்சுப் பழத்துக்குப் பெயராகி வழங்குவதை நாம் அறிவோம். இவ்வாறே கலிங்கம் என்னும் நாட்டில் நெய்யப் பட்ட மக நுண்ணிய வேலைப்பாடமைந்த மெல்லிய ஆடைக்குக் கலிங்கம் என்னும் பெயரே நிலைத்துவிட்டதென்னலாம். இச்சொல் சங்கநூல்களில் 'உயர்ந்த ஆடை' என்னும் பொருளில் பல இடங்களில் வழங்கப்பட்டுள்ளது. தமிழ் மணமகள் திருமணநாளில் கலிங்கத்தை உடுத்தினாள் (அகம், 86). தமிழ் மன்னர்கள் புலவர்-பாணர்-கூத்தர்க்குக் கலிங்கத்தைப் பரிசிலாக வழங்கினர் (புறம், 392, 393, 397, 400).

---

47. History of Orissa, Dr. Harikrishna Mahtab, Vol. I, p.6.

கலிங்கத்திலுள்ள சிங்கபுரத்தை அமைத்தவன் 'சிம்மபாகு' என்பவன். அவன் மகன் தன் வீரருடன் கடல் வழிச் சென்று இலங்கையில் அரசினை அமைத்தான். அவனே 'விஜயபாகு' என்பவன். அவனே இன்றுள்ள சிங்களவர் குலமுதல்வன் என்று இலங்கை வரலாறு இயம்புகின்றது[48].

தருமாசோகன் என்ற அரசகுமாரன் முப்பதாயிரவருடன் நரவாடியிலிருந்து குடியிருப்புக்கேற்ற நாட்டை நோக்கிக் கடல்வழி வந்தான்; கிருஷ்ணையாற்றங்கரையில் நாக அரசனைச் சந்தித்தான். அங்கு ஒரு சைத்தியம் கட்டுவித்தான்[49]. திரை வழிச் சென்று புதிய நாட்டைப் பிடித்து ஆளுதல் இயல்பு என்பதை இவ்விரு செய்திகளும் உணர்த்துதல் காணலாம்.

அயல் நாட்டினரான க்ஷத்திரபர இந்திய நாட்டைப் பிடித்து ஆளத்தொடங்கியதும் உருத்திரதாமன் போன்ற க்ஷத்திரபர் இந்துக்களாய் மாறிச் சாதவாகனருடனும் இட்சுவாகருடனும் மணவுறவு கொண்டனர்[50]. இவ்வாறே தமிழரல்லாத பல்லவர். தொண்டை நாட்டை ஆண்டபொழுது தமிழைப் பயின்றனர். அவருள் ஒருவரே 'பஞ்சபாதசிம்மர்' என்ற ஐயடிகள் காடவர்கோன் என்வர்[51]. அவர் சிம்மவிஷ்ணுவின் (கி.பி. 575-600) தந்தையாராவர்; சிறந்த சிவபக்தர்; தழில் 'க்ஷேத்திர வெண்பா' என்ற நூலைப்பாடினார். 'பைந்தமிழை ஆய்கின்ற நந்தி' என்று மூன்றாம் நந்தி வர்மன் நந்தி கலம்பகத்திற் பாடப்பட்டான்[52]. அபராசிதவர்மன் பாடிய வெண்பா, திருத்தணிகை வீரட்டானேசுவரர் கோவிலில் இன்றும் காணப்படுகிறது[53].

ஆரிய அரசன் யாழ்ப்பிரதமதத்தன் என்பவன் தமிழிற் பாடிய பாடல் ஒன்று குறுந்தொகையில் (செ. 184) இடம் பெற்றுள்ளது. ஆரிய அரசன் பிரகத்தன் என்பவன் கபிலரிடம் தமிழைக் கற்றான். அவர் அவனுக்குத் தமிழ் அறிவித்ததற்காகக் குறிஞ்சிப் பாட்டைப் பாடினார் என்று உரையாசிரியரான நச்சினார்க்கினியர் நவின்றுள்ளார்.

---

48. History of Orissa, Dr. Harikrishna Mahatab, Vol.I, p. 5
49. ஆந்திரதேச கதாசங்கிரகமு C. வீரபத்திரராவ், (1910), பக். 62 68.
50. History of India, R. Satyanahtha Ayyar, p. 218
51. Mysore Anual Archaeological Report, 1928, pp. 9-12
52. செ. 108.
53. A.R.E. 38 of 1931.

மேலே காட்டப்பட்ட சான்றுகளை நோக்கத் தமிழர் அல்லாதவர் எனக் கருதப்பட்ட திரையர் தொண்டை நாட்டை ஆண்டு தொண்டை மான்கள் எனப்பெயர் பெற்றதிலும், உருத்திரங்கண்ணனார் போன்ற புலவர்களையும் பாணர்களையும் ஆதரித்ததிலும், தொண்டைமான் இளந்திரையன் தமிழ்ப்பாக்கள் பாடியதிலும் வியப்பின்மை காணலாம்.

திரையர் கலிங்கராய் இருத்தல் வேண்டும் என்பது எனது கருத்தன்று. அவர்கள் கலிங்கராய் இருக்கலாம் என்னும் அளவே நான் கூறுவது. திரையர் என்பவர் 'திரைதர வந்தவர்' என்று பெரும் பாணாற்றுப்படை தெளிவாகக் கூறியுள்ளது. கலிங்கர் திரைகடலோடி நாடு கண்டு குடியேறியவர்; இலங்கையிலும் மலேயாவிலும் ஆட்சியை நிறுவியவர். மேலும் காரவேலன் தமிழரசரை வென்றான் என்பது வெளிப்படை. திரையர் தமிழர்தாம் என்று உறுதி கூறச் சான்றில்லை. இவை அனைத்தையும் சேர்த்துக் காண்கையில், திரையர் கடல் வழியாக வந்த கலிங்கராகலாம் என்று கருத இடமுண்டாகின்றது. திரையர் இன்னவர் என்பதற்குரிய சான்றுகள் கிடைக்கும் வரையில், திரையர் என்ற தொண்டைமான்கள் காரவேலன் காலத்தில் திரைவழி வந்த கலிங்கராகலாம் எனக் கொள்ளுதல் ஒருவாறு பொருத்தமாகும்.

காரவேலன் முதற்சதகர்ணி மன்னனை முறியடித்தான். சதகர்ணிகள் மேற்குத் தக்காணத்திலும் வடவிந்தியாவிலுமே தங்கள் ஆட்சியைப் பரப்பினார்கள். இரண்டாம் புலுமாயிதான் கோதாவரி-கிருஷ்ணா ஆறுகட்கு இடைப்பட்ட ஆந்திர நாட்டை முதன்முதல் கைப்பற்றினான். கோதாவரிக்கு வடக்கில் கலிங்க அரசு இருந்தது; கிருஷ்ணைக்குத் தெற்கில் தொண்டை நாட்டிலும் கலிங்க மரபினர் ஆண்டு வந்தனர். இங்ஙனம் தனது ஆட்சிக்கு வடக்கிலும் தெற்கிலும் கலிங்கர் இருப்பது தனக்கு ஆபத்து எனபதைப் புலுமாயி உணர்ந்தான், ஆயின், கலிங்கநாட்டைத் தாக்குவதைவிடக் கலிங்கத்தின் பிரதிநிதிகள் ஆண்ட நாட்டை எளிதிற்கைப்பற்றலாம் எனக் கருதிப் புலுமாயி திரையரை வென்று தொண்டை நாட்டைக் கைப்பற்றியிருத்தல் கூடும். அதனாலேதான் அவன் காசுகள் தொண்டை நாட்டுக் கடலோரப் பகுதிகளில் கண்டெடுக்கப்பட்டன என்னலாம்.

14. மதுரைக்காஞ்சியில் குறிக்கப்பட்ட பாண்டிய மன்னர்

1. நெடுஞ்செழியன்

பத்துப்பாட்டுள் ஆறாம் பாட்டாகிய மதுரைக்காஞ்சியும் ஏழாம் பாட்டாகிய நெடுநல்வாடையும் பாண்டியன் தலையாலங்கானத்துச் செரு வென்ற நெடுஞ்செழியன் மீது பாடப்பட்டவை என்று பத்துப்பாட்டுக்கு உரை வகுத்த நச்சினார்க்கினியர் குறித்துள்ளார். சங்க காலப் பாண்டியருள் நெடுஞ்செழியன் என்ற பெயருடன் இருவர் வாழ்ந்தனர் என்பது புறநானூற்றுப் பாடல்களால் புலகானிக்றது. அவருள் ஒருவன், கோவலன் காலத்தில் வாழ்ந்த ஆரியப்படை கடந்த நெடுஞ்செழியன்; மற்றொருவன், தலையாலங்கானத்துச் செருவென்ற நெடுஞ்செழியன்.

நெடுநல்வாடை

இப்பாண்டியன் ஆலங்கானத்தில் வெற்றி பெற்றமை மதுரைக் காஞ்சியில் அடி, 125-130) குறிக்கப்பட்டுள்ளது. மேலும், இவன் பெற்ற பிற வெற்றிகளும் குறிக்கப்பெற்றுள்ளன. ஆயின், நெடுநல்வாடையில் இவனுக்குச் சிறப்பால் அமைந்த ஆலங்கானத்து வெற்றி குறிக்கப்பட வில்லை; பிற வெற்றிகளும் குறிக்கப்படவில்லை; இவன் பெயரும் குறிக்கப் படவில்லை. அப்பாட்டு இவனைப் பற்றியதுதான் என்பதும் உறுதியாகக் கூறக்கூடவில்லை. அப்பாடலில் மழை பெய்தலின் வருணனை, அந்திப் பொழுதில் மகளிர் செயல்கள், அரண்மனை அழைப்பு, அந்தப்புரச் சிறப்பு, அரசமாதேவியின் கட்டலின் சிறப்பு, போருக்குச் சென்ற தன் கணவனான பாண்டியனை நினைத்திருக்கும் அரசியின் துன்பநிலை, பாசறையில் மன்னன் செயல்கள் என்பனவே குறிக்கப்பட்டுள்ளன.

"வேம்புதலை யாத்த நோன்காழ் எஃகமொடு
முன்னோன் முறைமுறை காட்ட"

(அடி, 176-177)

(வேப்பமாலையைத் தலையிலே கட்டிய வலிய காம்பினை உடைய வேலுடன் தானைத்தலைவன் மன்னனுக்கு முன்னே சென்றான்) என வருதல் கொண்டே இப்பாட்டுக்குரிய தலைவன் பாண்டிய மன்னன் என்பது தெரிகிறது.

இப்பாடல், 'தலையாலங்கானத்துச் செருவென்ற நெடுஞ்செழியன் மீது மதுரைக் கணக்காயனார் மகனார் நக்கீரனார் பாடியது,' என்று நச்சினார்க்கினியர் கூறியுள்ளார். பத்துப்பாட்டுள் முதற்பாட்டாகிய திருமுருகாற்றுப்படை சங்க காலத்தில் பாடப்பட்டது அன்று என்பதற் குரிய காரணங்கள் முன்பே காட்டப்பட்டன. காலத்தாற் பிற்பட்ட அப்பாடலை மதுரைக்கணக்காயனார் மகனார் நக்கீரனார் பாடினார் என்று நச்சினார்க்கினியர் கூறியுள்ளார். அவர், தம் காலத்தில் ஏட்டுச் சுவடியில் எழுதப்பட்டிருந்ததைக் கொண்டு அங்ஙனம் கூறினவராதல் வேண்டும். அங்ஙனமே நெடுநல்வாடையின் அடிக்குறிப்பில் உள்ள செய்தியையும் கூறினார் என்று கூறுவதே ஏற்புடையது. நெடுநல் வாடையில் கூறப்பட்டுள்ள பாண்டியன் இன்னவன் என்பதோ, அவன் போரிட்ட போர்க்களம் இன்னது என்பதோ, அவன் இன்னவருடன் போரிட்டான் என்பதோ நெடுநல்வாடையைக் கொண்டு அறிய இயல வில்லை. எனவே, அப்பாடல் தலையாலங்கானத்துச் செருவென்ற நெடுஞ்செழியனைப் பற்றியதே என்று உறுதியாகக் கூறுதல் இயலாது[1]. பாண்டிய மன்னன் ஒருவனது போரைப்பற்றிய பொதுச் செய்தி இதில் கூறப்பட்டிருத்தலால், இப்பாடல் எந்தப் பாண்டியனுக்கும் பொதுவாக அமையத்தக்கது. வேண்டுமாயின், நாம் நச்சினார்க்கினியர் போலவே இதனைத் தலையாலங்கானத்துச் செருவென்ற பாண்டியன் நெடுஞ் செழியன்மீது பாடப்பட்டது என்று கொள்வதில் தவறொன்றும் இல்லை.

பசும்பூண் செழியன் வேறு

இடைக்குன்றூர் கிழார் என்ற புலவர் தலையாலங்கானத்துச் செருவென்ற நெடுஞ்செழியனைப் பாடிய பாடலொன்றில் (புறம், 76) அவனைப் 'பசும்பூண் செழியன்' என்று குறிப்பிட்டுள்ளார். அகநானூற்றில் பரணர் (அகம், 116, 162), ஈழத்துப் பூதந்தேவனார் (231), மதுரைக் கணக்காயனார் (338), நக்கீரர் (253) ஆகியோர் பசும்பூண்

1 இது பற்றியே போலும் பேராசிரியர் பி.டி. சீனிவாச ஐயங்கார் அவர்கள், "நெடுநல்வாடை ஒருவேளை நெடுஞ்செழியன் மீது பாடப்பட்டதாகலாம்", என்று கூறியுள்ளார். History of Tamils, p. 443.

பாண்டியன் போரையும் பிறவற்றையும் உவமை வாயிலாகக் குறிப்பிட்டுள்ளனர். பரணர் குறுந்தொகையிலும் (393), நக்கீரர் நற்றிணையிலும் (358) அவனைப் பற்றிப் பாடியுள்ளனர். ஆயின், இருவருள் ஒருவரேனும் இப்பாடல்களில் நெடுஞ்செழியனுக்குச் சிறப்பாயுள்ள ஆலங்கானத்துப் போரைக் குறிப்பிடவில்லை. நெடுஞ்செழியன் என்ற பெயரையும் குறிப்பிடவில்லை. அங்ஙனம் இருந்தும், இப்புலவர்களால் குறிக்கப்பட்ட பசும்பூண் செழியன் என்பவன் தலையாலங்கானத்துச் செருவென்ற நெடுஞ்செழியனே என்று வரலாற்று ஆசிரியர்கள் கொண்டு இவன் வரலாற்றை எழுதியுள்ளார்கள்[2].

பசும்பூண் செழியனைப் பற்றிப் பாடிய புலவருள் பரணர் ஒருவர். அவர் கரிகாலன் தந்தையான உருவப்பஃறேர் இளஞ்சேட்சென்னியை நேரிற்கண்டு பாடியவர் (புறம் 4). கரிகாலன் காலம், ஏறத்தாழக் கி.பி. 75-115 என்பது இலங்கை வரலாற்றின் துணையைக்கொண்டு முன்னரே கூறப்பட்டது. பரணரால் ஐந்தாம் பத்தில் பாடப்பட்ட சேரன் செங்குட்டுவன் இலங்கைக் கயவாகுவின் காலத்தவன் (கி.பி. 113-136) என்பதும் முன்பே கூறப்பட்டது. எனவே, பரணர் ஏறத்தாழக் கி.பி. 75 முதல் 135 வரையில் புலவராய்த் திகழ்ந்தார் என்று கொள்ளலாம். அவர் இளஞ்சேட்சென்னியைப் பாடியபொழுது இருபது வயதினர் என்று கொள்ளினும், செங்குட்டுவன் காலத்தில் (கி.பி. 135இல்) அவர் எண்பது வயதினரெனக் கொள்ளலாம். கரிகாலன் காலத்திலோ, செங்குட்டுவன் காலத்திலோ தலையாலங்கானத்துச் செருவென்ற நெடுஞ்செழியன் இல்லை என்பது இலக்கியம் கண்ட உண்மை. அவர்களுக்குப் பின்பு அவன் கி.பி. 2ஆம் நூற்றாண்டின் இறுதியிலோ, அல்லது கி.பி. 3ஆம் நூற்றாண்டின் தொடக்கத்திலோ இருந்திருத்தல் வேண்டும்[3]. எனவே, பரணர் நூறு ஆண்டுகளுக்கு மேலும் வாழ்ந்திருந்து இவனைப்பற்றித் தம் பாடல்களில் பாடினார் எனக்கூறுதல் இயற்கை நடைமுறைக்கு மாறுபட்டதாகும். இவ்வுண்மைகளை ஆழ நினைந்து பார்க்கும்போது, பசும்பூண் பாண்டியன் என்று பிறதொகை

---

2. The Pandian Kingdom, K.A.N. Sastry, pp. 27-29; History of the Tamils, P.T.S. Ayyangar, pp. 443-450

3. இவன் கி.பி. 3ஆம் நூற்றாண்டின் தொடக்கத்தில் (கி.பி. 210) இருந்தவன் என்பர் பேராசிரியர் K.A.நீலகண்ட சாஸ்திரியார். (History of South India, p.121.)

நூல்களில் குறிக்கப் பெற்றவன் தலையாலங்கானத்துச் செருவென்ற பாண்டியன் நெடுஞ்செழியன் அல்லன் என்று கொள்வதே பொருத்த மென்பது தெரிகிறது.

மதுரைக்காஞ்சி

நெடுஞ்செழியன் மீது பாடப்பட்ட மதுரைக்காஞ்சி, 782 வரிகளைக் கொண்ட நீண்ட பாடலாகும். அதன் கண் கீழ்வரும் செய்திகள் முறை யாகக் கூறப்பட்டுள்ளன.

பொதுவாக முன்னோர் ஆட்சிச் சிறப்பு (அடி, 1-23), களவேள்வி (24-40, இறைவன் பாண்டியனாய் இருந்து அரசு புரிந்தமை (40-42), நெடியோன் போர்ச் சிறப்பு (43-88), நெடுஞ்செழியன் குட்டநாட்டை வென்றமை (89-105), பாண்டி நாட்டு வளம் (106-124), ஆலங்கானத்துப் போர் (125-130), நெடுஞ்செழியன் பண்புகள் (131-132), கொற்கையின் சிறப்பு (131-138), நெடுஞ்செழியன் பரதவரை வென்றமை (139-144), பகைவர் நாடுகளை வென்று பாழாக்கினமை (145-176), நெடுஞ்செழியன் படையெடுப்பு (177-196), நெடுஞ்செழியன் பண்புகள் (197-224), பகைவரை வென்று நாடாண்ட சிறந்த மன்னர் பலர் என்பது பற்றிய விவரம் (210-238), பாண்டி நாட்டு ஐந்திணை வருணனை (331-782), பல்யாகசாலை முதுகுடுமிப் பெருவழுதியின் சிறப்பு ஆகியவை கூறப் பட்டுள்ளன.

நெடுஞ்செழியனைப் பாடிய புலவர்கள்

மதுரைக்காஞ்சியைப் பாடியவர் மாங்குடி மருதனார் என்பவர். அவர் இந்நெடுஞ்செழியன் காலத்தில் இருந்த தமிழ்ச்சங்கத்தின் தலைவராவர் என்பது நெடுஞ்செழியன் பாடலால் (புறம். 72) அறியப்படும். இம்மன்னனது ஆலங்கானத்துப் போரைப்பற்றியும், பிற பண்புகளைப் பற்றியும், பிற போர்களைப் பற்றியும் புலவர் பலர் பாடிய பாடல்கள் புறநானூற்றில் காணப்படுகின்றன. குடபுலவியனார் (புறம், 18, 19), கல்லாடனார் (புறம், 23, 25, 371) இடைக் குன்றூர் கிழார் (புறம். 76-79), மாங்குடிகிழார் (புறம். 24, 26, 372) என்னும் புலவர்கள் நெடுஞ் செழியனை நேரிற்கண்டு பாடியவராவர். இவனது ஆலங்கானத்துப் போரைக் குறிப்பிட்டு அகநானூற்றில் மதுரை நக்கீரர் (செ.36), ஆலம்பேரி சாத்தனார் (செ.175), கல்லாடனார் (செ. 209) என்பவர் பாடியுள்ளனர். இந்நெடுஞ்செழியனைப் பற்றி இத்துணைப் புலவர்கள் பாடியுள்ள செய்யுள்களின் துணையைக் கொண்டு இவனது

வரலாற் றைக் காண்போம்.

தலையாலங்கானத்துப் போர்

நெடுஞ்செழியன் மிக்க இளமைப்பருவத்தில் அரசுகட்டில் ஏறினான் (புறம், 77). அவன் இளைஞன் ஆதலின், எளிதில் அவனை வென்று அவனது நாட்டைத் தம்முட் பங்கிட்டுக்கொள்ளலாம் என்று எண்ணிச் சேரனும் சோழனும் சூழ்ச்சி செய்தனர். அவ்விருபெரு வேந்தரும் தமக்குத் துணையாகத் திதியன், எழினி, எருமையூரன், இருங்கோவேண்மான், பொருநன் என்ற ஐம்பெரு வேளிரையும் சேர்த்துக் கொண்டனர். அவ்வெழுவரும் தத்தம் சேனைகளோடு பாண்டி நாட்டின்மீது படையெடுத்தனர் (அகம், 36); பாண்டி நாட்டுள் நுழைந்து மதுரையை நெருங்கிவிட்டனர்.

பாண்டியன் போருக்குப் புறப்படுமுன்பு தனது அவையிலிருந்த சான்றோரை நோக்கிக் கீழே வருமாறு சூளுரைத்தான்:

"பாண்டி நாட்டைச் சிறப்பாகப் பேசுவோர் வெறுக்கத் தக்கவர். பாண்டியன் இளையவன், யாம் சிறந்த நால்வகைப் படைகளையும் உடையோம்", என்று புல்லிய சொற்களைக் கூறிக்கொண்டு என்மீது படையெடுத்துவரும் வேந்தர்களைப் போரில் சிதறடித்து முரசத்தோடு கைக்கொள்வேன். யான் அங்ஙனம் செய்யேனாயின், எனது குடை நிழலில் வாழும் குடிகள், தாங்கள் சென்று அடையும் நிழல் காணாது, 'எம் வேந்தன் கொடியவன்', என்று எண்ணிக் கண்ணீரைப் பரப்பிப் பழி தூற்றும் கொடுங்கோல் உடையேன் ஆகுக! உயர்ந்த தலைமை யுடன் மேம்பட்ட கேள்வியை உடைய மாங்குடி மருதனைத் தலைவனாகக் கொண்ட புலவர் பெருமக்கள் எனது நாட்டைப் பாடாது ஒழிவாராக! என்னால் காக்கப்படும் உறவினர் துயரம் மிக ஏழைகட்குக் கொடாத வறுமையை நான் அடைவேனாக!" (புறம், 72).

இங்ஙனம் சூள் உரைத்த நெடுங்செழியன், தன் படையுடன் பகைவரை எதிர்த்தான். இளைஞனான பாண்டியனது வீரத்தைக் கண்ட பாண்டி வீரர் தம்மை மறந்து போரிட்டனர். பாண்டியன் தனது நாட்டுள் நுழைந்த பகைவரைக் கடுமையாய்த் தாக்கினான். கூடற் பறந்தலையில் கடும்போர் நடந்தது. பாண்டியன் கடல் போன்ற பகைவர் படையை அடக்கினான். கூடற்பறந்தலைப் போரில் இருபெரு வேந்தரும் தம் முரசங்களை விட்டொழித்துச் சோழ நாட்டுள் ஓடினர் (அகம், 116) திருவாரூர்க்கு வடக்கில் எட்டுக்கல் தொலைவிலுள்ள

தலையாலங்கானம்[4] என்னும் இடத்தில் பாண்டியனுக்கும் பகைவர்க்கும் கடும்போர் நிகழ்ந்தது. அப்போரில் பகை வீரர் பற்பலர் கொல்லப் பட்டனர். சேரனும் சோழனும் ஐம்பெருவேளிரும் கடுமையாய்ப் போரிட்டனர். அப்போரில் சேரனும் சோழனும் கொல்லப்பட்டனர். அவர்தம் முரசங்கள் பாண்டியனால் கைக்கொள்ளப்பட்டன. (புறம். 25) ஐம்பெருவேளிரும் மாயமாய் மறைந்தனர்.

இப்போர் தமிழகத்தையே கலக்கிவிட்டது. உலகத்தில் ஒருவனோடு ஒருவன் போர் செய்வது இயற்கை. ஆயின், எழுவர் ஒன்று சேர்ந்து ஒருவனைத் தாக்குதல் அறநெறிக்கு மாறுபட்டது. தமிழகத்தில் முடியுடை மூவேந்தரும் இரு பிரிவினராயிருந்து தம்முள் போரிடல் தமிழகத்திற்கே கெடுதியன்றோ? எங்ஙனமோ அஞ்சாமை மிகுந்த இளைஞனான பாண்டியன் எழுவரையும் வெற்றி கொண்டான். அவன் அதனுடன் நிற்கவில்லை. தன்னை எதிர்த்து ஓடியவர் நாடுதோறும் சென்று அவர் மகளிர் நாணி உயிர் விட அப்பகைவரைக் கொன்றான். (புறம். 78)

புலவர் பாராட்டு

இங்ஙனம் தமிழக வரலாற்றில் செயற்கருஞ்செயலைச் செய்த இளைஞனான நெடுஞ்செழியனை நல்லுள்ளம் படைத்த புலவர் பெருமக்கள் நேரிற்கண்டு பாராட்டிப் பல பாடல்களைப் பாடி வாழ்த்தினார்கள். இடைக்குன்றூர் கிழார் என்ற புலவரது மகிழ்ச்சியுரை யைக் கீழே காண்க:

"பாண்டிய மன்னன் சதங்கை அணிந்திருந்த காலில் வீரக்கழலை அணிந்துள்ளான். குடுமி நீக்கப்பட்ட தலையில் வேப்பந்தளிரை உழிஞைக் கொடியோடு சூடியுள்ளான். சிறிய வளைகள் நீக்கப்பட்ட கையில் வில்லைப் பிடித்துத் தேரில் அமர்ந்துள்ளான். இவன் ஐம்படைத் தாலியை இன்னும் களையவில்லை[5]. இன்றுதான் பாலை நீக்கி உணவை

---

4. தலையாலங்கானம் என்னும் இப்பெயர் கி.பி. 7 ஆம் நூற்றாண்டில் தலையாலங்காடு என்னும் பெயர் பெற்றிருந்தது என்பது தேவாரத்தால் தெரிகிறது.

5. திருமாலின் ஐந்துபடைகள் போலப் பொன்னால் அல்லது வெள்ளியால் செய்யப்பட்டது. 'ஐம்படைத்தாலி' எனப்பட்டது. திருஷ்டி தோஷாதிகள் அணுகாதிருக்கும்பொருட்டு இதனைக் குழந்தைகட்கு அணிவித்தல் பண்டை மரபு, இதனைச் சிறுவரே அணிந்திருந்தனர்.

உட்கொண்டான். இவன் தன் மீது போருக்கு வந்த பகைவரைப் பற்றிக் கவலைப்படவில்லை; அவர்கள் வென்றதற்காக மகிழவும் இல்லை; அவர்கள் வென்றதற்காக மகிழவும் இல்லை; செருக்குக் கொள்ளவும் இல்லை (புறம். 77)

"ஒருவனை ஒருவன் கொல்லுதலும் ஒருவனுக்கு ஒருவன் தோற்றலும் புதியதன்று; தொன்று தொட்டு வரும் இயல்பாகும். ஆயின், தன்மீது போருக்கு வந்த ஏழு அரசருடைய வென்றி அடங்கத் தான் ஒருவனாய் நின்று வெற்றி பெறுதல் இதற்கு முன்பு நாம் கேட்ட தில்லை" (புறம். 76)

கல்லாடனார் என்ற புலவர் பாண்டியன் தலையாலங்கானத்தில் பெற்ற வெற்றியைக் கேள்வியுற்று, அவனைக் காண வந்தார்; 'அரசே, உன்னுடைய வீரர் சூரபன்மனைக் கொன்ற முருகனது கூளிச்சுற்றத்தை ஒப்பர்; அவர், தம்மால் கொள்ளத் தக்கவற்றைப் பகைவர் நாடுகளி லிருந்து எடுத்துக் கொண்டனர். எஞ்சிய பொருளைப் பகைவர் பயன் படுத்தாதபடி அழித்துவிட்டனர்; ஊர்களைக் கொளுத்திவிட்டனர்; அஞ்சுதற்குரிய தலையாலங்கானத்துப் போரில் எமனைப் போன்ற வலிமையுடன் நீ செய்த போரினைக் கேள்வியுற்று வந்தேன் (23)

"செழிய ஞாயிறும் திங்களும் நிலத்தைப் பொருந்தினாற்போல நின்னொடு பொருத இருவேந்தரும் போர்க்களத்தில் விழுந்து மாயப் பொருதனை; அவர்தம் முரசங்களைக் கைக் கொண்டனை. பகைவருடைய மனைவியர் மார்பு எரிய அறைந்துகொண்டு அழுகை ஆரவாரத்துடன் தமது கூந்தலைக் களைந்து கைம்மை நோன்பினை மேற்கொண்டனர்' (புறம். 25) என்று பொருள்பட இருபாக்களைப் பாடினார்.

குடபுலவியனார் என்ற புலவர், "பெரும், தமிழ்ப்படை கைகலந்த தலையாலங்கானத்தில் நின்று சிறப்பினை நிலை நிறுத்தினை. 'எம் மைந்தர், யானைகளை வீழ்த்திப் போர்க்களத்தில் மாண்டனர்,' என்று சொல்லி மறக்குடியில் பிறந்த முதுமகளிர் இன்பக் கண்ணீர் விட்டுக் கூறினார். அவர் செயலைக் கண்டு கூற்றம் இரங்கியது. தலையாலங் கானத்தில் நடைபெற்ற அஞ்சத்தக்க போரில் எழுவரது நல்ல வலிமையை வென்றவனே, முத்துமாலை பொருந்திய நினது மார்பினை யான் தழுவினேன் அல்லனோ?" (புறம். 19) என்று கூறி மகிழ்ந்தார்.

நெடுஞ்செழியனை நேரிற்கண்டு பாடாத மதுரை நக்கீரர், அகநானூற்றுப் பாடலொன்றில் (36) 'தலைவன் பரத்தையை மணந்து

கொண்டமையால் உண்டான அலர், பாண்டியன் ஆலங்கானத்தில் எழுவர் வலிமை அடங்கும் படி ஒரு பகலில் அவர்தம் முரசங்களையும் வெண்குடைகளையும் கைப்பற்றி வெற்றி பெற்ற போது பாண்டிவீரர் ஆர்த்த ஆரவாரத்திலும் பெரிதாய் இருந்தது' என்று பாடியுள்ளார்.

ஆலம்பேரி சாத்தானார் என்ற புலவர், 'குளிர்ந்த மழையைப் பெய்யும் மேகம், காற்றுப் போல இயங்கும் நெடிய தேரையும் கைவன்மையினையுமுடைய பாண்டியன் தலையாலங்கானத்துப் போரை வென்று உயர்த்தின வேற்படைகளைவிட மிகுதியாய் மின்னியது" என்று கூறி ஆலங்கானத்துப் போரைத் தம் பாடலுள் பதிவு செய்துள்ளார். (அகம். 175)

நெடுஞ்செழியனை நேரிற்சென்று கண்டு பாராட்டிய கல்லாடனார், அகநானூற்றுப் பாடலொன்றில் (209), 'களவுப் புணர்ச்சியால் எழுந்த அலர், பாண்டியன் நெடுஞ்செழியன் தன்னைப் பகைத்த எழுவரையும் முழுமையும் வெற்றி கொண்ட தலையாலங்கானத்து எழுந்த வெற்றி ஆரவாரத்திலும் பெரிது," என்று பாண்டியனது ஆலங்கானத்து வெற்றியைத் தம் அகப்பாடலிலும் கூறியுள்ளார். இந்தக் கல்லாடனார் நெடுஞ்செழியன் போரிட்ட போர்க்களத்தைப் பற்றியும் ஒரு பாடல் (புறம், 371) பாடியுள்ளார்.

இங்ஙனம் புலவர் பலரால் பாராட்டப்பட்ட பாண்டியன் நெடுஞ்செழியனது வெற்றியை மாங்குடி மருதனார் மதுரைக் காஞ்சியில் (அடி, 127-130)

ஆலங் கானத் தஞ்சுவர விறுத்து
அரசுபட அமருழக்கி
முரசு கொண்டு களம் வேட்ட
அடுதிறலுயர் புகழ்வேந்தே"

என்று பாராட்டியுள்ளார்.

செப்பேட்டுச் சான்று

இவ்வாலங்கானத்து வெற்றி மேலே கூறப்பட்டவாறு ஏறத்தாழக் கி.பி.3ஆம் நூற்றாண்டின் முற்பகுதியில் நடைபெற்றது என்னலாம். இந்நிகழ்ச்சிக்கு 700 ஆண்டுகட்குப் பின்பு வந்த மூன்றாம் இராசசிம்ம பாண்டியன் (கிபி. 900-946) தனது பதினாறாம் ஆட்சி ஆண்டில் (916இல்) வெளியிட்ட சின்னமனூர்ச் செப்பேடுகளில் இவ்வெற்றி,

'தலையாலங்கானத்தில் தன்னொக்கும் இருவேந்தரைக்
கொலைவாளின் தலைதுமித்துக் குறைத்தலையின்
கூத்தொழித்தும்"

என்று குறிக்கப்பட்டுள்ளது[6]. எனின், இவ்வெற்றி எத்தனை நூற்றாண்டு களாகத் தமிழ் மக்கள் நினைவில் இருந்து வந்தது என்பது தெளிவாகும் அன்றோ?

பிற வெற்றிகள்

1. சங்க கால முடியுடை மூவேந்தர் தமது நாட்டில் வேளிர் பலரைக் கொண்டிருந்தனர். அவ்வேளிர் ஒரு சிறிய நிலப்பகுதிக்குத் தலைவராய்ப் படையுடன் இருந்த சிற்றரசராவர். பேரரசர் அச்சிற்றரசருடன் மணவுறவு கொண்டிருந்தனர். சோழன் உருவப்பஃறேர் இளஞ்சேட்சென்னி அழுந்தூர் வேளின் மகளை மணந்து கொண்டான்; அவன் மகனான கரிகாலன், நாங்கூர் வேளின் மகளை மணந்து கொண்டான். (தொல், அகத்திணையியல், நூற்பா 30, நச்சினார்க்கினியர் உரை) இவ்வேளிர் சோழநாட்டில் மாயூரம் சீகாழி வட்டங்களில் இருந்தனர். மாயூரத்திற்கு அண்மையில் நீடூர் என்ற ஊர் ஒன்றுள்ளது. அவ்வூரைத் தலைநகராய்க் கொண்டு ஒரு சிறிய நிலப்பரப்பை நெடுஞ்செழியன் காலத்தில் ஆண்டு வந்தவன் வேள் எவ்வி என்பவன் (அகம், 266) அவனது நாடு மிழலைக்கூற்றம் எனப்பட்டது தலையாலங்கானத்துப் போருக்குப் பின்னர் அவ்வேள் நெடுஞ்செழியனது சீற்றத்திற்கு ஆளாயினன் போலும்! அவனைப் போலவே முத்தூற்றுக் கூற்றத்தை ஆண்டு வந்த தொன்முது வேளிரும் நெடுஞ்செழியன் சீற்றத்திற்கு இலக்காயினர். எழுவரையே புறங்கண்ட நெடுஞ்செழியனுக்கு இவ்வேளிர் எத்தகுதியினர்! நெடுஞ்செழியன் அவ்விருவரையும் வென்று, அவர் ஆண்ட கூற்றங்களைக் கைப்பற்றிக் கொண்டான். மாங்குடி கிழார் என்ற புலவர், இவ்வெற்றியைப் பாராட்டி ஒரு பாடல் (புறம் 24) பாடியுள்ளார். இப்போர் மதுரைக் காஞ்சியில் குறிக்கப்படவில்லை. இது மிகச் சிறிய போர் என்று கருதி மாங்குடி கிழார் இதனைக் கூறாது விட்டனர் போலும்! அல்லது மதுரைக் காஞ்சி பாடப்பட்ட பின்னர் இப்போர்கள் நிகழ்திருத்தலும் கூடும்.

2. சேர நாட்டில் வேணாடு, கற்கா நாடு, குடநாடு, குட்ட நாடு எனப் பல நாடுகளிருந்தன. குட்ட நாட்டை ஆண்டவர் 'குட்டுவர்'

---

6. S.I.I. Vol. No. 206

எனப்பட்டனர். நெடுஞ்செழியன் காலத்துக் குட்ட நாட்டைப் பல பகுதிகளாகப் பிரித்துக் குட்டுபவர் பலர் ஆண்டனரோ, அல்லது குட்ட நாட்டை யாண்ட குட்டுவனுக்குப் பிள்ளைகளும் இளவல்களுமாய்ப் பலர் இருந்தனரோ, தெரியவில்லை. நெடுஞ்செழியன் குட்டுவர் பலரை வென்றான் என்பது மதுரைக் காஞ்சியில் கூறப்பட்டுள்ளது (அடி, 105)

3. நெடுஞ்செழியனால் தலையாலங்கானத்துப் போரில் கொல்லப் பட்ட சேர வேந்தனுக்குப் பின்னர் யானைக் கட்சேய் மாந்தரஞ்சேரல் இரும்பொறை என்பவன் அரசு கட்டில் ஏறினன் போலும்! அவன் பாண்டியனைப் பழி வாங்க நினைப்பது இயல்புதானே! அவன் பெரும்படை திரட்டிப் பாண்டியனை எதிர்த்தனன். தன்னைப் போன்ற இருபெருவேந்தரையும் ஐம்பெருவேளிரையும் வென்ற மாவீரனான நெடுஞ்செழியனை இரும்பொறை எதிர்த்தது தவறு. பாவம்! அவன் பாண்டியனிடம் சிறைப்பட்டான். பாண்டியன் அவனைப் பெருந் தன்மையாய் நடத்தினான். ஆயினும், அச்சேர வேந்தன் சிறையிலிருந்து எவ்வாறோ தப்பிச் சென்று, பண்டு போலத் தனது நாட்டை ஆளத் தொடங்கினான். அவன் புலவர் போற்றும் புரவலன். ஆதலால், அவன் சிறையிலிருந்து தப்பி வந்து நாடாளத் தொடங்கியதைக் கேட்டறிந்த குறுங்கோழியூர் கிழார் என்ற புலவர், அவனைச் சென்று கண்டனர்; மேலே கூறப்பட்ட செய்தியைக் கூறி, அவனுடைய நற்பண்புகளைப் பாராட்டினர்.[7] (புறம். 17).

தென்பாண்டி நாட்டில் நெய்தல் நிலப்பதியில் குறுநில மன்னர் சிலர் இருந்தனர். அவர்கள் 'தென் பரதவர்' எனப்பட்டார்கள். அவர்கள் சிறந்த போர் வீரர்கள். அவர்கள் அடிக்கடி தங்கள் பேரரசரோடு மாறு

---

7. தலையாலங்கானத்துப் போரில் இரு பெருவேந்தரும் கொல்லப்பட்டனர் என் தெளிவாகக் கல்லாடனார் கூறியுள்ளார் (புறம்.25). அவர் கூற்றையே பிற்காலச் சின்னமனூர்ச் செப்பேடுகளும் உறுதிப்படுத்துகின்றன. அங்ஙனம் இருக்க, அப்போரில் கலந்து கொண்டவருள் யானைக்கட்சேய் மாந்தரஞ் சேரல் இரும்பொறை ஒருவன் என்று அறிஞர் கூறியுள்ளனர். (பாண்டியர் வரலாறு, பண்டாரத்தார், பக். 23, Pandian Kingdom K.A.N. Sastry, p. 28) இது பொருந்தாது. இளைஞனான நெடுஞ்செழியன் புரிந்த முதற்போர் எழுவரோடு புரிந்த போராகும். அப்போரில் இரு பெருவேந்தரும் இறந்தனர். எனவே, இரும்பொறையோடு செய்த போர் பிற்பட்டதாகும் என்று கொள்வதே பொருத்தமுடையது.

கொண்டார்கள் போலும்! சோழன் செருப்பாழி எறிந்த இளஞ்சேட் சென்னி என்பவன் அப்பரதவரை வென்றான் என்று ஊன்பொதி பசுங்குடையார் என்ற புலவர் குறித்துள்ளார். (புறம். 378) பாண்டியன் நெடுஞ்செழியன் தன் காலத்தில் இத்தென்பரதவரை வென்று அடக்கினான் என்பது, 'தென்பரதவர் போரேறே' என்னும் மதுரைக் காஞ்சி அடியால் (144) அறியலாம். கி.பி. ஏழாம் நூற்றாண்டில் வாழ்ந்த மாறவர்மன் அரிகேசரி என்ற பாண்டியனும் அப்பரதவரை வென்றான் என்று வேள்விக் குடிச்செப்பேடுகள் உணர்த்துகின்றன[8]. நெடுஞ் செழியன் தென்பரதவரை வென்றமை புறநானூற்றுப் பாடல்களில் இடம் பெறவில்லை.

முடிவுரை

இப்பாண்டியன் நெடுஞ்செழியன் செங்கோல் ஆட்சியில் சிறந்தவன்; மாங்குடி மருதனார் அறிவுரைப்படி அறக்கள வேள்வி செய்து மாங்குடி கிழாரால் பாராட்டப் பட்டவன். (புறம் 26). இவன் நல்லாட்சி கருதிப் புலவரால் கூறப்பட்ட அறிவுரைகளை ஏற்று நடந்த பெருந்தகையாவன் (புறம்.18) இவை பற்றிய விவரங்கள் 'அரசாட்சி', போர்', 'சமயம்' என்னும் பிரிவுகளில் விளக்கமாகக் கூறப்படும். இடைக்காலப் பாண்டியர் செப்பேடுகளில் குறிக்கப்பட்ட நெடியோன், பல்யாகசாலை முதுகுடுமிப் பெருவழுதி என்னும் இரு பெரும்பாண்டியருடன் இந்நெடுஞ் செழியனும்[9] குறிக்கப்பட்டான்; பின்னவரால் பாராட்டப்பட்டான் என்பது இங்கு அறியத்தகும்.

---

8. Ep. Ind. Vol. 18. p. 291.

9. சென்னைக்கு தெற்கில் பதின்மூன்று கல் தொலைவில் உள்ள பூந்தண்மலியில் உள்ள முஸ்லீம்களின் பள்ளிவாசல் எல்லையுள் ஒரு கல்லில் உள்ள எழுத்துக்கள் முதற்பராந்தகன் காலத்தவை. அவை, புலியூர்க் கோட்டத்துப் பூந்தண்மலி நெடுஞ்செழிய விண்ணகர் இருந்த தேவர் என்பதை உணர்த்து கின்றன. அக்கல் பழைய பெருமாள் கோவிலைச் சேர்ந்தது. சங்க காலப் பாண்டியன் நெடுஞ்செழியன் பெயரில் அவனாட்சிக்கு உட்படாத தொண்டை நாட்டில் ஒரு கோவில் எங்ஙனம் அமைந்திருத்தல் கூடும் என்று கல்வெட்டறிஞர் வியக்கின்றனர். 302 of 1938-39; A.R.E. 1938-39 p.75.

2. நெடுஞ்செழியனின் முன்னோர்

1. நெடியோன்

தலையாலங்கானத்துச் செருவென்ற பாண்டியன் நெடுஞ்செழியன் மீது மதுரைக் காஞ்சியைப் பாடிய மாங்குடி மருதனார், அந்நெடும் பாடலில் நெடுஞ்செழியனுக்கு முற்பட இருந்த புகழ்பெற்ற பாண்டியர் இருவரைப் பற்றிச் சில செய்திகள் கூறியுள்ளார். அவ்விருவரும் நெடியோன், பல்யாகசாலை முதுகுடுமிப் பெருவழுதி என்பவராவர்.

"எங்கோ வாழிய குடுமி
முந்நீர் விழவின் நெடியோன்
நன்னீர்ப் பஃறுளி மணலினும் பலவே!

என நெட்டிமையார் என்ற புலவரால் பல்யாகசாலை முதுகுடுமிப் பெருவழுதி (புறம். 9) வாழ்த்தப்பட்டமை நோக்க, நெடியோன் அப்பல் யாகசாலை முதுகுடுமிப் பெருவழுதிக்குப் காலத்தால் முற்பட்டவன் என்பது தெளிவாகும்.

நெடியோன் சிறப்பு

மாங்குடி மருதனார் இந்நெடியோன் போர்ச்சிறப்பினைக் கீழ் வருமாறு குறித்துள்ளார்:

'நெடியோன் நால்வகைப் படைகளுடனும் சென்று சேர சோழராகிய இருபெருவேந்தரையும் குறுநில மன்னர் சிலரையும் வெற்றி கொண்டான்; குறிஞ்சி நில மன்னர்களை வென்றான்; இங்ஙனம் பகைவர் நாடுகளை வென்று கைக்கொண்டு சிறந்தான். அவன் பொன்னாற் செய்த தாரினை அணிந்தவன் (ம.கா. 43-61)இந்நெடியோன், சிவந்த நீர்மையையுடைய உயர்ந்த பொன்னைக் கூத்தர்க்கு வழங்கியவன்; பஃறுளியாற்றை உண்டாக்கியவன் (புறம் 9)

மாங்குடி மருதனார் மதுரைக் காஞ்சியில் ஈற்றில்,

'நிலந்தரு திருவின் நெடியோன் போல
வியப்பும் சால்பும் செம்மை சான்றோர்
பலர்வாய்ப் புகாறு சிறப்பில் தோன்றி
அரியதந்து குடியகற்றிப்
பெரியகற் றிசைவிளங்கி

* * *

மகிழ்ந்தினி துறைமதி பெரும!

(ம.கா.அடி, 763-781)

என்று நெடுஞ்செழியனை வாழ்த்தியுள்ளார்; 'நீ நிலத்தரு திருவின் நெடியோன் என்ற பாண்டியனைப் போல[10] இவ்விடத்திற்கு அரியவாய வேற்றுப்புலத்திலுள்ள பொருள்களைக்கொணர்ந்து எல்லார்க்கும் கொடுத்து நின்னாட்டில் வாழும் குடிமக்களைப் பெருக்கி நற்பொருள் களை விளக்கத்தகும் நூல்களைக் கற்று நின் புகழை நிறுத்தி... நின் ஆயுள் முழுமையும் இனிதாக இருப்பாயாக!" என்று வாழ்த்தியுள்ளார்.

பாண்டியன் விருதுப் பெயர்கள்

மாங்குடி மருதனார் முதற்பகுதியில் 'நெடியோன்' என்றும் இறுதியில் அவனை 'நிலந்தரு திருவின் நெடியோன்' என்றும் கூறி யிருத்தல் கவனிக்கத்தகும்.

தொல்காப்பியத்துக்குப் பாயிரம் வழங்கிய பனம் பாரனார் அப்பாயிரத்தில்,

'நிலந்தரு திருவிற் பாண்டியன் அவையத்துத் தொல்காப்பியம் அரங்கேற்றப்பட்டது என்று கூறியுள்ளார். அடியார்க்கு நல்லார் சிலப்பதிகாரவுரைப் பாயிரத்து, 'இரண்டாம் ஊழியதாகிய கபாட புரத்தின் கடைச்சங்கத்துத் தொல்காப்பியம் புலப்படுத்திய மாகீர்த்தி யாகிய நிலந்தருதிருவிற்பாண்டியன் அவைக்களத்து என்று கூறி யுள்ளார். அவரே 'வேனிற் காதையில் 'சயமா கீர்த்தியனாகிய நிலந்தரு திருவிற் பாண்டியன் தொல்காப்பியம் புலப்படுத்திரீ இயினான்' என்று மொழிந்துள்ளார். இவற்றை நோக்க, மாங்குடி மருதனார் கூறிய 'நிலந்தருதிருவின் நெடியோன்' என்பவனும், பனம்பாரனாரும் அடியார்க்கு நல்லாரும் கூறிய 'நிலந்தருதிருவிற் பாண்டியன்' என்பனும் ஒருவனே என்று கொள்வது பொருத்தமாகும். ஆகவே, இந்நெடியோன் தொல்காப்பியர் காலத்தவன் என்று கொள்ளலாம்.

மாங்குடி மருதனார் கூறிய, 'பொலந்தார் மார்பின் நெடியோன்' என்றவிடத்து, 'நெடியோன்-வடிம் பலம்ப நின்ற பாண்டியன்' என்று நச்சினார்க்கினியர் பொருள் கூறியுள்ளார். 'முந்நீர்க்கண் வடிம்பலம்ப நின்றான் என்ற வியப்பால், 'நெடியோன்' என்றார் என்ப,' என்று புறநானூற்று உரையாசிரியர் (செ.9. உரை) கூறியுள்ளார். இவற்றை

---

10. நச்சினார்க்கினியர் 'நிலந்தரு திருவின் நெடியோன் போல' என்பதற்கு 'எல்லா நிலங்களையும் தன்னிடத்தே காட்டின மாயோனைப் போல' என்று பொருள் கூறியுள்ளார். 'மாயோனைப் போலக் குடிபெருக்கல் செய்' என்று கூறுதல் பொருந்தாமையின், இங்கு நெடியோன் என்பது பாண்டியனைக் குறித்ததெனக் கோடலே பொருந்தும்.

நோக்க, இப்பாண்டியனுக்கு வடிம்பலம்ப நின்ற பாண்டியன் என்ற விருதுப் பெயரும் வழங்கிற்றென்பது தெரிகிறது.

'மாகீர்த்தியாகிய நிலந்தரு திருவிற்பாண்டியன்' என்று உரைப்பாயிரத்தும், 'சயமாகீர்த்தியனாகிய நிலந்தரு திருவிற்பாண்டியன் தொல்காப்பியம் புலப்படுத்தீரீஇயினான்," என்று வேனிற்காதையிலும் கூறலைக் காண, இந்நெடியோனுக்குச் 'சயமாகீர்த்தியன்' என்ற விருதுப் பெயரும் இருந்தமை அறியப்படும்.

முதலாம் இராசேந்திர சோழன் தன் அரிய செயல்களால் 'கங்கை கொண்ட சோழன்' 'கடாரம் கொண்ட சோழன்' எனப் பல விருதுப் பெயர்களைப் பெற்றிருந்தாற்போல, இப்பாண்டியன், செயற்கரிய செயல்களால் நெடியோன், நிலந்தரு திருவிற்பாண்டியன், வடிம்பலம்ப நின்ற பாண்டியன் எனப் பல விருதுப் பெயர்களைப் பெற்றவன் போலும்! முதலாம் இராசேந்திரனுடைய தந்தையின் இயற்பெயர் அருண்மொழித் தேவன் என்பது. அவனுக்கு இராசராசன், சயங்கொண்ட சோழன், மும்முடிச்சோழன், சிவபாத சேகரன் எனப் பல விருதுப் பெயர்கள் இருந்தன. ஆயினும், அவற்றுள் இராசராசன் என்பதே தலை மணியாய் விளங்கியது. அவ்வாறே பாண்டியனுக்கு விருதுப்பெயர்கள் பல இருந்தும், 'நெடியோன்' என்பதே பெருவழக்குப் பெற்றதென்னலாம்.

கடல் கடந்த வெற்றி

இவ்வேந்தனது கடல் வெற்றியையும் இவன் காலத்து நிகழ்ந்த கடல்கோளையும் பற்றி இளங்கோவடிகள்

'அடியில் தன்னளவு அரசர்க் குணர்த்தி
வடிவேல் எறிந்த வான்பகை பொறாது
பஃறுளி யாற்றுடன் பன்மலை யடுக்கத்துக்
குமரிக்கோடும் கொடுங்கடல் கொள்ள
வடதிசைக் கங்கையும் இமயமுங் கொண்டு
தென்றிசை யாண்ட தென்னவன்'

(சிலம்பு, 11; அடி 17-22)

என்று கூறியுள்ளார். இதற்கு அருப்தவுரையாசிரியர், 'அடியில் தன் அளவு அரசர்க்கு உணர்த்தி என்பது, கடலின் அளவை அடியினாலே 'இன்ன அளவினது இது' என்று அரசர்க்குக் காட்டி' அன்றி 'அடியினாலே தன் பெருமையை அரசர்க்கு அறிவித்து, என்பாரும் உளர்' என்று கூறி யுள்ளார். இதனால் இந்நெடியோன் தன் வேற்படையைக் கடலின்

மீது செல்ல விட்டான் என்பதும் தன் அடி அளவால் கடல் அளவினை அரசர்க்கு உணர்த்தினான் என்பதும், தன் நாட்டைக் கடல் கொண்ட பின்பு வடதிசை இமயமும் கங்கையும் கொண்டு தென் திசையை ஆண்டான் என்பதும் தெரிகின்றன. கடலில் வேலை விட்டதும் அடியில் தன்னளவு அரசர்க்கு உணர்த்தியதும் இவனது கடல் கடந்த வெற்றி யைக் குறிப்பனவெனக் கோடலே ஏற்புடையது.

இந்நெடியோனை, 'முந்நீர் விழவின் நெடியோன்' என நெட்டிய மையாகும் (புறம். 9) வடிம்பலம்ப நின்றான்' என நச்சினார்க்கினியரும் கூறியுள்ளதை நோக்க, மேற்கூறப் பெற்றவாறு இவ்வேந்தன் கடல் கடந்து நாடு வென்றவன் என்பதும் அச்சிறப்பால் விழாக் கொண்டாடினான் என்பதும் உய்த்துணரலாம். ஆழி வடிம்பு அலம்ப நிற்றலாவது, கடல் நீர் கால் வடிம்புகளை அலம்பும்படி நிற்பதாகும். இஃதோர் பெருஞ்செயலாதல் பற்றியே இதனைப் புலவர்கள் பாராட்டி வந்தார்கள். இச்செய்தி நாட்டு மக்களிடையேயும் பரவியிருந்தது. அதனாலே தான் காலத்தாற்பிற்பட்ட ஆரியப்படை கடந்த நெடுஞ் செழியன் காலத்தில் வாழ்ந்த மாங்காட்டு மறையவன் இந்நெடியோன் செயலை நெடுஞ்செழியன் மீது ஏற்றி வாழ்த்தியபடி பாண்டி நாட்டு எல்லையுட் புகுந்தான் போலும்! இனி, இச்செயல் யாது என்பதைக் காண்போம்.

இப்பாண்டியன் வரலாற்றை நன்கு ஆராய்ந்த சேது சமஸ்தான மகாவித்துவான் ரா.இராகவைங்கார் அவர்கள் கீழ்வருமாறு கூறி யுள்ளனர்.

"ஆழிவடிம்பலம்ப நின்ற பெருஞ்செயலாவது, இவன் கடலில் வேற்படையோடு சேய்மைக்கண் சென்று, ஆண்டுத் தீவத்துத் தன் அடியைப்ப பதித்து அங்கே நீர் அலம்பும்படி செய்த வெற்றியையே குறிக்கும். இங்ஙனம் தான் வேற்படையுடன் கடல் கடந்ததற்கு அநுகூல மானது பற்றி அக்கடல் தெய்வத்திற்கு விழா எடுத்தான் என்று துணிய லாம். இதனாலே, 'முந்நீர் விழவின் நெடியோன்' எனப்பட்டான் (புறம். 9).

"அடியில் தன்னள வரசர்க் குணர்த்தி" என்பது முதலாகச் சிலப்பதிகாரம் கூறிய அடிகளால், கடல் கொள்வதன் முன்னும் கடல் கொண்டதன் பின்னும் இருந்த பாண்டியன் ஒருவனேயாதல் தெள்ளிது." "— இதற்கேற்பவே களவியலுரைகாரர், இரண்டாம் சங்கம் வெண்டேர்ச் செழியன் முதலாக முடத்திருமாறன் ஈறாக ஐம்பத்தொன்பதின்மராற்

காக்கப்பட்டதென்றும், 'அச்சங்கம் இருந்து தமிழராய்ந்தது கபாடபுரத் தென்ப; அக்காலத்துப் போலும் பாண்டி நாட்டைக் கடல் கொண்டது', என்றும் கூறியிருத்தலும் நோக்கிக் கொள்க. கடைச்சங்கம், கடல் கொள்ளப்பட்டுப் போந்திருந்த முடத்திருமாறன்[11]. முதலாகத் தொடங்குதல் ஆண்டே கேட்கப்படுதல் காண்க. இவற்றால் சிலப்பதி காரத்தால் அறியப்பட்டவனும், தொல்காப்பியப் பாயிரத்திற் கூறப் பட்டவனுமான திருவிற் பாண்டியனும், கடல் கோளுக்கு முந்தியும் பிந்தியும் இருந்தவனுமாகக் களவியலுரை கூறிய (முடத்) திருமாறனும் ஒருவனே என்று துணியப்படும் என்க.

"இறையனார் களவியலுரைகாரர், அடியார்க்கு நல்லார், நச்சினார்க்கினியர் முதலியோர் இப்பாண்டியனைச் 'சயமாகீர்த்தி' என்றே கூறினர். ஜய என்பது யவத்தீவத்தின் பெயராதல் சாஸனம் வல்லார் அறிந்தது. இதற்கேற்பவே யவத்தீவத்துப் பிற்காலத்துச் சாஸனம் ஒன்று மீனலாஞ்சனத்துடன் காணப்படுவதால், 'சயமாகீர்த்தி' என்பது 'ஜயஸ்தானத்து மகாகீர்த்தியன்' என்னும் பொருளுடையதே எனக் கருதுகிறேன்.

"இனி, 'அடியிற் றன்னள வரசர்க் குணர்த்தி' எனச் சிலப்பதி காரத்து இளங்கோவடிகள் கூறிய செய்தி, தன் அளவினை அரசர்க்குத் தன் அடிகளால் உணர்த்தியதாகக் கொண்டு நெடுந்தூரங் கடலிற் சென்று நிலங்கண்டு, அந்நிலத்துத் தன் அடிகளை வைத்து ஆண்டுள்ள கடல் அலம்பும்படி நின்றதேயாம் என எண்ணுகிறேன். பேரரசன் தன் அடிகளைப் பாறையில் பொறித்து அவற்றை நீர் அலம்பும்படி வைக்கும் செய்தி. ஜாவாவில் ஸ்ரீ பூர்ணவர்மன் சாஸனங்களில் கேட்கப்படுவது, "ஸ்ரீமானுக பூர்ணவர்ம்மனும் அவனிக்குப் பதியும் அடி வைத்தவனு மாகிய தருமாநகர்த் தலைவனுடைய விஷ்ணு (அடிகளை) ஒத்த இணையடிகள்" Ind.Ant, III. 355-358 இது யவத்தீவத்துச் சீர் அருடன் யாற்றின் நடுவில் உள்ள பெரும் பாறையில் நீரலம்பும் நிலையில் உள்ளது... இங்ஙனம் அடி பொறிக்கும் வழக்கம், கடல் தெய்வத்திற்கு விழவெடுத்த நெடியோன் கடல் கடந்து நிலங்கண்டு அதனைத்

---

11. எல்லாப் பக்கங்களிலும் கடலே பொருந்திய வடிவுள்ள அச்சம் நிலைபெற்ற கரிய கடலில் கடிய காற்றாலே வளைகின்ற அலையைக் குறுக்கே பிளந்து ஓடும்படி பாய் விரிக்கப்பட்டு, முரசம் முழங்க, பொன் மிகுதற்குக் காரணமான சீரிய சரக்குகளை நாட்டு மக்கள் நுகரும்படியாகக் கரையைச் சேரவாணிகம் வாய்த்து வந்த இழிதலைச் செய்யும் பெரிய மரக்கலம்.........

தன்னகப்படுத்தித் தன் அடிகளைப் பொறித்தது முதல் ஆண்டு உண்டாயிற்றென்பது உய்த்துணரலாகும்.

"இவ்வாறு பெருங்கடலகத்து நிலங்கொண்ட செய்தி மதுரைக் காஞ்சியுள்.

"வானியைந்த இருமுந்நீர்ப்
பேஎநிலைஇய இரும்பௌவத்துக்
கொடும்புணரி விலங்குபோழக்
கடுங்காலொடு கரைசேர
நெடுங்கொடிமிசை யிதையெடுத்
தின்னிசைய முரசமுழங்கப்
பொன்மலிந்த விழுப்பண்ட
நாடார நன்கிழிதரும்
ஆடியற் பெருநாவாய்
மழைமுற்றிய மலைபுரையத்
துறைமுற்றிய துளங்கிருக்கைத்
தெண்கடற குண்டகழிச்
சீர்சான்ற வுயர்நெல்லின்
ஊர்கொண்ட வுயர்கொற்றவ!"

(மகா.அடி, 75-88)

என வரும் இடத்திற்கூறப்படுதல் காண்க.

"இவற்றால் ஈண்டுக்கூறிய உயர்நெல்லினூர் பெருங் கடலகத் துள்ளது கூறினர்... உயர்நெல்-யவம். நெல்லின் பெயர்-சாலி, யவம் என்பர் பிங்கலநூலார். இதன்கண் 'இருமுந்நீர் இரும்பவ்வத்துத் தெண் கடற் குண்டகழி உயர்நெல்லினூர்' என்றும், அது 'கொடும்புணரி விலங்கு போழச்செல்லத்தக்கது,' என்றும் கூறியது, இது சேய்மைக்

கருமேகம் சூழ்ந்த மலை போலக் கடல்சூழ்ந்த அசைகின்ற இருப்பினையும் தெளிந்த கடலையே அகழியாக உடைய கிடங்கினையும் உடைய தலைமை அமைந்த உயர்ந்த நெல்லின் பெயரைப் பெற்ற சாலியூரைக் கொண்ட உயர்ந்த வெற்றியையுடையவனே-நெடுந்தொலைவுக்கு அப்பால் கரிய கடலில் சாலியூர் உள்ளது. அது கடற்கரைப் பட்டினம், அங்குப் பொன் முதலிய பண்டங்கள் ஏற்றுமதியாகின்றன; அதனால், கப்பல்கள் அங்குத் தங்கியுள்ளன. அத்தகைய ஆழமான கடலில் முரசம் முழங்கச் சென்று வாணிக வளம் பொருந்திய சாலியூரைப் பாண்டியன் கொண்டான் என்பது இவ்வடிகளின் கருத்தாகும்.

கட்கடலக்கத்துள்ளது என்பது தெரியும் பொருட்டாம்.

"தாலமி என்னும் மேற்றிசை ஆசிரியர் யவத்தீவம் பொன் நிறைந்தது என்று கூறுதல் அறிக... 'உயர் நெல்லின் ஊர்-சாலியூர்' என்று நச்சினார்க்கினியர் குறித்தார். G.E.Gerini என்பார் எழுதிய Further India என்னும் நூலில் (பக். 646) யவத்தீவத்தின் தலைநகரை மதுரை என்றும், அதன் கடற்றுறைப்பட்டினம் இதற்கு நான்குமைல் அளவில் சாரி (Sari) என்னும் பெயரில் உள்ளது என்றும் எழுதியுள்ளனர். யவத்தீவராஜன் மாரசீலு என்பவன் (1027-75) மாலிக் உல்சாலி என முடிசூடி முஸ்லிம் ஆயினான்' (பக்.644) என அவர் எழுதுதலான் அந் நாட்டுச் சீர்சான்ற நெல்லினூர் சாலியூராதலும் அது கடற்றுறைப் பட்டினம் ஆதலும் துணியப்படும்.

"ஈண்டு மிகப்பிற்பட்ட காலத்தும் இந்நாட்டை வென்று கொண்ட மாறன் பெயரும் அவன் மதுரையும் 'ஸுமதுரா'¹² பாண்டியர் நூலிற் குறித்த சாலியூருஞ்சேர வருதலான், இந்நாடு முதலில் தென்னாட்டுப் பாண்டியராலே கொள்ளப்பட்டதாக நன்கு தெளியலாம். 'சாரி' எனவும் வழங்குவது, ரகாரம், வகாரம் இரண்டும் வேற்றுமையில்லாமல் ஒலிப்பது பற்றி என்றுணரலாம். 'சாலி' என வழங்குதல் அவர் நூலிலே காண்க. இம்மதுரைக் காஞ்சியிற் குறித்த கீழ்க்கடற் பொலந்தீவங் கொண்ட சிறப்பு நெடுஞ்செழியற்குக் கூறியதாலெனின், அஃது அவன் முன்னோர் பெருஞ்செயலை அவன் மரபில் வந்தவனுக்கேற்றி வழங்கிய

---

12. 'சுமத்திரா' மிகப்பெரிய தீவு. இங்கு இயற்கை வளம் மிகுதி. இங்கு நிலக்கரி, பெட்ரோலியம், பொன், செம்பு, இரும்பு, காரீயம், கந்தகம் முதலியவை கிடைக்கின்றன. காடுகளில் தேக்கு, மூங்கில், பிசின் தரும் மரங்கள் மிகுதி. -கலைக்களஞ்சியம் 5, பக்.69 சாவத்தீவில் (ஜாவாவில்) நிலக்கரி, வெள்ளீயம், கந்தகம், உப்பு, மாங்கனீஸ், சுண்ணாம்புக்கல், சலவைக்கல் முதலியவை கிடைக்கின்றன- கலைக்களஞ்சியம் 9, பக். 595. போர்னியோவில் காடுகள் மிகுதி; தென்னை, நெல் மிகுதி- கலைக்களஞ்சியம் 7, பக். 726.
செலிபீஸ் தீவில் நெல், கொப்பரைத் தேங்காய், மக்காச் சோளம், புகையிலை முதலியன விளைகின்றன. காடுகள் மிகுதி, பொன், இரும்பு, வெள்ளீயம், செம்பு முதலிய நிலப் பொருள்களும் கிடைக்கின்றன. -கலைக்களஞ்சியம் 5, பக். 187.

தேயாமென்க[13].

'இவன் பொன்படு நீலங்கொண்ட சிறப்பையே போற்றி, 'சயமா கீர்த்தி' எனவும் நெடியோன்' எனவும் புகழப்பெற்றனன் என நினைக்கத் தகும். சய என்பது யவத்தீவத்திற்கும் பெயராதல் காண்க... இவன் வென்று கொண்ட நாடு 'மலய' என இன்றுவரை வழங்குதலும், இவனுடைய பொதியப்பொருப்பாகிய 'மலயம்' பற்றியதாகும். மதுரை என்பது கீழ்க்கடலகத்து யவத்தீவத்தை அடுத்து அப்போதுள்ள தீவு ஆகும். இச்சாவக நாட்டுடன் தமிழ் நிலைபெற்ற மதுரைக்குப் போக்கு வரத்துள்ளதென்பது மணிமேகலையுள் பாத்திரமரபு கூறிய காதைக்கண்,

'மாநீர் வங்கம் வந்தோர் வணங்கிச்
சாவக நன்னாட்டுத் தண்பெயல் மறுத்தலின்
ஊனுயிர் மடிந்த துரவோய் என்றலும்' (அடி, 73-75)

என மதுரைக் கூலவாணிகன் சாத்தனார் கூறியதனால் அறியலாம்.

...காழகத்தாக்கமும்' என்னும் பட்டினப்பாலைக்கு நச்சினார்க் கினியர், 'கடாரத்தில் உண்டான நுகரும் பொருள்களும்' என்று உரை கூறியது, தமிழ்த் தென்னாட்டார் கீழ்க்கடல் தீவநாட்டிற்குக் கலத்திற் சென்று வந்ததனைக் காட்டுமென்க.

"யவத்தீவத்து மீனன் காப்பு என்னும் இடம் உள்ளது. இது மீனக்கொடியுடைய மீனவர் காவலில் இப்பக்க நிலன் இருந்தது புலப்படுத்துமென்க. Gerimi என்னும் ஆசிரியர் மலையகுலன் (Malcon Kolan) என்று இத்தீவத்து வழங்கும் குடிப்பெயரை மலையர், கேரளர் என்னுந் தென்னாட்டவர் பெயருடன் இயைத்துக் காட்டுவர். முதல்

---

13. "அடியிற் றன்னளவு" என்று தொடங்கி நெடியோன் செயல்களைக் கூறி, அத்தகைய "தென்னன் வாழி" என்று மாங்காட்டு மறையவன் கூறியதாக இளங்கோவடிகள் கூறியுள்ளார். தொல்காப்பியர் காலத்து நெடியோனைச் சிலப்பதிகாரக் காலத்து மறையவன் வாழ்த்தினான் எனல் பொருத்தமற்றது. நெடியோன் செயல்களைத் தன் காலப் பாண்டியன் மீது ஏற்றிக்கூறி வாழ்த்தினான் என்பதே பொருத்தமாகும். இங்ஙனம் முன்னோர் செயலைப் பின்னோர்மீது ஏற்றிக் கூறுதல் இலக்கியத்திலும் கல்வெட்டுகளிலும் காணப்படும் வழக்கேயாகும். மதுரைக்காஞ்சித் தலைவனான நெடுஞ் செழியன் கடல் கடந்து சென்றதாகவோ ஆண்டுள்ள நாட்டை வென்ற தாகவோ அவனைப் பாடிய ஏனைய புலவர்களும் பாடாமை இங்கு அறியத் தகும்.

இராசராசன் நாகப்படடினத்துச் சூளாமணி வர்ம விகாரம் எனப் பெயரிய பௌத்தாலயத்துக்கு ஊர் கொடுத்த சாசனத்தும் 'மகரத்து வசமும் ஸ்ரீமாற விஜயோத்துங்கன்' என்னும் பெயரும் கூறுதல் காண்க. யவத்தீவத்துப் பலபடியாகப் பகுப்புண்ட பெருநிலப் பெயர்கள் இன்றைக்கும் பாண்டியன், மதியன், புகார், பாண்டி வாஸம், மலையன் கோ, கந்தன், செம்பூட்சேஎய் என வழங்குதல் காண்க... இவற்றோடு பொருந்தக் கீழ்க்கடற்பாகத்துச் சம்பா என்னும் நாட்டிற்கண்ட பழைய சாசனத்தில் 'ஸ்ரீமார ராஜகுலம்' என்பது காணப்படுகிறது. இது 'திருமாறனாகிய வேந்தன் குலம்' எனப் பொருள்படும். ஸ்ரீமாரலோன் குலநந்தனன்' என்பது அக்கலவெட்டில் உள்ள மற்றொரு தொடர், 'திருமாறனாகிய சந்திரகுலத்து மகன்' என்பது இதன் பொருள்.

"போர்நியோ என்னும் பெருந்தீவில் பொருநை (Borunei), குடை, பரிதோ, கடுங்கோன் என்னும் பெயர் கொண்ட யாறுகள் பாய்கின்றன... இங்ஙனம் கீழ்க் கடற்றீவ நாடுகட்கும் இத்தமிழ் நாட்டிற்கும் பல வகையானும் தொடர்புடைமை புலப்படுதலான், 'நெடியோன்' எனப் பல்லிடத்துங் கூறப்பட்ட நிலந்தருதிருவிற் பாண்டியன் அக்கரையி லுள்ள ஆழி, தன்பாத பிம்பத்தை அலம்பும்படி நின்றவனாக வுணர்த்தலே பொருந்தியதென்க. இக்காரணத்தானே நெடுந்தூர நிலவுலகும் தன்னடிக் கீழ்ப் படுத்திய திருவிக்கிரமனாகிய நெடியோனை ஒப்ப நின்றான் என்பது பற்றி நெடியோன் என்றார் என்க."[14].

நெடியோன்—அரசபூதம்:

'எண்ணருஞ் சிறப்பின் மன்னரை ஓட்டி
மண்ணகங் கொண்டு செங்கோல் ஓச்சிக்
கொடுந்தொழில் கடிந்து கொற்றங் கொண்டு
நடும்புகழ் வளர்த்து நானிலம் புரக்கும்
உரைசால் சிறப்பின் நெடியோன் அன்ன
அரைய பூதத் தருந்திறற் கடவுளும்'

என வருமிடத்து (சிலம்பு. 22; அடி, 56-61) அரும்பதவுரைகாரர், 'உரையமைந்த சிறப்பையுடைய நெடியோனையொத்த கடவுட் பூதமென்க. இவற்றால் உலகளந்தோனையொத்த பூதமென்க. இன்னும் பாண்டியனுடைய கையின் இலக்கணம் பூதத்துக்கும் பிடித்தன. ஏனைய இருவர்க்கும் ஒத்த பண்பென்றுமாம்," என்று குறித்திருத்தல்

---

14. தமிழ் வரலாறு, பக். 330–340

நெடியோனான பாண்டியனை நினைவிற் கொண்டமையால் என்னலாம்.

நெடியோன் பஃறுளி

இவன் காலத்துக் கடல்கோளில் பஃறுளியாறு மறைந்தது. அங்ஙனம் இருக்க, இவனுக்குப் பல ஆண்டுகளுக்குப் பின்பு வந்த பல்யாகசாலை முதுகுடுமிப் பெரு வழுதியை, 'நெடியோன் நன்னீர்ப் பஃறுளி மணலினும் பல வாணாள்களைப் பெற்று நீ வாழ்க!" என்று நெட்டிமையார் என்ற புலவர் வாழ்த்தியிருப்பாரா என்பது இங்கு ஆய்வுக்கு உரியது. எந்தப் புலவரும் தமக்கு முன்பு அழிந்த யாற்றைக் குறிப்பிட்டு, அதன் மணலினும் பல வாணாள்களைப் பெற்று நீ வாழ்க! என்று எந்த அரசனையும் வாழ்த்தார். அங்ஙனம் வாழத்தல் இருசாரார்க்கும் இழிவாகும், -நகைப்பிற்கும் இடனாகும். ஆகவே, உண்மை என்ன?

தென்மதுரை கடல்கோளில் அழிந்தவுடன் வடமதுரை உண்டாக்கப் பட்டாற்போலப் பஃறுளியாறு கடல்கோளில் அழிந்த பின்பு அப் பெயருடன் புதிய யாறு உண்டாக்கப்பட்டிருத்தல் வேண்டும். அதனை உண்டாக்கியவன் மேலே கூறப்பெற்ற நெடியோன், அவ்யாறு எந்தக் கடல்கோளிலும் அழியவில்லை. புலவர் நெட்டிமையார் அந்த யாற்றையே குறிப்பிட்டு, 'அதன் மணலினும் பல வாணாள்களைப் பெற்று வாழ்க! என வாழ்த்தினாராதல் வேண்டும். அந்தப் பஃறுளியாறு பாண்டி நாட்டில் உண்டாக்கப்பட்டிருத்தல் வேண்டும் அன்றோ? அதுவே இன்று நாகர்கோவிலிற்பாயும் 'பறளியாறு' என்னலாம். 'பஃறுளியாறு என்பதன் மரூஉவே 'பறளியாறு' எனக்கோடல் பொருத்த மாகும்.

'காகந்தி' என்பது புகார் நகரத்திற்கு ஒரு பெயராகும். அந்நகரத் தைச் சூழ இருந்த பகுதி 'காகந்தி நாடு எனப்பட்டது. அந்நாடு கடலுக்கு இரையானது. அதன் நினைவாக நெல்லூர் மாவட்டத்தில் கூடூர் வட்டத்தின் கடற்கரைப்பகுதி 'கடல் கொண்ட காகந்தி நாடு' எனப் பிற்காலத்தில் வழங்கப்பட்டது[15]. அவ்வாறே கடல்கோளுக்கு இரையான பஃற்றுளியாற்றின் பெயர், நெடியோனால் உண்டாக்கப்பட்ட புதிய யாற்றுக்கு இடப்பட்டது எனக் கொள்வது முற்றிலும் பொருத்தமாகும். அங்ஙனம் உண்டாக்கப்பட்ட யாறே பழைய பாண்டி நாட்டின் தென்கோடியில் உள்ள இன்றைய பறளியாறு என்னலாம்.

---

15. Dr. S.K. Aiyangar's Introduction to the Pallavas of Kanchi by R. Gopalan. p.12

மதுரைக்காஞ்சியில் குறிக்கப்பட்ட பாண்டிய மன்னர்

புலவன்

நெடியோனாய் விளங்கிப் பின்பு முடத்திருமாறனான பாண்டியர் பெருமான் நல்லிசைப் புலவனாயும் விளங்கினான் என்பதை, அவன் பாடிய நற்றிணைப் பாடல்கள் இரண்டு (105, 228) நலமுறத் தெரிவிக்கின்றன. செ. 105; இது பாலை ஒழுக்கம் பற்றியது. தலைவன் பொருளீட்டக் கருதிச் சுரத்தில் நெடுந்தொலை வந்துவிட்டான். ஆயின், அவன் மனம் வீடு திரும்ப எண்ணியது. தலைவன் அந்த நிலையில் தன் மனத்தை நோக்கி, 'நெஞ்சமே, நீ முதலிலே காடு கடுமையது என்று எண்ணாமல் நம் காதலி வீட்டில் வருந்தும்படி புறப்பட்டு நெடுந்தொலை வந்து விட்டனை; இன்று திரும்புவையாயின், நின் முயற்சி மிகவும் நன்று. நீ இங்ஙனமே வாழ்வாயாக!' என்று இகழ்ந்து கூறியதாக இச்செய்யுள் அமைந்துள்ளது.

'பயிர் பச்சைகள் விளைய வசதியற்ற நிலம் பாலை. அங்கு முள் இலவமரங்கள் இருக்கின்றன. அவற்றின் அடியைக் காய்ந்த கொடிகள் சுற்றிக் கொண்டிருக்கின்றன. அம்மரக்கிளைகள் அசைந்தாடி முறியும் நிலையில் பேய்க் காற்று வீசுகிறது. பக்கத்தில் உள்ள காட்டில் வாழும் பெண் யானைகள் தத்தம் கன்றுகளுடன் நீர்பருக விரும்பிக் காட்டுக்கு வெளியே வந்து நீரின்மை கண்டு வருந்துகின்றன. நீரோடு அப்பாலையில் நிழலும் இல்லை. இத்தகைய பாலை நிலத்தில் கிளை வழிகள் உள்ளன. இதுவரையில் வந்துவிட்ட நெஞ்சமே, குட்டுவனது குடமலைச் (மேற்கு மலை) சுனையில் பூக்கும் குவளை மலரைச் சூடுதலால் மணமிக்க கூந்தலையுடைய நம் காதலியை வருந்த விட்டு இவ்வளவு தொலை வந்துவிட்டனை; இப்போது திரும்பிச் செல்ல எண்ணுகின்றனை, நினது முயற்சி நன்று! நீ இத்தகு முயற்சியோடு வாழ்வாயாக.'

இக்கருத்துடைய செய்யுளைக் கீழே காண்க:

"முளிகொடி வலந்த முள்ளரை யிலவத்
தொளிர்சினை யதிர வீசி விளிபட
வெவ்வளி வழங்கும் வேய்பயில் மருங்கிற்
கடுநடை யானை கன்றொடு வருந்த
நெடுநீர் அற்ற நிழலில் ஆங்கண்
அருஞ்சுரக் கவலைய என்னாய் நெடுஞ்சேட்
பட்டனை வாழிய நெஞ்சே, குட்டுவன்
குடவரைச் சுனைய மாயிதழ்க் குவளை
வண்டுபடு வான்போது கமழும்
அஞ்சில் ஓதி அரும்படர் உறவே."

பாண்டியன் தான் இயற்றிய செய்யுளில் குட்டுவனைக் குறிப்பிட்டதை நோக்க இக்குட்டுவன் பாண்டியற்கு நெருங்கிய நண்பனாதல் வேண்டும் என்று கொள்ளுதல் பொருத்தமாகும்.

செ.228: இது குறிஞ்சி ஒழுக்கம் பற்றியது. தலைவன் சிறைப் புறத்தில் வந்து நிற்கிறான். தோழி அவன் நிற்றலை அறிந்தும் அறியாள் போல அவனுக்குக் கேட்கும் படி தலைவியை நோக்கி 'தோழி, தலைவன் இனி நம்மைக் கூடித் தலையளி செய்யானோ? அவன் இங்கு வாரா திருப்பது என்ன காரணம் என்று கருதப்படும்!' என்றுவருந்திக் கூறுவது போல இச்செய்யுள் அமைந்துள்ளது. இது, தலைவன் தலைவியை விரைந்து வரைந்து கொள்ளத் தூண்டும் முயற்சியாகும்.

"தோழி, காட்டில் வாழும் வேட்டுவனது முதுகு போன்ற துதிக்கையையுடைய ஆண் யானை, கானவன் வில்லிலிருந்து எய்யும் கணைக்கு அஞ்சி, மலைப்பிளப்பின் ஆழத்திற்சென்று மோதும்படி பிளிறும். அம்மலையிலிருந்து அருவிகள் குதித்து விழுகின்றன. இத்தகைய மலைக்குரிய நம் தலைவன் இடியும் மின்னலும் கூடிய நள்ளிரவில் இயல்பில்லாத அரிய வழியில் வந்து நம்மாட்டு அருளுதலைச் செய்யானோ? இப்பொழுது அவன் வந்து அன்பு செய்யாமைக்குக் காரணம் யாதென்று சொல்லப்படுமோ!'

இப்பொருள் படும் செய்யுளைக் கீழே காண்க:

"என்னெனப் படுமோ தோழி, மின்னுவசி (பு
அதிர்குரல் எழிலி முதிர்கடன் தீரக்
கண்டூர்பு விரிந்த கனையிருள் நடுநாட்
பண்பி லாரிடை வரூஉ நந்திறத்
தருளான் கொல்லோ தானே கானவன்
சிறுபுறங் கடுக்கும் பெருங்கை வேழம்
வெறிகொள் சாபத் தெறிகணை வெரீஇ
யழுந்துபட விடரகத் தியம்பு
மெழுந்துவீ ழருவிய மலைகிழ வோனே."

இச்செய்யுளில் கானவன் முதுகினைத் துதிக்கைக்கு உவமை கூறியது அழகிது! 'நடுநாள்' என்பது நடு இரவைக் குறிக்கும். எனவே, நாளின் தொடக்கம் பகல் பன்னிரண்டு மணி என்பது பெறப்படும். இதுவே சங்க காலத் தமிழர் நாளின் தொடக்கமாகும். இது கவனித்ததற் குரியது. இச்செய்யுளில் சாபம் (வில்) என்னும் வடசொல் ஆளப் பட்டுள்ளது காண்க.

இவன் தொல்காப்பியர் காலத்தவன் என்பது முன்பே கூறப் பட்டது. தொல்காப்பியர் நூற்பாக்களிலேயே சில வடசொற்கள் காணப் படுகின்றன. மேலும், அவர் வட சொல் தமிழிற்கலத்தற்கு எச்சவியலில் இரண்டு விதிகளையும் (நூற்பா, 5,6) கூறியுள்ளார். ஆதலால் அவர் காலத்துப் பாண்டியன் பாடலில் ஒரு வடசொல் இருத்தலில் வியப்பில்லையன்றோ?

நெடியோன் காலம்

இங்ஙனம் பெரும்புலவனாயும் தொல்காப்பியர் போன்ற பெரும் புலவர்க்குப் பரவலனாயும் விளங்கிய நிலந்தரு திருவின் நெடியோன் காலம் தொல்காப்பியர் காலமேயாகும். தொல்காப்பியர் காலம் யாது?

தொல்காப்பியம் கபாடபுரத்தில் அரங்கேற்றப்பட்டது என்று களவியலுரைகாரரும் அடியார்க்கு நல்லாரும் கூறியுள்ளனர். தொல்காப்பிய அரங்கேற்றத்திற்குப் பின்பே கவாடபுரம் அழிந்தது. கவாடபுரம், கடற்கரை நகரம். பாண்டிய கவாடகம்' என்பது கவாட புரத்துக் கடலிற் கிடைத்த முத்து வகைக்குப் பெயர் என்பது சாணக்கியன் பொருள் நூலிற்கூறப்பட்டுள்ளது[16]. சாணக்கியன், சந்திரகுப்த மோரியனிடம் முதல் அமைச்சனாயிருந்தவன், அம்மோரியன் ஆட்சிக் காலம் கி.மு. 325-301. எனவே, சாணக்கியன் காலமும் அதுவே யாகும்.

அக்காலத்தில் 'பாண்டிய கவாடகம்' என்று முத்துப் பெயர் பெற்றதெனில், கவாடபுரம் இருந்தது என்பது தெளிவு. 'இம்முத்துக் கபாடமுள்ள காலத்து முத்தாயினல்லது அவ்வூர் இல்லையாய் அழிந்த காலத்துக் கவாடமென வழங்கப் பெறுதல் அத்துணைப் பொருத்த முடையதாகாது. கபாடம் அழிந்த பின்னர் வடமதுரையிற் கோயில் கொண்ட பாண்டியர், தம் முத்திற்குக் 'கவாடகம்' என்ற பெயரிட்டு வழங்கினர் என்பதும் இயையாது. கொள்வாரும் மதுரையிற்கொண்டு, அழிந்த கவாடப் பெயரையிட்டனர் என்பதும் பொருந்தாமை காண்க. கவாடம் அழிந்த பின்னருள்ள தமிழ்ப் பெரும்புலவர் பலரும் பாண்டியரின் கொற்கைத் துறையே முத்துடையதாகக் கூறுதல் காண்க[17]".

---

16. History of India, R. Satyanatha Aiyar, Vol. I. p. 170
17. தமிழ் வரலாறு, ரா. இராகவையங்கார், பக். 38.

இலங்கையில் மூன்று கடல் கோள்கள் நடைபெற்றன. அவற்றின் காலம் முறையே கி.மு. 2378, கி.மு. 504 கி.மு. 306. முதற்கடல்கோள் இலங்கையை இந்தியாவினின்றும் பிரித்தது; இரண்டாம் கடல்கோள் பேரழிவை உண்டாக்கியது; மூன்றாம் கடல்கோள் ஓரளவு இழப்பை விளைத்தது என்று இலங்கை வரலாறு கூறுகின்றது[18]. சாணக்கியன் காலத்திற்கு மூன்றாம் கடல் கோளின் காலமே ஒத்து வருகிறது. ஆதலின் தொல்காப்பியம் கவாடபுரத்தில் கி.மு. 306க்கு முன்பு அரங் கேற்றப்பட்டது என்னலாம். கடல் கோளுக்குப் பின்னரும் பாண்டியன் வாழ்ந்திருந்தனன் ஆதலின், அவன் காலம் ஏறத்தாழக் கி.மு. நான்காம் நூற்றாண்டின் பிற்பகுதி (கி.மு. 350-300) என்னலாம். வேறு தக்க சான்றுகள் கிடைக்கும் வரையில் தொல்காப்பியம் கி.மு. 4ஆம் நூற்றாண்டின் பிற்பகுதியிற் செய்யப்பட்டது என்றும், அக்காலமே நெடியோன் காலம் என்றும் கொள்வது பொருத்தமாகும்.

நெடுஞ்செழியன் காலம் கி.பி. மூன்றாம் நூற்றாண்டாகலாம் என்பது முன்பே கூறப்பட்டது. எனவே, இவன் நெடியோனுக்கு ஏறத்தாழ ஐந்நூறு ஆண்டுகள் பிற்பட்டவனாகலாம். அங்ஙனம் இருந்தும், அந்நெடியோனு டைய போராற்றலும் புலமையும் ஆட்சிச் சிறப்பும் நாடு முழுமையும் வழிவழிப் போற்றப்பட்டு வந்தமையாலேதான்[19]. மாங்குடி மருதனார், "அந்நெடியோன் போல் நீயும் சிறப்பிற்றோன்றி, அரிய தந்து குடியகற்றி, பெரிய கற்று இசைவிளக்கி மகிழ்ச்சியோடு வாழ்வாயாக!" என்று உளமாரப் பாண்டியனை வாழ்த்தி மகிழ்ந்தார் என்று கோடல் ஏற்புடையதாகும்.

---

18. History of Ceylon, Tennent, Vol. I. p. 7. Foot note.

19. கடற்பிரளயத்தால் உலகங்கள் அழிய, ஒரு பாண்டியன் மட்டும் உயிர் வாழ்ந்திருந்தான் என்று நெடுஞ்சடையன் பராந்தகன் (கி.பி. 767இல்) வெளி யிட்ட வேள்விக்குடிச் செப்பேடுகள் செப்புகின்றன. கி.பி. 916இல் வரையப் பட்ட மூன்றாம் இராசசிம்ம பாண்டியனுடைய சின்னமனூர்ச் செப்பேடுகள் பாண்டியன் ஒருவன் கடல் கவற வேலெறிந்த கதையையும் ஒரு பாண்டிய னிடம் கடல் அடைக்கலம் புகுந்த கதையையும் குறிக்கின்றன. மூன்று கதைகளும் வடிம்பலம்ப நின்ற பாண்டியனைப் பற்றியனவேயாகும் என்று ஆராய்ச்சியாளர் கருதுகின்றனர். –பாண்டியர் வரலாறு, பண்டாரத்தார், பக். 6.

2. பல்யாகசாலை முதுகுடுமிப் பெருவழுதி

இப்பாண்டியனைப் பற்றிக் காரி கிழார், நெட்டிமையார், நெடும்பல்லியத்தனார் என்ற புலவர் மூவரும் பாடிய பாக்கள் ஐந்து புறநானூற்றில் இடம் பெற்றுள்ளன. அவற்றில் இவனுடைய வீரம், கொடை, அந்தணரைப் போற்றல் முதலிய இயல்புகள் குறிக்கப் பட்டுள்ளன.

வீரம்

இவன் போரிற் சிறந்தவன்; போர் புரிவதற்கு முன்பு தான் படை யெடுத்து வருதலைத் தன் பகைவர்க்கு அறிவிக்கும் அறவுணர்ச்சி உடையவன்; அஃதாவது அறப் போர் புரிந்தவன். படையெடுப்பால் கால்நடைகள் துன்புறும்; குற்றமற்ற அந்தணர் துன்புறுவர்; குடியைப் பெருக்கும் பெண்டிர் அல்லலுறுவர்; ஓடி ஒளிய வலிமையற்ற நோயாளர் துயருறுவர்; ஈமக்கடன் செய்யப் பிள்ளை இல்லாத பெற்றோர் வாடுவர். ஆதலின், இவர்களைப் போர் பற்றி முன்பே எச்சரித்துப் பின்பு படை யெடுத்தல் அறம் என்பது இப்பாண்டியன் கருத்து. இந்த எச்சரிக்கை யைக் கேட்ட மக்கள் தப்புவார்கள். ஆயின், இதனை உணர இயலாத கால்நடைகள் என் செய்யும்? படை யெடுப்பவரே அவற்றைக் கவர்ந்து செல்வர். இந்த முயற்சியில் உண்டாகும் போரே பின்பு நடை பெறும் போர்களுக்கெல்லாம் அடிப்படையாகும். இம்முதற்போர் 'வெட்சிப் போர்' எனப்படும்.

பாண்டியனது இவ்வுணர்ச்சியை நெட்டிமையார் என்ற புலவர் பெருமான் கீழ் வருமாறு கூறியுள்ளார்.

"ஆவும் ஆனியற் பார்ப்பன மாக்களும்
பெண்டிரும் பிணியுடை யீரும் பேணித்
தென்புல வாழ்நர்க் கருங்கடன் இறுக்கும்
பொன்போற் புதல்வர்ப் பெறாஅ தீரும்
எம்அம்பு கடிவிடுதும் நும்மரண் சேர்மினென
அறத்தாறு நுவலும் பூட்கை"

(புறம், 9)

வீரம் மிக்க யானைமீது பாண்டியற்குரிய மீனக் கொடி பறந்து கொண்டிருக்கும்; போர்க்களத்தில் பாண்டியன் ஆண்மையோடு திரிவான் (செ.9); பகைவர் அரண்களைக் கைப்பற்றி இடித்துத் தள்ளுவான்;

அவ்விடங்களைக் கழுதைகளை ஏரிற்பூட்டி உழுது பாழக்குவான்[20]. நல்ல விளைச்சலையுடைய பகைவர் நாட்டு வயல்களைக் குதிரைகள் பூட்டிய தேரைச் செலுத்திப் பாழ்படுத்துவான்; பகைவர் நாட்டுக் காவலை யுடைய குளங்களில் தன் யானைகளை ஏவிக் குடிநீரைப் பாழாக்குவான்; இங்ஙனம் பகைவரை அழிப்பதோடு நில்லாது, அவர்தம் நாட்டையும் பாழாக்கும் கொடிய சினம் கொண்டவன் (செ. 15); பாண்டியன் யானைப்படை உடையவன்; பகைவர் நாட்டுச் செல்வத்தைக் கைப்படுப் பவன் (64).

இப்பாண்டியன் எவருடன் போர் செய்து வெற்றி பெற்றான் என்பது தெரியவில்லை. 'இவன் போரில் சிறந்தவன்; பகைவரை அழிப்பவன், பகைவர் நாட்டையும் அழிப்பவன்' என்பவற்றையே புலவர் பாக்கள் புகல்கின்றன. இவனை,

"கொல்யானை பலவோட்டிக் கூடாமன்னர் குழாந்தவிர்த்த
பல்யாக முதுகுடுமிப் பெருவழுதி"

என்று வேள்விக்குடிச் செப்பேடுகள்[21] குறிக்கின்றன. அச்செப்பேடு களின் காலம் ஏறத்தாழ கி.பி. 767, மதுரைக் காஞ்சிக்குத் தலைவனான பாண்டியன் நெடுஞ்செழியன் காலம் கி.பி. மூன்றாம் நூற்றாண்டு. அவனுக்குக் காலத்தால் முற்பட்டவன் இப்பல்யாகசாலை முதுகுடுமிப் பெருவழுதி; எனவே, இவ்வழுதி வேள்விக்குடிச் செப்பேடுகளுக்கு உறுதியாக ஐந்நூறு ஆண்டுகட்கு முற்பட்டவன் என்று கூறலாம். அங்ஙனம் இருந்தும், அவனுக்கு ஐந்து நூற்றாண்டுகளுக்குப் பின்பும் அவனது வீரம் நினைக்கப்பட்டுச் செப்புப் பட்டயங்களிற் பொறிக்கப் பட்டது என்பது, அவனது வீரப்புகழுக்குச் சிறந்த எடுத்துக்காட்டாகும் அன்றோ?

கொடை:

பாண்டியன், பகைவர் நாட்டிற் கைப்பற்றிய அணிகலங்களைத் தன்னைப் பாடிப் பாராட்டிய புலவர், பாணர், கூத்தர், விறலியர்க்கு

---

20. இங்ஙனம் கழுதைகளை ஏரிற்பூட்டி உழுதல் கலிங்கநாட்டுப் பெருமன்னனான காரவேலனாலும் (கி.மு. 176-163) கைக்கொள்ளப்பட்டது என்பது இங்கு அறியத்தகும். History of Orissa, Dr. Harikrishna Mehtab, Vol.I.

21. Epigraphia Indica, Vol. 18, p. 291. ff.

ஈந்து மகிழ்பவன் (6); பாணர்க்குப் பொற்றாமரைப் பூவையும் புலவர்க்கு யானைகளையும் தேர்களையும் வழங்குபவன் (12). இவனைப் பாடிய காரிகிழார், நெட்டிமையார், நெடும்பல்லியத்தனார் என்னும் புலவர்கள் இவனால் பெரிதும் சிறப்பிக்கப்பட்டவர்கள். நெடும்பல்லியத்தனார் விறலி ஒருத்தியைப் பார்த்து, "சிலவாகிய வளைகளையுடைய விறலி, மாற்றார் நிலத்தில் வெற்றிப் பெருமிதத்தோடு தங்கியுள்ள முதுகுடுமிப் பெருவழுதியைக் கண்டு நமது வறுமையைத் தொலைக்க அவனை நோக்கிச் செல்வோம். நீ உன்னுடைய நல்ல யாழையும், 'ஆகுளி' என்ற சிறிய பறையையும், 'பதலை' என்ற ஒரு தலை மாக்கிணையையும் எடுத்துக் கொண்டு புறப்படு", எனப் பொருள்படும்படி ஒரு செய்யுளைப் (புறம்.64) பாடியுள்ளார். இவற்றால் இப்பாண்டியனது கொடைச் சிறப்பை நன்கறியலாம்.

பல்யாக சாலைகள்

காரிகிழார் இவனுடைய வீரத்தையும் கொடையையும் வியந்து இவனைப் பாராட்டி, "பெரும, நீ பொருள்களை ஆராயும் துலாக் கோலின்கண் சமன்வாய் போல ஒரு பக்கம் சாயாது முறை வழங்கு வாயாக; நினது கொற்றக்குடை, முனிவரால் பரவப்படும் முக்கட் செல்வனாகிய சிவபெருமானது கோவிலை வலம் வருவதற்குத் தாழ்க, நான்கு வேதங்களில் வல்ல அந்தணர் 'நீ நீடுவாழ்க!' என்று வாழ்த்து வதற்கு எடுத்த கையின் முன்னே நின்முடி தாழ்வதாகுக!" என்று அறிவுரை வழங்கினார் (புறம். 6).

முதுகுடுமி, புலவர் அறிவுரைப்படியே நடந்தான். வேள்வி அந்தணர் அறிவுரைப்படி பல வேள்விச்சாலைகளை அமைத்தான். அவற்றை அறிந்த நெட்டிமையார் என்ற புலவர், மதுரை சென்று, அவன் உண்டாக்கிய வேள்விச்சாலைகளைப் பார்த்தார்; அவை பலவாயிருந்தமையைக் கண்டு வியந்தார். அவர் அரசனைக்கண்டு, "பெரும், குற்றமற்ற அறநூல்களிலும் நான்கு வேதங்களிலும் சொல்லப் பட்ட எய்தற்கரிய மிக்க புகழையுடைய சமிதை, பொரி முதலிய வற்றோடு நெய் மிக்க புகை மேன்மேல் கிளர சிறப்புடைய பல யாகங் களை முடித்துத் தூண் நடப்பட்ட அகன்ற வேள்விச் சாலைகள் பலவோ? நின் படையைத் தாக்க வந்து அஞ்சி ஓடிப் பழியோடு உயிர் வாழ்பவர் பலரோ?" என்று கேட்டார் (புறம். 15). அஃதாவது, பாண்டியன் வேள்வியந்தணர் விருப்பப்படி அமைத்த வேள்விச்சாலைகள் பல

என்பது பொருள்.

இப்பாண்டியன் பல யாகசாலைகளை அமைத்தவனே தவிரப் பல யாகங்களைச் செய்தவன் அல்லன். வேத நெறிப்படி யாகம் செய்யும் அரசன் ஏதேனும ஒரு க்ஷத்திரிய கோத்திரத்துடன் இணைக்கப்படல் வேண்டும். சங்ககாலப் பாண்டியர் அங்ஙனம் க்ஷத்திரிய கோத்திரங் களில் ஏதேனும் ஒன்றனுடன் இணைக்கப்பட்டமைக்குச் சான்றில்லை[22]. ஆதலால், இப்பாண்டியன் "பல்யாக முதுகுடுமிப் பெருவழுதி" எனப் படாமல், "பல் சாலை முது குடுமிப் பெருவழுதி" என்று மாங்குடி மருதனாரால் மதுரைக்காஞ்சியில் (அடி, 759) கூறப்பட்டான். போலும்[23] இம்மன்னன் பல வேள்விகள் செய்யப்பொருள் உதவி செய்திருக்கலாம். ஆயின், இவன் வேள்வி செய்தமைக்குச் சான்றில்லை என்பதே இங்கு அறியத்தகும்.

இப்பாண்டியன் வேதவேள்விகள் செய்த பெருமக்களோடு நெருங்கிப் பழகினான்; அவர்கள் காட்டிய நன்னெறியில் நின்று ஒழுகினான்; அவர்கள் பாராட்டுக்கு உரியவனாயினான் என்று கூறுதல் பொருந்தும் (ம.கா. அடி, 759-762)

புலவர் வாழ்த்து

காரிகிழார் என்ற பைந்தமிழ்ப் புலவர் இப்பாண்டியர் பெருமானு டைய உயர்பண்புகளை முன்னர்ப் பாராட்டிப் பின்பு, "பெரும், பெரிய முத்து மாலையணிந்த நின் மனைவியாரது மலர்ந்த முகத்தின் முன்பு நினது சினம் தணிவதாகுக; நீ குளிர்ந்த சுடரையுடைய திங்களைப் போலவும் சுடுகதிர்களையுடைய கதிரவன் போலவும் உலகத்தில் நிலை பெறுவாயாக!" என உளமார வாழத்தினார் (புறம். 6).

நெட்டிமையார் என்ற புலவர் இவனது போர் அறத்தினைப் பாராட்டி, "பெருமானே, நீ, சிவந்த நீர்மையையுடைய போக்கற்ற பசிய

---

22. History of the Tamils, P.T.S. Ayyangar, p. 436.

23. இவன் புறப்பாடல்களின் அடிக்குறிப்பிலும் பல்யாகசாலை முதுகுடுமிப் பெருவழுதி என்றே குறிக்கப்பட்டுள்ளமை நோக்கத் தகும். ஆயின், பல நூற்றாண்டுகள் கழிந்த பின்னர்த் தோன்றிய வேள்விக்குடிப் பட்டயத்தில் இவன், 'பல்யாக முதுகுடுமிப் பெருவழுதி' என்றே இரண்டு இடங்களிலும் தவறாகக் குறிக்கப்பட்டுள்ளான். 'The word salai has dropped out of the title of this king during the lapse of ceneturies." -History of the Tamils. P.T.S. Ayyangar, p. 437. Foot Note No. 5

பொன்னை (கிளிச்சிறை என்னும் பசும்பொன்னை)க் கூத்தர்க்கு வழங்கியவனும் கடல் தெய்வத்திற்கு விழாச் செய்தவனுமாகிய நின் கோவாகிய நெடியோன் உண்டாக்கிய பஃறுளியாற்று மணலினும் பல வாணாள்களைப் பெற்று வாழ்வாயாக!" என்று வாழ்த்தி மகிழ்ந்தார் (புறம். 9).

வேள்விக்குடிச் செப்பேடுகள்

பாண்டி நாட்டுக் கூற்றங்களுள் (உள் நாடுகளுள்) 'பாகனூர்க் கூற்றம்' என்பது ஒன்று. அது நீர் வளம் மிக்கது; நீர் வளத்தால் வயல் வளம் மிக்கது; நாகம், மா முதலிய மரங்கள் வளர்ந்த சோலைகள் மிக்கது; அச்சோலைகளில் வண்டுகள் மலர்களில் இருந்த தேனை உண்ணச் சூழ்ந்துகொண்டிருந்தன. அக்கூற்றத்தில் வளம் மிகுந்த ஓரிடத்தில் கொற்கையைச் சேர்ந்த நற்கொற்றன் என்ற மறையவன் வேள்வி செய்யத் தொடங்கினான். அக்கொற்றன் நான்மறை வல்லார் கூறியபடி வேதநெறி பிழையாது நடந்து வந்தவன். அவன் மேலே கூறப்பட்ட வளமான இடத்தில் வேள்வி செய்தான். முதுகுடுமிப் பெருவழுதி அவ்வேள்விச்சாலை முன்பு நின்று அங்குக் கூடியிருந்த மறையவர் அனைவரும் கேட்கும்படி அவ்விடத்திற்கும் அதன் சுற்றுப்புறத்திற்கும் வேள்விக்குடி என்று பெயரிட்டான்; அதனை ஓர் ஊராக எல்லை வகுத்தான்; அவ்வூரை அந்நற் கொற்றனுக்கே தானமாய் வழங்கினான். இங்ஙனம் பிராமணனுக்கு வழங்கப்பட்ட தேயம் (தேசம்-நிலப்பகுதி) 'பிரமதேயம்' எனப் பெயர் பெற்றது. பாண்டியன் வேள்விக்குடியை நற்கொற்றனுக்கு நீர் வார்த்து உரிமையாக்கினான்[24].

நற்கொற்றனும் அவன் வழியினரும் வேள்விக் குடியின் நலத்தைப் பல்லாண்டுகள் துய்த்தனர். கி.பி. 300க்குப் பின்பு களப்பிரர் என்ற

24. "கொல்யானை பலவோட்டிக் கூடாமன்னர் குழாந்தவிர்த்த பல்யாக முதுகுடுமிப் பெருவழுதியெனும் பாண்டியாதி ராசனால் நாகமா மலர்ச் சோலை நளிர்சினை மிசை வண்டலம்பும் பாகனூர்க் கூற்றமென்னும் பழனக் கிடக்கை நீர்நாட்டுச் சொற்கணாளர் சொலப்பட்ட சுருதிமார்க்கம் பிழையாத கொற்கைகிழானற்கொற்றன் கொண்ட வேள்வி முற்றுவிக்கக் கேள்வியந்த ணாளர்முன்பு கேட்கவென் றெடுத்துரைத்து வேள்விச்சாலை முன் புநின்று வேள்விக்குடியென் றப்பதியைச் சீரோடு திருவளரச் செய்தார் வேந்த னப்பொழுதே நீரோட்டிக் கொடுத்தமையால்..."
-Epigraphia Indica, Vol. 18; p. 291 ff.

புதிய மரபினர் தமிழகத்திற் புகுந்து, தமிழரசரை வீழ்த்தி, நாட்டை ஆளத்தொடங்கினர். அவருள் பாண்டி நாட்டை ஆண்ட களப்பிரர் வைதிக நெறிக்கு மாறுபட்டவராதலின், தமக்கு முற்பட்ட மன்னரால் அளிக்கப்பட்ட பிரமதேயவுரிமைகளை அகற்றினர்; சைவ-வைணவக் கோவில்களைப் புறக்கணித்தனர்; இவற்றைப் பின்பற்றிய மக்கட்கும் தீமை இழைத்தனர் என்பன வேள்விக்குடிப் பட்டயத்தாலும் மூர்த்தி நாயனார் புராணத்தாலும்[25] அறியலாம்.

ஏறத்தாழக் கி.பி. 575இல் கடுங்கோண் என்ற பாண்டியன் களப்பிரரை விரட்டிவிட்டுப் பாண்டி நாட்டைக் கைப்பற்றி ஆண்டான். அவனுக்குப் பின்பு பாண்டியரே தொடர்ந்து ஆண்டனர்.

கடுங்கோன்	கி.பி. 575-600
மாறவர்மன் அவனி சூளாமணி	600-625
செழியன் வேந்தன்	625-640
மாறவர்மன் அரிகேசரி	640-670
கோச்சடையன் ரணதீரன்	670-710
அரிகேசரி பராங்குச மாறவர்மன்	710-765
நெடுஞ்சடையன் பராந்தகன்	765-790

இந்நெடுஞ்சடையன் பராந்தகனது மூன்றாம் ஆட்சியாண்டில் (கி.பி. 767இல்) ஒருநாள் இவனது அரசு அவைக்கு முன்பு, முதுகுடுமிப் பெருவழுதியிடமிருந்து வேள்விக்குடியைப் பிரமதேயமாகப் பெற்றநற் கொற்றன் வழியில் வந்த மறையவன் கொற்கைக்கிழான் காமக்காணி நற்சிங்கன் என்பவன் மதுரையில் பாண்டியன் அவை முன்பு வந்து நின்று, 'குறை ஒன்றுளது,' என்றான்.

கோல் கோடாக் கொற்றவனான நெடுஞ்சடையன், "நின் குறை யாது?" என்று உருக்கமாகக் கேட்டான். மறையவன், "கடல் போன்ற வலிய படையையுடைய வேந்தே, வானளாவிய சோலைகளையுடைய வளம் மிகுந்த வேள்விக்குடி என்னும் சிற்றூர் என் முன்னோனான கொற்கைக் கிழான் நற்கொற்றனுக்கு நின் முன்னோனான பல்யாக முதுகுடுமிப் பெருவழுதியால் பிரமதேயமாக வழங்கப்பட்டது. பின்னர்க் கடல் போன்ற படை வன்மை கொண்ட களப்பிரர் அப்பிரமதேய உரிமையை அகற்றிவிட்டனர். அவ்வுரிமையைப் புதுப்பிக்கும்படி வேண்டு

25. பாண்டியர் வரலாறு, டி.வி.ச. பண்டாரத்தார், பக். 7-348

கிறேன்" என்றான்.

மன்னன், "உனது உரிமையை நிலை நாட்டு," என்றனன். அந்தணன் தன் உரிமையை அரசவையில் தக்க சான்றுகளுடன் நிலை நாட்டினான். உடனே நெடுஞ்சடையன் பராந்தகன் மிக்க மகிழ்வுடன், "எம் முன்னோர் வழங்கியதை நானும் வழங்குகிறேன்," என்று கூறி நீர்வார்த்துக் கொடுத்தான்.

முன்பு முதுகுடுமிப் பெருவழுதியும் இங்ஙனமே நீர் வார்த்துக் கொடுத்தான்; ஆயின், அவன் தன் தானத்தைச் செப்பேட்டில் வரைந்தமைக்குச் சான்றில்லை. நெடுஞ்சடையனோ, இதுகாறும் கூறப்பட்ட விவரங்களையும் தன் முன்னோர் சிறப்புகளையும் கூறிச் செப்பேடுகளில் வரைந்து அரச இலச்சினையுடன் நற்சிங்கனுக்கு அளித்தான். அவ்வறத்தைக் குறிப்பனவே வேள்விக்குடிச் செப்பேடுகள்[26].

---

26. ஆங்கொரு நாள்
கூடமாமதிற் கூடற்பாடு நின்றவர் ஆராதிக்கக்
கொற்றவனே மற்றவரைத்தெற்றென நன்குகூவி
என்னேய் நுங்குறை என்று முன்னாகப் பணித்தருள
மேனாணின் குரவராற் பான்முறையின் வழுவாமை
மாகந்தோய் மலர்ச்சோலைப் பாகனூர்க் கூற்றப்படுத்துவது
ஆள்வதானை யடல்வேந்தே வேள்விக்குடியெனும் பெயருடையது
ஒல்காத வேற்றானை யோடாத வேலியுடன் காத்த
பல்யாக முதுகுடுமிப் பெருவழுதியெனும் பரமேசுரனால்
வேள்விக்குடி எனப்பட்டது வேள்வியிற்றரப் பட்டதனைத்
துளக்கமிலாக் கடற்றானையாய களப்பிரரா லிறக்கப்பட்டது
என்று நின்றவன் விஞ்ஞாப்யஞ் செய்ய,
நன்றுநன் றென்று முறுவலித்து,
நாட்டானின் பழமையாதல்
காட்டிநீ (கொள்க வென்) ன,
நாட்டாற்றன் பழமையாதல்
காட்டினானங் கப்பொழுதேய்
காட்ட, மேனாளெங் குரவராற் பான்முறையிற்றரப்பட்டதனை
எம்மாலுந் தரப்பட்டதென்று
செம்மாந்தவ னெடுத்தருளி
விற்கைத் தடக்கை விறல்வேந்தன்
கொற்கைத்கிழான் காமக்காணி நற்சிங்கர்க்குத்
தேரொடுங் கடற்றானையன் நீரோட்டிக் (கொ) டுத்தமையின்..."
-Epigraphia Indica, Vol.18; p. 291 ff.

சங்க காலத்திற்குப் பிற்பட்ட பாண்டியர்களைப் பற்றிய விவரங்களை அறியப்பெருந்துணை புரிந்த முதற் செப்பேடுகள் வேள்விக்குடிச் செப்பேடுகளேயாகும். இப்செப்பேடுகள் முதுகுடுமிப் பெருவழுதியின் பிரமதேயக் கொடையாலன்றோ தோன்றின! இடைக்காலப் பாண்டியர் வரலாற்றை அறிய முதற்கருவியாயமைந்த இச்செப்பேடுகள் தோன்ற முதற்காரணமாயிருந்த முதுகுடுமிப் பெருவழுதியை நாம் உளமார வாழ்த்தக் கடமைப்பட்டுள்ளோம் அல்லவா? 'செத்தும் கொடுத்தான் சீதக்காதி' என்பது போல, இப்பாண்டியன் செத்தும், இவன் பின்னோர் வரலாற்றையும் இவனது அறத்தையும் அறியப்பெருந்துணை செய்தான். இப்பாண்டியர் பெருமான் திருப்பெயர் வாழ்க!

◈

15. மதுரைக்காஞ்சியில் குறிக்கப்பட்ட மன்னர் முதலியோர்

கோதை

'கோதை' என்பது சேரமன்னருட் சிலருக்கு வழங்கி வந்த பொதுப்பெயர். சேரமான் குட்டுவன் கோதை (புறம் 54), தொண்டி என்னும் துறைமுக நகரத்தைக் கொண்ட சேரநாட்டுப் பகுதியை ஆண்ட கோக்கோதை மார்பன் (புறம், 48) என்னும் பெயர்களைக் காண்க.

சேரநாடு பண்டைக் காலத்தில் குடநாடு, குட்டநாடு, பூழி நாடு எனச் சில பிரிவுகளாய்ப் பிரிந்திருந்தன. குட நாட்டு வேந்தன் குடக்கோ என்றும், குட்டநாட்டு மன்னன் 'குட்டுவன்' என்றும், பூழி நாட்டு அரசன் 'பூழியன்' என்றும் பெயர் பெற்றனர். இவரனைவரையும் வென்றவன் இப்பெயர்கள் அனைத்தாலும் வழங்கப்பட்டான் என்பன சங்கப்பாக்களை நுணுகி ஆராயும்பொழுது புலனாகின்றன. இவரனைவரும் சேரவேந்தர் இனத்தவரேயாதலின், 'சேரர்' எனப் பொதுப்படக் கூறப்பட்டனர்.

சேரநாட்டுப் பல பகுதிகளையாண்ட மன்னருள் ஒருவன் தலையாலங்கானத்துச் செரு வென்ற நெடுஞ்செழியன் காலத்தில் 'கோதை' என்ற பெயருடன் வாழ்ந்தான். அவன் புலமைச் செல்வம் போற்றிய பெருந்தகை; கூத்தரை ஆதரித்து மகிழ்ந்தவன். அவனது பெரிய நாளோலக்க அவையில் பல கலைகளில் வல்லசீரியோர் கூடி யிருந்து அவன் கேட்கப் பல பொருள்களைப் பற்றித் தடைவிடைகளை நிகழ்த்தி ஆராய்வது வழக்கம். அதனால், அப்பேரவை ஓசை நிறைந் திருந்தது.

மதுரைக் கடைத்தெருவில் பலவகைத் தொழிலாளரும் வணிகரும் தத்தம் பொருள்களை விற்கும் போதும் மக்கள் அவற்றை வாங்கும் போதும் உண்டான ஓசைப் பெருக்கம் மேலே கூறப்பட்ட கோதையின் பேரவையில் உண்டான ஓசைப் பெருக்கத்தை ஒத்திருந்ததாம் (ம.கா.அடி. 323-326).

நன்னன்

பிற்காலச் சோழருள் பெருஞ்சிறப்புடன் விளங்கிய முதலாம் இராசராசன் சதய நட்சத்திரத்திற் பிறந்தவன். அந்த நாள் ஆண்டு தோறும் அரண்மனையிற் சிறப்பாகக் கொண்டாடப்பட்டது. அவனது பெருநாட்டுக் கோவில்களிலும் அந்நாளில் சிறப்புப் பூசைகள் நடை பெற்றன என்பதைக் கல்வெட்டுகள் தெரிவிக்கின்றன[1].

இங்ஙனம் மன்னன் பிறந்த நாளைக் கொண்டாடும் வழக்கம் சங்ககாலத்திலும் இருந்தது. நன்னன் பிறந்த நாள் அவனது நாட்டு மக்களால் சிறப்புறக் கொண்டாடப்பட்டது என்று மாங்குடி மருதனார் கூறியுள்ளார்; ஒவ்வொரு சேரியிலும் (சிற்றூர்) இருந்த மக்கள் நன்னனது பிறந்த நாளைக் கொண்டாடினார்கள். அப்பொழுது எழுந்த ஒலி பெரிது.

இரவின் முதல் யாமத்தில் மதுரை மாநகரில் கோவில்களில் பூசைகள் நடைபெற்றன. பல இயங்கள் ஒலித்தன. போர் வீரர் கள்ளுண்டு தத்தம் சேரிகளில் விளையாட்டுப் போர் புரிந்தனர். பிள்ளை பெற்ற மகளிர் அம்மகிழ்ச்சியைக் கொண்டாடினர். முருகன் வெறியாட்டு நடைபெற்றது. மன்றுதொறும் குரவைக் கூத்து நிகழ்ந்தது. சேரிதொறும் புனைந்துரைகளும் (காலட்சேபங்கள்), பாட்டுகளும், பல வகைக் கூத்துகளும் நடைபெற்றன. பல திறப்பட்ட இந்நிகழ்ச்சிகளால் எழுந்த ஓசை, முன்பு கூறப்பட்ட நன்னனது பிறந்த நாட் கொண்டாட்டத்தின் போது உண்டான ஓசையையொத்திருந்தது (ம.கா.அடி, 591-619)

"பேரிசை நன்னன் பெரும்பெயர் நன்னாட்
சேரி விழவின் ஆர்ப்பெழுந் தாங்கு"   (அடி, 618-619)

வேற்று மன்னர் பிறந்த நாளைக் கூறாது நன்னனது பிறந்த நாள் விழாவைச் சிறந்த எடுத்துக்காட்டாக மாங்குடி மருதனார் கூறுவதை நோக்க, இப்புலவர் பெருமான் அவ்விழா நிகழ்ச்சிகளை நேரிற்கண்டு வியந்தவராயிருத்தல் கூடும் என்று நினைத்தல் பொருத்தமாகும். இங்ஙனமே இவர் முன்பு கூறப்பட்ட சேரனது அவைக்களத்தை நேரிற் பார்வையிட்டு மகிழ்ந்திருக்கலாம். பேரரசனது அவைக்களத் தலைமைப் புலவர் என்ற முறையில் இவர் ஈரிடங்களுக்கும் சென்றிருக்கலாம்.

---

1. Cholas, K.A.N. Sastry, (2nd Ed.), p. 168.

இவரால் குறிக்கப்பட்ட நன்னன் யாவன்? எட்டுத் தொகை நூல்களின் பாக்களில் குறிக்கப்பட்ட நன்னன் கொண்கானங்கிழான். இன்று கொங்கணம் என்று வழங்கப்படும் சேரநாட்டுக்கு வடபாற் பட்ட பகுதியே சங்க காலத்தில் 'கொண்கானம்' எனப்பட்டது. அதனை யாண்ட நன்னன் பெண் கொலைபுரிந்த கொடியவன் என்ற காரணத் தால், அவனையும் அவன் மரபினரையும் புலவர் பாடுதலை ஒழிந்தனர் என்று வெளிப்படையாகச் சங்ககாலப் புலவரான பெருந்தலைச் சாத்தனார் பாடியுள்ளார் (புறம். 151).

இப்பெருந்தலைச் சாத்தனார் குமணவள்ளல் காலத்தவர் (புறம், 164). குமணனோ, பாரி, ஓரி, மலையன், எழினி, பேகன், ஆய், நள்ளி ஆகிய வள்ளல்களுக்குப் பிற்பட்டவன் என்பதைப் பெருஞ்சித்திரனார் அக்குமணனிடமே கூறியுள்ளார் (புறம். 158). எனவே, குமணன் மேலே கூறப்பட்ட வள்ளல்களுக்குப் பிற்பட்ட ஓய்மானாட்டு நல்லியக் கோடன் போலக் காலத்தாற் பிற்பட்டவனாவன். ஆதலால், அவன் காலம் கி.பி. 3ஆம் நூற்றாண்டு என்னலாம். நெடுஞ்செழியன் காலமும் கி.பி.மூன்றாம் நூற்றாண்டு என்பது முன்னரே கூறப்பட்டதன்றோ? எனவே, அக்காலப் புலவர் கொண்கானம் நன்னனைப் பாடவில்லை என்பதைப் பெருந்தலைச்சாத்தனார் கூற்றால் அறியலாம். அறியவே, 'அதே நூற்றாண்டினரான மாங்குடி மருதனார் குறிப்பிட்ட நன்னன் யாவன்?' என்னும் வினா எழுதல் இயல்பேயன்றோ?

பத்துப்பாட்டுள் இறுதிப்பாட்டுக்குரிய சவ்வாது மலை நாட்டை யாண்ட செங்கண் மாத்துவேள், நன்னன் என்பவன். இரணிய முட்டத்துப் பெருங்குன்றூர்ப் பெருங்கௌசிகனார் என்பவர் அவன்மீது கூத்தராற்றுப்படை என்ற மலைபடுகடாத்தைப் பாடினார். கி.பி. பதின் மூன்றாம் நூற்றாண்டில் சிறப்புற்று விளங்கிய கோப்பெருஞ்சிங்கன் வெளியிட்ட திருவண்ணாமலைக்கோவில் கல்வெட்டில் நன்னன்மீது மலைபடுகடாம் பாடப்பட்டது என்னும் செய்தி காணப்படுதல் இங்கு அறியத்தகும்.

"நல்லிசைக் கடாம்புனை நன்னன் வெற்பில்" என்பது அக்கல் வெட்டுத் தொடராகும். (S.I.I. 8-69)

மலைபடுகடாம் பாடப்பட்டு ஏறத்தாழ ஆயிரம் ஆண்டுகளுக்குப் பின் வந்த கோப்பெருஞ்சிங்கன் காலத்தில் மலைபடுகடாம் என்ற நெடும் பாடலாற் சிறப்புற்ற நன்னன் புகழ் பேசப்படுதல் எண்ணி மகிழ்தற் குரியது. அவன் சிறந்த கொடையாளி; பெருவீரன்; நல்லியல்புகள்

மிக்கவன். அவன்மீது கூத்தராற்றுப்படையைப் பாடியவர். மதுரைக்கு ஆறு கல் தொலைவில் உள்ள இரணியமுட்டத்தைச் சேர்ந்தவர். மதுரைக்கு ஆறு கல் தொலைவில் உள்ள யானை மலைப்பகுதி, அழகர்மலைப் பகுதி இவ்விரண்டிற்கும் இடைப்பட்ட நிலப்பகுதி என்பன இரணிய முட்டம் என்று பெயர் பெற்றன[2]. அப் பகுதியில் பெருங்குன்றுகளும் சிறுகுன்றுகளும் இருப்பதை இன்றும் காணலாம்.

மதுரையை அடுத்த இரணிய முட்டத்துப் புலவர்[3] நன்னனது மலை நாட்டின் வழிகளையும், அவ்வழிகளில் வாழ்ந்த மக்களுடைய உணவு வகைகளையும், அவ்விடங்களைப் பற்றிய பிற விவரங்களையும் நுட்பமாகக் கூறுவதை நோக்க, அவர் நன்னனையும் அவனது மலை நாட்டையும் நன்கறிந்தவர் என்பது தேற்றம். அப்பெருமகனார் வாயிலாக நன்னனது பிறந்த நாள் விழாச்சிறப்பை அறிந்தோ, அல்லது தாமே நேரிற்கண்டு மகிழ்ந்தோ, மாங்குடி மருதனார் அதனைத் தம் நீண்ட பாடலுள் தக்கதோர் இடத்தில் உவமையாய் ஆண்டுள்ளார் எனக் கோடலே பொருத்தமாகும்.

கோசர்

மாங்குடி மருதனார் மதுரை நகரச் சிறப்பினைக் கூறி வரும் இடத்தில் அமைச்சர், புரோகிதர், சேனைத்தலைவர், தூதுவர், ஒற்றர் என்ற ஐம்பெருங்குழுவினருள் முதற்கண் அமைச்சரைத் தனித்துக் கூறி, எஞ்சிய நால்வரைப் பற்றிக் கூறுமிடத்து,

"மழையொழுக் கறாஅப் பிழையா விளையுட்
பழையன் மோகூர் அவையகம் விளங்க
நான்மொழிக் கோசர் தோன்றி யன்ன
தாமேஎந் தோன்றிய நாற்பெருங் குழுவும்[4].

(ம.கா. 507-510)

---

2. 630 of 190. 5276 and 282 of 1929-30 பத்துப்பாட்டு மூன்றாம் பதிப்பு, பக். 30.
3. நற்றிணையைப் பதிப்பித்த அறிஞர் பின்னத்தூர்நாராயண சாமி ஐயர், இரணிய முட்டம் தொண்டை நாட்டது என்று நற்றிணையில் (பாடினோர் வரலாறு– பக்60) எழுதியுள்ளார்; அதற்குச் சான்று காட்டவில்லை. தொண்டை நாட்டில் அப்பெயர் கொண்ட நாட்டுப்பிரிவு இருந்தமைக்கு இலக்கியச் சான்றோ, கல்வெட்டுச் சான்றோ கிடைக்கவில்லை.

என்று கோசரை உவமையாகக் கூறியுள்ளார்.

'இடைவிடாமற் பெய்கின்ற மழையால் தவறாத விளைதலை யுடையதாகிய பழையன் என்பவனது மோகூரிடத்து நன்மக்கள் கூடி யிருந்த அவையில் விளங்கும்படி அறியக் கூறிய நான்கு வகையாகிய கோசர் வஞ்சின மொழியால் விளங்கினாற்போல, தமது மொழியால் தாம் மேலாய் விளங்கிய நால்வகைப்பட்ட பெரிய திரளும்', என்பது நச்சினார்க்கினியர் உரை. நா(ன்) மொழி நாடு என்பது நாமக்கல் கோவில் கல்வெட்டில் காணப்படுகிறது. (11 of 1906). இது பதின் மூன்றாம் நூற்றாண்டுக் கல்வெட்டு. நான்மொழி என்பது ஒரு நாட்டின் பெயர் ஆகலாம். இந்நாடு இப்பொழுது அறியுமாறு இல்லை.

மாங்குடி மருதனார் தம் நெடும்பாட்டின் இறுதியில் பாண்டியனை வாழ்த்துமிடத்து.

"பொய்யா நல்லிசை நிறுத்த புனைதார்ப்
பெரும்பெயர் மாறன் தலைவனாகக்
கடந்தடு வாய்வார் இளம்பல் கோசர்
இயனெறி மரபினின் வாய்மொழி கேட்ப
மகிழ்ந்தினி துறைமதி பெரும!" (அடி., 771-781)

என்று கூறியுள்ளார். 'பெரும்பெயர் மாறன் பாண்டியனது படைத் தலைவனாகலாம், பிற்காலத்து இரண்டாம் நந்திவர்ம பல்லவனுக்குப் பெருவெற்றியைத் தேடித் தந்து புகழ்பெற்ற உதயசந்திரனைப்போல இம்மாறன் நெடுஞ்செழியற்குப் போர் வெற்றியைப் தேடித்தந்தவனா யிருத்தல் கூடும்! அதனாற்போலும் அப்பெருவீரன்,

"பொய்ய நல்லிசை நிறுத்த புனைதார்ப்
பெரும்பெயர் மாறன்"

என்று புலவர் தலைவரான மாங்குடி மருதனாராற் பாராட்டப் பட்டான்!

"புகழ் மிக்க அமமாறனைத் தலைவனாகக் கொண்டு, பகைவரை வென்று கொல்லும் தப்பாத வாளினையுடைய இளைய பலராகிய கோசர் நடக்கின்ற நெறி முறைமை அதன் வழியே நடக்க. நீ வாழ்வாயாக!" என்பது புலவர் பெருமான் வாழ்த்துரை.

மாங்குடி மருதனார் கூற்று நமக்கு இருவகைக் கோசரை அறிமுகப் படுத்துகின்றது:

1. பழையன் மோகூர் அவையத்தில் தோன்றிய கோசர் ஒரு சாரார்;

2. பாண்டியன் படையிலேயே விளங்கிய இளம்பல் கோசர் மற்றொரு சாரார்.

இனி, இக்கோசர் என்பாரைப் பற்றிப் பிற சங்க நூல்கள் கூறும் செய்திகளை முறையே கண்டு, இவர்களைப் பற்றிய செய்திகளை ஆராய்தல் நலமாகும்.

மான விறல் வேள்

மாங்குடி மருதனார் தாம் நெடுஞ்செழியன்மீது பாடிய மதுரைக் காஞ்சியுள், அப்பாண்டியனது வீரத்தைப் பாராட்டுமிடத்தில், அவன் வளம் மிகுந்த பல நாடுகளை வென்றான் என்பதை விளக்க,

"நிலனும் வளனுங் கண்டமை கல்லா
விளங்குபெருந் திருவின் மான விறல்வேள்
அழும்பில் அன்ன நாடிழந் தனரும்"

(அடி, 343-345)

என்று குறித்துள்ளார். 'நிலத்தையும் அதனிற் பயிர்களையும் பார்த்த படியே வியக்கும் நிலைமையை உண்டாக்கும் பெருஞ்செல்வத்தினை யுடையமான விறல் என்னும் குறுநில மன்னனது அழும்பில் என்னும் ஊரையொத்த நாடுகளை இழந்தவர்; என்பது இதன் பொருள்.

புதுக்கோட்டைச் சீமையில் உள்ள இன்றைய அம்புக்கோயில் என்னும் ஊரே சங்ககால அழும்பில் என்பதைக் கல்வெட்டுகளால் அறியலாம். இது சோழநட்டைச் சேர்ந்தது. இவ்வூரையாண்ட வேள், மானவுணர்ச்சியோடு கோசரை எதிர்த்துப் போர் புரிந்து, அவர்கள் எறிந்த வேல் மார்பில் அழுந்த உயிர்விட்டான் (புறம். 283) என்பது 'கோசர்'* என்னும் தலைப்பிற்கூறப்பட்டதன்றோ? இங்ஙனம் மான வுணர்ச்சியுடன் தன் விறல் தோன்றப் போரிட்டு மடிந்த வேள், மான விறல் வேள் என்ற பாராட்டுக்கு உரியவன் அல்லனோ?

நிலவளத்தால் சிறந்த இவ்வேள், உளவளத்தாலும் சிறந்து விளங்கினமையின், மாங்குடி மருதனார் அவ்விரண்டும் புலப்பட 'மான

* 'இம்மாறன் கோசர் தலைவனாதல் வேண்டும்; குறுநில மன்னனாதல் வேண்டும்,' என்பர் ரா. இராகவையங்கார்' - கோசர், பக். 14, கோசர் தலைவனா யிருத்தல் வேண்டும் என்பதற்குச் சான்றில்லை.

விறல் வேள் அழும்பில் அன்ன நாடு' என்று கூறினார் போலும்! தமிழகத்தில் அழும்பிலைப் போன்ற வளமுடைய ஊர்கள் பல இருந்தும், இதன் அரசனது மான வீரம் தமது உள்ளத்தைக் கவர்ந்தமையாற்றான் அழும்பிலை இங்குக் கூறினார் என்று கோடல் பொருத்தமாகும்.

தென்பரதவர்

மாங்குடி மருதனார்,

"தென்பரதவர் போரேறே"

(ம.கா. அடி,144)

என்று தலையாலங்கானத்துச் செருவென்ற நெடுஞ்செழியனை விளித்துள்ளார். நெடுஞ்செழியன், தென்பரதவர் என்ற குறுநில மன்னரை வென்றான் என்பது இதன் பொருள்.

சோழன் செருப்பாழி எறிந்த இளஞ்சேட் சென்னியைப் பாடிய ஊன்பொதி பசுங்குடையார், "தென்பரதவர் மிடல் சாய வென்றவனே", என்று கூறியுள்ளார் (புறம், 378). புறநானூற்று உரையாளர், 'பரதவர்-தென்றிசைக்கண் குறுநிலமன்னர்,' என்று கூறியுள்ளார். இக்குறுநில மன்னர் தூத்துக்குடி முதல் பாண்டி நாட்டின் தென் பகுதியில் கிழக்குக் கரையோரம் பரவியிருந்த மீனவர் தலைவர் ஆகலாம். கடல் வாணிகத்தால் செருக்குற்ற இவர்கள் பாண்டியனுக்கு அடங்காமலிருந்திருக்கலாம். அதனால், நெடுஞ்செழியன் இவர்கள்மீது போர்தொடுத்து வென்றிருத்தல் கூடும். இவ்வாறே இவர்கள் இளஞ்சேட் சென்னியால் ஒரு காலத்தில் வெல்லப்பட்டார்கள் போலும்! இவர்கள் சங்ககாலப் பரதவர்கள்.

இவர்தம் மரபினரான பிற்காலப் பரதவர் கி.பி.7ஆம் நூற்றாண்டில் பாண்டி மன்னனாய் விளங்கிய மாறவர்மன் அரிகேசரி என்பவனால் போரில் முறியடிக்கப்பட்டனர் என்று வேள்விக்குடிச் செப்பேடுகள் விளம்புகின்றன[4].

இதனால் சங்ககாலத் தென்பரதவர் மரபு கி.பி. 7ஆம் நூற்றாண்டிலும் தொடர்ந்து இருந்து வந்தது தெளிவாகும்.

---

4. Epigraphica Indica, Vol. 17; No. 16.

மழவர்

'மழவர்' என்ற ஒருவகை வீரர் இனிய பண்ணியாரங்களாகிய உணவை உட்கொண்டனர்; பொற்பூவினையுடைய தலையினர்; வீரக் கழலணிந்த காலினர். அவர்கள் அணி வகுத்துச் செல்லுகையில் அவர்கட்கு முன்னே போர்ப்பறை கொட்டப்பட்டது. நெடுஞ்செழியன் காலத்து மதுரைக் காட்சிகளுள் இஃது ஒன்றாகும் (ம.கா.அடி, 395-6).

பாண்டியன் நெடுஞ்செழியனின் வீரர் பெரிய தோள்களையுடைய மழவரை வென்றனர்; அவர்கள் போர்க்களத்தில் விட்டுப்போன யானை களையும் பாய்ந்து செல்லும் செலவினையுடைய குதிரைகளையும் கைக் கொண்டு மதுரை மீண்டர் (ம.கா. அடி, 687-9).

இவ்விரு செய்திகளும் உணர்த்தும் உண்மைகள் யாவை?

1. மழவர் என்பவர் ஒரு வகை வீரர். அவர்கள் பாண்டியன் படை யில் இடம் பெற்றிருந்தார்கள்.

2. பாண்டியன் படை வீரர், வேற்று நாட்டினரான மழவரைப் போரிற்புறங்கண்டு அவர்தம் கரிகளையும் பரிகளையும் கைக் கொண்டனர்.

கோசர்

குறிப்பு–18

கோசர் இயல்புகள்

கோசரைப் பற்றிக் குறுந்தொகை, அகநானூறு, புறநானூறு, மதுரைக் காஞ்சிப் பாடல்களிலும், சிலப்பதிகாரம் உரைபெறு கட்டுரை யிலும் பல செய்திகள் புலவர் பலராற் கூறப்பட்டுள்ளன.

கோசர் அஞ்சாமை மிக்கவர்; படைக்கலங்கள் பட்டு (போரிற் புண்பட்டு) வடுக்களையுடைய முகத்தினர் (அகம். 90); நண்பர் வறுமை யுற்ற காலத்தும், 'தம் நட்புத்தன்மையில் மாறாதவர்; அந்நிலையில் அவரிடம் சென்று அவரது குறிப்பறிந்து உதவிபுரிபவர் (அகம்.113); சூளுரை கூறுபவர் (அகம், 196); உண்மை பேசுதலால் நெடுந்தொலைவு விளங்கும் புகழையுடையவர் (அகம், 205)

இக்கோசர் பெரிய முருக்கமரத்தூணை நட்டு அதனைக் குறி பார்த்து வேலை எறிந்து பழகினர். இங்ஙனம் பயிற்சி பெற்ற கோசர்

இளைஞர் 'இளம்பல் கோசர்' எனப்பட்டனர் (பும், 169); எடுத்த முயற்சியில் பெரும்பாலும் வெற்றி பெறுவர் ஆதலின், 'வலம்புரி கோசர்' (புறம், 283) எனப்பட்டனர்.

கோசர் வாழ்ந்த இடங்கள்

இத்தகைய பண்புகளையுடைய இக்கோசர் துளு நாட்டில் வாழ்ந்தனர் (அகம், 15); செல்லூர்க்குக் கிழக்கே கடற்கரை ஓரத்தில் இருந்த நியமம் என்ற ஊரில் உறைந்தனர் (அகம், 90); 'நெய்தலஞ்செறு' என்னும் உரையுடைய வளம் பொருந்திய நல்ல நாட்டில் வாழ்ந்தனர் (அகம், 113); எழினியாதன் என்ற சிற்றரசனுக்குரிய வாட்டாற்றில் இருந்தனர் (புறம், 396); நாலூர் என்னும் ஊரிலும் வாழ்ந்தனர் (குறுந்தொகை, 15); சிலப்பதிகாரக் காலத்தில் கொங்கு நாட்டில் குறுநில மன்னராய் இருந்தனர் (சிலம்பு, உரைபெறு கட்டுரை 2).

கோசர் புரிந்த போர்கள்

1. மோரியர் படை மோகூரைத் தாக்கியது. மோகூர் மன்னனான பழையனுக்கு உற்றுழி உதவுவதாக வாக்களித்திருந்த கோசர் என்ற வீரர்கள் திடீரென்று மோகூர் அவையத்தில் ஆலமரத்தடியில் கூடிய சபையில் (ஆலம்பலத்தில்)[5] தோன்றி மோரியரைப் புறங்கண்டனர்[6].

---

5. காவிரிப்பூம்பட்டினத்துக் காரிக்கண்ணனார் - புறம், 169
   அடைநெடுங்கல்வியார் - புறம் 283
   மாங்குடி கிழார் - புறம், 396
   மாமூலனார் - அகம், 15, 251
   மதுரை மருதன் இளநாகனார் - அகம், 90
   கல்லாடனார் - அகம், 113
   பரணர் - அகம், 196, 262; குறுந், 73
   நக்கீரர் - அகம், 205
   ஐயூர் முடவனார் - அகம், 216
   ஔவையார் - குறுந் 15
   மாங்குடி மருதனார் - மதுரைக்காஞ்சி
   இளங்கோவடிகள் - சிலம்பு, உரைபெறு கட்டுரை.

6. பொதிய மலையருகில் மோகூரும் அதனையடுத்த ஆலம் பலமும் கள்ளக் குறிச்சிச் சேகரத்து இன்றும் உள்ளன. மோகூர்க்கு அண்மையில் 'கோசர் பாடி' என்னும் ஊரும் இருக்கிறது. இம்மோகூரில் பெரிய அகன்ற பாழ்மேடு உள்ள நிலமே பழைய அரண்மனை இருந்த இடமாகும் என்பர். (கோசர், பக், 16-17).

இது மாமூலனார் கூற்று (அகம், 251).

2. கொண்கான நாட்டை நன்னன் என்ற சிற்றரசன் ஆண்டு வந்தான். அவனது காவல் மரம் மாமரம். கோசர் வஞ்சினம் கூறி அல்லது சூழ்ச்சி செய்து அம்மாமரத்தை வெட்டினர்; நன்னனது நாட்டிற் புகுந்தனர் (குறுந், 73). இது பரணர் கூற்று.

3. அழும்பில் என்னும் ஊரின் தலைவன், கோசர்க்கு அடங்கானாய், 'எதிர்நின்று பொருவன்;' என்று கருதிக் கோசரது அவையத்திற் புகுந்தான்; போரிட்டான்; கோசரது வேல் தன் மார்பிற் பாய்ந்து உயிர் விட்டான். இது அடைநெடுங்கல்வியார் கூற்று (புறம். 283).

4. கிள்ளி என்ற சோழ மன்னன் மிக்க புகழும் செல்வமும் உடைய கோசர் படையை அழித்தான் என்று நக்கீரர் கூறியுள்ளார் (அகம். 205).

'பிணையலங் கண்ணிப் பெரும்பூண் சென்னி அழும்பில்' (அகம். 74) எனப்படுவதை நோக்க, அழும்பில் என்பது சோழ நாட்டது என்பது போதரும், அழும்பில் என்பது புதுக்கோட்டைச் சீமையில் உள்ள அம்புக் கோயில் என இக்காலத்து வழங்குகிறது. அவ்வூரை 'இராசராச வள நாட்டுப் பன்றியூர் நாட்டு அழும்பில்' என்று கல்வெட்டுக் குறிக்கிறது[7]. இங்ஙனம் அழும்பில் சோணாட்டைச் சேர்ந்ததாலும் அதனையாண்ட சிற்றரசன் தன் ஆட்சிக்கு உட்பட்டவனாதலாலும், கிள்ளி, அழும்பில் வேளைக் கொன்ற கோசரை அழித்தான் எனக் கோடல் பொருத்தமாகும்.

5. கோசர்க்குரிய புன்செய் நிலப் பயிரைப் பசுக்கள் மேய்ந்து விட்டன. அதனால் வெகுண்ட கோசர், அப்பசுக்களுக்குரிய அன்னி என்ற தலைவ னுடைய கண்களைப் பிடுங்கிவிட்டனர். அவன் மகள் மிஞிலி என்பவள்,

---

7. ஐம்பெருங்குழுவினர் அரசனது அவையில் இன்றியமையாத அரசியல் உறுப்பினர்; அரசாங்கத்துடன் ஒத்துழைப்பதாக வாக்குறுதியளித்துப் பணி புரிபவர், அவர்கள் தாங்கள் வாக்களித்தபடி அரசவையில் தோன்றிப் பணிபுரிதல், மோகூர் மன்னனுக்கு உற்றுழி உதவுவதாக வாக்களித்து அங்ஙனமே உற்றுழித்தோன்றிய கோசரது தொண்டுக்கு உவமையாக மாங்குடி மருதனாராற் கூறப்பட்டது. இதனை உணராது, வரலாற்றாசிரியர் சிலர், கோசர் மோரியர் சார்பில் மோகூரை எதிர்த்தாரெனக் கூறியுள்ளமை பொருந்தாது. -History of the Tamils, P.T.S. Ayyangar, p. 525.
Beginnings of S.I. History, Dr. S.K. Ayyangar, p. 94 ff.
ப.பா..ஆ.46

'அவர்கள் அழியும் வரை கலத்தில் உண்ணேன்! நல்ல ஆடைகளை உடேன்!' என்று சூள் உரைத்தாள்; நடந்த கொடுமையை அழுந்தூர் வேள் திதியன் என்பானிடம் முறையிட்டாள். திதியன் அழுந்தூர்[8] என்னும் இடத்தில் அக்கோசர்களைக் கொன்றான். இது பரணர் கூற்று (அகம், 196, 262)

6. அகுதை என்பவன் கூடல்[9] என்னும் ஊர் சூழ்ந்த சிறு நாட்டுக்குத் தலைவன் (புறம். 347). அவன் சிறந்த போர் வீரன்; கொடையாளி (அகம்.113). அவனை எவரோ எதிர்த்தனர் போலும்! அவனுக்கு உற்றுழி உதவுவதாக வாக்களித்திருந்த -சிறந்த நட்புக் கொண்டாடிய - கோசர், அவனைக் காவல்மிக்க இடத்தில் நிலை நிறுத்தினர் என்று கல்லாடனார் (அகம்.113) கூறியுள்ளார்.

முதலிற்கூறப்பட்ட மோரியர் படையெடுப்புச் சந்திர குப்தன் மகனான பிந்துசாரன் காலத்தில் (கி.மு. 301-273) நடைபெற்றிருக்கலாம் என்று வரலாற்றாசிரியர் கருதுகின்றனர்[10]. அங்ஙனமாயின், மோரியரை எதிர்த்த கோசர், பிந்துசாரனுக்கு முன்பே தமிழகத்தில் இருந்தவராவர்.

கோசர் (மோரியருடன் வந்தவரெனக் கொண்டு) கிழக்கு வங்காளத்தைச் சேர்ந்தவராகலாம் என்று டாக்டர் கிருஷ்ணசாமி ஐயங்கார் கூறியுள்ளார்[11]. கோசர் காஷ்மீர நாட்டினர் என்று மகாவித்துவான், ரா. இராகவையங்கார் குறித்துள்ளார்[12] பேராசிரியர் V.R. இராமசந்திர தீட்சிதர், மேற்கு மலைத் தொடர்ச்சிக்கும் மைசூர், மலபார், குடகு ஆகியவற்றின் எல்லைப்புறத்திற்கும் இடைப்பட்ட நாடு 'கோசர் நாடு'

---

8. புதுக்கோட்டைக் கல்வெட்டுகள், 458.
9. அன்னி குடி என்பது தஞ்சை மாவட்டத்தில் பாபநாசத்திற்கு அருகில் உள்ளது. அழுத்தூர் என்பது மாயூரத்திற்கு மேற்கில் உள்ள திருவழுந்தூர். கலைக்களஞ்சியம், 1, பக். 274.
10. அகுதையின் கூல் கோனாட்டுக் கூடல் (A.R.E. 62 of 1918) என்றும், கூடல் மங்கலம் S.I.I 7, 757) என்றும் கூறப்படும் 'கூடலூர்' எனக் கொள்ளலாம். இஃது இப்பொழுது கடலூர் புதுப்பட்டினம் எனப்படும் பேரூராகும் புறநானூறு II, ஔவை சு, துரைசாமிப்பிள்ளை, பக். 296
11. Beginnings of S.I. History. Dr. S.K. Ayyangar, p. 94 ff.
History of India, Prof. R.Satyanatha Ayyar, Vol.I. p. 122.
History of South India, Prof. K.N. Sastry, pp. 85-86
Dr. R.P.S.C. Vol. Dr. K.K. Pillai, p 364
12. Beginnings of S.I. History, pp. 94-95

என்று கூறலாம். 'கோசர் அசோகனால் குறிக்கப்பெற்ற ஸத்திய புத்திரர் என்னலாம்,' என்று டாக்டர் சுப்பிரமணியன் கருதுகிறார்[13]. கோசர் துளு நாட்டினராகலாம் என்று டாக்டர். கே.கே. பிள்ளை கூறி யுள்ளனர். கோசர் என்பவர் அசோகனாற் குறிக்கப்பட்ட 'சத்திய புத்திரர்' என்று வரலாற்றாசிரியர் கருதினர்; கோசர் வேறு- சத்திய புத்திரர் வேறு என்று அறிஞர் இப்பொழுது முடிவு செய்துள்ளனர்[14])

'கோசம்' என்னும் சொல் தமிழ்ச் சொல் அன்று. அது முட்டை, உறை, மதிலுறுப்பு, ஆண் குறி, கருப்பை, பொக்கிஷம், பொக்கிஷ சாலை, அகராதி முதலிய புத்தகம், தெரு எனப் பல பொருள்களில் வந்துள்ளது. அச்சொல் திவாகரம், பிங்கலந்தை, பெருங்கதை முதலிய வற்றிலும் வந்துள்ளது. சிலப்பதிகாரத்தில் அபிநயத்துக்குரிய அலிக்கை வகை என்னும் பொருளில் வந்துள்ளது.[15]

கோசர் என்பவர்,

'நன்றல் காலையும் நட்பிற் கோடார்' (அகம். 113)
'ஒன்றுமொழிக்கோசர்' (அகம். 196)
"வாய்மொழி நிலைஇய சேண்விளங்கு நல்லிசை
வளங்கெழு கோசர்" (அகம். 205)
"கோசர் நன்மொழி போல வாயா கின்றே" (குறுந். 15)

---

13. காசுமீர நாட்டவர் நட்பிற் பிழையாமைக்குக் குருதியில் நனைத்த தோலின் மீது நின்று கோச முறையில் சூளுரைத்தல் மரபு என்று இராசதரங்கிணியிற் கூறப்பட்டுள்ளது. கோசமுறையில் சூள் செய்தவர் கோசர் எனப்பட்டனர் எனக் கொள்ளலாம். தமிழ் நூல்களில் இடம் பெற்றுள்ள கோசர், சொல் தவறாதவர், நட்பிற் பிழையாதவர்; வீரர் என்பவற்றை நோக்க, காசுமீர நாட்டிலிருந்து தமிழகம் வந்தவரே இக் கோசராகலாம் என்பது பொருத்த மாகும்.

    "உதயணன் ஆண்ட வத்ஸநாட்டுத் தலைநகர் கோசம் என்ற கோசாம்பி யாகும். அந்நகரத்து இளன் என்ற அரசமரபினரும் கோசாம்பியருமான வீரர் இளங்கோசர் எனப்பெயர் பெற்றிருக்கலாம். இவருள் முதலிற் காசுமீர நாட்டுக் கோசர் தமிழகம் வந்தனர் என்று கொள்வது பொருத்தமாகும்.' 'கோசர், பக். 8–13)

    'ஸதீய புத்ரர்' என்றே அசோகன் கல்வெட்டுகள் (2,13) கூறுகின்றனவே தவிர ஸத்யபுத்ரர்' என்று கூறவில்லை (கோசர், பக்.13)

14. The Madras University Journal, Vol. 33, p. 148 and 152.

15. Dr. R.P.S.C. Vol., p. 364

எனச் சங்கப் பாக்களில் நட்பிற்கும் சொல்தவறாமைக்கும் பாராட்டப் பட்டுள்ளனர். 'கோசர்' என்றே பிரித்துக் கூறப்பட்டிருந்தாலும் இப் பெயர் தமிழ்ப் பெயரன்மையாலும் இவர் தமிழர் ஆகார் என்பது உறுதி.

வடவிந்தியாவிலிருந்து படையெடுத்தவர் மோரியர்- ஆசியரி-வடுகர் என்று சங்கநூல்கள் குறித்துள்ளன. கோசர் வடவிந்தியாவிலிருந்து வந்திருப்பாராயின், அவரது படையெடுப்புப் பய்றிய குறிப்பு ஒரு பாட்டிலேனும் இடம் பெற்றிருக்கும். ஆதலின், இன்றுள்ள சான்று களைக் கொண்டு கோசர் யாவர் என்பது கூற இயலவில்லை. எனினும் அவர் தென்னாட்டவர் அல்லர் என்பது உறுதி.

கோசரைப் பற்றிய தமிழ் நூற்செய்திகளைக் காணும் போது, அவர்கள் சிறந்த வீரர்கள் என்பதும் சொல் தவறாதவர்கள் என்பதும் தெரிகின்றன. அவர்கள் துளு நாட்டில் தங்கி அந்நாட்டையாண்டிருக்க லாம். குமணன் தம்பி 'இளங்குமணன்' எனவும், கிள்ளியின் தம்பி 'இளங் கிள்ளி' எனவும் வழங்கினாற்போலக் கோசரின் இளங்கிளையினர் 'இளங்கோசர்' எனப் பெயர் பெற்றிருக்கலாம். அவ்விளங் கோசர் மரபினர் சிலப்பதிகாரக் காலத்தில் கொங்கு நாட்டின் ஒரு பகுதியை ஆண்டிருக்க லாம். அதனாற்றான் சிலப்பதிகார உரை பெறு கட்டுரையில் 'பத்தினி விழாவிற்குக் கொங்கிளங்கோசர் வந்தனர்' என்பது கூறப்பட்டுள்ளது[16].

பல்லவர் மரபினர் தமிழகத்தில் பேரரசராய் இருந்து நாடாண்டனர் என்பது வரலாறு கண்ட உண்மை. அம்மரபினர் சோழப் பேரரசர் ஆட்சியில் குறுநில மன்னராயும் படைத்தலைவராயும் அரசியல் அலுவலராயும் மாறியதும் வரலாற்று உண்மையாகும். இவ்வாறே முதலில் சிற்றரசராய் இருந்த கோசரின் மரபினர், காலப் போக்கில் தமிழரசர் படையில் வீரராய்ப் பணியாற்றினர் போலும்! மாங்குடி கிழார், ஐயூர் முடவனார் போன்ற புலவர் பாக்கள் இவ்வுண்மையை உணர்த்துகின்றன என்னலாம்.

1. மாங்குடி கிழார் வாட்டாற்று எழினியாதனை நேரிற்கண்டு பாடிய பாட்டில் அவனது நாட்டு வளத்தைச் சிறப்பித்துள்ளார்; அக்கூற்றில் 'மலர்களிலிருந்து பெற்ற கள் நிறைந்த மனைகளையுடைய கோசர் தீவிய கள் தெளிவைப் பருகிக் களிப்பேறிப் பாட்டுகளைப் பாடிக் குரவையாடுவர்' என்று கூறியுள்ளார் (புறம். 396). இங்குக் கோசர்

16. History of S. India, K.A.N. Sastry, p. 83

என்னும் சொல் சிற்றரசரைக் குறிக்கவில்லை; எழினியாதன் ஆட்சிக்கு உட்பட்ட குடிமக்களுள் ஒரு சாராரையே குறிப்பது தெளிவு. கோசர் 'வீரர்' எனப் பல இடங்களிலும் குறிக்கப்பட்டிருத்தலின், இங்கும் எழினியாதனுக்குக் கீழ் வீரராய்ப் பணியாற்றிய கோசர் என்னும் இனத்த வரையே அச்சொல் குறித்ததெனல் பொருந்தும்.

2. செல்லூர் மன்னனான ஆதன் எழினி நாட்டில் கடலாடி பெண்டிர் கொய்து வந்த புலிநகக் கொன்றை மலரையும் வயலில் உழுதவர் பறித்து வந்த குவளைப் பூவையும் முல்லைப்பூவுடன் சேர்த்துப் (நெய்தல்-மருதம்-முல்லை ஆகிய மூவகை நில அமைப்பையும் உடையது தன் எழினியின் நாடு என்பது பொருள்) பல்லிளங்கோசர் (பல இளைய கோசர்) தலைமாலையாகக் கட்டி விளையாடுவர் என்று ஐயூர் முடவனார் அறைந்துள்ளார் (அகம். 216). இச்செல்லூருக்குக் கிழக்கே கடலோரமிருந்த நியமம் என்ற ஊரில் கோசர் வாழ்ந்தனர் என்று மதுரை மருதன் இளநாகனார் கூறியுள்ளார் (அகம். 90). இது முன்னரே கூறப்பட்டதன்றோ? இங்கும் இளங்கோசர் படை வீரராகவே கொள்ளற் பாலராவர். இவர்கள் (கொங்கு) இளங்கோசர் மரபினராகலாம்.

3. சிலப்பதிகார நிகழ்ச்சி செங்குட்டுவன் காலத்தது; யவாகு காலத்தது (கி.பி. 114-136). எனவே, அப்பொழுது இளங்கோசர் கொங்கு நாட்டில் குறுநில மன்னராயிருந்தனர். பின்னர் அவரது அரசியல் செல்வாக்கு அழிந்திருக்கலாம். அவர் மரபினரும், கோசரைப் போலவே, தமிழரசர் படைகளில் சேர்ந்து பணியாற்றியிருக்கலாம். அத்தகைய வருள் ஒரு பிரிவினர் நெடுஞ்செழியன் படையிலும் இடம் பெற்றிருக்க லாம். அவர்கள் தங்கள் முன்னோர் போலவே நேர்மையிலும் வீரத்தி லும் சிறந்து விளங்கிய காரணத்தால் தமிழ் நாட்டுக்கே உரிய தமிழ் வீரரிலிருந்து அவ்விளங்கோசரை வேறாகப் பிரித்து, மாங்குடி மருதனார் சிறப்பித்துக் கூறினார் எனக் கோடல் பொருத்தமாகும்.

பிற்காலச் சோழர்களிடம் வேலைக்காரப்படையும்[17] பாண்டியர் களிடம் தென்னவன் ஆபத்துதவிகளும்[18] சிறப்பிடம் பெற்றார் போலச் சங்ககால வேந்தர் சிலரிடம் கோசர் என்பவரும் இளங்கோசர் என்பவரும் சிறப்பிடம் பெற்றிருந்தனர் எனக் கருதுதல் பொருந்தும்[19].

---

17. Tamil Lexicon, Vol. 2 p. 1171.

18. இளங்கோசர் குறும்பு செலுத்துவார் சில வீரர் என்று சிலப்பதிகார அரும்பதவுரையாசிரியர் கூறுவது பொருந்தாது.

19. Cholas, K.A.N. Sastry, (Ed. 2), pp. 454-55.

தென்பரதவர்

குறிப்பு-19

பரவர் அல்லது பரதவர் என்பவர், தமிழகத்தில் பாண்டி நாட்டுக் கீழக்கரை ஓரத்தில் வாழ்பவராவர். கடலிற் சென்று மீன் பிடித்தலும், முத்தெடுத்தலும், சங்கெடுத்தலும் இவர்களது நாட்பட்ட தொழில் களாகும்.

பரவர் பற்றிய கதைகள்

பரவர் தாம் அயோத்தியைச் சேர்ந்தவர் என்று கூறுகின்றனர்; மாபாரதப் போருக்கு முன்னரே யமுனைக் கரையில் வாழ்ந்தனர் என்று கூறுகின்றனர். அவர்கள் பிராமணனுக்கும் சூத்திரகுலப் பெண்ணுக்கும் பிறந்தவர்கள் என்று தந்திர நூல்கள் சில கூறுகின்றன. 'செட்டிப் பெண்ணுக்கும் குறுவனுக்கும் பிறந்தவர்களே பரவர்,' என்று தமிழில் உள்ள ஜாதி பேதநூல் கூறுகின்றது.

'எங்கள் முன்னோர் கடறகடவுளான வருணன் மரபினர், அவர்கள் முருகனோடு சரவணப் பொய்கையில் தோன்றியவர்கள்; முருகனைப் போலவே கார்த்திகை மாதரால் பாலூட்டி வளர்க்கப்பட்டவர்கள். சென்ற கல்பத்தின் இறுதியில் நிலம் முழுமையும் நீரால் மூடப்பட்ட பொழுது அவர்கள் ஒரு தோணியில் அமர்ந்து உயிர் பிழைத்தார்கள்; நீர் வற்றிய பிறகு அத்தோணி தங்கிய இடத்தில் குடியேறினார்கள்,' என்று பரதவர் கூறுகின்றனர்.

பரவ அரசர்கள்

முற்காலத்தில் பரவர் ஆண்மை மிக்கவராய் இருந்தனர்; சிறந்த கடலோடிகளாயும் விளங்கினர். அவர்களுள் தொடர்ச்சியாய் அரசர் இருந்து வந்தனர். ஒவ்வோர் அரசனும் 'அதியராசன்' என்று வழங்கப் பட்டான். அந்த அரசர்கள் உத்திரகோச மங்கையைத் தலைநகராகக் கொண்டு ஆண்டு வந்தார்கள்.

கி.பி. பதினாறாம் நூற்றாண்டில் போர்ச்சுகீசியர் கன்னியாகுமரிப் பகுதியைப் பார்வையிட்ட பொழுது முத்தெடுக்கும் தொழில் பரவரிடம் இருந்தது. அப்பரவர் பல நூற்றாண்டுகளாக அத்தொழிலை மேற் கொண்டிருந்தனர். பாண்டியர் ஆட்சியில் அவர்கள் தங்கள் முத்தெடுக்கும் தொழிலிருந்து வந்த வருமானத்தில் ஒரு பகுதியைப் பாண்டிய அரசாங்கத்திற்குச் செலுத்தினார்கள்; தங்களுக்கென்று சில

உரிமைகளைப் பெற்றார்கள். அவர்கள் தங்களுள் தனியாட்சி அமைத்துக் கொண்டு ஆண்டு வந்தார்கள்.

பரவர் தாம் எடுக்கும் முத்துகளை விற்பதற்காகப் பாண்டி நாட்டில் சில சந்தைகளை அரசன் ஒத்துழைப்புடன் ஏற்படுத்திக் கொண்டனர்; குறிப்பிட்ட ஒரு நாளில், குறிப்பிட்ட ஓர் ஊரில், பல நாட்டு வணிகருங்கூடி முத்துகளை வாங்குதல் வழக்கம்.

பரவர் இனத்தலைவர்களே முத்தெடுக்கும் தொழிலுக்கு முதலாளி களாய் நின்றார்கள். அதனால், அவர்கள் பெருஞ்செல்வம் திரட்டினார்கள். அத்தலைவர்கள் தங்களுக்கென்று படைவீரர்களையும் படைக்கருவிகளையும் பெற்றிருந்தார்கள்; எதிர்ப்பு நேரும்போது அப்படைகளையும் அப்படைக்கருவிகளையும் கொண்டு தாங்களிருந்த நாட்டு மன்னனையோ குடிகளையோ (அவர்கள் தங்களுக்குக் கொடுமை செய்ய முயன்றபோது) எதிர்த்துப் போரிட்டார்கள்.

பரவர் பாண்டி நாட்டுக் கடற்கரை ஊர்களிலும், சேர நாட்டுக் கடற்கரை ஊர்களிலும், கன்னட நாட்டுக் கடற்கரை ஊர்களிலும் இன்றும் இருக்கின்றனர். அவர்கள் சாதித்தலைவன், அரசனுக்குரிய மரியாதைகளான பல்லக்கு, கொடி, யானைகள் முதலியவற்றோடு ஊர்வலம் வருதல் வழக்கம். பரவர் சந்தனுவுக்கும் மச்சகந்திக்கும் பிறந்த வியாசனைப் போற்றுகின்றனர். தாம் மச்சகந்தியின் மரபினர் - சந்திரமரபினர் - என்று கூறுகின்றனர்; தம் மணத்தின் ஊர்வலங்களில் சந்திரவட்டக்குடை முதலிய அரச மரியாதைகளுடன் செல்கின்றனர்.

சமய மாற்றம்

பரவர் கி.பி. பதினாறாம் நூற்றாண்டில் மூர் வகுப்பு முகம் மதியரால் முத்தெடுக்கும் தொழிலில் துன்புறுத்தப்பட்டனர்; பலர் கொலை செய்யப்பட்டனர். அதனால், மனம் நொந்த பரவர், போர்ச்சுகீசியர் உதவியை நாடினர். அப்போர்ச்சுகீசியர் அவர்களைக் கத்தோலிக்கக் கிறிஸ்தவர்களாக மாற்றி, அவர்களுக்குப் பாதுகாப்பு அளித்தனர். பாண்டி நாட்டிலுள்ள பரவர் அனைவரும் இன்றும் கிறிஸ்த வராகவே இருந்து வருகின்றனர்.- Castes and Tribes of Saouthern India, E.Thurstorn, Vol. 6, pp. 140-156.

முடிவுரை

பாண்டி நாட்டுச் செல்வ வளத்திற்கு முத்தெடுக்கும் தொழிலும் அதன் தொடர்பான வாணிகமுமே சிறந்த அடிப்படையாகும். ஆதலால்,

பண்டைக் காலமுதலே பாண்டிய மன்னர் பரவரைச் சிறப்பித்து வந்திருத்தல் இயல்பேயாகும். தர்ஸ்டன் கூறியிருப்பது போலப் பரவருள் அரசர் பலர் இருந்திருக்கலாம். அவ்வரசர்கள் தங்கள் இனத்திற்கும் தொழிலிற்கும் பாதுகாப்பாகப் படை வீரர்களையும் படைக்கருவிகளை யும் வைத்திருந்திருக்கலாம். பரவ அரசர்கள் சில சமயங்களில் பாண்டிய மன்னர்களின் ஆணைகளை மீறியிருக்கலாம். அத்தகைய நிகழ்ச்சிகளுள் ஒன்றே பாண்டியன் நெடுஞ்செழியன் காலத்தில் நிகழ்ந்திருக்கலாம். அவன் அப்பரவர் மிடல் சாய வென்றனன் போலும்! அதனால் 'தென்பரதவர் போரேறு' என்று பாராட்டப் பட்டான். நெடுஞ்செழியனைப் போலவே சோழன் செருப்பாழி எறிந்த இளஞ்சேட்சென்னியும் பரதவர் செருக்கை அடக்கியிருக்கலாம். கி.பி. ஏழாம் நூற்றாண்டில் மாறவர்மன் அரிகேசரி என்ற பாண்டியனும் பரவரை வென்றிருக்கலாம்.

மழவர்

குறிப்பு–20

சங்ககால மழவர்

சங்ககால மழவரைப் பற்றி மதுரைக் காஞ்சி. அகநானூறு, பதிற்றுப் பத்து, புறநானூறு என்னும் நூல்களிற் சில செய்திகள் கூறப் பட்டுள்ளன. அவற்றை இங்குக் காண்போம்.

மழவர் பிற வீரர்களின் தோள்களைவிடப் பருத்த தோள்களை யுடையவர்; இனிப்புப் பண்டங்களை விரும்பி உண்டவர்; பொற்பூக் களைத் தலையில் அணிந்தவர்; காலில் வீரக்கழலை அணிந்தவர். அவர்கள் அணி வகுத்துச் செல்லுகையில் அவர்கட்கு முன்பு வீரப்பறை கொட்டப்பட்டது. (ம.கா.அடி, 395-6, 687-90).

மழவர் முடியில் கண்ணியையும் கால்களில் கழல்களையும் அணிந்தனர்; அச்சந்தரும் குதிரைகளைச் செலுத்திப் போர் புரிந்தனர் (அகம்.1). மழவர் பிடரியை மறைக்கும் தலை மயிரை உடையவர்; காலில் செருப்பணிந்தவர்; இருமலைப் போக்கப் புற்றுமண்ணை வாயில் அடைத்துக் கொண்டவர் அவர்கள் வில்லையும், அம்பையும் ஏந்திப் பகைவருடைய ஆனிரைகளைக் கவர்ந்தனர் (அகம், 101). மழவர் வெண்கடம்பின் பூங்கொத்தினைத் தலை முடியில் சூடினர்; வில்லை இடப்பக்கத்தில் தழுவியிருந்தனர்; ஆனிரைகளைக் கவர்வதில் வல்லவர் (அகம், 127). மழவர் அஞ்சாமை மிக்கவர். அவர்கள் படைக் கலப் பயிற்சி பெற்றதும் சில நாள்கள் வரையில் அரங்கேற்று விழா

நடத்தினார்கள். அது பூந்தொடை விழா எனப்பட்டது. அவ் விழாவின் முதல் நாளில் அரங்கேற்றம் நிகழும் இடம் சிறப்பாக அலங்கரிக்கப் பட்டிருந்தது. மாமூலனார் என்ற புலவர், அவ்வரங்கேற்றப் பொலிவை உவமையாகக் கூறியிருத்தலை நோக்க, அதன் சிறப்பு அக்காலத்தில் நாடறிந்ததாயிருந்தது என்பது தெளிவாகும் (அகம், 187). மழவர் வேலேந்தியும் போர் புரிந்தனர் (அகம், 269).

மழவர் வெட்சி, கரந்தை, வஞ்சி, காஞ்சி, உழிஞை, நொச்சி, தும்பை முதலிய பலவகைப் போர்களுக்குரிய கண்ணிகளை அணிவது வழக்கம். பல்யானைச் செல்கெழுகுட்டுவன் என்ற சேரமன்னனிடம் மழவர் படை தனித்திருந்தது. அவன் அப்படைக்குக் கவசம் போல விளங்கினான் (பதிற்றுப்பத்து, 21). மழவர் சிவந்த ஊனையும், துவரையையும் கலந்து அரைத்ததுவையலையும், ஊன் கலந்து சமைத்த சோற்றையும் உண்டனர். அம்மழவர் படை ஆடுகோட்பாட்டுச் சேரலாதன் என்ற அரசனிடம் இருந்தது. அம்மன்னன் அப்படைக்குக் கவசம் போல விளங்கினான் (பதிற். 55).

மழவர் வேள் ஆவியை எதிர்த்துப் போரிட்டனர். (அகம்,1). மழவர் சில கோட்டைகளிலும் வாழ்ந்தனர்; பிற நாட்டு ஆனிரையைக் கவர்ந்தனர் (அகம், 35); தேர்களில் அமர்ந்து பாலை நிலத்தைக் கடந்து போர் புரியச் சென்றனர். அவர்களது தேர் உருளைகள் சென்ற வழியில் வணிகர் வாணிகம் செய்யச் சென்றனர் (அகம்.121). மழவர் விடியற் காலையில் ஆனிரைகளைக் கவர்வது வழக்கம். அவர்களது வில்லி லிருந்து புறப்பட்ட அம்பு சீழ்க்கை போலும் ஒலியுடன் சென்றதாம். (அகம். 131).

மழவர் படையைப் பெற்றிருந்த பாண்டியன் நெடுஞ்செழியனு டைய வீரர், மழவர்களைப் போரில் வென்று, அவர்கள் போர்க்களத்தில் விட்டுச் சென்ற கரிகளையும் பரிகளையும் கைப்பற்றினர் (மகா. அடி, 687-90). மழவர் படையைப் பெற்றிருந்த ஆடுகோட்பாட்டுச் சேரலாதன், வேற்று நாட்டு மழவரைப் போரில் வென்றான் (பதிற். ஆறாம் பத்துப் பதிகம்.)

தகடூர் நாட்டை ஆண்ட அதியமான் நெடுமான் அஞ்சி, ‘மழவர் பெருமகன்’ என்று ஔவையாரால் பாராட்டப்பெற்றான் (புறம். 88-90). சேலம் மாவட்டத்து நாமக்கல் வட்டத்து வடபகுதியிலும் இராசிபுரம் வட்டத்துத் தெற்கிலும் உள்ள மலைகளே கொல்லி மலைகள் என்பவை. அவற்றின் பரப்பு, 192 சதுரக்கல், அவற்றுள் 105 சதுரக்கல்,

நாமக்கல் வட்டத்திலும், எஞ்சிய பகுதி இராசிபுர வட்டத்திலும் பரவி யுள்ளன. கீழிருந்து பார்க்கையில் மலைகளின் மேற்பகுதி, சதுரமாகக் காணப்படுவதால், கொல்லி மலைகள் 'சதுர கிரி' என்னும் பெயர் பெற்றன. ஆயின், உண்மையில் அவை பல அடுக்கங்களை உடையவை. கொல்லி மலைச் சிகரங்களுள் ஒன்று 4,663 அடி உயரமுடையது. கொல்லி மலை, நாட்டையாண்ட ஓரி, 'மழவர் பெருமகன்' என்னும் பெயர் பெற்றான் (நற்றிணை, 52). 'மழவர் நாட்டுக்கு அப்பால் குட்டுவன் நாடு அமைந்திருந்தது', என்று மாமூலனார் கூறுகிறார். (அகம். 91). வேங்கடமலை நாட்டுத் தலைவனாயிருந்த 'புல்லி' என்பவன், மழபுலத்தை வணங்கச் செய்தான் என்பது தெரிகிறது (அகம், 61).

ஓர் அடுக்கத்தின் உச்சியில் அறப்பள்ளி ஈசர் கோவில் உள்ளது. அது கல்ராயன், பச்சை, கொல்லி மலைகளில் உள்ள மலைவாணராலும் நிலமக்களாலும் விரும்பி வழிபடப்படும் கோவிலாகும்.

கொல்லி மலை மக்கள் மலைகளில் பல சிற்றூர்களை அமைத்துக் கொண்டு வாழ்கின்றார்கள். அங்கு ஏழு நாடுகள் உள்ளன; அடர்ந்த காடுகளும் கொடிய விலங்குகளும் உள்ளன.

கொல்லி மலைகளுக்குக் கிழக்கில் முசிறி, பெரம்பலூர், ஆத்தூர் வட்டங்களில் பச்சை மலைகள் உள்ளன. அவை 177 சதுரக்கல் பரப்புடையவை. அவற்றில் மூன்று நாடுகளை அமைத்துக்கொண்டு மலைவாணர் வாழ்கின்றனர்.[20]

மழவர் சிலர் ஆறலை கள்வராயும் விளங்கினர் என்பதைச் சில பாடல்களால் அறிகின்றோம் (அகம், 91, 127, 337). அவர்கள் உமணர் சமைத்த பாலை நிலத்து அடுப்புகளில் ஊனைப் புழுக்கி உண்டார்கள். (அகம், 119).

இதுகாறும் கூறப்பட்ட சங்கச் செய்திகளால் மழவரைப் பற்றி நாம் அறியத்தகுவன யாவை?

1. மழவர் வாழ்ந்த இடம் 'மழபுலம்' எனப்பட்டது (அகம். 61); அதற்கு அப்பால் குட்டுவன் நாடு (சேர நாடு) இருந்தது (அகம். 91)

2. மழவர் தமிழ் நாட்டு வீரருள் சிறந்தவர். குதிரைகளையும் யானைகளையும் உடையவர்; வில், வேல் முதலிய போர்க் கருவிகளை யும் உடையவர்; எவ்வகைப் போரிலும் ஈடுபட்டவர்.

---

20. Pandyan Kingdom, K.A.N. Sastry, pp. 196-97.

3. மழவர் இனிப்புப் பண்டங்களையும் ஊன் கலந்த சோற்றினை யும் விருப்புடன் உண்டனர்.

4. மழவரது போர் ஆற்றலைக் கண்டு வியந்த முடிவேந்தர், அவர்களைத் தத்தம் படைகளில் தனிப்படையினராய் வைத்திருந்தனர்; அவர்களைப் பாதுகாப்பதில் அம்மன்னர் கவசம் போல விளங்கினர். இங்ஙனம் பிற முடிவேந்தரிடம் ஊழியம் செய்த மழவர் படையையே நெடுஞ்செழியனும் ஆடுகோட்பாட்டுச் சேரலாதனும் வென்றனர்.

5. மழவர் சிலர் ஆறலைகள்வராயும் விளங்கினர்

மழநாடு

சோழப் பேரரசர் காலமுதல் விசயநகர வேந்தர் ஆட்சி முடிய வுள்ள (கி.பி. 900) கல்வெட்டுகள்[1] மழநாட்டு ஊர்களின் பெயர்களை யும் மழநாட்டு உள் நாடுகளான கூற்றங்களின் பெயர்களையும் குறிக்கின்றன. அவற்றைக் கீழே காண்க:

1. 'வடகரை[2] மழநாட்டுக் கழார்க் கூற்றத்துக் கீழ்க்கூற்று ஆதிகுடி[3]
2. 'வடகரை மழநாட்டு மேலை முறிப்பகுதியைச் சேர்ந்த மாவடு மங்கலம்'[4]
3. 'மழநாட்டுக் கீழை முறி நாட்டு அன்பில்'[5]
4. 'வடகரை மழநாட்டுப் பாச்சில் கூற்றத்துத் துறையூர்'[6]
5. 'வடகடை மழநாட்டுப் பாச்சில் உற்றத்துத் துறையூர்'
6. 'வடகரை மழநாட்டுக் கழார்க் கூற்றத்து மணற்கால்'[7]
7. 'வடகரை மழநாட்டுக் கார்க் கூற்றத்து மழவனூர்'[8]

---

1. Tiruchirappalli District Gazetterr, pp. 2-5
1. 45 of 1948-49
2. 'காவிரி வடகரை மாந்துறை' என்பது சம்பந்தர் பாடல் தொடர். இவ்வாட்சி பிற்காலக் கல்வெட்டுகளில் தொடர்ந்து பயில்வதைக் காணலாம்.
3. 107 of 1920
4. 338 of 1950-51
5. 149 of 1937-38
6. 156 of 1937-38; 39 of 1936-37
7. 106 of 1928-29; 702 of 1909

8. ‘கழார்க் கூற்றத்துச் செம்பியன் நெற்குப்பை, செம்பியன் காட்டூர்’[9]

9. ‘இராசராச வளநாட்டுப் பொய்கை நாட்டுத் திருமழபாடி’[10]

10. ‘வடகரை மழநாட்டு மகேந்திர மங்கலம்’[11]

11. ‘மழநாட்டுத் தொட்டியம்’[12]

12. ‘வடகரை மழநாட்டுக் காழார்க் கூற்றத்து மீக்கூற்றுச் சிறுகவூர்’[13]

13. ‘வடகரை மழநாட்டுப் பாச்சில் கூற்றத்துப் பாச்சில்’[14]

14. ‘வடகரை மழநாட்டுக் கழார் கூற்றத்து மீக்கூற்றுப் பிரமதேய மான திருமங்கலம்’[15]

15. ‘கழார் கூற்றத்து நகர்’[16]

16. ‘பாச்சில் கூற்றத்துக் கீழ்ப்பலாற்று மூகாணிக்குடி’[17]

17. ‘மழநாட்டுப் பாச்சில் கூற்றத்து மருதூர்’[18]

18. ‘பாச்சில் கூற்றதத்துத் திருவெள்ளறை’[19]

19. ‘பாச்சில் கூற்றத்துக் கீழ்ப் பலாற்று வாளாடி’[20]

20. ‘மழநாட்டு மேல் பலாற்றுக் கீழை முறி’[21]

மேலே கூறப்பட்ட ஊர்களில் பாச்சில் என்பது, திருப்பாச்சில்

---

8. 135 of 1928-29
9. 138 of 1928-29.
10. 140 of 1928-29; செம்பியன் நெற்குப்பை, இன்று மும்முடிச் சோழமங்கலம் எனப்படுகிறது. இது லால்குடியைச் சேர்ந்த சிற்றூர்; கழார் கூற்றத்தது.
11 20 of 1920
12. 594 of 1904
13. 600 of 1904
14. 840 of 1892; இன்று இது சிறுகனூர் எனப்படுகிறது.
15. 98 of 1928-29; இஃது இன்று திருவாசி எனப்படுகிறது.
16. 251 of 1929-30
17. 246 of 1929-30
18. 241 of 1929-30; மூகாணிக் குடி, இன்று சமயபுரம் என வழங்கப்படுகிறது.
19. 8 of 1936-37
20. 117 of 1936-37
21. 37 of 1937-38

என்னும் ஊராகும். இஃது இப்பொழுது திருவாசி எனப்படுகிறது. திருமழபாடி, கொள்ளிடத்தின் வடகரையில் உள்ள ஊர். அன்பில் என்பதும் கொள்ளிடத்தின் வடகரையில் லால்குடிக்கு அண்மையில் மூன்று கல் தொலைவில் உள்ளது. இம்மூன்றும் கி.பி. ஏழாம் நூற்றாண்டில் நாயன்மாரால் பாடப்பட்ட தலங்களாகும். மகேந்திர மங்கலம், நொச்சியம் முதலியன காவிரியின் வடகரையில் உள்ள ஊர் களாகும். திருமழபாடி, திருச்சி மாவட்டத்தின் உடையார் பாளையம் வட்டத்திலும், அன்பில் பாச்சில் என்பன லால்குடி வட்டத்திலும் அமைந்துள்ள ஊர்களாகும்.

பல்லவர் காலத்தில் (கி.பி. 300-900) வாழ்ந்த ஆனாய நாயனார், மங்கலம் என்னும் ஊரைச் சேர்ந்தவர், அவ்வூர் மேல்-மழநாட்டைச் சேர்ந்தது என்று சேக்கிழார் கூறியுள்ளார்[22]. சேக்கிழார் குறிப்பிட்ட மஙகலம் இன்று திருமங்கலம் என்று வழங்கப்படுகிறது. அவ்வூர் லால்குடிக்கு வடமேற்கில் ஏறத்தாழ மூன்று கல் தொலைவில் உள்ளது. அது மழநாட்டு கழார் கூற்றத்தைச் சேர்ந்தது. கி.பி. 11 அல்லது 12ஆம் நூற்றாண்டினரான இளம்பூரணர்,[23] 'மங்கலம் என்பதோர் ஊர் உண்டு போலும் மழநாட்டில்!' என்று தொல்காப்பிய வுரையிற் குறித்துள்ளார்[24]. கானாடு என்பது மேல்-கானாடு,[25] கீழ்-கானாடு என்று வழங்கப்பட்டாற் போலவே, மழ நாடும் மேல்-மழநாடு, கீழ்-மழநாடு என இரு பிரிவுகளாக யிருந்தது என்பது கி.பி. 12ஆம் நூற்றாண்டினரான சேக்கிழார் கூற்றிலிருந்து தெரிகிறது.

சேலம் மாவட்டத்தைச் சேர்ந்த தருமபுரி வட்டம் சங்ககாலத்துத் தகடூர் நாடாகும். அந்நாட்டு மன்னனான அதியமான்,[26] 'மழவர் பெருமகன்' எனப்பட்டான். இங்ஙனமே கொல்லிமலை நாட்டை யாண்ட ஓரியும் 'மழவர் பெருமகன்' எனப்பட்டான். இவை முன்பே கூறப்பட்டன. இக்கால நாமக்கல் வட்டத்தின் வடகிழக்கிலும் இராசிபுர வட்டத்தின் தெற்கிலும் கொல்லிமலை அமைந்துள்ளது.

கல்வெட்டுச் சான்றுகொண்டு கண்டறியப்பட்ட மழநாட்டு ஊர்கள், இக்காலத் திருச்சிராப்பள்ளி மாவட்டத்து உடையார்

---

22. 164 of 1936-37; இஃது இப்பொழுது பிட்சாண்டார்கோவில் என வழங்கப்படுகிறது.
23. ஆனாய நாயனார் புராணம், செ. 1,7.
24. 243 of 1929-30
25. கலைக் களஞ்சியம், 2 பக்.141.
26. சொல்லதிகாரம், இடையியல், நூற்பா 30, உரை.

பாளையம், லால்குடி,[27] முசிறி என்னும் மூன்று வட்டங்களில் அமைந் துள்ளன. இவற்றையும் மேலே கூறப்பட்ட சங்க நூற்சான்றுகளையும் நோக்க, மழநாடு என்பது காவிரியின் (காவிரி-கொள்ளிடம் இவற்றின்)[28] வடகரையிலிருந்து தருமபுரி வரையில் உள்ள நிலப்பகுதி என்று கொள்ளலாம். ஆயின், கொங்கு நாட்டைச் சேர்ந்த மழநாட்டுப் பகுதி பிற்காலத்தில் மழகொங்கம் எனப்பட்டது[29]. அப்பகுதி ஒழிந்த எஞ்சிய நிலப்பகுதியே திருச்சிராப்பள்ளி மாவட்டத்து உடையார் பாளையம். லால்குடி, முசிறி வட்டங்களும் கொல்லி மலைப்பகுதியும் சேர்ந்த நிலப் பகுதியே மழநாடு என்று இலக்கியத்தில் கூறப்படுவது. கல்வெட்டுகளும் இதை மெய்ப்பிக்கின்றன.

சேக்கிழார் மழநாட்டின் வளத்தைக் கீழ் வருமாறு கூறியுள்ளார்.

"செங்கமலப் பொதியவிழச் சேல்பாயும்
வயல்மதுவால் சேறு மாறாப்
பொங்கொலிநீர் மழநாடு"[30]

மேல் மழநாட்டில் மருதவளம் மிகுதி, அங்கு நெல், கரும்பு முதலியன பயிராயின; கரும்பாலைகள் இருந்தன. முல்லை வளமும் அங்கு மிகுதி. அம்மேல்-மழநாட்டின் ஊர்களுள் ஒன்று 'மங்கலம்' என்பது. இது சேக்கிழார் கூற்று. அவர் மேல்-மழநாட்டின் வளத்தை ஏழு செய்யுள் களில் வெளிப்படுத்தியுள்ளார்.[31]

---

27. திருநாளைப் போவார் நாயனார் புராணம், செ.1 94 of 1934-35

28. நாமக்கல் மலையில் உள்ள அரங்கநாதர் கோவிலின் நடுக்குடைவரைக் கோவிலில் உள்ள கல்வெட்டு, அந்தக்கோவில் அதியேந்திர விஷ்ணுக்கிருகம் என்று கூறுகிறது. அக்கல்வெட்டுப் பல்லவ கிரந்தத்தில் அமைந்துள்ளது. அஃது அதியமான் விருதுப் பெயர்களையும் குறிக்கிறது. எனவே, பல்லவர் காலத்தில் அதியமான் ஆட்சி நாமக்கல் வரையிற் பரவியிருந்ததென்று கூறலாம். A.R.E. 7 of 1906.

29. லால்குடியும் அதன் சுற்றுப்பகுதியும் மழவநாடு என்று சொல்லப்படுகின்றன. அப்பகுதி மழவநாட்டுப் பிரகசரண பிராமணர் தலைமையிடமாகும். Tiruchirappalli District Gazetteer, p. 312.

30. திருமழபாடி, கொள்ளிடத்தின் வடகரையில் அமைந்துள்ளது. கொள்ளிடம் வடகாவிரி என்றும் கூறப்படும்.

31. Epigraphia Indica, 17. No. 16

வடமழநாட்டை அதிகைமான்களும், தென்மழநாட்டை ஓரியின் முன்னவரும் பின்னவருமான கொல்லி மழவர்களும் சங்ககால முதல் ஆண்டு வந்தார்கள் என்று கொள்வது பொருத்தமாகும். கொல்லி மழவர் ஆட்சிக்குட்பட்ட மழநாட்டில் கோவந்த புத்தூர்-விசயமங்கை, திருமழபாடி, திருப்பழுவூர், (உடையார் பாளையம் வட்டத்தில் உள்ளவை), அன்பில், ஆலந்துறை, மாந்துறை, திருப்பாச்சில் ஆச்சி ராமம், திருப்பைஞ்ஞீலி (லால்குடி வட்டத்தில் உள்ளவை) என்னும் பாடல் பெற்ற சிவதலங்கள் உள்ளன.

இடைக்கால மழவர்

கி.பி. ஆறாம் நூற்றாண்டின் பிற்பகுதியிற் (கி.பி. 575-600) சிம்ம விஷ்ணு என்ற பல்லவ வேந்தன் மலையர், களப்பிரர், மழவர், சோழர், பாண்டியர், சிங்களர், கேரளர் ஆகியோரை வென்றான் என்று காசக்குடிப்பட்டயம் பகர்கிறது.[32] கி.பி. ஏழாம் நூற்றாண்டில், திருஞான சம்பந்தர் வாழ்ந்த காலத்தில், மழநாடு கொல்லி மழவன் ஆட்சியில் இருந்தது. அவன் 'முயலகன்' என்ற நோயால் துன்புற்ற தன் மகளைத் திருப்பாச்சிலுக்கு அழைத்து வந்து, அவளது நோயை நீக்கும்படி திருஞான சம்பந்தரை வேண்டினான் என்பது பெரிய புராணம்.[33]

கி.பி. எட்டாம் நூற்றாண்டில் பாண்டிய மன்னனாய் விளங்கிய அரிகேசரி பராங்குச மாறவர்மன் (கி.பி. 710-765) மழகொங்கு நாட்டைக் கைப்பற்றி அந்நாட்டு மன்னன் தனக்குத் திறை செலுத்துமாறு செய்தனன் என்று வேள்விக்குடிப்பட்டயம் விளம்பு கின்றது.[34]. முதலாம் ஆதீத்த சோழன் (கி.பி. 871-907) காலத்தில் செம்பியன் மழநாட்டு வேள் என்ற கொற்றன் மாறன் திருவெள்ளறைச் சிவன் கேவிலில் ஒரு நந்தா விளக்கு வைத்தான்.[35] கி.பி பத்தாம் நூற்றாண்டில் சோழப் பேரரசனாயிருந்த முதற்பராந்தகன் மகனான கண்டராதித்தன் மனைவியார் செம்பியன் மாதேவியார் என்பவர். இப்பெருமாட்டியார் செய்த கோவில் திருப்பணிகள் மிகப் பலவாகும். இவ்வம்மையார் 'மழபெருமான் மகளார்' என்று உய்யக் கொண்டான். திருமலைக் கல்வெட்டுக் கூறுகின்றது.[36]

32. சம்பந்தர் புராணம், செ. 310.
33. ஆனாய நாயனார் புராணம், செ. 1-7
34. S.I.I. II. 73
35. திருஞான சம்பந்தர் புராணம், செ. 310-320
36. Ep. Indica, 17, No. 16

சேர சோழ பாண்டியர் தம் ஆட்சிக்கு உட்பட்ட குறுநில மன்னரிடம் பெண் எடுத்தல் மரபு என்பது. கரிகாலன் தந்தையான உருவப்பஃறேர் இளஞ்சேட்சென்னி அழுந்தூர் வேளின் மகளை மணந்தான். கரிகாலன் நாங்கூர் வேளின் மகளை மணந்தான் என்பன கொண்டு தெளியலாம்.[37] அம்முறையைப் பின் பற்றியே கண்டராதித்த சோழன் தன் ஆட்சிக்குட் பட்ட மழநாட்டு மன்னன் மகளை மணந்தான். சோழப் பேரரசனே மகள் கொள்ளும் அளவிற்கு மழவர் சிறந்திருந்தனர் என்பது இதனால் தெரிகிறதன்றோ?

1. சுந்தரசோழன் காலத்தில் (கி.பி. 957-973) கொல்லி மழவன் ஒற்றியூரன் பிரதிகண்ட வர்மன் சுந்தர சோழன் என்ற மழவராயன், இலங்கையில் நிகழ்ந்த போரில் சோழர் சார்பில் நின்று போரிட்டு இறந்த தன் தந்தையின் நினைவாகத் தூசியூரில் கிணறு ஒன்றை வெட்டு வித்தான்.[38]

இச்செப்புப் பட்டயச் செய்தியிலிருந்து, இக்கொல்லி மழவன் தந்தை சோழருடைய படை முதலிகளுள் ஒருவனாயிருந்திருத்தல் கூடும் என்பதை அறியலாம்.

2. கண்டராதித்த சோழன் மகனாகிய உத்தம சோழன் (கி.பி. 969-986) மனைவியர் பலருள் மழபாடியைச் சேர்ந்த தென்னவன் மாதேவி என்பவள் ஒருத்தியாவள்.[39] அப்பெண்மணி மழவராயர் மகளாய் இருத்தல் வேண்டும்.

சோழர் ஆட்சியிலும், பாண்டியர் ஆட்சியிலும் மழவராயர் குறுநில மன்னராயும், அமைச்சராயும், தானைத் தலைவராயும் அரசாங்க உயரலுவலராயும் இருந்தனர் என்பதைப் பல கல்வெட்டுகள் உணர்த்து கின்றன. அவற்றைக் கீழே காண்க.

3. உத்தம சோழன் காலத்தில் அண்டாட்டு மழவன் என்பவன் கோவந்த புத்தூர்ச் சிவன் கோவிலில் இரண்டு நந்தா விளக்குகள் எரிக்க நிலம் அளித்தான்.[40]

---

37. 522 of 1905

38. S.I.I. II. 75

39. தொல், பொருள், அகத்திணையியல், நூற்பா 30 நச்.உரை.

40. Copper Plates 10 and 11 of 1913-14

4. முதலாம் இராசராசன் காலத்தில் (கி.பி. 985-1014) சீட்புலி நாட்டையும் பாக்க நாட்டையும் வென்ற சேனைத் தலைவன் பரமன் மழபாடியார் என்பவன்.[41] இவன் மழநாட்டுப் பெருமாளாய் இருந் திருக்கலாம்.

5. முதலாம் இராசேந்திரன் காலத்தில் (கி.பி. 1012-1044) கொல்லி மலை அறப்பள்ளி ஈசுவரர் கோவிலுக்கு மழபெருமாள் மருமகளும் அணிமுரி நாடாள்வான் மனைவியுமான கணலைத்தாதி என்பவள் அறம் செய்தாள்.[42]

6. அதிகாரி க்ஷத்திரிய சிகாமணி வளநாட்டுப் பனையூர் நாட்டுச் சயங்கொண்ட சோழ நல்லூருடையான் உதயதிவாகரன் கூத்தாடு வானான வீரராசேந்திர மழவரையர் என்பவன் உடன் கூட்டத்து அதிகாரிகளுள் ஒருவன்.[43]

7. விக்கிரம சோழன் ஆட்சியில் (கி.பி. 1118-1135) பாண்டிய குலாசனி வளநாட்டு மழவராய நாடாள்வான் என்ற ஒருவன் திருநறையூர்க் கோயிலுக்கு அறம் செய்தான்.[44]

8. இரண்டாம் இராசராசன் காலத்தில் (கி.பி. 1146-1173) துறையூ ரைச் சேர்ந்த நித்திய கலியாணன் தில்லைக் கூத்தன் என்ற மழநாட்டு விழுப்பரையன் என்பவன் திருவானைக்காக் கோவிலுக்கு நிலம் வழங் கினான்.[45]

9. நங்கவரம் (நங்கைபுரம்) சிவன் கோவில் மண்டபத்தை மழ நாட்டுப் பெருமாளான அகளங்கன் என்பவன் கட்டினான்.[46]

10. மூன்றாம் இராசராசன் காலத்தில் (கி.பி. 1216-1246) சுந்தர பாண்டியதேவனிடம் காலடி சங்கரன் அழகப்பெருமான் என்ற மழவராயன் என்பவன் மலை மண்டல முதலியாய் இருந்தான்[47].

---

41. A.R.E. 1926. p. 104.

43. 170 of 1928-29
44. Cholas, K.A.N. Sastry, p. 187.
45.   497 of 1929-30
46. தமிழ்ப் பொழில், 2; பக். 18.
47. 131 of 1931-32

11. முதல் மாறவர்மன் சுந்தரபாண்டியன் (கி.பி. 1216-1238) சார்பில் குலசேகர மழவராயன் என்பவன் திருநாவலூர்க் கோவில் நிலங்களை இறையிலியாக்கினான்.[48]

12. அம்மன்னனே, தன் அமைச்சனான மழவராயன் வேண்டு கோளின்படி திருவாடானை வட்டத்து இராதனூர்ச் சிவன் கோவிலில், 'சுந்தரபாண்டியன் சந்தி' என்ற சிறப்புப் பூசைக்காகச் சில வரிகளைக் கோவிலுக்கு ஒதுக்கினான்.[49]

13. அவ்வேந்தன் ஆட்சியில் பணிபுரிந்த சாமந்தன் மழவராயன் என்பவன் திருச்சிற்றேமம் சிவன் கோவிலுக்கு அறம் செய்தான்[50].

14. இரண்டாம் மாறவர்மன் சுந்தரபாண்டியன் (கி.பி. 1239-1251) தனது இரண்டாம் ஆட்சியாண்டில் ஐயன் மழவராயன் வேண்டு கோளின்படி, அழகர் கோவிலுக்கு விடப்பட்ட ஒரூரின் நிலங்களை வரியிலியாக்கினான்.[51]

15. அம்மன்னனே தனது ஐந்தாம் ஆட்சியாண்டில், ஐயன் மழவராயன் வேண்டுகோளின்படி, அழகர் கோவிலுக்கு விடப்பட்ட ஒரூரின் நிலங்களை வரியிலியாக்கினான்.[52]

16. அவ்வேந்தனே தனது எட்டாம் ஆட்சியாண்டில், ஐயன் மழவராயன் வேண்டுகோளின் படி, ஒரூரின் வரிகளைச் சீரங்கம் கோவிலுக்கு வழங்கினான்.[53]

17. அவ்வரசனே தனது பத்தாம் ஆட்சியாண்டில், ஐயன் மழவராயன் விருப்பப்படி, திருமாலுகந்தான் கோவில் என்னும்

---

48. 34 of 1937-38
49. 339 of 1903
50. 158 of 1938-39
51. 256 of 1939-40 குலசேகர பாண்டியன் ஆட்சிக்காலம் கி.பி. 1190-1218 முதல் மாறவர்மன் சுந்தரபாண்டியன் ஆட்சிக் காலம் கி.பி. 1216-1238. எனவே, குலசேகரன் ஆட்சியில் அரசாங்க அலுவலராயிருந்த குலசேகர மழவராயர் தந்தையார், தம் மைந்தருக்கு அரசன் பெயரை இட்டிருத்தல் கூடும். அம்மைந்தர் அப்பெயரோடு முதற்சுந்தர பாண்டியன் ஆட்சியில் பணியாற்றியிருத்தல் வேண்டும்.
52. 50 of 1926; A.R.E. 1926. p. 109
53. 180 of1926; A.R.E. 1926. p. 109

ஊரிலுள்ள ஒப்பிலா முலையார் என்ற அம்மன் கோவிலுக்கு வரியிலியாக நிலங்களை விட்டான்.[54]

18. அப்பாண்டியனே தனது பதினோராம் ஆட்சியாண்டில், ஐயன் மழவராயன் வேண்டுகோளின்படி, திருமாலுகந்தான் கோவில் கிராமத்துச் சிவன்கோயிலுக்கு நிலதானம் செய்தான்.[55]

19. அவ்வரசனே தனது பதினோராம் ஆட்சியாண்டில் ஐயன் மழவராயன் வேண்டுகோளின்படி, திருநெல்வேலியில் தன் மாமி கட்டிய மடத்துக்கு நிலங்களை வழங்கினான்.

20. அம்மன்னனே தனது பன்னிரண்டாம் ஆட்சியாண்டில் ஐயன் மழவராயன் வேண்டுகோளின்படி, திருப்பரங்குன்றம் மடத்தில் தவசிகள் உண்ண நிலம் வழங்கினான்.[56]

21. அவ்வேந்தனே தனது பன்னிரண்டாம் ஆட்சியாண்டில் மழவராயன் விருப்பப்படி திருக்குருகூர்ப் பெருமான் கோவிலில் திருவிழா ஒன்றை ஏற்பாடு செய்தான்[57].

22. அம்மன்னனே தனது பதினான்காம் ஆட்சியாண்டில் மழவராயன் விருப்பப்படி, பாண்டி நாட்டுத் தென்கரைப் பெருமாள் கோவிலுக்கு நிலம் விட்டான்.[58]

23. அவ்வேந்தனே தனது இருபத்து மூன்றாம் ஆட்சியாண்டில் மழவராயன் வேண்டுகோளின்படி, கரூரின் நிலங்களை இறையிலியாக்கி அழகர் கோவிலுக்கு வழங்கினான்.[59]

24. முதல் சடையவர்மன் குலேசேகரபாண்டியன் (கி.பி. 1190-1217) மழவராயன் என்ற திருப்பள்ளிக் கட்டிலில் வீற்றிருந்தான்.[60]

25. மாறவர்மன் சுந்தரபாண்டியன் மாடக்குளம் அரண்மனையில் மழவராயன் என்ற திருப்பள்ளிக் கட்டிலில் வீற்றிருந்தான்.[61]

---

54. 9 of 1931-32
55. 18 of 1931-32
56. 304 of 1929-30
57. 55 of 1931-32
58. 36 and 54 of 1931-32
59. 292 of1940-41
60. 239 of1941-42
61. 469 of 1909

26. அப்பாண்டியனே சீரங்கம் அரண்மனையில் தங்கியிருந்த பொழுது மழவராயன் என்று பெயர் கொண்ட அரசு கட்டிலில் அமர்ந் திருந்தான்.[62]

27. இரண்டாம் சடையவர்மன் குலசேகர பாண்டியன் (கி.பி. 1238-1239) மழவராயன் வேண்டுகோளின் படி, அழகர் மலையில் இருந்த குலசேகர மடத்தில் வேதியரை உண்பிக்க நிலம் வழங்கினான்.[63]

27. மாறவர்மன் விக்கிரம பாண்டியன் (கி.பி. 1249-1258) 5ஆம் ஆட்சியாண்டில் திருப்பரங்குன்றம் கோவில் அறம் பற்றிப் பிறப்பித்த ஆணையில் கையெழுத்திட்ட அரசாங்க உயரலுவலவருள் பொன்னன் மழபெருமான் என்பவன் ஒருவனாவன்.[64]

28. முதல் மாறவர்மன் குலசேகரபாண்டியன் காலத்தில் (கி.பி. 1268-1311) திருமழபாடிக் கோவிலுக்குச் சில வரிகளை ஒதுக்கி ஆணை பிறப்பித்த அரசியல் அலுவலருள் சுந்தரபாண்டிய மழவராயன் என்பவன் ஒருவனாவன்.[65]

மழவராயர்கள், பொதுவாகப் பாண்டியரிடமும் சிறப்பாக இரண்டாம் சுந்தர பாண்டியனிடமும் பெற்றிருந்த செல்வாக்கு உணரத் தகும்.

29. குமார கம்பணர் காலத்தில் (கி.பி. 1355-1376) திரு.அக்கீசுவர முடையான் மழவதரையன் என்பவன் திருப்பராய்த் துரைச் சிவன் கோவிலுக்கு அறம் செய்தான்.[66]

30. கி.பி.1450இல் பள்ளி கொண்ட பெருமாள் மழவராயன் என்பவன் பட்டுக்கோட்டைப் பகுதிக்குத் தலைவனாயிருந்தான் என்பது திருச்சிற்றேமம் கல்வெட்டால் தெரிகிறது.[67]

31. பள்ளி கொண்ட பெருமாள் பிரவுட தேவமழவராயன் என்பவன் தஞ்சை மாவட்டம் மன்னார்குடி வட்டத்துத் திருக்கண்ண மங்கையில் உள்ள பெருமாள் கோவில் நிலங்களுக்கு விதிக்கப்பட்டிருந்த எல்லா வரிகளையும் நீக்க ஆணை பிறப்பித்தான்.[68] விசய நகர வேந்தரான

62. 133 of 1919
63. 11 of 1931-32
64. 459 of 1910
65. 278 and 306 of 1929-30
66. 161 of 1938-39
67. 279 of1929-30
68. 252 of 1941-42

மல்லிகார்சுன தேவரே பிரபுட தேவ மகாராயர் என்று பெயர் பெற்றவர்[69]. அவர் காலம் கி.பி. 1447-1465) எனவே, அவர் பெயர் தாங்கிய மழவராயனும் அக்காலத்தவனே என்பது பொருத்தமாகும்.

32. பள்ளி கொண்ட பெருமாள் கற்பூரமழவராயர் என்ற அழகிய மணவாளதாசர் என்பவர் சீரங்கம் கோவிலுக்காக நந்தவனமும் தெங்கந் தோப்பும் வைக்கக் கி.பி. 1471இல் நில தானம் செய்தார்.[70]

33. வீரப்பிரதாப மழவராயர் என்வர், கி.பி. 1497-98இல் பட்டுக் கோட்டைப் பகுதிக்குத் தலைவராயிருந்தார் என்பது திருச்சிற்றேமம் கல்வெட்டால் தெரிகிறது.[71]

34. செவப்ப மழவராய சோழகன் என்பவன் திருமழபாடிக் கோவிலுக்கு இரண்டு சிற்றூர் நிலங்களைத் தானம் செய்தான்[72]

அரியலூர் மழவராயர்

கி.பி.15ஆம் நூற்றாண்டின் தொடக்கத்திலிருந்து அரியலூரைத் தலைநகராய்க் கொண்டு ஆண்டு வந்த சிற்றரசர் தம்மை மழவராயர் என்று வழங்கிக்கொண்டனர். அவருள் பதினாறாம் பட்டத்துக்குரிய மழவராயர் துறையூர்ப் பாளையக்காரருக்கு வெற்றியுண்டாக உதவி புரிந்தமையால், தம் பெயருக்கு முன்பு 'விசய' என்னும் அடை மொழி யைச் சேர்த்துக் கொண்டார். மழவராயர் குலதேவதை ஒப்பில்லாத அம்மன்[73] என்பது. அதனால், அவர்கள் 'ஒப்பில்லாத' என்பதையும் தங்கள் பெயர்க்கு முன்பு சேர்த்துக் கொண்டார்கள்[74].

அரியலூர்ப் பெருமாள் கோவில், சிவன் கோவில், மாரியம்மன் கோவில் ஆகியவற்றில் உள்ள கல்வெட்டுகளும் பிறவும் அரியலூர் மழவராயர் சிலருடைய பெயர்களையும் காலங்களையும் குறிக்கின்றன. அவற்றைக் கீழே காண்க:

1. சதாசிவராயர் ஆட்சிக் காலத்தில் (கி.பி.1573ல்) கிருஷ்ணப்ப மழவராய நாயனார் என்பவர் அரியலூரில் சிற்றரசராயிருந்தார்.[75]

---

69. 103 of 1920
70. 282 of 1903
71. 181 of 1926
72. 74 of 1946-47
73. 250 of 1952-53
74. 62 and 92 of 1938-39
75. 179 of 1926; A.R.E. 1926. p. 114

2. அரங்கப்ப மழவராயர் என்பவர் பெரம்பலூர் வட்டம் கொத்தவாசல் சிவன் கோயிலுக்குக் கி.பி. 1608இல் 270 குழி நிலம் விட்டார்.[76]

3. அரசு நிலையிட்ட ஒப்பிலாத மழவராயர் (கி.பி1635)

4. விசய ஒப்பிலா மழவராயர்.

5. (அவர் மைந்தர்) அரங்கப்ப மழவராயர்.

6. (அவர் மைந்தர் விசய ஒப்பிலா மழவராயர் (கி.பி.1741)

7. விசய ஒப்பிலா மழவராயர் (கி.பி.1946)

---

76. 450 of 1920; சிற்றரசர் தம் பேரரசன் பெயரைத் தம் பெயர்க்கு முன்பு இட்டு வழங்குதல் மரபு என்பதைக் குலசேகர மழவராயர், குலோத்துங்க சோழர் சேதிராயர் என்னும் சிற்றரசர் பெயர்களைக் கொண்டு தெளியலாம். அங்ஙனம் அமைந்ததே செவப்ப மழவராயர் என்பதும் எனக் கோடல் தகும். விசயநகர வேந்தர்க்கு உட்பட்டுத் தஞ்சையை ஆண்ட முதல் நாயக்க மன்னன் செவப்ப நாயக்கன் என்பவன். அவனது ஆட்சிக்கு உட்பட்ட மழவராயன் செவப்ப மழவராயன் என்று தன்னை வழங்கிக் கொண்டிருக்கலாம். செவப்ப நாயக்கன் காலம், கி.பி. 1532 1580)
& The Nayaks of Tanjore, Vriddhagirisan, p. 24.

2. Tiruchirappalli District Gazetteer, p. 344

3. 493 of 1937-38

4. 3 of 1913

1. 88 of 1927

2. 91 of 1927

3. வேறொரு பட்டயத்தில் விசய ஒப்பிலாத மழவராயர், அவர் மைந்தர் முத்து வேங்கடப்ப மழவராயர் அவர் மைந்தர் விசய ஒப்பிலா மழவராயர் (கி.பி. 1746) என்பது காணப்படுகிறது. Mysore Archaeological Report for 1916-17 p. 58

4. உடையார் பாளையம் பெருமாள் கோவிலைச் சேர்ந்த பெருமாள் ஐயங்காரிடம் உள்ள செப்பேட்டில் குமார ஒப்பிலா மழவராயர் என்பவர், கி.பி. 1763இல் 90 குழி நிலம் அப்பெருமாள் கோவிலுக்கு வழங்கினார் என்பது காணப்படுகிறது.
- List of Inscription of the Madras Presidency. V. Rangacharya, Vol. III p. 1607. காலம் தெரியவில்லை.

5. 89 of 1927

6. 90, 94 and 95 of 1927; A.R.E. 1926-27, p. 119

8. குமார ஒப்பிலா மழவராயர் (கி.பி. 1763)

9. விசய ஒப்பிலா மழவராயர் (கி.பி.1808)

10. குமார ஒப்பிலா மழவராயர் (அவர் மைந்தர்) விசய ஒப்பிலா மழவராயர் (கி.பி. 1832, 1841, 1843)

11. வேங்கடப்ப மழவராயர் (அவர் தாயார்) தங்க முத்தாயி.

12. குமார ஒப்பிலா மழவராயர் (கி.பி. 1907)

அரியலூர் மழவராயர் வன்னியருள் படையாட்சி மரபினர். இவர்கள் சிறந்த படைத்தலைவர்களாயிருந்தமையால் 'படையாட்சி' என்ற பட்டம் பெற்றார்கள் போலும்! இவர்கள் தொடர்ந்து சிற்றரசரா யிருந்து வந்தமையும், 'மழவராயர்' என்னும் பட்டத்தைத் தொடர்ந்து தரித்து வந்தமையும் ஒப்பிலா அம்மனை வழிபடுபவர் என்பதும், படையாட்சி மரபினர் என்பதும் இவர்களது மரபின் பழைமையை நன்கு உணர்த்துகின்றன. இவை, இவர்கள் சங்ககால மழவர் மரபினரா கலாம் என்று கருத இடந்தருகின்றன.[77]

◈

---

7. List of Inscriptions of the Madras Presidency, V.Rangacharya, Vol. III, p. 1607; காலம் தெரியவில்லை.

1. Tiruchirappalli District Gazetteer, p. 346.

2. Ibid. p. 344

1. இரண்டாம் மாறவர்மன் சுந்தர பாண்டியன் ஆட்சியில் மிக்க செல்வாக்குப் பெற்ற அரசியல் அலுவலனாயிருந்த ஐயன் மழவராயன் என்பவன் இராம நாதபுர மாவட்டம் – முதுகுளத்தூர் வட்டம் – திருமாலுகந்தான் கோவில் என்னும் சிற்றூர்ச் சிவன் கோவிலில் இருந்த 'ஒப்பிலா முலையார்' என்னும் அம்மனுக்கு அரசனைக் கொண்டு நிலதானம் செய்வித்தான் என்பது முன்பு (55 1931 32) கூறப்பட்டது. சேக்கிழார் அமைச்சர் பதவியிருந்து விலகிய பின்பு தமது குன்றத்தூரில் சோழ நாட்டுத் திருநாகேசுவரத்தை அமைத்து வழிபட்டாற்போலவே இம்மழவராயன் தன் பதவியிலிருந்து விலகி மழநாடு வந்த பின்பு ஒப்பிலா அம்மனுக்குக் கோவில் கட்டி வழிபட்டிருக்கலாம்.. அதனால், அவன் மரபினருக்கு அவ்வம்மனே குல தெய்வமானாள் எனக் கருதலாம். அவ்வொப்பிலா அம்மனே அரியலூர் மழவராயர்க்குக் குலதெய்வ மானாள் என்று கோடல் பொருத்தமாகும்.

16. ஓய்மான் நல்லியக்கோடன்

நல்லியல்புகள்

இவன் மாவிலங்கை என்னும் தலைநகரிலிருந்து ஓய்மானாட்டை ஆண்டு வந்தான். மாவிலங்கையைப் பற்றியும் இவனுடைய பிற நகரங் களைப் பற்றியும் முன்பே விரிவாகக் கூறப்பட்டுள்ளன.

இப்பெருமகன் பிறர் தனக்குச் செய்த நன்றியை அறிந்து அவர்க்கு நன்மை செய்பவன்; கீழ்மக்களுடன் பழகாதவன்; எப்பொழுதும் இனிய முகத்துடன் இருப்பவன்; உள்ளத்தாலும் இனியவன்; பல கலைகளை உணர்ந்தவன்; ஆதலின், பலர் புகழுக்கு உரியவன்; வீரத்தில் சிறந்தவன்; தன் வீரத்திற்கு அஞ்சித் தன்னிடம் அடைக்கலமாய் வந்தவர்க்கு அருள் செய்பவன்; வீரர் அணியைக் குலைப்பவன்; அழிபடை தாங்குபவன்; வாள் வலியால் வீரர் பாராட்டுக்கு உரியவன்; கருதியது முடிக்கும் ஆற்றல் பெற்றவன்; தன் மனைவியர் தன்னை விரும்பும்படி நடப்பவன்; ஆயின் மனைவியர் வசப்படாதவன்; அவர் குறையறிந்து முடிப்பவன்; அறிஞர் முன்னிலையில் அறிஞனாயும், அறியார் முன்னிலையில் அறியான் போலவும் நடப்பவன்; பரிசிலருடைய தரம் அறிந்து பரிசில் நல்கி மகிழ்பவன் (சி.ஆ.படை, அடி, 207-217).

கொடைச் சிறப்பு

இவன் காலத்திற்கு முன்பே பாரி, பேகன், காரி, ஆய், அதிகன், நள்ளி, ஓரி என்ற வள்ளல்கள் எழுவரும் காலமாய்விட்டனர் என்று சிறுபாணாற்றுப்படை கூறுகிறது. 'சேர, சோழ, பாண்டியரினும் நல்லியக் கோடன் சிறந்த கொடையாளி, வள்ளலகள் எழுவர் செய்து வந்த ஈகையை இவன் ஒருவனே இன்று செய்து வருகின்றான்;' என்று பொருள் படப் புலவர்,

"எழுவர் பூண்ட ஈகைச் செந்நுகம்
விரிகடல் வேலி வியலகம் விளங்க
ஒருதான் தாங்கிய உரனுடை நோன்றாள்
நல்லியக் கோடான்"

(சி.ஆ.படை, 113-126)

என்னும் அடிகளால் உணர்த்தியுள்ளார்.

இப்பெருமகன் புலவர்-பாணர்-கூத்தர் என்ற பரிசிலர் புகழப் பல மீன்களுக்கு நடுவில் உள்ள கலை நிறைந்த மதியைப் போல இயல், இசை, நாடகப்புலவர் குழுவினருடன் மகிழ்ந்திருப்பவன். புலவர், பாணர், கூத்தர் இவனை அணுகி, 'நீ தாய், தந்தை, ஆசிரியன் முதலிய பெரியோர்க்குக் குவிந்த கையையுடையை; வீரர்க்கு மகிழ்ச்சியுடன் மார்பைக் காட்டுவாய்; உழவர்க்கு நிழல் செய்யும் செங்கோலை உடையை; பகைவரை அழிக்க வேற்படையை உடையை' என்று பல படப் பாராட்டுவர் (சி.ஆ.படை அடி, 231-234)

நல்லியக்கோடன் தன்னை அடைந்த எளியவர்க்கு உடனே புத்தாடை தந்து உடுக்கச் செய்வான்; வீமபாகத்தில் வல்ல சமையற்காரன் செய்த பல வகைஉணவுப் பொருள்களைப் படைத்துத் தான் நின்று உண்பிப்பான்; வேண்டும் பரிசிலை நல்கித் தேரைப் பாகனுடன் வழங்கி வழியனுப்புவான் (சி.ஆ.படை, அடி, 245-260)

புறத்திணை நன்னாகனார்

இவர் நல்லியக்கோடன்மீது பாடிய ஒரு செய்யுள் புறநானூறு என்னும் தொகை நூலில் (176) அமைந்துள்ளது. இவர் அப்பாடலில் மாவிலங்கையின் வளத்தைக் கூறியுள்ளார்; நல்லியக்கோடன் சிறுபாணர்க்கு உதவுபவன் என்று கூறியுள்ளார். தாம் அதுகாறும் அக்கொடை வள்ளலது இனிய சாயலைக் காணாதிருந்தமைக்கு வருத்தம் தெரிவித்துள்ளார்.

ஓவியர் குடி

நல்லியக்கோடன், 'ஓவியர் பெருமகன்' என்று சிறுபாணாற்றுப்படையில் (அடி, 122) கூறப்பட்டுள்ளான். இவன் 'ஓய்மான் நல்லியக் கோடன்' என்று வழங்கப்பட்டான். வேள் மகன்- வேண்மான் எனவும், வேள் மகள்-வேண்மாள் எனவும் வழக்குப் பெற்றாற்போல 'ஓவியர் மகன் என்பது 'ஓய்மான்' என மருவியது. எனவே, ஓவி என்பதன் மறு வடிவம் ஓய் என்பதாயிற்று. ஓய்மான் ஆண்ட நாடு 'ஓய்மானாடு' எனப்பட்டது.

தமிழ்நாட்டுக் குடிகளுள் ஓவியர் குடி ஒன்றுபோலும்! இவர்கள் கரிகாலன் காலத்தில் நாடாண்டமைக்குச் சான்றில்லை. 'வஞ்சியும் வறிதே' 'மதுரையும் வறிதே' 'உறந்தையும் வறிதே' என்றும் 'பாரி முதலிய வள்ளல்களுக்குப் பின்னர் இந்நல்லியக்கோடன் ஒருவனே தமிழ் வாணரைத் தாங்கினான் என்றும் சிறுபாணாற்றுப்படை செப்புவதை

நோக்க, இவன் தமிழரசர் வலி குன்றிய கடைச்சங்க இறுதிக்காலத்தில் (கி.பி. 3ஆம் நூற்றாண்டின் இறுதியில்) இருந்திருத்தல் வேண்டும் என்பது முன்பே கூறப்பட்டது.

கரிகாலன் அருவா நாட்டைப்பிடித்து ஆண்ட போது 'ஓய்மானாடு' என ஒரு நாடு இல்லை. ஓவியர் அவனது ஆட்சியில் உயரலுவலராய் இருந்திருக்கலாம். சாதவாகனப் பேரரசில் மாநிலத்தலைவராயிருந்த இட்சுவாகர், பல்லவர் முதலியோர், அப்பேரரசு வலி குன்றிய சமயத்தில், தாம் தாம் ஆண்ட பகுதிக்குத் தாமே அரசரானாற் போலச் சோழர் ஆட்சியில் உயரலுவலராயிருந்த ஓவியர், அவ்வரசு வலி குன்றிய பொழுது சிற்றரசராய் நாடாளத் தொடங்கினர் எனலாம்.

ஓய்மானாட்டு அரசர்கள்

'தொன்மாவிலங்கை மன்னருள்ளும்' என்று சிறுபாணாற்றுப்படை கூறுவதால், நல்லியக்கோடற்கு முன்பு சிலரேனும் ஓய்மானாட்டை ஆண்டிருத்தல் வேண்டும் என்பது புலனாகும். இவனுக்கு முன்போ பின்போ அந்நாட்டையாண்ட இருவர் புறத்திணை நன்னாகனாராற் பாடப்பட்டுள்ளார். அவர் ஓய்மான் நல்லியாதன் (புறம். 276) ஓய்மான் வில்லியாதன் (புறம். 379) என்பவர். விக்கிரம சோழன், இரண்டாம் குலோத்துங்கன், இரண்டாம் இராசராசன் ஆகிய (அடுத்தடுத்துப் பட்டம் பெற்ற) மூவர்மீது ஒட்டக்கூத்தர் ஒருவரே உலா நூலைப்பாடினாற் போல, நல்லியக்கோடன், நல்லியாதன், வில்லியாதன் ஆகிய மூவர் மீதும் புறத்திணை நன்னாகனார் மூன்று பாடல்களைப் பாடியுள்ளார். சிறுபாணாற்றுப்படையில் நல்லியக்கோடனின் தந்தை குறிப்பிடப் பட்டுள்ளான்.

ஓய்மானாட்டில் (திண்டிவனம் வட்டத்தில்) ஆதவில்லிக் கூத்தனூர் என்னும் பெயர் கொண்ட ஊர் உள்ளது. அஃது ஆதன் வில்லி என்ற மன்னன் கூத்தனுக்கு நட்டுவக்காணியாகக் கொடுத்த ஊர் போலும்! அதனாலேதான் ஆத(ன்) வில்லிக் கூத்தனூர் எனப்பெயர் பெற்றது. எனவே, ஓய்மான் நல்லியாதன் என்பவனைப் போலவே ஓய்மான் ஆதன் வில்லி என்னும் பெயருடன் அம்மரபினன் ஒருவன் இருந்திருக்கலாம். ஆகவே, நாமறிந்த வரையில், ஓய்மான்கள் ஐவர் சிற்றரசராயிருந்தனர் என்று கூறலாம்.

ஓவியர் குடி நாகர் குடியா?

'கோடன்' என்பது 'கோடகன்' என்பதன் மரூஉ மொழி. கார்க்

கோடகன் என்பது கார்க்கோடன் என மருவி வழங்கும். கார்க் கோடகன் என்பது எட்டுப் பெரிய நாகங்களுள் ஒன்றான கடவுட் பாம்புக்குப் பெயராகும்[1]. அதியமான் நெடுமான் அஞ்சி என்பது அஞ்சி என மருவி வழங்குதல் போலக் கார்க்கோடன் என்பது கோடன் என மருவி வழங்குதல் இயல்பாகும். அங்ஙனம் வழங்கப்பட்டதாகக் கொள்ளின், நல்லியக் கோடன் என்பது நல்லிய நாகன் எனப் பொருள்படும். அஃதாவது, நல்லியக் கோடன் நாகர் மரபினன் என்பது பெறப்படும்.

வடவிந்தியாவில் நாகர்

'இந்தியப் பழங்குடிகளுள் நாகர் குறிப்பிடத்தக்கவர்; சிறந்த நாகரிக முடையவர்,' என்று வரலாற்றாசிரியர் கூறுகின்றனர். 'நாகநாடு' என்பது இன்றும் இந்தியாவின் வடகிழக்குப் பகுதியில் அமைந்துள்ளதை அனைவரும் அறிவர். அவர்கள் வாழும் மலை 'நாகமலை' எனப்படும். அந்நாகர்கள் அங்கமிகள், ரெங்கமர்கள், சேமர்கள், லோஹ்தர்கள், ஆவோக்கள், சோன்யகர் கள், சங்குகள், துக்கோமிகள் எனப் பல இனத்தவராய் உள்ளனர். அவர் களுடைய சமூக, பொருளாதாரக் காரியங்களைக் கண்காணிப்பது கூட்டம் என்பது. அக்கூட்டம் மூத்தோரைக் கொண்டது. அம்மூத்தோரே ஊராட்சியை நடத்துவர்.

நாகர்கள் பயிர்த்தொழிலில் வல்லவர்கள்; பன்னிரண்டு நெல் வகைகள், கம்பு, சோளம், பருத்தி முதலியவற்றைப் பயிராக்குகின்றார்கள்; மீன் பிடித்தல், கால்நடை வளர்த்தல், வேட்டையாடுதல் செய்கின்றார்கள். இவர்கள் கலைகளிலும் கைத்தொழில்களிலும் தேர்ந்தவர்கள்; நெசவு, சாயமேற்று தல், மட்பாண்டம் செய்தல், கூடை முடைதல், மரச் செதுக்கு வேலை என்பவற்றில் திறமையுடையவர்கள். இம்மக்கள் இசை[2] நடனம்[3], கதை கள் ஆகியவற்றில் மிகுந்த விருப்பம் உடையவர்கள்.

ஆந்திர நாட்டில் நாகர்

கிருஷ்ணையாற்றங்கரையில் அமைந்துள்ள அமராவதி என்னும் இடத்திலிருந்து அப்பேரியாறு கடலொடு கலக்கும் இடம் வரையில் உள்ள நிலப்பகுதியில் நாகர் வாழ்ந்து வந்தனர். அவர்கள் அரசு அங்கு இருந்தது. நாகர் தம் நாட்டில் புத்தருக்குக் கோவில் கட்டி வழிபட்டனர். இந்த உண்மையை அங்குக் கிடைத்துள்ள சிற்பங்கள் உணர்த்துகின்றன. தன் தலைக்குப் பின்புறம் ஐந்து தலை அல்லது ஏழு தலை நாகத்தை அடையாளமாகவுடைய ஆடவன் நாக அரசன் என்றும், மூன்று தலைநாகத்தை அடையாளமாகப் பெற்றவள் நாக அரசன் மனைவி என்றும், ஒரு தலைநாகத்தை அடையாளமாகக் கொண்டவன் நாகர்

குடி மகன் என்றும் ஆராய்ச்சியாளர் அறைகின்றனர். அமராவதிப் பகுதியில் பௌத்தம் கால் கொள்ளுமுன் நாக வணக்கமே சிறந்திருந்தது என்பதை இச்சிற்பங்கள் வலியுறுத்துகின்றன.

'தருமசேனன்' என்ற அரச மைந்தன் தன்னுடன் முப்பதாயிரவரை அழைத்துக்கொண்டு நரவாடியிலிருந்து கடல்வழியே வந்தான்; கிருஷ்ணையாறு கடலொடு கலக்கும் இடத்தில் இருந்த வயிரமணல் திட்டில் அப்பகுதியை ஆண்டு வந்த நாக அரசனைச் சந்தித்தான்[1].

பல்லவர் மரபில் வந்த வீரகூர்ச்சன் என்பவன் நாகர் மகளை மணந்து அரசுரிமை பெற்றான் என்று வேலூர் பாளையப் பட்டயம் பேசுகின்றது. இதுவும் முன்பே கூறப்பட்டது.

இலங்கையில் நாகர்

இலங்கையை அடுத்துள்ள தீவுகளில் நாகர் வாழ்ந்தனர். மணிபல்லவத்தில் நாகநாட்டரசர் இருவர் புத்த பீடிகைக்காகப் போரிட்டனர்; நாகநாடு, நாகபுரம், நாகர்தீவு, நாகர் மொழி என மணிமேகலையில் பலவிடங்களில் நாகர் பற்றிய செய்திகள் இடம் பெற்றுள்ளன. நாக நாட்டை வளைவணன்என்பவன் ஆண்டு வந்தான். அவன் மனைவி பெயர் வாசமயிலி என்பது. அவர்கட்குப் பிறந்தவள் பீலிவளை என்பவள். நெடுமுடிக்கிள்ளி என்ற சோழ மன்னன் அவள்மீது, அன்பு கொண்டான் என்று ஒரு கதை மணிமேகலையில் கூறப்பட்டுள்ளது முன்பே குறிக்கப் பட்டதன்றோ?

தமிழகத்தில் நாகர்

பொதியமலை நாட்டையாண்ட ஆய் வேளுக்கு நீல நாகம் ஒரு கலிங்கத்தை[2] வழங்கியது. அவ்வள்ளல் அக்கலிங்கத்தை ஆலமர்

---

1. தமிழ்ப்பேரகராதி, தொகுதி 2 பக். 879. ப.பா.ஆ.50
2. கலைக்களஞ்சியம், தொகுதி 6 பக் 327 நல்ல இயங்களை இயக்குவதிலும், நல்லியங்களின் இனிய ஓசையை நுகர்வதிலும் கோடன் சிறந்தவனாதலின், நல்லியக்கோடன் எனப் பெயர் பெற்றான் எனக் கருதல் தகும். அவன் பல இசைக் கருவிகளை இசைக்கும் கோடியரைக் காப்பவன் என்னும் பொருளில் "பல்லியக் கோடியர் புரவலன்" (அடி, 125) என்று பாராட்டப்பட்டுள்ளதைக் காண்க.
3. ஓய்மான் ஆதன்வில்லி என்பவன் கூத்தனுக்கு ஓர் ஊரை வழங்கினமை, கூத்தில் அவனுக்கிருந்த ஈடுபாட்டை உணர்த்துகிறதன்றோ?
சந்திரதேச கதா சங்கிரகமு, C. வீரபத்தி, ராவ், பக். 62–69

செல்வனுக்கு (தென்முகக் கடவுளாகிய சிவபிரானுக்கு) வழங்கினான். இந்நிகழ்ச்சியைச் சிறுபாணாற்றுப்படை (அடி, 96-99) தெரிவிக்கின்றது. இங்குக் கூறப்பட்டுள்ள நீலநாகம் என்பது நீலநாகன் என்ற பெயர் கொண்ட நாகர் தலைவனாய் இருத்தல் கூடும்.

'நாகன்' என்ற பெயர் கொண்ட ஆடவரும் 'நாகை' என்ற பெயர் கொண்ட பெண்டிரும் சங்ககாலத்தில் இருந்தனர் என்பதைச் சங்ககாலப் புலவர் பட்டியல் உணர்த்துகின்றது. கீழ் வரும் பெயர்களைக் காண்க:

1. அம்மெய்யனாகனார்
2. இளநாகனார்
3. இனிசந்த நாகனார்
4. எழூஉப்பன்றி நாகன் குமரனார்
5. நன்னாகனார்
6. பொன்னாகனார்
7. மதுரைக் கள்ளில் கடையத்தன் வெண்ணாகனார்
8. மதுரைக் கொல்லன் வெண்ணாகனார்
9. மதுரைப் பூதன் இளநாகனார்
10. மதுரைப் பெருமருதிள நாகனார்
11. மதுரைப் பொன்செய் கொல்லன் வெண்ணாகனார்
12. மதுரை மருதன் இளநாகனார்
13. மருதன் இளநாகனார்
14. முப்பேர் நாகனார்
15. முரஞ்சியூர் முடி நாகனார்
16. விரிச்சியூர் நன்னாகனார்
17. வெள்ளைக்குடி நாகனார்

என்பவை ஆண்பாற்பெயர்கள்

1. அஞ்சிலத்தை மகள் நாகையார்

2. *கச்சிப்பேட்டு நன்னாகையார்*

3. *நன்னாகையார்*

என்பவை பெண்பாற் பெயர்கள். இப்பெயர்களையுடைய அனைவரும் நாகர் என்பது கருத்தன்று. நாகர் செல்வாக்கு எந்த அளவு சங்ககாலத் தமிழகத்திற் பரவியிருந்தது என்பதற்கு இப்பெயர்கள் ஏற்ற சான்றாகும். நாக வணக்கம் இந்நாட்டில் பழைமையானது என்பது உலகறிந்த செய்தி. இன்றும் நாகப்பன், நாகம்மை, நாகன் என்னும் பெயர்கள் மக்களுக்கு வழங்கப்படுகின்றன.

நமது தமிழகத்தில் நாகப்பட்டினம், நாகூர் (நாகர் ஊர்), நாகர் கோவில், கோடன்பாக்கம் என்னும் பெயர்களுடன் ஊர்கள் இன்றும் உள்ளன அல்லவா? இவை செட்டி நாடு, நாயடு பேட்டை, முதலியார் பேட்டை என்றாற்போல நாகர் வாழ்ந்த பட்டினம், ஊர் என்னும் இடங்களைக் குறிப்பனவாகும்.

கிருஷ்ணையாற்றங் கரையில் இருந்த நாக அரசனைப் போன்றவர், தொண்டை நாட்டில் சோழர் ஆட்சியில் நாட்டுத் தலைவராயிருந்து தாமே ஆளலாயினர். அங்ஙனம் ஆண்டவரே நாகருள் ஓவியர் குடியினர். அவருட்புகழ் பெற்றவன் நல்லியக்கோடன் என்று கருதுதல் பொருத்த மாகும். இந்நாக மரபினனையும் இவனைப் போன்ற ஓய்மான்கள் இருவரையும் பாடிய புலவர் பெயரும் (புறத்திணை) நன்னாகனார் என்றிருத்தல் காணத்தகும்.

◈

1. ஆந்திர தேச கதா சங்கிரகமு, C. வீரபத்திரராவ், பக். 62–69

17. சிறுபாணன் குறித்த வள்ளல்கள்

முன்னுரை

சிறுபாணாற்றுப்படையில் ஓய்மான் நல்லியக்கோடனிடம் பரிசில் பெற்று மீண்ட சிறுபாணன், வறிய சிறுபாணனிடம், 'பேகன் முதலிய புகழ் பெற்ற வள்ளல்கள் எழுவர் மறைந்த பின்பு ஓய்மான் நல்லியக் கோடனே வள்ளலாய்த் திகழ்கிறான்' என்று அவனுடைய சிறப்பியல் புகளைக் கூறுமிடத்தில் நல்லியக்கோடனுக்குக் காலத்தால் முற்பட்ட வள்ளல்கள் எழுவரைப் பற்றிக் கூறியுள்ளான். அவனால் குறிப்பிடப் பட்ட வள்ளலகள் 1. பேகன், 2. பாரி, 3. காரி, 4. ஆய், 5. அதிகன், 6. நள்ளி, 7. ஓரி என்பவர்கள்.

இங்ஙனமே பெருஞ்சித்திரனார் என்ற பைந்தமிழ்ப் புலவர் குமண வள்ளலைக் கண்டு, 'பாரி முதலிய எழுவர்க்குப் பின்பு நீயே வள்ளலாய் விளங்குகின்றாய்," என்று கூறியுள்ளார். (புறம். 158) அவர் அப்பாடலில் 1. பாரி, (காரி) 2. ஓரி, 3. மலையன், (காரி) 4. எழினி, 5. பேகன், 6. ஆய், 7. நள்ளி என்னும் எழுவரைக் குறித்துள்ளார்.

இங்ஙனம் புலவர் இருவர் வள்ளல்கள் எழுவரைப் புகழ்ந்து பாடி யிருத்தலை நோக்க, சங்க காலத் தமிழகத்தில் இவ்வெழுவரும் ஏனைய பேரரசரையும் சிற்றரசரையும் விடப் பெருவள்ளல்களாய் விளங்கினர் என்பது தெளிவுறத் தெரிகிறதன்றோ?

சிறுபாணன் ஒவ்வொரு வள்ளலைப் பற்றியும் கூறியுள்ளதைக் குறிப்பிட்டு, அவ்வள்ளலைப் பற்றிப் பிற தொகைநூற்பாடல்களால் அறியலாகும் செய்திகளையும் இங்குக் காண்பது நல்லது.

1. பேகன்

நாடும் நகரமும்

பேகன், பெரிய மலை நாட்டை உடையவன்; ஆவியர் குடியிற் பிறந்தவன். அவனது மலை நாடு, பருவமழை தவறாது பெய்தலால், வளம் மிக்கது. அவன், தனது மலைப்பக்கத்துக் காட்டில் திரிந்த மயில் அகவியதைக் கேட்டு, அது குளிரால் நடுக்குற்று அகவியதெனக் கருதி,

அருள் மிகுதியால் அதன்மீது கலிங்கத்தைப் போர்த்தினவன்[1] (சி.பா.ஆ. படை, அடி, 84-87).

"மிகக் குளிர்ந்த மலயின்கண் இருள் செறிந்த பெரிய முழை யினையும் மலைதற்கரிய வலியினையும் உடைய தெய்வம் காக்கும் உயர்ந்த சிகரங்களையுடைய பெரிய மலை நாடனாகிய பேகன்" என்று பெருஞ்சித்திரனார் இவ்வள்ளலைப் பற்றிக் கூறியுள்ளார்[2]. (புறம்.158)

நல்லூர் நத்தத்தனார், பெருஞ்சித்திரனார் என்னும் புலவர் இருவர் கூறியுள்ள மேற்கண்ட செய்தி கொண்டு நாம் பேகனது நாட்டை உள்ளவாறு உணர இயலவில்லை. ஆதலின், பிறதொகை நூற்பாடல் களில் இவனைப் பற்றிய பாடல்களைக் காண்பது நல்லது.

மாமூலனார் என்ற புலவர் (அகம்.1), நெடுவேள் ஆவிக்குப் பொதினி மலை உரியது என்று கூறியுள்ளார். அவரே, பிறிதொரு பாட்டில் (அகம்.61). 'நெடுவேள் ஆவி பொன்னுடைய நெடுநகர்ப் பொதினி' என்று குறித்துள்ளார். எனவே, ஆவிகுடியினர்க்குப் பொதினி மலையும் பொதினி என்ற நகரமும் உரியவை என்பது தெரிகிறது. பேகன் ஆவியர் பெருமகன் ஆதலின், இவை இரண்டும் அவனுக்கும் உரியன என்பது பொருத்த மாகும்.

'பொதினி' என்பது இக்காலத்தில் 'பழனி' என மாறி வழங்கு கின்றது என்பது அறிஞர் கருத்து.[3] அஃது ஆவிநன்குடி எனவும் பிற்காலத்தில் பெயர் பெற்றது என்பதும் அறிஞர் கருத்தாகும்.[4] சங்க காலத்தை அடுத்துச் செய்யப்பட்டதெனக் கருதப்படும் திருமுருகாற்றுப் படையில் (அடி, 176) 'ஆவி நன்குடி' என்பது குறிக்கப்பட்டுள்ளது.

பொதினி மலை நாடு

பேகனது நாடு, பெருங்கல் நாடு என்று நத்தத்தனாரும் பெருஞ் சித்திரனாரும் ஒருங்கே குறித்துள்ளனர். அஃதாவது, பேகனது நாடு பெருமலைநாடு என்பது இதன் பொருளாகும். இவ்வள்ளலது நாடு பொதினி மலைநாடு (பழனி மலை நாடு) என்பது மேலே கூறப்பட்டது. ஆதலால், பழனி மலை நாடு மெய்யாகவே பெருமலை நாடு தானா என்பதை இங்கு அறிவது நல்லது.

---

1. கலிங்கம் என்னும் நாட்டுப் பெயர் அந்நாட்டில் நெய்யப்பட்ட உயர்ந்த ஆடைக்குப் பெயராய் வழங்கியது என்பது முன்பே கூறப்பட்டதன்றோ?

பழனி மலைத்தொடர் ஏறத்தாழ நாற்பது கல் நீளமும் இருபத் தைந்து கல் அகலமும் உடையது. அத்தொடரில் இரண்டு அடுக்குகள் உண்டு. முதல் அடுக்கில் உள்ள சிகரங்கள் ஏறத்தாழ மூவாயிரம் முதல் ஐயாயிரம் அடி வரையில் உயரம் உள்ளவை; ஒரு சிகரத்திற்கும் மற்றொரு சிகரத்திற்கும் இடையில் செங்குத்தான அடர்ந்த அழகிய பள்ளத் தாக்குகள் இருக்கின்றன. இப்பள்ளத்தாக்குகளில் சில சிற்றூர்கள் உள்ளன. அவ்வூர்களைச் சேர்ந்த மக்கள் இன்று அங்கு வாழை, ஏலக்காய் முதலிய வற்றைப் பயிரிடுகின்றார்கள்.

இரண்டாம் அடுக்கில் உள்ள சிகரங்கள் ஆறாயிரம் அடி முதல் எட்டாயிரம் அடி வரையில் உயரமுள்ளவை. இந்த அடுக்கில் ஆங்காங்கு முரட்டுப் புல்வெளிகள் மிகுதி பள்ளத்தாக்குகள் அச்சத்தை உண்டாக்குவன. இங்கு வாழை முதலியன பயிராக்கப்படுகின்றன. இந்த இரண்டாம் அடுக்கிலேதான் சண்பகனூர், கோடைக்கானல் என்னும் நகரங்கள் உள்ளன. முதல் அடுக்கில் தோன்றிக்குடி (இன்றைய தான்றிக் குடி), பண்ணைக்காடு முதலிய ஊர்கள் உள்ளன.[1]

தோன்றிக்குடி திண்டுக்கல்லுக்கு மேற்கில் பதினைந்து கல் தொலை வில் தோன்றிமலையில் அமைந்துள்ள ஊராகும். மக்கள் அங்குத் தரையிலிருந்து குதிரைமீது செல்வது வழக்கம். சங்ககாலத்தில்,

"இழுமென இழிதரும் அருவி
வான்தோய் உயர்சிமையம்"

என்று தோன்றிமலையின் சிகரம் சிறப்பிக்கப்பட்டுள்ளது. (புறம். 399) அம்மலைக்குரிய தலைவன் தாமன் எனப் பட்டான். அவன் தோன்றிக் கோன்-தாமன் எனவும் பெயர் பெற்றான்; சிறந்த கொடையாளி.

கோடை மலை இன்றைய கோடக்கானல் நகரம் உள்ள உயரிய மலையாகும். சங்க காலத்தில் கோடைப் பெருநன் கடிய நெடு வேட்டுவன் என்பவன் இம்மலைக்குத் தலைவனாயிருந்தான். அவனைப் பெருந்தலைச் சாத்தனார் பாடிய பாடல் ஒன்று புறநானூற்றில் (205 உண்டு.

தோன்றிக்கோனும் கோடைப்பொருநனும் பழனி மலைத் தொடர்க்குரிய ஆவியர் ஆட்சிக்கு உட்பட்டவராயிருத்தல் கூடும்.

பேகனைப்பாடிய புலவர்

பரணர், கபிலர், அரிசில் கிழார், பெருங்குன்றூர் கிழார் என்னும் புலவர் நால்வரும் பேகனை நேரிற்கண்டு பழகினவர். மாமூலனார்,

நத்தத்தனார் போன்றவர் அவனைத் தம் பாக்களிற்பாடிய பிற்காலத்த வராவர்.

பேகன் நல்லூர் என்ற ஊரில் மனைவியோடு வாழ்ந்தான்; பின்பு எக்காரணத்தாலோ, மனைவியை விட்டுப் பிரிந்து, பொதினியில் வாழ்ந்தனன் போலும்! அவனை நல்லூரிற் காணச் சென்ற பரணர், கபிலர், அரிசில் கிழார், பெருங்குன்றூர்கிழார் ஆகிய நால்வரும் அவனு டைய மனைவியின் தனிமையையும் கணவன் பிரிவால் அவள் அழுது கொண்டிருந்ததையும் கண்டு, மனம் வருந்தினர்; பேகனைக்கண்டு அவன் உள்ளத்திற்படும்படி அவன் மனைவியின் துன்பநிலையை எடுத்துக் கூறினர். (புறம். 143-147)

பரணர், பாணன் ஒருவனைப் பேகனிடம் ஆற்றுப் படுத்தும் முறையில் அவனது கொடைத்திறனைச் சிறப்பித்து ஒரு பாடல் (புறம். 141) பாடியுள்ளார். "பேகன் மயிலுக்குப் போர்வை தந்தவன். அவனது கொடை பிறரது வறுமையைக் கருதியதே தவிர, அறத்தால் மறு பிறவி யில் உண்டாகும் பயனைக் கருதியதன்று. அப்பெருமகனைக் காணு முன்பு நானும் உன்னைப் போலவே வறுமையால் வாடினேன். அவனைக் கண்ட பின்பு என வறுமை நோய் தொலைந்தது. நீயும் சென்று அவ் வள்ளலைக் காண்," என்பது அப்பாடற்பொருளாகும்.

பரணர் அடுத்த செய்யுளில் புறம், 142), "மழை, கண்ட இடத்துப் பெய்தல் போலப் பேன் தன்னை நாடி வந்த அனைவர்க்கும் இரக்க வுணர்வால் உதவி செய்வான்; ஆயின், அவனுக்குக் கொடையில் உள்ள இவ்வறியாமை போரில் இல்லை; அவன் போரில் தெளிந்த அறிவுடன் பணிபுரிவான்," என்று கூறி, அவனது கொடை பண்பைப் பாராட்டி யுள்ளார்.

சங்க காலப் புலவருள் வரலாற்றுச் செய்திகளை உள்ளடக்கிப் பாடுவோர் சிவரேயாவர். அவருள் தலை சிறந்தவர், மாமூலனாரும் பரணருமாவர். மாமூலனார், "பொதினி மலைக்குரிய பெருமையுடைய வேள் ஆவி என்பவன், கண்ணியினையும் கழலினையும் அணிந்த அஞ்சத் தக்க குதிரைகளையுடைய மழவரை வென்று ஓட்டியவன்," (அகம், 1), என்று கூறியுள்ளார்; அவரே மற்றொரு பாடலில் (அகம், 61), "முழு வினையொத்த வலிய தோளையுடைய பெரிய வேள் ஆவியின் பொன் மிகுந்த பெரிய நகரமாகிய பொதினியையொத்த தலைவியின் மார்பு," என்று குறித்துள்ளார்.

பெரும்பேகன்

பேகனைப் பற்றிய புறநானூற்றுப் பாக்களில் இவன் ‘பேகன்’ என்றும், ‘ஆவியர் பெருமகன்’ என்றும், ‘ஆவியர் கோ’ என்றும் கூறப் பட்டுள்ளான். இவை அனைத்தும் ‘ஆவி என்னும் வேளின் குடியில் தோன்றிய பேகன்’ என்பதை உணர்த்துகின்றன. ஆயின், புறநானூற்றுப் பாடல்களின் அடிக்குறிப்பில் இவன் ‘வையாவிக் கோப்பெரும்பேகன்’ என்று குறிக்கப்பட்டுள்ளான். பழனிக்கு ‘வையாவிபுரி’ என்னும் பெயரும் உண்டு. ஆயின் இப்பெயர் சங்கப் பாக்களில் இல்லை. எனவே, சங்க காலத்திற்குப் பிறகு புறநானூறு தொகுக்கப்பட்ட காலத்தில் ‘வையாவிக் கோப்பெரும்பேகன்’ என்பது சேர்க்கப்பட்டிருத்தல் வேண்டும் என்று கருதுதல் பொருத்தமாகும். ‘வையாவிபுரி’ என்பது காலப் போக்கில் ‘வையாபுரி’ என மருவியது பெரும்பேகன் என்பது, (பெரியன் அசோகன்) (Asoka the Great), ‘பெரியன் இராசராசன்’ (Rajaraja the Great) என்றாற் போன்றது; ஆவியர் குடியிற் பெரியன் (Pegan the Great) என்பதை விளக்க வந்தது என்று கொள்வது தகும்.

வேள் பேகன்

சங்ககாலச் சிற்றரசர் சிலர் வேள் ஆவி, வேள் பாரிவேள் ஆய், வேள் எவ்வி, இருங்கோ வேள் என ‘வேள்’ என்னும் பட்டத்துடன் இருந்துள்ளனர். வேந்தருக்கு அடுத்தபடி வேளிர் பாடல்களில் வைத்துப் பேசப்பட்டுள்ளனர்.[1] பதினொரு வேளிர் கரிகாலனை எதிர்த்தனர் என்பது ஒரு பாடலில் (அகம், 246) கூறப்பட்டுள்ளது. ‘பாண்டியன் நெடுஞ்செழியன் இருபெரு வேந்தரையும் ஐம்பெருவேளிரையும் வென்றான்,’ என்று ஒரு செய்யுள் (அகம், 125) குறித்துள்ளது. எனவே, வேளிர் என்பவர் மூவேந்தர்க்கு அடுத்த சிற்றரசர் நிலையில் இருந்தனர் என்பது புலனாகிறது.

‘உருவப்பஃறேர் இளஞ்சேட் சென்னி அழுந்தூர் வேளிடை மகள் கொண்டான். அவன் மகனான கரிகாலன் நாங்கூர் வேளிடை மகள்

---

1. “வானம் வாய்த்த வளமலைக் கவாஅன்
கான மஞ்ஞைக்குக் கலிங்கம் நல்கிய
அருந்திறல் அணங்கின் ஆவியர் பெருமகன்
பெருங்கல் நாடன் பேகன்.”

கொண்டான்,' என்று நச்சினார்க்கினியர் நவின்றுள்ளார்.² இஃதன்றிச் சேரமன்னர் பலர் வேளிரிடமே பெண் கொண்டனர் என்று பதிற்றுப்பத் தின் பதிகங்கள் பகர்கின்றன. எனவே, வேளிர் என்பார் முற்காலப் புதுக்கோட்டை, இராமநாதபுர அரசர் போன்றவர் எனக் கூறலாம். அதனாலேதான் நச்சினார்க்கினியர் அவர்களை 'உழுவித்துண்ணும் வேளாளர்' என்றனர்.

வெளி-வெளிச்சம், ஒளி, வேள்-ஒளியுடையவர், ஒளியர்-ஆட்சிச் சிறப்புடையர் என்றும், வேள்-விருப்பம், குடிமக்கள் விரும்புதற்குக் காரணமான வண்மைப் பண்புடையவன எனப் பலவாறு பொருள் கூறுலும் உண்டு.³

வெள்ளத்தை ஆள்பவர் (நீரைக் குளங்களிலும் ஏரிகளிலும் தேக்கித் தமக்கு வேண்டியபடி ஆண்டுகொள்பவர்) வெள்ளாளர். இச்சொல்லின் மறு வடிவமே வேளாளர், நெல் முதலிய உணவுப் பொருள்களைப் பயிரிடுவோரே பிறர்க்கு உதவி செய்தல் இயலுமாத லின், 'உதவுபவர்' என்னும் பொருளில் வேளாளர் (உபகாரிகள்) எனப் பட்டனர்.

வேள் என்பது இடைக்காலத் தமிழரசர் வேளாளர்க்கு வழங்கிய சிறப்புரிமைப் பெயர் என்னலாம். 'செம்பியன் தமிழவேள்' என்பது கல்வெட்டிற் காணப்படுகின்றது.⁴ இதனை நோக்க, சங்ககாலத் தமிழ் வேந்தர் தம் படைத் தலைவர்க்கு 'ஏனாதி' என்றும், அமைச்சர்க்குக் 'காவிதி' என்றும் சிறப்புரிமைப் பட்டங்கள் வழங்கினாற்போலச் சிற்றரசரான வேளாளர்க்கு 'வேள்' என்னும் சிறப்புரிமைப் பட்டத்தை வழங்கியிருத்தல் கூடும் என்று கருதுதல் பொருத்தமாகும்.

2. பாரி

பாரி என்ற வள்ளல் வெள்ளிய அருவி குதிக்கும் பக்கத்தையுடைய பறம்புமலைக்கு அரசன். அவன் முல்லைக் கொடி படர்வதற்கு வசதி யாகத் தன் தேரையே வழங்கி மகிழ்ந்தவன் என்று சிறுபாணாற்றுப் படை

---

2. "ஈர்ந்தண் சிலம்பின் இருள்தூங்கு நளிமுழை
அருந்திறற் கடவுள் காக்கும் உயர்சிமைப்
பெருங்கல் நாடன் பேகன்."

3. அகநானூறு, செ. 1, 61 உரை.

4. தமிழ்ப்பேரகராதி, தொகுதி; 4பக். 2547.

செப்புகின்றது[5] (அடி, 87-91).

பாரி வள்ளலைப் பற்றிப் புறநானூறு, அகநானூறு, நற்றிணை, குறுந்தொகை என்னும் நூற்பாடல்களிற் சில குறிப்பிடுகின்றன. இவற்றுள் புறநானூற்றுப் பாடல்கள் பல, பாரியின் வரலாற்றை ஒருவாறு குறிப்பிடுகின்றன. கபிலர் என்ற புலவர் ஒருவரே பாரி வேளுக்குற்ற நண்பராயும் அவைப்புலவராயும், அவன் மகளிர்க்கு ஆசிரியராயும் திகழ்ந்தார். அவர் பாடிய பாடல்கள் அவனுடைய மலை நாட்டு வளத்தையும் கொடைச்சிறப்பையும் நன்கு உணர்த்துகின்றன.

பறம்பு நாடு

சனி மீன் புகைகளோடு கூடிப் புகையினும், எல்லாப் பக்கங்களிலும் புகை தோன்றினும், தென்திசையில் வெள்ளி ஓடினும், பறம்பு நாட்டு வயல்களில் விளைவு குறையாது; பூக்கள் மலரும்; பசுக்கள் மேய புல் வளரும்; பாரியின் செங்கோல் ஆட்சி நாட்டு வளத்தை மிகுவிக்கும் (புறம்-117). பறம்பு மலை நாட்டுக் குளங்கள் பாறைகளையும் சிறு குவடு களையும் கரையாகவுடையவை; அவை அமைப்பில் எட்டாம் பக்கத்துப் பிறை போன்றவை; தெளிந்த நீரை உடையவை (புறம், 118) எள் பயிராகும்; அவரை காய்க்கும்; மக்கள் பசியின்றி வாழ்வார்கள் (புறம். 120)

பறம்பு மலை

மழை பெய்யினும் பெய்யாதொழியினும் பாரியின் பறம்பு மலையிலிருந்து அருவிகள் பாய்ந்து கொண்டேயிருக்கும் (புறம், 105). பறம்பு மலைக் குறத்தியர் சந்தனக் கட்டைகளை அடுப்பெரிக்கப் பயன் படுத்துவர் (புறம், 108). பறம்பு மலை, உழவர் உழாத நான்கு பயன்களை உடையது. 1. அம்மலையில் மூங்கில் நெல் விளையும்; 2. பலாப்பழங்கள் மிகுதி; 3. வள்ளிக்கிழங்கு மிகுதியாகப் பயிராகும்; 4. தேன் கூடுகள் மிகுதி. இந்நான்கு வளங்களையுமுடைய பறம்பு மலை, வானளாவியது. அதன்கண் குளிர்ந்த நீரையுடைய சுனைகள் பலவாகும் (புறம். 109). அம்மலை நெடுந்தொலைவு வரையில் தெரியும் நெடுந்தோற்றமுடையது (புறம். 114). அம்மலையின் ஒரு பக்கம் அருவிகள் ஆர்த்து இழியும்; மற்றொரு பக்கம் பாணர்களின் மண்டை என்னும் பாத்திரங்களில் ஊற்றும் இனிய கள்ளாகிய தேறல் வழிந்து ஒழுகும் (புறம்.115).

---

5. Mannual of Madurai District, (1906) pp 3-6

கொடைச்சிறப்பு

பாரி வள்ளல் தன் பறம்பு மலையிலிருந்து இறங்கும் நீரினும் மிக இனிய மென்மையுடையவன்; அவனை நம்பிச் செல்லும் விறலி சேயிழை பெறுவாள் (புறம். 105). அறிவற்றவர், புல்லிய குணங்களை உடையவர் ஆகியோர் செல்லினும், பாரி அவர்கட்கு உதவுவதையே கடமையாகக் கொண்டவன் (புறம். 106) பரிசிலர் தன்னையே விரும்பின், அவன் அவர் களுடனே மனமுவந்து செல்லும் மனநிலை உடையவன் (புறம். 108). அவன் பறம்பு நாட்டில் உள்ள முந்நூறு ஊர்களையும் பரிசிலர்க்கே வழங்கினான். ஆடிக் கொண்டும் பாடிக்கொண்டும் பகைவர் வந்து கேட்பினும், பாரி தன்னையும் தன் மலையையும் கொடுக்கும் மனப் பான்மை உடையவன் (புறம். 110). அவனது அரண்மனை விருந்தில் மதுவும் ஆட்டு இறைச்சியும் ஊன் சோறும் சிறந்த இடம் பெறும் (புறம். 113). நிழல் இல்லாத நெடிய வழியில் தனி மரம் இருந்து வழிப் போக்கரை இன்புறுத்துதல் போலப் பாரி எளியவர் வறுமை நோயைக்களையும் அருமருந்தாய் விளங்கினான் (புறம்.119). அதனாலேதான் செந்நாப்புலவர் 'பாரி பாரி' என்று அவன் ஒருவனையே புகழ்ந்து பாடினர் (புறம்.107).

மூவேந்தர் முற்றுகை

முடியுடை மூவேந்தரும், எக்காரணத்தாலோ, பாரியின் பறம்பு மலையை முற்றுகையிட்டனர். "பாரியின் பறம்பு மலை முற்றுகைக்குத் தளராது. அது (முன்பு கூறப்பட்ட) நால்வகைப் பயன்களையும் உடையது; மூவேந்தரும் இரவலரைப் போல வந்து இரப்பின், பாரி தன்னையும் மலையையும் ஈவான்," என்று மலையரணில் நின்று கபிலர் மூவேந்தர்க் குக் கூறினார் (புறம். 109, 110). முற்றுகை நெடுங்காலம் நீடித்தது. கபிலர் தம் நுண்ணறிவால் ஆராய்ந்து கிளிகளைக் கொண்டு புறநாட்டி லிருந்து நெற்கதிர்களை வருவித்தார். இம்முயற்சியால் மலை மீதிருந்த வீரர் ஊக்கம் மிகுந்து மூவேந்தர் படையுடன் போரிட்டனர். பாரியும் வாட்போரில் மூவேந்தரைக் கலங்கச் செய்து ஓட்டினான் என்று மதுரை நக்கீரர் என்ற புலவர் தம் பாடலில் (அகம். 78) கூறியுள்ளார்.

பாரிக்குப் பின்பு

இங்ஙனம் பாரிக்குப் புறங்காட்டி ஓடிய மூவேந்தர் பின்பு யாது செய்தனர் என்பது தெரியவில்லை. பாரி கொல்லப்பட்டான் என்பதும்

---

1. பதிற்றுப்பத்து, 30, 49, 75, 88
1. தொல். அகத்திணை இயல், நூற்பா 30 உரை.

பறம்பு மலை மூவேந்தர் கைப்பட்டது என்பதும் பாரி மகளிர் வருந்திப் பாடிய பாடலாலும் (புறம். 112), கபிலர் கண்ணீர் விட்டுக் கதறிய பாடல்களாலும் (புறம், 113-120) தெளிவாகத் தெரிகின்றன. கபிலர் பாரி மகளிரை அழைத்துக்கொண்டு விச்சிக்கோன் என்ற சிற்றரசனிடம் சென்றார்; அவர்களை மணந்துகொள்ளும்படி அவனை வேண்டினார் (புறம், 200); பின்பு இருங்கோ வேளை வேண்டினார் (புறம். 201); அவன் இசையாமையால் மனம் வருந்தி அகன்றார் (புறம். 202); தம் உயிரனைய நண்பனான பாரி வேள் இறந்த பின்பு உயிர் வாழ விரும்பாத கபிலர், பாரி மகளிரைப் பார்ப்பார்ப்படுத்து வடக்கிருந்து உயிர் நீந்தார் என்பது 236ஆம் புறப்பாட்டின் அடிக்குறிப்பால் அறியப்படுகிறது.

கபிலர் பாரி மகளிருள் ஒருத்தியை மலையமானுக்கு மணம் முடித்த பின்னர்த் தீக்குளித்தார் என்று திருக்கோவலூர் விரட்டானேசுவரர் கோவில் கல்வெட்டொன்று கூறுகின்றது. அக்கல்வெட்டுச் சோழன் முதலாம் இராசராசன் காலத்தது[6]. பாரி மகளிர் இருவருள் ஒருத்தியைக் கபிலரே மலையனுக்கு மணம் செய்வித்தார் என்று இக்கல்வெட்டுக் கூறுகிறது. ஔவையார் பாரி மகளை மலையனுக்கு மணம் முடித்தனர் என்று ஔவையாரைப் பற்றிய தனிப்பாடல்கள் தெரிவிக்கின்றன. இவற்றை நோக்க, ஔவையார் மற்றொரு பெண்ணை மலையமானுக்கு மணமுடித்தார் என்று கொள்ளலாம்.

பாரி பற்றிப் புலவர் பலர்

பாரி வள்ளலுக்குரிய பறம்பு மலைச் சுனைநீர் குளிர்ச்சியும் இனிமையும் உடையதெனச் சங்ககாலத்திற் பெயர் பெற்றிருந்தது போலும்! மிளைக்கந்தன் என்ற சங்ககாலப் புலவர், குறுந்தொகைப் பாடல் ஒன்றில் (196) இதனைக் குறித்துள்ளார். தோழி தலைவனை நோக்கி, "நீ ஒரு காலத்தில் தலைவி வேப்பங்காயைக் கொடுத்த போதும் அதனை வெல்லக்கட்டி என்று பாராட்டினை. இப்பொழுது பாரியின் பறம்புமலையில் தை மாதத்தில் குளிர்ந்த சுனையிலுள்ள தெளிந்த நீரைத்

---

1. S.I.I. III. 221.

2. "சுரும்புண
நறுவீ யுறைக்கு நாக நெடுவழிச்
சிறுவீ முல்லைக்குப் பெருந்தேர் நல்கிய
பிறங்குவெள் ளருவி வீழுஞ் சாரல்
பறம்பிற் கோமான் பாரி."

தரினும், வெப்பத்தையும் உவர்ப்புச் சுவையையும் தரும் என்று கூறுவை," என்று சொல்லியதாக அப்பாடல் அமைந்துள்ளது.

கபிலர் நற்றிணைப் பாடல் (253) ஒன்றில், பாரியின் பறம்பு மலை அழகைத் தலைவியின் அழகுக்கு உவமை யாக்கியுள்ளார்; "பறம்பு மலை பெரிய முழக்கமுற்ற இடியுடனே மழை மாறாது சூழ்ந்து பெய்தலை யுடையது. அங்குள்ள மக்கள் பனங்குடையில் ஊற்றிக் கள்ளைப் பருகுவர். பறம்பு மலை பலாப்பழங்கள் மிக்குடையது. இங்ஙனம் கள்ளும் பலாப்பழங்களும் மிக்குடைய பறம்பு மலை போன்ற பெரிய அழகுடையவள் தலைவி, "மதுரை நக்கீரனார் என்ற புலவர், "பாரியின் இனிய பெரிய பசிய சுனையிற்பூத்த தேன் மணக்கும் புதிய மலரென மணக்கும் இத்தலைவியின் நெற்றி" என்று அகப்பாட்டு ஒன்றில் (78) கூறியுள்ளார்.

ஔவையார், "தம் அறிவு பற்றுக் கோடாக இரப்போர் வரின், பாரி அவர்களுக்கு மலை போலும் களிறுகளுடன் அணிகலன்களையும் அளித்துச் சிறப்பிப்பான், என்று அகப்பாட்டு ஒன்றனுள் (303) குறித்துள்ளார்.

பெருஞ்சித்திரனார் என்ற பிற்கால (சங்ககால)ப் புலவர் குமண வள்ளலை நோக்கிப் பாடிய பாட்டில், "பாரி, முரசம் முழங்க, வெண் சங்குகள் முழங்க வேந்தருடன் பொருத தலைமையை உடையவன்; நெடிய மலையை உடையவன்; கல்லை உருட்டி ஓடும் அருவிகளைக் கொண்ட பறம்பு மலைக்குத் தலைவன்," என்று பாராட்டியுள்ளார்.

கபிலர் செல்வக்கடுங்கோ வாழியாதனைப் பாடிய (பதிற்றுப்பத்து) ஏழாம்பத்தின் முதற்செய்யுளில், "பறம்பு நாட்டுப் பலா மரத்திற் பழுத்து வெடித்த பழத்தின் வெடிப்பிலிருந்து ஒழுகும் தேனை வாடைக் காற்று எறியும். அப்பறம்பு நாட்டுத் தலைவனான பாரி பெருவீரன்; ஓவியத்தில் தீட்டப்பட்டது போன்ற வேலைப் பாடமைந்த நல்ல மனையில் உள்ள பாவை போன்ற நல்லவள் கணவன்; உன்னமரம் அறிவிக்கும் தீநிமித் தத்தைப் பொருட்படுத்தாது சென்று வெற்றி காண்பவன்; பூசிப்புலர்ந்த சாந்திணயடைய அகன்ற மார்பினையுடையவன். குறையாத ஈகையால் பெரிய வள்ளன்மையை உடையவன். அப்பெருமகன் மீண்டும் இந்நிலவுலகிற்கு வருதல் இல்லாத மேல் உலகிற்குச் சென்றொழிந்தான்," என்று வருந்திக் கூறியுள்ளார்.

நல்லியக்கோடனைப் பாடிய புறத்தினை நன்னாகனார், அவ்வள்ளலைப் புகழுமிடத்து, "பாரியது பறம்பின் கண் குளிர்ச்சியையுடைய சுனையில் தெளிந்த நீர் போய்த் தேடிக்கொள்ள வேண்டாமல் ஒரூரின்கண்ணே உண்டாதலின், அதனை நாம் வேண்டிய பொழுது உண்கின்றோம் என்று நெகிழ்ந்திருந்தாரைப்போல, நான் பெருவள்ளலாகிய நல்லியக்கோடனை இது வரையில் காணாது நெகிழ்ந்திருந்தேன்," என்று ஒரு பாடலில் (புறம், 176) புகன்றுள்ளார்.

கி.பி. ஒன்பதாம் நூற்றாண்டில் வாழ்ந்த சுந்தரர்[1] என்ற சைவ சமய குரவர்.

"கொடுக்கி லாதானைப் பாரியே என்று
கூறி னுங்கொடுப் பாரிலை"

என்று கூறுமுகத்தான் தமக்குப் பல நூற்றாண்டுகளுக்கு முற்பட்ட பாரி வள்ளலின் கொடைத்திறத்தைப் பாராட்டியுள்ளார். பாரி கி.பி. இரண்டாம் நூற்றாண்டில் வாழ்ந்தவன் எனக் கூறலாம். அங்ஙனமிருந்தும், அவனுக்கு எழுநூறு ஆண்டுகளுக்குப் பிற்பட வந்த சுந்தரர் அவனைப் பாடினார் எனின், அப்பெருமகனது கொடைப்புகழ் அவர் காலத்து அறிஞர்கள் நினைவில் இருந்து வந்தமை தெளிவாகும்.

பறம்பு நாடு

மதுரைக்கு வடகிழக்கில்- ஏறத்தாழப் பத்துக்கல் தொலைவில்- திருமோகூர் என்னும் வைணவத் திருப்பதி உள்ளது. அங்குள்ள கல்வெட்டு அப்பதியினைத்தென்பறம்பு நாட்டில் திருமோகூர் என்று குறித்துள்ளது.[1] அதற்கு இரண்டு கல் மேற்கில் உள்ள யானை மலை, கீழ் இரணிய

---

1. "மொய்வைத் தியலு முத்தமிழ் நான்மைத்
தெய்வக் கவிதைச் செஞ்சொற் கபிலன்
மூரிவண் தடக்கைப் பாரிதன் அடைக்கலப்
பெண்ணை மலையற் குதவிப் பெண்ணை
அலைபுனல் அழுவதட் தந்தரிட் சஞ்செல
மினல்புகும் விசும்பின் வீடுபே றெண்ணிக்
கனல்புகுங் கபிலக் கல்லது புனல்வளர்
பேரெட் டான வீரட் டானம்
அனைத்தினும் அனாதியானது,"
-S.I.I. 7.863

முட்டத்துத் திரு ஆனைமலை என்று யானைமலைக் கல்வெட்டுகள் குறிக்கின்றன.[2] எனவே, திருமோகூரைச் சுற்றியுள்ள பகுதி, பாரியின் ஆட்சிக்கு உட்பட்ட பறம்பு நாட்டின் தென்பகுதி என்பது தெளிவாகிறது.

திருமோகூருக்குக் கிழக்கில் ஏறத்தாழ நான்கு கல் தொலைவில் உள்ள திருவாதவூர், கபிலர் பிறந்த திருப்பதியாகும். கி.பி. ஒன்பதாம் நூற்றாண்டில் திருவாசகத்தை இயற்றிய மாணிக்கவாசகர் பிறந்த ஊரும் அதுவேயாகும். திருவாதவூரும் தென்பறம்ப நாட்டைச் சேர்ந்தது."[3]

பரமக்குடி என்னும் ஊர் இராமநாதபுர மாவட்டத்துப் பரமக்குடி வட்டத்துத் தலைநகரம். பறம்புக்குடி என்ற பெயரே இங்ஙனம் பரமக்குடி என மருவி வழங்குகிறது என்று அறிஞர் கூறுவர். இஃது ஒப்புக்கொள்ளத் தக்கதாயின், பறம்பு நாட்டின் தென்னெல்லையாகப் பரமக்குடியைக் கொள்ளலாம். பறம்பு நாட்டு முந்நூறு ஊர்களை உடையது (புறம்.110). பறம்பு மலை திருப்புத்தூர் வட்டத்தில் உள்ளது. அதற்குத் தெற்கே சிவகங்கை வட்டமும், அதற்கும் தெற்கே பரமக்குடி வட்டமும் உள்ளன. எனவே, சங்ககாலப் பறம்பு நாடு என்பது, ஏறத்தாழ மதுரை மாவட்டத்து மேலூர் வட்டத்தின் கிழக்குப் பகுதியும் இராமநாதபுர மாவட்டத்துத் திருப்புத்தூர், சிவகங்கை, பரமக்குடி வட்டங்களும் அடங்கிய நிலப்பரப்பாயிருந்திருக்கலாம் என்று கூறுதல் பொருத்தமாகும்.

பறம்பு மலை

திருமோகூருக்கு ஏறத்தாழ இருபத்தைந்துகல் தொலைவில் மதுரை மாவட்டத்தையும் திருச்சி மாவட்டத்தையும் (பாண்டி நாட்டையும் சோழ நாட்டையும்) பிரிக்கத்தகும் இடத்தில் சில குன்றுகள் உள்ளன. அவை இராமநாதபுர மாவட்டத்துத் திருப்புத்தூர் வட்டத்தைச் சேர்ந்தவை. அவற்றுள் மிகவுயர்ந்தது 'பிரான் மலை' என்பது. அதன்மீது ஏறுதல் அரிது. மலையுச்சியில் சமதளம் அமைந்துள்ளது. அங்குச் சுனைகள் உள்ளன. அம்மலையின் நடுப்பகுதியில் சிவன் கோவில் அமைந்துள்ளது. அக்கோவில் கிபி. ஏழாம் நூற்றாண்டில் திருஞான சம்பந்தர் பாடல் பெற்றது. அம்மலையின் முன் புறமும் மேற் பகுதியும் பிறை போன்ற வளைவுடையன. அதனால் திருஞான சம்பந்தர் அம்மலையைக் கொடுங் குன்றம் என்று பாடினர் போலும்! அம்மலை பின் நூற்றாண்டுகளிலும் 'திருக்கொடுங்குன்றம்' என்றே பெயர் பெற்றது என்பது கல்வெட்டு களால் தெரிகிறது.[1] அம்மலையே பறம்பு மலை என்று திருப்புத்தூர் வட்டத்து மக்கள் வழிவழியாகக் கூறி வருகின்றார்கள். அம்மலையடி

வாரத்திலிருந்து நான்கு கல் தொலைவு வரையில் சில ஆண்டுகளுக்கு முன்பு வரை அடர்ந்த காடு இருந்தது என்றும், பாரி முல்லைக் கொடிக்குத் தேர் வழங்கிய இடம் இன்னது என்றும், பிரான் மலை, தெற்கூர் ஆகிய ஊர் மக்கள் இன்றும் கூறி வருகின்றார்கள்; பிரான் மலையிலுள்ள சிவன் கோவிலைப் 'பாரீசுவரம்' என்றும் கூறுகின்றனர்.

கி.பி. 12ஆம் நூற்றாண்டுக் கல்வெட்டில் 'புறமலை நாட்டுக் கொடுங்குன்றம்' என்பது காணப்படுகின்றது. 'தண்டுறை' என்பது தண்டறை என வழங்குகிறது.[2] இதனால் உகரம் அகரமாதலும், அகரம் உகரமாதலும் பேச்சு வழக்கில் இயல்பு என்பது தெரிகிறது. எனவே, பறமலை என்பது புறமலை என்று மாறி வழங்கியிருக்கலாம்.

சிறுகுன்றம் என்பது காலப் போக்கில் 'சிறுகுனம்' எனவும், அருங்குன்றம் என்பது 'அருங்குணம்' எனவும், மாறி வழங்குதல் போலப் பறம்பு மலை என்பது பறமலை என மாறி வழங்கியிருக்கலாம். சங்க காலத்தில் பறம்பு மலை எனப் பெயர் பெற்றது. சம்பந்தர் காலத்தில் கொடுங்குன்றம் என மாறி வழங்கலாயிற்று என்பது அவர் பாக்களால் தெரிகிறது. மேலே கூறியவாறு சம்பந்தர்க்குப் பின்பு அம்மலை கொடுங் குன்றம் என்றே வழங்கலாயிற்று என்பது மேலே கூறப்பட்டவற்றால் பெறப்படும்.

பறம்பு மலை என்பது பறமலை எனவும் பின்பு புறமலை எனவும் மாறியிருக்கலாம் என்பது மேலே விளக்கப்பட்டது. அப்பெயர் மேலும் கெட்டுப் பிராய் மலை[1] எனக் கி.பி. 13ஆம் நூற்றாண்டில் வழங்கியது. கி.பி. 16ஆம் நூற்றாண்டில் இம்மடி நரசிங்கராயர் காலத்தில் பிரான் மலை என்று வழங்கப்பட்டது; பிரான் மலையைச் சுற்றியுள்ள பகுதி பிரான் மலைச் சீர்மை[2] எனவும் பெயர் பெற்றது. பறம்பு மலை இன்று 'பிரான்மலை' என்றே வழங்கப்பட்டு வருகிறது.

3. மலையமான் காரி

"காரி அச்சந்தோன்றும் நெடிய வேலினையுடையவன்; உழலுந் தொடியினை அணிந்தவன்; போர்ப்புகழ் பெற்ற தனது குதிரையையும் உலகத்தார் கேட்டு வியக்கும்படி பொருளையும்[3] இரவலர்க்குக் கொடுத் தவன்; அருள்மொழி பேசிய அண்ணல்," என்று சிறுபாணாற்றுப்படை

1. 329 of 1918
2. 65, 630 of 1905
3. 136 of 1903

(அடி, 91-95) காரியைப் பற்றிக் கூறியுள்ளது.[4]

இக்கூற்றைக்கொண்டு காரியின் நாடு, தலைநகர், அவனைப் பற்றிய செய்திகள் ஆகியவற்றை அறிய இயலவில்லை. ஆதலின், அவனைப் பற்றிய பிற தொகை நூற்பாடல்களின் துணையைக் கொண்டு அவனது வரலாற்றை அறிய முற்படுதல் நலமாகும்.

மலையமானாடு

இன்றைய திருக்கோவலூரைச் சுற்றியுள்ள பகுதி, மலைகளும் குன்றுகளும் பாறைகளும் நிறைந்தது. அது சங்ககாலத்தில் மலைநாடு எனப் பெயர் பெற்றது. அதனை ஆண்டவன் 'மலையன்' எனப்பட்டான். வேள்மகன் என்பது 'வேண்மான்' என்றானதற்போல, மலையன் மகன் மலையமான் எனப் பெயர் பெற்றான். இச்சிற்றரச மரபினர் மலைய மான்கள் என்னும் பெயர் பெற்றனர். மலைய மானாட்டிற்குத் தலை நகரம் கோவலூர் (புறம். 69). அது பெண்ணையாற்றின் தென்கரையில் அமைந்தது. முள்ளூர் என்பது ஒரு நகரம். இஃது இப்பொழுது செஞ்சி வட்டத்தில் உள்ளது (நற்றிணை, 170). பெண்ணை யாற்றங்கரையில் உள்ள ஊர்களில் கொடுங்கால் என்பது ஒன்று (அகம்.35). முள்ளூர் மலை உயரமானது. அம்மலையை அடுத்துப் பெரிய காடு இருந்தது (குறுந்தொகை, 312).

மலையமான் காரி

மலையமான் காரி, 'திருமுடிக்காரி[1] எனப்பெயர் பெற்றான். இவன் சிறந்த போர்வீரன். இவனது குதிரை புலவராற்பாடப்பட்ட சிறப்பு டையது. இவன் வீரர் சிறந்த போர்ப்பயிற்சி உடையவர். சேரசோழ பாண்டியர் என்னும் மூவேந்தருள் ஒவ்வொருவரும் காரியைத் தமக்குத் துணையாய் நின்று போர் புரியும்படி வேண்டுவது வழக்கம். அதற்காக அவருள் ஒவ்வொருவரும் அவனுக்குப் பெரும்பொருள் கொடுத்தனர் (புறம்.122). 'போரில் முரசு கிளர்ந்து ஒலிப்பத் தலைமையையுடைய யானையுடனே தன்னை எதிர்த்த அரசன் போர்க்களத்தில் இறக்கும் படி செய்யும் பெருவீரன்' என்று இவனது போராண்மையை மாறோகத்து நப்பசலையார் பாராட்டியுள்ளார் (புறம்.126). காரி சேரனுக்குப் பணிந்து கொல்லி மலை நாட்டை ஆண்ட ஓரியுடன் போரிட்டு அவனைக் கொன்றான்; அவனது கொல்லி மலை நாட்டைச் சேரனுக்கு ஈந்தான்

1. A.R.E. 383 of 1923

2. A.R.E. 383 of 1923

(அகம், 209)

கொடைச்சிறப்பு

கபிலர் காரியின் கொடைத்தன்மையைப் பாராட்டிப் பல பாடல்கள் பாடியுள்ளார். காரி எவர் வரினும், அவர் தம் புலமைத் தகுதியறியாது, வறுமை ஒன்றனையே எண்ணிப் பரிசில் ஈந்து வந்தான் (புறம், 121). அவன் வேதியரிடம் மிக்க மதிப்படையவன்; அவர்களுக்குப் பல ஊர்களை வழங்கினான் (புறம்.122). காரி பரிசிலர்க்கு உயர்ந்த தேர்களை வழங்கினான் (புறம். 123). நல்ல நாள் தவறிச் செல்லினும், புள் நிமித்தம் தடுத்தும் அதனைப் பொருட்படுத்தாது செல்லினும், இரவலர் காரியிடம் பரிசு பெறலாம் (புறம். 124).

மாறோகத்து நப்பசலையார் என்ற பெண்பாற்புலவர், "நின் முன்னோர் பகைவரது யானையின் நெற்றிப்பட்டத்துப் பொன்னைக் கொண்டு பாணர்க்குப் பொற்றாமரை மலரைச் செய்து வழங்கிய வராவர். நினது புகழை மாசற்ற அந்தணனாகிய கபிலன் நன்கு பாடி விட்டான்," என்று பாராட்டியுள்ளார் (புறம். 126).

பிற செய்திகள்

கபிலர் தலைவியைப் பாராட்டும் தலைவன் கூற்றாக, 'மாறு பாட்டைக் கொண்ட வலிமையுடைய சிவந்த வேலேந்திய மலையனது முள்ளூர் மலைக்காட்டிலுள்ள நறுமணத்தைப் போன்ற மணம் வீசும்படி தலைவி வந்தாள்,' என்று கூறியுள்ளார் (குறுந். 312).

அம்மூவனார் என்ற புலவர், "முழவொலி அறாத கோவலூருக்குத் தலைவனாய் நெடிய தேரினை உடைய காரியின் கொடுங்காலென்னும் ஊரின் முன் துறையிலுள்ள அழகிய பெரிய பெண்ணையாற்றின் நுண்ணிய கருமணலை ஒக்கும் நெளிந்த கரிய கூந்தல்" என்று காரியையும் அவனது நாட்டிற்பாயும் பெண்ணையாற்றையும் அதன் கருமணலையும் குறித்துப் பாடியுள்ளார் (அகம். 35).

பெருஞ்சித்திரனார் என்ற புலவர் காரிக்குக் காலத்தாற் பிற்பட்டவர். அவர் குமணனைப் பாடிய பாட்டில், "காரியென்னும் பெயரையுடைய குதிரையைச் செலுத்திப் பெரிய பூசலை வென்றவன் காரி. அவன் மாரி போலும் வண்மையை உடையவன்; மிக்க போரினையும் உடையவன்," (புறம். 158) என்று பாடியுள்ளார்.

மலையமான் சோழிய ஏனாதி திருக்கண்ணன் என்பவனை நப்பசலையார் ஒரு பாட்டிற் (புறம். 174) புகழ்ந்துள்ளார். இவன் காலத்துச் சோழ மன்னன் பகைவரிடம் தோற்று மலையமானது முள்ளூர் மலை யுச்சியில் ஒளிந்துகொண்டான். இம்மலையமான் அப்பகைவரை வென்று, தன் மலையில் மறைந்திருந்த சோழனை மீட்டும் அரியணை ஏற்றினான் என்று நப்பசலையார் கூறியுள்ளார். மேலும், அப்பெண்பாற்புலவர் அவனை நோக்கி, "உன் முன்னவன் இவ்வுலகிற் செய்த நல்லறத்தின் பயனை மறுவுலகில் நுகரச் சென்று விட்டான்," என்று குறித்துள்ளார். இதனை நோக்க, இம்முன்னோன் என்பவன் சிறந்த வள்ளல் என்று பாராட்டப்பட்ட மலையமான் காரியாதல் வேண்டும் என்பது தெரிகிறது. மேலும், காரியையும் இத்திருக்கண்ண னையும் நப்பசலையாரே நேரிற்கண்டு பாடியிருத்தலும் இம்முடியை உறுதிப்படுத்துவதாகும்.

இவன் 'சோழிய ஏனாதி' என்ற பட்டம் பெற்றிருந்தமையை நோக்க, இக்குறுநில மன்னன் அக்காலச்சோழ வேந்தனிடம் படைத்தலைவனா யிருந்தான் என்பது பெறப்படும். வண்டை நகர் வேந்தனான கருணாகரத் தொண்டைமான் முதற்குலோத்துங்கனுக்குப் படைத்தலைவனா யிருந்தமையைக் கலிங்கத்துப் பரணியால் அறியலாம். அவ்வுரிமை பற்றியே, இவன் போரில் தோற்றுத் தன் நாட்டு மலையில் ஒளிந்திருந்த சோழனை மீட்டும் மன்னனாக்கினான். ஏனாதி என்ற பட்டம் பெற்றவர்க்கு வழங்கப்பட்ட ஊர்கள் இன்னும் 'ஏனாதி' என்னும் பெயருடன் வழங்கப் பட்டு வருதலைக்காணலாம். 'ஏனாதி' என்பது சேனைத் தலைவர்க்கு மன்னர் வழங்கும் பட்டப் பெயராகும்.

ஏனாதிபுதூர் (செங்கற்பட்டு மாவட்டம் - காஞ்சீபுர வட்டம்)

ஏனாதி மேல் பாக்கம் (செங்கற்பட்டு மாவட்டம் - பொன்னேரி

---

1. A.R.E. 163 of 1935-36
2. A.R.E. 207 of 1924
3. காரி தன் நாட்டையும் இரவலர்க்குக் கொடுத்தான் என்பது நச்சினார்க் கினியர் உரை. காரிக்குப் பின்பு அவன் மரபினரால் தொடர்ந்து மலைய மானாடு ஆளப்பட்டு வந்தமையால், இவ்வுரை பொருந்தாமை காண்க.
4. "கறங்குமணி
வாலுளைப் புரவியொடு வையகம் மருள
ஈர நன்மொழி இரவலர்க் கீந்த
அழல்திகழ்ந் திமைக்கும் அஞ்சுவரு நெடுவேல்
கழல்தொடித் தடக்கைக் காரி."

வட்டம்)

ஏனாதி வெட்டு (செங்கற்பட்டு மாவட்டம்- பொன்னேரி வட்டம்)

ஏனாதி பாடி (வடவார்க்காடு மாவட்டம்- செய்யாறு வட்டம்)

ஏனாதி மங்கலம் (தென்னார்க்காடு மாவட்டம்- கோவலூர் வட்டம்

ஏனாதி மேடு (தென்னார்க்காடு மாவட்டம்- கோவலூர் வட்டம்)

ஏனாதி (தஞ்சை மாவட்டம் அறந்தாங்கி வட்டம்)

ஏனாதி (தஞ்சை மாவட்டம் பட்டுக்கோட்டை வட்டம்)

ஏனாதி கரம்பை (தஞ்சை மாவட்டம் பட்டுக்கோட்டை வட்டம்)

ஏனாதி (இராமநாதபுர மாவட்டம்- முதுகுளத்தூர் வட்டம்)

ஏனாதி (இராமநாதபுர மாவட்டம்- பரமக்குடி வட்டம்)

ஏனாதி (இராமநாதபுர மாவட்டம்- சிவகங்கை வட்டம்)

ஏனாதி கோட்டை (இராமநாதபுர மாவட்டம்- சிவகங்கை வட்டம்)

ஏனாதி (சேலம் மாவட்டம்- ஓமலூர் வட்டம்)

தேர் வண்மலையன் என்பவன் ஒருவன். இவன், சேரமான் மாந்தரஞ்சேரல் இரும்பொறையும் சோழன் இராசசூயம் வேட்ட பெருநற்கிள்ளியும் போர் புரிந்த பொழுது, சோழன் சார்பில் நின்று போரிட்டான். இதனை வடம் வண்ணக்கன் பேரி சாத்தனார் என்ற புலவர் புகன்றுள்ளார். (புறம். 125)

கிள்ளி வளவன் என்ற சோழ மன்னன், எக்காரணத்தாலோ, மலையமான் மக்களைச் சிறை பிடித்து வந்தான்; அவர்களை யானைக் காலால் இடறச் செய்து கொல்லும்படி ஆணை பிறப்பித்தான். அவ்வமயம்

---

1. குமார கம்பணர் காலத்தில் (கி.பி. 1355 1376) புத்தூரைச் சேர்ந்த சேவகப் பெருமாள் அஞ்சாத பெருமாள் திருமுடிக்காரி என்பவன் பெரம்பலூர் வட்டத்து வாலி கண்டபுரம் கோவிலில் அம்மன் கோவிலைக் கட்டுவித் தான். சங்ககாலத் திருமுடிக்காரியின் பெயர் கி.பி. 14ஆம் நூற்றாண்டிலும் நினைவுறுத்தப் பெற்றமை இங்கு அறியத்தகும்
-268 of 1943-44

கோவூர் கிழார் என்ற புலவர் பெருந்தகை, அவனை வேண்டி, அப்பிள்ளைகளைக் காத்தார் (புறம். 46).

பிற்கால மலையமான்கள்

குறிப்பு 21

மலைநாட்டையாண்டவன் மலையன் எனப்பட்டான். மலையன் மகன்மலையமான் எனப் பெயர் பெற்றான். மலையமான் 'ஆண்ட நாடு மாயமானாடு எனப்பட்டது. பின்பு அது காலப்போக்கில் 'மலாடு' என மருவியது.¹ மலாடு என்பது காலப்போக்கில் 'மிலாடு' எனப் பட்டது.² தூய தமிழ்க்குடியினரான சோழர், வடவர் கூட்டுறவால் தம்மைச் 'சூரிய மாபினர்' எனவும், பாண்டியர் 'சந்திர மரபினர்' எனவும், சேரர் 'அக்கினி மரபினர்' எனவும் கூறிக்கொண்டாற்போல இம்மலைய மான்களும் தங்களைச் சேதி நாட்டு மன்னர் மரபினர் என்றும், தாங்கள் பாக்கவ கோத்திரத்தார் எனறும் கூறிக்கொண்டார்கள்; அக்காரணம் பற்றியே தங்களைச் சேதிராயர் என வழங்கிக்கொண்டார்கள். இவர்களது மலையமானாடும் சேதி நாடு எனப் பெயர் பெற்றது.³

இனிச் சங்க காலத்திற்குப் பின்னர் வாழ்ந்த மலைய மான்கள் யாவர் என்பதைக் கல்வெட்டுகளின் துணையைக் கொண்டு இங்குக் காண்போம். அவருள் பலர் சிற்றரசராயும் சிலர் சோழராட்சியில் உயரலுவலராயும் பணியாற்றினர் என்பது கல்வெட்டுகளால் அறியப் படுகிறது.

1. இரண்டாம் நந்திவர்மன் காலத்தில் (கி.பி. 710-775). வாண கோவரையன் சித்த வடவன் என்பவன் மலையமானாய் இருந்தான்.¹

2. முதற்பராந்தகன் காலத்தில் (கி.பி. 907-955) வீரசோழ மிலாடு டையான் என்பவன் மலையமானாய் வாழ்ந்தான்.²

3. முதற்பராந்தகன் ஆட்சியிறுதியில் தொண்டை நாட்டைக் கைப்பற்றிய கன்னரதேவன் காலத்தில் நரசிம்மன் சத்தி நாதன் என்ற மிலாடுடையான் சிற்றரசனாய் இருந்தான்.³

4. கண்டராதித்தன் காலத்தில் (கி.பி. 949-957) சித்த வடவன் என்றொரு மலையமான் பெருவீரனாய் விளங்கினான்.⁴

5. உத்தம சோழன் காலத்தில் (கி.பி. 969-986) மலையமான் சித்த வடத்தடிகள் என்பவன் சிற்றரசனாய் இருந்தான். உத்தம சோழன்

மனைவியருள் ஒருத்தி மிலாடுடையார் மகளார்-சித்த வடவன் சூட்டியார் எனப்பட்டாள்.[5]

6. முதலாம் இராசராசன் காலத்தில் (கி.பி. 985-1014) இராமன் சித்த வடவன் என்ற விக்கிரமசோழமிலாடுடையான் என்பவன் சிற்றரசனாயிருந்தான்.[6]

மற்றொருவன் உத்தம சோழ மிலாடுடையான் என்பவன். அவன் சோழர் படைத்தலைவருள் ஒருவன்; சோழர்- சாளுக்கியர் போரில் இறந்தான்.[1]

7. முதலாம் இராசேந்திரன் காலத்தில் (கி.பி. 1012-1044) மிலாடு டையார் சித்த வடத்தடிகள் என்பவனும் கங்கை கொண்ட சோழ மிலாடுடையான் என்பவனும் வாழ்ந்தனர்.[2]

8. 'இராச கேசரி வர்மன்' என்ற பட்டப்பெயரை மட்டும் கொண்ட கல்வெட்டுகள் முதலாம் ஆதித்தன், கண்டராதித்தன், சுந்தரசோழன், முதலாம் இராசராசன் ஆகியவரைக் குறிப்பன என்றும், அவற்றுள் சில கல்வெட்டுகள் திட்டமாக இன்னவரைக் குறிப்பன என்று கூறக் கூடவில்லை என்றும் கல்வெட்டறிஞர் கூறுவர். அவற்றுள் இரண்டில் மிலாடுடையார் இருவர் பெயர்கள் காணப்படுகின்றன.

1. மலாடுடையான் நாட்டான் சித்த வடவன்

2. மலாடுடையான் அகளங்கன் மலையராதித்தன்[3]

9. முதற்குலோத்துங்கன் ஆட்சியில் (கி.பி. 1970-1122) சதிரன் மலையன் என்ற இராசேந்திரசோழ மலையமான் என்பவனும் மலையமான் ஆஹாரசூரன் மகனான கிளியூர் மலையமான் நானூற்றுவன் மலையன் என்ற இராசேந்திர சோழச் சேதிராயன் என்பவனும், சுகிரயன் அநுப்பூமன் என்ற குலோத்துங்க சோழ மலைய குல ராயன் என்பவனும் வாழ்ந்தனர்.[4]

10. இரண்டாம் குலோத்துங்கன் ஆட்சியில் (கி.பி. 1133-1150) மலையமான் மலையன் என்ற குலோத்துங்க சோழச் சேதிராயன் என்பவனும் அவன் மகன் அத்திமல்லன் என்ற எதிரிலி சோழ வாண கோவரையன் என்பவனும் சிற்றரசராயிருந்தனர்.[1]

---

1. 308 of 1921

2. 356 of 1921

11. இரண்டாம் இராசராசன் காலத்தில் (கி.பி. 1144-1173) கிளியூர் மலையமான் பெரிய உடையான் நீரேற்றான் என்ற மலைய குலராயன் என்பவன் வாழ்ந்தான்.[2] அவனுக்குப் பெரிய உடையான் இறையூரன் சற்றும் கொடாதான் என்ற இராசராசச் சேதிராயன் என்ற பெயரும் வழங்கப்பட்டது.[3]

12. இரண்டாம் இராசாதி ராசன் ஆட்சியில் (கி.பி.1168-1179) முன்பு கூறப்பட்ட பெரிய உடையான் இராசராச சேதிராயன் என்பவனும் அத்தி மல்லன் சொக்கப்பெருமாள் என்ற இராச கம்பீரச் சேதிராயன் என்பவனும் வாழ்ந்தனர்[4].

13. மூன்றாம் குலோத்துங்கன் ஆட்சியில் (கி.பி.1178-1218) மலையன் பெரிய உடையான் இராச ராச கோவலராயன் என்பவனும், இறையூரன் இராச ராச சேதிராயன் மகனான பலவாயுத பல்லவரையன் என்பவனும், மலையமான் அழகிய நாயன் ஆஹாரசூரன் என்ற இராச கம்பீரச் சேதிராயன் என்பவனும், ஆஹாரசூரன் வீரராசேந்திரச் சேதிராயன் என்பவனும் வாழ்ந்தனர். பின்னவனிடம் அரசியல் அதிகாரியாய் மருந்தன் அழகிய நாயன் மலையமான் என்பவன் பணி புரிந்தான்.[5] மலையமான் நரசிம்மவர்மன் என்ற கரிகாற் சோழ ஆடையூர் நாடாள்வான் என்பவனும் அக்காலத்தில் வாழ்ந்தான்.[6]

மலையன், மலையமான், சேதிராயன் என்ற பெயர்களைக் கொண்ட ஊர்கள் தமிழகத்தில் இன்றும் உள்ளன. அவை மலையமான்களை இன்றளவும் நினைவூட்டி வருகின்றன.

மலையனூர் செங்கடி (வடவார்க்காட்டு மாவட்டம் - திருவண்ணாமலை வட்டம்)

சேதராகுப்பம் (சேதிராயன் குப்பம்) (வடவார்க்காட்டு மாவட்டம்-

---

3. மெய்ப்பொருள் நாயனார் புராணம், செ.1.

1. 469 of 1938 இந்த மன்னனைப்பெரியபுராணத்துள் கூறப்பட்டுள்ள மெய்ப்பொருள் நாயனாராகக்கொள்ளலாம். -பெரிய புராண ஆராய்ச்சி, பக்.229-40.
2. 241 of1943-44
3. E.I.7 p. 135; A.R.E. 1936-37. p.68
4. 252 of 1937
5. 193 of 1930-31 and 325 of 1907
6. 29 of 1922

வந்தவாசி வட்டம்)

மலையனூர் (தென்னார்க்காட்டு மாவட்டம் - செஞ்சி வட்டம்) சேதுராய நல்லூர்

சேதிராயன் நல்லூர் (தென்னார்க்காட்டு மாவட்டம் - செஞ்சி வட்டம்)

மலையனூர் (கீழ்) (தென்னார்க்காட்டு மாவட்டம் - திண்டிவனம் வட்டம்)

மலையனூர் (வட) (தென்னார்க்காட்டு மாவட்டம் - திருக் கோவலூர் வட்டம்)

மலையனூர் (தென்) (தென்னார்க்காட்டு மாவட்டம் - திரு கோவலூர் வட்டம்)

மழையம்பட்டு (மலையன் பற்று) (தென்னார்க்காட்டு மாவட்டம் - திருக்கோவலூர் வட்டம்)

மலையனூர் (செம்பட்ட) (தெனனார்க்காட்டு மாவட்டம் - திரு கோவலூர் வட்டம்)

மலையனூர் (தென்னார்க்காட்டு மாவட்டம் - விருத்தாசலம் வட்டம்)

சேதிராயகுப்பம் (தென்னார்க்காட்டு மாவட்டம் - விருத்தாசலம் வட்டம்)

4. ஆய்

சிறுபாணாற்றுப்படை

'ஆய் என்னும் வள்ளலுக்கு நீலநாகம் ஒரு கலிங்கத்தை நல்கியது அவன் அதனைத் தென்முகக் கடவுளாகிய சிவபெருமானுக்கு வழங் கினான். ஆய் வலிமையுடைய தோள்களை உடையவன்; அத்தோளில் வில்லைத் தாங்கியவன்; இனிய மொழிகளைப் பேசுபவன்' என்று சிறுபாணாற்றுப்படை செப்புகின்றது.[1] இச்சிறுபாணாற்றுப் படையின்

---

1. Copper plate 5 of 1937-38.
2. 151 of 1937-38. 291 of 1904.
3. 379 of 1909 and 467 of 1904
4. 251 of 1902, 133 of 1934-35 and 430 of 1937-38.
1. 135 of 1934-35.

குறிப்பை மட்டும் கொண்டு இவனது முழுவரலாற்றையும் அறிய இயலவில்லை. இவனைப்பற்றிப் புறநானூற்றில் பதினைந்து பாடல்கள் உள்ளன. அகநானூற்றில் மூன்று பாக்களிலும், நற்றிணையில் இரண்டு பாக்களிலும், குறுந்தொகைப்பாடல் ஒன்றிலும் இவனைப்பற்றிய குறிப்புகள் இருக்கின்றன. இவை அனைத்தின் உதவியையும் கொண்டு இவனது வரலாற்றை ஈண்டுக்காண்போம்.

நாட்டுச்சிறப்பு

சோழர் தலைநகரான உறையூரில் ஏணிச்சேரி என்பது ஒரு பகுதி. அங்கு மோசியார் என்ற முடவர் ஒருவர் வாழ்ந்தார். அவர் செந்தமிழ்ப் புலவர். அவர் ஆயின் கொடைத்திறத்தைக் கேள்வியுற்றுச் சென்று அவனைக் கண்டார்; அவனது நாட்டு வளத்தையும் கண் குளிரக் கண்டார்; அவனது கொடைத்திறத்தையும் நேரிற்கண்டு வியந்தார்; அவனுடைய நற்பண்புகளையும் கண்டு கண்டு உள்ளம் நெகிழ்ந்தார். அப்பெரியார் அவன்மீது பன்னிரண்டு பாடல்களைப் பாடினர்; அப்பாடல்களில் அவனுடைய நாட்டுச் சிறப்பு, போர்ச்சிறப்பு, கொடைச் சிறப்பு என்பவற்றை விளக்கியுள்ளார்.

ஆய் என்ற வள்ளல் பொதியின்மலைநாட்டை ஆண்டு வந்தவன்; கையில் தொடியையும், காலில் கழலையும் அணிந்தவன் (புறம்.128); பாண்டியன் வேப்பம்பூமாலை அணிந்திருந்தாற்போல, ஆய் சுரபுன்னைப் பூவாலாகிய மாலையை அணிந்திருந்தான் (புறம். 131). பொதியின் மலை மேற்குத்தொடர்ச்சி மலையின் ஒரு பகுதியாகும். பாபநாசம் நீர்வீழ்ச்சி, குற்றாலம் நீர்வீழ்ச்சி, வேறு பல நீர்வீழ்ச்சிகளுக்குக் காரணமான மலைப்பகுதியே பொதியின் மலைப்பகுதி. அம்மலை நாடு இயற்கை வளம் மிகுந்தது; யானைகளை மிக்குடையது; பலா மரங்களை மிக்குடையது. பரிசிலர், மரக்கிளைகளில் மத்தளங்களைக் கட்டித் தொங்கவிட்டிருப்பவர். மந்திகள், அவற்றைப் பலாப்பழங்கள் என்று எண்ணித் தட்டும். உடனே அம்மத்தளங்களிலிருந்து ஓசை எழும். அம்மரங்களில் வாழும் அன்னச் சேவல்கள் அவ்வோசைக்கு மாறாய் எழுந்து ஒலிக்கும்.

---

2. 163 of 1906.
3. 364 of 1937-38
4. 364 of 1937-38; 134 and 186 of 1934-35
5. 381 of 1937-38; A.R.E. 1937-38. p.92; 189 and 249 of 1934-35
6. 114 of 1900 and 538 of 1902.

மலைப்பகுதியில் குறிய இறப்பையுடைய சிறிய மனைகளில் குற மக்கள் வாழ்வார்கள், அவர்கள் மதுவை மூங்கிற்குழாயில் வார்த்து முதிரவைப்பார்கள்; முதிர்ந்த மதுவை நுகர்ந்து தங்கள் வீட்டு முற்றத்தி லுள்ள வேங்கை மரத்து நிழலில் குரவைக்கூத்து ஆடுவார்கள். இனிய சுளைகளையுடைய பலாப்பழங்கள் ஆய் நாட்டில் மிகுதியாய் உண்டு.

"பெண் யானை ஒரு சூலுக்குப் பத்துக்கன்றுகளை ஈனுமோ?" என்று எண்ணும்படி பற்பல யானைகள் பொதியின்மலை நாட்டில் உண்டு. பொதியமலை நாட்டுப்பெருங்காடு, இரவலர் ஆய் வள்ளலைப்பாடி யானைகளைப் பரிசிலாகப் பெற்றாற்போலவே அவனைப் பாடி எண்ணிறந்த யானைகளைப் பரிசிலாகப் பெற்றதோ என்று நினைக்கும்படி யானைகள் கணக்கின்றி அக்காட்டில் இருக்கும் (புறம்.128-131. "ஆயின் மலை நாட்டில் வேங்கை மலர்களும் காந்தள் மலர்களும் மிக்குள்ளன. இத்தலைவி காந்தள் மலரினும் குளிர்ச்சி உடையவள்," என்று மோசி கீரனார் என்ற புலவர் குறுந்தொகையில் (84) குறித்துள்ளார். ஆய் நாட்டில் தலையாறு என்னுமிடத்தில் உயர்ந்த மலை உண்டு. அம்மலையில் மூங்கில் மிகுதி. அம்மூங்கிலைப் போன்ற தோள்களையுடையவள் தலைவி என்று பரணர் குறித்துள்ளார். (அகம்.152)

வீரச்சிறப்பு

ஆயின் பொதியின்மலை ஆடச்செல்லும் மகள் அணுகுவதற்கு எளியது; பெருமை பொருந்திய மன்னர் அணுகுதற்கு அரியது (புறம். 128). ஆய், கொல்லும் போரைச் செய்யும் தலைவன் (புறம்.129). அவன் ஒரு காலத்தில் கொங்கரை மேல் கடலை நோக்கி ஓடும்படி செய்தான். அப்பொழுது அக்கொங்கர் தம் வேல்களைப் போர்க்களத்திற் போட்டு விட்டு ஓடினர் (புறம்.130). ஆய், பகைவரது மிக்க மாறுபாட்டை வென்ற வலிமையுடையவன் (புறம். 135). ஆயின் வீரர் அம்புடைய கையினர். அவர்கள் வில்லில் மயில் தோகை கட்டப்பட்டிருக்கும். அவ்வீரர் பகைவர் அரண்களை அழித்து நல்ல அணிகலன்களைக் கொணர்பவர். இஃது உமட்டூர் கிழார் மகனார் பரங்கொற்றனார் என்ற புலவர் கூறும் செய்தியாகும். (அகம். 69).

கொடைச்சிறப்பு

ஆய் வள்ளலின் நாளவை பார்க்கத் தக்கது. அவன் தன் பேரவை யில் அமர்ந்து தன்னை நாடி வரும் புலவர், பாணர், கூத்தர் என்ற முத்தமிழ் வாணர்க்குத் தேர்களை வழங்குவான் (நற்றிணை, 167);

யானைகளைப் பரிசளிப்பான் (நற்றிணை, 237). ஆய் வள்ளல் தன்னை நாடி வந்தவர் எவராயினும், அவருக்கு மிடாச் சோற்றை அளிப்பவன் (அகம். 152).

ஆய் வள்ளல் இரவலர்க்குக் கொடுத்த யானைத் தொகை விண் மீன்களின் தொகையைவி மிகுதியாகும். (புறம். 129). நாட்டின் வட பகுதியில் இமயம் சிறந்து நிற்பது போலத் தென்பகுதியில் கொடைச் சிறப்பால் ஆய் குடி சிறந்து விளங்குகின்றது. (புறம். 132). முடமோசியார் விறலியை நோக்கி, "மெல்லிய இயல்பினையுடைய விறலி, நீ ஆயின் புகழைக் கேட்டிருப்பாய். நீ அவனைக்காண விரும்பினாயாயின், மாட்சிமைப்பட்ட நினது கூந்தலில் மலைக்காற்று அடிக்க மயில் போலக் காட்சி உண்டாக மழை போன்ற வண்மையையுடைய வேள் ஆயைக் காணச் செல்வாயாக," என்று பொருள்படும் பாடலொன்றைப் பாடியுள்ளார் (புறம். 131).

மேலும் அவர், "இப்பிறப்பில் செய்யும் நல்லது மறுபிறப்பிற்கு உதவும் என்று எண்ணிப் பொருளை விலையாகக் கொடுத்து அதற்கு அறத்தினைக் கொள்ளும் வணிகன் ஆய் அல்லன். சான்றோர் அறம் செய்தனர் என்ற ஒன்றை மட்டுமே எண்ணி, அவன் அறத்தைச் செய்து வருகின்றான்," என்று ஒரு பாடலில் கூறியுள்ளார் (புறம். 134).[1]

துறையூர் ஓடை கிழார் என்ற புலவர் வறுமையால் வாடினார். அவர், ஆயின் புகழைக் கேள்வியுற்றார்; தமது வறுமையைத் தொலைக்க அவனை நாடிச் சென்றார்; அவனைக் கண்டு, "பெரும், வறுமையுற்ற எங்களுக்கு உதவி செய்வோர் பயன் கருதாது பிறர்க்கு உதவி செய்த வராவர். எம்மை ஒழிந்த பிறர்க்கு உதவி செய்பவர், பயன் கருதிச் செய்வதால், தமக்கே உதவி செய்பவராவர். நீ நாடொறும் குளிர்ந்த நீர் ஓடும் வாய்த் தலைகளையுடைய துறையூரிக்கண் துறைமுன்னர் உள்ள நுண்ணிய மணலினும் பலநாள் வாழ்வாயாக!" (புறம். 136) என்று பாடினார்.

"ஆய் வள்ளல் தன் காட்டிலிருந்த யானைகளை எல்லாம் பரிசிலர்க்கே வழங்கினான்; தன் செல்வத்தையும் வறியவர்க்கே

---

1. "நீல நாகம் நல்கிய கலிங்கம்
ஆலமர் செல்வற் கமர்ந்தனன் கொடுத்த
சாவந் தாங்கிய சாந்துபுலர் திணிதோள்
ஆர்வ நன்மொழி ஆய்" (அடி, 96 99)
நீலநாகன் என்ற பெயருடைய நாகர்தலைவன் கலிங்கத்தைக் கொடுத்தான் என்று கொள்வது பொருத்தமாகும்.

வழங்கினான். அவன் மனைவியரிடம் இருந்த மங்கல அணி நீங்கலாக மற்றைய அணிகளெல்லாம் இரவலர்க்கு வழங்கப்பட்டன." (புறம்.127).

இறப்பும் புலவர் பாராட்டும்

இங்ஙனம் வறியார்க்கு வழங்குவதிலேயே இன்பத்தைக் கண்ட ஆய்வேள், காலமானான். அப்பொழுது குட்டுவன் கீரனார் என்ற புலவரும் முடமோசியாரும் அவன் பக்கத்தில் இருந்தனர். குட்டுவன் கீரனார், "ஆயாகிய அண்டிரன், தன் உரிமை மகளிரோடு தேவர் உலகத்தை அடைந்தான்.[1] அவனது உடம்பு எரிக்கப்பட்டு விட்டது. இரவலர் தம்மைப் பாதுகாப்பாரைக் காணாது கண்ணீர் விடுகின்றனர்," என்று கூறி வருந்தினார் (புறம். 240). முடிமோசியார், "பெருவள்ளலான ஆய் வருகின்றான் என்று ஒளி பொருந்திய தொடியினையும் வச்சிராயுதத்தினையுமுடைய இந்திரனது கோயிலுள் முரசம் முழங்க, வானத்தில் ஓசை தோன்றிற்று," என்ற பொருள்படும் செய்யுள் ஒன்றைப் பாடினார் (புறம். 241).

மேலும், அப்புலவர் ஞாயிற்றை நோக்கி, "நீ ஆய் அண்டிரனைப் போல ஒளியுடையை; ஆயினும், அவனைப் போலக் கொடைத்தன்மை உடையையோ?" என்று கூறி, ஆய் வள்ளல் ஞாயிற்றினும் உயர்ந்தவன் என்பதைக் குறித்துள்ளார் (புறம். 374). அப்பெரியார் ஆய் வள்ளல் இறந்தமையால் வருந்தி, "நெருங்கிச் சென்று பல சொற்களால் எடுத்துரைத்தாலும் சிறிதளவேனும் உணரும் உணர்ச்சியில்லாத சிறப்பற்ற மிக்குள்ள செல்வத்தை உடைய பெருமையில்லாத வேந்தர் களை எம் போன்ற புலவர்கள் இனிப்பாடாது ஒழிவார்களாக!" என்று பாடினார் (புறம். 375).

ஆய் இங்ஙனம் மூவேந்தரினும் உயர்ந்த கொடைத் தன்மையுடன் விளங்கினமையால், அவன் தமிழ் இலக்கிய உலகில் அழியாத புகழைப் பெற்றான், முடமோசியார் ஒருவரே அவன்மீது பல பாடல்களைப் பாடி மகிழ்ந்தார். அதனைப் பின் வந்த பெருஞ்சித்திரனார் என்ற சங்ககாலப் புலவர்,

"திருந்துமொழி மோசி பாடிய ஆய்" (புறம். 158) என்று குறித்துள்ளார்.

ஆயின் மரபினர்

ஆய் அண்டிரனுக்கு முன்னும் பின்னும் அம்மரபினர் அரசராகவே இருந்து வந்தனர். அவருள் 'ஆய் எயினன்' என்பவன் ஒருவன். அவன்

கொண்கானத்தை ஆண்ட நன்னன் சார்பில் நின்று 'மிஞிலி' என்பவனோடு போரிட்டு மாண்டான். அப்போரைப்பற்றிப் பரணர் பல பாக்களில் (அகம். 148, 181, 208, 396) குறித்துள்ளார்.

பிற்கால ஆய் வேளிர்

குறிப்பு–22

சங்ககால ஆய் வேளிர், கேரளநாட்டில் திருவல்லத்திலிருந்து கன்னியாகுமரி வரையில் உள்ள நிலப்பரப்பை ஆண்டனர். தாலமி என்ற யவன ஆசிரியனும் இதனைக் குறிக்கிறான். நாஞ்சில் நாடும் ஆய் நாட்டைச் சேர்ந்ததாகும். திருவட்டாறு, விழிஞம், திருவனந்தபுரம் என்பவை ஆய் நாட்டு ஊர்களுட் சில. ஆய் நாட்டுக்கு வடக்கே சேரநாடு இருந்தது. கி.பி. 10ஆம் நூற்றாண்டு வரையில் சேர அரசு ஆய் நாட்டில் தோன்றவில்லை.

இடைக்காலப் பாண்டியருள் சேந்தன், அவனுக்குப் பின்பு அரிகேசரி பராங்குச மாறவர்மன், அவன் மகனான கோச்சடையன் இரணதீரன் என்போர் ஆய் நாட்டைத தாக்கினர். ஆய் வேளிர் யாதவர் என்னலாம். கருநந்தன் (கி.பி. 788), கருநந்த தக்கன் (கி.பி. 857-885). விக்கிரமாதித்திய வரகுணன் (கி.பி. 885-925) என்போர் இடைக்கால ஆய் வேளிராவர்.

திருவனந்தபுர வட்டம் வேணாட்டைச் சேர்ந்தது. வேணாடு என்பது கி.பி.10ஆம் நூற்றாண்டில் கொல்லத்துக்கும் திருவனந்தபுரத்துக்கும் இடைப்பட்ட சிறிய நாடாயிருந்தது. வேணாடு ஆய் வேளிர் ஆட்சிக்கு உட்பட்டது.[1]

பாலக்காட்டுக் கணவாய் முதல் பொதியமலை முடிய உள்ள மேற்குத் தொடர்ச்சி மலைகளும் அவற்றைச் சேர்ந்த காடுகளும் மேற்கு நாடும் ஆய் வேளிர்க்கு உரியவை.[2] இப்பரந்த மலை நாட்டைப் பெற்ற ஆய் வேளிர் நாட்டில் யானைகள் மிக்கிருந்தன என்பது பொருத்தமேயாகும்.

---

1. "இம்மைச் செய்தது மறுமைக் காமெனும்
அறவிலை வணிகன் ஆயலன்; பிறரும்
சான்றோர் சென்ற நெறியென
ஆங்குப் பட்டன் றவன்கை வண்மையே."

ஏறத்தாழ கி.பி. 710 முதல் 740 வரையில் பாண்டிய மன்னனா யிருந்த 'கோச்சடையன் இரணதீரன்' என்பவன் ஆய் வேளை வென்றான் என்று வேள்விக்குடிப் பட்டயம் விளம்புகிறது. பாண்டியனுக்கும் ஆய் வேளுக்கும் நடந்த போர், மருதூர் என்ற இடத்தில் நடைபெற்றது என்று அப்பட்டயம் குறிக்கிறது. 'மருதூர்' என்பது, அம்பா சமுத்திரத் திற்கருகிலுள்ள திருப்புடைமருதூர் என்னலாம். ஆய் வேள் அப் போருக்குப் பின்பு பாண்டியர்க்கு அடங்கிய சிற்றரசனானான்.[3]

நெடுஞ்சடையன் பராந்தகன் (கி.பி. 765-815) என்ற பாண்டிய மன்னனும் தன் 'காலத்து ஆய்வேள் நடத்திய நாட்டுக் குறும்பு என்னும் கலகத்தை அடக்கினான்.[1] இவ்வரலாற்றுச் செய்திகள், ஆய் மரபினர் சங்க காலம் முதல் கி.பி. 9ஆம் நூற்றாண்டு வரையில் தொடர்ந்து பொதியின்மலை நாட்டை ஆண்டு வந்தனர் என்பதைத் தெரிவிக் கின்றன அல்லவா?

5. அதிகன்

'அதிகன் தனது நாட்டில் உயர்ந்த மலையில் கனிந்த இனிய நெல்லிக்கனியை ஔவையாருக்கு ஈந்தவன்; நெடிய வேலையுடைய கடல் போன்ற சேனையை உடையவன்,' என்று சிறுபாணாற்றுப்படை அதிகன் என்ற வள்ளலைப்பற்றி அறைகின்றது.[2]

ஔவையார் அவனுடைய வீரம் கொடை பிற இயல்புகள் பற்றி இருபத்திரண்டு பாடல்கள் பாடியுள்ளார் (புறநானூறு). பெருஞ்சித்திரனார் என்ற புலவர், ஒரு பாடலில் அவனைப் பாடியுள்ளார். அவனைப் பற்றி வேறு புலவர்களும் பாடிய குறிப்புகள் குறுந்தொகை, நற்றிணை, அகநானூறு, பதிற்றுப்பத்து என்னும் நூல்களில் கிடைக்கின்றன. இவை அனைத்தையும் கொண்டு அவ்வள்ளலின் வரலாற்றை இங்குக் காண் போம்.

அதியமான்கள்

ஔவையார் அதிகமானை 'மழவர் பெருமகன்' என்று கூறியுள்ளார் (புறம். 88-90). மழவர் நாட்டுக்கு அப்பால் குட்டுவன் (சேரன்) நாடு அமைந்திருந்தது என்று மாமூலனார் கூறியுள்ளார் (அகம். 91) எனவே, தகடூர் நாட்டுக்கு அப்பால் சேர நாடு அமைந்திருந்தமை அறியப்படும். கொல்லிமலை நாட்டையாண்ட ஓரியும் மழவர் பெருமகன் எனப்

---

1. ஆய் இறந்தவுடன் அவன் மனைவியர் உடன்கட்டை ஏறினர் போலும்!

பட்டான் (நற்றிணை, 52). எனவே, கொல்லி மலை நாட்டுக்கு வடபாற் பட்ட வடமழநாட்டை அதிகமான்களும் தென்மழநாட்டைக் கொல்லி மழவர்களும் ஆண்டு வந்தார்கள் என்பது அறியத்தகும்.

அதிகமான் அல்லது அதிகைமான் அல்லது அதியமான் என்பது 'மலையமான்' என்பது போலத் தகடூர் நாட்டு மன்னனைக் குறிக்கும் பொதுப் பெயர். எனவே, தொகை நூல்களில் அதியமான் பற்றி வரும் எல்லாப் பாடல்களும் ஒரே அரசனைப்பற்றியவை என்று கருதுதல் தவறாகும். 'களங்காய்க் கண்ணி நார்முடிச்சேரல் தகடூரை ஆண்ட அதியமானை வென்றான்,' என்று பதிற்றுப்பத்துப் பகர்கின்றது (செ. 32) அவனுக்குப் பல ஆண்டுகளுக்குப் பின் வந்த பெருஞ்சேரல் இரும் பொறை என்ற சேர மன்னன் அதியமானுடன் போரிட்டுத் தகடூரை அழித்தான் என்று பதிற்றுப்பத்துப் (செ. 78) பகர்கின்றது. (முன்னதைப் பாடியவர் காப்பியாற்றுக் காப்பியனார் என்ற புலவர்; பின்னதைப் பாடியவர் அரிசில் கிழார் என்ற புலவர்). அதிகனை வென்ற இவ்விரு சேரரும் அடுத்தடுத்துப் பட்டம் பெற்றவரல்லர். எனவே, நார் முடிச் சேரலுடன் போரிட்ட அதிகன் வேறு; பெருஞ்சேரலுடன் போரிட்ட அதிகன் வேறு எனக் கோடலே பொருத்தமாகும். ஔவையாரால் 'வள்ளல்' என்று பாராட்டப்பட்ட அதியமான் நெடுமானஞ்சி என்பவன் வேறாவன். அவன் மகனான பொகுட்டெழினி என்பவன் ஒருவன், இங்ஙனம் சங்கநூல்களில் அதியமான்கள் பலர் குறிக்கப்பட்டுள்ளனர் என்பதை முதற்கண் அறிதல் நலமாகும். இனி, வள்ளல் அதிகமான் வரலாற்றைக் காண்போம்.

நல்லியல்புகள்

தகடூரை ஆண்ட அதிகமான் நெடுமான் அஞ்சியின் முன்னோர், தேவர்களைப் போற்றி வழிபட்டவர்; வேள்விகள் செய்தவர்; கரும்பைத் தமிழ் நாட்டிற்குக் கொண்டு வந்தவர். அதிகமான் வீரக்கழலை அணிந்த கால்களையுடையவன்; பனம்பூ மாலையையுடையவன்; பூக்கள் நிறைந்த சோலைகளை உடையவன் (புறம். 99).

ஔவையார், பாணர் வகுப்பினர், அவர் அதிகனது கொடைத் திறத்தைக் கேள்வியுற்று அவனைக் காண விழைந்து, அவனது அரண்

---

1. Trivandrum District Gazetteer, Sridhara Menon, p. 102-106.
2. டாக்டர் சா. கிருஷ்ணசாமி ஐயங்காரின் கடையெழு வள்ளல்கள் காலம், பக். 33.

மனைக்குச் சென்றார். அதிகன் அவரை வரவேற்று உபசரித்தான்; ஆயினும், பரிசில் தந்து வழியனுப்பவில்லை. பரிசில் கொடுப்பின் அவர் தனது அவையை விட்டுச் செல்வர் என்னும் எண்ணத்தாலோ என்னவோ, அவன் பரிசில் தருதலை நீட்டித்தான். ஔவையார் வெகுண்டார்; தம் பொருள்களை மூட்டையாகக் கட்டிக்கொண்டு அரண்மனையை விட்டுப் புறப்பட்டார்; வாயிற்காவலனைக் கண்டார்; அவன் வாயிலாக அதிகனுக்கு அறிவுரை கூறுதல் நல்லதென எண்ணினார். அவர் அவனை நோக்கி, "வாயில் காப்போய், வாயில் காப்போய், புலவர், ஈகைத்தன்மை உடையவரது செவியில் நல்ல சொற்களை விதைத்துப் பரிசில் பெறும் இயல்புடையவர். அவர்க்கு அடையாத வாயில் காப்போய், விரைந்த குதிரையையுடைய நெடுமானஞ்சி தன் தரம் அறியாதவனா? என் தரம் அறியானா? அவன் பரிசில் நீட்டிப்பதன் காரணம் யாது? தமிழ் நாட்டில் வள்ளகளுக்குக் குறைவில்லை. தச்சர் காட்டுக்குச் செல்வர். அவர்தம் தொழிலுக்கு அக்காட்டகம் பயன்படுதல் போலத் தமிழகம் எங்கள் பிழைப்பிற்குப் பயன்படும் நாங்கள் எத்திசைக்கண் செல்லினும் அத்திசையில் சோறு கிடைக்கும்," (புறம். 206) என்று கூறிப் புறப்பட்டார்.

அதிகன் அவரை வழி மறித்து அழைத்துச் சென்றிருத்தல் வேண்டும். அவனது உள்ளன்பைக் கண்ட ஔவையாரின் சினம், கதிரவனைக் கண்ட பனி போல மறைந்தது. அவர் உள்ளம் நெகிழ்ந்தார்; அவனது அவைப் புலவராய்ச் சிறப்புப் பெற்றார்.

"நீர்த்துறையில் படியும் ஆண்யானையின் தந்தங்களை ஊர்ச்சிறு பிள்ளைகள் கழுவுவார்கள். அப்பொழுது அந்த யானை அமைதியாய் இருக்கும். அது போலவே, பெருவீரனாகிய அதிகன், புலவர், பாணர், கூத்தர் முதலியோர்க்கு இனியனாய் இருப்பான்; தன் பகைவர்க்கு இன்னானாய் இருப்பான். பிள்ளைகளுடைய இளஞ்சொல் இசையால் இன்பமும் செய்யா; காலத்தோடு கூடியும் இரா; அவற்றிற்பொருளும்

---

3. Ep. Ind. Vol. 17. p. 307.
1. Pandyan Kingdom, K.A.N. Sastry, p. 60
2. "மால்வரைக்
கமழ்பூஞ் சாரற் கவினிய நெல்லி
அமிழ்துவிளை தீங்கனி யௌவைக் கீந்த
உரவுச்சினங் கனலும் ஒளிதிகழ் நெடுவேல்
அரவக்கடற் றானை அதிகன்" (அடி, 99–103)

இரா. ஆயினும், அவை, தந்தைக்கு இன்பத்தைத் தரும். அவ்வாறே, அதிகன் முத்தமிழ் வாணரை மனவிரக்கத்துடன் கவனித்தலால், அவர் தம் சொற்கள் அவனுக்கு இனிமையைத் தரும்," (புறம், 92).

"தீக்கடைகோல் மனை இறப்பில் செருகி வைக்கப்படும். கடையாத போது அதன்கண் தீத்தோன்றாது. அது போல அதிகன், போர் இல்லாத காலத்தில் தன் வலிமை தோன்றாது இருப்பான்; கடைந்த இடத்துத் தீயைத் தோற்றுவிக்கும் தீக்கடை கோலைப்போல, அதிகன் போர் உண்டான போது தனது வலியைத் தோற்றுவிப்பான். அவன், திறன் இல்லாத மக்களுடன் இருந்து உண்டு மகிழும் எளிமை உடையவன் (புறம். 315).

அதிகமானது மலைநாட்டில் நெல்லிமரம் ஒன்று சிறப்புற்றிருந்தது. அதன் பழத்தை உண்பவர் நெடுநாள் உடல் உரம் பெற்று வாழ்வர் என்பது அக்கால மக்கள் நம்பிக்கை. அவ்வுயரிய நெல்லிப்பழம் ஒன்று ஒரு முறை அதிகமானுக்குக் கிடைத்தது. அதன் சிறப்பையுணர்ந்த அவன், அதனைத் தான் உண்ணவில்லை; அதன் ஆற்றலைக் கூறாது தமிழ் மூதாட்டியாரான ஔவையார்க்குக் கொடுத்தான். ஔவையார் அதனை உண்டார்; அதன் தன்மையை அறிந்தார்; அதிகமானது தன்னலமற்ற தன்மையை எண்ணி எண்ணி உள்ளம் உருகினார். அவர் அவனை நோக்கி, "நீ இந்த நெல்லிக்கனியை உண்டு பயன் பெறாது எனக்கு அளித்து மகிழ்ந்தனை. நினது தியாகத்தை என்னென்பேன்! நீ பிறை நுதல் பொலிந்த திருமுடியினையும் நீலமணி போலும் கரிய மிடற்றினையும் உடைய சிவபெருமானைப் போல என்றும் நிலை பெறுவாயாக!" என்று வாழ்த்தினார் (புறம். 91)

போர்ச்சிறப்பு

'அதிகமான் நெடுமானஞ்சி என்பவன் விரைந்த நடையையுடைய யானைப்படையையும் குதிரைப்படையையும் உடையவன்' (நற்றிணை, 381).

'அதிகன், ஒரு நாளில் எட்டுத் தேரைச் செய்யும் தச்சன் ஒரு மாதம் கூடிக் கருதிச் செய்ததொரு தேர்க்காலைப் போன்றவன்' (புறம். 87). 'மன்றின்கண் தூங்கும் முழவில் காற்று அடிப்பின் ஓசை எழும் அதிகன் அவ்வோசை போர்ப்பறையின் ஓசை என்று எண்ணி மகிழ்ச்சியுடன் போருக்கெழும் இயல்புடையவன், அவனுடைய வீரர், அடிக்கும் கோலுக்கு அஞ்சாது எதிர் மண்டும் பாம்பு போன்றவர்' (புறம்.89).

'அப்பெருமகன் முழவு போன்ற தோள்களை உடையவன்; போர்க்கள வேள்வி செய்யும் விருப்புடையவன்; நெடிய வேலைத் தாங்கும் இளைய வீரரை உடையவன்; வலிய மார்பினை உடையவன்; கடர் விடுகின்ற நுண்ணிய வேலைப்பாடு மிக்க பூண்களை அணிந்தவன்' (புறம்.88). 'புலியை எதிர்க்கும் மான்கள் இல்லை; ஞாயிற்றை எதிர்க்கும் இருளும் இல்லை; எங்கும் பெருமிதத்துடன் நடந்து செல்லும் கடாவிற்குப் போதற்கரிய துறையும் இல்லை. அவை போல, அதிகனது நிலத்தைக் கவரும் வீரர் இல்லை' (புறம். 90). 'அதிகமான் பகைவருடைய ஆனினங் களைக் கைப்பற்றி மறைத்திடும் ஆற்றலுடையவன்' (அகம். 115). 'அதிகன் பகைவருடைய காவலைக் கொண்ட அரண்கள் பலவற்றை வென்றவன்' (புறம். 92).

'அதிகனின் வாள்கள் பகைவரை வெட்டிச் சாய்த்தமையால் வடிவு இழந்தன. அவன் வேல்கள் பகைவர் நாட்டை அழித்தலால் காம்புடனே ஆணி கலங்கி நிலை கெட்டன. அவனுடைய களிறுகள், பகைவருடைய கோட்டைக்கதவுகளை இடித்துப் பிளந்தமையால், தங்கள் தொடி கழலப் பெற்றன, அவன் குதிரைகள், பகைவரை மிதித்து ஓடுதலால், குருதி தோய்ந்த குளம்புகளை உடையனவாயின. அவனுடைய கேடயங் கள், பகைவர் விடுத்த அம்புகள் பட்டமையால், துளைபட்டன. அவனுக் குத் திறைகொடுத்தவர் பிழைத்தனர்' (புறம். 97).

'அதிகனுடைய யானைப்படை, குதிரைப்படை, காலாட்படைகள் ஒரு நாட்டின்மீது படையெடுத்துச் செல்லும் போது வழியிலுள்ள பகைவர் அஞ்சிப் பாதுகாப்புச் செய்துகொள்வர். அவனது யானைப் படையைக் கண்ட பகைவர் தம்முடைய கோட்டைக் கதவுகளையும் கணைய மரங்களையும் புதியனவாக அமைப்பர். அவனது குதிரைப் படையைக் கண்ட பகைவர், கவைத்த வேலமுள்ளால் காட்டு வாயில்களை அடைப்பர். அவனது வேற்படையைக் கண்ட பகைவர், கிடுகைக் காம்புடனே செறிப்பர். அதிகனுடைய வீரரைக்கண்ட பகைவர் தம் அம்புகளைத் தூணியில் அடைத்துக்கொள்வர். அதிகன், புறத்தே நின்று உயிரைக் கொண்டுபோகும் யமனையொத்தவன். நீருள்ளே யானையைக் கொன்று வீழ்த்தும் முதலையைப்போல, அதிகன் போரில் பகைவரைக் கொன்று வீழ்த்தும் ஆற்றல் உடையவன்' (புறம். 98).

'அதிகன், ஏழு அரசரைப் பகைத்து மேற்சென்று, போரின்கண் வென்று, சிறந்தான்; அவர்க்கு உரிய ஏழிலாஞ்சனையைப் பெற்றான். அப்பெருமகன், கோவலூரை ஆண்ட மலையமானைப் போரில் வென்று,

கோவலூரை அழித்தான். அவ்வெற்றியைப் பரணர் என்னும் புலவர் பாடியுள்ளார்' (புறம். 99).

'ஒருமுறை அதிகமான் பகைவரோடு போர் புரிந்த பொழுது முகத்திலும் மார்பிலும் புண்பட்டு நின்றான். அப்பொழுது ஔவையார் அவன் விழுப்புண் பெற்றதற்குப் பாராட்டி ஒரு பாடல் பாடினார்' (புறம்.93). 'அதிகமான் போர் செய்த போர்க்களத்திற்கு அருகில் இருந்த ஊர் மக்கள் இரவில் தூங்கவில்லை' (குறுந். 91).

ஔவையார் அரசியல் தூதர்

காஞ்சியை ஆண்ட தொண்டைமான் எக்காரணம் கொண்டோ அதிகமானைத் தாக்க நேரம் பார்த்திருந்தான். இதனை அறிந்த ஔவையார், அவனது படை வன்மையை அறிய விரும்பினார்; அதனால் தகடூரிலிருந்து காஞ்சிக்குச் சென்றார். தொண்டைமான் பெரும் புலவரான ஔவையாரை நன்கு உபசரித்தான்; அவரை அழைத்துச் சென்று தனது படைக்கலக் கொட்டிலைக் காட்டினான்.

ஔவையார் அவனது படைக்கலக் கொட்டிலை நன்கு பார்வை யிட்டார். எல்லாப் போர்க்கருவிகளும் புத்தம் புதியனவாய்ச் செய்யப் பட்டும், நெய் பூசப்பெற்றும், பீலி அணியப் பெற்றும் இருந்தன. ஔவையார் தொண்டைமானை நோக்கி, "இக்கருவிகள் நல்ல முறையில் காவலைக் கொண்ட இடத்தில் வைக்கப்பட்டுள்ளன. ஆயின், அதிகமானு டைய போர்க்கருவிகள், போரில் மிகுதியாக ஈடுபட்டமையால், ஓரமும் நுனியும் மழுங்கிக் கொல்லன் உலைக் களத்தில் பழுது பார்க்கத் தகுந்த நிலையில் உள்ளன," என்று தொண்டைமானைப் பாராட்டுவது போலவும் அதிகமானை இகழ்வது போலவும் கூறினார் (புறம்.95)

'அதிகமானுடைய போர்க்கருவிகள் கொல்லனுடைய உலைக் களத்தில் கிடக்கின்றன,' என்ற கூற்றினால், அதிகமான் போர்ப் பயிற்சி உடையவன் என்பதை ஔவையார் கூறாமல் கூறினார். இங்ஙனம் கூறிய அவர், 'தொண்டைமானுடைய போர்க்கருவிகள் புத்தம் புதியனவாக நெய் பூசப்பெற்றும்' பீலி அணியப்பெற்றும் இருக்கின்றன,' என்று கூறியதனால், தொண்டைமானுக்குப் போர்ப்பயிற்சி இல்லை என்பதை மறைமுகமாகச் சுட்டிக் காட்டினார். ஔவையார் சிறந்த அரசியல் தூதர் என்பதற்கு அவரது பேச்சே சிறந்த எடுத்துக் காட்டாகும்.

கொடைச்சிறப்பு

'அதிகமான், செல்வம் உண்டாயின் உணவு கொடுப்பவன்; இல்லையாயின் உள்ளதைப் பலரோடு இருந்து உண்பவன். அவன் வறியோருடைய சுற்றத்திற்குத் தலைவன்' (புறம். 95). 'அப்பெருமகன் இரவலர் பலநாளும் பயின்று பலரோடு கூடச் செல்லினும், முதல் சந்திப்பிற்காட்டிய அன்பையே எப்பொழுதும் காட்டுபவன், யானை, தனது கொம்பிற்கு இடையே வைத்துக்கொண்ட கவளம் அதற்கே உரிமையாதல் போல, அதியமான் செல்வம் பரிசிலர்க்கே உரியது. அவன் எப்போது பரிசில் தருவான் என்று கவலைப்பட வேண்டுவதில்லை' (புறம். 101). ஔவையார் விறலி ஒருத்தியை அதிகனிடம் ஆற்றுப் படுத்தும் முறையில் அவனுடைய கொடைச் சிறப்பைக் கீழ் வரும் முறையில் கூறியுள்ளார்.

"காவடியின் ஒரு பக்கத்தில் ஒரு முகவாத்தியம் தூங்க, மற்றொரு பக்கத்தில் முழவு தூங்கத் தூக்கிக் கொண்டு 'உணவில்லாது கவிழ்ந்த எனது மண்டையை உணவிட்டு நிமிர்த்த வல்லவர் யார்?" எனச் சொல்லி மயங்கும் விறலியே, அதிகமான் அண்மையில் இருப்பவன். அவன் சிறந்த போர் வீரன்; வறிய காலத்திலும் நம்மைப் பாதுகாப்பவன். அவன் தாள் வாழ்க!" (புறம். 103).

'அதிகமான் இரவலருடைய அழுக்கேறிய உடைகளைக் களைந்து நல்ல உடைகளை வழங்குவான்; மதுவும் அடிசிலும் வெண்கலத்தில் தந்து உண்பிப்பான்; நெல்லும் பொன்னும் வழங்குவான்' (புறம். 390).

'அஞ்சி, காலமும் இடமும் பெறுபவர் தகுதியும் நோக்காமல், எப்பொழுதும் கொடுக்கும் இயல்புடையவன்; மேகம் போலக் கைம்மாறு கருதாத வண்மையை உடையவன்' (குறுந். 91).

'அதிகமான் நாளும் தனது நாளோலக்கத்தில் இரவலர்க்குத் தேர்களைப் பரிசாகக் கொடுப்பான்' (நற்றிணை, 381).

அதிகமான் மறைவு

'பல நாடுகளை வென்ற முடி மன்னனாயினும், இரவலர் உள்ளங் களைக் கவர்ந்த வள்ளலாயினும், ஒரு நாள் இவ்வுலகத்தை விட்டு நீங்குதல் இயல்பேயன்றோ? புலவரால் ஏத்தெடுக்கப்பட்ட வள்ளல் அதிகமான் நெடுமானஞ்சி ஒரு நாள் நடை பெற்ற போரில் மார்பில் வேல் பாய்ந்து இறந்துவிட்டான். அவனது உடல் ஈமத்தில் வைத்து எரிக்கப்பட்டது. ஆயின், அவனது வள்ளன்மையால் உண்டான புகழ்

அழியவில்லை' (புறம். 231).

'அதியமான் நினைவாக நடுகல் தோன்றியது. அதில் அவன் உருவமும் பெயரும் பீடும் பொறிக்கப்பட்டன. அதன்மீது பீலி சூட்டப் பட்டது. நாரால் அரிக்கப்பட்ட தேறலை வைத்து அந்நடுகல் வழிபடப் பட்டது.' (புறம். 232).

ஔவையார் அவன் இல்லாமையை நினைந்து அவனுடைய பண்பட்ட குணங்களைச் சொல்லிச் சொல்லி அழுதார்.

'அதிகமான் சிறிதளவு மதுவைப் பெறின், தான் பருகாது, எங்களுக்கே தருவான்; பெரிதளவு மதுவைப் பெறின், அதனில் யாம் உண்டு எஞ்சியதைத் தான் விரும்பிப் பருகுவான்; சோறு சிறிதளவாயினும் பெரிதளவாயினும் எங்களுடன் இருந்தே உண்பான்; நல்ல இறைச்சித் துண்டங்களை எங்களுக்குக் கொடுப்பான்; போர்க்களம் முழுமையும் தானே வருவான்; அன்பினால் எம் தலையைத் தடவுவான்; அவனது மார்பில் தைத்த வேல் அவனை நம்பியிருந்த பாணரது மண்டையைத் துளைத்தது; இரப்பவர் கைகளையும் துளைத்தது; இரவலரின் சுற்றத்தாரது கண் பாவையின் ஒளியை மழுங்கச் செய்தது; புலவர் நாவையும் கெடுத்தது. எமக்குப் பற்றாகிய எம் தலைவனான அதிகமான் எங்குள்ளானோ! இனிப் பாடுவாரும் இல்லை; பாடுவார்க்கு ஒன்று ஈவாரும் இல்லை' (புறம். 235).

குமணனைப் பாடிய சங்ககாலப் புலவர் பெருஞ்சித்திரனார், பேகனையும், பாரியையும் குறிப்பிட்டாற்போலவே தம் பாடலில் அதிகமானைப் பாடியுள்ளார்.

'செலுத்தப்படாது உயர்ந்த குதிரை என்னும் மலையையும், கூரிய வேலையும், கூவிளங்கண்ணியையும், வளைந்த ஆரத்தையுமுடைய எழினி' என்பது அவர் கூற்று (புறம்.158). எழினி என்பது அதிகமான் பெயர்களுள் ஒன்று போலும்!

புறநானூற்று 208ஆம் செய்யுள், அரசன் ஒருவன், புலவரைக் காணாது அவருக்குப் பரிசில் அனுப்ப, அப்புலவர் அதனைக் கொள்ளாது, தம் மானவுணர்ச்சியைக் காட்டிப் பாடியதாக அமைந்துள்ளது. அப் பாட்டில் எவ்வரசனது பெயரும் குறிப்பிடவில்லை. அங்ஙனமிருந்தும், அச்செய்யுளின் அடிக்குறிப்பு, 'அதியமான் நெடுமானஞ்சியுழைச் சென்ற பெருஞ்சித்திரனாரைக் காணாது 'இது கொண்டு செல்க,' என்று அவன் பரிசில் கொடுப்பக் கொள்ளாது அவர் சொல்லியது,' என்று காணப்

படுகிறது.

ஆயின், பெருஞ்சித்திரனார் குமணனைப் பார்த்துப் பாடியதாகக் கூறப்படும் செய்யுளில் (புறம். 158), "பாரி, ஓரி, மலையன், எழினி (அதிகமான், பேகன், ஆய், நள்ளி ஆகிய எழுவரும் மாய்ந்த பின்பு நீ ஒருவனே வள்ளலாய் இருக்கின்றாய்," என்று கூறியுள்ளார். அங்ஙனம் இருக்க, அவரே அவர் காலத்திற்கு முன் இறந்த அதியமான் நெடுமானஞ்சியிடம் பரிசிலுக்குச் சென்றார் என்று செய்யுள் 208இன் அடிக்குறிப்புக் கூறுவது பொருந்தாதன்றோ? பெருஞ்சித்திரனார் தம் காலத்து வாழ்ந்த அதிகமானிடம் சென்றிருக்கலாம். அவன் சங்ககால வள்ளல்கள் எழுவருள் ஒருவனான அதிகமான் நெடுமானஞ்சி ஆகான் எனக் கொள்வது பொருத்தமாகும்.

பொகுட்டெழினி

இவன் அதிகமான் நெடுமான் அஞ்சிக்கு மகன், அதிகமான் போர்க்களத்தில் இருந்தபொழுது இப்பொகுட்டெழினி பிறந்தான். அதிகமான் போர் குடித்து அரண்மனை மீண்டதும் தனது போர்க் கோலத்தைக் களையாமற் சென்று, பிறந்த மைந்தனைக் கண்ணுற்று மகிழ்ந்தான். அப்பொழுது அருகிலிருந்த ஔவையார், "அதிகமான் கையிலிருப்பது வேல்; காலிலிருப்பது வீரக்கழல்; உடம்பில் இருப்பது வேர்ப்பு; கழுத்தில் இருப்பது பசிய புண், இவனது சினம் இன்னும் நீங்க வில்லை. பகைவரை வெகுண்டு பார்த்த கண்கள் தன் மைந்தனைப் பார்த்தும் சிவப்பு அமையாவாயின," என்று பொருள்படும் செய்யுள் (புறம். 100) ஒன்றைப் பாடினார்.

இப்பொகுட்டெழினி அதிகமான் நெடுமானஞ்சிக்குப் பின்பு தகடூர் நாட்டை ஆண்டான். இவனும் தந்தையைப் போலவே இரவலரைக் காக்கும் வள்ளலாய் விளங்கினான். ஔவையார் இவன் பண்புகளைப் பாராட்டி இரண்டு செய்யுள்களைப் பாடியுள்ளார் (புறம். 96, 392).

பிற்கால அதிகைமான்கள்

குறிப்பு–23

சங்க காலத்திற்குப் பின்பு சேலம் மாவட்டத்தின் வடபகுதியும் மைசூர் நாட்டில் கோலார் வட்டமும் தகடூர் அதிகைமான்கள் ஆட்சி யில் இருந்தனவென்று கூறலாம்[1].

கி.பி. 300க்கும் 600க்கும் இடைப்பட்ட காலத்தில் வாழ்ந்தவரெனக் கருதப்படும் புகழ்ச்சோழர்.[2] கருவூரிலிருந்து தகடூர் நாட்டின் மீது படையெடுத்துச் சென்று, அக்கால அதியமானை வென்றார்[3].

நாமக்கல் அரங்கநாதர் குடைவரைக் கோவிலில் உள்ள பல்லவ கிரந்த எழுத்துகள் அதியேந்திர விஷ்ணுக்ருகம்' என்று குறித்தலையும் அதியமான் விருதுப் பெயர்களைக் குறித்தலையும் காண, பல்லவர் நாமக்கல் வரையில் அதிகைமான்கள் ஆட்சி பரவியிருந்தமை தெளிவாகும்.[4]

கி.பி. எட்டாம் நூற்றாண்டில் வாழ்ந்த பராந்தகன் நெடுஞ்சடையன் என்ற பாண்டியன் (கி.பி. 765-790) ஆயிரவேலி, அயிரூர், புகழியூர் என்னும் இடங்களில் தன்காலத்து வாழ்ந்த அதிகைமானை வென்றான்.[5]

பின் நூற்றாண்டுகளில் தகடூர் நாடு நுளம்ப பல்லவர் ஆட்சிக்கு உட்பட்டு நுளம்பபாடி எனப் பெயர் பெற்றது. முதலாம் இராசராசன் நுளம்பரை வென்ற பின்பே பண்டை அதிகைமான்கள் சிற்றரசராயும் சோழராட்சியில் உயர் அலுவலராயும் பணியாற்றலாயினர்.

1. முதற்குலோத்துங்கனது 13ஆம் ஆட்சியாண்டில் சேனாபதி வீரராசேந்திர அதிகைமான் என்பவன் சீரங்கப் பெருமாள் கோவிலுக்கு ஒரு நந்தவனம் வைக்க நிலம் வழங்கினான்.[1]

2. முதற்குலோத்துங்கன் காலத்தில் நடைபெற்ற வடகலிங்கப் போரில் ஈடுபட்ட அதிகைமான் ஒருவன், விக்கிரம சோழன் ஆட்சியிலும் வாழ்ந்திருந்தான்.[2]

3. இரண்டாம் இராசராசன் காலத்திலும் இரண்டாம் இராசாதிராசன் காலத்திலும் (கி.பி. 1146-1179) அதியமான் இராசராசதேவன் என்பவன் சிற்றரசனாயிருந்தான்.

4. இவன் மகனான அதியமான் விடுகாதழகிய பெருமாள் என்பவன், மூன்றாம் குலோத்துங்கன் காலத்தவன் (கி.பி. 1178-1218). அவன் பல கோவில்களில் திருப்பணி செய்தவன். அவன் தன்னை எழினி[3] என்பவன் மரபினன் என்று கல்வெட்டிற்குறித்துள்ளான்.[4] விடுகாதழகிய பெருமாளின் ஆட்சி வடவார்க்காட்டு மாவட்டத்துச் செங்கண்மா வரையும் பரவியிருந்ததென்று கூறலாம். அவன் சிறந்த போர் வீரன்.[5]

5. அக்குலோத்துங்கன் ஆட்சியிலேயே சாமந்தன் அதியமான் என்பவன், சோழன் படை முதலிகளுள் ஒருவனாயிருந்தான். அவன் திருமாணிக் குழியில் உள்ள கோவிற்சிவபெருமானுக்கு ஒரு நடை வழங்கினான்.[1]

6. விடுகாதழகிய பெருமாளது ஆட்சிக்கு உட்பட்ட வடவார்க் காட்டு வேலூர்ப் பகுதியில் தருமகுறுக்கை என்ற ஊர்க்கோவிலார் அதன் நிலங்களுக்குச் செலுத்தி வந்த வரியைச் செலுத்த வேண்டாவென ஆணை பிறப்பித்தான் அதியமான் என்ற ஒருவன்[2]. அவன் விடுகா தழகிய பெருமாளை அடுத்து வாழ்ந்தவனாகலாம்.

7. மூன்றாம் இராசராசன் காலத்தில் (கி.பி. 1216-1246) கிளியப் பல்லவரையன் அம்மையப்பன் என்ற அதியமான் திருவோத்தூர்ச் சிவன் கோவிலில் விளக்கெரிக்கப் பசுக்களை வழங்கினான்.[3]

8. அரையன் சேந்தன் என்ற இராசேந்திர அதியமான் என்பவன், பாண்டி நாட்டு மிழலைக் கூற்றத்துப் பொன் பற்றி என்ற ஊரில் வாழ்ந்தான். அவன் சீரங்கம் கோவிலுக்கு ஒரு நந்தவனம் வைக்க நிலம் வாங்கினான்.[4] அவ்வதியமான் மூன்றாம் இராசேந்திரன் காலத்தவனா கலாம் (கி.பி. 1246-1273). அவன் பாண்டிய அரசில் பணி புரிந்தவனாதல் கூடும்.

9. முதல் மாறவர்மன் குலசேகரனது (கி.1268-1311) 18ஆம் ஆட்சியாண்டில் (கி. 1285இல்) பாண்டி நாட்டுத் திருப்புத்தூர் வட்டத்துச் சாக்கோட்டையில் உள்ள கோவில் நகைகளை அவ்வூரார், பாண்டிய மன்னனது திருவாசல் முதலியான அதியமான் தேவன் என்பவனுக்கு விற்றனர்.[5]

கீழ்வரும் ஊர்ப்பெயர்கள் அதிகைமான்களை நினைவூட்டுவன என்னலாம்.

---

1. A.R.E. 1906, p. 57.
2. இந்நூலாசிரியர் இயற்றிய, பெரியபுராண ஆராய்ச்சி, பக். 93.
3. பெரியபுராணம், புகழ்ச்சோழர் புராணம், செ. 17 30.
4. 7. of 1906; A.R.E. 1916, p. 55; தென்னார்க்காட்டு மாவட்டத்துத் (திரு) அதிகை என்னும் ஊரின் பெயரும் அதிகைமான்களை நினைவூட்டுவதாகும். ஒரு காலத்தில் அதிகைமான்கள் ஆட்சி அதுகாறும் பரவியிருத்தல் கூடும்.
5. Indian Antiquary, 22, p. 73.

அதிகம நல்லூர் (அதிகான் நல்லூர்) (செங்கற்பட்டு மாவட்டம்-செங்கற்பட்டு வட்டம்)

அதியனூர் (வடவார்க்காட்டு மாவட்டம் - வந்தவாசி வட்டம்)

திருவதிகை (தென்னார்க்காட்டு மாவட்டம் - கூடலூர் வட்டம்)

நெடுமானூர் (நெடுமான் அஞ்சி ஊர்) (தென்னார்க்காட்டு மாவட்டம் - கள்ளக்குறிச்சி வட்டம்)

நெடுமானூர் (தென்னார்க்காட்டு மாவட்டம் - திருக்கோவலூர் வட்டம்)

அதமன் கோட்டை (அதியமான் கோட்டை) (சேலம் தென்னார்க் காட்டு மாவட்டம் - தருமபுரி வட்டம்)

அதகப்பாடி (சேலம் தென்னார்க்காட்டு மாவட்டம் தருமபுரி வட்டம்)

6. நள்ளி

'நள்ளி போரில் சிறந்தவன்; நெடிய கொடுமுடிகளைப் பெற்ற மலை நாட்டை உடையவன்; பரிசிலர் நாடோறும் இல்லறம் நடத்தப் பொருளுதவி புரிந்தவன்,' என்று நள்ளி என்னும் வள்ளலைப்பற்றிச் சிறுபாணாற்றுப்படை செப்புகின்றது (அடி. 103-107).

பாடிய புலவர்

வன்பரணர் என்ற புலவர் இவ்வள்ளலின் மீது பாடிய மூன்று பாக்கள் புறநானூற்றில் இடம் பெற்றுள்ளன. அகநானூற்றில் பரணர் (152), கபிலர் (238) என்னும் புலவர் இருவர் இவனைப் பாடியுள்ளனர். குறுந்தொகையில் காக்கை பாடினியார் நச்செள்ளையார் இவ்வள்ளலது முல்லை நிலத்தைப் பாடியுள்ளார்(210).

---

1. 118 of 1938-39.
2. விக்கிரம சோழன் உலா, கண்ணி, 86.
3. சங்ககால அதியமான நெடுமானஞ்சியின் மகன் பெயர் பொகுட்டெழினி என்பது இங்கு நினைக்கத்தகும்.
4. 205 of 1900. 536 of 1902, S.I.I.I. 75, 544 of 1906.
5. A.R.E. 1907, p. 74.
1. 161 of 1902.

நள்ளி நாடு

மதுரைக்குத் தெற்கிலுள்ள மலை நாட்டில் ஒரு பகுதி இவ்வள்ளலுக்கு உரியதாய் இருந்தது என்று கொள்ளலாம். அந்நாட்டில் நள்ளி என்னும் பெயருடன் ஓர் ஊர் இன்றும் உள்ளது. இவனது நாடு 'கண்டீர நாடு' எனப்பட்டது. அதனால், இவன் 'கண்டீரக்கோ' எனப் பட்டான். இவனது நாட்டு மலைத்தொடரில் அருவிகள் ஓசையுடன் கீழ் நோக்கி வந்துகொண்டிருக்கும் (புறம். 148).

இவனது நாட்டு முல்லை நிலத்தில் இடையர் நெய் உருக்கினர். காக்கை பாடினியார் நச்செள்ளையார் அந்த நெய்யைப் புகழ்ந்து பாராட்டியுள்ளார் (குறுந். 210). இவனது மலைச்சரிவில் சோலைகள் மிக்கிருந்தன. அம்மலைச்சரிவில் காந்தள் மலர்களும் பிற மலர்களும் நல்ல மணத்தை நல்கின (அகம். 152).

கொடைச்சிறப்பு

வன்பரணர் என்ற புலவர் வறுமையால் வாடினார். அவர், தம் சுற்றத்துடன் புறப்பட்டு நள்ளியின் கண்டீர நாட்டில் நடந்து சென்றார்; ஒரு நாள் வழிநடை வருத்தத்தால் ஒரு பலாமரத்தடியில் அமர்ந் திருந்தார். அப்பொழுது நள்ளி அக்காட்டிற்கு மான் வேட்டைக்கு வந்திருந்தான். அவன் காலில் கழலும் தலையில் மணிகள் பதித்த ஒரு நகையும் அணிந்திருந்தான். அவனைக் கண்ட புலவரும் உடன் சென்றோரும் எழுந்து நின்றனர். அவன் அவரகளை இருக்கும் படி கை கவித்தான்; தன் கையிலிருந்த தீக்கடை கோலால் தீ மூட்டினான்; அத்தீயில் தான் வேட்டையில் கொன்ற விலங்கின் ஊனை வதக்கினான்; அதனைப் புலவர்க்கும் அவருடன் வந்தவர்க்கும் வழங்கினான். அவர்கள் உண்டு, மலைச்சாரலில் ஒழுகிய அருவி நீரைப் பருகி அயர்வு நீங்கினார்கள்.

'நள்ளி' என்ற அவ்வள்ளல், புலவரை நோக்கி, "யாம் காட்டு நாட்டிடத்தேம். எம்பால் விலை மதிப்புடைய நன்கலம் வேறு இல்லை," என்று கூறித் தன் மார்பில் அணிந்திருந்த முத்துமாலையையும் கையில் அணிந்திருந்த கடகத்தையும் கொடுத்தான். புலவர் அவனது வள்ளன்

---

2. 65 of 1945-46.
3. 85 of 1939-40
4. 137 of 1947-48.
5. 42 of 1946-47.

மையை வியந்து, "ஐய, நீவர் யார்? நமது நாடு எது?" என்று வினவினார். அவன் பதில் சொல்லாது சென்று விட்டான். அவ்வழியில் வந்தோர் பேசிக்கொண்ட சொற்களால், அவன் தோட்டி மலை நாட்டிற்கு உரிய தலைவன் நள்ளி என்பதைப் புலவர் உணர்ந்தார்; தாம் அவனைக் கண்டு பரிசில் பெற்ற நிகழ்ச்சியை ஒரு செய்யுளாகப் பாடி மகிழ்ந்தார் (புறம். 150).

இப்புலவர் பெருமான் நள்ளியின் கொடைத் தன்மையில் உள்ளத்தைப் பறிகொடுத்தார்; "நள்ளி, நினது தளர்ச்சி இல்லாத வலிய முயற்சியால் ஆகிய நச்சப்படும் செல்வத்தை யாம் வாழ்த்துவோம். நீ, நாள்தோறும் நல்ல அணிகளையும் களிறுகளையும் நின்னை நாடி வரும் பரிசிலர்க்கு அளிப்பவன். உனது வள்ளன்மையைக் கண்டு வியந்த எமது நா, பிறர்க்கு வழங்கும் பெருமையில்லாத அரசரைப் பொய்யாகப் புகழும் புன்கைமயை அறியவில்லை" (புறம்.148).

இப்புலவர், "நள்ளி, நீ வாழ்வாயாக! காலையில் மருதப் பண்ணும் மாலையில் செவ்வழிப்பண்ணும் இசைத்தற்குரியவை. நின்னால் உதவப் பட்ட பாணர், இந்த இசை மரபை மறந்து, செவ்வழியைக் காலையி லும் மருதத்தை மாலையிலும் முறை பிறழ்ந்து இசைக்கின்றனர். நினது கொடைத்திறம் அவரை அம்முறையை மறக்கச் செய்தது!" (புறம். 149) என்று நள்ளியின் கொடைத் தன்மையைப் பலபடப் பாராட்டி மகிழ்ந்தார்.

நள்ளி இழைக்கப்பட்ட பொன் நகைகளையும் நெடிய தேர்களை யும் களிறுகளையும் பரிசிலர்க்கு வழங்குபவன் என்று கபிலர் பாராட்டி யுள்ளார் (அகம். 238).

'நீர் யார்?' என்று வன்பரணர் கேட்ட கேள்விக்குத் தான் இன்னவன் என்று சொல்லாது சென்ற அவனது அடக்கமும், "யாம் காட்டு நாட்டிடத்தேம்; எம்மால் விலையுயர்ந்த அணிகளைத் தர இயலாது," என்று கூறித் தான் அணிந்திருந்த அணிகளைக் கொடுத்த அவனது தன்னலமற்ற செய்கையும் அவனை வள்ளல்கள் எழுவருள் ஒருவனாக்கின. அப்பெருமகன் தனது கொடைச்சிறப்பால் புலவர் உலகில் அழியாச் சிறப்பை பெற்றான்.

வள்ளல்கள் எழுவர்க்கும் பின் வந்த குமணனைப் பாடிய பெருஞ் சித்திரனார், "நள்ளி, ஆசைப்பட்டுத் தன்னை நினைந்து வருவாரது வறுமை தொலைய வழங்கியவன்; தன் பகைவரைத் துரத்தியவன்,"

என்று நள்ளியின் வண்மையையும் வீரத்தையும் பாராட்டியுள்ளார் (புறம். 158).

7. ஓரி

முன்னுரை

ஓர் என்பவன் சுரபுன்னை மரங்களையும் குறிய மரங்களையும் கொண்ட நல்ல நாடுகளைக் கூத்தர்க்கு வழங்கியவன்; காரி என்ற குதிரையையுடைய காரியுடன் ஓரி என்ற குதிரையைக் கொண்டு மலைந்தவன். இது ஓரியைப் பற்றிச் சிறுபாணாற்றுப்படை கூறும் செய்தியாகும் (அடி, 107-111).

இக்கூற்றைக்கொண்டு இவன் எந்த நாட்டை ஆண்டு வந்தான் என்பதும், இவனுடைய கொடைத்தன்மையும் வீரமும் பிறவும் அறியக் கூடவில்லை. ஆயின், இவன் இயல்புகளைப் பற்றிக் கழைதின் யானையார் (புறம், 204), வன்பரணர் (புறம். 152, 153) என்பவர் பாடியுள்ளனர். இவனைப் பற்றிய குறிப்புகள் அகநானூறு, நற்றிணை, குறுந்தொகைப் பாடல்களில் (பரணர், கபிலர், பாலத்தனார், கல்லாடனார் என்பவர் பாடல்கள்) காணப்படுகின்றன. இவை அனைத்தையும் கொண்டு இவனது வரலாற்றை இங்குக் காண்போம்.

ஓரி

இவன் ஆதன் ஓரி (புறம். 153) என்றும், வல்வில் ஓரி (புறம். 152) என்றும் பெயர் பெற்றவன். இவன் எய்த அம்பு முதலில் யானையைக் கொன்று வீழ்த்தியது; பின்பு புலியைக் கொன்றது; பிறகு புள்ளிமான் கலையை மடியச் செய்தது; அதன் பின்னர் ஆண் பன்றியை வீழ்த்தியது; அதற்கு அப்பால் உடும்பின் உடலிற் சென்று தைத்தது. இங்ஙனம் ஒரே அம்பில் பல உயிர்களை வீழ்த்தும் ஆற்றல் பெற்ற இவன், 'வல்வில் ஓரி' எனப் பட்டான் (புறம். 152). இப்பெருமகன் பசும்பொன்னாற் செய்த அணியினையும் வளைந்த கடகம் அமைந்த முன்கையினையும் உடையவன்; போரிற்பண்பட்டவன் (புறம். 153). இவனுடைய வீரர் 'மழவர்' எனப்பட்டனர் (நற்றிணை, 52).

கொல்லி மல நாடு

நள்ளி என்ற வள்ளலைப் பாடிய வன்பரணர் என்ற புலவர் பெருமான், ஓரி கொல்லி மலை நாட்டுத் தலைவன் என்று கூறியுள்ளார் (புறம். 152). கொல்லி மலை என்பது திருச்சிராப்பள்ளி மாவட்டத்

திற்கும் 'சேலம் மாவட்டத்திற்கும் எல்லையாய் அமைந்துள்ள நீண்ட மலைத்தொடராகும். இது, பல வளங்களும் நிறைந்த மலைத்தொடர். இம்மலைத்தொடரிலிருந்து அருவிகள் பாய்ந்த வண்ணமிருக்கும். மலை நாட்டார் மலை நெல்லை விதைத்துப் பயிராக்குவர்; வயல்களிற் களையாய் முளைளத்த மலை மல்லிகையோடு பசிய மரலைக் களைந்து எறிவர். அவர்கள் சிற்றூர்களில், காந்தளே இயற்கை வேலியாய் அமைந்திருக்கும். அச்சிற்றூர்களில் இருக்கும் மக்கள் உணவில்லாத போது யானையின் கொம்பை விற்று உணவுப் பொருள்களை வாங்கி உண்பார்கள். அவர் நாட்டுக் கொல்லி மலையின் மேற்பக்கத்தில் கண்ணை யும் கருத்தையும் கவரும் பாவை ஒன்று அமைந்திருந்தது (குறுந். 100) என்று கபிலர் கூறியுள்ளார். புலவர்கள் தங்கள் செய்யுளுக்குரிய தலைம களைக் 'கொல்லிப் பாவை போன்ற தலைமகள்' என்று வருணிப்பது அக்கால வழக்கம். ஓரியின் நாட்டில் பெருங்காடு ஒன்று இருந்தது. அக்காட்டில் மலர் மணம் மிக்கிருந்தது. அதனால், அக்காட்டு வழியே வீசியகாற்று, மணமிகுந்த காற்றாயிருந்தது. 'அக்காற்று மணப்பது போல மணக்கின்ற கூந்தலையுடைய தலைவி' என்று பரணர் பாடியுள்ளார் (குறுந். 199).

ஓரியின் கொல்லி மலையில் மயில்கள் செருக்குடன் திரியும் (நற்றிணை, 265). ஓரிக்கு உரிய காட்டில் குமிழ மரங்கள் மிகுதி. அவற்றின், வளைந்த மூக்கினையுடைய முற்றின கனிகள் கீழே விழுந்து கிடக்கும். அவை இளமான்களுக்கு நல்ல உணவாகும் என்று பரணர் பகர்ந்துள்ளார் (நற்.6). கொல்லி மலை நாட்டில் பலா மரங்கள் மிகுதி. அம்மலை நாட்டில் கார் காலத்துப் பூக்கும் மலர், மிக்க மணத்தை உடையது என்று பரணர் ஒரு செய்யுளில் (அகம், 208) கூறியுள்ளார்.

கொடைச்சிறப்பு

வன்பரணர், "விறலி முதலியோர் ஓரியைக் கண்டு பாடி ஆடின், அப்பெருமான் தான் வேட்டையாடிய மானின் இறைச்சியையும் நெய்யை உருக்கினாற்போன்ற மதுவையும் தருவான்; தன் மலையில் பிறந்த பொன்னைப் பல மணிகளோடு கலந்து தருவான் (புறம். 152); பட்டம் முதலாகிய பூண்களை அணிந்த யானைகளை இரப்போர்க்கு வழங்குவான்; வெள்ளி நாரால் தொடுக்கப்பட்ட பொன்னரி மாலையை யும் பிற அணிகளையும் வழங்குவான்" (புறம். 153), என்று அவன் கொடைத்தன்மையைப் பாராட்டியுள்ளார்.

கழை தின் யானையார் என்ற புலவர், “வானத்தில் மின் முதலாய தொகுதியையுடைய மழையைப் போல யாவர்க்கும் எப்போதும் வரையாது வழங்கும் வண்மையையுடையவன் ஓரி,” என்று பாராட்டி யுள்ளார் (புறம். 204). பரணர், “ஓரி, மழை போன்ற கொடையை யுடையவன்,” என்று புகழ்ந்துள்ளார் (நற்றிணை, 261).

பொருள் வழிப்பிரியும் தலைமகன் பிரிதற்கு உள்ளம் எழானாய்த் தன் நெஞ்சை நோக்கி, “நெஞ்சமே, கொடிய போர் செய்ய வல்ல போர் வீரர் தலைவனாகிய சிறந்த கொடையையுடைய ஓரி என்பவனது கை வண்மைக்குப் பொருந்திய செல்வமே நீ ஈட்டும் பொருளாக நினக்குக் கிடைப்பதாயினும், அப்பொருள் தலைவியின் முயக்கத்தினை விடச் சிறந்ததன்று,” என்று கூறியதாகப் பாலத்தனார் குறித்துள்ளார். (நற்றிணை, 52).

ஓரியின் இறுதி

முள்ளூர் மலையமானான காரி என்பவன், சேரமான் விருப்பத்தின் படி ஈகைத்தன்மையால் மிக்க புகழை நிலை நாட்டிய வல்வில் ஓரியைப் போரில் கொன்றான்; அவனது கொல்லிமலை நாட்டைச் சேரமானுக்கு உரிமையாக்கினான். இது கல்லாடனார் கூற்று (அகம். 209). இங்ஙனம் ஓரியைக் கொன்ற காரி, அவனது தலை நகரில் புகுந்தவுடன் அந்நகரத்தார் அவனை எதிர்த்துப் பேரிரைச்சலிட்டனர் என்று கபிலர் கூறியுள்ளார் (நற்றிணை, 230).

வள்ளல்கள் எழுவருக்கும் பின் வந்த குமணனைப் பாடிய பெருஞ்சித்திரனார் என்ற பைந்தமிழ்ப்புலவர், “உயர்ந்த உச்சியை யுடைய கொல்லிமலை நாட்டை ஆண்ட வலிய வில்லையுடைய ஓரி” என்று ஓரியைப் பற்றிக் கூறியுள்ளார் (புறம். 158).

கொல்லி மலைத்தொடர்க்கு ஏறத்தாழப் பத்துக்கல் தொலைவில் சேலம் மாவட்டத்திலுள்ள இராசிபுரம் என்னும் ஊரில் விசுவநாதர் கோவில் உள்ளது. அக்கோவிலில் வல்வில் ஓரியின் உருவச்சிலை நிறுத்தப்பட்டுள்ளது அச்சிலையின் கையில் நீண்ட பெரிய வில் காணப் படுகிறது. அச்சிலை சங்ககால வல்வில் ஓரியை இனறும் நினைவுறுத்திக் கொண்டு நிற்கின்றது.

மழவர் பெருமகனான ஓரி மறையினும், அவன் மரபினர் தொடர்ந்து கொல்லி மலை நாட்டை ஆண்டு வந்தனர். இவர்களைப் பற்றி ‘மழவர்’ என்னும் பகுதியில் விரித்துக் கூறப்பட்டுள்ளது. ஆண்டுக் காண்க.

◈

18. அரசியல்

1. அரசியல்

அரண்மனை

நாட்டையும் நாட்டிலுள்ள குடிகளையும் காத்து வந்தவன் காவலன் எனப் பெயர் பெற்றான். அவன் வாழ்ந்த மனை பாதுகாவல் மிக்கதாய் இருந்தது. அதனால், அஃது அரண்மனை எனப்பட்டது. சிலப்பதிகாரம் அரண்மனையைக் 'கோவில்' என்றே குறித்துள்ளது. கடவுள் மனைக்கும் கோவில் என்பதே பெயர். மன்னனைக் கடவுட் கூறாக மதித்த சங்ககாலச் சமுதாயம், அவனது இல்லத்தையும் 'கோவில்' என்றே வழங்கியதில் வியப்பில்லை.

மன்னனது அரண்மனை பரந்த நிலத்தில் மாடமாளிகைகளோடும் கூடகோபுரங்களோடும் கட்டப்பட்ட மிகப் பெரிய இல்லமாகும். அரண்மனையில் எழுநிலை மாடம் அமைந்திருத்தலும் உண்டு (முல்லைப் பாட்டு, அடி 86), அரண்மனை வாயில் கோவில் வாயிலைப் போல உயர்ந் தும் அகன்றும் இருந்தது. யானை தன்மீது ஒரு கொடியை உயர்த்திக் கொண்டு அவ்வாயிலில் எளிதில் நுழையலாம். அரண்மனை பல மனை களையும் வாயில்களையும் மண்டபங்களையும் வெற்றிருந்தது. நிலா முற்றங்களைக் கொண்ட உயர்ந்த மாடங்கள் இருந்தன. அரண்மனை முற்றத்தில் கவரி மான்களும் அன்னப் பறவைகளும் தாவித் திரிந்தன. அரசனுக்கு என்று தனி மனையும் அரசிக்கு என்று தனிமனையும் அமைந்திருந்தன. அரசி வாழ்ந்த பகுதி 'அந்தப்புரம்' எனப்பட்டது. அஃது ஆடவர்கள் புகவியலாத அரிய காவலை உடையது. அரண்மனைச் சுவர் களில் பல ஓவியங்கள் தீட்டப்பட்டிருந்தன. அரசமாதேவி படுக்கும் கட்டி லின் சிறப்பு நெடுநல்வாடையில் மிகத் தெளிவாகக் கூறப்பட்டுள்ளது. (நெடுநல் வாடை, அடி. 78-114).

பாண்டிமாதேவியின் கட்டில் தந்தத்தாலாகியது; சிறந்த வேலைப் பாடு கொண்டது. அதன் மேற்கூரை ஓவியங்கள் எழுதப்பட்டது. அன்னப் பெடையின் தூவிக்கொண்டு அமைக்கப்பட்ட மெத்தையும் தலையணைகளும் அக்கட்டிலில் இருந்தன. அம்மெத்தை மீது கஞ்சி யிட்டுச் சலவை செய்யப்பெற்ற துகில் விரிக்கப்பட்டிருந்தது. அதன்மீது

செங்கழுநீர் மலரின் இதழ்கள் பரப்பப் பட்டிருந்தன (நெடுநல், அடி, 117-135)

அரச மகளிர் அந்தி நேரத்தில் விளங்கும் கிரணங்களின் இளவெயில் தோன்றினாற் போன்ற நிறத்தை உடையவர்; மயில் போன்ற சாயலினையும் மாந்தளிர் போன்ற மேனியையும் உடையவர்; சிறந்த கற்புடையவர்; கல் பதித்த நகைகளை அணிந்தவர்; நெருப்புப் போலும் இதழ்களை உடையவர்; தாமரை போன்ற ஒளியுடைய முகத்தினையுடையவர்; இனிய சொற்களையுடையவர் (ம.கா. அடி, 702-712).

காலையில் அரசன் செயல்கள்

வைகறையில் அரண்மனையுள் முரசு ஒலிக்கும். அது 'பள்ளி யெழுச்சி முரசம்' எனப்படும். அப்போது சூதர் நின்று அரசனை வாழ்த்துவர்; மாகதர் என்பவர் இருந்து அரசன் புகழைச் சொல்லுவர்; வைதாளிகர் என்பவர் இசைக்கருவிகளை இயக்குவர்; நாழிகைக் கணக்கர் நேரத்தை அறிவிப்பர் (ம.கா. 670-672).

அரசனுடைய மெய்க்காப்பாளர் 'பெருமூதாளர்' எனப்பட்டனர். அவர்கள் சட்டை அணிந்திருந்தனர். சிறந்த ஒழுக்கமுடையவர் (மு.பா. 53-54). அரசனுக்கு உதவி செய்யப் பணிப்பெண்டிர் பலர் இருந்தனர். அவர்கள் சிறந்த அழகிகள்; நிறைந்த நகைகளை அணிந்தவர்; தம் பாட்டா லும் சொல்லாலும் கூத்தாலும் அரசனை மகிழ்விப்பவர். அவர்கள் மன்னனுக்கும் அவன் ஏவற்படி புலவர் பாணர் முதலியோர்க்கும் பொற் கிண்ணங்களில் மதுவை வார்த்துத் தருவது வழக்கம் (பொ. ஆ.படை, 84-87). (ம.கா.779-81).

பாண்டியன் நெடுஞ்செழியன் காலையில் எழுந்து நீராடித் தன் வழிபடு தெய்வத்தை வணங்கினான். அப்பொழுது அவனுடைய முகத்தில் பண்பட்ட ஓவியனால் தீட்டப் பெற்ற பாவையிடத்தே காணப்படும் களை காணப்பட்டது. அவன் தன் உடம்பில் சந்தனத்தைப் பூசிக் கொண்டான். அவனது மார்பில் முத்து மாலையும் அன்றலர்ந்த பூமாலையும் விளங்கின. அவனது தோளில் வீரவளை விளக்கமுற்றது; கை விரல்களில் மணிகள் அழுத்தின மோதிரங்கள் இருந்தன. அவன் தன் இடையில் கஞ்சியிட்டுச் சலவை செய்யப்பட்ட துகிலை உடுத்திருந் தான். உடைக்கு மேல் சில அணிகள் பொலிவு பெற்று விளங்கின. அவன் காலில் வீரக்கழல் அணி செய்தது ம.கா.அடி, 715-722).

ஐம்பெருங்குழு

அரசனுக்கு ஆட்சியில் உதவி புரியும் குழுக்களுள் சிறப்புடையது ஐம்பெருங்குழு' என்பது. அமைச்சர், புரோகிதர் (ஆசான்), படைத் தலைவர், தூதுவர், சாரணர் என்பவரே ஐம்பெருங்குழுவினர் என்று சிலப்பதிகாரத்திற்கு உரை வகுத்த அடியார்க்கு நல்லார் கூறியுள்ளார். மாசனம், புரோகிதர், மருத்துவர், கணியர், அமைச்சர் என்பவர் ஐம்பெருங்குழுவினர் என்று சிலப்பதிகார அரும்பதவுரையாசிரியர் கூறியுள்ளார். இவருள் 'மாசனம்' என்பது குடிமக்களால் தெரிந் தெடுக்கப்பட்ட பிரதிநிதிகளைக் குறிப்பது இவர்கள் குடிகளின் நலன் களையும் தேவைகளையும் அரசனிடம் எடுத்துக் கூறிப் பாதுகாக்கப் பயன்பட்டார்கள்; நாட்டில் சமயத் தொடர்பான செயல்களைப் புரோகிதர் கவனித்தனர். இவர்களைச் 'சமயப் பிரதிநிதிகள்' என்றும் கூறலாம். மருத்துவர் நாட்டுச் சுகாதாரத்தைக் கவனித்து வந்தனர். கணியர் நாட்டில் நடை பெற வேண்டிய நல்ல செயல்களைத் தொடங்குவதற்குரிய நாளையும் நேரத்தையும் குறிக்கவும், வருவது உரைக்கவும் பயன்பட்டனர். நாட்டின் வருவாயையும், அரசாங்கச் செலவையும், நீதி முறையையும் அமைச்சர் கவனித்தனர்.[1] அவர்கள் எக்காலமும் மெய்யையே பேசுவதால் புகழ் வாய்ந்தவர்கள்; தலைமை அமைந்த காவிதிப்பட்டம்[2] அரசனால் வழங்கப்பட்டவர்கள் (ம.கா. அடி, 19, 20, 499).

எண்பேராயம்

கரணத்தியலவர், கருமவிதிகள், கனகச்சுற்றம், கடைகாப்பாளர், நகரமாந்தர், படைத்தலைவர், யானை வீரர், இவுளி மறவர் என்பவர் எண்பேராயத்தாராவர்.[3] இவருள் 1. கரணத்தியலவர்-அரசாங்கப் பெருங் கணக்கர்; 2. கருமவிதிகள்- அரசாங்க வேலைகளை நடத்தும் தலைவர் கள்; 3. கனகச்சுற்றம் - அரசாங்கப் பொருட்காப்பு அதிகாரிகள்; 4. கடை காப்பாளர் - நாடு காக்கும் அதிகாரிகள்; 5. நகரமாந்தர் - நாட்டில் இருந்த

---

1. Dravidian India, T.R. Sesha Ayyangar, p, 248.
2. *'காவிதி' என்னும் பட்டம் பெற்ற அமைச்சனுக்கு வழங்கப்பெற்ற ஊர் காாவிதிப்பாக்கம் எனப்பட்டது. அது காலப்போக்கில் 'காவிரிப் பாக்கம், காவேரிப் பாக்கம்,' என மாறி வழங்கலாயிற்று.*
   காவேரிப்பாக்கம் (தென் ஆர்க்காட்டு மாவட்டம் – திண்டிவனம் வட்டம்)
   காவேரிப்பாக்கம் (வட ஆர்க்காட்டு மாவட்டம் – வாலாசா வட்டம்)

பல நகரங்களின் பிரதிநிதிகள்; 6. படைத்தலைவர் - காலாட் படைத் தலைவர்; 7. யானை வீரர் - யானைப்படைத் தலைவர்; 8. இவுளி மறவர் - குதிரைப் படைத்தலைவர்.

மன்னன் ஐம்பெருங்குழுவினரையும் எண்பேராயத்தாரையும் கலந்தே ஆட்சி புரிந்தான். இப்பெருமக்கள் நற்குடிப் பிறப்பு, கல்வி, நல்லொழுக்கம், உண்மையுடைமை, தூயவுள்ளம், நடுவு நிலைமை முதலிய நற்பண்புகள் பெற்றிருத்தல் வேண்டும் என்று மன்னர் எதிர்பார்த்தனர்; நாட்டுப் பெருவிழாக்களிலும் நாட்டுப் பெருஞ் செயல்களிலும் இக்குழுவினர் பங்கு கொண்டனர் என்பது சிலப்பதிகாரம் - இந்திர விழவூரெடுத்த காதையால் அறியலாம்.

நாளோலக்கம்

அரசனது கொலு மண்டபம் 'நாளோலக்கமண்டபம்' எனப்படும். அரசன் ஒவ்வொரு நாளும் அம்மண்டபத்திலிருந்து அரசியற் செய்தி களைக் கவனிப்பது வழக்கம். அங்கு அவனுக்கு உதவியாக ஐம்பெருங் குழுவினர், எண் பேராயத்தினர், மண்டில மாக்கள் முதலியோர் கூடியிருப்பர். மன்னன் பல மீன்களுக்கு இடையில் விளங்கும் மதி போல அவர்கட்கு இடையில் விளங்குவான். அங்ஙனம் இருந்து போரில் வெற்றி பெற்ற தன் வீரர்களுக்குப் பட்டமும்[1] பரிசிலும் நல்குவான்; தம் புலமையைக் காட்டிப் பரிசில் பெற வந்த புலவர், பாணர், கூத்தர் முதலியோர்க்கும் பரிசில் வழங்குவான்; பின்பு தன் அமைச்சர்களுடன் அரசாங்கத்தின் நடைமுறைகளைக் கவனிப்பான் (ம.கா. அடி, 725-778). கோதை என்னும் சேர அரசனது நாளோலக்க இருப்பில் எல்லாக் கலைகளையும் உணர்ந்த சீரியோர் திரண்டு அவன் கேட்பத் தருக்கங்களைக் கூறிக்கொண்டிருந்தனர். (மதுரை அந்திக் கடைத் தெருவின் ஆரவாரம் மேலே கூறுப்பட்ட சேரனது அவைக்கள ஆரவாரத்தை ஒத்திருந்தது என்று மாங்குடி மருதனார் கூறியுள்ளார்.

---

3. காதை 5, அடி 157 உரை.

1. 'மாராயம்' என்பது ஒரு பட்டம் என்று தொல்காப்பியம் கூறுகிறது. அதனைப் பெற்றவன் 'மாராயன்' எனப்பட்டான். அவன் மனைவி 'மாராயி', 'மாராசி' எனப்பட்டாள். மாராயனுக்குக் கொடுக்கப்பட்ட ஊர் மாராயக்குடி எனவும் 'மாராயம்' எனவும் பெயர் பெற்றது போலும்! தஞ்சை மாவட்டத்து அறந்தாங்கி வட்டத்தில் 'மாராயம்', 'மாராயக்குடி.' என்னும் பெயர்களுடன் ஊர்கள் இன்றும் உள்ளன. கோவை மாவட்டத்துக் கோபி செட்டிபாளைய வட்டத்தில் 'மாராய பாளையம்' என்னும் ஊரும் உள்ளது.

ம.கா. அடி, 511-526). நன்னனது அவைக்களத்தில் தாம் கற்றவை நாவினிடத்தே பயின்ற நல்ல அறிவினையுடையோர் திரண்டிருந்தனர்.[2] மலைபடு, அடி, 77-80); அரசனிடம் நால்வகைப் படைகள் இருந்தன. குதிரைகளைப்பற்றிய நூல் இருந்தது. அந்நூலில் வல்லவரும் இருந்தனர் (பெ.ஆ.படை, அடி, 487-9).

அறவுரையும் அறிவுரையும்

ஆசான் என்பவன் இராஜகுரு. அவன் புரோகிதன் என்று கூறப் பட்டான். அவன் சிறந்த நூல்களிலுள்ள அறவுரைகளையும், அறிவுரை களையும் எடுத்துக்கூறி மன்னனை நல்வழிப்படுத்துபவன். நாட்டில் புகழ் பெற்ற புலவர்களும் அரசனுக்கு அறிவுரைகள் கூறுதல் வழக்கம். பாண்டியன் நெடுஞ்செழியனுக்கு அவனது அவைக்களத் தலைமைப் புலவரான மாங்குடி மருதனார் என்பவர் அறக்கள வேள்வி செய்து நலம் பெறும்படி அறிவுரை கூறியதை மதுரைக் காஞ்சியால் அறியலாம் (மகா.அடி, 759-781).

அரசாட்சி

சங்க காலத்தில் ஒவ்வோர் ஊரிலும் பொதுமக்களால் தேர்ந் தெடுக்கப்பட்ட பெரியோர் இருந்து ஊராட்சியைக் கவனித்து வந்தனர். நாட்டின் தலை நகரில் பெரிய நீதிமன்றம் இருந்தது. அஃது 'அறக்களம்' என்றும் 'அறங் கூறு அவையம்' என்றும் பெயர் பெற்றது. சில வழக்கு களை மன்னனே விசாரித்து நீதி வழங்குவதும் உண்டு. இளைஞனான கரிகாலன் முதியவனைப் போல வேடம் பூண்டு நீதி வழங்கினான் என்று பொருநராற்றுப்படை பேசுகிறது (அடி, 187-8). காஞ்சியை ஆண்ட இளந்திரையன் தன் மந்திரச் சுற்றத்தோடே இருந்து முறை வேண்டியவர்க்கு முறையும், மக்கள் குறைகளை விசாரித்து வேண்டியன வும் செய்தான் என்று பெரும்பாணாற்றுப் படை பகர்கின்றது (அடி, 443-450). மதுரையில் இருந்த அறங்கூறு அவையத்தார் அச்சம், துன்பம், அவா ஆகியவற்றை நீக்கியவர்; ஒரு சாராரிடம் சினமும் மற்றொரு சாராரிடம் மகிழ்வும் காட்டாதவர்; தம்மைத் துலாக் கோலைப் போல நடுவு காட்டாதவர்; தம்மைத் துலாக்கோலைப் போல நடுவு நிலையிலே நிறுத்திக்கொண்டவர்; உயர்ந்த கொள்கை உடையவர்

---

2. நன்னனது 'நீங்காச் சுற்றம்' (மலைபடு, 376) என்பது அவனுடைய அமைச்சரையும் படைத்தலைவரையும் குறித்தது. இந்த 'நீங்காச்சுற்றம்' பிற்காலச் சோழர் காலத்தில் 'உடன் கூட்டம்' எனப் பெயர் பெற்றது.

(ம.கா. அடி, 489-492).

இளந்திரையன் ஆட்சியில் தொண்டை நாட்டுப் பெரு வழிகள் வீரர்களால் காக்கப்பட்டடன. துறைமுக நகரத்தில் இறக்குமதியான பொருள்கள் வாணிகத்தின் பொருட்டுக் கொண்டு செல்லப்பட்ட வழிகள் பாதுகாக்கப்பட்டன. கரையோரத்தில் ஆயத்துறைகள் இருந்தன. சில இடங்களில் வீரர்கள் அரணமைத்துக் கொண்டு வாழ்ந்தார்கள். அந்த அரணுக்குள் போர்க்கருவிகள் இருந்தன. வேட்டை நாய்கள் இருந்தன (பெ.ஆ. படை, அடி, 70-82; 117-129. "திரையன் ஆட்சியில் தொண்டை நாட்டில் வழிப் போவாரைக் கொல்லும் ஆறலைகள்வர் இல்லை; இடி இடியாது; பாம்புகளும் கொல்லுதலைச் செய்யா. காட்டில் வாழும் புலி முதலியனவும் துன்பம் செய்யா; ஆதலால், நீங்கள் நினைத்த இடத்தே இளைப்பாறிக் கவலை யின்றிச் செல்லலாம்," என்று பரிசில் பெற்ற பெரும்பாணன் வறிய பாணனிடம் கூறியது. திரையனது அறம் மலிந்த ஆட்சிக்குச் சிறந்த எடுத்துக் காட்டாகும் (பெ.ஆ.படை, அடி, 39-45. அவன் அறத்திற்கு மாறான வற்றை நீக்குபவன்; அறம் புரிகின்ற செங்கோலன்; நீதிமுறை வேண்டி வருவோரையும், தம் குறையைப் போக்கிக்கொள்ள விரும்பி வருவோரையும் வரவேற்பான்; இன்சொல் கூறுவான்; அவர்கள் வேண்டுவனவற்றை வேண்டியவாறே கொடுப்பான்; நடுவு நிலையில் இருந்து உண்மையைக் கண்டறியும் குற்றமற்ற நுண்ணறிவு அடையவன் (பெ.ஆ.படை.அடி, 443-7).

இங்ஙனமே பாண்டி நாட்டிலும் பாலைநில மக்களான ஆறலைகள்வரால் குடிமக்களுக்குத் தீங்கு நேராதபடி நாடு காவல் வீரர்கள் அமர்த்தப்பட்டிருந்தார்கள் (ம.கா.அடி, 310-312). அவ்வீரர்கள் வில்லேந்தியவர்களாய் நாட்டு வழிகளைக் காவல் காத்தார்கள். இவ்வாறே நன்னனது மலை நாட்டை ஆங்காங்கு இருந்த வேடர்கள் காத்து வந்தார்கள். அவர்கள் கொடிய வில்லையும் கூரிய அம்புகளை யும் கொண்டிருந்தார்கள். அம்மக்கள் வழிப்போக்கர்க்கு வேண்டிய வசதிகளைச் செய்தார்கள்.(மலை, அடி, 421-427)

அரசனது செங்கோலாட்சியின் கீழ் அவனிடம் பணி புரிந்தவர் நேர்மையாய்ப் பணி புரிந்தனர். கரிகாலன் ஆட்சியில் காவிரிப் பூம்பட்டினத்துச் சுங்க அதிகாரிகள் இரவிலும் பகலிலும் சோம்ப லின்றித் தங்கள் கடமைகளைச் செய்து வந்தார்கள். (ப.பாலை, அடி, 120-125). கரிகாலன் ஆட்சியில் சோழநாட்டில் புலி முதலிய கொடிய

விலங்குகளின் துன்பம் உண்டே தவிரக் குடிகளைக் கலங்கச் செய்யும் பகை வேறு இல்லை (ப.பாலை.அடி, 26-28). 'இவன் தனது இளமைப் பருவத்தைக்கொண்டு முறை வழங்க மாட்டுவனோ!' என்று ஐயுற்ற முதியவர் இருவரைத் தான் முதிய நீதிபதி போல வேடம் புனைந்து வழக்கைக் கேட்டு உவக்கச் செய்தவன் கரிகாலன் என்று பொருநராற்றுப் படை புகல்கின்றது (அடி, 187-8). இங்ஙனம் அவன் நீதி வழங்கிய சிறப்பினைப் பிற்காலத்தில் தோன்றிய பழமொழிப் பாடலும் கீழ்வருமாறு பாராட்டுகின்றது.

"உரைமுடிவு காணான் இளமையோன் என்ற
நரைமுது மக்கள் உவப்ப-நரைமுடித்துச்
சொல்லால் முறைசெய்தான் சோழன் குலவிச்சை
கல்லாமல் பாகம் படும்."

அரசன் பகைவரை வென்று அவர் திறையாகத் தந்த நகைகளைப் புலவர்க்கு வழங்கினான் (மலை. அடி, 70-72) நல்லியக்கோடன் தன் படைத்தலைவர்கள் கொண்டு வந்த பகைவர் நாட்டுப் பொருள்களைத் தன்னிடம் வந்த ஏழைகட்கும் பாணர் முதலியோர்க்கும் வழங்கினான் (சி.ஆ.படை, அடி, 248-249). கரிகாலன் புலவர்க்குப் பின் ஏழடி நடந்து சென்று அவர்க்கு விடை தருதல் மரபு (பொ.ஆ.படை, அடி, 166).

பாண்டியன் நெடுஞ்செழியன் ஒரு பொய்யாலே அமிழ்துடன் தேவர் உலகம் கிடைப்பதாயினும் பொய் பேசாதவன்; உலக மன்னவருடன் தேவர்கள் சேர்ந்து போருக்கு வரினும், பகைவர்க்கு அஞ்சிப் பணியாதவன்; தென்றிசையில் மலைகள் நிறையும்படி வாணன் என்ற சூரன் வைத்த சீரிய பொருட்குவியலே கிடைப்பதாயினும், பிறர் கூறும் பழியை வெறுப்பவன்; வறியர்க்குப் பொருளை உதவும் நெஞ்சினன் (ம.க.அடி, 197-205). இப்பெருமகன் ஆட்சி செங்கோலாட்சி யன்றோ? மாங்குடி மருதனார் நெடுஞ்செழியனுக்கு முன்பு ஆண்ட பாண்டிய மன்னர் எங்ஙனம் நாடாண்டனர் என்பதை அரசியல் நுண்ணறிவோடு கூறியுள்ளது பாராட்டத்தகும். அதனைக் கீழே காண்க.

"பாண்டி நாட்டில் மழைவளம் மிக்கிருந்தது; யாறுகள் இடை யறாது நீர்பெருக்கெடுத்து ஒழுகிய வண்ணம் இருந்தன. ஆங்காங்குப் பூம்பொழில்களும் இளமரக்காக்களும் செழித்தோங்கிக் காட்சி இன்பம் நல்கின; உயிர்கள் பசியும் பிணியும் இன்றி உடலுரம் பெற்று எழிலுடன் விளங்கின. அவர் ஆட்சியில் வாழ்ந்த மக்கள் தங்கள் வாழ்க்கைக்கு ஒரு

குறைவையும் காணாதவர்கள்; பொய், களவு முதலிய தீயவற்றை அறியாதவர்களாய் வாழ்ந்தார்கள். அப்பெருமக்கள் ஆண்ட ஊழி நல்லூழி ஆகும். அவ்வழியில் வாழ்ந்த மக்கள் நன்மக்கள். இவற்றுக் கெல்லாம் காரணமாய் அமைந்த பாண்டிய மன்னர் உயர்ந்தோர் ஆவர் (ம.கா.அடி, 5-23).

ஒரு நாட்டின் செழிப்பும் குடிமக்களின் நல்வாழ்வுமே அரசனது செங்கோற்சிறப்பை உணர்த்தும் அடையாளங்களாகும் என்பதே மாங்குடி மருதனாரது அரசியற் பட்டறிவு கண்ட உண்மையாகும்.

ஓவியம், சிற்பம், இசை, நடனம், நாடகம் என்பவை 'நுண்கலைகள்' எனப்படும். இவற்றோடு இலக்கியக்கலை நெருங்கிய தொடர்புடையது. அவற்றில் வல்லவர் புலவர்; இசைக்கலையில் வல்லவர் பாணர்; நடனக் கலையிலும் நாடகக் கலையிலும் வல்லவர் கூத்தர். இக் கலைவாணர் வறுமை இன்றி வாழ்ந்தால்தான் நாட்டில் இலக்கியம் முதலிய கலைகள் வாழும். கலைகள் நாட்டு மக்களை இன்புறுத்தி நற்பண்புகளை வளர்ப்பவை; நாகரிகத்தையும் பண்பாட்டையும் வளர்ப்பவை. எனவே, கலைவாணர் கவலையின்றி வாழ்ந்தால்தான் நாட்டு மக்கள் நல்லறிவு பெற்று வாழ்தல் இயலும் தமிழ்ப்பேரரசரும் சிற்றரசரும் இவ்வுண்மையை நன்கு உணர்ந்தவர் ஆதலின், கலைவாணரை முகமல்ர்ச்சியுடன் வரவேற்று வேண்டும் உதவிகளைப் புரிந்தனர். இவ்விவரங்களை அடுத்துக் காண்போம்.

2. போர்

பத்துப்பாட்டுள் முல்லைப்பாட்டு, மதுரைக்காஞ்சி, பட்டினப் பாலை என்னும் மூன்று பாட்டுகளிலேதான் போர் பற்றிய செய்திகள் மிகுதியாயுள்ளன. ஏனையவற்றில் போரைப்பற்றிய சில குறிப்புகளே உள்ளன.

எயினர் அரண்

தொண்டைமான் திரையனது ஆட்சிக்கு உட்பட்ட தொண்டை நாட்டில் எயினரது அரண் சிறப்புக் கூறப்பட்டுள்ளது. பாலை நிலத்தில் எயினர் (வேட்டுவர்) வாழ்ந்தனர். அவர்கள் குடியிருப்புக்கு அப்பால் எயினர் அரண் இருந்தது. அதனுள் வீடுகள் இருந்தன. அவற்றில் பகை வரைக் குத்திக்குத்தி முனை மழுங்கின வேல்கள் பழுது பார்க்கப்பட்டு வரிசையாய்ப் பலகைகளிற் செருகி வைக்கப்பட்டிருந்தன. விற்கள் சார்த்தி வைக்கப்பட்டிருந்தன. அவ்வில்லங்களுக்கு எதிரில் ஒரு பந்தல்

இருந்தது. அதில் அம்புக் கட்டுகளும் கடிய ஓசையை உண்டாக்கும். 'துடி' என்ற இசைக்கருவிகளும் வைக்கப் பட்டிருந்தன. வேல், வில், அம்பு, துடி ஆகியவை வைக்கப்பட்டிருந்த இல்லங்களைக் காக்கக் காவல் இல்லம் ஒன்று இருந்தது. அவ்வில்லத்துத் தூண்களில் வேட்டை நாய்கள் சங்கிலிகளால் பிணைக்கப் பட்டிருந்தன. இத்துணை இல்லங்களையும் சுற்றி முள்வேலி அமைக்கப்பட்டிருந்தது. அதனைச் சுற்றிலும் காவற்காடு இருந்தது. எயினர் அரனுக்கு அமைந்த வாயிலின் முன்புறம் நெடிய கூரிய கழுக்கள் வரிசையாக நிறுத்தப்பட்டிருந்தன. (பெ.ஆ.படை, அடி. 117-128).

விரிச்சி கேட்டல்

வேந்தன் ஒருவன் மற்றொரு வேந்தன் நாட்டின்மீது படையெடுக்கக் கருதின், முதற்கண் பகைவர் நாட்டு ஆனிரையைக் கவரத் தன் படைத்தலைவரை ஏவுவான்; அவர்கள் ஏவலால், நற்சொல் கேட்டற் குரியவர் சென்று ஒரு பாக்கத்தில் தங்கித் தம் அரசற்கு மேல் வரும் ஆக்கத்தை அறிய நற்சொல் (விரிச்சி) கேட்பர். அவர்கள் காதில் விழுவது நற்சொல்லாயின், உடனே ஆனிரையைக் கவரும் முயற்சி மேற்கொள்ளப்படும். நற்சொல் கேட்பதற்குரியவர் ஊரை அடுத்த பாக்கத்துக் கோவிலில் தெய்வத்தின் முன்னிலையில் முல்லை மலர்களை யும் நென் மணிகளையும் கலந்து தூவிப் பணிந்து நிற்பர். அப்பொழுது அக்கோவிலையடுத்த தொழுவத்தில் இருந்த கன்றுகளை நோக்கி ஆய்மகள் ஒருத்தி, "உங்கள தாய்மார் இன்னே வருகுவர்," என்று கூறுவள் (மல்லைப்பாட்டு, அடி, 8-14).

பாசறை அமைத்தல்

ஒரு நாட்டின்மீது போர் தொடுக்கச் செல்லும் அரசன் தானும் தன் படைகளும் தங்கியிருக்கத் தன் நாட்டு எல்லைப் புறத்தில் பாசறை அமைத்தல் இயல்பு. சங்க காலத்திற் பாசறை எப்படி அமைக்கப்பட்டது என்பது முல்லைப்பாட்டில் கீழ்வருமாறு கூறப்பட்டுள்ளது.

"காட்டாறு சூழ்ந்த அகன்ற நெடிய காட்டில் இருந்த பசிய தூறுகள் வெட்டப்பட்டன; புகைப்புலத்துக்குக் காவலாய் இருந்த வேட்டுவருடைய சிறிய வாயில்களையுடைய அரண்கள் அழிக்கப்பட்டன; கடல் போலப் பரந்த அவ்விடத்தில் முள்ளால் ஆன வேலியைக் காவலுறும்படி வளைத்துப் போடப்பட்டது. வீரர்கள் இருக்கத் தழைக் கூரையுடைய இல்லங்கள் அமைக்கப்பட்டன; பல தெருக்கள்

அமைந்தன. நாற்சந்தியான முற்றத்தில் காவலாக யானைகள் நிறுத்தப் பட்டன. படைத்தலைவர்கட்குக் கூடாரங்கள் அமைக்கப்பட்டன. அவற்றில் விற்களைச் சேரவூன்றி எறிகோல்களையும் ஊன்றிக் கிடுகு களையும் நிரையாகக் குத்தி அரண் அமைக்கப்பட்டது. இங்ஙனம் அமைந்த கரி-பரி-காலாட்படை விடுதிகட்கு நடுவே அரசனுக்கு இருப்பிடம் அமைக்கப்பட்டது. நீண்ட குத்துக்கோல்கள் வரிசையாக நடப்பட்டன. அவற்றைச் சுற்றி மதில் திரை வளைத்துக் கட்டப்பட்டது. இல்லத்துச் சுவர்த்துணியில் புலி சங்கிலியால் பிணைக்கப்பட்டதைக் குறிக்கும் ஓவியம் தீட்டப்பட்டிருந்தது. அந்த இல்லத்தி னுள் புறவறை யும் உள்ளறையும் அமைக்கப்பட்டன. உள்ளறையில் அரசன் துயில வசதி செய்யப்பட்டது. (முல்லைப்பாட்டு, அடி, 24-44).

பாசறையில் பருந்தும் பறக்க முடியாத உயர்ச்சியையுடைய அரண்கள் இருக்கும். அந்த அரணில் இருந்து சேய்மைக்கண் வரும் பகைவரைக் காணலாம். பாசறையில் காலையில் பள்ளியெழுச்சி முரசம் முழங்கும் (மதுரைக்காஞ்சி, அடி, 231).

இரவில் பாசறை

அரசனது இல்லத்தைச் சட்டையிட்ட மெய்காப்பாளர் காவலாகச் சூழ்ந்து நின்றனர். குறுந்தொடியையும் கூந்தல் அசைந்து கிடக்கின்ற அழகினையுமுடைய மங்கையர் ஒளிவீசும் வாளை இடுப்பிற் செருகி யிருந்தனர். அவர்கள் இரவில் விளக்குகளுக்கு எண்ணெய் வார்த்துக் கொண்டும் அவிந்த விளக்குகளை ஏற்றிக் கொண்டும் சுறுசுறுப்பாய் இருந்தார்கள். நாழிகை வட்டிலைக் கொண்டு நாழிகையைக் கணக்கிடும் மக்கள் இரவு முழுமையும் உறங்காமல் பணி புரிந்தார்கள். மன்னன் உள்ளறையைச் சுற்றிலும் சட்டையிட்ட யவன ஊமைகள் காவல் புரிந்தார்கள்.

பகலில் நடைபெற்ற போரில் புண்பட்டுக் களைத்த யானைகள் கரும்பையும் நெற்கதிர் இடையே நெருங்கப்பட்டுக் கட்டிப்போட்ட சாவியையும் அதிமதுரத்தழையையும் தின்னாது அவற்றால் தம் நெற்றியைத் துடைத்துக் கொண்டன. யானைப் பேச்சான வடமொழி களைக் கற்ற பாகர், பலகாற்சொல்லிக் கவளத்தைத் தின்னும்படி கவைத்த முள்ளையுடைய பரிக்கோலால் குத்தினர்.

மன்னன் போரைப்பற்றிய நினைவால் உறக்கம் வாராமல் தவித்தான்; வாள் வெட்டுப் பட்டு வருந்தும் களிறுகளை எண்ணி

வருந்தினான்; திறம்படப் போரிட்டுத் தங்கள் செஞ்சோற்றுக் கடனைக் கழித்து இறந்த வீரர்களை எண்ணினான்; புண்பட்ட உடம்புடன் புல் உண்ணாது தவித்த குதிரைகளை நினைந்தான்; ஒரு கையைப் படுக்கையின்மீது வைத்துக் கடகம் அணிந்த ஒரு கையை முடியோடே சேர வைத்து, மறுநாட்போரைப்பற்றி எண்ணலானான் (முல்லைப் பாட்டு, அடி, 45-76).

படையெடுப்பு

அரசன் பகைவர் நாட்டைக் கைப்பற்ற அல்லது பகையரசனது வலிமையை ஒடுக்க அவனது நாட்டின்மீது படையெடுப்பான். படைத் தலைவர், வஞ்சி மாலை சூடிக் கள்ளுண்டு மார்பில் சந்தனம் பூசிப் போருக்கு எழுவர். அதிகமான் கொங்குநாட்டுச் சிற்றரசன். அவன் முடி மன்னன் அல்லன். அங்ஙனமிருந்தும், அவனிம் கடல் போன்ற படை இருந்தது. (சி.ஆபடை, அடி, 102-103) எனின், கரிகாலன் நெடுஞ்செழியன் போன்ற முடிமன்னரிடம் பெருங்கடல் போன்ற தானை இருந்தது எனக் கோடலே பொருத்தமாகும். படையெடுக்கும் அரசன் மலைகளை யும் காடுகளையும் கடப்பான்; தன் படைகளுடன் சென்று பகைவர் அரணகளைக் கவர்வான்; உள்நாடுகளிற் புகுவான்; மழையோடே மாறுபட அம்புகளைத்தூவிப் போர் புரிவான். அவன் குதிரைகள் ஓடும் விசையால் துகள்களை எழுப்பும், சங்கம் முழங்கும்; கொம்பு ஒலிக்கும்; போர் முரசம் முழங்கும்; பகைவர் தம் பெருமை கெடும்படி கொல்லப் படுவர் (மதுரைக்காஞ்சி, அடி, 147-149, 180-185). போர் புரியும் வீரர் (தும்பைப் போராயின்) பொன்னாற் செய்யப்பட்ட தும்பைப்பூவைச் சூடுவர்; வேல், வில், வாள், அம்புகளைக் கொண்டு போராடுவர். அப்படைக் கருவிகளில் கொற்றவை இருப்பதாக வீரர் நம்பினர் (சி.ஆ.படை, அடி, 102-103).[1] போர் கடுமையாய் நடைபெறின், பகைவர் தாக்குதலுக்கு ஆற்றாத படையின் சரியும். அப்பொழுது அச்சரிந்த படையைத் தாங்கி வீரன் ஒருவன் கல்லணைபோல நின்று பகைவரைத் தாக்குவான். அம்முயற்சியில் அவன் வெற்றி பெறின், அரசன் அவனுக்கு ஏனாதி என்ற பட்டம் வழங்குவான்; 'ஏனாதி மோதிரம்' என்ற பெயருடைய மோதிரத்தையும் அணிவிப்பான் (ம.கா.அடி.719-740, உரை விளக்கம்).

---

1. பத்துப்பாட்டு, 5ஆம் பதிப்பு, பக். 158 அடிக்குறிப்பு.

முன்னணிப்படை தூசி எனப்படும்; அணி என்பது பின்னணிப் படை; கூழை-பின் படை (புறம். 88).

வேந்தர் மயிர்க்கண் முரசைப் பெற்றிருந்தனர். புலியைப் பொருது கொன்று நின்று சிலைத்துக்கோட்டு மண் கொண்ட எருது இறந்ததும் அதன் தோலை மயிர் சீவாமல் போர்த்த முரசு 'மயிர்க்கண் முரசு' கோட்டையை முற்றுகையிடும் வீரர் உழிஞைப்பூ மாலையை அணிவர்; எனப்பட்டது (ம.கா.அடி, 732-3) யானைகளை ஏவிக் கோட்டைக் கதவுகளை உடைக்கச் செய்வர். யானைகள் தங்கள் கொம்புகளாற் குத்திக் கதவை உடைக்கும் (பபாலை, அடி, 228-231).

போர்க்களக் காட்சி

பாண்டியன் நெடுஞ்செழியன் சேர சோழரையும் ஐம்பெருவேளிரை யும் தன் நால்வகைப் படைகளுடன் போர்க்களத்தில் சந்திக்கிறான். அவனுடைய யானைகள் கண்டோர் 'இவைமலைகளோ!' என்று மருளுதற்குக் காரணமான பேருடல் படைத்தவை. அவை அணி வகுத்து நிற்கின்றன. அவற்றின் முகத்தில் அணியப்பட்ட பொன்னால் இயன்ற நெற்றிப்பட்டங்கள் பளபளவென்று மின்னுகின்றன. அவை தம் எதிரே பகைப்படை வருதலைக் கண்டதும் சினம் கொள்கின்றன. அவற்றின் விழிகளிலிருந்து நெருப்பு வெளிப்படுகிறது. பாகர் அவற்றைப் போர்த் தொழிலில் ஏவுகின்றனர். உடனே அவை பகைப் படையுள் புகுந்து போர் புரியத் தொடங்குகின்றன.

மற்றொரு பக்கம் போர் புரியும் புரவிகள் விரைந்து பாய்கின்றன. அவற்றின் இயக்கத்தால் எழுந்த துகள் வானம் முழுமையும் பரவி இருள் சூழச் செய்கின்றது. அஃதாவது, ஞாயிற்று மண்டிலம் துகள்களால் மறைக்கப்படுகிறது.

வேறொரு பக்கம், தேர்கள் தம் உருத்தெரியாதபடி விரைந்து சுழல் கின்றன. அவற்றை இழுக்கும் குதிரைகள் தாவித்தாவிப் பாய்கின்றன. இதனால் சூறைக்காற்று அடிப்பது போன்ற தோற்றம் போர்க்களத்தின் ஒரு பகுதியில் காணப்படுகின்றது.

வேறொரு பக்கம் காலாட்படையினர் கடும்போர் புரிகின்றனர்; தம் தோள் வலியால் பகைவர் படையைச் சிதறடிக்கின்றனர்; முடிவில் வெற்றி முழக்கம் செய்கின்றனர் (ம.கா.அடி, 43-56).

படையெடுப்பின் பயன்

படையெடுப்பவன், தேவைப்படின், பகைவர் ஊர்களையும் பயிர் களையும் நீர் நிலைகளையும் அழிப்பான்;[1] 'நாடு' என்ற பெயரை யிழந்து 'காடு', என்னும் பெயரைப் பெறுமாறு செய்வான். அச்செயலால் பசுக்கள் தங்கியிருந்த இடங்களில் புலிகள் முதலியன தங்கும்; ஊராயிருந்த இடங்கள் பாழாய்க்கிடக்கும். சான்றோர்கள் இருந்த அம்பலங்கள் பேய்கள் வாழிடமாகும். ஊர்கள் அழிதலால் ஊரார் உணவின்றித் துன்புறுவர். அவர்தம் உறவினர் தம் ஊர்களிலிருந்து சென்று அவர்கட்குப் பாதுகாவலாக அமைவர். பெரிய மாளிகைகளில் இருந்த நெற்குதிர்கள் வெந்து அழியும். அவ்விடங்களில் கூகைச் சேவல் பேட்டுடன் இருந்து குழறும். குளங்களில் நீர் எடுப்பாரின்மையால், யானை நின்றால் மறையும் அளவிற்கு வாட்கோரையும் சண்பங்கோரை யும் நெருங்கி வளரும். பகைவரால் அழிக்கப்பட்ட வயல்களில் பெண் பன்றிகளுடன் ஆண் பன்றிகள் ஓடித்திரியும் (ம.கா.அடி, 150-180, 225-258).

பட்டினப்பாலையில் கரிகாலனது படையெடுப்பால் நடை பெற்ற அழிவுகள் கீழ்வருமாறு கூறப்பட்டுள்ளது.

கரும்பும் செந்நெல்லும் வளர்ந்து குவளையும் நெய்தலும் மலர்ந்து விளங்கிய மருதநிலம், இடமகன்ற பொய்கைகளையுடையது. கரிகாலனது படையெடுப்பு அம்மருத நிலக்குடிகளை ஒட்டியது. படையெடுப்பால் செய்களும் வாவிகளும் நீரற்றன. அவற்றில் அறுகும் கோரைகளும் வளர்ந்தன. மகளிர் நீருண்ணும் துறையிற் சென்று முழுகிக் கந்து நிறுத்தப்பட்டுள்ள அம்பலத்தை மெழுகி, அந்திக் காலத்தில் விளக்கேற்றுவர். (அவ்வம் பலத்தில் இருந்த கந்தினைக் கரிகாலன் யானைகள் சாய்த்து விட்டன. அவை அவ்வம்பலத்திலேயே தங்கிவிட்டன). மன்றத்தில் விழா நடைபெறும். யாழ் முதலிய இசைக் கருவிகள் இசைக்கப்படும். கரிகாலன் படையெடுப்பால் ஊர் விழா நடைபெறவில்லை; மன்றத்தில் அச்சம் குடிகொண்டிருந்தது. தலை வாயில், மாடம், அடுக்களை முதலியவற்றைக் கொண்ட பெரிய வீடுகள் மக்களின்றி இருந்தன. அவ்வீடுகள் சாந்திட்ட சுவர்களையுடையவை. அவ்வீட்டுத் திண்ணைகளில் கிளிக்கூண்டுகள் இருந்தன. படை

---

1. பகைவர் நாட்டு நீர் நிலைகளில் யானையைப் படிவித்தலும் அந்நீர் நிலை களை உடைத்தலும் வஞ்சியார் வழக்கம்.

யெடுப்பால் அவ்வில்லங்கள் பாழ்பட்டன. அங்குக் கூகைகளும் ஆண்டலைப் புட்களும் அலறிக் கொண்டிருந்தன. ஆண் பேய்களுடன் பெண் பேய்கள் அலைந்து கொண்டிருந்தன. பெரியமனைகளில் நெற் கூடுகள் நிறைய நெல் இருந்தது. படையெடுப்பில் அக்கூடுகள் கொள்ளையிடப்பட்டன. வறுவிய அக்கூடுகளின் உள்ளிருந்து கூகைகள் அலறின. கரிகாலன் பகைவருடைய மதில்களை அழித்தான்; படை வீடுகளை அழித்தான்; ஊர்களைப் பாழாக்கினான் (ப. பாலை.அடி, 239-270). போரில் பகைவருடைய மனைவியரையும் ஏனைய மகளிரையும் பிடித்து வந்து பணி மகளிராக்கிக் கொள்ளுதல் பண்டை மரபு; அம் மகளிர் நீருண்ணும் துறையிலே சென்று முழுகி அம்பலத்தை மெழுகுவர்; அங்கு விளக்கினை ஏற்றுவர் (ப.பாலை, அடி, 241-9).

பாண்டியன் நெடுஞ்செழியன் பகைவர். நாட்டின்மீது படை யெடுத்துச் சென்று, அவர்தம் காவலையுடைய பொழில்களை அழித்தான்; எக்காலத்தும் வளம் குன்றாத மருத நிலங்களை நெருப்புண்ணச் செய்தான்; நாடு என்னும் பெயர் மறைந்து காடு என்னும் பெயர் பெறச் செய்தான்; அதனால், ஆடு மாடுகள் தங்கியிருந்த இடங்களில் புலி முதலிய கொடிய விலங்குகள் தங்கலாயின; ஊராய் இருந்த இடங்கள் பாழாயின; அந்நாட்டுமகளிர் துணங்கைக் கூத்தினையும் குரவைக் கூத்தினையும் மறந்தனர்; சான்றோர் இருந்த பெரிய அவைகளில் பேய் மகளிர் ஆடி உலாவினர்; இல்லுறை தெய்வங்கள் உலாவி அகன்ற ஊரில் வீட்டு வாயிலில் இருந்து பெண்டிர் வருந்தி அழுதனர்; அவர் தம் உறவினர் இருந்த வேற்று நாடுகட்குச் சென்றனர்; பெரிய மாளிகைகள் வெந்து வீழ்ந்தன. அம்மாளிகையில் இருந்த கரிந்த குதிர்களில் ஆந்தைகள் இருந்து அலறின; செங்கழுநீர் இருந்த பொய்கைகளில் யானையை மறைக்கும் வாட்கோரையும் சண்பங்கோரை யும் நெருங்கி வளர்ந்தன; எருதுகள் உழுத வயல்களில் பன்றிகள் ஓடித்திரிந்தன. இங்ஙனம், நெடுஞ் செழியன் படையெடுப்பால் பகைவர் நாடுகள் பாழாயின (ம.கா. அடி, 152-176).

தொண்டைமான் இளந்திரையன் வெள்ளிய கொம்பினையுடைய கரிய யானைப் பிணத்தைக் குருதியாகிய ஆறு இழுத்துக்கொண்டு போகும்படி பொருதவன்; துரியோதனன் முதலிய நூற்றுவரும் களத்திலே இறக்கும்படி பெரிய போரை வென்ற தருமன் முதலியோ ரைப் போல, எண்ணில் அடங்காத படையுடனே கோபித்துத் தன்மேல் வந்த பகைவரை வென்றவன்; அவ்வெற்றிக் களிப்பினால் ஆரவாரம் செய்தவன்; தன்னுடன் போரிட்டவர்களின் நாட்டு ஊர் மன்றங்கள்

பாழாகும்படி அழித்தவன்; தனக்கு அடங்கி நடந்தவர் நாட்டை வளமாக்கியவன் (பெ.ஆ. படை, 414-425). இளந்திரையன், சிங்கக் குருளை யானைமீது பாய்ந்து அதன் மத்தகத்தைக் கொள்ள விரும்பினாற்போலப் பகைவரின் காவலையுடைய மதிலை அழித்து அங்கு இருந்த அரசருடைய முடிக்கலம் முதலியவற்றை வாங்கி வீரமுடி புனையும் இயல்பு படைத்தவன்; அம்மதிலரசன் சந்து செய்தற்கு உடன்பட்டாலும், தான் உடன்படாதவன் (ப.பாலை, அடி, 448-454).

நடுகல்

போரில் விழுப்புண் பட்டு இறந்த வீரர்க்குக் கல் எடுத்து விழாச் செய்தல் மரபு. அதுவே தமிழகத்துள் சிறப்புற்ற வீரர் வணக்கமாய் இருந்ததென்பது தொல்காப்பியர் விரிவாகக் கூறலால் நன்கு விளங்கும். 1. கற்காண்டல், 2. கால்கோள், 3. கல்லை நீர்ப்படுத்தல், 4. கல்லை நடுதல், 5. வீரன் பெயர் செயல் முதலியவற்றைக் கல்லின்மீது பொறித்தல், 6. கால் கொண்ட தெய்வத்திற்குச் சிறப்புச் செய்து வாழ்த்தல் என இக்கல் எடுப்பு விழா ஆறுவகைப்படும் என்பர் தொல்காப்பியர்.[1] நடு கல்லைப் பீலியாலும் மலராலும் அணி செய்து, பல்லியம் ஒலிக்க விழவு செய்தல் தமிழர் மரபு. இங்ஙனம் நாட்டப்படும் கல்லிற்குக் கோவிலும் மதிலும் வாயிலும் ஏனைச் சிறப்புகளும் செய்தலும் பழந்தமிழர் மரபு. இதனைச் செங்குட்டுவன் கண்ணகிக்குக் கோயில் எடுத்ததனைக் கொண்டு விளக்கமாக அறியலாம்.

இங்ஙனம் வீரர்க்குக் கல் நட்டமை-நட்டு வழிபட்டமை பண்டைத் தமிழ் இலக்கியங்களில் பலவிடத்தும் பரக்கக் காணலாம்.

ஒரு நாட்டின்மேல் படையெடுக்க விரும்பும் அரசன் முதலில் தன் வீரரை ஏவிப் பகைவருடைய கால்நடைகளைக் கவர்வான். இது வெட்சித்திணை எனப்படும். இம்முயற்சியில் ஈடுபட்டவர் வெட்சி மலர்களைச் சூடுவர். இம்முயற்சியை எதிர்த்து நிற்பது 'கரந்தைத்திணை' எனப்படும். அவர்கள் கரந்தை மலர்களைச் சூடிக்கொள்வார்கள். பின்பு அந்நாட்டின்மீது படையெடுப்பு நடைபெறும். அது 'வஞ்சித்திணை' எனப்படும். அப்படையெடுப்பை எதிர்த்து நிற்றல் காஞ்சித்திணை எனப்படும். கோட்டையை முற்றுகையிடல் 'உழிஞைத்திணை' எனப் படும். கோட்டையுள் இருந்து எதிர்த்தல் 'நொச்சித்திணை' எனப்படும். கோட்டைக்கப்பால் வெட்டவெளியில் நடைபெறும் கடும்போர்

---

1. தொல், புறத்திணையியல், நூற்பா, 5.

'தும்பைத்திணை' எனப்படும். போரில் வெற்றிபெறுதல் 'வாகைத்திணை' எனப்படும். ஒவ்வொரு திணைச்செயலிலும் ஈடுபட்ட வீரர்கள் அவ்வத் திணைக்குரிய மலர்களை அணிந்துகொள்ளுதல் மரபு.

இப்போர்களில் தம் வீரத்தைக்காட்டிச் சிறந்த வீரர் பாராட்டுக் குரியவராவர். ஒரு படை சிதறி ஓடுகின்றது. உடனே ஒரு வீரன் தோன்றி அப்படைக்கு முன் நின்று, பகைவரைத் தாங்கி அலைக் கழித்து, இறுதியில் பகைவர் தாக்குதலால் மடிகிறான். இத்தகைய வீரத்தை அவனைச் சேர்ந்த அரசனும் மற்ற வீரரும் பாராட்டுவர். அவன் இறந்த இடத்தில் அல்லது அவன் உடலை எரித்த இடத்தில் அவனது வீரத்திற்கு அறிகுறியாக ஒரு கல்லை நடுவர். அக்கல்லில் அவனது உருவம் பொறிக்கப்படும். அவ்வுருவத்தின் கீழ் அவன் பெயரும் வீரச்சிறப்பும் குறிக்கப்படும். இங்ஙனம் நடைபெறும் கல், முன்பு கூறியபடி நன்கு தேர்ந்தெடுக்கப்பட்டும், நீராட்டப்பட்டும் இருக்கும். அக்கல்லின்மீது மயிற்பீலி சூட்டப்படும். கல் நடப்பட்ட அனறு அக்கல்லைச் சுற்றிலும் மேலே துணிப்பந்தல் அமைக்கப்படும்.

"உயரிசை வெறுப்பத் தோனறிய பெயரே
மடஞ்சால் மஞ்ஞை அணிமயிர் சூட்டி
இடம்பிறர் கொள்ளாச் சிறுவழிப்
படஞ்செய் பந்தர்க் கன்மிசை யதுவே"

என்பது புறநானூறு. (செ. 260)

நன்னது மலை நாட்டில் இத்தகைய நடுகற்கள் இரண்டு இடங் களில் இருந்தன. இக்கற்களின்மீது இறந்த வீரர் பெயர்களும் பீடும் பொறிக்கப் பட்டிருந்தன. அவற்றுட் சில, மராமரங்களின் நிழலிலே நடப் பட்டிருந்தன. அவ்வழிச் சென்ற கூத்தர் விறலியர் முதலியோர் தம் யாழை வாசித்து, அந்நடுகற்களில் உறைந்த தெய்வங்களை வழிபட்டுச் சென்றனர் (மலைபடு கடாம், அடி, 386-396).

3. அரசர் வள்ளன்மை

முன்னுரை

தமிழகத்தை ஆண்டு வந்த சேர சோழ பாண்டியர் என்ற முடியுடை மூவேந்தரும் பாரி, காரி, அதிகன் போன்ற சிற்றரசரும் பழுத்த மரங்களை நாடிச் செல்லும் பறவைகளைப் போலத் தம்மை நாடி வந்த இயற்றமிழில் வல்ல புலவரையும், இசைத்தமிழில் வல்ல

அரசியல்

பாணரையும், நாடகத் தமிழில் வல்ல கூத்தரையும் மலர்ந்த முகத்துடன் வரவேற்றனர்; அருகிலிருந்து உணவு அருந்தினர்; உயர்ந்த ஆடைகளை வழங்கினர்; அரண்மனையிலேயே பல நாள் இருக்கச் செய்தனர்; இறுதியில் வேண்டிய பரிசிலை நல்கி விடையளித்தனர்.

இங்ஙனம் மன்னரால் மதிப்புப்பெற்ற புலவர் பெரு மக்கள் அவர்களைப் பாராட்டிப் பாடிய பாடல்கள் பல. அவற்றுட்சில. புறநானூற்றிலும் பதிற்றுப்பத்திலும் இடம் பெற்றுள்ளன. நூறு அடிகளுக்கு மேற்பட்ட நெடும் பாடல்கள் சில. பத்துப்பாட்டுள் இடம் பெற்றுள்ளன. கரிகாலனை வியந்து பாடிய பொருநர் ஆற்றுப்படை பட்டினப்பாலை, நல்லியக்கோடனை வியந்து பாடிய சிறு பாணாற்றுப் படை, தொண்டைமான் இளந்திரையனைப் பாராட்டிப் பாடிய பெரும்பாணாற்றுப்படை, நெடுஞ்செழியனைப் பாராட்டிப் பாடிய மதுரைக் காஞ்சி, நன்னனைப் போற்றிப் பாடிய கூத்தராற்றுப் படை என்பன, அரசர் முத்தமிழ்வாணரை வரவேற்று உபசரித்த முறையை நன்கு புலப்படுத்துவனவாகும். இனி இவற்றுள் ஒவ்வொன்றையும் தனித் தனியே காண்போம்:

கரிகாலன் உபசரிப்பு

பொருநர் என்பவர், தடாரி என்னும் இசைக்கருவி கொட்டிப் பாடும் இசைவாணர். அவருள் ஒருவன் தன் வறுமையைப் போக்க விழைந்து, கரிகாலன் அரண்மனையை வைகறையில் அடைந்தான்; தனது தடாரியைக் கொட்டிக் கரிகாலனை வாழ்த்தினான். அவ்வளவில் கரிகாலன் அவன்முன் தோன்றினான்; முன்னரே தன்னோடு பழகிய நண்பனை வரவேற்பது போலப் பொருநனை வரவேற்றான்; உபசார மொழிகளைக் கூறினான்; தனக்குச் சிறிது தொலைவில் அவனை இருக்கச் செய்தான்; அவனை அருள் உணர்ச்சியோடு நோக்கினான்; ஈரும் பேனும் குடியிருந்து அரசாண்ட பொருநனது கந்தலாடையை அகற்றினான்; 'இழை போன வழி இது,' என்று கண்டறிய இயலாத நுண்ணிய நூலால் நெய்யப்பட்ட பூத்தொழில் அமைந்த துகிலைக் கொடுத்து உடுக்கச் செய்தான். அவ்வளவில் பாட்டாலும் கூத்தாலும் சொல்லாலும் அரசனை மகிழ்விக்கும் அழகிய பணிப்பெண்டிர், பொருநனது களைப்பை நீக்கத்தக்க மதுவைப் பொன் வட்டிலில் வார்த்துக் கொடுத்துக் குடிக்கச் செய்தனர்.

பின்பு பொருநன் உறங்கிக் கண் விழித்தான். வறுத்த ஆட்டிறைச்சித் துண்டங்களும், சுட்ட இறைச்சித் துண்டங்களும், முல்லை அரும்பினை ஒத்த அரிசிச்சோறும் படைக்கப் பட்டன. அவற்றோடு, பரலைப் பொரித்து அதனோடே கூட்டிய பொரிக் கறிகளும் படைக்கப்பட்டன. கரிகாலன், உடன் இருந்து, இவற்றை யெல்லாம் உண்ணும்படி பொருநனை உபசரித்தான். இங்ஙனம் நாள்கள் சில கழிந்தன. ஒரு நாள் அப்பொருநன் தனது ஊர் செல்ல விடை கேட்டான். அவ்வளவில் கரிகாலன், "எனது கூட்டத்தை விட்டுப்போக விரும்புகின்றாயோ?" என்று சினந்தவன் போலச் சொல்லிக் களிற்றோடு கன்றையும் பிடியையும் அவனுக்கு வழங்கினான்; அவனுக்குப் பொற்றாமரை மலரை வழங்கினான்; வேண்டும் பரிசிலை நல்கினான்; தன் காலாலே ஏழடி பின்னே வந்து வழியனுப்பினான் (பொ.ஆ.படை, அடி, 73-168).

நல்லியக்கோடன் உபசரிப்பு

ஓய்மானாட்டை ஆண்ட நல்லியக்கோடனது அரண்மனை வாயில் புலவர்க்கும் பொருநர்க்கும் பாணர்க்கும் கூத்தர்க்கும் அந்தணர்க்கும் தடையின்றித் திறந்து விடப்பட்டது. அவர்கள் எந்த நேரத்திலும் அவ்வாயிலுள் தடையின்றிச் செல்ல வசதியளிக்கப்பட்டது. (சி.ஆ.படை, அடி, 203, 206). நல்லியக்கோடன் இசைக்கலையில் வல்லவன். அவன் தன்னிடம் பரிசில் பெற விரும்பி வந்த பாணனை மகிழ்வுடன் வரவேற்றான்; மூங்கில் ஆடையை உரித்தாலொத்த மாசில்லாத உடையினை வழங்கி, உடுக்கச் செய்தான்; கள் தெளிவைத் தந்து அவனது வழி நடந்த களைப்பைப் போக்கினான்; வீமபாகத்தில் சிறந்த சமையற்காரன் சமைத்து வைத்த உணவுப் பொருள்களைப் பெரிய பொற்கலங்களில் படைத்தான்; பாணனுடைய பிள்ளைகளுக்குச் சிறிய பொற்கலங்களில் உணவைப் படைத்தான். தான் நின்றபடி இருந்து அவர்களை உபசரித்து உண்பித்தான்; தான் தன் பகைவனை வென்று கொண்டு வந்த பொன்னையும், பொருளையும் பாணனுக்கு வழங்கினான்; குதிரைகளைத் தேரில் பூட்டி அத்தேர்மீது பாணனை அமரச் செய்து வழி கூட்டி அனுப்பினான் (சி.ஆர்.படை, அடி, 235, 261).

இளந்திரையன் உபசரிப்பு

காஞ்சி நகரத்து அரண்மனையில் வாழ்ந்த இளந்திரையன், தன்னை அடைந்த பெரும்பாணனது கந்தலாடையை அகற்றினான்;

பாலாவியை ஒத்த நூலாற் செய்த துகிலினை உடுக்கச் செய்தான்; பண்பட்ட மடையன் தயாரித்த பல வகை இறைச்சித் துண்டங் களையும் செந்நெல் அரிசிச்சோற்றையும் படைத்து உண்பித்தான்; பாணனுடைய பிள்ளைகளுக்குச் சிறிய வெள்ளிக் கலங்களில் உணவைப் படைத்தான்; முகமலர்ச்சியுடன் தான் நின்றபடி இருந்து உண்பித்தான்; பாணனது தலைமுடியில் பெற்றாமரையைச் சூட்டினான்; பொன்னரி மாலையை விறலியர்க்கு வழங்கினான்; நான்கு குதிரைகள் பூட்டிய தேரில் பெரும்பாணனை அமரச் செய்து, வேண்டும் பரிசிலை ஈந்து வழியனுப்பினான் (பெ.ஆ.படை,அடி, 467-493).

நெடுஞ்செழியன் உபசரிப்பு

பாண்டியன் நெடுஞ்செழியன் தன்னை நாடிவந்த பொருநர்க்குக் களிறும், பிடியும், கன்றும் கொடுத்தான்; பொன்னாற் செய்த தாமரைப் பூவைச் சூட்டினான்; விலை உயர்ந்த வேறு அணிகலன்களை வழங்கினான் (ம.கா.அடி, 100. 105); பாணர்க்குப் பலவகை இறைச்சித் துண்டங்களையும், பலவகைப்பட்ட சோற்றையும், இனிய மதுவையும் வழங்கினான்; விறலியர்க்குத் தொடிகளை அணிவித்தான்; பாணர் மகிழும்படி யானைகளை வழங்கினான்; தான் பகைவர் அரண்களிற் கொண்ட பல பொருள்களையும் கொடுத்தான் (ம.கா.அடி, 211-220). அப்பாண்டியன் தனது அரண்மனையில் வைகறையில் வந்து திரண்ட அகவர்க்குத் (அழைத்துப் புகழ்பவர்) தேரையும் குதிரைகளையும் வழங்கினான் (ம.கா.அடி, 223-224).

பாண்டியன் நாள்தோறும் தனது நாளோலக்க மண்டபத்தி லிருந்து “புலவர் வருக, பாணர் வருக, பாணிச்சியர் வருக, கூத்தர், வருக,” என்று ஒவ்வொருவராக அழைத்து, அவர்க்கும் அவரால் பாதுகாக்கப் பெற்ற அவர் கும்பத்தினர்க்கும் தேர்களையும் யானை களையும் வழங்கினான். இறைச்சி, மது, பொரிக்கறிகள் முதலிய உணவுப் பொருள்களை விருந்தாக வைத்தான் (ம.கா. அடி, 749756). அம்மனது அரண்மனை வாயில் முத்தமிழ்வாணர்க்கு என்றும் அடையாத வாயிலாய் இருந்தது (ம.கா.அடி, 747-748).

நன்னன் உபசரிப்பு

நன்னன் பகைவரை வென்று, திறையாகத் தந்த பேரணிகலங்களைப் புலவர், பாணர், கூத்தர், சூதர், மாகதர் முதலியோர்க்கு வழங்கினான்;

மழை போலப் பொன்னை வாரி வழங்கினான். பருவம் பொய்யாத மேகம் பின்னரும் பெய்யுமாறுபோல மேன்மேலும் குறையாமல் வழங்கினான் (மலைபடுகடாம்; 70-76). அப்பெருமகன் தன்னை நாடி வந்த கூத்தரை, "நீவிர் என்மீதுள்ள அன்பினால் இங்கு வந்ததே சாலும்!" என்று உபசரித்தான்; முகமலர்ந்து அவர்களை அன்போடு பார்த்தான்; இழை போன இடம் அறியாத நுண்ணிய நூலாற் செய்த கலிங்கத்தை உடுக்கச் செய்தான்; அவர்களைப் பல நாள் தன்னுடன் இருத்தினான்; முதல் நாள் போன்ற விருப்பத்தோடே அவர்களை நன்கு நடத்தினான்; கூத்தர் தலைவனுக்குப் பொற்றாமரையைச் சூட்டினான். அவனுடன் சென்ற விறலியர்க்குப் பேரணிகலன்களை வழங்கினான், தேர்கள், யானைகள், ஏறுகளை உடைய பசுக்கள், குதிரைகள், பெருஞ் செல்வம் இவற்றை வழங்கி மகிழ்ச்சியோடு வழியனுப்பினான் (மலை, அடி, 545-575).

அரசர் கலைவாணரை உபசரித்ததிலிருந்து நாம் அறியத்தகுவன யாவை? அரசர் முதன்முதலில் வறுமை வடிவாய் இருந்த கலைஞர்களின் கந்தலாடையைக் களைந்து, உயர்ந்த புதிய ஆடையைக் கொடுப்பதையே முதற்கடமையாகக் கொண்டனர். 'ஆடையற்ற மனிதன் அரை மனிதன்;' என்பதை அவ்வரசர் நன்கு உணர்ந்திருந்தனர். அதனால், கலைஞரின் மானத்தைக்காக்க முதலில் ஆடையை வழங்கினர்; அதற்குப் பின்னரே அவர்தம் களைப்பைப் போக்க இனிய குடிநீரை வழங்கினர்; களைப்பு நீங்கிய பின்பு அறுசுவை உண்டியைத் தாம் நின்று உண்பித்தனர்; அவர்களைத் தம் சுற்றத்தாரெனக் கருதி உபசரித்தனர். நாட்டின் உயிர் நாடி கலையே என்பதையும், கலை வாழ்ந்தால்தான் குடிமக்களின் உள்ளம் பண்படும் என்பதையும், அக்கலைக்குக் காவலர்களான புலவர், பாணர், கூத்தர் என்பார் வறுமையின்றி வாழ்ந்தால் தான் கலை வாழும் என்பதையும் தமிழகத்து அரசர் தெளிவுற உணர்ந் திருந்தனர்; ஆகவே, கலைவாணரை ஒல்லும் வகையாலெல்லாம் ஓம்பி வந்தனர்.

குடி மக்கள் உபசரிப்பு

இங்ஙனம் முத்தமிழ்வாணரைத் தமிழரசர் மட்டும் உபசரிக்க வில்லை; அவர்தம் குமைக்களும் உபசரித்தார்கள். நன்னனைக் காணச் சென்ற கூத்தர்க்கு அவனது மலை நாட்டு முல்லை நிலத்தில் இடையர் மகளிர் மனமகிழ்ச்சியோடு பாலை வழங்கினர்; தமக்கென்று

சமைத்திருந்த பாற்சோற்றை வழங்கினர்; ஆட்டுத் தோற்படுக்கையில் படுக்க வைத்தனர். கூத்தர், நன்னனது நாடு காக்கும் காவலரைக்கண்டு தாம் நன்னனைக் காணப்போவதாகக் கூறினர். உடனே அக்காவலர் அவர்களுக்குப் பல வகை இறைச்சித் துண்டங்களையும் கிழங்கு களையும் வழங்கி உண்பித்தனர்; அவர்கள் செல்ல வேண்டிய வழியை விளக்கிக் கூறினர் (மலைபடுகடாம், அடி.407-427). இவ்விவரங்கள், அக்கால அரசர்களும் பொதுமக்களும் முத்தமிழ்வாணரிடம் கொண்டிருந்த பெருமதிப்பை நன்கு விளக்குவனவாகும்.

19. தொழிலும் வாணிகமும்

1. தொழில்கள்

"உழவும் வாணிகமும் உலகத்துத் தொழில்களில் மிகுத்துச் சொல்லத் தகுவன. அவ்விரண்டால்தான் செல்வ வளத்தைத் திரட்டல் கூடும்," (ம.கா. 120-3) என்பது மாங்குடி மருதனார் கருத்து.

ஐவகை நிலத்துச் சிறப்புத் தொழில்கள்

குறிஞ்சி நிலத்து மக்கள் மலைச்சரிவுப் பகுதிகளையும் மலைமீது சமநிலமாயுள்ள பகுதியையும் விளைநிலமாக்குதல், மலை நெல் தினை முதலிய கூல வகைகளை விதைத்தல், தினைப்புனங்களைக் காத்தல், தேனெடுத்தல், கிழங்கு வகைகளைப் பயிராக்குதல், வேட்டையாடுதல் முதலிய தொழில்களில் ஈடுபட்டிருந்தார்கள்.

பாலைநில மக்கள், பிறநிலங்களிலுள்ள ஆனிரைகளைக் கவர்தல், வழிப்பறி செய்தல் ஆகிய தொழில்களைச் செய்தார்கள். முல்லை நில மக்கள் சாமை விதைத்தல், வரகு விதைத்தல், கால்நடைகளை மேய்த்தல், பால் தயிர் மோர் வெண்ணெய் நெய் இவற்றை விற்றல் முதலிய தொழில்களில் ஈடுபட்டார்கள்.

மருதநில மக்கள், வயல்களை உழுதல், நெல் விதைத்தல், நாற்று நடுதல், களை எடுத்தல், வயல்களுக்கு நீர் பாய்ச்சுதல், அறுவடை செய்தல், கடா விடுதல் முதலிய பயிர்த்தொழில் தொடர்பான தொழில்களில் ஈடுபட்டிருந்தார்கள்.

நெய்தல்நில மக்கள், ஓடம், மிதவை, படகு முதலியவற்றை அமைத்தல், மீன் பிடித்தல், உப்பை விளைத்தல், மீன் விற்றல், மீன்களை உப்பிட்டுப் பதப் படுத்துதல், அவற்றை விற்றல் முதலிய தொழில்களில் முனைந்திருந்தார்கள்.

இந்த ஐந்து நில மக்களும் தங்களுக்குரிய வீடுகளை அமைக்கும் தொழிலையும் செய்து வந்தார்கள்; மண்சுவர் எழுப்புதல் வைக்கோல்

முதலியபற்றைக்கொண்டு கூரையமைத்தல், மண்ணைக்கொண்டு செங்கல் செய்து உலர்த்துதல், உலர்ந்தவற்றைச் சூளையிலிட்டுச் சுடுதல் முதலிய தொழில்களையும் அறிந்திருந்தார்கள். ஒவ்வொரு நிலத்திலும் பறை, துடி, முழவு, பம்மை முதலிய கருவிகளைச் செய்யும் தொழிலும் நடைபெற்றது. சுருங்கக்கூறின், ஒவ்வொரு நிலத்திலும் அவ்வந்நில மக்களுடைய சூழ்நிலைக்கு ஏற்பத் தொழில்கள் அமைந்திருந்தன எனலாம். இத்தொழில்களில் ஆடவரும் பெண்டிரும் தத்தமக்குரிய பகுதியைச் செய்தனர் என்று கூறுதல் பொருத்தமாகும்.

பொதுத் தொழில்கள்

பத்துப்பாட்டுகள் பல தொழில்களுக்குரிய கருவிகளின் பெயர்கள் காணப்படுகின்றன; பல தொழில்களின் பெயர்களும் குறிக்கப் பட்டுள்ளன. இவை இரண்டையும் ஒன்று சேர்ப்பின், அந்நூலிற் குறிக்கப்பட்டுள்ள தொழில்கள் இன்னவை என்பதை எளிதில் அறியலாம்.

1. குழிசி (பானை), அடுப்பு (பெ.ஆ.படை, அடி, 99) என்னும் பெயர்களைக் கொண்டு மட்பாண்டத் தொழில் இருந்தமையை எளிதில் அறியலாம்.

2. தேர், பாண்டில், உளி (சி.ஆர்.படை, அடி, 52, 258-260), உலக்கை (பெ.ஆ.படை, அடி,97), நுகம், அச்சு, பார், உருளை (பெ.ஆ.படை, அடி, 63-66) என்னும் பொருள்களின் பெயர்கள் அக்காலத் தச்சுத் தொழிலை நினைவூட்டுகின்றன. தச்சர் 'கருந்தொழில் வினைஞர்' என்று குறிக்கப்பட்டுள்ளனர் (சி.ஆர்.படை, அடி, 257).

3. உழுகொழு, குயம் (அரிவாள்), கத்திரிகை (பொ.ஆ.படை, அடி,29, 117, 242), யானையை அடக்கும் தோட்டி (திருமுருகு, அடி, 78), தோல், துருத்தி (பெ.ஆ.படை, அடி, 206, 207), இரும்புத்தகடு (அடி, 222), கவைமுட்கருவி, மத்திகை (சம்மட்டி)' (முமல், பாட்டு, அடி, 35, 59), நிலம் அகழும் உளி, வளைவுக்கத்தி, தொடலைவாள் (ம.கா.அடி, 635, 636, 637) என்னும் கருவிகளின் பெயர்கள் கொல்லத் தொழில் நன்கு நடைபெற்றதைத் தெரிவிக்கின்றன. இவை அல்லாமல் போர்க் கருவி களான வாள், வேல், ஈட்டி, சூலம் முதலியனவும் கொல்லனால் உருவாக்கப் பட்டனவே ஆகும்.

4. அம்மி, குழவி, திரிகை (பெ.ஆ.படை, அடி, 229) என்பவை, கல் தச்சர் தொழிலை நினைவூட்டுகின்றன.

5. 'வாரை' என்னும் சொல்லும் 'தொத்தொளிப்பாய்' என்னும் உரையும் (பெ.ஆ.படை, அடி, 50), பாய் பின்னும் தொழில் இருந்தமை யைப் புலப்படுத்தும்.

6. தொடுதோல்-செருப்பு (பெ.ஆ.படை, அடி, 169; ம.கா.அடி, 636) தோல் தொழில் இருந்தமையை உணர்த்தும்.

7. பாண்டிமாதேவின் தந்தக்கட்டிலின்மீது கஞ்சியிட்டுச் சலவை செய்யப்பட்ட துகில் விரிக்கப்பட்டிருந்தது என்பதனால் (நெடுநல் வாடை, அடி, 134-135) சலவைத் தொழில் நடைபெற்று வந்தது என்பது நன்கு துணியப்படும்.

8. துகில், கலிங்கம் முதலிய உயர்ந்த ஆடைகளும், சாதாரண ஆடைகளும் வழக்கில் இருந்தமையை நோக்க, நெசவுத் தொழில் மிகச் சிறந்த தொழிலாய் இருந்தமை அறியப்படும். 'உடை' என்னும் பகுதியில் இது பற்றிய விளக்கம் காண்க. கூடாரத் துணி என்னும் ஒரு வகை முரட்டுத் துணியும் அக்காலத்தில் நெய்யப்பட்டது.

இதுவரையிற்கூறப்பட்ட தொழில்கள் இக்காலத்தில் கிராமக் கைத்தொழில்கள் என்று வழங்கப்படுகின்றன.

9. உப்பங்கழிகளுக்கு அருகில் உப்பெடுக்கும் தொழில் நடை பெற்றது. உப்பெடுக்கும் நிலப்பகுதி 'அளம்' எனப்படும் அத்தொழிலில் ஈடுபட்டவர் 'அளவர்' எனப்பட்டனர். உப்புத் தயாரிக்கப்பட்ட இடத்தி லேயே உப்பு விற்கப்பட்டது. கடலோரப் பகுதிகளில்-உப்பங் கழியுள்ள இடங்களில் இத்தொழில் நன்கு நடைபெற்றது (ம.கா.அடி, 117).

10. குட்டம், வயல், இலஞ்சி, பொய்கை முதலிய நீர் நிலைகளில் தூண்டில், வலை முதலியவற்றைக்கொண்டு மீன் பிடிக்கும் தொழில் நடைபெற்றது. (பெ.ஆ.படை, அடி. 270-274, 283-85 ம.கா. 247-255), கடற்கரைப் பகுதியில் பெரிய வலைகளை வீசி மீன் பிடிக்கும் தொழில் நடைபெற்றது. மீன்களை உப்பிட்டு உணக்கும் தொழிலும் நடை பெற்றது. (சி.ஆ.படை. அடி. 163, ம.கா.அடி. 319-20)

11. செல்வர் வாழும் வளமனைகளிலும் அரண்மனைகளிலும் பயன் படுத்தப்பட்ட விசிறி, ஆலவட்டம் எனப்பட்டது. அதனைத் தயாரித் தவன் 'கைவல் கம்மியன்' எனப்பட்டான். அஃது உறையில் இட்டுப் பாதுகாக்கப்பட்டது (நெ.வாடை, அடி, 57, 58). இது 'விசிறி செய்யும் தொழில் எனப்படும்.

12. பெரிய நகரங்களில் நூலால் வரிந்து பந்தும் பாவையும் செய்யும் தொழிலும் (திருமுருகு, அடி, 68), நூலேணி முதலியன செய்யும் தொழிலும் (ம.கா.அடி, 640) நடைபெற்றன. இவை 'நூல் தொழில்' எனப்படும்.

13. நெட்டியைக் கொண்டு பல வகை மலர் மாலைகள் பொம்மைகள் முதலியன செய்யும் தொழில் வழக்கிலிருந்தது (சி.ஆ.படை, அடி, 54).

14. அரசியல் அலுவலர், உயர்குடிப் பெண்டிர் முதலியோர் சட்டையும் கச்சும் அணிந்திருந்தனர் என்பதை நோக்கத் தையல் தொழில் சிறப்புற்றிருந்தமை அறியலாம் (பெ.ஆ.படை, அடி, 69). இது பற்றிய பிற விவரங்களை 'உடை' என்னும் பகுதியிற்காண்க.

15. மிகக்கூரிய சிற்றுளி கொண்டு யானைத் தந்தத்தால் அரசமா தேவிக்குரிய வட்டக்கட்டில் அமைக்கப்பட்டிருந்தது. சிங்கம் முதலிய வற்றை வேட்டையாடுதல் போன்ற பல காட்சிகள் நுண்ணிய தகடு களின் மீது பொறிக்கப்பட்டன. (நெடுநல் வாடை, அடி, 116-123) என்னும் விவரங்களை நோக்க, மிக நுட்பமான தச்சுத் தொழில் வழக்கில் இருந்தமை அறியப்படும்.

16. அரசமாதேவிக்குரிய அணைகள் அன்னப் பேட்டின் தூவியால் ஆனவை. கட்டிலின்மீது, படுக்கை (மெத்தை) விரிக்கப் பட்டிருந்தது என்னும் செய்திகள், அக்காலத்தில் உயர்ந்த முறையில் மெத்தைகளும் தலையணைகளும் தயாரிக்கும் தொழில் உயர்நிலையில் இருந்ததைப் புலப்படுத்தும் (நெடுநல் வாடை, அடி, 131-135).

17. மதுரை மாநகரில் சங்கு அறுத்தல், அறுத்த சங்கை வளை முதலியனவாகக் கடைதல், அழகிய மணிகளைத் துளையிடுதல், பொன் நகைகளைச் செய்தல், பல வகை ஆடைகளை நெய்தல், பூமாலைகளைத் தயாரித்தல், பல வகைச் சாந்துகளைத் தயாரித்தல் போன்ற பல தொழில்கள் நடைபெற்றன என்று மதுரைக் காஞ்சி (அடி, 511-518) மொழிகின்றது. மணிசெய்யும் தொழிலும் நடைபெற்றது. (பபாலை, அடி, 232).

18. முன்பு கூறப்பட்ட அரசமாதேவியினது கட்டிலின் மேற்கூரை யில் ஞாயிறு, திங்கள், ரோகிணி முதலிய கோள்களின் ஓவியங்கள் வரையப்பட்டிருந்தன (நெ. வாடை, அடி, 159-163) என்னும் செய்தி அக்கால ஓவியத் தொழிலை உணர்த்துவதாகும்.

19. பொன்னை அடித்துக் காப்பு முதலியவற்றைச் செய்யும் தட்டாரத் தொழிலும், கல்லுப்பதித்த நகைகளைச் செய்யும் இரத்தினப் பணித் தட்டாரத் தொழிலும் சிறப்புற நடைபெற்றன. பல வகைத் தலையணிகள், காதணிகள், கழுத்தணிகள், தோளணிகள், கையணிகள், விரடகள், இலைணியணிகள், காலணிகள் பத்துப்பாட்டுள் குறிக்கப் பட்டுள்ளன. அவை மிகவுயர்ந்த வேலைப்பாடு கொண்டவை. அவை பற்றிய விவரங்களை 'அணிகள்' என்னும் பகுதியில் காணலாம். அப்பல வகை அணிகளும் இருந்தமையை நோக்க, அக்காலப் பொற்கொல்லத் தொழில் மிகவுயர்ந்த நிலையை அடைந்திருந்தமை தெளிவாகும்.

20. நெய்தல் நில மக்களாகிய பரதவர் தமது மீன் பிடிக்கும் தொழிலுக்கு ஓடம், படகு, மிதவை முதலியவற்றை பயன்படுத்தினர். அவர் அவற்றை அமைக்கும் தொழிலிலும் வல்லுநராயிருந்தனர். தமிழகம் சங்ககாலக் கடல் வாணிகத்தில் கீழை நாடுகளுடனும், மேலை நாடுகளுடனும் நெருங்கிய தொடர்பு கொண்டிருந்தமையை நோக்கத் தமிழர் கப்பல் கட்டும் தொழிலில் தேர்ந்தவராயிருந்திருத்தல் கூடுமென்று கருதுதல் பொருத்தமாகும்.

21. உடலுக்கு அழகைக் கொடுக்கும் கருங்காலியைச் சீவிக் காய்ச்சி அதனைப் பசிய பாக்குடன் கலந்து சாயப் பாக்கைத் தயாரிக்கும் தொழில் நடைபெற்றது. (ம.கா. அடி, 400-401).

22. சங்ககாலத் தமிழகத்தில் நூற்றுக்கணக்கான புலவர்கள் இருந்தமையைக் காண்கிறோம்; அப்புலவர்கள் சிற்றூர்களைச் சேர்ந்தவர்கள் என்பதை அறிகிறோம். இதனால் அக்காலச் சிற்றூர் களிலும் பேரூர்களிலும் கல்வி கற்பிக்கும் தொழில் உயர்ந்த முறையில் இருந்திருத்தல் வேண்டுமென்று கருதுதல் தவறாகாது.

2. பயிர்த்தொழில்

குறிஞ்சி நிலப்பயிர்கள்

மலையைச் சுற்றியுள்ள அடிவாரப் பகுதியில் எள், தினை, அவரை, வரகு, மூங்கில் நெல், வெண்சிறுகடுகு, இஞ்சிக் கிழங்கு, கவலைக் கிழங்கு, மலை வாழை, மா, பலா என்பவை விளைந்தன (மலைபடு, அடி, 102-139).

மலைமீது சிறப்பாகத் தினை பயிர் செய்யப்பட்டது. சில கிழங்கு வகைகளும் பயிர் செய்யப்பட்டன.

முல்லை நிலப்பயிர்கள்

அவரை சிறப்பாகப் பயிர் செய்யப்பட்டது. (சி.ஆ. படை, அடி, 164). தினை, எள், வரகு முதலியன பயிராயின (ம.கா.அடி, 271-272). முல்லை நிலத்தில் அறுவடையான வரகு முதலியவற்றைக் கொண்ட குதிர்கள் முல்லை நிலச் சீறூர்களில் பெண் யானைகள் நின்றாற்போல நின்றன (பெ.ஆ.படை, அடி, 186). வரகுப்பயிர் முன் பனி தொடங்கும் பருவத்தில் கதிர் பிடிக்குமாம் (முல், பா. அடி, 98-100).

மருத நிலப்பயிர்கள்

காவிரியாறும் அதன் கிளையாறுகளும் சோழநாட்டில் தொன்று தொட்டுப் பாய்ந்து வருகின்றன. கரிகாலன் முதலிய சோழமன்னர்கள் ஆற்றங்கரைகளை உயிர்த்தினார்கள்; அணைகளைக் கட்டினார்கள்; வாய்க்கால்களை வெட்டினார்கள்; இவற்றால் சோழநாடு சோற்று வளம் மிகுந்த நாடாயிற்று. அங்கு ஒரு மா நிலத்தில் திடர்தோறும் நெற்கூடுகள் இருந்தன. ஒரு வேலி நிலத்தில் ஆயிரம் கலம் செந்நெல் விளைந்தது (பொ.ஆ.படை, அடி, 246-248). இதனாலேதான் 'சோழவளநாடு சோறுடைத்து,' என்னும் பழமொழி வழங்கலாயிற்று. இன்றும் சோழநாடு 'தமிழகத்தின் நெற்களஞ்சியம்' என்று கூறப்படு கிறது.

உழவர் உழவுத்தொழிற் பயின்ற பெரிய எருகளைப் பூட்டி ஏரை உழுதனர; கலப்பையின் கொழு நிலத்தில் மறைய அமுக்கி உழுதனர் என்று பெரும் பாணாற்றுப்படை உழவைப் பற்றிப் பேசுகிறது (அடி, 198-200). செறு, செய் என்று வயல் பெயர் பெற்றிருந்தது (பெ.ஆ.படை, அடி, 210). செந்நெல், தோப்பி நெல் (பெ.ஆ.படை, அடி, 230-142, மூங்கில் நெல் (மலைபடு, அடி, 121) என நெல் பல வகைப்படும். வெற்றிலைக் கொடிகளை வளர்த்து வெற்றிலை பயிர் செய்யப்பட்டது. (ம.கா.அடி, 400-401) போலும்!'[1]

3. வாணிகம்

உள் நாட்டு வாணிகம்

குறிஞ்சி நிலமக்கள், தேன், கிழங்கு, மான் தசை, மது முதலிய வற்றைப் பிற நிலமக்களுக்கு விற்றுத் தங்களுக்கு வேண்டிய உணவுப் பொருள்களை வாங்கிக் கொண்டார்கள். இவ்வாறே நெய்தல் நிலமக்கள் மீன், நெய், நறவு முதலியவற்றைப் பிற நிலமக்களுக்கு விற்றுத் தங்களுக்கு வேண்டிய உணவுப் பொருள்களைப் பெற்றார்கள். மருத

நிலமக்கள், அவல், நெல், கரும்பு முதலியவற்றை விற்றுப் பிற நிலத்துப் பண்டங்களைப் பெற்றார்கள். (பொ.ஆ.படை, அடி, 214-217). முல்லை நிலமக்கள் பால், தயிர், மோர், வெண்ணெய் முதலியவற்றைப் பிற நிலங்களில் விற்றுத் தங்களுக்கு வேண்டிய பண்டங்களைப் பெற்றார்கள். இங்ஙனம் பண்டங்களைக் கொடுத்துப் பண்டங்களைப் பெறுதல் 'பண்டமாற்று' எனப்படும். நாணயங்கள் தோன்றுவதற்கு முன்பு இப்பண்டமாற்று முறையே உலகில் நெடுங்காலம் இருந்து வந்தது.

உணவுப் பொருள்களுள் மிகச் சிறந்தது உப்பு. உப்பு வாணிகர் உப்பளங்களிலிருந்து உப்பை வாங்கி, வண்டிகளில் ஏற்றிக்கொண்டு, ஊரூராய்ச் சென்று விற்றனர். உப்பு வண்டியே அவர்தம் வீடாகவும் பயன்பட்டது. உப்பு வாணிகன் மனைவியும் சில சமயங்களில் வண்டி யோட்டினாள். அவள் கணவன், வண்டியிழுக்கும் எருதுகள் களைப் புற்றால் வேறு எருதுகளை வண்டியில் பூட்டுவதற்குத் தயாராகத் தன்னுடன் இரண்டு எருதுகளை ஓட்டிக்கொண்டு உப்பு வண்டியோடு செல்வது வழக்கம் (பே.ஆ.படை, அடி. 55-59).

மிளகு, சேரநாட்டில் விளைந்தது. அது பிற நாடுகளுக்குக் கொண்டு செல்லப்பட்டது. வணிகர் மிளகுப் போதிகளைக் கழுதை களின்மீது ஏற்றி ஊரூராய்ச் சென்றுவிற்றனர். (பெ.ஆ.படை, அடி, 80-81).

கப்பல்களில் வந்து துறைமுக நகரங்களில் இறக்குமதியான முத்து, பவளம், மாணிக்கம், சந்தனம் முதலிய பொருள்கள் உள் நாட்டு வணிகரால் விற்கப்பட்டன (பெ.ஆ.படை, அடி, 67-76).

தமிழ்நாட்டு மன்னர் பயிர்த்தொழிலைப் போலவே உள் நாட்டு வாணிகத்தையும் வெளி நாட்டு வாணிகத்தையும் வளம் பெற வளர்த்தனர். தம் நாடு முழுமையும் வண்டிகள் செல்லக்கூடிய நல்ல பாதைகளை அமைத்திருந்தனர்; வாணிகப் பொருள்களைப் பாதுகாக்க ஆங்காங்குக் காவலரை வைத்திருந்தனர்; பெருவழிகளிலும் கவர்த்த வழிகளிலும் விற்படை வீரர் இருந்து காவல் காத்தனர். (பெ.ஆ.படை,

---

1. வெற்றிலை-வெறுமை+இலை. சமைத்தற்குப் பயன்படாத இலை எனப் பொருள்படலாம். தெலுங்கர் இதனை 'ஆக்கு' என்று வழங்குவர். ஆக்கு இலை. இது மலேயாவிலிருந்து நம் நாட்டிற்குக் கொண்டு வரப்பட்டதாகும். -தமிழ்ப்பொழில், துணர், 4, பக். 390.

அடி, 78-81, ம.கா, அடி 310-312). பாதைகளில் செல்லும் வணிகப் பொருள்களுக்கு உல்கு (வரி) வசூலிக்கப்பட்டது; ஆங்காங்குச் சுங்கச் சாவடிகள் இருந்தன (பெ.ஆ.படை, அடி, 80-81).

நாழி என்பது முகத்தைலளவையின் பெயர் (முல்லைப் பாட்டு அடி, 10), பீடு மிக்க மாட மதுரையில் மகளிரும் வாணிகம் செய்தனர் (ம.கா.அடி, 621-623).

அகநானூறு முதலிய அகப்பொருள் தொகை நூல்களில் தமிழ் வாணிகர் தமிழகத்துக்கு வடக்கேயும் சென்று வாணிகம் செய்தனர் என்பதை உறுதிப்படுத்தும் குறிப்புகள் பல காணப்படுகின்றன. இவ்வுள் நாட்டு வாணிகம் பாடலிபுரத்தைத் தலைநகராய்க் கொண்டு மகத நாட்டை நந்தர்கள் ஆண்ட காலம் முதற்கொண்டு தொடர்ந்து நடை பெற்று வந்தது என்பது அக்குறிப்புகளிலிருந்து தெரிகிறது. எனவே, தமிழ் வணிகர் வடவிந்தியாவிலும் வாணிகம் செய்து வந்தனர் என்பது இங்கு அறியப்படும்.

கடல் வாணிகம்

ஏறத்தாழ கி.மு. ஆயிரத்தில் வாழ்ந்த சாலமன் அரசர் காலத்தி லிருந்தே தமிழர் கடல் வாணிகம் செய்து வந்தனர் என்பது ஆராய்ச்சியால் அறியப்படுகின்றது. கடல் வாணிகத்திற்குக் கப்பல்கள் தேவை. கப்பல்கள் வந்து தங்கவும், பொருள்களை ஏற்றவும் இறக்கவும் வசதியான துறைமுகங்கள் தேவை, சங்ககாலத் தமிழகத்தில் இத்தகைய துறைமுகங்கள் பற்பல இருந்தன என்பதைப் பெரிப்புளூஸ் ஆசிரியர், பிளைனி, தாலமி போன்ற மேனாட்டு யாத்திரிகர் எழுதியுள்ள குறிப்புகளிலிருந்து அறியலாம்.[1]

பத்துப்பாட்டுள் சில துறைமுக நகரங்கள் கூறப்பட்டுள்ளன. அவை எயிற்பட்டினம், பட்டினம் (மாமல்லபுரம்), கொற்கை, காவிரிப் பூம்பட்டினம் என்பன. எயிற்பட்டினம் ஓய்மானாட்டுத் துறைமுக நகரம்; பட்டினம் என்பது, தொண்டை நாட்டுத் துறைமுக நகரம்; கொற்கை என்பது, பாண்டி நாட்டுத் துறைமுகநகரம்; காவிரிப் பூம்பட்டினம் என்பது சோழநாட்டுத் துறைமுக நகரம்.

எயிற்பட்டினத்திற்கு அகில் முதலிய மணப் பொருள்கள் வந்தன (சி.ஆ.படை, அடி, 155). தொண்டைநாட்டுப் பட்டினம் என்ற துறை

1. History of South India, K.A.N. Sastry, pp. 76-78 and 134-136.

முகத்தில் வட நாட்டுப் பொருள்களும் மேலைநாட்டுக் குதிரைகளும் பிறவும் இறக்குமதியாயின. அங்கு வாழ்ந்த பரதவர் செல்வ வளம் பெற்றுத் திகழ்ந்தனர். வணிகர் பெரிய வளமனைகளில் வாழ்ந்தனர். அவர்தம் மகளிர் மெல்லிய துகிலையும் பசிய வடங்கள் கோத்த மணிகளையும் பிற அணிகளையும் அணிந்து செல்வச் செழிப்போடு காணப்பட்டனர். அவர் தம் கால்களில் பொற்சிலம்புகள் ஒலித்தன. அவர்கள் பொன்னாற் செய்த கழற்சிக் காய்களைக் கொண்டு மணலில் விளையாடினார்கள். அத்துறைமுக நகரில் மிகவுயர்ந்த கலங்கரை விளக்கம் இருந்தது (பெ.ஆ.படை, அடி, 319-336, 346-348).

கொற்கை நகரத்தில் முத்தெடுப்பார் சேரி, சங்கு குளிப்பார் சேரி என்னும் பல சேரிகளிருந்தன. அங்குச் சிறப்பாக முத்தெடுக்கும் தொழிலும், சங்கெடுக்கும் தொழிலும் நடைபெற்றன. (ம.கா.அடி, 133-136). வெண்மையான உப்பு, கருப்புக்கட்டி கூட்டிப் பொரித்த புளி, உப்பிட்டு உலர்த்தப்பட்ட மீன் துண்டங்கள், பேரணி கலங்கள் முதலிய பொருள்கள் 'கொற்கையிலிருந்து ஏற்றுமதியாயின. குதிரைகள், யவன நாட்டுப் பாவை விளக்குகள், மதுவகைகள் முதலியன இறக்குமதி செய்யப்பட்டன (ம.கா.அடி, 318-324).

காவிரிப்பூம்பட்டினத்தில் பெரிய துறைமுகம் அமைந்திருந்தது. அங்கு அரிய காவலையுடைய பண்டசாலை இருந்தது. ஏற்றுமதிப் பொருள்களும் இறக்குமதிப் பொருள்களும் அப்பண்டகசாலையில் குவிந்திருந்தன. ஒவ்வொரு பண்டப் பொதியின் மீதும் சோழ அரசாங்க முத்திரையாகிய புலி முத்திரை பொறிக்கப்பட்டிருந்தது. பக்கத்தில் சுங்கச்சாவடியும் இருந்தது. அங்கிருந்த துறைமுக அலுவலர் இரவு பகல் இளைப்பின்றி வேலை செய்தனர். குதிரைகள் மிகுதியாய் இறக்குமதியாயின; சேரநாட்டிலிருந்து கடல் வழியே மிளகுப் பொதிகள் வந்தன; தமிழகத்திற்கு வடபாலிருந்து மாணிக்கக் கற்களும், சாம்பூநதம் என்னும் பொன்னும், பாண்டிநாட்டு முத்துகளும், குடகுமலைச் சந்தனக் கட்டைகளும் அகிற் கட்டைகளும், கீழ்த்திசைக் கடலிலிருந்து பவழமும், கங்கைச் சமவெளியில் உண்டான பொருள்களும், கடாரத்தில் (மலாயா) உண்டான பொருள்களும் சீனம் முதலிய நாடுகளிலிருந்து வந்த கருப்பூரம் பனிநீர் குங்குமம் முதலியனவும் இறக்குமதியாயின (ப.பாலை, அடி, 118-125, 185-192 உரை).

காவிரிப்பூம்பட்டினத்தில் வாணிகத்தின் பொருட்டுப் பலநாட்டு மக்கள் குடியேறியிருந்தார்கள் (ப.பாலை, அடி, 214-217). பொருள்களை

ஏற்றிக்கொண்டு வந்த மரக்கலம் 'வங்கம்' எனப் பெயர் பெற்றது (ம.கா.அடி,536).

சங்ககாலத்தில் தமிழகத்தோடு வாணிகம் செய்து வந்த ஐரோப்பியர் யவனர் எனப்பட்டனர். அவர்கள் சட்டை அணிந் திருந் தார்கள்; கண்ணாடிப் பொருள்கள், மணப்பொருள்கள், இயந்திரப் பொறிகள், மது வகைகள் முதலியவற்றைத் தமிழ்நாட்டில் இறக்குமதி செய்தார்கள். அவர்கள் பாவை விளக்குச் செய்வதில் பண்பட்டவர்கள்.

> **"யவனர்[1] இயற்றிய வினைமாண் பாவை**
> **கையேந்து ஐயகல் நிறையநெய் சொரிந்து"**

என்பது நெடுநல்வாடை (அடி, 101, 102).

இக்காலத்தில் தமிழகத்துப் பெரிய வணிக நிலையங்களில் கூர்க்கர் காவலராய் இருத்தலைப் போலவே சங்ககாலத்தில் யவனவீரர் கோட்டை காவலராயும் அரசனது நம்பிக்கைக்குரிய பணியாளராயும் இதுந்து வந்தனர் என்பது சிலப்பதிகாரத்தாலும் முல்லைப் பாட்டா லும் அறியப்படும் (முல்லை, பா. அடி, 59-66).

பூம்புகார் வணிகர்

'பூம்புகார்' என்பது காவிரிப்பூம்பட்டினத்துக்குரிய பெயர்களுள் ஒன்று. அங்குக் கரிகாலன் காலத்தில் வாழ்ந்த வணிகர் தம் பண்டங் களையும் பிறபண்டங்களையும் விற்கும்போதும் வாங்கும்போதும் நேர்மையாக நடந்து கொண்டனர்; தாம் கொள்ளும் பண்டத்தைத் தாம் கொடுக்கும் பொருளுக்கு மிகையாகக் கொள்ளவில்லை; தாம் கொடுக்கும் பண்டத்தையும் தாம் வாங்கும் பண்டத்திற்குக் குறைவாகக் கொடுக்கவில்லை; இலாபத்தை வெளிப்படையாகச் சொல்லி விற்றனர்; அறவழியிலேயே நடந்தனர்; உயிர்க்கொலையைத் தவிர்த்தனர்; உயிர்க்கொலை புரிவோரையும் அக்கொடுந்தொழிலிலிருந்து விலக்க முற்பட்டனர்; பசுக்களைக் காத்தனர்; வேள்விகளைச் செய்தனர்; தானங்களைச் செய்தனர்; ஏழைகள் பொருட்டும் தானங்கள் செய்தனர் (ப.பாலை, அடி, 196-211).

◈

---

1. யவனர் என்பவர் சோனகர் என்று நச்சினார்க்கினியர் கூறுதல் பொருத்த முடையதன்று. 'சோனகர்' என்னும் சொல் அராபியரைக் குறிப்பது. யவனர், அயோனியர் எனப்பட்ட கிரேக்க இனத்தைச் சேர்ந்தவர். இவர் கிறிஸ்து வுக்கு முன்னும் பின்னும் கடல் வாணிகம் செய்தவர். இவ்வினத்தார் மௌரியர் காலத்திலும் பிற்காலத்திலும் மகாராட்டிரம் முதலிய பகுதிகளில் ஆண்டு வந்தனர் என்பது இந்திய வரலாறு கூறும் உண்மையாகும்.

20. இல்லங்களும் பாத்திரங்களும்

1. இல்லங்கள்

குறிஞ்சி நில இல்லங்கள்

குறிஞ்சி, பாலை, முல்லை, மருதம், நெய்தல் ஆகிய ஐவகை நிலங்களிலும் சிற்றூர்களிலும் பேரூர்களிலும் சங்ககாலத்தில் இல்லங்கள் எவ்வாறு அமைந்திருந்தன என்பதை இந்நூலால் ஓரளவு அறியலாம்.

மலையும் மலைசார்ந்த இடமுமாகிய குறிஞ்சி நிலத்தில் தினை முதலிய பயிர்களைத் தின்ன வரும் யானை, பன்றி முதலிய விலங்குகளையும் கிளி முதலிய பறவைகளையும் விரட்டுவதற்காகக் கானவர் உயர்ந்த மரக்கிளைகளில் பரண் கட்டினர். (பெ.ஆ.படை, அடி, 51-52). குறிஞ்சி நிலமக்கள் குறிய கால்களை நட்டுத் தினையரிந்த தாளால் வேய்ந்த குடிலில் வாழ்ந்தனர் (கு.பாட்டு, அடி, 153-4). கழிகளை நட்டுப் புல்லால் வேய்ந்த குடில்களில் சவ்வாது மலை மக்கள் வாழ்ந்தார்கள் (மலைபடுகடாம், அடி, 438-9).

பாலை நில இல்லங்கள்

உணவுப் பொருரள்களைப் பயிர் செய்ய இயலாத நீர் வளமற்ற நிலம் பாலையாகும்.

"முல்லையும் குறிஞ்சியும் முறைமையின் திரிந்து
நல்லியல் பிழந்து நடுங்குதுயர் உறுத்துப்
பாலை பெயன்பதோர் படிவம் கொள்ளும்''

-சிலம்பு, காதை, 11, அடி, 64-66.

ஆதலால், பாலை நிலம் பெரும்பாலும் குறிஞ்சிக்கும் முல்லைக்கும் இடையில் அமைந்திருக்கும். அங்கு வெப்பம் மிகுதி. நன்னீர் கிடைத்தல் அரிது. விளைவு இன்மையால் பாலை நில மக்களுட் சிலர் பாலை நில விலங்குகளையும் பறவைகளையும் வேட்டையாடுவர்; சிலர், ஆறலைகள்வராகிப் பிழைப்பர். அவர்தம் இல்லங்கள் சிறுகுடில்களே யாகும். வெயிற்காலத்தில் அவ்வில்லங்களில் இருப்போர் வெயிலால் துன்புறுவர் (சிறு.ஆ. படை, அடி, 174) அக்குடில்கள் வேலின் முனையை

ஒத்த கூர்மையினையுடைய முனைகொண்ட ஈந்தினுடைய இலையால் வேயப்பட்டவை. அக்குடில்களில் மான் தோலையே படுக்கையாகக் கொண்டு பிள்ளையைப் பெற்ற எயின மகள் முடங்கிக் கிடந்தாள் என்று பெரும்பாணாற்றுப்படை பேசுகிறது. (அடி, 86-90). நாட்டுப் பெருவழிகளைக் காவல் புரிந்த எயினர் வாழ்ந்த இல்லங்களும் குடில்களேயாகும். அவை குழையால் வேயப்பட்டவை; அவற்றில் வாழ்ந்தவர் மான் தோலையே படுக்கையாகக் கொண்டனர் (ம.கா.310-311).

முல்லை நில இல்லங்கள்

காடும் காடு சார்ந்த இடமும் முல்லையாகும். இந்நிலத்தில் ஆடு மாடுகளை மேய்த்த ஆயர் வாழ்ந்தனர். அவர்கள் வாழ்ந்த குடில்கள் வரகுத் தட்டையால் வேயப்பட்டவை; அவற்றின் கால்களில் ஆட்டு மறிகள் நின்று தின்னத்தக்க தழைகள் கட்டப்பட்டிருந்தன. குடிலின் கதவு கழிகளால் கட்டப்பட்டது. குடிலின் வாயில் சிறியது. அக்குடிலில் வரகுக்கற்றைகளால் வேய்ந்த சேக்கை இருந்தது. ஆட்டுக் கிடாயின் தோல்களை பாயலாகப் பயன்பட்டன. குடிலின் முற்றத்தில் குறிய முளைகள் பதிக்கப்பட்டிருந்தன. அவற்றில் நெடிய தாம்புகள் கட்டப் பட்டிருந்தன. அவை ஆடுமாடுகளைக் கட்டப் பயன்பட்டன. இங்ஙனம் ஆயர் வாழ்ந்த இல்லங்களைக் கொண்ட சிற்றூர், கட்டு முள் வேலி யினை உடையதாயிருந்தது. (பெ.ஆ.படை, அடி, 147-154). சவ்வாது மலையில் வாழ்ந்த ஆயர், ஆட்டுத் தோல்களை ஒன்றாகத் தைத்துப் படுக்கையாகப் பயன்படுத்தினர்; இரவில் கொடிய விலங்குகள் தம் குடில்களிடம் வாராதபடி நெருப்பை எரித்தனர் (மலை, அடி, 419-20).

முல்லை நிலத்துச் சீற்றூர்களில் உழுதுண்பார் வாழ்ந்தனர். அங்கு இருந்த இல்லங்கள் வரகு வைக்கோலால் வேயப்பட்டடவை; அழகியவை. இல்லத்தின் முற்றத்தில் பிடி நின்றாற் போன்ற வரகு முதலிய கூலவகைகள் வைக்கப்பெறும் குதிர்கள் இருந்தன; முற்றத்துப் பந்தரில் யானையின் காலை ஒத்த வரகு திரிகை நடப்பட்டிருந்தது. கலப்பையும் உருளைகளும் வைக்கப்பட்ட கொட்டில் இருந்தது. அக்கொட்டிலின் ஒருபால் எருதுகள் கட்டப்பட்டிருந்தன. (பெ.ஆ.படை. அடி. 186-191)

மருதநில இல்லங்கள்

வயலும் 'வயல் சார்ந்த இடமும் மருதமாகும். மருதம், நீரும் பசுமையான வயல்களும் தோட்டங்களும் தோப்புகளும் சோலைகளும் நிறைந்துள்ள இடம். உழவர் வயல் வரப்பில் தங்கிப் பயிர்களைக் காவல் காக்கப் புதிய வைக்கோலால் வேய்ந்த கவிந்த குடிலை அமைத்துக் கொண்டனர். அதன் முற்றத்தில் உழத்தியர் அவல் இடித்தனர் (பெ.ஆ. படை, அடி, 224-6).

வளமுடைய ஊர்களில் உழவர் வீடுகளின் முற்றத்தில் கன்றுகளைக் கட்ட நெடிய தாம்புகளைக் கொண்ட முளைகள் நடப்பட்டிருந்தன. நீண்ட ஏணிக்கு எட்டாத நெடிய வடிவினையுடைய குதிர்கள் இருந்தன. பிள்ளைகள் அந்த முற்றத்தில் சிறுதேர் உருட்டி விளையாடினார்கள் (பெ.ஆ. படை, அடி, 243-249). முற்றத்தின் இத்தகு சிறப்பைக் கொண்டு இல்லம் நன்முறையில் அமைந்திருந்தல் வேண்டும் என்று நாம் நினைக்கலாம்.

தென்னந்தோப்புகளுக்கு இடையில் மருதநிலச் சீறூர்கள் பல அமைந்திருந்தன. முடையப்பட்ட தென்னை ஓலைகள் வேய்ந்த வீடுகள் அவ்வூர்களில் இருந்தன. வீட்டு முற்றத்தில் மஞ்சள் பயிராயிருந்தது; மணம் நாறிய பூந்தேட்டம் பின்னே இருந்தது (பெ.ஆ.படை, அடி, 351-356)

மருதநிலப் பகுதியிலேதான் மறையவர் வாழ்ந்து வந்தனர். தொண்டை நாட்டில் அவர்கள் இல்லம் ஒன்று இருந்த நிலையைப் பெரும்பாணாற்றுப்படை கூறுகிறது. வீட்டின் முன் புறம் பந்தல் அமைந்திருந்தது. அதன் சிறிய கால்களுள் ஒன்றில் பசுக்கன்று கட்டப் பட்டிருந்தது. அவ்வீட்டைக் கோழியும் நாயும் நெருங்கவில்லை. வீட்டில் கிளி வளர்க்கப்பட்டது. அதற்கு வேத ஓசை கற்பிக்கப்பட்டது. (அடி, 297-300).

மருத நிலத்தில் வலை வீசி மீன் பிடித்து வாழ்ந்தவர் 'வலையர்' எனப்பட்டனர். அவர்கள் வஞ்சி மரக் கொம்புகளையும் காஞ்சி மரக் கொம்புகளையும் கலந்து நட்டு வேழக்கோலை வரிச்சாக நிரைத்துத் தாழைநாரால் கட்டித் தருப்பைப் புல்லாலே வேயப்பட்ட குறிய இறப்பையுடைய குடில்களில் வாழ்ந்தார்கள். அவர்களது குடிலின் முற்றத்தில் மீனை வாரி எடுக்கும் பறிகள் இருந்தன. குடிலையடுத்து வளைந்த காலையுடைய புன்னை மரக் கொம்புகள் அமைத்த பந்தர்

இல்லங்களும் பாத்திரங்களும்

இருந்தது. அப்பந்தரின்மீது சுரைக்கொடி முதலிய படர்கொடிகள் படர்ந்து காய்களோடு விளங்கின (பெ.ஆ. படை, அடி, 263-267).

நெய்தல் நில இல்லங்கள்

கடலும் கடல் சார்ந்த இடமும் 'நெய்கல்' எனப்படும். இந்நிலத்து மக்கள் மீன் பிடித்து வாழ்ந்தார்கள். காவிரிப் பூம்பட்டினத்துக் கடற்கரையில் வாழ்ந்த பரதவர், தாழ்ந்த கூரையைக் கொண்ட குடில்களில் வாழ்ந்தனர். கூரயில் தூண்டிற்கம்புகள் செருகி வைக்கப் பட்டிருந்தன. குடிலின் முற்றத்தில் மீன் பிடிக்க உதவிய வலைகள் காயவைக்கப் பட்டிருந்தன.

நகரத்து இல்லங்கள்

நகரங்களில் இருந்த பல வகை இல்லங்களைப் பற்றிய குறிப்புகளை அடுத்துக் காண்போம்.

தொண்டைநாட்டுத் இடமும் துறைமுகப்பட்டினம் பிற்காலத்தில் மாமல்லபுரம் எனப்பெயர் கொண்டதாகும். அது சங்க காலத்தில் 'நீர்ப்பெயற்று' என்னும் பேரூரின் ஒரு பகுதியாயிருந்தது. அது வாணிகத் தலமாய் இருந்தமையின், செல்வச் செழுமையோடிருந்தது. எனவே, அங்குப் பல தெருக்கள் இருந்தன. அவற்றில் இருந்த வீடுகள் மாடங்களைப் பெற்று உயர்ந்திருந்தன. 'தேவர் உலகத்தைத் தீண்டும் மாடங்கள்' என்று பெரும்பாணாற்றுப்படை ஆசிரியர் அவ்வில்லங்களைக் குறித்துள்ளார். அம்மாடங்களில் பேரணிகலங்களையுடைய மகளிர் வாழ்ந்தனர்; அம்மாடங்களில் பந்தடித்து விளையாடினர். அம்மாளிகைகளின் முன் இருந்த மணலில் அம்மாடங்களுக்குரிய செல்வ மகளிர் அமர்ந்து கழங்காடினர் (அடி, 325-335).

பாண்டியன் தலைநகரான மதுரையில் இருந்த சில இல்லங்கள் பல கூறுபாடுகளைப் பெற்று வானளாவியிருந்தன; தென்றற்காற்று ஒலிக்கும் பல சாளரங்களையுடையனவாயிருந்தன. 'பல கூறுபாடுகள்- மண்பம், கூடம், தாய்க்கட்டு, அடுக்களை என்றாற்போலும் பெயர்களைக் கொண்ட இல்லப்பகுதிகள்' என்பது, நச்சினார்க்கினியர் தரும் விளக்கமாகும். (ம.கா.அடி, 357-58). பெரிய மாடங்களில் நிலா முற்றங்கள் அமைந்திருந்தன. அம்மாடங்களில் கொடிகள் கட்டப் பட்டிருந்தன (அவை அவர்கள் சமயத்தை உணர்த்திய கொகளா யிருக்கலாம்). மங்கையர் அம்மாடங்களில் இருந்த நிலா முற்றங்களில் நின்று கோயில் விழாக்களைக் கவனித்தனர் (ம.கா.அடி, 444-452).

செல்வர் இல்லங்களில் இளவேனிற்காலத்துத் துயிலும் படுக்கைக்குத் தென்றற்காற்றைத் தரும் சாலேகம் (சாளரம்) இருந்தது. செல்வமகளிர் அங்கு நின்று உலவுவது வழக்கம் (நெடுநல்வாடை அடி, 61-62). பிள்ளைகள் மூன்று உருளைகளைக் கொண்ட சிறு தேரை உருட்டி விளையாடுவதற்கேற்றபடி செல்வர் வீடுகளில் அகன்ற முற்றம் இருந்தது (ப.பாலை, அடி, 20-25). மதுரை நகரத்துச் செல்வர் இல்லங்கள் அகன்றிருந்தன; காவலரைப் பெற்றிருந்தன; குற்றேவல் இளைஞரையும் பெற்றிருந்தன (நெடுநல், 49-50).

காவிரிப்பூம்பட்டினத்து மருவூர்ப்பாக்கத்தில் கடற்கரைக்கு அண்மையில் உயர்ந்த மாடங்களைக் கொண்ட வளமனைகள் இருந்தன. அவற்றில் விளக்குகள் இரவுமுழுமையும் எரிந்துகொண்டிருந்தன. விடியற்காலையில் கடலில் மீன் பிடிக்கச் சென்ற பூம்புகார் பரதவருக்கு அவ்விளக்குகள் ஓரளவு துணைபுரிந்தன. (ப.பாலை, அடி, 112-115).

காவிரிப்பூம்பட்டினத்துப் பெரிய மாளிகைகளில் மாடத்திற்குச் செல்லத்தக்க அணுகின படிகளையுடைய நெடிய ஏணிகள் இருந்தன; பல கட்டுகள் இருந்தன; பெரிய வாயிலும் சிறிய வாயிலும் இருந்தன; பெரிய இடைகழிகள் இருந்தன; இவ்வமைப்பினையுடைய வளமனை 'மழை தோயும் உயர் மாடத்தை' உடையது என்று ஆசிரியர் கூறி யுள்ளார் (ப.பாலை. அடி, 142-145)

இத்தகைய வளமனைகளில் விருந்திற்கு வந்தவர் முதலில் மாடத்துத் தலை வாயிலில் நெருங்கியிருந்தனர்; பின்பு உள்ளே சென்று விருந்துண்டனர். அம்மாடங்களின் சுவர்கள் சாந்திடப் பெற்றவை; உயர்ந்த திண்ணைகளை உடையவை. அத்திண்ணைகளில் கிளிகள் கூண்டுகளில் இருந்து வார்த்தைகள் பேசிக்கொண்டிருந்தன (ப.பாலை, அடி. 261-264).

அரசன் கோவில்

(மதுரையில்) பாண்டியர்க்கு அரண்மனை கட்டப்பட்ட விவரங்கள் நெடுநல்வாடையில் கீழ்வருமாறு கூறப்பட்டுள்ளன:

கட்டடம் கட்டற்குரிய இடத்தில் இரண்டு கோல்கள் நடப் பட்டன. அக்கோல்களிடத்துஞ் சாயா நிழலால் தாரை போக ஓடுகின்ற நிலையைக் குறித்துக்கொள்ளும் தன்மை தப்பாதபடி சூரியன் நிழல் ஒரு பக்கத்தைச் சாரப் போகாத சித்திரைத் திங்கள் நடுவில் பத்தினின்ற ஒரு நாளில் பதினைந்தாம் நாழிகையில் கட்டடத்திற்குரிய அங்குரார்ப்

பணம் பண்ணப்பட்டது. சிற்பாசாரியர் கூரிதாக நூலை நேரே பிடித்துத் திசைகளைக் குறித்துக் கொண்டார்கள். அத்திசைகளில் நிற்கும் தெய்வங்களையும் குறைவறப் பார்த்தார்கள்; அரசர்க் கேற்ற மனை களையும் வாயில்களையும் மண்டபங்கள் முதலியவற்றையும் கூறுபடுத் தினார்கள்; வளைந்த உயர்ந்த மதிலை எழுப்ப ஏற்பாடு செய்தார்கள். மதிலுக்கு வாயில் அமைக்கப்பட்டது. அவ்வாயிலுக்கு இரண்டு கதவுகள் பொருத்தப்பட்டன. அக்கதவுகளுக்குச் செவ்வரக்குப் பூசப்பட்டது. வாயிலின் மேல் நிலையில் இலக்குமியின் உருவம் செதுக்கப் பட்டிருந்தது. அவ்வுருவத்தின் இரண்டு பக்கங்களிலும் பக்கத்திற் கொன்றாக இரண்டு பெண் யானைகள் குவளை மலர்களை இலக்குமி மீது சொரிதல் போன்ற வாயில் நிலையில் சிற்பங்கள் அமைக்கப் பட்டன. நிலையில் தெய்வம் உறைவதாகத் தமிழர் நம்பினராதலின், அந்நிலையில் வெண்சிறு கடுகும் நெய்யும் தடவி வைத்தனர்; அவ்வா யில், கொடி களோடு யானைகள் சென்று புகும்படி உயர்ந்திருந்தது, மலையை நடுவே வெளியாகத் திறந்தாற் போன்றிருந்தது.

அரண்மனை முன்றிலிற்பரப்பப்பட்ட மணலில் கவரி மான்களும் அன்னங்களும் இயங்கின. நிலாவின் பயனை அரண்மனையினர் நுகரும் நெடிய வெள்ளிய நிலா முற்றம் இருந்தது. மேல் மாடத்தில் விழும் மழைநீர் வந்து விழ மகரவாயாகப் பகுத்த வாயினையுடைய பந்தம் அங்கு இருந்தது. அம்முற்றத்தில் மயில்களும் இருந்தன. அரண்மனை யில் யவனர் தந்த பாவை விளக்குகள் இரவில் எரிந்தன. அந்தப்புரத்தில் பல கட்டுகள் இருந்தன. அவற்றில் பாண்டியன் நீங்கலாக வேறு ஆடவர் நுழையாத நிலையில் அரிய காவல் இருந்தது.

அந்தப்புரத்துத் தூண்கள்- நீலமணியைக் கண்டாற்போன்ற கருமையினையும் திரட்சியையும் உடையவை. சுவர்கள் செம்பினால் செய்தாற்போன்ற வேலைப்பாடு நிறைந்தவை. அச்சுவர்கள் மீது வடிவழகினையுடைய பல பூக்களைக் கொண்ட வல்லிக்கொடிகள் ஓவியங்களாய் வரையப்பட்டிருந்தன (நெநல்வாடை, அடி, 72-114).

முல்லைப்பாட்டில் அரசனது எழுநிலைமாடம் இடத்தால் சிறந்து உயர்ந்திருந்தது என்பது கூறப்பட்டுள்ளது. (அடி, 86). இன்று தஞ்சாவூர் அரண்மனையில் உள்ள எழுநிலை மாடத்தைக் கொண்டு, சங்ககால எழுநிலைமாடம் எங்ஙனம் இருந்தித்தல் கூடும் என்பதை நாம் ஒருவாறு உணரலாம்.

இவ்விவரங்கள் அனைத்தும் சங்ககாலத் தமிழரின் கட்டடக் கலையறிவை உணர்த்துவனவாகும். நகரைச் சூழ்ந்திருந்த கோட்டைச் சுவரின் அமைப்பும் அகழியின் அமைப்பும் அவர்தம் கட்டடக் கலையறிவை மேலும் மிகுத்துக் காட்டுவனவாகும்.

மதுரைக் கோட்டையைச் சூழ்ந்திருந்த அகழி, மண் இருந்த அளவும் ஆழமாகத் தோண்டப்பட்டது; நீலமணி போன்ற நீர் நிரம்பியது. கோட்டை மதில், வானைத் தொம்படி பல கற்படைகளோடு அமைந் திருந்தது. மதிலின் வாயிலில் வலிமை மிகுந்த தெய்வ உருவங்கள் அமைந்த உயர்ந்த நிலை இருந்தது. இடுக்கு இல்லாமல் இணைக்கப் பட்ட கதவுகள் பொருத்தப்பட்டிருந்தன. அக்கோட்டை வாயிலின்மீது மலை போல உயர்ந்த மாடம் அமைந்திருந்தது (ம.கா.அடி, 351-6).

2. உலோகங்கள்

சங்ககாலத் தமிழர், இரும்பு, செம்பு, பொன், வெள்ளி ஆகிய நான்கு உலோகங்களைக் கொண்டு பல பொருள்களைச் செய்து பயன்படுத்தினர் என்பது தெரிகிறது. இவை இத்தமிழ் நாட்டிற் பண்டு தொட்டே கிடைத்து வந்தன என்பது பல்லவபுரம் (பல்லாவரம்), ஆதிச்ச நல்லூர் முதலிய இடங்களிற் கிடைத்த புதை பொருள்களைக் கொண்டு நன்கறியலாம்.[1] இனி இவை பற்றிப் பத்துபூபாட்டுள் காணப்படும் செய்திகளைக் காண்போம்.

இரும்பு

தொண்டை நாட்டில் இரும்படிக்கும் கொல்லன் இருந்தான். அவனது உலைக்கூடம் இருந்தது. அவன் வைகறையில் தன் உலைக் கூடத்தில் வேலை செய்தான். அவன் இரும்படித்த ஓசை கேட்டு மாடத்து உறங்கிய புறவின் சேவல் அஞ்சி உறக்கத்திலிருந்து விழித்தது (பெ.ஆ. படை, அடி, 436-40). அரிவாள், இரும்பு எனப்பெயர் பெற்றது (மலைபடு, அடி, 113). இரும்பினால் செய்யப்பட்ட விளக்கில் எண்ணெ யும் திரியும் இட்டு விளக்கேற்றப்பட்டது (நெடுநல்), அடி, 42-3). இரும்பு மெல்லிய தகடாக்கப்பட்டது (பெ.ஆ. படை, அடி, 222).

செம்பு

மதுரைப் புறஞ்சேரியில் இருந்த சமணப் பள்ளியின் சுவர்கள் செம்பினாற் செய்தாற்போல உறுதி பெற்று விளங்கின (ம.கா.அடி,

---

1. Stone Age in India, P.T.S. Ayyangar, p. 48.

485). மதுரைக் கடைத் தெருவில் செம்பு நிறுத்து வாங்கப்பட்டது. (பெ.ஆ.படை.அடி, 514). பாண்டியன் அரண்மனை, அந்தப்புரத்து நெடுஞ்சுவர்கள் செம்பிட்டுச் செய்தாற்போன்ற உறுதியும் வேலைப் பாடும் பெற்றிருந்தன (நெடுநல், அடி. 112).

பொன்

பொன் என்னும் சொல் 'பொலம்' என்று மாறுதற்குத் தொல்காப்பியத்திலேயே விதி (புள்ளி மயங்கியல், நூற்பா, 61) கூறப் பட்டுள்ளதிலிருந்து பொன்னின் பழைமையை நன்கறியலாம். பொன்னில் பல வகை உண்டு. அரண்மனையில் பொன்னாலான கலங்கள் (பாத்திரங்கள்) இருந்தன. பொலங்கலங்களில் மது வார்த்துத் தரப்பட்டது. (பொ.ஆ.படை,அடி, 85-7; ம.கா.அடி, 779-80). பொற்கலத் தில் உணவு படைக்கப்பட்டது. (சி.ஆ.படை, அடி, 244-5). மன்னர் பொன்மாலையைக் கழுத்தில் அணிந்திருந்தனர் (ம.கா.அடி, 61). திருமால் பொன் மாலையை அணிந்திருந்தான் (ம.கா.அடி, 590-1). செல்வமகளிர் தலை, கழுத்து, தோள், கை, காது, இடை ஆகிய உறுப்புகளில் அணிந்த பல வகை அணிகளும் கல் பதித்த நகைகளும் உயராடவர் அணிந்த மாலை, கடகம் போன்ற அணிகளும் பொன்னால் இயன்றனவேயாகும். பொன்கொண்டு செய்யப்பட்ட நகைகளின் பெயர்களும் பொன்னி வகையும் 'அணிகள்' என்னும் பகுதியில் விரிவாய்க் காணலாம்.

முல்லைப்பாட்டைப் பாடிய புலவர் காவிரிப் பூம்பட்டினத்துப் பொன் வாணிகனார் மகனார் நப்பூதனார் என்பவர். பொன்னின் வேறுபாட்டைப் பகுத்தறிந்தவர் பொன் வாணிகர் எனப்பட்டனர். அவர் மதுரையில் வாழ்ந்தனர் (ம.கா.அடி.513). பொன் நகைகளைச் செய்தவர் 'பொற்கொல்லர்' எனப்பட்டனர்.

வெள்ளி

வெள்ளியாலான கலம் (பாத்திரம்), உண்கலமாகவும் பயன்பட்டது. அது சிறியதாயும் இருந்தது; பெரியதாயும் இருந்தது. சிறிய வெள்ளிக் கலங்கள் பிள்ளைகள் உணவுண்ணப் பயன்பட்டன. பெரிய வெள்ளிக் கலங்கள் பெரியவர் உணவுண்ணப் பயன்பட்டன. திரையன் அரண்மனை யில் இவ்வெள்ளிக் கலங்கள் இருந்தன. (பெ.ஆ.படை, அடி 477-80. முல்லை மலர்கள் வெள்ளியின் நிறத்தை ஒத்தவை (ம.கா. அடி, 280). பாண்டியனது அரண்மனைச் சுவரில் வெள்ளியை ஒத்த சாந்து பூசப்பட்டது (நெடுநல், அடி , 110).

3. பாத்திரங்கள்

பொதுமக்கள் தங்கள் இல்லங்களிற் பயன்படுத்திய பாத்திரங்களின் பெயர்கள் பலவாகப் பத்துப்பாட்டிற் காணப்படவில்லை; அரண்மனையில் பயன்படுத்திய பாத்திரங்களின் பெயர்களும் மிகுதியாகக் காணப்படவில்லை. சிற்சில பாத்திரங்களின் பெயர்களே காணப்படுகின்றன. அவற்றையும் வீட்டுப் பொருள்கள் வேறு சிலவற்றையும் இங்குக் காண்போம்.

புளியங்காய், நெல்லிக்காய் முதலிய ஊறுகாய்கள் வைக்கப்பட்ட மிடா, 'காடி வைத்த கலன்' (பெ.ஆ.படை, அடி, 56-7) எனப்பட்டது. சோறு சமைக்கும் பானை குழிசி எனப் பெயர் பெற்றது. (பெ.ஆ.படை, அடி, 98-366). தயிர்ப்பானைக்கும் இப்பெயர் வழங்கப்பட்டது (பெ.ஆ. படை, அடி, 159); அப்பம் சுடப் பயன்பட்ட சட்டி, அகல் (பெ. ஆ. படை, அடி, 377) எனப்பட்டது. நீண்டவுருவமும் சிறுத்த வாயுமுடைய பாத்திரம், குப்பி எனப்பட்டது. பச்சை நிறக்குப்பி, பைங்குடம் எனப்பட்டது. அதனுள் கள் வைப்பது வழக்கம் (பெ. ஆ. படை, அடி 380-82).

குவிந்த வாயையுடைய நீருண்ணும் பாத்திரம் 'தொகுவாய்க் கன்னல்' எனப் பெயர் பெற்றது (நெடு. அடி, 64-66). நீர் பெய்து வைக்கும் ஒரு வகைப் பாத்திரம் 'குறுநீர்க்கன்னல்' எனப்பட்டது (முல். பாட்டு, அடி, 57).

கரிகாலன் அரண்மனையில் இருந்த அழகிய பணிப் பெண்டிர் அரசனுக்கும் அவனுடைய விருந்தினர்க்கும் பொற்கலத்தில் மகிழை (கள்ளை) ஊற்றிக் குடிக்கக் கொடுத்தனர் (பொ.ஆ.படை, அடி, 84-87). 'பொற்கலம் - பொன்வட்டில்' என்பது நச்சினார்க்கினியர் உரை.

தொண்டைமான் அரண்மனையில் பாணர்க்கும் அவர் தம் பிள்ளைகட்கும் விண்மீன்களைப் போன்ற சிறிய வெள்ளிப் பாத்திரங்களையும் திங்களைப் போன்ற பெரிய வெள்ளிப் பாத்திரங்களையும் பரப்பி விருந்து வைத்தனர் என்று பெரும் பாணாற்றுப்படையிற் கூறப்பட்டுள்ளது. (அடி, 477-480). 'தலைவராயினார்க்குப் பொற்கலம் பரப்புவர் என்றார்' என்று நச்சினார்க்கினியர் கூறியுள்ளார்.

பாண்டியன் தலையாலங்கானத்துச் செருவென்ற நெடுஞ்செழியன் பொலங்கலத்தில் மணங்கமழ் தேறலைப் பருகினான் (ம.கா.அடி, 779-80).

'பொலங்கலம் - பொன் வட்டில்' என்பது நச்சினார்க்கினியர் உரை. இதே கலம் 'பெறலருங்கலம்' (பொ.ஆ.படை, அடி, 155-57) என்றும் பெயர் பெற்றது. 'பெறுதற்கரிய பொற்கலம்' என்பது நச்சினார்க்கினியர் உரை.

நல்லியக்கோடன் அரண்மனையில் பாணர் போன்ற விருந்தினர்க்கும் பொற்கலம் உண்கலமாகப் பயன்பட்டது (சி.ஆ.படை, அடி, 241-44).

வாயகன்ற தாம்பாளம் 'மலர்வாய்ப் பிழா' எனப்பட்டது. அரிசியைக் கொண்டு கள் தயாரித்தவர் அதனைப் பயன்படுத்தினர் (பெ.ஆ.படை, அடி, 276). நன்னனது மலை நாட்டில் கழையில் (மூங்கிற்குழையில்) எருமையின் பால் தயிருக்காகத் தோய்க்கப்பட்டது (மலை. அடி.523)

கட்டிலின் கால், பக்கம் உருண்டிருந்த குடத்தை உடைய அடியைப் பெற்றிருந்தது (நெடுநல், அடி, 120-2). இதனால் பக்கம் உருண்டிருந்த குடம் என்னும் பாத்திரம் அக்காலத்தில் இருந்தமை வெளிப்படை.

நெல், வரகு முதலிய கூலங்களை வைக்கக் குதிர்கள் இருந்தன (பெ.ஆ.படை, அடி, 186). திரிகை இருந்தது. (பெ.ஆ.படை, அடி, 187). இரும்பு விளக்கும், சந்தனக்கல்லும், ஆலவட்டமும் (விசிறியும்) இருந்தன (நெடுநல், அடி, 42, 51, 58).

நெல்லையும் அரிசியையும் சேமித்து வைக்கப் பயன்பட்ட பொருள், 'மஞ்சிகை' எனப்பட்டது. அது 'கொட்டகாரம்' என்று நச்சினார்க்கினியர் கூறியுள்ளார். இப்பெயர் இன்று மலையாளத்தில் கொட்டாரம் என மருவி வழங்குகிறது.

21. உணவும் உடையும்

1. உணவு

முன்னுரை

மனிதன் உயிர் வாழ இன்றியமையாத பொருள் உணவாகும். பண்டை மனிதனது முதல் தொழிலே உணவு தேடலாயிருந்தது. அவன் இயற்கையாய்க் கிடைத்த காய்களையும் விதைகளையும் கிழங்கு களையும் உண்டான்; பின்னர்ப் பறவைகளையும் விலங்குகளையும் வேட்டையாடி அவற்றின் இறைச்சியைப் பதப்படுத்தாமலே உண்டு வந்தான்; அறிவும் ஆராய்ச்சியும் பெருகப்பெருகத் தீயை உண்டாக்க அறிந்தான்; அதன் பின்னரேதான் அதுகாறும் பச்சையாய் உண்டு வந்த பொருள்களைப் பக்குவப்படுத்தி உண்ணத் தொடங்கினான். உணவு வாயிலாகவே சமுதாய உணர்ச்சியும் வளர்ந்தது. குடும்பத்தினர் சேர்த்து பயிர்த் தொழிலைச் செய்யலாயினர். இம் முயற்சியால் சிற்றூர்கள் தோன்றின. உணவுப்பொருள்களை உண்டாக்கி உண்ணும் முறைகள் மாற மாற, உணவுடன் சுவையும் நாகரிகமும் பிறவும் வளரத் தொடங்கின. சமையல் தொழில் ஒரு கலையாய் மாறியது என்பதற்கு 'நளபாகம்,' 'வீமபாகம்' என்னும் தொடர்களே ஏற்ற சான்றாகும். 'வீமபாகம்' பற்றிய குறிப்புச் சிறுபாணாற்றுப் படையில் இடம் பெற்றுள்ளது. இனிப் பத்துப் பாட்டுள் கூறப்பட்டுள்ள உணவுப் பொருள்களைக் காண்போம்:

பொருநர், பாணர், கூத்தர் என்னும் கலைவாணர் பேரரசரையும் சிற்றரசரையும் கண்டு தம் கலைகளை விளக்கிப் பரிசில் பெற்று வாழ்ந்தனர். மன்னர்கள் அவர்களை இனிய முகத்துடன் வரவேற்று நல்லுடைகளையும் பல வகை உண்டி வகைகளையும் வழங்கி உபசரித் தார்கள்; வேண்டிய பொருளுதவி புரிந்தார்கள். குறிஞ்சி, பாலை, முல்லை, மருதம், நெய்தல் நிலப் பொதுமக்களும் அக்கலைவாணரைத் தம்மால் இயன்ற வரை உணவு தந்து உபசரித்தனர். இவ்விவரங்கள் வரும் இடங்களில் அக்காலத்தமிழர் உணவு வகைகள் குறிப்பிட்டுள்ளன. மதுரையில் ஆதூலர் சாலை இருந்தது. அங்கு வழங்கப்பட்ட உணவு

வகைகள் மதுரைக் காஞ்சியில் கூறப்பட்டுள்ளன. இவற்றுடன் பல குடி வகைகளும் கூறப்பட்டுள்ளன. இனி இவை பற்றிய விவரங்களைக் கீழே காண்போம்:

குறிஞ்சி நிலத்தார் உணவு

சோழ நாட்டுக் குறிஞ்சி நில மக்கள் தேனையும் கிழங்கையும் உண்டார்கள்; பிற நிலத்தார்க்கும் விற்று மீன் நெய்யையும் நறவையும் வாங்கிச் சென்றார்கள் (பொ.ஆ. படை, அடி, 214-215). சிறப்பு நாள்களில் நெய் மிக்க உணவு உட்கொள்ளப்பட்டது. (கு.பாட்டு, அடி, 304).

நன்னனுக்குரிய சவ்வாது மலையின் அடிவாரத்தில் இருந்த சிற்றூர்களில் வாழ்ந்த மககள் தினைச்சோறும் நெய்யில் வெந்த இறைச்சியும் உண்டார்கள் (மலைபடுகடாம், அடி, 168-169).

நன்னனுடைய மலைகளைச் சேர்ந்த குறிஞ்சி நிலத்தார். பெண் நாய் கடித்த உடும்பின் இறைச்சியையும் கடமான் இறைச்சியையும் பன்றி இறைச்சியையும் உண்டனர்; நெல்லாற்சமைத்த கள்ளையும் தேனாற் செய்து மூங்கிற்குழையுள் முற்றிய கள்ளையும் பருகினர்; பலாக்கொட்டை, மா, புளிநீர், மோர் ஆகிய இவற்றைக் கொண்டு தயாரித்த குழம்பையும் மூங்கில் அரிசிச் சோற்றையும் உண்டனர் (மலை, படுகடாம், அடி, 171-183); மலை நாட்டைக் காவல் புரிந்த வீரர் இறைச்சியையும் கிழங்கையும் உண்டனர் (அடி, 425-426). மலைமீது நடந்து சென்ற கூத்தர், தினைப்புனத்துக் காவலனால் கொல்லப்பட்ட காட்டுப் பன்றியின் மயிரைப் போக்கி மூங்கில் பற்றியெரியும் நெருப்பில் வதக்கி, அப்பன்றியின் இறைச்சியைத் தின்றனர்; தின்று, எஞ்சிய பகுதியை வழியுணவிற்காக எடுத்துச் சென்றனர் (அடி, 243-249).

பாலை நிலத்தார் உணவு

ஓய்மானாட்டுப் பாலை நில மக்களான வேட்டுவர், இனிய புளிங்கறியிடப்பட்ட சோற்றையும் ஆமாவின் சூட்டிறைச்சியையும் உண்டனர் (சி.ஆ.படை, அடி, 175-177). தொண்டை நாட்டுப் பாலை நில மக்கள் புல்லரிசியைச் சேர்த்து நிலவுரலிற் குற்றிச் சமைத்த உணவை உப்புக்கண்டத்தோடு உண்டார்கள்; விருந்தினர்க்குத் தேக்கிலையில் உணவு படைத்தார்கள் (பெ.ஆ.படை, அடி, 95-100); மேட்டு நிலத்தில் விளைந்த ஈச்சங்கொட்டை போன்ற நெல்லரிசிச் சோற்றையும் உடும்பின் பொரியலையும் உண்டார்கள் (பெ.ஆ. படை, அடி, 130-133).

முல்லை நிலத்தார் உணவு

தொண்டை நாட்டு முல்லை நிலத்தார் பாலையும் தினையரிசிச் சோற்றையும் உண்டனர் (பெ.ஆ.படை, அடி,167-168); முல்லை நிலச் சீறூர்களில் இருந்தவர் வரகரிசிச் சோறும் அவரைப் பருப்பும் கலந்து செய்த 'கும்மாயம்' எனப் பெயர் பெற்ற உணவை உண்டனர் (பெ.ஆ.படை, அடி, 192-195).

நன்னனது மலை நாட்டு முல்லை நிலத்தார் சிவந்த அவரை விதைகளையும் மூங்கில் அரிசியையும் மேட்டு நிலத்தில் விளைந்த நெல்லின் அரிசியையும் புளி கரைக்கப்பட்ட உலையிற் பெய்து, குழைந்த புளியங்கூழாக்கி உட்கொண்டனர். (அடி, 434-436). பொன்னை நறுக்கினாற் போன்ற நுண்ணிய ஒரே அளவுடைய அரிசியை வெள்ளாட்டு இறைச்சியுடன் கூட்டி ஆக்கிய சோற்றையும் தினை மாவையும் உண்டனர் (அடி, 440-445).

மருத நிலத்தார் உணவு

சோழநாடு சோற்று வளம் மிகுந்தது; நல்ல காய் கறிகள் மிக்கது. ஆதலின், சோணாட்டார் நல்ல அரிசிச் சோற்றையும் காய்கறிகளையும் நிரம்ப உண்டிருத்தல் வேண்டும். ஆயினும், சிலவே இந்நூலுள் குறிக்கப்பட்டுள்ளன. மருதநில மக்கள் கரும்பும் அவலும் குறிஞ்சி நிலத்தார்க்குக் கொடுத்து, மான் தசையையும் கள்ளையும் பெற்றுக் கொண்டனர் என்பது பொருநர் ஆற்றுப்படையில் கூறப்பட்டுள்ளது. (அடி, 216-217).

ஓய்மானாட்டு மருதநிலத்தார் வெண்சோற்றையும் நண்டும் பீர்க்கங்காயும் கலந்த கலவையை (கூட்டை)யும் உண்டனர் (சி.ஆ.படை, அடி, 193-195). தொண்டை நாட்டு மருத நிலத்துச் சிறு பிள்ளைகள் (காலையில்) பழைய சோற்றை உண்டனர்; அவலை இடித்து உண்டனர் (பெ.ஆ.படை, அடி, 223-226); தொண்டை நாட்டு மருதநிலத்தார் நெற்சோற்றைப் பெட்டைக்கோழிப் பொரியலோடு உண்டனர் (பெ.ஆ.படை, அடி, 254-256). தொண்டை நாட்டுத் தோப்புக்குடிகள் பலாப்பழம், இளநீர், வாழைப்பழம், நுங்கு, வள்ளிக்கிழங்கு, சோறு முதலியவற்றை உண்டனர் (அடி, 356-366).

நெய்தல் நிலத்தார் உணவு

ஓய்மானாட்டு நெய்தல் நிலத்தார் நுளைச்சி அரித்த கள்ளையும் உலர்ந்த குழல் மீனின் சூட்டிறைச்சியையும் உட்கொண்டனர் (சி.ஆபடை,

அடி, 156-163). தொண்டை நாட்டுப் பட்டினத்தில் (இக்கால மாமல்ல புரத்தில்) நெல்லையிடித்த மாவாகிய உணவை ஆண்பன்றிக்கு இட்டுக் கொழுக்க வைத்தனர்; அங்ஙனம் கொழுத்த ஆண் பன்றியைக் கொன்று அதன் இறைச்சியைச் சமைத்து உண்டனர்; களிப்பு மிகுந்த கள்ளைப் பருகினர் (பெ.ஆ. படை, 339-345)

காவிரிப்பூம்பட்டினத்து மீனவர் கடல் இறா, வயல் ஆமை ஆகிய இரண்டையும் பக்குவம் செய்து உண்டனர் (ப.பாலை, அடி, 63-64); பனங்கள்ளை உட்கொண்டர் (அடி, 89); நெல்லரிசிக் கள்ளையும் பருகினர் (அடி, 93) கள்ளுக்கடைகளில் மீன் இறைச்சியும் விலங்கு இறைச்சியும் பொரிக்கப்பட்டு விற்கப்பட்டன (அடி, 176-178).

மறையவர் உணவு

பாற்சோறு, பருப்புச்சோறு, ஆகுதி பண்ணுதற்கு ஏற்ற இராசான்னம் என்னும் நெல்லின்சோறு, மிளகின் பொடியுடன் கலக்கப் பட்டுக் கருவேப்பிலை இடப்பட்டுப் பசுநெய்யிற் கிடந்து வெந்த கொம்மட்டி மாதுளங்காய், மாவடு ஊறுகாய் என்பவற்றைத் தொண்டை நாட்டு மறையவர் உண்டனர் (பெ.ஆ. படை, அடி, 304-310).

அரண்மனைகளில் விருந்து

சோழநாட்டு மன்னனான கரிகாலன், தன்னை நாடி வந்த பொருநனுக்கும் அவனைச் சேர்ந்தவர்க்கும் உணவளித்த திறம் பொருநர் ஆற்றுப்படையில் பின்வருமாறு பேசப்பட்டுள்ளது:

பொருநர் அரண்மனையை அடைந்தவுடன் பணிப் பெண்டிர், பருகியவரை மயங்கச் செய்யும் மகிழை (கள்ளை)ப் பொற்கலங்களில் வார்த்துத் தந்தனர் (அடி, 84-88). பொருநர் அதனை உண்டு, வந்த களைப்பைப் போக்கிக்கொண்டனர். கொழுத்த செம்மறிக்கிடாயின் இறைச்சித்துண்டங்கள் சில, இரும்புக் கம்பியில் கோத்துச் சுடப் பட்டன; வேறு சில இறைச்சி வகைகள், வேகவைக்கப்பட்டன; பல வடிவங் களில் அமைத்த பல்வேறு இனிப்புச் சுவையுடைய பண்ணியாரங்கள் (தின்பண்டங்கள்) வைக்கப்பட்டன. முல்லை அரும்பை ஒத்த மெல்லிய அரிசிச்சோறும் படைக்கப்பட்டது. பாலைக் காய்ச்சி அதனோடு கூட்டின பொரிக்கறிகளும் வைக்கப்பட்டன (அடி, 103-116). பிரியா விடை பெறும் பொழுது இனியபூ (குங்குமப்பூ) மணக்கின்ற தேறல் (கள் தெளிவு) பருகத் தரப்பட்டது. (அடி. 157).

ஓய்மானாட்டுத் தலைவனான நல்லியக்கோடன் அரண்மனையில் பாணர்க்குப் பாம்பு விடம் ஏறி மயக்கினாற்போல மயக்கத்தை உண்டாக்கும் தேறல் (கள் தெளிவு) தரப்பட்டது; வீமசேனன் வரைந்த சமையற்கலை நூலிற்கண்டபடி உணவுப் பொருள்கள் தயாரிக்கப் பட்டுப் பொற்கலங்களில் படைக்கப்பட்டன. (சி.ஆ.படை, அடி, 237-244).

தொண்டை நாட்டுத் தலைவனான இளந்திரையன் என்பானது காஞ்சிமாநகரத்து அரண்மனையில் சமையலில் வல்லோன் பல இறைச்சி வகைகளைத் தயாரித்தான்; செந்நெற்சோற்றை வடித்தான்; கண்ட சருக்கரையோடு அடிசிலை (சருக்கரைப் பொங்கல்) ஆக்கினான். இங்ஙனம் வல்லோனால் ஆக்கப்பட்ட பலவகை உணவுப்பொருள்கள் பாணர் பிள்ளைகளுக்குச் சிறிய வெள்ளிக்கலங்களிலும் பெரியவர் களுக்குப் பெரிய வெள்ளிக்கலங்களிலும் படைக்கப்பட்டன (பெ.ஆ.படை, அடி, 471-480).

நன்னன் தலைநகரான செங்கண்மாத்து அரண்மனையில், பெண் நாய் கடித்துக் கொணர்ந்த பசிய நிறத்தையுடைய தசைகளும் வெண்ணெல் அரிசிச் சோறும் கூத்தர்க்குப் படைக்கப்பட்டன (மலை, 563-566).

மதுரையில் உணவு

'பீடு மிக்க மாடமதுரையில் வாழ்ந்த பாணர் கொழுவிய இறைச்சி வகைகளைத் தின்றனர்; பல வகைச் சோற்றை வெறுத்துக் கள்ளை மிகுதியாகப் பருகினர்,' என்பது மதுரைக்காஞ்சியில் கூறப்பட்டுள்ளது (அடி, 210-213). மதுரையில் பல வகைச் சோறுகள் தயாரிக்கப்பட்டன என்பது இதனால் தெரிகின்றதன்றோ? இக்காலத்தில் வெண்சோறு, ஊன் சோறு (இக்காலப் புலால் பிரியாணி போன்றது), புளிச்சோறு, தயிர்ச்சோறு, சருக்கரைப் பொங்கல், வெண்பொங்கல் எனப்படும் சோற்று வகைகள் அக்காலத்திலும் இருந்தன என்று கருதலாம்.

தென்பாண்டி நாட்டுப் பரதவர் (மீனவர்), கொழுத்த இறைச்சி யிட்டுச் சமைக்கப்பட்ட சோற்றைச் சிறப்பாக உண்டனர் என்று மதுரைக்காஞ்சி கூறுகிறது (அடி, 141).

பாண்டியர் தலைநகரான மதுரையில் ஏழைகளுக்குச் சோறிடும் சாலைகள் (ஆதுலர் சாலைகள்) இருந்தன. அவற்றில் இருந்த எளியவர்க்குப் பலாச்சுளை, மாம்பழம், வாழைப்பழம், முந்திரிகைப்

பழம், பாகற்காய், வாழைக்காய், வழுதுணங்காய் (நீண்ட கத்தரிக்காய்) முதலிய (சமைத்த) காய்கள், பல வகை இலைக்கறிகள், இனிப்புப் பண்டங்கள், இறைச்சி கலந்த சோறு, (பக்குவப்படுத்தப்பட்ட) பலவகைக் கிழங்குகள், பாற்சோறு பால் என்பவை படைக்கப்பட்டன (ம.கா.அடி, 527-535).

பாண்டி நாட்டில் விழா நடைபெற்ற இடங்களில் விழாக்காண வந்தவர்க்கெல்லாம் சோறு படைத்தல் அக்கால வழக்கம் (ம.கா.அடி, 201-203).

புலால் அற்ற உணவு

பெரும்பாணன் தொண்டை நாட்டில் வேதியர் வீட்டில் இராசான்னம், மாதுளம்பிஞ்சைப் பிளந்து மிளகுப் பொடியும் கருவேப்பிலையும் கலந்து பசு வெண்ணெயிலே வேகவைத்த பொரியல் முதலியன கிடைக்கும் என்று கூறினானே தவிரப் புலால் கிடைக்கும் என்று கூறவில்லை (பெ.ஆ.படை.,அடி, 304-310). எனவே, சங்ககால வேதியர் இல்லங்களில் புலால் உணவு சமைக்கப்படவில்லை என்று கருதலாம்.

கடற்கரைப்பட்டினத்திலிருந்து கச்சிக்குச் செல்லும் வழியில் இருந்த தோப்புகளில் வாழ்ந்த உழவர் இல்லங்களில் பலாப்பழம், வாழைப்பழம், இளநீர், நுங்கு, கிழங்குகள் ஆகியவை உணவாகக் கிடைக்கும் என்றே அப்பெரும்பாணன் கூறியுள்ளான். இங்கும் அவன் புலால் உணவைக் குறிக்கவில்லை என்பது கவனிக்கத்தகும் (அடி, 351-362). இதனால் புலால் உண்ணாத வேளாளரும் தொண்டை நாட்டில் இருந்தனர் என்று கருதலாம்.

இங்ஙனமே காவிரிப்பூம்பட்டினத்தில் வாழ்ந்த வேளாளர், கொலை செய்யாதவர்; களவு செய்யாதவர்; தேவர்களை வணங்கினர்; அவர்களுக்கு வேள்வியில் ஆவுதி கொடுத்தனர்; பசுக்களையும் எருது களையும் பாதுகாத்தனர்; வேதியர் புகழைப் பரவச் செய்தனர்; ஏழை களுக்குப் பல பண்டங்களைக் கொடுத்தனர்; சிறந்த நல்லொழுக்கத் தைப் பின்பற்றி நடந்தனர் (ப.பாலை, அடி, 109-205).

ஊறுகறி

குடும்பத்துடன் உப்பை வண்டிகளில் ஏற்றி ஊர் ஊராய்ச் சென்று வாணிகம் செய்து வந்த உமணர், ஊறுகாய்ப்பானைகளைத் தம் வண்டி களில் கட்டியிருந்தனர். ஊறுகாய், 'காடி' எனப்பட்டது. அது வைக்கப்

பட்டிருந்த பாத்திரம் 'காடி வைத்த கலம்' எனப்பட்டது. 'புளியங்காய், நெல்லிக்காய் முதலியன ஊறவிட்டு வைத்ததனைக் 'காடி' என்றார்.' என்பது நச்சினார்க்கினியர் விளக்கம்.

சிற்றுண்டி

கூவியர் (அப்பவாணிகர்) கரிய சட்டியில் பாகுடனே வேண்டுவன கூட்டி நூல்போல அமைத்தவட்டம் (இக்கால இடியப்பம் போன்றது) ஒரு வகைச் சிற்றுண்டியெனப் பெரும்பாணாற்றுப்படையில் கூறப் பட்டுள்ளது (அடி, 377-378). மதுரை நகரக் கடைத்தெருவில் சிற்றுண்டிக் கடைகள் இருந்தன. அவற்றிற் பாகில் சமைத்தல் அமைந்த நல்ல வரிகளையுடைய தேனிறாலைப் போன்ற மெல்லிய அடைகள் செய்யப்பட்டன; பருப்பையும் தேங்காயையும் உள்ளீடாய்க் கொண்ட கண்ட சருக்கரை கூட்டிப்பிடித்த 'மோதகம்'[1] என்ற ஒரு வகைத் தின்பண்டமும் செய்யப்பட்டது. இனிய பாகோடு சேர்த்துக் கரைத்த மாவைக் கொண்டு கூவியர் பல சிற்றுண்டி வகைகளைச் செய்தனர் (ம.கா. அடி, 624-627).

குடி வகை

அரசன் முதல் ஆண்டி ஈறாக அனைவருமே அக்காலத்தில் குடிப் பழக்கம் உடையவராயிருந்தனர். ஆயின், அவரவர் தரத்திற்குத் தக்கபடி குடி வகை வேறுபட்டிருந்தது. 'பூந்தேனைக் கொண்டு ஒரு வகைக் குடி செய்யப்பட்டது; வேறு வகைத் தேனைக் கொண்டும் குடிவகை தயாரிக்கப்பட்டது. இஃது இக்கால 'சர்பத்து'ப் போன்றதென்னலாம். தென்னங்கள், பனங்கள், அரிசிக்கள் எனப் பலவகைக் குடிவகைகள் வழக்கில் இருந்தன. கள் மூங்கிற்குழையில் ஊற்றி முற்றச் செய்தும் பருகப்பட்டது. மேனாடுகளிலிருந்து யவனரால் இறக்குமதி செய்யப் பட்ட குடி வகையும் இருந்தது. எளிய மக்கள் முதல், நாடாண்ட மன்னன் வரையில் இக்குடியில் ஈடுபட்டிருந்தமையால், அவர்கள் உணவில் இக்குடி வகை சிறப்பிடம் பெற்றிருந்தது என்னலாம். ஒவ்வொரு குடிவகையும் புலவரால் தனித்தனியே சிறப்பிக்கப்பட்டுள்ளது.

குறிஞ்சி நிலத்தார், நெடிய மூங்கிலரிசி கொண்டு தயாரிக்கப்பட்ட கள்ளின் தெளிவைப் பருகினர்; தேனைக் கொண்டு தயாரித்த கள்ளை மூங்கிற் குழையுள் இட்டு முற்றச் செய்து பருகினர். இக்கள் 'தேக்கள்

---

1. 'மோதகம்-பிட்டு' என்பர் அடியார்க்கு நல்லார் (காதை, 7; அடி, 137 உரை) 'மோதகம் கொழுக்கட்டை' என்பர் கந்தபுராண ஆசிரியர் (காவிரி, 25).

தேறல்' எனப்பட்டது. (முருகு, அடி, 195).

இல்லங்களில் நெல்லைக்கொண்டும் பிறபொருள்களைக் கொண்டும் கள் சமைக்கப்பட்டது.

"இல்லடு கள்இன் தோப்பி'1 பருகி"

என்பது பெரும்பாணாற்றுப்படையில் உள்ள (அடி, 142) தொடராகும். இதற்கு, 'தமது இல்லிற் சமைத்த கள்ளுகளில் இனிதாகிய நெல்லாற் செய்த கள்ளையுண்டு' என்று நச்சினார்க்கினியர் உரை வரைந்துள்ளார் (பெ.ஆ.படை, அடி, 142). மதுரை மாவட்டத்தில் தொப்பி (தோப்பி) நெல் என ஒரு வகையுண்டு. இத்தோப்பி அரிசியைக் கொண்டு தயாரிக்கப்பட்ட கள் 'தோப்பி' எனப் பெயர் பெற்றது போலும்!

தொண்டை நாட்டு வலையர் கள்ளை எங்ஙனம் தயாரித்தனர் என்பதைப் பெரும்பாணாற்றுப் படை கீழ்வருமாறு கூறுகிறது:

வலையர் முதலில் குற்றாத கொழியல் அரிசியைக் களியாகத் துழாவிக் கூழைத் தயாரித்து, அதனை வாயகன்ற தட்டுப்பிழாவில் (தாம்பாளத்தில்) உலர ஆற்றுவர்; நெல்முளையை இடித்து அக்கூழிற் கலப்பார்; அக்கலவையை இரண்டு பகலும் இரண்டு இரவும் அரியாமல் சாடியில் வைப்பர்; அது நன்கு முற்றிய பின்பு விரலாலே அலைத்து அரிப்பர்; அங்ஙனம் அரிக்கப்படும் கள் வெவ்விய நீர்மையை உடையதாக இருக்கும். இங்ஙனம் தயாரிக்கப்பட்ட கள் 'நறும்பிழி' எனப் பட்டது (பெ.ஆ.படை, அடி, 275-281).

மதுரை நகரில் வாழ்ந்த மிலேச்சர் (யவனர் முதலிய வெளி நாட்டவர்) வண்டுகள் மொய்க்கும் கள்ளைப் பருகி மகிழ்ந்தனர். அக்கள் 'வண்டு மூசுதேறல்' எனப்பட்டது (ம.கா.அடி, 33).

சோழநாட்டுத் துறைமுக நகரமான காவிரிப்பூம்பட்டினத்துப் பரதவர் பனங் கள்ளைப் பருகினர். அது 'பெண்ணைப் பிழி' எனப் பெயர் பெற்றது (ப.பாலை, அடி, 89). பெண்ணை -பனைமரம், காவிரிப் பூம்பட்டினத்துச் செல்வ மகளிர் மட்டு என்னும் பெயர் கொண்ட ஒரு வகைக் கள்ளையும் பருகினர் (ப.பாலை,அடி, 108). 'மட்டு-கள்' என்பது நச்சினார்க்கினியர் உரை. ஆயின், பின்னூலான சிந்தாமணியில் 'மட்டு-காமபானம்' என்று நச்சினார்க்கினியரே (செ.98 உரை) பொருள் கூறியுள்ளார். மேலே கூறப்பெற்ற செல்வ மகளிர் 'மது' எனப் பெயர்

---

1. 'தோப்பிக் கள்ளொடு துரூஉப்பலி கொடுக்கும்' - அகம், 35.

கொண்ட ஒரு வகைக் கள்ளையும் பருகினர். 'மது-காமபானம்' என்பது நச்சினார்க்கினியர் உரை (ப.பாலை, 108). அச்செல்வ மகளிர் இராக் காலத்தில் கணவரோடு இன்புறப் பட்டாடைகளை நீக்கிப் பருத்தி யாடைகளை அணிந்தனர்; 'மட்டு நீக்கி மது மகிழ்ந்தனர்,' என்று பட்டினப்பாலை ஆசிரியர் கூறுதலைக்காண, 'மட்டு' என்பது சாதாரண இன்சுவைப்பானம்[1] என்றும், அதனால் அதனை நீக்கி, வேட்கையைத் தூண்டும் 'மது' என்னும் காமபானத்தை[1] உட்கொண்டனர் என்றும் கொள்வது பொருத்தமாகும்.

நன்னது மலை நாட்டு மக்கள், தேனால் தயாரிக்கப்பட்ட கள்ளை மூங்கிற்குழையுள் விட்டு முற்ற விட்டுப் பின்பு அதன் தெளிவைப் பருகினார்கள் என்று மலைபடு கடாம் கூறுகின்றது. அக்கள்ளின் தெளிவு 'தேக்கள் தேறல்' எனப்பட்டது (அடி, 171, 522). இங்ஙனம் தேனாற்செய்த கள்ளின் தெளிவை மூங்கிற் குழையில் முற்ற விட்டுப் பருகுதல் மலைநாட்டார் பழக்கம் என்று திருமுருகாற்றுப்படையும்

"நீடமை விளைந்த தேக்கள் தேறல்"

(அடி, 195)

எனத் தெரிவிக்கிறது.

நன்னனது மலைநாட்டார் வைக்கும் விருந்தில் கலந்து கொள்பவர் உடும்பு, கடமான், பன்றி ஆகியவற்றின் பதப்படுத்தப்பட்ட இறைச்சித் துண்டங்களை உண்டு கொண்டே இடையில் மேலே சொல்லப்பட்ட தேக்கள் தேறலைப் பருகுவார்; இறுதியில் நறவு என்னும் ஒரு வகைக் கள்ளையும் பருகுவர் என்று ஆசிரியர் நச்சினார்க்கினியர் கூறியுள்ளார் (மலை, அடி, 171-177). எனவே, தேக்கள் தேறல் வேறு, நறவு வேறு என்பது தெளிவாகிறது. 'நறவு-நெல்லாற் சமைத்த கள்' என்பது நச்சினார்க்கினியர் உரை. மலைபடுகடாம் செய்யப் பட்டு ஏறத்தாழ தொள்ளாயிரம் ஆண்டுகட்கு பின்பு தோன்றிய தக்கயாகப் பரணியில், 'நறவுகொள் மகளிர்-காமபாணம் செய்யும் வாமமார்க்கப் பெண்கள்' என்பது வரையப்பட்டுள்ளது (கண்ணி, 25, உரை), கம்பர் தமது

---

1. 'வெப்புடைய மட்டுண்டு' (புறம். 24) என்பதனால், மட்டு இனிமையான தேன் என்பதும், அது வெப்புடையதாக்கப்படின் 'வெப்புடைய மட்டு' எனப்படும் என்பதும் தெரிகின்றன அல்லவா?

1. மது- இலுப்பைப்பூ முதலியவற்றினின்று வடிக்கும் மஸ்துள்ள திராவகம் சங்கத்தகராதி. Intoxication drink (Lexicon, Vol. 5, p. 3059)

இராமாயணத்துள்,

> "காமம் வருந்திய பயிர்க்கு நீர்போல்
> அருநற(வு) அருந்து வாரை'
>
> (ஊர்தேடுபடலம், செ. 107)

என்று குறித்துள்ளார். இங்கும் நறவு என்பது காம பானத்தையே குறிக்கிறது என்னலாம்.

எனவே, மேலே சொல்லப்பட்ட மது என்பதும் இங்குச் சொல்லப் பட்ட நறவு என்பதும் காமபானம் என்பது இங்கு அறியத்தகும்.

கரிகாலன் அரண்மனையில் பருகப்பட்ட கள் 'மகிழ்'[1] (பொ.ஆ. படை. அடி, 84) எனவும் 'மகிழ் பதம்' (மகிழ்ச்சி விளைக்கும் கள்) எனவும் பெயர் பெற்றது. (பொ.ஆபடை, அடி, 111); குங்குமப்பூ மணத்தையுடைய கள்ளின் தெளிவு 'பூக்கமழ் தேறல் எனப்பட்டது. (அடி, 157); பாண்டியன் தன் அரண்மனையில் பருகியது 'மணம் கமழ் தேறல்' (அடி, 780) எனப்பட்டது. அது போன் வட்டிலில் தரப்பட்டது. 'மணங் கமழ் தேறல் என்றதனாற் காமபானமாயிற்று' என்பது நச்சினார்க்கினியர் விளக்கம்.

இதுகாறும் கூறப்பட்ட பல குடி வகைகளை நோக்க, கள் என்பது மட்டு, மது, நறவு, தேறல் எனப்பல வகைப்பட்டது என்பதும், இவை தேன் கொண்டும், நெல்லரிசி கொண்டும், பழங்கள் கொண்டும், தென்னை, பனை மரங்களின் சாறுகொண்டும் தயாரிக்கப்பட்டன என்பதும், இவற்றுட்சில மூங்கிற்குழையிலும் பிற பாத்திரங்களிலும் இட்டு முற்றச் செய்து பருகப்பட்டன என்பதும், அரண்மனை விருந்துகளில் குங்குமப்பூ இட்டு மணமேறிய பூங்கமழ் தேறல் பருகப்பட்டது என்பதும், இக்குடி வகைகள் மக்கள் வாழ்க்கைத்தரத்திற்கு ஏற்ப வேறுபட்டன என்பதும் தெளியலாம்.

தென்னை மரத்திலிருந்தும் பனைமரத்திலிருந்தும் இறக்கப்பட்டுப் பதப்படுத்தப்படும் நீர் இக்காலத்தில் 'பதநீர்' என்னும் பெயரில் விற்கப் படுகிறதன்றோ? அந்நீர் உடம்பில் குளிர்ச்சியை உண்டு பண்ணு கிறது; களைப்பைப் போக்குகிறது; சுறுசுறுப்பை உண்டாக்குகிறது என்று நாட்டு மருத்துவரும் அதனைப் பருகுவோரும் கூறுகின்றனர். இப் பதநீர்க்குத்

---

1. 'மகிழ்மிகச் சிறப்ப மயங்கினள் கொல்லோ!' (ஐங்குறு நூறு, 42) 'பிழிமகிழ் உண்பார் பிறர்'. (பு.வெ. மாலை 2:11).

'தேறல்' (கள்ளின் தெளிவு) என்னும் பெயர் பொருத்தமே யாகும். இதனை எவரும் குறைந்த செலவில் பருகலாம்; செல்வர் இதிற் குங்குமப்பூ முதலிய மணப்பொருள்களைக் கலந்து மணம் மிகச் செய்து பருகுவதும் உண்டு. இத்தகைய தேறலே சங்க காலப் புலவர்-பாணர்-கூத்தர்-அரசர்-செல்வர் முதலியோர் சாதாரணமாகப் பருகினர் என்பது பொருந்தும்.

இத்தேறல், 'பூக்கமழ் தேறல்', 'மணங்கமழ் தேறல்' என்று சிறப்பிக்கப் பட்டது. இஃது அரண்மனை அழகிகளால் பொற்கலங்களில் நிரப்பி மன்னனுக்கும் விருந்தினர்க்கும் தரப்பட்டது. மாங்குடி மருதனார் என்ற புலவர் பெருமான் பாண்டியனை நோக்கி,

> **"விள்ஙகிழை மகளிர் பொலங்கலத் தேந்திய**
> **மணங்கமழ் தேறல் மடுப்ப நாளும்**
> **மகிழ்ந்தினி துறைமதி பெரும!**
> **வரைந்துநீ பெற்ற நல்லூ ழியையே."**

(ம.கா.அடி, 779-783)

என்று உளமார வாழ்த்தினர் என்பதை நோக்க, இத்தேறல் தீமையைச் செய்யாதது என்பதும், இது மன்னர்க்கு இன்றியமையாத குடிவகை என்பதும் நன்கு புலனாகும்.

சில ஆண்டுகளுக்கு முன்பு வரை கள்ளுக்கடைகளில் விற்கப்பட்ட மயக்கந்தரும் கள் வகையும் சங்ககாலத்தில் உழைப்பாளிகளால் உட்கொள்ளப்பட்டது என்பதும் பொருத்தமாகும். இக்கால 'பிராந்தி, விஸ்கி' போன்ற மயக்கந்தரும் உயர்ந்த குடிவகைகளே காமபானம் என்று கருதப்பட்ட 'மது, நறவு' எனப் பெயர் கொண்டவை என்னலாம்.

2. உடை

முன்னுரை

மக்கள் பண்டைக்காலத்தில் முதன்முதல் ஆடையின்றி இருந்தார்கள்; பின்பு காலப்போக்கில் தழைகளையும் மரப்பட்டைகளையும் உடைகளாக உடுக்கத் தொடங்கினார்கள்; விலங்குகளின் தோல்களையும் பயன்படுத்தினார்கள்; நெசவுத் தொழிலைக் கண்டறிந்த பின்பே பருத்தி ஆடைகளையும் பட்டாடைகளையும் நெய்யத் தொடங்கினார்கள். மக்களது அறிவு வளர வளர, வசதிகள் பெருகப் பெருக, அவர்களுடைய வாழ்க்கை வீடு முதலிய பலவற்றிலும் உயர்ந்தாற்போலவே, உடை வகையிலும் உயரலாயிற்று.

நெசவுத்தொழில் நடைபெறாத இடங்களில் இன்றும் தழைகளும் மரப்பட்டைகளும் தோல்களும் ஆடைகளாகப் பயன்படுகின்றன. ஆப்பிரிக்காவில் நிலநடுக்கோட்டையடுத்த இடங்களில் ஆடவர், மரவுரியை உடுக்கின்றனர். பெண்டிர், பனை ஓலைகளாலாகிய சிறுபாவாடையை அணிகின்றனர். பாலினீசியாவில் ஆடவர், மரவுரியை உடுக்கின்றனர்; பெண்டிர், மரப்பட்டையாலாகிய பாவாடை அல்லது வகிர்ந்து பின்னிய இலையாலாகிய ஆடைகளை அணிகின்றனர். ஆஸ்திரேலியப் பழங்குடிகள் மரப்பட்டையாலாகிய ஒரு கச்சையை உடுக்கின்றார்கள். ஆப்பிரிக்காவிலுள்ள புதர் மக்கள், முக்கோண வடிவமான ஒரு தோலை கால்களுக்கிடையில் கோத்து, இடுப்பைச் சுற்றி முடிந்துகொள்கின்றார்கள். அவர்களுடைய பெண்டிர் ஒரு கச்சையை அணிகின்றனர். வடவமெரிக்க இந்தியர் ஆட்டுத் தோல் களையும் மாட்டுத்தோல்களையும் உடுக்கின்றனர்.

முசுக்கட்டை, அத்தி, ஈரப்பலாவைப் போன்ற சில மரங்களின் உட்பட்டைகள் தண்ணீரில் ஊறவைத்து, மரச்சுத்தியால் தட்டி மிருது வாக்கப்படும். அப்பட்டை தகடு போன்று இருக்கும். அதற்கு நிறம் கொடுக்கப்படும்; அல்லது ஓவியத்தால் அழகுபடுத்தப்படும். அது பார்வைக்கு நெய்த துணி போல இருக்கும். பாலினீசியாவில் இத்தகைய மரவுரிகள் சிறப்பிடம் பெறுகின்றன. அங்குப் பழங்குடிகள் சிறப்புச் சடங்குகளின் போது அதனை இன்றும் உடுக்கின்றார்கள். போர்னியோ வில் உள்ள காயான்களும் பெல்ஜியன் காங்கோவிலுள்ள நீகிரோப் பெண்களும் வருத்தக் காலங்களில் மரவுரியை அணிகின்றார்கள்.[1]

சிற்பச்சான்று

சங்க காலத்தில் தழையுடை, மரவுரி, பருத்தியாலும் பட்டாலு மாகிய ஆடைகள், கச்சை என்பன வழக்கிலிருந்தன என்பது பின்வரும் பத்துப்பாட்டுச் சான்றுகளைக் கொண்டு அறியலாம். பத்துப் பாட்டின் காலம் ஏறத்தாழக் கிறிஸ்துவுக்குப் பிற்பட்ட முதல் மூன்று நூற்றாண்டுகள் என்பது முன்பே கூறப்பட்டதன்றோ? அக்காலத்தில் பொதுவாக இந்தியாவிலும் சிறப்பாகத் தக்காணத்திலும் இருந்த ஆடை வகைகளை அக்காலச் சிற்பங்களைக்கொண்டு ஓரளவு அறியலாம்.

---

1. கலைக்களஞ்சியம், பகுதி 1, பக். 352–353.

ஆந்திர நாட்டு அமராவதியிலும் ஜக்கய்யபேட்டையிலும் கிடைத்த சிற்பங்கள் சில, அக்கால ஆடவர் தலைப்பாகை, முழங்கால் வரை தொங்கும் சுருக்கங்களுள்ள ஆடை, பூவேலை கொண்ட இடைக் கச்சை, அதிலிருந்து தொங்கும் தைத்த சிறு துண்டு ஆகியவற்றை அணிந்திருந்தனர் என்பது அச்சிற்பங்களால் தெரிகிறது. பெண்டிர் முழங்கால் வரையில் தொங்கும் புடைவைகளை உடுத்தனர்; தலைக்கு நாற் சதுரமான துணிகளால் பலவகை முடிச்சுகளைச் செய்து அணிந்து வந்தனர் என்பதை அச்சிற்பங்கள் உணர்த்துகின்றன சிற்பங்களின் காலம் கி.மு. 200 கி.பி. 100 ஆகும்.

கி.பி. 100 முதல் கி.பி.400 வரையில் என்று கணிக்கப்பட்ட காலத்தைச் சேர்ந்த சிற்பங்களும் கிடைத்துள்ளன. அக்கால ஆடவர் வேட்டியும், மேலாடையும், தலைப்பாகையும் அணிந்திருந்தனர். மகளிர், அரையில் புடைவையையும் மேலே சில சமயங்களிலே சிறிய துண்டையும் அணிந்தனர்; தலையில் தலைப்பாகை போலவும் வேறு வகையிலும் துணி கட்டினர். முறுக்கிட்ட ஆடைகள் இரண்டு மூன்று வரிசைகளில் இடுப்புக்குக் கீழே வலப் பக்கமாக முடிந்து தொங்க விடப்பட்டன. பெண் மார்பை மறைத்துள்ள முறையில் ஒரே ஒரு சிற்பமே காணப் படுகிறது. பெண்டிர் மார்பில் ஆடையற்றே இருந்தனர் என்று கருதத் தகும் முறையில் சிற்பங்கள் காண்கின்றன. தைத்த ஆடைகளும், சட்டைகளும், குல்லாய்களும் சில சமயங்களில் அணியப்பட்டு வந்தன. துறவிகள் மரப்பட்டை, புல், பழத்தோல் இவற்றைக் கொண்டு செய்யப் பட்ட உடைகளை உடுத்தார்கள்.

தென்பாண்டி நாட்டில் வாழ்ந்த நாகர், உலகப் புகழ் பெற்ற மெல்லிய ஆடைகளை நெய்து அயல் நாடுகளுக்கு அனுப்பினர். அரசர்கள் முழங்கால் வரையில் 'லங்கோடு' போன்ற உடையணிந்தனர். இது 'வட்டுடை' எனப்பட்டது. நடுத்தர வகுப்பினர் இடுப்பைச் சுற்றி ஓர் ஆடையும், தலையைச் சுற்றி மற்றொன்றும் கட்டினர். பெண்டிர், இடுப்பிலிருந்து கால் வரையில் தொங்கும்படி புடைவை உடுத்தினர். மலை நாட்டுப் பெண்டிர், இலைகளைக் கோத்த தழையுடையை உடுத்தினர். பெரும்பாலும் அக்காலப் பெண்டிர், இடுப்பிற்கு மேல் எவ்வித ஆடையும் அணிந்ததாகச் சிற்பங்களைக் கொண்டு கூற இயலவில்லை.[1]

சங்ககால மக்கள் என்னென்ன உடைகளை அணிந்திருந்தார்கள்

---

1. கலைக்களஞ்சியம், பகுதி 1, பக். 352-356.

என்பதைத் திட்டமாக அறிய இயலவில்லை. ஆயினும், பத்துப் பாட்டில் ஆங்காங்குக் கூறப்பட்டுள்ள விவரங்களிலிருந்து அக்கால மக்கள் பயன் படுத்திய பல வகை உடைகளின் பெயர்கள் காணப்படுகின்றன. அவற்றை இங்குக் காண்போம்.

தழை உடை

குறமகள் மராமரக் கொத்துகளை நடுவே வைத்து, இலையை யுடைய நறிய பூங்கொத்துகளைச் சுற்றிலும் வைத்துத் தொடுத்த பெரிய- அழகிய தழையுடையை உடுத்தினாள் (திருமுருகு, அடி, 201-203). நெய்தல் நிலமகள் தளிர்கள், தழைகள், மலர்கள் இவற்றாலாகிய தழையுடையை அணிந்திருந்தாள். காவிரிப் பூம்பட்டினத்துப் பரதவர் சேரிப்பெண்டிர் இத்தழையுடையை அணிந்திருந்தனர். (ப.பாலை; அடி, 91).

துகில்—கலிங்கம்

அரசன் கஞ்சியிட்டுச் சலவை செய்யப்பட்ட துகிலை (ஆடையை) அணிந்திருந்தான் (ம.கா. அடி, 721). அரசி கணவன் தன்னைப் பிரியா திருக்கையில் பூத்தொழிலையுடைய துகிலை உடுத்தினாள்; கணவனைப் பிரிந்திருந்த காலத்தில் மாசேறிய நூலாற் செய்த கலிங்கத்தை (ஆடையை) அணிந்திருந்தாள். "பூந்துகில் மரீஇய... அவர் நூல் கலிங்கம்" (நெடு. 145-6) என வருதலால், துகில் என்பது ஒரு வகை ஆடை என்பதும், கலிங்கம் என்பது மற்றொரு வகை ஆடை என்பதும் தெரி கின்றன.

உயர்ந்த ஆடைகள்

1. கரிகாலன் தன்னைப் பாடி வந்த பொருநர்க்கு இழை போனவழி இது என்று காணவியலாத நுண்மையையுடைய வேலைப்பாடு நிறைந்த- பாம்பின் தோலை ஒத்த - அறுவையை (ஆடையை) நல்கினான்.

"நோக்கு நுழை கல்லா நுண்மைய பூக்கனிந்(து)
அரவுரியன்ன அறுவை."[1]

(பொரு. ஆ.படை, அடி, 82-83)

---

1. நீளமாக நெய்யப்பட்டு வேண்டுமளவு அறுக்கப்பட்டது 'அறுவை' எனப் பெயர் பெற்றது.

2. உடுக்கப்படுவது 'உடை' எனப் பெயர் பெற்றது.

அப்பேரரசனே முடிகளைக் கரையிலேயுடைய பட்டாடை களையும் பொருநர்க்குத் தந்தான்.

"கொட்டைக் கரைய பட்டுடை"[2] நல்கி"

(பொருநர், அடி, 155).

2. ஓய்மான் நல்லியக்கோடன் பாணர்க்கு மூங்கிலின் மெல்லிய பட்டையை உரித்தாற்போன்ற மாசில்லாத உடையை வழங்கினான்.

"மாசில், காம்பு சொலித்தன்ன அறுவை"

(சிறுபாண். அடி, 235-236)

3. தொண்டைமான் பாணர்க்குப் பாலாவியை ஒத்த நூலாற் செய்த கலிங்கத்தை ஈந்தான்.

"ஆவி யன்ன அவிர்நூற் கலிங்கம்"

(பெ.ஆ.படை, அடி, 469).

4. பாசறையில் தங்கியிருந்த பாண்டியன் புண்பட்ட தன் படை வீரரை இரவிற்காணச் சென்றான். அப்பொழுது அவனது (இடத்) தோளினின்றும் அழகிய துகில் நழுவி விழுந்தது. அவன் அதனை இடப்பக்கத்தே அணைத்துக் கொண்டான்.

"புடைவீழ் அந்துகில் இடவயின் தழீஇ"

(அடி, 181).

என்பது நெடுநல்வாடை.

இங்குத் துகில் என்பதற்கு 'ஒலியல்' என்று நச்சினார்க்கினியர் பொருள் கூறியுள்ளார். 'மேலாடை' என்பது இதன் பொருள் போலும்!

5. 'நன்னன்' என்ற குறுநில மன்னன் தன்னை நாடி வந்த கூத்தர்க்கு இழை போனவிடம் அறியவியலாத நுண்ணிய நூலாற் செய்த கலிங்கத்தை உதவினான்.

"இழைமருங் கறியா நுழைநூற் நுழைநூற் கலிங்கம்"

(மலைபடு, அடி, 561).

மதுரை நகரச் செல்வர் மாலையில் வண்டியில் ஏறிப் பொழுதைக் கழிக்கச் சென்றனர். அவர்கள் செக்கர் வானத்தை ஒத்த சிவந்த

கண்களை மயக்கும் பூவேலைப் பாடுடைய கலிங்கத்தை அரையிலே கட்டினர் என்பது மதுரைக் காஞ்சியில் கூறப்பட்டுள்ளது.

"வெயிற்கதிர் மழுங்கிய படர்கூர் ஞாயிற்றுச்
செக்க ரன்ன சிவந்து நுணங்குருவிற்
கண்பொரு புகூஉம் உண்பூங் கலிங்கம்
பொன்புனை வாளொடு பொலியக் கட்டி"

(அடி. 431-434)

பேகன் காட்டு மயிலுக்குக் கலிங்கம் போர்த்தினான் (சி.ஆ.படை, அடி, 85).

பட்டினத்து (மாமல்லபுரத்து)ச் செல்வ மகளிர், பனி மாசு போன்ற மிக நுண்ணிய துகிலை உடுத்திருந்தனர் (பெ.ஆ. படை, அடி, 329). காவிரிப்பூம்பட்டினத்துச் செல்வ மகளிர், பகற்காலத்தில் பட்டுடைகளை உடுத்தினர்; இராக்காலத்தில் மென்மையான துகிலை உடுத்தினர்.

"பட்டு நீக்கித் துகில் உடுத்தும்"

(ப.பாலை.அடி, 107).

கச்சை—கச்சு

குறிஞ்சி நிலத்தலைமகன் (காதலன்) நுண்ணிய வேலைப் பாடமைந்த கச்சையைக் கட்டியிருந்தான் (குறிஞ்சி, அடி, 125). மதுரையை இரவில் காவல் காத்தவர் நீலக் கச்சையை அணிந்திருந்தனர் (ம.கா.அடி, 639).

அருச்சுனன் பூத்தொழில் பரந்த கச்சையை அணிந்திருந்தான் என்று சிறுபாணாற்றுப்படை செப்புகிறது (அடி, 239). நல்லூர் நத்தத்தனார் அருச்சுனனை நேரிற்கண்டவரல்லர்; அவன் காலத்திற்குப் பன்னூறு ஆண்டுகட்குப் பிற்பட்டவர். அவர் வீமனைப் பற்றிச் சொல்ல வந்த இடத்தில்,

"பூவிரி கச்சைப் புகழோன் தன்முன்"

என்று அருச்சுனற்கு முன்னவன் என்று சுட்டியுள்ளார்; அருச்சுனனைப் 'பூவிரி கச்சைப் புகழோன்' என்று புகழ்ந்துள்ளார். அவர் அவனது கச்சைக்குச் சிறப்புத் தந்துள்ளதைக் கூர்ந்து கவனிப்பின், அருச்சுனனைப் போன்ற சிறந்த போர் வீரர் தமிழகத்தில் 'பூவிரிக்கச்சை'யை அணிந்திருந்தனர் போலும் எனக் கருத வேண்டுவதா

யுள்ளது. அரசமாதேவி மார்பில் வம்பு (கச்சு) வலித்துக் கட்டி யிருந்தாள் என்று நெடுநல்வாடை கூறுகிறது (அடி, 149-150).

படம்—மெய்ப்பை

இக்காலத்தில் 'சட்டை' எனப்படுவது அக்காலத்தில் 'படம்' எனப்பட்டது. தொண்டை நாட்டுப் பெருவழிகளைக் காவல் காத்த வீரர் சட்டை அணிந்திருந்தனர் என்று பெரும்பாணாற்றுப்படை கூறு கிறது. 'படம்புக்கு-சட்டையிட்டு' என்பது நச்சினார்க்கினியர் உரை (அடி, 69).

'படம்புகும் மிலேச்சர்' என்பது முல்லைப்பாட்டுத் தொடர் (அடி, 66). மிலேச்சர் அயல் நாட்டார்; அவருட் சிலர் பாசறையில் அரசனது இருக்கையைக் காத்துவந்தனர்; ஊமையர்; சட்டை அணிந்திருந்தனர்.

சங்க காலத்தில் யவனர் தமிழகத்துடன் வாணிகம் செய்தனர். அவருட்சிலர், மதுரை, பூம்புகார், வஞ்சி போன்ற தமிழரசர் தலை நகரங்களிலும் துறைமுகப் பட்டினங்களிலும் வாணிகத்தின் பொருட்டுத் தங்கியிருந்தனர். அந்த யவனர் வடிம்பு தாழ்ந்து பெருக்குஞ் செறிதலை யுடைய புடைவை[1] யுடையை அரையில் அணிந்திருந்தனர்; அரைக்கு மேல் 'மெய்ப்பை' (சட்டை)யை அணிந்திருந்தனர் (முல்லைப்பாட்டு, அடி, 59-61).

கள்ளைப் பருகி மதுரைத் தெருக்களில் இராக்காலத்தில் திரிந்த மிலேச்சர், முன்னும் பின்னும் தொங்கலாக அறுவையைத் தொங்க விட்டுச் சென்றனர் என்பது நெடுநல்வாடையில் கூறப்பட்டுள்ளது (அடி, 33-35).

அழுக்கேறிய கந்தலாடை சிதாஅர் (பொ.ஆ.படை, அடி, 154) எனவும், சிதர்வை (பெ.ஆ.படை, அடி, 468). எனவும் வழங்கப்பட்டது.

வேறு ஆடைகள்

முருகப்பெருமான் 'நலம்பெறு கலிங்கம்' உடுத்தியிருந்தான் என்பது திருமுருகாற்றுப்படையில் கூறப்பட்டுள்ளது (அடி, 109). முருகன் உடுத்திருந்தது செம்மை நிறம் பெற்ற ஆடை என்று நச்சினார்க்கினியர் குறித்துள்ளார். அப்பெருமான் இடையில் உதர பந்தத்தின்மேல் உடுத்துத் தொங்கவிட்ட மென்மையுடைய துகில் அவன் குறமகளிரொடு

1. உடற்புடை (பக்கம்) வைத்து உடுக்கப்பெற்றது புடைவை எனப்பட்டது போலும்!

குரவைக் கூத்தாடுகையில் நிலத்திற் பொருந்தியது (அடி, 213-214).

திருப்பரங்குன்றத்துச் சோலையில் முருகனது சிறப்பைப் பாடி விளையாடிய சூரரமகளிர், இந்திர கோபத்தை ஒத்த நிறம் பிடியாத (சாயம் வற்றாத) இயல்பான சிவப்பாகிய பூவேலைப்பாடமைந்த துகிலை உடுத்திருந்தனர்.

"கோபத் தன்னை தோயாப் பூந்துகில்"

(முருகு, அடி, 15).

'துணங்கைக் கூத்தாடிய பூதங்கள் துகிலை உடுத்தன போல' (பெ.ஆ.படை, அடி, 234-235) என்பது உவமையாகக் கூறப்பட்டுள்ளது. 'இங்குத் 'துகில்' என்பது வெள்ளையாடையை' என்பது நச்சினார்க் கினியர் உரை.

திருவாவி நன்குடியில் முருகனை வழிபட்ட முனிவர் மரப்பட்டை கொண்டு செய்யப்பட்ட உடையை (மரவுரி உடையை) உடுத்திருந்தனர் (அடி, 126).

கந்தருவர் (இசைவாணர்) புகையை முகந்தால் ஒத்த (மிக மெல்லிய) அழுக்கேறாத தூயவுடையினை அணிந்திருந்தனர்.

"புகைமுகந் தன்ன மாசில் தூவுடை."

(அடி. 138).

ஏரகத்து முருகன் கோவில் அருச்சகர் அரையில் காழகம் உடுத் திருந்தனர்.

"புலராக் காழகம் புலர வுடீஇ"

(அடி, 184).

'காழகம்-கலிங்கம்' என்பது நச்சினார்க்கினியர் உரை. நெடிய கரையையுடைய நீல நிறப் புடைவை காழகம் எனப்பட்டது (ம.கா.அ, 598).

பாசறையில் அரசற்குக் கூடாரம் அமைக்கப்பட்டது. கூடாரத்தைச் சுற்றிலும் மதில் போல வளைத்துக் கட்டப்பயன்பட்ட முரட்டுத் துணி கண்டம் எனப்பட்டது (மல்லை, 44). 'கண்டம்-மதிள் திரை' என்பர் நச்சினார்க்கினியர். அது 'கண்டத்திரை, பல்வண்ணத்திரை' எனவும் பெயர் பெறும் என்று நச்சினார்க்கினியர் சிந்தாமணியில் (செ.647,

873 உரை) கூறியுள்ளார்.

உடைக்குரிய பெயர்கள்

இதுகாறும் கண்ட சான்றுகளால் நாம் அறியத் தகுவன யாவை?

'துகில், அறுவை, கலிங்கம்' என்பவை மிகவுயர்ந்த மெல்லிய வேலைப்பாடமைந்த ஆடைகள், அவற்றை அரசரும் செல்வரும் உடுத்தினர்; மேலாடையாகவும் பயன்படுத்தினர்; கடவுளர் திருவுருவங் களுக்கும் அணிவித்தனர். காழகம் என்பது ஒரு வகை ஆடை. அதனை அருச்சகர் அணிந்திருந்தனர். முனிவர் மரவுரி தரித்திருந்தனர்; கானவர், வீரர், காவலர் ஆகியோர் கச்சை அணிந்திருந்தனர்; அவற்றுள் நீலக்கச்சை குறிப்பிடத்தக்கது. அரசமாதேவி மார்பில் கச்சுக் கட்டியிருந்தாள்; பட்டாடைகளும் வழக்கில் இருந்தன; கூடார மதில் திரைத் துணி 'கண்டம்' எனப்பட்டது; அரசியல் அலுவலர் சட்டை அணியும் வழக்கம் இருந்தது; அழுக்கேறிய கிழந்த கந்தலாடை 'சிதாஅர்' என்றும் சிதர்வை' என்றும் பெயர் பெற்றது,' என்னும் விவரங்கள் இதுகாறும் கண்ட சான்றுகள் கொண்டு அறியப்படும்.

காழகம்

காவிரிப்பூம்பட்டினத்திற்குப் பல நாடுகளிலிருந்து அனுப்பப்பட்ட பொருள்கள் வாணிகத்திற்கு வந்திருந்தன. அவற்றுள் காழகத்துப் பொருள்களும் இருந்தன (ப.பாலை, அடி, 191). 'காழகம்-கடாரம்' என்பது நந்சினார்க்கினியர் கூற்று. மலாய் நாட்டில் மேல்கரை ஓரமாயுள்ள 'கடே' என்னும் இடமே பண்டைக்காலத்தில் 'கடாரம்' எனப்பட்டது. அதனை வென்ற முதலாம் இராசேந்திர சோழன் (கி.பி. 1012-1044) தன்னைக் 'கடாரம் கொண்டான்' என்று வழங்கிக் கொண்டான்.[1] கடாரம் என்ற காழகத்திலிருந்து நெய்து அனுப்பப்பட்ட ஆடை 'காழகம்' எனப்பட்டது போலும்! ஏரகத்து அருச்சகர் இதனை அணிந்திருந்தனர் என்று திருமுருகாற்றுப்படை கூறுகிறது. இது தமிழ் நாட்டு ஆடை வகைகளுள் கூறப்படாதது கவனிக்கத் தகும்.

கலிங்கம்

இன்றைய ஒரிஸ்ஸா மாநிலம் பண்டைக் காலத்தில் கலிங்கம் என்ற நாடாயிருந்தது. கி.மு. இரண்டாம் நூற்றாண்டில் தமிழரசர் கூட்டணியை அழித்ததாகத் தன்னைக் கூறிக்கொண்ட காரவேலன்

---

1. A.R.E. 213 of 1911.

கலிங்கநாட்டுப் பேரரசனாவன். கலிங்கநாடு உயர்ந்த மெல்லிய ஆடை களுக்குப் பண்டு தொட்டே பெயர் பெற்றது. கலிங்கர் கடல் வாணிகத்தி லும் பெயர் பெற்றவர். 'கொள்ளே கால்' என்னும் ஊரில் நெய்யப்படும் ஆடை 'கொள்ளேகால்' என்றே கூறப்படுதல் போலக் கலிங்கநாட்டு ஆடை 'கலிங்கம்' என்றே பெயர் பெற்றிருக்கலாம்.

22. அணிகள்

I

அணிகளின் தோற்றம்

பண்டைக்கால மக்கள் தொடக்ககாலத்தில் ஆடையோ அணியோ இல்லாதவராயிருந்த நிலை ஒன்றிருந்தது. பின்பு அம்மக்கள் கண்ணுக்கினிய காட்சியை நல்கிய பல நிறத்தளிர் (குழை)களைக் காதில் செருகினார்கள்; பல வகை விதைகளையும் கொட்டைகளையும் காதுகளில் கட்டித் தொங்கவிட்டார்கள்; பதப்படுத்தப்பட்ட புற்களையும் நார்களையும் முறுக்கிக் கையிலும் கழுத்திலும் அணிந்தார்கள்; இலைகளோடு கூடிய கொடிகளைக் கழுத்திலும் தோளிலும் இடையிலும் முன்கையிலும் சுற்றிக்கொண்டார்கள்; பல வகை மலர்களையும் இலைத் தளிர்களையும் மாலையாகத் தொடுத்து மார்பிலும் இடையிலும் அணிந்து கொண்டார்கள்; பல வகை மணிகளையும் பயன்படுத்தினார்கள்.

காலம் செல்லச் செல்லக் காதுகளில் செருகப்பட்ட குழை (தளிர்), காதுகளில் துளை செய்யப்பட்டு அணியப்பட்டது; பனையோலை, சுருளாக்கப்பட்டுக் காதின் துளையில் இடப்பட்டது. அது ‘காதோலை’ எனப் பெயர் பெற்றது. அரையில் அழகுக்காக அணிந்த நார் (கயிறு) அரைநாண் (அரைஞாண்) எனப் பெயர் பெற்றது; தோளில் சுற்றித் தொடுத்துக் கொள்ளப்பட்டது ‘தொடி’ எனப்பட்டது. காதின் பல இடங்களில் வைத்து ஒட்டவைத்துக்கொள்ளப்பட்ட பூக்கள்-கத்திரிப்பூ, இலவங்கப்பூ, முருகுப்பூ எனப் பலவாறு பெயர் பெற்றன.

தோடு-பூவிதழ். இது பனையோலையையும் குறிக்கும். இப்பெயர் காலப்போக்கில் ‘தோடு’ எனப்பட்டது. முருகுப்பூ-மணம் நாறும் பூ. இதுபோன்ற அணி இக்காலத்தில் ‘முருவுப்பூ’ எனப்படுகின்றது. ‘கொம்புப்பூ’ என்பது ‘கொப்பூ’ என மருவிற்று. பண்டை மக்கள் மரக்கொம்பில் உள்ள பூக்களை அணிந்து வந்தார்கள் என்பதை இது விளக்குகின்றது. ‘திருகுப்பூ’ என்பது முறுக்குதலையுடைய பூவைக் குறிக்கும். பண்டை மக்கள் முறுக்குண்ட வடிவுடைய பூக்களை

அணிந்து வந்தார்கள் என்பது இதனால் தெரிகின்றது.

பண்டை மக்கள் அடுத்தபடி தாங்கள் அணிந்து வந்த நகைகளை மரத்தில் செதுக்கினார்கள்; பின்பு ஈயம் அல்லது செம்பை உருக்கி மர அச்சில் வார்த்தார்கள்; புற்களையும் நார்களையும் முறுக்கிக் கை, கழுத்து, இடை முதலிய இடங்களில் அணிந்தாற்போலவே, பொன் வெள்ளிக் கம்பிகளை முறுக்கிப் பல அணிகளைச் செய்தார்கள்; உலோகத் தகடுகள் கொண்டு பழங்களைப் போலவும் விதைகளைப் போலவும் இலைகளைப் போலவும் நகைகளைச் செய்தார்கள்; ஆயின்; அவற்றுக்கு முதற்பெயர்களையே இட்டு வழங்கினார்கள். அவை அரை ஞாண், தொடி, குழை, மாலை, கத்தரிப்பூ, இலவங்கப்பூ, வளை எனப் பலவாறு பெயர் பெற்றன. மிக மெல்லிய அழகிய கொடிகளால் ஆன இடையணி காலப்போக்கில் 'சில்காழ்' எனவும் 'பல்காழ்' எனவும் பெயர் பெற்றது; வடமொழியில் 'மேகலை' முதலிய பல பெயர்களைப் பெற்றது.

பண்டை மக்களுடைய சமயக் கருத்துகளும் வழி பாட்டுக்குரிய அடையாளங்களும் அவர்தம் கற்பனையை வளர்த்துத் 'தாயித்து, ஐம்படைத்தாலி' போன்ற புதிய நகைகளைச் செய்யத்தூண்டின.

நகைகள் தொடர்பான இத்தகைய படிப்படியான வளர்ச்சியைத் தென்னிந்தியாவிற் காணலாம். இங்குள்ள பண்டை மக்கள் முறுக் குண்ட புற்களையும் நார்களையும் கடங்களாகவும் வளையல்களாகவும் அணிகின்றார்கள். கண்ணாடி மணிகளையும் பவழங்களையும் கழுத்தணிகளாக அணிகின்றார்கள். சிற்றூர்களில் உள்ள ஏழை மக்கள் வெள்ளி, பொன், பித்தளை, செம்பு, ஈயம் முதலிய உலோகங்களைக் கொண்டு பண்டை மக்கள் பயன்படுத்திய நகைகள் போன்றவற்றைச் செய்து அணிகின்றார்கள். அவற்றுள் நுண்ணிய வேலைப்பாடமைந்த நகைகளும் உள்ளன.[1]

பண்டை இந்திய அணிகள்

மொஹெஞ்ச-தரோ, ஹரப்பா என்னும் பண்டை நகரப் பழம் பொருள்களின் காலம் ஏறத்தாழ கி.மு. 3500- கி.மு. 3000 என்னலாம். அங்குக் கிடைத்த பொருள்களுள் மண் பொம்மைகள் சிறப்பானவை. அவற்றில் அக்கால நகை வகைகள் காணப்படுகின்றன. அக்காலப்

---

1. Indian Jewllery and Ornaments, Jamila Brij Bhushan, pp. 1-5.

பெண்டிர், இடத்தோளிலிருந்து கணுக்கால் வரையில் வளையல்களை அணிந்திருந்தனர்; வலக்கையில் மேற்பகுதியின் கீழ்க்கோடியில் கடகத்தையும், முன் கையில் சில வளையல்களையும் அணிந்திருந்தனர்; தலையில் ஒப்பனை செய்திருந்தனர்; காதணியும் கழுத்தணியும் அணிந்திருந்தனர் என்பது தெரிகின்றது.

காசுமாலை- 'கண்டி' என்ற பெயருடன் இருக்கு வேதத்தில் கூறப் பட்டுள்ளது. 'அருச்சுனன் பேடிக்கோலத்தில் இருந்த பொழுது காதணி கள், கழுத்தணிகள் வளையல்கள் ஆகியவற்றை அணிந்திருந்தான். தேவன் ஒருவன் அவனுக்குப் பொன் மாலையும் பதக்கமும் அளித்தான்,' என்று மகாபாரதம் கூறுகின்றது. 'இராமன் தன் மணக்கோலத்தில் முத்து முடியும் காதயும் முத்து மாலையும் நெற்றியில் முத்துப்பட்ட மும் அணிந்திருந்தான். சீதை பலவகை நகை அணிந்திருந்தாள்' என்று இராமாயணம் மொழிகின்றது.[2] காபூல் பள்ளத்தாக்கில் ஜலபாதின் அருகில் பழையபுத்தர் கோவிலிற் கிடைத்த பொற் பெட்டி மாணிக்கக் கற்கள் பதித்தது. அதனுள் முத்துகளும், பவழங்களும், மணிகளும், தங்க நகைகளும் இருந்தன.

கி.மு. நான்காம் நூற்றாண்டில் வாழ்ந்த கௌடில்யர், தமது பொருள் நூலில் பொன் கிடைக்கும் இடங்களையும், பொன்னின் வகை களையும், நவமணிகளையும், நகை வகைகளையும் குறித்துள்ளார். இவற்றைத் தொகுக்கவும் வாணிகம் செய்யவும் அரசியல் உயரலுவலன் ஒருவன் அவர் காலத்தில் மோரிய அரசில் பணியாற்றினான். இவற்றைத் திருடுவோர்க்கு இறப்பே தண்டனையாக விதிக்கப்படவேண்டும் என்பது கௌடில்யர் கருத்தாகும். முத்து மாலை, பெரிய முத்துகளை யுடைய மாலை, ஒற்றை முத்துவடம், நடுவில் ஒரு மணி கோத்த முத்து மாலை போன்ற அணிகள் கௌடில்யராற் குறிக்கப்பட்டுள்ளன.[1]

மநுதரும சாத்திரத்தின் காலம் ஏறத்தாழக் கி.மு. 200 என்னலாம். ஏறக்குறைய அக்காலத்திற் செய்யப்பட்ட 'விளையாட்டு வண்டி' (Toy Cart) என்னும் காடநூலில் நகைக்கடை ஒன்று சிறப்பிக்கப் பட்டுள்ளது. அக்கடையில் பொன், நவரத்தினம், முதலியன கொண்டு நகைகள் செய்யப்பட்டன. நகைகளில் பூவேலை செய்வதெப்படி என்பதும் விளக்கப்பட்டுள்ளது. சில நிகழ்ச்சிகளின் போது நகைகள்

---

2. Ibid, pp. 6 and 42.

1. Ibid, pp. 60, 106 and 134.

அணிய வேண்டும் என்று மநு கூறியுள்ளார். சமயத்தொடர்பான செயல்களின் போது நகையணிவது வழக்கம்.[1] பண்டை மக்கள் பல நிறமுள்ள சாதாரண மணிகளைக் கொண்டு காதணிகள், கழுத்தணிகள், கையணிகள், இடையணிகள் ஆகியவற்றைச் செய்து கொண்டனர். முத்து, பொன் முதலிய விலை மதிப்புள்ள பொருள்கள் கண்டு பிடிக்கப்பட்ட பின்பு செல்வரிடம் பழைய மணிகள் அருகின. தட்சசீலத்தில் கிடைத்த சிற்பங்களைக் காண்கையில் அக்காலத்தில் (கி.மு. 500- கி.பி. 300) கண்ணாடி வளையல்கள், சங்கவளையல்கள், ஆமை ஓடு போன்ற வற்றாலாகிய வளைகள், தந்த வளையல்கள் வழக்கில் இருந்தமை புலனாகும். வடவிந்தியாவில் 'அஹிச்ஹத்ரா' (Athichhatra) என்னும் இடத்தில் மண் பொம்மைகளில் காணப்படும் அணிகள் பல. அவற்றின் காலம் கி.மு. 300 கி.மு. 100 என்னலாம். தலையிலிருந்து முத்துச்சரங்கள் தொங்கல், நாகமுத்திரையுடைய தலையணி, அம்பு-கொடி-அங்குசம் என்பவை பொறித்த காதணி, வாள்-வச்சிராயுதம்-ஸ்ரீவஸ்'தம் பொறித்த கழுத்தணி என்பன சில பொம்மைகளிற் காணப்படுகின்றன. வேறு சில பொம்மைகளில் கனத்த காது வளையங்களும், வளையல்களும் பூவேலைப்பாடு கொண்ட காப்புகளும் காணப்படுகின்றன.[1]

தட்சசீலம் (கி.மு. 500- கி.மு. 300), பஜாத் (கி.மு. இரண்டாம் நூற்றாண்டு), பர்ஹுத் (கி.மு. 150), சாஞ்சி (கி.மு. 150), (வட) மதுரை (கி.பி. 1200), காந்தாரம் (கி.பி. 50-200) ஆகிய இடங்களிற் கிடைத்த சிற்பங்களையும் அஜந்தாச் சிற்பங்களையும் (கி.பி. 1-7 நூற்றாண்டுகள்) காண்கையில், கி.மு. 500 முதல் கி.பி. 600 வரையில் வடவிந்தியாவில் இருந்த பல வகை அணிகளைப் பற்றிய விவரங்கள் புலனாகின்றன. வடவிந்திய மக்கள் முடி முதல் அடி வரையில் பல வகை அணிகளை அணிந்திருந்தார்கள். அவற்றுட்பல, கல் பதித்த நகைகள்; எல்லோரும் தலையணி அணிந்திருந்தனர்; ஆடவரும் பெண்டிரும் நகைகளைத் தரித்திருந்தனர் என்னும் விவரங்கள் தெரிகின்றன.

காளிதாசர் என்று வடமொழிப் பெரும்புலவர், கி.பி. ஐந்தாம் நூற்றாண்டின் முற்பகுதியைச் சேர்ந்தவர் என்று வரலாற்றறிஞர் கூறுகின்றனர். அவர் தம் காலத்து நகைகளைத் தாம் செய்த நூல்களில் குறித்துள்ளார்; பொன்னும் மணிகளும் கொண்டு செய்யப்பட்ட பல வகை மேகலைகளைக் கூறியுள்ளார். அவை மேகலா, ஹேமமேகலா, காஞ்சி, கிண்கிணி, ரசன என்பவை. இவற்றுட்சில, ஒலி எழுப்புவன

---

1. Ibid, pp. 6 and 42.

வாகும். ஒன்பது வகை மணிகளால் அல்லது முத்துகளால் ஆகிய முடிவலை, முடி, கூந்தல் அணிகள், கர்ணபூஷணம், கர்ண பூரம், குண்டலம், மணி குண்டலம் எனப் பல வகைப் பட்ட காதணிகள் கூறப்பட்டுள்ளன. மணி குண்டலம் என்பது மாணிக்கக் கற்கள் பதிக்கப்பட்ட தொங்கல்.²

தென்னாட்டு அணிகள்

ஆதிச்ச நல்லூர் அணிகள்

ஏறத்தாழக் கி.மு. இரண்டாயிரம் ஆண்டுகளுக்கு முற்பட்ட ஆதிச்சநல்லூர்ப் புதைகுழிகளிலிருந்து எடுக்கப்பட்ட நகைகளும் மண்பதுமைகளின்மீது காணப்படும் நகைகளும் அப்பழங்காலத்து அணிவகைகளை நன்கு உணர்த்துகின்றன. அக்கால மக்கள், சோழி வகைகளை அழகுபடக் கோத்துக் கழுத்திலும் அரையிலும் கைகளிலும் கால்களிலும் கட்டிக்கொண்டார்கள்; சங்குகளைமிக்க திறமையுடன் சிறிய வட்டங்களாக அறுத்துக் காப்புகளாகவும் கடகங்களாகவும் அணிந்தார்கள்; விலையுயர்ந்த பச்சை, சிவப்புக் கற்களையும் முத்து களையும் பவழங்களையும் பல வகை நகைகளாகச் செய்து பயன் படுத்தினார்கள்; பொன்னாற் செய்யப்பட்ட மணிகளையும் கோத்து அணிந்து வந்தார்கள்.

சிற்பச்சான்று

தமிழகத்திற்கு வடக்கில் உள்ள ஆந்திர நாட்டு அமராவதி, ஜக்கய்யபேட்டை, நாகார்ச்சுனமலை என்னும் இடங்களிற் கிடைத்த சிற்பங்களைக் கொண்டு அக்கால (கி.மு. 200 கி.பி. 400) மக்களின் நகை வகைகளை ஓரளவு அறியலாம்.

அக்காலப் பெண்டிர் பல வளைவுகளைக் கொண்ட வளையல் களையும் காப்புகளையும் கடகங்களையும் அணிந்திருந்தனர்; மலர்ந்த தாமரை மலரைப் போன்ற திருகைக் கொண்ட அணியால் கூந்தலை ஒப்பனை செய்தனர்; தலையைச் சுற்றிலும் பொன்னாற்செய்யப்பட்ட பட்டையான ஒரு நகையை அணிந்தனர். அப்பட்டையிலிருந்து தொங்கல்கள் சில நெற்றியில் தொங்கவிடப்பட்டன. அம்மகளிர் தம் காதுகளில் பூ, இலை, வட்டம், மீன் போன்ற பல வடிவங்களைக் கொண்ட அழகிய குண்டலங்களை அணிந்தனர்; சில காதணிகளிலிருந்து முத்துச் சரங்கள் தோள்கள்மீது புரண்டன. அப்பெண்டிர், மேலே மகரக் கொடி செதுக்கப்பட்டுப் பாம்புகள் போலச் சுற்றப்பட்ட கடகங்களைத் தரித்தனர்;

சங்குகள், பவளங்கள், தந்தங்கள், இரத்தினங்கள் ஆகியவற்றால் செய்யப் பட்டோ, அல்லது ஒரே கெட்டியாகவோ, அல்லது பல விதமான சந்து களைக் கொண்டோ உள்ள பல வகைக் கழுத்துச் சங்கிலிகளை அணிந்தனர். அச்சங்கிலிகளிலிருந்து பல வகையான பதக்கங்கள் தொங்கின. அம்மாதரசிகள் பொன்னாலும் வெள்ளியாலும் செய்யப்பட்ட இடுப்புப் பட்டை, உதரபந்தம், ஒட்டியாணம், சன்னவீரம் என்பவற்றை அரையில் அணிந்தனர். ஆயின், அவர்கள் விரல்களில் மோதிரம் காணப்படவில்லை மூக்கணியும் இல்லை.[1]

மேலே கூறப்பட்ட நகைகளுட்பல, நம் சங்கநூல்களிற் கூறப் பட்டுள்ளன.

நகைகள்- அணி, பூண், இழை, கலம் (கலன்) எனப் பல பெயர் களைப் பெறும். இவற்றுள் ஒவ்வொரு பெயரும் ஒவ்வொரு காரணம் பற்றியே வந்ததாகும் அணி-அணியப்பெறும் காரணம் பற்றிவந்த பெயர். இது, சட்டை அணிதல், ஆடை அணிதல் போல எளிய முறையில் மாலை போல அணியப் பெறும் கழுத்தணிகளைக் குறிக்க வந்த தாகலாம்; பின்னர்க் காலப்போக்கில் இவ்வொரு குறிப்பை ஒழித்து எல்லா நகை கட்கும் பொதுவான பெயராய் அமைத்திருக்கலாம்.

பூண்- உலக்கைப் பூண், தடிப்பூண் என்பன. உலக்கையின் தலையிலும் தடியின் தலையிலும் செறிந்த வளையங்களை உணர்ந்தும் அவ்வாறே கைகளில் செறிந்த முறையில் அணியப் பட்டது முதலில் பூண் எனப்பட்டது போலும்! காப்பு, கொலுசு, கடகம், கங்கணம், மோதிரம் என்பவை கை, விரல் போன்ற உறுப்புகளில் இறுகிய நிலையில் அணியப் பெறுவன ஆதலால், 'பூண்கள்' என முதலிற் பெயர் பெற்றிருக்கலாம். பின்னர்க் காலப் போக்கில் இக்காரணச் சிறப்புப்பெயர், பல அணிகளையும் காரணப் பொதுப் பெயர் நிலையில் நின்று குறிக்கத் தொடங்கின போலும்!

இழை-இழைப்பு வேலைப்பாடு கொண்ட நகை, இழை எனப் பெயர் பெற்றது. பொன்னைக் கம்பிகளாக இழைத்துச் செய்யப்பட்ட நகை இழை எனப்பட்டது போலும்! 'கல்லிழைத்த நகை' என்பது இக்கால வழக்கிலும் உள்ளதேயாகும். எனவே, பொன் வடங்களும் கல் இழைத்துச் செய்யப்பட்ட நகைகளும் 'இழை' எனப் பெயர் பெற்றிருக்கலாம். பின்பு காலப் போக்கில் 'இழை' என்பது எல்லா நகைகளையும் குறிக்கலாயிற்றுப் போலும்!

மணிகளைப் பொன்னில் இழைத்து அணி (அழகு) செய்யப்
பெற்றது 'அணியிழை' எனவும், ஒளி பொருந்திய இழை 'ஒளியிழை'
எனவும், ஒளி விளங்கித் தோன்றிய இழை 'இலங்கிழை' எனவும்,
செம்பொன்னாலும் செம்மணிகளாலும் ஆன இழை 'சேயிழை' எனவும்,
பசும்பொன்னாலும் பசிய மணிகளாலும் ஆன இழை 'பாசிழை'
எனவும், பொன்னாலும் மணியாலும் வேலைப்பாட்டாலும் மாண்புற்று
விளங்கிய இழை 'மாணிழை' எனவும், இழைகளுள் ஆராய்ந்து
எடுக்கப்பட்டது 'ஆயிழை' எனவும் பெயர் பெற்றன எனக் கொள்வது
பொருத்தமாகும். இப்பல பெயர்களும் சங்கப் பாக்களில் இடம்
பெற்றுள்ளன.

கலம் (கலன்) - கலம் அல்லது கலன் எங்ஙனம் நகையைக்
குறித்தது என்பது இப்போது அறிய இயலவில்லை. இது, 'கல்' என்னும்
ஓசையுண்டாக்கும் சதங்கை, சிலம்பு, போன்ற காலணிகளுக்கு முதலிற்
பெயராகிப் பின்பு காலப் போக்கில் நகைகளுக்குப் பொதுப்
பெயராயமைந்ததோ, என்னவோ தெரியவில்லை.

தொடி - கைகளிலும் தோளிலும் தொடுத்துக்கொண்ட அணி
'தொடி' எனப்பட்டதென்பது முன்பே கூறப்பட்ட தன்றோ? ஒளி
பொருந்திய தொடி 'ஒண்டொடி' எனவும், தொடிகளுள் சிறந்ததாக
ஆராய்ந்து அணியப்பெற்றது. 'ஆய்தொடி' எனவும், செறிந்து இறுக
அணியப்பெற்றது 'செறிதொடி எனவும், பசும்பொன்னால் அல்லது பசிய
மணிகளால் ஆன தொடி 'பைந்தொடி' எனவும் பெயர் பெற்றன. இப்பல
பெயர்களையும் சங்கநூல்களிற் காணலாம்.

இங்ஙனம் பல பெயர்களைத் தாங்கிய இத்தொடி, கைவளை
யாகவும், தோள் வளையாகவும் பயன்பட்டது. அரசர், வீரர் போன்றவர்
அணிந்த தொடி 'வீரவளை' எனப்பட்டது. பெண்கள் அணிந்த முன்
கை வளை 'தொடி' எனப்பட்டது. இளம்பெண்கள் அணிந்த முன் கை
வளை 'குறுந்தொடி' எனப்பட்டது. தோள் வளையும் 'தொடி' எனப்
பெயர் பெற்றது.

குழை- இது தளிரிலிருந்து (குழையிலிருந்து) பிறந்த பெயர்,
மகரமீன் வடிவத்தில் அமைந்தது 'மகரக்குழை' எனப்பட்டது.

---

1. தமிழ்ப் பேரகராதி, 6, பக். 3655.
1. ஒன்பது மணிகளும் அவை பற்றி வெளிப்படையாக அறியத்தகும் நகைகள்
பற்றிய விவரங்களும் இப்பகுதியின் மூன்றாம் பிரிவிற்கூறப்படும்.

பொன்னாற் செய்யப்பட்ட குழை 'பொலங்குழை' என்றும், ஒளி பொருந்திய குழை 'ஒண்குழை' என்றும், பொலிவினையுடைய குழை பூங்குழை என்றும், பெரிய ஒளி ஒழுகின குழை 'வார் குழை' என்றும், தாளுருவி என்னும் ஒரு வகைக் குழை 'சிறுகுழை' என்றும் பெயர் பெற்றன.

வளை-வளைந்த, கோணலான நகை, 'வளை' எனப்பட்டது. இது சங்கு, ஆமை ஓடு, பித்தனை வெள்ளி, பொன் முதலியவற்றால் செய்யப் பட்டது; இன்றும் செய்யப்படுகின்றது. இக்காலத்தில் கண்ணாடி கொண்டும் 'பிளாஸ்டிக்கு' என்னும் கலவைப் பொருள் கொண்டும் செய்யப்படுகின்றது. காப்பு என்பதும் இவ்வகையைச் சேர்ந்ததேயாகும்.

இங்ஙனம் ஒவ்வொரு நகையும் ஒரு காரணம் பற்றியே பெயரிடப் பட்டது. இந்த அணிகள் சங்ககாலத்தில் பெருவழக்கில் இருந்தன என்று சங்க நூற்பாடல்கள் கூறுகின்றன. அந்நூல்களிற் குறிக்கப் பட்டுள்ள அணிகளுள் கீழ்வருவன குறிக்கத்தகுவனவாகும்.1

குறுந்தொகையில் அரியார் சிலம்பு (7,369), தொகுவளையல்கள் (தொகுதியான வளையல்கள்) (15), சங்க வளையல்கள் (11, 23), பொன்னாலான தலையணிகள் (21), உருண்டையான பொற்காசுகள் கோக்கப் பெற்ற காசு மாலை (67), பூத்தொழில் அமைந்த குழைகள் (159), தொடி (243), பொற்காலணி (148), பொன்னாலும் மணியாலும் செய்யப்பட்ட இடையணி (மேகலை அல்லது காஞ்சி-264) என்பவை அணிகளெனக் கூறப்பட்டுள்ளன. பொன்னை உரைத்து அதன் மாற்றை அறிதற்குப் பயன் பட்டகல், 'கட்டளைக்கல்' எனப்பட்டது (192).

நற்றிணையில் மேற்சொல்லப்பட்ட அணிகளுடன் வேறு சிலவும் கூறப்பட்டுள்ளன. ஆடவரும் சிறுவரும் தொடி அணிந்திருந்தனர் (48,166). விரல் இழை (மோதிரம் (185), வாழைப்பூப் போலக் குவிந்துள்ள ஒருவகை மோதிரம் (188), கரிதகம் என்னும் தலையணி (86), பிள்ளை களின் இடையணியான கிண்கிணி (269), மணிகள் பதித்த பொன் நகைகள் (304) முதலியன குறிக்கப்பட்டுள்ளன.

அகநானூற்றில் மேலே கூறப்பட்டவற்றுள் பல, இடம் பெற்றுள்ளன. கலன், பூண், இழை எனப்பொதுப் பெயரால் பல அணிகள் குறிக்கப்பட்டுள்ளன. இவை ஒவ்வொரு தொகை நூலின் பாக்களிலும் காணப்படுகின்றன.

கலித்தொகையில் கண்ணி (32), பொற்பூ மாலை, தலையணி (54), கனங்குழை (57), பொலங்குழை (58), பூக்குழை (63), மகரக்குழை (92), வரிக்குழை (104), நூபுரம் (83), சதங்கை, தண்டை (74), இடபக்குறி பொறித்த தாயித்து (82), பொண்மணிவடம், பவளவடம், வயந்தகம் (79), வல்லிகை, புல்லிகை, கன்னசாமரை, தெய்வவுத்தி, முக்கண்டன் கட்டுவடம், கண்டிகை (96) ஆகிய அணிகள் புதியனவாகக் கூறப் பட்டுள்ளன.

பரிபாடலில் கூறப்பட்டுள்ள அணிகளுள் தொய்யகம் (தலைப் பாளை), மகர வலயம் என்ற தலைக்கோலம் (10), பவளவளை, பொற்பூ மாலை, முஞ்சம் (சிறுவர் தலையணி) (14), முத்துப் பரலையுடைய பொற்சிலம்பு (21) என்பன புதிய அணிகளாகும்.

பதிற்றுப்பத்து- அரசன், வீரக்கழல், போர்த்துறைக்குரிய பொன் மாலை ஆகியவற்றைப் பிற அணிகளோடு அணிந்திருந்தான் (40, 56). பொன்னரி மாலைகளைப் பாடினியரும் விறலியரும் பரிசிலாகப் பெற்றனர் (22, 54).

புறநானூறு-நள்ளி என்ற சிற்றரசன் தலையில் நீல மணியையும், கழுத்தில் முத்து மாலையையும், கையிற் கடகத்தையும் அணிந்திருந் தான் (150). இதனை நோக்கப் பேரரசர் மேலும் பல அணிகளை அணிந்திருக்கலாம் என்று கொள்ளுதல் பொருத்தமாகும். வேள்விக் குரிய மனைவிமார் 'சாலகம்' என்ற அணியை அணிந்திருந்தனர். பொன்னாற் செய்யப்பட்ட தலைமாலை இருந்தது (353).

சிலப்பதிகாரம்-சிலப்பதிகாரத்தில் மாதவியின் அணிகள் கூறப் பட்டுள்ளன. (காதை 6; அடி, 83-108) அவை கால் விரல் அணிகள், பரியகம்-நூபுரம்-பாடகம், சதங்கை-அரியகம் என்னும் காலணிகள், தொண்டையணி, முப்பத்திரண்டு முத்துக்கோவைகளைக் கொண்ட மேகலை, மாணிக்கவளை முத்தவளையாகிய தோள் வளைகள், மாணிக்கமும் வயிரங்களும் அழுத்தப்பெற்ற கடகம், செம்பொன்வளை-நவரத்தினவளை-சங்கவளை-பவழவளை என்ற முன்கை வளையல்கள், மாணிக்கம்- மரகதம்- வயிரம் ஆகியவற்றால் அமைந்து விரல்களை மறைக்கும் கையிணி வீரச்சங்கிலி நேர்ஞ்சங்கிலி-ஞாண், வேலைப் பாடமைந்த சவடி, சரப்பளி முத்து மாலை என்னும் கழுத்தணிகள், முதுகு மறைய விடும் பின் தாலி, இந்திர நீலக் கற்களிடையே வயிரங்கள் பதித்த நீலக்குதம்பை (காதணி), சீதேவியார்-வலம்புரி சங்கு-பூரப்பாளை-தென் பல்லி- வடபல்லி என்பவை கொண்ட தலைக்கோலம் என்பன.

இனிப் பத்துப்பாட்டுள் கூறப்பட்டுள்ள அணிகளைப் பற்றிய விவரங்களைக் காண்போம்:

II

பத்துப்பாட்டில் அணிகள்

தலை அணிகள்

முடி: தாமம், முகுடம், பதுமம், கோடகம், கிம்புரி ஆகிய ஐந்தும் முடியுறுப்புகள் எனத் திவாகரமும் பிங்கலந்தையும் கூறுகின்றன. இவ்வைந்து உறுப்புகளும் ஒருங்கே அமையப்பெற்ற விலை மதிப்பற்ற-வேலைப்பாடு நிறைந்த-முடியை முருகப்பெருமான் அணிந்திருந்தான் என்று திருமுருகாற்றுப்படை கூறுகிறது (அடி, 83, 84, உரை).

தமிழரசன் பாசறையில் இருந்த போதும் இரவு நேரத்திலும் தலையில் முடி புனைந்திருந்தான் என்று முல்லைப்பாட்டு (அடி, 76) மொழிகின்றது. இதனால் ரேச சோழ பாண்டிய மன்னர் முடியணிந் திருந்தனர் என்பது தெரிகிறது. தொல்காப்பியரும் இத்தமிழ் நெடுநில மன்னர்க்கு முடி உரியதென்றும், குறுநில மன்னர்க்கு முடி உரியதன்று என்றும் கூறியுள்ளார் (மரபியல், நூற்பா, 71, 83). "மன்னற்கு முடிமுதற் கலங்கள் சமைப்பேன்" (சிலம்பு, காதை, 16; அடி, 114) என்று பாண்டியனுடைய அரண்மனைப் பொற்கொல்லன் கோவலனிடம் கூறியதும் காண்க.

தலைக்கோலம்: முருகப்பெருமான் எழுந்தருளியுள்ள திருப்பரங் குன்றத்துச் சோலையில் விளையாடிக் கொண்டிருந்த சூரர மகளிர் (தெய்வமகளிர்), சீதேவி என்னும் தலைக்கோலத்துடனே வலம்புரி வடிவாகச் செய்த தலைக்கோலத்தையும் தலையில் வைத்து, நெற்றியின் கண் சுறாவினது அங்காந்த வாயாகப் பண்ணின தலைக்கோலம் தங்கப் பண்ணினர்.

"தெய்வ வுத்தியொடு வலம்புரி வயின்வைத்துத்
திலகந் தைஇய தேங்கமழ் திருநுதல்
மகரப் பகுவாய் தாழமண் ணுறுத்து"

(முருகு, அடி, 23-25)

விறலி, தன் ஒப்பனை மிகுந்த கூந்தல் அழகு பெறத்தக்க முறையில் பொன்மாலை அணிந்திருந்தாள் (பெ.ஆ.படை, அடி, 485-486).

காதணிகள்

முருகப் பெருமான் பொலங்குழையை அணிந்திருந்தான் (முருகு, அடி, 86). விறலி பூங்குழை (பொலிவினையுடைய மகரக் குழையை) அணிந்திருந்தாள் (பொ.ஆ.படை, அடி, 30). ஆயர் மகள் காதுகளில் சிறுகுழை ('தாளுருவி' என்னும் காதணி) அசைந்தது (பெ.ஆ.படை, அடி, 161). மருதநிலத்து மகளிர் காதுகளில் பொலங்குழை பொலிந்தது (அடி, 311-312). மதுரை மாநகரச் செல்வமகளிர் ஒண்குழை அணிந் திருந்தனர் (ம.கா.448). பாண்டிமாதேவியரும் ஒண்குழை அணிந் திருந்தனர் (ம.கா. அடி, 70(). பாண்டி நாட்டுச் செல்வமகளிர் பூங்குழை (பொலிவினையுடைய குழையைத்) தரித்திருந்தனர் (நெ.வாடை, அடி, 38). பாண்டிமாதேவி 'நெடுநீர் வார்குழை' (பெரிய ஒளி ஒழுகின மகரக் குழையை) அணிந்திருந்தாள். (அடி, 139).

கையணிகள்

தொடி: ஆடவர் பின் கையில் வீரத்திற்கு அறிகுறியாக அணிந்தது தொடி (வீரவளை) எனப்பட்டது. முருகப்பெருமான் 'தொடியணி தோளன்' (முருகு, அடி, 113-114, 212) எனப்பட்டான். சோழன் ஒருவன் வானத்தில் தொங்கிக்கொண்டிருந்த (மிகவும் உயரமான) எயிலை அழித்தான். அவன் வீரவளையை அணிந்திருந்தான். அவன் "தூங்கெயில் எறிந்த தொடித்தோட் செம்பியன்" (சி.பா.ஆ. படை, அடி, 81-82) எனப் பட்டான். திருக்கோவலூரை ஆண்ட மலையமான் திருமுடிக்காரி, "கழல் தொடித் தடக்கைக் காரி" எனப்பட்டான் (அடி, 95). பாண்டியன் தலையாலங்கானத்துச் செருவென்ற நெடுஞ்செழியன், "வலிகெழு தடக்கைத் தொடியோடு" (ம.கா. அடி, 34, 720) விளங்கினான். செங்கண்மாத்து வேள் நன்னன் சேய் நன்னன் என்ற குறுநில மன்னனும் தொடி அணிந்திருந்தான் என்று கூத்தராற்றுப்படை கூறுகின்றது (மலை, அடி. 577).

இனி மகளிர் தொடியணிந்திருந்தமை பற்றிய விவரங்களைக் காண்போம்:

பேய்மகள் தொடி அணிந்திருந்தாள் (முருகு, அடி, 54). விறலி தன் முன் கையில் தொடி தரித்திருந்தாள் (சி.ஆ.படை, அடி, 14). ஓய்மானாட்டு உழவர் மகள் தொடி அணிந்திருந்தாள் (அடி. 192).

தொண்டை நாட்டுப் பட்டினத்து (மாமல்லபுரத்து)ச் செல்வச் சிறுமியர் குறுந்தொடி தரித்திருந்தனர் (பெ.ஆ.படை அடி, 334). அரசன் தங்கி யிருந்த பாடி வீட்டுப் பணிப்பெண்டிர் முன்கையில் குறுந்தொடி அணிந்திருந்தனர் (மு.பா. அடி, 45). விறலியர் குறுந்தொடி பரிசு பெற்றனர் (ம.கா.அடி, 217-218). மதுரை மாநகரப் பரத்தையர் "ஆய்கோல் அவிர்தொடி விளங்க வீசி" (ம.கா. அடி, 563) நடந்தனர். இதற்கு, 'அழகிய திரட்சியையுடைய விளங்குகின்ற தொடி' என்பது நச்சினார்க்கினியர் உரை அப்பரத்தையர், 'அய்பொன் அவிர்தொடிப் பாசிழை மகளிர்' ஆய்தொடி மகளிர்' (ம.கா.அடி, 519) எனப்பட்டனர். பாண்டிமா தேவியர் ஆய்தொடி மகளிர் (ம.கா.அடி, 712) எனப் பட்டனர். 'ஆய்தொடி-நன்கு ஆராய்ந்து செய்யப்பட்ட தொடி' என்பது நச்சினார்க்கினியர் உரை. 'வளமனைப் பூந்தொடி மகளிர்' என்பது குறிஞ்சிப்பாட்டுத் தொடராகும் அடி, 223-224). 'பூந்தொடி-பொலிவு பெற்ற தொடி' என்பது நச்சினார்க்கினியர் உரை. நன்னனைக் கண்டு பரிசில் பெறச் சென்ற விறலியர் 'செறிதொடி விறவியர்' எனப்பட்டனர் (மலை. அடி, 210).

சோழப் பேரரசனான கரிகாலனுடைய புதல்வர் தொடி அணிந் திருந்தனர். சிறுவர் அணிந்திருந்த தொடி வீரவளை அன்று. அவர்கள் பொற்றொடிப் புதல்வர்' எனப்பட்டனர். (ப.பாலை. அடி, 295).

கடகம்: தன் 'மாதேவியைப் பிரிந்து போர்க்களம் சென்றிருந்த வேந்தன் கையில் கடகத்தை அணிந்திருந்தான் என்று முல்லைப்பாட்டு (அடி, 76) மொழிகின்றது. கடகம்-கங்கணம் (Bracelet) என்பது 'கடகம் செறிந்த கை' எனவரும் மணிமேகலையடியால் (காதை 6: அடி, 114) அறியப்படும்.

வந்திகை: இது கையில் தோளின்கீழ் அணியப்படும் அணி வகை. இது 'கை வந்தி' எனப்படும். இப்பொழுது 'வங்கி' என மருவி வழங்கு கிறது. மதுரைச் செல்வமகளிர் இதனை அணிந்திருந்தனர் என்று மதுரைக் காஞ்சி மொழிகின்றது (அடி, 415).

வளை

கிணைமகள், வளைக்கைக் கிணைமகள் எனப்பட்டாள் (சி.ஆ.படை, அடி, 136). தொண்டை நாட்டு மறையவன் மனைவி 'வளைக்கை மகடூஉ' எனப்பட்டாள் (பெ.ஆ.படை, அடி, 304). பாண்டி மாதேவி சங்குவளை அணிந்திருந்தாள்.

"பொலம்போடி தின்ற மயிர்வார் முன்கை
வலம்புரி வளை"

(நெடு.அடி. 141-142).

'வலம்புரிவளை-வலம்புரி சங்கை அறுத்துச் செய்யப்பட்ட வளை' என்பது நச்சினார்க்கினியர் உரை. குறிஞ்சி நிலத்தலைவி எல்வளை (ஒளிபொருந்திய வளை) தரித்திருந்தாள் (கு.பா.அடி, 167). நன்னனைக் காண சென்ற கூத்தருடன் இருந்த விறலியர் இலங்குவளை விறலியர் (மலை, அடி, 46) எனப்பட்டனர். இவ்விறலியரே மேல் செறிதொடி விறலியர் (மலை, 201) எனப்பட்டனர். எனவே, இவ்விறலியர் தம் கைகளில் வளைகளையும் தொடியையும் அணிந்திருந்தனர் என்பது தெரிகிறது. எனவே, முன்பு கூறியவாறு தொடி என்பது கையிற் செறிந்துள்ள இக்காலக் கொலுசு போன்ற அணி எனக் கொள்வதே பொருத்தமாகும்.

விரலணி: தலையாலங்கானத்துச் செருவென்ற பாண்டியன் நெடுஞ்செழியன்.

"பொலஞ்செயப் கொலிந்த நலம்பெறு விளக்கம்"

(ம.கா.அடி. 719)

அணிந்திருந்தான். 'பொன்னாற் செய்கையினாலே பொலிவு பெற்ற மணிகள் அழுத்தின மோதிரம்' என்று இத்தொடர்க்கு நச்சினார்க்கினியர் பொருள் கூறியுள்ளார். பாண்டிமாதேவியின் மோதிரம்.

"வாளைப் பகுவாய் கடுப்ப வணக்குறுத்துச்
செல்விரல் பொளீ இய செங்கேழ் விளக்கம்"

என்று நெடுநல்வாடையில் (அடி, 143-144) பேசப் பட்டுள்ளது. இதற்கு, 'வாளையினது பகுத்த வாயை ஒக்க முடக்கத்தை உண்டாக்கிச் சிவந்த விரலிடத்தேயிட்ட சிவந்த நிறத்தையுடைய 'முடக்கு' என்னும் மோதிரம் என்று நச்சினார்க்கினியர் உரை வரைந்துள்ளார்.

"வாளைப் பகுவாய் வணக்குறு மோதிரம்"

என வரும் சிலப்பதிகார அடிக்கு (காதை 6: அடி, 95), 'முடக்கு-மோதிரம்' என்று அரும்பதவுரையாசிரியர் உரை வரைந்துள்ளமையும், 'நெளி' என்று அடியார்க்கு நல்லார் வரைந்திருத்தலும் இங்கு நினைத்தற்பாலன.

இடை அணிகள்

குறும்பொறி: முருகப் பெருமான் குறமகளிரொடு குரவைக் கூடுத்தாடுகையில் அரையில் குறும்பொறி அணிந்திருப்பவன் என்று திருமுருகாற்றுப்படை தெரிவிக்கிறது.

"குறும்பொறிக் கொண்ட நறுந்தண் சாயல்
மருங்கு"

(முருகு, அடி, 213-214)

'குறும்பொறி-உதரபந்தம்' என்பது நச்சினார்க்கினியர் உரை. உதரம்-வயிறு; உதரபந்தம்-வயிற்றைப் பொருந்தியுள்ள அணி.

சில்காழ்: திருப்பரங்குன்றத்துச் சோலையில் விளையாடிய சூரர மகளிர், "பல்காசு நிரைத்த சில்காழ்" அணிந்திருந்தனர் என்று திருமுருகாற்றுப்படை (அடி, 16) கூறுகிறது. இத்தொடர்க்கு நச்சினார்க் கினியர், 'பல மணிகள் கோத்த ஏழு வடமாகிய மேகலை' எனப் பொருள் கூறியுள்ளார். அவரே, தம் கூற்றுக்குக் கீழ் வரும் வெண்பாவை மேற்கோளாகக் காட்டியுள்ளார்.

"எண்கோவை காஞ்சி, எழுகோவை மேகலை,
பண்கொள் கலாபம் பதினாறு, -கண்கொள்
பருமம் பதினெட்டு, முப்பத் திரண்டு
விரிசிகை என்றுணரற் பாற்று."

பருமம்: திருவாவிநன்குடியில் முருகனைப் புகழ்ந்தேத்திய கந்தருவ மகளிர் (பாடினியர்) 'இன்னகைப் பருமம்' (முருகு, அடி, 145-146) என்னும் அணியை அரையில் அணிந்திருந்தனர். இதற்கு நச்சினார்க் கினியர், 'கண்ணுக்கினிய ஒளியினையுடைய பதினெண்கோவையாகிய மேகலை,[1] எனப் பொருள் கூறியுள்ளார்.

பல்காழ்: விறலி, "வண்டிருப் பன்ன பல்காழ்"[2] (பொ.ஆ.படை அடி, 39) அணிந்திருந்தாள். 'பல வண்டினங்களின் இருப்பை ஒத்த பல மணிகள் கோத்த வடங்களையுடைய மேகலை' என்பது நச்சினார்க் கினியர்

---

1. மேகலை என்பது ஏழுகோவை அரையணியையே முதலிற் குறித்ததாயினும், பிற்காலத்தில் வேறு கோவைகளையுடைய இடையணிகளையும் குறிக்கலா யிற்று என்பது பரிமேலழகர் (பரிபாடல் உரை), நச்சினார்க்கினியர் உரை களால் தெரிகின்றது.
2. காழ்-வடம் (பரிபாடல் 12; அடி, 12 உரை).

உரை.

பைங்காழ்: தொண்டை நாட்டுப் பட்டினத்தைப் (பிற்கால மாமல்லபுரத்தை)ச் சேர்ந்த செல்வமகளிர் பைங்காழ் அரையில் அணிந்திருந்தனர் என்று பெரும் பாணாற்றுப்படை (அடி, 329) கூறுகிறது. "பைங்காழ்-பசிய மணிகள் கோத்த வடங்கள்' என்பது நச்சினார்க்கினியர் உரை.

காலணிகள்

துரர மங்கையர் கால்களில் கிண்கிணி அணிந்திருந்தனர் என்று திருமுருகாற்றுப்படை (அடி, 13) கூறுகிறது. 'கிண்கிணி-சிறு சதங்கை என்பது நச்சினார்க்கினியர் உரை.

தொண்டை நாட்டுப் பட்டினத்து (இக்கால மாமல்லபுரத்து)ச் செல்வ மகளிர் 'தமனியப் பொற்சிலம்பு' அணிந்திருந்தனர். இதற்கு நச்சினார்க்கினியர், 'பொற்பூண்களையும் பொற்சிலம்பையும் அணிந்திருந்தனர்' என்று பொருள் கூறியுள்ளார். இதனால், அச்செல்வ மகளிர் பொற்சிலம்பையும், பொற்காப்பு, பொற்கொலுசு முதலிய காலணிகளையும் அணிந்திருந்தனர் என்பது தெரிகிறது.[1]

மதுரை நகரச் செல்வமகளிர் 'தெள்ளரிப் பொற்சிலம்பு' அணிந்திருந்தனர் (ம.கா. அடி, 444). இதற்கு நச்சினார்க்கினியர், 'தெள்ளிய உள்ளின் மணிகளையுடைய பொற்சிலம்புகள்' என்று பொருள் வரைந்துள்ளார். இவை, பாண்டிமாதேவியின் முத்துப் பரல்களைக் கொண்ட சிலம்பையும் கண்ணகியின் மாணிக்கப் பரல் களையுடைய சிலம்பையும் போன்றவை.

சோழநாட்டுக் குறும்பல்லூர்களில் வாழ்ந்த செல்வர் வீட்டுச் சிறுவர்கள். 'பொற்காற்புதல்வர்' (ப.பாலை, அடி, 24) எனப்பட்டார்கள். இதற்கு நச்சினார்க்கினியர், 'பூண் அணிந்த தாளினையுடைய சிறார்' என்று பொருள் கூறியுள்ளார். எனவே, செல்வர் வீட்டுச் சிறுவர்கள் கால்களில் பொற்கிண்கிணி, பொற்காப்பு முதலிய காலணிகளை

---

1. பண்டைக் காலத்தில் வடவிந்தியாவிலும் பொன்னகைகள் கால்களிலும் அணியப்பட்டன. அங்ஙனம் அணிதல் பொன்னை அவமதிப்பதாகும் என்ற எண்ணம் தோன்றிய பிற்காலத்திலேதான் பொன்னகைகளைக் கால்களில் அணியும் பழக்கம் கைவிடப்பட்டது.
Indian Jewllery and Ornaments, Jamila Brij Bhushan, p.11.

அணிந்தார்கள் என்பது உணரப்படும்.

கழுத்தணிகள்

கழுத்தில் தொங்கவிடப்பட்டு மார்பை அணி செய்யும் அணி களைக் 'கழுத்தணிகள்' அல்லது 'மார்பணிகள்' என்று சொல்லலாம்.

முத்துமாலை: கழுத்ணிகளுள் முத்து மாலை ஒன்று. பாடினி முத்து மாலையை அணிந்திருந்தாள் (பொ.ஆ.படை, அடி, 162). மதுரை நகரத்து மகளிர் முத்து மாலை அணிந்திருந்தனர் (ம.கா.அடி, 680-681). பாண்டியன் தலையாலங்கானத்துச் செருவென்ற நெடுஞ்செழியன் முத்துமாலையைத் தரித்திருந்தான் (ம.கா.அடி, 715). பாண்டிமாதேவி முத்தாற்செய்யப்பட்ட கச்சினை[1] மார்பில் அணிந்திருந்தாள் (நெடு.அடி, 136).

பொன்னரி மாலை: கரிகாலன் 'நூலின் வலவா நுணங்கரில் மாலை'யைப் (பொ.ஆ.படை, அடி, 161) பாடினிக்குப் பரிசளிப்பான் என்று புலவர் கூறியுள்ளார். 'நூலாற் கட்டாத நுண்மையையும் பிணக்கத்தை யும் உடைய பொன்னரி மாலை' என்று நச்சினார்க்கினியர் இதற்கு உரை வகுத்துள்ளார். பொற்கம்பிகள் கொண்டு நுண்மையாகவும் நெருக்கமாகவும் பின்னப்பட்ட பொன்னரி மாலை என்பது இதன் பொருள். இத்தகைய பொன்னரி மாலையை முருகப் பெருமானது ஊர்தியான பிணிமுகம் என்னும் யானையும் அணிந்திருந்தது என்று திருமுருகாற்றுப் படை தெரிவிக்கிறது (அடி, 79). முருகப் பெருமானது மார்பில் பொன்மாலை பொலிவுற்றது என்று திருமுருகாற்றுப்படை (அடி, 104 உரை) தெரிவிக்கிறது.

முத்து மாலையும் பொன்னரி மாலையும் கழுத்தையும் மார்பையும் அணி செய்தாற்போலவே வேறு சில அணிவகைகளும் அணி செய்தன என்பது பல இடங்களில் கூறப்பட்டுள்ள பூண், இழை, கலம் அல்லது கலன் என்னும் சொற்களால் தெரிகிறது. ஆயின், அவை யாவை என்பது இன்று விளங்குமாறில்லை.

1. சூரர மகளிர் 'நுண்பூண் ஆகந் திளைப்ப' (முருகு, அடி. 32) இருந்தனர். நுண்ணிய வேலைப்பாடமைந்த பூண்கள் மார்பில் விளங்க இருந்தனர் என்பது மட்டுமே இத்தொடரால் அறியப்படுகின்றதே தவிர, ஆகத்தை அழகு செய்த அப்பூண்கள் இன்னவை என்பது அறிய

---

1. 'ஆரம்-முத்தாற்செய்த கச்சு' என்பது நச்சினார்க்கினியர் உரை.

இயலவில்லை. பாண்டி மாதேவி மார்பில் அணிந்திருந்தாற் போன்ற முத்துக்கச்சும், மாதவி கழுத்தில் அணிந்திருந்த வீரச்சங்கிலி, நேர்ஞ் சங்கிலி, ஞாண், சவடி, சரப்பளி, முத்து மாலை போன்ற கழுத்தணி களும் 'ஆகத்தில் திளைத்த நுண்பூண்கள்' என்னலாம்.

2. 'பூணகத் தொடுங்கிய வெம்முலை'

என்பது சிறுபாணாற்றுப்படை (அடி, 26) ஆகும். இது, விறலியின் மார்பணிகளைக் குறிக்கின்றது.

3. மதுரை நகரப் பரத்தையர், 'நுண்பூண் ஆகம் வடுக்கொள முயங்கி'னர் என்று மதுரைக்காஞ்சி (அடி, 569) மொழிகின்றது. 'பூண்-பூண்கள்' என்பது நச்சினார்க்கினியர் உரை.

4. "மைந்திறை கொண்ட மலர்ந்தேந் தகலத்துத்
   தொன்றுபடு நறுந்தார் பூணொடு பொலிய"

என்பன குறிஞ்சிப்பாட்டு அடிகள் (121- 122) இவ்வடிகள் குறிஞ்சி நிலத்தலைவனுடைய மார்பில் 'தொன்று தொட்டு வருகின்ற பேரணி களை'க் குறிக்கின்றன.

5. கரிகாலன் 'ஒண்பூண்' அணிந்தவன் (ப.பாலை, அடி, 297). 'ஒண்பூண்-ஒள்ளிய பேரணிகலங்கள்' என்பது நச்சினார்க்கினியர் உரை. இப்பேரணிகலங்களுள் மார்பணிகளையும் கொள்ளலாம்.

6. நன்னன், 'பெரும்பூண் நன்னன்' (மலை, அடி, 63-64). 'பெரும்பூண்- பேரணி கலங்கள்' என்று நச்சினார்க்கினியர் உரை கூறியுள்ளார்.

7. ஐம்பெருங்குழுவினர் பொலம் பூண் ஐவர் (ம.கா.அடி, 775) எனப் பட்டனர். இங்கும் 'பூண்-பொன்னாற் செய்த பேரணிகலங்கள்' என்றே நச்சினார்க்கினியர் உரை கூறியுள்ளார்.

மதுரைச்செல்வ மகளிரை,

8. "பூணொடு
   தெள்ளரிபப் பொற்சிலம்பு ஒலிப்ப ஒள்ளழல்
   தாவற விளங்கிய ஆய்பொன் அவிரிழை
   அணங்குவீழ் வன்ன பூந்தொடி மகளிர்"

என்று மதுரைக்காஞ்சி (அடி, 443-446) மொழிகின்றது. இவ்வடிகளில் அம்மகளிருடைய காலணியாகிய சிலம்பும், கையணியாகிய தொடியும்

தனித்தனியே கூறப்பட்டுள்ளன; பூண் என்றும் இழை என்றும் இரு வேறு நகைவகைகளும் கூறப்பட்டுள்ளன. எனவே, இழைவேறு, காலணி வேறு, கையணி வேறு, பூண்வேறு என்பது இவ்வடிகளால் புலனா கின்றது அல்லவா? ஆயினும், பூண்கள் இவை, இழைகள் இவை என வரையறுத்துக் கூறச் சான்று கிட்டவில்லை.

உமணருடைய புதல்வர், 'கிளர்பூண் புதல்வர்' எனப்பட்டனர் (பெ.ஆ.படை, அடி, 61). இங்குப் 'பூண்' என்பது நகை என்னும் பொதுப் பொருளையே உணர்த்துகிறது.

தொண்டைநாட்டு எயினர் மண்ணைக் கிளறக் கைக் கொண்டிருந்த கோலின் தலையில் பூண் இருந்தது. (பெ.ஆ.படை, அடி, 90-92). இளந்திரையனுடைய யானைக் கொம்பில் பூண் இருந்தது (பெ.ஆ.படை, அடி. 436-437). பூண் என்பது இறுக்கமாகப் போடப்படுவது. மக்கள் கைகளில் காப்பும் இறுக்கமாகப் போடப்படுவதேயாகும். இங்ஙனமே கழுத்தில் அட்டிகையும் இறுக்கமாகப் போடப்படுவது. இத்தகைய குறிப்பிட்ட நகைகளுக்கு முதலில் வழங்கப்பட்ட 'பூண்' என்னும் சொல். காலப்போக்கில் தன் பொருளில் நெகிழ்ந்து வேறு அணிகளுக்கும் வழங்கப் பட்டதாதல் வேண்டும் எனக் கொள்வதே இங்குப் பொருத்தமாகும்.

'ஆகம், மார்பு' என்னும் சொற்களோடுவரும் 'பூண்' என்னும் சொல் மார்பணிகளைக் குறிப்பது என்றும் இவையின்றிப் பொதுப்பட வரும் 'பூண்' என்னும் சொல் பொதுவாக எல்லா அணிகளையும் குறிக்கப் பயன் பட்டிருக்கலாம் என்றும் கொள்வதே ஈண்டைக்குப் பொருத்த மாகும்.

மதாணி: கழுத்தணியிலிருந்து மார்பை அணி செய்யும் பதக்கம் 'மதாணி' எனப்பட்டது. மதுரை நகர் வாழ்வரசிகள் மதாணி அணிந் திருந்தார்கள் (ம.கா.அடி, 461).

இழை: 'இழை புனைநர்' (ம.கா.அடி, 512) என்னும் தொடருக்கு நச்சினார்க்கினியர், 'இழைக்கப்பட்ட நகையாகச் செய்பவர்' என்று பொருள் கூறியுள்ளார். பொன்னைக் கம்பிகளாக இழைத்துச் செய்யும் சரடு போன்றவையும், கல்லிழைத்துப் பொன்னில் பதித்துச் செய்யப் படுவனவும் 'இழை' எனப்பட்டன போலும்!

1. சூரரமகளிர் சாம்பூநதம் என்ற உயர்ந்த பொன்னாலான இழையை (அவிரிழை) அணிந்திருந்தனர் (முருகு, அடி, 18).

2. காடுகிழாள் (துர்க்கை) எனப்பட்ட 'பழையோள்' இழை அணிந்திருந்தாள் (முருகு, அடி, 259). காடு கிழாளின் திருமேனிக்கு இழை அணியப்பட்டு வழிபடப்பட்டது என்பது இதன் கருத்து.[1]

3. மதுரை நகர மகளிர் காலையில் எழுந்து, 'ஒண்பொன் அவிரிழை தெழிப்ப' இயங்கினர் (ம.கா.அடி, 666). இத்தொடருக்கு நச்சினார்க்கினியர், 'ஒள்ளிய பொன்னாற் செய்து விளங்கும் சிலம்பு முதலியன ஒலிப்ப இயங்கினர்' என்று பொருள் கூறியுள்ளார்.

4. "மாணிழை" (ம.கா.அடி, 680) என்பதற்கு நச்சினார்க்கினியர் 'மாட்சியமைப்பட்ட பேரணிகலங்கள்' என்று பொருள் கூறியுள்ளார்.

5. பாண்டிமாதேவியர், 'தமனியம் வளைஇய தாவில் விளங்கிழை' (ம.கா.அடி, 704) அணிந்திருந்தனர். இதற்குப் பொன் நடு அழுத்தின மணிகளைச் சூழ்ந்த பேரணிகலங்கள்' என்று நச்சினார்க்கினியர் உரை கூறியுள்ளார்.

6. பாண்டியனது அரண்மனைப் பணிப்பெண்டிரும் 'இலங்கிழை'[1] அணிந்திருந்தனர் (ம.கா.அடி, 779).

7. மதுரை நகரச் செல்வமகளிர், 'அவிரிழை' தரித்திருந்தனர் (ம.கா.அடி, 445).

8. மகளிர் தம் காதலரைக்கூட இழை புனைந்தனர் (ம.கா.அடி. 551).

9. மதுரை நகரப் பரத்தையர் 'பாசிழை' (பசும் பொன்னால் ஆன அல்லது பச்சைக்கற்கள் பதித்த நகைகளை) அணிந்திருந்தனர் (ம.கா.அடி, 579).

10. மதுரையில் வாணிகம் செய்த மகளிர், ஒள்ளிழை (ஒள்ளிய அணிகலங்களைத்) தரித்திருந்தனர் (ம.கா.அடி.623).

---

1. வழிபாட்டுக்குரிய ஆடவர் பெண்டிராகிய கடவுளர் கற்சிலைகளிலும் உலோகத்திருமேனிகளிலும் பல அணிகள் காணப்படுதல் இக்கூற்றுக்குச் சான்றாகும்.

1. கவரி வீசிய பணிப்பெண்டிரும் தலையணி, காதணி, கழுத்தணி, கையணி, இடையணி, காலணிகள் ஆகியவற்றை அக்காலத்தில் அணிதல் மரபு என்பதைப் பண்டைச் சிற்பங்களைக் கொண்டு தெளியலாம்.
- Indian Jewllery and Ornaments, Jamila Brij Bhushan, p. 119.

11. சோழநாட்டுச் செல்வமகளிர் 'நேரிழை'களை அணிந்திருந்தனர் (ப.பாலை, அடி, 22).

12. பட்டினப்பாலை என்னும் நெடும்பாட்டிற் கூறப்பட்டுள்ள தலைமகள், தன் தலைவியை வயங்கிழை என்று சுட்டியுள்ளான் (அடி, 219).

13. கரிகாலன் மனைவியர் 'முற்றிழை மகளிர் எனப்பட்டனர் (ப. பாலை, அடி, 296) 'முற்றிழை மெய்ம் முழுவதும் அணிந்த அணி கலங்கள்' என்பது நச்சினார்க்கினியர் உரை.

14. நன்னன், விறலியர் அணிய 'விளங்கிழை' தருவான் (மலை, அடி, 570) என்று அவனிடம் வறிய கூத்தனை வழிப்படுத்திய கூத்தர் தலைவன் கூறினான்.

கலம்–கலன்

சோழன் கரிகாலன் அரண்மனையில் தேறல் பொலங்கலத்தில் வார்த்துப் பொருநர்க்குத் தரப்பட்டது (பொ.ஆ.படை, அடி, 86). பொலங்கலம்-பொற்பாத்திரம். இங்ஙனமே பாண்டியன் நெடுஞ்செழியன் அரண்மனையிலும் தேறல் வார்க்கப் பொலங்கலமே பயன்பட்டது (ம.கா அடி, 779). இவ்விரண்டு இடங்களிலும் 'கலம்' என்னும் சொல் 'பாத்திரம்' என்னும் பொருளில் ஆளப்பட்டுள்ளது. ஆயின், இக்கலம் என்னும் சொல் நகையைக் குறிக்கவும் ஆளப்பட்டுள்ளது. சில சான்று களைக் கீழே காண்க.

1. "நன்கலஞ் சீப்ப" என்பது மதுரைக்காஞ்சித் தொடர் (அடி, 685). 'நன்கலம்-நல்ல பூண்கள்' என்பது உரை.

2. குறிஞ்சி நிலத் தலைவி,

> "முத்தினும் மணியினும் பொன்னினும் அத்துணை
> நேர்வருங் குரைய கலம்" (கு.பா.அடி, 13-14)

அணிந்தாள். 'கலம்-பூண்' என்பது நச்சினார்க்கினியர் உரை.

3. "கலம்பெறு கண்ணுளர்" என்று மலைபடு கடாத்தில் (50) கூத்தர் குறிக்கப்பட்டுள்ளனர். 'பேரணி கலங்களைப் பெறும் கூத்தர்' என்பது இத்தொடர்க்கு உரையாகும். கலம்-பேரணிகலங்கள்.

4. 'நனந்தலைத் தேஎத்து நன்கலன் உய்ம்மார்' என்பது மதுரைக் காஞ்சியில் வரும் தொடர். 'கலன்' என்பதற்குப் 'பேரணிகலங்கள்' என்று

நச்சினார்க்கினியர் உரை கூறியுள்ளார்.

5. மதுரை நகரக் கள்வர், 'கலனசைஇக் கொட்கும் கண் மாறாடவர்' (ம.கா.அடி. 641-642) எனப்பட்டனர். இங்கும் 'கலன்' என்பதற்குப் 'பேரணிகலங்கள்' என்பதே பொருளாகும்.

பரிசு அணிகள்

சங்ககாலத் தமிழ்நேவ்தர் தம்மை நாடிவந்த பாணர், கூத்தர், விறலியர்க்குப் பொன்னகைகள் பரிசளித்தனர்; அவற்றோடு சிறப்பாகச் சில நகைகளை வழங்கினர்.

1. கரிகால் வளவன் பொருநனுக்குப் பொற்றாமரை மலரையும் பாடினிக்குப் பொன்னரிமாலையையும் வழங்குவான் என்று பரிசில் பெற்று மீண்ட பொருநன் கூறினான் (அடி, 159-162).

2. இளந்திரையன் பாணனுக்குப் பொற்றாமரையும் விறலிக்குக் கூந்தலணியாகப் பொன்மாலையையும் வழங்கினான் (பெ.ஆ.படை, அடி, 481, 485-486).

3. நன்னன் என்ற சிற்றரசன் கூத்தர்க்குப் பொற்றாமரையையும் விறலியர்க்கு இழைகளையும் (பேரணிகலங்களையும்) பரிசளித்தான் (மலை, அடி, 569-570).

4. பாண்டியன் நெடுஞ்செழியன் வீரர்க்குப் பொன்னாற் செய்த தும்பைப் பூவைப் (பொலம்பூந்தும்பை) பரிசளித்தான் (ம.கா.அ, 737).

இவற்றுள் பொன்னரிமாலையும் இழைகளும் முன்பே அணிகள் வரிசையுள் இடம் பெற்றவை. அங்கு இடம் பெறாதவை பொற்றாமரையும் பொலம்பூந்தும்பையுமேயாகும். இத்தகைய பரிசுப் பொருள்கள் அணியத் தக்கவை ஆதலின், அணிகள் வரிசையில் இடம் பெற்றன.

யானை—குதிரை அணிகள்

முருகப்பெருமானுடைய யானை பொன்னரிமாலையையும் நெற்றிப்பட்டத்தையும் அணிந்திருந்தது (முருகு. அடி, 79). நன்னனுடைய குதிரைகளுக்கு அணியப் படிருந்தவற்றுள் பொன்னாற் செய்த கலனை (சேணம்) என்பது ஒன்று (மலை, அடி, 574).

கழல்—கழங்கு

கழல்: முருகப்பெருமானைப் போல வேடம் அணிந்த வேலன் காலில் கழலை (வீரக்கழலை) அணிந்திருந்தான் (முருகு, அடி, 208).

இளந்திரையன் வீரக்கழலை அணிந்திருந்தான் (பெ.ஆ.படை, அடி. 102-103). பாண்டி நாட்டு வீரர் தலையில் பொற்பூவும், காலில் வீரக்கழலும் தரித்திருந்தனர் (ம.கா.அடி, 395-396) மதுரை நகரச் செல்வர் வீரக்கழலை அணிந்திருந்தனர் (ம.கா.அடி, 436). குறிஞ்சி நிலத்தலைவன் தன் காலில் கழலைத் தரித்திருந்தான் (கு.பா.அடி. 126-127).

கழங்கு: தொண்டைநாட்டுப் பட்டினத்துச் செல்வச் சிறுமியர் பொற்கழங்குகளை (பொன்னாற் செய்த கழற்சிக் காய்களை)க் கொண்டு விளையாடினர் (பெ.ஆ.படை, அடி, 334-335).

பொன் வகை

பத்துப்பாட்டுள் பொன் வகைகள் சில வெளிப்படையாகக் கூறப்பட்டுள்ளன. சாத ரூபம், கிளிச்சிறை, ஆடகம், சாம்பூநதம் எனப் பொன் நால்வகைப்படும் (சிலம்பு, காதை, 14; அடி, 201-203). தான் கிடைக்கும் இடத்திற்கு ஏற்பப் பொன் பெயர் பெறும் என்பதை நம் முன்னோர் கண்டறிந்தனர். 'சாதகும்பா' என்னும் மலையிற்கிடைத்த பொன் 'சாதகும்பா' எனப் பெயர் பெற்றது. இதன நிறம் தாமரை இதழின் நிறம் போன்றது. 'ஜாம்பு' என்ற நதியிற்கிடைத்த பொன் 'ஜாம்பு நதம்' எனப்பட்டது. சாம்பு நதம்-இளஞ்சிவப்பு (ரோசாமலர்) நிறம் உடையது.[1]

1. பொன் வகைகளுள் உயர்ந்தது சாம்புநதம் எனப்படும் (திருவள்ளுவமாலை,36). அச்சாம்புநதம் கொண்டு செய்யப்பட்ட இழைகளைச் சூரரமகளிர் அணிந்திருந்தனர் (முருகு, அடி, 18).

2. சிவந்த நீர்மையையுடைய 'கிளிச்சிறை' என்னும் பொன்னாற் செய்த பாவை,

"செந்நீர்ப் பசும்பொன் புனைந்த பாவை" (ம.கா.அடி, 410) எனப்பட்டது. இது மாற்று உயர்ந்தது. "வீறுயர் பசும்பொன்-மாற்றால் உயர்ச்சி பெற்ற பசிய பொன்; ஆவது கிளிச்சிறை" என்பதனால் (சிலம்பு, 3, 165 உரை) இஃது உணரப்படும்.

கட்டளைக்கல்

இக்பொன் வகைகளை உரைத்து மாற்றுக் காணப் பயன்பட்ட

---

1. Indian Jewellery and Ornaments, Jamila Brij Bhushan pp. 106, III.
    கிளிச்சிறை, ஆடகம் என்பன தமிழ்ப் பெயர்களாகலாம்.

உரைகல் கட்டளைக்கல் எனப்பட்டது.

"பெருமைக்கும் ஏனைச் சிறுமைக்கும் தத்தம்
கருமமே கட்டளைக் கல்"

என்பது திருக்குறள். இது 'கட்டளை' எனவும் வழங்கப்படும்.

"பொன்காண் கட்டளை கடுப்ப" (பெ.ஆ.படை, அடி, 220).

இதற்குப் 'பொன்னை உரைத்து மாற்றுக்காணும் உரைகல்' என்பது நச்சினார்க்கினியர் உரை.

III

மணிகளும் மணியணிகளும்

ஒன்பது வகை மணிகள்

வைரம், முத்து, மரகதம், மாணிக்கம், நீலம், புஷ்பராகம், வைடூரியம், கோமேதகம், பவழம் என்பவன ஒன்பது வகை மணிகள் எனப்படும். இவை மிக்க விலை மதிப்பு வாய்ந்தவை. இவற்றுள் வைரம், முத்து, மரகதம், மாணிக்கம் என்னும் நான்கும் தலைமணிகள் என்றும், நீலம், புஷ்பராகம், வைடூரியம் என்னும் மூன்றும் இடை மணிகள் என்றும், பவழம், கோமேகதம் என்னும் இரண்டும் கடைமணிகள் என்றும் சொல்லப்படும்.[1] இம்மணிகளின் நிறம், இவை கிடைக்கும் இடங்கள். இவை பற்றிய மக்கள் கருத்துகள் ஆகியவற்றை முதற்கண் இங்குக் காண்போம்.

1. **வைரம்:** இதுவே ஒன்பது வகை மணிகளிலும் மதிப்பு மிக்கது; உறுதி வாய்ந்தது. மரக்கரியே பல்லாயிரம் ஆண்டுகள் நிலத்தின் அடியில் அழுத்தப்பட்டு வைரமாய் மாறியது என்பது வியப்புக்குரிய தன்றோ? இது வெண்மை, செம்மை, பொன்மை, கருமை என நிறத்தால் நான்கு வகைப்படும். இஃது இந்தியாவிலும் தென்னமெரிக்காவிலும், ஆப்பிரிக்காவிலும் கிடைக்கின்றது. இந்திய வைரம் பல நூற்றாண்டு களாகப் புகழ் பெற்றது. 'கோல் கொண்டா வயிரம் மிக்க புகழ் வாய்ந்தது. குற்றமற்ற வைரத்தை அணிபவர் குதிரை வேள்வி செய்வதால் உண்டாகும் பயனைப் பெறுவர் என்றும், உயர்ந்த வைரத்தைக் குறைந்த

1. நவமணிகள் T.S. வைத்தியநாதன், பக், 45 166; Indian Jewellery and Ornaments, Jamila Brij Bhushan pp. 134-138

விலை கூறுபவனும் மட்டமான வைரத்திற்கு உயர்ந்த விலை சொல்ப வனும் பல துன்பங்களை அடைவர் என்றும் நூல்கள் கூறும்.

2. **முத்து:** இது வைரத்தை அடுத்துச் சிறப்புடையதாகும். பண்டைத் தமிழகத்துக் கிழக்குக் கரையில் பாண்டி நாட்டுக் கபாட புரமும் பிற்காலத்தில், கொற்கையும் முத்துக்குப் பெயர் பெற்ற இடங்களாயிருந்தன. தமிழக முத்துகள் மேனாடுகளுக்குப் பெரிதும் ஏற்றுமதியாயின. சிப்பி என்னும் கடல்வாழ் உயிரினால் உண்டாக்கப் படும். முத்துத் தமிழகத்தும் சீனாவிலும் ஜப்பானிலும் பாரசீக வளை குடாவிலும்[1] அமெரிக்காவிலும் இன்று எடுக்கப்படுகிறது. முத்துத் தூய்மைக்கு அறிகுறி. அஃது எப்பொழுதும் அணியத்தகுவது. பேரரசர் பலர் முத்தை உருக்கி உணவோடு கலந்து உண்டனர்; தம் ஆடைகளை முத்துகளால் அணி செய்தனர்; தம் மிதியடிகளிலும் முத்துகளைப் பயன்படுத்தினர். இந்தியாவில் பல அணிகள் முத்துகளைக் கொண்டே செய்யப்பட்டன. அரசர், புலவர்க்கும் போர் வீரர்க்கும் பிறர்க்கும் முத்து மாலைகளைப் பரிசளித்தனர்.

3. **மரகதம்:** இதன் நிறம் பசுமை. அதனால், இது 'பச்சைக்கல்' என்றும் சொல்லப்படும். மரகதலிங்கங்கள் நமது தமிழ் நாட்டுக் கோவில்கள் சிலவற்றில் பூசையில் உள்ளன. இவை ஒளிக் கதிர்களுடன் மென்மைத் தன்மையும் உடையவை. மரகதம் இந்தியா, ரஷ்யா, தென் அமெரிக்கா, வடஅமெரிக்கா, ஐரோப்பாவில் ஆல்ப்ஸ் மலைப்பகுதி, நார்வே, ஆஸ்திரேலியாவில் நியூசௌத்து வேல்ஸ் ஆகிய நாடுகளிலும் கிடைக்கிறது; இந்தியாவில் ஜெய்ப்பூர், காஷ்மீர் என்னும் இடங்களில் கிடைக்கின்றது. ஜெய்ப்பூர் மரகதம் உயர்ந்தது. மரகதம், தன்னை அணிபவர்க்குச் செல்வத்தையும் பேச்சு வன்மையையும் உண்டாக்கும்; பிள்ளைப் பேற்றில் தாய்க்கு நலம் விளைக்கும்; கண்ணுக்கு நலம் செய்யும்; கற்புத் தவறியவளிடம் உள்ள மரகதம் பல துண்டுகளாக வெடிக்கும் என்று மக்கள் நம்பினார்கள்.

4. **மாணிக்கம்:** இது செந்நிறம் உள்ளது. இது 'பதுமராகம்' என்றும் பெயர் பெறும். இது நான்கு வகைப்படும். மாணிக்கத்திற்குப் பண்டு தொட்டே பெயர் போன இடம் பர்மா. சையாம், இந்தோசீனம், ஆப்கானிஸ்தானம், காஷ்மீர் என்னும் இடங்களிலும் மாணிக்கக் கற்கள் கிடைக்கின்றன. மாணிக்கம் தெய்விக ஆற்றலையும் தகுதியையும் தருவது

---

1. நவமணிகள், T.S. வைத்தியநாதன், பக். 9.

என்பது மக்கள் நம்பிக்கை.

5. **நீலம்:** இஃது எட்டு வகைப்படும் என்று கௌடில்யர் கூறியுள்ளார். 'இருளைத் தெளிய வைத்தாலனைய நீலமணி' என்று இதனை இளங்கோவடிகள் கூறியுள்ளார். இந்தியாவின் தென்பகுதியிலிருந்து நீலமும் பச்சையும் உலகமெங்கும் அனுப்பப்பட்டனவாம். இது தன்னை அணிந்தவர்க்கு உயர்ந்த நன்மை அல்லது தீமையை அளிக்க வல்லது என்பது மக்கள் நம்பிக்கை.

6. **புஷ்பராகம்:** இது பொன் போன்ற மஞ்சள் நிறமுடையது. இதன் மஞ்சட்படிகங்கள் நகைளில் மிகுதியாகப் பயன்படுகின்றன. பிரேசில் நாட்டு மலைச்சரிவுகளிலும், கிழக்குச் சைபீரியாவிலும், நியூசௌத்து வேல்ஸிலும், வடக்கு நைஜீரியா, டாஸ்மேனியா என்னும் இடங்களிலும் புஷ்பராகக் கற்கள் கிடைக்கின்றன. பிரேசில் நாட்டிற் கிடைப்பனவே மிகவுயர்ந்த கற்களாம். 'புஷ்பராகம் தங்கநிறமுடையது. வட்ட வடிவமானது; நெருப்புத்துண்டு போன்ற ஒளியுடையது; கண்டோர் மனத்தைக் கவர்வது; என்று ஆங்கீரஸ முனிவர் மொழிந்துள்ளார். இதனைத் தொடர்ந்து அணியும் மலடியும் தாயாவாள்; இது தன்னை அணிந்தவர்க்குப் புகழ், நட்பு, மகிழ்ச்சி, ஆயுள் நீட்சி ஆகியவற்றை உண்டாக்கும் என்பது மக்கள் நம்பிக்கை.

7. **வைடூரியம்:** இது பழுப்புநிற ஒளியும் வெண்மையான ஒளியும் உடையது; தேன்துளி போன்ற உருவமுடையது. இஃது ஐரோப்பாவில் ரைன் ஆற்றின் கிளையாறான நாஹி (Nahe)யின் கரையில் பல நூற்றாண்டுகளாகக் கிடைத்து வருகிறது; தென்அமெரிக்காவில் உள்ள பிரேசில், உருகுவே என்னும் நாடுகளில் மிகுதியாகக் கிடைக்கிறது; இங்கிலாந்து, ஸ்காட்டுலாந்து நாடுகளிலும் கிடைக்கிறது; நமது இந்தியாவிலும் சில இடங்களில் கிடைக்கிறது; வடஅமெரிக்காவில் சில இடங்களிலும் கிடைக்கிறது.

இது வளத்தைத் தரும்; விடம் தொட்ட கையில் இருப்பின் பொடியாய் விடும்; குளிக்கும் நீரில் இடப்பெறின், அந்நீர் உடற் கட்டிகளை நீக்கும் என்பது மக்கள் நம்பிக்கை, பாரசீக மன்னர் இதனை அணிந்து வந்தனர். செவ்விந்தியர் இதனைச் சிறப்புடையதாக மதிக்கின்றனர்; 'நாட்காலையில் இதனைப் பார்ப்பவர் அந்நாளை நன்முறையிற் கழிப்பர்; இது

---

1. பாரசீகவளைகுடாவில் கிடைத்த முத்துகள் உயர்ந்தவை, அவை பண்டைக் காலத்தில் இந்தியாவில் மிகுதியாகச் செலவாயின.

தன்னை அணிந்திருப்பவர்க்குப் போரில் வெற்றியையும் அனைவராலும் விரும்பப்படும் நிலையையும் உண்டாக்கும்.' என்று கூறுகின்றனர்.

8. கோமேதகம்: இது பசுவின் சிறுநீர் நிறத்தைப் பெற்றிருப்பதால் 'கோமேதகம்' எனப் பெயர் பெற்றது. இது மஞ்சளும் சிவப்பும் கலந்தது போன்ற நிறமுடையது. இது கருங்கற்பாறைகளில் காணப்படுகிறது. இது பிரேசில் நாட்டிலும் யூரல் மலைகளிலும், அயர்லாந்து, ஸ்காட்டுலாந்து, வடஅமெரிக்கா முதலிய நாடுகளிலும் கிடைக்கின்றது. இது நிறத்தில் உருக்கிய நெய்த்துளி, தேன் துளி, பசுவின் சிறுநீர் ஆகியவற்றை ஒத்திருப்பது. இதுபல இடங்களிற் புஷ்பராகக் கல்லுடன் கிடைக்கிறது. இதைத் தொடர்ந்து அணிந்தால், மலடியும் தாய்மை அடைவாள்; இதனை அணிந்தவர்க்குப் புகழ், நட்பு, மகிழ்ச்சி, ஆயுள் நீட்டிப்பு ஆகியவை உண்டாகும் என்பது மக்கள் நம்பிக்கையாகும்.

9. **பவழம்:** இது முத்தைப் போன்ற கடல்படு பொருளாகும். இது கடலில் வாழும் ஒரு வகைப் பூச்சிகளால் உண்டாவது. இஃது உறுதி யானது. இது சிவப்பாகவும் செடி கொடிகளாகிய புதர் போலவும் இருப்பது. இஃது அரும்பாடு பட்டு வெட்டியெடுக்கப்படும். இஃது இந்தியாவிற்கு மேற்கில் உள்ள இலட்சதீவுகள், மாலத்தீவுகளைச் சுற்றிலும், இராமேசுவரத் தீவுக்கு அண்மையிலும், பசுபிக்கு பெருங்கடலில் உள்ள தீவுகளைச் சுற்றிலும், ஆஸ்திரேலியாவிற்கு வடகிழக்கிலும் வடமேற்கி லும் நடுத்தரைக் கடலிலும் ஜப்பான் கடலிலும், அயர்லாந்துக்கருகிலும் கிடைக்கிறது. நடுத்தரைக் கடலிற் கிடைக்கும் சிவந்த பவளம் மிக உயர்வானது. இஃது இரண்டாயிரம் ஆண்டுகளுக்கு முன்பே வாணிகச் சிறப்பைப் பெற்றது. தமிழர் இப்பவழத்தைத் தூய்மையுடையதென மதித்தனர். ஐரோப்பியர் இதைக்கொண்டு நகைகளைச் செய்தனர்; இது பிள்ளைகளைத் தீமையிலிருந்து காக்க வல்லதென்று நம்பினர்; இதனைப் பிள்ளைகட்கு அணிவித்தனர்; இன்றும் அணிவிக்கின்றனர். இத்தாலி, சீனம், ஆப்பிரிக்கா, தென்அமெரிக்கா, இந்தியா என்னும் நாடுகளில் பெண்டிர் பவள மாலைகளை விருப்பத்தோடு அணிகின்றனர்.[1]

மேலே கூறப்பட்ட ஒன்பது வகை மணிகளும் அவற்றின் வகையும் கி.மு. நான்காம் நூற்றாண்டின் பிற்பாதியில் சந்திரகுப்த மௌரியன் காலத்தில் (கி.பி.325-301) வாழ்ந்த கௌடில்யரால் தெளிவாகக் கூறுப் பட்டுள்ளன. சிலப்பதிகார நிகழ்ச்சி இலங்கைக் கயவாகு மன்னன் காலத்தில் (கி.பி. 114-136) நடைபெற்றது. அக்காலத்தவரே இளங்கோவடி களும் செங்குட்டுவனும். எனவே, இளங்கோவடிகள் காலம் ஏறத்தாழக்

கி.பி. 114-136) எனலாம்; அஃதாவது, கௌடில்யருக்கு ஏறத்தாழ நானூறு ஆண்டுகள் பிற்பட்டகாலம்.

அவர் பாண்டியன் தலைநகரான பீடு மிக்க மாட மதுரையின் கடைத்தெருவில் இருந்த நவமணிகளையும் அவற்றின் அக்கால வகை களையும், குணங்களையும் குற்றங்களையும் அழகுறக் கூறியுள்ளார். அவர் 1. வைரம், 2. மரகதம், 3. மாணிக்கம், 4. புஷ்பராகம், 5. வைடூரியம், 6. நீலம், 7. கோமேதகம், 8. முத்து, 9. பவளம் ஆகியவற்றை இம்முறையே கூறியுள்ளார். அவர் சொற்களைக் கீழே காண்க:

"காக பாதமும் களங்கமும் விந்துவும்
ஏகையும் நீங்கி இயல்பிற் குன்றா
நூலவர் நொடிந்த நுழைநுண் கோடி
நால்வகை வருணத்து நலங்கேழ் ஒளியவும்,
ஏகையும் மாலையும் இருளொடு துறந்த
பாசார் மேனிப் பசுங்கதிர் ஒளியவும்,
பதுமமும் நீலமும் விந்தமும் படிதமும்
விதிமுறை பிழையா விளங்கிய சாதியும்,
பூச வுருவில் பொலந்தெளித் தனையவும், தீதறு கதிரொளித்
தெண்மட்டுருவமும்,
இருள்தெளித் தளையவும், இருவே றுருவவும்,
ஒருமைத் தோற்றத்து ஐவேறு வனப்பின்
இலங்குகதிர் விடூஉம் நலங்கெழு மணிகளும்,
காற்றினும் மண்ணினும் கல்லினும் நீரினும்
தோற்றிய குற்றம் துகளறத் துணிந்தவும்
சந்திர குருவே அங்கா ரகன்என
வந்த நீர்மைய வட்டத் தொகுதியும்
கருப்பத் துளையவும் கல்லிடை முடங்கலும்
திருக்கு நீங்கிய செங்கொடி வல்லியும்,"

(ஊர்காண் காதை, அடி, 180-198)

அடியார்க்கு நல்லார் இவ்வடிகட்குத் தெளிவான விளக்கவுரை தந்துள்ளார்.

சிலப்பதிகாரம் ஒருவன் வரலாறு கூறும் பெரிய காப்பியம். அதில் நாடு, நகரம், அணிகள், கடைத்தெரு முதலிய எல்லாச் செய்திகளைப் பற்றியும் விரிவாகக் கூற வாய்ப்புண்டு. அத்தகைய வாய்ப்பு அகப் பொருள் பற்றிய தனிப்பாடல்களில் இல்லை. மேலும், அகப்பொருட் பாடல்கள் குறிஞ்சி, பாலை, முல்லை, மருதம், நெய்தல் என்னும்

அணிகள்

நிலங்களைப் பற்றியும் அந்நிலமக்களின் இல்வாழ்க்கை பற்றியுமே சிறப்பாகப் பேசுபவை; அவை நகரவாழ்வைச் சித்திரிப்பவை அல்ல. நகர வாழ்விலே தான் நாகரிகம் மிகுதியாகக் காணப்படும். அங்குதான் உணவு, உடை, அணி முதலியன பற்றிய விவரங்கள் மிகுதியாகப் பேசப் படும்.

ஐவகை நிலங்களிலும் அணிகள் சில உண்டு. ஆயினும், அவற்றை விரிவாகப் பேசப் புலவர்க்கு வாய்ப்பில்லை; எனவே, சிற்சில இடங் களில் சுட்டிச் செல்வதைக் காணலாம். அவற்றுள்ளும் ஒன்பது மணி களைக் குறிக்கும் இடங்கள். மிகச் சிலவேயாகும். அவற்றுட் சிலவற்றைக் கீழே காண்க:

ஐங்குறுநூற்றில் நீமணி (233), மணிப்பூண் (232, 234) முத்து (105, 185, 103, 195) என்பன குறிக்கப்பட்டுள்ளன.

குறுந்தொகையில் நீலம் (86, 165), பொன்னொடு மணி மிடை நகை (274), முத்து (51, 104), பவழம் ஆகியவை பேசப்பட்டுள்ளன.

நற்றிணையில் முத்து (23) இடம் பெற்றுள்ளது. குண்டலம், சல், எல், ஊவளை, காழ், (காஞ்சி அல்லது மேகலை என்ற இடையணி) ஆகிய இவை கூறப்பட்டுள்ளன (63, 239, 286). இவை கற்கள் பதிக்கப் பெற்ற நகைகளாயிருக்கலாம்.

அகநானூற்றில் பவழம் (14,243), நீலம் (14,304, 374), பவழச் செப்பு (25), திருமணி ஒளிரும் பூண் (32), முத்து (108), நூலிற்கோக்கப்பெற்ற முத்துமாலை (289), பலவடங்களைக் கொண்ட மேகலை (385) என்பவை குறிக்கப்பட்டுள்ளன.

கலித்தொகையில் முத்து (4), மேகலை (54), தலைக் கோலம் (54), நீலமணி மாலை, பல மணிகள் கொண்ட மூன்றுவடம், பவழம் (85) மாணிக்கக் கற்களைக் கொண்ட முத்துவடம் ஆகியவை கூறப் பட்டுள்ளன. மேகலையிலும் தலைக்கோலத்திலும் பல வகை மணிகள் பதித்தல் மரபு.

பரிபாடலில் முத்து வடம் (6), பவழவளை (11), அழல் புளை அவிரிழை (இரத்தினங்கள் பதித்த) ஒளி விளங்கும் நகைகள் (21), முத்துப் பரல்கள் இடப்பெற்ற பொற் சிலம்பு (21), மேகலை (22) என்பவை பேசப் பட்டுள்ளன.

பதிற்றுப்பத்தில் முத்து மாலை (11) கூறப்பட்டுள்ளது. காதணி களும் கழுத்தணிகளும் பிறவும் பிற நூல்களில் பேசப்பட்டவாறே பேசப் பட்டுள்ளன. அவ்வணிகளுள் சிலவோ பலவோ மணிகள் பதிக்கப் பெற்ற நகைகள் ஆகலாம் எனக்கோடல் பொருத்தமாகும்.

புறநானூற்றில் நள்ளி என்ற வள்ளலின் தலையில் நீலமணி இருந்தது; மார்பில் முத்து வடம் தொங்கியது; கையில் கடகம் இருந்தது (150), விச்சிக்கோ என்ற சிற்றரசன் மணிகள் பதித்த வளைந்த நகையை அணிந்திருந்தான் (200). வீரன் ஒருவன் பல வகை மணிகள் விரவிய மாலையைத் தரித்திருந்தான் (291). புறநானூற்றில் வயிரம், பவழம் (218), நீலம் (56, 147), மாணிக்கம் (172, 318), முத்து (19), மணியாரம் (365) என்பன இடம் பெற்றுள்ளன.

சங்ககால அணிகளின், பெயர்களை மிகுதியாகக் கூறத்தகும் நூல் சிலப்பதிகாரமேயாகும். அதில் மாதவி அணிந்த அணிகள் தெளிவாய்க் கூறப்பட்டுள்ளன. அவற்றுட்பல, கல் பதித்த நகைகளேயாகும். கண்ணகி தெய்வத்தின் காதில் வயிரத்தோடு இருந்ததென்று செங்குட்டுவன் கூறியுள்ளான் (29:9). மரகதமணியுடன் வைரம் வைத்துப் பதிக்கப்பெற்ற பலகைமீது செம்பவளத்தூண் நிறுத்தப்பட்டது (5:149-150). ஒன்பது மணிகளைப் பற்றிப் பேசும் சிலப்பதிகாரம் எழுந்த காலத்தில் அம்மணிகள் தமிழ் அரசர் முதலியோரைத் தக்கவாறு அணி செய்தன என்பதில் ஐயமில்லை.

மணிமேகலை என்னும் மற்றொரு பெருங்காப்பியத்தில் நீலம் (4:24), மாணிக்கம் (2:72). பவழம் (18:160), பவழத்தூண் (17:45), முத்து (4:100), முத்து மாலை (1:49) என்பன இடம் பெற்றுள்ளன.

சங்க நூல்களைப் படிக்கும்போது, பேரரசர், சிற்றரசர், செல்வர் என்பவரே இம்மணிகளைப் பெரிதும் பயன்படுத்தினர் என்பதும், அப்பெருமக்கள் புலவர், பாணர், கூத்தர், விறலியர் என்ற முத்தமிழ் வாணர்க்கும், வெற்றி பெற்ற போர் வீரர்க்கும், தானைத் தலைவர் களுக்கும் இம்மணிகளாலான அணிகலங்களைப் பரிசிலாய் வழங்கி மகிழ்ந்தனர் என்பதும் அறியப்படும்.

மணிகள் பற்றி இதுகாறும் கூறப்பட்ட செய்திகளை உளங் கொண்டு, பத்துப்பாட்டுள் கூறப்பட்டுள்ள மணிகளைப் பற்றிய செய்திகளைக் காண்போம்.

மணிகள்

1. நீலமணி போலும் பூவினையுடைய காயா
(பொ.ஆ.படை. அடி, 201)
நீலமணி போன்ற சிச்சிலிப்பறவை (சி.ஆ.படை, அடி, 181)
நீலமணி போன்ற மயில் தோகை (சி.ஆ.படை, அடி, 264)

என இப்பத்துப்பாட்டுள் பல இடங்களில் வரும் சான்றுகள் நீல மணிகள் இருந்தமையை உணர்த்துகின்றன.

2. பரூஉக்கா ழாரம் சொரிந்த முத்தமொடு
பொன்சுடு நெருப்பின் நிலமுக் கென்ன
அம்மென் குரும்பைக் காய்படுபு பிறவும் (ம.கா.அடி, 681-684).

மூன்றாம் அடியின் ஈற்றில் உள்ள 'பிறவும்' என்பதற்கு நச்சினார்க்கினியர், 'முத்து ஒழிந்த மாணிக்கமும் மரகதமும் பொன்னும் மணிகளும்' எனப் பொருள் கூறியுள்ளார். இங்கு 'மணி' என்பது நீலமணி போலும்!

3. 'வடமலைப் பிறந்த மணியும் பொன்னும்' என்பது பட்டினப் பாலை அடி (187). இங்கு 'மணி-மாணிக்கம்' என்பது நச்சினார்க் கினியர் உரையாகும்.

நன்னனுடைய மலைநாட்டுப் பொருள்களுள் 'பலவுறு திருமணி' ஒன்றாகும் (மலை, 516). 'பல விலை பெற்ற அழகிய மாணிக்கம்,' என்பது உரை.

மாணிக்கம் ஒழுகினாலொத்த ஒள்ளிய செங்கழுநீர் மாலையை மதுரை நகரச் செல்வர் அணிந்திருந்தனர் (ம.கா.அடி, 438-439).

4. அவரை பவழம் போலப் பூத்தது (சி.ஆ.படை, அடி, 164). பூம்புகார் நகரச் செல்வமகளிர் பவழம் போலும் நிறத்தினர் (ப.பாலை, அடி, 148).

பவழத்தின் பிறப்பிடம் கீழ்க்கடலாகும். (ப.பாலை, அடி, 189)

பவழத்திற்குத் 'துகிர்' என்றும் பெயருண்டு. (ப.பாலை, அடி, 189).

1. பாண்டியன் தலையாலங்கானத்துச் செருவென்ற நெடுஞ் செழியன் மனைவியர், 'ஓட்டற்ற பொன் நடு அழுத்தின மணிகளைச் சூழ்ந்து விளங்குகின்ற பேரணிகலங்களை அணிந்திருந்தனர் (ம.கா.அடி, 704).

2. "முத்தினும் மணியினும் பொன்னினும் அத்துணை நேர்வருங் குரைய கலம்'' (கு.பா.அடி, 13–14).

எனவரும் அடிகள், முத்துகளும் மணிவகைகளும் கொண்ட நகைகள் இருந்தமையை உணர்த்துகின்றன.

3. 'பொன்னில் அழுத்தின நீலமணி போலச் சிறிய முதுகிடத்துத் தாழ்ந்து கிடந்த கரிய கூந்தல்' என ஒரு குறிப்புக் குறிஞ்சிப் பாட்டில் (அடி, 58-60) வந்துள்ளது.

மணிகள் பதித்த மோதிரம் (மகா.அடி, 719). மரகதமணிகள் கோத்த மேகலை (பெ.ஆ.படை, அடி, 329), மணிப்பரல்களையுடைய சிலம்புகள் (ம.கா.அடி, 441) போன்ற மணிகளால் ஆனவையும் மணிகள் பதித்தவையும் முன்னர்க் கூறப்பட்ட அணிவகைகளுள் உள்ளன என்பதும் இங்கு அறியத்தகும். அவை முற்பகுதியிற் கூறப்பட்டுள்ளன.

இதுகாறும் கூறப்பட்ட சான்றுகளால், சங்ககாலத் தமிழர் ஒன்பது மணிகளுட்பல மணிகளை நன்கு அறிந்தவர் என்பதும் பயன் படுத்தினவர் என்பதும் தெளிவாதல் காணலாம்.

பிற்சேர்க்கை

பிற்காலச் சோழப் பேரரசருள் தலைசிறந்தவன் முதலாம் இராசராசன். அவன் காலத்தில் (கி.பி. 985-1012) உண்டாக்கப்பட்ட தஞ்சை இராசராசேச்சரத்து அம்மனுக்குப் பல நகைகள் செய்யப் பட்டன. அவற்றின் பெயர்களையும் அவை எவற்றாற் செய்யப்பட்டன என்பதையும் இங்கு அறிதல் நலமாகும். இந்த அறிவு நமக்கு இழை, பூஷ, கலன் என்பவற்றை ஒருவாறு உணர்த்தலாம். இச்சோழர் கால நகைகள் திடீரென்று சோழர்காலத்தில் உண்டானவையல்ல. இவை சங்ககால முதல் வாழையடி வாழையாய் இருந்து வந்த நகை வகைகளேயாகலாம்.

திருமுடி

208 கழஞ்சு பொன்

525 பளிங்கு வைரக்கற்கள்

227 பளிங்குக் கற்கள் (பிற்காலப் புஷ்பராகம்)

16 பெரிய முத்துகள்

அணிகள்

285 பல வகைச் சிறிய முத்துகள்

திருமுடி மாலை

46 கழஞ்சு பொன்

288 பளிங்கு வைரக்கற்கள்

இத்துணையும் கொண்டு திருமுடி செய்யப்பட்டது.

கழுத்தணிகள்

ஏகவல்லி (ஏகாவலி-ஒற்றை வடமாலை)

பல வகை முத்துகள் 35

பவழம் 2

வைடூரியம் 2

தாளிம்பு 1

மடுகண் 1

சொக்குவாய் 1

திருமாலை

பொன் - 87 கழஞ்சு

சிறிய-பெரிய வைரக்கற்கள் - 505

சிறிய-பெரிய மாணிக்கங்கள் - 110

சிறிய - பெரிய முத்துகள் - 94

தோள் வளை (வாகு வலயம்)

பொன் - 89 கழஞ்சு

பல வகை வைரங்கள் - 441

பல வகை மாணிக்கங்கள் - 54

பல வகை முத்துகள் - 68

ஸ்ரீசந்தம் (முத்து வளையல்)

பொன் - 69 கழஞ்சு

சிறிய - பெரிய வைரங்கள் - 390

சிறிய - பெரிய மாணிக்கங்கள் - 80

முத்துகள் - 1462

கைப்பொட்டு

பொன் - 19 கழஞ்சு

கோமள மாணிக்கம் - 1

முத்துகள் - 137

சூடகம்

பொன் - 81 கழஞ்சு

சிறிய - பெரிய வைரங்கள் - 620

சிறிய - பெரிய மாணிக்கங்கள் - 55

முத்து வளையல்

பொன் - 6 கழஞ்சு

சிறிய - பெரிய முத்துகள் - 359

வாளி (காதணி)

பொன் - 2 கழஞ்சு

பல வகை முத்துகள் - 9

திருப்பட்டிகை (இடுப்பணி)

பொன் - 97 கழஞ்சு

சிறிய - பெரிய வைரங்கள் - 667

சிறிய - பெரிய மாணிக்கங்கள் - 83

சிறிய - பெரிய முத்துகள் - 212

அணிகள்

திருவடிக்காறை (கால் அணி)

    பொன் - 74 கழஞ்சு

    சிறிய - பெரிய வைரங்கள் - 455

    சிறிய - பெரிய மாணிக்கங்கள் - 39

ஸ்ரீபாத சாயலம் (சாயலம் – காலணி)

    பொன் - 38 கழஞ்சு

    சிறிய - பெரிய வைரங்கள் - 360

    சிறிய - பெரிய மாணிக்கங்கள் - 72

    பல வகை முத்துகள் - 42

மேலே கூறப்பட்ட அணிகளுடன் பின் வருவனவும் கூறப்பட்டுள்ளன:

    தாலி மணி வடம்

    வயிரச் சாயலம்

    கண்டத்துடர் (3 வடம் கோத்தது)

    புறத்துடர்

திருக்கைக்காறை

    திருவடி மோதிரம் (பத்து விரல்களுக்கும்)

திருப்பொற்பூ[1]

இங்குக் கூறப்பட்டுள்ள அணிகளுட் பெரும்பாலன, வைரம் முத்து முதலிய மணிகள் பதித்தனவாகவேயுள்ளன. ஒள்ளிழை, சுடரிழை, ஒண்கலன், ஒண்பூண் என்னுந்தொடர்கள் இத்தகைய கல்லிழைத்த நகைகளைக் குறிப்பனவெனக் கொள்ளலாம்.

---

1. S.I.I. II. Nos. 3-8

23. மணப்பொருள்கள்

மல்லிகை, முல்லை முதலிய பல வகை மலர்கள் நறுமணம் உள்ளவை. இங்ஙனமே, சாதிக்காய், தக்கோலக்காய் முதலிய சில காய்களும் மணமுள்ளவை. அகில், சந்தனம் என்னும் மரங்களின் கட்டைகளும் நறுமணம் உள்ளவை. கத்தூரி, புழுகு என்பவை விலங்கு களிலிருந்து கிடைக்கும் மணப்பொருள்கள், பண்டைத்தமிழர் இம்மலர் களையும், காய்களையும், மரக்கட்டைகளையும், கத்தூரிபுழுகு என்ப வற்றையும் நறுமணத்திற்குப் பயன்படுத்தினர் என்பது பத்துப் பாட்டால் தெரிகிறது. இவை பற்றிய விவரங்களை இங்குக் காண்போம்.

மலர்கள்

குறிஞ்சி நிலமாகிய மலைநாட்டில் தொண்ணூற்றுக்கு மேற்பட்ட மலர்களின் பெயர்கள் குறிஞ்சிப் பாட்டிற் கூறப்பட்டுள்ளன. அப்பெயர் களைக் கீழே காண்க.

கோடற்பூ, ஆம்பற்பூ, அணச்சப்பூ, செங்கழுநீர்ப்பூ, குறிஞ்சிப்பூ, வெட்சிப்பூ, செங்கோடு, வேரிப்பூ, தேமாம்பூ, செம்மணிப்பூ, பெருமூங்கிற்பூ, வில்வப்பூ, எறுழம்பூ, மராமரப்பூ, கூசிரப்பூ, வடவனப்பூ, வானகப்பூ, வெட்பாலைப்பூ, பஞ்சாய்க்கோரை, வெண்காக்கணம்பூ, கருவிளம்பூ, பயினிப்பூ, வானிப்பூ, குரவம்பூ, பச்சிலைப்பூ, மகிழம்பூ, காயாம்பூ, ஆவிரம்பூ, சிறுமூங்கிற்பூ, சூரைப்பூ, சிறுபூளை, குன்றிப்பூ, முருக்கிலை, மருதப்பூ, கோங்கம்பூ, மஞ்சாடிப்பூ, திலகப்பூ, பாதிரிப்பூ, செருந்திப்பூ, புனலிப்பூ, சண்பகப்பூ, நாறுகரந்தை, காட்டுமல்லிகைப்பூ, மாம்பூ, தில்லைப்பூ, பாலைப்பூ, (கல்லிற்படர்ந்த) முல்லைப்பூ, கஞ்சங்குல்லைப்பூ, பிடவம்பூ, செங்கருங்காலிப்பூ, வாழைப்பூ, வள்ளிப்பூ, நெய்தற்பூ, தெங்கிற்காளை, கஞ்சங்குல்லைப்பூ, பிடவம்பூ, செங்கருங் காலிப்பூ, வாழைப்பூ, நெய்தற்பூ, தெங்கிற்பாளை, செம்முல்லைப்பூ, தாமரைப்பூ, ஞாழற்பூ, மௌவற்பூ, கொகுடிப்பூ, பவழமல்லிகைப்பூ, சாதிப்பூ, கருந்தாமக்கொடிப்பூ, வெண்கோடற்பூ, தாழம்பூ, சுரபுன்னைப் பூ, காஞ்சிப்பூ, கருங்குவளைப்பூ, ஓமைப்பூ, மரவம்பூ, தணக்கம்பூ, இண்டம்பூ, இலவம்பூ, கொன்றைப்பூ, அடும்பம்பூ, ஆத்திப்பூ, அவரைப்பூ, பகன்றைப்பூ, பலாசம்பூ, அசோகம்பூ, வஞ்சிப்பூ, பிச்சிப்பூ,

கருநொச்சிப்பூ, தும்பைப்பூ, துழாய்ப்பூ, தோன்றிப்பூ, நந்தியாவட்டப்பூ, நறைக்கொடி, புன்னாகப்பூ, பருத்திப்பூ, பீர்க்கம்பூ, குருக்கத்திப்பூ, சந்தனப்பூ, அகிற்பூ, புன்னைப்பூ, நாரத்தம்பூ, நாகப்பூ, இருவாட்சிப்ப, குருந்தம்பூ, வேங்கைப்பூ, மலையெருக்கம்பூ, செம்பூ.

இம்மலர்களுள் மலையிற்பூத்தவை சில; நிலத்திற் பூத்தவை சில. கொம்புகளிற்பூத்தவை சில; சுனைகளிற் பூத்தவை சில. இவற்றின் நிறங்களும் பலவகைப்பட்டவை.

தினைக்கொல்லைகளைக் காத்துவந்த குறிஞ்சிநில மகளிர், இம்மலர்களைப் பறித்து இவற்றின் புறவிதழ்களை நீக்கிவிட்டுத் தமக்குரிய தழைகளை அமைத்து அணிந்து கொண்டனர்; பலநிற மலர் களைத் தொடுத்து மாலைகளாக அணிந்து இன்புற்றனர் (அடி, 61-104).

சூரரமகளிர் வெட்சிப்பூக்களை விடுபூவாகத் தலையில் தூவி அவற்றிற்கு நடுவே குவளை இதழ்களைக் கிள்ளியிட்டுத் தலையணி களை அணிந்தனர் (திருமுருகு, அடி, 21-25). செங்கடம்பின் மலர்கள் தேருளைகளைப் போன்ற வடிவினை உடையன. முருகன் அம்லர் களாலாகிய மாலையை அணிவான் (அடி, 10-11).

முருகனைப்போல வேலேந்தி வெறியாட்டயர்ந்த வேலன், சாதிக்காய் ,தக்கோலக்காய், காட்டு மல்லிகை மலர், வெண்டாளி மலர் ஆகிய இவற்றை விரவிக் கட்டிய மாலையைத் தலையில் அணிந்தான் (அடி, 190-193). குரவையாடிய குறமகளிர் இதழ் பறித்துக்கட்டின மாலையைத் தலையில் அணிந்திருந்தனர்; கஞ்சங்குல்லைப் பூவைக் கூந்தலில் அணிந்திருந்தனர்; இலையையுடைய நறிய பூங்கொத்து களையும் செவ்விய காலினையுடைய மராத்திடத்தனவாகிய வெள்ளிய கொத்துகளையும் இலையைத் தலையிலே அணிந்த கஞ்சங்குல்லை யினையும் தொடுத்த தழையுடையை இடையில் அணிந்திருந்தனர் (அடி, 200-203).

முல்லை நிலத்தில் முல்லை, தளவம், தோன்றி, தேற்றா, கொன்றை, காயா என்னும் மலர்கள் பூக்கும். முலூலை நில மக்கள் இம்மலர்களை விரும்பிப் பயன்படுத்தினார்கள். (பொ.ஆ.படை, அடி, 199-220). நெய்தல் நிலத்துமக்கள் நெய்தற்பூமாலையை அணிந்தார்கள் (அடி, 218-219). ஓய்மானாட்டையாண்ட நல்லியக்கோடன் தளிர் விரவின மாலையை அணிந்திருந்தான் (சி.ஆர். படை, அடி, 267-9). தொண்டை நாடு

உமணர், தழை விரவின மாலையை அணிந்திருந்தனர் (பெ.ஆ.படை, அடி, 60). தமிழரசர், வெட்சி, கரந்தை, வஞ்சி, காஞ்சி, உமிஞை, நொச்சி, தும்பை, வாகை என்னும் போர்த்துறைகளில் ஈடுபடும் பொழுது முறையே வெட்சி, கரந்தை, வஞ்சி, காஞ்சி, உமிஞை, நொச்சி, தும்பை, வாகை மலர் மாலைகளைச் சூடுதல் மரபு (அடி, 101-102). இடைமகன் காட்டு மரங்களிலும் கொடிகளிலும் மலர்ந்த பல பூக்கள் கலந்து நெருங்கிய கலம்பகம் ஆகிய மாலையை அணிந்திருந்தான் (அடி, 172-4). உழவர் நெய்தற்பூக்களை அல்லது முள்ளிப் பூக்களைத் தண்டான் கோரை நாராற்கட்டி மாலையாய் அணிந்தனர் (அடி, 213-218).

தெய்வத்தின் முன்பு சென்று கோவிலில் விரிச்சி கேட்பவர், முல்லை மலர்களையும் நெல்லையும் தூவுதல் வழக்கம் (முல்லைப் பாட்டு, அடி, 8-11). மதுரை நகர வாழ்வரசியர் இரவு நேரங்களில் செங்கழுநீர் மாலையை அணிந்திருந்தனர் (ம.கா. அடி, 550-551); பரத்தையர் பல நிறப் பூக்களை நெருக்கமாப் புனைந்து தலையிற் சூடிக்கொண்டனர் (அடி, 566-568). பாண்டி நாட்டு இடையர் காந்தள் இதழ்களாற்கட்டின கண்ணியை அணிந்தனர் (நெடுநல், அடி, 5-6). மதுரையில் இருந்த மிலேச்சர் (வெளி நாட்டவர்) தழை விரவின மாலை அணிந்தனர் (அடி, 31-32).

குறிஞ்சிநிலத் தலைவன் பலநிற மலர்களைத் தொடுத்துத் தலைமாலையாய் அணிந்துகொண்டான்; பித்தி மலர்களைத் தொடுத்து மாலையாய் அணிந்துகொண்டான்; தன் ஒரு காதில் அசோகந்தளிரைச் செருகிகொண்டான் (கு. பாட்டு, அடி, 114-120). காவிரிப்பூம்பட்டினத்துப் பரதவர் பிள்ளைகள் மணலிற்படர்ந்த அடும்பின் பூவைத் தலையிற்கட்டினார்கள்; நீரில் நின்ற ஆம்பற்பூவைச் சூடினார்கள் (ப.பாலை, அடி, 61-66); பரதவர் வெண்டாளிப் பூமாலையை அணிந்தனர்; மடலையுடைய தாழம்பூவைச் சூடினர் (அடி, 84-88). கூத்தர் மராமரத்துப் புக்களையும் 'யா' மரத்துப் பூக்களை யும் தளிர்களோடு நாரரிற்கட்டி மாலையாய் அணிந்தனர் (மலைபடு, அடி, 432-431). வலையர் மகளிர், பகன்றைப்பூவாற் செய்த கண்ணியை அணிந்தனர் (அடி, 459). மதுரைக் கடைத்தெருவில் விடுபூக்களும் மலர் மாலைகளும் விற்கப்பட்டன (ம.கா. அடி, 397-398). கோவில் வழிபாட்டிற்கும் பூக்களும் மாலைகளும் பயன்பட்டன.

சுண்ணம்–சாந்து–புகை

மதுரையில் நவமணிகள், பொன், சந்தனம், கருப்பூரம் முதலிய வற்றைப் புழுகிலும் பனிநீரிலும் நனைய வைத்து இடித்துச் சுண்ணம் தயாரிக்கப்பட்டது (ம.கா.அடி, 399). செல்வமகளிர் தமது கூந்தலில் நறிய மயிர்ச்சாந்தைப் பூசினர்; கத்தூரியையும் சந்தனத்தையும் அரைத்துப் பயன்படுத்தினர்; தாம் உடுக்க எடுத்த கலிங்கங்களுக்கு அகிற்புகையை ஊட்டினர் (அடி, 552-554). குற்றேவல் வினைஞர் வளமனைகளில் சாந்தரைக்கும் அம்மியில் கத்தூரி முதலிய மணப் பொருள்களை இட்டுச் சாந்தாக அரைத்தனர். செல்வ மகளிர் அச்சாந்தினைப் பயன் படுத்தினர்; சந்தன விறகில் நெருப்பை உண்டாக்கி அதில் அகிலொடு வெள்ளிய கண்ட சருக்கரையையும் கூட்டிப் புகைத்தனர். சந்தனக்கல் வடநாட்டிலிருந்து கொண்டு வந்து விற்கப் பட்டது (நெடுநல். அடி, 49-56)

குறிஞ்சி நிலத்தலைவன், தன் தலையில் குளிர்ந்த நறிய மயிர்ச் சாந்தை மணக்கும்படி பூசிக்கொண்டான்; பின்னர் அற்புகையை ஊட்டி அதனை உலரவைத்தான்; பின்பு அகிலின் நெய்யை அதற்குப் பூசினான்; பல நிறங்களையுடைய மலர்களைத் தன் குஞ்சியிற் சூடினான் (கு.பாட்டு, அடி, 108-115).

முடிவுரை

சங்ககாலத் தமிழ் மக்கள் மலர்களையும், கொழுந்து இலை களையும், சாதிக்காய் போன்ற மணமுள்ள காய்களையும் பயன் படுத்தினார்கள்; கத்தூரி, புழுகு, பனிநீர், சந்தனம், அகில் என்பவற்றை யும் பயன்படுத்தினார்கள் என்னும் விவரங்களை இதுகாறும் கூறியவை கொண்டு அறியலாம்.

24. இல்வாழ்க்கை

அரசர் இல்வாழ்க்கை

தமிழரசரான சேர சோழ பாண்டியர், தம்முள் பெண் கொடுத்த லும் வாங்கலும் உண்டு; தம் ஆட்சிக்கு உட்பட்ட சிற்றரசரிடமும் உட்படாத சிற்றரசரிடமும் உட்படாத சிற்றரசரிடமும் மகள் கொண்டனர்; வேளாளர் தலைவரான வேளிரிடமும் பெண் கொண்டனர்; உருவப் பஃறேர் இளஞ்சேட் சென்னி, அழுந்தூர் வேள் மகளை மணந்தான். அவன் மகனான கரிகாலன், நாங்கூர் வேளின் மகளை மணந்தான். (தொல், பொருள். நூற்பா, 30, நச், உரை). மணிமேகலையின் காலத்தில் வாழ்ந்த நெடுமுடிக்கிள்ளி, பாண அரசன் மகளான சீர்த்தி என்பவளை மணந்தான் (மணிமேகலை, காதை, 19; அடி, 51-55). கரிகாலன் இறந்தான்; அவன் பெண்டிர் இழை களைந்தனர் (புறம். 224) என்பதால், அவன் பலரை மணந்தான் என்பது தெரிகிறது.

இவ்வாறே பாண்டியன் நெடுஞ்செழியனும் மனைவியர் பலரை மணந்தவன் என்பது, "ஆய்தொடி மகளிர் நறுந்தோள் புணர்ந்து" (ம.கா.அடி, 712) என்னும் மாங்குடி மருதனார் வாக்கால் புலப்படுகிறது. அவ்வரச மாதேவியர் இளவெயில் தோன்றினாற் போலப் புணர்ச்சியாற் பெற்ற பொலிவினையுடையவர்; பேரணி கலங்களை அணிந்தவர்; கற்பு மேம்படப் பொலிவு பெற்றவர்; மயில் போன்ற சாயலையுடையவர்; மாந்தளிர் மேனியர். பாண்டியன் இத்தகைய நலங்களைப் பெற்ற அரசமா தேவியருடன் இல்வாழ்க்கை நடத்தினான். அவனது கட்டிலைச் சுற்றி லும் மணமிகுந்த மாலைகள் தொங்கவிடப்பட்டிருந்தன (அடி, 713, உரை).

அவன் காலையில் எழுந்து காலைக்கடன்களை முடித்து, நீராடி, இறைவழிபாடு செய்தான்; மனைவியர் உடனிருந்து உதவ ஆடையணி களை அணிந்தான்; பின்பு நாளோலக்க மண்டபம் சென்று அரசியல் அலுவல்களைக் கவனித்தான் (ம.கா.அடி, 702-724).

அரசன் மனைவியருள் முதல் மனைவி கோப்பெருந்தேவி எனப் பட்டாள். அவளே அரசனுடன் கொலு வீற்றிருத்தல் மரபு. அவளுக்குச்

செவிலித்தாயரும் சேடியரும் இருந்தனர். (நெடுநல். 151-3). அரசனுக்கு அருகில் இருந்து மதுவைப் பொற்கிண்ணத்தில் வார்த்துத்தர அழகிய பணிப்பெண்டிர் இருந்தனர் (ம.கா.அடிடை. 779-781).

மன்னன் போர் முதலியவற்றிற்காகத் தன்னைப் பிரிந்து சென்ற போது மாதேவி அவன் பிரிவால் உண்டான துயரை அடக்கிக் கொண்டு அரண்மனையுள் இருத்தல் முல்லை ஒழுக்கம் (கற்புடைய மனைவியின் ஒழுக்கம்) எனப்பட்டது. பாண்டியன் நெடுஞ்செழியன் மனைவி, கணவன் இருந்த போது பூத்தொழில் அமைந்த துகிலை உடுத்தாள்; அவன் இல்லாத போது ஏற்பட்ட கவலையால், நூலாற்செய்த புடைவையை அணிந்திருந்தாள்; நகைகளை அணியவில்லை. செவிலித்தாயரும் சேடியரும் அவளுக்கு அடிக்கடி ஆறுதல் மொழிகளைக் கூறினர். ஆயினும், கோப்பெருந்தேவியின் மனக்கவலை குறையவில்லை. அவள் தன் தந்தக்கட்டிலின் மேற்கூரையில் தீட்டப்பட்டிருந்த ஓவியத்தைப் பார்த்தாள்; சந்திரனை விட்டுப் பிரியாத ரோகிணியாகிய விண்மீனை அவ்வோவியத்திற் கண்டாள்; தான் அது போலத் தன் கணவனோடு என்றும் சேர்ந்திருக்க இயலவில்லையே என்று எண்ணிப் பெருமூச்சு விட்டாள் (நெடுநல், அடி, 145-163).

பாண்டிமாதேவி தன் கணவனான பாண்டியன் நெடுஞ்செழியனை எந்த அளவு உண்மையன்புடன் நேசித்தாள் என்பது மேற்கூறப்பட்ட செய்தியிலிருந்து நன்கறியலாமன்றோ? இஃது அவர்தம் இல்வாழ்க்கைச் சிறப்பினை நன்கு எடுத்துக்காட்டுவதாகும்.

மன்னனான கணவன் எப்பொழுது வருவான் என்பதை அறிய அரண்மனை முதுபெண்டிர் நெல்லும் முல்லை மலரும் எடுத்துச் சென்று கோவிலில் தூவி, நற்சொல் கேட்டு நின்றனர். அவ்வமயம் ஆய் மகள், தாயைப் பிரிந்த கன்றுகளை நோக்கி, "இன்னே வருகுவர் நும் தாயர்," என்று கூறினாள். அதனை நற்சொல்லாகக் கொண்ட முதுபெண்டிர், அரசமாதேவியிடம் அதனைத் தெரிவித்து, மகிழ்ந்தனர் (மு.பா.அடி, 8-20). பணிப்பெண்டிர் அரசமாதேவியின் அடியை வருடி அவளை உறங்குவித்தனர் (நெடுநல், அடி, 151).

நல்லியக்கோடனைச் செவ்வரி பொருந்தின மையுண்ட கண்ணினை யுடைய அவன் மனைவியர் புகழ்ந்து பேசினர். அவர் உளமாரப் புகழ்ந்து பேசுமளவிற்கு அவன் உண்மைக் கணவனாய் நடந்து கொண்டான் என்பது இதனாற்புலனாகும். (சி.ஆ.படை, அடி. 215).

போருக்குப் பிரிந்த கணவன் பிரிவால் துன்புற்று வாடிய தலைவி, துயில் துறந்தாள்; துயர் உழந்தாள்; அம்பு பட்ட மயில் போல நடுங்கினாள். உடல் மெலிவால் இழை நெகிழ்ந்தது; இங்ஙனம் எழுநிலை மாடத்தில் கணவன் வரவை எதிர்நோக்கி வாடிக்கிடந்தாள் (மு.பா. அடி, 80-88).

இத்தகைய அரசமாதேவியர் தம் கணவரிடம் மிக்க அன்பு கொண்டிருந்தனர் என்பதைக் கூறவும் வேண்டுமோ? இவர்களைப் போலவே அம்மன்னர்களும் தங்கள் மனைவியரை மிக விரும்பியதாலே தான் போர் முடிந்ததும் அவர்களை நோக்கி விரைந்தார்கள். இவற்றைக் கொண்டு அவர்களது இல்வாழ்க்கைச் சிறப்பினை இனிதின் உணரலாம்.

கரிகாலன் மார்பின்மீது அவனுடைய பிள்ளைகள் விளையாடி அவன் மார்பிற்பூசியிருந்த சந்தனத்தைக் கலைத்துவிட்டன. அவன் மனைவியர் அவனது மார்பைத் தழுவியதனால் அவன் மார்பிற்பூசி யிருந்த சந்தனம் அழிந்துவிட்டது (ப.பாலை, அடி, 295-7). இவ்விரு நிகழ்ச்சிகளாலும் கரிகாலனது இல்வாழ்க்கைச் சிறப்பினை நன்கறிய லாம்.

அந்தணர் இல்வாழ்க்கை

தொண்டை நாட்டுக் கடற்றுறைப்பட்டினத்திற்கு அண்மையில் மறையவர் உறைபதி இருந்தது. அப்பகுதியில் மறையில் வல்ல அந்தணர் வாழ்ந்தனர். அவர்கள் இல்லங்கள் தூய்மையாய் இருந்தன. அம்மறையவர் மனைவியர் அருந்ததியன்ன கற்பினர்; நல்ல தோற்றத்தையுடையவர்; வளையலை அணிந்தவர்; கணவன்மார் ஆகுதி செய்தற்கு ஏற்ற 'இராசான்னம்' என்பதைத் தயாரித்தனர்; தாம் தமக்கென்று தயாரித்த உணவுப் பொருள்களைப் பாணர் முதலிய விருந்தினர்க்கும் உவப்போடு படைத்தனர் (பெ.ஆ. படை, அடி, 297-310). அம்மகளிர் 'அருந்ததியன்ன கற்பினர்' என்பதிலிருந்தே அவர்களது இல்லறச் சிறப்பை எளிதில் உணரலாம். இல்வாழ்வார் கடமைகளுட் சிறந்தது விருந்தோம்பல். அம்மகளிர் அதிலும் சிறந்து விளங்கினர்.

வணிகர் இல்வாழ்க்கை

உப்பு வணிகர் தம் மனைவி மக்களுடனே உப்பு வண்டிகளிற் சென்று உப்பு வாணிகம் செய்தனர். உப்பு வணிகன் மனைவியே உப்பு வண்டியை ஓட்டினாள். வணிகன் துணை எருதுகளை ஓட்டிக் கொண்டு வண்டிக்குப்பின் சென்றான் (பெ.ஆ.படை.அடி, 58-65).

இத்தகைய பிரயாண வாழ்க்கையிலும் அவர்கள் இல்லறம் சிறந்திருந்தது என்பதை, மனைவி வண்டி ஓட்டினாள் என்பதிலிருந்தே இனிதுணரலாம்.

காவிரிப்பூம்படினத்து வணிகர், தேவர்களை வழிபட்டனர்; வேள்விகள் செய்து அவற்றால் ஆவுதிகளைத் தேவர் நுகரச் செய்தனர்; பசுக்களையும் எருதுகளையும் பாதுகாத்தனர்; அந்தணர்க்கு உண்டாகும் புகழ்களை நிலைபெறச் செய்தனர்; பெரிய புண்ணியங்களைச் செய்தனர்; அவற்றைச் செய்யமாட்டாதார்க்குத் தானம் பண்ணினர். ‘அவர்கள் குளிர்ந்த அருளுடனே வாழும் இல்வாழ்க்கையை உடையவர்கள்; நன்னெஞ்சினர்கள்,’ என்று அவர்களை மாங்குடி மருதனார் பாராட்டி யுள்ளார் (ம.கா.அடி, 200-207).

களவு—கற்பு

மலையும் மலைசார்ந்த இடமுமாகிய குறிஞ்சி நிலத்தில் கானவர் மகளிர் தினைப்புனைத்தைக் காவல் காப்பது வழக்கம். அம்மகளிர் பூப்பறித்து விளையாடுவர்; சுனையில் குதித்து நீராடுவர். அங்குத் திடீரெனத் தோன்றிய இளைஞன் கானவர் மகளிருள் தலைவியா யினாள் விரும்பிய மலர்களைப் பறித்துத் தருவான்; அல்லது சுனைநீரி லிருந்து தவிக்கும் அவளைக் கரை சேர்த்துக் காப்பான்; அல்லது மதங் கொண்ட யானையின் தாக்குதலிலிருந்து அவளைக் காப்பான். இங்ஙனம் தனக்கு உதவி செய்த தலைவனைத் தலைவி விரும்புவாள். அன்று முதல் அவர்களிடையே காதல் வாழ்வு தொடங்கும். இவ் வாழ்வுக்குத் தலைவியின் உயிர்த்தோழி உற்ற துணையாவாள். தலைவன் தலைவியைப் பலர் அறிய மணப்பதாக வாக்களிப்பான்.

தலைவன் சில நாள் வரை வாராமையால், தலைவி கவலையால் மெலிவாள். உண்மைக் காரணத்தை உணராத செவிலித்தாயும் நற்றாயும் சேரியின் முதுபெண்டாகிய குறி சொல்பவளை வீட்டில் அழைத்து வந்து, முறத்தில் பிடி நெல்லையிட்டு, எதிரில் தலைமகளை நிறுத்துவர். உடனே தெய்வத்திற்கு வழிபாடு செய்யப்படும். குறி சொல்பவள் அப்பிடி நெல்லை நந்நான்காக எண்ணி எஞ்சியவை ஒன்று, இரண்டு, மூன்று அளவும் முருகானல் நேர்ந்த குறை என்றும், நான்காயின், வேறொரு நோய் என்றும் கூறுவாள். இஃது ஒரு வகைக் குறியாகும். இது ‘கட்டுக் கேட்டல்’ எனப்படும் (நற்றிணை, செய். 288). அடுத்தபடி கழங்கு பார்த்தல் நடைபெறும். வேலன் என்பவன் முருகனைப்போல வேடம் பூண்டு ஆடும் மலைநாட்டுப் பூசாரி. அவன் வீட்டின்

ஓரிடத்தில் முருகனை எழுந்தருளச் செய்து, அக்கடவுள் முன் கழற்சிக் காய்களை இடுவான். அவன் தன் தலையில் ஆடை அணிந்திருப்பான்; பல கணுக்களையுடைய கோலை ஏந்தியிருப்பான்; அக்கணுக்களில் சிறு பைகளைக் கட்டியிருப்பான். அவன் அக்கோலால் கழற்சிக் காய்களை வாரியெடுக்கும் போது அவன் உள்ளத்திற்பட்டதைக் குறியாகக் கூறுவான். இது 'கழங்கு பார்த்தல் எனப்படும் (நற்றிணை, செய். 47).

இவ்விருவகைச் சோதனைகளையும் நிகழ்த்திய பிறகும் தலைவியின் உடல் இளைப்புத் தீராமையின், செவிலியும் நற்றாயும் செய்வகை அறியாது வருந்துவர். அவ்வமயம் தோழி தன் தாயான செவிலியிடம், "அன்னாய், முத்தாலும் பொனனாலும் மாணிக்கத்தாலும் செய்யப் பட்ட பூண்கள் கெடுமாயின், பின்னும் அவற்றைப் பொருத்தச் செய்யலாம் ஆயின், ஒருவருடைய குணங்களின் அமைதியும் மேம்பாடும் ஒழுக்கமும் பழைய தன்மை கெடின், அக்கேட்டை நீக்கி அவற்றை முன்பு போல நிறுத்துதல் தெய்வ இருடிகட்கும் இயலுவதன்று.

"என் தந்தையது அரிய காவலைக் கடந்து யானும் தலைவனும் பெருமையும் உரனும் அச்சமும் நாணமும் நுணுகிய நிலையாற் பிறந்த மன்றல் (காதல் மணம்) பற்றி நம் யாய்க்கு அறிவுறுத்தலால் நமக்குப் புகழேயன்றிப் பழியில்லை. இங்ஙனம் அறத்தொடு நின்ற பின்பு தலைவர்க்கே நம்மை மணம் செய்து கொடாவிடினும், நாம் உயிர் போமளவும் இவ்வருத்தத்தைப் பொறுத்திருக்க, நமக்கு மறுபிறப்பினும் இக்கூட்டம் கூடுவதொன்றாயிருந்தது,' என்று தலைவி என்னிடம் மொழிந்தாள்," என்று கூறித் தலைவி தலைவனைச் சந்தித்த சூழ்நிலையையும் காதல் வளர்ந்த நிலையையும் எடுத்துரைப்பாள் (கு.பா. அடி, 1-26).

செவிலி இதனை நற்றாய்க்கு உரைப்பாள். நற்றாய் தன் கணவனுக்கும் பிள்ளைகளுக்கும் உரைப்பாள். மகள் விருப்பப்படி திருமணம் நடைபெறும்.

தலைவன், தலைவி, தோழி, பாங்கன் என்னும் நால்வர்க்கு மட்டும் தெரிந்திருக்கும் வரையில் இது களவு மணம் எனப்படும். பலர் அறிய மணம் நிகழ்ந்து தலைவனும் தலைவியும் மணவாழ்க்கை நடத்துதல் கற்பு மணம் எனப்பெயர் பெறும். களவு மண நிகழ்ச்சிகளும் குறமகளிர் செயல்களும் குறிஞ்சிப்பாட்டில் அழகுறக் கூறப்பட்டுள்ளன.

இக்களவு மணம் மணித சமுதாயத்தின் பண்டைய மணமுறையைக் கூறுவதாகும். சங்ககாலத்து ஒவ்வோர் இளைஞனும் பெண்ணும் களவு

மணம் நிகழ்த்திய பின்பே காதல் மணம் செய்து கொண்டனர் எனக் கருதுதல் தவறு. களவு மணத்திற்கு நகரங்களில் வசதி யில்லை; கிராமங்களிலும் பெருவழக்கில் இருந்ததென்று கூற இயலாது. தமிழ்ச்சமுதாயத்தின் தொன்மை வாய்ந்த மண முறையை அடிப்படை யாகக் கொண்டு சங்ககாலப் புலவர்கள் தங்கள் காலத்தில் இருந்ததை யும் இல்லாததையும் சேர்த்து அகப்பாடல்களைச் செய்தனர் என்று கோடவே அறிவிற்கும் ஆராய்ச்சிக்கும் பொருத்தமாகும். இதனாலே தான் தொல்காப்பியர்.

"நாடக வழக்கினும் உலகியல் வழக்கினும்
பாடல் சான்ற புலனெறி வழக்கம்"

(தொல். பொருள், நூற்பா, 53).

என்று இதனைக் கூறலாயினர்.

கலைவாணர் இல்வாழ்க்கை

பாணன், இசைக்கருவிகளை இசைத்துப் பாடுபவன். அவன் மனைவியான விறலி, ஆடல் பாடல்களில் தேர்ந்தவள். அவள் சிறந்த அழகி; 'முல்லை சான்ற கற்பின் மெல்லியல்' (சி.ஆ.படை, அடி, 30). அவள் தன் கணவனுடன் காடும் மலையும் கடந்து சென்று, வள்ளல் களைக் கண்டு, நடனமாடினாள்; பாணன் இசைக் கருவிகளை இசைத்துப் பாடினான். இருவரும் வள்ளல்கள் பால் இயைந்த பரிசில் பெற்று வாழ்க்கையை நடத்தினர். பாணர், கூத்தர், விறலியர், பொருநர் வாழ்க்கை கலை வாழ்க்கையாகும். கணவனும் மனைவியும் ஒற்றுமை யாய் இருந்து விழாக்களிலும் தம் கலைத்திறனைக் காட்டிப் பொருள் பெற்றனர் (பொ.ஆ.படை, அடி, 1-2). அவர்கள் இல்வாழ்க்கை நேரிய முறையில் நடைபெற்றதாலே அவர்களால் இசை, நடனம், நாடகம் என்னும் கலைகள் சங்க காலத்தில் நன்கு வளர்க்கப்பட்டன.

பேரூர்களில் செல்வர் மனைகளில் செவிலித்தாயர் இருந்து பிள்ளைகளை வளர்த்தனர்; பிள்ளைகளைச் சிறுதேர் உருட்டி விளையாடச் செய்தனர்; அமளியில் உறங்கச் செய்தனர் (பெ.ஆ. படை, அடி, 247-253).

பீடுமிக்க மாட மதுரையில் மாலைக் காலத்தில் கோவில்களில் வழிபாடு நடைபெற்றது. மாடமகளிர் தம் மனைகளின் நிலா முற்றங்களில் இருந்தபடியே தெய்வங்களை வணங்கினர். இல்லக் கிழத்தியர் சிலர் தம் கணவரை அழைத்துக் கொண்டும் தாமரைப்

பூவைப் பிடித்தாள் போலத் தம் பிள்ளைகளை எடுத்துக்கொண்டும் பூசைக்கு வேண்டும் பூ, தூபங்கள் ஆகியவற்றை எடுத்துக்கொண்டும் பௌத்தப் பள்ளியை அடைந்தனர்; சிலர் அந்தணர் பள்ளியை அடைந்தனர்; வேறு சிலர் சமணப் பள்ளியை அடைந்து அறவுரை கேட்டனர் (ம.கா. அடி, 444-488).

குலமகளிர் பலர், அந்தி நேரத்தில் நறிய செங்கழுநீர் மலர்களை மாலையாகக் கட்டினர்; தம் கூந்தலுக்கு மயிர்ச் சாந்தினை அரைத்துப் பூசினர்; பின்பு அச்சாந்து போகும்படி கூந்தலை அலைத்துக் கழுவி நீராடினர்; மெல்லிய நூலாற் செய்த கலிங்கத்திற்கு மணக்கும் அகிற் புகையை ஊட்டினர்; சந்தனத்தையும் கத்தூரியையும் அரைத்து மார்பிற் பூசிக்கொண்டனர்; அணிகளை அணிந்தனர்; நெடிய ஒளியைத் தரும் விளக்கினை ஏற்றினர் (ம.கா.அடி, 550-6)

பிள்ளை பெற்ற தாயார் சிறிது காலம் வளையலை அணியார் (மலைபடு. அடி, 253). மகளிர் தம் கற்பின் மிகுதி தோன்ற முல்லை மலர்களைச் சூடுதல் இயல்பு (சி.ஆ.படை. அடி, 28-30)

பிள்ளைகள் பேய் முதலியவற்றால் பற்றப்படாதிருக்க வீட்டில் வேப்பிலையைக் கட்டுதல் மரபு (பெ.ஆ. படை, அடி, 59).

மனைவியர் தம் கணவர் மனமகிழப் பிள்ளைகளைப் பெற்று நகில்களில் பால் சுரப்பதற்காகக் குளத்து நீரில் நீராடினர்; முதற்சூல் கொண்ட மகளிர் இடுக்கண் இன்றிப் புதல்வரைப் பயத்தல் வேண்டும் என்று தெய்வத்தைப் பரவிக் குறை தீர்ந்தனர். மிக்க சுற்றத்தாருடன் செல்வத்தையுடைய மனைமகளிர் யழெடுத்துச் செவ்வழி என்னும் பண்ணை வாசித்தனர். சேரி மன்றுகளில் முருகனை நினைந்து ஆடவரும் பெண்டிரும் குரவைக் கூத்தாடினர் (ம.கா. அடி, 609-615). குலமகளிர் விளக்கேற்றி நெல்லையும் மலரையும் தூவி இல்லுறை தெய்வத்தை வணங்கினர் (நெடுநல்.அடி, 43).

மேலே கூறப்பட்ட செய்திகள் அனைத்தும் மதுரை மக்களின் சிறந்த இல்வாழ்க்கையைப் படம் பிடித்துக் காட்டுவனவாகும்.

கிணை மகன் இல்வாழ்க்கை

கிணை வாசிப்பவன் வறியவன். அவன் மனைவி பசியால் வருந்தினாள் ; சமைக்க உணவுப் பொருள்கள் இல்லை. அதனால் அவள் குப்பைக் கீரையைத் தன் நகங்களால் கிள்ளினாள்; வீட்டில் உப்பின்மை யால், அதனை உப்பின்றியே வேகவைத்தாள்; அதனைத் தன் வீட்டார்

உண்பதை வெளியார் பார்த்தால் இழிவாகக் கருதுவர் என்ற எண்ணத்தால், வீட்டுக் கதவைத் தாழிட்டாள்; பின்பு தன் வீட்டாருடன் தானும் இருந்து உண்டாள் என்று சிறுபாணாற்றுப்படை செப்புகிறது (அடி, 136-139). உள்ளதைக் கொண்டு உவப்புடன் குடும்பம் நடத்துவதே இல்வாழ்க்கைக்கு அழகு என்பதை இந்த நிகழ்ச்சி உணர்த்துகிறதன்றோ?

விருந்தளிக்கும் பண்பு

இல்வாழ்க்கை நடத்தும் கணவனும் மனைவியும் தம் உற்றார் உறவினரைக் காக்கக் கடமைப்பட்டவர்; அவருடன் நில்லாது, தம் இல்லம் நாடி வரும் பிறரையும் உண்டியாலும் உறையுளாலும் உபசரித்தல் அவர்தம் கடமை என்று அறநூல்கள் அறைகின்றன. இப்பணியைக் கணவன் அல்லது மனைவி மட்டும் விரும்பிச் செய்தல் இயலாது; இருவரும் மனம் ஒன்றுபட்டாலே செய்தல் இயலும். இருவருள் ஒருவர் மாறுபடினும் விருந்து நன்முறையில் நடைபெறாது. எனவே, விருந்து போற்றும் கணவனும் மனைவியும் ஒத்த உணர்ச்சியுடையவராயிருத்தல் இன்றியமையாதது. ஆகவே, விருந்து நடைபெறும் இல்லத்தில் உள்ள கணவனும் மனைவியும் மனம் ஒத்து வாழ்கின்றனர் என்பது கருத்தாகும். அஃதாவது, அவர்களது இல்வாழ்க்கை செம்மையுற நடைபெறுகின்றது என்பது பொருளாகும்.

தம் உற்றார் உறவினரையே அன்றிப் புலவர், பாணர், பொருநர், கூத்தர், விறலியர் போன்ற கலைவாணரையும் வரவேற்று உண்டியும் உரையுளும் தந்து உபசரித்தலைச் சங்ககாலத் தமிழ் மக்கள் தங்கள் சிறந்த கடமையாகக் கருதினார்கள் என்பதை ஆற்றுப்படை நூல்கள் மெய்ப்பிக்கின்றன. குறிஞ்சி, பாலை, முல்லை, மருதம், நெய்தல் ஆகிய ஐந்து நிலங்களில் வாழ்ந்த எளியரும் செல்வரும் பேரூர் மக்களும் சிற்றரசரும் பேரரசரும் பாணர் முதலியோரை இன்முகத்துடன் வரவேற்று உண்டியும் உறையுளும் வழங்கினர். மலையைக் காவல் காத்த வீரர்கள், கருப்பஞ்சாலையில் பணிபுரிந்தவர். நெற்களங்களில் வேலை செய்து வந்த உழவர் போன்றாரும் பழங்கள், கருப்பஞ்சாறு, உணவு போன்றவற்றை மனமுவந்து உதவினமை கொண்டு, அவர்தம் விருந்து போற்றும் சீரிய பண்பின் உயர்வினை நாம் நன்குணரலாம்.

இங்ஙனம் விருந்தினரை உபசரித்தவர் பட்டியலைக் கீழே காண்க:

சிறுபாணாற்றுப்படை

எயிற்பட்டினத்துப் பரதவர்	(அடி, 158-163)
வேலூர் எயினர்	(அடி, 175-7)
ஆமூர் உழவர் மகள்	(அடி, 190-5)

பெரும்பாணாற்றுப்படை

எயினர்	(அடி, 95-100)
எயின வீரர்	(அடி, 130-3)
கோவலர்	(அடி, 166-186)
பேரூர் மக்கள்	(அடி, 254-6)
கரும்பாலையினர்	(அடி, 261-2)
வலையர்	(அடி, 280-2)
மறையவர்	(அடி, 304)
பட்டினவர்	(அடி, 343-5)
தோப்புக் குடிகள்	(அடி, 356-62)

மலைபடுகடாம்

கானவர்	(அடி, 152-7; 167-9; 178-185; 425)
நாடு காவலர்	(அடி, 282-3)
கோவலர்	(அடி, 409-417)
கோவலர் (புல்வேய் குரம்பைக் கோவலர்)	(அடி, 434-443)
வலையர்	(அடி, 455-59)
நெற்களத்தினர்	(அடி, 463-4)

இவருட் பெரும்பாலார் எளிய வாழ்க்கை வாழ்ந்தவர்; பொருள் வசதியற்றவர்; வறிய எயினர்; புல்லரியைத் தொகுத்தவர். அத்தகைய வரும் மகிழ்ச்சியோடு விருந்தினரை வரவேற்று உபசரித்தனர் என்பது வியப்புக்குரியதாகும். இஃது அவர்தம் இல்வாழ்க்கைச் சிறப்பினை எடுத்துரைக்கும் சான்றாகும்.

ஓய்மானாட்டு உழவர் தங்கை, பாணர் முதலியோரைத் தன் பிள்ளைகளைக் கொண்டு உறவு முறை கூறி, அவர் போக்கைத் தடுத்து உபசரித்து உணவு படைத்தாள் (சி.ஆ.படை, அடி, 190-5). நன்னனது மலையடிவாரத்தில் இருந்த கானவர் சிறு குடிசையில் ஒவ்வொரு

இல்வாழ்க்கை

வீட்டுக் குறமகளும் கூத்தரைத் தன் பிள்ளைகளைக் கொண்டு உறவு முறை கூறித் தடுத்து உணவு வழங்கினாள் (மலைபடு, அடி, 182-5). உழவர் தங்கைக்கும் குறமகளிர்க்கும் விருந்து பேணுதலில் இருந்த அளவற்ற ஆர்வத்தைக் காண்க!

முன்பு கூறியாங்குக் கணவனும் மனைவியும் சிறந்த மனவொற்றுமை யோடு வாழாவிடில், வறியவரான எயினர், கோவலர், வலையர் போன்றார் விருந்தினரைத் தம் இல்லத்தில் வரவேற்று விருந்தளித்து உபசரித்தல் இயலாத செயலாகும். மேலே கூறப்பட்ட தமிழகத்துப் பல நிலமக்களும் மிக்க மகிழ்ச்சியோடும் உள்ள நிறைவோடும் பாணர் முதலியோரை உண்டியாலும் உறையுளாலும் உபசரித்த செயல், அவர் தம் இல்லறவாழ்க்கைச் சிறப்பினைச் சீரிய முறையில் எடுத்தியம்பு வதாகும்.

25. விளையாட்டுகள்

குறுந்தொகை, நற்றிணை, அகநானூறு, கலித்தொகை என்னும் அகப்பொருள் நூல்களில் மகளிர் விளையாட்டுகள் பலவும் மைந்தர் விளையாட்டுகள் சிலவும் இடம்பெற வசதியுண்டு. பத்துப்பாட்டுள் ஐந்து பாடல்கள் ஆற்றுப்படையை நோக்கமாகக் கொண்டவை; முல்லைப் பாட்டும் நெடுநல்வாடையும் போரைப் பற்றியவை. மதுரைக் காஞ்சியும் பட்டினப்பாலையும் நகரச்சிறப்பினை மிகுதியாகக் கூறுவன. குறிஞ்சிப்பாட்டு ஒன்றே முழுமையும் அகப்பொருளைப் பற்றியது. எனவே, இப்பாடல்களுள் விளையாட்டுகளைப் பற்றிய செய்திகள் சிலவே குறிக்கப்பட்டுள்ளன. முதற்கண் குறுந்தொகை முதலிய நூல் களில் குறிக்கப்பட்டுள்ள விளையாட்டுகளை இங்கு அறிவோம்.

குறுந்தொகையில் விளையாட்டுகள்

பெண்டிருட் சிலர் பூந்தாதுகளைக் கொண்டு பாவை செய்து விளையாடினர். இவ்வாறு விளையாடிய சிறுமியர் கூட்டம் 'ஓர ஆயம்' எனப்பட்டது (48, 278). பஞ்சாய்க் கோரையினாற் செய்த பாவையைச் சிறுமி, தன் மகவெனக் கருதி விளையாடினாள் (114); நெய்தல் நிலப் பெண்டிர், உப்பங்கழிக்கு அருகில் மலர்ந்த மலர்களைப் பறித்து விளையாடினர்; கடல் அலையின்கண் விளையாடினர் (144)); பாவைக் குப் பல வகை ஒப்பனை செய்து விளையாடினர் (195).

நற்றிணையில் விளையாட்டுகள்

பாலை நிலச்சிறுவர் கட்டளைக்கல் போன்ற அரங்கை வட்டினால் கீறி, நெல்லிக்காயை வட்டாகக் கொண்டு பாண்டில் ஆடினர் (3), செல்வர் வீட்டுச் சிறுவர், சிறிய பறை ஒன்றைத் தோளில் மாட்டி யிருந்தனர். அதன் கண்ணில் குருவி எழுதப்பட்டிருந்தது. அவர்கள் சிறிய கோலைக்கொண்டு அக்குருவியை அடித்து ஓசைப்படுத்தினர் (58). பெண்கள் பஞ்சாய்க் கோரையினால் பாவை செய்து விளையாடினர்

(68); ஆற்று நீரில் விளையாடினர் (68); பனை நாரினாலே திரித்த கயிற்றை மரக்கிளையில் பிணித்துத் தொங்கவிட்ட ஊஞ்சலில் ஆடினர் (90); வெங்கை மரக்கிளையில் கயிற்றினால் கட்டப்பட்ட ஊஞ்சலில் ஆடினர் (222, 368). சிறுமியர், சிற்றில் அமைத்து விளையாடினர் (123). அச்சிறுமியர் பஞ்சாய்க் கோரையைக் கொண்டு செய்த பாவை 'ஈனாப் பாவை' (127) எனப்பட்டது; வண்டல் மண்ணைக் கொண்டு இழைத்த பாவை 'வண்டற்பாவை' எனப்பட்டது (191). மகளிர் கைப்பந்தும் காற்பந்தும் விளையாடினர் (104, 324). சிறுவர், நேர் உருட்டி விளையாடினர் (250).

கலித்தொகையில் விளையாட்டுகள்

சிறுமியர் சிற்றில் இழைத்தனர்; வரிப்பந்து ஆடினர் (51, 57); மரப்பானையும் மரப்பாவையும் வைத்து விளையாடினர் (59); 'குழமகன்' என்ற ஒருவகை மரப்பாவையை வைத்தும் விளையாடினர் (66). இங்ஙனம் விளையாடிய சிறுமியர், 'ஓரை மகளிர்' எனப்பட்டனர் (75). ஓரை என்பது மகளிர் விளையாட்டு. இச்சிறுமியர் தண்டான் கோரையைப் பறித்துக் கிழித்துப் பாவையாக்கியும் விளையாடினர் (76). சிறுவர் மரயானையை வைத்து விளையாடினர் (80). செல்வச்சிறுவர், பெரிய மணிகள் பதித்த சிறிய தேரில் இருக்க, சேடியர் அத்தேரை இழுத்துச் சென்றனர் (83). ஏழைச்சிறுவர் பனங்குரும்பையைக் கொடியாற்கட்டி இழுத்து விளையாடினர் (83). முல்லை நிலச் சிறுமியர் பாகற்கொடியும் முல்லைக் கொடியும் படர்ந்த தோட்டத்தில் சிற்றில் இழைத்து விளையாடினர் (111). அம்மகளிர் பிடவம், தளவம், தோன்றி, கொன்றை முதலிய மலர்களைக் கொண்டு தழையும் பாவையும் செய்து விளையாடினர் (102); முல்லைப்பூவும் குருந்தம்பூவும் தம் கூந்தலிற் சூடிக்காட்டாற்று மணல் நிறைந்த குளிர்ந்த சோலையில் விளையாடினர் (113). குறிஞ்சி நிலப்பெண் ஊசலாடினாள் (37). நெய்தல் நிலச்சிறுமி சுறாமீன் கொம்பால் செய்த பலகையில் தாழையின் விழுதால் திரித்த கயிறு கோத்த ஊஞ்சலில் ஆடினாள் (113).

பத்துப்பாட்டில் விளையாட்டுகள்

இளமகளிர் பாவை செய்து விளையாடினர்; நூலால் வரிந்து புனையப்பட்ட பந்தை எறிந்தும் அடித்தும் விளையாடினர். (திருமுருகு அடி, 68). சோழ நாட்டு உழவர் மகளிர், நெய்தல் நிலத்து மணற்குன்றுகளில் வண்டல் இழைத்து விளையாடினர் (பொ.ஆ. படை, அடி, 187). வண்டல்-மணற்சிற்றில். தொண்டை நாட்டு மருதநிலப் பேரூர்களில்

சிறுவர் பிறரால் ஏறப்படாத சிறிய தேர்களை உருட்டி விளையாடினர் (பெ.ஆ.படை, அடி, 248-249). தொண்டை நாட்டுத் துறைமுக நகரத்துச் செல்வச் சிறுமியர் தமது வளமனையின் மேல் மாடத்தில் நூலினால் வரிந்து கட்டப்பட்ட பந்தை அடித்து விளையாடினர் (அடி, 331-333). வெண்மணலிலே அமர்ந்து பொன்னால் செய்த கழலைக் கொண்டு விளையாடினர் (அடி, 334-5). குட்டங்களில் நீராடுவோர் தம் கையை மேலே கூப்பி முழுகி நீரின் ஆழத்தைக் காட்டுதல் மரபு (பெ.ஆ.படை, அடி, 272-3).

மதுரை மாநகரில் ஞாயிறு மறைந்த பின்பு முதல் யாமத்தில் வீரர் சிலர் போர்பயிற்சி கொண்ட யானையைத் தம்மைத் தொடர்ந்து வந்து பிடிக்கும்படி ஏவினர். அது தம்மைப் பின் தொடர்ந்த போது, அதன் போக்கைத் தடுக்கத் தம் மடியிலிருந்த கப்பணங்களைத் தரையில் சிதறிவிட்டனர். 'கப்பணம்' என்பது ஆனை நெருஞ்சி முள் போல இரும்பால் செய்யப்பட்ட கருவி. யானை அவற்றை மிதிக்க அஞ்சி நின்றுவிட்டது. இஃது அக்கால வீரர்கட்கு ஒரு விளையாட்டாய் இருந்தது. (ம.கா.அடி, 594-599).

குறிஞ்சி நிலமகளிர் சுனையில் நீராடினர்; மலை அருவிகளில் விளையாடினர்; தம் மனத்துக்கு விருப்பமானவற்றைப் பாடிக் கொண்டே கூந்தலை உலர்த்தினர்; கோடற்பூ, ஆம்பற்பூ, குறிஞ்சிப்பூ முதலிய தொண்ணூற்றுக்கு மேற்பட்ட குறிஞ்சி நில மலர்களைப் பறித்தனர்; அவற்றைப் பாறையிலே குவித்தனர்; பல மாலைகளாகக் கட்டித் தம் கரிய முடியிலே அழகுபெறச் சூடிக்கொண்டனர் (கு.பா. அடி, 54-106). சோழநாட்டு ஊர்களில் சிறுவர், குதிரை பூட்டாமல் கையால் உருட்டும் மூன்று உருளைகளையுடைய சிறு தேரினை வைத்து விளையாடினர்.

பூம்புகார் நகரத்தில் மீனவர் பிள்ளைகள் மணலிலே படர்ந்த அடம்பம்பூவைத் தலையிலே கட்டியும், நீரில் நின்ற ஆம்பற்பூவைப் பறித்துச் சூடியும், தங்கள் மன்றிலே ஆட்டுக்கிடாய்ப் போரையும் கவுதாரிப் போரையும் கண்டு களித்தார்கள் (ப.பாலை, அடி, 61-77). கடலிடைச் சென்று மீன் பிடித்து வாழ்ந்த பரதவர், உவா நாளில் மீன் பிடிக்கச் செல்லார்; அதற்கு மாறாக, ஆடியும் பாடியும் பொழு தைக் கழித்தனர். அவர்கள் தங்கள் மகளிரோடு கூடி மணல் முற்றத்தில் சுறாவின் கொம்பை நட்டு, வெண்டாளி மலர்மாலையினையும் தாழை மலரையும் சூடிப் பனங்கள்ளையும் நெற்கள்ளையும் உண்டு

விளையாடினார்கள்; காவிரி கடலொடு கலக்கும் இடத்தில் கடலாடினார்கள்; உடம்பிற்படிந்த உப்புப் போகும்படி காவிரியில் நீராடினார்கள்; நண்டுகளைப் பிடித்து விளையாடினார்கள்.

பாவைகளைப் பண்ணி விளையாடினார்கள்: ஐம்பொறிகளால் நுகரும் பொருள்களை நுகர்ந்து மயங்கினார்கள்; நீங்காத விருப்பத் துடனே பகற்பொழுதெல்லாம் விளையாடினார்கள் (அடி, 90-103).

26. சமயம்

குறிஞ்சி நிலத்துக்குரிய கடவுள் முருகன்; முல்லை நிலத்துக்குரிய கடவுள் மாயோன்; பாலை நிலத்திற்குரிய கடவுள் பழையோள் எனப் பட்ட துர்க்கை; மருத நிலத்துக்குரிய கடவுள் வேந்தன் (இந்திரன்); நெய்தல் நிலத்துக்குரிய கடவுள் வருணன். இது தொல்காப்பியர் கூறும் செய்தியாகும்.[1]

முருக வழிபாடு

வேலும் சேவலும் முருகனுக்குரியவை. இவை இரண்டும் வரலாற்றுக் காலத்திற்கு மிக முற்பட்ட பழைமை வாய்ந்த ஆதிச்சநல்லூர்ப் புதை பொருள்களுக்கிடையிற் கிடைத்துள்ளன. வேல்கள் இரும்பால் செய்யப் பட்டவை; சேவல்கள் பித்தளையால் செய்யப்பட்டவை. இவற்றை நோக்க, முருக வணக்கம் மிகப்பழைய காலத்திலிருந்தே தமிழரிடம் இருந்து வருவது என்பது தெளிவாகும்[2].

வடவிந்தியாவில் சிவன் அல்லது உருத்திரன் குறிஞ்சி நிலக் கடவுளாகக் கருதப்பட்டான். ஆயினும், தமிழ் நாட்டில் சேயோன் என்னும் முருகன் குறிஞ்சி நிலக் கடவுளாகக் கருதப்பட்டான். வடவர் முருகனுக்குச் சுப்பிரமணியன் என்றும் கார்த்திகேயன் என்றும் பெயர் வழங்கினர். வேதகாலத்தில் சுப்பிரமணிய வணக்கம் வழக்கில் இல்லை. இதிகாச காலத்தில் கார்த்திகேயன் என்ற சுப்பிரமணியனது பிறப்பைப் பற்றிய குறிப்புகள் காணப்படுகின்றன. அங்கு அவன் உருத்திரன் அல்லது அக்கினியின் மகனெனக், கூறப்பட்டுள்ளான். சுப்பிரமணிய வழிபாடு சிவன் அல்லது உருத்திர வழிபாட்டு வளர்ச்சியின் பயனாகும். அவ்வளர்ச்சியின் பயனாய்த் தென்னாட்டவர் தம் பழைய கடவுளான முருகனை வடநாட்டுச் சுப்பிரமணியனோடு ஒன்றுபடுத்தி அவனை இந்திரனுக்கும் வருணனுக்கும் ஒப்பாகக் கருதலாயினர்.[3]

---

1. பொருளதிகாரம், அகத்திணையியல், நூற்பா, 5.
2. A History of South Indian, K.A.N. Sastry, p. 55.
3. Origin and Early History of Saivism in South India, C.V. Narayana Ayyar, p. 102.

உருத்திரன், வருணன் என்ற வேதகாலக் கடவுளர் பெயர்களுக்கு இணையானவை, பிற இந்தோ-ஜெர்மானிய மொழிகளிற்காணப் படவில்லை. எனவே, அக்கடவுளர் திராவிடர் கடவுளராய் இருந்தித்தல் வேண்டும். கடல் தெய்வமான வருணன், கடல் ஓரம் வாழ்ந்த திராவிடர் கடவுளாகலாம். ஆரிய இருடிகள் அக்கடவுளுக்குத் தங்கள் வழிபாட்டில் இடம் தந்திருக்கலாம். மலைக்குரிய கடவுளான உருத்திரன் திராவிடர் கடவுள் ஆவான். உருத்திரன் என்பதற்குச் 'சிவந்தவன்' என்பது பொருள். இது சிவன் என்னும் திராவிடப் பெயரின் வடமொழி ஆக்கமாகும். தென்னாட்டு மலைக் கடவுளான முருகன், கொற்றவையின் மகனாவான். மருத நிலத்துக்குரிய திராவிடர் கடவுள் வேதகால இந்திரனுடன் ஐக்கியப்படுத்தப் பட்டனன் போலும்! வேதங்கள் கூறும் கிருஷ்ணன், திராவிடரது முல்லை நிலக்கடவுளான மாயோன் என்பவன் ஆவன்.[4]

காலப்போக்கில் கொற்றவை உமையாக்கப்பட்டாள். அதனால், அவள் மகனான முருகன் உமையின் மகனாகவும் சிவன் மகனாகவும் கருதப்பட்டான்.[5]

'கார்த்திகை மாதர் அறுவரால் வளர்க்கப்பட்டமையால் சுப்பிரமணியன் கார்த்திகேயன் எனப்பட்டான்,' என்று புராணங்கள் கூறுகின்றன. கார்த்திகேயன் எனப்பட்ட சுப்பிரமணியன், ஆறு தலைகளையும் பன்னிரண்டு கைகளையும் உடையவன் என்று புராணங்கள் கூறுகின்றன. அவன் தமிழ் முருகனோடு இணைக்கப்பட்ட காரணத்தால், திருமுருகாற்றுப்படையில் ஆறுதலைகளும் பன்னிருகைகளும் அவற்றுக்குரிய செயல்களும் பேசப்பட்டுள்ளன. (அடி, 91-118).

பாடலிபுரத்தில் கி.மு. 188இல் புஷ்யமித்திர சுங்கன் அரசனானான். சுங்கர் ஆட்சியில் வைதிகர் செல்வாக்குப் பெற்றனர்; இராமாயண பாரத நூல்கள் திருத்தி எழுதப்பட்டன; பிரமன், விஷ்ணு, சிவன் ஆகிய மூவரும் சமநிலையில் வைக்கப்பட்டனர். இராமனும் கிருஷ்ணனும் விஷ்ணுவின் அவதாரங்களெனக் கருதப்பட்டனர். ஒரு சாரார் சிவனை உயர்த்தினர்; மற்றொரு சாரார் விஷ்ணுவை உயர்த்தினர்; கீதை முடிவான உருவம் எடுத்தது. கிருஷ்ணன் விஷ்ணுவின் அவதாரம் என்று கருதப்பட்டான்; 'பகவான்' என்று வழங்கப்பட்டான். அவனைப் பற்றிய கதைகள்

---

4. Dravidian India, T.R. Sesha Ayyyangar, p. 101.
5. Ibid, pp. 115-117

பொதுமக்களிடம் பரவின. அம்மதத்தைப் பின் பற்றியவர் 'பாகவதர்' எனப்பட்டனர்.[6] பகவான் வரலாற்றைக் கூறும் நூல் 'பாகவதம்' எனப் பட்டது. வடவிந்தியாவில் உண்டான இம்மாறு பாடுகள் தென்னிந்தியாவி லும் பரவுதல் இயல்பேயன்றோ?

முருகனைப் பற்றியவை

"முருகன் பஞ்சபூதங்களுள் ஒன்றான தீ தன் கையில் ஏற்ப, கார்த்திகை மாதர் அறுவரால் வளர்க்கப்பட்டவன்; ஆறு உருவங்களைப் பெற்றவன்; கல்லாலின் கீழிருந்த கடவுளின் புதல்வன்; மலையரையன் மகளுக்கு மகன்; பகைவர்க்குக் கூற்றுவன்; கொற்றவை சிறுவன்; காடுகிழாள் மகன்; தேவர் படைத்தலைவன்; வில்லையும் தானையையும் உடைய தலைவன்; மாலை அணிந்த மார்பன்; எல்லா நூல்களையும் அறிந்த புதல்வன்; போர்த் தொழிலில் ஒப்பற்றவன்; பொருகின்ற வெற்றியையுடைய மள்ளன்; சான்றோர் புகழ்ந்து கூறும் சொற்களின் சட்டமாயிருப்பவன்; தெய்வயானை வள்ளியம்மையோர்க்குக் கணவன்; வீரர் ஏறு; வேலேந்திய பெருஞ்செல்வன்; கிரவுஞ்ச மலையைப் பிளந்த கிழவன்; வானளாவிய மலைகளையுயை குறிஞ்சி நிலத்துக்கு உரிமையுடையவன்; கல்வி மதத்தையுடைய யானை போல்வார்க்குச் சிங்க ஏறு போன்றவன்; பெரும் பெயர் முருகன்; வீட்டின்பத்தை விரும்பி வந்தவர்க்கு அருள்புரியும் சேய்; பொன்னாற் செய்யப்பட்ட பேரணி கலங்களை மார்பில் அணிந்தவன்; இரந்து வந்தோர்க்கு வேண்டுவன கொடுத்து அவரைப் பாதுகாப்பவன்; தேவரும் முனிவரும் ஏத்தும் பெரிய திருப்பெயரையுடைய இயவுள் (தலைவன் அல்லது கடவுள்); சூரபன்மாவின் சூலத்தை இல்லை யாக்கின 'மதவலி' என்னும் பெயரை உடையவன். அப்பெருமான் பொருநன் (உவமிக்கப்படுபவன்); குரிசில் (தலைவன்); தன்னோடு ஒப்பாரில்லாத மெய்யறிவை உடையவன்." இங்ஙனம் பலவாறு முருகப் பெருமானைப் புகழ்ந்து வழிபடும்படி, வீடுபேற்றைக் கண்ட புலவன், அப்பேற்றை அவாவும் புலவனுக்குக் கூறியுள்ளான் (திருமுருகு, அடி, 255-280).

மலை நாட்டில் வழிபாடு

குறமகள் முருகவழிபாட்டுக்குரிய இடத்தைத் தூய்மையாக்கி, அங்கு முருகற்குரிய கோழிக்கொடியை நாட்டினாள்; அக்கொடிமீது

---

6. A Monograph on the Religious Sects in India among the Hindus, D.A.Pai, pp.30-34.

நெய்யோடு வெண்சிறு கடுகை அப்பினாள்; தான் வழிபடற்குரிய மந்திரத்தை மெல்ல உச்சரித்து வழிபட்டாள்; அழகிய மலர்களை அக் கொடி மீது தூவினாள்; இரண்டு ஆடைகளை உள்ளொன்றும் புறம் ஒன்றுமாக உடுத்தாள்; சிவந்த நூலைக்கையில் காப்பாகக் கட்டினாள்; வெள்ளிய பொரியைத் தூவினாள்; ஆட்டுக்கிடாயின் குருதியோடு பிசைந்த தூயவெள்ளரிசியைச் சிறுபலியாக இட்டாள்; பல பிரப்புகளை (நிவேதனப்பொருள்) வைத்தாள்; சிறிய பசு மஞ்சளோடு நறிய சந்தனம் முதலியவற்றையும் தெளித்தாள்; பெரிய குளிர்ந்த செவ்வலரி மாலையை யும் பிற குளிர்ந்த மணமிக்க மாலைகளையும் அசையத் தொங்க விட்டாள்; 'மலைப் பக்கத்து ஊர்களிலிருந்து பசியும் பிணியும் பகையும் நீங்குக,' என்று வாழ்த்தினாள்; சேவற்கொடிக்கு நறிய தூபங் காட்டினாள்; குறிஞ்சிப்பண்ணில் முருகனைப் பாடினாள்; அப்பொழுது அருவி ஓசையோடு பல்லியங்களின் ஒலியும் ஒலித்தன. குறமகள் சிவந்த நிறமுடைய பல பூக்களையும் தூவிக் குருதியளைந்த சிவந்த தினையைப் பரப்பினாள்; முருகன் உவக்கும் வாச்சியங்களை வாசிக்கப் பண்ணினாள்; மனமுருகி முருகனை வழிபட்டாள்.

அப்பொழுது உடன் இருந்தவர், அவ்வெறியாடு களம் ஆரவாரிப்ப அதற்கு ஏற்பனவற்றைப் பாடினர்; கொம்புகள் பலவற்றையும் சேரவூதினர்; மணியை ஒலிப்பித்தனர்; முருகனது ஊர்தியாகிய 'பிணிமுகம்' என்னும் யானையை வாழ்த்தினர்; முருகப் பெருமானை வழிபட்டனர் (திருமுருகு, அடி. 227-248).

வேலன் வெறியாட்டு

முருகனை போல வேடம் பூண்டு கையில் வேலேந்தி ஆடும் மலை நாட்டுப் பூசாரி 'வேலன்' எனப்பட்டான். அவன் குறமகளது நோய் முருகனால் வந்ததென்று ஐயுறின், அக்கடவுளைத் திருத்தி செய்ய ஒரு களத்தை அமைத்துப் பூசையிட்டு, ஆடிப்பாடி வழிபடுவது வழக்கம். அவன் இங்ஙனம் பூசையிட்டு வழிபாடு செய்தல் 'வெறியாட்டு' எனப்படும். அவன் ஆட, அவனைப் பின்பற்றிக் கானவரும் ஆடுவர். இத்தகைய வேலனது ஆடல் ஒன்று திருமுருகாற்றுப்படையிற் கீழ்வருமாறு கூறப்பட்டுள்ளது.

வேலன் சாதிக்காய், தக்கோலக்காய், காட்டு மல்லிகை, வெண்டாளி மலர் என்பவை தம்முள் விரவக்கட்டின கண்ணியை அணிந்தான்; சிவந்த ஆடையை அணிந்தான்; காதுகளில் அசோகம் தளிரைக் கொண்டான்; கச்சையைக் கட்டி கழலை அணிந்தான்; வெட்சி மாலையைச் சூடினான்.

அங்கு இருந்தவர் குழலை ஊதினர்; கொம்பை ஊதினர்; சிறிய பல்லியங்களை எழுப்பினர், வேலன் மயிலேறிச் சேவற்கொடியை உயர்த்தித் தொடியைத் தோளில் அணிந்து, குரவையாடிக் கொண்டிருந்த மகளிரோடு கைகோத்து ஆடினான்.

குறவர் மூங்கிலில் இருந்து முற்றின தேனாற் செய்த கள் தெளிவைச் சுற்றத்துடன் உண்டு மகிழ்ந்து, தொண்டகப் பறையின் தாளத்திற்கு ஏற்பத் தழையணிந்த குறமகளிரோடு கூடிக் குரவைக்கூத்தாடினர் (தருமுருகு, அடி, 190-217).

பிற செய்திகள்

குறிஞ்சி நிலத்தலைவன் தலைவியிடம் தன் காதலுறுதியை வற்புறுத்த, 'முருகன் அறிய நின்னைப் பிரியேன்; பிரியின், அறன் அல்லது செய்தேனாவேன்,' என்று சூள் செய்தல் வழக்கம் (கு.பாட்டு, அடி, 208-210).

குறிஞ்சி நிலமக்களால் செய்யப்பட்டதாக மேலே கூறப்பட்ட முருகவழிபாட்டில் வேதங்களிலோ ஆகமங்களிலோ அறிவு பெற்ற புரோகிதர் இடம் பெறவில்லை என்பது கவனித்திற்குரியது. குறிஞ்சி நில மக்கள், தாங்கள் தொன்று தொட்டு வழிபட்டுவந்த முறையிலேயே வழிபட்டு வந்தார்கள்; அத்தகைய வழிபாட்டில் தங்கள் கடவுள் வெளிப் படுவான் என்று நம்பினார்கள். அக்கடவள் அவருள் ஒருவர்மீது ஆவேசித்து வெளிப்படுதலே வழக்கமாய் இருந்தது. இவ்வழக்கம் இன்றும் தமிழரிடையே இருந்து வருகின்றது. முருகனால் ஆவேசிக்கப் பட்டவன் 'வேலன்' எனப்பட்டான்.[7]

முருகன் உள்ள இடங்கள்

ஆட்டுக்கிடாயை அறுத்துக் கோழிக்கொடியை நிறுத்தி, ஊரார் வழிபடும் இடத்திலும், தன் அடியவர் தொழுகின்ற இடத்திலும், வேலன் அமைத்த வெறியாடுகளத்திலும், காட்டிலும், பொழிலும், ஆற்றிடைக் குறையிலும், ஆறுகளிலும், குளங்களிலும், பல்வேறுபட்ட ஊர்களிலும், நாற்சந்தியிலும், முச்சந்தியிலும், ஐஞ்சந்தியிலும், கடம்ப மரத்திலும், ஊர் நடுவில் உள்ள மரத்தடியிலும், அம்பலத்திலும், ஆதீண்டு குற்றியையுடைய இடத்திலும், குறமகள் வழிபடும் இடத்தி லும் முருகன் தோன்றி அருள் புரிவான் (திருமுருகு, அடி, 218-248).

---

7. Origin and Early History of Saivism in South India, C.V. Narayana Ayyar, p. 104.

முருகப் பெருமான் சூரரமகளிர் ஆடும் சோலைகள் பொருந்திய திருப்பரங்குன்றத்தில் எழுந்தருளியுள்ளான்; ஆறு முகங்களுடனும் பன்னிரண்டு கைகளுடனும் அலைவாயில் எழுந்தருளியுள்ளான்; விரதத்தால் வற்றிய யாக்கையையுடைய முனிவரும் கந்திருவரும் வழி படத் திரு ஆவிநன்குடியில் கோயில் கொண்டுள்ளான்; பிரமசாரி கள் தோத்திரங்களைக்கூற, ஈர ஆடையுடன் இருந்து அர்ச்சகர் வழிபாடு செய்யும் ஏரகத்தில் எழுந்தருளியுள்ளான்; குன்றுதோறும் ஆடல்புரி கின்றான். இது திருமுருகாற்றுப்படை கூறும் செய்தியாகும்.

திருமால் வணக்கம்

காஞ்சி நகரத்திற்கு அண்மையில் சூரியன் வெளிச்சம்படாத அடர்ந்த சோலை இருந்தது. அச்சோலையில் மணல் மிகுதி. அம்மண லில் குழிகள் இருந்தன. அக்குழிகளில் நீர் காணப்பட்டது. அந்நீரில் குருக் கத்தி மலர்கள் விழுந்து கிடந்தன. மக்கள் அப்பொழிலில் தங்கி விளையாடினார்கள். அச்சோலையையடுத்து ஆற்றுத்துறை அமைந் திருந்தது. மக்கள் அங்கு இளவேனிற்செவ்வியை நுகர்ந்தார்கள். அங்கு, நீண்ட பூங்கொத்துகளையுடைய காந்தனைப் பெற்ற அழகிய பக்கமலை யில் யானை கிடற்தாற்போலப் பாம்பணையாகிய படுக்கையிலே பெருமாள் பள்ளிகொண்டிருந்தான் (பெ.ஆ.படை, அடி, 371-390). பெருமாள் இங்ஙனம் பள்ளி கொண்ட திருக்கோவில் இன்று சிறிய காஞ்சீபுரத்தில் உள்ள யதோத்தகாரி கோவிலாகும். சொன்ன வண்ணம் செய்த பெருமாள் கோவில் என்னும் தமிழ்ப் பெயரும் அதற்குண்டு. திருமால் பிறந்த ஓணநாள் மதுரையிற்கொண்டாடப்பட்டது.[8] அந்நன்னாளில் மறவர் தம்முட் சேரிப்போர் புரிந்தனர் (ம.கா. அடி, 590-596).

சிவபெருமான்

பொதியமலை நாட்டை ஆண்டு வந்த ஆய்வேள் தனக்கு நீலநாகம் நல்கிய உயர்ந்த கலிங்கத்தை ஆலமரத்தடியில் அமர்ந்த தென்முகக் கடவுளுக்குக் கொடுத்தான் (சி.ஆர். படை, அடி, 95-97). ஐம்பூதங்களையும் சேரப்படைத்த மழுவாகிய வாளையுடைய பெரியோன் ஏனையோரின் முதல்வன் என்று மதுரைக்காஞ்சி புகல் கின்றது.

8. திருப்புல்லாணியில் உள்ள தெய்வச்சிலைப் பெருமானுக்குத் திருவோண நாளில் சிறப்புப் பூசை கம்பண உடையார் காலத்தில் (14ஆம் நூற்றாண்டில்) நடைபெற்றது. 106 of 1903.

"நீரு நிலனுந் தீயும் வளியு
மாக விசும்பொ டைந்துடன் இயற்றிய
மழுவாள் நெடியோன் தலைவனாக"

(ம.கா.அடி. 453-455).

என்பதனால் சிவபெருமான், கடவுளருள் முதன்மையானவன் என்ற கொள்கை அக்காலத்தில் இருந்தமை தெளிவாகும்.

"நுதல்விழி நாட்டத் திறையோன் முதலாய்
பதிவாழ் சதுக்கப் பூதமீறாக" (காதை, அடி, 54-55).

என்று பௌத்த காவியமாகிய மணிமேகலையிலும் சிவபிரானே கடவுளருள் முதல்வனாய்க் குறிக்கப்பட்டுள்ளான். சிவபெருமான் ஆலமர் செல்வனாக வழிபடப்பட்டான் என்பதும் தெரிகிறது.

நகரத்தில் சமயநிலை

காவிரிப்பூம்பட்டினத்தில் முருகனுக்கும் கடவுளர் பிறர்க்கும் கோவில்கள் இருந்தன. அங்குப் பல்லியங்கள் ஒலிக்க, நாளும் வழிபாடு நடைபெற்றது; குழல் இசையை உண்டாக்க, யாழ் வாசிக்க, முழவு முழங்க, முரசு ஒலிக்க, பாடுமகளிர் பாடத் திருவிழா நடைபெற்றது. நகரமக்கள் வழிபாட்டிலும் திருவிழாவிலும் கலந்துகொண்டார்கள் (ப.பாலை, அடி, 145-158).

மதுரையில் சிவபெருமான் முதலிய கடவுளர்க்குக் கோவில்கள் இருந்தன. கோவில் விழாவில் ஏழாம் நாள் சிறந்தது. ஏழாம் நாள் அந்தியில் கடவுள் தீர்த்தமாடுதல் மரபு. அது மதுரையில் சிறப்பாகக் கொண்டாடப்பட்டது (ம.கா. அடி, 427-428, 453-455). திருவிழாவின் தொடக்கம் பறையறைந்து மக்களுக்குத் தெரிவிக்கப்பட்டது. (அடி, 361-2).

மதுரையில் இருந்த எல்லாக் கோவில்களிலும் அந்திக் காலப்பூசை பல வாத்தியங்கள் ஒலிக்கச் சிறப்பாக நடைபெற்றது. அவ்வமயம் வாழ்வரசியர் தம் கணவரையும் பிள்ளைகளையும் அழைத்துக்கொண்டு பூசைக்கு வேண்டிய மலர்களையும் புகைப் பொருள்களையும் ஏந்தி, அவரவர் விருப்பப்படி, பௌத்தப் பள்ளிக்கும் அந்தணர் பள்ளிக்கும் சமணர் பள்ளிக்கும் சென்றனர். பௌத்தப் பள்ளியில் பௌத்த பிக்குகள் இருந்து அறவுரை கூறினர்; அந்தணர் பள்ளியில் வேதாந்தங் களில் வல்ல அந்தணமுனிவர் இருந்து அறவுரை வழங்கினர்; சமணர் பள்ளியில் சமண முனிவர் இருந்து அறவுரை ஆற்றினர்.

அந்தணர் பள்ளி, மலையை உள் வெளியாக வாங்கி இருப்பிடம் ஆக்கினாற்போன்ற அமைப்புடையதாய் ஓங்கி உயர்ந்து உட்புறம் அகன்றிருந்தது. சமணப்பள்ளியின் சுவர்கள் செம்பாற் செய்யப் பட்டவை போல உறுதியாயிருந்தன. அச்சுவர்களின்மீது ஓவியங்கள் தீட்டப்பட்டிருந்தன. அப்பள்ளியில் நறிய மலர்ச்சோலை இருந்தது. அங்கு இருந்த சமணமுனிவர்கள் சிறந்த கல்விமான்கள் (ம.கா.அடி, 461-488).

ஓய்மான நல்லியக்கோடனது தலைநரான 'கிடங்கில்' என்ற நகரம், 'சாறயர் மூதூர்' எனப்பட்டது. (சி.ஆ.படை, அடி, 201. 'விழா நடக்கின்ற பழைய ஊர்' என்பது இத்தொடரின் பொருளாகும். காஞ்சி மாநகரம்.

"பலர்தொழ விழவுமேம் பட்ட பழவிறல் மூதூர்"

(பெ.ஆ.படை, அடி, 410-411)

எனப்பட்டது.

'பலசமயத்தாரும் தொழும்படி எடுத்த விழாக்களால் ஏனைய நகர்களின் மேலான வெற்றியையுடைய பழைய ஊர்' என்பது நச்சினார்க்கினியர் உரை. காஞ்சி மாநகர் கல்வியிலும் சமயத் துறையி லும் பிற நகரங்களைவிட உயர்ந்தது என்பது வரலாறு கண்ட உண்மை, 'நகரேஷு காஞ்சி' என்பது வடமொழி வாசகம். புத்தர் காஞ்சியில் அறவுபதேசம் செய்தார். அவர் இருந்து உபதேசித்த இடங்களில் அசோகன் தூபிகளை அமைத்தான் என்று யுவான்சுவாங்கு என்ற சீன வழிப் போக்கன் கூறியுள்ளான்.[9]

சந்திரகுப்தமௌரியன் தன் ஆட்சியைத் துறந்து பன்னீராயிரம் திகம்பர சமணருடன் கன்னட நாட்டுச் சிரவணபௌகொளவுக்கு (வெள்ளைக்குளத்துக்கு) வந்து தங்கியதாகச் சமண நூல்கள் கூறு கின்றன. அக்காலத்திலிருந்து தமிழகத்திலும் சமணம் பரவியதாகக் கொள்ளலாம். கி.மு. மூன்றாம் நூற்றாண்டைச் சேர்ந்த பிராமிக் கல்வெட்டுகள் கழுகுமலை முதலிய மலைக்குகைகளில் காணப்படுதல் பௌத்த சமயம் தமிழகத்தில் பரவியதைக் குறிப்பதாகும்.[10]

காவிரிப்பூம்பட்டினம், காஞ்சி, வஞ்சி ஆகிய நகரங்களில் பல சமயங்கள் இருந்தன என்று மணிமேகலையும் கூறுதல் இங்கு நினைக்கத் தகும். எனவே, மதுரையில் பௌத்த, சமண, வைதிக நெறிகள் இருந்தாற் போலக் காஞ்சியிலும் பல சமயங்கள் திரையன் காலத்தில் இருந்

9. Foreign Notices of South India, K.A.N. Sastry, p. 102.

திருக்கலாம் என்று கருதுதல் பொருத்தமாகும். பல சமயத்தார் கோவில்கள் இருந்தன. எனவே, காஞ்சியில் அவ்வச்சமயத்தாருக்குரிய விழாக்கள் நடைபெற்றன என்பது தானே போதரும்.

இடையறாத செல்வ வருவாயினையுடைய அகன்ற இடத்தையு டைய பெரிய ஊர்களில் விழாக்கள் நடந்தன. விழாக்காலங்களில் அயலூரரார்க்கும் பொருநர் பாணர் முதலியோர்க்கும் பேரூர்களில் சோறு வழங்கப்பட்டது (பெ.ஆ.படை, அடி, 1-2). மலை நாட்டு ஊர் களில் விழாவைக் காண வந்தவர்க்கு மிடாச்சேறு வரையாது வழங்கப் பட்டது (கு.பா.அடி, 201-203).

காவிரிப்பூம்பட்டினத்தில் காளி கோவிலும் இருந்தது. அக்கோவில் வாயிலில் பூதங்கள் காவல் இருந்தன (ப.பாலை, அடி, 53-57). அந்நகர வணிகர் தேவர்களை வழிபட்டு யாகங்களைச் செய்தனர். நான்மறை யோரை மதித்து நடந்தனர் (அடி, 200-202).

நாட்டில் இருந்த ஊர்களில் ஊரார்கூடும் அம்பலங்கள் இருந்தன. அங்குத் தறி (நெடிய தூண்) நடப்பட்டு வழி படப்பட்டது. ஊர் மாதரார் மாலையில் அவ்விடத்தைத் தூய்மை செய்து விளக்கேற்றி, அத்தறியை மலரிட்டு வணங்கினர். ஊர் மக்கள் தெய்வம் உறைந்த அத்தறியை வழிபட்டனர்; விழா இயற்றினர். அவ்விழாவில் கூத்தர் பங்கு கொண்டனர் (ப.பாலை, அடி 246-255). ஊர்த்திருவிழாவில் மகளிர் பாடினர், ஆடினர்; முழவு கண்ணுறக்கமின்றி முழங்கிக் கொண்டிருந்தது (மலைபடு கடாம், அடி 349-351). கரிகாலன் உரையூரில் கோயில்களைப் புதுக்கினான் (ப.பாலை, அடி, 286).

சமயம் பற்றிய பிற செய்திகள்

காவிரிப்பூம்பட்டினத்துக் கடற்கரையில் வாழ்ந்த பரதவர், வலை கிடந்து உலர்ந்த மணலையுடைய முற்றத்து மனையில் சியையையு டைய கறவின் கொம்பை நட்டு, அதனிடத்தே தெய்வத்தை ஏற்றி, வழிபட்டனர்; வெண்டாளி மலர் மாலையை அணிந்து தாழை மலரைச் சூடிப் பனையின் கள்ளைப்பருகியும் நெற்கள்ளைப் பருகியும் விளையாடினர் (ப.பாலை, அடி, 82-93).

விறலியர் மலைவாழ் தெய்வங்களைப் பணிந்து குறிஞ்சிப் பண்ணில் பல பாக்களைப் பாடுதல் மரபு, அவர்கள் முதலியற் கடவுளை வாழ்த்தினார்கள்; பின்னரே பல பாடல்களைப் பாடினார்கள் (மலைபடு,,

10. History of India, R. Satyanatha Ayyar, part I, pp. 113 and 171

அடி, 360, 538-540). நவிர மலைமீது காரியுண்டிக் கடவுள் கோவில் இருந்தது. கூத்தர் அக்கடவுளை வணங்கிச் சென்றனர். (அடி, 229-231). இதனால், மலைமீது சிவபிரான் கோவிலும் அருகியிருந்தமை அறியப்படும்.

போரில் தன்னால் இயன்றவரையில் சிறப்புறப் போர் புரிந்து உயிர்விட்ட வீரனது உடலைப் புதைத்த அல்லது எரித்த இடத்தில் ஒரு கல்லை நடுவர்; அக்கல்லில் அவனது உருவத்தையும் பெயரையும், இன்ன போரில் இவ்வாறு போர் புரிந்து மாண்டான் என்ற விவரத்தையும் பொறிப்பர். அக்கல் நடுக்கல் எனப்படும். வீரர் சிறப்பாகவும் பிறர் பொதுவாகவும் நடுகல்லை வழிபடுவர். இத்தகைய நடுகற்கள் பண்டைத் தமிழகத்தில் ஒவ்வொரு நாட்டிலும் இருந்தன. இவ்வீர வணக்கம் தமிழர்க்கு வீரத்தையும் நாட்டுப்பற்றையும் ஊட்டி வந்தது என்னலாம்.

நன்னுடைய மலலைகளின்மீது இத்தகைய நடுகற்கள் இருந்தன. அவற்றுட்சில, மராமரத்தடியில் இருந்தன. அவ்வழியிற் சென்ற கூத்தர், யாழ் வாசித்து, நடுகல் வீரர்களை வழிபட்டுச் சென்றனர் (மலைபடு, அடி, 386-396).

காட்டில் 'சூர்' என்னும் கொடுந்தெய்வம் இருந்த தென்பதைப் பழந்தமிழர் நம்பினர் (கு.பாட்டு, அடி, 255).

தவம் செய்யும் வழக்கம் அக்காலத்தில் இருந்தது (பொ.ஆ.படை, அடி 91-92). முக்கோல்[11] அந்தணர் காவியாடை உடுத்த துறவிகள்.[12] இவர்கள் தமிழகத்தில் இருந்தார்கள் (மு.பாட்டு அடி37).[13]

இவர்கள் கலித்தொகையில் முகூகோற்பகவர் எனப்பட்டார்கள். முக்கோற்பகவர் என்பவர் உறியிலே தங்கின கமண்டலத்தை உடையவர்; அரி, அயன், அரசன் என்னும் மூவரும் ஒருவரே என்பதை அறிவிக்கும் அடையாளமாக முக்கோலைத் தோளிலே வைத்தவர்; குடையை உடையவர்; காட்டிடத்தே போதலை இயல்பான ஒழுக்க

---

11. சுண்டுவிரற்பருமனுள்ள மூங்கிற்கழிகள் மூன்றனை ஒன்றாகச் சேர்த்துக் கட்டிக் கையிற்பிடித்த துறவிகள் முக்கோற் பகவர் எனப்பட்டனர். வடமொழி நூல்கள் இவரைத் திரிதாண்டி சந்நியாசிகள் என்று கூறுகின்றன.

12. நாரத பரிவிராஜக உபநிடதம் (ஏறத்தாழக் கி.மு. 500) ஆறுவகைத் துறவிகளைப் பற்றிக் கூறுகிறது. அவர் (1) குடீச்சகர், (2) பஹூதகர், (3) ஹம்சர், (4) பரமஹம்ஸர், (5) துரியாதீதர், (6) அவதூதர் என்பவராவர்.,

13. கோவிலை அடுத்த மடத்தில் இவர்களுக்கு உணவு படைக்கப் பின் நூற்றாண்டுகளில் வசதி செய்யப்பட்டது. 667 of 1916; 227 of 1929; 30, 99 of 1936-37.

மாகக் கொண்டவர் (கலித்தொகை, 9); பிரணவத்தை எப்போதும் நினைந்திருப்பவர் (கலி, 126).

தலைவி ஒருத்தி தலைவன் ஒருவனோடு உடன்போக்கை மேற்கொள்டாள். அவளைத் தேடி வந்த செவிலி, வழியில் முக்கோற் பகவரைக் கண்டு பணிந்து, தலைவியைப்பற்ற விசாரித்தாள். அப்பொரு மக்கள் தாங்கள் தலைவியையும் தலைவனையும் கண்டதாகக் கூறித் தலைவி தலைவனுடன் சென்றது நெறியப்பட்டதே என்பதைக் கீழ்வருமாறு கூறினார்கள்.

"மணப்பொருள்கள் கூட்டப்பெற்ற சந்தனம் மலையிடத்தே பிறந்தது ஆயினும், பூசிக்கொள்பவருக்கு தான் பயனைத் தரும்; தான் வளர்ந்த மலைக்குப் பயனைத் தாராது. முத்துகள் கடலிற் பிறந்தவையாயினும், தம்மை அணிவார்க்குப் பயன்படுமே தவிரத் தாம் பிறந்த கடலுக்கு ஒரு பயனையும் தாரா. ஏழு நரம்பால் கூட்டிய இனிமையான ஓசைகள் யாழிடத்தே பிறந்தவை ஆயினும். அவை பாடுவோர்க்குப் பயன் தருமே அல்லாது யாழுக்குப் பயனைத் தாரா. ஆதலால், உன் மகள் உன் இல்லத்தில் பிறந்து வளர்ந்தாலும், பெற்றோரினும் சிறந்த கணவனை வழிபட்டு அவன் பின்னே சென்றாள். இங்ஙனம் கற்புப் பூண்டு நிகழ்த்தும் இல்லறமே அறங்களில் தலையாய அறம். இவ் விருவரும் மறுமையில் நீங்காமல் துறக்கத்திலே செல்லும் வழியும் அவ் வழிபாடே யாகும்." (கலி.9).

---

1. குடீச்சகன் என்னும் துறவி குடுமி, பூணூல், முக்கோல் (திரிதண்டம்) வைத்திருப்பவன்; பெற்றோருக்குப் பணிவிடை செய்பவன்; ஒரே இடத்தில் தங்கியிருப்பவன் ஆடை அணிந்திருப்பவன்.

2. பஹூதகன் என்ற துறவி குடுமி, பூணூல், முக்கோல் வைத்திருப்பவன்; ஆடை உடுத்துபவன் பிச்சை ஏற்றுண்பவன்.

3. ஹம்ஸன் என்ற துறவி சடை முடியன்; பாத்திரத்தில் பிச்சை ஏற்று உண்பவன் கோவணம் அல்லது ஆடை அணிபவன். இவனும் முக்கோலை ஏந்தி இருப்பவன்.

4. பரமஹம்ஸன் என்ற துறவி தலை மொட்டையடித்தவன்; கையில் பிச்சையேற்று உண்பவன்; ஒற்றைக் கோலை உடையவன்; முற்றும் துறந்தவன்.

5. துரியாதீதன் என்ற துறவி, தண்டம் இல்லாதவன்; பழம் அல்லது பிச்சையேற்று உண்பவன்; ஆடை அணியாதவன்.

6. அவதூதன், துரியாதீதனைப் போன்றவன்; எப்போதும் ஆன்ம சிந்தனையில் இருப்பவன்.

மக்கள் நெல்லையும் மலர்களையும் கொண்டு சென்று ஊர்க் கோவிலில் கடவுள் திருமுன்பு வைத்து நிற்பார்கள். அப்பொழுது எவரேனும் பேசுவதைக் கொண்டு அதனை நற்சொல் அல்லது தீய சொல்லாகக்கொண்டு, தாம் கருதியது நடைபெறும் அல்லது நடை பெறாது என்று முடிவு செய்வார்கள் (முல்லை, அடி, 8-11). சோற்றில் ஆட்டுக்குருதியையோ, வேறு பலியிடப்பட்ட உயிரின் குருதியையோ கலந்து, காக்கைக்குப் பலியிடுதல் மரபு (பொ.ஆ.படை, அடி, 183-184) மேருமலை தெய்வங்கள் உறையும் மலை என்று நம்பி, தமிழர் அதனைக் 'கடவுள் மால்வரை' என்றனர் (சி.ஆ.படை, அடி, 205). ஆதித்தர் பன்னிருவர், உருத்திரர் பதினொருவர், வசுக்கள் எண்மர், மருத்துவர் இருவர், பதினெண்கணங்கள், கந்தருவர், சூரரமகளிர் ஆகியோரைப் பற்றியும் தமிழர் அறிந்திருந்தனர் என்பது திருமுருகாற்றுப்படையால் தெரிகிறது (அடி, 167-168).

முருகன் பிறப்பு, முருகன் சூரனைக் கொன்றமை, முருகன் கிரவுஞ்ச மலையைப் பிளந்தமை, திருமால் மூன்றடி மண் கேட்டு உலகளந்தமை, திருமால் அசுரரை வென்றமை, நல்லியக்கோடன் வேண்ட முருகன் ஒரு கிணற்றில் இருந்த மலரை வேலாக மாற்றித் தந்தமை போன்ற சமயத் தொடர்பான கதைகள் சில பத்துப் பாட்டில் வந்துள்ளன; அருச்சனன் காண்டவ வனத்தை எரித்தமையும், பாரதப்போர் பற்றிய செய்திகளும் இடம் பெற்றுள்ளன.

முடிவுரை

வடநாட்டிலிருந்து ஏறத்தாழக் கி.மு. மூன்றாம் நூற்றாண்டில் சமணமும் பௌத்தமும் தமிழகத்திற்கு வந்தன. அவற்றுக்கு முன்னரே வேதநெறி தமிழகத்திற் புகுந்து பரவத் தொடங்கியது என்பது தொல்காப்பியத்தால் தெரிகிறது. இவற்றொரு சைவமும் வைணமும், இந்நாட்டில் சங்ககாலத்திற் பரவியிருந்தன என்பது மேலே கூறப்பட்ட சான்றுகளால் தெளிவாகும்.

◈

இந்த அறுவருள் முதல் மூவருமே முக்கோற்பகவர் ஆவர். இந்த அறுவரும் ஓட்டையும் பொன்னையும் ஒன்றாகவே கருதுபவர்; எவ்வுயிர்க்கும் தீங்கு நினையாதவர்; செய்யாதவர் இவற்றை அன்புடன் அறிவித்தவர் சென்னைப் பல்கலைக்கழக வடமொழித் துணைப்பேராசிரியர் திரு. சுப்பிரமணிய சாத்திரியார்.

27. அழகுக்கலைகள்

1. ஓவியக்கலை

முன்னுரை

நாம் கண்ணால் காணும் பொருள்களைச் சித்திரித்து எழுதும் லையே ஓவியக்கலை பண்டை மனிதன் தான் பார்த்தவற்றையே படமாக எழுதிக்காட்டினான்; பின்பு அறிவு வளர வளர, தன் மனத்தாற் பல உருவங்களையும் காட்சிகளையும் முடிவு செய்து, அவற்றைப் படங் களாக வரைந்தான்; எண்ணும் ஆற்றலில் சிறந்த புலவர் பெரு மக்களு டைய கருத்தோவியங்களுக்கு உருவங்களை அமைத்தான். இவ்வாறு காணும் பொருளிலிருந்து எண்ணும் பொருள்கள் செய்திகள் வரையி லும் உருவம் தரும் முறை ஓவியக்கலையில் வளர்ச்சி பெற்றது. பழைய மக்கள் வாழ்ந்த குகைகளில் சிறுசிறு ஓவியங்கள் இன்றும் காணப் படுகின்றன. இதனை நோக்க, வீடு கட்ட அறியாத மனிதன் குகையில் வாழ்ந்த போதே ஓவியக்கலை தோன்றியது என்று கூறலாம்.

ஏறத்தாழ ஐயாயிரம் ஆண்டுகளுக்கு முற்பட்ட சிந்து வெளிப் பொருள்களில் ஓவியம் தீட்டப்பெற்ற மட்பாண்டங்கள் பலவாகும்; தாயித்துகள் பலவாகும். இவ்வாறே சுமேரியர், எகிப்தியர் புதை பொருள்களிலும் ஓவியங்கள் காணப்படுகின்றன. எனவே, ஓவியம் வரையும் பழக்கம் மனிதனுக்குத் தொடக்கத்திலிருந்தே வளர்ந்து வந்திருக்கிறது என்று கூறுதல் பொருத்தமாகும்.

சங்க காலத்தில்

இன்றுள்ள தமிழ் நூல்களுள் காலத்தால் முற்பட்டது தொல்காப்பியம் என்னும் இலக்கண நூல். போரில் விழுப்புண் பட்டு வீரர்கள் இறந்த இடத்தில்-அல்லது அவர்களைப் புதைத்த இடத்தில்-அல்லது அவர்களது உடற்சாம்பலை அடக்கம் செய்த இடத்தில் - ஒரு கல் நடப்படும்; அக்கல்லில் இறந்த வீரனது உருவம் செதுக்கப் படும். பின்னர் அதற்குப் பூசை நடத்தப்படும். அதற்கு 'நடுகல்' என்பது பெயர். அது வீரராலும் இறந்தவன் மரபினராலும் தொழப்படும். கல்லில் இவ்வாறு ஓர் உருவம் செதுக்கப்படுதற்கு முன்பு அவ்வுருவத்தை

அழகுக்கலைகள்

ஓவியமாக வரைந்துகொள்ளுதலே வழக்கமாகும். அந்த ஓவியத்தின் உதவிகொண்டே, கல்லில் உருவம் செதுக்கப்படும். எனவே, தொல்காப்பியர் காலத்திலேயே (ஏறத்தாழ 2300 ஆண்டுகளுக்கு முன்பே) ஓவியம் தீட்டும் வழக்கம் தமிழரிடம் இருந்து வந்தது என்பது தெளிவாகும்.

சங்ககால நடனமகளிர் நடனக்கலைக்காகப் பல்வேறு கலைகளையும் கற்றனர்; அவற்றுள் ஓவியக்கலை ஒன்று என்று மணிமேகலை செப்புகின்றது.

"நாடக மகளிர்க்கு நன்கனம் வகுத்த
ஓவியச் செந்நூல் உரை நூற் கிடக்கையும்
கற்றுத்துறை போகிய பொற்றொடி நங்கை."

–மணி, காதை 2; 30-32.

இவ்வடிகளை நோக்க, ஓவியக்கலை பற்றிய சிறந்த நூல் ஒன்று சங்ககாலத்தில் இருந்தது என்பது தெளிவாகலாம். மாதவியின் நடன அரங்கேற்றம் நிகழ்ந்த அரங்கின் மேற் கூரையில் கண்கவர் ஓவியங்கள் பல தீட்டப்பட்டிருந்தன. அக்கூரை ஓவியவிதானம் எனப்பெயர் பெற்றது. (சிலப். 95:128). உலோகங்களாலான கேடயங்களில் கண்ணைக் கவரும் ஓவியங்கள் தீட்டப்பட்டிருந்தன என்று சிலப்பதிகாரம் செப்பு கிறது.

செல்வர் வாழும் வளமனைச் சுவர்களின்மீதும் மாடங்களின் மீதும் தேவர் முதல் எல்லா உயிர்களையும் குறிக்கத் தக்க ஓவியங்கள் தீட்டப்பட்டிருந்தன என்னும் செய்தி மணிமேகலையில் கூறப்பட்டுள்ளது.

"வம்ப மாக்கள் கம்பலை முதூர்ச்
சுடுமண் ஓங்கிய நெடுநிலை மனைதொறும்
மையறு படிலத்து வானவர் முதலா
எவ்வகை யுயிர்களும் உவமங் காட்டி
வெண்கதை விளக்கத்து வித்தகர் இயற்றிய
கண்கலர் ஓவியம் கண்டுநிற் குநரும்."

–காதை, 3; 126-131.

மதுரையை அடுத்த திருப்பரங்குன்றத்தில் முருகப் பெருமான் திருக்கோயிலில் மண்டபங்கள் பல இருந்தன. அவற்றில் புராண இதிகாசக் கதைகள் பல ஓவியங்களாகக் காட்சியளித்தன. அவற்றுள் கதிரவன், திங்கள், கோள்கள், இரதி, மன்மதன், இந்திரன், அகலிகை, பூனை, கௌதமன் என்னும் உயர்திணை-அஃறிணைப் பொருள்களைக்

குறிக்கும் ஓவியங்கள் எழுதப்பட்டிருந்தன எனப் பரிபாடல் பகர்கின்றது. (பாடல், 19; அடி, 46-53).

காதலன் தான் விரும்பிய பெண்ணை மணக்க இயலாத நிலையில் ஒரு துணியில் அவள் உருவத்தை ஓவியமாக வரைந்து கொண்டு மடல் ஏறுதல் வழக்கம் என்று அகப் பொருள் நூல்கள் கூறுகின்றன.

ஓவியங்களை அமைத்து ஆடை நெய்தல் சங்ககாலத் தமிழகத்தில் வழக்கமாயிருந்தது. ஆடைகளில் ஓவிங்களை அமைத்தல் எளிதான செயலன்று அங்ஙனம் அமைத்தவர் மிகச் சிறந்த ஓவியத்திறன் வாய்ந்தவராய் இருத்தல் வேண்டும் அல்லவா? காவிரிப் பூம்பட்டினத்தில் இருந்த உவவனம், சிறந்த ஓவியரால் ஓவியம் அமைத்து நெய்யப்பட்ட ஆடை போலக் காட்சியளித்தது என்று மணிமேகலை ஆசிரியர் குறித்துள்ளார்.

"வித்தகர் இயற்றிய விளங்கிய கைவினைச்
சித்திரச் செய்கைப் படாம்போர்த் ததுவே
ஒப்பத் தோன்றிய உவவனம்"

-காதை, 3: 167-169.

இவ்வாறு ஆடைகளிலும் சுவர்களிலும் மண்டபக்கூரைகளிலும் கேடயங்களின் மீதும் கண்கவர் ஓவியங்களைத் தீட்ட வல்லவர் மிகச் சிறந்த ஓவியராய் இருக்க வேண்டும் அல்லவா?

சங்ககாலத்தில் ஓவியக்கலை சிறந்த முறையில் வளர்ச்சி பெற்றிருந்தது என்பதை இதுகாறும் கூறிய விவரங்களைக் கொண்டு நன்கு தெளியலாம்.[1]

பத்துப்பாட்டுள் ஓவியக்கலையைப்பற்றிய குறிப்புகள் மிகச்சிலவே வந்துள்ளன. அவற்றைக் கீழே காண்போம்:

ஓவு–ஓவம்

"ஓவுகண்டன்ன இருபெரு நியமம்"

(ம.கா.அடி, 365)

"ஓவத் தன்ன உண்டுறை"

(சி.ஆ.படை,அடி, 70)

---

1. இந்நூலாசிரியர் இயற்றிய 'தமிழகக் கலைகள்' பக். 23-27

என்னும் அடிகளை நோக்கச் சித்திரம் என்ற பொருளில் ஓவு என்பதும் ஓவம் என்பதும் பயின்றுள்ளமை அறியப்படும்.

ஓவியவகை

வண்ணங்களைக் கொண்டு தீட்டப்படாத ஓவியம் (Sketch) புனையா ஓவியம் எனப்பட்டது. 'பாண்டியன் போருக்குச் சென்ற பின்பு அவன் பிரிவால் வாடித்தன்னை அணி செய்துகொள்ளாத அரசமா தேவி, புனையா ஓவியம் போலக் காணப்பட்டாள்,' என்று நெடுநல் வாடை கூறுகிறது (அடி, 145-147).

சோழநாட்டு நீர்த்துறை ஓவியத்தைப் போன்றிருந்தது என்று சிறுபாணாற்றுப்படை கூறுகிறது. (அடி, 70). வண்ணங்களால் முற்றுப் பெற்ற ஓவியம் கண்ணைக் கவர்வது போல நீர்த்துறையும் பூந்தாது பரவிக் கண்கவர் வனப்பினைப் பெற்றிருந்தது என்பது கருத்தாம்.

இனிமையும் தெய்வத்தன்மையும்

ஓவியங்களைக் கண்டாற்போன்று கண்ணுக்கு இனிமையையுடைய 'நாளங்காடி அல்லங்காடி' என்னும் இரண்டு கடைத்தெருக்கள் மதுரை யில் இருந்தன என்று மதுரைக்காஞ்சி மொழிகின்றது. (அடி, 365). ஓவியங்கள் கண்ணுக்கு இனிமை தருவன என்பது தமிழ் மக்கள் கருத்தால் தெளியலாம். கண்ணுக்கு இனிமை தரும் ஓவியங்கள் தமிழகத் தில் வரையப்பட்டன என்பதால், சங்ககால ஓவியக்கலையின் உயர்வை ஒருவாறு அறியலாம். அதனாற்போலும் அக்கால ஓவியன் 'வல்லோன்' (Expert) எனப்பட்டான் (ம.கா. அடி, 723).

'பாண்டியன் நெடுஞ்செழியன் காலையில் எழுந்தான்; வல்லோன் எழுதிய பாவையில் தெய்வத்தன்மை நிகழ்ந்தாற்போன்ற வடிவினை உடையவனாயிருந்தான்,' என்று மாங்குடி மருதனார் கூறியுள்ளார் (ம.கா.அடி, 723-24). எனவே, வல்லோன்எழுதிய பாவை ஓவியத்தில் தெய்வத்தன்மை நிகழும் என்பது தமிழர் நம்பிக்கை என்பது தெரிகிறது. மணிமேகலைக் காவியத்தில் கூறப்பட்டுள்ள கந்திற்பாவை இதறகு ஏற்ற சான்றாகும் (மணி, காதை, 21: அடி, 115-7, 120-27; 131-3). இத்தகைய வல்லோர் பல வகைப்பட்ட நுண்ணிய தொழில்களையும் ஒப்புக்காட்டி எழுதவல்ல கூரிய அறிவினையுடையவர். அவர்கள் நோக்கினார் கண்ணிடத்தே தம் தொழிலை நிறுத்தும் திறமை வாய்ந்தவர். அதனால் அவர்கள் 'கண்ணுள் வினைஞர்' எனப்பட்டனர் (ம.கா. அடி, 516-518; உரை)

கட்டிற்கூரை ஓவியம்

பாண்டிமாதேவியின் வேலைப்பாடு நிறைந்த தந்தக் கட்டிலின் மேற்கூரையில் ஓவியங்கள் எழுதப்பட்டிருந்தன; மேடராசி முதலிய இராசிகள் வரையப்பட்டிருந்தன; திங்களும் ரோகிணியும் எழுதப்பட்டிருந்தன. திங்களோடு சேர்ந்து ரோகிணி இருப்பது போலப் படம் வரையப்பட்டிருந்தது. ரோகிணி தன் கணவனாகிய திங்கள் விட்டுப் பிரியாதிருப்பதுபோலத் தானும் தன் கணவனை விட்டுப் பிரியாதிருக்க இயலவில்லையே என்று எண்ணிப் பாண்டிமாதேவி பெருமூச்சு விட்டாள் என்று நெடுநல்வாடை இயம்புகிறது (அடி, 159-163). அரண்மனையுள் எழுதப்பட்ட இந்த ஓவியங்கள் மிகச் சிறந்த ஓவியரால் எழுதப்பட்டனவாதல் வேண்டும் என்பதில் ஐயமில்லை அன்றோ?

பள்ளி, கோவில் ஓவியங்கள்

மதுரையில் இருந்த அமணப்பள்ளிச் சுவர்களின்மீது அச்சமயத் தொடர்பான ஓவியங்கள் வரையப்பட்டிருந்தன (மகா.அடி, 485).

காவிரிப்பூம்பட்டினத்தில் இருந்த கோவிற்சுவர்கள் வெண்மை நிறத்தன. அவற்றின் சுவர்களில் வேறுபட்ட தொழில்களையுடைய (பல நிகழ்ச்சிகளை உணர்த்தும்) ஓவியங்கள் தீட்டப்பட்டிருந்தன என்று பட்டினப்பாலை பகர்கின்றது அடி, 49-50).

ஓவியத்தின் சிறப்பு

ஓவியன் தன் கைத்திறன் முழுமையையும் காட்டி ஒரு மங்கையின் உருவத்தை ஓவியமாக வரைகின்றன. அவன் அம்மங்கையின் நகிலை அழுகுபெறத்தீட்டி முடிக்கின்றான். அந்த ஓவியத்தில் உள்ள நகிலின் அழகைத் தன்னிடத்தே பெற்ற நகிலை உடையவர் நன்னனுடைய மனைவிமார் என்று நெடுநல்வாடை கூறுகிறது (அடி, 57). இதனால், ஓவியப்புலமை முதிர்ச்சியையும் நாம் நன்கு உணரலாமன்றோ?

முடிவுரை

'வண்ணங்களைக்கொண்டு எழுதப்படாத ஓவியம் புனையா ஓவியம் எனப்பட்டது. கண்ணைக் கவரத்தக்க நீர்த்துறை, கடைத்தெரு, முதலிய வற்றுக்கு வல்லோன் வரைந்த ஓவியங்கள் உவமை கூறப்பட்டன. அரச மாதேவியின் கட்டிலின் மேற்கூரையிலும் கோவிற்சுவர்களின் மீதும் ஓவியங்கள் தீட்டப்பட்டிருந்தன. ஓவியன் 'வல்லோன்' என்றும், 'கண்ணுள்

வினைஞன்' என்றும் பெயர் பெற்றான்.' என்னும் விவரங்களை மேலே கூறப்பட்ட செய்திகளிலிருந்து நாம் நன்குணரலாம்.

ஓவியக்கலையை நினைவூட்டும் ஊர்கள்

ஓவியம் தமிழ்ச்சொல்; சித்திரம்-வடசொல். இப்பெயர்களைக் கொண்ட ஊர்கள் சில தமிழகத்தில் உண்டு. அவற்றைக் கீழே காண்க:

ஊரின் பெயர்	மாவட்டம்	வட்டம்
ஓவரூர் (ஓவம்-ஓவர்)	தஞ்சை	திருத்துறைப்பூண்டி
சித்திரக்குடி	தஞ்சை	தஞ்சை
சித்திரச்சாவடி(கிழக்கு)	கோவை	கோவை
சித்திரச்சாவடி(மேற்கு)	கோவை	கோவை

2. சிற்பக்கலை

முன்னுரை

மண், மரம், செங்கல், கல், உலோகம், தந்தம், மெழுகு, அரக்கு முதலியவற்றைக் கொண்டு உருவங்கள் அமைக்கும் கலையே 'சிற்பக்கலை' என்பது.

"வழுவறு மரனும் மண்ணுங் கல்லும்
எழுதிய பாலை... ..."

-காதை, 21; அடி, 115-116

"மண்ணினும் கல்லினும் மரத்தினும் சுவரினும்
கண்ணிய தெய்வதம் காட்டுநர் வகுக்க"

-காதை, 21; அடி, 125-126.

என வரும் மணிமேகலை அடிகள் கவனிக்கத்தக்கவை.

சங்ககாலத்தில்

வீரக்கல் பாவை முதலியன

ஏறத்தாழ கி.மு. 300இல் இயற்றப்பட்ட தொல்காப்பியம் என்னும் பழம்பேரிலக்கனநூலில் சிற்பக்கலை பற்றிய குறிப்புக் காணப்படு கின்றது. போரில் விழுப்புண் பட்டு இறந்த வீரனுக்குக் கல் நடுவது

பழந்தமிழர் வழக்கம். மாண்ட வீரனது உருவம் அக்கல்லில் பொறிக்கப் பெறும். இங்ஙனம் வீரர்க்குக் கல் நடுதல் தொல்காப்பியர் காலத்தில் திடீரென எழுந்ததன்று; அவருக்கு முன்பே தொன்று தொட்டு வந்த பழக்கமாகும். எனவே, சிற்பக்கலை தமிழகத்தில் பல நூற்றாண்டுகளுக்கு முன்னரே தோன்றிய கலை என்பது ஐயமற விளங்கும் உண்மையாகும்.

கி.பி. 2ஆம் நூற்றாண்டில் இயற்றப்பட்ட சிலப்பதிகாரத்தில் கண்ணகி என்னும் பத்தினிக்கு உருவம் பொறித்த வரலாறு கூறப் பட்டுள்ளது.

கொல்லி மலையின் ஒரு பகுதியில் செதுக்கப்பெற்ற பாவை ஒன்று இருந்தது. அது 'கொல்லிப் பாவை' எனப் பட்டது. (குறுந்தொகை, 89, 100). பாறையில் உருவம் செதுக்கும் சிற்பக்கலை அறிவு அக்காலத்தில் இருந்தது என்பதற்கு இது சிறந்த எடுத்துக்காட்டாகும் அன்றோ?

நீரின் அடியில் மண்டிய பொடிமண் 'வண்டல்' எனப்படும். அப்பொடி மண்ணைக்கொண்டு பாவை செய்து விளையாடுதல் சங்ககாலத் தமிழ்ச் சிறுமியர் வழக்கமாகும். வண்டல் கொண்டு செய்த பாவை வண்டற் பாவை எனப்பட்டது (ஐங்குறுநூறு, 124 நற்றிணை, 191). மகளிர் பஞ்சாய்க்கோரையால் பாவை செய்து விளையாடுதலும் வழக்கம் (குறுந் தொகை, 276). தண்டான் கோரையைப் பறித்துக் கிழித்துப் பாவை யாக்குதலும் வழக்கம் (கலி, 76). சிறுமியர் மரப்பானை, மரப்பாவை ஆகியவற்றை வைத்து விளையாடினர் (கலி 59). மண், கோரை, மரம் இவற்றால் சிற்ப உருவங்கள் அமைக்கும் வழக்கம் அக்காலத்தில் இருந்தது என்பது மேற்கூறியவற்றால் தெளிவாகும்.

மதுரை நகரப் பெருந்தெரு ஒன்றில் அணிநிலை மாடம் ஒன்றிருந்தது. அம்மாடத்தில் பல உருவங்கள் சுதையால் செய்யப்பட்டிருந்தன. அவற்றுள் வேங்கையின் உருவம் ஒன்று. அது 'கைபுனை கிளர்வேங்கை' எனப்பட்டது. அவ்வழியே சென்ற பெண் யானை அதனை மெய் வேங்கை என்று எண்ணி அச்சமுற்றுப் பாகனுக்கு அடங்காமல் அலையத் தொடங்கியது. இதனை நோக்க, அக்காலச் சிற்பத்தொழிலின் சிறப்பை நாம் நன்குணரலாம் (பரிபாடல், 10; அடி, 41-46).

---

* தில்லைச்செடி மிக்கிருந்த இடம் 'தில்லை' எனப்பட்டாற் போலத் தண்டான் கோரை மிக்கு வளர்ந்த இடம் தண்டான் கோரை எனப்பட்டது. இப்பெயர் கொண்ட சிற்றூர் தஞ்சைக்கு அருகில் உள்ளது.

காவிரிப்பூம்பட்டினத்தில் தூணில் பாவை ஒன்று இருந்தது. அது 'கந்திற்பாவை' எனப் பெயர் பெற்றது. அது வருவது உரைக்கும் ஆற்றல் உடையது என்று மணிமேகலை கூறுகின்றது. (காதை, 21).

முக்கண்ணனான சிவபெருமான் கோவில் புறநானூற்றில் குறிக்கப் படுகிறது (செ.6). பலராமன், கண்ணன், சிவன், முருகன் என்பவர் நாற்பெருந் தெய்வங்களென வழங்கப்பட்டுள்ளனர் (புறம். 56).

காவிரிப்பூம்பட்டினத்தில் சிவன் கோவில், முருகன் கோவில், பலராமன் கோவில், திருமால் கோவில், சதுக்கப் பூதத்தின் கோவில், கொற்றவை கோவில், புத்தர் கோவில், அருகர் கோவில் எனப்பல கோவில்கள் இருந்தன எனச் சிலப்பதிகாரம் செப்புகிறது. சூரியன், சந்திரன், வெள்ளையானை, இந்திரனது வச்சிராயுதம் ஆகியவற்றுக்கும் கோவில் கள் இருந்தன என்று அக்காவியமே கூறுகின்றது. அக்கோவில்களில் வழிபாட்டுக்குரிய திருவுருவங்கள் சுதையாலும் மரத்தாலும் கல்லாலும் செய்யப்பட்டிருத்தல் வேண்டும் என்று கொளவது பொருத்தமாகும்.

மாங்காட்டு மறையவன் திருவேங்கடமலையில் திருமாலது நின்ற கோலத்தையும் திருவங்கத்தில் கிடந்த கோலத்தையும் கண்மணி குளிர்ப்பக் கண்டதாகச் சிலப்பதிகாரத்தில் சிறப்பித்துக் கூறுவதால், அப்பெருமான் உருவச்சிலைகள் சிலப்பதிகார காலத்தில் (கி.பி. 2ஆம் நூற்றாண்டில்) சிறந்த வேலைப்பாடு கொண்டனவாய் இருந்திருத்தல் வெண்டுமல்லவா?

சதுக்கப்பூதம்

காவிரிப்பூம்பட்டினத்தில் நான்கு தெருக்கள் சந்திக்கும் இடத்தில் பெரிய பூதத்தின் கோவில் ஒன்று இருந்தது. சதுக்கத்தில் அமைந்த அப்பூதத்தின் கோவில், சதுக்கப்பூதம் எழுந்தருளிய கோவில் எனப் பெயர் பெற்றது. அது முசுகுந்தன் என்ற சோழ மன்னனால் நிறுவப் பட்டது. அப்பூதம் பொய்க்கரி புகல்வோரையும், புறங்கூறுவோரையும், ஒழுக்கங்கெட்டவரையும், பிறர் பொருளைக் கவர்பவரையும், அறநெறி தவறும் அமைச்சரையும் தன் கைப்பாசத்தால் பிணித்துப் புடைத்துக் கொல்லும் என்று சிலப்பதிகாரம் கூறுகிறது. அத்தகைய பூதத்தின் கல்லால் ஆன உருவச்சிலை ஒன்று கொச்சிக்கு வடக்கே எட்டுக்கல் தொலைவில் உள்ள அழிந்துபட்ட பழைய வஞ்சி மாநகரப் பகுதியில் அகழ்ந்து எடுக்கப்பட்டது. அது மிகப்பெரிய உருவம்; சிறந்த வேலைப்

பாடு கொண்டது.[2] அதனைப் போன்ற உருவச்சிலையே பூம்புகார் நகரத்திலும் இருந்திருத்தல் வேண்டும் என்று கருதுதல் பொருத்த மாகும். எல்லா மக்களும் சதுக்கப் பூதத்தை வணங்கி வந்தார்கள்.

பத்துப்பாட்டில்

முருகப்பெருமான் திருப்பரங்குன்றம், திருச்சீரலைவாய், திருவாவி நன்குடி, திருவேரகம் ஆகிய நான்கு இடங்களிலும் கோயில் கொண்டிருந்தான் என்று திருமுருகாற்றுப்படை தெரிவிக்கின்றது. எனவே, அக்கோவில்களில் முருகன் திருவுருவங்கள் இருந்தமை தெளிவாகும்.

மதுரையில் சிவபெருமான், திருமால், புத்தர், அருகர் கோயில்கள் இருந்தன. அக்கடவுளரை மக்கள் வழிபட்டார்கள். கோயில்களில் விழாக்கள் நடைபெற்றன என்று மதுரைக்காஞ்சி மொழிகின்றது. (அடி, 444-464, 467-488). அக்கோயில்களிலெல்லாம் வழிபாட்டிற்குரிய கடவுளர் திருவுருவங்கள் இருந்தன என்பது கூறாமலே அமையும். எனவே, அத்திருவுருவங்களை அமைக்கும் சிற்பக்கலைத்திறன் தமிழர்க்கு இருந்தது என்பது தெளிவாகும்.

பாண்டியனது அரண்மனை வாயிலின் மேல நிலையில் கசலட்சுமி யின் உருவம் அமைக்கப்பட்டிருந்தது. (நெடுநல் வாடை, அடி, 81-86). வாயில் நிலை பெரும்பாலும் உறுதி வாய்ந்த மரத்தாற் செய்யப் பட்டிருத்தல் வேண்டும். மேல் நிலையின் நடுப்பகுதியில் இலக்குமியின் உருவம் அமைக்கப்பட்டது. அதன் இரு புறங்களிலும் பெண்யானைகள் துதிக்கைகளை இலக்குமியின் தலக்குமேல் உயர்த்திச் செங்கழுநீர் மலர்களை இலக்குமியின் மீது சொரிதல் போலச் செதுக்கப் பட்டிருந்தன. இங்ஙனம் திருமகள் இரண்டு யானைகளின் இடையில் வீற்றிருத்தல் இன்றுள்ள கோவில்களிலும் காணலாம். பல பழைய கோவில்களில் இக்காட்சி சுதையால் அமைக்கப்பட்டுள்ளது.

தொல்காப்பியத்தில் கூறப்பட்டுள்ள நடுகல் வணக்கம் இரண்டிடங் களில் மலைபடுகடாத்தில் கூறப்பட்டுள்ளது. நன்னனுடைய மலை களின்மீது நடுகற்கள் இருந்தன. அவை மக்களால் வழிபடப்பட்டன (அடி, 388-396).

பாவை தன் கையிலே தகழியை ஏந்தியுள்ள நிலையில் உலோகம் கொண்டு அமைக்கப்பட்ட (யவனர் செய்த) பாவை விளக்குகள்

---

2. Seran Vanji, Dr. S.K. Ayyangar, (plate).

தமிழகத்தில் மிகுதியாய் இருந்தன. உலோகங்களை உருக்கி வேண்டிடும் உருவங்களை அமைக்கும் திறன் அக்காலத்தில் இருந்தமையாலேதான் கடவுளர் திருமேனிகள் உலோகங்களில் செய்யப்பட்டன. உலோக உருவங்கள் ஊர் வலத்திற்கு (இக்காலத்திலுள்ளவை போல)ப் பயன் பட்டிருக்கலாம்.

3. இசைக்கலை

இசையின் சிறப்பு

இசை என்னும் சொல், 'இசைவிப்பது-தன் வயப்படுத்துவது' எனப் பொருள்படும். இசை, கல் மனத்தையும் கரைந்துருகச் செய்யும் பெற்றி வாய்ந்தது. கற்றோரும் மற்றோரும் இசையின் வயப்பட்டே நிற்பர்; அன்பைப் பெருக்கி ஆருயிரை வளர்ப்பது இசை. இசையைக் கேட்டு இன்புறாத உயிர்கள் இல்லையென்றே கூறலாம் விலங்குகள், பறவை கள், செடிகள், பாம்புகள் முதலிய உயிர்கள் இசையால் இன்ப மடை கின்றன. பால் வேண்டி அழும் பகங்குழவியும் இசை வயப்பட்டுப் பாலையும் பசியையும் மறந்து கண்கள் செருக மகிழ்ச்சி அடைகின்றது. இசையின் வயப்படாதார் அன்பின் வயப்படாதார் என்றே கூறுதல் அமையும். இசை வாழ்க்கையில் இன்பத்தை அளிக்கும். இசையின் அருமையையும் பெருமையையும் ஓர்ந்தே தமிழர் இசைத்தமிழை முத்தமிழுள் நடு நாயகமாய் வைத்துள்ளனர். தமிழ் இலக்கிய நூல்கள் இசைத்தமிழிலேயே இருக்கின்றன.

பண்டைத் தமிழகத்தில் இயற்றப்பட்ட நூல்களில் பெரும்பாலன செய்யுள் வடிவிலேயே அமைந்தவை. பிற்காலத்தில் தோன்றிய கல்வெட்டு கள், செப்பேடுகள் பலவும் அங்ஙனமே அமைந்துள்ளன. அவற்றிற்கும் பிற்படத் தோன்றிய கடிதவடிவில் அமைந்துள்ள சீட்டுக் கவிகளும் மிக்கிருத்தலைக் காண, ஏறத்தாழப் பதினெட்டாம் நூற்றாண்டு வரையில் தமிழகத்தில் இசைத் தமிழ் நூல்களே மிக்கிருந்தன என்று கூறுவது பொருந்தும்.

தமிழப் பிள்ளைகள் தங்கள் குழந்தைப்பருவத்தில் தாலாட்டுப் பாக்களையும் ஊசற்பாக்களையும் கேட்டார்கள்; விளையாடும் பருவத்தில் பந்து விளையாடும் பாடல்கள் (கந்துகவரி), அம்மானை, பொற்றண்ணம், சாழல், தெள்ளேணம், உந்தி பறத்தல், தோள்நோக்கம் முதலிய ஆடல்களுக்குரிய பாடல்களைப் பாடி மகிழ்ந்தார்கள்;

மணத்தில் மங்கல வாழ்த்துப் பாடலைப் பாடினார்கள்; உலக்கை கொண்டு குற்றும் தொழிலுக்குரிய பாட்டு வள்ளைப்பாட்டு என்னும் பெயர் பெற்றது. ஏற்றம் கொண்டு நீர் இறைப்பவர் பாடிய ஏற்றப் பாட்டு முதலிய உழைப்புத் தொழில்கள் அனைத்திற்கும் பாடல்கள் இருந்தன என்பது தெரிகிறது. தமிழன் இறந்த பின்னரும் பாட்டு அவனை விடவில்லை; பல வகைச் சந்தங்களில் ஒப்பாரிப் பாக்கள் இன்றும் பாடப்படுவதைக் கேட்கலாம். இங்ஙனம் பழந்தமிழர் தம் பிறப்பு முதல் இறப்பு வரை இசையிலேயே வாழ்ந்து வந்தனர் என்று கூறுதல் பொருந்தும்.

சங்ககாலத்தில்

தமிழ்ப்பண்கள் ஏழு. அவை குரல், துத்தம், கைக்கிளை, உழை, இளி, விளரி, தாரம் எனப்பெயர் பெற்றன. இவற்றிலிருந்து பிறப்பன 'திறங்கள்' எனப்பட்டன. பண்களும் திறங்களும் பல கிளைகளாய் இயங்கும் வகைகளில் எண்ணிறந்த இசை வகைகள் கண்டறியப்பட்டன. தமிழ்ப்பெரும்பண்கள் குறிஞ்சிப்பண், முல்லைப்பண், பாலைப்பண், மருதப்பண், நெய்தற்பண் என்னும் ஐந்து. இவற்றின் வகைப்பட்ட பண்கள் பல. அவற்றுள் பகற்பண்கள், இரவுப்பண்கள், காலை மாலைப் பண்கள் என அவ்வப்பொழுதிற்கமைந்த பண்களும் வழக்கில் இருந்தன.

பழைய மனிதன் உணர்ச்சிப் பெருக்கால் பாடினான். கொண்டர், சவரர் முதலிய அநாகரிக மக்களிடம் பாட்டு முதன்மை பெற்றிருப்பதை இன்றும் காணலாம். எனவே, மனித உள்ளத்திற்குப் பாட்டு அமுத மாய்ப் பயன்பட்டது. பயன்பட்டு வருகிறது என்பது தெளிவு. இந்த உண்மையை உணர்ந்து குறிஞ்சி முதலிய நிலங்களுக்கு உரிய கருப் பொருள்களைக் கூற வந்த தொல்காப்பியர் முதலிய தொல்லாசிரியர் கள் இசைக்கருவிகளையும் பண்களையும் சேர்த்துக் கூறினார்கள். தொல்காப்பியம்-அகத்திணையியலில் இவை பற்றிய விவரங்களைக் காணலாம். குறிஞ்சி நிலமக்கள், இறைவழிபாட்டில் இனிமையாய்ப் பாடிக் கொண்டு குன்றக்குரவை ஆடினார்கள்; கொற்றவையை வழி படப் பாலை நிலமக்கள் இசைக்கருவிகளையும் பயன்படுத்தி வேட்டுவ வரி பாடினார்கள். முல்லை நில ஆய்ச்சியர் தாம் ஆடிய ஆய்ச்சியர் குரவையில் முல்லை நிலத்திற்குரிய இசைக் கருவிகளையும் பண் களையும் பயன்படுத்தினர். மருதயாழும் மருதப் பண்ணும் மருத நிலத்திற்குரியவை. நெய்தல் யாழும் நெய்தற்பண்ணும் நெய்தல் நிலத் திற்கு உரியவை.[3]

இசைக்கருவிகள்

இசைக்கருவிகள் 'இயங்கள்' எனப்பட்டன. சிறிய பல இசைக் கருவிகள்' 'குறும்பல்லியங்கள்' எனப்பட்டன. பெரிய பல இசைக் கருவிகள் 'நெடும்பல்லியங்கள்' எனப் பெயர் பெற்றன. இவை தோற் கருவி, துளைக்கருவி, நரம்புக்கருவி கஞ்சக்கருவி என நால்வகைப்படும். முழவு, உடுக்கை முதலியன, தோற்கருவிகள்; குழல், வங்கியம் போன்றவை, துளைக்கருவிகள்; யாழ், நரம்புக்கருவி; பித்தளை உலோகத்தால் ஆன தாளவகை, கஞ்சக் கருவியாகும்.

இசைக்கருவிகளுள் மிக இனிய ஓசையுடையவை குழலும் யாழுமே யாகும். முல்லை நிலத்து ஆயன் சிறிய மூங்கிற்கழியைத் தேர்ந்தெடுத்துக் கடைக்கொள்ளியால் அதில் துளைகள் செய்து, அத்துளைகளில் ஓசையை எழுப்பிக் குழல் வாசித்தான் (பெ.ஆ. படை, அடி, 177-179). குழல் வேய்ங்குழல், ஆம்பற்குழல் எனச் சில வகைப்படும். அவற்றுள் வேய்ங் குழலே உயர்ந்தது. முல்லை நிலத்து ஆயர் அதனை ஊதினர். பின்னர் அது பிற நிலங்களிலும் பரவியது.

யாழ்கள் ஒற்றை நரம்புடையது. ஏழு நரம்புகளை உடையது. அதற்கும் மேற்பட்ட நரம்புகளை உடையவை எனப் பல வகைப்படும். அவை சீறியாழ், பேரியாழ், வில் யாழ் எனப் பல பெயர்களைப் பெறும். குமிழினது உட்பொய்யாகிய கொம்பிடத்தே வளைத்துக் கட்டின மரற்கயிறாகிய விரலாலே தெறித்து வாசிக்கும் நரம்பினையுடையது வில்யாழ் என்பது (கு.பாட்டு, அடி. 180-182).

சங்கு, முரசு, தொண்டகப்பறை (திருமுருக, அடி, 119-121, 197), தடாரி, தண்ணுமை, குழல், யாழ் (பெ.ஆ.படை, அடி, 144, 179, 182), ஆம்பற்குழல், வயிர் (ஊது கொம்பு), சல்லி, கரடி (ம.கா.அடி, 612 உரை), முழவு ஆகுளி, கஞ்சதாளம், கொம்பு, நெடுவங்கியம், குறுந்தூம்பு, குழல், கரடிகை, எல்லரி (சல்லி), பதலை (மலைபடு, அடி, 2-11) முதலியன பத்துப் பாட்டுள் இடம் பெற்றுள்ளன. முழவு, ஆகுளி, தாளம், நெடு வங்கியம், குறுந்தூம்பு, குழல், கரடிகை, எல்லரி, பதலை என்பவற்றைக் கூத்தர் பயன்படுத்தினர்; இவற்றுள் ஒவ்வொன்றையும் தனித்தனி உறையில் இட்டு எடுத்துச் சென்றனர் (மலைபடு, அடி, 2-12).

---

3. இந்நூலாசிரியரின் 'தமிழகக் கலைகள்,' பக். 66-68.

இவற்றுள் தடாரி என்பது கிணைப்பறை எனப்படும். தண்ணுமை என்பது மத்தளம் போன்ற கருவி. சல்லி அல்லது எல்லரி என்பது ஒருவகைப் பறை. கரடி அல்லது கரடிகை என்பது கரடி கத்தினாற் போன்ற ஓசையுடைய பறை வகை. முழவு என்பது மத்தளம். ஆகுளி என்பது சிறுபறை. நெடுவங்கியம் என்பது, கண்களின் நடுவே வெளியாய்த் திறந்த யானையின் கைபோன்ற கருவி, குறுந்தூம்பு என்பது 'இளி' என்னும் நரம்பின் ஓசையை ஒலிக்கும் கருவி. சல்லியும் கரடிகையும் அரித்தெழும் ஓசையை யுடையவை. பதலை என்பது ஒருகண் மாக்கிணை.

பாலை யாழ்

யாழின் உறுப்புகளுள் 'பத்தல்' என்பது ஒன்று. அது மானின் குளம்பு அழுந்தப் பெற்ற இடம் போல இருபுறமும் தாழ்ந்து நடுப்பகுதி உயர்ந்த நிலையில் அமைந்திருப்பது. அந்த யாழுக்குத் தோல் போர்வை ஒன்று உண்டு. அப்போர்வை சுடர் நிறம் வாய்ந்தது; வயிற்றின் மயிர் ஒழுங்கு போல இரு புறமும் சேர்த்துக் கட்டப்பட்டது. அந்த யாழில், ஆணிகளை முடுக்குதற்கு நண்டின் கண் போன்ற துளைகள் அமைந் திருந்தன; யாழின் கரிய தண்டு, படமொடுத்த பாம்பினைப் போன்றது; அத்தண்டில் அமைந்த வார்க்கட்டுக் கையில் அணியப்பட்ட தொடி என்னும் நகை போலக் காட்சியளித்தது; யாழில் ஒன்றுக்கொன்று நெருக்கமாக நரம்புகள் இழுத்துக் கட்டப்பட்டிருந்தன. சுருங்கக் கூறின், அந்த யாழ் மணமான பெண்ணை ஒப்பனை செய்தாற் போன்ற அழகு பெற்றிருந்தது என்று கூறலாம். அவ்யாழ், யாழிற்குரிய தெய்வம் தன்னிடத்தே நிலைபெறத்தக்க இலக்கணத்தைப் பெற்றிருந்தது; வழியிற் செல்வோரைத் துன்புறுத்தும் கள்வரும், தன் ஓசை கேட்பின், தம் கைப்படையை நழுவ விட்டுத் தம் கொடுஞ்செயலையும் மறக்கச் செய்யும் இன்னிசையை வெளிப்படுத்த வல்லது (பொ.ஆ. படை, அடி, 4-22).

சீறியாழ்

---

* சங்ககால யாழ் வகையை அறிய விரும்புவோர் விபுலானந்த அடிகள் எழுதியுள்ள 'யாழ் நூல்' என்னும் பெருநூலைப் படித்துணர்தல் நன்று. திருக்காளத்திக் கோவிலில் யாழ்ப்பாணர் சிலையின் கையில் உள்ள யாழைப் பார்ப்பது நல்லது.

A.R.E. 84 of 1945-46.

சிறுபாணன் பயன்படுத்திய சீறியாழ், கரிய குரங்கு பாம்பின் தலையைப் பிடித்த போது அப்பாம்பு ஒரு கால் இறுகவும் ஒருகால் நெகிழவும் அதன் கையைச் சுற்றுவது போல அழகினை உடைய தனது தண்டிடத்தில் செறியச் சுற்றின, நெகிழ வேண்டும் இடத்து நெகிழ்ந்தும் இறுக வேண்டும் இடத்து இறுகியும் நரம்பு துவக்கும் வார்க்கட்டினை உடையது; இரண்டு விளிம்பும் சேரத்தைத்து முடுக்கின ஆணிகளாலே மணியை நிறைத்து வைத்தது போன்ற அழகையுடையது; வயிறு சேர்ந்து ஒழுங்குபட்ட தொழில் வகை அமைந்த பத்தர் என்னும் உறுப்பினையுடையது; குமிழமரத்துப் பழத்தினது நிறத்தைப் போன்ற துவர் ஊட்டின பொலிவு பெற்ற போர்வையை உடையது; தேன் போன்ற இனிய தன்மையைக் கொண்ட முறுக்கடங்கின நரம்பினையுடையது; எல்லாத் துறைகளிலும் பாடுதற்கு ஏற்ற வாய்ப்புடையது; இசை நூல் கூறுகின்ற முறைமைப்படி செம்பாலைப்பண் போன்ற பண்களை எழுப்பத்தக்கது (சி.ஆ.படை, அடி, 221-230)

பேரியாழ்

பேரியாழ், பெரியனவும் சிறியனவுமாக ஒன்பது வார்க்கட்டுகளைக் கொண்டது; வடித்து முறுக்கிக்கட்டின இனிய ஓசையைத்தரும் நரம்புகளை உடையது; நேர்மையான வரகின் கதிர்கள் இரண்டு வரிசையாக ஒழுங்குபட்டு அமைந்திருப்பது போலத் தனது நடு நீளத்தில் வரிசையாகவும் நெருக்கமாகவும் அமைந்த சிறிய துளைகளில் சுள்ளாணிகள் தைக்கப்பெற்றது. யானைக் கொம்பினால் புதிதாகச் செய்யப்பட்ட அழகிய ஆப்பு அந்த யாழின் பத்தலில் குறுக்கே செருகப் பட்டிருந்தது. அழகனைத்தும் ஒருங்கே திரண்டு உருவெடுத்தாற் போன்ற மடந்தை ஒருத்தியின் அடிவயிற்றிலிருந்து மேல் நோக்கி வளர்ந்து படிந்த மயிரின் ஒழுங்கு செம்மையாக அமைந்திருப்பது போல, அந்த யாழினைப் பொதிந்த தோலை இணைத்து அழகாகத் தைக்கப்பெற்ற தையலின் ஒழுங்கு அமைந்திருந்தது. யாழின் உந்தி என்னும் உறுப்பில் அமைந்த தையலின் ஒழுங்கு மடந்தையின் உந்தியின் மேல் எழுந்த மயிரின் ஒழுங்கை ஒத்திருந்தது. யாழின் கோடு நுண்ணிய அரத்தினால் நுட்பமாக அராவி அமைக்கப்பட்டிருந்தது. அது வளைந்து நிமிர்ந்து களம் பழத்தின் நிறத்தினை ஒத்துக் கடுமையாய்க் காணப்பட்டது. இத்தகைய நிறப்பினையுடைய பேரியாழ், இருபத்தொரு நரம்புகளை யுடையது (மலைபடு, அடி, 21-37, அடிக்குறிப்பு).[1]

பண்புகள் முதலியன

யாழிற்குரிய தெய்வம் யாழில் தங்கியிருக்கும் என்பது இசை வாணர் நம்பிக்கை. யாழிற்குரிய தெய்வம் மாதங்கி (பொ.ஆ. படை, அடி, 20 குறிப்பு). யாழின் கோடு கொன்றை மரத்தினாலும் கருங்காலி மரத்தினாலும் செய்யப்படும்; பத்தல் செய்தற்குரிய மரம் குமிழமரமும் முருக்க மரமும் தணக்கு மரமுமாகும் (அடி, 21-22 உரை). இசை வாணர் யாழ்நரம்புகளைக் கூடத் தழுவுவர்; இது வார்த்தல் எனப்படும்; யாழ் நரம்புகளை உருவுவர்; இது வடித்தல் எனப்பெயர் பெறும்; யாழ் நரம்புகளைத் தெறிப்பர்; இது உந்துதல் எனப்படும்; யாழ் நரம்பு களுள் ஒன்றை விட்டு ஒன்றைத் தெறிப்பர்; இது உறழ்தல் எனப்படும். பொருநர், பாணர் என்பவர் யாழை எடுத்து இத்தொழில்களைச் செய்து தேவரைப் புகழ்ந்து பாடுவர். அப்பாடல் வகை 'தேவபாணி' எனப்படும். தெய்வங்களைப் பற்றிய பெரும்பாடல் வகை 'பெருந்தேவபாணி' எனப் பெயர் பெறும் (நக்கீரதேவ நாயனார் பாடிய பெருந்தேவ பாணியைக் காண்க); தெய்வங்களைப் பற்றிய சிறிய பாடல் வகை 'சிறு தேவபாணி' எனப்படும் (சிலம்பு, 6: 35 உரை). சீர் முதலியவை தாளவிசேடங்கள். சீர், முடியுங்காலத்தைத் தன்னிடத்தே உடையது; பாணி, எடுக்கும் காலத்தைத் தன்னிடத்தே உடையது; தூக்கு, நிகழும் காலத்தைத் தன்னிடத்தே உடையது (பொ.ஆ.படை, அடி, 24 குறிப்பு).

'நைவளம்' என்பது, 'நட்டபாடை' என்னும் பண்; 'காமரம்' என்பது, 'சீகாமரம்' என்னும் பண்; குரல் குரல் என்பது, செம்பாலைப் பண் (சி.ஆ.படை, அடி, 36, 77, 229); இவையும், பாலைப்பண் (பெ.ஆ. படை, அடி, 180) முதலிய சில பண்களும் பத்துப்பாட்டுள் குறிக்கப் பட்டுள்ளன. இப்பண்களுள் பகற்பண்கள் சில; இராப் பண்கள் சில. நட்டபாடை என்னும் பண் பகற்பண்களுள் ஒன்று (கு.பாட்டு, அடி, 146-148 உரையும் அடிக்குறியும்). ஆம்பல் என்பது ஒரு வகைப்பண் என்பர் சிலர். நச்சினார்க்கினியர், வெண்கலத்தால் குமுதவடிவாக அணைசு பண்ணிச் செறித்த குழல்.' என்பர் (சீவக. செய் 1662 உரை). கோவலர் ஆம்பலந்தீங்குழல் பயிற்றினர் (கு. பாட்டு, அடி, 221-222). வலிவு, மெலிவு, சமம் என்னும் மூன்று தானத்திலும் ஒவ்வொன்றிலும் ஏழுதானம் முடித்துப் பாடும் இருபத்தொரு பாடல் துறைகள் உண்டு (புறம். 152). பாணர் அத்துறைகள் பலவற்றையும் வாசித்து அரசர்களை மகிழ் வித்தனர் (மலைபடு, அடி, 39-40). பாடுமகளிர் யாழ் ஒலியோடு தம் மிடற்று ஒலி பொருந்தப் பாடிச் சிறப்புற்றனர் (ம.கா.அடி, 217-218).

இலக்கிய இலக்கணங்களைக் கற்றவர் புலவர் எனப்பட்டனர்; கூத்த நூல்களைக் கற்ற அறிஞர் கூத்தர் எனப்பட்டனர். அங்ஙனமே இசைக்கலைக்குரிய நூல்களைக் கற்றவரே பொருநர், பாணர், பாடினியர் எனப்பட்டனர். சங்க காலத்தில் இசைக்கலைக்குரிய நூல்கள் இருந்தன (சி.ஆ. படை, அடி, 2308; மலைபடு, அடி, 28 உரை).

இசைவாணர்

தொல்காப்பியத்தில் இசைவாணரைப் பற்றியும் கூத்தரைப் பற்றியும் பேசப்பட்டுள்ளது. பொருநர் என்பவர் ஏர்க்களத்தேனும் போர்க்களத்தேனும் சென்று பாடும் கூத்தர். அவர்கள் இசைக் கருவி களை இசைத்துப் பாடினார்கள்; விழா நடக்கும் ஊர்களில் தங்கள் இசைத் திறனைக் காட்டி, விழா முடிந்தவுடன் விழா நடைபெறும் வேறு ஊர்களுக்குச் செல்வது பொருநர் வழக்கம் (பொ. ஆ.படை.அடி, 1-3). அவர்கள் வைகறையிற் சென்று வள்ளல்கள் அரண்மனையை அடைந்து, தங்கள் கிணைப் பறையையோ பிற இசைக் கருவியையோ ஒலித்து வள்ளலின் புகழைப்பாடுதல் வழக்கம் (அடி, 70-76). பாணர் இசைக்கலையில் வல்லுநர்; பல நரம்புகளையுடைய பெரிய யாழை இசைத்துப் பாடினவர் 'பெரும்பாணர்' எனப்பட்டனர்; சில நரம்பு களையுடைய சிறிய யாழை இசைத்துப் பாடியவர் 'சிறுபாணர்' எனப் பட்டனர். இசையில் வல்ல மகளிர் 'பாடினியர்' எனப்பட்டனர். இப்பாணரும் வள்ளல்களை நாடிச் சென்று பாடிப் பரிசில் பெற்றனர். பொருநரும் பாணரும் கூத்தரும் விறலியரும் கரிகாலன் போன்ற வள்ளல்களிடம் பெற்ற சிறப்பினை 'மன்னர் உபசரிப்பு' என்னும் தலைப் பிற்பரக்கக் காணலாம்.

பல இசைக்கருவிகளை இசைத்துக் கூத்து (நடனம்) ஆடியவர் கூத்தர் எனப்பட்டனர். அவருட் பெண்பாலார் 'விறலியர்' எனப் பெயர் பெற்றனர் (தொல். பொ. 91 உரை). குழல், யாழ், மழவு முதலிய பல வகை இசைக் கருவிகளை இசைப்பதிலும் வல்லுநர் இருந்தனர். இவர்கள் வள்ளல்களிடம் சென்று பரிசில் பெற்று வாழ்ந்தார்கள்; பொது மக்களிடம் தங்கள் கலைத்திறனைக் காட்டிப்பொருள் பெற்று வாழ்ந்தார்கள். வறுமை வாட்டும்பொழுது பாணன் தான் கற்ற கல்வியை இகழ்ந்து பேசுதல் வழக்கம் (பே.ஆ.படை, அடி, 22).

வள்ளல்களிடம் பரிசில் பற்று மீண்ட பொருநரும், பாணரும், கூத்தரும் தம்மைப் போன்ற இசைவாணரை அவ்வள்ளல்பால் ஆற்றுப் படுத்துல் மரபு. அங்ஙனம் ஆற்றுப்படுத்துதல் 'ஆற்றுப்படை' எனப்

படும். அது பொருநர் ஆற்றுப்படை, பாணாற்றுப்படை, விறலியாற்றுப் படை, கூத்தராற்றுப்படை எனப்பெயர் பெறும். தொல்காப்பியரே இவ்வாற்றுப்படையைப் பற்றிக் கூறுதலால், அவர் காலத்திலும் அவர்க்கு முன்னும் ஆற்றுப்படை நூல்கள் இருந்தமை தெளிவு. ஆகவே, தொல்காப்பியர்க்கு முன்பே இந்நாட்டில் இசைக்கலையும் கூத்துக் கலையும் தோன்றி வளர்ந்திருந்தன என்பதை நாம் நன்கு அறியலாம்.

பாடினி

பொருநனுடன் கரிகாலனிடம் பரிசில் பெறச் சென்ற பாடினி, ஆற்றுக் கருமணல் போன்ற கூந்தலையும், பிறை போன்ற அழகிய நுதலினையும், வில் போன்ற புருவத்தையும், குளிர்ந்த கண்களையும், இலவினது இதழையொக்கும் சிவந்த வாயினையும், இனிய சொற் களையும், முத்துகள் போன்ற பற்களையும், மயிரை வெட்டுகின்ற கத்தரிகையின் குழைச்சை யொத்தும், பொலிவினையுடைய மகரக் குழையின் அசைவினைப் பொறுத்தலமைந்ததுமான காதினையு முடையவள்; நாணம் வருத்தலால் பிறரை நோக்காது கவிழ்ந்த கழுத்தினையுடையவள்; அசையும் மூங்கில் போலும் பருத்த தோள் களைப் பெற்றவள்; மெல்லிய மயிரினையுடைய முன் கையை உடையவள்; காந்தள் போலும் மெல்லிய விரல்களையுடையவள்; கிளியினது அலகோடு ஒப்பினையுடைய ஒளி விடுகின்ற பெருமையு டைய நகங்களை உடையவள்; ஈர்க்கு நடுவே செல்ல முடியாத எழுச்சியையுடைய இளமையும் அழகும் பொருந்திய நகில்களைப் பெற்றவள்; நீர்சுழி போன்ற உத்தம இலக்கணங்கள் நிறைந்த கொப்பூழினை உடையவள்; 'உண்டு' என்று பிறரால் உணரப்படாத வருந்தும் இடை யினைப் பெற்றவள்; பல மணிகள் கோத்த வடங்களையுடைய மேகலை என்னும் அணியை அணிந்தவள்; பெரிய பெண் யானையின் பெருமையையுடைய கைபோல ஒழுக வந்து மெல்லியவாய்த் தம்மில் நெருங்கி ஒன்றித்திரண்ட துடைகளையுடையவள்; மயிர் ஒழுங்குபட்ட கணைக் காலை உடையவள்; ஓடி இளைத்த நாயினது நாவைப் போன்ற சிறிய அடியினையுடையவள்; மயில் போன்ற சாயலை உடையவள்; கல்வியால் பெருமை பெற்றவள் (பொ.ஆ.படை, அடி. 25-47).

பாணர் குடியிருப்புகள்

மதுரையை அடுத்த வைகை ஆற்றின் நீர்த்துறைகளின் அருகில் பூந்தோட்டங்கள் அமைந்திருந்தன. அவற்றினிடையே பெரும்பாணர் குடியிருப்பு இருந்தது. (ம.கா.அடி. 340-342) பாணர் குடியிருப்பில்

பாடல் ஆடலால் ஓசை எழுந்தது (அடி, 268-9)

இன்றுள்ள செங்கற்பட்டு மாவட்டத்தில் பண்டைக்கால ஆமூர்க் கோட்டம் அடங்கியிருந்தது. 'ஆமூர்க்கோட்டத்து மோந்தூர் நாட்டுப் பெரும்பாச்சேரி" என்பது கல்வெட்டு வாசகம்.[4] பெரும்பாச்சேரி என்பது 'பெரும்பாணச்சேரி' என்பதன் மரூஉவாகும். இது திருக்கழுக்குன்றத் திற்கு அருகில் இருந்தது. திருவள்ளூர் வட்டத்தில் 'பாணன் பாக்கம்' என்ற சிற்றூர் இருந்த தெனக் கல்வெட்டுக் கூறுகிறது.[5] "பெரும்பாண் எதிர்வாயில்' என்பது போளூரை அடுத்த திருமலையில் உள்ள ஒரு கல்வெட்டு வாசகம்.[6] குடந்தையில் காவிரிக் கரையில் இருந்த பாணன் துறையே இக்காலத்தில் 'பாணாத்துறை' என்று மாறி வழங்குகிறதெனக் கருதலாம். வையையாற்றின் நீர்த் துறையில் பாணர் சேரி அமைந்திருந்தது என்று மதுரைக்காஞ்சி கூறுகிறது. அவ்வாறே காவிரியின் நீர்த்துறையில் பாணர் சேரி ஒன்று இருந்திருக்கலாம். பாணர் சேரி அருகில் இருந்த நீர்த்துறை 'பாணர் துறை' எனப் பெயர் பெற்றிருக்கலாம். அது காலப் போக்கில் 'பாணா துறை' எனமாறி வழங்கலாயிற்றெனக் கருதலாம்.

கி.பி. 9ஆம் நூற்றாண்டில் வாழ்ந்த பல்லவ கம்பவர்மன் காலத்தில் காஞ்சி வட்டத்துக் கீழ்ப்புத்தூரில் பெரும்பாணன் சக்காடி அரையன் என்பவன் மகன் ஒரு குளம் தொடப் பொன் கொடுத்தான்.[7]

வந்தவாசி வட்டத்துத் தொண்டூரைச் சேர்ந்த பெரும் பாணன் அத்தி மாடன் என்பவன் தெள்ளாற்றுச் சிவபெருமானுக்கு ஒரு சந்தி விளக்கு எரிக்கப் பொன் தந்தான். அவன் மூன்றாம் குலோத்துங்கன் காலத்தவன் (கி.பி. 1178-1218) என்று தெள்ளாற்றுச் சிவன் கோவில் கல்வெட்டுக் கூறுகிறது.[8]

இதுகாறும் கூறப்பட்ட சான்றுகளால் சங்ககாலத்துப் பாணர் மரபினர் பல்லவர் காலத்திலும் பிற்காலச் சோழர் காலத்திலும் தொடர்ந்து இருந்து வந்தனர் என்பதும், அவர்கள் தனியாய் இருந்த இடம் பாணர் சேரி எனப்பட்டது என்பதும் நன்கறியக் கிடத்தல் காண்க.

---

4. 143 of 1932-33
5. 160 pf 1929-39
6. S.I.I. I.9
7. 69 of 193435,
8. 115 of 1923.

தொண்டை நாட்டில் பெரும்பாணர் இருந்தனர் என்பதற்குப் 'பெரும்பாச்சேரி' என்ற ஊர்ப்பெயரும் மேலே காட்டப்பட்ட கல்வெட்டுகளும் சான்றாதல் காணலாம். எனவே, தொண்டைமான் மீது பெரும்பாணாற்றுப்படை பாடப்பட்டமை பொருத்தமே என்பதை அறிந்தின்புறலாம்.

இசைக்கலையை நினைவூட்டும் ஊர்ப்பெயர்கள்

இசைவாணர் பெயராலும் இசைக்கருவிகள் பெயராலும் இன்னும் சில ஊர்ப்பெயர்கள் வழங்கப்படுகின்றன. அவற்றைக் கீழே காண்க:

ஊரின் பெயர்	மாவட்டம்	வட்டம்
பாணம்பாக்கம் (பாணன் பாக்கம்)	செங்கற்பட்டு	திருவள்ளூர்
பாச்சேரி (பாண்சேரி?)	தென்னார்க்காடு	கள்ளக்குறிச்சி
பாச்சேரி (கீழ்)	தென்னார்க்காடு	கள்ளக்குறிச்சி
யால் (யாழ்?)	தென்னார்க்காடு	கள்ளக்குறிச்சி
குதம் பாடல்	இராமநாதபுரம்	முதுகுளத்தூர்
பாடுவான் ஏந்தல்(3)	இராமநாதபுரம்	முதுகுளத்தூர்
பாணன் பரணன்	இராமநாதபுரம்	சிவகங்கை
பெரும்பாச்சேரி (பெரும்பாணச்சேரி)	இராமநாதபுரம்	சிவகங்கை
பாணன் வயல் (2)	இராமநாதபுரம்	திருப்புத்தூர்

4. நடனக்கலை

கூத்தின் தோற்றம்

இறைவனது அருட்படைப்பிலே கூத்து நிகழ்கின்றது. எவரிடமும் பயிற்சி பெறாமலும், கூத்துக்கலையின் பண்பைச் சிறிதளவும் கல்லாமலும், கருமுகில்களைக் காணும் மயில்கள் சிறகுகளை விரித்து ஆடுகின்றன. கொடிய அரவங்கள் மகுடி ஓசையைக் கேட்டதும் தம் புற்றுகளிலிருந்து வெளிப்போந்து இசையில் ஈடுபட்டு மெய்ம்மறந்து படமெடுத்து ஆடுகின்றன. கண்ணனைப் போன்றாரது வேய்ங்குழலில்

ஈடுபட்டுப் பசுக்கள் தம்மை மறந்து அசைந்தாடுகின்றன. இவற்றைக் கூர்ந்து நோக்கின், இயற்கைப் படைப்பிலேயே கூத்து இயல்பாய் அமைந்துள்ள உண்மையை உணரலாகும்.

பண்டு மலை முழைகளில் வாழ்ந்தவர் முதற்கண் பலவாறு ஓசை யெழுப்பி ஒருவருக்கொருவர் தம் எண்ணங்களை அறிவித்துக் கொண்டனர். பின்னர் அம்மக்கள் சைகைகள் சேர்த்துத் தம் கருத்துகளை வெளிப்படுத்தினர். பின்னர் படிப்படியாகத் தமக்கென மொழியை அமைத்துக் கொண்டனர். இவ்வாறு ஒவ்வொரு நாட்டினரும் தமக்கெனத் தனித்தனி மொழியை அமைத்துக் கொண்டனர். மனிதன் பலவகை உணர்ச்சிகள் கொண்டவன்; அளவு கடந்த மகிழ்ச்சி உண்டாகும் பொழுது அவன் தன்னை மறந்து கூத்தாடுவான்; கோபமாயிருக்கும் பொழுது கண் சிவந்து உதடுகள் துடிக்கப் பரபரப்புடன் பேசுவான். இங்ஙனம் மனிதன் ஒவ்வோர் உள்ள நிலையில் ஒவ்வொன்றை வெளிப்படையாகக் காட்டுதல் அல்லது செய்தல் இயல்பு.

'மனிதன் மகிழ்ச்சி நிலையில் தன் விருப்பப்படி பல வகை ஓசைகளை எழுப்ப, அவ்வோசைகள், சில சமயங்களில் அவனையறியாது அவனுக்கு இன்பத்தை அளிக்க அவன் மீண்டும் மீண்டும் அவ்வோசை களை எழுப்பி அனுபவிக்க இவ்வாறு எழுப்பப்பட்ட ஒலிகளின் சேர்க்கை காதுகளுக்கு இன்பமளித்த நிலையில், அவனைப் பின் பற்றிப் பலர் அத்துறையில் இறங்கியிருக்கலாம்.

'மனிதன் தன் கூத்துக்கேற்ப ஒலிகளை எழுப்பியும், கைகளைக் கொட்டியுமிருக்கலாம். அவன் இங்ஙனம் குதித்தது கூத்தாகவும் ஒலிகளை எழுப்பி ஓசையிட்டது இசையாகவும், கைகளைக் கொட்டியது தாளமாகவும் மாறியிருக்கலாம்,' என்று அறிஞர் கருதுகின்றனர்.

இவ்வாறு பிறந்திருக்கலாம் என்று கருதப்படும் இசை, கூத்து தாளம் ஆகிய மூன்றும் சேர்ந்த தொகுப்பே கூத்து அல்லது 'நடனம்' என்பது.

இந்தியாவுக்கு வெளியே

மிகப்பழைய எகிப்திய-சுமேரிய-பாபிலோனிய நாகரிகச் சின்னங் களில் பல வகை நடனங்களை உணர்த்தும் ஓவியங்கள் காணப்படு கின்றன. அதனால், அப்பண்டை நாகரிங்களில் திளைத்தவர் கூத்துக் கலையில் அறிவு பெற்றிருந்தனர் என்பது தெரிகிறது.

இந்தியாவில்

இந்தியாவில் வேதகாலத்திற்கு முற்பட்ட சிந்து வெளி நாகரிகத்தை உணர்த்தும் புதைபொருள்களில் வெண்கலத்தாற் செய்யப் பட்ட கூத்தியின் வடிவம் ஒன்று கிடைத்துள்ளது. சில கற்சிலைகள் நடன முறையில் காணப்படுகின்றன. தவிலைக் கழுத்தில் மாட்டித் தொங்க விட்ட மனித உருவம் (களிமண்ணாற் செய்யப்பட்டது) கிடைத்துள்ளது. மிருதங்கம், வீணை, தாளம் என்பவற்றைக் குறிக்கும் ஓவியங்கள் அகப்பட்டுள்ளன. இவற்றைச் சேர்த்து நோக்கும் பொழுது, சிந்து வெளி மக்கள் நடனக்கலையில் அறிவுடையவர்களாய் இருந்தார்கள் என்பது புலப்படுகிறதன்றோ?

வடவிந்தியாவில் நடனத்தைப்பற்றி எழுந்த முதல் வடமொழி நூல் ‘பரதம்’ என்பது. இதனைச் செய்தவர் பரத முனிவர். இந்நூல் கி.மு. மூன்றாம் நூற்றாண்டினது என்று அறிஞர் அறைகின்றனர். இஃது இன்றளவும் மிகச் சிறந்த நூலாய் இருந்து வருகின்றது. இத்தகைய சிறந்த நூல் கி.மு. 3ஆம் நூற்றாண்டினது எனின், அதற்கு முன்னரே வட விந்தியாவில் நடனக்கலை மிக உயர்ந்த நிலையில் இருந்திருத்தல் வேண்டும் என்பது பெறப்படுகிறதன்றோ?

‘நடனக்கலை, ‘அறம், பொருள், இன்பம், வீடு என்னும் நாற்பேறு களையும் நல்க வல்லது; மனவுறுதி, உடல் வளம், இன்ப உணர்ச்சி முதலிய நற்பண்புகளை அளிக்க வல்லது. இக்கலை தரும் இன்பம் தவத்தினர் அடையும் இன்பத்திற்கு இணையானது,’ என்பது பரதத்திற் கூறப்படும் செய்தியாகும்.

பரதம் தோன்றிய பின்னர் எழுந்த வடநாட்டு ஓவியங்களிலும் சிற்பங்களிலும் இலக்கியங்களிலும் நடனக்கலை நன்கு விளக்கப் பட்டுள்ளது. குப்தர்கள் ஆட்சிக்காலத்தில் எழுந்த அயலார் படை யெடுப்புகளாலும் குழப்பங்களாலும் வடவிந்தியாவில் இக்கலை நன்கு வளர இடம் பெறாதாயிற்று. ஆயினும், விந்தமலைக்குத் தென்பாற்பட்ட நாடுகளில் இக்கலை நன்னிலையில் வளர்ச்சி பெறலாயிற்று.

சங்க காலத்திற் கூத்துக்கலை

பழைய நூலாகிய தொல்காப்பியத்தில் பழந்தமிழ் மக்களிடம் இருந்து வந்த கூத்து வகைகள் சில குறிக்கப்பட்டுள்ளன. அவை. 1. வேலன் ஆடும் (காந்தள்) வெறிக்கூத்து, 2. வென்ற வீரர் தம் அடையாளப் பூச்சூடி ஆடும் கருங்கூத்து, 3. வெற்றியைப் பாராட்டிப் பெண்கள்

ஆடும் வள்ளிக்கூத்து, 4. களத்தை விட்டு ஓடாத இளைய வீரனுக்குக் காலிற் கழலைக்கட்டி இருபாலாரும் ஆடும் கழனிலைக்கூத்து முதலியனவாகும். இவை பெரும்பாலும் போர்த் தொடர்புள்ளவை. இவையன்றி, ஆய்ச்சியர் குரவை, வேட்டுவவரி முதலிய கூத்து வகைகளும் இருந்தன.

'பண்டைத் தமிழகத்திற் கூத்தர் இருந்து வந்தனர்; கூத்துகள் நடைபெற்று வந்தன,' என்பதைச் சங்க நூல்களால் நாம் அறியலாம். குறிஞ்சி நிலத்தில் குறப் பெண்கள் தங்கள் குறிஞ்சி நிலக் கிழவனாகிய முருகப் பெருமானை வழிபட்டு ஆடும் கூத்து, 'குன்றக்குரவை' எனப் படும். இதுவே முல்லை நில மகளிரால் மாயோனைத் துதித்து ஆடப் படுமாயின், 'ஆய்ச்சியர் குரவை' எனப்பெயர் பெறும். 'குரவை' என்பது, 'மங்கையர் எழுவர் செந்நிலை மண்டலக் கடகக் கைகோத்து அந்நிலைக்கொப்ப நின்று ஆடும் கூத்தாகும்.' குரவையாடுதல் இரு பாலாருக்கும் உரியது. குறவர் தொண்டகப்பறை கொட்டக் குரவை யாடுவர். அது காணும் மகளிரும் மேற் சொன்ன இலக்கணப்படி நின்று ஆடுவர். அங்ஙனமாடும் போது அவர்கள் பாடிக்கொண்டே ஆடுவார்கள். இதன் விவரங்களைத் தொகை நூல்களிலும் சிலப்பதி காரத்திலும் விரிவாகக் காணலாம்.

'துணங்கை' என்பது கூத்து வகைகளுள் ஒன்று. அது முடங்கிய இரு கைகளையும் விலாப்புடைகளில் ஒற்றி அடித்துக்கொண்டு அசைந் தாடும் ஒரு வகைக் கூத்து, மகளிர் விழாக்காலங்களில் துணங்கைக் கூத்து ஆடுவர். ஆடவர் அம்மகளிர்க்கு முதற்கை கொடுத்தல் வழக்கம்.

நானிலங்களிலும் இருந்த வள்ளல்கள் பாற்சென்று உள்ளக் குறிப்புப்புறத்து வெளிப்பட ஆடிய நடனமங்கை பண்டைத் தமிழகத் தில் விறலி எனப் பெயர் பெற்றாள். விறலியர் பாணருடனும் கூத்தருட னும் சென்று தம் கலைத் திறனைக்காட்டி வள்ளல்களிடம் பரிசு பெற்று வந்தனர்.

இங்ஙனம் மெய்ப்பாடுகள் தோன்ற நடிக்கும் விறலியர் பலர் சங்ககாலத்தில் இருந்தனர் என்பதைத் தொகை நூல்களால் அறியலாம். பண்டை அரசர்கள் விறலியர் ஆடல் பாடல்களைப் பாராட்டிப் பொன்னரி மாலையைப் பரிசளித்தார்கள்; தொடி முதலிய சிறந்த நகை களையும் வழங்கினார்கள்.[9] விறலியர் நிறமுடைய கலவை பூசப்பட்ட வளைந்த சந்தினையுடைய முன்கைகளையும் வேய் போன்ற தோளினை

யும் ஒளி பொருந்திய நெற்றியையும் உடையவர் என்று கோவூர்கிழார் பாராட்டியுள்ளார். 'விறலியர், யாழ் வாசித்தாற் போலப் பாடும் நயப் பாடு தோன்றும் பாட்டினையுடைய விறல்பட ஆடுதலையுடையோர்,' என்று மாங்குடி மருதனாரும் பெருங்கவுசிகனாரும் கூறுவது, விறலியரு டைய இசைச் சிறப்பினையும் நடனப் பயிற்சியின் மேன்மையினையும் நன்கு உணர்த்துவதாகும்.[10] 'சோழன் நலங்கிள்ளி (இத்தகைய) விறலியர்க்கு மாடமதுரையோ வஞ்சிமா நகரத்தையோ வேண்டுமாயின், தர வல்லவன்,' என்று கோவூர் கிழார் கூறியுள்ளதிலிருந்து விறலியர் பண்டை அரசர்பால் பெற்றிருந்த பெருஞ் சிறப்பினைக் காணலாம்.[11] நடனமகள், 'விறலி, கூத்தி, ஆடுமகள், ஆடுகளமகள்' எனவும் நூல்களிலே குறிக்கப் பட்டாள். அங்ஙனமே நடனமாடுபவன், கூத்தன், ஆடுமகன், ஆடுகள மகன்' எனப்பட்டான். இவர்கள் சங்க காலத்திற் கூத்துக்கலையை வளர்த்த கலைவாணர்கள். இவர்கள் நடனமாடின அரங்கம் 'ஆடுகளம்' எனப்பட்டது. விழாக் காலங்களில் இவர்கள் பல வகைக் கூத்துகளை ஆடினார்கள்; பிற காலங்களில் அரசர்கள் முதலிய வள்ளியோர்பாற் சென்று, பாடி ஆடிப் பரிசில் பெற்று மீண்டனர். இவர்களது கலையை உணர்த்தும் நூலே 'கூத்தநூல்' என்பது.

சிலப்பதிகாரத்தில்

சிலப்பதிகாரத்தில் கூத்து என்பது நாடகம் என்னும் பெயருடன் வழங்கப்பட்டுள்ளது. 'நாடகமகளிர்' என்னும் தொடர், நடன மகளிர், கூத்த மகளிர், விறலியர் என்னும் பெயர்களின் பொருளையே குறிப்ப தாகும். மாதவி நாடக மங்கை (விறலி. அவன் அடிய களம் நாடக அரங்கு எனப் பெயர் பெற்றது. இப்பெயர்கள் வடவர் நுழை வினால் உண்டான பெயர் மாற்றங்கள் என்னலாம். சிலப்பதிகாரத்தில் நடனக் கலையைப் பற்றிய பல விவரங்கள் அரங்கேற்று காதையில் விளக்க மாகத் தரப்பட்டுள்ளன. நடனமகள் சிறப்பாகக் கூத்து, பாட்டு, அழகு இம்மூன்றிலும் நிறைவு பெற்றவளாய் இருத்தல் வேண்டும். அவள் 7 வயது முதல் 12 வயது வரை (ஏறத்தாழ ஆறாண்டுகள்) கூத்தக் கலையிலே பயிற்சி பெறுதல் வேண்டும்.

---

9. புறம், 364, 11, 105

10. மதுரைக்காஞ்சி, அடி, 210–218 உரை; மலைபடுகடாம், அடி, 534–536, நச். உரை,

11. புறம், 32.

வீரம், அச்சம், இழிவு, வியப்பு, இன்பம், நகை, நடுவு நிலை, வெகுளி என்னும் ஒன்பது சுவைகள் நடிப்பிற்குரியவை.[12] நடிப்பவர் இவற்றை நன்கு புலப்படுத்தி நடிக்க வேண்டும். சோம்பலுக்கு உரிய நடிப்பு, வெட்கத்திற்குரிய நடிப்பு, பெருமைக்குரிய நடிப்பு, மழையில் நனைவதற் குரிய நடிப்பு, பனியில் தலைப்படுவதற்கு உரிய நடிப்பு, வெயிலில் செல்வதற்குரிய நடிப்பு முதலிய 24 வகையாக நடிப்புப் பகுத்துக் காட்டப்பட்டுள்ளது. ஒவ்வொரு வகைக்கும் இலக்கணம் உண்டு.[13]

கை நடிப்புகளில் ஒரு கையினால் நடித்துக் காட்டுதல், இரு கைகளாலும் நடித்துக் காட்டுதல் என்னும் பிரிவுகள் உண்டு. ஒரு கையினால் நடித்துக் காட்டும் நடிப்புகள் 33 வகைப்படும்.[14] அவை பதாகை, இளம்பிறை, விற்பிடி, குடங்கை, வலம்புரி' முதலிய தனித்தனி பெயர்கள் பெற்றுள்ளன. இந்த நடிப்புகளில் கை விரல்கள் முடங்குதல், நிமிர்தல், குனிதல், விரிதல், தொடுதல், விடுதல் முறைகளில் இயக்கிக் காட்டப்படும். இரண்டு கைகளால் நடித்துக் காட்டும் நடிப்புகள் பதினைந்து வகைப்படும். அவை அஞ்சலி, புஷ்பாஞ்சலி, அபய அத்தம், மகரம் முதலிய பல பெயர்களைப் பெற்றுள்ளன.[15]

நடனமகளை அக்கலையிற் பயிற்று ஆடல் ஆசிரியன் அமைதி, இசையாசிரியன் அமைதி, தண்ணுமை ஆசிரியன் அமைதி, குழலோன் அமைதி, யாழாசிரியன் அமைதி என்பன யாவை என்பதைச் சிலப்பதிகாரம், அரங்கேற்று காதையில் தெளிவுறுக் காணலாம். இன்னின்னவற்றில் முழுப்பயிற்சி பெற்றவரே இன்னின்ன ஆசிரியர் என இளங்கோவடிகள் கூறுதலைக் காண, அவர் காலத்தில் தமிழகத் தில் இசையும் கூத்தும் மிகவுயரிய நிலையில் சீரும் சிறப்பும் பெற்றிருந்தன என்பது வெள்ளிடை மலைபோல விளக்கமாகும். ஆடற்குரிய அரங்கு எங்ஙனம் அமைக்கப்படல் வேண்டும் என்பதும், இந்நூலுள் தெளிவாக விளக்கப்பட்டுள்ளது; அரங்கிற்புகுந்து ஆடும் இயல்பும் விவரிக்கப்பட்டுள்ளது.

அரங்கினிற்புகுந்து மாதவி பாடினாள்; ஆடினாள். அப்பொழுது மேற்சொன்ன பல வகை ஆசிரியர்கள் அரங்கில் இருந்து தத்தம்

---

12. சிலம்பு, காதை, 3, உரை; பக், 83.
13. சிலம்பு, பக். 85–87.
14. சிலம்பு, பக். 92–96.
15. சிலம்பு, காதை, 3 உரை; பக், 97–98

தொழிலைச் செய்தார்கள். அவ்வமயம்,

> "குழல்வழி நின்றது யாழே; யாழ்வழித்
> தண்ணுமை நின்றது தகவே; தண்ணுமைப்
> பின்வழி நின்றது முழவே; முழவோடு
> கூடிநின் றிசைந்தது ஆமந் திரிகை;
> ஆமந் திரிகையொ டந்தா மின்றிக்'
> கொட்டிரண் டுடையதோர் மண்டில மாகக்
> கட்டிய மண்டிலம் பதினொன்று போக்கி
> வந்த முறையின் வழிமுறை வழாமல்"[16]

மாதவி ஆடினாள்.

சங்க காலத்தில் இருந்த கூத்த நூல்கள்

மேற்கொல்லப்பட்ட பல்வகைக் கூத்து வகைகளையும், விறலியர் கூத்தர் முதலியவர் இருந்தமையையும் நோக்கச் சங்ககாலத்தில் கூத்த நூல்கள் இருந்திருத்தல் வேண்டும் என்பது வெள்ளிடை மலை. ஆயின், அந்நூற்பெயர்களை உள்ளவாறு அறியச் சான்றில்லை. கி.பி. 14ஆம் நூற்றாண்டினரும் சிலப்பதிகாரத்திற்கு உரை வகுத்தவருமான அடியார்க்கு நல்லார், தமக்குப் பலநூற்றாண்டுகளுக்கு முன்பு பாடப் பட்ட சிலப்பதிகாரத்திற்கு உரை காண்கையில் சில கூத்த நூற் பெயர் களைக் குறிக்கின்றார். அவற்றுள் பல சிலப்பதிகார காலத்தில் இருந்தன என்று கொள்வதைவிட, அடியார்க்கு நல்லார் காலத்தில் இருந்தன எனவும், அவர் அவற்றை நன்கு படித்தறிந்தவர் எனவும் கோடலே பொருத்தமுடையதாகும். அவர் குறிக்கும் கூத்த நூல்களாவன:

1. பரதம், 2. அகத்தியம், 3. முறுவல், 4. சயந்தம், 5. குணநூல், 6. செயிற்றியம், 7 இசை நுணுக்கம், 8. இந்திர காளியம், 9. பஞ்சமரபு, 10.பரத சேனாப தீயம், 11. மதிவாணனார் நாடகத் தமிழ் நூல், 12. கூத்த நூல்.

இவற்றுள் முதல் இரண்டு நூல்கள் அடியார்க்கு நல்லார் காலத்தி லேயே இறந்தன என்பது குறிக்கப்பட்டுள்ளது. பிற நூல்களிலிருந்து இரண்டொரு சூத்திரங்கள் அடியார்க்கு நல்லார், பேராசிரியர் முதலி யோரால் ஆளப்பட்டுள்ளன. இந்நூல்களுள் ஒன்றேனும் இக்காலத் தில் கிடைத்திலது.[17]

---

16. அரங்கேற்று காதை, அடி, 139–146.

இனிப் பத்துப்பாட்டுள் இடம் பெற்றுள்ள கூத்துகளைப் பற்றிய செய்திகளைக் காண்போம்.

விறலி

நடனக்கலைக்குரியவள் விறலி. அவள் பொருநருனும், பாணருடனும், கூத்தருடனும் சென்று தன் கலைத்திறனை வள்ளல்களுக்கும் பொதுமக்களுக்கும் காட்டிப் பரிசில் பெறுதல் வழக்கம். இக்கால நடிகையர் கண் கவரும் உடற்கட்டும் பேரழகும் பெற்றிருத்தல் போலவே சங்ககால விறவியரும் பெற்றிருந்தனர் என்பது பத்துப் பாட்டால் தெரிகிறது.

சிறுபாணருடன் சென்ற விறலி. உலகிற்கு அருளுதலைச் செய்து மெல்லியதாய் வீழ்ந்து தாழ்கின்ற மழையினது அழகைத் தன்னிடத்தே கொண்டு எண்ணெயிலே முற்றுப் பெற்று இருண்ட கூந்தலையுடையவள்; மயில்கள் பலவுங் கூடி நீலமணி போலும் கண்ணிணையுடைய தோகைகளை மகளிர் கூந்தலை விரித்தாற்போல விரித்துப் பார்த்து, 'இவர்கள் சாயலுக்கு ஒய்வேம்!' என்று பேட்டிற்குள்ளே சென்று மறைதற்குக் காரணமான சாயலை[18] உடையவள்; ஓடிஇளைத்து வருந்துகின்ற நாயினது நாவின் நல்ல அழகை வருத்தி, வறுமையால் சிலம்பு முதலியன இன்றிப் பொலிவழிந்த அடியினைப் பெற்றவள்; இழுக்கப்பட்டு நிலத்துச் செறியும் கரிய பிடியினது பெரிய கை போலத் தாமும் அடியோடே தொடர்புண்டு முறையாற் பருத்து மலையில் ஒழுங்குபட வளர்ந்த வாழையெனத்திரண்டு நெருங்கியுள்ள இரண்டு குறங்கினை உடையவள்; வாழைப்பூ என்னும்படி அழகு பெற்ற பனிச்சையைப் பெற்றவள்; கோங்கின் முகையை இகழ்ந்த மெல்லிய மணிகள் இடையில் கிடக்கப் பெற்ற நகில்களை உடையவள்; நுங்கின் இனிய நீர் போன்ற நீரைச் சுரப்பிக்கும் பற்களைப் பெற்றவள்; முல்லை சூடுதற்கமைந்த கற்பினையுடையவள்; மெல்லிய இயல்பினையும் மடப்பத்தை

---

17. இந்நூலாசிரியர் இயற்றிய 'தமிழகக் கலைகள்' பக். 85–98. சாத்தனாரியற்றிய கூத்த நூல் அண்மையில் தமிழ் நாட்டுச் சங்கீத நாடக சங்கம் மத்திய சங்கீத நாடக அகாடமி உதவியுடள் வெளி வந்துள்ளது.

18. சாயல் என்னும் சொல், மெய் வாய் கண் மூக்குச் செவி என்னும் ஐம்பொறிகளாலும் நுகரும் மென்மையை உணர்த்தும். (தொல். உரி.சூ. 27, நச்சினார்க்கினியர் உரை.)

யும் உடைய மான் போலும் பார்வையைப் பெற்றவள்; ஒளி பொருந்திய நெற்றியை உடையவள் (சி.ஆ. படை, அடி, 13-31).

கூத்துப் பற்றிய செய்திகள்

தமிழ் நாட்டு ஊர்களில் மகளிர் துணங்கைக் கூத்தினையும் அழகினையுடைய தாள அறுதியையுடைய குரவைக் கூத்தினையும் ஆடுதல் வழக்கம் (ம.கா.அடி, 159-160). மலைநாட்டில் குறவர்கள் கள்ளின் தெளிவைப் பருகி மகிழ்ந்து தொண்டகப் பறையினது தாளத் திற்கு ஏற்பக் குரவையாடுதல் மரபு (திருமுருகு, அடி, 195-197). குறப் பெண்கள் தழையுடை உடுத்து முருகன் சிறப்பினைப் பாடிக் கொண்டே ஒருவரோடொருவர் கைகோத்துக் கொண்டு குரவையாடி அசைவது வழக்கம் (அடி. 202-216). மதுரைச்சேரிகளில் பெண்டிர் கடம்ப மலரைச் சூடிய முருகனை நினைந்து தம்முள் தழுவிக் கைகோத்து மன்று தோறும குரவைக் கூத்தாடினார் (ம.கா.அடி, 612-614).

நன்னனது மலை நாட்டில் மலையுச்சியில் வாழ்ந்த குறவர் நறவை அருந்தித் தம் பெண்டிரோடு கூடி, மான்தோல் போர்த்த சிறுபறை கல்லென்று ஒலிக்கக் குரவைக் கூத்தாடினர் (மலைபடு, அடி, 302-322). வள்ளிக்கூத்து என்பது இழிந்தோர் காணும் கூத்து. இக்கூத்து இரு பாலார்க்கும் பொதுவாய் வருவது. சிற்றூர்களில் இக்கூத்து நடை பெறுதல் வழக்கம் (பெ.ஆ. படை, அடி, 370-371). நாடகம் என்பது கதை தழுவி வரும் கூத்து. அதனை ஆடிய மகளிர் நாடகமகளிர் எனப் பட்டனர். பெஆ. படை. 55). விறலியர் தாள அறுதியையுடைய குழலோசை யின் தாளத்திற்கு ஒப்ப நடனம் ஆடினர் (சி.ஆ.படை, அடி, 162).

கூத்தரை ஆதரித்தவர்

கூத்த நூல்களை நன்கு கற்று அக்கலையில் புலமை பெற்ற கூத்தரைத் தமிழ் நெடுநில மன்னரும் குறுநில மன்னரும் நன்கு போற்றிப் பாதுகாத்தனர். கடையெழு வள்ளல்களுள் ஒருவனான ஓரி, கூததர்க்குப் பல நாடுகளை வழங்கிப் புகழ் பெற்றான். ஓய்மானாட்டை ஆண்ட நல்லியக்கோடனும் பல வாச்சியங்களையுடைய கூத்தரைப் புரந்து பெயர் பெற்றான். (சி.ஆ. படை, அடி, 107-109, 125). கூத்தராற்றுப் படையையே தன்மீது பாடப்பெற்ற பெருஞ்சிறப்புடையவன் நன்னன் என்ற சிற்றரசன். அவன் கூத்தர் தலைவனுக்குப் பொற்றாமரை மலரைச் சூட்டினான்; விறலியர்க்குப் பேரணிகலங்களை வழங்கினான்; யானை, குதிரை, பசுக்கள், செல்வம் முதலியவற்றை மழைபோல வழங்கினான்

(மலைபடு, அடி, 56'8-580).

கூத்தன் பாக்கம் என்று ஓரூர் கி.பி. 13 அல்லது 14 ஆம் நூற்றாண்டில் இருந்ததென்று மாமல்லபுரத்துக் கல்வெட்டு ஒன்று தெரிவிக்கிறது.[20] "புலியூர்க்கோட்டத்து மாங்காடு நாட்டுக் கூத்தன் பாக்கம்"[21] என்பது ஒரு கல்வெட்டு வாசகம். கூத்தாடி பட்டி என்று ஓரூர் இருந்ததை மற்றொரு கல்வெட்டுக் குறிக்கிறது.[22] இராமநாதபுர மாவட்டத்துத் திருப்புத்தூர் வட்டத்தில் கூத்தக்குடி என்ற அதிசய பாண்டிய நல்லூர் இருந்தது.[23] தஞ்சை மாவட்டத்தில் கூத்தனூர் என்ற பெயரில் ஓரூர் இருந்தது என்பது கல்வெட்டால் தெரிகிறது.[24] முதற் குலோத்துங்கன் 18ஆம் ஆட்சியாண்டில் கோவில் விழாவில் தமிழக் கூத்து நிகழ்த்திய விக்கிரமாதித்தன் திருமுதுகுன்றன் என்ற விருதராாச பயங்கர ஆசாரியனுக்குக் கூத்தாட்டுக் காணியாக நிலம் விடப்பட்டது.[25]

கூத்தரை நினைவூட்டும் ஊர்ப்பெயர்கள்

இன்று தமிழ் நாட்டுப் பல மாவட்டங்களில் உள்ள ஊர்ப் பெயர்கள் சில, கூத்தரை நினைவூட்டுகின்றன அவற்றைக் கீழே காண்க:

ஊரின் பெயர்	மாவட்டம்	வட்டம்
கூத்தரம்பாக்கம்	செங்கற்பட்டு	காஞ்சீபுரம்
கூத்த வாக்கம்	செங்கற்பட்டு	ஸ்ரீபெரும்புதூர்
கூத்தம்பாக்கம்	வடவார்க்காடு	அரக்கோணம்
கூத்தாண்டகுப்பம்	வடவார்க்காடு	திருப்புத்தூர்
கூத்தம்பாக்கம்	வடவார்க்காடு	வேலூர்
கூத்தம்பட்டு	வடவார்க்காடு	வந்தவாசி
கூத்த வேடு	வடவார்க்காடு	வந்தவாசி

20. A.R.E. 114 of 1932-33
21. 286 of 1909.
22. S.I.I. 1.42.
23. 99 of 1908
24. 109 of 1927-28
25. 90 of 1931-32.

கூத்தூர்	தென்னார்க்காடு	சிதம்பரம்
கூத்தப்பாக்கம்	தென்னார்க்காடு	கூடலூர்
கூத்தப்பாக்கம் (மேல்)	தென்னார்க்காடு	செஞ்சி
கூத்த குடி	தென்னார்க்காடு	கள்ளக்குறிச்சி
ஆதவில்லி கூத்தனூர்	தென்னார்க்காடு	திண்டிவனம்
கூத்தப்பாக்கம்	தென்னார்க்காடு	திண்டிவனம்
கூத்தி குளத்தூர்	தென்னார்க்காடு	திண்டிவனம்
கூத்தனூர்	தென்னார்க்காடு	திருக்கோவலூர்
கூத்தன் ஏந்தல்	தஞ்சாவூர்	அறந்தாங்கி
கூத்தாடி வயல்	தஞ்சாவூர்	அறந்தாங்கி
கூத்தன் குடி	தஞ்சாவூர்	அறங்தாங்கி
கூத்தனூர்	தஞ்சாவூர்	அறங்தாங்கி
கூத்தனூர்	தஞ்சாவூர்	குடந்தை
கூத்தாநல்லூர்	தஞ்சாவூர்	குடந்தை
நட்டுவன் கோயில்பத்து	தஞ்சாவூர்	குடந்தை
கூத்தனூர்	தஞ்சாவூர்	நன்னிலம்
கூத்தனூர்	தஞ்சாவூர்	நன்னிலம்
நட்டுவக்குடி	தஞ்சாவூர்	நன்னிலம்
கூத்தங்குடி (கீழ்)	தஞ்சாவூர்	நாகை
கூத்தூர்	தஞ்சாவூர்	நாகை
கூத்தாடி வயல்	தஞ்சாவூர்	பட்டுக்கோட்டை
கூத்தியம்பேட்டை	தஞ்சாவூர்	சீகாழி
கூத்தூர்	தஞ்சாவூர்	தஞ்சை
விராலிப்பட்டி	தஞ்சாவூர்	தஞ்சை

அழகுக்கலைகள்

(விறலிப் பட்டி)

கூத்தங்குடி	தஞ்சாவூர்	திருத்துறைப்பூண்டி
கூத்தூர்	திருச்சிராப்பள்ளி	லால்குடி
கூத்தூர்	திருச்சிராப்பள்ளி	பெரம்பலூர்
கூத்தப்பார்	திருச்சிராப்பள்ளி	திருச்சிராப்பள்ளி
ஆடலூர்	மதுரை	திண்டுக்கல்
விராலிப்பட்டி	மதுரை	திண்டுக்கல்
விராலிப்பட்டி	மதுரை	நிலக்கோட்டை
விராலிப்பட்டி	மதுரை	நிலக்கோட்டை
கூத்தம்பூண்டி	மதுரை	பழனி
விராலிப்பட்டி	மதுரை	பழனி
கூத்தன்ஏந்தல்	இராமநாதபுரம்	அருப்புக்கோட்டை
கூத்திப்பாறை	இராமநாதபுரம்	அருப்புக்கோட்டை
கூத்தாடி ஏந்தல்	இராமநாதபுரம்	முதுகுளத்தூர்
கூத்த குடி	இராமநாதபுரம்	சிவகங்கை
கூத்தன் குடி	இராமநாதபுரம்	சிவகங்கை
கூத்த குடி	இராமநாதபுரம்	திருப்புத்தூர்
கூத்தளூர்	இராமநாதபுரம்	திருப்புத்தூர்
சிறுகாக்கை வயல்	இராமநாதபுரம்	திருப்புத்தூர்
கூத்த குடி	இராமநாதபுரம்	திருவாடானை
கூத்தன் ஏந்தல்	இராமநாதபுரம்	திருவாடானை
(பெருமாள்)கூத்தன் வயல்	இராமநாதபுரம்	திருவாடானை
(வட) கூத்தம்பாடி	சேலம்	ஆற்றூர்
கூத்தப்பாடி	சேலம்	தருமபுரி
கூத்தம்பூண்டி	சேலம்	திருச்செங்கோடு

கூத்தரம்பூண்டி	கோவை	பவானி
கூத்தரம்பாளையம்	கோவை	ஈரோடு
கூத்தங்காணி	கோவை	ஈரோடு

28. வானக்கலை

சங்ககாலத் தமிழர், ஐந்து பூதங்களைப் பற்றியும், மழை உண்டாதல் பற்றியும், ஆறு பருவங்கள் பற்றியும், அப்பருவங்களில் நிகழும் இயற்கை மாறுதல்கள் பற்றியும், நாள் மீன்கள் கோள் மீன்கள் என்பவை பற்றியும் ஓரளவு அறிந்திருந்தனர் என்பது பத்துப் பாட்டால் தெரிகிறது.

ஐம்பூதங்கள்

நிலம், நீர், தீ, காற்று, வானம் என்பன ஐந்து பூதங்கள். இவற்றுள் வானம், தன்னை ஒழிந்த நான்கு பூதங்களும் தன்னிடத்தே அகன்று விரிவதற்குக் காரணமாயுள்ளது என்பதைப் பழந்தமிழர் அறிந் திருந்தனர் (பெ.ஆ.படை, அடி; ம.கா. அடி, 266-7).

மழை உண்டாதல்

மேகம் கடல் நீரைக் குடித்து வலமாய் எழுந்து மலைகளை இருப்பிடமாகக் கொள்கின்றது; பெய்யுங்காலத்தில் உலகத்தை வளைத்து எழுந்து கடிய செலவினை மேற்கொண்டு மழை பெய்யும் (மு.பாட்டு, அடி, 4-5).

ராசிகள்

வானவியல் அறிஞர்கள், விண்ணில் சூரியன் செல்வதாகத் தோன்றும் வீதியாகிய ராசி மண்டலத்தை ஒவ்வொன்றும் 30° அளவுள்ள பன்னிரண்டு சமபாகங்களாகப் பிரித்திருக்கிறார்கள். இந்தப் பாகங்களை 'ராசிகள் என்பர். இவற்றுக்கு முறையே மேடம் (Aries) இடபம், (Taurus), மிதுனம் (Gemini), கடகம், (Cancer), சிம்மம், (Leo) கன்னி (Virgo), துலாம் (Libra), விருச்சிகம் (Scorpions), தனுசு (Sagittarius), மகரம் (Capricorns), கும்பம் (Aquarius), மீனம் (Pisces) என்பன பெயர். இப்பெயர்கள், அந்தந்த ராசிகளில் அமையும் நட்சத்திரத் தொகுதிகள் மேடம் (ஆடு) முதலிய வடிவுடையனவாகத் தோன்று வதால் ஏற்பட்டன என்பர். சூரியன் இந்த ராசிகளில் இருக்கும் காலங்களை முறையே சித்திரை, வைகாசி முதலிய மாதங்கள் என வழங்குகிறோம்.

நட்சத்திரங்களினிடையே பூமியைப் பொறுத்துச் சூரியன் இயங்கும் பாதையும், சந்திரனும் பிற கிரகங்களும் இயங்கும் பாதைகளும் வான மண்டத்தில் சூரியப் பாதைக்கு இரு புறமும் சுமார் 9° தூரத்திற்குள் அடைபடும் ஒரு மண்டலத்தில் அமையும். இதையே ராசி மண்டலம் என்பர். இந்த மண்டலத்திலேயே அசுவதி. முதலிய 27 நட்சத்திரங்களும் இருக்கின்றன. ஆனால், இந்த விதிக்கு விலக்காக அனுஷம், கேட்டை, மூலம் என்னும் நட்சத்திரங்கள் இம்மண்டலத்திற்கு மிகவும் தெற்கே இருக்கின்றன.[1]

திங்கள்

வான வெளியில் இயங்கும் பலகோளங்களுள் திங்கள் (சந்திரன்) ஒன்று. இஃது உள்ளத்தில் இன்பக் கிளர்ச்சியை ஊட்டும் பேரெழில் உடையது. உலகில் பல மொழிகளில் உள்ள இலக்கியங்கள் திங்களைப் புகழ்ந்து பேசுகின்றன. பூமிக்கு மிக அருகில் உள்ள கோளம் திங்களே. இது நமக்குச் சுமார் 2,38,000 கல் தூரத்தில் இருக்கிறது. இதன் குறுக்களவு 2,160 கல், இது பூமியின் குறுக்களவில் காற்பங்கு, சந்திரன் பரப்பு, பூமியின் பரப்பில் 1/12 பங்கு; பருமனில் 1/49 பங்கு. திங்களின் எடை பூமியின் எடையில் 1/82 பங்கு.

சூரியனைவிடச் சந்திரன் மிகச் சிறியதேயாயினும், பூமிக்குச் சூரியனைவிட மிகவும் சமீபத்தில் இருபத்தில், நம் கண்களுக்குச் சூரியனும் சந்திரனும் பெரும்பாலும் ஒரே அளவுள்ளனவாய்த் தோற்று கின்றன.

பூமியைப் போலச் சந்திரனுக்கும் இரு வகைச் சுழற்சிகள் உண்டு. ஒன்று, தன்னில் தானே சுழன்று கொள்வது; மற்றொன்று, பூமியைச் சுற்றி வருவது. சந்திரன் மணிக்கு 2300 மைல் வீதம் பூமியை நீளவட்டப் பாதையில் சுற்றுகிறது. இங்ஙனம் அது பூமியை ஒரு முறை சுற்றிவர ஏறத்தாழ 30 நாள்கள் ஆகின்றன. அது தன்னில் தானே ஒருமுறை சூழல 271/2 நாள்கள் ஆகின்றன. சந்திரன் தன்னில் தானே சுழன்று கொள்ளும் வேகமும் ஏறத்தாழச் சமமாகும். ஆதலால், சந்திரனின் ஒரு பாகத்தை மட்டுமே நாம் பார்க்க இயல்கிறது. பூமியைப் போலவே சந்திரனுக்கும் பகல் இரவு உண்டு. பூமியின் பகல் இரவு சேர்ந்து ஒரு நாளுக்கு 24 மணி; சந்திரனிலோ, கிட்டத்தட்ட ஒரு மாதம். அதாவது,

1. கலைக்களஞ்சியம், தொகுதி, 2; பக். 62.

சூரியன் தோன்றினால், மறையச் சுமார் 15 நாள்கள் ஆகும்; மறைந்தால், மீண்டும் தோன்ற 15 நாள்களாகும். சந்திரனில் நின்று பார்த்தால் பூமியும் ஒரு பெரிய சந்திரனைப் போலத் தோன்றும்.[2]

ரோகிணி

ரோகிணி .. அசுவினி முதல் எண்ணப்பட்ட நட்சத்திரங்களுள் நான்காவது; இடபராசியில் மிகவும் பிரகாசமாய் விளங்குவது. இந்த மீன் சற்றுச் செந்நிரமுடையது. வானத்திற் காணப்படும் இருபது ஒளி மிகுந்த நட்சத்திரங்களுள் ஒன்று; சூரியனது விட்டத்தைப் போல ஐம்பது மடங்கு கொண்டது; எண்பது ஒளியாண்டுத் தொலைவில் உள்ளது.[3]

'சந்திரன் தக்கனுடைய புதல்வியர் இருபத்தெழுவரை மணந்தான்; அவர்களுள் ரோகிணியிடம் மிகுந்த அன்பு செலுத்தினான்' என்பது புராணக் கதை.

பாண்டிமாதேவியின் கட்டிலின் மேற்கூரையில் ராசி மண்டலம் வரையப்பட்டிருந்தது; சந்திரன், ரோகிணி உருவங்களும் வரையப் பட்டிருந்தன. ஆகாயத்திடத்தே திண்ணிய நிலையினையுடைய கொம்பினையுடைய மேடராசி முதலாக ஏனை ராசிகளிற் சென்று திரியும் மிக்க செலவினையுடைய ஞாயிற்றோடே மாறுபாடு மிகுந்த தலைமையினையுடைய திங்களோடு திரியாமல் நின்ற ரோகிணி எழுதப் பட்டிருந்தது (நெடுநல், அடி, 159-162).

சூரிய மண்டலம்

வானவீதியில் ஒளி வீசும் சூரியனும், அதைச் சுற்றி வரும் ஒன்பது கிரகங்களும், அவற்றின் 28 உபகிரகங்களும் பல சிறு கிரகங்களும் வால் நட்சத்திரங்களும் ஏரி நட்சத்திரங்களும் சூரிய மண்டலத்தில் அடங்கும்.

புதன், வெள்ளி, பூமி, செவ்வாய், வியாழன், சனி, யுரேனஸ், நெப்டியூன், புளூட்டோ என்பன ஒன்பது கிரகங்களாகும்.

சூரியனுக்கு மிகு அண்மையில் உள்ள கிரகம் புதன், மிகு

---

2. கலைக்களஞ்சியம், தொகுதி, 4; பக், 427–8

3. கலைக்களஞ்சியம், தொகுதி, 2; பக். 318.

தொலைவில் உள்ளது புளூட்டோ, பெருங்கிரகங்கள் ஒன்பதுள் முதல் ஆறு கிரகங்களைச் சாதாரணாகக் கண்ணினால் காண இயலும். அவற்றைப் பண்டைக்கால முதலே அறிந்திருந்தனர். இவையாவும் தாமாகவே ஒளிராப் பொருள்கள்; தானே ஒளிரும் நட்சத்திரமான சூரியனிடமிருந்து ஒளியைப் பெற்றுப் பிரதிபலிக்கின்றன. கிரகங்கள் யாவும் நீள்வட்டமாயுள்ள வெவ்வேறு பாதைகளில் ஒரே திசையில் சூரியனைச் சுற்றி வருகின்றான்; பூமி எத்தளத்தில் சூரியனைச் சுற்றி வருகிறதோ, கிட்டத்தட்ட அதே தளத்தில், அதாவது, சற்று மாறுபட்ட தளத்தில் சூரியனைச் சுற்றுகின்றன.[4]

வெள்ளி

சூரியனைச் சுற்றிவரும் ஒன்பது கிரகங்களில் வெள்ளி என்ற சுக்கிரனும் ஒன்று சூரிய மண்டலத்திலே ஒளி மிக்க கிரகம் சுக்கிரனே அதனால், மேனாட்டார் அழகுத் தேவதைக்குரிய வீனஸ் (Venus) என்னும் பெயரையே இதற்கு இட்டுள்ளனர். இது சில மாதங்களில் பின்னிரவில் கிழக்கிலும், சில மாதங்களில் முன்னிரவில் மேற்கிலும் தோன்றும். இது பற்றியே இதனைக் காலை நட்சத்திரம் என்றும், மாலை நட்சத்திரம் என்றும் கூறுவர்.

சூரியனை அடுத்துச் சுற்றுவது புதன்; அதை அடுத்துச் சுற்றுவது சுக்கிரன், இது உருவம். பரிமாணம், அடர்த்தி இவற்றில் எல்லாம் பூமியை ஒத்துள்ளது. இது புதனைப்போல ஆறு மடங்கு ஒளியு டையது; சந்திரனைப் போல எட்டு மடங்கு பிரதிபலிக்கும் திறமை யுடையது. இவ்வாறு பிரதிபலிக்கும் தன்மை மிக்கதாயிருப்பதாலே தான் சுக்கிரன் ஒளி மிக்க கிரகமாய் மிளிர்கின்றது.[5]

பொருநன், விரிகின்ற கிரணங்களையுடைய வெள்ளி எழுந்த செறிந்த இருளையுடையவிடியற் காலத்தில் கரிகாலன் அரண்மனையிற் புகுந்து, தன் தடாரியில் ஓசையைப் பிறப்பித்துப் பாடினான் (பொ.ஆ.படை, அடி, 69-72).

வெள்ளி தென்திசையில் எழுதல் தீய நிமித்தம். அஃது அங்ஙனம் எழினும், பாண்டி நாட்டு யாறுகள் வெள்ளம் மாறாமல் வந்து விளை வைப் பெருக்கின (ம.கா.அடி. 108-9).

---

4. கலைக்களஞ்சியம், தொகுதி, 5; பக். 127
5. கலைக்களஞ்சியம், தொகுதி, 5; பக். 52.

'வெள்ளியாகிய மீன் தான் நிற்றற்குரிய வடதிசையில் நில்லாமல் தென்திசைக்கண்ணே செல்லின், பெய்யும் பருவத்து மழை பெய்யாது,' என்று நம் முன்னோர் நம்பினர் (ப.பாலை, அடி,1-2).

விண்மீன்கள்

விண்மீன்கள் எனப்படும் நட்சத்திரங்கள் சூரியனைப் போன்ற கோளங்களேயாகும். சில மிகுந்த ஒளியுடையன; சில, குறைந்த ஒளியுடையன. மிகவும் அண்மையில் உள்ளது. நான்கு ஒளியாண்டுத் தொலைவில் உள்ளது. ஒளியாண்டு என்பது, ஒளியானது ஒரு விநாடிக்கு ஒரு லட்சத்து எண்பத்து ஆறாயிரம் மைல் தூரம் வீதம் ஓராண்டு காலத்தில் செல்லும் தூரமாகும். சில நட்சத்திரங்கள் பத்தாயிரம் ஒளியாண்டுத் தொலைவில் உள்ளன. ஆயினும், நாம் வெறுங் கண்ணோடு ஒரே சமயத்தில் தெளிவான இரவில் காணக் கூடியன ஏறக்குறைய மூவாயிரமேயாகும்.

பண்டைக்காலத்தில் வாழ்ந்த மக்கள் நட்சத்திரங்களைக் கூட்டம் கூட்டமாக வகுத்து, அவை இன்ன உருவம் உடையன என்று கூறினார்கள்; நட்சத்திரக் கூட்டத்தின் உருவத்தை வைத்து ரிஷபம் (எருது), விருச்சிகம் (தேள்), துலாம் (தராசு) என்று பலவாறு பெயரிட்டார்கள்.

சில நட்சத்திரங்கள், சூரியனைப் போல நூறு மடங்கு கன அளவு உடையவை. சூரியன பூமியைப் போல 330 ஆயிரம் மடங்கு கன அளவுடையது. நட்சத்திரங்கள் இடம் பெயர்கின்றன. நட்சத்திரங்கள் வேறு வேறு நிறங்கள் உடையன. பொதுவாகச் சிபப்பு, ஆரஞ்சு, மஞ்சள், நீலம் என நான்கு நிறங்கள் காணப்படும். நிறம் வேறுபடுவதற்குக் காரணம், வெப்பநிலை வேறுபாடேயாகும்.

நட்சத்திரங்களிலிருந்து வரும் ஒளிக்கிரணங்களில் நடுவில் உள்ளவையும் விளிம்பில் உள்ளவையும் ஒரே சமயத்தில் நம்முடைய கண்ணுக்கு வந்து சேருவதில்லை. அதனாலேதான் நட்சத்திரங்கள் இமை கொட்டுவது போலத் தோன்றுகின்றன.[6]

---

6. கலைக்களஞ்சிம், தொகுதி 6; பக், 283-4

நாள் மீன்கள்

நீல நிறத்தையுடைய ஆகாயத்தே வலமாக எழுந்து திரியும் நாள்களாகிய மீன்களோடே கலந்த கோள்களாகிய மீன்கள் போல அகன்ற இடத்தையுடைய மன்றிலே ஆட்டுக்கிடாயுடன் சிவல் என்னும் பறவையைப் பரதவர் பொருவித்தனர் (ப.பாலை, அடி, 67-69).

நாள்களாகிய மீன்கள் இருபத்தேழு நட்சத்திரங்கள்; கோள்களாகிய மீன்கள் - நவக்கிரகங்கள் என்பவை. நவக்கிரகங்கள் இவை என்பது முன்பே கூறப்பட்டது. இங்கு இருபத்தேழு நட்சத்திரங்களின் பெயரைகளைக் காண்போம்:

1. அசுவதி (அஸ்வினி)
2. பரணி
3. கார்த்திகை
4. ரோகிணி
5. மிருகசீரிஷம்
6. திருவாதிரை
7. புனர்பூசம்
8. பூசம்
9. ஆயில்யம்
10. மகம்
11. பூரம்
12. உத்திரம்
13. ஹஸ்தம்
14. சித்திரை
15. சுவாதி
16. விசாகம்
17. அநுஷம்
18. கேட்டை
19. மூலம்
20. பூராடம்
21. உத்திராடம்
22. திருவோணம்
23. அவிட்டம்
24. சதயம்
25. பூரட்டாதி
26. உத்திரட்டாதி
27. ரேவதி

இவற்றுள் அஸ்வினி (அசுவதி) என்பது, குதிரையின் தலை போல உள்ள ஆறு நட்சத்திரங்கள் கொண்டது. (அசுவம்-குதிரை).[7] பரணி என்பது மூன்று நட்சத்திரங்கள் உள்ளது. அஃது அடுப்புப் போல

---

7. கலைக்களஞ்சியம், தொகுதி 1; பக். 35.

இருப்பதெனக் கூறுவர் (பரணி-அடுப்பு).[8] இவ்வாறு இருபத்தேழு நட்சத்திரங்களுள் ஒவ்வொன்றும், சில நட்சத்திரங்களின் சேர்க்கையே யாகும். அச்சேர்க்கை தரும் உருவத்தைக் கொண்டே ஒவ்வொரு சேர்க்கையும் அஸ்வினி, பரணி முதலிய காரணப்பெயர்களைப் பெற்றது.

காவிரிப்பூம்பட்டினத்துக் கடற்கரையில் இருந்த பெரிய பொய்கை. மழை மாசு நீங்கின பெரிய ஆகாயத் திடத்து மதியைச் சேர்ந்த மகமாகிய வெள்ளிய மீனினது' வடிவு பொருந்திய, வலிய உயர்ந்த கரையைப் பெற்றிருந்தது. (ப.பாலை, அடி, 34-38). இங்கு, மதி- பொய்கைக்கும், மகமீன்- கரைக்கும் உவமிக்கும் பொருளாகும்.

மகம் என்னும் பெயருடைய நட்சத்திரக் கூட்டத்தில் ஐந்து பிரகாசமான நட்சத்திரங்கள் உள்ளன. அவை வெட்டரிவாள் போல இருப்பதாகத் தமிழரும், பல்லக்குப் போன்று இருப்பதாக மற்றவரும் கூறுவர், இந்த அரிவாளின் கைப்பிடியில் பேரொளி பொருந்திய ஒரு நட்சத்திரம் உள்ளது. அதற்கு ரெகுலஸ் (Regulus) என்பது பெயர். மகநட்சத்திரக் கூட்டம் சிம்மராசியில் உள்ளது.[9]

இந்த இலக்கணம் கொண்டு காணின், மேலே கூறப்பட்ட பொய்கை யின் கரை வெட்டரிவாள் போல இருந்த தென்பது தெளிவாகின்றது. பொய்கையின் கரைக்கு மகமீனை உவமை கூறிய புலவரது வானக்கலை அறிவு வியக்கற்பாலதன்றோ?

கொழுவிய கொடியையுடைய முசுண்டை (முசுட்டை) கார்த்திகை யாகிய மீன் போல வெள்ளிதாய் மலர்ந்தது என்று மலைபடு கடாம் கூறுகின்றது (அடி, 100-101). முகண்டை கொட்டம் போன்ற பூவைத் தன்னிடத்தே பெற்றது என்று சிறுபாணாற்றுப்படை செப்பு கிறது. (அடி, 166). பனங்குருத்தாற் செய்யப்படும் ஒரு வகைச் சிறிய பெட்டிக்குக் கொட்டம்[10] என்பது பெயர்.[11] தீச்சுடரின் நுனிபோன்ற அமைப்பில் ஆறு விண்மீன்களைக் கொண்ட கூட்டம் கார்த்திகை எனப்படும். அஃது உடைவாளின் வடிவம் கொண்டது. எரித்தல் அதன் இயல்பு. அது

---

8. கலைக்களஞ்சியம், தொகுதி 6; பக் 745-6
9. கலைக்களஞ்சியம், தொகுதி 8; பக். 12.
10. பத்துப்பாட்டு, 5ஆம் பதிப்பு, பக். 165 அடிக்குறிப்பு.
11. மேலூர் வட்டத்தில் உள்ள கொட்டாம்பட்டி என்பது கொட்டம்பட்டி என்று (கொட்டம் செய்யப்படும் பட்டி என்னும் பொருளில்) வழங்கப் பட்டிருக்கலாம். அது காலப்போக்கில் பூவலூர் என்பது 'பூவாளூர்' என்றானாற் போலக் 'கொட்டாம்பட்டி' என மாறி வழங்கப்படுகிறது போலும்

வெம்மை கலந்த வெண்மை நிறமுடையது. அஃது அங்கி, அழல், ஆறுமீன், ஆரல், ஏரி, தழல் எனப்பல பெயர்களைப் பெறும்.

இவ்வானக் கலையிற் புலமை பெற்று நல்ல நேரம் முதலிய வற்றைக் கணித்தவன் 'கணி' என்றும் 'கணியன்' என்றும் பெயர் பெற்றான். கணி, அரசனுடன் இருந்த உயரலுவலருள் ஒருவன். அவனைப் 'பெருங்கணி' என்று சிலப்பதிகாரம் கூறும். கணியன் பூங்குன்றனார் என்பவர் சங்ககாலப் புலவர். கணியனை நினைவூட்டும் ஊர்ப் பெயர்கள் இன்று தமிழ் நாட்டில் உண்டு அவற்றைக் கீழே காண்க:

ஊர்ப்பெயர்	மாவட்டம்	வட்டம்
கணியம்பாடி	வட ஆர்க்காடு	வேலூர்
கணியனூர்	வட ஆர்க்காடு	வாலாஜா
கணியாகுறிச்சி	தஞ்சை	பட்டுக்கோட்டை
கணியூர்	கோவை	பல்லடம்
கணியூர்	கோவை	உடுமலைப்பேட்டை

பொழுதுகள்

தட்பவெட்பநிலை, இரவு பகல் நேர அளவு இவை ஆண்டு முற்றும் ஒரே மாதிரி இருப்பதில்லை; காலத்துக்குக் காலம் வேறுபடும். இந்த வேறுபாட்டையொட்டி ஆண்டைச் சில இயற்கைக் காலப் பகுதிகளாகப் பிரிக்கலாம். அவ்வாறு பிரிக்கப்படும் பகுதிகள் 'பருவங்கள்' எனப்படுகின்றன.

சங்ககாலத் தமிழர், யாண்டை ஆறு பிரிவுகளாகப் பிரித்தனர். அவை கார், கூதிர், முன்பனி, பின்பனி, இளவேனில், முதுவேனில் என்பவை. இவை பெரும் பொழுதுகள் எனப் பெயர் பெற்றன.

1. ஆவணியும் புரட்டாசியும் - கார் காலம்
2. ஐப்பசியும் கார்த்திகையும் - கூதிர்காலம்
3. மார்கழியும் தையும் - முன்பனிக்காலம்
4. மாசியும் பங்குனியும் - பின்பனிக்காலம்
5. சித்திரையும் வைகாசியும் - இளவேனிற்காலம்
6. ஆனியும் ஆடியும் - முதுவேனிற்காலம்.

இவ்வாறு பருவங்கள் மாறி மாறி வருவதற்குக் காரணம், பூமி நீள்வட்டப் பாதையில் சூரியனைச் சுற்றிவருவதே.[12] இப்பருவங்கள் தொல்காப்பியர் காலத்துக்கு (ஏறத்தாழ கி.மு. 300க்கு) முன்பே நம் முன்னோராற் கண்டறியப்பட்டவையாகும். அப்பெருமக்கள் ஒவ்வொரு பருவத்திற்கும் உரிய சிறுபொழுதுகளையும் கூறியுள்ளார்கள்.

பண்டைத்தமிழர் பாண்டியனை ஆறு பெரும்பொழுதுகளாகப் பிரித்தாற்போலவே ஒரு நாளையும் ஆறு பிரிவுகளாகப் பிரித்தனர். அவை வைகறை, காலை, நண்பகல், ஏற்பாடு, மாலை, யாமம் என்பவை. இவை 'சிறு பொழுதுகள்' எனப் பெயர் பெற்றன.

1. வைகறை - இரவு இரண்டு மணி முதல் காலை ஆறு மணி வரையில் உள்ள நேரம்.
2. காலை - காலை ஆறுமணியிலிருந்து பத்துமணி வரையுள்ள நேரம்.
3. நண்பகல் - பகல் பத்து மணியிலிருந்து இரண்டு மணி வரையுள்ள நேரம்.
4. ஏற்பாடு - பிற்பகல் இரண்டு மணி முதல் ஆறு மணி வரையுள்ள நேரம்.
5. மாலை - ஆறு மணி முதல் இரவு பத்து மணி வரையுள்ள நேரம்.
6. யாமம் - இரவு பத்துமணி முதல் இரவு இரண்டு மணி வரையுள்ள நேரம்.

இங்ஙனம் நம் முன்னோர் ஏறத்தாழ நான்கு மணி நேரம் கொண்டதை ஒரு சிறு பொழுதாகக் கொண்டனர்.

தொல்காப்பியர் குறிஞ்சி, முல்லை, மருதம், நெய்தல், பாலை என்னும் ஐந்து ஒழுக்கங்கட்கும் உரிய பெரும் பொழுதுகளையும் சிறு பொழுகளையும் கீழ் வருமாறு கூறியுள்ளார்.

1. முல்லை ஒழுக்கத்திற்குக் கார் காலமும் மாலைப் பொழுதும் உரியவை.

---

12. கலைக்களஞ்சியம், தொகுதி; 7 பக். 10-11

2. குறிஞ்சி ஒழுக்கத்திற்குக் கூதிர்க் காலமும் முன் பனிக்காலமும் யாமமும் உரியவை.

3. மருத ஒழுக்கத்தி ஆறு பருவங்களும் வைகறையும் உரியவை.

4. நெய்தல் ஒழுக்கத்திற்கு ஆறு பருவங்களும் ஏற்பாடும் உரியவை.

5. பாலை ஒழுக்கத்திற்குப் பின்பனியும் இளவேனிலும் முதுவேனிலும் நண்பகலும் உரியவை.[13]

பத்துப்பாட்டுள் முல்லைப்பாட்டும் குறிஞ்சிப்பாட்டும் நெடுநல்வாடையும் அகப்பொருள் பற்றியவை. முல்லைப் பாட்டில் கார்காலச் சிறப்பும் அதற்குரிய மாலைப்பொழுது நிகழ்ச்சிகளும் தலைவனைப் பிரிந்த தலைவி ஆற்றிலிருத்தலும் சிறப்புறக் கூறப்பட்டுள்ளன. குறிஞ்சிப் பாட்டில் யாம நிகழ்ச்சிகளும் புணர்தலும் புணர்தல் நிமித்தமும் நன்கு கூறப்பட்டுள்ளன. நெடுநல்வாடையும் முல்லை ஒழுக்கத்திற்கு உரியது ஆதலின், அதன்கண் கார்காலுமும் கூதிர்கால நிகழ்ச்சிகளும் தலைவனைப் பிரிந்த தலைவி ஆற்றிலிருத்தலும் விரிவாகக் கூறப்பட்டுள்ளன.

இனிப் பத்துப்பாட்டுள் இந்தப் பெரும்பொழுதுகள் பற்றியும் சிறு பொழுதுகள் பற்றியும் வந்துள்ள செய்திகளை இங்குக் காண்போம்.

பெரும்பொழுதுகள்

கார்

கார் காலத்து முதல் மழையைப் பெற்ற காட்டில் செங்கடம்பரம் தேருருள் போலும் பூவை மலரச் செய்தது (திருமுருகு, அடி, 9-11). முல்லை நிலத்தில் கார் காலத்து மழை பெய்தது. வெள்ளத்தை வெறுத்த கோவலர் தம் பசுக்களையும் எருதுகளையும் கன்றுகளையும் மேட்டு நிலத்தில் மேயவிட்டனர். குளிர்ச்சி வருத்தியதால் பற்கள் பறை கொட்ட நடுங்கினர். விலங்குகள் மேய்தலை மறந்தன. குரங்குகள் குளிர்ச்சியால் துன்புற்றன. பறவைகள் காற்று மிகுதியால் நிலத்தில் வீழ்ந்தன. முசுண்டையும் பீர்க்கும் மலர்ந்தன. மழை நீர் விரைந்து ஓடியது. அதில் கயல்கள் எதிர்த்து நீந்தின. கொக்குகளும் நாரைகளும் அவற்றைப் பிடித்துத் தின்ன நீர் வழியிற் காத்திருந்தன (நெடுநல், அடி, 1-19). கார் காலத்தில் உருமேறு (இடி) முழக்கத்தை உண்டாக்கியது. (கு.பா.அடி,

13. பொருளதிகாரம், நூற்பா, 6-10.

162). கார் கால மழையைப் பெற்ற பலாக்கள், மத்தளங்கள் போலக் கீழும் மேலும் தூங்கி முற்றுதல் கொண்டு தாழ்ந்தன (மலைபடு, அடி, 12,142-4).

கூதிர்

கூதிர்காலத்து மதி, பால் போலுங்கிரணங்களைப் பரப்பிப் பரத்தலைக் கொண்டது (சி.ஆ. படை, அடி, 250-1). கூதிர்காலத்து மேகம் பகற்காலத்தில் மழை பொழிந்தது. அதன் துளியின்கண் மின் தோன்றி ஓடியது. (பெ.ஆ.படை, அடி, 483-4). கூதிர்க்காலம் மலையைக் குளிர்ச்சி செய்யும் ஆற்றல் வாய்ந்தது. கூதிர்க்காலத்தில் நெற்கதிர் முற்றி வளைந்தது; கழுகின் பாளை விரிந்த திரட்சியைக் கொண்ட தாறுகளில் தெளிந்த நீரை உள்ளேயுடைய பசிய காய் பருத்து முற்றியது; பூக்களைக் கொண்ட பொழில்கள் குளிர்ச்சியைத் தம்மிடத்தே கொண்ட கொம்பு களையுடையனவாய் விளங்கின; மிலேச்சர் கள்ளைப் பருகித் தாம் விரும்பின இடங்களில் திரிந்தனர். இரவும் பகலும் தெரியவில்லை. மகளிர் தாம் தட்டிலே வைத்த பிச்சிப்பூ அலர்வதைப் பார்த்துப் பகற் பொழுது கழிந்ததை உணர்ந்தனர். வீடுகளில் விளக்கேற்றினர்; நெல்லை யும் மலரையும் தூவி இல்லுறை தெய்வத்தை வணங்கினர்; குளிர் மிகுதியால் வீட்டில் வாழ்ந்த' புறாக்கள் வெளியிற்சென்று இரை தேடி உண்ணவில்லை; கொடுங்கையைத் தாங்கின பலகைகளில் கடுத்த கால் ஆறும்படி மாறி மாறி இருந்தன. ஆலவட்டம் உறையிடப் பட்டிருந்தது. கதவுகள் தாழிட்டுக் கிடந்தன. கல்லென்னும் ஓசையை யுடைய சிறு துவலையை வாடைக்காற்று எங்கும் பரப்பியது. அதனால், இளையரும் முதியரும் குவிந்த வாயையுடைய கரகத்துத் தண்ணீரைப் பருகவில்லை. பகுத்தாற் போன்ற வாயையுடைய இத்தளத்தில் (தூப மூட்டியில்) இட்ட நெருப்பின் வெம்மையை நுகர்ந்தனர். மகளிர் குளிர்ச்சியால் நிலை குலைந்த யாழின் நரம்புகளைத் தம் மார்பின் வெப்பத்தே தடவி யாழைப் பண் நிற்கும் முறையிலே நிறுத்தினர். கணவரைப் பிரிந்த மகளிர் கூதிர்காலத்துத் தனிமையை ஆற்றாது வருந்தினர். இந்த நிலையிற் கால மழை செறிந்து கூதிர்க்காலமாய் நிலைபெற்றது (நெடுநல். அடி, 12-72).

முன்பனி

முன்பனி தொடங்கும் திங்களில் வெள்ளிய மழை சிறு துவலையைப் பொழிந்தது. அப்பொழுது வரகின் கதிர் முற்றி வளைந்தது (மு.பா.அடி,

98-100).

பின்பனி

பாதிரி மரம் பின்பனிக் காலத்தில் பசிய இலைகளை உதிர்த்தது. (பெ.ஆ. படை, அடி, 4).

இளவேனில்

இது இளவெயில் எரிக்கும் காலம். இது வடமொழியில் 'வநந்த காலம்' எனப்படும். இக்காலத்தில் மரங்களில் தளிர்கள் தோன்றும்; யாண்டும் செடி கொடிகள் தழைக்கும். கரிய நுண்ணிய மணலில் குயில்கள் தம் அலகாற்கோதி உதிர்த்த புதிய பூக்கள் அழகைச் செய்தன (சி.ஆ.படை.அடி 4-9). இளவேனில் தொடங்கும் நாளில் செருந்தி தன்னைக் கண்டாரைப் பொன் என்று மருளச் செய்யும்; முதற் சூலையுடைய கழி முள்ளி, ஒளியுடைய நீலமணிபோலப் பூக்கும்; புன்னை, நித்திலம் போல அரும்பும் (சி.ஆ.படை, அடி, 147-9). காஞ்சிக்கு அண்மையில் இருந்த பொதும்பரில் மக்கள் ஆடவரும் பெண்டிரு மாய்ச் சென்று தங்கிப் பூமலி நீர்த்துறையில் பகற்பொழுது விளையாடிப் பச்சைக்குப்பிகளில் இருந்த மதுவையுண்டு, இளவேனிற்செவ்வியை நுகர்ந்தார்கள் (பெ.ஆ.படை, அடி, 385,390). மதுரை வளமனைகளில் இளவேனிற்காலத்தில் துயில்வதற்குத் தனி அறை இருந்தது. அவ்வறை யில் தென்றற்காற்று வருவதற்கேற்ற சன்னல் இருந்தது. (ம.கா.அடி, 61-2).

முதுவேனில்

முதுவேனிற்காலம் ஞாயிற்றுக் கதிரின் வெம்மை மிகுந்த கால மாகும். அதனால், நிலம் பாலைத் தன்மையை அடையும் (சி.ஆ. படை, அடி, 9-11). அக்காலத்தில் பல கிரணங்களையுடைய பருதி, கோபிக்கின்ற சினம் (வெயில்) முறுகிய கடிய வலியையுடையது (பெ.ஆ.படை, அடி, 2-3)

"மலைகள் காய்தற்குக் காரணமான கடிய முதுவேனில்" என்று மதுரைக்காஞ்சி முதுவேனிலின் வெயிற் கொடுமையை இயம்புகின்றது (அடி, 106); "நிழல் தன் வடிவை இழத்தற்குக் காரணமான முதுவேனில்" (அடி, 313) என்றும் கூறுகிறது.

சிறு பொழுதகள்

வைகறை

வண்டு இராப்பொழுதில் வயலில் இருந்த தாமரைப் போதில் துயின்றது; வைகறை என்னும் விடியற்காலத்தில் தேன் நாறுகின்ற நெய்தற்பூவை ஊதினது; ஞாயிறு தோன்றின பின்பு சுனைப்பூக்களில் சென்று தங்கினது (திருமுருகு, அடி, 73-7). மதுரை மாநகரில் சேவல் கூவி வைகறையை அறிவித்தது. மகளிர் துயில் நீத்துத் 'தம் சிலம்பு முதலியன ஒலிப்பப் புறம் போந்து கதவுகளைத் திறந்தனர்; யானையங் குருகும் அன்னமும் தம் பேடைகளை அழைத்தன; பிடியோடு கூடிய களிறுகள் முழங்கின; உயிர்க் காட்சி நிலையத்தில் இருந்த கரடி முதலிய வலிப விலங்குகள் முழங்கின; அரண்மனையுள் அரசனைத் துயில் எழுப்பச் சூதர் (நின்று ஏத்துவோர்), வாழ்த்துக் கூறினர்; மாகதர் (இருந்து ஏத்துவோர்), மன்னன் புகழைக் கூறினர்; வைதாளிகர், தத்தம் துறைக்குரியவற்றை இசைத்தனர் (ம.கா.அடி, 666-677). வைகறை, 'இரவு தன்னிடத்தில் நின்றும் போகின்ற எல்லாவுயிர்க்கும் பாதுகாவலாகிய விடியற்காலம்,' என்னும் பொருளில்,

"இரவுத்தலைப் பெயரும் ஏம வைகறை"

எனப்பட்டது. (ம.கா. அடி, 686). விடியற்காலத்தில் நறவு பருகுதல் கூத்தர் வழக்கம் (மலைபடு, அடி, 172-3).

காலை

அரசனது பாசறையில் காலையில் பள்ளியெழுச்சி முரசம் ஒலிப்பது வழக்கம் (ம.கா.அடி, 232). வேனிற்காலத்துக் காலை ஞாயிற்றின் கதிரும் வெம்மை மிக்கது (சி.ஆ. படை, அடி, 9-11).

நண்பகல்

பாலை நிலத்திற்குரிய பெரும்பொழுது, வேனில்; சிறு பொழுது, நண்பகல் (பெ.ஆ, படை, அடி, 129, உரை).

ஏற்பாடு

எல்+பாடு. எல்-கதிரவ். பாடு-படுதல், வீழ்தல்; ஞாயிறு மேற்றிசை யில் வீழும் காலம், "தினைப்புனத்தில் கிளிகளை ஓட்டி ஏற்பட (பகற் பொழுது கழியாறிந்க) நீங்கள் திரும்பி வீட்டுக்கு வாருங்கள்," என்று செவிலி, தலைவியையும் தோழியையும் விடுத்தாள் (கு.பா. அடி, 37-9). 'ஏற்பாடு-பிற்பகல்' என்பது தொல்காப்பியம் (பொருளதிகாரம், நூற்பா-

8). ஆயின் திருமுருகாற்றுப் படையைப் பாடிய நக்கீரர் ஞாயிறு தோன்றின காலம் என்பதை 'ஏற்பாடு' என்னும் தொடரால் குறித்துள்ளார் (திருமுருகு, அடி, 74).

மாலை

போரை முன்னிட்டுச் சென்ற மன்னன் எப்பொழுது வருவான் என்பதை அறிந்து அரசியிடம் கூற ஆவல் கொண்ட அரண்மனை முதுபெண்டிர், மாலை நேரத்தில் கோவிலுக்குச் சென்று, நெல்லும் முல்லை மலரும் தூவி விரிச்சி கேட்டனர். அப்பொழுது பசுக்களை ஓட்டிக்கொண்டு கோவலர் வருவதைக் கண்டு குளிரால் கைகளைத் தோளின்மீது கட்டிக்கொண்டிருந்த ஆய்மகள் ஒருத்தி, கன்றுகளை நோக்கி, "உங்கள் தாயார் இப்பொழுதே வருவர்," என்றாள். அது கேட்ட முதுபெண்டிர், அதனை நற்சொல்லாகக் கொண்டு, அரசியிடம் சென்று கூறினர் (மு.பா.அடி,8-17). அங்காடித் தெருவெல்லாம் மாலைக் காலத்தைக் கொண்டாடியது; (கடைக்காரர் விளக்கேற்றி வழிபாடு செய்தனர் என்பது பொருள்; நெடுநல். அடி, 44). மதுரை மகளிர் மாலையில் நீராடி ஒப்பனை செய்து கொண்டனர். விளக்குகள் ஏற்றப் பட்டன. இத்தகைய ஆரவாரங்களால் மாலைக்காலம் கல்லென்னும் ஓசையுடன் காணப்பட்டது. கணவரைப் பிரிந்த மகளிர்க்கு மாலைக் காலம் துன்பத்தைச் செய்தது. (ம.கா.அடி, 549-558).

யாமம்

யாம்-நள்ளிரவு. தொண்டை நாட்டுப் பாலை நில வேட்டுவர் நள்ளிரவில் பன்றி நீருண்ண வரும் நீர் நிலைக் கருகில் தாம் பறித்த குழிகளில் மறைந்திருந்து வேட்டையாடினர். இஃது 'அரைநாள் வேட்டம்" எனப்பட்டது. (பெ.ஆ.படை,அடி, 107-111). கோவில் மணி நடுயாமத்திற்கு முன்பே ஓசையடங்கிவிட்டது. (மு.பா.அடி, 50). முதல் யாமத்தில் வாசித்தற்குரிய யாழ் 'யாம நல்யாழ்' எனப்பட்டது (ம.கா.அடி, 584-5). முதற்சாம நிகழ்ச்சிகளும் நள்ளிரவிற்காவலர் மதுரையைக்

---

1. நள்ளிரவு 'அரைநாள்' என்று சொல்லப்பட்டமையால், பகல் பன்னிரண்டு மணி பழந்தமிழர் நாளின் தொடக்கமாக இருத்தல் வேண்டும் என்பது தெரிகிறது. பகல் பன்னிரண்டு மணியிலிருந்து இரவு பன்னிரண்டு மணி வரை அரைநாள்; இரவு பன்னிரண்டு மணியிலிருந்து மறுநாள் பன்னிரண்டு மணி வரையில் அரை நாள்.

காத்தமையும் பற்றிய விவரங்கள் 'மதுரை மாநகர்' என்னும் தலைப்பிற் காண்க. இரண்டாம் யாமத்திற்கும் நான்காம் யாமத்திற்கும் இடைப் பட்ட நேரத்தில் தெய்வங்கள் உலாவும் (ம.கா. அடி, 651). கணவனைப் பிரித்தவள் கூதிர்க்காலத்து நடுயாமத்துப் புலம்பினான் (நெடுநல், அடி, 12). புண்பட்ட படை விரரையும் கரி பரிகளையும் சுற்றிப் பார்த்தமை யால் பாசறையில் இருந்த பாண்டியன் நெடுஞ்செழியன் நடுயாமத்தில் தூங்கவில்லை. 'நள்' என்னும் ஓசையையுடைய நடுயாமம் 'நள்ளென் யாமம்' எனப்பட்டது (நெடுநல். அடி, 186-7, உரை).

◈

29. நீர் நிலைகள்

நீர் நிற்கின்ற இடங்கள் 'நீர் நிலைகள்' எனப் பெயர் பெறும். இவை பற்றிப் பத்துப்பாட்டுள் வந்துள்ள செய்திகளை இங்கு அறிவோம்.

அகழ்: குளம் அகழப்பட்டது. (தோண்டப்பட்டது) என்னும் பொருளில் குளத்திற்கு 'அகழ்' என்னும் பெயர் அமைந்தது. "அகழப் படுதலின் 'அகழ்' என்றது ஆகுபெயர்" என்பது நச்சினார்க்கினியர் உரை. (பெ.ஆ. படை. ஆடி, 107-8).

அகழ்: கோட்டையைச் சூழ்ந்திருந்த நீர்நிலைக்கும் 'அகழ்' என்னும் பெயர் வழங்கியது. அதில் இறங்குதலோ, அதினின்றும் ஏறுதலோ அரிது (மலைபடு, படி, 214). அகழ், 'கிடங்கு' என்றும் பெயர் பெற்றது; மிக்க ஆழத்தினையுடையது, 'குண்டு கிடங்கு' எனப்பட்டது (ம.கா. அடி, 64). மதுரையைச் சூழ 'மணி நீர்க் கிடங்கு' இருந்தது (அடி, 351). நிலத்திற்கடியில் பாறை இருப்பின், அதனையும் உடைத்து அகழி அமைக்கப்பட்டது. அதில் முதலைகள் விடப்பட்டிருந்தன (மலைபடு, அடி,90-91). ஓய்மானாட்டு ஆமூரைச் சூழ அழகினையுடைய குளிர்ந்த நீரைக் கொண்ட கிடங்கு இருந்தது (சி.ஆ. படை, அடி, 187-8).

இலஞ்சி[1]: மடு; நீர் நிறைந்த பள்ளம் (ம.கா.அடி. 248). ஆற்றில் ஆழமுள்ள இடம் 'மடு' எனப்படும் (மலைபடு, அடி, 228-9). தமிழகத்தில் கொள்ளிடம் என்னும் யாற்றில் இன்றும் மடுக்கள் உள்ளன. அவற்றில் முதலைகள் உள்ளன.

கடல்: இஃது உலக நீர் நிலைகளில் மிகப் பெரியது. இஃது உவர் நீரை உடையது; மிக்க ஆழத்தையுடையது; மேகங்கள் முகக்க முகக்கக் குறைவுபடாதது; யாறுகள் கலத்தலால் மிகுதலைச் செய்யாதது;

---

1. திருநெல்வேலி மாவட்டத்தில் தென்காசிக்கருகில் இலஞ்சி என்று ஓரூர் உள்ளது. அது நீர் வளம் மிக்கது. அதற்கு இப்பெயர் இலஞ்சியால் (மடுவினால்) வந்திருத்தல் வேண்டும். அது முருகன் கோவிலுள்ள இடமாகும்.

கரையைப் பொருது ஒலிப்பது, இஃது ஆற்றுநீர், மழைநீர், ஊற்றுநீர் ஆகிய முந்நீரையும் பெறுவதால், 'முந்நீர்' எனப் பெயர் பெற்றது (ம.கா.அடி, 424-5); இது கப்பல்கள் கடல் கடந்த நாடுகளிலிருந்து பல பண்டங்களைச் சுமந்து ஒவ்வொரு நாட்டுக்கும் வர உதவி செய்கிறது. (அடி, 81-5). பரதவர் பரந்த கருமையையுடைய குளிர்ந்த கடலில் மீன் பிடித்து வாழ்வர். (பபாலை, அடி, 92). மக்கள் தங்கள் தீவினை போகக் கடலாடுதல் மரபு (அடி, 99), கடலிலிருந்து முத்தெடுக்கப்படுகிறது. (ம.கா.அடி 315). நன்னனது தலைநகரில் இருந்த அங்காடித் தெருவில் இருந்த ஓசை கடலோசை போல இருந்தது (மலைபடு, அடி, 483). அரசனது பாசறை திரை ஒலிக்கின்ற கடல் போலப் பரந்திருந்தது. கடலுக்குப் 'புணரி' என ஒரு பெயரும் உண்டு (மு.பா.அடி. 28). கடல், ஆற்றுநீரையும் மழைநீரையும் புணர்தலால் 'புணரி எனப்பட்டது போலும்! பாண்டியன் நெடுஞ்செழியனது படை, விரிகின்ற கடல் போலும் அகற்சியைப் பெற்றிருந்தது (ம.கா. அடி, 180).

கயம்[2]: 'குளம்' என்பது நச்சினார்க்கினியர் உரை. நீண்ட கயம் 'நெடுங்கயம்' எனப்பட்டது (பெ.ஆ.படை, அடி, 288-9). கயத்தில் தாமரை மலரும் (ம.கா.அடி, 710-11). கயத்தில் செங்கழு நீர்ப்பூவும் மலரும் (குபா.அடி, 63). குளிர்ந்த நிழல், 'கயம்புக்கன்ன பயம்' தந்தது (மலைபடு, அடி, 47). 'கயம்' என்பது மலையாள மொழியில் 'ஆழம்' என்னும் பொருளையுடையது. எனவே, ஆழமான குளம் கயம் எனப்பட்ட தெனக் கொள்ளலாம்.

கயம்: மடு, 'குமிழிகள் சுழன்றுவரும் ஆழ்ந்த நீர் அறாத மடுக்கள்' என்னும் பொருளில், "குமிழி சுழலும் குண்டுகயம்' எனப்பட்டது (மலைபடு, அடி, 213).

கழி: இது கடலை அடுத்திருக்கும் உப்பு நீரப்பரப்பாகும். ஓய்மானட்டுக் கடற்கரையில் அமைந்திருந்த எயிற்பட்டினம் நீலமணிபோலும் கழிசூழ்ந்த ஊர்களையுடையது (சி.ஆ. படை, அடி, 152). பாண்டி நாட்டுக் கடற்கரையில் பெரிய கழியிடத்து உப்புப் பாத்தியில் வெள்ளிய உப்பு அளவரால் விற்கப்பட்டது (ம.கா.அடி,

---

2. கயம், குளம், குட்டம், பொய்கை என்னும் பெயர்கள் எக்காரணம் கொண்டு தோன்றின என்பது இப்பொழுது கூறக்கூட வில்லை நச்சினார்க்கினியரா லும் கூற முடியவில்லை. ஆயினும், இவை ஒன்றுக்கொன்று வேறு பாடுடையனவாகவே இருத்தல் வேண்டும். அவ்வேறுபாடு இன்று அறியுமாறில்லை.

117). கொற்கையிலிருந்து ஏற்றுமதி செய்யப்பட்ட பொருள்களுள் கரிய கழியிடத்துப் பாத்தியில் விளைந்த வெள்ளிய உப்பு ஒன்றாகும். (அடி, 318). கழியில் வளரும் முள்ளி 'கழி முள்ளி' எனப்பட்டது. (அடி, 96.7). நாரைகள் கழியில் மூழ்கி மீனைப் பிடிக்கும் (பொ.ஆ.படை, அடி.224).

குளம்: முருகன் எழுந்தருளியுள்ள இடங்களுள் 'குளம்' ஒன்றாகும் என்று திருமுருகாற்றுப்படை கூறுகிறது. (அடி, 224). 'வரைப்பு அகம்' என்றும் குளம் பெயர் பெற்றது. வரைக்கப்படுதலின் வரைப்பு எனப் பட்டது. (பெ.ஆ.படை. அடி, 240. நச். உரை). யாற்று வெள்ளம் குளங் களிற் பாயும் (ம.கா.அடி, 244-6)

குட்டம்: இதனையும் 'குளம்' என்றே நச்சினார்க்கினியர் குறித் துள்ளார். இது வலையர் வாழ்ந்த இடத்தில் இருந்தது; பெரியது; ஆழமானது. வலையர் தம் பிள்ளைகளோடு இதில் உலாவி மீனைப் பிடித்தனர் (பெ.ஆ. படை, அடி, 269-71). இதுவே காலப் போக்கில் 'குட்டை' எனப் பெயர் பெற்றது போலும்![3] இன்றுள்ள குட்டைக்குப் படிக்கட்டு இல்லை. பாதுகாப்பும் இல்லை. இங்ஙனமே பண்டைக் காலத்தில் குட்டம் இருந்ததுபோலும்!

கேணி: ஓய்மானாட்டு வேலூரில் கேணி இருந்ததெனச் சிறுபாணாற்றுப்படை செப்புகிறது (அடி, 172). ஓய்மானாடு அருவா நாட்டைச் சேர்ந்தது. "அருவா நாட்டார் சிறுகுளத்தைக் 'கேணி' என்பர்," என்பது நச்சினார்க்கினியர் உரை (தொல், சொல், 400 உரை). எனவே, கேணி என்பது சிறு குளத்தைக் குறித்ததாகக் கொள்ளலாம். பாண்டி நாட்டார் இன்றும் கிணற்றையே 'கேணி' என்பர்.

சுனை: மலைகளில் இயல்பாகப் பள்ளங்கள் அமைந்திருக்கும். அவற்றில் மழை நீர் தேங்கும். அந்நீர் நிலையே 'சுனை' என்பது. சுனைகள் குளம்போல மனிதரால் ஆக்கப்பட்டவை அல்ல. ஆதலின், அவற்றின் அமைப்பு ஒழுங்காயிராது; படிகள் இரா. அவற்றின் ஆழத்தைத் துணிந்துரைத்தல் இயலாது. நீர் வற்றினால் உள்ளே இருண்டு கிடக்கும் சுனைகளும் உண்டு. (பெ.ஆ.படை, அடி, 10). ஆழமான சுனை 'குண்டு சுனை' எனப்பட்டது. அதில் பூக்கள் மலர்ந்தன. மலைநாட்டு மகளிர் அவற்றை மாலையாகக் கட்டி அணிந்தனர் (திருமுருகு, அடி, 198-9). பளிங்கைக் கரைத்துச் சொரிந்து வைத்தாற்

---

3. குட்டங்கள் மிகுந்த நாடு 'குட்ட நாடு' எனப்பட்டது.

போன்ற நீர் நிறைந்த பரந்த சுனை ஒன்று குறிஞ்சிப்பாட்டுள் கூறப் பட்டுள்ளது. (அடி, 57-8). பழுத்த மிளகு சிந்திக்கிடந்த கரிய பாறை யில் நீண்ட சுனை அமைந்திருந்தது. பாறைக்கு அருகில் இருந்த மாமரங்களின் இனிய பழங்களாலும், பலாப்பழங்களாலும் உண்டான தேன் அச்சுனை நீரிற் கரைந்தது. இங்ஙனம் தேன் கலந்த நீரை மயில் நன்னீர் எனக் கருதி அருந்தி மது மயக்கத்தால் தளர்ந்தது (கு.பா. அடி, 186-194). மலைப்பூக்கள், நிலப்பூக்கள், சினைப் பூக்கள் என்றாற் போலச் சுனைப்பூக்களும் உண்டு (அடி, 113). திருப்பரங்குன்றத்தில் சுனைகள் இருந்தன. அச்சுனைகளில் மலர்ந்த மலர்களில் இருந்த தேனைப் பருக வண்டுகள் காலையில் அம்மலர்களை வட்டமிட்டன (திருமுருகு, அடி, 75-6).

பொய்கை: இஃதியற்கையில் உண்டான நீர் நிலை (தமிழ்ப் பேரகராதி, பக். 2926); மானிடர் ஆக்காத நீர் நிலை (சிந்தாமணி, செ. 337), நச். உரை). இதற்குக் கரைகள் உண்டு. சோணாட்டுப் பொய்கை களின் கரைகளில் கடம்ப மரங்கள் வளர்ந்தன (சி.ஆ.படை, அடி, 68-9). தொண்டை நாட்டுப் பொய்கைகளில் சாதிலிங்கம் போன்ற இதழை யுடைய குவளையோடு நீலப்பூக்களும் வளர்ந்து ஒன்றற்கொன்று நிறம் மாறு படுதலையுடைய பிற பூக்களும் மலர்ந்திருந்தன (பெ.ஆ. படை, அடி, 293-4).[4] பொய்கைகளில் செங்கழுநீர் மலர்கள் மலர்ந்தன; பகைவர் அப்பொய்கைகளைப் பாழாக்கின பிறகு அவற்றில் வாட் கோரையும் சண்பங்கோரையும் நெருங்கி வளர்ந்தன (ம.கா.அடி, 171-2). பாண்டி நாட்டுப் பொய்கைகளில் தாமரைப்பூக்களும் தேன் நாறும்

---

4 (1) இங்குள்ள தொண்டை நாட்டில்- பாலாற்றின் தென்கரையில்- பரமேசுவர மங்கலத்தில் நீண்ட பொய்கை ஒன்று அமைந்துள்ளது. அதன் நீளம் ஏறத்தாழ அரைக்கல்; அகலம் ஏறத்தாழ ஐம்பதடி.... அதன் இரு கரை களிலும் மரங்களும் செடிகளும் அடர்ந்துள்ளன. நீரில் தாமரை அல்லி முதலிய கொடிகளும் பன்னீர்த்தாமரை குவளை முதலியனவும் காணப் படுகின்றன. ஒன்றரைக்கல் தொலைவிலுள்ள செம்பூர் ஏரியிலிருந்து ஒரு கால் வழியே அதற்கு நீர் வருகிறது. பொய்கையின் முடிவிடத்திலிருந்து சிறு கால் ஒன்று வழியாக நீர் வயல்களுக்குப் பாய்கின்றது.

(2) பாலாற்றின் தென்கரையில் கடற்கரைக்கு அருகிலுள்ள வட பட்டினத்தி லும் பொய்கை ஒன்று அமைந்துள்ளது. அதன் நீளம், ஏறத்தாழ 900; அடி அகலம் 5 அடி. அதில் பன்னீர்த்தாமரை காணப்படுகிறது. இவ்விரண்டு நீர் நிலைகளும் ஊர் மக்களால் 'பொய்கை' என்றே இன்றும் வழங்கப்படுகின்றன.

நறிய நெய்தற்பூக்களும் நீலப்பூக்களும் மெல்லிய இலையினையும் தண்டுகளையுமுடைய ஆம்பற்பூக்களும் வண்டுகள் தங்குதல் கொண்ட மணம் நாறும் பிற பூக்களும் மலர்ந்திருந்தன. (ம.கா.அடி, 248-253). பீடு மிக்க மாட மதுரையில் தளையவிழ்ந்த பூக்கள் நாறும் நறிய பொய்கைகள் இருந்தன. (ம.கா. அடி, 654). காவிரிப்பூம்பட்டினத்தில் மதியைச் சேர்ந்த மகமாகிய வெள்ளிய மீனின் வடிவு பொருந்தின வலிய உயர்ந்த கரையையுடைய பொய்கைகள் இருந்தன. (ப. பாலை, அடி, 34-8). பொய்கைகளில் குவளையும் நெய்தலும் மயங்கி வளர்ந்தன; முதலைகள் செருக்கித் திரிந்தன (ப.பாலை, அடி, 239-242). முதலைகள் செருக்கித் திரிந்தன என்பதால், பொய்கைகளுள் சிலவேனும் ஆழ மானவை யாயிருந்திருத்தல் வேண்டும் என்பது தெளிவு. பொய்கையிற் பிறந்த ஆழ்வார் 'பொய்கை யாழ்வார்' எனப் பெயர் பெற்றனர். 'பொய்கை நல்லூர்' எனவும் 'பொய்கை' எனவும் பொய்கை பற்றி ஊர்ப் பெயர்கள் சில அமைந்துள்ளன.

யாறு: கங்கையாகிய அழகிய பெரிய யாறு ஆயிர (பல) முகமாகக் கடலிற்கலக்கின்றது (ம.கா.அடி, 696-7). யாறுகள் வெள்ளம் மாறாமல் வந்தமையால், நெல் முற்றினது (அடி, 109-110). பெருமழை மிகுதலால் யாறுகள் தாங்காமல் யாற்றிடைக் குறையிலே ஓங்கிச் செல்லும் நீர்ப் பெருக்குக் குளங்கள் கொள்ளும் படி நிறைத்துக் கீழ்த்திசைக் கடலுக்குப் பரந்து செல்லும் (அடி, 244-6). மதுரைத் தெருக்கள் ஆறு கிடந்தாற் போல அகன்று நீண்டிருந்தன. (அடி, 359). நன்னன் மலைமீது பாய்ந்து வந்த ஆறுகள் முழைஞ்சுகளில் வீழ்ந்து மாறாது ஒலித்தன (மலைபடு, அடி, 323-4). தூய பூக்கள் நெருங்கின கரையைப் பொருகின்ற ஒட்டத்தை யுடைய மலையுச்சியிலிருந்து இழிந்த நல்ல யாறு கடலை நோக்கிப் போனாற்போலக் கூத்தர் நன்னனிடம் பரிசில் பெற்றுத் தம் வீடு நோக்கிச் சென்றனர் (அடி, 51-53). காவிரியாற்று வளம் 'சோழநாடு' என்னும் தலைப்பிற் கூறப்பட்டுள்ளது.

வையை: இவ்யாறு மதுரையை அடுத்துப் பாய்ந்தது; இதன் கரை களில் பூங்காக்களும் பொழில்களும் இருந்தன. யாற்றில் நீர்த் துறைகள் இருந்தன. அங்குப் பூந்தோட்டங்கள் இருந்தன. அவற்றினிடையே பெரும்பாணர் குடியிருப்புகள் இருந்தன. (ம.கா. அடி, 337-342). மதுரைக் கோட்டை வாயில், வையையாறு இடைவிடாது ஓடுதல் போல, மாந்தரும் மாவும் இடையறாமல் வழங்குதலையுடையது (ம.கா. அடி, 356).

சேயாறு: இவ்யாறு நன்னன் மலைகளில் வடக்கில் தோன்றித் தெற்கு நோக்கிப் பாய்வது. இது பல கல் மலைமீதே பாய்ந்து. பின்பு நிலத்தில் இறங்கிப் பாய்கின்றது. சேயாறு, காண்பார் விரும்பும் கண்ணுக்கு, இனியது; புதுவருவாயையுடைய கரைகளையுடையது (மலைபடு, அடி, 476?7). தமது கொடாத்தன்மையால் புகழை உலகில் நிறுத்தாத அரசர், பெருக்கினையுடைய கண்ணுக்கினிய சேயாற்றின் இமடுணலாகிய மணலிலும் பலராவர் (அடி, 550-556).

காட்டாறு: மலையிலிருந்து மிக்க விரைவுடன் காட்டிற்பாய்ந்து கண்டவாறு விரையும் நீரோட்டம் 'கான்யாறு' என்றும் 'காட்டாறு' என்றும் சொல்லப்படும். மக்கள் அதற்குக் கரை எழுப்பவில்லை; அதனால், காட்டாற்று வெள்ளம் பாயும் இடமெங்கும் துன்பத்தையே விளைக்கும் (சி.ஆ.படை, அடி, 3-4). அரசன் காட்டாறு சூழ்ந்த அகன்ற நெடிய காட்டிடத்தே பாசறை அமைப்பித்தான் (மு.பா.அடி. 24-50). யானைகள் காட்டாற்றுச் சுழியில் அகப்பட்டுத் துன்புறுதல் உண்டு (மலைபடு, அடி, 325-7). புகார் நகரக் கடைத்தெருவின் இரண்டு புறங்களிலும் எடுத்த எடுத்த கொடிகள் காட்டாற்றுக் கரையில் நின்ற கரும்பின் பூக்களைப்போல மேலூன்றி இருந்தன (ப.பாலை, அடி, 161-2). அகழியில் ஏறுதலும் இறங்குதலும் அருமை அவ்வாறே காட்டாற்று வழிச் செல்லலும் அரிது (மலைபடு, அடி, 213-4).

◈

30. மரஞ்செடி கொடி முதலியன

1. மரங்கள்

குறிஞ்சி, பாலை, முல்லை, மருதம், நெய்தல் என்னும் ஐந்து நிலங்களில் உள்ள மரங்களின் பெயர்கள் சில, பத்துப்பாட்டுள் இடம் பெற்றுள்ளன. 'மணப்பொருள்கள்' என்னும் தலைப்பில் தொண்ணூற்றுக்கு மேற்பட்ட குறிஞ்சி நிலமலர்கள் குறிக்கப்பட்டன அல்லவா? அவற்றுட் பல, மரங்களைச் சேர்ந்த மலர்களாகும். அவையன்றித் தனித்தனி மர மாகச் சில மரங்கள் சில பாடல்களில் குறிக்கப்பட்டுள்ளன. அவற்றுட் சில, அடைமொழி பெற்றுள்ளன. அவ்வடைகள், அம்மரங்களின் இயல் பினையும் அவற்றின் உறுப்புகளின் இயல்பினையும் புலப்படுத்துவன. பாடல்களிற் கூறப்பட்டுள்ளவாறே மரங்களின் பெயர்களும் இயல்பு களும் கீழே தரப்படும்.

அகில் மரம்

இது மணத்தைத் தரும் மரம். காவிரியாறு சந்தனம், அகில் மரத்துண்டங்களைத் தன் நீர்த்துறைகளில் தள்ளிச் செல்லும் (பொ.ஆ. படை, அடி, 238-240); மிளகு விளையும் மலைகளில் இம்மரம் மிகுதி யாகும். (திருமுருகு. அடி, 296-7); பாண்டி நாட்டு மலைவாணர் தோரை நெல்லை விதைக்க இடமின்மையால் நறிய அகிலையும் சந்தன மரங் களையும் வெட்டி அந்நிலத்தைப் பண்படுத்தித் தோரை நெல்லை விதைத்தனர் (ம.கா. அடி, 286-7); அகிற்கட்டையின் பொடியை நெருப்பி லிட்டு அகிற்புகையைக் கூந்தலுக்கு ஊட்டுதல் பெண்டிர் மரபு (நெடுநல். அடி, 55-6); அகில் மிகுதியாகக் கிடைத்த இடங்களில் அதுவே விறகாகப் பயன்படுத்தப்பட்டது (சி.ஆ.படை, அடி, 155-8); தலைவன் ஒருவன் தன் முடிக்கு அகில் நெய்யைத் தடவினான் (கு.பா. அடி, 110-111); மலைநாட்டு மகளிர் அகிற்பூக்களை முன்பு கூறியவாறு பயன் படுத்தினர் (கு.ப.அடி. 93, 100-4).

ஆசினி

இது மலையில் வளரும் பலா வகை. இஃது 'ஈரப்பலா' எனப்படும். மலையருவி இப்பலாச்சுளைகளை அடித்துக் கொண்டு கீழிறங்கும்

(திருமுருகு, அடி, 300-1); இது நெடிய அடியை உடையது; இதன் பழம் புண்ணாம்படி வெடிக்கும்; உள்ளுள்ள விதைகள் சிந்தும் (மலைபடு, அடி, 138-9).

ஆலமரம்

இது பெரிய மரம்; மிக்க படர்ச்சியுடையது; பல கொம்புகளை யுடையது; சிறிய பழத்தினையுடையது (மலைபடு. அடி, 268-9); ஆல மரங்களை மிகுதியாயுடைய கானம் (காடு) ஆலங்கானம் எனப்பட்டது (ம.கா.அடி, 127).

இலவமரம்

இஃது உயரமானது; நீண்ட கிளைகளை உடையது; நீண்ட தாளினையுடையது; இதன் காய் பசுமை நிறமுடையது. அக்காய் முதிர்ந்து, முதுகு விரிந்து, பஞ்சினை வெளிப்படுத்தும் (பெ.ஆ. படை, அடி, 83-5); மலைநாட்டு மகளிர் இலவமலரைப் பிற மலர்களோடு கலந்து மாலையும் தழையும் செய்து அணிந்தனர் கு. பாட்டு, அடி, 86, 100-4); இலவின் இதழ் விறலியின் துவர் வாய்க்கு உவமையாகக் கூறப் பட்டது (பொ.ஆ.படை, அடி, 27).

ஈச்சமரம்

இஃது 'ஈந்து' எனப்பட்டது. இது யாற்றின் அறலை ஒக்கும் முதுகினையுடையது; கொழுவிய மடலினையுடையது; இதன் இலை கள் வேலின் முனையை ஒத்த கூரிய முனையினையுடையவை. எயினர் குடில்கள் அவ்விலைகளால் வேயப்பட்டன. அதனால் அக்குடில்களின் கூரையின் தோற்றம் எய்ப்பன்றியின் முதுகு போன்றிருந்தது (பெ.ஆ. படை, அடி, 86-88); மேட்டு நிலத்தில் விளைந்த நெல்லுக்குக் கார் நிலத்தே வளர்ந்த ஈந்தின் விதை உவமையாகக் கூறப்பட்டுள்ளது (அடி, 130-1).

எறுழமரம்

இஃது 'எறுழம்' எனப்படும் இதன் மலர் நெருப்பை ஒத்த நிறமுடையது. மலை நாட்டு மகளிர் இதன் மலரைப் பிற மலர்களோடு கலந்து மாலையும் தழையும் செய்து அணிந்தனர் (கு.பா. அடி, 66,100-4).

ஓமை மரம்

ஓமை மரம் காட்டு மரம். மலை நாட்டு மகளிர் இதன் பூவைப் பிற பூக்களுடன் கலந்து மாலையும் தழையும் செய்து அணிந்தனர். ஓமைக்குப் 'பாங்கர்' எனவும் பெயர் வழங்கியது. (கு.பா.அடி, 85, 100-104).

கழுகமரம்

இதன் தாள் பசிய நிறமுடையது; இதன் பாளையே இதற்குப் பூவாகும் (பெ.ஆ.படை,அடி, 7-8), கமுகின் தண்டு (அடிமரம்) பெரியது (பெ.ஆ.படை, அடி, 363). இம்மரத்தின் கழுத்து நீலமணி போன்றிருக்கும்; அதிற் கொழுவிய மடலிடத்துப் பாளை விரியும். அவ்விரிவில் திரட்சியைக் கொண்ட பாக்குக்குலை இருக்கும் (நெடுநல், அடி, 23-4); கமுகின் சூல் கொண்ட வயிறு மதுவைக் கொண்ட பச்சைக் குப்பிக்கு உவமையாகக் கூறுப்பட்டுள்ளது. (பெ.ஆ. படை, அடி, 380-2).

கரந்தை

இது 'நாறு கரந்தை' எனப்படும். மலை நாட்டு மகளிர் இதன் பூவைப் பிற பூக்களோடு கலந்து மாலையும் தழையும் செய்து அணிந்தனர் (கு.பா. அடி, 76, 100-104)

கருங்காலி மரம்

இதனைச் சீவிக் காய்ச்சின களியைப் பாக்குடன் கலந்து நிறமேற்றுதல் வழக்கம் (ம.கா.அடி, 400-1); யாழின் கோடு செய்வதற்குக் கருங்காலி மரம் பயன்பட்டது. (பொ.ஆ.படை, அடி, 21-2 உரை).

கருப்பூரமரம்

இது நன்னன் மலைகளில் வளர்ந்தது. இம்மரத்திலிருந்து சிதறி உதிர்ந்த பருத்த திரள் பளிங்கு போல வெண்மையாய் இருந்தது. இதுவே, கருப்பூரமரம் என்பது. ஆயின், 'கருப்பூரம்' என்று மூலத்தில் இல்லை. நச்சினார்க்கினியர் உரையிலேதான் உள்ளது (மலைபடு, அடி, 516)

காஞ்சி மரம்

இம்மரங்களுட் சில வளைந்திருக்கும்; அதனால் 'முடக்காஞ்சி' எனப்படும்; மயில்கள் முடக்காஞ்சி மீது தங்கும் (பொ.ஆ. படை, அடி,

189-192); இதன் அடிப்பகுதி சிறியதாய் இருக்கும்; இதன் கொம்பு களும் சிறியவை. இது, நாட்காலத்தே மாலை கட்டினாற்போல இடை யறாமல் தொடுத்த நறிய பூக்களையுடையது. இதன் பெரிய கொம்பின் மீது சிச்சிலிப்பறவை அமர்ந்து, மரத்தடியில் உள்ள நீரிலிருந்து மீன் களைக் கவரக் காத்திருந்தது (சி.ஆ.படை, அடி, 178-180); வலையர் காஞ்சி மரத்தின் வெள்ளிய கொம்புகளை நாற்றிக்குறிய இறப்பையு டைய குடில்களை அமைத்துக்கொண்டனர் (பெ.ஆ. படை, அடி,263-5); காஞ்சிக்கு அருகில் இருந்த சேலைகளில் குருக்கத்திக்கொடி குறிய காலினையுடைய காஞ்சி மரத்தைச் சூழ்ந்திருந்தது (அடி, 375-6); காஞ்சி மரத்தின் அரை புற்கென்றிருக்கும் (மலைபடு, அடி, 449); மலைநாட்டு மகளிர் காஞ்சிப்பூவைப் பிற பூக்களோடு கலந்து முன்பு கூறியவாறு பயன்படுத்தினர். (கு.பா.அடி, 86, 103-4). தில்லை மரங்கள் மிக்கிருந்த இடத்தில் அமைந்த நகரம் 'தில்லை' எனப் பெயர் பெற்றாற்போலக் காஞ்சி மரங்கள் மிக்கிருந்த இடத்தில் உண்டான நகரம் காஞ்சி நகரம் எனப்பட்டது எனல் பொருந்தும்.

காயா மரம்

இம்மரம் முல்லை நிலத்திற்கு உரியது. இதன் மலர் நீலமணி போலப் பூக்கும் (பொ.ஆ.படை, அடி, 201); கரிய அரும்பினையுடைய காயாக்கள் திரண்ட மயிலின் கழுத்துப் போலப் பூத்தன (சி.ஆ.படை, அடி, 165); காயா நுண்ணிய மணலிடத்தேயும் வளர்ந்தது; நெருங்கிய இலைகளையுடையது; மலர்கள் அஞ்சனம் போல மலர்ந்தன (மு.பா.அடி, 92-3). மலை நாட்டு மகளிர் காயாம்பூவைப் பிற மலர்களோடு கலந்து மாலையும் தழையும் செய்து அணிவர் (கு.பா. அடி, 70, 100-104).

குடசம்

இது வெட்பாலை மரம். இதன் பூ வெள்ணிறத்தது. மலைநாட்டு மகளிர் முன்பு சொன்னபடி இதன் மலரைப் பயன்படுத்தினர் (கு.பா. அடி, 67, 100-4).

குரவமரம்

இது மலை நாட்டது. இதன் மலர் பல இதழ்களை உடையது. மலை நாட்டு மகளிர் இம்மலரைப் பிற மலர்களோடு கலந்து, மாலை யும் தழையும் செய்து அணிந்தனர் (கு.பா.அடி, 69, 100-104).

குமிழ் மரம்

குமிழ் மரம் காட்டில் வளர்வது, அதன் பழம் துவராடை போன்ற நிறமுடையது (சி.ஆ.படை, அடி, 225-6); குமிழ் மரத்தின் உட்பொய் யாகிய கொம்பிடத்தே வளைத்துக் கட்டின மரற்கயிறாகிய நரம்பினையடைய யாழ் வில்யாழ் எனப்பட்டது (பெ.ஆ.படை, அடி, 180-2). இம்மரத்திலிருந்து யாழின்பத்தர் என்ற உறுப்புச் செய்யப் பட்டது (பொ.ஆ.படை, அடி, 21-22 உரை).

குருந்தமரம்

இதன் பூ, கரியது; பெரியது. மலை நாட்டு மகளிர் இப்பூவைப் பிற பூக்களுடன் கலந்து மாலையும் தழையும் செய்து அணிந்தனர் (கு.பா.அடி, 95, 100-104).

கூவிரம்

இதுவும் மலைமரவகை. மலைநாட்டுப் பெண்டிர், முன்பு சொன்னவாறு இதன் பூவையும் பயன்படுத்தினர் (கு.பா.அடி, 66, 100-4).

கூவிளமரம்

இது வில்வமரம்; வில்லம் எனப்படும். மலை நாட்டு மகளிர் இதன் பூவைப் பிற பூக்களோடு கலந்து மாலையும் தழையும் கட்டி உடுத்தினர் (கு.பா.அடி, 65, 100-104)

கொன்றை மரம்

கொன்றை, முல்லை நிலத்துக்குரிய மரம்; பொன் போலும் பூவினையுடையது (பொ.ஆ.படை, அடி, 201); கொன்றைப் பூக்கள் கொத்துக் கொத்தாய் இருக்கும் (மு.பா.அடி. 94); கொன்றைப் பூக்கள் ஒளியுடையவை (ம.கா.அடி, 277); யாழின் கோடு கொன்றை மரம் அல்லது கருங்காலி மரங் கொண்டு செய்யப்படும் (பொ.ஆ.படை, அடி, 21-2. உரை விளக்கம்); கொன்றைப் பூங்கொத்து மரக்கிளையிலிருந்து தூங்கும் (தொங்கும்) (கு.பா.அடி. 86).

கோங்கமரம்

கோங்கின் அரும்பு பெண்டிரின் இளநகிலுக்கு உவமை (திருமுருகு, அடி, 34-5; சி.ஆ.படை,அடி, 25); வையை யாற்று நீரில் தாது சூழ்ந்த கோங்கின் பூவும் ஏனை மலர்களும் பரந்து வந்தன. (ம.கா.அடி,338-

40); கோங்கம்பூ விரிந்த இதழ்களை உடையது; மலை நாட்டு மகளிர் இம்மலர் களைமற்ற மலர்களோடு கலந்து மாலையாகவும் தழையாகவும் அமைத்து அணிந்தனர் (கு.பா.அடி, 73-100-4).

கோளி

இது, பூவாமற்காய்க்கும் மரங்கட்குப் பொதுப் பெயர். பலா, ஆல் முதலியவற்றை இச்சொல் குறிக்கும் (பெ.ஆ.படை, அடி 406-8); மலைபடு, அடி, 268-9).

சந்தனமரம்

இஃது அகிலைப்போல மணமுள்ள மரம்; மேற்குத் தொடர்ச்சி மலையிலும் நன்னன் மலைகளிலும் மிகுதியாய் உள்ளது; சந்தனக் கடையை வடநாட்டிலிருந்து வந்த சந்தனக் கல்லில் அரைக்க அரைக்கச் சந்தனக்குழம்பு உண்டாகும் (நெடுநல், அடி, 51-2); சூரர மகளிர் சந்தனக் குழம்பை மணம் நாறுகின்ற மருதப்பூவை அப்பினாற்போலத் தம் மார்பில் அப்பிக்கொண்டனர் (திருமுருகு, அடி, 32-5); படைத் தலைவர் போருக்குப் புறப்பட்ட பொழுது மார்பில் சந்தனத்தைப் பூசி யிருந்தனர் (ம.கா. அடி, 227-8); மலை நாட்டு மகளிர் சந்தனப் பூவையும் பிற மலர்களையும் கலந்து முன்பு கூறியபடி பயன்படுத்தினர். (கு.பா. அடி, 93-103-4). மலையருவி சந்தன மரங்களை உருட்டிக்கொண்டு வரும் (திருமுருகு, அடி, 296-7). மணத்திற்காக மாவிலங்கை அகழியிற் சந்தனக் கட்டைகளும் அகிற்கட்டைகளும் இடப் பட்டிருந்தன போலும்! (சி.ஆ.படை, அடி, 116-9); பயிரிட நிலம் இல்லாத கானவர். அகில் மரங்களையும் சந்தன மரங்களையும் அழித்து, அவையிருந்த இடத்தை திருத்தித் தோரை நெல்லைப் பயிரிட்டனர் (ம.கா.அடி, 286-7); மதுரையில் நவமணிகளும் பொன்னும் சந்தனமும் கற்பூரமும் புழுகி லும் பனிநீரிலும் நனையவைத்து இடித்துப் பொடியாக்கி விற்கப் பட்டன (ம.கா.அடி, 493); பாண்டியன் காலையில் நீராடித் தன் மார்பில் சந்தனம் பூசினான். (ம.கா.அடி, 715-6); மக்கள் வாடைக் காலத்தில் சந்தனம் பூசுதல் அரிது (நெடுநல். அடி, 51-2); கரிகாற் சோழன் தன் மார்பில் சந்தனத்தைப் பூசியிருந்தான் (ப.பாலை, அடி, 297) நன்னனுடைய மலை நாட்டு மக்கள் அவனுக்குப் பல பொருள்களோடு சந்தனக் கட்டைகளையும் காணிக்கையாகக் கொடுத்துப் பணிந்தார்கள் (மலைபடு, அடி, 520).

சண்பகமரம்

இதன் மலர் பெரியதாயும் குளிர்ச்சியாயும் இருக்கும் (திருமுருகு, அடி, 27-8); மலை நாட்டு மகளிர் இம்மலரைப் பிற மலர்களோடு கலந்து, மாலையும் தழையும் செய்து அணிந்தனர் (கு.பா.அடி, 75).

சிந்துவாரம்

இது கருநொச்சி மரம். மலை நாட்டுப் பெண்டிர் இதன் பூவை முற்கூறியவாறு பயன்படுத்தினர் (கு.பா. அடி, 89, 100-4).

சிறுமாரோடம்

இது செங்கருங்காலி மரம்; மலை மரவகை, மலைநாட்டு மகளிர் இதன் மலரை முன்பு கூறியவாறு பயன்படுத்தினர் (கு.பா.அடி, 78, 100-104).

சுரபுன்னை

இது மலையுச்சியிலும் வளரும். இதன் மலர்கள் மணமுள்ளவை; இது நாகம் எனவும் வழங்கப்படும் (திருமுருகு, அடி, 301-2); நெய்தல் நிலத்திலும் வளரும் (பொ.ஆ.படை, அடி, 209). இதன் பூவில் தேன் உண்டு. அத்தேனை உண்ணச் சுரும்புகள் இம்மலர்களில் மொய்க்கும் (சி.ஆ.படை, அடி, 87-8); இம்மரத்தின் கொம்புகள் செறிந்திருக்கும்; பூக்கள் நெருங்கியிருக்கும் (அ, 107-9); இப்பூக்களில் கொங்கு (மகரந்தப் பொடி) இருக்கும் (கு.பா.அடி, 83); நன்னனது மலைச்சாரலில் சுரபுன்னை மரங்கள் நெருங்கி வளர்ந்திருந்தன; இதற்கு 'வழை' என்னும் பெயரும் உண்டு (மலைபடு, அடி, 81); பாரியின் காட்டு நெடுவழியில் இரு புறமும் சுரபுன்னை மரங்கள் வளர்ந்திருந்தன (சி.ஆ.படை, அடி, 87-8), மலை நாட்டு மகளிர் புன்னை மலரை முன்பு கூறியவாறு பயன் படுத்தினர் (கு.பா. அடி, 83).

செங்கடம்பமரம்

இஃது இருட்சி உண்டாகத் தழைப்பது; பரிய அடியினை யுடையது. இதன் மலர் தேரின் உருளை போன்றது. இம் மலர் மாலை முருகனுக்கு உகந்தது. (திருமுருகு, அடி, 10-11).

செருந்தி

செருந்தி மரம் இளவேனிற்காலம் தொடங்குகின்ற நாளில் தம்மைக் கண்டாரைப் பொன்னென்று மருளச் செய்யும் பூக்களைப்

மரஞ்செடி கொடி முதலியன ◈

பெற்று விளங்கும் (சி.ஆ.படை, அடி, 147); மலை நாட்டு மகளிர் செருந்திப்பூவைப் பிறபூக்களோடு கலந்து முன்பு கூறியவாறு பயன்படுத்தினர் (கு.பா.அடி, 75-103-4).

சேடல்

பவழ மல்லிகை (கு.பா.அடி, 82, 100-4).

ஞாழல் மரம்

இது மருதநிலத்து மரங்களுள் ஒன்று; தாழ்ந்த சோலைகளையுடையது (பொ.ஆ.படை, அடி, 197); மலை நாட்டு மகளிர் இதன் பூவைப் பிறபூக்களுடன் கலந்து மாலையும் தழையும் செய்து அணிந்தனர் (கு.பா.அடி, 81, 100-104).

தணக்கமரம்

இது காட்டு மரம்; 'முட்டைக்கோங்கு' எனவும் வழங்கப்படும். மலை நாட்டு மகளிர் இதன் மலரைப் பிறமலர்களோடு விரவத் தொடுத்து மாலையாகவும் தழையாகவும் அணிந்தனர் (கு.பா.அடி, 85, 100-104); யாழின் உறுப்பாகிய பத்தர் செய்ய இம்மரம் பயன்பட்டது. (பொ.ஆ.படை, அடி, 21-2 உரை).

தில்லை[1]

இதுவும் மலை மரவகை (கு.பா.அடி, 77, 100-4).

நரந்தமரம்

இது 'நரந்தம்' எனவும் 'நாரத்தமரம்' எனவும் வழங்கப்பட்டது; இப்பொழுது 'நாரத்தை' எனப்படுகிறது. மலை நாட்டு மகளிர் இதன்பூவைப் பிறபூக்களோடு கலந்து மாலையும் தழையும் செய்து அணிந்தனர் (கு.பா.அடி, 94, 100-104).

நாகமரம்

மலை நாட்டு மகளிர் இதன் மலரைப் பிற மலர்களோடு கலந்து மாலையும் தழையும் செய்து அணிந்தனர் (கு.பா.அடி, 94, 100-104).

---

1. தில்லை மரக்காடு இருந்த இடமே இன்றுள்ள சிதம்பரம். இதன் பழைய பெயர் 'தில்லை' என்பது.

நாவல் மரம்

இதன் பழம் கருநிறம் உடையது. இதன் சாறு படின் பொன் நிறம் மாறுபடும் (திருமுருகு, அடி, 18 வேறுரை); நாவற்பழங்கள் காற்றில் உதிர்ந்துவிடும் (மலைபடு, அடி, 135).

நுணவமரம்

இது 'நுணாமரம்' எனவும் பெயர் பெறும். இதன் மலர்களில் தேன் இருக்கும் (சி.ஆ.படை, அடி, 51-2).

தெங்கு

சங்க காலத்தில் தென்னை, 'தெங்கு' எனவும் 'தாழை' எனவும் வழங்கப்பட்டது; (திருமுருகு, அடி, 307-8); தேங்காய்க் குலை, 'தெங்கின் குலை' எனப்பட்டது (பொ.ஆ.படை,அடி. 208); தென்னை ஓலை, 'தோடு' எனப்பட்டது; பழுத்த ஓலை, 'மடல்' எனப்பட்டது; அதனை முடைந்து வீட்டுக்குக் கூரை வேய்ந்தனர்; தெங்கு யானையின் உடம்பை ஒக்கும் சருச்சரையை உடையது (பெ.ஆ.படை. அடி, 351-5); இளநீர், 'தாழை இளநீர்' எனப்பட்டது (திருமுருகு, அடி, 307-8); 'தாழைக் குழவித்தீநீர்' என்றும் வழங்கப்பட்டது. (பெ.அ.படை, 357); தெங்கின் காய் மூன்று புடைப்பினையுடையது; திரண்டிருப்பது (அடி.364); சோழ நாட்டில் தாழ்ந்த தெங்கினையுடைய குளிர்ந்த மரச் சோலைகளில் குடியிருப்புகள் இருந்தன (பொ.ஆ.படை, அடி, 180-2).[2]

நெட்டி மரம்

இது 'கிடேச்சை' எனப்பட்டது. இதைக் கொண்டு பூக்கள் செய்யப் பட்டன; அப்பூக்களைக்கொண்டு மாலை செய்யப்பட்டது; அந்த மாலை, உப்பு வண்டியை இழுத்த எருதுகளின் செவியடியிலே நெற்றி மாலை யாகக் கட்டப்பட்டது. (சி.ஆ.படை. அடி, 54).

நொச்சி மரம்

இது நெய்தல் நிலத்து மரம்; நெய்தல் நிலமனைகளைச் சூழ்ந்து வளரும். இதன் நிழலில் ஆமை முட்டையிட்டுக் குஞ்சு பொரிக்கும் (பொ.ஆ.படை, 184-6).

---

2. பழைய சேர நாடான இன்றுள்ள கேரள நாட்டில் தென்னையைத் 'தெங்கு' என்றே கூறுவர். தமிழ் நாட்டில் 'தென்னை' என்னும் வழக்கு உள்ளது. 'தெங்கு' என்பதே பழைய வழக்கு.

நொய் மரம்

இது விறகுக்குரிய மரம்; நன்னனது மலை நாட்டில் இருந்தது; இது நொய்ய மரம் என்றும் வழங்கப்பட்டது (நெடுநல் அடி, 446-7).

பயினி மரம்

இதுவும் மலை மரவகையாகும். மலை நாட்டு மகளிர் இதன் மலரைப் பயன்படுத்தினர் (கு.பா. அடி, 69, 100-4).

பலா மரம்

இம்மரம் தன் பழத்தின் இனிமையால் சிறப்பித்துச் சொல்லப் படுகின்றது (பெ.ஆ.படை, அடி, 408)' நன்னன் மலைகளில் வளவிய குலைகளையுடைய பலாவினது முற்றின இனிய பழங்களின் சுளைகளை விரும்பினவர் அனைவரும் தின்றனர்; அவர்கள் கீழே எறிந்த இப்பழத்தின் விதைகளைப் பயன் கோடற்கு மலை நாட்டு இளைஞர் கன்றுகளைப் பிணைத்துக் கடாவிட்டனர் (மலைபடு, அடி, 336-9). மயில்கள் பலாச்சுளைகளைத் தின்றன (பொ.ஆ.படை, அடி, 190-2); தொண்டை நாட்டுத் தோப்புக்குடிகள் தாழ்ந்த குலைகளையுடைய பலாமரங்களை வளர்த்தனர் (பெ.ஆ.படை, அடி, 356); மதுரை ஆதுலர் சாலையில் வறியவர்க்குத் தேனும் மணமும் உடைய பலாப் பழத்தின் சுளை படைத்தனர் (ம.கா.அடி, 527); பலாச் சுளையின் தேன் உண்டு (கு.பா.அடி, 189-190); மலை நாட்டார் பலா விதையின் மாவையும் புளியையும் உலையாக வார்த்த மோருக்கு அளவாகக் கலந்து மூங்கிலரிசி யோடு துழாவிச் சமைத்து உண்டனர் (மலைபடு, அடி, 174-181); மலை களில் முசுக்கலை (ஆண் குரங்கு வகை) பலாப்பழத்தைத் தோண்டித் தின்றது; அது தோண்டிய இடத்திலிருந்து சுளையின் தேள் வெளிப் பட்டு நறுநாற்றம் பரப்பியது (மலைபடு, அடி, 292-3).

பலாசமரம்

இது தேக்கமரத்து வகை, மலை நாட்டு மகளிர் இதன் பூவைப் பிற மலர்களோடு கலந்து மாலையும் தழையும் செய்து அணிந்தனர் (கு.பா.அடி, 88, 100-104).

பனை மரம்

பனை உள்ளே வெளிற்றினையுடையது; கரியநிற முள்ளது; புல்லிய செறும்பை உடையது; புல்வகையைச் சேர்ந்தது. கரிய பனஞ் செறும்புகள் நிறமுடைய மயிர் கொண்ட கரடியின் உடம்பிற்கு உவமை

(திருமுருகு, அடி, 311-4); சேன், கரிய பனங்குருத்தில் அலர்ந்த ஓலையைக் கொண்டு மாலை செய்து அணிந்தான் (பொ.ஆ. படை, அடி, 143-4); பனைக்குப் 'பெண்ணை' என்னும் பெயரும் உண்டு; பனங்காயில் உள்ள நுங்கின் இனியநீர் மகளிர் வாய் ஊறலுக்கு உவமையாகக் கூறல் மரபு (சி.ஆ.படை, அடி, 26-8); பனை மரம் திரண்ட அடியை உடையது (பெ.ஆ. படை, அடி, 360); அன்றிற்பறவை பனையின் உள் மடலில் இருந்து தன் பேடையை அழைக்கும் (கு.பா.அடி, 219-20); பனையில் அன்றில், தூக்கணங்குருவி முதலியன வாழும் (ப.பாலை, அடி, 74, அடிக்குறிப்பு); பனைமடலில் நாரைகள் தங்கின (பொ.ஆ.படை, அடி, 207).

பாதிரி மரம்

இது பரிய தாளினையுடையது; பின் பனிக்காலத்தில் பசிய இலைகளை உதிர்ப்பது; பெரிய இதழ்களையுடைய பூவையுடையது பூவில் உள்ளதேனைக் கருதி வண்டுகள் மலரை மொய்க்கும் (பெ.ஆ.படை, அடி, 5-6). மலை நாட்டுப் பெண்டிர் இத்தேன் கமழ் பாதிரி மலரை மற்ற மலர்களோடு கலந்து மாலையும் தழையும் செய்து அணிந்தனர் (கு.பா.அடி, 74, 100-4).

பாலை மரம்

இதுவும் காட்டு மரம். மலை நாட்டு மகளிர் பாலைப் பூவைப் பிற மலர்களோடு விரவித்தொடுத்து மாலையாக அணிந்தனர் (கு.பா.அடி,77, 100-104).

பிண்டி மரம்

இஃது அசோகமரம், சூரா மங்கையர் இம்மரத்தின் ஒள்ளிய தளிரைத் தம் காதுகளில் செருகிக் கொண்டனர் (திருமுருகு, அ, 30-32); மலை நாட்டு மகளிர் இம்மலரை மேற்கூறியவாறு பயன் படுத்தினர் (கு.பா.அடி, 88).

புன்க மரம்

இது 'புன்கு' எனவும் பெயர் பெற்றது; மருதநிலத்து மரம் (பொ.ஆ.படை, அடி, 196).

புன்னாக மரம்

இது புன்னை வகையுள் ஒன்று. மலை நாட்டு மகளிர் இதன் மலரைப் பிற மலர்களோடு விரவி மாலையும் தழையும் செய்து அணிந்தனர் (கு.பா.அடி, 91, 100-104).

புன்னை மரம்

இது நெடிய தாளையுடையது; இதன் அரும்புகள் முத்துகள் போல விளங்கும் (சி.ஆ. படை, அடி, 149); வலையர் வளைந்த காலையுடைய புன்னை மரக்கொம்புகளை வெட்டிப் பந்தரை அமைத்தனர் (பெ.ஆ. படை, அடி, 266-7); புன்னைப்பூப்பெரியது; மணம் மிக்கது. மலை நாட்டு மகளிர் பிற மலர்களோடு இதனைக் கலந்து மாலையும் தழையும் செய்து பயன்படுத்தினர் (கு.பா. அடி, 93, 100-4); நெய்தல் நிலத்தில் கடல் இறாலைத் தின்ற நாரைகள் பூக்களையுடைய புன்னைக் கோட்டிலே தங்கின (பொ.ஆ.படை, அடி, 203-4).

மஞ்சாடி மரம்

இதுவும் காட்டு மரம். இதன் மலர் 'திலகம்' எனப்பட்டது. மலை நாட்டுப் பெண்டிர் இதனைப் பிற மலர்களுடன் கலந்து மாலையும் தழையும் செய்து அணிந்தனர் (கு.பா.அடி, 74, 100-104).

மரா மரம்

மரா மரத்தின் பூங்கொத்துகள் வெண்மை நிறமுடையவை. அவற்றைப் பில மலர்களோடும் கொத்துகளோடும் சேர்த்து மலை நாட்டு மகளிர் மாலையும் தழையுடையும் செய்தனர் (திருமுருகு, அடி, 202-3); மரா மரம், வெண்கடம்பு எனப்பெயர் பெறும். அதன் அடியில் செறியாத நிழலே இருக்கும் (சி.ஆ.படை, அடி, 7-12); நன்னனது மலை நாட்டில் மரா மரத்தடியில் நடுகற்கள் இருந்தன (மலைபடு, அடி, 394-6); மரா மரத்து மலர் நெருப்புப் போன்ற நிறமுடையது (அடி, 498-500); அதில் தேன் இருக்கும் (அடி, 428); மரா மரத்துக்குச் 'சுள்ளி' என்னும் பெயரும் உண்டு; மலை நாட்டு மகளிர் அதன் பூவைப் பிற பூக்களோடு கலந்து மாலையாகக் கட்டியும் தழையுடை செய்தும் அணிந்தனர் (கு.பா.அடி, 66, 102-4). மரா மரத்தின் ஒரு வகை 'செங்கடம்பு' என்பது. அது பரிய அடியினையுடையது; இருட்சியுண்டாகத் தழைக்கும் இலைகளையுடையது (திருமுருகு, அடி, 10); இதுபற்றிச் 'செங்கடம்பு' என்னும் தலைப்பிற்காண்க.

மருதமரம்

இது மருத நிலத்துச் சிறந்த மரம். இதன் மலர் மிக்க மணமுள்ளது. சூரர மகளிர் மார்பில் மருதப்பூவை அப்பினாலொப்பச் சந்தனக் குழம்பை அப்பினர் (திருமுருகு, அடி, 32-5); மருதப்பூ, கரிய புறவிதழை யும் மேலே துய்யினையும் உடையது. இம்மரம் பூங்கொத்துகளையு டையது (அடி, 27-28); உயர்ந்த கொம்புகளையுடையது. பழைய மரத்தில் பாம்புகள் வாழும். அம்மரநிழலில் உள்ள களத்தில் போர் அடிக்கப்பட்டது. (பெ.ஆ. படை, அடி, 232-8).

மாமரம்

மாமரத்தின் பூங்கொத்துகள் கிழ் நோக்கியிருக்கும் (திருமுருகு, அடி, 59-60); 'மாவின் தளிரினது அழகை ஒத்த நிறமுடைய பெண்' என வருணிப்பது புலவர் மரபு (ம.கா.அடி, 706-7); திரு ஆவி நன்குடியில் முருகனை வழிபட்ட பாடுமகளிர், மாவினது விளங்குகின்ற தளிரை ஒத்த நிறத்தினை உடையவர் (திருமுருகு, அடி, 143-4); நறிய மாவடுக்கள் சுவையுடையன. பிழியப்படும் சாறு முற்றின மாம்பழம் என்று மலை படுகடாம் கூறுகிறது. (அடி, 512-3). இதனால், கனிந்த மாம்பழதிலிருந்து சாறு பிழிவது அக்கால வழக்கம் என்பது தெரிகிறது.

முருக்கமரம்

இம்மரத்தின் கொம்புகள் விசும்பளாவ வளர்ந்தவை என்று சொல்லும்படி மிகவும் நீண்டவை; கொம்புகளில் மலர்கள் செறிந் திருக்கும். அம்மலர்களில் உள்ள தேனைப் பருக வண்டுகள் சுற்றும் (சி.ஆ.படை, அடி, 254-5); யாழின் உறுப்பாகிய பத்தரைச் செய்ய இம்மரம் பயன்பட்டது (பொ.ஆ.படை,அடி, 21-2 உரை).

மூங்கில்

மூங்கிலைக் குறிக்க வேய், காம்பு, பணை, கழை என்னும் பெயர்களே பத்துப்பாட்டுள் ஆளப்பட்டுள்ளன. இது மலைகளில் மிகுதியாய் வளரும் (திருமுருகு, அடி, 12); பழந்தமிழர் மூங்கில் நெல்லை அவலாக இடித்தனர் (மலை. அடி, 121); யானை மூங்கில் நெல்லைத் தின்னும் (கு.பா.அடி, 35); பெண்கள் தோளை 'மூங்கில் போலும் தோள்' என்று வருணித்தல் புலவர் மரபு (திருமுருகு அடி, 14); பெண் யானையின் கொம்பு மூங்கில் முளை போன்றது (பெ.ஆ.படை, அடி53); முங்கிலரிசியைக் கொண்டும் மதுத் தயாரிக்கப் பட்டது (திருமுருகு, அடி, 195); மூங்கிற்பட்டையைப் பதப்படுத்தி மெல்லிய ஆடை நெய்யப்

பட்டது (சி.ஆ.படை, 235-6); மூங்கிலாற் செய்த தட்டையைப் புடைத்துக் கிளிகளை ஓட்டுவது தினைப்புன மகளிர் வழக்கம் (மலைபடு, அடி, 328-9); யானை இளமூங்கிலைத் தின்னும் (கு.பா.அடி, 35); மூங்கிற்குழையுள் கள்ளைப் பெய்து புளிக்க வைப்பது பண்டை மரபு. தேனைப் பெய்து புளிக்கவைத்துக் குடிப்பதும் வழக்கம் (மலைபடு, அடி, 171-2); மூங்கிற்குழையுள் தயிர் தோய்த்தல் மரபு (மலைபடு, அடி, 523); மூங்கிற்கோல், தூண்டில் முதலிய பலவற்றுக்கும் பயன்பட்டது (பெ.ஆ.படை, அடி, 284-7.

யா மரம்

இது 'யா' எனப்பெயர்பெறும். யானை இதன் தளிர்களை முரித்துத் தின்னும், மகளிர் இதன் பூவைச் சூடுதல் வழக்கம் (மலைபடு, அடி, 429).

வகுளமரம்

இது 'மகிழமரம்' என்று வழங்கப்படுகிறது. மலை நாட்டு மகளிர் இதன் மலர்களைப் பிறமலர்களோடு கலந்து மாலையும் தழையும் செய்து அணிந்தனர் (கு.பா.அடி, 70, 100-104).

வடவனம்

இதுவும் மலை மரவகை, மலை நாட்டு மகளிர் இதன் பூவையும் பயன்படுத்தினர் (கு.பா.அடி, 67, 100-4)

வாகை மரம்

போரில் வெற்றி பெற்றவர் இதன் மலரை அணிதலும், இம்மலர் மாலையைச் சூடுதலும் பண்டை மரபு. மலை நாட்டு மகளிர் இம்மலரைப் பிற மலர்களோடு கலந்து மாலையும் தழையும் செய்து அணிந்தனர் (கு.பா.அடி, 67, 100-104); அகத்தி மரம், புகழா வாகை எனப்பட்டது. அதன் வளைந்த பூ, பன்றியின் வளைந்த கொம்பிற்கு உவமையாகக் கூறப்பட்டது. (பெ.ஆ. படை, அடி 109-110).

வாழை

வாழைத்தாறு 'குலை' எனப்பட்டது. (பொ.ஆ.படை, அடி, 208); மகளிர் கூந்தல் முடிப்புக்கு வாழைப்பூவை உவமையாகக் கூறுதல் மரபு. (சி.ஆ.படை, அடி, 21-2); அம்முடிப்புக்குப் 'பனிச்சை' என்பது பெயர். (அடி, 21-2, உரை). வாழைப்பூவின் இதழ்களைக் கொண்டு தழையுடை

செய்யப்பட்டது (கு.பா.அடி, 79, 102); நன்னனுடைய மலைகளின் அடிவாரப்பகுதியில் வாழைச் சோலை இருந்தது (மலைபடு, அடி, 131); குலைகள் தம் பருமையாலே (கனத்தாலே) நிலத்தை நோக்கித் தாழவளையும் (பெ.ஆ.படை,அடி, 359); வேல் யானையைக் குத்தினாற் போல நன்னனது மலைச்சாரலில் வாழைப்பூ மலையைத் தீண்டி நின்றது; வாழைக்குலையில் காய்கள் நெருங்கியிருக்கும்; அவை முற்றிப் பழுக்கும் (மலைபடு, அடி, 130-132).

வானி

இதுவும் மலை மரவகை (கு.பா.அடி, 69,100-4).

விடத்தே தொடரி

இது முள் சூழ்ந்து எழுகின்ற ஒரு வகை முள் மரம். இஃது இளங்காட்டில் இருக்கும். இது விடத்தேர் எனவும், விடத்தேரை எனவும் பெயர் பெறும் (பெ.ஆ.படை, அடி, 184-5, அடிக்குறிப்பு).

விள மரம்

இது பாலை நிலத்து மரம்; இம்மரங்கள் வேட்டுவர் குடில்களின் முன் புறத்தில் இருந்தன. அவர்கள் பார்வை மானை விளமரத்திற் கயிற்கொண்டு கட்டியிருந்தார்கள். அதனால், அம்மரத்தின் அடி தேய்ந் திருந்தது (பெ.ஆ.படை, அடி, 95-96); குரர மகளிர் விளவின் சிறிய தளிரைக் கிள்ளி அழகுவர ஒருவர் மேல் ஒருவர் தெறித்து விளையாடினர் (திருமுருகு, அடி, 36-39).

வெட்சி

இம்மரத்துப் பூவின் காம்பு சிவந்திருக்கும். சூரர மகளிர் இப் பூக்களைக் குவளை இதழ்களோடு தலையில் இட்டு அணி செய்து கொண்டனர் (திருமுருகு, அடி 21-22); பகைவருடைய ஆணிரைகளைக் கவரச் செல்பவர், வெட்சிப் பூக்களையோ அல்லது வெட்சி மாலை யையோ அணிந்து செல்வது மரபு; வேலன் வெட்சிப் பூமாலையை அணிந்து வெறியாடுதல் மரபு (திருமுருகு, அடி, 208).

வேங்கை மரம்

வேங்கை மரத்தின் தாள் கரியது; அதன் கவடுகள் பெரியவை; கொம்புகள் சிறியவை. அக்கொம்புகளில் நறிய பூக்கள் பூக்கும். மலை நாட்டு மகளிர், 'புலிபுலி' என்று கூவின், அமரக்கிளைகள் அவர்கள்

மலர் பறிக்கத் தக்க உயரத்திற்குத் தாழும் என்பதை நம்பினர் (ம.கா. அடி, 296-7); சூரர மகளிர் தம் மார்பில் சந்தனக் குழம்பை அப்பி, அந்த ஈரம் புலர்வதற்கு முன்பே விரிந்த மலர்ச்சியையுடைய வேங்கைப் பூவின்து நுண்ணிய தாதையும் அதன்மீது அப்பினர் (திருமுருகு, அடி, 32-6); வேங்கைமரக் கொம்புகள் செறிவினையுடையவை. அவற்றிற் பூக்கும் மலர்களில் தேனுண்ணச் சுரும்புகள் மொய்க்கும் மகளிர் கணங் கிற்கு வேங்கை மலர் உவமையாகக் கூறப்பட்டது. (சி.ஆ.படை, அடி, 22-4). மலைநாட்டு மகளிர் வேங்கை மலரைப் பிற மலர்களோடு கலந்து மாலையும் தழையும் செய்து அணிந்தனர் (கு.பா. 95, 103-4); வேங்கை மலர்கள் கொத்துக் கொத்தாகப் பொன்னைப் போல மலரும் (மலைபடு. அடி, 305-6); அவரை விதைக்கு வேங்கைப்பூ உவமை (பெ.ஆ.படை, அடி, 194-5).

வேப்பமரம்

இது 'வேம்பு' எனப்படும். இதன் கொம்புகள் கரியவை. இதன் இலை வாளரத்தின் வாய் போலும் விளிம்பினையுடையது. இதன் தளிராற் செய்த மாலையைப் பாண்டியர் தம் அடையாள மாலையாய் அணிந்து வந்தனர் (பொ.ஆ.படை, அடி, 143-4); பாண்டியன் படைத் தலைவன் வேப்பந்தாரையுடைய வேலைத் தாங்கியிருந்தான் (நெடுநல், அடி, 176-7); வேப்பிலையைப் பிள்ளைகளுக்குக் காவலாக வைத்தல் மரபு (பெ.ஆ. படை, அடி, 59).

வேரல்

இது சிறு மூங்கில் (திருமுருகு, அடி, 297). தன்னருகில் இருந்த வழி முழுமையும் பின்னி வளர்ந்த நுண்ணிய கோல்களையுடையது (மலைபடு, அடி, 223). மலை நாட்டு மகளிர் இம்மலரைப் பிற மலர்க ளோடு கலந்து, முன்பு சொன்னவாறு பயன்படுத்தினர் (கு.பா.அடி, 71).

2. செடிகள்

பத்துப்பாட்டுள் மரங்களைப் போலவே பல செடிகளின் பெயர் களும் குறிக்கப்பட்டுள்ளன. அவற்றுள் குறிக்கத் தகுவனவற்றைக் கீழே காண்க:

அதிரல்

இது காட்டு மல்லிகைச் செடிகளுள் ஒரு வகை. இது 'புனலி' எனப்பெயர் பெறும். மலைநாட்டு மகளிர் இதனைப் பிற பூக்களோடு

கலந்து மாலையும் தழையும் செய்து பயன்படுத்தினர் (கு.பா.அடி, 75, 100-104).

ஆவிரை

இது விரிந்த பூக்களையுடையது. மலை நாட்டு மகளிர் இதன் பூக்களையும் முன்பு சொன்னவாறு பயன்படுத்தினர். (கு.பா.அடி, 71), 100-104).

ஈங்கை

இஃது இண்டஞ்செடி, மலைநாட்டு மகளிர் இதன் மலர்களையும் முன்பு கூறியவாறு பயன்படுத்தினர் (கு.பா. அடி, 86, 100-4).

காந்தள்

இதில் செங்காந்தள் ஒரு வகை. அது நெருப்புப் போலும் பூவினை யுடையது. முருகப்பெருமான் செங்காந்தளாலான தலை மாலையை அணிந்தவன் (திருமுருகு, அடி, 434). காந்தள் மலர் குலையாகப் பூப்பது. அது கை விரல்களைப் போலப் பூக்கும் (சி.ஆ.படை, அடி, 167). காந்தள் மலர்கள் மிக்கிருந்த சிலம்பு 'காந்தளஞ்சிலம்பு' எனப்பட்டது. காந்தள் நீண்ட மலர்க்குலையுடையது (பெ.ஆ.படை, அடி, 371-2). மலை நாட்டு மகளிர் பெரிய இதழ்களையுடைய ஒளியுள்ள சிவந்த இம்மலரைப் பிற மலர்களோடு கலந்து முன்பு சொன்னவாறு பயன்படுத்தினர் (கு.பா.அடி, 61-2, 100-4). மெல்லிய தேன் துளிக்கும் செங்காந்தளினது அழகிய கண்ணிடத்து இணைந்த குலை, செறிந்த தொடியினையுடைய முன் கைக்கு உவமையாகக் கூறப்பட்டது (ப. பாலை, அடி, 152-4). காந்தள் மடலுக்குத் துடுப்பு உவமை (மலைபடு, அடி, 336). காந்தள் மலரின் இதழ் வளையுடைந்தாற்போலக் காட்சி அளிக்கும் (அடி, 519). இச்செடி விண்ணைத்தொடும் சிகரங்களிலும் வளரும். இதன் மலர்கள் குளிர்ந்தவை; மணமுள்ளவை (அடி, 195-7).

குல்லை

இது கஞ்சாச்செடி; இது கஞ்சங்குல்லை எனவும் பெயர் பெறும். இதன் இலை மணம் மிக்கது. மகளிர் இதனைத் தலையிற்சூடினர் (திருமுருகு, அடி, 201); இதனை மிகுதியாகவுடைய நாடு 'குல்லையம் புறவு' எனப்பட்டது (சி.ஆ.படை, அடி 29). மலை நாட்டு மகளிர் இதன் பூவை முன்பு சொன்னவாறு பயன்படுத்தினர் (கு.பா. அடி, 78, 100-4).

குளவி

இஃது ஒரு வகைக் காட்டு மல்லிகைச் செடி. மலைநாட்டு மகளிர் இதனையும் முன்பு கூறியபடி பயன்படுத்தினர் (கு.பா.அடி, 76, 100-4).

குறுநறுங்கண்ணி

இது குன்றி மணிச்செடி. மலைநாட்டு மகளிர் இதனையும் முன் கூறியபடி பயன்படுத்தினர் (கு.பா.அடி, 72, 100-4).

சூரல்

மலை நாட்டு மகளிர் இதன் பூவையும் முன்பு கூறியவாறு பயன் படுத்தினர் (கு.பா.அடி, 71, 100-4).

செம்மல்

சாதிப்பூச்செடி; மலைநாட்டு மகளிர் இதனையும் முன்பு கூறியபடி பயன்படுத்தினர் (கு.பா.அடி, 82, 100-104).

தும்பை

தும்பைப்பூ வெண்ணிறமுடையது; மிகச் சிறியது. மலை நாட்டு மகளிர் இதனை முன்பு சொன்னபடி பயன்படுத்தினர் (கு.பா. அடி, 90, 100-4). பழந்தமிழர் வெட்ட வெளியில் நடத்திய போர் 'தும்பை' எனப்பட்டது. அவர்கள் தும்பைப் பூவைச் சூடிப் போரிட்டனர். தும்பைப் பூமாலையை அணிந்து புரிந்த போர் 'தும்பைப் போர்' எனப் பட்டது (ம.கா.அடி, 369-371, உரை).

துழாய்

இது 'துளசி' எனப்படும். இதன் இலை, மிக்க மணமுள்ளது. இதன் பூ நீண்டிருக்கும். மலை நாட்டு மகளிர் இதனையும் முன்பு சொன்னபடி பயன்படுத்தினர் (கு.பா. அடி, 90, 100-4).

நந்தி

இது 'நந்தியாவட்டம்' எனவும் வழங்கப்படும். மலை நாட்டு மகளிர் இச்செடியின் பூவைப் பிற பூக்களுடன் கலந்து மாலையும் தழையும் செய்து பயன்படுத்தினர் (கு.பா. அடி, 91, 100-4).

நள்ளிருள் நாறி

இஃது 'இருள்வாசி' என்பது; 'இருவாட்சிச்செடி' என மருவி வழங்குகிறது. இதன் மலர் மிக்க மணமுள்ளது. மலை நாட்டுப் பெண்டிர் இம்மலரை மேலே கூறியுள்ளவாறு பயன்படுத்தினர். (கு.பா. அடி, 94, 100-4).

நீலம்

இது கருங்குவளைச் செடி, இது பொய்கைகளில் வளர்வதெனக் கூறப்பட்டுள்ளது. (பெ.ஆ. படை, அடி, 293; ம.கா.அடி. 251).

பருத்தி

இச்செடி 'பாரம்' எனவும் வழங்கப்பட்டது. மலை நாட்டு மகளிர் இதன் மலரை முன்பு கூறிய்வாறு பயன்படுத்தினர் (குபா. அடி, 92, 100-4).

பிடவம்

இது சேய்மையிலும் மணம் பரப்பும் மலர்களைக் கொண்ட செடியாகும் (மு.பா.அடி, 251). மலை நாட்டு மகளிர் இப்பிடவம்பூவை முன்பு சொன்னவாறு பயன்படுத்தினர் (கு.பா.அடி, 78, 100-4).

பூளை

சிறுபூளைச்செடியின் பூங்கொத்து நீண்டுள்ளது. சிறு பூளைப் பூவினது நெடிய கொத்துக் குறிய தாளையுடைய வரகுக்கு உவமை யாகக் கூறப்பட்டுள்ளது. (பெ.ஆ.படை, அடி, 192-3). கவனிப்பவர் அற்ற செய்களிலும் வாவிகளிலும் சிறுபூளை, பெரும்பூளைச் செடிகள் வளரும் (ப.பாலை, அடி, 243-4).

முண்டகம்

கழி முள்ளிச்செடி. இதன் மலர் ஒளியுள்ள நீலமணி போல விளங்கும். இது நெய்தல் நிலத்துச்செடி (சி.ஆ.படை, அடி, 148).

வேழம்

இது வேழக்கரும்பு என்றும் பெயர் பெறும். இஃது ஒரு செடி. இது நீர் வளமுடைய இடங்களில் தானே உண்டாவது. இஃது ஆற்றங் கரைகளிலும் வயலோரங்களிலும் நீர் நிலைகளின் பக்கங்களிலும், இவற்றை அடுத்த நிலங்களிலும் வளர்வது. 'வேழப்பழனம்' என்று

மதுரைக்காஞ்சி மருதநிலத்தைச் சிறப்பித்துள்ளது (அடி, 257). வேழம், திரட்சி பருமன் முதலியவற்றில் கரும்பு போலக் காணப்படுவது. ஆயின், கரும்புக்கு உள்ளீடு உண்டு; இதற்கு உள்ளீடு இல்லை. உட்புறம் குழைவுடையதாய்க் கணுக்களோடு இருப்பதால், இது மூங்கிலைப் போன்றது. இது 'கொறுக்கைச்சி' எனப்படும். இதன் கழிகள், பந்தரிடு வதற்கும் படல்கள் கட்டுவதற்கும், படர் கொடுகளுக்குக் கொழு கொம்பு ஊன்றுவதற்கும் உதவுகின்றன. இவற்றைச் சிறு கயிற்றால் பிணைத்து மணல் சலிப்பதற்கும் பிறவற்றிற்கும் பயன்படுத்திக் கொள்கின்றனர். கூரைகளுக்கு இவை, வரிச்சற் பிடித்தற்கு உதவினமையை.

"வேழ நிரைத்து வெண்கோடு விரை இத்
தாழை முடித்துத் தருப்பை வேய்ந்த
குறியிறைக் குரம்பை"

என்னும் பெரும்பாணாற்றுப்படை (அடி, 263-5) தெரிவிக்கின்றது.[3]

3. கொடிகள்

பத்துப்பாட்டில் பல கொடிகளின் பெயர்களும் இடம் பெற்றுள்ளன. அவற்றுள் குறிப்பிடத்தக்கவை இங்குத் தரப்பட்டுள்ளன.

அடும்பு

இதன் பூ அடும்பம்பூ எனப்படும். மலை நாட்டு மகளிர் இம் மலரைப் பிற மலர்களோடு கலந்து, மாலையும் தழையும் செய்து அணிந்தனர் (கு.பா.அடி, 87).

அவரை

அவரையின் அரும்புகள் பசுமையாய் இருக்கும். அவரைப் பூக்கள் பவழம் போலச் செந்நிறமுடையன. அவரை முல்லை நிலத்துக்குரியது (சி.ஆ, படை, அடி, 164); முல்லை நிலத்தார் வரகின் சோற்றில் அவரை விதைப்பருப்பைக் கலந்து 'கும்மாயம்' என்னும் பருப்புச் சோற்றைச் சமைத்து உண்பது வழக்கம் (பெ.ஆ.படை, அடி, 194-5). அவரைக்கொடி நீண்டது. மலை நாட்டு மகளிர் அவரைப் பூக்களை முன்பு சொன்னவாறு பயன்படுத்தினர் (கு.பா. அடி, 87, 100-4). ஆமா (காட்டுப் பசு), பலமணி போலும் பூவினையுடைய அவரையினது தளிரைத் தின்னும். கானவர் ஆரவாரம் செய்து அவ்வாமாவை ஓட்டுவர் (ம.கா.

---

3. தமிழ்ப்பொழில், பண்டித அ.கந்தசாமிப் பிள்ளை, தொகுதி, 7; பக். 374-6.

அடி, 292-3); அவரைப்பூக்களுக்கு அடியில் அரிவாள் போன்ற வளைந்த காய்கள் இருக்கும் (மலைபடு, அடி, 109-110). நன்னனது மலைநாட்டு முல்லை நிலத்தார் மேட்டு நிலத்தில் விளைந்த நெல்லரிசி யோடு செந்நிறமுடைய அவரை விதையைப் புளிகரைத்த உலையில் சொரிந்து, புளிங்கூழாக்கி உண்டனர் (மலைபடு, அடி, 434-6).

ஆம்பல்

இது மெல்லிய இலையினையுடையது; இதன் பூக்களில் வண்டுகள் மொய்த்த படிஇருக்கும் (மகா.அடி, 252); மலை நாட்டு மகளிர் ஆம்பற் பூவை முன் சொன்னவாறு பயன்படுத்தினர் (கு.பா.அடி, 62, 100-4). முல்லை நிலத்து ஆயர் ஆம்பல் தண்டைக்கொண்டு பண்ணிசைத்தனர். இது புல்லாங்குழல் அல்லது வேய்ங்குழல் என்றாற்போல ஆம்பற்குழல் எனப்பட்டது[4] (கு.பா.அடி, 221-2). காவரிப்பூம்பட்டினத்துப் பரதவர் நீரில் நின்ற ஆம்பற்பூக்களைப் பறித்துச் சூடிக்கொண்டர் (ப.பாலை, அடி, 66).

உயவை

இஃது உயவைக்கொடி. இது மக்கள் விடாய்த்த காலத்தில் வாய்நீர் ஊறுதற்குக் காரணமாக உதவுவது (மலைபடு, அடி, 136).

கருவிளை

இதன் மலர் 'கருவிளம்பூ' எனப்படும். அது நீலமணி போல இருக்கும். மலை நாட்டு மகளிர் இம்மலரை முன்பு கூறியவாறு பயன் படுத்தினர் (கு.பா. 68, 100-4).

கல் இவர் முல்லை

இது கல்லிலே படர்வது. மலை நாட்டு மகளிர் இதனையும் மேலே சொன்னபடி பயன்படுத்தினர் (கு.பா.அடி. 77, 100-4).

---

4. ஆம்பல் என்பது கருவி என்றே சிலப்பதிகார அரும்பதவுரையாசிரியர் கொண்டனர். ஆம்பற்குழல் வேய்ங்குழல் போல உறுதியற்றதாதலின், வெண்கலத்தால் குமுத வடிவாக அணைசு பண்ணிச் செறித்த ஊது குழலையே பிற்காலத்தில் ஆம்பற்குழல் என்றனர் என்பது அடியார்க்கு நல்லார் கருத்து. ஆயின், நச்சினார்க்கினியர் (மேலே சொல்லப்பட்ட இருவர்க்கும் காலத்தால் பிற்பட்டவர் கி.பி. 14ஆம் நூற்றாண்டிற்குப் பிற்பட்டவர்) 'ஆம்பல் என்னும் பண்ணினையுடைய குழல்' என்று பொருள் கூறினர். இது பொருத்தமுடையதன்று.

குருக்கத்தி

இக்கொடியின் பூவையும் மலை நாட்டு மகளிர் முன்பு கூறியபடி பயன்படுத்தினர் (கு.பா.அடி, 92, 100-4).

கொகுடி

இதன் பூ மணமுள்ளது; குளிர்ச்சியுடையது. மலை நாட்டு மகளிர் இதனையும் மேற்கூறியவாறு பயன்படுத்தினர் (கு.பா.அடி, 81, 100-4).

சிறுசெங்குரலி

இது 'கருந்தாமக்கொடி' என்றும் பெயர் பெறும். மலை நாட்டு மகளிர் இதன் மலரையும் முன்பு சொன்னவாறு பயன்படுத்தினர் (கு.பா.அடி, 82, 100-4).

செருவிளை

இது 'வெண்காக்கணஞ்செடி' எனவும் பெயர் பெறும். மலை நாட்டு மகளிர் இதன் பூவையும் மேற்கூறியபடி பயன்படுத்தினர் (கு.பா.அடி, 68, 100-4).

தாமரை

தாமரையின் தண்டு முள்ளையுடையது. இது வெண்டாமரை, செந்தாமரை என இருவகைப்படும். இதன் மலரில் வண்டுகள் மொய்த்துத் தேனை பருகும் (சி.ஆ. படை, அடி, 183-4).

தொய்யில்

இஃது ஒரு வகைக்கொடி; நீரையுடைய பள்ளங்களில் நெய்தற் கொடியோடு வளர்வது (ம.கா.அடி, 282-4).

நறவம்

இது நறைக்கொடி; இக்கொடி மணமுள்ளது. மலை நாட்டு மகளிர் இம்மலரையும் முன்பு சொன்னவாறு பயன்படுத்தினர். (கு.பா. அடி, 91, 100-4). இது மழையால் தழைத்து அரும்புகளை வெளிப் படுத்தும் (மலைபடு, அடி, 514).

நெய்தல்

இது நெய்தற்கொடி; நெய்தற்பூ வைகறையில் மலரும்; இதில் தேன் நாறும். வண்டு அத்தேனை உண்ணும் (திருமுருகு, அடி, 73-4); குறவர்

நெதய்தற்பூக்களாலாகிய மாலையைத் தலையிற் சூடினர். (பொ.அ.படை, அடி, 218-9); இப்பூ வயல்களில் பூத்தது. உழவர் இதனைக் 'களை' என்று பறித்து எறிந்தனர். நெய்தல் திரண்ட தாளையுடையது (பெ.ஆ..படை, அடி, 213-4); புலவர் நெய்தல் மலரைக் 'கட்கமழும் நறுநெய்தல்' என்று குறித்தார் (ம.கா. அடி, 250). நெய்தற்பூ நீண்டது; மலை நாட்டு மகளிர் நெய்தல் மலரைப் பிற மலர்களோடு கலந்து மாலையும் தழையும் செய்து பயன்படுத்தினர் (கு.பா. 84, 100-4). அது கரும்பின் சாற்றைக் காய்ச்சும் நெருப்புப் புகையால் அழகு கெட்டுவாடி விடும் (ப.பாலை 9-12); நெய்தற்பூக்கள் கருமையே வடிவு கொண்டவை என்னும்படிடை மலர்ந்திருந்தன (மலைபடு, அடி, 124).

பகன்றை

இது சிவதைக்கொடி, இது நன்கு படர்வது (பொ.ஆ.படை, அடி, 195); இது வயல்களிற்படரும் (ம.கா. அடி, 261); மலை நாட்டு மகளிர் இம்மலரை முன்பு சொன்னவாறு பயன்படுத்தினர் (கு.பா.அடி, 88, 100-4).

பாகற்கொடி

மயில்கள் பாகற்பழத்தைத் தின்னும் (பொ.ஆ.படை,அடி, 189-192); மதுரை ஆதுலர் சாலையில் சமைக்கப்பட்ட காய்களுள் பாகற் காயும் ஒன்று (ம.கா.அடி, 529 வரை).

பித்திகம்

இது சாதிமல்லிகை; இதன் பூ 'பிச்சிப்பூ' எனப்படும். மலை நாட்டு மகளிர் இதன் மலரை முன்பு சொன்னவாறு பயன்படுத்தினர் (கு.பா.அடி, 89, 100-4).

பீர்க்கு

இது பீர்க்கங்கொடி. இதன் மலர் பொன் போன்ற நிறத்தையுடையது (நெடுநல், அடி, 13-14); இது 'பீரம்' எனவும் பெயர் பெறும். மலை நாட்டு மகளிர் இம்மலரை முன்பு கூறியபடி பயன்படுத்தினர் (கு.பா.அடி, 92, 100-104). உழவர், நண்டு இறைச்சியும் பீர்க்கங்காயும் கலந்து சமையல் செய்து உண்டனர் (சி.ஆ.படை, அடி, 195).

மிளகு

மிளகுக்கொடி கரியது. அதில் கரிய கொத்துகள் இருக்கும். (திருமுருகு, அடி, 309); மிளகுக்கொடி பலா மரத்தைப் பற்றி வளர்வது. மிளகு சேரநாட்டு மலைகளில் மிகுதி (சி.ஆ.படை, அடி, 43-4); மலை நாட்டில் மிளகு அறுவடையின்போது கானவர் மிளகைக் கல்தரையில் குவித்தனர் (ம.கா.அடி, 289-290); மிளகு 'மிரியல்' எனப்பட்டது. கொம்மட்டி மாதுளங்காய் மிளகுப்பொடி கலந்து சமைக்கப்பட்டது (பெ.ஆ.படை, அடி, 306-8); மிளகின் காய் பசிய நிறமுடையது. மிளகு 'கறி' எனப்பட்டது. (மலைபடு, அடி, 521).

முண்சுடை

முசுண்டைக்கொடி முல்லை நிலத்தது. இது முசுட்டை எனவும் பெயர் பெறும். இது கொட்டம்² போன்ற பூக்களைப் பூக்கும் (சி.ஆ. படை, அடி, 166); இதன் அரும்புகள் முறுக்குண்டவை (ம.கா.அடி, 281); முகண்டைக்கொடி புல்லியது; பூ, திரண்ட புறத்தையுடையது; வெண்ணிறமுடையது (நெடுநல், அடி, 13-14); முசுண்டை கார்த்திகை யாகிய மீன் போல வெள்ளிதாய் மலர்ந்தது என்று புலவர் கூறியுள்ளார் (மலைபடு, அடி, 100-101).

முல்லை

இது முல்லை நிலத்துக்குரிய கொடி (பொ.ஆ.படை, 200); பாரி முல்லைக்கொடி படர்வதற்கு வசதியாகத் தன் தேரை நிறுத்தி மீண்டான் (சி.ஆ.படை, அடி, 89); முல்லைக்கொடி படர்ந்த அழகிய காடு ஓய்மானாட்டு முல்லை நிலத்தில் இருந்தது (அடி, 169). மகளிர் தம் கற்பின் மிகுதி தோன்ற முல்லை சூடுதல் வழக்கம் (அடி, 28-30); அரிசிவகையுள் ஒன்று முல்லை அரும்பைப்போல இருந்தது (பொ.ஆ.படை, அடி, 112-4); விரிச்சி கேட்பவர் கோவிலில் அரிசியை யும் முல்லை மலர்களையும் கலந்து தூவுதல் மரபு (மு.பா.அடி, 8-11).

வள்ளி

மலை நாட்டு மகளிர் இக்கொடியின் பூவைப் பிற பூக்களோடு கலந்து மாலையும் தழையும் செய்து அணிந்தனர் (கு.பா.அடி, 79, 100-4).

வள்ளை

இது பெரிய நீர் நிலைகளில் இருப்பது. வலையர் இவ்வள்ளைக் கொடிகளைத் தள்ளி நீரில் உள்ள மீன்களை வலை வீசிப்பிடித்தல் வழக்கம் (ம.கா. அடி, 254-5).

வெற்றிலை

சங்ககாலத்தில் நம் தமிழகத்தில் வெற்றிலைக்கொடி பயிர் செய்யப் பட்டது (ம.கா.அடி, 400-401).

4. கோரைகள்

எருவை

இது பஞ்சாய்க்கோரை எனவும் பெயர் பெறும். மலை நாட்டு மகளிர் இதனைக் கிழித்துத் தழையுடை செய்யப்பயன்படுத்தினர் (கு.பா.அடி, 68, 100-1). இதுவே தண்டான் கோரை என்றும் பெயர் பெறும். மகளிர் இதனைத் தம் பற்களால் மென்று மென்று கிழித்து நாராக்கினர்; அந்நார் கொண்டு மலர்களை மாலையாகக் கட்டி அணிந்தனர் (பெ.ஆ.படை, அடி, 216-8 உரை).

சண்பங்கோரை

பகைவரால் அழிக்கப்பட்ட ஊர்பொய்கைகளில் (கவனிப்பார் இம்மையின்) செங்கழுநீர் மலர்கட்குப் பதிலாகச் சண்பங்கோரை நெருங்கி வளர்ந்தது (ம.கா.அடி,171-2).

வாட்கோரை

பகைவரால் அழிக்கப்பட்ட ஊர்ப்பொய்கைகளில் (கவனிப்பார் இன்மையால்) செங்கழுநீர் மலர்களுக்குப் பதிலாக யானை நின்றால் மறையும்படி வாட்கோரை நெருங்கி வளரும். அதனுடன் மேலே கூறப் பட்ட சண்பங்கோரையும் வளரு (ம.கா.அடி, 171-2).

5. கிழங்குகள்

---

1. இதுவே தெலுங்கில் 'மிரியாலு' எனப்படுகிறது.
2. கொட்டம்– இதுசிறிய பனையோலைப்பெட்டி. இக்கொட்டம் செய்யப் பட்ட சிற்றூர் 'கொட்டம்பட்டி' எனப்பெயர் பெற்றது போலும்! இச்சிற்றூர் மதுரை மாவட்டத்து மேலூர் வட்டத்தில் உள்ளது. இஃது இப்பொழுது 'கொட்டாம்பட்டி' என்று கூறப்படுகிறது.'

இஞ்சி

இது கிழங்கு வகையைச் சேர்ந்தது. பாண்டி நாட்டுக் குறிஞ்சி நிலமக்கள் இதனைப் பயிரிட்டார்கள் (ம.கா. அடி, 289-290); இஞ்சிக் கிழங்கு 'செய்யாப் பாவை' எனப்ட்டது. இஞ்சி நன்னனது மலை நாட்டு அடிவாரப் பகுதியில் பயிர் செய்யப்பட்டது (மலைபடு, அடி, 125-6).

கூவை

நன்னனது மலையடிவாரத்தில் கூவைக் கிழங்கு பயிரானது. அது நீளுந்தன்மையோடு முற்றித் திரண்டது (மலைபடு, அடி, 137).

சேம்பு

தொண்டை நாட்டுத் தோப்புக்குடிகள் சேம்பினைப் பயிரிட்டார் கள் (பெ.ஆ.படை, அடி, 361-2); சோழ நாட்டு மருத நிலத்தில் சேம்பு பயிரிடப்பட்டது. இஃது அடி பரந்தது (ப.பாலை, அடி, 19); இது நன்னனது மலை நாட்டிலும் பயிரானது. இதன் கிழங்கைப் பன்றி அகழாமல் கானவர் காவல் காத்தனர்; பறை யோசையை எழுப்பிப் பன்றி வாராதபடி காத்தனர். இஃது இஞ்சி, மஞ்சள் இவற்றுடன் பயிர் செய்யப்பட்டது. (மலைபடு, அடி, 343-4).

நூறை

இது வள்ளிக்கிழங்கின் வகையைச் சேர்ந்தது. மலைவாணர் தம் மன்னனான நன்னனுக்குப் பல பொருள்களுடன் நூறைக்கிழங்கையும் கொண்டு சென்றனர். 'நுகம் என்று மருளும் நூறை' என்பது மலை படுகடாம் (அடி, 515).

மஞ்சள்

குட்டநாட்டில் பலா மர நிழலில் மஞ்சள் பயிரிடப்பட்டது. (சி..படை..அடி, 43-4); பாண்டி நாட்டுக் குறிஞ்சி நிலத்தில் இஞ்சியும் மிளகும் மஞ்சளும் பயிராயின. மலைவாணர் இஞ்சிக்கிழங்குகளையும் மஞ்சட்கிழங்குகளையும் மிளகின் விதைகளையும் கல் தரையில் குவித்தனர் (ம.கா.அடி, 289-290); இது நன்னனது மலை நாட்டிலும் சேம்புடன் பயிர் செய்யப்பட்டது. கானவர் இவற்றின் கிழங்குகளைப் பன்றி அகழாமல் காவல் காத்தனர்; பறையோசையை எழுப்பி, பன்றி வாராதபடி காத்தனர் (மலைபடு, அடி, 343-4).

வள்ளி

தொண்டை நாட்டுத் தோப்புக்குடிகள் முற்றின வள்ளி முதலிய கிழங்குகளைத் தின்றனர் (பெ.ஆ.படை, அடி, 362).

6. கா, பொழில், தண்டலை முதலியன

மரங்களும் செடிகளும் நிறைந்த இடங்கள் கா, பொதும்பர், பொழில், சோலை, தண்டலை, காடு, கானம் எனப் பல பெயர்களைப் பெற்றிருந்தன. ஆயின், இவற்றுள் ஒவ்வொன்றும் தனிப்பட்ட சிறப்புடைய காரணத்தால் தனிப்பெயர் பெற்றிருத்தல் வேண்டும். அத்தனிச்சிறப்பு இன்னது என்பது இப்பொழுது தெளிவாகக் கூறுதற்கில்லை. அத்தனிச் சிறப்பினை நச்சினார்க்கினியராலேயே கூறக்கூடவில்லை என்பதை நோக்க, இவற்றின் வேறுபாடு அவர் காலத்திலேயே அறியப்படவில்லை என்பது தெளிவாகிறது.

மதுரைக்காஞ்சியைப் பாடிய மாங்குடி மருதனார் முதற்கண் பாண்டி நாட்டுச் சிறப்பினைக் கூறினார்; அடுத்துப் பாண்டி நாட்டுத் தரைநகரான மதுரையின் சிறப்பைக் கூறத் தொடங்கியவர், அதனை அடுத்துப் பாயும் வையை யாற்றைப்பற்றிக் கீழ்வருமாறு கூறலானார்:

"கலைதாய வுயர்சிமையத்து
மயிலகவு மலிபொங்கர்
மந்தி யாட மாவிசும் புகந்து
முழங்குகால் பொருத மரம்பயில் காவின்
இயங்குபுனல் கொழித்த வெண்டலைக் குலவுமணற்
கான்பொழில் தழீஇய அடைகரை தோறுந்
தாதுகுழ் கோங்கின் பூமலர் தாஅய்க்
கோதையி னொழுகும் விரிநீர் நல்வரல்
அவிரறல் வையைத் துறைதுறை தோறும்
பல்வேறு பூத்திரள் தண்டலை சுற்றி
அழுந்துபட்டிருந்த பெரும்பாண் இருக்கையும்"

(அடி, 332-342)

1. மதுரையை அடுத்த வையைக் கரையில் 'கா' என்ற பெயருடன் ஓரிடம் இருந்தது. அதில் மரங்கள் வானுற வளர்ந்து நெருங்கியிருந்தன. மரக்கொம்புகளில் முசுக்கலைகள் தாவின; மந்திகள் விளையாடின; மயில்கள் இருந்து அகவின.

2. உயர்ந்த மலையுச்சியிலிருந்து வீழ்ந்து ஓடிய நீர் கொழித்து ஏற்பட்ட வெள்ளிய தலையினையுடைய மணற் குன்றிடத்து மணத்தை யுடைய பொழில் அமைந்திருந்தது.

3. காவோடே பொழில் சூழ்ந்த நீரடைந்த கரை தோறும் தாது சூழ்ந்த கோங்கின் பூவும் ஏனை மலர்களும் பரந்து மாலை ஒழுகினாற் போலப் பாயும் பெருநீரையுடைய வையையிடத்துத் துறைதோறும் பலவாய் வேறுபட்ட பூத்திரளையுடைய தண்டலைகள் இருந்தன.

இக்கூற்றால், 1. 'கா' என்பது உயர்ந்தோங்கிய மரங்களைக் கொண்டது என்பதும், அங்குக் குரங்குகளும் மயில்களும் இருந்தன என்பதும் தெரிகின்றன.

2. ஆற்று நீர் கொழித்து உண்டான மணல் மேட்டில் மணத்தையு டைய மலர்களைக் கொண்ட மரங்களோ, மரஞ்செடிகளோ நிறைந்த இடம் 'பொழில்' எனப்பட்டது என்பது தெரிகிறது.

3. ஆற்றுத் துறைகளில் பல்வேறு பூக்களைக் கொண்ட மரஞ்செடி கொடிகள் நிறைந்த இடம் 'தண்டலை' எனப் பெயர் பெற்றது என்பது தெரிகிறது.

மேலே கூறப்பட்ட மதுரைக்காஞ்சி அடிகளுக்கு உரைவகுத்த நச்சினார்க்கினியர் 'கா' என்பதற்குச் 'சோலை' என்றும், 'பொழில்' என்பதற்குப் 'பொழில்' என்றும், 'தண்டலை' என்பதற்குப் 'பூந்தோட்டம்' என்றும் பொருள் கூறியுள்ளார்; இங்ஙனமே 'பொதும்பர்' என்பதற்குப் 'பொதும்பர்' என்றும் (பெ.ஆ.படை, அடி, 374) பொருள் கூறியுள்ளார். ஆயினும், மூலத்திற்கு அவர் கூறியுள்ள உரையைக் கொண்டு நாம் ஒவ்வொன்றையும் வேறு பிரித்தறியலாம். இனி இவற்றுள் ஒவ்வொன்று பற்றியும் பத்துப்பாட்டுள் கூறப்பட்டுள்ள செய்திகளைக் காண்போம்:

இறும்பு: இளமரக்காடு, குறுங்காடு, மலைச்சாரலில் மயில்கள் ஆரவாரிக்கும் மரங்கள் நெருங்கின இளமரக்காடு (பெ.ஆ. படை, அடி, 405). நன்னனது அகன்ற மலையிற் குறுங்காட்டிடத்தே யானைகள் நிறைந்திருந்தன (மலைபடு, அடி, 205. பெரிய நிழல் உண்டான மரங்கள் நெருங்கின குறுங்காட்டாலே ஞாயிற்றால் சுடப்படாத குன்றம் நன்னனது மலைநாட்டில் இருந்தது. (அடி, 271-2). மரையேறு, கானவனது வில்லின் ஓசைக்கு வெருவி, முற்பட்ட குறுங்காட்டில் விரைந்தோடியது (அடி 407).

கா: இது உயர்ந்தோங்கிய மரங்களையுடைய இடம். அங்குக் குரங்குகளும் மயில்களும் இருந்தன (ம.கா.அடி, 332-5). தாழ்ந்த மரங்களைக் கொண்டது 'தாழ்கா' எனப்பட்டது. (பொ.ஆ.படை, அடி. 196). கச்சி நகரத்துள் கா இருந்தது. யானைக்கு இட்ட நெய்ச் சோற்று உருண்டையைப் பாகன் நெகிழ்ந்த செவ்வியைப் பார்த்துக் கவர்ந்து கொண்ட சூல் கொண்ட மந்தி. அக்காவினுட் சென்று தின்றது (பெ.ஆ.படை, அடி, 303-6). பாண்டியன் நெடுஞ்செழியன் பகைவருடைய காவலைக்கொண்ட காக்களை அழித்தான் (ம.கா.அடி, 152-3). பூக்கள் செறிதலைத் தன்னிடத்தே கொண்ட உச்சியையுடைய அகன்ற காக்கள் பாண்டி நாட்டில் இருந்தன (நெ.நல்.அடி, 27). நன்னன் தலை நகரில் பல வண்டுகள் ஒலிக்கும் குளிர்ந்த நெடிய காக்கள் இருந்தன (மலைபடு, அடி, 486). நன்னனது தண்பணை நாட்டில் மெல்லிய விளைநிலங்கள் முதலியனவும் காக்களும் இருந்தன[1] (மலைபடு, அடி, 450-3).

காடு: அகில், சந்தனர், வேங்கை முதலிய பெரிய உயரமான மரங்கள் நெருங்கி வளரப் பெற்றதாய், யானை கரடி புலி முதலிய விலங்குகளுக்கு வாழிடமாய் இருப்பது 'காடு' என்னும் பெயர் பெற்றது. இது குறிஞ்சி நிலத்துக்குச் சிறப்பாய் உரியது. வெப்பத்தால் வளமற்ற பாலை நிலக்காடும் இதில் அடங்கும். பாலை நிலத்தேவதை 'காடு கிழாள்' எனப்பட்டாள்; 'பழையோள், கொற்றவை' என்றும் பெயர் பெற்றாள் (திருமுருகு, அடி, 258-9). பாலைநிலக் காட்டு வழியே சென்ற பாணர், விறலியர், கூத்தர், பொருநர் என்பவர். காடுறை தெய்வத்தை வழிபட்டனர் (பொ.ஆ.படை, அடி, 52). காட்டில் உலர்ந்த மூங்கில்

---

1. நச்சினார்க்கினியர் 'கா' என்பதற்குப் 'பொழில்' என்று பல இடங்களில் பொருள் கூறியுள்ளார். (திருமுருகு, அடி, 223, ம.கா.அடி, 152 3 நெடுநல், அடி, 27 மலைபடு. அடி, 451, 486) சோலை என்றும் பொருள் கூறியுள்ளார். (பெ.ஆ.படை, அடி 196). பண்டைக்காலத்தில் காக்களுக்கு இடையில் கோவில்கள் உண்டாயின. அக்கோவில்கள் கி.பி. 7ஆம் நூற்றாண்டில் வாழ்ந்த அப்பராலும் சம்பந்தராலும் பாடப்பட்டன. அவை ஆனைக்கா, குரங்குக்கா, கோடிகா, கோலக்கா, நெல்லிக்கா என்வை.

2. முன்பு கூறப்பெற்றாற்போலவே காட்டில் அமைந்த திருக்கோவில்கள் சில. அவற்றின் பெயர்கள் ஆலங்காடு, கொள்ளிக்காடு, சாய்க்காடு, தலைச் செங்காடு, தலையாலங்காடு, புறவார் பனங்காட்டூர், மறைக்காடு, வேற்காடு.

1. முன்பு கூறப் பெற்றாற்போலவே கானத்தில் அமைந்த பாடல் பெற்ற தலங்கள் கானூர், கானப்பேர் என்பன.

தம்மில் இழைந்ததால் தீ உண்டாயிற்று. கூத்தர், கானவரால் கொல்லப் பட்ட பன்றியின் இறைச்சியை அத்தீயில் வேகவைத்து உண்டனர் (மலைபடு அடி, 245-49). காட்டில் மராமரம் முதலிய மரங்களுக்கு அடியில் நடுகற்கள் இருந்தன. வழிப்போக்கர் அவற்றை வழிபட்டுச் சென்றனர் (அடி, 386-398). இக்காலத்தைப் போலவே அக்காலத்திலும் காடு காக்கப்பட்டது.

"காடுகாத் துறையுங் கானவர் உளரே"

என்பது மலைபடுகடாம் (அடி, 279). காடு பற்றிய பிற செய்திகளைக் 'குறிஞ்சி நிலம்' என்னும் தலைப்பிற்காணலாம்.[2]

கானம்: காடு, கானம் என்னும் பெயரும் பெற்றது. கார்காலத்து முதல் மழை பெய்தவுடன் செங்கடம்பு முதலிய மரங்கள் தழைத்துப் பூக்கும். அப்பொழுது அக்கானம் குளிர்ந்தும் மணத்துடனும் காணப் படும் (திருமுருகு அடி, 9-11). பாலை நிலக் கானத்தில் யானைகள் உலாவும் வழிகள் இருந்தன; அந்நிலத்தில் மராமரம் வலையை மேலே கட்டினாலொத்த புல்லிய நிழலைத்தந்தது (பொ.அடி,படை, அடி, 48-51). இடையன் கன்றுகள் பொருந்தின பசுந்திரளுடன் கானத்தில் தங்கியிருந்தான் (பெ.ஆ. படை, அடி, 176). கொன்றை, கோடல், தோன்றி மலர்கள் பூக்கக் (முல்லை நிலக்) கானம் தழைத்த சிவந்த நிலத்துப் பெருவழியிருந்தது (மு.பாட்டு, அடி, 92-7). நெடுஞ்செழியன் பகைவரையடக்கப் பனியொழுகிய மலையிடத்தனவாகிய கானங்களைக் கடந்து சென்றான் (ம.கா.அடி, 148). அகன்ற இடத்தையுடைய கானத் தில் முல்லைப் போதுடனே மாறுபடும்படி ஏனைய பல பூக்களும் மலர்ந்தன (நெடுநல், அடி, 129-130). நன்னனது பொருளீட்டச் சென்ற இடத்து வழியில் இருந்த கானங்கள், கரிகாலன் வேலினும் கடியவா யிருந்தன (ப.பாலை, அடி, 299-300). தலைவன் மலைநாட்டில் விலங்குகள் விரும்பித்திரியும் கானங்கள் இருந்தன (மலைபடு, அடி, 69); யானைகள் தம்மிற்சேர்ந்த பொருதாலொத்த - ஒன்றினிடத்தே ஒன்றுகூடி நெருங்கின- மலைகளிடத்தே மழை பொழியும் கானங்கள் பல இருந்தன (அடி, 384-5). நன்னனது மலை நாட்டில் மலையைச் சேர்ந்த வழியினையுடைய கானங்கள் அங்காங்கு இருந்தன (அடி, 242). நன்னனுக்குரிய காணங்களில் புலி கலைமான்மீது பாய்ந்து கொன்றது (அடி, 404-5). நன்னன் மலைகளில் கானக்கோழிகள் இருந்தன (அடி, 510). பேகனது மலையை அடுத்த கானத்தில் மயில்கள் இருந்தன (சி.ஆ. படை, அடி, 85). கானத்தில் பாய்ந்த யாறு 'கான்யாறு'

எனப்பட்டது. (அடி. 3). கானத்தில் குமிழ மரங்கள் இருந்தன (அடி, 225). மலை நாட்டு மக்கள் கானவர் எனப்பட்டனர் (கு.பா. அடி, 225). கானம் 'கான்' எனவும் பெயர் பெற்றது. அக்கானில் மக்கள் நடக்கச் செவ்விய நெறி இருந்தது (மலைபடு, அடி, 258). கானத்துப் பலா 'கானப் பலவு' எனப்பட்டது. (அடி, 511).1

சோலை: திரண்ட தண்டினையுடைய கமுகமரம் சோலையிடத்து இருந்தது. அது 'சோலைக்கமுகு' எனப்பட்டது (பெ.ஆ.படை, அடி, 380-82). நன்னன் மலைச்சரிவுகளில் சோலை வாழை இருந்தது (மலைபடு, அடி, 130-131). இவ்விரண்டு ஆட்சிகளையும் நோக்க, சங்க காலத்தில் கமுக மரங்கள் மட்டும் வளர்ந்த இடம் 'கமுகச் சோலை' என்றும் வாழை மரங்கள் மட்டும் வளர்ந்த இடம் வாழைச்சோலை என்றும் பெயர் பெற்றன என்பது தெரிகிறது.

தண்டலை: சோழ நாட்டில் தாழ்ந்த தெங்கினையுடைய குளிர்ந்த தண்டலைகள் இருந்தன. 'தண்டலை-மரச் சோலை' என்பது நச்சினார்க்கினியர் உரை (பொ.ஆ.படை, அடி, 181). வைகை ஆற்றின் துறைதோறும் பல்வேறு பூத்திரளையுடைய தண்டலை இருந்தது. இங்குத் 'தண்டலை-பூந்தோட்டம் என்பது நச்சினார்க்கினியர் உரை (ம.கா.அடி, 340-1), தொண்டை நாட்டில் தண்டலை உழவர் இருந்தனர். 'தண்டலை- தோப்பு' என்பது நந்சினார்க்கினியர் உரை (பெ.ஆ. படை, அடி, 355). காவிரிப்பூம்பட்டினத்துக் கடற்கரையருகில் பொழில்களுக்கு அப்பால் பூந்தண்டலை இருந்தது. 'பூந்தண்டலை-பூஞ்சோலை' என்பது நச்சினார்க்கினியர் உரை (ப.பாலை, அடி, 32-3).

கி.பி. 14ஆம் நூற்றாண்டில் அல்லது அதற்குப் பின்புவந்த நச்சினார்க்கினியர் சங்ககாலத்துத் தண்டலை என்னும் ஒரு சொல்லுக்கு இடம்நோக்கி மரச்சோலை என்றும், பூந்தோட்டம் என்றும், தோப்பு என்றும், பூஞ்சோலை என்றும் நான்கு வகையாகப் பொருள் கூறி யுள்ளார் என்பது இங்கு அறியத்தகும்.

தண்டலை- தண்மை+தலை; குளிர்ந்த இடம்; மரம், செடி, கெடிகளால் நிழல் மிகுந்து குளிர்ச்சியையுடைய இடம் என இதற்குப் பொருள் கொள்ளலாம். ஆயின், இப்பெயர் சங்ககாலத்தில் குறிப்பிட்ட இடம் ஒன்றுக்கே பெயராகி வந்திருத்தல் வேண்டும். அப்பெயரின்

1. தண்டலை நீள் நெறி என்பது பாடல் பெற்ற ஒரு தலம். குழித்தண்டலை என்பது இன்று குழித்தலை என மாறி வழங்கப்படுதல் இங்கு அறியத்தகும்.

பொருட்சிறப்பு மறைந்துவிட்ட பிற்காலத்தில் வந்த நச்சினார்க்கினியர், தம் காலவழக்குப் பெயர்களைத் தண்டலை என்பதற்குப் பொருளாகக் கூறியுள்ளார் என்று கோடலே பொருத்தமாகும்.1

படப்பை: கிடங்கில் என்னும் ஊரில் கொத்தில் எழுந்த பூக்களை யுடையனவாகிய படப்பைகள் இருந்தன. 'படப்பை-தோட்டங்கள்' என்பது நச்சினார்க்கினியர் உரை; பூக்களையுடைய தோட்டம் என்பது பொருள் (சி.ஆ.படை, அடி, 160-1). தொண்டை நாட்டில் மணம் நாறுகின்ற படப்பைகளையுடைய தண்டலைகள் இருந்தன. 'படப்பை-பூந்தோட்டம்' என்பது நச்சினார்க்கினியர் உரை (பெ.ஆ. படை, அடி, 354-5).[2]

பொதும்பர்: கச்சிக்கு அருகில் கதிரவன் வெயில் உட்செல்ல முடியாதபடி இலைகள் நெருங்கியிருக்கும் மரம்செடி கொடிகள் நிறைந்த பொதும்பர்-இலை நெருக்கத்தால் மேகம் நுழைந்து செலலும் பொதும்பர் இருந்தது. 'பொதும்பர்-இளமரக்கா' என்பது நச்சினார்க்கினியர் உரை (பெ.ஆ.படை, அடி, 374). 'முதுவெள்ளிலை' என்னும் ஊரின் கடற்கரையருகில் நிலாப்போலும் மணலையுடைய கரையில் குடமுழாப்போலும் தாளையுடைய தாழையை வேலியாகவு டைய குளிர்ச்சியையுடைய பொதும்பர் இருந்தது. 'பொதும்பர்-இளமரக்கா' என்பது நச்சினார்க்கினயர் உரை (ம.கா.அடி, 114-5). சிறிதும் வெயில் படாமல், இலைகள் நெருங்கிய இடம் பொதும்பர் எனப் பெயர் பெற்றிருந்தது என்பது இவற்றால் தெரிகிறது.

பொழில்: வைகை ஆற்று நீர் கொழித்து ஏறட்ட வெண் மணற் குன்றினிடத்தே மணத்தையுடைய பொழில் இருந்தது (ம.கா. அடி, 332-7). காவிரிப்பூம் பட்டினத்துக் கடற்கரையில் (காவிரி கடலொடு கலக்கும் இடத்தில்?) -மனச்செருக்கு எழுதற்குக் காரணமான புது வருவாயினையுடைய பொழில்கள் இருந்தன (அவற்றுக்குப் புறம்பே பூந்தண்டலைகள் இருந்தன) (ப.பாலை, அடி, 33).[3]

◈

---

2. 'படப்பை' என்பது இன்று தொண்டைகாட்டில் ஓர் ஊரின் பெயராயுள்ளது.

3. 'ஆலம்பொழில்' என்பது பாடல் பெற்ற தலம்.

31. விலங்குகள் பறவைகள் முதலியன

1. விலங்குகள்

பண்டைத் தமிழ்ப்புலவர் குறிஞ்சி முதலிய நிலங்களில் அலைந்து திரிந்து அனுபவப்பட்டவராதலின், தம் பாக்களில் பல விலங்குகளின் இயல்புகளைக் குறித்துள்ளனர்; சில விலங்குகளின் பெயர்களையும் ஒரோவழிக் குறித்துள்ளனர். அவற்றைக் கீழே காணலாம்.

அணில்: இது இலவங்காயின் முதுகு விரிந்து பஞ்சு தோன்றினாற் போன்ற வரியை முதுகிலே உடையது (பெ.ஆ.படை, ஆடி, 83-5).

ஆமா: காட்டுப்பசு; கரிய கொம்பினையுடையது (திருமுருகு அடி, 314-5); அவரைத் தளிரை மேயும் (ம.கா. அடி, 293). இஃது 'ஆமான்' எனவும் பெயர் பெறும். ஆமான் புகல்வி, காட்டு எருது (கு.பா. அடி, 253). புகல்வி-ஏறு.

ஆளி: இஃது யாளி. இது சிங்கத்தைப் போன்ற ஒரு வகை விலங்கு. இதன் குருளை பால் ஊட்டும் இளைய பருவத்திலேயே இரைதேடும் வேட்டையில் களிற்றைக் கொல்லும் (பொ.ஆ.படை, அடி, 141-2; கு.பா. அடி, 252); யாளி பாயின, யானைக்கூட்டம் கலங்கிப் பிளிறும் (பெ.ஆ.படை, அடி, 257-91).[1]

ஆன்: பசு; இதன் ஆண், ஏறு எனப்படும்; ஆனேறு என்னும் பெயர் பெறும் (மலைபடு, அடி, 408-9).

இரலை: ஆண் மான்: திரிமருப்பு 'இரலை-முறுக்குண்ட கொம்பினையுடைய புல்வாய்க்கலை (ஆண் மான்) (மு.பா.அடி, 997).

---

[1] யானையின் தந்தமும் துதிக்கையும் சிங்கத்தின் முகமும் உடையதாகக் கருதப்படும் விலங்கு.

A mythological lion-faced animal with elephantine proboscis and tusks - Tamil Lexicon, Vol. 6, p.3404.

*கலை:*ஆண் மான்; பிணை: பெண் மான் (மலைபடு, அடி, 404-5).

மரை: மானின் வகை; இதன் ஆண் மரை, 'விடை' எனப்பட்டது. மலைபடு, அடி, 406).

உளியம்: கரடி, இஃது உள்ளே வெளிற்றினையுடைத்தாகிய கரிய பனையினது புல்லிய செறும்பை ஒத்தகரிய நிறத்தையுடைய மயிரினை யுடைய உடம்பை உடையது; வளைந்த அடியினையுடையது (திரு முருகு, அடி, 311-4).

எலி: பெ.ஆ.படை, அடி, 85.

ஒட்டகம்: இஃது உயர்ந்த தன்மையையுடையது; இது பாலைவன விலங்கு. இது சங்ககாலத் தமிழகத்தில் பாலைவனத்திலிருந்து கொண்டு வரப்பட்டது போலும்! (சி.ஆ.படை, அடி, 154).

கழுதை: வணிகர் கழுதை மீது மிளகுப் பொதிகளைக் கொண்டு சென்று உள் நாட்டு வாணிகம் நடத்தினர் (பெ.ஆ.படை, அடி, 80).

கேழல்-ஆண் பன்றி: பிணவு-பெண் பன்றி (ம.கா.அடி, 174); குறவன் பள்ளத்தைத் தோண்டிச் சிறிதளவு திறப்பை மட்டும் வைத்துக் குழியை மூடிவிடுவான். ஆண் பன்றி பயிரை அழிக்க வந்து அக்குழியில் விழுந்து அகப்படும் (ம.கா.அடி, 294-5); ஆண் பன்றி தினைப்புனத்தை அழிப்பது; அதனால், கானவர் தினைப்புனத்திற்கு வரும் வழிகளில் கற்பொறிகளை வைத்துக் கேழல் வாராதபடி தடுத்தனர் (மலைபடு, அடி, 193-5).

துரு: செம்மறியாடு; செம்மறியாட்டினை ஒத்த புற்கென்ற தலை யுடைய பிள்ளைகள் (மலைபடு, அடி, 217).

நாய்: அண்மையில் குட்டி போட்ட நாய் அடுக்களையில் படுக்கும் இயல்புடையது (சி.ஆ.படை, 132); வேட்டை நாயைச் சங்கலியாற் பிணித்து வேடர் தம் குடிலின் தூணில் கட்டியிருந்தனர் (பெ.ஆபடை, அடி, 125); நாயின் பல், மூங்கில் முளை போன்றது; வேட்டை நாய் சினம் மிக்கது; தன்னை ஒன்று நெருங்குந்தோறும் கோபிக்கும் இயல் புடையது; பெரிய நகங்களையுடையது; பகைவரை முதுகு கண்ட வீரரைப் போன்றது; (கு.பா. அடி, 128-131); நாய், குறித்த விலங்கின்மீது பாய்ந்து பற்றும்; வேடரோடு சென்று புதர்களிற் புகுந்து முயல்களைப் பிடிக்கும் (பெ.ஆ.படை, அடி, 112-117). அஃது உடும்பைக் கடித்துக் கொண்டு வரும். வேடர் அவ்வுடும்பின் இறைச்சியைச் சமைத்து உண்பர்

(பெ.ஆ.படை, அடி, 132-3); நாயின் நா, விறலியின் சிறிய அடிக்கு உவமை (பொ.ஆபடை, அடி, 42); நாய் 'ஞமல' எனவும் பெயர் பெறும்.

புரவி-குதிரை: பல நிறக் குதிரைகள் உண்டு. கரிகாலன் தேரில் பால் நிறக் குதிரைகள் நான்கு பூட்டி அவற்றைப் பொருநர்க்குப் பரிசிலாக அளித்தான் (பொ.ஆ.படை, அடி, 165); குதிரை வெள்ளிய தலையாட்டத்தையுடையது; 'வாலுளைப் புரவி' (பெ.ஆ.படை, 27); படைக்கு உதவுவது (ம.கா. அடி, 184). இதன் கழுத்து மயிர் அடிக்கடி கத்தரிக்கப்பட்டது; பொன்னாற் செய்த கலனை முதலியவற்றால் பொலிவு பெற்றது (மலைபடுகடாம், அடி, 574). குதிரையைத் தன் வயப்படுத்தி நடத்தினவன் அதற்கு ஐந்து கதியையும் பதினெட்டுச் சாரியையும் பயிற்றினான் (ம.கா.அடி, 389-397).

புலி: தொண்டை நாட்டுக் காடுகளில் புலி இருந்தது (பெ.ஆபடை, அடி, 42-43); புலி வலிமை பொருந்திய ஆண் யானையைத் தாக்கும் (ம.கா.அடி, 643); மதுரை மாநகரில் இருந்த உயிர்க்காட்சிச் சாலையில் தனிக்கூட்டில் புலி இருந்தது (ம.கா.அடி, 676-7); நாடு காடாயின் புலிகள் அங்குத் தங்களும் (ம.கா.அடி, 157); புலி பன்றியைக் கொல்லும் (மலைபடு. அடி, 404-5); புலி மரையானினையும் பாய்ந்து கொல்லும் (மலைபடு, அடி, 505-6); ஆண் புலி 'புலிப்போத்து' எனப்படும் (பெ.ஆ. படை, அடி, 138); புலியின் தோலில் வரிகள் உண்டு (நெடுநல். அடி, 126); புலி 'உழவை என்றும் வழங்கப்பட்டது (கு.பா.அடி, 252).

மந்தி: பெண் குரங்கு. இது மரமேறும் தொழிலிற் சிறப்புடையது. இதுவும் உயரத்தால் ஏறியறியாத மரங்களும் இருந்தன (தருமுருகு. அடி, 4-2).

முசுக்கலை: முசு-கரிய முகத்தையுடைய ஒருவகைக் குரங்கு. (திருமுருகு. அடி, 302-3); முசுக்கலை இவ்வினத்து ஆண் குரங்காகும் (மலைபடு, அடி, 292 அடிக்குறிப்பு).

முயல்: இதன் காது தாமரையின் புற இதழை ஒத்திருக்கும். இது தூறுகளில் வாழும். வேடர் ஓரிடத்தில் வலையை மாட்டி, அவ்வலையை நோக்கி ஓடும்படி இம்முயல்களை விரட்ட, நாய்களுடன் தூறுகளைத் தாக்குதல் வழக்கம் (பெ.ஆ.படை, அடி, 112-117).

யானை: இது விலங்குகளிற் பெரியது. பெண் யானை 'பிடி' எனப் படும். ஆண் யானை 'களிறு' எனப்படும். யானை புலிக்கும் யாளிக்கும் அஞ்சுவது. ஆண் யானை பெண் யானைக்கு உணவு தேடித்தரும்

(மலைபடு. அடி, 307-8); யானை கட்டப்படும் முளை 'கந்து' எனப் பட்டது (பெ.ஆ.படை,அடி, 396); ஆண் யானைகள் போர்த்தொழிலில் பயிற்சி பெற்றன. பகை வீரர் அவற்றின் துதிக்கைகளை வெட்டினர்; போர் யானை நெற்றிப் பட்டத்தோடு இருந்தது (நெடுநல், அடி, 168-171); வள்ளல்கள் பாணர் போன்ற இரவலர்க்குக் களிறுகளைத் தந்தார்கள். (ம.கா.அடி, 752); மலைப்பகுதியில் வாழ்ந்த இருடிகள் களிறுகள் முரித்து வந்த மரக்கட்டைகளைக் கொண்டு வேள்வி செய்தார்கள் (பெ.ஆ. படை, அடி, 498-500): யானையை விழுங்கும் பாம்பும் உண்டு (மலபடு, அடி, 260-61); யானையை விழுங்கும் முதலையும் உண்டு (மலைபடு, அடி, 211-12); காட்டில் யானைகள் உலாவிய வழி 'களிறு வழங்கு அதர்' எனப்பட்டது. (பொ.ஆ.படை, அடி, 49); போரில் களிறுகளை எதிர்த்துக் கொன்ற வீரர் மன்னராற் சிறப்பிக்கப் பெற்றனர் (ம.கா.அடி, 784-6).

யானையைப் பிடித்தல்: வேட்டுவர் யானையைப் பிடிக்கப் பெரிய குழியை வெட்டுவர்; அதனைக் கொம்புகளாலும் தழைகளாலும் மூடுவர். யானை நடந்து செல்லுகையில் குழியில் விழுந்துவிடும். அது மிக்க சீற்றமுற்று அக்குழியின் கரையைத் தன் கோட்டால் குத்திக் குழியைத் தூர்க்க முயலும்; மலைப்பக்கம் எல்லாம் எதிரொலிக்கப் பிளிறும் அப்பொழுது அதனை வலிமை வாய்ந்த கயிறுகளால் பிணித்துப் பிடித்து அடக்குவர் (ப.பாலை, அடி, 222-225); யானையைப் பழக்குவதில் வல்லவர் 'பாகர்' என்பவர்.

யானையைப் பழக்கல்: பாகர்கள் வடசொற்களைக் கூறி யானையை அடக்குவார்கள்; ஏறிச் செலுத்துவார்கள்; நெய்யிட்டுப் பிசைந்த சோற்று ஊருண்டைகளை உணவாகத் தருவார்கள் (பெ.ஆ.படை, அடி, 393-96) யானைகள் கரும்பு, நெற்கதிர், அதிமதுரத்தழை ஆகிய வற்றைத் தின்னும். அவை தின்னாத போது பாகர் யானைப் பேச்சான வடமொழிகளைப் பலகாற் சொல்லிப் பரிக்கோலால் குத்திக் கவளத்தைத் தின்னும்படி செய்வர் (மு.பா.அடி, 32-36); இளைய யானைக் கன்றின் காலடி உடுக்கையின் கண் போல இருக்கும் (பொ.ஆ.படை, அடி. 125-6).

யூகம்: கருங்குரங்கு (திருமுருகு, 'அடி, 302). இஃது தமிழில் ஊகம் எனத்திரியும். இது பசியகண்களை உடையது (சி.ஆ.படை, அடி, 221).

வருடை: இது மலையாடு; மேகங்கள் தபசூம் உச்சியையுடைய மலையில் உலாவுவது (ப.பாலை. அடி, 138-9).

விடை: ஆட்டுக்கிடாய். எயினர் இதனை மன்றிலே அறுத்துச் சமைத்து உண்டனர் (பெ.ஆ.படை, அடி, 143); குறவர் இதனை முருகனுக்குப் பலியிட்டு இதன் குருதியைக் கலந்து பிசைந்த வெள்ளரிசியைச் சிறுபலியாக இட்டனர் (திருமுருகு, அடி, 232-4); விடை-மரையான் ஏறு. இது போரிற் கை வந்தது; இமிலேற்றுடன் (இடபத்துடன்) போர் புரியும் ஆற்றல் பெற்றது (மலைபடு, அடி, 330-1).

வெள்ளை- வெள்ளாடு. செம்றியாடுகளும் வெள்ளாடுகளும் தத்தம் கிடாய்களுடன் நன்னன் மலைகளில் வாழ்ந்தன (மலைபடு, அடி, 413-416).

உயிர்க் காட்சிச்சாலை: தலையாலங்கானத்துச் செருவென்ற பாண்டியன் நெடுஞ்செழியன் காலத்தில் பாண்டி நாட்டுத் தலை நகரான மதுரையில் கரடி முதலிய வலிய விலங்குகள் கூடுகளில் அடைக்கப்பட்டிருந்தன (ம.கா.அடி, 676-7).

2. பறவைகள்

பத்துப்பாட்டுள் இடம் பெற்றுள்ள பறவைகளுட் குறிப்பிடத் தக்கவை பற்றிய செய்திகளைக் கீழே காண்க:

அன்னம்: அன்னப்பறவையின் கால்கள் சிவந்த நிறமுடையவை. அன்னம் மிக்க உயரம் வரையிற் பறக்கும் (ம.கா.அடி, 385-6); அன்னச் சேவல் வைகறையில் கரையும் (அடி, 674-5). பாண்டி மாதேவியின் கட்டிலின்மீது படுக்கை இருந்தது. அதன் மீது தன் பேட்டைப் புணர்ந்த அன்னச் சேவலின் தூய நிறத்தையுடைய சூட்டாகிய மயிர் பரப்பப் பட்டிருந்தது (அன்னம் புணருகையில் அதன் சூட்டிற்கு மென்மை பிறக்கும் என்பது நம்பப்பட்டது) (நெடுநல், அடி, 132). பாண்டியன் அரண்மனையில் நீண்ட மயிரையுடைய கவரி மான் களுடன் குறிய கால்களையுடைய அன்னப்பறவைகளும் வாழ்ந்தன (நெடுநல், அடி, 89-92). அன்னப்பறவை போல் அக்காலத்தில் விளக்குச் செய்யப்பட்டுப் பயன்படுத்தப்பட்டது. யவனரின் கப்பற்கூம்பின்மீது அன்ன விளக்கு எரிந்தது. (பெ.ஆ.படை, அடி 316-7).

அன்றில்: அன்றிலின் வாய், ஊதுகின்ற கொம்பு போல் வளைந் திருக்கும். அன்னச்சேவல் பனையின் உள்மடலில் இருந்து தன் பேட்டை அழைக்கும் (கு.பா.அடி, 219-220).

ஆண்டலைப்புள்: இஃது ஆண் மகனது தலை போன்ற வடிவ முள்ள ஒரு வகைப் பறவை. கரிகாலனால் அழிக்கப்பட்ட ஊர் மன்றங் களில் ஓலமிட்ட கூகைகளுடனே இவ்வாண்டலைப் புட்களும் சேர்ந்து அச்சந்தரத்தக்க முறையில் ஓசையிட்டன (ப.பாலை, அடி, 258).

காட்டுக்கோழி: இது கானக்கோழி (பொ.ஆ.படை, அடி, 222).

கிள்ளை-கிளி: இது வளைந்த அலகையுடையது (பெ.ஆ. படை, அடி, 226-7); மறையவர் தாம் வளர்த்த கிளிகளுக்கு வேத ஓசையைக் கற்பித்தனர் (அடி, 300); உழவர் தம் பயிர்களைக் கிளிகள் கெடுக்காதபடி அவற்றை விரட்டினர் (ம.கா.அடி 95 உரை); காவிரிப் பூம்பட்டினத்தில் செல்வர் வீட்டுத் திண்ணைகளில் (கூண்டுகளில்) இருந்து கிளிகள் பேசின (ப.பாலை, அடி, 263-4); தினைப்புனத்தைக் காவல் காக்கும் மகளிர் ஒலிக்கும் மூங்கிலாற் செய்த தட்டையைப் புடைத்துக் கிளிகளை ஓட்டினர். அதனால் அம்மகளிர் 'கிளிகடிமகளிர்' எனப் பட்டனர் (மலைபடு, அடி, 328-9); கிளிகளை விரட்டும்போது உண்டான ஆரவாரம் 'கிளிகடிபூசல்' எனப்பட்டது (ம.க.அடி, 291).

கின்னரம்: இஃது இனிய கானத்திலே பாட வல்ல பறவை (பெ.ஆ.படை, அடி, 493-4).

குடிஞை: பேராந்தை. இதன் ஓசை துடியோசை போன்றது (பொ.ஆ.படை, அடி, 210). பெண் பேராந்தை 'குடிஞைப்பேடு' எனவும், ஆண் பேராந்தை 'குடிஞைச்சேவல்' எனவும் வழங்கப்பட்டன. இவை மலைப்பக்கங்களில் ஆணும் பெண்ணுமாய் இரட்டின (ஓசையிட்டன). இவற்றின் ஓசை 'ஆகுளி' என்னு சிறுபறையின் ஓசையை ஒத்திருந்தது (மலைபடு, அடி, 140-141).

குருகு: பத்துப்பாட்டுப் புலவர்கள் நாரை வேறாகவும் கொக்கு வேறாகவும், குருகு வேறாகவுமே பொருள் படும்படி தனித்தனியாகப் பெயரிட்டுக் கூறியுள்ளனர். குருகு என்பது, கொக்கு, நாரை என்னும் பறவைகளின் இனத்தைச் சேர்ந்ததாய் இருக்கலாம். வையைக் கரையை அடுத்து மதுரையில் இருந்த பாணர் சேரியில் மீன்கள் சீவப்பட்டன. அப்பொழுது குருகுகள் மனையிடத்து மரங்களில் இருந்து நரன்றன (ம.கா.அடி, 268-9).

குறும்பூழ்: இது காடை என்னும் பறவை; குறுங்காலினையும் கரிய கழுத்தினையும் உடையது. இது பயிர் நிலத்தில் தன் குஞ்சுகளோடு வாழும்; வயலில் அறுவடை நடக்கும் என்பதை அறிந்ததும் பறக்க

இயலாத தன் குஞ்சுகளைக் காட்டிற்குக் கொண்டு செல்லும் (பெ.ஆ. படை, அடி, 202-5). குறும்பூழ் இரண்டை ஒன்றுடன் ஒன்று போர் புரிய விட்டு வேடிக்கை பார்த்து மகிழ்தல் பண்டைத் தமிழர் வழக்கம். இது 'பூழ்ப்போர்' எனப்பட்டது. இவற்றின் வெற்றி பற்றிப் பேசுதல் 'பூழ் வென்றி' எனப்பட்டது. இது புறத்துறைகளுள் ஒன்று.

கூகை: கோட்டான். இது பிதுங்கிய கண்களையுடையது (திரு முருகு, அடி, 49); பகை வேந்தரால் அழிவுண்ட மனைகளில் வெந்து வீழ்ந்த கரிய குதிர்களில் கூட்டினையுடைய கூகைச் சேவல்கள் தம் பேடுகளுடன் இருந்து முரன்றன-கதறின (மகா.அடி, 169-170; பபாலை. அடி, 266-68). இப்பறவை 'அழுகுரற் கூகை' எனப்பட்டது. (பபாலை, 258). இப்பறவை பாழூரில் இருந்த மன்றத்திலும் இருந்து குழன்றது (ப.பாலை, அடி, 255-258); கூகை இசைக்கு வருந்திக் குழறும் (ப.பாலை, அடி, 258).

கொக்கு: இது பசிய காலையுடையது; மழை நீர் பெருக்கெடுத்து வரும்பொழுது மீன்களைப் பற்ற முனையும். இதன் சிறகு மென்மை வாய்ந்தது (நெடுநல், அடி, 15-19).

சிச்சிலி: இது மீன் கொத்திப் பறவை. இது குறிய தாளையுடைய காஞ்சி மரத்தின் பெரிய கொம்பரில் ஏறி, மரத்தடியில் நீர் நிலையின் ஆழத்தில் திரிகின்ற மீன்களைக் கொத்தும். காலங்கருதி நெடும் பொழுது இருந்து, நீரில் முழுகி மீனை எடுக்கும் இயல்புடையது. இதன் வாய் பொன்னிறம் போன்றது. இப்பறவை நீலமணி போன்ற நிறமுடையது. (சி.ஆ.படை, அடி, 178-182); இது தொண்டை நாட்டுக் கடற்றுறைப்பட்டினத்திற்கு அருகில் நீராடின மகளிர் போகட்டுப் போன பொன் மகரக் குழையை இரை என்று கருதி எடுத்துப் பிற பறவைகள் தங்கியிருந்த பனை மடலிற் போகாமல் அந்தணர் யாக சாலையில் நட்ட வேள்வித்தூண் மீது சென்று தங்கியது (பெ.ஆ.படை, 311-316).

சிவல்: இது கவுதாரி என்றும் பெயர் பெறும். ஆட்டுக் கிடாய்கள் இரண்டனை ஒன்றோடு ஒன்று போர் புரிய விடுதல் போல இக் கவுதாரிகளையும் போரிடச் செய்து வேடிக்கை பார்த்து மகிழ்தல் பழந்தமிழர் வழக்கம். காவிரிப்பூம்பட்டினத்துப் பரதவர் இவற்றைப் போர் புரியச் செய்து மகிழ்ந்தனர். இவற்றின் வெற்றி பற்றிப் பேசுதல் 'சிவல் வென்றி' எனப்பட்டது. இது புறத்துறைகளுள் ஒன்று (ப.பாலை, அடி, 76-77).

சுரும்பு[2]: பூக்களை மொய்த்துத் தேனையுண்ணும் வண்டுகள், வண்டு, சுரும்பு, தேன், ஞிமிறு என்னும் நால்வகைப்பட்ட அறுகாற் சிறு பறவைகளாகும் (தமிழகராதி, 6, பக், 3482). சுரும்புகள் வேங்கைப் பூக்களை விருப்பத்தோடு மொய்க்கும், (சி.ஆ.படை, அடி, 22-4); நறிய பூத்தேனைத் துளிக்கும் சுரபுன்னை மலர்களையும் விருப்பத்தோடு மொய்க்கும் (அடி, 87-8); செந்தீப்போன்ற அசோக மலர்களில் இருக்கும் தேனையும் உண்ணும் (ம.கா.அடி, 700-1); செங்கழுநீர்ப் போதுகள் மீது சுரும்புகள் அமர, அவை மலரும் (ம.கா. அடி, 566-7). சுரும்புகள் தும்பைப் பூவிலும் மொய்க்கும் (ம.கா.அடி, 596); பல நறுநாற்றங் களையுடைய தலைவனை வண்டுகளும் சுரும்புகளும் மொய்த்தன (கு.பா.அடி, 146-8).

ஞிமிறு: பாண்டியன் நெடுஞ்செழியனது அரண்மனை முற்றத்தில் மணப்பொருள் இருந்தமையால், வண்டுகளும் ஞிமிறுகளும் ஆரவாரித்தன (ம.கா.அடி, 684-5). ஞிமிறு-மிஞிறு என்றும் வழங்கப் பட்டது. ஞிமிற்றொலி யாழோசையை ஒத்தது (கு.பா.அடி, 110-111).

நாரை: இஃது இறாலைத் தின்னும்; புன்னைமரக் கிளையில் தங்கும்; பின்பு கடல் ஓசையை வெறுப்பின், பனைமர மடலிற் சென்று தங்கும் (பொ.ஆ.படை, அடி, 203-207). மழை நீர் பெருக்கெடுத்து வருகையில் அந்நீரில் வரும் மீன்களைப் பற்றுவதற்குச் சிவந்த வரிகளையுடைய நாரைகள் வண்டலிட்ட சேறு பரந்த ஈரத்தினையுடைய வெள்ளிய மணலில் காத்திருக்கும் (நெடுநல். அடி, 16-17).

புறவு: இது சிவந்த காலையுடையது. ஆண் புறவு சேவல் எனப் படும் (பெ.ஆ.படை, அடி, 438-440). இது வீடுகளிலும் வளர்க்கப் பட்டது. மழையாலும் வாடைக்காற்றாலும் வருந்திய (மனைகளில் வாழ்ந்த) ஆண் புறவு, தான் இன்பம் நுகரும் பெடையோடு மன்றிலே சென்று இரை தேடி உண்ணாமல் இருந்தது (நெடுநல், அடி, 45-46). காவிரிப்பூம்பட்டினத்தில் இருந்த காளி கோட்டத்தில் புறவுகள் வாழ்ந்தன (ப.பாலை, அடி, 57-58).

மயில்: ஆண் மயில் நீலமணி போலும் கண்ணினையுடைய தோகைகளை விரித்து ஆடும். 'மயில் போன்ற சாயலையுடையவர்' என்று பெண்களை வருணித்தல் புலவர் மரபு (பொ.ஆ.படை, அடி, 47); மயில் தன் தோகையை விரித்தாற்போல மகளிர் கூந்தலை

---

2. கரும்பு–ஆண் வண்டு திவாகரம் கூறும்.

விரித்தனர் என்று புலவர் கூறுதல் மரபு (சி.ஆ.படை, அடி, 14-16).
மயிலின் கழுத்துக் காயாம்பூக்களுக்கு உவமை (சி.ஆ.படை, அடி, 165); ஆண் மயில்கள் பலாச்சுளையையும் பாகற்பழத்தையும் தின்றன; காஞ்சி மரத்திலும் மருத மரத்திலும் தங்கின (பொ.ஆ.படை, அடி, 189-192). அம்பு தைக்கப் பெற்ற மயில் தலைவன் பிரிவைக் கேட்டு நடுங்கிய தலைவிக்கு உவமை. மயில் முல்லைக்கு உரியது (மு.பா.அடி, 84, உரை). வைகறையில் மயில் அகவும் (ம.கா.அடி, 675); மயிற்பீலி தழைத்து நெடிதாய் இருக்கும் (நெடுதல், அடி, 97-9); மயிலின் மென்மை மகளிர் மென்மைக்கு உவமை (ப.பாலை, அடி, 149; ம.கா. 418). தேனையுண்ட மயில் மயங்கும் (கு.பா.அடி, 191-4).

மனைக்கோழி: இது வீட்டில் வளரும் கோழி (பொ..படை, அடி, 223).

யானையங்குருகு: இது வண்டாழ்ங்குருகு எனவும்படும். இதன் பெண் 'பேடு' எனவும், ஆண் 'சேவல்' எனவும் பெயர் பெறும். மதுரையில் வைகறையில் கோழிச் சேவல் வைகறை இயம்ப, யானையங்கருகின் சேவலும் அன்னச் சேவலும் கரைந்தன; மயிற் சேவல்கள் அகவின (ம.கா.அடி, 673-5).

வண்டு: இஃது அழகிய சிறகினையுடையது; வைகறையில் நெய்தற் பூவை ஊதி, ஞாயிறு தோன்றிய காலத்தில் சுனைப்பூக்களில் சென்று ஆரவாரித்தது (திருமுருகு, அடி, 73-7) பல மணி கோத்த வடங்களையுடைய மேகலைக்கும் பல வண்டினங்களின் இருப்பு உவமை (பொ.ஆ.படை, அடி, 39). வண்டின் பாட்டுக்கு யாழோசை உவமை (அடி, 211). வெண்டாமரை மலர்ந்ததும் நீலநிறத்தையும் சிவந்த கண்ணையும் உடைய வண்டுகள் ஒழுங்காகத் தேனுண்ண முயலுதல், திங்களைச் சேர்ந்த கரும்பாம்பை ஒப்பத்தோன்றியது (சி.ஆ.படை,அடி, 183-5). வண்டு 'பல்காற்பறவை' எனப்பட்டது. அது குறிஞ்சிப் பண்ணைத் தன் சுற்றத்தின் ஓசையெனக் கருதிக் காது கொடுத்துக் கேட்டது (பெ.ஆ.படை, அடி, 183). வண்டு கள்ளில் மொய்க்கும் (நெடுநல், அடி, 33). தலைவனிடம் இருந்த நறுநாற்றங்களை நுகர, நட்ட ராகம் முற்றுப்பெற்ற பாலையாழை வாசிக்க வல்லவன் தன் கையாலே வாசித்த நரம்பு போல, வண்டினங்கள் இம்மென்மை ஓசைபட ஒலித்தன (கு.பா.அடி. 146-8) வண்டு தாதுள்ள மலர்களையே நாடும்; தாதற்ற பூக்களைத் துறந்து விடும். இச்செயல் பரத்தையர் செயலுக்கு உவமையாகக் கூறப்பட்டுள்ளது (ம.கா.அடி, 573-4). பெண்களுடைய ஐவகைக் கூந்தல்

ஒப்பனையிலும் மணம் மிகுதி பற்றி வண்டுகள் மொய்த்தன. அதனால், அவ்வைம்பால் 'வண்டு கமழ் ஐம்பால்' எனப்பட்டது. (மலைபடு, அடி, 30). தேனுள்ள மண மாலையில் வண்டு படியும் (அடி, 465-8). பருவம் முதிர்ந்த தேனுள்ள தோற்றத்தையுடைய பூக்களில் வண்டுகள் படியும் (ம.கா.அடி, 475-6).

வாரணம்: இது கோழிச் சேவல்; முருகனுக்குக் கொடியாய் விளங்குகிறது (திருமுருகு, அடி, 219). இது வைகறையில் பொழுதை அறிவிக்கும். இப்பறவை பொறியினையுடைய மயிரினைக் கொண்டது (ம.கா. அடி, 673).

வானம்பாடி: இது மழைத்துளியையே உணவாகக் கொள்வது. இது தனக்கு உணவளிக்கும் வானத்தைப் பாடுவதனால், 'வானம்பாடி' எனப்பெயர் பெற்றது (ப.பாலை, அடி, 3.5).

3. நீர் வாழ்வன

நீரில் வாழும் உயிரினங்களுள் சிலவற்றின் பெயர்களும் அவை பற்றிய விவரங்களும் பத்துப்பாட்டுள் இடம் பெற்றுள்ளன. அவற்றைக் கீழே காண்க:

ஆமை: இது நன்னீரிலும் கடல் நீரிலும் வாழும். காவிரிப் பூம் பட்டினத்துப் பரதவர் இதன் இறைச்சியைப் பதப்படுத்தி உண்டனர் (ப.பாலை, அடி. 64).

இடங்கர்: இது முதலையின் சாதி விசேடம். இது புடைப்பட்ட கரிய ஆழத்திடத்துப் போதற்கரிய கழியிடத்தே திரிவது; வளைந்த தாளையுடையது (கு.பா.அடி, 256-7). இது நன்னனது காவற்காட்டைச் சார்ந்த அகழியில் இருந்தது; வலிய யானையை விழுங்கும் ஆற்றல் பெற்றது. (மலைபடு, அடி, 211-2).

இறவு: நாரை இதனைப் பிடித்துத்தின்னும் (பொ.ஆ.படை, அடி, 203-4); இது கடலிலும் பெரிய ஆழ்ந்த களங்களிலும் வாழும். வலையர், கயல் மீன்களோடு இறவையும் பிடிப்பர். இறவு, வில்லைப்போல வளைந்திருக்கும் (பெ.ஆடை.படை, 269-71). காவிரிப் பூம்பட்டினத்துப் பரதவர் இதனைப் பதப்படுத்தி உண்டனர் (ப.பாலை, அடி, 63)

கயல்: இது கெண்டை மீன், சிச்சிலிப்பறவை இதனைப் பிடித்துத் தின்னும் (சி.ஆ.படை, அடி, 181); இஃதுஅம்பை ஒப்பது; சிவந்த வரியிடையுடையது. இது நன்னீரில் வாழ்வது (பெ.ஆ.படை, அடி,

269-271). கயல், வெள்ளத்தை எதிர்த்து வரும். அவ்வமயம் நாரையும் கொக்கும் இதனைப் பற்றம் (நெடுநல், அடி, 15-19).

கராம்: இது முதலையின் சாதி விசேடம். இதுவும் முன்பு கூறப் பட்ட 'இடங்கர்' போலவே நீர் நிலையின் கரிய ஆழத்திடத்துப் போதற் கரிய கழியிடத்தே திரிவது; வளைந்த தாளையுடையது (கு.பா.அடி, 256-7). பேரிய பொய்கைகளில் கராங்கள் நெருக்கித் திரியும் (ப.பாலை, அடி, 239-42).

குழல்: இஃது ஒரு வகை மீன். ஓய்மானாட்டு நெய்தல் நில மகளிர் குழல் மீனை உலர்த்திச் சுட்டு உண்டனர்; பாணர் போன்ற விருந்தினர்க்கும் வழங்கினர் (சி.ஆ.படை, அடி, 163).

சுறவு: இது சுறா மீன். இது கடலில் செருக்கித்திரிவது (ம.கா.அடி, 112-113). காவிரிப்பூம்பட்டினத்துப் பரதவர் தம் மனையில் சினைச் சுறவின் கொம்பை நட்டு, அதனிடத்தே ஏற்றிய வலிய தெய்வத்தை வழிபட்டு ஆடிப்பாடினர் (ப.பாலை, அடி, 80-93). சுறவு-மகர மீன் என்றும் கூறப்பட்டது. மகரமீன் வாய் போன்ற வடிவத்தில் மகளிரது தலைக்கோலம் அமைக்கப்பட்டது. (பெ.ஆ.படை, அடி, 385).

ஞெண்டு: கடல் நண்டுகள் வேறு; நன்னீர் நண்டுகள் வேறு. இவை மக்கட்கு உணவாகும. யாழின் ஆணிக்கு நண்டின் கண் உவமை (பொ.ஆ.படை, அடி, 9-10). ஓய்மானாட்டு மருதநிலத்தார் நண்டும் பீர்க்கங்காயும் கலந்து சமைத்து உண்டனர் (சி.ஆ.படை, அடி, 195). தினையரிசியாலான சிறுத்த சோறு நண்டின் சிறிய பார்ப்புகட்கு உவமை (பெ.ஆ. படை, அடி, 167-8). நெய்தல் நிலமக்கள் நண்டுகளைப் பிடித்து ஆட்டி விளையாடுதல் வழக்கம் (ப.பாலை, அடி, 101). நண்டுகள் வயல்களில் ஆடித் திரியும் (மலைபடு, அடி, 460).

பனை மீன்: இஃது ஆழ்கடலில் வாழும் மிகப் பெரிய மீன் (ம.கா. அடி, 375). இது யானையை விழுங்கும் வலிமையுடையது. இது 'யானை மீன்' என்றும், 'மோங்கில்' என்றும், 'அனுவிஷம்' என்றும் பெயர் பெறும் (தக்கயாகப் பரணி, 384, உரை).

முதலை: இது பெரிய மடுக்களிலும் ஆழ்ந்த அகழியிலும் இடமகன்ற பெரிய பொய்கைகளிலும் வாழ்வது; வளைந்த தாளை யுடையது (கு.பா.அடி, 256-7). நன்னனது கோட்டையைச் சூழ இருந்த ஆழ்ந்த அகழியில் வளைந்த கால்களையுடைய முதலைகள் இரையைத் தேடி உலாவின (மலைபடு, அடி, 90-91).

வரால்: இது நன்னீரில் வாழும் மீன். இது தூண்டிலிட்டும் வலை வீசியும் பிடிக்கப்படும். இது சிவந்த கண்களையுடையது. பிடியின் துதிக்கை போன்ற உடலமைப்புடையது. இது பல துண்டங்களாக நறுக்கிச் சமைக்கப்படும். ஒவ்வொரு துண்டமும் 'தடி' எனப்பட்டது. அத்தடி துடியின் கண்ணைப் போன்றது (மலைபடு, அடி, 456-8).

வாளை: இது நன்னீரில் வாழும் மீன். இதன் கழுத்துப் பெரியது (மலைபடு, அடி, 445-5). இஃது அங்காந்த வாயையுடையது. வலையர் தூண்டிலின் துணையால் அல்லது வலையின் துணையால் இதனைப் பிடிப்பர். இது தூண்டிலில் மாட்டப்பட்டுள்ள இரையைத் தின்று விட்டுத் தூண்டிலில் அகப்படாமல் போவதுமுண்டு (பெ.ஆ.படை, அடி, 284-7).

4. ஊர்வன

ஊர்வனவற்றுள் உடும்பும் பாம்பும் குறிக்கத்தக்கவை. அவை பற்றிப் பத்துப்பாட்டுள் பல குறிப்புகள் காணப்படுகின்றன. அவற்றைக் கீழே காண்க:

உடும்பு: உடும்பு வளைந்த காலையுடையது; அரக்கைப் பரப்பினால் ஒத்த சிவந்த நிலத்தில் சுக்கான் கல்லில் தவழும், மலைவாணர் இதனை நன்னனுக்குக் காணிக்கையாகத் தந்தனர் (மலைபடு, அடி, 507-8). வேட்டை நாய் உடும்பைக் கடித்துக் கொல்லும். வேட்டுவர் அவ்வுடும்பைக் கறி சமைத்து உண்பர் (பெ.ஆ.படை, அடி, 132-3). நன்னனது மலை நாட்டில் பெண் நாய் உடும்பைக் கொன்று கொண்டு வரும். மலை வாணர் அதன் இறைச்சியையும் கடமானின் இறைச்சியையும் சமைத்து உண்டனர் (மலைபடு, அடி, 175-7). உடும்பின் முகம் கொழுவிற்கு உவமை (பெ.ஆ.படை, அடி, 200).

பாம்பு: பாம்புக்குப் பகை கருடன் (திருமுருகு, அடி, 150-1); ஊகம் என்னும் கரிய குரங்கு, பாம்பின் தலையைப் பிடிக்கும். அதனால் அப்பாம்பு ஒரு கால் இறுகவும் ஒரு கால் நெகிழவும் அதன் கையைச் சுற்றும் (சி.ஆ.படை, அடி, 221-2).

அரவம்: இது பாம்பின் பெயர்களுள் ஒன்று. அரவம் இரவில் இரை தேடி வெளிப்படும் (கு.பா.அடி, 255). பாம்பின் பல் வெண்ணிற முடையது. அப்பல்லைச் சார்ந்துள்ள பையில் கடு இருக்கும். பாம்பு நெருப்பென்னும்படி கண்டார்க்கு அச்சந்தோன்ற உயிர்க்கும் (திருமுருகு, அடி, 148-150). பாம்பு புற்றில் உறையும் (பொ.ஆ.படை,

அடி, 277). நல்ல பாம்பிற்குப் படம் உ ண்டு. உடுக்கையில் காணப் படும் பொருநனது கைவடுவிற்குப் பாம்பின் பொறி உவமை (பொ.ஆ. படை, அடி, 69-70). வேலைப்பாடமைந்த மிக மெல்லிய ஆடைக்குப் பாம்பு உரித்த தோல் உவமை (அடி, 82-3). பாம்பு தான் மேய்தல் காரணமாகத் தன்னிடத்திலுள்ள மாணிக்கத்தை உமிழும் (கு.பா.அடி, 221). நிலப்பிளவுகளில் பாம்பு மறைந்து கிடக்கும் (மலைபடு, அடி, 198-9). மயக்கந்தரும் கள் தெளிவிற்குப் பாம்பின் விஷம் உவமை (சி.ஆ. படை, அடி, 237). திருமால் பெரிய பாம்பாகிய அணையில் பள்ளி கொண்டுள்ளான் (பெ.ஆ.படை, அடி. 373). காந்தள் பாம்பிற்கு உவமை (பெ.ஆ.படை, அடி, 371-3). பாம்பு வாளுக்கு உவமை (அடி, 72) பாம்பு முதிய மருதமரப்பொந்தில் வாழும் (அடி, 232)

பாந்தாள்: இது பெரும்பாம்பு; மலைப்பாம்பு (கு.பா.அடி, 259).

மாசுணம்: இஃது அகன்ற படத்தையும் அழகிய கண்களையும் உடையது; வலிமைமிக்கது; சினத்தையுடையது; யானையின் வலியைக் கெடுத்து விழுங்கும் இயல்புடையது; விழுந்து கிடக்கும் பெரியமரம் போன்றது (மலைபடு, அடி, 259-261).

◈

32. அரிய சொற்களும் பிற மொழிச் சொற்களும்

1. அரிய சொற்கள்

கீழ்வரும் பழந்தமிழ்ச் சொற்களுள் மிகச் சிலவே இன்று வழக்கில் உள்ளன; எஞ்சியவை வழக்கிறந்தன. அவற்றின் பொருள் நச்சினார்க் கினியர் உரைப்படி இங்குத் தரப்படுகின்றன.

1. வரை-கண் (கணு); கண்களையுடையமையால் ஆகுபெயராய் மூங்கிற்குப் பெயராயிற்று; அம்மூங்கிலை உடைமையின் இருமடியாகு பெயராய் மலையைக் குறிக்கலாயிற்று (திருமுருகு, அடி, 12, நச். உரை).

2. நியமம்[1]- அங்காடித் தெரு (திருமுருகு, அடி, 70) இருபெரு நியமம் - நாளங்காடி, அல்லங்காடி (ம.கா.அடி, 365). விழுப்பெருநியமம் - சீரிய பெரிய அங்காடித் தெரு (மலைபடு, அடி, 480).

3. செற்றம் - பகைமை, நெடுங்காலம் நிகழ்வது செற்றம் (திருமுருகு, அடி, 132). சினம்-கோபம் நீட்டித்து நிற்பது சினம் (திருமுருகு, அடி, 135)

4. காழ்-வடம் (திருமுருகு, அடி, 204).

5. மள்ளன் - இளமைப்பருவத்தினன் (திருமுருகு, அடி, 262).

6. சாறு-விழா (திருமுருகு, அடி, 283).

7. சிதாஅர் - சீரை (பொ.ஆ.படை, அடி, 81)

---

1. நியமம்– வணிக இடம்- கடைத்தெரு. இலங்கையின் தலைநகரான அனுராதபுரத்தின் நான்கு வாயில்களுக்கு அருகில் வணிக இடங்கள் இருந்தன. அவை நியமம் என்றே பெயர் பெற்றன– History of Ceylon. Vol. I, Part.1, pp. 224-6.

8. வயிபீ - திடர் (அடி, 180).

9. மூடை[2] - குதிர், கோட்டை (அடி, 245)
முடை-பொதி (ப.பாலை, அடி, 137).

10. கோடியர்-கூத்தர் (சி.ஆ.படை, அடி, 125).

11. முதுவோர்-அரசன், ஆசிரியன், தாய், தந்தை, தன்முன் முதலியோர் (அடி, 231).

12. இளையோர் - வீரர் (அடி, 232)

13. வயவர் - படைத்தலைவர் (அடி, 249).

14. கொள்ளை-விலை (பெ.ஆ.படை, அடி, 64)

15. மிரியல் - மிளகு (அடி, 78). இச்சொல் சங்க காலத்திலே அருகி வழங்கப்பட்டது; இன்று தெலுங்கில் மிரியாலு என்று வழங்கப் படுகிறது.

16. வாடூன் - (வாடுஊன்) உப்புக் கண்டம்; உலர்த்துப்பட்ட இறைச்சி (பெ.ஆ.படை, அடி, 100).

---

2. மதுரை, இராமநாதபுரம், திருநெல்வேலி மாவட்டங்களில் மூட்டை என்னும் போருளில் 'மூடை' என்பது வழங்கப்படுகிறது. பிற மாவட்டங்களில் மூட்டை' என்பது வழக்கில் உள்ளது.

3. தஞ்சை மாவட்டத்தில் பேரளத்திற்கு அண்மையில் 'அம்பர்' என்பது ஓர் இடத்துக்குப் பெயர். 'அம்பர், அம்பர் மாகாளம்' என்பன பாடல் பெற்ற தலங்கள். 'இன்னம்பர்' (இனிய அம்பர்) என்பது மற்றொரு தலமாகும்.

1. திருத்திணை நகர்- கி.பி. 7ஆம் நூற்றாண்டில் பாடல்பெற்ற தலம்.

2. வயலுக்கு மதில் வரைப்பு. அஃது இக்காலத்தில் 'வரப்பு' என வழங்கப் படுகிறது.

3. குறும்பர் அரணையுடையவர்கள்; தொண்டை நாட்டு முதல் மக்கள். அவர்கள் பல குறும்புகளை அமைத்துப் பாதுகாப்புடன் வாழ்ந்தமையால், குறும்பர் எனப்பட்டனர் போலும்!

4. மாறி வருவன்- சிலம்பு, காதை 16, அடி, 93. இவ்வழக்கு இன்று திருச்சிராப்பள்ளி நகரத்திலும் சுற்றுப்புறங்களிலும் உள்ளது.

1. புலம் இது தெலுங்கில் 'பொலம்' என்று சொல்லப்படுகிறது. பொலம் என்னும் இச்சொல் இன்று தெலுங்கரிடம் வழக்கில் உள்ளது.

17. அம்பர்[2]- மற்றை நிலம்; பாலை நிலத்திற்கு அப்பாற்பட்ட குறும்புள்ள இடம் என்பது இங்குப் பொருள் (பெ.ஆ.படை, 117)

18. நுகம்-கணையமரம் (அடி, 127). இது கதவைத் தாழிட்டு மேலும் பாதுகாப்புக்காகக் குறுக்கே கதவினை அடுத்து இடப்படுவது.

19. மிளை-காவற்காடு (அடி, 126). இது பெரும்பாலும் அகழியைச் சூழ இருந்தது. இது கோட்டைக்குப் பாதுகாவலாய் இருந்த காடு.

20. நகர்-வீடு (அடி, 121). (பொன் துஞ்சு வியல்) நகர்-கோயில் (அரண்மனை) (அடி, 438-40). (நெடு) நகர் (பெயரி) மாளிகை (ம.கா.அடி. 169). நகரம் (அமணர்) கோயில் (அடி, 484) (நெடு) நகர் -(பெரிய) ஊர்[1] (அடி, 556).

21. வரைப்பு[2] - மதில் (பெ.ஆ.படை, அடி, 122).

22. குறும்பு[3] - அரண் (அடி, 129).

23. அணல் - தாடி (அடி, 138).

---

2. நெற்பொலி–நெற்குப்பை 'நெற்குப்பை' என்னும் பெயருடன் சில ஊர்கள் தமிழ் நாட்டில் உள்ளன; நெல் விளைச்சல் மிக்கிருந்தமையால் இப்பெயர் பெற்றனபோலும்!
3. பாக்கம்-பக்கம். புரிசைக்குப் பக்கத்தில் இருந்த இடம் புரிசைப்பாக்கம் எனப் பட்டது. புரிசைஎன்றோர் ஊர் வடவார்க்காட்டு மாவட்டத்தில் உள்ளது.
4. அவியா விளக்கு- 'நந்தா விளக்கு' எனப்படும். இது 'நொந்தா' விளக்கு என்றும் 'நுந்தா' விளக்கு என்றும் தவறாகச் சில கல்வெட்டுகளிற் பொறிக்கப் பட்டுள்ளது.
5. நடுநாள்-நடுயாமம், அஃதாவது, இரவு பன்னிரண்டுமணி. இஃது 'நடுநாள்' எனின், பகல் பன்னிரண்டு மணிதான் நாளின் தொடக்கம் என்பது பொருளாகும். 'நடுநாள்,' 'பானாள் கங்குல்,' 'அரைநாள்' என்பன இம் முடிபையே வற்புறுத்தல் காண்க.
1. கவியாணர் என்பதிலிருந்து கலியாணம் என்பது பிறந்தது போலும்!
2. யந்த்ரம் என்னும் வடசொல் எந்திரம் என மாறியது போலும்!
3. பரதம்–வணிகர்; 'அரச குமரரும் பரத குமரரும்' என்பது சிலப்பதிகாரம் (காதை, 5; அடி, 158).
4. 'பண்ணியாரம்' என்பது இக்காலத்தில் 'பணியாரம்' எனப்படுகிறது.
5. வந்தி என்பது இக்காலத்தில் 'வங்கி' எனப்படுகிறது. இது தோளிக்கீழ் அணியப்படும் நகை.

24. நொடை - விலை (அடி. 138).

25. சுமடு - இஃது இப்பொழுது 'சும்மாடு' எனப்படுகிறது (அடி. 155).

26. மாறும்[4] - விற்கும் (அடி, 160).

27. தொடுதோல் - செருப்பு (அடி, 169).

28. கா-இஃது இன்று 'காவடி' எனப்படுகிறது (அடி, 171).

29. ஓரி- தலை மயிர் (அடி, 172).

30. வன்புலம்[1] - முல்லை நிலம் (அடி, 206).

31. குப்பை[2] - பொலி (அடி, 240).

32. நொடி - சொல்லுதல் (அடி, 459).

33. புரிசை[3] - மதில் (மு.பா.அடி. 27).

34. பருவரல் - மனத்தடுமாற்றம் (அடி. 21)

35. நந்துதல்[4] - அவிதல் (அடி, 49).

36. நடுநாள்[5] - நடுயாமம் (அடி, 50).

37. கன்னல் - நாழிகை (அடி, 58). (தொகுவாய்க்) கன்னல்- (குவிந்த வாயையுடைய) கரகம்-கூஜா (நெடுநல், அடி, 65).

38. ஞாலம் - உலகம் (ம.கா.அடி.4). ஞால்-தொங்கு; தொங்குதல் தொங்குதல் என்னும் தொழிற்பெயர் தொழிலாகு பெயராய்த் தொங்கு தலையுடைய உலகிற்கு ஆகிவந்தது. உலகம் ஒரு பற்றுக்கோடுமின்றி அந்தரத்தில் தொங்குகிறது என்னும் உண்மையைச் சங்ககாலச் சான்றோர் அறிந்தனர் என்பது இதனால் தெரிகிறதன்றோ?

39. குழும்பு - திரள் (அடி, 24).

40. கலியாணர்[1]- பெருக்கினையுடைய புதுவருவாய் (ம.கா.அடி, 118) மனச்செருக்கு எழுதற்குக் காரணமான புதுவருவாய் (ப.பாலை, அடி, 32).

41. முருகு-தெய்வத்தன்மை; ஆகுபெயராய் முருகனை உணர்த்தும் (ம.கா.அடி, 181).

42. அவல் - பள்ளம் (அடி, 240).

43. எந்திரம்[2] - ஆலை (அடி, 258)
44. பரதர்[3] - செட்டிகள் (அடி, 317)
45. புழை - சாளரம் (அடி, 358)
46. புழல் - பண்ணியாரம்[4] (அடி, 395)
47. பிடகை - பூந்தட்டு (ம.கா.அடி, 397)
48. வந்திகை[5] - கை வந்தி (அடி, 415)
49. தொய்யில் - எழுதும் குழம்பு. இது கொண்டு மகளிர் மார்பில் கொடி எழுதுதல் மரபு (அடி, 416)
50. அரமியம் - நிலா முற்றம் (அடி, 451)
51. சிமிலி - நூல் உறி (அடி, 483).
52. சேயர் - புற மண்டலத்தார். (ம.கா.அடி, 571)
53. நணியர் - உள்ளூரார் (அடி, 571)
54. சாணம் - தழும்பு (அடி, 593).
55. கூவியர் - அப்ப வணிகர் (அடி, 627)
56. கவயம் - கவசம் (அடி, 740)
57. வறை - பொரிக்கறி (அடி, 756).
58. குய் - தாளிப்பு (அடி, 757)
59. மதலைப் பள்ளி - கபோதகத்தலை, வீட்டின் ஓர் உறுப்பு (நெடுநல், அடி, 48)
60. தடவு-இந்தளம் - தூபமூட்டி, (அடி, 66)
   பகுவாய்த் தடவு-பகுத்தாற் போன்ற வாயையுடைய இந்தளம் (அடி, 64-6)
61. வம்பு - கச்சு (மார்பில் கட்டப்படுவது) (அடி, 150)
62. சூரல் - பிரம்பு (கு.பா.அடி, 41)
63. பாயம் - மனவிருப்பம் (அ, 58)
64. பாணி - காலம் (அடி, 152)

65. வயிரியர் - வயிர் - கொம்பு; வயிரியர் - கொம்பு போன்ற இசைக் கருவிகளை இசைப்பவர் (அடி, 219).
66. பணவை - பரண் (அடி, 225).
67. பழு - பிசாசு (அடி, 259)
68. பாந்தள் - பெரும்பாம்பு (அடி, 259)
69. பஃறி-ஓடம், படகு (ப.பாலை, அடி, 30)
70. பாக்கம்- சீறூர் (ப.பாலை, அடி, 27; மலைபடு, அடி, 162)
71. துச்சில் - குடியிருப்பு (அடி, 58)
72. சூழ்தல் - பண்ணுதல் (அடி, 102)
73. படிக்கால் - ஏணி (அடி, 142)
74. புழை - சிறுவாயில் வாயில் - பெருவாயில் (அடி, 144)
75. மஞ்சிகை - கொட்டகாரம் (அடி, 163)
76. கூளி - ஆண்பேய் பேய்மகள் - பெண்பேய் (அடி, 259-60)
77. மருங்கு- குலம், மரபு (அடி, 270)
78. தொண்டு - ஒன்பது (மலைபடு, அடி, 21)
79. வட்டி[1] - கடகம், பனையோலைக் கூடை (அடி, 152)
80. பொம்மல் - சோறு (அடி, 169)
81. பிணவு நாய் - பெண் நாய் (அடி, 177)
    முடுவல் - பெண் நாய் (அடி, 563)

---

1. வட்டி என்பது செட்டி நாட்டில் வழக்கில் உள்ளது. சங்ககாலத்தை அடுத்த பல்லவர் காலத்தில் (கி.பி. 300-900)
2. கரூர் வட்டத்தில் ஆண் நாய்– கடுவன் நாய் என்றும் சொல்லப்படுகிறது.
3. நாயன்மாராற் பாடப்பெற்ற தலங்களுள் பள்ளி என்னும் சொல்லை இறுதியிலேயுடைய தலங்கள் சில உண்டு. அவை அகத்தியான் பள்ளி, செம்பொன் பள்ளி, நனிபள்ளி, மகேந்திரப்பள்ளி என்பன. இவை பண்டைக் கால இடைச்சேரிகளா என்பது ஆய்வுக்குரியது. தஞ்சை மாவட்டத்தில் உள்ள காட்டுப்பள்ளி என்பது முல்லைநிலச் சீறூராயிருந்திருத்தல் வேண்டும் என்பது பெயரைக் கொண்டே தெரிகிறது.

கடுவன்[2] நாய் - ஆண் நாய்.

82. அயினி, உணவு (அடி, 467)
83. நிழத்தல் - நொக்குதல் (உண்டு குறையச் செய்தல் (அடி, 193).
84. பள்ளி[3] - இடைச்சேரி (அடி, 451)
85. பழையர் - கள் விற்பவர் (அடி, 459).

2. பிற மொழிச் சொற்கள்

இந்தோ-ஆரிய மொழிகள்

தொல்காப்பியம், எட்டுத்தொகை, பத்துப்பாட்டு முதலிய சங்க நூல்களில் தமிழல்லாத பிற மொழிச் சொற்கள் சில இடம் பெற்றுள்ளன. அவை பெரும்பாலும் சம்ஸ்கிருதம் எனப்படும் வட மொழிச் சொற்களும் பிராக்கிருத மொழிச் சொற்களுமேயாகும். ஆதலின், அவற்றின் வரலாற்றை ஓரளவு இங்கு அறிதல் நலம் பயக்கும், அவற்றின் வரலாற்றை அறிந்த பின்பு அவை எங்ஙனம் தமிழில் கலந்தன என்பதைக் காண்போம்.

வடமொழி என்று சொல்லப்படும் சம்ஸ்கிருதம் 'இந்தோ ஆரிய மொழி' எனப்படும். அது தன் வளர்ச்சியில் மூன்று வகையாகப் பிரிக்கப் படும். அவற்றுள் காலத்தால் முற்பட்டது. 'பழைய இந்தோ ஆரியம்' அல்லது சம்ஸ்கிருதம் எனப் பெயர் பெறும். கீழ்வரும் மூவகை நூல்கள் பழைய இந்தோ-ஆரியத்தைச் சேர்ந்தவையாகும்.

1. இருக்கு, யசுர், சாமம், அதர்வணம் என்பன நான்கு வேதங்கள். இவற்றின் காலம் ஏறத்தாழ கி.மு.1200-800.

2. சடங்குகளைப் பற்றிப் பேசும் உரைநடை நூல்கள் 'பிராமணங்கள்' எனப்படும். இவற்றின் காலம் ஏறக்குறையக் கி.மு. 800 கி.மு. 500.

3. பெருவேள்விகளைப் பற்றிப் பேசும் சிரவுத சூத்திர நூல்களும் வீட்டுச் சடங்குகளைப் பற்றிப்பேசும் கிருகிய சூத்திர நூல்களும் ஒருவகை. இவற்றின் காலம் ஏறத்தாழ கி.மு. 600 கி.மு. 300.

எனவே, இம்மூன்றின் காலமும் ஏறத்தாழ கி.மு. 1200 கி.மு. 300 என்னலாம். இந்நூல்களில் உள்ள மொழி கி.மு. 4ஆம் நூற்றாண்டினரான பாணினியால் இலக்கண வரம்புக்கு உட்படுத்தப் பட்டது.

வடவிந்தியாவில் பொதுமக்கள் பேசி வந்த மொழிகள் பல. அவை வடமொழியின் வழிவந்தவை. அவை பிராக்கிருத மொழிகள் எனப் பட்டன. அவை 'இடைக்கால இந்தோ-ஆரிய மொழிகள்' என்று மொழி ஆராய்ச்சியாளர் கூறுகின்றனர். அவை மூன்று கால நிலை களை உடையவை.

1. அவற்றுள் முதற்காலத்தது பாலி மொழி. அது கிறிஸ்துவுக்கு முற்பட்ட நூற்றாண்டுகளில் சிறப்புற்றது. பௌத்த சமய நூல்கள் அம் மொழியிலேதான் எழுதப்பட்டன. அதே காலத்தில் பல பகுதிகளில் வளர்ச்சியடைந்த வேறு ஆரிய மொழிகள் அசோகன் கல்வெட்டுகளில் காணப்படுகின்றன.

2. இலக்கியப் பிராக்கிருத மொழி கிறிஸ்துவுக்குப் பின்பே நன்கு வளர்ச்சியடைந்தது. அக்காலப் பிராக்கிருத நாடக நூல்களும் சமண சமய நூல்களும் அம்மொழியிலே தான் எழுதப்பட்டன. அக்காலத்தில் அம்மொழிக்கு இலக்கணமும் வகுக்கப்பட்டது.

3. கி.பி. 10ஆம் நூற்றாண்டில் 'அபபிரம்ஸா' (Apabhramsa) மொழி யில் சில நூல்கள் எழுதப்பட்டன. இம்மொழி வங்காளி, இந்தி, குசராத்தி, மராத்தி முதலிய இக்கால இந்தோ-ஆரிய மொழிகளின் தோற்றத்திற்கு முற்பட்டதாகும்.[1]

இந்தோ-ஆரிய மொழிகளில் திராவிட மொழியின் செல்வாக்கு

இருக்கு வேதத்தின் காலம் ஏறத்தாழக் கி.மு. ஆயிரம் எனலாம். வேதங்கள், பிராமணங்கள் முதலிய முற்கால இந்தோ-ஆரிய மொழி நூல்களில் பல நூற்றுக்கணக்கான திராவிடச் சொற்கள் உள்ளன. அவை பாலி மொழியிலும் உள்ளன. முற்கால இந்தோ-ஆரியம் இங்ஙனம் திராவிடச் சொற்களைக் கடன் பெற்ற காலம் கிறிஸ்து பெருமானுக்கு முற்பட்ட காலமாகும்.

வேதங்கள் செய்யப்பட்ட காலத்தின் இறுதிக்கும் சம்ஸ்கிருதம் என்னும் பெயரில் 'வடமொழி செப்பம் செய்யப்பட்டதற்கு முன்பும் இருந்த இடைக்காலத்திலே தான் (கி.மு. 800 கி.பி. 300) திராவிட மொழிச் சொற்கள் மிகுதியாய் வடமொழி நூல்களில் இடம் பெற்றிருத்தல் வேண்டும். மௌரியர் காலத்துக்கு முன்பு வடவிந்தியா வுக்கும் தென்னிந்தியாவுக்கும் நெருங்கிய தொடர்பு உண்டாகவில்லை.

---

1. The Sanskrit Language, T. Burrow, pp. 2. 36 and 43.

ஆதலால், இன்று தென்னிந்தியாவில் உள்ள திராவிட மொழிகளின் சொற்கள் வடஇந்தியாவில் செய்யப்பட்ட வடமொழி நூல்களில் இடம் பெற்றன என்று கூறுதல் இயலாது. மேலும், மௌரியர் காலத்துக்கு முன்பே திராவிடச் சொற்கள் வடமொழியில் புகுந்துவிட்டன.

கங்கைச் சமவெளியின் நடுவிடத்தில் இந்நுழைவு ஏற்பட்டதெனக் கொள்ளின், அப்பகுதியில் வாழ்ந்த ஆரியர்க்கு முற்பட்ட மக்களுள் திராவிடமொழி பேசியவர் பலராய் இருந்திருத்தல் வேண்டும். அந்நிலையிலேதான் திராவிடச்சொற்கள் அங்குச் செய்யப்பட்ட வட மொழி நூல்களில் புகுந்திருத்தல் இயல்பு என்று கூறுதல் பொருத்தமாகும். இன்றும் வடஇந்தியாவில் 'குருக், மால்ட்டோ' Malto என்னும் திராவிட மொழிகள் சிறிய திட்டுகளாய் இருத்தல், முன்பு அங்குப் பெரிய அளவில் திராவிட மொழி பேசப்பட்டு வந்தது என்பதற்கு ஏற்ற சான்றாகும்.

ரிருக்கு வேதத்தில் உள்ள பின்வரும் சொற்கள் திராவிட மூலத்தையுடையன என்று கூறலாம்; அணு, அரணி, கடுக, கபி, கர்மார, கலா (கலை), கால (காலம்), கிதவ, குட (குடிசை), குணாடு, குண்ட, கண (கணம்-கூட்டம்), நானா, நீல (நீலம்), நிஹார (மேகம், பனி), புஷ்கர (தாமரை), புஷ்ப, பூஜன (பூசை) பல (பழம்), பில (பிலம்), பீஜ (விதை), மயூர (மயில்) ராத்ரி, ரூப, சாயம் (மாலைப்பொழுது), வல்கு. திராவிட மொழிகள் இருக்குவேத வடமொழி எழுத்துகளின் ஒலியையும் இடைக்கால வடமொழி எழுத்துகளின் ஒலியையும் ஓரளவு மாற்றி விட்டனவென்னலாம்.[1]

இங்ஙனம் இருக்கு வேதத்தில் உள்ள திராவிடச் சொற்களே, அது செய்யப்பட்ட காலத்தில் வடமேற்கு இந்தியாவில் திராவிட மொழி இருந்தது என்பதற்கு எடுத்துக்காட்டாகும். பலுச்சிஸ்தானத்திலுள்ள 'பிராகுயி' என்னும் மொழி, வடமேற்கு இந்தியாவில் இருந்த திராவிட மொழியின் இக்காலப் பிரதிநிதியாகும்.[2]

ஒருமொழி பேசுவோர் அயல்மொழியாளருடன் கலந்து பழகும் போது, முன்னவர் அதுகாறும் அறியாத பொருள்களைப் பற்றிய சொற்கள் பின்னவர் மொழியில் இடம் பெறல் இயல்பு. அவ்வாறே

1. Origin and Development of the Bengalee Language, Dr. S.K. Chatterji, part I, pp.42. 170-178.

2. The Sanskrit Language, T. Burrow, pp. 43. 376-387.

பின்னவர் அதுகாறும் அறிந்திராத பொருள்களைப் பற்றிய முன்னவர் மொழிச் சொற்கள் பின்னவர் மொழியில் இடம் பெறல் இயல்பு. இவற்றோடு பேச்சு வழக்கில் மிகுதியான சொற்கள் இடம் பெறல் இயல்பாகும். இஃது எல்லா மொழிகட்கும் நேரும் இயற்கை நிகழ்ச்சி யாகும். இந்தோ-ஆரியர் திராவிடரிடமிருந்த சில சொற்களைப் பெற்றுக்கொண்டாற்போலவே, தமிழகம் வந்த வேதியர், பௌத்தர், சமணர் கூட்டுறவினால் திராவிடரும் சில இந்தோ-ஆரியச் சொற்களை ஏற்றுக்கொண்டனர். இந்த உண்மையைச் சங்ககால நூல்களிற் காணலாம்.

தமிழகத்தில் பிற மொழியாளர் நுழைவு

வேதங்களில் வல்ல வடமொழியாளர் தமிழகம் வந்த காலம் ஏறத்தாழ கி.மு. 7ஆம் நூற்றாண்டாகலாம் என்பது பேராசிரியர் வி. அரங்காசாரியார் கருத்தாகும்.[3] திகம்பர சமணர் தமிழகம் வந்த காலம் ஏறக்குறையச் சந்திரகுப்த மௌரியன் இறுதிக்காலம் என்னலாம்.[4] பௌத்தம் தமிழகத்தில் நுழைந்த காலம் அசோகன் காலமாகும். (கி.மு. 273-232).[5] வேதியர் தமிழகத்தில் வேதநெறியைப் பரப்பினர். பின்பு வந்த சமணர் சமண சமயத்தையும் பௌத்தர் பௌத்தத்தையும் பரப்பினர்.

வேதியர் செல்வாக்கு

இவருள் முற்பட வந்தவர் வேதியர் ஆதலின், அவர் தம் செல்வாக்கு, சமணரும் பௌத்தரும் தமிழகம் வருவதற்கு முன்பே தமிழகத்தில் நன்கு வேரூன்றி வளரலாயிற்று. ஏறத்தாழ கி.மு. 300இல் இயற்றப்பட்ட தொல்காப்பியத்திலேயே வடசொற்களைத் தமிழிற் சேர்த்துக்கொள்ள விதி கூறப்பட்டுள்ளது.[6] வடவர் செல்வாக்கும் தொல்காப்பியர் காலத்தில் ஓரளவு தமிழகத்திற் பரவியிருந்ததற்கு, 'அறுவகைப்பட்ட

---

3. Education Review, October, 1928.
4. Gangas of Talkad, M.V. Krishna Rao, p. 192.
5. History of India R. Satyanatha Ayyar, Vol. I, p. 171.
6. "வடசோற் கிளவிவடவெழுத் தொரீஇ
   யெழுத்தொடு புணர்ந்த சொல்லா கும்மே."
   "சிதைந்தன வரினும் இயைந்தன வரையார்"
   தொல்காப்பியம், எச்சவியல், 5.
3. பொருளதிகாரம், புரத்திணை இயல், 74 தொல், அகத்திணை இயல் 1.
1. தொல், மரபியல், 74, பேராசிரியர் உரை.

பார்ப்பணப் பக்கம்' முதலிய சில நூற்பாக்கள்[2] சான்றாகும். வேத நூல்களின் விதிப்படி தமிழரசர் வேள்வி செய்தனர் என்பதற்கு இராச சூயம் வேட்ட பெருநற்கிள்ளி என்ற பெயரே (புறம். 16) சிறந்த எடுத்துக் காட்டாகும். செங்குட்டுவன் மாடலன் சொற்படி வேள்வி செய்தான என்று சிலப்பதிகாரம் செப்புகிறது. வேள்வி செய்வதற்குப் பல யாக சாலைகளை அமைத்துக் கொடுத்த பாண்டியன் பல்யாகசாலை முது குடுமிப் பெருவழுதி எனப் பெயர் பெற்றான் (புறம். செய். 6, 9, 12, 15, 64). போர்க்காலத்திலும் பிராமணர்க்குப் பாதுகாப்பு வழங்கப்பட்டமை புறநானூற்றால் (செ.9) அறியலாம். இவை அனைத்தையும் நோக்க, தொல்காப்பியர்க்குப் பின்பு தோன்றிய பத்துப் பாட்டுள் வடவர் செல்வாக்கும் வடசொற்களும் மிகுந்து காணப்படல் இயல்பே.

ஓய்மானாட்டை ஆண்ட நல்லியக்கோடன் புலவரைப் போலவே அந்தணரை வரவேற்றுப் பொருளுதவி செய்தான். அவனது நாட்டி லிருந்த ஆமூர் என்பது அந்தணர் ஊராய் விளங்கியது. தொண்டை நாட்டில் திரையன் ஆட்சியில் மறையவர் உறைபதி கடற்கரைப் பட்டினத்துக்கருகில் இருந்தது. அவர்கள் வேள்விகள் செய்தார்கள். பாண்டியர் தலை நகரான மதுரையில் வைகறையில் அந்தணர் மறை ஓதினர். திரையன்மீது பெரும் பாணாற்றுப் படையையும் கரிகாலன்மீது பட்டினப் பாலையையும் பாடிய கடியலூர் உருத்திரங்கண்ணனார் பிராமணர். நன்னன்மீது கூத்தராற்றுப் படையைப் பாடிய பெருங் குன்றூர்ப் பெருங்கௌசிகனார் பிராமணர்.[1] முக்கோல் அந்தரணராகிய துறவியர் தமிழகத்தில் இருந்தனர் (மு.பா.அடி, 37-8). அவர் அனைவரும் வடமொழி வல்லுநர்.

முச்சமயத்தார் செல்வாக்கு

தென்னிந்தியாவிற் புகுந்த பௌத்தம், ஈனயான பௌத்தமாகும். அங்ஙனமே இங்குப் புகுந்த சமணம் திகம்பரசமணமாகும். வைதிக சமயமும் பௌத்தமும் சமணமும் தமிழ் நாட்டுப் பேரூர்களில் பரவி யிருந்தன. மதுரையில் அந்தணர் பள்ளி, பௌத்தர் பள்ளி, சமணர் பள்ளி என்பவை இருந்தன. அவற்றுக்குரிய அடியாரும் இருந்தனர் என்பதை மதுரைக்காஞ்சியால் நன்கறியலாம். கச்சியிலும் இச்சமயங்கள் வேரூன்றி இருந்தன. இவற்றுக்குரிய விழாக்கள் நடைபெற்றன என்பதைப் பெரும்பாணாற்றுப்படையால் அறியலாம்.

இளம்போதியார், தேரதரன், சிறுவெண் தேரையார் என்ற பெயர் கொண்ட சங்காலப் புலவர் பௌத்த சமயத்தினராவர். பௌத்தர்

பிராக்கிருத மொழிகளுள் ஒன்றான பாலி மொழியில் வல்லவர். சமணர் பிராக்கிருத மொழிகளுள் ஒன்றான 'அர்த்த மாகதி' என்னும் மொழியில் வல்லுநர். ஆதலால், அந்தணர் சமயப் பிரசாரத்தால் வட மொழிச் சொற்கள்' சங்ககாலத் தமிழில் நுழைந்தன; பௌத்தர் சமயப் பிரசாரத்தால் பாலி மொழிச் சொற்கள் நுழைந்தன; சமணர் சமயப் பிரசாரத்தால் அர்த்தமாகதி மொழிச் சொற்கள் நுழைந்தன. வேதியர் மற்ற இரு திறத்தாரையும் விட நெடுங்காலம் தமிழகத்தில் இருந்தமையால், வடசொற்களே தமிழில் மிகுதியாய் நுழைந்தன என்னலாம்.

இனிப் பத்துப்பாட்டுள் வந்துள்ள பிற மொழிச் சொற்களைக் காண்போம்:

பொருநராற்றுப்படை

தேஎம்-தேசம், தேயம், தேஎம்(134)*

பலி-படையல் (183)

சிறுபாணாற்றுப்படை

ஆரம்-மாலை (2)

பதம்-செவ்வி (9)

கலாபம் (மயில்) தோகை (15)

இமயம்-இமயமலை (48)

தெய்வம்-கடவுள் (73)

நாகம்-பாம்பு (96)

சாவம்-வில் (98)

---

1. இச்சொல் முதலில் ஆரியர் அல்லதவரைக் குறித்தது, The Sanskrit Language, T. Burrow, p. 1. பின்பு சங்ககாலத்தில் யவனர், அராபியர், சீனர் முதலிய வெளிநாட்டாரைக் குறித்தது.
2. 'யூபம்' என்பது வேள்விச்சாலையில் நடப்படும் தூண் என்னும் பொருளிலேதான் வடமொழியில் வந்துள்ளது.
3. இது பாலியிலும் அர்த்த மாகதியிலும் உள்ள சொல். இது வடமொழியிலும் உண்டு.

அரிய சொற்களும் பிற மொழிச் சொற்களும் ◈ 627

அமிழ்து-அமிர்த (101)

பரிகாரம்-வாழ்க்கைக்கு வேண்டுவன (104)

சமம்-போர் (112)

தமனியம்-பொன் (147)

கோபம்-இந்திரகோபம் (தம்பலப்பூச்சி) (168)

நிதியம்-செல்வம் (249)

நேமி-உருளை (253)

பெரும்பாணாற்றுப்படை

உலகம் (32)

அத்தம் வழி (39)

படம்-சட்டை (69)

சாபம்-வில் (121)

பூதம்-பூதகணத்துள் ஒன்று (235)

குமரி-அழியாத் தன்மை (247)

எந்திரம்-சர்க்கரை ஆலை (260)

---

* இக்குறியிடப்பெற்ற சொற்காள் சமணர் கூட்டுறவினாலும்

* இக்குறியிடப் பெற்றவை பௌத்தர் கூட்டுறவினாலும் எக்குறியும் இடப் பெறாதவை வேதியர் கூட்டுறவினாலும் தமிழில் நுழைந்தவை. தமிழ் மொழி–இலக்கிய வரலாறு. பேராசிரியர் எஸ்.வையாபுரிப்பிள்ளை, பக். 41–43 அடிக் குறிப்புகள்.

பேராசிரியர் பிள்ளையவர்கள் பத்துப்பாட்டில் உள்ள கீழ் வரும் சொற்கள் பிற மொழிச்சொற்கள் என்று குறித்துள்ளனர்; அன்னாய், கச்சு, சடை, சண்பகம், இரவு, தாழ், தும்பை, துழாய், தூண், தூம்பு, நகர், நீர், மலை, மீன், முகம், முத்து.

பேராசிரியர்கள் பரோ, எமெனோ என்னும் இருவரும் தாம் தொகுத்துள்ள திராவிடச் சொல்லகராதியுள் இவை அனைத்தும் திராவிடச் சொற்களே எனக் கூறியுள்ளனர். Dravidian Etymological Dictionary, pp. 11,79, 150, 151, 164, 206, 218, 219, 222, 235, 247, 314, 327, 328, 334.

சாடி-தாழி *(280)*

மண்டிலம்-வட்டம் *(442)*

கின்னரம்-ஒருவகைப் பறவை *(494)*

முல்லைப்பாட்டு

பார்ப்பான்*-பிராமணன் *(37)*

யவனர்-ஐயோனியர், கிரேக்கர் *(61)*

மிலேச்சர்-அநாகரிகர், 1 அயல் நாட்டவர் *(66)*

விசயம்-வெற்றி *(91)*

மதுரைக் காஞ்சி

யூபம்[2] - குறைத்தலைப்பிணம் *(27)*

சலம்-மாறுபாடு *(112)*

நியமம் (நிகமெ) - வணிக நகரம் *(365)*

ஆதி-குதிரையின் (ஆதி) கதி *(390)*

விலோதம்-கொடி *(449)*

அரமியம்-நிலாமுற்றம் *(451)*

அந்தி*-சந்தி *(460)*

தூரியம்-வர்த்தியம் *(460)*

வேதம்-மறைகள் *(468)*

சாவகர்[3] - அறவுரையைக் கேட்பவர் *(476)*

ஆவுதி-யாகம் *(494)*

பண்டம் (பாண்டம்) - பொருள் *(503)*

பண்ணியம் -(பண்யம்) - பொருள் *(506)*

உவமம் (ஓபமம்) - உவமை *(516)*

ஓணம் - நடசத்திரத்தின் பெயர் *(591)*

மோதகம்-இனிப்பு அப்பம் *(626)*

அரிய சொற்களும் பிற மொழிச் சொற்களும்

யாமம்-சாமம் (658)

சூதர்-அரசர் முன்பு நின்று ஏத்துவோர் (670)

மாகதர்-அரசர் முன்பு இருந்து ஏத்துவோர் (670)

வைதாளிகர்-அரசரைப் புகழ்ந்து பாடுவோருள் ஒரு வகையினர் (671)

கங்கை-கங்கையாறு (696)

பிண்டி-அசோகமரம் (701)

ஆணை (ஆணா) - கட்டணை (761)

நெடுநல்வாடை

சாலேகம்-சன்னல் (125)

ரோகிணி-ஒரு நட்சத்திரத்தின் பெயர் (163)

குறிஞ்சிப்பாட்டு

வண்ணம்*- வர்ணம் (31)

ஏமம்*- க்ஷேமம் (32)

அமயம்-சமயம் (45)

பளிங்கு-(பளிகொ) (57)

திலகம்-ஒரு வகை மரம் (74)

சிந்துவாரம்-ஒரு வகை மரம் (89)

நந்தி-ஒரு வகைச்செடி (91)

தகரம்-மயிர்ச்சாந்து (108)

பட்டினப்பாலை

காமம்-ஆசை (39)

முனிவர்-துறவியர் (54)

மது-குடி வகை (108)

அமரர்-தேவர் (184)

புண்ணியம்-நன்மை (203)

திருமுருகாற்றுப்படை

    கிண்கிணி-காற்சதங்கை (13)

    தாது-மகரந்தப் பொடி (36)

    பருமம்-முப்பத்திரண்டு வடம் கொண்ட மேகலை (146)

    கிழக்கு இந்தியாவில் முண்டா அல்லது கொலேரிய மொழிகள் சிதறிக்கிடக்கின்றன. இவ்வினத்தைச் சேர்ந்த மொழிகள் மலாயாவிலும், ஆஸ்திரேலியாவிலும், கிழக்குத் தீவுகளிலும் இருந்து வருகின்றன. இவை அனைத்தும் ஆசிய-ஆஸ்திரேலிய மொழிகள் எனப்படும் இவ் வினத்தில் ஏறத்தாழ நூற்றைம்பது மொழிகளுக்கு மேற்பட்டவை உள்ளன. இம்மொழிகளைப் பேசும் மக்கள் நடு இந்தியாவிலும், சாத்பூரா மகாதேவ மலைகளிலும், ஒரிஸ்ஸாவிலும், தெலுங்கு நாட்டு மலைப்பகுதிகளிலும் வாழ்கின்றார்கள். ஆரியர் இந்தியாவில் நுழைந்த போது வடவிந்தியாவில் திராவிடமும் முண்டா-கொலேரிய மொழிகளும் வாழ்ந்தன என்பது மொழி ஆராய்ச்சியால் அறியப்படும் உண்மையாகும். ஆதலால், ஆசிய-ஆஸ்திரேலியச் சொற்கள் சிலவும் திராவிட மொழிகளுள் நுழைந்திருக்கலாம் என்பது அவ்வாராய்ச்சியாளர் முடிபாகும். கதலி, தாம்பூலம் போன்ற சில சொற்கள் வட மொழியில் இடம்பெற்றன என்றும், மிளகு-நாஞ்சில்-ஐயவி போன்ற சில சொற்கள் திராவிடத்தில் நுழைந்தன என்றும் அந்த ஆராய்ச்சியாளர் கூறுகின்றனர்.[1]

◈

---

1. லவங்கம் என்பது இந்தோனேஷியாவிலிருந்து வந்த சொல்லாகும்; The Sanskrit Language, T. Burrow, pp. 378-9.

33. பத்துப்பாட்டு ஆசிரியர்

நக்கீரர்

இவர் திருமுருகாற்றுப்படை ஆசிரியர். இவரது இயற்பெயர் கீரன் என்பது. 'ஆர்' என்பது உயர்வு குறித்த பன்மை விகுதி. 'ந' என்பது சிறப்புப் பொருளைத் தரும் இடைச்சொல்.

திருமுருகாற்றுப்படை சங்ககாலத்திற்குப் பிற்பட்டது என்பது முன்னரே விளக்கப்பட்டதாதலின், இந்நக்கீரர் சங்ககாலத்தில் வாழ்ந்த நக்கீரர் பலருக்குப் பிற்பட்டவர் ஆவர். இவர் பாடிய திருமுருகாற்றுப் படை பதினோராந் திருமுறையுள் இடம் பெற்றுள்ளது என்பதும், அங்கு இவர் பெயர் நக்கீரதேவநாயனார் என்று அமைந்துள்ளது என்பதும் முன்பே கூறப்பட்டவை. எனவே, இவரது இயற்பெயர் நக்கீர தேவர் என்று கருதுவதே பொருத்தமாகும். 'நாயனார்' என்பது சிறந்த சிவனடியார்க்கு அக்காலத்தில் வழங்கப்பட்டு வந்த பொதுப் பெயராகும்.

பதினோராந்திருமுறையுள் கல்லாட தேவநாயனார், கபில தேவநாயனார், பரண தேவநாயனார் என்ற சிவனடியார் பலர் பாடிய சமயப் பாடல்கள் இடம் பெற்றுள்ளன. அவ்வாறே இந்நக்கீர தேவ நாயனார் பாடியனவாகப் பல சிறிய நூல்களும் இடம் பெற்றுள்ளன. இவர்,

1. கைலைபாதி காளத்திபாதித் திருவந்தாதி
2. திருவீங்கோய் மலை எழுபது
3. திருவலஞ்சுழி மும்மணிக்கோவை
4. திருவெழுகூற்றிருக்கை
5. பெருந்தேவபாணி
6. கோபப்பரசாதம்
7. காரெட்டு
8. போற்றித் திருக்கலி வெண்பா

9. திருமுருகாற்றுப்படை

10. திருக்கண்ணப்பதேவர் திருமறம்

என்னும் பத்துச் சிறுநூல்களையும் பாடியுள்ளார் என்பது கூறப்படு கிறது. ஆயின், இவற்றுள் திருமுருகாற்றுப்படையின் நடை மற்றச் சிறு நூல்களின் நடையைவிட மிடுக்குடையது. எனவே, திரு முருகாற்றுப் படையைப் பாடிய நக்கீரர் வேறு என்றும், எஞ்சிய ஒன்பது சிறுநூல்களையும் பாடியவர் நக்கீர தேவநாயனார் என்றும் அறிஞர் கருதுவர்.[1] உண்மை எதுவாயினும், திருமுருகாற்றுப் படையைப் பாடிய நக்கீரர் சங்க காலத்திற்குப் பிற்பட்டவர் என்பது உறுதியாகும்.

இவ்வாசிரியர் முருகனிடம் கனிந்த பற்றுடையவர்; முருகனையே முழுமுதற்கடவுளெனக் கொண்டவர்; தம் காலத்தில் முருகனுக்குரிய தலங்களாய் விளங்கிய பரங்குன்றம், அலைவாய், ஆவி நன்குடி, ஏரகம் ஆகிய நான்கு இடங்களையும், அங்கு நடைபெற்ற செயல்களையும் நன்கு அறிந்தவர் என்பது இவர் கூறியுள்ள விவரங்களால் தெரிகிறது. பழமுதிர்ச்சோலை மலை வருணனையையும் குறிஞ்சி நிலத்தில் முருகன் வழிபடப்பட்ட விவரத்தையும் விளக்கிக் கூறியிருத்தலை நோக்க, இவர் மலைவளத்தையும் குறவர் வாழ்க்கையையும் நன்கு அறிந்தவர் என்பது தெரிகிறது. முருகன் நாற்சந்தி, நீர்த்துறை, அம்பலம் முதலிய பல இடங் களிலும் எழுந்தருளியுள்ளான் என்று கூறுவதை நோக்க, இவர் காலத்தில் முருகவணக்கம் மிகச் சிறந்து விளங்கியது என்பது அறியப் படுகிறது.

முடத்தாமக் கண்ணியார்

இவர் கரிகாலன்மீது பொருநராற்றுப்படையைப் பாடியவர். 'இயற் பெயர் முன்னர்' (தொல், சொல், சே.ந.) என்னும் சூத்திரவுரையில் 'ஆர்' விகுதி பன்மையொடு முடிதற்கு முடத்தாமக் கண்ணியார் வந்தார் என்பது எடுத்துக்காட்டாகக் காட்டப்பட்டுள்ளது. அதனால், இவரது பெயர் முடத்தாமக் கண்ணியார் என்பது தெரிகின்றது.

இவரது கால் முடமாய் இருந்தது பற்றி 'முடம்' என்னும் சொல் இவரது இயற்பெயர் முன்பு இடம் பெற்றது. எனவே, இவரது இயற் பெயர் தாமக்கண்ணி என்பது. காமக்கண்ணி (காமாட்சி) என்றாற் போலத் 'தாமக்கண்ணி' என்பதும் பெண்பாற்பெயரெனவே

1. திருமுருகாற்றுப்படை, சங்கப் பதிப்பு, பேராசிரியர் எஸ். வையாபுரிப்பிள்ளை.

கொள்ளலாம். முடக்கொற்றனார், முடமோசியார் என்ற இருவரும் கால் முடமான சங்ககால ஆண்பாற்புலவர். இவர்களைப் போலவே கால் முடமான பெண்பாற்புலவர் முடத்தாமக் கண்ணியார் என்று கொள்வது பொருத்தமாகும்.

இவர் பாடிய பாடல் எதுவும் எட்டுத்தொகையில் இடம் பெற வில்லை. இவர் தமது பொருநராற்றுப் படையில் பொருநனது யாழைப் பற்றிய பல விவரங்களையும், விறலியின் வருணனையையும், சோழ நாட்டு வளத்தையும் நன்கு கூறியுள்ளார்; ஆயின், பிற ஆற்றுப் படை யில் கூறியிருத்தல் போலப் பொருநன் செல்லத் தக்க வழியையும் அவ் வழிகளில் உள்ள சிறப்புடைய ஊர்களையும், பொருநன் கரிகாலனைக் காணத்தக்க உறையூரை அல்லது காவிரிப்பூம்பட்டினத்தையும் குறியாமல் விட்டது வருந்தத்தக்கது. இவர் அவ்வழியையும் அவ்வழியி லிருந்த ஊர்களையும் உறையூரையும் காவிரிப்பூம்பட்டினத்தையும் நேரில் அறிந்திருப்பாராயின், தவறாது கூறியிருப்பார் என்பதில் ஐய மில்லை. இவர் முடவராய் இருந்தமையே அவற்றை அறியாது இருந் தமைக்கு ஏற்ற காரணம் என்னலாம்.

இவரது பாடல் நல்ல செந்தமிழ் நடையில் அமைந்துள்ளது; அழகிய உவமைகளைக் கொண்டுள்ளது.

1. யாழின் உறுப்புகளுள் 'பத்தல்' என்பது ஒன்று. அஃது இரண்டு ஓரங்களிலும் தாழ்ந்து நடுப்பகுதி உயர்ந்துள்ளது. அதற்கு மானின் குளம்பு அழுத்திய இடம் உவமையாகக் கூறுப்பட்டுள்ளது.

"குளப்புவழி யன்ன கவடுபடு பத்தல்" (அடி. 4)

2. யாழின் துளையில் பொருத்தப்பட்ட ஆணி, நண்டின் கண்ணைப் போன்று உள்ளது என்பது கூறப்பட்டுள்ளது. (அடி, 9-10)

3. யாழின் கரிய தண்டு தலைநிமிர்ந்து நிற்பதற்குப் பாம்பு தலை யெடுத்து நிற்றல் உவமையாகக் கூறப்பட்டுள்ளது. (அடி, 13).

இவ்வாறு பொருநராற்றுப்படையில் கூறப்பட்டுள்ள அழகிய உவமைகள் பலவாகும். இப்புலவர் பாடலால் கரிகால்வளவனுடைய கொடைச் சிறப்பும் கற்றாரைப் போற்றும் திறனும் நன்கு வெளியா கின்றன. அவனது இளமைப்பருவ வரலாற்றை அறிய இப்பாடல் பெருந் துணை புரிகின்றது.

நத்தத்தனார்

இவர் சிறுபாணாற்றுப்படையைப் பாடியவர். இவரது இயற்பெயர் தத்தன் என்பது; 'ஆர்' விகுதி உயர்வு பற்றியது; ந என்பது சிறப்புப் பொருளை உணர்த்தும் ஓர் இடைச்சொல். இவரது ஊர் நல்லூர் என்பது. அஃது இடைக்கழி நாட்டைச் சேர்ந்தது. இடைக்கழி நாட்டைப் பற்றிய விவரங்கள் தனித்தலைப்பின்கீழ் முன்பே கூறப் பட்டுள்ளன.

இவர் தொண்டை நாட்டின் தென்கோடிப் பகுதியில் வாழ்ந்தவர்; தம் ஊருக்கு ஐந்து கல் தெற்கே இருந்த ஓய்மானாட்டை நன்கு அறிந்தவர்; அதனை ஆண்ட நல்லியக் கோடனாற் சிறப்பிக்கப் பட்டவர்; ஆதலால், அவனது நாட்டு வளத்தை நன்கு விளக்கி, அந் நாட்டில் சிறப்புற்று விளங்கிய எயிற்பட்டினர், வேலூர் ஆமூர், கிடங்கில், மாவிலங்கை என்னும் ஊர்களைப் பற்றிய விவரங்களைத் தெளிவாய்க் கூறியுள்ளார்; நல்லியக்கோடனுடைய நற்பண்புகள் பலவற்றையும் எடுத்துக் கூறியிருத்தலைக் காண, இவர் அவ்வள்ளலோடு மிக நெருங்கிப் பழகியவர் என்பது தெரிகின்றது.

இப்புலவர் சேரநாட்டின் வளத்தையும், அதன் தலைநகரான வஞ்சி மாநகரத்தையும், பாண்டி நாட்டின் துறைமுகமான கொற்கையின் சிறப்பையும், தமிழ்ச் சங்கம் இருந்த தலைநகரமான மதுரையையும், சோழ நாட்டின் வளத்தையும், அதன் தலைநகரான உறையூரையும் நன்கு விளக்கியுள்ளதால், இவர் அம்மூன்று நாடுகளையும் நேரிற் கண்டவர் என்று கூறலாம்.

இவர் பேகன் முதலிய வள்ளல்கள் எழுவர்க்குப் பின் வந்தவர் என்ற உண்மை இவர் பாடலால் தெரிகின்றது. ஓய்மானாட்டு ஐவகை நிலத்தின் இயல்புகளும் அந்நில மக்களின் வாழ்க்கையும் இவரால் நன்கு எடுத்துக் கூறப்பட்டுள்ளன. இவரது பாடல் பொதுவாகத் தமிழ் நாட்டையும் சிறப்பாக ஓய்மானாட்டையும் படம் பிடித்துக் காட்டும் முறையில் அமைந்துள்ளது. செய்யுளின் நடை சிறந்து காணப்படுகிறது. இவரும் தம் பாடலில் பல உவமைகளைக் கையாண்டுள்ளார். நல்லியக் கோடனது அரண்மனை இமயமலையைப் போன்ற உயர்ச்சியுடையது. அதன் கோட்டை வாயில் திறந்திருந்தமை, இமயமலை ஒரு கண்ணை விழித்துப் பார்த்தாற்போன்று இருந்தது (அடி, 205-206) எனப் பல உவமைகள் இவர் பாடலில் காணலாம். இவர் ஓய்மானாட்டு மக்களின் விருந்து போற்றும் பண்பினை நன்கு எடுத்து விளக்கியுள்ளார். இவர்

பாடியதெனத் தொகை நூல்களில் ஒரு பாடலும் இடம் பெறவில்லை.

உருத்திரங்கண்ணனார்

உருத்திரன் என்பது இவர் தந்தையார் பெயர்; கண்ணன் என்பது இவர் இயற்பெயர்; 'ஆர்' விகுதி உயர்வு பற்றியது; இவரது ஊர் கடியலூர் என்பது; இக்கடியலூர் தொண்டை நாட்டுத் தென்பகுதி யில் இன்றுள்ள கடுக்கலூராதல் கூடும் என்பது முன்பே விளக்கப் பட்டுள்ளது. தொல்காப்பியம் மரபியலில் 'ஊரும் பெயரும்' என்னும் நூற்பாவின் (74) உரையில் பேராசிரியர் இவரை அந்தணர் என்று கூறியுள்ளார்.

இவர் தொண்டை நாட்டை ஆண்ட திரையன் என்பவன்மீது பெரும்பாணாற்றுப்படையும், சோழப் பேரரசனான கரிகாலன்மீது பட்டினப்பாலையும் பாடியிருத்தலால், அவ்விருவர் காலத்தவராவர். இவர் அவ்விரு நாடுகளையும் நன்கு அறிந்தவர் என்பது அவ்விரு பாடல்களாலும் தெரிகின்றது.

இவர் தொண்டை நாட்டுக் குறிஞ்சி, பாலை, முல்லை, மருதம், நெய்தல் ஆகிய ஐவகை நிலங்களையும் கருப்பொருள்களையும் பெரும் பாணாற்றுப்படையில் தெளிவாகக் கூறியுள்ளார்; துறைமுக நகரத்தின் வளத்தை விளக்கியுள்ளார்; வேதியர் வாழ்க்கை, தோப்புக்குடிகளின் வாழ்க்கை, சிற்றூர் மக்களின் வாழ்க்கை என்பவற்றையும் விளக்கி யுள்ளார்; திரையனின் வீரப் பண்பையும் கொடைப் பண்பையும் தெளிவுறத் தெரிவித்துள்ளார்; இங்ஙனமே கரிகாலன் வீரச் செயல் களையும், அவனால் பாழாக்கப்பட்ட ஊர்களின் நிலையையும் பட்டினப் பாலையில் நன்கு விளக்கியுள்ளார்; அக்காலத்தில் சிறப்புற்று இருந்த சோழநாட்டுத் துறைமுக நகரமான காவிரிப்பூம்பட்டினம் இவரால் நன்கு விளக்கப்பட்டுள்ளது. அந்நகரத்தின் சிறப்பும் அங்கு வாழ்ந்த பல திறப்பட்ட மக்களின் செயல்களும் தெள்ளிய முறையில் எடுத்துக் கூறப்பட்டுள்ளன. இவை, இவர் காவிரிப்பூம்பட்டினத்தை நன்கு அறிந்தவர் என்பதை உணர்த்துகின்றன.

இப்புலவர் பெருமாப்ல திறப்பட்ட மக்களின் குடியிருப்பினையும் ஒழுக்கங்களையும் சுவைபடக் கூறும் ஆற்றல் உடையவர் என்பது, உமணர், எயினர், ஆயர், உழவர், வலைஞர், வேதியர் (பெரும் பாணாற்றுப்படை), பரதவர், வணிகர், வேளாளர் (பட்டினப்) என்பவரைப் பற்றிக் கூறியுள்ள விவரங்களைக்கொண்டு அறியலாம். தொண்டை நாட்டுத் துறைமுகப்பட்டினம் சோழநாட்டுத் துறை

முகப்பட்டினம் ஆகிய இரண்டு இடங்களின் நிகழ்ச்சிகளை விரித்துக் கூறுவதிலிருந்து, இவர் அவ்விரு பட்டினங்களையும் நேரிற்கண்டு மகிழ்ந்தவர் என்பது தெளிவு.

இவர் பாடிய பாடலொன்று அகநானூற்றில் (167) இடம் பெற்றுள்ளது. பட்டினப்பாலையில் கூறப்பட்டுள்ள ஊரின் அழிவு அப்பாடலிலும் இடம் பெற்றுள்ளது. பட்டினப்பாலையைப் போலவே அப்பாடலிலும் தலைமகன் செலவழுங்கிக் கூறும் கூற்றாய் அமைந்துள்ளது. இவர் பாடிய மற்றொரு பாடல், குறுந்தொகையில் (352) இடம் பெற்றுள்ளது. தலைவனைப் பிரிந்த தலைவி மாலைக் காலத்தில் தலைவனது பிரிவை உணர்வதாக வருந்திக் கூறும் முறையில் அச் செய்யுள் அமைந்துள்ளது. சுருங்கக் கூறின், இப்புலவர் பெருமான் நாடு களையும் நகரங்களையும் ஆங்காங்கு நடைபெற்ற நிகழ்ச்சிகளையும் இயற்கைப் பொருள்களையும் அரசியல் நிகழ்ச்சிகளையும் நன்கு அறிந்த அறிஞர் என்பதும், அவற்றைச் சுவைபடச் சித்திரிக்கும் ஆற்றல் உடையவர் என்பதும் இவர் பாக்களைக் கொண்டு அறியப்படும் செய்திகளாகும் என்னலாம்.

நப்பூதனார்

இவர் முல்லைப்பாட்டுப் பாடிய புலவர். இவரது இயற்பெயர் 'பூதன்' என்பது; 'ஆர்' விகுதி உயர்வு பற்றியது; 'ந' என்பது சிறப்புப் பொருள் உணர்த்தும் ஓர் இடைச்சொல். இவர் காவிரிப்பூம் பட்டினத்துப் பொன் வாணிகனார் மகனார் என்று கூறுப்படுவதை நோக்க, இவரது ஊர் காவிரிப்பூம்பட்டினம் என்பதும், இவர் தந்தையார் பொன் வாணிகம் செய்தவர் என்பதும் அறியப்படுகின்றன. எட்டுத்தொகையுள் இந்நப்பூதனார் பாடிய ஒரு பாடலும் இடம் பெற வில்லை.

இவர் பாடியுள்ள முல்லைப்பாட்டு, பத்துப்பாட்டுள் மிகச் சிறியது; 103 அடிகளையுடையது. ஆயினும், இவ்வாசிரியர் அச்சிறிய பாடலுள் காதலியின் பிரிவுத்துன்பம், பகைவர் மேற் சென்ற மன்னனது பாசறையமைப்பு என்னும் இரண்டையும் பல சிறு காட்சிகளாக அமைத்துப் படிப்பவர் உள்ளம் கவரும் முறையில் பாடியுள்ளார். கார் காலத்தில் மாலைப்பொழுதின் காட்சி, காதலனைப் பிரிந்து வருந்தும் காதலியின் பிரிவாற்றாமை, பகைவர் மேற்சென்ற மன்னனது பாசறை யமைப்பு, தலைவனது மனநிலை, வெற்றி கண்ட வேந்தன் துயில் கொள்ளுதல், அரண்மனையில் தலைவியின் துயரம், போர் முடித்த

தலைவன் மீண்டு வருதல் என்பவை சிறுசிறு காட்சிகளாய் இப்பாடலுள் அமைக்கப்பட்டுள்ளன.

பழந்தமிழ் கார் காலத்தில் மாலைக்கால நிகழ்ச்சிகளை அறியவும், மன்னன் பாசறையை எங்ஙனம் அமைத்தான் என்பதை அறியவும், இரவில் பாசறை நிகழ்ச்சிகளை அறியவும், கார்காலத் தொடக்கத்தில் முல்லை நிலத்து வளத்தை அறியவும், சங்ககாலத் தமிழ் மக்கள் பழக்க வழக்கங்கள் சிலவற்றை அறியவும் இச்சிறிய பாடல் பெருந்துணை செய்கின்றது. மேற்கூறப்பட்ட ஏனைய ஆசிரியரைப்போலவே இவரும் தம் பாடலில் சில உவமைகளைக் கையாண்டுள்ளார் (1) கடல் நீரைப் பருகி எழுந்த கார் முகிலுக்கு, மாவலி வார்த்த நீரை வாங்கி வானளாவ உயர்ந்த கரிய மாலை உவமை கூறியிருத்தல் (அடி, 1-3) பாராட்டத் தகும். (2) பாசறை அமைப்பை விளக்கும் பொழுது, தரையில் ஊன்றி யிருந்த வில் தடிகளில் அம்பறாத் தூணிகளைத் தொங்க விட்டிருந் தமை, முக்கோற்பகவர் தம் முக்கோலில் காவியாடையைத் தொங்க விட்டிருந்தமையை ஒத்திருந்தது (அடி, 37-39).

பண்டைக்கால மக்கள் நற்சொல் கேட்கும் முறை, நாழிகை வட்டிலைகொண்டு நேரத்தை அறியும் முறை, தமிழ் மன்னரிடம் யவனர் பணி செய்தமை, அழகிய நங்கையர் பாடி வீட்டில் தொண்டு புரிந்தமை முதலிய பல விவரங்கள் இச்சிறு பாடலில் இடம் பெற்றுள்ளன. இப்பாடலின் நடை பிற சங்கப் பாடல்களின் நடையை ஒத்துள்ளது; செறிவும் மிடுக்கும் உடையது.

மாங்குடி மருதனார்

இவர் மதுரைக்காஞ்சியைப் பாடியவர்; மாங்குடி என்னும் ஊரைச் சேர்ந்தவர். 'மருதன்' என்பது இவரது இயற்பெயர்; 'ஆர்' என்பது உயர்வு பற்றியது.

இவர் தலையாலங்கானத்துச் செருவென்ற பாண்டியன் நெடுஞ் செழியன் மீது மதுரைக்காஞ்சியைப் பாடியவர்; மறுபிறப்புக்குரிய அறச் செயல்களைச் செய்யுமாறு அவனுக்கு அறிவுறுத்தியவர். பாண்டியன் நெடுஞ்செழியன் தனது பாடலில் (புறம். 71).

"ஓங்கிய சிறப்பின உயர்ந்த கேள்வி
மாங்குடி மருதன் தலைவன் ஆக
உலகமொடு நிலைஇய பலர்புகழ் சிறப்பிற்
புலவர் பாடாது வரைகவென் னிலவரை"

என்று கூறியதை நோக்க, அம்மன்னன் தன் அவைப் புலவரான மாங்குடி மருதனாரிடம் கொண்டிருந்த பெருமதிப்பை நன்கு உணரலாம்.

இவர் பாடிய மதுரைக்காஞ்சியே பத்துப்பாடல்களுள் மிக நீண்ட பாடலாகும். இது 781 அடிகளைக் கொண்டது. இவர் அதன் கண் நெடுஞ்செழியனுக்கு முற்பட்ட புகழ்பெற்ற பாண்டியர் இருவரைக் குறித்துள்ளார். கடல் கடந்து பெருவெற்றி கொண்ட நிலந்தரு திருவின் நெடியோனைப் பற்றிய விவரங்களும், பல்யாகசாலை முதுகுடுமிப் பெருவழுதியின் செயல்களும் நன்கு குறிக்கப்பட்டுள்ளன. நெடுஞ் செழியன் புரிந்த போர்களும் இப்பாடலில் இடம் பெற்றுள்ளன. பாண்டி நாட்டு ஐவகை நிலங்களின் அமைப்பும் அழகுறக் கூறப் பட்டுள்ளன. பாண்டி நாட்டின் தலைநகரான பீடு மிக்க மாட மதுரை தெளிவாகச் சிறப்பிக்கப்பட்டுள்ளது. அந்நகரத்தில் ஒவ்வொரு நாளும் நடை பெற்ற நிகழ்ச்சிகள் மிகத்தெளிவாகக் கூறப்பட்டுள்ளன. அவை வாயிலாக, ஒரு நாளில் மன்னன் செய்து வந்த செயல்களும் நகரமக்கள் செயல்களும் இவை யென்பதை அறியலாம். பாண்டியன் நெடுஞ் செழியனுடைய வீரம் முதலிய பண்புகள் இந்நெடும்பாடலில் விளக்க மாகக் குறிக்கப்பட்டுள்ளன. அக்கால மக்களின் உடை, உணவு, சமய உணர்ச்சி, கலை உணர்ச்சி, ஆட்சி முறை முதலிய பல செய்திகள் இப்பாடலில் ஆங்காங்குக் குறிக்கப்பட்டுள்ளன.

ஆசிரியர், நெடுஞ்செழியனுடைய முன்னோர் பெருமையைக் கூறி தம் கால மன்னனுடய வீரச் செயல்களைப் பாராட்டிப் பாண்டி நாட்டு வளத்தைக்கூறி, மதுரை மாநகர நிகழ்ச்சிகளையும் விளக்கி, இறுதியில், வேள்வி செய்து மறு உலக இன்பத்தை அடையும்படி நயம்படக் கூறியிருக்கும் முறை, மிகவும் பாராட்டற் பாலது. இப்பாடலின் நடை, செறிவும் மிடுக்கும் கொண்டது. செந்தமிழ் வளர்த்த பாண்டி நாட்டின் சங்க கால நிலையை அறிய இப்பாடல் பெருந்துணை செய்வதாகும்.

மாங்குடி மருதனார் மதுரைக்காஞ்சியைத் தவிர வேறுபாடல்கள் பாடினார் என்பதற்குத் தொகை நூல்களில் சான்று இல்லை. ஆயின், மாங்குடி கிழார் என்ற புலவர் பாடிய ஆறு பாடல்கள் புறநானூற்றில்[1] காணப்படுகின்றன. அவற்றுள் 24ஆம் செய்யுளின் அடியில் பிரதிபேத மாக 'மாங்குடி மருதனார்' என்னும் பெயர் குறிக்கப்பட்டுள்ளது. செய்யுள் 335இல் பிரதிபேதமாக 'மாங்குடி கிழார்' என்பது காணப்

---

1. செ. 24, 26, 313, 335, 373, 396.

படுகிறது. ஏனைய நான்கு பாக்களின் அடியிலும் பிரதிபேதமாக வேறு பெயர்கள் இல்லை. இவற்றை நோக்க, மாங்குடி கிழார் வேறு, மாங்குடி மருதனார் வேறு என்பது தெளிவாகும்.

மதுரைக்காஞ்சிப் புலவன் என்ற பெயரில் குறுந்தொகையில் ஒரு செய்யுளும் (173), அகநானூற்றில் ஒரு செய்யுளும் (89) அமைந்துள்ளன. நற்றிணையில் காஞ்சிப் புலவன் என்ற பெயரில் ஒரு செய்யுள் இடம் பெற்றுள்ளது (123). நற்றிணையைப் பதிப்பித்த பின்னத்தூர் அ. நாராயணசாமி ஐயர் அவர்கள் மாங்குடி கிழார், மாங்குடி மருதனார், மதுரைக்காஞ்சிப் புலவர் ஆகிய மூவரும் ஒருவரே என்று குறித்துள்ளார்.[2]

பாலைக்கௌதமன் என்றாற்போலக் காஞ்சிப் புலவன் என்று ஒருவர் பெயர் பெற்றிருக்கலாம் அன்றோ? காஞ்சித்திணை பற்றிச் சிறப்புறப் பாடிய காரணத்தால் ஒருவர் காஞ்சிப் புலவனார் எனப் பெயர் பெற்றிருத்தல் இயல்பே. இது சங்ககால நடைமுறைக்கு ஒத்ததே யாகும். மதுரைப் பேராலவாயார் என்றாற்போலக் காஞ்சி (நகரத்து)ப் புலவர் எனவும் பெயர் பெற்றிருக்கலாம். மதுரை ஈழத்துப் பூதந் தேவனார் என்பது, பூதன் தேவனார் என்பவர் ஈழத்தைச் சேர்ந்தவர். மதுரையில் தங்கியிருந்தவர் எனப்பொருள்படும். அது போலவே, காஞ்சியைச் சேர்ந்த புலவர் மதுரையில் தங்கியிருந்தமையால், மதுரைக் காஞ்சிப் புலவர் எனப் பெயர் பெற்றிருக்கலாம். வேறு தக்க சான்றுகள் கிடைக்கும் வரையில், மாங்குடி கிழாரும் மதுரைக்காஞ்சிப் புலவரும் மாங்குடி மருதனாரே என்று வலியுறுத்திக் கூறுதல் பொருந்தாது. டாக்டர் உ.வே. சாமிநாதையர் அவர்கள் மாங்குடி கிழாரே மாங்குடி மருதனார் என்று கூறாமை[3] இங்கு அறியத்தகும்.

நக்கீரனார்

இவர் நெடுநல் வாடையைப் பாடியவர். கீரன் என்பது இவரது இயற்பெயர்; 'ஆர்' விகுதி உயர்வு குறித்தது; 'ந' என்பது சிறப்புப் பொருளை உணர்த்தும் இடைச் சொல். நெடுநல்வாடைக்கு உரை வகுத்த நச்சினார்க்கினியர் தம் உரையின் இறுதியில், "இப்பாடல் மதுரைக்கணக்காயனார் மகனார் நக்கீரனார் தலையாலங்கானத்துச் செருவென்ற பாண்டியன் நெடுஞ்செழியன் மீது பாடியது," என்று எழுதி

---

2. நற்றிணை, பாடினோர் வரலாறு, பக். 26, 17, 72.
3. புறநானூறு, ஐந்தாம் பதிப்பு, பாடினோர் வரலாறு, பக். 58.

யிருப்பது கொண்டே, இதனைப் பாடியவர் இன்னவர் என்பதும், இன்னவன் மீது இதனைப் பாடினார் என்பதும் அறியக்கிடக்கின்றனவே தவிர, பாடலுள் இவற்றுக்குச் சான்றில்லை என்பது அறியத்தகும். அவரது கூற்றின்படி நக்கீரனார் என்பவர், மதுரையைச் சேர்ந்தவர் என்பதும், கணக்காயனார் மகனார் என்பதும் தெரிகின்றன. கணக்காயனார் என்பது புலமை மிக்க ஆசிரியர்க்கு அக்காலத்தில் வழங்கப்பட்ட பெயராகலாம். மதுரைக் கணக்காயனார் என்பவர் பாடியனவாகப் பல பாடல்கள் தொகை நூல்களுள் இடம் பெற்றுள்ளன. நெடுநல்வாடையில் அரண்மனையின் அமைப்பு, அரசமா தேவியின் கட்டில் வருணனை, குளிர்கால நிகழ்ச்சிகள், மன்னனுடைய பாசறை நிகழ்ச்சிகள், புதியமனை வகுத்தல் என்பன வேறு சங்க நூல்களுள் இடம் பெறாதவை. ஆசிரியர் இவற்றைச் சுவையுறக் கூறி யுள்ளார். இவரது செய்யுள் நடை ஆற்றொழுக்குப் போன்றது; ஓசை யின்பம் மிக்கது.

"சிலரொடு திரிதரும் வேந்தன்
பலரொடு முரணிய பாசறைத் தொழிலே"

என்ற அடிகளில் அமைந்துள்ள சொற்களின் அமைதியையும் எதுகை, மோனைச் சுவையையும் காண்க.

குறுந்தொகை முதலிய தொகை நூல்களுள் நக்கீரர் பாடியனவாகச் சில பாடல்களும்,[1] மதுரை நக்கீரர் பாடியனவாகச் சில பாடல்களும்,[2] நக்கீரனார் என்பவர் பாடியனவாகச் சில பாக்களும்,[3] மதுரை நக்கீரனார் என்பவர் பாடியதாகப் பாடலொன்றும்,[4] மதுரைக் கணக்காயனார் மகனார் நக்கீரனார் பாடியனவாகச் சில பாடல்களும்,[5] காணப் படுகின்றன. இவ்வாறு முன்னோர் ஒரு நக்கீரர்க்கும் மற்றொரு நக்கீரர்க்கும் வேறுபாடு தெரியும்படி தெளிவாய்க் கூறியிருந்தும்,

---

1. குறுந்தொகை–78, 105, 161, 266, 280, 368.
   நற்றிணை 86, 197, 258, 340, 353, 367.
   அகநானூறு 57, 126, 141, 295, 227, 253, 290, 340, 346, 369.

2. அகநானூறு–36
   புறநானூறு 395

3. குறுந்தொகை–73
   நற்றிணை–31
   அகநானூறு–120, 249, 310, 389.

4. அகநானூறு–78

டாக்டர் உ.வே.சாமிநாத ஐயர் அவர்களும்,[6] பின்னத்தூர் அ. நாராயண சாமி ஐயர் அவர்களும்[7] இவ்விவரையும் ஒருவராகவே கருதி வரலாறு எழுதியுள்ளனர். இப்பெருமக்களின் கருத்தில் நம்பிக்கை கொண்டு பலர் இவ்விவர் வரலாற்றையும் திருமுருகாற்றுப் படையைப் பாடிய நக்கீரர் வரலாற்றையும் நக்கீர தேவநாயனார் வரலாற்றையும் ஒன்று சேர்த்தும் நக்கீரர் வரலாற்றை எழுதியுள்ளனர்.

நெடுநல்வாடையைப் பாடியவரெனக் கருதப்படும் மதுரைக் கணக்காயனார் மகனார் நக்கீரனார் என்பவர் குறுந்தொகையில் ஒரு பாடலையும் (143), புறநானூற்றில் இரண்டு பாடல்களையும் (56, 189) பாடியுள்ளார். புறநானூற்றில் உள்ள 56ஆம் பாடல் இலவந்திகைப் பள்ளித்துஞ்சிய நன்மாறன்மீது பாடப்பெற்றது. ஆசிரியர் இப்பாடலில் அப்பாண்டியனுக்குச் சிவபிரான், பலதேவன், மாயோன், முருகவேள் என்பவர்களை உவமையாக்கிப் பாடியுள்ளார். புறம். 189ஆம் பாடல் 'பொருள் மொழிக் காஞ்சி' என்னும் துறையில் பாடப்பட்டது. அப்பாடல் சிறந்த கருத்தை உடையது. "உலகம் முழுதையும் தமக்கே உரியதாகக் கொண்டு ஆண்ட பேரரசர்க்கும் விலங்குகளை வேட்டை யாடும் வேட்டுவனுக்கும் உணவு ஓர அளவினதே ஆகும்; உடுக்கப் படுபவை இரண்டு; பிறவும் சமமே. ஆதலால், செல்வதாற் பெறும் பயன் பிறர்க்குக் கொடுத்தலேயாகும்." என்பது அப்பாடலின் கருத்து.

கபிலர்

இவர் குறிஞ்சிப் பாட்டின் ஆசிரியர். இவர் பிராமணர் (புறம், 201); பாரி வேளுக்கு உற்ற நண்பர். இவரது வரலாறு 'பாரி' என்னும் தலைப்பில் முன்பே கூறப்பட்டுள்ளது. இவர் காரி, பேகன், பாரி என்ற வள்ளல்களையும் சேரமான் செல்வக் கடுங்கோ வாழியாதனையும் பாடி, அவர்பால் நன்மதிப்போடு வாழ்ந்தவர். இவர் செல்வக் கடுங்கோ வாழியாதன் மீது 7ஆம் பத்தைப் பாடினார்; பாரி மகளிரை மணந்து கொள்ளும்படி வேண்டி விச்சிக்கோனையும், இருங்கோ வேளையும் பாடினார் (புறம், 200-202).

---

5. குறுந்தொகை–143
   புறநானூறு–56, 189
6. பத்துப்பாட்டு, மூன்றாம் பதிப்பு, பக். 45–49
7. நற்றிணை, பாடினோர் வரலாறு, பக். 45–47

இவர் பாக்களைக்கொண்டு, இவர் முதலில் காரியிடம் சென்றனர் என்றும், பின்னர்ப் பேகன்பால் போயினர் என்றும், அதன்பின் ஆரியவரசனுக்குத் தமிழறிவுறுத்தினர் என்றும், பின்னர் வேள் பாரியைச் சார்ந்து வாழ்ந்திருந்தனர் என்றும், முடிவில் சேரமான் செல்வக் கடுங்கோ வாழியாதனைச் சார்ந்திருந்தனர் என்றும் கருதுதல் அமைவு டையதாகும்.[1] அதன் பின்னரே இவர் உலக வாழ்வினை நீத்திருத்தல் கூடும்.[2]

பிரகத்தன் என்ற ஆரிய அரசனுக்குத் தமிழர் மணமுறையையும் தமிழ் மகளிரது கற்பு மேம்பாட்டையும் அறிவுறுத்தவே கபிலர் குறிஞ்சிப்பாட்டைப் பாடினார். இவர் பாடிய குறிஞ்சிப்பாட்டு மலைவளத்தைப் படம் பிடித்துக் காட்டுவது. குறிஞ்சித்திணை பற்றிய பாக்களில் இணையற்றது; குறிஞ்சி மலர்களின் பட்டியலைத் தருவது; மலை நாட்டு மக்கள் வாழ்க்கையை விளக்கமாக எடுத்துக் கூறுவது.

இவர் தம் காலத்து அரசரால் நன்கு மதிக்கப்பட்டவர்; தம் காலப் புலவராலும் பிற்காலப் புலவராலும் பெருமையோடு பாராட்டப் பட்டவர். இவர் காலத்தவரான மாறோக்கத்து நப்பசலையார்,

**"புலனழுக் கற்ற அந்த ணாளன்
இரந்துசெல் மாக்கட் கினியிட னின்றிப்
பரந்திசை நிற்கப் பாடினன்"**

(புறம். 126)

என்றும்,

"பொய்யா நாவிற் கபிலன்"

(புறம். 174)

என்னும் இவரைத் தம் பாக்களிற் பாராட்டியுள்ளார்.

இவருக்குக் காலத்தாற் பிற்பட்ட சேரமான் யானைக்கட்சேய் மாந்தரஞ்சேரல் இரும்பொறை என்ற மன்னன், தனது வெற்றியைப் பாராட்டக் கபிலர் இல்லையே என்று வருந்தினான் என்பதை நோக்க, பிற்கால அரசனும் இவரை எவ்வளவு மதித்திருந்தான் என்பது தெரியலாம். அங்ஙனம் அவன் கூறி வருந்தியதைக் கேட்ட பொருந்தில்

---

1. கபிலர், வே. வேங்கடராஜுலு ரெட்டியார், பக். 13.

2. கபிலர், வே. வேங்கடராஜுலு ரெட்டியார், பக். 23, அடிக்குறிப்பு 1.

இளஞ்கீரனார் என்ற புலவர்.

> "செறுத்த செய்யுள் செய்செந் நாவின்
> வெறுத்த கேள்வி விளங்குபுகழ்க் கபிலன்
> இன்றுள னாயின் நன்றுமன் என்றநின்
> ஆடுகொள் வரிசைக் கொப்பப்
> பாடுவன் மன்னாற் பகைவரைக் கடப்பே"

(புறம். 53)

என்று கூறி அவனது வெற்றியைத் தாம் பாராட்டிப் பாடினர் என்பது, கபிலரது பெரும்புலமைக்கேற்ற சான்றாகும்.

பதிற்றுப்பத்தில் இளஞ்சேரல் இளம்பொறைமீது ஒன்பதாம் பத்தைப் பாடிய பெருங்குன்றூர் கிழார்.

> "வயங்குசெந் நாவின்
> உவலை கூராக் கவலையில் நெஞ்சின்
> நனவிற் பாடிய நல்லிசைக் கபிலன்"

(பதிற்றுப், 85)

என்று பாராட்டியிருத்தல் காண்க. மதுரை நக்கீரனார் என்ற புலவர்,

> "உலகுடன் திரிதரும் பலர்புகழ் நல்லிசை
> வாய்மொழிக் கபிலன்"

(அகம், 78)

என்று கபிலரது பரந்த புகழைப்பாராட்டியுள்ளார்.

கபிலர் ஓரரசன் புகழை மிகுதிப்படுத்துப் பாடுவதும் இல்லை, குறைத்துப் பாடுவதும் இல்லை. இதனை இவரே செல்வக் கடுங்கோ வாழியாதனிடம், "எஞ்சிக் கூறேன்" என்று கூறியிருத்தலிலிருந்து எளிதில் அறியலாம். இஃது இவரது பெருந்தன்மையை உள்ளங்கை நெல்லிக்கனி போலத் தெளிவுற உணர்த்துவதாகும்.

நக்கீரர் என்ற மற்றொரு புலவர் ஒருவனைச் சாகப் பாடிய அங்கதப்பாட்டுள்,

> "முரணில் பொதியில் முதற்புத்தேள் வாழி
> பாண கபிலரும் வாழி"

(தொல். செய்யுளியல், நூற்பா, 179, பேராசிரியர் உரை)

என அகத்தியரோடு இவரையும் ஒருங்கு வாழ்த்தியிருத்தலும் இவரது பெருமையைப் புலப்படுத்துவதாகும்.

இப்புலவர் பெருமான் பாடியனவாகக் கலித்தொகையில் உள்ள குறிஞ்சிக் கலிப் பாடல்களையும் கூறுதல் மரபு.[1] கலித்தொகைப் பாடல்கள் ஐவர் பாடினார் என்பதை உணர்த்தும் வெண்பா, கலித் தொகை ஏடுகளில் இல்லை; மாயமாய் வந்ததாகும். அப்பாடல்களை முதலிற் பதிப்பித்த சி.வை. தாமோதரம் பிள்ளையவர்கள் அவற்றைப் பாடிய ஆசிரியர் ஒருவரே எனக்கருதினர். அவற்றை ஆராய்ந்த திரு. கே.என்.சிவராசப் பிள்ளையும் அதே முடிவைக் கொண்டனர்.[2] இப்பாடல்களை ஐவரோ, பலரோ பாடினர் என்பதை உணர்த்தும் சான்று இப்பாக்களின் இறுதியில் இல்லை.[3] இப்பாக்களின் நடை, மொழியமைப்பு, நூல் முழுமையும் புராண இதிகாசக் கதைகள் விரவிக் கிடத்தல், பிற அகப்பொருள் நூல்களில் குறிக்கப்பட்ட சிற்றரசர் பேரரசர் பெயர்களுள் ஒன்றேனும் குறிக்கப்படாமை, பாண்டி நாட்டையும் பாண்டியரையுமே பாராட்டல் முதலியவை, இந்நூல் கபிலர், பரணர் முதலிய புலவர்க்குப் பிற்பட்ட ஒருவரால் பாண்டி நாடு ஒன்றையே உளங்கொண்டு பாடப்பட்ட நூலாய் இருத்தல் வேண்டும் என்று கருதுவது பொருத்தமாகும்.[4] எனவே, குறிஞ்சிக்கலியைக் கபிலர் பாடினார் எனக்கொள்ளுதல் பொருத்தமன்று.

கபிலர், ஐங்குறுநூறு என்னும் நூலில் நூறு பாக்களைக் 'குறிஞ்சி' என்னும் தலைப்பில் பாடியுள்ளார்; அப்பாடல்களில் மலை வளத்தை யும் மலை வாணர் பழக்க வழக்கங்களையும் வேலன் வெறியாட்டையும் கூறியுள்ளார்; பதிற்றுப்பத்தில் ஏழாம் பத்தைச் சுவையுறப்பாடிச் சேரமானுடைய வீரத்தையும் கொடையையும் பாராட்டியுள்ளார். இவர் பாடிய 27 பாடல்கள் புறநானூற்றில் இடம் பெற்றுள்ளன.[1] அவை

---

1. பத்துப்பாட்டு, மூன்றாம் பதிப்பு, பாடினோர் வரலாறு, டாக்டர் உ.வே.சாமிநாதையர், பக். 35
   பின்னத்தூர் அ. நாராயணசாமி ஐயர், நற்றிணை, பாடினோர் வரலாற்றில் கபிலர் குறிஞ்சிக் கலியைப் பாடியதாகக் கூறவில்லை. பக். 19 22

2. Chronology of the Early Tamils, pp. 35, 225.

3. History of Tamil Language and Literature, pp. 17. 51. 57.

4. இது பற்றிய விவரங்களை இந்நூலாசிரியர் எழுதியுள்ள தமிழ்மொழி-. இலக்கிய வரலாற்றில் விரிவாகக் காண்க. பக். 191 196.

பாரி, பேகன், காரி, விச்சிக்கோன், இருங்கோவேள், செல்வக்கடுங்கோ வாழியாதன் பற்றியவை. அவற்றுட் பெரும்பாலன பாரி வள்ளலைப் பற்றியவை. இவர் பாடியனவாக அகநானூற்றில் 18 பாடல்கள் இடம் பெற்றுள்ளன.[2] அவை குறிஞ்சித் திணையைப் படம் பிடித்துக் காட்டுவன. இவர் பாடியனவாக நற்றிணையில் 20 பாடல்கள் காணப் படுகின்றன.[3] அவற்றுட்பல குறிஞ்சித்திணை பற்றியவை. இவர் பாடியன வாகக் குறுந்தொகையில் 26 பாக்கள் இடம் பெற்றுள்ளன.[4]

கபிலர் உள்ளுறையுவமம் அமைத்துப் பாடலில் வல்லவர் என்ப தைப் பல பாடல்கள் உணர்த்துகின்றன.[5] இவர் இறைச்சிப் பொருள் அமையப் பாடுவதிலும் திறனுடையவர்.[6] கபிலர் முதலிய பத்துப் பாட்டுப் புலவரது புலமைத்திறன் அடுத்த பகுதியிற்காண்க.

இதுகாறும் கூறப்பட்ட சங்கப்பாடல்களைப் பாடிய கபிலர் வேறு; இன்னா நாற்பது பாடிய கபிலர் வேறு;[7] பதினோராந் திருமுறையில் இடம் பெற்றுள்ள மூத்த நாயனார் திரு இரட்டை மணி மாலை, சிவபெருமான் திரு இரட்டை மணி மாலை, திருவந்தாதி ஆகியவற்றைப் பாடிய கபிலதேவ நாயனார் வேறு; 'கபிலர் அகவல்' என்பதைப் பாடிய கபிலர் வேறு.[1] நக்கீரர் வரலாறு எழுதப் பட்டாற்போலவே இவர் அனைவரையும் ஒருவராகவே கொண்டு வரலாறு எழுதியவர் பலராவர். திருவிளையாடற்புராணத்தில் இவர் ஊர் திருவாதவூர் என் கூறப் பட்டுள்ளது; வேறு சான்றில்லை. திருவள்ளுவர் பிறப்புப் பற்றிக் கூறப் படும் பிற்காலக் கதையில் கபிலர் பிறப்பும் கூறப்பட்டுள்ளது. அக்கதை மிகப்பிற்பட்டதாதலின், தள்ளத்தக்கதாகும். "கபிலர் பிறப்பினைக் குறித்து வழங்கும் கதைகள் எல்லாம் ஆதாரமில்லாத கற்பனைக் கதைகளே என்பது தெளிவாகும்.[2]

---

1. 8, 14, 105-111, 113-124, 200-202, 236, 337, 347.
2. 2, 12, 18, 42, 82, 118, 128, 158, 182, 203, 218, 238, 248, 278, 292, 318, 332, 382.
3. 1, 13, 32, 59, 65, 77, 217, 222, 225, 253, 267, 291, 309, 320, 336, 352, 359, 368, 373, 376.
4. 13, 18, 38, 42, 87, 95, 100, 106, 115, 121, 142, 153, 187, 198, 208, 225, 241, 246, 249, 264, 288, 291, 312, 359, 361, 385.
5. குறுந். 208, நற். 336, அகம் 292, ஐங்குறு, 283, கு, பாட்டு, 187–194
6. அகம் 18.
7. திரிகடுகமும் சிறுபஞ்சமூலமும், எஸ். வையபுரிப்பிள்ளையவர்கள் பதிப்பு. பக். 23.

பெருங்கௌசிகனார்

இவர் கூத்தர் ஆற்றுப்படை என்ற மலைபடுகடாத்தைப் பாடியவர். இவரது ஊர் இரணிய முட்டத்துப் பெருங்குன்றூர் என்பது. இரணிய முட்டம் என்பது, மதுரையை அடுத்த யானைமலை, அழகர்மலைப் பகுதிகளைத் தன்னகத்தே கொண்ட நாடு என்பது கல்வெட்டுகளால் அறியப்படுகிது.[3] இரணிய முட்டநாடு நத்தம் மலைகளைத் தன்னகத்தே கொண்டது. இரணிய முட்டநாட்டில் சிறு குன்றுகளும் பாறைகளும் பெருங்குன்றுகளும் விரவிக்கிடத்தலை இன்றும் காணலாம். பெரிய குன்றினை அடுத்திருந்த ஊர் 'பெருங்குன்றூர்' எனப் பெயர் பெற்றிருக்கலாம்.

"உறையூர் ஏணிச்சேரி முடமோசி, பெருங்குன்றூர்ப் பெருங் கௌசிகன், கடியலூர் உருத்திரங்கண்ணன் என்பன அந்தணர்க் குரியன," என்று பேராசிரியர் கூறுவதால் (தொல், மரபில், நூற்பா, 74). கூத்தராற்றுப்படையின் ஆசிரியர் அந்தணர் என்று கூறலாம். பாண்டி நாட்டைச் சேர்ந்த பெருங்கௌசிகனார் தொண்டை நாட்டு நன்னனைப் பாடினார் எனின், நன்னனது கொடைச்சிறப்பை நன்கறியலாம். பெருங்கௌசிகனார் நன்னனது மலை நாட்டு ஒவ்வொரு பகுதியையும் தெளிவாகக் கூறியுள்ளார்; ஆங்காங்கு விளைந்த விளை பொருள்களைக் கூறியுள்ளார்; ஒவ்வொரு நிலத்து மக்களுடைய செயல் களையும் விருந்தோம்பும் உயர்பண்பையும் குறித்துள்ளார்; மலை நாட்டில் உண்டாகும் பலவகை இசைகளைப்பறிக் குறித்துள்ளார்.

இப்புலவர் பெருமான் நன்னனுடைய நல்லியல்புகளை நன்கறிந்து போற்றியுள்ளார்; ஆகுளி முதலிய பலவகை இசைக்கருவிகளைப் பற்றி யும், குறிஞ்சி, படுமலை, மருதம் என்ற பண்களைப் பற்றியும், யாழைப் பற்றியும் கூறியுள்ளதைக்காண, இவர் இசையறிவு மிக்கவர் என்பது தெரிகிறது. இவரது பாடல் நடை, செறிவும் மிடுக்கும் உடையது.

இவ்வறிஞர் பெருமான் பாடிய பாடல்கள் இரண்டு நற்றிணையில் (44, 139) இடம் பெற்றுள்ளன.

1. வே.வே. செட்டியார், கபிலர், பக். 42–49.
2. ஷ.பக். 1–10
3. 65, 630 of 1905; 4 of 1931, 32; 272, 276, 282 of 192, 230; இரணிய முட்டத்துப் பெருங்குன்றூர் தொண்டை நாட்டகத்தது' என்று பின்னத்தூர் அ.நாராயணசாமி ஐயரவர்கள் கூறியுள்ளமைக்கும் சான்றில்லை நற்றிணை, பாடினோர் வரலாறு, பக். 60.

நற்றிணைச் செய்யுள் 44

இது, தலைவி இற்செறிக்கப்பட்டதை அறியாத தலைவன் குறியிடத்து வந்து, தலைவியைக் காணாது, உண்மை உணர்ந்து தன் நெஞ்சை விளித்துக் கூறியது. "நெஞ்சே, குறவர் சிறார் கூடி விளையாடும் முன்றிலில் தங்கித் தோட்டத்தில் உள்ள ஆசினிப் பலா மரக்கிளை களில் மின் மினிப் பூச்சிகளைக் கண்டு மழையின் இயக்கத்தை ஆராய்வர். விளைந்த தினையைக் கொய்யவே அக்குறவர் மழையின் இயக்கத்தை ஆராய்வர். அத்தகைய குறவர் வாழும் மலை நாடனது அன்புள்ள மகள் தோழியர் கூட்டத்துடன் அருவியில் நீராடிச் சிவந்த பெரிய குளிர்ச்சியையுடைய கண் பார்வையையும் புன்னகையையும் நமக்குத் தந்து, தனது மனைக்குச் சென்று விட்டாள். அவள் சென்ற பின்பு அவளைக் கருதி வந்த நின்னால் அவள் அறியத்தக்கவளா? நீ முன்னரே அன்றோ அவளைக் கைப்பற்றியிருத்தல் வேண்டும்?"

நற்றிணைச் செய்யுள் 139

வினை முடித்து மீண்ட தலைமகன் தலைவியுடன் இருநத பொழுது கார்ப்பருவ மழை பெய்தது. தலைவன் தனக்கு இன்பம் தந்த அம்மழையை வாழ்த்துவதாக இப்பாடல் அமைந்துள்ளது.

'பெரிய முழக்கத்தையுடைய மேகமே, மத்தளத்தின் மார்ச்சனை வைத்த கண்போல இம்மென்று முழுங்குகின்ற இடிகளுடன் மலர்கள் உதிரும்படி மோதி, இரவில் மழை பொழிந்து இம்மலைச்சாரலைக் குளிர்வித்தாய். யான் இம்மலைச்சாரலைச் சார்ந்த இல்லத்தில் என் காதலியுடன் இந்த இரவை நின் உதவியால் இனிதாகக் கழித்தேன். ஆதலால், நின்னை வாழ்த்துகின்றேன்! நீ நல்ல யாழின் முறுக்கிய நரம்பிலி ருந்து 'படுமலை' என்னும் பண்ணினை எழுப்பினாற்போன்ற ஒலியோடுபெய்யும் மழையினைப் பெற்று இவ்வுலகத்தோர் ஆதாரமாக எல்லோரும் தொழும்படி கொடுமுடிதோறும் பொருந்தி உலாவு வாயாக!'

◈

34. புலமைத்திறன்

சங்க காலப்புலவர் இயற்கைப் பொருள்களை நுணுகி அறிந்தவர்; மலைகளையும் காடுகளையும் நாடுகளையும் ஊர்களையும் சுற்றியவர்; ஐவகை நிலங்களுக்குரிய முதல்-கரு-உரிப்பொருள்களை நன்கு உணர்ந்தவர்; இசை, நடனம், ஓவியம், சிற்பம் முதலிய கலைகளை அறிந்தவர்; சமுதாய அமைப்பையும் மக்கள் பழக்க வழக்கங்களையும் தெரிந்தவர்; அரசியல், பயிர்த்தொழில், கைத்தொழில் முதலியவற்றை நன்கறிந்தவர்; பேரரசர் சிற்றரசர் முதல் எளிய குடிமக்கள் ஈறாக அனைவருடனும் உளங்கலந்து பழகினவர். அவர்கள் இத்தகைய நிறையறிவு பெற்றிருந்தமையால், 'சான்றோர்' எனப் பெயர் பெற்றார்கள். அப்பெருமக்கள் பல துறையறிவைத் தங்கள் பாடல்களில் உணர்த்தி யுள்ளார்கள். அதுவே இந்நூலில் பல பகுதிகளாய் விரிந்துள்ளது. இப்பகுதியில் புலவர்களின் புனைந்துரை ஆற்றலையும் ஏற்ற உவமைகள் கூறிப் பொருள்களை விளக்குந்திறனையும் அவர்கள் கூறியுள்ள சிறந்த தொடர்களையும் பிறவற்றையும் காண்போம்.

புனைந்துரை (வருணனை)

சூரரமகளிர்

சூரர மகளிர் என்பதற்குக் 'கொடுமையையுடைய தெய்வ மகளிர்' என்பது நச்சினார்க்கினியர் உரை. மனிதர்க்கு அச்சத்தைத் தரத்தக்க தெய்வமகளிர் போலும்! மக்கள் அவர்களைக் காண இயலாது. அவர்கள் உள்ளார்களா என்பதும் ஐயமே. ஆயினும், வீடுபேற்றை அடைந்த புலவன் அவர்களைப் பற்றிக் கூறுவதாக நக்கீரர் கூறி யுள்ளார். அவர்கள் நக்கீரர் கற்பனையில் தோன்றியவர்களாய் இருத்தலுங்கூடும். உண்மை எதுவாயினும், புலவரது புனைந்துரை ஆற்றலை இங்குக் காண்போம்:

சூரர மகளிர், கிண்கிணி என்னும் சிறுசதங்கை சூழ்ந்த ஒளியு டைய சிவந்த சிறிய அடியினையுடையவர்; திரண்ட காலிணையுடையவர்; வளைந்து நுடங்கிய இடையினையுடையவர்; மூங்கில் போன்ற தோள்

களை உடையவர்; இந்திர கோபத்தை ஒத்த நிறம் பிடியாத இயல்பன சிவந்த பூத்தொழிலினையுடைய துகிலை உடுத்தவர்; பல மணிகள் கோத்த மேகலை அணிந்தவர்; இயற்கை யழகு நிரம்பப் பெற்றவர்; சாம்பூநதம் என்னும் மாற்றுயர்ந்த பொன்னாலாகிய அணிகளை அணிந்தவர்; கூந்தலில் வெட்சி மலர்களை விடுபூவாகத்தூவி அவற்றுக்கு நடுவில் குவளை இதழ்களைக் கிள்ளியிட்டுச் சீதேவி என்னும் தலைக்கோலத்துடனே வலம்புரி வடிவாகச் செய்த தலைக்கோலத்தையும் வைத்தற்குரிய இடத்திலே வைத்து மணம் நாறும் திலகத்தை இட்ட நெற்றியில் சுறாவினது அங்காந்த வாயாகப் பண்ணிய தலைக்கோலம் தங்கப்பண்ணினவர்; வேண்டுவன கூட்டி முடித்த கொண்டையில் பெரிய குளிர்ந்த சண்பகப் பூவைச் செருகினவர்; அதன்மீது மருத மலர்க் கொத்துகளை யிட்டவர்; அரும்பு மலையை வளைய வைத்தவர்; காதுகளில் அசோகந்தளிரை இட்டு நிறைத்தவர்; தங்கள் மார்பகத்தில் சந்தனக்குழம்பை அப்பினவர்; சந்தனத்தின் ஈரம் புலர்வதற்கு முன்பே வேங்கைப்பூவின் தாதினை அதன்மேல் அப்பியவர். அவர் தம்முள் ஒருவர்மேல் ஒருவர் விளவினது சிறிய தளிரைக் கிள்ளித் தெறித்துத் தப்பாமறபட்ட பொழுது, "கோழிக் கொடி நெடுங்காலம் வாழ்க!" என்று வாழ்த்திக்கொண்டே திருப்பரங்குன்றத்துச் சோலைகளிற் பாடி ஆடினர் (திருமுருகு, அடி, 13-41)

மதுரை நகரப் பரத்தையர்

மதுரை நகரத்துப் பரத்தையர் நல்ல வனப்பினையுயைவர்; சிவந்த நீர்மையை உடைய கிளிச்சிறை என்னும் பொன்னாற் செய்த பாவை, வீழ்கின்ற கிரணமங்களிடத்துப் பசிய வெயிலினிடத்தே தோன்றினாற் போன்ற சிவந்த நிறத்தினை உடையவர்; ஆடவர்க்கு வருத்தத்தைச் செய்யும் பார்வையுடையவர்; நோக்கினார் கலங்குதற்குக் காரணமான மாமை நிறத்தை உடையவர்; ஒழுங்கு அமைந்த பற்களையுடையவர்; வளைந்த சந்தினையுடைய மூங்கில் போலும் தோள்களையுடையவர்; விளக்கம் முற்றிய கைவந்தி என்னும் அணியை உடையவர்; தொய்யிலால் வல்லியாக எழுதப் பெற்ற இளைய நகில்களையுடையவர்; மை ஒழுகினாற்போன்ற நெருங்கிய கரிய மயில் போன்ற சாயலை யுடையவர்; மடப்பத்தையுடைய சொற்களையுடையவர் (ம.கா.அடி, 410-418).

மறக்கள வேள்வி

பாண்டியன் நெடுஞ்செழியனுடயை படை வீரரின் போர் வன்மைக்கு எடுத்துக்காட்டாக மறக்களவேள்வி படம் பிடித்துக் காட்டப்படுகின்றது. அதனைக் கீழே காண்க:

களிற்று யானைகளின் உயிரற்ற உடல்கள் போர்க்கள மெங்கும் குவிந்து கிடக்கின்றன. அவற்றின் கோடுகளிடத்தில் மறவர் பிணங்கள் கோப்புண்டு கிடக்கின்றன. அளவிறந்த ஊன் உணவைக்கண்ட பேய்மகளிர் வீரர்தம் கரிய பெரிய தலைகளைக் கொண்டு அடுப்பு அமைக்கின்றனர். இறந்த பகை மன்னரது குருதியை உலை நீராக வார்த்து அடுப்பில் ஏற்றுகின்றனர்; மன்னரது கினத்தீயைக் கொளுவி எரிக்கின்றனர்; மறவர்தம் தொடியணிந்த கைகளையே துடுப்பாகக் கொண்டு துழவி, ஊன் சோற்றை அடுகின்றனர். இங்ஙனம் அடுகின்றவர், ஊன் சோற்றைச் சமைத்துக் கைதேர்ந்த பேய் மகளிரே, எல்லாப் பேய் மகளிரும் மறவரின் குருதியைக் குடித்து, மறவர் ஊன் சோற்றை உண்டு, பாடித் துணங்கைக் கூத்து ஆடுகின்றனர் (ம.கா.அடி, 24-38). இக்காட்சி யாரும் கண்டு அஞ்சத்தக்க காட்சியன்றோ!

குறிஞ்சி நிலத்தலைவன்

குறிஞ்சி நிலத்தலைவன் மணமாகாதவன். அவன் காட்டுக்கு வேட்டையாட வந்தான். அவன் அங்ஙனம் வருவதற்கு முன்பு தன் குறிஞ்சியில் குளிர்ந்த நறிய மயிர்ச்சாந்தை நாறும்படி பூசினான்; அந்த ஈரம் புலரும்படி விரலால் அலைத்துப் புலர்த்தினான்; பின்பு அதற்கு அகிற்புகை ஊட்டினான்; பின்னர் அகலின் நெய்யைக் கலந்தான்; பின்பு மலையிலும் நிலத்திலும் கொம்புகளிலும் சுனையிலும் பூத்த பல சாதியினவும் பல நிறத்தனவுமாகிய மலர்களைத் தொடுத்து மாலை யாகவும் கண்ணியாகவும் அணிந்து கொண்டான்; பிச்சிப்பூக்களைத் தொடுத்து அணிந்தான்; அசோகின் அழகிய தளிரை ஒரு காதில் செருகினான்; சந்தனத்தை மார்பில் பூசினான்; பேரணிகலன்களை மார்பிற்புரள அணிந்தான்; பூண் இறுகின தன் பெரிய கையில் வில்லை யும் அம்புகளையும் பிடித்தான்; இடையில் கச்சை கட்டினான்; வீரக்கழலை அணிந்தான். பகைப் புலத்தைப் பாழாக்கும் வீரரைப் போலச் சினத்தால் செருக்கி நீண்ட பற்களையும் கூரிய நகங்களையும் உடைய வேட்டை நாய்கள் அவனைச் சூழ்ந்து வந்தன. அவன் புதிய ஆவைக்கண்ட ஏறு போலத் தலைவியைக்கண்டு அழகு பெற நடந்து வந்தான் (கு.பா.அடி, 108-136).

ஒவ்வொரு நாட்டு வரணனையையும் 'நாடுகள்' என்னும் தலைப்பிற்காணலாம்; பாடினி வருணனையை 'இசைக்கலை' என்னும் தலைப்பிற்காணலாம்; விறலியின் வருணனையை 'நடனக்கலை' என்னும் பகுதிற் காணலாம்; பாசறை வருணையை "அரசியல்" என்னும் தலைப்பறி காணலாம்; வேனில் முதலிய பருவங்களின் வருணனையைப் 'பொழுதுகள்' என்னும் தலைப்பிற் காணலாம்.

நுண்ணிய ஆராய்ச்சி அறிவு

புலவர் பெருமக்கள் ஒவ்வொரு பூவையும் பற்றிக் கூறும் பொழுது அதனதன் தோற்றத்தினை அல்லது நிறத்தினை அல்லது அமைப்பினை எடுத்துக் கூறியுள்ளனர். இஃது அவர்களது நுண்ணிய ஆராய்ச்சித் திறனை நன்கு உணர்த்துவதாகும்.

(1) சிறுபாணாற்றுப்படையைப் பாடிய நல்லூர் நத்தத்தனார், நெய்தல் நிலவழியைக் கூறும்போது,

1. தாழை, அன்னம் போலப் பூக்கும்;

2. செருந்தி, தன்னைக் கண்டாரைப் பொன்னென மருளப்பண்ணும்;

3. முதற்சூலையுடைய கழி முள்ளி, ஒளியையுடைய நீலமணி போலப் பூக்கும்;

4. நெடிய தாளினையுடைய புன்னை, நித்திலம்போல அரும்பும் (146-149) என்று கூறியுள்ளார்.

(2) குறிஞ்சித் திணையைப் பற்றிப் பாடுவதில் புகழ் பெற்ற கபிலர், தொண்ணூற்றுக்கு மேற்பட்ட மலர்களின் பெயர்களை அவற்றின் சிறப்புகளோடு குறிஞ்சிப் பாட்டில் கூறியுள்ளார். அம்மலர்களின் பெயர்கள் 'மணப்பொருள்கள்' என்னும் தலைப்பின்கீழ்த் தரப் பட்டுள்ளன. ஆயினும், சில மலர்களுக்குள்ள அடை மொழிகள் அங்குத் தரப்பட வில்லை. அவற்றுள் சிலவற்றை இங்குக் காண்க:

1. பெரிய இதழையுடைய ஒள்ளிய செங்காந்தள்

2. தனக்கு உரித்தாக நாறும் விரிந்த கொத்தினையுடைய பெருமூங்கிற்பூ

3. நெருப்பை ஒத்த இருளம்பூ

4. வெள்ளிய பூவினையுடைய வெட்பாலைப்பூ
5. நீலமணிபோலும் பூக்களையுடைய கருவிளம்பூ
6. பல இதழ்களையுடைய குரவம்பூ
7. பல சொத்துகளையுடைய காயாம்பூ
8. விரிந்த பூக்களையுடைய ஆவிரம்பூ
9. விரிந்த பூக்களையுடைய கோங்கம்பூ
10. தேன் நாறும் பாதிரிபூ
11. பெரிய குளிர்ந்த சண்பகப்பூ
12. விரை கமழும் தழைத்த மாம்பூ
13. கல்லில் படர்ந்த முல்லைப்பூ
14. நீண்ட நறிய நெய்தற்பூ
15. நறிய குளிர்ந்த கொகுடிப்பூ
16. தாது முதிர்ந்த நறிய சுரபுன்னைப்பூ
17. நீலமணி போலும் கொத்துக்களையுடைய தேன் நாறும் கருங்குவளைப்பூ
18. பல பூக்களையுடைய தணக்கம்பூ
19. தூங்குகின்ற பூங்கொத்துகளையுடைய கொன்றைப்பூ
20. பல பூக்களையுடைய அசோகம்பூ
21. விளக்குப்போலும் பூவினையுடைய தோன்றிப்பூ
22. மணத்தையுடைய பெரிய புன்னைப்பூ
23. கரிய பெரிய குருந்தம்பூ (கு.பா.அடி, 61-95)

இவ்வடைமொழிகளைக்கொண்டு பூக்களைப் பற்றிய புலவரது தெளிந்த அறிவினை நாம் நன்குணரலாம் அன்றோ?

(3) முல்லைப்பாட்டைப் பாடிய நப்பூதனாரும் மலர்களைப் பற்றிய விவரங்களை நன்கறிந்தவர். அவர்,

புலமைத்திறன் ◆

1. "நெருங்கின இலைதளையுடைய காயா மலர்கள் அஞ்சனம் போல அவிழ்ந்தன;

2. தளிரினையும் கொத்தினையும் உடைய கொன்றை பொன்னைச் சொரிந்தன;

3. கோடலினது குவிந்த முகைகள் அகங்கை போல விரிந்தன.

4. திரட்சி நிறைந்த தோன்றிப்பூக்கள் குருதி போலப் பூத்தன," என்று கூறியுள்ளார் (மு.பா.அடி, 92-96).

இங்ஙனமே இப்புலவர்கள் மரங்களின் தன்மைகளையும் பல இடங்களில் குறித்துள்ளார்கள். வேம்பின் இலை வாளரத்தின் வாய் போலும் விளிம்பினையுடையது (பொ.ஆ.படை, அடி, 143-4). 'காஞ்சி மரம் நாட்காலத்தே மாலை கட்டினாற்போன்று இடையறாமல் தொடுத்த நறிய பூக்களையுடைய சிறிய கொம்புகளையுடையது; குறிய தாளினையுடையது (சி.ஆ.படை, அடி, 178-9). 'மரங்கள்' என்னும் தலைப்பில் மேலும் பல சான்றுகளைக் காணலாம்.

உவமைகள்

உவமை என்பது ஒரு பொருளை மற்றொரு பொருளுக்கு ஒப்புமை கூறுவதாகும். புலவர்கள் தாங்கள் கூறும் பொருளை விளக்குவதற்கு உவமையைக் கையாள்வார்கள். உவமை, புலவர் தம் செய்யுள்களை அணி செய்து படிப்போர் உள்ளத்தைக் கவர்வதாகும். இதனாலேதான் தொல்காப்பியர் 'உவமவியல்' என்று உவமையைப் பற்றித் தனி இயல் ஒன்றையே வகுத்துள்ளார். உவமை, உள்ளுறை உவமம், ஏனை உவமம் என இரு வகைப்படும். உள்ளுறை உவமம் பெரும்பாலும் அகத்துறைப் பாடல்களில் இடம்பெறும். ஏனை உவமம் எனப்படும் வெளிப்படை உவமம் புறப்பொருள்களில் மிகுதியாய் இடம் பெறும். பத்துப்பாட்டுப் புலவர் பெருமக்கள் கையாண்டுள்ள உவமைகள் சிலவற்றை இங்குக் காண்போம்:

1. பொருநராற்றுப்படையைப் பாடிய முடத்தாமக் கண்ணியார் பாடினியை வருணிக்குமிடத்து, அவளது காதுக்குக் கத்தரிக்கோலின் பிடிக்கும் இடத்தையும், செம்மை தோய்ந்த நகங்களுக்குக் கிளி மூக்கையும், மென்மை வாய்ந்த அடிகளுக்கு ஓடி இளைத்த நாயின் நாவையும் உவமை கூறியிருத்தல் அவரது நுண்ணறிவை நன்கு உணர்த்து வதாகும்.

"மயிர்குறை கருவி மாண்கடையன்ன
பூங்குழை யூசற் பொறைசால் காது
* * *
நெடுவரை மிசைஇய காந்தள் மெல்விரற்
கிளிவா யொப்பி னொளிவிடு வள்ளுகிர்
* * *
வருந்துநாய் நாவிற் பெருந்தகு சீறடி

(அடி, 29-42)

2. சிறுபாணாற்றுப்படையைப் பாடிய நல்லூர் நத்தத்தனார் தம் பாடலுள் பல உவமைகளைக் கூறியுள்ளார். அவற்றுள் ஒன்றனைக் கீழே காண்க:

குரங்கு பாம்பின் தலையைப் பிடிக்கின்றது. உடனே அப்பாம்பு குரங்கின் கையில் சுற்றிக்கொள்கிறது. குரங்கு அதன் தலையை விட்டு மீண்டும் பிடிக்கின்றது. அப்பொழுது அது ஒருகால் இறுகவும் ஒருகால் நெகிழவும் குரங்கின் கையைச் செறியச் சுற்றுகின்றது. அது போல யாழ்வல்லவன் யாழின் தண்டனிடத்தே செறியச் சுற்றின நரம்பைச் செம்மைப்படுத்த நரம்பைத் துவக்கும் வார்க்கட்டினைப் பிடிக்கின்றான். அப்பொழுது நரம்பு நெகிழ வேண்டும் இடத்து நெகிழ்ந்தும் இறுக வேண்டும் இடத்து இறுகியும் வருகின்றது. புலவர் குரங்கு பிடித்த பாம்பின் செயலைக்கொண்டு யாழைச் சரிப்படுத்தும் முறையை விளக்கி யுள்ளமை எண்ணி எண்ணி மகிழ்தற்குரியது.

"பைங்கண் ஊகம் பாம்புபிடித் தன்ன
அங்கோட்டுச் செறிந்த அவிழ்ந்துவீங்கு திவவு"

(அடி, 221-2)

3. பெரும்பாணாற்றுப்படையைப் பாடிய கடியலூர் உருத்திரங் கண்ணனார் திரையனது தலைநகரான கச்சி மாநகரத்துச் சிறப்பினைத் தக்கதோர் உவமையால் விளக்கியுள்ளார். அதனைக் கீழே காண்க:

பூவாமற்காய்க்கும் மரங்களுட்சிறந்ததும் பழத்தின் இனிமையாற் சிறப்பித்துச் சொல்லப்படுவதும் பலா மரம் ஆகும். அது போல, உலகத்து நகரங்களில் விசேடித்தும் பல சமயத்தாரும் தொழும்படி எடுத்த விழாக்களாலே வேறு நகர்களைவிடச் சீரிய வெற்றியினை யுடையதுமான மூதூர்க்கச்சி நகரமாகும்.

"கொழுமென் சினைய கோளி யுள்ளும்
பழமீக் கூறும பலா அப் போலப்
புலவுக்கடலுடுத்த வானஞ் சூடிய
மலர்தலையுலகத் துள்ளும் மலர்தொழ
விழவுமேம் பட்ட பழவிறன் மூதூர்"

(அடி, 407-411)

என்றது காண்க.

அவர் கூறியுள்ள உவமைகளுள் மேலும் சிலவற்றை இங்குக் காண்க:

1. இறுக வேண்டிய இடம் இறுகியும் நெகிழ வேண்டிய இடம் நெகிழ்ந்தும் இருக்கும் பாணனது யாழ் நரம்பிற்கு- அவன் மனைவியின் கையிலிருந்த இறுகியும் நெகிழ்ந்தும் இருக்கும் வளையலை உவமை யாகக் கூறியுள்ளார் (அடி, 12-3).

2. வேனிற்காலத்தில் வறுமையால் துன்புற்றுப் பொருள் பழுத்த அருளாளரைத் தேடி அலையும் பாணனுடைய சுற்றத்தாருக்கு-மழை வரண்ட காலத்தில் பழுத்த மரத்தைத் தேடி அலையும் பறவைகளை உவமையாகக் கூறியுள்ளார் (அடி, 17-21).

3. திரையனது பழியற்ற சிறப்பிற்கு - மறுவற்ற தூய வலம்புரி சங்கின் சிறப்பை உவமையாக மொழிந்துள்ளார் (அடி, 34-5).

4. பன்றியின் வளைந்த வெண்ணிறக் கொம்பிற்கு - வளைந்த வெள்ளிய அகத்திப்பூவும், முயலின் நீண்ட மெல்லிய காதுக்குத் தாமரைப் பூவின் நீண்ட புற இதழும் உவமைகளாய்க் கூறப்பட்டுள்ளன (அடி, 109-115).

5. கரும்புகளைச் சாறு பிழியும் கரும்பாலைகளின் ஆரவாரத் திற்குச் சிங்கத்தின் தாக்குதலுக்குக் கலங்கிய பல யானைகள் பிளிறுதல் உவமையாகக் கூறப்பட்டுள்ளது (அடி, 257-61).

6. சிவந்த பாம்பாகிய பள்ளியின்மீது கரிய திருமால் பள்ளி கொண்டிருப்பதற்கு. செங்காந்தள் பூத்த மலைமீது கரிய களிறு உறங்குதல் உவமையாய்க் கூறுப்பட்டுள்ளது (அடி, 371-2).

4. காவிரிப்பூம்பட்டினத்துப் பொன் வாணிகனார் மகனார் நம்பூதனார் பாடிய முல்லைப்பாட்டில் சில உவமைகள் உள. அவற்றுள்

ஒன்றனைக் கீழே காண்க:

புலவர் மன்னனது பாசறை அமைப்பைக் கூறுகின்றார். பாசறையில் வீரர்கள் தங்கக் கூடாரங்கள் அடிக்கப்பட்டன. அங்குத் தரையில் ஊன்றப்பட்ட வில் தடிகளில் அம்பறாத்தூணிகள் தொங்க விடப் பட்டன. அக்காட்சி, முக்கோல் அந்தணர் தம் காவியாடையைத் தம் முக்கோலில் தொங்க விட்டது போன்று இருந்தது.

"கற்றோய்த் துடுத்த படிவப் பார்ப்பான்
முக்கோல் அசைநிலை கடுப்ப நற்போ
ரோடா வல்லிற் றூணி நாற்றி."

(அடி, 37-39)

5. பாண்டியன் நெடுஞ்செழியன்மீது மதுரைக் காஞ்சி பாடிய மாங்குடி மருதனார் அவனை வாழ்த்தும் போது இரண்டு உவமைகளைக் கையாண்டுள்ளார். அவற்றைக் கீழே காண்க:

"கடல் நடுவில் தோன்றுகின்ற ஞாயிற்றைப் போலவும் பல மீன்களுக்கு நடுவே தோன்றுகின்ற நிறைமதியைப் போலவும் நீ பொலிவு பெற்ற சுற்றத்தாருடன் பொலிவு பெற்று இனிது விளங்கு வாயாக!"

இதனை விளக்கவந்த நச்சினார்க்கினியர், 'கடல் நடுவே தோன்றுகின்ற ஞாயிற்றைப் போல மண்டில மாக்கள் தண்டத் தலைவர் முதலிய சுற்றத்தார்க்கு நடுவே விளங்குவாயாக,' எனவும், 'பல மீன்களுக்கு நடுவில் தோன்றுகின்ற நிறைமதியைப் போலப் பல கலைகளைக் கற்றோரிடையில் பொலிவு பெற்று விளங்குவாயாக,' எனவும் கூறியுள்ளமை மிக்க சுவையுடையதாயுள்ளது.

"முந்நீர் நாப்பண் ஞாயிறு போலவும்
பன்மீ னடுவட் டிங்கள் போலவும்
பூத்த சுற்றமொடு பொலிந்தினிது விளங்கி"

(அடி, 768-770)

6. இயற்கையை இனிதாகப் பாடுவதில் புகழ்பெற்ற கபிலர் தமது குறிஞ்சிப்பாட்டில் சில உவமைகளைக் கையாண்டுள்ளார். அவற்றுள் ஒன்றனைக் கீழே காண்க:

தலைவி தலைவன்மீது கொண்ட நினைவால் களவுப் புணர்ச்சியில் உடல் மெலிவு கொண்டாள். அம்மெலிவின் காரணத்தை அறியாத செவிலித்தாய், தலைவியின் நோயை நீக்கப் பல சாந்திகளைச் செய்தாள்;

செய்தும் பயன் படாமல், மனம் வருந்தினாள். ஒருபால் தலைவியின் வருத்தம்; மற்றொருபால் செவிலியின் வருத்தம். இவற்றை உணர்ந்த தோழி தலைவியின் காதல் வாழ்க்கையை எடுத்துக்கூறி இருவர் துயரத்தையும் போக்கமுயல்கிறாள். அந்நிலையில் அவள், மாறுபாடு கொண்ட இருபெரு வேந்தரைச் சந்து செய்விக்கும் தொழிலில் நின்ற அறிவுடையாரைப் போல விளங்கினாள்.

"மானமர் நோக்கங் கலங்கிக் கையற்று
ஆனாச் சிறுமையள் இவளுந் தேம்பும்
இகன் மீக் கடவும் இருபெரு வேந்தர்
வினையிடை நின்ற சான்றோர்போல
இருபேர் அச்சமொ டியானு மாற்றலேன்"

(அடி, 25-29)

7. உருத்திரங் கண்ணனார் கரிகாலன்மீது பாடிய பட்டினப் பாலையில் சில உவமைகள் இடம் பெற்றுள்ளன. அவற்றுள் இரண்டு உவமைகளை இங்குக் காணலாம்:

1. வெண்மை கொண்ட மேகம் கருமையமைந்த மலையிற்படிதல் போலக் காவிரியாற்றின் வெள்ளிய நீர் கரிய கடல் நீர்ப்பரப்போடு கூடு கிறது.

2. தாயின் நகிலைத் தழுவிய குழவி போலக் காவிரி ஆறு தெளிந்த கடலில் திரையோடு கலக்கின்றது.

"மாமலை யணைந்த கொண்மூப் போலவும்
தாய்முலை தழுவிய குழவி போலவும்
தேறுநீர்ப் புணரியொ டியாறுதலை மணக்கும்"

(அடி, 95-97).

8. நன்னன்மீது மலைபடுகடாத்தைப் பாடிய பெருங்குன்றூர்ப் பெருங்கௌசிகனார் பல உவமைகளைக் கூறியுள்ளார். அவற்றுள் சிலவற்றை இங்குக் காணலாம்:

1. தம்மில் விளையாடிப் பொருகின்ற யானைக்கன்றுகளின் ஒன்றோடு ஒன்று சேர்த்த கைகளைப் போல அறுவடைப்பருவத்தை அடைந்த முற்றிய தினைக்கதிர்கள் தம்முள் பிணைந்திருந்தன.

"பொய்பொரு கயமுனி மயங்குகை கடப்பக்
கொய்பதம் உற்றன குலவுக்குரல் ஏனல்"

(அடி, 107-8)

2. வரகின் முதிர்ந்த கதிர்க இரட்டித்திருந்தமை, தருக்கம் கூறு கின்றவன் கையில் இணைந்திருந்த விரல்களை ஒத்திருந்தது (அடி, 111-3).

3. கொழுவிய கொடியினையுடைய கவலை, குழிகளிற் சீரிதாகக் கீழே வளர்ந்திருந்தமை, வலிய பிடியின் மடித்த முழந்தாளை ஒத்திருந்தது (அடி, 127-8).

4. பேராந்தைப்பேடும் சேவலும் மாறி மாறி அலறிய ஓசை, சிறுபறையில் விரல்களால் உண்டாக்கிய ஓசையை ஒத்திருந்தது (அடி, 141-2).

சொல் நயம்

பத்துப்பாட்டுப் புலவர்கள் நயம் பெறப் பாடுதலில் வல்லவர்கள் என்பதற்குச் சில சான்றுகளைக் கீழே காண்க:

1. நமது நாடு, வடமொழியில் 'சம்புத்தீவம்' என்று கூறப்படும். 'சம்பு' என்பது நாவல் மரம். பொன் வகைகளுள் மிகவுயர்ந்தது 'சாம்பூநதம்' எனப் பெயர் பெறும். நக்கீரர் 'சாம்பூநதம் என்னும் பொன்' என்று நேரே குறியாமல், 'நாவலொடு பெயரிய பொலம்' என்று நயம் பெறக் கூறியுள்ளார் (திருமுருகு, அடி, 18).

2. கரிகாலன் தன்னைப் பாடிய பொருநனை இன் முகத்துடன் வரவேற்றான்; அவனைக் கண்ணால் பருகும் தன்மையை ஒத்த கெடாத பார்வையால் பார்த்தான். அப்பார்வை, பொருநனது எலும்புகளைக் குளிரச் செய்தது. இந்த நிகழ்ச்சியை முடத்தாமக் கண்ணியார்,

"பருகு வன்ன வருகா நோக்கமொடு
உருகு பவைபோல் என்புகுளிர் கொளீஇ"

(பொ.ஆ.படை, அடி, 77-8)

என்று குறித்துள்ளார்.

3. முதுவேனிற்காலத்தில் கதிரவன் வெப்பத்தால் குறிஞ்சி நிலமும் முல்லை நிலமும் தம் இயல்பை இழந்து பாலைத் தன்மையை அடையும். "பாலைத்தன்மையாவது, காலையும் மாலையும் நண்பகலன்ன கடுமை கூரச் சோலை தேம்பிக் கூவல் மாறி நீரும் நிழலும் இன்றி நிலம் பயந்துறந்து புள்ளும் மாவும் புலம்புற்று, இன்ப மின்றித் துன்பம் பெறுவது"[1] இப்பாலைத்தன்மை நிலை பெற்றமையால் பிறந்த பாலை

நிலமாகிய தொலையாத வழி என்பதைப் புலவர் நத்தத்தனார்.

"பாலை நின்ற பாலை நெடுவழி" (சி.ஆ.படை, அடி, 11) என்று நயம்படக் கூறியுள்ளார்.

4. (1) உப்பு உணவுப் பொருளுடன் சேர்த்து உண்ணப்படுவது. அஃது உணவு சுவை பெறும் அளவில் சிறிதாகச் சேர்க்கப்படுவது. ஆதலின், கடியலூர் உருத்திரங்கண்ணனார் அதனைச் 'சில்பத உணவு' என்று கூறியுள்ளார் (பெ.ஆ.படை, அடி, 64).

(2) வெற்றி பெற்ற வீரர் வாகைப் பூவைச் சூடுதல் மரபு. அகத்தி மரத்திற்கும் வாகை என்னும் பெயருண்டு. அகத்திப்பூ 'வாகைப்பூ' என்றும் பெயர் பெறும். புலவர் அகத்திப் பூவைப் 'புகழா வாகை' என்னும் தொடரால் நயம்பெறக் குறித்துள்ளமை சுவைத்தற்குரியது. (பெ.ஆ.படை, அடி, 109).

(3) வண்டுகளுக்கு ஆறு கால்கள் உண்டு. அவை பறப்பவை. ஆதலால், புலவர் அவற்றைப் 'பல்காற் பறவை' என்று குறித்துள்ளார் (அடி, 183).

(4) தொண்டை நாட்டு மருதநிலத்து வீடுகளில் நெற்கூடுகள் அழியாதனவாய்ப் பழைமை வாய்ந்தனவாய் இருந்தமையைப் புலவர், 'குமரி மூத்த கூடு' என்னும் தொடரால் குறித்துள்ளார் (அடி, 247).

(5) நடை பழகும் சிறு பிள்ளைகள் கையால் தள்ளி உருட்டி விளையாடும் சிறுதேர் மேலேறி நடத்தப் பெறாமையால், 'ஊரா நற்றோ' எனப்பட்டது (அடி, 249).

(6) 'வள்ளி' என்பது ஒரு கொடியின் பெயர். அது வாடும் இயல்புடையது. அதனின் வேறுபட்டது வள்ளிக் கூத்து என்பதை உணர்த்தப் புலவர், 'வாடா' என்னும் அடையைச் சேர்த்து 'வாடா வள்ளி' (அடி, 370) என்று குறித்துள்ளது நோக்கி இன்புறத்தகும்.

5. (1) மெய் என்பது உடம்பு. அதனை மறைக்கும் சட்டை 'மெய்ப்பை' எனப்பட்டது. இது நகைச்சுவையுடைய அரிய தொடராகும் (மு.பா.அடி, 60).

---

1. தொல்காப்பியம், அகத்திணையியல், நூற்பா, 9, நச், உரை.

(2) ஒரு கட்டடத்தின் வாயிலின் மேற்புறம் உள்ள உறுப்பு 'உத்தரக் கற்கவி' என்பது. அதன்மீது கஜலக்குமி உருவம் அமைக்கப் படும். அவ்வுத்தரக் கற்கவி என்பதைப் புலவர்,

"நாளொடு பெயரிய விழுமரம்"

(அடி, 82)

என்று குறித்துள்ளார். 'உத்தரம்' என்னும் நாளின் பெயர் பெற்ற உத்தரக் கற்கவி,' என்பது பொருள்.

(3) அரசியின் கட்டிற் கால்களிற் குடம் போன்ற அமைப்புக் கடையப்பட்டுள்ளது. அக்குடம் பால் ஊறும் நகிலை அளவில் ஒத்துள்ளது. ஆயினும், அக்குடத்தில் பால் ஊறவில்லை. ஆதலால், புலவர் அதனை,

"ஊறா வறுமுலை"

(அடி, 158)

என்று குறித்துள்ளார்.

6. நோக்கினார் கண்ணிடத்தே தம் தொழிலை நிறுத்தும் ஓவியக்காரர் 'கண்ணுள் வினைஞர்' எனப்பட்டனர் (ம.கா.அடி, 518). இவ்விரு சொற்களுள் அமைந்துள்ள பொருளின் ஆழத்தைக் காண்க!

7. தலைவியின் களவுப் புணர்ச்சியை அறத்தொடு நிற்கும் முறையில் செவிலித்தாய்க்கு வெளிப்படுத்த விரும்பிய தோழி, தலைவியும் தானும் செய்த (தலைவனைத் தேர்ந்தெடுத்த) செயல் உயிர்க்குப் பாதுகாவலாய் அமைந்தது என்பதை உறுதியுடனும் பணிவுடனும் தெரிவிக்கும் பகுதி மிக்க சுவையுடையது.

"கொடுப்பினன் குடைமையுங் குடிநிரல் உடைமையும்
வண்ணமும் துணையும் பொரீஇ யெண்ணாது
எமியேந் துணிந்த ஏமஞ்சால் அருவினை"

(கு.பா.அடி, 30-2)

8. காவிரிப்பூம்பட்டினத்துச் செல்வ மகளிர் தம் வளமனைகளின் உயர்ந்த மாடங்களிலிருந்து பாட்டைக் கேட்டும், நாடகங்களை விரும்பிக் கண்டும் மகிழ்ந்தனர் என்பதை ஆசிரியர்,

"பாடல் ஓர்த்தும் நாடகம் நயந்தும்" (ப.பாலை, படி, 113) என்னும் அடியால் குறித்துள்ளமை படித்து மகிழ்தற்குரியது.

9. (1) இஞ்சிக்கிழங்கைப் 'பாவை' என்பது மரபு. அது ஒருவராலும் செய்யப்படாமல் இயற்கையில் தோன்றுவது. ஆதலால், புலவர் அதனைச் 'செய்யாப் பாவை' என்று கூறியுள்ளதன் நயம் கவனிக்கத் தகும் *(மலைபடு, அடி, 125)*

(2) மலைச்சாரலில் பல வகை மலர்களும் பழங்களும் இனிய நறுமணத்தைப் பரப்பிக்கொண்டிருந்தன. புலவர், 'மணம் செய்த மலைபோல மணக்கும் பெரிய மலைச்சாரல்' என்று அழகுறக் கூறியுள்ளார்.

"மணவில் கமழும் மாமலைச் சாரல்"

(நெடுநல், அடி, 151).

முரண் தொடை

இரண்டு, மூன்று, நான்கு சீரர்களைக்கொண்ட அடிகளில் ஒன்றுக் கொன்று முரண்பட்ட பொருள்களைக் குறிக்கும் சொற்களைத் தொடுப்பது, 'முரண்தொடை' எனப்படும். முரண்தொடைகள் செய்யுளை அழகு செய்யும். படிப்பவர்க்கு இன்பத்தைத்தரும். அத்தகு முரண் தொடைகள் பத்துப்பாட்டுள் பல உண்டு. அவற்றுள் சிலவற்றை இங்குக் காண்க:

1. "சிறுவீ முல்லைக்குப் பெருந்தேர் நல்கிய" (சி.ஆபடை, அடி, 89)
2. "சிறுகண் யானையோடு பெருந்தேர் நல்கி" (அடி, 142).
3. "கரும்புகைச் செந்தீ மாட்டி" (அடி, 156)
4. "சிறுசுளைப் பெரும்பழம்" (பெ.ஆ.படை,அடி, 78).
5. "குறுங்காழ் உலக்கை ஒச்சி நெடுங்கிணற்று" (அடி, 97).
6. "நெடுஞ்செவிக் குறுமுயல்" (அடி 115).
7. "நெடுந்தாம்பு தொடுத்த குறுந்தறி முன்றில்" (அடி, 152).
8. செந்தீத் தோட்ட கருந்துளைக் குழலின்" (அடி, 179).
9. "இளையரு முதியரும் கிளையொடு துவன்றி" அடி, 268).
10. "செவ்வரிக் கயலோடு பச்சிறாப் பிறழும்" (அடி, 270)
11. "பெருமகிழ் இருக்கை மரீஇச் சிறுகோட்டு" (அடி, 383).

12. "குறுங்காற் காஞ்சி சுற்றிய நெடுங்கொடி" (அடி, 375).
13. "பெரும்பெயல் பொழிந்த சிறுபுன் மாலை" (மு.பா. அடி, 6)
14. "மென்றொடை வன்கிழா அர்" (ம.கா.அடி, 93)
15. "பெருங்கவின் பெற்ற சிறுதலை நௌவி" (அடி, 275)
16. "சிறுகுடிப் பெருந்தொழுவம்" (அடி, 122)
17. "குறுங்கதிர்த் தோரை நெடுங்கால் ஐயவி" (அடி, 287).
18. "சில்காற் றிசைக்கும் பல்புகழ் நல்லில்" (அடி, 358)
19. "நன்றும் தீதும் கண்டாய்ந் தடக்கி" (அடி, 496)
20. "பழியொரீஇ யுயர்ந்து பாய்புகழ் நிறைந்த" (அடி, 498).
21. "குறியவும் நெடியவும்" (அடி, 520.
22. "சிறியரும் பெரியரும்" (அடி, 521).
23. "பல்லிருங் கூந்தல் சின்மலர் பெய்ம்மார்" (நெடுநல், அடி, 54).
24. "நெடுநீர் வார்குழை களைந்தெனக் குறுங்கண்" (அடி, 139).
25. "குறியவும் நெடியவும் உரைபல பயிற்றி" (அடி. 154).
26. "குறும்பல்லூர் நெடுஞ்சோணாட்டு" (ப.பாலை. அடி, 28)
27. "குறுந்தொடை நெடும்படிக்கால்" (அடி, 142).
28. "வெண்பூக் கரும்பொடு செந்நெல் நீடி" (அடி, 240)
29. "இடனும் வலனும் நினையினிர் நோக்கி" (மலைபடு, அடி, 266).
30. "குறியவும் நெடியவும் ஊழிழிபு புதுவோர்" (அடி, 288).
31. "ஓம்புநர் அல்ல(து) உடற்றுநர் இல்லை" (மலைபடு, அடி, 426).

அடுக்குத்தொடர்

'பாம்பு பாம்பு' என ஒரு சொல் இரண்டாகவே இரண்டிற்கு மேலாகவோ அடுக்கி வரச் சொற்களைத் தொடுப்பது அடுக்குத்தொடர் எனப்படும். இத்தகைய அடுக்குத்தொடர்கள் செய்யுள்களின் சுவையை மிகுவிக்கும், பத்துப்பாட்டுள் இவ்வடுக்குத் தொடர்கள் சில இடங் களில் அமைந்துள்ளன.

1. "ஊழின் ஊழின் வாய்வைத் தொற்றி" (பொ.ஆ.படை, அடி, 106).

2. "அவையவை முனிகுவம் எனினே சவைய" (அடி, 107).

3. "தன்னறி யளவையின் தரத்தர யானும்" (அடி, 127).

4. "பூக்கமழ் தேறல் வாக்குபு தரத்தர" (அடி, 157).

5. "வைகல் வைகல் கைகவி பருகி" (அடி, 158).

6. "பெற்றவை பிறர்பிறர்க் கார்த்தித் தெற்றென" (அடி, 174).

7. "மாமாவின் வயின்வயின்" (அடி, 180).

8. "துறைதுறை தோறும் பொறையுயிர்த்தொழுதி" (அடி 239).

9. "மயின்மயிற் குளிக்குஞ் சாயற் சாஅய்" (சி.ஆ.படை, அடி, 16).

10. "மால்வரை ஒழுகிய வாழை வாழைப் பூவெனப் பொலிந்த ஓதி ஓதி" (சி.ஆ.படை, அடி, 21-22)

11. "வறற்குழற் சூட்டின் வயின்வயிற் பெறுகுவிர்" (அடி, 163).

12. "கூடுகோள் இன்னியம் குரல்குர லாக" (அடி, 229).

13. "வேண்டுப வேண்டுப வேண்டினர்க் கருளி" (பெ.ஆ.படை, அடி, 444).

14. "மகமுறை மகமுறை நோக்கி முகனமர்ந்து" (அடி, 478)

15. "காட்டவும் காட்டவும் காணாள் கலுழ்சிறந்து" (மு.பா.அடி, 22).

16. "வழிவழிச் சிறக்கநின் வலம்படு கொற்றம்" (ம.கா.அடி, 194).

17. "அவிரறல் வையைத் துறைதுறை தோறும்" (அடி, 340).

18. "கொளக்கொளக் குறையாது தரத்தர மிகாது" (அடி, 426).

19. "வேறுவேறு கம்பலை வெறிக்கொள்பு மயங்கி" அடி, 617)

20. "முன்னோன் முறைமுறை காட்டப் பின்னர்" (நெடுநல், அடி, 177).

21. "வள்ளுயிர்த் தெள்விளி யிடையிடைப் பயிற்றி" (குபா.அடி, 100).

22. "விருந்திறை யவரவர் எதிர்கொளக் குறுகி" (ப.பாலை,அடி, 496)

சிறந்த தொடர்கள்

பல தொடர்கள் சொற்செறிவும் பொருட்செறிவும் பொலிவும் பெற்று விளங்குகின்றன. அவற்றுட் சிலவற்றை இங்குக் காணலாம்.

1. "கோபத் தன்ன தோயாப் பூந்துகில்"
"மந்தியும் அறியா மரம்பயில் அடுக்கம்"
"மயில்கண் டன்ன மடநடை மகளிர்"

(திருமுருகு, அடி, 15, 42, 205).

2. "பெடைமயில் உருவிற் பெருந்தகு பாடினி"

(பொ.ஆ.படை, அடி, 47).

3. "தமிழ்நிலை பெற்ற தாங்க மரபிருன்
மகிழ்நனை மறுகின் மதுரை" (சி.ஆ.படை, அடி, 66-7).

4. "பைஞ்சேறு மெழுகிய படிவ நன்னகர்"
"விண்பொர, நிவந்த வேயா மாடம்"
"விழவுமேம் பட்ட பழவிறல் மூதூர்"
"கொடைக்கடன் இறுத்த கூம்பா உள்ளம்"

(பெ.ஆ.படை,அடி, 297, 348, 411, 446).

5. "வையை யன்ன வழக்குடை வாயில்"
"யாறுகிடந் தன்ன அகனொடுத் தெரு"
"மாடம் பிறங்கிய மலிபுகழ்க்கூடல்"
"தொல்லாணை நல்லாசிரியர்"

(ம.கா.அடி, 356, 359, 429, 761)

6. "ஆடவர் குறுகா அருங்கடி வரைப்பு"

(நெடுநல், அடி, 107).

7. "அவிர்துகில் புரையும் அவ்வெள் ளருவி"

(கு.பா.அடி, 55)

8. "வான்பொய்ப்பினும் தாய்பொய்யா
மலைத்தலைய கடற்காவிரி"

(ப.பாலை, அடி, 5-6)

9. "மணவில் கமழும் மாமலைச் சாரல்"
"குறவரும் மருளும் குன்றம்"
"ஓம்புநர் அல்லது உடற்றுநர் இல்லை"

(மலைபடு, அடி, 151, 275, 426).

சங்ககாலப் புலவர் நெறி

"நாம் ரேடியோவை 'வானொலி' என்றும், ஏரோப்ளேனை 'வானூர்தி' என்றும் மொழி பெயர்த்து வைத்துக்கொண்டது போலவே சங்ககாலப் புலவர்கள்வடமொழிச் சொற்களைப் பெரும்பாலும் அப்படியே ஏற்றுக்கொள்ளாது அவற்றின் மொழிபெயர்ப்பை ஏற்றுக் கொண்டனர். உத்தரம் (உத்தரகக் கற்கவி) என்பதை.

"நாளொடு பெயரிய கோளமை விழுமரம்"[1]

(நெடுநல். அடி, 82)

என்ற தொடராலும், 'கருப்பக் கிருகம்' என்பதை,

"கருவொடு பெயரிய காண்பின் நல்லில்"[1]

(நெடுநல். அடி, 114)

என்ற தொடராலும் குறித்தனர். இவ்வாறே இராமாயண மாபாரதக் கதைக் குறிப்புகள் வரும் இடந்தோறும் வட மொழிப்பெயர்களைப் பெரும்பாலும் நேராகக் கூறாது. செந்தமிழ்ச் சொற்களால் பொருள் களை உய்த்துணர வைத்தனர். இது சங்ககாலப் புலவர் நெறி,'[2]

நமது நாடு 'சம்புத்வீபம்' என்று வடமொழியிற் கூறப்படும். 'சம்பு' என்பது நாவல் மரம். பொன் வகைகளுள் மிகவுயர்ந்தது 'சாம்பூநதம்' எனப் பெயர் பெறும். நக்கீரர், 'சாம்பூநதம்' என்னும் பொன்' என்று நேரே குறியாது.

"நாவலொடு பெயரிய பொலம்"[3]

(திருமுருகு, அடி, 18)

என்று தமிழாக்கம் தந்திருத்தல் காண்க.

---

1. நாளொடு பெயரிய– உத்தரம் என்னும் நாளின் பெயர் பெற்ற, விழுமரத்து, உத்தரக் கற்கவியில், கோள் அமை செருகுதல் பொருந்தின, நெடுநிலை உயர்ந்த வாயில் நிலை.
1. 'கருவொடு பெயரிய புதைத்த கருவோடே பெயர் பெற்ற, காண்பு இன் காட்சிக்கு இனிய, நல்இல் நன்றாகிய இல் என்றது கருப்பக்கிருகம்' என்பது நச்சினார்க்கினியர் உரை.
2. திரு. மு. சதாசிவம், செந்தமிழ்ச்செல்வி, சிலம்பு 36, பக். 420.
3. நாவல் சம்பு, பொலம் பொன். சாம்பூநதம் என்று நாவலோடு அடுத்துப் பெயர் பெற்ற பொன்.

"பண்டைத் தமிழாசிரியர்கள் தாங்கள் இயற்சிய அரிய செய்யுள் களைப் பெரிதும் வடமொழி முதலாய பிற மொழிச் சொற்கள் விரவாது. இயற்றியிருத்தலும், எங்கோ இரண்டொரு சொல் வருமாயி னும், அவற்றைத் தமிழின் இயற்கை ஒலியும் வடிவும் குன்றாதிருக்க அமைத்திருப்பதும் யாங்கணும் காணலாம். கீழ்வரும் எடுத்துக் காட்டைக் காண்க.

"இருமுன் றெய்திய இயல்பினின் வழாஅது
இருவர்ச் சுட்டிய பல்வேறு தொல்குடி
அறுநாள் கிரட்டி யிளமை நல்லியாண்டு
ஆறினிற் கழிப்பிய அறனவில் கொள்கை
மூன்றுவகை குறித்த முத்தீச் செல்வத்து
இருபிறப்பாளர் பொழுதறிந்து நுவல
ஒன்பது கொண்ட மூன்றுபுரி நுண்ஞாண்
புலராக் காழகம் புலர வுடீஇ
உச்சிக் கூப்பிய கையினர் தற்புகழ்ந்து
ஆறெழுத் தடக்கிய அருமறைக் கேள்வி
நாவியன் மருங்கி னவிலப் பாடி
விரையுறு நறுமல ரேந்திப் பெரிதுவந்து
ஏரகத் துறைதலும் உரிய னதா அன்று"[1]

இதன்கண், அந்தணர்கள் ஏரகத்திறைவனை வழிபடுதலை எடுத்துரைக்கப் போந்த புலவர் பெருந்தகை, கோத்திரம், பிரமசரியம், ஆகவனீயம் முதலிய தீக்கள், உபநயனம் முதலிய சடங்குகள், தோத்திரம், ஆறெழுத்து மந்திரம், வேதம் முதலிய பலவற்றைக் குறிக்கவேண்டிய வராகியும் அவற்றைத் தனித்தமிழ்ச் சொற்களாலேயே காண்பார் கருத்திற் பதியுமாறு குறித்துச் செல்லுதல் காண்க.[2]

◈

---

1. திருமுருகு, அடி, 176–189.
2. கரந்தைக் கவியரசு, ரா. வேங்கடாசலம் பிள்ளை, தமிழ்ப் பொழில் 2, பக். 325–6.

35. நச்சினார்க்கினியர்

பத்துப்பாட்டுள் ஒவ்வொரு பாட்டு உரையின் இறுதியிலும் 'மதுரை-பாரத்துவாசி-நச்சினார்க்கினியர் செய்த உரை முற்றிற்று' என்னும் தொடர் அமைந்திருத்தலை நோக்க, இவ்வுரையாசிரியரின் இயற்பெயர் நச்சினார்க்கினியர் என்பதும், இவர் பாரத்து வாசகோத் திரத்தைச் சேர்ந்தவர் என்பதும், மதுரையம்பதியினர் என்பதும் தெளிவாகும். பாரத்துவாசகோத்திரம் என்பதால் இவர் அந்தணர் என்பது தெளிவு.

கி.பி. ஏழாம் நூற்றாண்டில் வாழ்ந்த திருநாவுக்கரசர், திருநாகேச்சுரப் பதிகத்தில்,

"நச்சுவார்க் கினியர் போலும் நாகஈச் சுரவனாரே"

என்று பாடியுள்ளார். இதன்கண் வரும் 'நச்சுவார்க்கினியர்' என்பது, ஆண்டவன் அடியார்க்கு அடியான் என்றாற் போல- 'நச்சுவார்க்கு இனியன்' என்றும், 'நச்சினார்க்கினியன்' என்றும் வழங்கப் பட்டிருக்கலாம். கி.பி. 18ஆம் நூற்றாண்டினரான சிவஞான முனிவர், காஞ்சிப்புராணத்துள் (சத்ததானப் படலம், 11) இறைவனை, "நச்சினார்க்கினியாய் போற்றி!" என்று கூறியுள்ளமை காண்க. எனவே, சிவபெருமானுக்கு 'நச்சினார்க்கினியன்' என்ற பெயர் வழக்கு இருந்திருத்தல் கூடும் என்பதும், அப்பெயரே புகழ் பெற்ற இவ்வுரையாசிரியருக்கு இயற்பெயராய் அமைந்தது என்பதும் அறியலாம்.

சங்ககாலக் கபிலர், பரணர், பெருங்கௌசிகனார் உருத்திரங் கண்ணனார் என்பவர் அந்தண மரபினர்; ஏனைய புலவராற் பாராட்டப் பட்ட பெரும்புலவராய்த் திகழ்ந்தனர். அங்ஙனமே பிற்காலத்தில்

இந்நச்சினார்க்கினியரும் திகழ்ந்தனர் எனக்கருதலாம். இவர் தொல்காப்பியத்திற்கு உரையெழுதிய இலக்கண அறிஞர் எனவும்; பத்துப்பாட்டு, கலித்தொகை, சிந்தாமணி என்னும் இலக்கியங்களுக்கு உரை வகுத்து இலக்கிய அறிஞர் எனவும் பெயர் பெற்றவர்; 'உச்சிமேற் புலவர்கொள் நச்சினார்க்கினியர்' என்று புலவர் பெருமக்களால் பாராட்டப்பட்டவர்.

"இளம்பூரணர், பேராசிரியர், சேனாவரையர், ஆளவந்த பிள்ளை ஆசிரியர் உள்ளிட்ட உரையாசிரியர்கள் இவருடைய உரையில் குறிக்கப் பட்டிருத்தலின், அவர்களுக்கும், திருமுருகாற்றுப்படை உரையில் பரிமேலழகர் கொள்கையை மறுத்திருத்தலின் அவருக்கும் இவர் பிற்காலத்தவர் என்பது தெரிகிறது."[1]

இளம்பூரணர், சேனாவரையராலும் அடியார்க்கு நல்லாராலும் நச்சினார்க்கினியராலும் 'உரையாசிரியர்' என்றே குறிக்கப் பட்டிருத்த லின், அவர் அனைவர்க்கும் முற்பட்டவர் என்பது புலப்படும். இவரது உரையைத் தழுவியே 'நன்னூல்' இயற்றப் பட்டுள்ளது. நன்னூலைச் செய்த பவணந்தி முனிவர் காலம் மூன்றாம் குலோத்துங்கன் காலமாகும் (கி.பி. 1178-1218). எனவே, பவணந்தியின் காலம் கி.பி. 12ஆம் நூற்றண்டின் இறுதியும், 13ஆம் நூற்றாண்டின் தொடக்கமும் எனலாம்.[2] ஆகவே, இளம்பூரணர் பவணந்திக்கு முற்பட்டவர்; கி.பி. 11 அல்லது 12ஆம் நூற்றண்டினர் என்னலாம்.

சேனாவரையர் காலம், கி.பி.13ஆம் நூற்றண்டின் பிற்பகுதி எனலாம்.[3] பரிமேலழகர் காலம், கி.பி. 13ஆம் நூற்றாண்டின் பிற்பகுதி என்று கூறலாம்.[4] உரையாசிரியரோ, சேனாவரையரோ, ஆளவந்த பிள்ளை ஆசிரியர் உரையைக் கூறாமையும் நச்சினார்க்கினியர் மட்டுமே கூறலையும் நோக்க, அவர் சேனாவரையர்க்குப் பின்பும் நச்சினார்க் கினியர்க்கு முன்பும் இருந்தவர் எனக் கருதலாம். அவர்க்குப் பிற்பட்டவரே நச்சினார்க்கினியர் ஆதலின், நச்சினார்க்கினியர் கி.பி.

---

1. பத்துப்பாட்டு, டாக்டர் உ.வே.சா.ஐயர், ஐந்தாம் பதிப்பு, பக். lXIII.
2. சாஸனத் தமிழ்க்கவி சரிதம், திரு.மு. இராகவையங்கார், பக். 91–93.
3. ஷ. பக். 117.
4. சாஸனத் தமிழ்க்கவி சரிதம் திரு.மு.இராகவையங்கார், பக். 125.

14 அல்லது அதற்குப் பிற்பட்ட நூற்றாண்டினர் எனக்கொள்ளலாம்.

பேராசிரியர் நன்னூல் சூத்திரங்களையும் அவற்றின் கருத்துகளையும் தமது தொல்காப்பிய உரையில் எடுத்து ஆண்டுள்ளார். ஆதலின், இவர் பவணந்தி முனிவர்க்குப் பிற்பட்டவர் என்பது தெளிவு. எனவே, இவர் காலம் கி.பி. 13ஆம் நூற்றாண்டின் இறுதி அல்லது 14ஆம் நூற்றாண்டு எனக் கொள்ளலாம்.

நச்சினார்க்கினியர் இவரையும், தமது உரையிற் குறித்தலால், பேராசிரியர்க்கும் பிற்பட்டவராவர். எனவே, இவர் காலம் ஏறத்தாழக் கி.பி. 15 அல்லது 16ஆம் நூற்றாண்டு என்று கூறலாம்.[5]

இவரது உரையாசிரியப் பண்புகளைப்பற்றி டாக்டர் உ.வே.சாமிநாத ஐயரவர்கள் கீழ்வருமாறு கூறியுள்ளார்கள்.

1. இவர் பதகாரம் எழுதுதல் மிகப் பாராட்டற் பாலது.

2. இவர் பழைய செய்யுள்களையேனும் அவற்றின் கருத்தையேனும் உரைநடையாக எழுதுவதுண்டு.

3. மேற்கோளாக எடுத்துக்காட்டும் நூலின் பெயரையாவது நூலாசிரியரின் பெயரையாவது எடுத்துக் கூறுதல் பெரும்பாலும் இவருக்கு வழக்கமின்று.

4. வெளிப்படையாகக் கூறப்படாமலிருந்தும் சில சில குறிப்பைக் கொண்டு ஊகித்தறிந்து, இன்ன காலத்தில் இன்ன செய்தி நிகழ்ந்தது என்று சீவகசிந்தாமணியில் அவ்வவ்விடத்துக் கதை நிகழ்ந்த காலத்தை விளக்கிக் கொண்டே போவர்.

5. நூலின் சமயத்தையும் நூலாசிரியருடைய கொள்கையையும் அவர் கருத்தையும் அறிய வேண்டிய அளவு அழைத்தறிந்து, அவற்றிற் கேற்பவே உரை யெழுதுதல் இவருக்கு இயல்பு.

6. தொல்காப்பியவுரை முதலியவற்றில் வேதம், வேதாங்கம் முதலிய பல நூல்களிலிருந்தும் அவற்றின் உரைகளிலிருந்தும் பல அரிய விஷயங்களை ஆங்காங்கு எடுத்துக்காட்டி விளக்கிப் போகின்றமையாலும் பிறவாற்றானும் இவரை வடமொழியிலும்

---

6. தமிழ்மொழி இலக்கியவரலாறு, இந்நூலாசிரியர், பக். 104.

பயிற்சியுடையவராகச் சொல்லுவதுடன். பல வகையான கலைகளி லும் பயிற்சியுள்ளவர் என்று சொல்லுவதற்கும் இடமுண்டு.[6]

இனிப் பத்துப்பாட்டு உரைத் தொடர்பாக நச்சினார்க்கினியரின் பல திறப்பட்ட ஆற்றல்களை இங்குக் காண்போம்:

இலக்கணப்புலமை

1. **"அகன்றுபொருள் கிடப்பினும் அணுகிய நிலையினும்**
இயன்றுபொருள் முடியத் தந்தனர் உணர்த்தல்
மாட்டென மொழிப பாட்டியல் வழக்கின்"

(தொல்காப்பியம்-செய்யுளியல் 211) என்னும் மாட்டிலக்கணத் தான் இப்பாட்டுகள் பத்தும் செய்தார்கள் ஆதலின் இவ்வாறே மாட்டி முடித்தல் யாண்டு வரும் என்றுணர்க (திருமுருகு, அடி, 43-44). இங்ஙனம் இங்குக் கூறிய நச்சினார்க்கினியர் தொல்காப்பியம், எச்சவியல், நூற்பா 13இன் உரையில், "அகன்று வந்த மாட்டு முருகாற்றுப்படை முதலியவற்றுட் காண்க," என்று கூறியுள்ளார்.

2. "கடவுளர் என உயர்திணையாய் நில்லாது" 'கடவுள்' என்பது 'தெய்வம்' என்னும் பொருட்டாய் அஃறிணை முடிபு கொள்ளும் உயர்திணையாய் நிற்றலின், அஃறிணைப்பாற்பட்டு, 'உணரக்கூறிய' (தொல்.புள்ளி மயங்கியல், சூ.110) என்னும் புறநடையான் முடிந்தது," (திருமுருகு, அடி, 256, விளக்கவுரை).

3. "ஏடில் தாமரை-பொற்றாமரைக்கு வெளிப்படை கூறினார். 'தோடே மடலே' (தொல், மரபியல் சூ.86) என்னும் சூத்திரத்தே கூறினாம்" (பொ.ஆபடை, அடி, 159 உரை விளக்கம்). 'கூறினாம்' என்பதை நோக்க, நச்சினார்க்கினியர் தொல்காப்பியவுரை வரைந்த பின்பே பத்துப் பாட்டுக்கு உரை எழுதினார் என்பது தெரிகிறது.

4. "முல்லை சான்ற முல்லையம் புறவு' -இது, 'மாயோன் மேய (தொல்-அகத்திணை இயல, சூ.5) என்னும் சூத்திரத்தானுணர்க," (சி.ஆ.படை, அடி, 169, உரை விளக்கம்.)

5. "'சிறுகோட்டுக் குழவித்திங்கள் கோள் நேர்ந்தாங்கு-சிறிய கோட்டையுடைய இளைதாகிய பிறையைச் செம்பாம்பு தீண்டினாற்

---

7. டாக்டர் உ.வே.சா. பத்துப்பாட்டு, ஐந்தாம் பதிப்பு, பக். lXl-ll.

போல- இஃது இல்பொருளுவமை (சி.ஆ.படை, அடி, 283-4 உரை விளக்கம்).

6. "நீடி, ஈண்டி என்னுஞ் செய்தெனச்சங்கள், 'விளையும்' என்னும் பிறவினை கொண்டன, 'அம்முக்கிளவி' (தொல், வினையியல், சூ 34) என்னும் சூத்திரவிதியால்" (ம.கா.அடி. 291-உரை விளக்கும்).

7. "புகரறு சிறப்பிற் செம்மையாவன. 'நாலிரு வழக்கில் தாபதப் பக்கமும்' (தொல்.புறத்திணையியல், சூ.20) என் புழிக் கூறப்பட்டவை.

(ம.கா. அடி, 764-5, உரை விளக்கம்).

8. **"வரைவிடை வைத்த காலத்து வருந்தினும்**
வரையா நாவிடை வந்தோன் முட்டினும்
உரையெனத் தோழிக் குரைத்தற் கண்ணும்
தானே கூறும் காலமும் உளவே"

(தொல். களவியல், சூ. 21)

என்பதனுள், 'தானே கூறும் காலமும் உளவே' என்றதனால் தலைவி கூற்றினைக்கொண்டு கூறினாள் என்க," (கு.பா.அடி, 25-26, உரை விளக்கம்.)

9. "இதற்கு உள்ளுறையுவமங் கொள்ளுமாறு-மிளகு உக்கபாறை அந்நிலத்து மாக்கள் உறைகின்ற ஊராகவும், நெடுஞ்சுனை தலைவன் குடியாகவும், மாம்பழத்தாலும் பலாப்பழத்தாலும் விளைந்ததேறல் தந்தையாலும் தாயாலுமுளனாகிய தலைவனாகவும், பிரசம் இவரைக் கூட்டின பால்வரை தெய்வமாகவும், அதனையுடயண் மயில் உயர்ந்த தலைவனைத் தன் குலத்திற்கு ஒத்தானாகக் கருதி நுகர்ந்த தலைவி யாகவும், அத்தேறலிற்பிறந்த களிப்புக் களவொழுக்கத்தாற் பிறந்த பேரின்பமாகவும், மயில் ஆடலாற்றாத தன்மை வருந்திக் குறைந்த தன்மையாகவும் உள்ளுறையுவமும் கொள்க" (கு.பா.அடி, 191-194) உரை விளக்கம்).

இங்ஙனம் நச்சினார்க்கினியரது இலக்கணப் புலமையை உணர்த்தும் இடங்கள் பலவாகும். அவற்றை ஒவ்வொரு பாட்டிலும் கண்டு களிக்கலாம்.

இலக்கியப்புலமை

நச்சினார்க்கினியர் தம் உரை விளக்கத்தில் ஆங்காங்கு பல நூல்களி லிருந்து மேற்கோள்களைத் தந்துள்ளார். அவற்றுட்சில காண்க:

1. இமைத்தல்-கண்களின் இதழ்கள் இரண்டனையும் குவித்தல்; அது 'நுதல திமையா நாட்டம்' (அகநானூறு-கடவுள் வாழ்த்து) என்பதனால் உணர்க (திருமுருகு, அடி, 3 உரை விளக்கம்).

2. "திருமால் போலும் குவடுகளோங்கிய வெற்பென்றுமாம்; மாயோனன்ன மால்வரைக் கவாஅன்" (நற்றிணை, செ. 32) என்றார் பிறரும் (திருமுருகு, அடி 12 உரை விளக்கம்).

3. நச்சினார்க்கினியர் முருகன் பிறப்பைப் பற்றிக் கூறி, 'இதனைப் பாயிரும் பனிக்கடல்' என்னும் பரிபாடற் பாட்டால் உணர்க. இவ்வாறன்றி, வேறுவேறு புராணம் கூறுவாருமுளர் (திருமுருகு, அடி, 58). "வேறுவேறு புராணம்' என்றது கந்தபுராணம், குமார சம்பவம் முதலியவற்றில் கூறப்படும் செய்திகளை," என்பது டாக்டர் உ.வே.சாமி நாத ஐயர் அவர்களது குறிப்பாகும்.

4. 'முருகனது ஒரு முகம் வள்ளியுடனே மகிழ்ச்சியைப் பொருந் திற்று,' என்று உரை கூறிய நச்சினார்க்கினியர், காமநுகர்ச்சி யில்லாத இறைவன் இங்ஙனம் நகையமர்ந்தான், உலகில் இல் வாழ்க்கை நடத்தற் கென்றுணர்க. அது 'தென்பா லுகந்தாடுந் தில்லைச்சிற் றம்பலவன்' என்பதனுள், 'பெண்பால் உகந்திலனேற் பேதாயிருநிலத்தோர், விண்பாலி யோகெய்தி வீடுவர்காண் சாழலோ!' (திருவாசகம், திருச்சாழல்-9) என்பதனாலுணர்க (திருமுருகு, அடி, 100-102 உரை விளக்கம்.)

5. "வாங்கிய என்றார்; அவ்வரி தோளளவும் வந்து கிடந்தமை தோன்ற; 'வரையகன் மார்பிடை வரியு மூன்றுள' (சீவக சிந்தாமணி, செ. 1462) என்றார் பிறரும்" (திருமுருகு, அடி, 104-106, உரை விளக்கம்).

6. பதினெண்கணங்கள் இவை என்று விளக்கிய நச்சினார்க்கினியர், 'இதற்குப் பிறவாறும் உரைப்பர்', என்று குறித்துள்ளார். இதற்கு டாக்டர் உ.வே.சாமிநாத ஐயர் அவர்கள், 'பேயும் பூதமும் பாம்பு மீறாகிய பதினெண் கணம்' (தொல். பொருள். சூ.256), என்று

பேராசிரியரும், 'பதினெண்கணங்களாவன, தேவகணம், பிதிரர் கணம் முதலியன' என்று தக்கயாகப்பரணி (136) உரையாசிரியரும் எழுதுவர்,'' என்று அகிகுறிப்புத்தந்துள்ளார் (திருமுருகு, அடி, 168 உரை விளக்கம்).

7. "பகைமை முதிர்ந்தோர் தனது அரசவையிற் சென்று புகும் காலத்துத் தம் மாறுபாட்டைப் போக்கும் படியாகவும்... என்றது, 'வழக்கு மாறுபட்டு வந்தோர்க்கு அவ்வழக்கு வீடறுப்பன்,' என்றவாறு; 'உரை முடிவு காணான்' (21) என்னும் பழமொழி கூறினார்," (பொ.ஆ.படை, அடி 187-8 உரை விளக்கம்).

8. "உரன்-அறிவு; 'உரவோ ரெண்ணினு மடவோ ரெண்ணினும்' (பதிற்றுப்பத்து, 73) என்றாற்போல (சி.ஆ.படை,அடி, 189-190, உரை விளக்கம்).

9. "'சில்செவித்தாகிய கேள்வி நொந்து' (புறநானூறு, செ. 68) என்றார் பிறரும்; புலால் நாறுகின்ற வாயுமாம்" (பெ.ஆ.படை, அடி 22 உரை விளக்கம்)

10. "'மூங்கில் மிசைந்த முழந்தா ளிரும்பிடி' (கலித்தொகை, செ, 50), 'வீழ்களிறு மிசையாப் புலியினும்' (அகநானூறு, செ. 28), என மிசைதல் தின்றற்றொழிலின்மேனின்றது" (பெ.ஆ. படை, அடி, 262, உரை விளக்கம்).

11. **"தென்னவற் பெயரிய துன்னருந் துப்பிற்**
றொன்முது கடவுட் பின்னர் மேய
பொருந''

என்ற அடிகளுக்கு விரிவான உரையெழுதிய நச்சினார்க்கினியர், "இதனால் அகத்தியனுடன் தலைச்சங்கத்துப் பாண்டியனிருந்து தமிழாராய்ந்து சிறப்புக் கூறினார்," (மகா.அடி, 40-42) என்கிறார். இச்செய்தி இறையனார் அகப்பொருள் முதற்சூத்தர உரையிலுள்ளது.

12. **"முன்னரே சாநாண் முனிதக்க மூப்புள,**
பின்னரும் பீடழிக்கு நோயுள''

எனப் பிறாண்டும் (நாலடியார், 92) 'முன்னர், பின்னர்' என்பன இடமுணர்ந்தியே நிற்கும் என்று உணர்க" (மகா.40-42, உரை விளக்கம்).

13. "'கருநரை நல்லேறு' (குறுந்தொகை, செ, 317) என்றார் பிறரும்," (ம.கா.அ, 62-3 உரை விளக்கம்)

14. பரதவர்- தென்றிசைக்கட் குறுநில மன்னர், அது தென் பரதவர் மிடல்சாய, வடவடுகர் வாளோட்டிய என்னும் புறப்பாட்டானு முணர்க (ம.கா.அடி, 144, உரை விளக்கம்).

15. "ஐம்பெருங்குழுவாவன:
'அமைச்சர் புரோகிதர் சேனா பதியர்
தூத ரொற்ற ரிவரென மொழிப"

இளங்கோவடிகளும் (சிலப்பதிகாரம், காதை, 5; அடி, 157), 'ஐம்பெருங் குழுவு மெண்பேராயமும்' என்றார்" (மகா.அடி, 510, உரை விளக்கம்).

16. "வைகறை யாமந் துயிலெழுந்து தான்செய்யு
நல்லறனு மொண்பொருளுஞ் சிந்தித்து"

என்றார் ஆசாரக்கோவையில் (செ.4) (ம.கா.அடி, 714, உரை விளக்கம்).

17. 'நிலந்தரு திருவின் நெடியோன் போல' என்பதற்கு உரை யெழுதிய நச்சினார்க்கினியர், அதன் இறுதியில், என்றது, கண்ணன் எப்பொருளும் தானாயிருக்கின்றபடியைக் காட்டி ஸ்ரீ கீதை யருளிச் செய்து எல்லாரையும் போதித்தாற்போல எல்லாரையும் போதிக்க வல்லாராகிய ஆசிரியரென்றவாறு,' எனக் கூறுகிறார். (ம.கா.அடி, 763), உரை விளக்கம்).

18. 'இருகாமத்து இணையேரி' என்பதற்கு உரை யெழுதிய நச்சினார்க்கினியர், அதனிறுதியில், 'அது,

'சோமகுண்டஞ் சூரிய குண்டந் துறைமூழ்கிக்
காமவேள்கோட்டந் தொழுதார் கணவரொடு
தாமின் புறுவ ருலகத்துத் தையலார்போகஞ்செய்
பூமியினும் போய்ப்பிறப்பர்' (சிலப்பதிகாரம்)

என்றதனானுமுணர்க,' என்று கூறியுள்ளார். (ப.பாலை, அடி, 39, உரை விளக்கம்)

விளக்கம் கூறுதல்

சிறந்த இலக்கிய இலக்கணப் புலவரான நச்சினார்க்கினியர், உரை

விளக்கம் தருதலில் தலை சிறந்தவர். சான்றாகச் சிலவற்றைக் கீழே காண்க:

1. "முருகன் மாலையசையும் மார்பினையுடையவன். இது போகத்திற்குரிய தார்; இதனை முற்கூறினார், 'வாணுதல் கணவன்' என்றதனை நோக்கி" (திருமுருகு, அடி, 11 உரை விளக்கம்)

2. "சினம்-கோபம் நீட்டித்து நிற்கின்றது சினம்" (சி.ஆ.படை, அடி, 210 உரை விளக்கம்)

3. "பறவைப் பெயர்ப்படுவத்தம் - பறவையினது பெயரைப் பெறு நெல்லு; என்றது, இராசான்னமென்னும் பெயர் பெறுகின்ற நெல் லென்றவாறு. ஆகுதி பண்ணுதற்கு இந்த நெல்லுச்சோறே சிறந்ததென்று இதனைக் கூறினார். இனி 'மின்மினி நெல்' என்பாருமுளர்; இப்பெயர் வழக்கின்மையும் ஆகுதிக்குச் சிறவாமையுமுணர்க் (பெ.ஆ.படை, 305 உரை விளக்கம்).

4. 'முல்லைப்பாட்டு' என்னும் தலைப்பிற்கு விளக்கவுரை வரையத் தொடங்கிய நச்சினார்க்கினியர், "இப்பாட்டிற்கு முல்லை யென்று பெயர் கூறினார், முல்லை சான்ற கற்புப் பொருந் தியதனால், இல்லறம் நிகழ்த்துதற்குப் பிரிந்து வருந்துணையும் ஆற்றியிருவென்று கணவன் கூறிய சொல்லைப் பிழையாமல் ஆற்றியிருந்து இல்லறம் நிகழ்த்திய இயற்கை முல்லையா மென்று கருதி இருத்த லென்னும் பொருடா முல்லை யென்று இசசெய்யுட்கு நம்பூதனார் பெயர் கூறினமையிற் கணவன் வருந்துணையும் ஆற்றியிருந்தாளாகப் பொருள் கூறலே அவர் கருத்தாயிற்று. 'தானே சேறல்' என்னும் விதியால், அரசன் தானே சென்றது இப்பாட்டு," என்று கூறியுள்ளார்.

5. 'தரிமருப்பு இரலையொடு மடமான் உகள' (மு.பா.அடி, 98-100) என்னும் தொடருக்கு உரை வரைந்த நச்சினார்க்கினியர், அதனடியில், மழையால் தண்ணீரும் புல்லும் நிறையப் பெற்றுப் புணர்ந்து திரியுமென்ற கருப்பொருளால், அவற்றைக் கண்ட அரசனுக்கு வேட்கை மிகுதி கூறிற்று," என்று விளக்கம் தந்துள்ளார்.

6. 'மதுரைக் காஞ்சி' என்னும் தலைப்புக்கு விளக்கம் கூற வந்த நச்சினார்க்கினியர், "இப்பாட்டிற்கு மாங்குடி மருதனார் மதுரைக் காஞ்சி என்று துறைப் பெயரானன்றித் திணைப்பெயராற் பெயர் கூறினார். இத்திணைப்பெயர் பன்னிரு படலம் முதலிய நூல்களாற் கூறிய திணைப் பெயரன்று, தொல்காப்பியனார் கூறிய திணைப்பெயர்ப் பொருளே இப்பாட்டிற்குப் பொருளாகக் கோடலின்,... இனி 'மதுரைக் காஞ்சி' என்பதற்கு 'மதுரைபாடத்து அரசர்க்குக் கூறிய காஞ்சி' என விரிக்க, இஃது உருபும பொருளும் உடன்றொக்கது. 'காஞ்சி தானே பெருந்திணைப் புறனே' என்பதனாற் காஞ்சி பெருந்திணைக்குப் புறனாயிற்று, அது 'பாங்கருஞ் சிறப்பிற் பல்லாற்றானு, நில்லாவுலகம் புல்லிய நெறித்தே' என்பதாம்," என்று கூறி விளக்கியிருத்தல் பாராட்டத் தகும்.

7. 'நாள் ஈண்டிய நல் அகவர்க்குத் தேரோடுமாசிறிதறி' என்ற தொடருக்கு உரை வரைந்த நச்சினார்க்கினியர், அதன் இறுதியில் "என்றது, 'தாவி னல்லிசைக் கருதிய கிடந்தோர்க்குச், சூத ரேத்திய துயிலெடை நிலையும்' என்னும் விதியாற் சூதர் இரு சுடர் தொடங்கி இன்று காறும் வருகின்ற தம் குலத்துள்ளோர் புகழை அரசர் கேட்டற்கு விரும்புவரென்று கருதி விடியற்காலத்தே பாசறைக்கண் வந்து துயிலெடை பாடுவரென்பது ஈண்டும் கூறிற்றாம்,'' என்று விளக்கம் தந்துள்ளார் (ம.கா.அடி, 223-4).

8. பூத்த சுற்றமொடு பொலிந்து இனிது விளங்கி' என்பதற்கு உரை வரைய முற்பட்ட நச்சினார்க்கினியர், அதன் இறுதியில், "மண்டில மாக்கள் தண்டத்லைவர் முதலிய சுற்றத்தோர்க்கு நடுவே ஞாயிறு போல விளங்கி யேன்க," என்று விளக்கம் வரைந்துள்ளார் (ம.கா.அடி, 770).

9. 'இணை மாண்டு... போது அவிழ்குவளைப் புதுப் பிடிகால் அமைத்து' (நெடுகல், 81-85) என்பதற்கு உரை வரைந்த நச்சினார்க்கினியர், அதனிறுதியில்," என்றது, நடுவே திருவும் இரண்டு புறத்தும் இரண்டு செங்கழுநீர்ப் பூவும் இரண்டு பிடியுமாக வகுத்த உத்தரக் கற்கவி,'' என்று விளக்கம் தந்துள்ளார்.

10. குறிஞ்சிப்பாட்டுக்கு விளக்கம் கூறப்புகுந்த நச்சினார்க்கினியர், "இதற்குக் குறிஞ்சியென்று பெயர் கூறினார். இயற்கைப் புணர்ச்சியும் பின்னர் நிகழும் புணர்ச்சிகளுக்கு நிமித்தங்களும் கூறுதலின்; அன்றியும், முதலானும் கருவானும் குறிஞ்சிக் குரியனவே கூறுதலானும் அப்பெயர் கூறினார்.

அறத்தொடு நிற்குங் காலத் தன்றி
அறத்தியல் மரபிலள் தோழி என்ப'

என்பதனால், தோழி அறத்தொடு நிற்குங்காலம் வந்து செவிலிக்கு அறத்தொடு நின்றவழி அதற்கிலக்கணங் கூறிய,

'எளித்தல் ஏத்தல் வேட்கை புரைத்தல்
கூறுதல் உசாதல் ஏதீடு தலைப்பாடு
உண்மை செப்புங் கிளவியொடு தொகைஇய
ஏழு வகைய என்மனார் புலவர்'

என்னும் சூத்திரத்து ஏழனுள், கூறுதலுசாவுதல் ஒழிந்த ஆறும் கூறி அறத்தொடு நிற்கின்றாள் என்றுணர்க," என்று கூறி, உரையில் ஆங்காங்கு, "இத்துணையும் ஏத்தல் கூறினாள்," "இத்துணையும் எளித்தல் கூறினாள்," என்று ஆறனையும் குறித்திருத்தல் பாராட்டத்தக்கது.

11. 'புட்கை போகிய புன்றலை மகாரொடு' (மலைபடு. அடி, 253) என்பதற்கு உரை வரைய முற்பட்ட நச்சினார்க்கினியர், "பிள்ளையைப் பெற்றார் வளையிடாராகலின், வளை போதற்குப் பிள்ளைகள் காரண மாயினார்," என்று விளக்கம் வரைந்துள்ளார்.

இங்ஙனம் தேவையான இடங்களில் விளக்கவுரை வரைந்து செல்லும் உச்சிமேற்புலவர் கொள் நச்சினார்க்கினியராலும் தெளிவாகப் பொருள் கூறவியலாத சொற்களும் பத்துப்பாட்டில் உள்ளன என்பது அவர் தந்துள்ள உரையால் விளக்கமாகிறது. அவர் அச்சொற்களுக்கு இடத்திற்கு ஏற்பப் பொருள் வழங்கியுள்ளார்; அகழ்-குளம் (பெ.ஆ. படை, அடி, 107-108) என்று பொருள் கூறியுள்ளார்; 'கயம்' (பெ.ஆ. படை, 288-289), (ம.கா.அடி, 710-711. கு.பா. அடி 63, மலைபடு, அடி, 47) என்னும் சொல்லுக்குக் 'குளம்' என்று உரை தந்துள்ளார்; மற்றோரிடத்தில் 'மடு' என்று கூறியுள்ளார் (மலைபடு.அடி, 213).

'குட்டம்' என்னும் சொல்லுக்கு என்றே பொருள் கூறியுள்ளார் (பெ.ஆ.படை,அடி, 269-71). இங்ஙனமே இவர் 'பொழில்' என்பதற்குப் 'பொழில்' என்றும், 'பொதும்பர்' என்பதற்குப் 'பொதும்பர்' என்றும் உரை கூறியுள்ளார் (மகா.அடி,337, பெ.ஆ.படை,அடி, 374). இவர் காலத்திலேயே இவை இன்னவை எனத் தெளிவாக விளக்கவியலாத நிலையை அடைந்துவிட்டன என்பதே, இங்ஙனம் இவர் கூறியதற்குக் காரணமாகும். இங்ஙனமே 'கலன், பூண்' முதலிய சொற்களுக்குப் 'பேரணிகலங்கள்' என்றே பொதுப் பொருள் கூறியுள்ளார்.

பல கலை அறிவு

நச்சினார்க்கினியர் பல கலை அறிவும் வாய்க்கப் பெற்றவர் என்பதை அவர் உரை கொண்டு அறியலாம். ஆற்றுப்படைப் பாடல் களில் வரும் யாழ் வகைகளையும் இசை வகைகளையும் இசைக் கருவி களையும் விளக்கியிருத்தல் இவரது இசைப்புலமையை நன்கு தெரிவிப்ப தாகும்.

1. "கொன்றை கருங்காலி குமிழ்முருக்குத் தணக்கே" என்பதனால் கோட்டிற்கு மரம் கொன்றையும் கருங்காலியுமாம்; பத்தற்கு மரம் குமிழும் முருக்கும் தணக்குமாம்.

வாரியும் - நரம்புகளைக் கூடத்தழுவியும்,

வடித்தும் - உருவியும்,

உந்தியும் - தெறித்தும்,

உறழ்ந்தும் - ஒன்றை விட்டு ஒன்றைத் தெறித்தும்,

வடித்தல் - நரம்பெறிதலென்றும் உரைப்பர்.

'சீர்உடை நன்மொழி நீரொடு சிதறி - சீரையுடைத்தாகிய தேவ பாணிகளை நீர்மையுடன் பரக்கப்பாடி,' என வருவனவும் இவரது இசைப்புலமைக்குச் சான்றாகும் (பொ.ஆ.படை, அடி, 21-23).

2. பாதிரிமரம் பின்பனிக்காலத்தில் பசிய இலைகளை உதிர்க்கும் (பெ.ஆபடை, அடி, 4) என்பதும், குறிஞ்சிப்பாட்டில் குறிப்பிடப்பட்டுள்ள ஏறத்தாழ நூறு மலர்களுக்குப் பொருத்தமான உரை வரைந்துள்ள மையும் இவரது தாவர சாத்திர அறிவை நன்கு புலப்படுத்துவனவாகும்.

3. அன்னச் சேவலின் சூட்டாகிய மயிர் பரப்பப் பட்ட நிகழ்ச்சியை விளக்குமிடத்து,

'சிறுபூளை செம்பஞ்சு வெண்பஞ்ச சேண
முறுதூவி சேக்கையோ ரைந்து'

என்ற ஐந்திணையும் படுத்ததென்பது தோன்ற 'இணையணை' யென்றார். என்புருகி மிக்க அன்போடு புணர்தலிற் சூட்டிற்கு மென்மைபிறக்கும் என்பது தோன்றத் 'துணை புணரன்னத் தூநிறத் தூவி' என்றார்," என்று நச்சினார்க்கினியர் தந்துள்ள விளக்கம் அவரது பல கலை அறிவை நன்கு அறிவிப்பதாகும். (நெடுநல், அடி, 133).

பிறரது உரை கூறல்

நச்சினார்க்கினியர் தமக்கு முன்பு இருந்த உரை நூல்களை நன்கு படித்தவர் என்பதற்குப் பல சான்றுகள் அவருடைய உரையிற் காணப் படுகின்றன. சான்றாகச் சிலவற்றைக் கீழே காண்க:

1. பூரிமம் (ம.கா.அடி. 18) -சாந்திட்ட தொட்டிகள் என்பாரும் உளர்.

2. "அகத்தியனைத் தென்றிசையுயர்ந்த நொய்ம்மைபோக இறைவனுக்குச் சீரொப்ப இருந்தானென்பது பற்றிக் 'கடவுள்' என்றார். இராவணனாளுதல் பாயிரச் சூத்திரத்து உரையாசிரியர் கூறிய உரையானுமுணர்க" (ம.கா.அடி. 40-42 உரை விளக்கம்).

3. நெடுநல்வாடையில், "கைஅற்று மதலைப் பள்ளிமாறுவன இருப்ப-செயலற்றுக் கொடுங்கையைத் தாங்கு தலையுடைய பலகைகளிலே பறவாதிருந்து கடுத்த கால் ஆறும்படி மாறிமாறி இருக்க.

   இனித் 'தலைமாறியிருப்ப' என்பாரும் உளர்" என்றும் கூறி யிருத்தல் கவனிக்கத்தக்கது (நெடுல், அடி, 47-48).

4. பின்அமை நெடுவீழ்-குத்துதல் அமைந்த நெடிய தாலி நாண்... இனிப் 'பின்னுதல் அமைந்த நெடிய வீழ், மயிர்' என்பாரும் உளர்" (நெடுதல், அடி, 136-7).

5. "இருகாமத்து இணையேரி' என்பதற்குச் சோம குண்டம், சூரிய குண்டம் என்று சிலப்பதிகாரத்திலிருந்து மேற்கோள் காட்டிய நச்சினார்க்கினியர், "இனி வளகாமர் ஏரி, வணிகாமர் ஏரி என்றும், சங்கிராமகாமம், வணிக் கிராமகாமம் என்றும் உரைப்ப" எனவும் கூறுவர் (ப.பாலை, அடி, 39, உரை விளக்கம்).

பிறர் உரை கூறி மறுத்தல்

1. "கடிப்பகை அனைத்தும் அரலைதீர உரீஇ-வெண் சிறு கடுகள வும் கொடும்பு இல்லையாம்படி தீற்றி.

இனி, 'வெண்சிறு கடுகளவும் கேள்வி தப்பாது,' என்பாரும் உளர்; அது வடிவிற்கு உவமையாதலிற் பொருந்தாது" (மலைபடு, அடி, 22-4).

2. 'தீயின் அன்ன ஒண்செங் காந்தள்" என்னும் தொடர்க்கு உரை வரைந்த நச்சினார்க்கினியர்.

'இதற்கு 'நன்னனென்னும் பெயர் தீயோடடுத்த தன்மையின் ஆனந்தமாய், பாடினாரும் பாட்டுண்டாரும் இறந்தார்' என்று ஆளவந்த பிள்ளையாரிசிரியர் குற்றங்கூறினாராலெனில், அவர் அறிவாது கூறினார்; செய்யுள் செய்த கௌசிகனார் ஆனந்தக் குற்றமெனும் குற்ற மறியாமற் செய்யுள் செய்தாரேல், இவர் நல்லிசைப் புலவராகார்; இவர் செய்த செய்யுளை நல்லிசைப்லுவர் செய்த ஏனைச் செய்யுள் களுடன் சங்கத்தார் கோவாமல் நீக்குவர். அங்ஙனம் நீக்காது கோத்தற்குக் காரணம், ஆனந்தக் குற்றமென்பதொரு குற்றம் இச்செய்யுட்கு உறாமையானென்றுணர்க," என்று கூறியிருத்தல் கவனிக்கத்தகும் (மலைபடு,அடி, 145 உரை விளக்கம்).

கதைகளைக் கூறுதல்

நச்சினார்க்கினியர் இலக்கிய நூல்களை நன்கு கற்றவராதலின், இதிகாச புராணக்கதைகளை நன்கு அறிந்தவர். அதனால், இவர் தம் உரையில் பல இடங்களில் விளக்கத்திற்காகச் சில கதைகளைக் கூறி யுள்ளார்:

1. பிள்ளையார் அயனைச் சபித்த கதை, முருகன் அயனைப் பழைய நிலையில் நிறுத்திய கதை (திருமுருக, அடி, 162-165).

2. நல்லியக்கோடன் முருகனிடம் அருள்பெற்று ஒரு கேணியிலிருந்து பூவை எடுக்க, அப்பூவேலாய் மாறி அவனுக்கு வெற்றியளித்த வரலாறு (சி.ஆ.படை, அடி, 172-3).

3. 'திரைதரு மரபின்பல்வேல்திரையன்,' என்னும் தொடருக்கு நச்சினார்க்கினியர்.

   "நாகப்பட்டினத்துச் சோழன் பிலத்துவாரத்தால் நாகலோகத்தே சென்று நாககன்னியைப் புணர்ந்த காலத்து அவள், 'யான் பெற்ற புதல்வனை என் செய்வேன்?' என்ற பொழுது, 'தொண்டையை அடையாளமாகக் கட்டிக் கடலிலே விட, அவன் வந்து கரையேறின், அவற்கு யான் அரசவுரிமையை எய்துவித்து நாடாட்சி கொடுப்பல்,' என்று அவன் கூற, அவளும் புதல்வனை அங்ஙனம் வரவிடத் திரை தருதலின், திரையன் என்று பெயர் பெற்ற கதை கூறினார்," என்று இவர் கூறியுள்ள கதை (பெ.ஆ.படை, அடி, 30-31) பொருத்தமற்றது என்பது, 'பெரும் பாணாற்றுப்படைக்குரிய திரையன்' என்னும் தலைப்பில் முன்பே விளக்கப்பட்டது.

4. நச்சினார்க்கினியர் திருமுருகாற்றுப்படையில் அடி, 58இன் உரை இறுதியில் முருகன் பிறப்பைப் பற்றிப் பரிபாடல் கூறும் கதை யினைக் கூறியுள்ளார்; இதனையே அடி 254இன் கீழும் கூறியுள்ளார். ஆயின், இக்கதை இங்குப் பொருந்தாது என்பது, 'திருமுருகாற்றுப் படையின் காலம்' என்னும் பகுதியில் முன்னரே விளக்கப்பட்டுள்ளது.

நந்சிசானார்க்கினியர், பொருத்தமற்ற கதைகள் சிலவற்றைக் கூறினாற்போலவே, 'பெரும்பாணாற்றுப்டை, தொண்டைமான் இளந்திரையன் மீது பாடப்பட்டது, என்று பெரும்பாணாற்றுப்படை உரையின் இறுதியில் எழுதியுள்ளார். ஐந்நூறு அடிகளைக்கொண்ட அப்பாடலில் 'இளந்திரையன்' என்னும் சொல் இல்லை என்பதும், அப்பாடல் திரையன் ஒருவன்மீது பாடப்பட்டதே என்பதும், 'பெரும்பாணாற்றுப்படைக்குரிய திரையன்' என்னும் தலைப்பில் முன்னரே விளக்கப்பட்டுள்ளது. இங்ஙனம் சில தவறுகள் நேர்ந்துள்ளமை' ஆனைக்கும் அடி சறுக்கும்' என்பதாற்புலனாம்.

கொண்டு கூட்டல்

நச்சினார்க்கினியர், எவ்வளவு நீண்ட செய்யுளாய் இருப்பினும் அதில் பல இடங்களில் சிதறிக்கிடக்கும் சொற்களைக் கொண்டு கூட்டிப் பொருள் கூறுதலில் பெருஞ்சமர்த்தர் என்பதைப் பத்துப்பாட்டுகளுக்கு இவர் எழுதியுள்ள உரை நன்கு உணர்த்தும். சான்றாக ஒன்றை இங்குக் காண்க:

"வாளை (287), வெரூஉம் (288, கயத்திலே மலர்ந்த (289), பூவை ஓம்பிக் (290), குறைவிலேய்ப்பப் (292), பூமலிந்த பொய்கைகளிடத்தே (294), குறுநரிட்ட மலரைப் (295) பிணையினிர் கழிமின்' என முடிக்க' (பெ.ஆ.படை)

பிற்சேர்க்கை
1. இவ்வாராய்ச்சிக்குப் பயன்பட்ட நூல்கள்

அகநானூறு

இறையனார் அகப்பொருள் உரை

ஐங்குறு நூறு

கலிங்கத்துப்பரணி

கலித்தொகை

குறுந்தொகை

சிலப்பதிகாரம்

திருப்புகழ்

திருமுருகாற்றுப்படை-சங்கப்பதிப்பு-எஸ்.வையாபுரிப் பிள்ளை

திருமுல்லைவாயிற் புராணம்

திருமுறை, 1

திவாகரம்

தொல்காப்பியம்

நற்றிணை

நாலாயிர திவ்வியப் பிரபந்தம்

பதிற்றுப்பத்து

பரிபாடல்

புறநானூறு - டாக்டர் உ.வே.சா. ஐயர் பதிப்பு

புறநானூறு - ஔவை சு. துரைசாமிப்பிள்ளை பதிப்பு

புறப்பொருள் வெண்பா மாலை

பெரிய புராணம்

பெருங்கதை

மணிமேகலை

மூவருலா

யாப்பருங்கலவிருத்தி-பவானந்தம் பிள்ளை பதிப்பு

2. பிற நூல்கள்

ஆந்திர தேச கதாசங்கிரகமு - ஸி. வீரபத்திர ராவ்

இடைக்கழி நாட்டுக் கடப்பாக்கம் தொடக்கநிலைப் பள்ளிப் பொன்விழா மலர்

இலக்கியத்தீபம் - எஸ். வையாபுரிப் பிள்ளை

இலக்கிய ஆராய்ச்சியும் கல்வெட்டுகளும் - சதாசிவ பண்டாரத்தார்

கடையெழுவள்ளல்கள் - டாக்டர் எஸ்.கே. ஐயங்கார்

கபிலர்-வே. வேங்கடராஜூ ரெட்டியார்

கலைக்களஞ்சியம் - தொகுதிகள்: 1, 2, 4, 5, 6, 7, 8, 9.

கோசர் - இரா. இராகவையங்கார்

சங்ககாலச் சிறப்புப்பெயர்கள் - டாக்டர் மொ.அ.துரை அரங்கனார்

சிவத்தல மஞ்சரி - சுப்பிரமணிய பிள்ளை

சோழர் வரலாறு - டாக்டர் மா. இராசமாணிக்கனார்

தமிழ்ப் பேரகராதி - Vol. 1, 6

தமிழ்ப்பொழில் - Vol 2, 4, 7

தமிழ் வரலாறு - ஆர்.இராகவையங்கார்

தமிழகக் கலைகள் - டாக்டர் மா. இராசமாணிக்கனார்

திருக்கோயில், Vol. I -இந்து அறநிலைய வெளியீடு, சென்னை-1.

நவமணிகள் - எ.எஸ். வைத்தியநாதன்

நாரத பரிவிராஜக உபநிடதம்

பழநித்தல வரலாறு - பழநி தேவஸ்தான வெளியீடு

பழந்தமிழ் வரலாறு - நாவலர் டாக்டர் ச.சோ.பாரதியார்

பாண்டியர் வரலாறு - சதாசிவ பண்டாரத்தார்

பிற்காலச் சோழர் சரித்திரம், மூன்றாம் பாகம் - சதாசிவ பண்டாரத்தார்

பெரிய புராண ஆராய்ச்சி - டாக்டர். மா.இராச மாணிக்கனார்

பொருநை - டாக்டர் மா.இராசமாணிக்கனார்

யாழ் நூல் - விபுலானந்த அடிகள்

3. ஆங்கில நூல்கள்

Administration and Social Life under the Pallavas - Dr. C.Minakshi.

Ancient History of Tondaimandalam - R. Satyanatha Ayyar.

Annuals of Oriental Research Institute (Madras University), Vol. 17.

Annaul Reports on Epigraphy from 1892 to 1942.

A Monograph on the Religious Sects in India among the Hindus, pp.30-34. D.A.Pai.

A Topographical List of Inscriptions of the Madras Presidency, Vol. III- V.Rangacharya.

Archeological Survey of India, Annual Report for 1904-05.

Beginnings of South Indian History - Dr. S.K. Ayyangar.

Castes and Tribes of Southern India, Vol. 6, E. Thurston Chingleput Dt.Manual.

Cholas (2nd Edition) - K.A. Sastry.

Dravidian Etymological Dictionary - T. Burrow and Emene.

Dravidian India - T.R. Sesha Ayyangar.

Dr. R.P. Sethu Pillai Commemoration Vol. (1961).

Early History of India - V.A. Smith (4th Edition).

Early History of the Andhra Country - Dr. K. Gopalachari.

Educational Review - October, 1928.

Epigraphia Indica, Vols. 2. 7. 11. 12. 18. 17.